മൊസാദ്

മൊസാദ്

ഇസ്രായേലി രഹസ്യ ഏജൻസിയുടെ സുപ്രധാന ദൗത്യങ്ങൾ

മൈക്കിൾ ബർ-സൊഹർ
നിസിം മിഷാൽ

പരിഭാഷ: പി ജെ ജെ ആന്റണി

MANJUL
മഞ്ജുൾ പബ്ലിഷിങ് ഹൗസ്

First published in India by

MANJUL

Manjul Publishing House

Corporate and Editorial Office

•2nd Floor, Usha Preet Complex, 42 Malviya Nagar, Bhopal 462 003 - India

Sales and Marketing Office

•C-16, Sector 3, Noida, Uttar Pradesh 201301, India

Website: www.manjulindia.com

Distribution Centres

Ahmedabad, Bengaluru, Kochi, Kolkata, Chennai,
Hyderabad, Mumbai, New Delhi, Pune

Malayalam translation of *Mossad* by *Michael Bar-Zohar* and *Nissim Mishal*

Malayalam edition first published in 2022
by Manjul Publishing House Pvt. Ltd.
Fourth impression 2025

ISBN 978-93-91242-70-1

Translation by P J J Antony
Cover design: Wasim Helal

Printed and bound in India by Gopsons Papers Pvt. Ltd.

സമർപ്പണം

അറിയപ്പെടാത്ത വീരനായകർക്ക്
പുകഴ്ത്തപ്പെടാത്ത പോരാട്ടങ്ങൾക്ക്
എഴുതപ്പെടാത്ത കൃതികൾക്ക്
ഉച്ചരിക്കാത്ത രഹസ്യങ്ങൾക്ക്
ഒരിക്കലും ഉപേക്ഷിക്കപ്പെടുകയോ
വിസ്മരിക്കപ്പെടുകയോ ചെയ്തിട്ടി
ല്ലാത്ത സമാധാന സ്വപ്നത്തിനും
— മൈക്കിൾ ബർ-സൊഹർ

ആമി കോർമാന്
അവളുടെ ഉപദേശത്തിനും
പ്രചോദനത്തിനും
എപ്പോഴുമുള്ള പിന്തുണക്കും
— നിസിം മിഷാൽ

ഉള്ളടക്കം

മുഖമൊഴി

സിംഹക്കൂട്ടിൽ തനിയെ

2011 നവംബർ 12-ന് ഗംഭീരമായ ഒരു സ്ഫോടനത്തിൽ തെഹ്റാന് സമീപമുള്ള രഹസ്യ മിസ്സൈൽ സങ്കേതം തകർന്ന് തരിപ്പണമായി. പതിനേഴ് റവല്യൂഷനറി ഗാർഡുകൾ കൊല്ലപ്പെടുകയും ഡസൻ കണക്കിന് മിസ്സൈലുകൾ കത്തിക്കരിഞ്ഞ് ചാമ്പൽക്കൂനയാവുകയും ചെയ്തു. ഷെഹാബ് എന്ന ദീർഘദൂര മിസ്സൈലുകളുടെ പിതാവും ഇറാനിയൻ മിസ്സൈൽ പ്രൊഗ്രാമിന്റെ ചുമതലക്കാരനുമായ ജനറൽ ഹസൻ തെഹ്റാനി മൊഗാദം സ്ഫോടനത്തിൽ കൊല്ലപ്പെട്ടു. പക്ഷേ ബോംബിംഗിന്റെ മുഖ്യലക്ഷ്യം മൊഗാദം ആയിരുന്നില്ല. അത് ഇറാന്റെ ഭൂഗർഭ അറകളിൽ നിന്നും ന്യൂക്ലിയർ മിസ്സൈലുമായി ആറായിരത്തിലേറെ മൈലുകൾ താണ്ടി അമേരിക്കൻ വൻകരയിലേക്ക് കുതിച്ചെത്താൻ കഴിയുന്ന ഒരു ഇന്ധന റോക്കറ്റ് എഞ്ചിനായിരുന്നു.

ഇറാനിയൻ നേതൃത്വം ആസൂത്രണം ചെയ്തിരുന്ന ആ മിസ്സൈൽ അമേരിക്കയുടെ പ്രധാന നഗരങ്ങളെ മുട്ടുകുത്തിക്കാനും ഇറാനെ പ്രബലമായ ഒരു ലോകശക്തിയായി മാറ്റുവാനും ഉദ്ദേശിച്ചുള്ളതായിരുന്നു. നവംബറിലെ സ്ഫോടനം ആ പദ്ധതിയെ അനേകം മാസങ്ങൾ പുറകോട്ടടിച്ചു.

പുതിയ ദീർഘദൂര മിസ്സൈലിന്റെ ലക്ഷ്യം അമേരിക്കയായിരുന്നെങ്കിലും ഇറാനിയൻ മിസ്സൈൽ ആസ്ഥാനത്തെ തകർത്ത ആ സ്ഫോടനത്തിനു പിന്നിൽ ഇസ്രായേൽ സീക്രട്ട് സർവീസായ മൊസാദ് ആകാനായിരുന്നു സാദ്ധ്യത. അറുപത് കൊല്ലം മുൻപ് രൂപം കൊണ്ടപ്പോൾ മുതൽ ഇസ്രായേലിനും പാശ്ചാത്യർക്കും ഭീഷണിയുയർത്തുന്ന കരുത്തുകൾക്കെ

തിരെ ഭയരഹിതവും ശ്രദ്ധവുമായി മൊസാദ് പ്രവർത്തനനിരതമാണ്. മൊസാദിന്റെ രഹസ്യ വിവരശേഖരണവും നടപടികളും മറ്റെന്നത്തേക്കാളും കൂടുതലായി ആഭ്യന്തര രംഗത്തും വിദേശത്തും അമേരിക്കയുടെ സുരക്ഷിതത്വത്തെ ബാധിക്കുന്നുണ്ട്.

ഇസ്രായേലിനെ ഭൂപടത്തിൽ നിന്നും മായ്ച്ചുകളയുമെന്ന ഇറാനിയൻ നേതൃത്വത്തിന്റെ അർത്ഥശങ്കയ്ക്ക് ഇടയില്ലാത്ത തുറന്ന പ്രഖ്യാപനത്തെ മൊസാദ് വെല്ലുവിളിക്കുകയാണെന്ന് വിദേശ സ്രോതസ്സുകൾ വെളിപ്പെടുത്തുന്നു. ഇറാന്റെ ന്യൂക്ലിയർ സംവിധാനങ്ങൾക്ക് തുരങ്കം വയ്ക്കുക, ശാസ്ത്രജ്ഞരെ വകവരുത്തുക, വ്യാജകമ്പനികളെ ഉപയോഗിച്ച് ന്യൂനതകളുള്ള യന്ത്ര സാമഗ്രികൾ നൽകുക, ഉയർന്ന സൈനികോദ്യോഗസ്ഥരെയും ആണവമേഖലയിലെ വമ്പന്മാരെയും കുറുമാറ്റുക, ഇറാന്റെ സുപ്രധാന കമ്പ്യൂട്ടർ ശൃംഖലയിലേക്ക് മാരക വൈറസുകളെ കയറ്റുക എന്നിങ്ങനെ ഒട്ടും വഴങ്ങാതെ ഇറാനെതിരെ നിഴൽ യുദ്ധം പയറ്റുകയാണ് മൊസാദ്. ആണവശക്തിയായി അമേരിക്കയ്ക്കും ഇതര ലോകരാജ്യങ്ങൾക്കും ഭീഷണി ഉയർത്താനുള്ള ഇറാന്റെ സാദ്ധ്യതയ്ക്കെതിരെയാണ് മൊസാദ് പൊരുതുന്നത്. അണുബോംബ് വികസിപ്പിക്കാനുള്ള ഇറാന്റെ ശ്രമങ്ങളെ മൊസാദ് അനേകവർഷങ്ങൾ പിന്നോട്ട് തള്ളിയെങ്കിലും അവരുടെ പ്രച്ഛന്നയുദ്ധം അവസാനക്കൈയായ തുറന്ന സൈനിക സംഘട്ടനത്തിന് തൊട്ടുമുൻപുള്ള മൂർദ്ധന്യതയിലേക്ക് എത്തിക്കൊണ്ടിരിക്കുകയാണ്.

ഭീകരതയ്ക്ക് എതിരായുള്ള യുദ്ധത്തിൽ ഭീകരരുടെ ശക്തികേന്ദ്രങ്ങളായ ബെയ്റൂട്ട്, ഡമാസ്കസ്, ബാഗ്ദാദ്, ടൂണീസ് എന്നിവിടങ്ങളിലും ഒളിപ്പോർ താവളങ്ങളായ പാരീസ്, റോം, ഏതൻസ്, സൈപ്രസ് തുടങ്ങിയ നഗരങ്ങളിലെ താവളങ്ങളിലും കടന്നുകയറി 1970 മുതൽ നിരവധി ഭീകരപ്രവർത്തകരെ കൂട്ടമായി മൊസാദ് ഇല്ലായ്മ ചെയ്യുന്നുണ്ട്. 2008 ഫെബ്രുവരി 12-ന് ഡമാസ്കസിൽ വച്ച് ഒളിച്ചിരുന്നാക്രമിച്ച് ഹെസ്ബൊള്ളയുടെ സൈനിക നേതാവായ ഇമദ് മുഘ്നിയെയെ മൊസാദ് ഏജന്റുമാർ കൊലപ്പെടുത്തിയതായി പാശ്ചാത്യ മാധ്യമങ്ങൾ റിപ്പോർട്ട് ചെയ്തു. മുഘ്നിയെ ഇസ്രായേലിന്റെ സ്വയം പ്രഖ്യാപിത ശത്രുവായിരുന്നു, ഒപ്പം എഫ് ബി ഐയുടെ കൊടും കുറ്റവാളികളുടെ ലിസ്റ്റിലെ മുമ്പനും. ബെയ്റൂട്ടിൽ വച്ച് 241 യു എസ് മറൈൻ സേനാംഗങ്ങളെ കൂട്ടക്കൊല ചെയ്തതിന്റെ ആസൂത്രകനും നിർവാഹകനും ഇയാളായിരുന്നു. നൂറുകണക്കിന് അമേരിക്കൻ, ഇസ്രായേലി, ഫ്രഞ്ച്, അർജന്റീന പൗരന്മാരെ കൊലചെയ്തതിന്റെ ചോരച്ചാൽ അയാൾക്ക് പിന്നിൽ പടർന്നുകിടന്നിരുന്നു. ഇന്നിപ്പോൾ ഇസ്‌ലാമിക് ജിഹാദിന്റെയും അൽ ഖയ്ദയുടെയും നേതാക്കൾ മധ്യപൗരസ്ത്യദേശങ്ങളിലെമ്പാടും വേട്ടയാടപ്പെട്ടുകൊണ്ടിരിക്കുന്നു.

എന്നിട്ടും അറബ് വസന്തം അറബ് ശൈത്യമായി മാറിയേക്കാമെന്ന മൊസാദിന്റെ താക്കീതിന് ചെവികൊടുക്കാൻ പാശ്ചാത്യലോകത്ത്

ആരും ഉണ്ടായിരുന്നില്ല. മധ്യപൗരസ്ത്യ ദേശത്ത് ജനാധിപത്യത്തിന്റെയും സ്വാതന്ത്ര്യത്തിന്റെയും മനുഷ്യാവകാശങ്ങളുടെയും ഒരു പുതുപുലരി വന്നുവെന്ന് വിശ്വസിച്ച് 2011 പൂർണ്ണമായും പാശ്ചാത്യലോകം ആഘോഷിക്കുകയായിരുന്നു. ഈജിപ്റ്റ് ജനതയുടെ പിന്തുണ നേടാമെന്ന് പ്രതീക്ഷിച്ച് അമേരിക്കയുടെ അറബ് ലോകത്തെ ഏറ്റവും കരുത്തനായ പങ്കാളി പ്രസിഡന്റ് മുബാരക്കിനെ സമ്മർദ്ദം ചെലുത്തി രാജിവെപ്പിച്ചു. പക്ഷേ ആഘോഷിക്കാൻ താഹിർ ചത്വരത്തിൽ ഒഴുകിനിറഞ്ഞവർ ആദ്യം ചെയ്തത് അമേരിക്കൻ പതാക ചുട്ടെരിക്കുകയായിരുന്നു. അതിനുശേഷമവർ ഇസ്രായേലി എംബസ്സിയിൽ കടന്നുകയറി, ഇസ്രായേലുമായുള്ള സമാധാനക്കരാർ അവസാനിപ്പിക്കാൻ ആവശ്യപ്പെട്ടു. അമേരിക്കക്കാരായ എൻ ജി ഓ പ്രവർത്തകരെ തടവിലാക്കി. തിരഞ്ഞെടുപ്പിൽ മുസ്‌ലിം ബ്രദർഹുഡ് എന്ന സംഘടന അധികാരത്തിലെത്തി. ഇന്ന് ഈജിപ്റ്റ് അരാജകത്വത്തിനും സാമ്പത്തിക തകർച്ചയ്ക്കും ഇടയിൽ ഉലയുകയാണ്. ടുണീഷ്യയിൽ ഇസ്‌ലാമിക മൗലികവാദ ഭരണകൂടം വേരുകൾ ആഴ്ത്തുന്നു. ലിബിയയും ആ വഴി പോയേക്കാം. യമൻ പ്രക്ഷോഭങ്ങളുടെ നടുവിലാണ്. സിറിയയിൽ പ്രസിഡന്റ് അസ്സദ് സ്വന്തം ജനങ്ങളെ കൂട്ടമായി കുരുതി കൊടുക്കുന്നു. മൊറോക്കോ, ജോർദാൻ, സൗദി അറേബ്യ, യുണൈറ്റഡ് അറബ് എമിറേറ്റ്സ് തുടങ്ങിയ മിതവാദി രാഷ്ട്രങ്ങൾ പാശ്ചാത്യ സഖ്യകക്ഷികൾ തങ്ങളെ വഞ്ചിച്ചുവെന്ന് കരുതുന്നു. മനുഷ്യാവകാശങ്ങൾക്ക് വേണ്ടിയുള്ള പ്രത്യാശകൾ, സ്ത്രീകളുടെ അവകാശങ്ങൾ, ജനാധിപത്യ നിയമങ്ങൾ എന്നിങ്ങനെ അറബ് വസന്തത്തിന്റെ മുഖമുദ്രകളായിരുന്നവയെല്ലാം മികച്ച സംഘടനാപാടവവും ജനസമ്പർക്ക മികവുമുള്ള മതതീവ്രവാദ പ്രസ്ഥാനങ്ങളുടെ കുത്തൊഴുക്കിൽ ഒലിച്ചുപോയിരിക്കുന്നു.

ഇസ്രായേൽ ജനതയ്ക്കും അവരുടെ പാശ്ചാത്യലോകത്തെ സഖ്യകക്ഷികൾക്കും ഭീഷണിയായി അറബ് ശൈത്യം മധ്യപൗരസ്ത്യമേഖലയെ മിടിക്കുന്ന ഒരു ബോംബായി മാറ്റിയിരിക്കുന്നു. ചരിത്രം വിടരുമ്പോൾ മൊസാദിന്റെ ദൗത്യം കൂടുതൽ അപകടം പിടിച്ചതും പാശ്ചാത്യർക്ക് കൂടുതൽ പ്രധാനപ്പെട്ടതുമായി മാറും. ഇറാന്റെ ആണവഭീഷണി, ഭീകരവാദം, മധ്യപൗരസ്ത്യദേശത്തെ ആക്രാമക സംഘർഷങ്ങൾ തുടങ്ങിയവയിൽ നിന്നും പൊന്തിവന്നേക്കാവുന്ന മറ്റെന്തിനുമുള്ള മികച്ച പ്രതിരോധമാകാൻ മൊസാദിനേ കഴിയുവെന്നായിരിക്കുന്നു. സർവ്വോപരി, തുറന്ന യുദ്ധത്തെ തടഞ്ഞുനിർത്താനുള്ള അവസാനത്തെ സങ്കേതമായി മൊസാദ് കാണപ്പെടുന്നു.

അനാമികരായ പോരാളികളാണ് മൊസാദിന്റെ ജീവരക്തം, തങ്ങളുടെ കുടുംബങ്ങളിൽ നിന്നും അകന്ന് അജ്ഞാതരായി ജീവിക്കുന്ന സ്ത്രീപുരുഷന്മാർ ശത്രുരാജ്യങ്ങളിൽ ഉജ്ജ്വലമായ ധീരതയോടെ ജീവൻ പണയം വച്ച് പ്രവർത്തിച്ചുകൊണ്ടിരിക്കുന്നു. നിസ്സാരമായ പിഴവുകൾ പോലും

പിടിക്കപ്പെടലിനും കൊടിയ പീഡനങ്ങൾക്കും മരണത്തിനുതന്നെയും കാരണമായേക്കാം. ശീതയുദ്ധകാലത്ത് പിടിക്കപ്പെട്ടാൽ പരമാവധി സംഭവിക്കുന്നത് തണുത്ത് മഞ്ഞുമൂടിയ ബെർലിനിലെ ഏതെങ്കിലും ഒരു പാലത്തിൽ വച്ച് തൽസ്ഥിതിയിലുള്ള മറ്റൊരു ഏജന്റിന് പകരമായി കൈമാറ്റം ചെയ്യപ്പെടുക എന്നതായിരുന്നു. റഷ്യക്കാരോ അമേരിക്കക്കാരോ ബ്രിട്ടീഷുകാരോ കിഴക്കൻ ജർമ്മൻകാരോ ആരായാലും തങ്ങൾ ഒറ്റയ്ക്കല്ലെന്നും പിടിക്കപ്പെട്ടാൽ തങ്ങളെ തിരികെയെത്തിക്കാനായി ആരോ ഉണ്ടെന്നും അവർക്ക് ഉറപ്പുണ്ടായിരുന്നു. പക്ഷേ മൊസാദിന്റെ ഏകാന്ത പ്പോരാളികൾക്കായി എവിടെയും കൈമാറാൻ പകരക്കാരില്ല, മഞ്ഞുമൂടിയ പാലങ്ങളുമില്ല. അവരുടെ സാഹസികതയ്ക്ക് സ്വജീവൻ തന്നെ മറുവില.

ഈ പുസ്തകത്തിൽ മൊസാദിന്റെ അത്യുജ്ജ്വല ദൗത്യങ്ങളും ധീരോദാത്ത നായകന്മാരും വെളിച്ചപ്പെടുന്നതിനൊപ്പം മൊസാദിന്റെ പ്രതിച്ഛായയ്ക്ക് മങ്ങലേൽപ്പിക്കുകയും അതിന്റെ അടിത്തറയെത്തന്നെ പിടിച്ചുലയ്ക്കുകയും ചെയ്ത പിഴവുകളും പരാജയങ്ങളും തെളിയുന്നുണ്ട്. മൊസാദ് ഏറ്റെടുത്ത ഈ ദൗത്യങ്ങളാണ് ഇസ്രായേൽ രാഷ്ട്രത്തിന്റെ വിധിയെയും പലവിധങ്ങളിൽ ലോകത്തിന്റെ തന്നെ വിധിയെയും ഉരുവപ്പെടുത്തിയത്. മാതൃരാജ്യത്തോടുള്ള അഗാധവും ആദർശാത്മകവുമായ സ്നേഹമാണ് മൊസാദിന്റെ പോരാളികൾ പങ്കുവയ്ക്കുന്നത്. ഇസ്രായേലിന്റെ അസ്തിത്വത്തിനും അതിജീവനത്തിനുമായുള്ള സമ്പൂർണ്ണ സമർപ്പണവും അതിനായി ഏറ്റവും സ്തോഭജനകമായ വിപത് സാദ്ധ്യതകളെയും അഭിമുഖീകരിക്കാനുള്ള സദാസന്നദ്ധതയും അവരിലുണ്ട്. സർവ്വവും ഇസ്രായേലിനായി.

അദ്ധ്യായം 1

നിഴലുകളുടെ തമ്പുരാൻ

1971ലെ വേനൽക്കാലത്തിനൊടുവിൽ മെഡിറ്ററേനിയൻ തീരത്ത് പ്രചണ്ഡമായ ഒരു കൊടുങ്കാറ്റ് വീശി. ഗാസയുടെ തീരങ്ങളിൽ കൂറ്റൻ തിരമാലകൾ ആഞ്ഞടിച്ചു. ആ പ്രദേശങ്ങളിലെ മീൻപിടുത്തക്കാർ കടലിൽ പോകുന്നതിൽ നിന്നും വിവേകത്തോടെ ഒഴിഞ്ഞുനിന്നു. പ്രക്ഷുബ്ധമായ കടലിനെ നേരിടാൻ പറ്റിയ ദിവസമല്ല അതെന്ന് അവർ ഉറപ്പിച്ചു. അതിനാൽ അന്നേരം പൊട്ടിപ്പൊളിഞ്ഞ ഒരു ബോട്ട് ചീറുന്ന തിരകളെ മുറിച്ച് കരയിലേക്ക് വന്നടുക്കുന്നത് അവരെ അമ്പരപ്പിച്ചു. നനഞ്ഞൊലിഞ്ഞ വസ്ത്രങ്ങളും തെന്നിയ ശിരോവസ്ത്രവുമായി നാലഞ്ച് പാലസ്തീൻകാർ ബോട്ടിൽനിന്നും ചാടിയിറങ്ങി കരയിലേക്ക് നടന്നു കയറി. ഷേവ് ചെയ്യാത്തതിനാൽ രോമങ്ങൾ വളർന്ന അവരുടെ മുഖം കടലിലെ ദീർഘയാത്രയുടെ ക്ഷീണത്താൽ തളർന്നിരുന്നുവെങ്കിലും വിശ്രമിക്കാൻ അവർക്ക് നേരമുണ്ടായിരുന്നില്ല. ജീവനുവേണ്ടിയുള്ള ഓട്ടത്തിലായിരുന്നു അവർ. അലറിവിളിക്കുന്ന കടലിൽ അവരെ പിന്തുടർന്ന് ഒരു ഇസ്രായേലി ടോർപ്പിഡോ ബോട്ട് കാണാറായി. അതിൽ യുദ്ധവേഷമണിഞ്ഞ ഇസ്രായേലി സൈനികരായിരുന്നു. തീരം അടുത്തതോടെ അവർ ആഴംകുറഞ്ഞ വെള്ളത്തിലേക്ക് ചാടി ഓടിയകലുന്ന പാലസ്തീൻകാരുടെ നേർക്ക് വെടിയുതിർത്തുകൊണ്ട് കരയിലേക്ക് കുതിച്ചു. ബീച്ചിൽ കളിച്ചുകൊണ്ടിരുന്ന ഒന്നുരണ്ട് ഗാസക്കാരായ ചെറുപ്പക്കാർ പാലസ്തീൻകാരെ സംരക്ഷിച്ച് അടുത്തുള്ള തോട്ടത്തിന്റെ സുരക്ഷിത

ത്വത്തിലേക്ക് കൊണ്ടുപോയി. ഇസ്രായേലി പട്ടാളക്കാർക്ക് അവരെ പിന്തുടരാനായില്ലെങ്കിലും ബീച്ചിൽ അവർക്കായി തിരയുന്നത് തുടർന്നു.

രാത്രി വൈകിയപ്പോൾ കലഷ്നിക്കോവ് തോക്കുമായി ഒരു പാലസ്തീനിയൻ യുവാവ് അന്വേഷിക്കാനെത്തി. തിരച്ചിലിനൊടുവിൽ തോട്ടത്തിന്റെ ഒരു വിദൂരമൂലയിൽ കുനിപ്പിടിച്ചിരിക്കുന്ന നിലയിൽ ആ ഒളിച്ചോട്ടക്കാരെ കണ്ടെത്തി. 'സഹോദരന്മാരേ, നിങ്ങൾ ആരാണ്?' യുവാവ് ചോദിച്ചു.

'ഞങ്ങൾ പാലസ്തീന്റെ മോചനത്തിനായുള്ള ജനകീയ മുന്നണിയുടെ അംഗങ്ങളാണ്. ലെബനനിലെ ടയർ അഭയാർത്ഥി ക്യാമ്പിൽ നിന്നുമുള്ളവർ.' അതായിരുന്നു മറുപടി.

'മർഹബാ, സ്വാഗതം.' യുവാവ് പറഞ്ഞു.

'ഞങ്ങളുടെ കമാൻഡർ അബു സെയ്ഫിനെ താങ്കൾക്കറിയാമോ? അദ്ദേഹമാണ് ബെത് ലഹിയായിലുള്ള (ഗാസാ മുനമ്പിന് തെക്കുഭാഗത്തുള്ള ഭീകരവാദികളുടെ ശക്തികേന്ദ്രം) ജനകീയ മുന്നണി കമാൻഡർമാരുമായി സന്ധിക്കുന്നതിന് ഞങ്ങളെ അയച്ചത്. ഞങ്ങളുടെ പക്കൽ പണവും ആയുധങ്ങളുമുണ്ട്. അവരുമായി യോജിച്ച് പ്രക്ഷോഭങ്ങൾ സംഘടിപ്പിക്കാമെന്നുവച്ചാണ്.'

'ഞാൻ സഹായിക്കാം.' യുവാവ് സന്നദ്ധനായി.

അടുത്ത ദിവസം രാവിലെ അനേകം സായുധ പടയാളികളുടെ അകമ്പടിയിൽ അവർ ജബാലിയ അഭയാർത്ഥി ക്യാമ്പിലെ ഒറ്റപ്പെട്ട ഒരു വീട്ടിലെത്തി. വലിയൊരു ഹാളിലേക്ക് അവർ നയിക്കപ്പെട്ടു. അവിടെ മേശയ്ക്ക് ചുറ്റുമായി അവരെ ഇരുത്തി. വൈകാതെ അവർ കാണാനെത്തിയ ജനകീയ മുന്നണി കമാൻഡർമാരും അവിടെയെത്തി. ലെബനീസ് സഹോദരന്മാരുമായി ഊഷ്മളങ്ങളായ അഭിവാദ്യങ്ങൾ കൈമാറിയശേഷം മേശയ്ക്ക് ഇരുവശവുമായി അവർ ഇരുന്നു.

'നമുക്ക് ആരംഭിക്കാമോ?' ലെബനീസ് സഹോദരന്മാരിലെ കഷണ്ടി കയറിത്തുടങ്ങിയ, പൊക്കം കുറഞ്ഞ് ബലിഷ്ഠനായ, ചുവന്ന ശിരോവസ്ത്രം ധരിച്ചയാൾ ചോദിച്ചു. 'എല്ലാവരും എത്തിക്കഴിഞ്ഞോ?'

'എല്ലാവരും എത്തിയിട്ടുണ്ട്.'

ലെബനൻകാരൻ കൈ ഉയർത്തി വാച്ചിൽ നോക്കി. അത് മുൻകൂട്ടി നിശ്ചയിക്കപ്പെട്ട അടയാളമായിരുന്നു. പെട്ടെന്ന് ലെബനനിൽ നിന്നുമുള്ളവർ കൈത്തോക്കുകൾ വലിച്ചെടുത്ത് വെടി വയ്ക്കാൻ തുടങ്ങി. ഒരു മിനിറ്റ് തികയും മുൻപേ ബെത് ലഹിയയിലെ ഭീകരർ ഒന്നൊഴിയാതെ വധിക്കപ്പെട്ടു. 'ലെബനനിൽ നിന്നുമുള്ളവർ' വീടിന് പുറത്തേക്ക് ഓടിയിറങ്ങി ജബാലിയ ക്യാമ്പിലെ പിണഞ്ഞ ഇടുക്കുവഴികൾ താണ്ടി ഗാസയിലെ തിരക്കേറിയ തെരുവിലെത്തി. അധികം വൈകാതെ അവർ ഇസ്രായേൽ നിയന്ത്രണത്തിലുള്ള പ്രദേശത്തേക്ക് കടന്നു. ചുവന്ന ശിരോവസ്ത്രം ധരി

ച്ചിരുന്ന, ഇസ്രായേലി പ്രതിരോധ സേനയിലെ റിമോൺ കമാൻഡോ യൂണിറ്റിന്റെ തലവൻ ക്യാപ്റ്റൻ മെയർ ദാഗൻ ആ സായാഹ്നത്തിൽ ജനറൽ ഏരിയൽ ഷാറോണിന് റിപ്പോർട്ട് ചെയ്തു: 'ഓപ്പറേഷൻ ഷെമിലിയോൺ വിജയിച്ചിരിക്കുന്നു, ബെത് ലഹിയയിലെ ജനകീയ മുന്നണിയുടെ കൊടും ഭീകരരായ സകല നേതാക്കളും വധിക്കപ്പെട്ടിരിക്കുന്നു.'

ദാഗന് കഷ്ടിച്ച് ഇരുപത്തിയാറ് വയസ്സേ പ്രായമുണ്ടായിരുന്നുള്ളൂ. പക്ഷേ അതിനകം ഐതിഹാസികമാനമുള്ള ഒരു പോരാളിയായി ആ യുവാവ് മാറിക്കഴിഞ്ഞിരുന്നു. ആ ഓപ്പറേഷന്റെ ആസൂത്രണം പൂർണ്ണമായും ദാഗന്റേതായിരുന്നു: ലെബനീസ് ഭീകരരായുള്ള വേഷപ്പകർച്ച; ഇസ്രായേൽ തുറമുഖമായ ആഷ്ദോദിൽ നിന്നും ആ പഴഞ്ചൻ ബോട്ടിലെ തുടക്കം; ഒരു രാവ് നീണ്ട ഒളിയാത്ര; ഭീകരനേതാക്കളുമായുള്ള സംഗമം; ഒടുവിൽ എല്ലാം കഴിഞ്ഞുള്ള രക്ഷപെടലും. കൂടുതൽ വിശ്വാസ്യതയ്ക്കായി ഇസ്രായേലി ടോർപ്പിഡോ ബോട്ടിന്റെ പിന്തുടരൽ സംഘടിപ്പിച്ചതും ദാഗൻ തന്നെയായിരുന്നു. ഒളിപ്പോരാളിയുടെ പരമമായ ആൾരൂപമായിരുന്നു മെയർ ദാഗൻ. പഴയ പോർമുറകളിൽ കടിച്ചുതൂങ്ങാതെ, ധീരതയെയും സർഗ്ഗാത്മകതയെയും അയാൾ ഒപ്പം കൂട്ടി. ഇസഹാക് റാബിൻ ഒരിക്കൽ പറഞ്ഞു: 'ത്രില്ലർ സിനിമകളെ ഓർമ്മിപ്പിക്കും വിധം പുത്തൻ ഭീകരവിരുദ്ധ പോരാട്ടശൈലികളെ കണ്ടെത്താനുള്ള അനുപമമായ കഴിവാണ് മെയർ ദാഗന്റെ അനന്യത.'

പിൽക്കാലത്ത് മൊസാദിന്റെ മേധാവിയായിത്തീർന്ന ഡാനി യാതോം ദാഗനെ ഓർമ്മിക്കുന്നത് ഇങ്ങനെയാണ്: 'ഉയരം കുറഞ്ഞ, ബലിഷ്ഠനായ, തവിട്ടുനിറമുള്ള സമൃദ്ധമായ മുടിയുമായി ഇസ്രായേലിന്റെ അഭിമാനമായ കമാൻഡോ യൂണിറ്റ് സയെറെത് മത്കലിൽ ചേരാനായി എത്തിയ യുവാവ്. അന്നയാൾ കത്തിയേറിലുള്ള വൈഭവം പ്രദർശിപ്പിച്ച് ഞങ്ങളെ എല്ലാവരെയും ആശ്ചര്യപ്പെടുത്തി. കമാൻഡോകൾ ഉപയോഗിക്കുന്ന വലിയ കത്തി എറിഞ്ഞ് തിരഞ്ഞെടുക്കുന്ന ഏതിനെയും നിലംപരിശാക്കാൻ അയാൾക്ക് കഴിഞ്ഞു. ആയുധവിദ്യയിൽ ഉന്നം പിഴക്കാത്തയാൾ ആയിട്ടും പരീക്ഷയിൽ അയാൾ വിജയിച്ചില്ല. അതിനാൽ തുടക്കത്തിൽ പാരാട്രൂപ്പറുടെ വെള്ളിച്ചിറകുകൊണ്ട് തൃപ്തിപ്പെടേണ്ടിവന്നു.'

1967-ലെ ആറുദിവസ യുദ്ധത്തിലൂടെ ഗാസ ഇസ്രായേൽ അധീനപ്പെടുത്തിയതിനുശേഷം എഴുപതുകളുടെ തുടക്കത്തിൽ ദാഗനെ ഗാസ മുനമ്പിലേക്ക് പോസ്റ്റ് ചെയ്തു. അതിനകം അവിടം മാരകമായ ഭീകരപ്രവർത്തനങ്ങളുടെ കടന്നൽക്കൂടായി മാറിയിരുന്നു. പാലസ്തീനിയൻ ഭീകരപ്രവർത്തകർ ദിവസേനയെന്നോണം ഇസ്രായേൽ പൗരന്മാരെ ഗാസയിലും ഇസ്രായേലിനുള്ളിലുമായി ബോംബും സ്ഫോടക വസ്തുക്കളും തോക്കും ഉപയോഗപ്പെടുത്തി കൊന്നുതള്ളിക്കൊണ്ടിരുന്നു. ഇസ്രായേലിന്റെ പ്രതിരോധ സേനയ്ക്ക് പാലസ്തീനിയൻ അഭയാർത്ഥി ക്യാമ്പുകൾ

കേന്ദ്രമാക്കിയുള്ള അക്രമങ്ങളെ ഒരുവിധത്തിലും നിയന്ത്രിക്കാനായില്ല. 1971 ജനുവരി രണ്ടാം തീയതി ഒളിപ്പോരാളികൾ കാറിനുള്ളിലേക്ക് ഗ്രനേഡ് എറിഞ്ഞ് അഞ്ചുവയസ്സുകാരി അവിഗയിലിനെയും എട്ട് വയസ്സുകാരൻ മാർക്കിനെയും മാംസക്കഷണങ്ങളായി ചിതറിച്ചു. അതോടെ രക്തദൂഷിതമായ ഈ കുരുതികൾ അവസാനിപ്പിക്കാൻ ജനറൽ ഏരിയൽ (ഏറിക്) ഷാരോൺ തീരുമാനിച്ചു. അതിനായി തനിക്കൊപ്പം യുദ്ധമുന്നണിയിൽ പൊരുതിത്തെളിഞ്ഞ കുറച്ച് പഴയ സുഹൃത്തുക്കളെയും ഒപ്പം പ്രഗൽഭരായ കുറച്ച് യുവസൈനികരെയും തിരഞ്ഞെടുത്തു. അതിലൊരാളായിരുന്ന ആറു ദിവസയുദ്ധത്തിൽ മൈൻ പൊട്ടിത്തെറിച്ച് കാലിന് പരുക്കേറ്റതിനാൽ ലേശം മുടന്തി നടന്നിരുന്ന ദാഗൻ എന്ന ഓഫീസർ. ബീർ ഷേവായിലെ ആശുപത്രിയിൽ ചികിത്സയിലിരിക്കെ ശുശ്രൂഷിക്കാനെത്തിയ നഴ്സ് ബീനയുമായി ദാഗൻ പ്രണയത്തിലായിരുന്നു. മുറിവുകൾ ഭേദമായപ്പോൾ അവർ വിവാഹിതരുമായി.

ഷാരോൺ രൂപപ്പെടുത്തിയ ഈ ചെറിയ കൂട്ടം ഔദ്യോഗിക രേഖകളിൽ ഉണ്ടായിരുന്നില്ല. ഗാസയിലെ ഭീകരസംഘത്തെ ഏതു വിധേനയും ഇല്ലായ്മചെയ്യുക എന്നതായിരുന്നു അവരുടെ ദൗത്യം. കയ്യിലൊരു ചൂരലും ഡോബർമാൻ നായയും നിരവധി കൈത്തോക്കുകളും ഒരു സബ്മെഷീൻ ഗണ്ണുമായി ഗാസയിലൂടെ ദാഗൻ ചുറ്റിത്തിരിയാറുണ്ടായിരുന്നു. അറബിയായി വേഷം മാറി ഗാസയിലെ അപകടം നിറഞ്ഞ ഇടുക്ക് തെരുവുകളിലൂടെ കഴുതപ്പുറത്ത് ഉല്ലാസവാനായി അയാൾ കടന്നുപോകുന്നത് ചിലർ കണ്ടിരുന്നു. ഏറ്റവും അപകടം പിടിച്ച ദൗത്യങ്ങൾ നിറവേറ്റാനുള്ള അയാളുടെ നിശ്ചയദാർഢ്യത്തെ തണുപ്പിക്കാൻ ശാരീരികമായ പ്രയാസങ്ങൾക്ക് ഒരിക്കലും ആയില്ല. "ലളിതമായിരുന്നു അയാളുടെ കാഴ്ചപ്പാട്" എന്നെല്ലാം പത്രക്കാർ എഴുതി. നമ്മെ കൊല്ലാനുറച്ച് ശത്രുക്കൾ പതിയിരിക്കുന്നു, അതിനാൽ അവരെ തേടിപ്പിടിച്ച് ആദ്യമേ കൊല്ലുകയല്ലാതെ നമുക്ക് മറ്റ് പോംവഴികളില്ല.

ഷാരോൺ രൂപം കൊടുത്ത ഈ യൂണിറ്റിനുള്ളിൽനിന്നും അറബികളായി വേഷം പകർന്ന് ശത്രുത്താവളങ്ങളിൽ പ്രവർത്തിക്കാനായി 'റിമോൺ' എന്ന ഇസ്രായേലിന്റെ പ്രഥമ ഒളിപ്പോർ സംഘത്തെ ദാഗൻ രൂപപ്പെടുത്തി. അറബികളുടെ ഇടയിൽ സ്വതന്ത്രമായി സഞ്ചരിച്ച് തിരിച്ചറിയപ്പെടാതെ ലക്ഷ്യത്തിൽ എത്തിച്ചേരാനായി വേഷം പകർന്ന് നീങ്ങണമായിരുന്നു. 'ഏറിക്കിന്റെ പ്രഹരക്കൂട്ടം' എന്ന് അവർ അറിയപ്പെട്ടു. കിംവദന്തികളും ഊഹാപോഹങ്ങളും അവരെപ്പറ്റി ധാരാളമായി പ്രചരിച്ചു. പിടിക്കപ്പെട്ട ഭീകരരെ യാതൊരു പ്രകോപനവുമില്ലാതെ കൊല്ലും എന്നതായിരുന്നു അതിലൊന്ന്. ചിലപ്പോൾ അവർ ഭീകരനെ ഇരുണ്ട ഒരു ഇടുക്കുവഴിയിലേക്ക് നയിക്കും, എന്നിട്ട് പറയും, 'രക്ഷപ്പെടാനായി നിനക്ക് രണ്ട് മിനിറ്റ് തരുന്നു.' ഓടാൻ തുടങ്ങുമ്പോൾ വെടിയുതിർത്ത് കൊല്ലുന്നു.

മറ്റുചിലപ്പോൾ ഒരു കഠാരയോ കൈത്തോക്കോ അവർക്ക് കാണാവുന്ന വിധത്തിൽ അവശേഷിപ്പിക്കും. അതെടുക്കാനായി ആയുമ്പോൾ അവിടെ വച്ചുതന്നെ കൊന്നുതള്ളുന്നു. പത്രക്കാർ എഴുതി: ദിവസവും രാവിലെ ദാഗൻ മൈതാനത്തേക്ക് ഇറങ്ങും. ഒരു കൈ ഉപയോഗിച്ച് മൂത്രമൊഴിക്കുന്ന അതേനേരത്ത് മറുകൈ ഉപയോഗിച്ച് മൈതാനത്തെ ഒഴിഞ്ഞ തകര ടിൻ വെടിവച്ച് ചിതറിക്കും. ഇത്തരം കിംവദന്തികളെയും പത്രവാർത്തകളെയും ദാഗൻ തള്ളിക്കളഞ്ഞു. 'ഇത്തരം കാൽപ്പനിക കഥകൾ ഞങ്ങൾ എല്ലാവരെക്കുറിച്ചുമുണ്ട്, അവയിൽ ചിലത് തീർത്തും വാസ്തവവിരുദ്ധമാണ്.'

ജീവൻ അപകടപ്പെടുത്തിക്കൊണ്ട് നിത്യേന ആ ചെറിയ കൂട്ടം കഠിനവും ക്രൂരവുമായ പോരാട്ടമാണ് നടത്തിയിരുന്നത്. മിക്കവാറും രാത്രികളിൽ മീൻപിടുത്തക്കാരോ സ്ത്രീകളോ ആയി വേഷം മാറി ദാഗന്റെ അനുയായികൾ അറിയപ്പെടുന്ന ഭീകരർക്കായി തിരച്ചിലിനിറങ്ങും. 1971 ജനുവരി മദ്ധ്യത്തിൽ ഒരു രാത്രി അറബിഭീകരപ്രവർത്തകരായി നടിച്ച് ഗാസാമുനമ്പിന്റെ വടക്കേയറ്റത്തേക്ക് അവർ ഫത്താ പോരാളികളെ ആകർഷിച്ച് വരുത്തി. തുടർന്നുണ്ടായ അപ്രതീക്ഷിത സംഘട്ടനത്തിൽ ഫത്താ പോരാളികളെല്ലാം കൊല്ലപ്പെട്ടു. അതേമാസം ഇരുപത്തിഒൻപതിന് സൈനിക യൂണിഫോമിൽ രണ്ട് ജീപ്പുകളിലായി ജബാലിയ അഭയാർത്ഥി ക്യാമ്പിന്റെ പരിസരങ്ങളിൽ ദാഗനും കൂട്ടരും റോന്ത് ചുറ്റുകയായിരുന്നു. കുറുകെ വന്ന ടാക്സിയിലെ യാത്രക്കാരിലൊരുവനെ ദാഗൻ തിരിച്ചറിഞ്ഞു. കുപ്രസിദ്ധ ഭീകരനായ അബു നിമർ. ജീപ്പുകൾ നിർത്താൻ ദാഗൻ ആവശ്യപ്പെട്ടു. ജീപ്പുകൾ നിർത്തി ദാഗന്റെ അനുയായികൾ ടാക്സിയെ വളഞ്ഞു. ആ നിമിഷം അബു നിമർ കൈയ്യിൽ ഗ്രനേഡുമായി പുറത്തിറങ്ങി. ഗ്രനേഡ്! എന്ന് ദാഗൻ അട്ടഹസിച്ചു. പക്ഷേ ഗ്രനേഡിൽ നിന്നും രക്ഷപെടുന്നതിന് പകരം അയാൾ ചെയ്തത് അബു നിമറിനായി കുതിക്കുകയായിരുന്നു. നിമിഷാർദ്ധത്തിനുള്ളിൽ ദാഗൻ അബു നിമറിനെ കീഴടക്കി ഗ്രനേഡ് പിടിച്ചെടുത്തു. ഈ ആക്ഷനാണ് ദാഗന് ധീരതയ്ക്കുള്ള മെഡൽ നേടിക്കൊടുത്തത്. ഗ്രനേഡ് പിടിച്ചെടുത്ത് ദൂരെ എറിഞ്ഞതിനുശേഷം വെറും കൈകൊണ്ട് ദാഗൻ അബു നിമറിനെ കൊല്ലുകയായിരുന്നുവെന്ന് പറയപ്പെടുന്നു.

വർഷങ്ങൾക്കിപ്പുറം ഇസ്രായേലി പത്രപ്രവർത്തകൻ റോൺ ലെഷെമുമായുള്ള ഒരപൂർവ അഭിമുഖത്തിൽ ദാഗൻ പറഞ്ഞു: 'ഞങ്ങളുടേത് ഒരിക്കലും ഒരു കൊലയാളി സംഘമായിരുന്നില്ല... വൈൽഡ് വെസ്റ്റ് സിനിമകളിലേതുപോലെ സകലരും കാഞ്ചി വലിക്കുന്നതിൽ ആനന്ദിക്കുന്നവരും ആയിരുന്നില്ല. ഒരിക്കലും സ്ത്രീകളെയോ കുഞ്ഞുങ്ങളെയോ ഞങ്ങൾ ഉപദ്രവിച്ചിട്ടില്ല... ഹിംസയിൽ അഭിരമിച്ച കൊലയാളികളെയാണ് ഞങ്ങൾ ആക്രമിച്ചത്. അവരെ ക്ഷതപ്പെടുത്തുകയും മറ്റുള്ളവരെ പിന്തിരിപ്പിക്കുകയും ചെയ്തു. സാധാരണ പൗരന്മാരെ അക്രമത്തിൽ നിന്നും

ഹിംസയിൽ നിന്നും സംരക്ഷിക്കുന്നതിനായി ജനാധിപത്യസ്വഭാവത്തിന് നിരക്കാത്ത ചിലതും ചിലപ്പോൾ ഭരണകൂടം ചെയ്യേണ്ടതായി വരും. ഞങ്ങളുടേതുപോലുള്ള ഘടകങ്ങളിൽ പ്രവർത്തനങ്ങളുടെ ബാഹ്യാതിർത്തികൾ ചിലപ്പോൾ അവ്യക്തമായേക്കാം. അതിനാലാണ് ഞങ്ങളും എല്ലാവിധത്തിലും മികച്ച വ്യക്തികളായിരിക്കണമെന്ന് ഉറപ്പിക്കുന്നത്. ഏറ്റവും അപരിഷ്കൃതമായ പ്രവൃത്തിപോലും ചെയ്യേണ്ടത് ഏറ്റവും സത്യസന്ധരായ വ്യക്തികൾ ആയിരിക്കണം.'

ജനാധിപത്യപരമായാലും അല്ലെങ്കിലും—ഷാരോണും ദാഗനും സഹപ്രവർത്തകരും ചേർന്ന് ഗാസയിൽ നിന്നും ഭീകരപ്രവർത്തനത്തെ ഏറെക്കുറെ ഇല്ലായ്മ ചെയ്തു. തുടർന്ന് അനേകം വർഷങ്ങൾ ഗാസ ശാന്തമായിരുന്നു. ഒരിക്കൽ ഷാരോൺ പകുതി തമാശയായി പറഞ്ഞത്: 'അറബ് ഭീകരന്റെ തല അയാളുടെ ശരീരത്തിൽ നിന്നും വേർപെടുത്താനുള്ള കഴിവായിരുന്നു മെയർ ദാഗന്റെ സവിശേഷത' എന്നായിരുന്നു.

എന്നിട്ടും വളരെ കുറച്ചുപേർക്ക് മാത്രമേ യഥാർത്ഥ ദാഗനെ അറിയുമായിരുന്നുള്ളൂ. 1945ൽ ഉക്രെയിനിലെ ഹെർസോൺ നഗരത്തിന്റെ പ്രാന്തപ്രദേശത്ത് ഒരു ട്രെയിൻ കമ്പാർട്ടുമെന്റിലാണ് ദാഗൻ പിറന്നത്. മെയർ ഹുബർമാൻ എന്നായിരുന്നു അച്ഛനമ്മമാർ നൽകിയ പേര്. സൈബീരിയായിൽ നിന്നും പോളണ്ടിലേക്ക് രക്ഷപെടുകയായിരുന്നു ആ കുടുംബം. കുടുംബത്തിലെ മിക്കവരും യഹൂദകൂട്ടക്കുരുതിയിൽ (ഹോളോകോസ്റ്റ്) കൊല്ലപ്പെട്ടിരുന്നു. അച്ഛനും അമ്മയ്ക്കും ഒപ്പം ദാഗനും ഇസ്രായേലിലേക്ക് കുടിയേറി. ടെൽ അവീവിന് പതിനഞ്ച് മൈൽ തെക്കുള്ള ലോദ് എന്ന ദരിദ്രഗ്രാമത്തിൽ വളർന്നു. അടിച്ചമർത്താനാവാത്ത പോരാട്ടവീര്യക്കാരനായിട്ടാണ് പലരും അന്നത്തെ ദാഗനെ ഓർക്കുന്നത്. ആ കൗമാരക്കാരന്റെ രഹസ്യമോഹങ്ങളും കിനാവുകളും ആരും അറിഞ്ഞില്ല. സസ്യാഹാരിയായിരുന്ന ദാഗൻ, ചരിത്രപുസ്തകങ്ങൾ ആവേശത്തോടെ വായിച്ചു. ക്ലാസ്സിക്കൽ സംഗീതവും ചിത്രരചനയും ശിൽപനിർമ്മാണവുമായിരുന്നു ഇഷ്ട വിനോദങ്ങൾ.

ഹോളോകോസ്റ്റിന്റെ ദുരന്തസ്മരണകൾ ദാഗനെ വിടാതെ പിന്തുടർന്നു. പീഡനങ്ങളിൽ കൊല്ലപ്പെട്ട പ്രിയജനങ്ങളുടെ ഓർമ്മ കുഞ്ഞുനാൾ തൊട്ട് ഒപ്പമുണ്ടായിരുന്നു. പുതുതായി രൂപം കൊണ്ട ഇസ്രായേൽ രാഷ്ട്രത്തിന്റെ സംരക്ഷണത്തിനായി അയാൾ ജീവനെത്തന്നെ സമർപ്പിച്ചു. സൈന്യത്തിൽ ഓരോ തവണയും ഉദ്യോഗക്കയറ്റം ലഭിക്കുമ്പോൾ അയാൾ ആദ്യം ചെയ്യുന്നത് പ്രാർത്ഥനാവസ്ത്രത്തിൽ രണ്ട് നാസി പട്ടാളക്കാരുടെ മുന്നിൽ മുട്ടിന്മേൽ നിൽക്കുന്ന ഒരു വൃദ്ധയഹൂദന്റെ വലിയ ചിത്രം പുതിയ ഓഫീസിന്റെ ചുവരിൽ ഞാത്തുക എന്നതായിരുന്നു. നാസി പട്ടാളക്കാരിൽ ഒരുവൻ

ഒരു ബാറ്റും മറ്റേയാൾ ഒരു തോക്കും പിടിച്ചിരുന്നു. 'ഈ വയസ്സനായ മനുഷ്യൻ എന്റെ മുത്തച്ഛനാണ്,' ദാഗൻ തന്റെ സന്ദർശകരോട് പറയും. 'ഈ ചിത്രം കാണുമ്പോൾ ഞാൻ ഓർക്കും, സ്വയം സംരക്ഷിക്കാൻ നമ്മൾ കരുത്തരായിരിക്കണം. ഹോളോകോസ്റ്റ് (യഹൂദ കൂട്ടക്കുരുതി) ഇനി ഒരിക്കലും സംഭവിക്കാൻ പാടില്ല.'

ആ വൃദ്ധൻ ദാഗന്റെ ശരിക്കുള്ള മുത്തച്ഛൻ ആയിരുന്നു, ബെൻ എറിൽച്ച് സ്ലുഷ്നി. അന്നത്തെ ജർമ്മനിയുടെ അതിർത്തിനഗരമായ ലുകോവ് പട്ടണത്തിൽ വച്ച് ആ ചിത്രം പകർത്തി നിമിഷങ്ങൾക്കകം അയാൾ കൊല്ലപ്പെടുകയായിരുന്നു.

1973-ലെ യോം കിപ്പൂർ യുദ്ധത്തിൽ സൂയസ് കനാൽ കടന്നുകയറിയ ആദ്യ സൈനിക വിമാനത്തിൽ ദാഗൻ ഉണ്ടായിരുന്നു. 1982-ലെ ലെബനൻ യുദ്ധത്തിൽ കവചിത ബ്രിഗേഡിന്റെ തലവനായി ബെയ്റൂട്ടിൽ പ്രവേശിച്ചതും ദാഗനായിരുന്നു. വൈകാതെ ദക്ഷിണ ലെബനൻ സുരക്ഷിത മേഖലയുടെ കമാൻഡറായി ദാഗൻ നിയമിതനായി. അവിടെ വച്ച് ഇസ്തിരിയിട്ട് മിനുക്കിയ കേണലിന്റെ യൂണിഫോമിനുള്ളിൽ നിന്നും ദാഗനുള്ളിലെ സാഹസികനായ ഒളിപ്പോരാളി വീണ്ടും പുറത്തുവന്നു. ഗാസാ ദിനങ്ങളിലെ ഗൂഢാത്മകതയും ഒളിപ്പോരും വേഷപ്പകർച്ചയുമെല്ലാം ഉയിർത്തെഴുന്നേറ്റു. ദാഗന്റെ അനുയായികൾ തലവന് പുതിയൊരു പേര് നൽകി: 'നിഴലുകളുടെ തമ്പുരാൻ.' രഹസ്യ സഖ്യങ്ങളും ചതിയും വഞ്ചനയും നിഷ്ഠുരതയും വ്യാജ ഏറ്റുമുട്ടലുകളും കുഴഞ്ഞുമറിഞ്ഞ ബെയ്റൂട്ട് നഗരം മനസ്സിനിണങ്ങിയ ഇടമായി ദാഗൻ കണ്ടു. 'കവചിത സേനയോടൊപ്പം ടാങ്കുകളുമായി പ്രവേശിക്കുന്നതിനുമുൻപേ ഈ പട്ടണത്തെ എനിക്ക് നന്നായി അറിയാമായിരുന്നു.' ലെബനൻ യുദ്ധം തീർന്നിട്ടും അവിടം വിടാനോ ഗൂഢസാഹസികോദ്യമങ്ങളിൽ നിന്നും പൂർണ്ണമായി പിന്തിരിയാനോ ദാഗനായില്ല. 1984-ൽ ബഫൗദൻ തീവ്രവാദികളുടെ കേന്ദ്രത്തിൽ അറബിയായി വേഷം ധരിച്ച് കടന്നുകയറിയതിന്റെ പേരിൽ ഇസ്രായേലി സേനാത്തലവനായ മോഷെ ലെവി ദാഗനെ ശാസിക്കുന്നിടം വരെയെത്തി സാഹസികതയോടുള്ള ദാഗന്റെ കമ്പം.

1987–1993-ലെ പാലസ്തീനിയൻ പ്രക്ഷോഭമായ ഇൻതിഫാദയുടെ കാലത്ത് ചീഫ് ഓഫ് സ്റ്റാഫ് എഹൂദ് ബാരക്കിന്റെ ഉപദേശകനായി വെസ്റ്റ് ബാങ്ക് മേഖലയിൽ ദാഗൻ നിയമിതനായി. വീണ്ടും ദാഗൻ തന്റെ പഴയ തന്ത്രങ്ങൾ പുറത്തെടുക്കുകയും തന്നോടൊപ്പം ചേരാൻ എഹൂദ് ബരാക്കിനെ വിജയകരമായി പ്രേരിപ്പിക്കുകയും ചെയ്തു. അവരിരുവരും വ്യായാമ കുപ്പായങ്ങൾ അണിഞ്ഞ് പ്രാദേശിക നമ്പർ പ്ലേറ്റുകളുള്ള നീല മേഴ്സിഡസിൽ അവിടെ ഏറ്റവും അപകടം നിറഞ്ഞ നബ്ലൂസ് കസ്ബായിലൂടെ ചുറ്റിയടിക്കാൻ പോയി. തിരികെ വരുമ്പോൾ മിലിട്ടറി ഹെഡ്ക്വാർട്ടേഴ്സിലെ ഗേറ്റ് കാവൽക്കാർ കാറിന്റെ മുന്നിൽ ഇരിക്കുന്നയാളെക്കണ്ട് അക്ഷരാർത്ഥത്തിൽ ഞെട്ടിത്തരിച്ചുപോയി.

1995-ൽ അപ്പോൾ മേജർ ജനറലായിരുന്ന ദാഗൻ സൈന്യത്തിൽ നിന്നും പുറത്തുവന്ന് പ്രിയ കൂട്ടുകാരൻ യോസി ബെൻ ഹനാനുമായി മോട്ടോർ സൈക്കിളിൽ പതിനെട്ട് മാസത്തെ ഏഷ്യൻ പര്യടനത്തിനായി പുറപ്പെട്ടു. എന്നാൽ പ്രധാനമന്ത്രി ഇസഹാക് റാബിൻ വധിക്കപ്പെട്ടതറിഞ്ഞ് അവർ യാത്ര പാതിവഴിയിൽ റദ്ദാക്കി തിരികെയെത്തി. ഭീകരവിരുദ്ധ സേനയുടെ തലവനായി ചുമതല ഏറ്റെങ്കിലും അവിടെ അധികകാലം തുടർന്നില്ല. പാതി മനസ്സോടെ ബിസിനസ്സ് ലോകത്തേക്ക് കടക്കാൻ ശ്രമിച്ചു, തിരഞ്ഞെടുപ്പിൽ ഏരിയൽ ഷാരോണിന്റെയും അദ്ദേഹത്തിന്റെ ലികുദ് മുന്നണിയുടെയും സഹായിയായി. 2002-ൽ റിട്ടയർ ചെയ്ത് ഗലീലിയിലെ ഗ്രാമീണ വസതിയിൽ തന്റെ പുസ്തകങ്ങളും സംഗീതവും ചായത്തട്ടും ബ്രഷും ശിൽപിയുടെ ഉളിയുമായി ഒതുങ്ങിക്കൂടി.

മുപ്പത് വർഷത്തെ ഗാസാ കാലത്തിനുശേഷം റിട്ടയേർഡ് ജനറലായി കുടുംബജീവിതവുമായി പൊരുത്തപ്പെടാൻ ശ്രമം തുടങ്ങി. 'കണ്ണുമിഴിക്കുമ്പോളേക്കും എന്റെ മക്കൾ മുതിർന്നവരായി കഴിഞ്ഞിരുന്നു.' അങ്ങനെയിരിക്കെ അതിനകം പ്രധാനമന്ത്രിയായിക്കഴിഞ്ഞിരുന്ന പഴയ ചങ്ങാതി ഏരിയൽ ഷാരോണിന്റെ ഫോൺ വിളി ദാഗനെ തേടിയെത്തി. 'മൊസാദിന്റെ തലപ്പത്ത് എനിക്ക് നിങ്ങളെ വേണം,' അമ്പത്തിയേഴുകാരനായ പഴയ ചങ്ങാതിയോട് ഷാരോൺ പറഞ്ഞു. 'പല്ലുകൾക്കിടയിൽ കഠാരയുമായിരിക്കുന്ന ഒരു മൊസാദ് തലവനെ എനിക്ക് വേണം.'

വർഷം 2002 ആയിരുന്നു. മൊസാദിന് അതിന്റെ കുതിപ്പ് നഷ്ടപ്പെടുന്ന കാലം. തുടരെയുണ്ടായ പരാജയങ്ങൾ അതിന്റെ അന്തസ്സിന് മങ്ങലേൽപ്പിച്ചു. അമ്മാനിൽ വച്ച് ഹമാസ് നേതാവിനെതിരെ നടത്തിയ വധശ്രമം പരാജയപ്പെട്ടതും സ്വിറ്റ്സർലണ്ടിലും സൈപ്രസിലും ന്യൂസിലാന്റിലും മൊസാദ് ഏജന്റുമാർ പിടിക്കപ്പെട്ടതും മൊസാദിന്റെ കീർത്തിയെ സാരമായി ബാധിച്ചിരുന്നു. ഒടുവിലത്തെ മൊസാദ് തലവനായിരുന്ന എഫ്രേം ഹാൽവി പ്രതീക്ഷയ്ക്കൊത്ത് ഉയർന്നില്ല. യൂറോപ്യൻ യൂണിയനിൽ ഇസ്രായേലിന്റെ പ്രഗൽഭനായ അംബാസിഡറായിരുന്ന അദ്ദേഹം മികച്ച നയതന്ത്രജ്ഞനും മികച്ച രാഷ്ട്രീയവിശകലന വിദഗ്ധനും ആയിരുന്നെങ്കിലും നേതൃപാടവമോ പോരാട്ടവീര്യമോ ഉണ്ടായിരുന്നില്ല. മൊസാദിന്റെ തലപ്പത്ത് സർഗ്ഗാത്മകനായ ഒരു ധീരപോരാളിയെയായിരുന്നു ഷാരോണിന് വേണ്ടിയിരുന്നത്. ഇസ്‌ലാമിക് തീവ്രവാദികൾക്കും അണുബോംബ് വികസിപ്പിക്കാനുള്ള ഇറാന്റെ പരിശ്രമങ്ങൾക്കും തടുക്കാനാവാത്ത ഒരായുധം.

പക്ഷേ മൊസാദ് ദാഗനെ സ്വാഗതം ചെയ്തില്ല. വെളിയിൽ നിന്നുമുള്ള ആളായിരുന്നതിനാലും പ്രായോഗിക പരിചയത്തിൽ മാത്രം ഊന്നിയതിനാലും രഹസ്യാന്വേഷണത്തിന്റെ അക്കാദമിക് തലങ്ങളെയും നയതന്ത്ര തലങ്ങളിലെ ഇടപാടുകളെയും ദാഗൻ ഒട്ടും പ്രിയപ്പെട്ടില്ല. തലപ്പത്തെ

നിരവധി ഓഫീസർമാർ രാജിവച്ചതും ദാഗൻ കാര്യമാക്കിയില്ല. പ്രവർത്തന സംവിധാനങ്ങളെയെല്ലാം ദാഗൻ അഴിച്ചുപണിതു. സഖ്യരാഷ്ട്രങ്ങളുടെ രഹസ്യാന്വേഷണ വിഭാഗങ്ങളുമായി അടുത്ത ബന്ധം സ്ഥാപിച്ചു. ഇറാന്റെ ആണവഭീഷണിയെ ചെറുക്കുന്നതിന് പരമപ്രാധാന്യം നൽകി. വിനാശകാരിയായി പരിണമിച്ച രണ്ടാം ലെബനൻ യുദ്ധത്തിൽ എയർഫോഴ്സിന്റെ കരുത്തിൽ ബോംബിങ്ങിലൂടെ വിജയിക്കാമെന്ന തന്ത്രത്തെ എതിർത്ത ഏക ഇസ്രായേൽ നേതാവ് ദാഗൻ മാത്രമായിരുന്നു. പകരം കരവഴിയുള്ള ആക്രമണത്തെയാണ് അദ്ദേഹം പിന്തുണച്ചത്. വിജയം കൈപ്പിടിയിൽ ഒതുക്കാനുള്ള എയർഫോഴ്സിന്റെ സാദ്ധ്യതയെയും ദാഗൻ സംശയിച്ചു. അതിനാൽ പരാജയപ്പെട്ട യുദ്ധത്തിൽ നിന്നും കറ പുരളാതെ പുറത്തുവന്ന ഏക നേതാവും ദാഗൻ മാത്രമായിരുന്നു.

എന്നിട്ടും സഹപ്രവർത്തകരോടുള്ള അയവില്ലാത്ത സമീപനങ്ങളുടെ പേരിൽ ദാഗനെ മാധ്യമങ്ങൾ കണക്കറ്റ് വിമർശിച്ചു. രാജിവച്ച് പുറത്തുപോയ മൊസാദ് ഓഫീസർമാർ മാധ്യമ ഓഫീസുകൾ കയറിയിറങ്ങി ദാഗനെ ചെളിവാരിയെറിഞ്ഞു. ജനപ്രിയ കോളമെഴുത്തുകാർ 'ആരാണീ ദാഗൻ?' എന്ന് തലക്കുറിപ്പുകൾ ചമച്ചു.

ക്രമേണ കാര്യങ്ങൾ മെച്ചപ്പെട്ടു. മാധ്യമ തലക്കെട്ടുകൾ മാറിവന്നു. പ്രശംസകളും അതിശയോക്തികളും വാരിച്ചൊരിയുന്ന ലേഖനങ്ങൾ ദിനപ്പത്രങ്ങളിൽ നിറഞ്ഞു. മൊസാദിന്റെ കീർത്തി തിരികെപ്പിടിച്ച നേതാവായി മെയർ ദാഗൻ വൈകാതെ വിശേഷിപ്പിക്കപ്പെട്ടു.

ദാഗന്റെ നിയന്ത്രണത്തിൽ അന്നുവരെ ഭാവന ചെയ്യാനാവാതിരുന്ന നേട്ടങ്ങൾ മൊസാദിന് കൈവന്നു. ഹെസ്ബൊള്ളയുടെ കിറുക്കൻ കൊലയാളി ഇമാദ് മുഘ്നിയെയെ ദമാസ്കസിൽ വച്ച് വധിച്ചത്, സിറിയൻ അണുശക്തിനിലയം തകർത്തത്, ലെബനനിലെയും സിറിയയിലെയും ഭീകര സംഘടനകളുടെ മുഖ്യ നേതാക്കളെ ഇല്ലായ്മ ചെയ്തത്, സകലതിനും ഉപരി, ആണവായുധങ്ങൾ വികസിപ്പിക്കാനുള്ള ഇറാന്റെ രഹസ്യ പദ്ധതിയെ നിരന്തരമായി വിട്ടുവീഴ്ചകൾ കൂടാതെ അടിച്ചമർത്തിക്കൊണ്ടിരുന്നത്.

അദ്ധ്യായം 2

തെഹ്റാനിലെ ശവസംസ്കാരങ്ങൾ

ജൂലായ് 23, 2011 വൈകുന്നേരം നാലരമണി. തെക്കൻ തെഹ് റാനിലെ ബാനി ഹാഷെം തെരുവിലേക്ക് മോട്ടോർ സൈക്കിളുകളിൽ വന്ന രണ്ടുപേർ പെട്ടെന്ന് അവരുടെ തുകൽ ജാക്കറ്റുകളുടെ പോക്കറ്റുകളിൽ നിന്നും തോക്കുകൾ വലിച്ചെടുത്ത് വീട്ടിനുള്ളിലേക്ക് കടക്കുകയായിരുന്ന ഒരാൾക്ക് നേരെ വെടിയുതിർത്തു. അയാൾ വാതിൽക്കൽ മരിച്ചുവീണു. പൊലീസോ മറ്റാരെങ്കിലുമോ പ്രത്യക്ഷപ്പെടും മുൻപേ ബൈക്കിൽ വന്നവർ മറഞ്ഞുകഴിഞ്ഞിരുന്നു. മുപ്പത്തിയഞ്ച് വയസ്സുള്ള ദാരിയൂഷ് റെസൈ നജദ് എന്ന ഭൗതികശാസ്ത്ര പ്രൊഫസറാണ് കൊല്ലപ്പെട്ടത്. ആണവായുധങ്ങൾ വികസിപ്പിക്കാനുള്ള ഇറാനിയൻ പദ്ധതിയിലെ പ്രമുഖ ശാസ്ത്രജ്ഞനായിരുന്നു അയാൾ. ആണവ മിസ്സൈലുകൾക്കായി ഇലക്ട്രോണിക് നിയന്ത്രണോപാധികൾ വികസിപ്പിക്കുന്ന വിഭാഗത്തിന്റെ ചുമതലയായിരുന്നു അയാളുടേത്.

അക്രമത്തിലൂടെ വധിക്കപ്പെടുന്ന ആദ്യത്തെ ഇറാനിയൻ ആണവ ശാസ്ത്രജ്ഞനായിരുന്നില്ല ദാരിയൂഷ് റെസൈ നജദ്. സമാധാനപരമായ ആവശ്യങ്ങൾക്ക് വേണ്ടിയാണ് ആണവശക്തി വികസിപ്പിക്കുന്നതെന്നാണ് ഇറാന്റെ ഔദ്യോഗിക ഭാഷ്യം. റഷ്യൻ സഹായത്തോടെ നിർമ്മിച്ച ബുഷേർ ആണവവൈദ്യുതിനിലയത്തെ അവരുടെ സദുദ്ദേശ്യത്തിന്

തെളിവായി ചൂണ്ടിക്കാണിക്കുകയും ചെയ്യുന്നുണ്ട്. ബുഷേർ നിലയത്തിന്റെ മറവിൽ രഹസ്യമായി നിർമ്മിച്ച മറ്റുപല ആണവദൗത്യങ്ങളും ഇതിനകം ബാഹ്യലോകത്തിന്റെ ശ്രദ്ധയിൽ പെട്ടിട്ടുണ്ട്. കനത്ത കാവലിൽ ആർക്കും കടന്നുചെല്ലാനാവാത്ത വിധത്തിലാണ് അവ നിലകൊള്ളുന്നത്. കാലക്രമേണ, ഇവ നിലനിൽക്കുന്നുവെന്ന വസ്തുത ഇറാന് സമ്മതിക്കേണ്ടിവന്നുവെങ്കിലും ആണവായുധങ്ങൾ വികസിപ്പിക്കാനുള്ള ശ്രമങ്ങൾ നടത്തുന്നുണ്ടെന്ന ആരോപണത്തെ അവർ നിഷേധിച്ചു. എങ്കിലും അതിനകം പാശ്ചാത്യ രഹസ്യാന്വേഷകരും ഇറാനിലെ ഒളിസംഘടനകളും അണുബോംബ് നിർമ്മിക്കാനായി ഗൂഢമായി പ്രവർത്തിക്കുന്ന നിരവധി ഇറാനിയൻ സർവകലാശാലാ പ്രൊഫസർമാരെ തിരിച്ചറിയുകയും അവരെക്കുറിച്ചുള്ള വിവരങ്ങൾ പരസ്യമാക്കുകയും ചെയ്തിരുന്നു. ഇറാനുള്ളിൽ നിന്നുകൊണ്ട് അണുശക്തിവികസന പദ്ധതികളെ അട്ടിമറിക്കാനായി നിരവധി 'അജ്ഞാതർ' സജീവരായിരുന്നു.

2010 നവംബർ 29 രാവിലെ ഏഴ് നാൽപ്പത്തിയഞ്ചിന് വടക്കേ തെഹ്റാനിലെ ഒരു റോഡിൽ ഇറാനിയൻന്യൂക്ലിയർ പദ്ധതിയുടെ ശാസ്ത്രവിഭാഗം തലവനായ ഡോക്ടർ മജീദ് ഷഹരിയാറിയുടെ കാറിന്റെ പിന്നിൽ നിന്നും ഒരു മോട്ടോർസൈക്കിൾ മുന്നോട്ടുവന്നു. കാറിനെ കടന്നുപോകുമ്പോൾ ഹെൽമെറ്റ് ധരിച്ച മോട്ടോർ സൈക്കിൾ സഞ്ചാരി എന്തോ കാറിന്റെ ജാലകച്ചില്ലിൽ പതിപ്പിച്ചു. നിമിഷങ്ങൾക്കുള്ളിൽ അത് പൊട്ടിത്തെറിച്ച് നാൽപ്പത്തിയഞ്ചുകാരനായ ആ ശാസ്ത്രജ്ഞൻ കൊല്ലപ്പെട്ടു. അയാളുടെ ഭാര്യയ്ക്ക് പരിക്കേറ്റു. അതേ സമയം തന്നെ ദക്ഷിണ തെഹ്റാനിലെ അതാഷി തെരുവിൽ മറ്റൊരു മോട്ടോർ സൈക്കിൾ സഞ്ചാരി മറ്റൊരു ആണവ ശാസ്ത്രജ്ഞനായ ഡോക്ടർ ഫെറെദൗൺ അബ്ബാസി–ദവാനി സഞ്ചരിച്ചിരുന്ന ഒരു പ്യൂഗോ കാറിനോട് അതുതന്നെ ചെയ്തു. സ്ഫോടനത്തിൽ ശാസ്ത്രജ്ഞനും ഭാര്യക്കും മുറിവേറ്റു.

ഇറാനിയൻ ഗവൺമെന്റ് വൃത്തങ്ങൾ ഉടനെ മൊസാദിലേക്ക് വിരൽ ചൂണ്ടി. ഇറാന്റെ ആണവായുധ പദ്ധതിയിൽ ഈ രണ്ട് ശാസ്ത്രജ്ഞന്മാർ വഹിച്ചിരുന്ന പങ്കിനെ രഹസ്യമറയിൽ ഒളിപ്പിച്ചിരുന്നെങ്കിലും പദ്ധതിയുടെ തലവനായ അലി അക്ബർ സലെഹി ഉടനെ പ്രഖ്യാപിച്ചത് ആക്രമണം ഷഹരിയാറിയെ ഒരു രക്തസാക്ഷിയാക്കിയെന്നും അദ്ദേഹത്തിന്റെ സംഘത്തിന് അതിന്റെ 'ഏറ്റവും പ്രിയപ്പെട്ട പുഷ്പം' നഷ്ടമായെന്നുമാണ്.

പ്രസിഡന്റ് അഹമ്മദ് നെജാദും രണ്ട് ശാസ്ത്രജ്ഞന്മാരുടെ പങ്കിനെ അനന്യമായവിധം പ്രകീർത്തിച്ചു. പരിക്കുകളിൽ നിന്നും കരകയറിയ ഉടനെ അബ്ബാസി–ദവാനിയെ ഇറാന്റെ വൈസ് പ്രസിഡന്റായി അഹമ്മദ് നെജാദ് നിയമിച്ചു. ആണവ ശാസ്ത്രജ്ഞന്മാരെ ആക്രമിച്ചവരെ ഒരിക്കലും കണ്ടെത്താനായില്ല.

2010 ജനുവരി 12 രാവിലെ ഏഴ് അമ്പതിന് ഉത്തര തെഹ്റാനിലെ ഷരിയാതി തെരുവിലെ വീട്ടിൽ നിന്നും പ്രൊഫസർ മസൂദ് അലി മൊഹമ്മദി പുറത്തേക്ക് വന്നു. ഷരീഫ് സാങ്കേതിക സർവകലാശാല യിലെ ഗവേഷണശാലയിലേക്ക് പോവുകയായിരുന്നു അദ്ദേഹം. പാർക്ക് ചെയ്തിരുന്ന കാറിന്റെ വാതിൽ തുറക്കാൻ ശ്രമിച്ചയുടനെ വലിയൊരു സ്ഫോടനം ശാന്തമായ ആ പ്രദേശത്തെ പിടിച്ചുലച്ചു. ഓടിയടുത്ത സെക്യൂരിറ്റി ഗാർഡുകൾ കണ്ടത് സ്ഫോടനത്തിൽ പാടെ തകർന്ന കാറും തുണ്ടുകളായി ചിതറിയ പ്രൊഫസറുടെ ശരീരവുമായിരുന്നു. കാറിനുസമീപം പാർക്ക് ചെയ്തിരുന്ന മോട്ടോർസൈക്കിളിൽ ഒളിപ്പിച്ചിരുന്ന സ്ഫോടക വസ്തു പൊട്ടിത്തെറിക്കുകയായിരുന്നു. മൊസാദിന്റെ ഏജന്റുമാരാണ് കൃത്യം ചെയ്തതെന്ന് ഇറാനിലെ മാധ്യമങ്ങൾ റിപ്പോർട്ട് ചെയ്തു. "സയണിസ്റ്റുകളുടെ കുടിലമാർഗ്ഗങ്ങളെ ഓർമ്മിപ്പിക്കുന്നതാണ് ഈ കൊലപാതകമെന്ന്" പ്രസിഡന്റ് അഹമ്മദ് നെജാദ് പ്രഖ്യാപിച്ചു.

അമ്പതുകാരനായ പ്രൊഫസർ മൊഹമ്മദി ക്വാണ്ടം ഭൗതികശാസ്ത്ര വിദഗ്ദ്ധനും ആണവായുധ പരിപാടിയുടെ ഉപദേഷ്ടാവുമായിരുന്നു. സർക്കാർ അനുകൂല സമാന്തരസേനയായ റവല്യൂഷനറി ഗാർഡ് അംഗ മായിരുന്നു പ്രൊഫസറെന്ന് യൂറോപ്യൻ മാധ്യമങ്ങൾ റിപ്പോർട്ട് ചെയ്തു. പക്ഷേ അദ്ദേഹത്തിന്റെ ജീവിതം പോലെ മരണവും രഹസ്യങ്ങളാൽ മൂടപ്പെട്ടതായിരുന്നു. അദ്ദേഹത്തിന്റെ പല സുഹൃത്തുക്കളും പറഞ്ഞത് താത്വിക ശാസ്ത്രത്തിൽ മാത്രമായി പരിമിതപ്പെട്ടതായിരുന്നു പ്രൊഫ സറുടെ ഗവേഷണമെന്നും സൈന്യവുമായി ബന്ധപ്പെട്ട യാതൊന്നിലും അദ്ദേഹം പങ്കുചേർന്നിരുന്നില്ലെന്നും ആയിരുന്നു. മറ്റുചിലർ പറഞ്ഞത് പ്രൊഫസർ അഹമ്മദി ഒരു സർക്കാർ വിരുദ്ധനായിരുന്നെന്നും വിമത പ്രവർത്തനങ്ങളിൽ ഏർപ്പെട്ടിരുന്നുവെന്നുമാണ്.

എങ്കിലും അദ്ദേഹത്തിന്റെ ശവസംസ്കാരത്തിനെത്തിയവരിൽ പകുതിയും റവല്യൂഷനറി ഗാർഡ് അംഗങ്ങളായിരുന്നു. ശവമഞ്ചം വഹിച്ചത് ഗാർഡ് ഓഫീസർമാരായിരുന്നു. പ്രൊഫസർ അഹമ്മദി ഇറാന്റെ ആണവ ഗവേഷണപ്രവർത്തനങ്ങളിൽ ആഴത്തിൽ ഉൾപ്പെട്ടയാളും ആണവമോഹ ങ്ങളെ മുന്നോട്ട് കൊണ്ടുപോകുന്നതിനായി നിർണ്ണായക സംഭാവനകൾ നൽകിയ വ്യക്തിയും ആയിരുന്നെന്ന്, തുടർന്നുണ്ടായ അന്വേഷണങ്ങൾ വെളിപ്പെടുത്തി.

2007 ജനുവരിയിൽ ഡോക്ടർ അർദാഷിർ ഹൊസ്സൈൻപുറിനെ റേഡിയോ ആക്റ്റീവ് വിഷം നൽകി മൊസാദ് കൊലപ്പെടുത്തിയെന്ന് ഇറാൻ ആരോപിച്ചു. ടെക്സാസ് കേന്ദ്രമായ സ്റ്റാഫോർ സ്ട്രാറ്റജി ആൻഡ് ഇന്റലിജൻസ് എന്ന സംഘത്തെ ഉദ്ധരിച്ച് ലണ്ടനിലെ സൺഡേ ടൈംസാണ് ഈ വാർത്ത പുറത്തുവിട്ടത്. ഇറാന്റെ ഉള്ളിൽ കടന്ന് ഈ വിധമൊരു കാര്യം നിർവഹിക്കാൻ മൊസാദിന് ഒരിക്കലും ആവില്ലെന്ന്

ഇറാനിയൻ വൃത്തങ്ങൾ പരിഹസിച്ചു. സ്വഗൃഹത്തിലുണ്ടായ ഒരു തീപ്പിടുത്തത്തിൽ പുകമൂലം ശ്വാസം മുട്ടിയാണ് പ്രൊഫസർ ഹൊസ്സൈൻപൂർ കൊല്ലപ്പെട്ടതെന്നായിരുന്നു അവരുടെ നിലപാട്. നാൽപത്തിനാലുകാരനായ പ്രൊഫസർ ഒരു ഇലക്ട്രോമാഗ്നറ്റിക് വിദഗ്ധൻ മാത്രമായിരുന്നെന്നും ഇറാന്റെ ആണവഗവേഷണങ്ങളുമായി അദ്ദേഹത്തിന് യാതൊരു പങ്കുമില്ലെന്നും അവർ ആവർത്തിച്ചു.

പ്രൊഫസർ ഹൊസ്സൈൻപൂർ വാസ്തവത്തിൽ അസംസ്കൃത യുറാനിയം വാതകമായി മാറ്റുന്ന ഇസ്ഫഹാൻ രഹസ്യകേന്ദ്രത്തിൽ പ്രവർത്തിക്കുന്നയാളാണെന്ന്, പിന്നീട് വ്യക്തമായി. ഈ വാതകം യുറാനിയം പുഷ്ടിപ്പെടുത്തുന്നതിനായി ഉപയോഗിക്കാനുള്ളതാണ്. 2006-ൽ പ്രൊഫസർ ഹൊസ്സൈൻപൂറിന് ശാസ്ത്രസാങ്കേതിക മേഖലയിലെ ഏറ്റവും ഉയർന്ന ബഹുമതി നൽകി ഇറാൻ ആദരിച്ചിരുന്നു. അതിനും രണ്ട് വർഷം മുൻപ് സൈനികഗവേഷണത്തിനായുള്ള ഉന്നത ബഹുമതിയും ഈ പ്രൊഫസർക്ക് ലഭിച്ചിരുന്നു.

ഇറാനിലെ ആണവശാസ്ത്രജ്ഞരെ തെരഞ്ഞുപിടിച്ച് വധിക്കുകയെന്നത് മൊസാദിനെ സംബന്ധിച്ചിടത്തോളം തന്ത്രപരമായ വലിയൊരു യുദ്ധത്തിന്റെ ചെറിയഭാഗം മാത്രമായിരുന്നു. ലണ്ടനിലെ *ഡെയ്‌ലി ടെലിഗ്രാഫ്* റിപ്പോർട്ട് ചെയ്തതനുസരിച്ച്, ദാഗനുകീഴിൽ മൊസാദ് ഡബിൾ ഏജന്റുമാരെയും അധോലോക കൊലപാതകികളെയും പ്രൊഫഷണൽ വിദഗ്ധസംഘങ്ങളെയും സ്ഫോടന നിപുണരെയും വ്യാജകമ്പനികളെയുമെല്ലാം തന്ത്രപരമായി കോർത്തിണക്കി ഇറാന്റെ ആണവായുധ വികസന പദ്ധതികൾക്ക് തുരങ്കം വച്ചുകൊണ്ടിരുന്നു.

സ്ട്രാറ്റ്ഫോറിന്റെ വിശകലനവിഭാഗം മേധാവി രേവ ഭല്ല ഇപ്രകാരം ഉദ്ധരിക്കപ്പെട്ടു: 'അമേരിക്കയുടെ സഹകരണത്തോടെ ഇസ്രായേലിന്റെ ഒളിപ്രവർത്തനങ്ങൾ ഇറാന്റെ തന്ത്രപ്രധാനമായ സാങ്കേതികമായ മനുഷ്യവിഭവസമ്പത്തിനെ ഇല്ലായ്മ ചെയ്യുകയും ആണവോദ്യമത്തെ പോഷിപ്പിച്ചുകൊണ്ടിരുന്ന വിഭവവിതരണ ശൃംഖലയ്ക്ക് തുരങ്കം വയ്ക്കുകയും ചെയ്തു.' രേവ അവകാശപ്പെട്ടത് ശരിയാണെങ്കിൽ, എൺപതുകളുടെ തുടക്കത്തിൽ ബാഗ്ദാദിനു സമീപമുള്ള ഒസിരാക് ആണവനിലയത്തിന്റെ നിർമ്മാണം മുടക്കാനായി ഇറാഖിന്റെ മൂന്ന് പ്രമുഖ ആണവശാസ്ത്രജ്ഞരെ ഇതേവിധം മൊസാദ് ഇല്ലായ്മചെയ്തിട്ടുണ്ട്.

ഇറാന്റെ ആണവപരിപാടിക്കെതിരായ മൊസാദിന്റെ രഹസ്യയുദ്ധത്തിൽ ദാഗൻ ലക്ഷ്യമിട്ടത് ഇറാൻ അണുബോംബ് വികസിപ്പിക്കുന്നതിനെ അനന്തമായി അല്ലെങ്കിൽ കഴിയുന്നിടത്തോളം നീട്ടിക്കൊണ്ടുപോകുക എന്നതായിരുന്നു. അതിലൂടെ ഇസ്രായേലിനെ നശിപ്പിക്കാനുള്ള ഇറാന്റെ പദ്ധതികളെ പ്രതിരോധിക്കാമെന്നും ദാഗൻ കണ്ടു. എന്തുവില

കൊടുത്തും ഇസ്രായേലിനെ ഇല്ലാതാക്കും എന്നതായിരുന്നല്ലോ അഹമ്മദ് നജാദിന്റെ ഭീഷണി.

എന്നിട്ടും ഈ ചെറിയ വിജയങ്ങൾക്കൊന്നും മൊസാദിന്റെ ചരിത്രത്തിലെ ഏറ്റവും വലിയ പരാജയത്തെ മൂടിവക്കാനായില്ല. ഇറാന്റെ രഹസ്യ ആണവപദ്ധതിയെ തുറന്നുകാണിക്കാൻ മൊസാദിനായില്ല. വർഷങ്ങളായി ഇറാൻ അവരുടെ ആണവക്കരുത്തിനെ മെല്ലെ ബലപ്പെടുത്തിക്കൊണ്ടിരിക്കുകയാണ്. അതിനായി അവർ ഭീമമായി മുതൽ മുടക്കുന്നുണ്ട്, ആണവശാസ്ത്രജ്ഞരെ റിക്രൂട്ട് ചെയ്യുന്നുണ്ട്, രഹസ്യ താവളങ്ങൾ നിർമ്മിക്കുന്നുണ്ട്, അതിനവീനമായ പരീക്ഷണങ്ങൾ നടത്തുന്നുണ്ട്, പക്ഷേ ഇസ്രായേലിന് ഒരു പിടിയും കിട്ടുന്നില്ല. ഖൊമേനിയുടെ ഇറാൻ അണുശക്തിയായി മാറാൻ തീരുമാനമെടുത്ത ആ നിമിഷം മുതൽ ഉപായങ്ങളും സൂത്രങ്ങളും തന്ത്രങ്ങളുമെല്ലാം ഉപയോഗപ്പെടുത്തിക്കൊണ്ട് മൊസാദ് അടക്കമുള്ള എതിർചേരിയിലെ സകല രഹസ്യാന്വേഷക സംഘങ്ങളെയും അവർ കുരങ്ങുകളിപ്പിക്കുകയാണ്.

ഷാ റേസാ പഹൽവിയുടെ കാലത്തുതന്നെ സമാധാനപരവും സൈനികവുമായ ആവശ്യങ്ങൾക്കായി ഇറാൻ രണ്ട് അണുശക്തിനിലയങ്ങളുടെ നിർമ്മാണം തുടങ്ങിയിരുന്നു. എഴുപതുകളിൽ ആരംഭിച്ച ഈ നിർമ്മാണപ്രവർത്തനങ്ങൾ ഇസ്രായേലിന് അപായസൂചനയൊന്നും നൽകിയില്ല. ആ കാലങ്ങളിൽ ഇറാന്റെ അടുത്ത സഖ്യകക്ഷി ഇസ്രായേലായിരുന്നുവെന്നത് ഇന്നോർക്കുമ്പോൾ രസകരമായി തോന്നുന്നുണ്ട്. 1977-ൽ സൈനികനവീകരണത്തിന്റെ ചുമതലക്കാരനായിരുന്ന ജനറൽ ഹസൻ തൗഫാനിയനായി ഇസ്രായേൽ പ്രതിരോധമന്ത്രി ജനറൽ ഈസർ വൈസ്മാൻ തലസ്ഥാനമായ ടെൽ അവീവിലെ പ്രതിരോധമന്ത്രാലയ വളപ്പിൽ ഗംഭീര പാർട്ടിയൊരുക്കി. അന്ന് ഇറാന് ആധുനിക സൈനികോപകരണങ്ങൾ നൽകിയിരുന്നത് ഇസ്രായേലായിരുന്നു. അന്ന് അവരിരുവരും പങ്കെടുത്ത രഹസ്യയോഗത്തിന്റെ മിനിറ്റ്സ് പ്രകാരം വൈസ്മാൻ ഇറാന് ഏറ്റവും നവീനമായ ഉപരിതല മിസൈലുകൾ നൽകാമെന്ന് വാഗ്ദാനം ചെയ്തു. അതിഥിയെ സന്തോഷിപ്പിക്കാനായി മന്ത്രാലയത്തിന്റെ ഡയറക്ടർ ജനറലായിരുന്ന ഡോക്ടർ പിൻഹാസ് സുസ്മാൻ, മിസൈലിന്റെ തലപ്പത്ത് ചില ചെറിയ പരിഷ്ക്കരണങ്ങൾ വരുത്തിയാൽ ആണവായുധങ്ങൾ വഹിക്കാൻ അവയ്ക്കാകുമെന്നും കൂട്ടിച്ചേർത്തു. പക്ഷേ ഈ ധാരണകൾ നടപ്പിലാകും മുൻപേ, ഇറാനിൽ വിപ്ലവം ഉണ്ടായി. ഷായെ അട്ടിമറിച്ച് ഖൊമേനി ഭരണത്തിലെത്തി. ഇസ്രായേലി–ഇറാൻ ബന്ധങ്ങൾ തകിടം മറിഞ്ഞു. പുതിയ ഭരണകൂടം ഷായുടെ അനുയായികളെ കൂട്ടക്കൊല ചെയ്തു. ഇസ്രായേൽ ഇറാന്റെ ശത്രുരാജ്യമായി. രോഗശയ്യയിലായിരുന്ന ഷാ പഹൽവി രാജ്യം വിട്ടോടി. അയത്തൊള്ള ഖൊമേനിയും അനുയായികളായ മുല്ലാമാരും അധികാരത്തിലെത്തി.

ആണവപദ്ധതികളെ ഇസ്ലാമിക-വിരുദ്ധമെന്ന് വിശേഷിപ്പിച്ച് ഖൊമേനി അവസാനിപ്പിച്ചു. ഊർജ്ജനിലയങ്ങളെല്ലാം അഴിച്ചുമാറ്റി. ഉപകരണങ്ങൾ പാണ്ടികശാലകളിൽ അനാഥമായി. പക്ഷേ 1980-ൽ ഇറാനും ഇറാഖിനും ഇടയിൽ യുദ്ധം പൊട്ടിപ്പുറപ്പെട്ടു. ഇറാനെതിരെ സദ്ദാം ഹുസൈൻ വിഷവാതകം പ്രയോഗിച്ചു. പരമ്പരാഗത യുദ്ധമുറകൾക്ക് കേട്ടുകേൾവി ഇല്ലാത്ത ആയുധങ്ങളും മറ്റ് പടക്കോപ്പുകളും ശത്രു ഉപയോഗിക്കുന്നത് കണ്ടമ്പരന്ന അയത്തൊള്ളമാർ പുനർവിചിന്തനത്തിലായി. ഖൊമേനിയുടെ മരണത്തിനുമുൻപേ നിയുക്ത പിൻഗാമിയായ അലി ഖൊമേനി പുതിയ ആയുധങ്ങൾ വികസിപ്പിക്കുന്നതിന് സൈനിക നേതൃത്വത്തിന് ഉത്തരവ് നൽകി. അതോടെ ജൈവായുധങ്ങളും രാസായുധങ്ങളും ആണവായുധങ്ങളും എല്ലാം സ്വീകാര്യമായി. 'ഇസ്ലാം വിരുദ്ധ ആയുധങ്ങൾ' ഉപയോഗിക്കരുതെന്ന പഴയ തീർപ്പിനെ തള്ളിക്കളയാൻ ഇറാനിലെ മുല്ലാമാർ ജനങ്ങളെ ആഹ്വാനം ചെയ്തു.

എൺപതുകളുടെ മധ്യത്തിലാണ് ഇറാന്റെ ആണവപദ്ധതികളെച്ചൊല്ലിയുള്ള വാർത്തകളുടെ പൊട്ടും പൊടിയും പുറത്ത് അറിയപ്പെടാൻ തുടങ്ങിയത്. 1989-ൽ സോവിയറ്റ് യൂണിയന്റെ തകർച്ചയോടെ തൊഴിൽരഹിതരും സാമ്പത്തികമായി ദുർബലരുമായി മാറിയ സോവിയറ്റ് യൂണിയനിലെ സൈന്യത്തിലെയും പ്രതിരോധവകുപ്പിലെയും മുൻ ഉദ്യോഗസ്ഥർ കള്ളക്കച്ചവടത്തിനിറങ്ങിയതോടെ രഹസ്യ ആയുധവ്യാപാരങ്ങളെക്കുറിച്ചുള്ള കിംവദന്തികൾ യൂറോപ്പിൽ പടർന്നു. അണുബോംബുകളും മിസൈലുകളുമെല്ലാം അധോലോക കമ്പോളങ്ങളിൽ വിൽപ്പനയ്ക്കെത്തി. റഷ്യൻ ജനറൽമാരും ശാസ്ത്രജ്ഞരും വീടുകളിൽ നിന്നും കാണാതാവുന്നത് പതിവ് വാർത്തയായി. ഇതേക്കുറിച്ചെല്ലാം ഭാവനാസമ്പന്നരായ പത്രലേഖകർ പുതുപുത്തൻ കഥകൾ മെനഞ്ഞു. അതിർത്തികാവൽക്കാരുടെ കണ്ണുകൾ വെട്ടിച്ച് മൂടിക്കെട്ടിയ കൂറ്റൻ ട്രക്കുകൾ യൂറോപ്പിൽ നിന്നും മിഡിൽ ഈസ്റ്റ് ലക്ഷ്യമിട്ട് കുതിക്കുകയാണെന്ന് മാധ്യമങ്ങൾ എരിവോടെ വാർത്തകൾ വിളമ്പി. അതിനിടയിലാണ് തെഹ്റാൻ, മോസ്കോ, ബെയ്ജിംഗ് എന്നീ തലസ്ഥാനങ്ങളിൽ നിന്നും റഷ്യയും ഇറാനും തമ്മിൽ അണുശക്തിനിലയങ്ങൾ പണിയാനുള്ള കരാറുകൾ ഒപ്പുവച്ചതായി വാർത്ത വന്നു. പേർഷ്യൻ ഗൾഫ് തീരത്ത് ബുഷേറിലാവും ആദ്യ അണുശക്തി നിലയം ഉയരുക. ചൈനയുമായി രണ്ട് ചെറുകിട അണുശക്തിനിലയങ്ങൾ പണിയാനാണ് കരാർ ഒപ്പിട്ടിരിക്കുന്നതെന്ന വാർത്തയും വിശ്വസനീയമായിരുന്നു.

അപകടം മണത്ത അമേരിക്കയും ഇസ്രായേലും ഇറാന് വിറ്റ സോവിയറ്റ് ബോംബുകൾക്കും കൂറുമാറിയ ആണവശാസ്ത്രജ്ഞർക്കുമായി യൂറോപ്പിലെമ്പാടും രഹസ്യാന്വേഷകരെ വിന്യസിച്ചു. അവർക്കാർക്കും ഒരു തുമ്പും കിട്ടിയില്ല. ഇറാനുമായുള്ള കരാർ റദ്ദുചെയ്യുന്നതിനായി യു.എസ് ഭരണകൂടം റഷ്യയുടെയും ചൈനയുടെയും മേൽ കനത്ത സമ്മർദ്ദം ചെലുത്തി. ഒടുവിൽ

ചൈന കരാറിൽ നിന്നും പിൻവാങ്ങി. റഷ്യ അതിന് വിസമ്മതിച്ചെങ്കിലും കരാർ നടപ്പിലാക്കുന്നത് നീട്ടിക്കൊണ്ടുപോയി. അവസാനം ഇരുപത് വർഷമെടുത്താണ് ഇറാനിലെ റഷ്യൻ അണുനിലയം യാഥാർത്ഥ്യമായത്. അതാകട്ടെ റഷ്യയുടെയും അന്താരാഷ്ട്ര ആണവസംഘടനയുടെയും കർശനമായ നിയന്ത്രണത്തിനുകീഴിൽ പ്രവർത്തിപ്പിക്കാമെന്ന കരാറിലും.

തെളിവുകൾ കണ്ടെത്താൻ ദുഷ്ക്കരമായപ്പോൾ ഇസ്രായേലും യു.എസും അന്വേഷണം കടുപ്പിക്കേണ്ടതായിരുന്നു. ആണവകാര്യത്തിൽ റഷ്യയെയും ചൈനയെയും സമീപിച്ചത് ശ്രദ്ധ തെറ്റിക്കാൻ വേണ്ടിയായിരുന്നുവെന്നത് മനസ്സിലാക്കാൻ മൊസാദിനോ സി ഐ എയ്ക്കോ കഴിഞ്ഞില്ല. അതിലൂടെ ഒരു പുകമറ സൃഷ്ടിക്കുന്നതിൽ ഇറാൻ വിജയിച്ചു. അതിന്റെ മറവിൽ ആണവശക്തിയായി മാറുന്നതിനുള്ള ഒരു ബൃഹദ്പദ്ധതി ഇറാൻ രൂപപ്പെടുത്തുകയായിരുന്നു.

1987ലെ ശിശിരകാലത്ത് ദുബായിൽ ഒരു രഹസ്യയോഗം നടന്നു. പൊടിപിടിച്ച ഒരു കുടുസ് മുറിയിൽ എട്ടുപേർ സമ്മേളിച്ചു. മൂന്ന് ഇറാൻകാരും, രണ്ട് പാക്കിസ്ഥാൻകാരും, മൂന്ന് യൂറോപ്യൻ വിദഗ്ദ്ധരും (അതിൽ രണ്ടുപേർ ഇറാനുവേണ്ടി പണിയെടുക്കുന്ന ജർമൻകാരായിരുന്നു). ഇറാന്റെയും പാക്കിസ്ഥാന്റെയും പ്രതിനിധികൾ ഒരു രഹസ്യക്കരാറിൽ ഒപ്പുവച്ചു. ഒരു വൻ തുക പാക്കിസ്ഥാൻകാർക്ക് നൽകപ്പെട്ടു. കൃത്യമായി പറഞ്ഞാൽ പാക്കിസ്ഥാന്റെ ആണവായുധപദ്ധതിയുടെ ഔദ്യോഗിക തലവൻ ഡോക്ടർ അബ്ദുൽ ഖാദർ ഖാനാണ് പണം സ്വീകരിച്ചത്.

കുറച്ചു വർഷങ്ങൾക്കുമുൻപ് പ്രതിയോഗിയായ ഇന്ത്യക്കൊപ്പം സൈനിക തുല്യത നേടാനായി പാക്കിസ്ഥാനും ഒരു ആണവപദ്ധതി തുടങ്ങിയിരുന്നു. പക്ഷേ അണുബോംബ് നിർമ്മിക്കാനായി സ്ഫോടനശേഷിയുള്ള ഇന്ധനത്തിനായുള്ള അബ്ദുൽ ഖാദർ ഖാന്റെ തിരച്ചിൽ വിജയിച്ചിരുന്നില്ല. പരമ്പരാഗത അണുശക്തിനിലയങ്ങളുടെ ഉപോൽപ്പന്നമായ പ്ലൂട്ടോണിയം ഇതിനായി ഉപയോഗിക്കേണ്ടെന്ന് ഖാൻ തീരുമാനിച്ചിരുന്നു. സമ്പുഷ്ട യുറേനിയം ആയിരുന്നു അതിനായി അയാൾ കണ്ടുവച്ചത്. ഖനനം ചെയ്തെടുക്കുന്ന യുറേനിയത്തിൽ ആണവായുധത്തിനായി ഉപയോഗപ്പെടുത്തുന്ന യുറേനിയം–235 ഒരു ശതമാനം മാത്രമേ ഉണ്ടായിരുന്നുള്ളൂ. ബാക്കി തൊണ്ണൂറ്റിയൊൻപത് ശതമാനവും ഈ കാര്യത്തിൽ പ്രയോജനരഹിതമായ യുറേനിയം–238 ആയിരുന്നു. സ്വാഭാവിക യുറേനിയം വാതകമായി മാറ്റുന്നതിനുള്ള ഒരു പ്രക്രിയ ഡോക്ടർ ഖാൻ വികസിപ്പിച്ചിരുന്നു. ഈ വാതകം ഒരു മിനിറ്റിൽ ഒരു ലക്ഷത്തിനുമേൽ തവണ തുടരെ കറങ്ങുന്ന സെൻട്രിഫ്യൂഗൽ തുടർച്ചയിലൂടെ കടത്തിവിട്ടാൽ താരതമ്യേന ഭാരം കുറഞ്ഞ യുറേനിയം–235-നെ വേർതിരിക്കാമെന്ന് ഡോ. ഖാൻ കണ്ടു. ഈ പ്രക്രിയ നിരന്തരം ഒരു സവിശേഷ രീതിയിൽ

ആവർത്തിച്ചാൽ അണുബോംബ് നിർമ്മിക്കുന്നതിനാവശ്യമായ സമ്പുഷ്ട യുറേനിയം ലഭ്യമാക്കാം എന്നതായിരുന്നു ഡോ. ഖാന്റെ കണ്ടുപിടുത്തം.

ഇവ നിർമ്മിക്കുന്നതിനാവശ്യമായ രൂപരേഖകൾ എഴുപതുകളിൽ യൂറോപ്പിൽ ജോലിചെയ്യുന്ന വേളയിൽ യൂറേൻ കൊ എന്ന സ്ഥാപനത്തിൽ നിന്നും അബ്ദുൽ ഖാദർ ഖാൻ മോഷ്ടിക്കുകയായിരുന്നു. പാക്കിസ്ഥാനിൽ തിരികെയെത്തിയ ഖാൻ സ്വന്തം നിലയിൽ ഇവ അവിടെ നിർമ്മിക്കുന്ന തിനാവശ്യമായ സംവിധാനങ്ങൾ ഏർപ്പെടുത്തി. വൈകാതെ വൻ വിലയ്ക്ക് ഇവ വിൽക്കുവാനും തയ്യാറായി. അതിലൂടെ 'മരണത്തിന്റെ വ്യാപാരി' എന്ന പേരും നേടിയെടുത്തു. ഇറാൻ ആയിരുന്നു ഖാന്റെ മുഖ്യ ഇടപാടുകാർ. പിന്നാലെ ലിബിയയും ഉത്തര കൊറിയയും ഖാന്റെ കക്ഷികളായിമാറി.

മറ്റിടങ്ങളിൽ നിന്നും ഇവ വാങ്ങിയ ഇറാൻ സ്വയം ഇത് വികസിപ്പിക്കുന്നതിനുള്ള പ്രാപ്തിയും ക്രമേണ നേടി. കപ്പലുകളിൽ വലിയ കണ്ടെയിനറുകളിലായി ഇടയ്ക്കിടയ്ക്ക് ഇവയെല്ലാം വന്നുകൊണ്ടിരുന്നു. അസംസ്കൃത വസ്തുക്കൾ ശേഖരിച്ച് സൂക്ഷിക്കുന്നതിനും ഈ പ്രക്രിയകൾ പൂർത്തിയാക്കുന്നതിനുമായി കൂറ്റൻ സംവിധാനങ്ങൾ പണിതുയർത്തി. ഇറാനിലെ ആണവശാസ്ത്രജ്ഞർ പാക്കിസ്ഥാനിലേക്കും പാക്കിസ്ഥാനിലെ ശാസ്ത്രജ്ഞർ ഇറാനിലേക്കും നിരവധി തവണ ആരുടെയും ശ്രദ്ധയിൽ പെടാതെ വരുകയും പോവുകയും ചെയ്തു.

എല്ലാ മുട്ടകളും ഒരൊറ്റക്കുട്ടയിൽ സൂക്ഷിക്കാതിരിക്കാൻ ഇറാൻകാർ ശ്രദ്ധ പുലർത്തി. രാജ്യത്തെമ്പാടും അനേകം ഇടങ്ങളിലായി ഈ ഗവേഷണപരീക്ഷണങ്ങൾ നടന്നുകൊണ്ടിരുന്നു. ശ്രദ്ധ ആകർഷിക്കും വിധം ഒരിടത്തും കേന്ദ്രീകരിക്കാതിരിക്കാൻ ഇറാൻ കരുതൽ പുലർത്തി. ചിലത് ഭൂഗർഭങ്ങളിലായിരുന്നു. മറ്റുചിലത് സാധാരണ ലബോറട്ടറികളുടെ രൂപഭാവങ്ങളിലായിരുന്നു. മിക്കയിടങ്ങളിലും ഇവകളുടെ സമീപത്തായി മിസ്സൈൽ സംവിധാനങ്ങളും ഉണ്ടായിരുന്നു. ഇസ്ഫഹാനിലായിരുന്നു ഒരെണ്ണം, മറ്റൊന്ന് ആരക് നഗരത്തിലും. ഏറ്റവും പ്രധാനപ്പെട്ടത് – സെൻട്രിഫ്യൂഗൽ നിർമ്മിതിക്കുള്ളത് – നതാൻസിലും. നാലാമത്തേത് പുണ്യനഗരമായ ഖോമിലും. ഏതെങ്കിലും ആണവഗവേഷണസ്ഥാപനം ബാഹ്യശ്രദ്ധയിൽപ്പെട്ടുവെന്ന് സംശയമുണ്ടായാലുടനെ അത് മറ്റൊരിടത്തേക്ക് മാറ്റുമായിരുന്നു. ഭൂഗർഭ ആണവകേന്ദ്രങ്ങളുടെ മേൽമണ്ണിൽ ആണവവികിരണം കണ്ടാലുടനെ ആ മണ്ണുതന്നെ മാറ്റി പുതുമണ്ണ് കൊണ്ടിട്ടു. അന്തർദേശീയ ആണവപരിശോധനാസംവിധാനങ്ങളുടെ ഉദ്യോഗസ്ഥരെ സമർത്ഥമായി കബളിപ്പിക്കാനും വഴിതെറ്റിക്കാനും അവർക്ക് കഴിഞ്ഞു. ഇറാൻ നൽകിയ എല്ലാ വിശദീകരണങ്ങളെയും വെള്ളം തൊടാതെ വിഴുങ്ങുന്ന രീതിയിലായിരുന്നു പലപ്പോഴും പരിശോധനാസമിതിയുടെ ചെയർമാൻ ഈജിപ്തുകാരനായ ഡോ. മൊഹമ്മദ് എൽ ബരാദി പെരുമാറിയത്. അദ്ദേഹത്തിന്റെ ദാക്ഷിണ്യസ്വഭാവമുള്ള

റിപ്പോർട്ടുകളാണ് മാരകമായ ഈ പരിപാടിയുമായി മുന്നോട്ടുപോകാൻ ഏറെക്കാലം ഇറാനെ തുണച്ചത്.

1998 ജൂൺ ഒന്നാം തീയതി ആദ്യമായി ഇറാനിയൻ ആണവ പരിപാടിയുടെ യഥാർത്ഥ വ്യാപ്തി യു.എസ് മനസ്സിലാക്കി. കൂറുമാറി യു.എസിൽ രാഷ്ട്രീയ അഭയം തേടിയ ഒരു പാക്കിസ്ഥാൻ പൗരൻ ഇതിനെ സംബന്ധിച്ച് ന്യൂയോർക്കിൽ എഫ് ബി ഐ ആസ്ഥാനത്ത് നൽകിയ മൊഴി വാസ്തവമാണെന്ന് പരിശോധനയിൽ തെളിഞ്ഞു. ഡോ. ഇഫ്തിക്കർ ഖാൻ ചൗധരിയെന്ന് സ്വയം പരിചയപ്പെടുത്തിയ അയാൾ ഇറാനും പാക്കിസ്ഥാനുമായി ആണവവിഷയത്തിലുള്ള രഹസ്യസഹകരണത്തിന്റെ പൂർണ്ണവിവരങ്ങൾ കൈമാറി. അബ്ദുൾ ഖാദർ ഖാന്റെ യഥാർത്ഥ മുഖം അയാൾ വെളിപ്പെടുത്തി. താനുംകൂടി പങ്കെടുത്ത മീറ്റിംഗുകളുടെ വിവരവും ഇറാനിയൻ ആണവപദ്ധതികളുമായി സഹകരിക്കുന്ന പാക് വിദഗ്ദ്ധരുടെ പേരുകളും അയാൾ നൽകി.

ചൗധരി കൈമാറിയ വസ്തുതകളും കണക്കുകളും എഫ് ബി ഐ പരിശോധിക്കുകയും അവയുടെ നിജസ്ഥിതി തെളിയുകയും ചെയ്തു. അതിന്റെ അടിസ്ഥാനത്തിൽ ചൗധരിക്ക് രാഷ്ട്രീയ അഭയം നൽകാൻ എഫ് ബി ഐ ശുപാർശ ചെയ്തു. എങ്കിലും ചൗധരിയുടെ വെളിപ്പെടുത്തലുകളെ ആസ്പദമാക്കി തുടർനടപടികളൊന്നും ഉണ്ടായില്ല. അനാസ്ഥയും ഉപേക്ഷയും കൊണ്ടായിരിക്കാം അമേരിക്കൻ അധികാരികൾ ചൗധരി കൈമാറിയ വിവരങ്ങളുടെ മേൽ നടപടികളെടുത്തില്ല. ഇസ്രായേലിന് യാതൊരുവിധ മുന്നറിയിപ്പുകളും നൽകിയതുമില്ല. പിന്നെയും നാല് വർഷങ്ങൾ കഴിഞ്ഞാണ് ഇറാന്റെ ആണവയാഥാർത്ഥ്യങ്ങൾ പുറത്തുവരുന്നത്.

ആരകിലും നതാൻസിലുമായി ഇറാന് രണ്ട് ആണവ സംവിധാനങ്ങളുണ്ടെന്ന് ഇറാനിലെ വിമത ഒളിസംഘടനയായ മുജാഹിദീൻ എൽ ഖൽഖ് 2002 ആഗസ്റ്റിൽ ആഗോളമാധ്യമങ്ങളുടെ മുന്നിൽ വെളിപ്പെടുത്തി. തുടർന്നുള്ള വർഷങ്ങളിൽ ഈ വസ്തുതകളെ സംബന്ധിക്കുന്ന കൂടുതൽ വിവരങ്ങൾ അവർ വെളിപ്പെടുത്തിക്കൊണ്ടിരുന്നു. തുടർച്ചയായ ഈ വെളിപ്പെടുത്തലുകൾ മറ്റേതോ സ്രോതസുകളിൽ നിന്നുമാണ് അവർക്ക് വിവരങ്ങൾ ലഭിക്കുന്നതെന്ന സംശയമുണർത്തി. അമേരിക്കയെ അപകടം പിടിച്ച ഈ പ്രശ്നത്തിലേക്ക് വലിച്ചിഴക്കാനായി ഇസ്രായേലിന്റെയും ബ്രിട്ടന്റെയും ചാരസംഘടനകളാവും വെളിപ്പെടുത്തലുകൾക്ക് പിന്നിലെന്ന സംശയം യു.എസിനുണ്ടായിരുന്നു. ഇറാനിയൻ വിമതസംഘടനയ്ക്ക് വിശ്വാസ്യത നേടിക്കൊടുക്കാനായി മൊസാദും ബ്രിട്ടന്റെ എം ഐ6-ഉം കലർന്ന് ഈ വസ്തുതകൾ മുജാഹിദീൻ ഇ ഖൽക് വഴി പുറത്തുവിടുന്നതാവും എന്നതായിരുന്നു യു.എസിന്റെ അനുമാനം. നതാൻസിലെ കൂറ്റൻ ആണവകേന്ദ്രം യഥാർത്ഥത്തിൽ ആദ്യമായി കണ്ടെത്തിയത് മൊസാദിലെ നിരീക്ഷണസൂക്ഷ്മതയുള്ള ഒരു ചാരനായിരുന്നെന്ന് ഇസ്രായേൽ വൃത്ത

ങ്ങൾ വെളിപ്പെടുത്തി. അതേവർഷം വിമത പ്രതിപക്ഷ സ്രോതസ്സുകൾ നിറയെ രേഖകൾ ലോഡ് ചെയ്ത ഒരു ലാപ്ടോപ് സി ഐ എക്ക് എത്തിച്ചു. വിമതർക്ക് ഇത്രയും വിവരങ്ങളുമായി ലാപ്ടോപ് എവിടെനിന്ന് ലഭിച്ചു വെന്നത് അവർ വെളിപ്പെടുത്തിയില്ല. സന്ദേഹശീലരായ അമേരിക്കക്കാർ വിമതരെ മുഖവിലക്കെടുക്കാൻ സന്നദ്ധരായില്ല. മൊസാദിന് ലഭിച്ച വിവരങ്ങൾ ലാപ്ടോപിലാക്കി പാശ്ചാത്യരിലേക്കെത്തിക്കാനായി വിമതരെ ഏൽപ്പിച്ചത് മൊസാദാണെന്ന് അവർ ആരോപിച്ചു.

അമേരിക്കക്കാരുടെയും യൂറോപ്യൻ സഖ്യരാഷ്ട്രങ്ങളുടെയും മുന്നിൽ ക്രമേണ കുമിഞ്ഞുകൂടിയ വിവരങ്ങൾക്കുനേരെ അധികകാലം കണ്ണടക്കാൻ അവർക്കായില്ല. ഒടുവിൽ അവർ കണ്ണുതുറക്കുകതന്നെ ചെയ്തു. ഡോ. അബ്ദുൽ ഖാദർ ഖാന്റെ വൻ സാമ്പത്തിക ഇടപാടുകളും മരണത്തിന്റെ വ്യാപാരവും ഊഹാപോഹങ്ങളായി അതിനകം ലോകമെമ്പാടും പരന്നിരുന്നു. 2004 ഫെബ്രുവരി നാലിന് ഡോ. ഖാൻ കണ്ണീരോടെ പാക് ടെലിവിഷൻ കാമറകളുടെ മുന്നിലെത്തി. ലിബിയയ്ക്കും ഉത്തര കൊറിയയ്ക്കും ഇറാനും കോടികൾ കൈപ്പറ്റിക്കൊണ്ട് ആണവരഹസ്യങ്ങളും സൂക്ഷ്മോപകരണങ്ങളും കൈമാറിയതുൾപ്പെടെയുള്ള വിവരങ്ങൾ അയാൾ ഏറ്റുപറഞ്ഞു. 'ഡോക്ടർ ഡെത്ത്' എന്ന് അതിനകം വിളിപ്പേര് സമ്പാദിച്ച പാകിസ്ഥാൻ അണുബോംബിന്റെ പിതാവായ അബ്ദുൾ ഖാദർ ഖാന് സമ്പൂർണ്ണ മാപ്പ് നൽകാനായിരുന്നു പാക് ഗവൺമെന്റ് തീരുമാനിച്ചത്.

ഇറാനെ സംബന്ധിക്കുന്ന രഹസ്യവിവരങ്ങളുടെ വൻ സ്രോതസ്സായി ഇസ്രായേൽ മാറിയിരുന്നു. യു.എസ് ഇന്റലിജന്റ് വൃത്തങ്ങൾക്ക് മെയർ ദാഗനും മൊസാദും ഖോമിലെ ആണവനിലയത്തെ സംബന്ധിക്കുന്ന ഏറ്റവും പുതിയ വിവരങ്ങൾ കൈമാറി. ആണവപദ്ധതിയിൽനിന്നും റവല്യൂഷനറി ഗാർഡിൽനിന്നും അതിനകം മൊസാദ് നിരവധിപേരെ കൂറുമാറ്റി സ്വപക്ഷത്ത് എത്തിച്ചിരുന്നു. ഇറാനിലേക്ക് സുപ്രധാന ചരക്കുകളുമായി പോകുകയായിരുന്ന കപ്പലുകളെ മൊസാദ് പകർന്ന ഗുരുതരമായ വിവരങ്ങളെ ആസ്പദമാക്കി ഒട്ടേറെ രാജ്യങ്ങൾ തങ്ങളുടെ തുറമുഖങ്ങളിൽ പിടിച്ചിട്ടു.

വിവരങ്ങൾ ശേഖരിക്കുന്നതുകൊണ്ടുമാത്രം തൃപ്തരാകാൻ ഇസ്രായേൽ ഒരുക്കമായിരുന്നില്ല. ഇസ്രായേലിനെ ഭൂപടത്തിൽ നിന്നും തുടച്ചുമാറ്റുമെന്ന് ഭീഷണിപ്പെടുത്തിക്കൊണ്ട് ഇറാൻ തുടരുമ്പോഴും ഇറാനെതിരെ കരുത്തുറ്റ ഫലപ്രദമായ എന്തെങ്കിലും നടപടി സ്വീകരിക്കുന്നതിൽനിന്നും അമേരിക്കയുൾപ്പെടെയുള്ള ലോകരാഷ്ട്രങ്ങൾ മടിച്ചുനിന്നു. ആ സാഹചര്യത്തിൽ ഇറാന്റെ ആണവായുധപദ്ധതിക്കെതിരെ പൂർണ്ണശക്തിയോടെ ഒളിയാക്രമണം സംഘടിപ്പിക്കുകയെന്നതല്ലാതെ മറ്റൊരു പോംവഴിയും ഇസ്രായേലിന്റെ മുന്നിൽ അവശേഷിച്ചില്ല.

തന്റെ പൂർവ്വികരുടെ പതിനാറുവർഷത്തെ ഭീമമായ നിഷ്ക്രിയത്വം അവസാനിപ്പിച്ചുകൊണ്ട് പ്രവർത്തനനിരതനാകാൻ ദാഗൻ തീരുമാനിച്ചു.

2006 ജനുവരിയിൽ മധ്യ ഇറാനിൽ ഒരു വിമാനം തകർന്നുവീണു. യാത്രികർ ഒന്നൊഴിയാതെ മരിച്ചു. അതിലൊരാൾ റവല്യൂഷനറി ഗാർഡിന്റെ കമ്മാൻഡർമാരിൽ ഒരാളായ അഹമ്മദ് കസാമി ആയിരുന്നു. മോശം കാലാവസ്ഥയാണ് അപകടകാരണമെന്ന് ഗവൺമെന്റ് വക്താവ് വെളിപ്പെടുത്തിയെങ്കിലും സ്ലാഫോർ ഗ്രൂപ്പിന്റെ വിശകലനത്തിൽ കണ്ടെത്തിയത് പാശ്ചാത്യചാരന്മാർ ഉൾപ്പെട്ട അട്ടിമറിയാണ് അപകടകാരണമെന്നായിരുന്നു.

അതിനും ഒരു മാസം മുൻപ് ഒരു സൈനിക ചരക്ക് വിമാനം തെഹ്റാനിലെ ജനവാസകേന്ദ്രത്തിലെ വലിയൊരു കെട്ടിടത്തിലേക്ക് ഇടിച്ചുകയറി തകർന്നിരുന്നു. വിമാനത്തിലുണ്ടായിരുന്ന തൊണ്ണൂറ്റിനാല് യാത്രികരും കൊല്ലപ്പെട്ടു. അതിൽ പലരും റവല്യൂഷനറി ഗാർഡിലെ ഓഫീസർമാരും സർക്കാർ അനുകൂല പത്രലേഖകരും ആയിരുന്നു. 2006 നവംബർ മാസത്തിൽ വീണ്ടുമൊരു സൈനികവിമാനം തെഹ്റാനിൽ നിന്നും പറന്നുയരുമ്പോൾ തകർന്നുവീണു. മുപ്പത്തിയാറ് റവല്യൂഷനറി ഗാർഡുമാരാണ് ഇക്കുറി കൊല്ലപ്പെട്ടത്. ദേശീയ റേഡിയോയിൽ ഇറാന്റെ പ്രതിരോധമന്ത്രി ആരോപിച്ചു: 'രഹസ്യാന്വേഷണവിഭാഗം കണ്ടെത്തിയ വിവരങ്ങൾ പ്രകാരം ഈ വിമാനാപകടങ്ങളുടെ പിന്നിൽ അമേരിക്കയുടെയും ബ്രിട്ടന്റെയും ഇസ്രായേലിന്റെയും ഏജന്റുമാരാണ്.'

ഇതിനിടെ യാതൊരു പ്രചാരണ കോലാഹലവുമില്ലാതെ ഇറാനോടുള്ള ഇസ്രായേലിന്റെ നയരൂപീകരണത്തിന്റെ പ്രധാന ആസൂത്രകനായി മെയർ ദാഗൻ മാറിയിരുന്നു. ഇറാനെതിരെ ഒരു തുറന്ന യുദ്ധമല്ലാതെ ഇസ്രായേലിനു മുന്നിൽ മറ്റ് പോംവഴികളില്ലെന്ന് ദാഗൻ വിശ്വസിച്ചു. പക്ഷേ അത് ഏറ്റവും അവസാനം നടപ്പിലാക്കേണ്ട ഒന്നായും അദ്ദേഹം കരുതി.

2005 ഫെബ്രുവരിയിലാണ് അട്ടിമറികൾ ആരംഭിച്ചത്. തിരിച്ചറിയപ്പെട്ടിട്ടില്ലാത്ത ഒരു വിമാനത്തിൽ നിന്നും പുറപ്പെട്ട മിസ്സൈൽ ഇടിച്ചുണ്ടായ സ്ഫോടനത്തിൽ ഇറാനിലെ ദിയാലം ആണവസങ്കേതത്തിന് കേടുപാടുകൾ സംഭവിച്ചതായി അന്തർദേശീയമാധ്യമങ്ങൾ റിപ്പോർട്ട് ചെയ്തു. അതേമാസം മറ്റൊരു സ്ഫോടനത്തിൽ വാതക പൈപ്പ്ലൈനിന് സാരമായ കേടുപാടുകൾ സംഭവിച്ചു. ബുഷെഹറിലെ റഷ്യൻ നിർമ്മിത അണുനിലയത്തിലേക്ക് വാതക ഇന്ധനം കൊണ്ടുപോകുന്ന പൈപ്പ് ലൈൻ ആയിരുന്നു തകർക്കപ്പെട്ടത്.

തെഹ്റാന് സമീപമുള്ള പാർച്ചിൻ അണുപരീക്ഷണ കേന്ദ്രമായിരുന്നു ആക്രമിക്കപ്പെട്ട മറ്റൊരിടം. അണുസ്ഫോടനവേളയിൽ തുടർസ്ഫോടന ശൃംഖല സജീവമാകാനുതകുന്ന ഒരു സവിശേഷ ലെൻസ് വികസിപ്പിക്കു

ന്നതിൽ വ്യാപൃതരായിരുന്ന അവിടത്തെ ശാസ്ത്രജ്ഞർ. ആക്രമണത്തിൽ രഹസ്യപരീക്ഷണശാലയ്ക്ക് സാരമായ കേടുപാടുകൾ സംഭവിച്ചതായി ഇറാനിയൻ വിമതവൃത്തങ്ങൾ വെളിപ്പെടുത്തി.

2006 ഏപ്രിലിൽ കാതലിന്റെ കാതലായ നതാൻസിലെ കേന്ദ്രനിലയത്തിൽ ഒരു ഉത്സവത്തിനെന്നവണ്ണം പ്രമുഖർ ഒത്തുകൂടിയിരുന്നു. ആണവശാസ്ത്രജ്ഞരുടെ വലിയൊരു സംഘത്തോടൊപ്പം സാങ്കേതിക വിദഗ്ധരും ന്യൂക്ലിയർ പദ്ധതിയുടെ വിവിധ വകുപ്പു തലവന്മാരും ആ ഭൂഗർഭകേന്ദ്രത്തിൽ വന്നുചേർന്നു. അവിടെ ആയിരക്കണക്കിന് സെൻട്രിഫ്യൂഗൽ സംവിധാനങ്ങൾ ഒരുമിച്ച് അതിവേഗത്തിൽ പ്രവർത്തിക്കുകയായിരുന്നു. യുറേനിയം 235 വേർതിരിക്കുന്ന പ്രക്രിയ വിജയകരമായ പരീക്ഷണങ്ങൾക്കുശേഷം ആദ്യമായി സ്വിച്ച് ഓൺ ചെയ്യുന്ന ചടങ്ങായിരുന്നു അത്. പദ്ധതിയുടെ ചീഫ് എഞ്ചിനീയർ ബട്ടൺ അമർത്തി. ആ നിമിഷം അതിഭീകരമായ ഒരു സ്ഫോടനത്തിൽ ആ ഭൂഗർഭശാല കിടുങ്ങി. കാതടപ്പിക്കുന്ന പൊട്ടിത്തെറിയൊച്ചയിൽ പൈപ്പുകൾ തകർന്ന് ചിന്നിച്ചിതറി. സകലവും തകർന്നടിഞ്ഞു.

ആണവപദ്ധതിയുടെ ക്രുദ്ധരായ തലവന്മാർ ഒരു സമ്പൂർണ്ണ അന്വേഷണം ആവശ്യപ്പെട്ടു. അജ്ഞാതർ യന്ത്രസംവിധാനങ്ങൾക്കുള്ളിൽ അവസാനനിമിഷം വ്യാജഭാഗങ്ങൾ കൂട്ടിച്ചേർത്തുവെന്നും അതാണ് സ്ഫോടനത്തിൽ കലാശിച്ചതെന്നും ഇറാന്റെ അന്വേഷണങ്ങൾ വെളിപ്പെടുത്തിയെങ്കിലും പാശ്ചാത്യ മാധ്യമങ്ങൾ എഴുതിയത് 'ഇസ്രായേലി ചാരന്മാരുടെ സഹായത്തോടെ അമേരിക്കൻ ചാരന്മാരാണ് ഇത് ചെയ്തതെന്നായിരുന്നു.'

2007 ജനവരിയിൽ വീണ്ടും ഇതേ അട്ടിമറി ആവർത്തിച്ചു. പാശ്ചാത്യ ചാരസംഘടനകൾ കിഴക്കൻ യൂറോപ്പിലെ പ്രധാന കമ്പനികളുമായി കൈകോർത്തിരുന്നു. സെൻട്രിഫ്യൂഗുകൾ പൊതിയാനായി വൻതോതിൽ ഇൻസുലേഷൻ വസ്തുക്കൾ ഇറാൻ രഹസ്യമായി വാങ്ങിയിരുന്നത് കിഴക്കൻ യൂറോപ്പിലെ കമ്പനികളിൽ നിന്നുമായിരുന്നു. അത്രയധികം ഇൻസുലേഷൻ മെറ്റീരിയൽ തുറന്നകമ്പോളത്തിൽ നിന്നും വാങ്ങാൻ ഇറാന് കഴിയില്ലായിരുന്നു. അതിനെതിരെ ഐക്യരാഷ്ട്രസഭയുടെ ഉപരോധം നിലവിലുണ്ടായിരുന്നു. റഷ്യക്കാരുമായി ചേർന്ന് ചില ഇറാൻകാർ രജിസ്റ്റർ ചെയ്തിരുന്ന ഒരു വ്യാജ കമ്പനിയെയാണ് ഇതിനായി ഇറാനിയൻ രഹസ്യ ഏജന്റുമാർ സമീപിച്ചത്. വ്യാജകമ്പനി പാശ്ചാത്യരഹസ്യപ്പോലീസിനായി പ്രവർത്തിക്കുന്നവരാണെന്ന് ഇറാൻ അറിഞ്ഞില്ല. പ്ലാന്റുകളിൽ ഉപയോഗിച്ച് പണി പൂർത്തിയായശേഷമാണ് ഇറാൻ ഈ തട്ടിപ്പ് മനസ്സിലാക്കിയത്. വീണ്ടും എല്ലാം ആവർത്തിക്കേണ്ടിവന്നു.

2007 മെയ് മാസത്തിൽ അമേരിക്കൻ പ്രസിഡന്റ് ജോർജ് ബുഷ് ഒരു രഹസ്യ ഉത്തരവിൽ ഒപ്പുവച്ചു. ഇറാന്റെ ആണവപദ്ധതിയെ പരമാവധി വൈകിക്കാനായി രഹസ്യതന്ത്രങ്ങൾ പയറ്റുവാൻ സി ഐ എയെ അധികാരപ്പെടുത്താനായിരുന്നു അത്. മറ്റുചില പാശ്ചാത്യ ചാരസംഘടനകളും ഇറാ

നിലേക്കുള്ള ആണവോപകരണങ്ങളുടെയും അസംസ്കൃത വസ്തുക്കളുടെയും കയറ്റുമതി തടയാനും വൈകിക്കാനും നശിപ്പിക്കാനും തീരുമാനമെടുത്തു. അമേരിക്കൻ അണ്ടർ സെക്രട്ടറി നിക്കോളാസ് ബേൺസുമായി ദാഗൻ കൂടിക്കാഴ്ച നടത്തി, തന്റെ സമീപനങ്ങൾ അദ്ദേഹവുമായി ചർച്ചചെയ്തു.

ഏഴുവർഷങ്ങൾ തുടർച്ചയായി അട്ടിമറികളും സ്ഫോടനങ്ങളും ദൗർഭാഗ്യങ്ങളും ഇറാന്റെ ആണവസ്ഥാപനങ്ങളെ തുടർച്ചയായി വേട്ടയാടിക്കൊണ്ടിരുന്നു. ബുഷെർ ആണവനിലയത്തിന്റെ ശീതീകരണ സംവിധാനം തുടർച്ചയായി തകരാറിലായിക്കൊണ്ടിരുന്നത് പദ്ധതിയുടെ പൂർത്തീകരണത്തെ രണ്ടുവർഷം വൈകിപ്പിച്ചു. 2008 മെയ് മാസത്തിൽ ആരകിലെ ഒരു കോസ്മെറ്റിക്സ് ഫാക്ടറിയിലുണ്ടായ സ്ഫോടനം സമീപത്തെ ആണവനിലയത്തിന് കാര്യമായ കേടുപാടുകൾ വരുത്തി. യുറേനിയം വാതകമായി പരിവർത്തിപ്പിച്ചിരുന്ന ഇസ്ഫഹാൻ കേന്ദ്രത്തിലുണ്ടായ മറ്റൊരു സ്ഫോടനവും സമാനമായ പ്രശ്നങ്ങൾ സൃഷ്ടിച്ചു.

ന്യൂയോർക്ക് ടൈംസിന്റെ റിപ്പോർട്ട് പ്രകാരം 2008-ലും 2010-ലും ലിബിയയിലെയും ഇറാനിലെയും രഹസ്യ ആണവ പ്രവർത്തനങ്ങളെ പുറത്തുകൊണ്ടുവരാൻ സ്വിറ്റ്സർലണ്ടിലെ ടിന്നേഴ്സ് എന്ന കുടുംബം സഹായിച്ചതിന് പ്രത്യുപകാരമായി സി ഐ എ പത്ത് ദശലക്ഷം ഡോളറുകൾ അവർക്ക് നൽകിയതായി രേഖകൾ ചൂണ്ടിക്കാണിക്കുന്നു. ആണവസാമഗ്രികൾ കള്ളക്കടത്ത് നടത്തിയതിന്റെ പേരിൽ അവരെ സ്വിസ് അധികാരികൾ ശിക്ഷിക്കാതിരിക്കാനായി സി ഐ എ ഇടപെട്ടതായും ഇതേ രേഖകൾ പറയുന്നുണ്ട്. കുടുംബ കാരണവരായ ഫ്രെഡറിക് ടിന്നറും ആൺ മക്കളായ ആർസും മാർക്കോയും ചേർന്ന് നതാൻസ് ആണവനിലയത്തിനായി തകരാറുള്ള ഇലക്ട്രോണിക് സാമഗ്രികൾ വിറ്റതായും അവ അമ്പതോളം സെന്റ്രിഫ്യൂഗൽ സംവിധാനത്തെ തകർത്തതായും ടൈംസ് റിപ്പോർട്ട് ചെയ്തു. ജർമ്മനിയിലെ ഫീഫർ വാക്വം കമ്പനിയിൽ നിന്നും പ്രഷർ പമ്പുകൾ വാങ്ങിയ ടിന്നേഴ്സ് കുടുംബം അവയെ ന്യൂമെക്സിക്കോയിൽ എത്തിച്ച് അവയിൽ ദോഷകരമായ മാറ്റങ്ങൾ വരുത്തിയശേഷമാണ് ഇറാന് രഹസ്യമായി വിറ്റതും കൈമാറിയതും.

ആർട്ടിക് സമുദ്രത്തിൽ വച്ച് മാൾട്ടയുടെ പതാകയുമായി സഞ്ചരിച്ചിരുന്ന ഒരു ചരക്കുകപ്പൽ മൊസാദ് തട്ടിയെടുത്തുവെന്ന് ടൈം മാഗസിൻ എഴുതി. ഫിൻലാണ്ടിൽ നിന്നും അൾജീരിയയിലേക്ക് പുറപ്പെട്ട ആ കപ്പലിന് റഷ്യൻ ക്യാപ്റ്റനും നാവികരുമാണ് ഉണ്ടായിരുന്നത്. തടിയും തടിയുൽപ്പന്നങ്ങളുമാണ് കപ്പലിലുള്ളതെന്നായിരുന്നു അതിന്റെ രേഖകളിൽ കാണിച്ചിരുന്നത്. 2009 ജൂലായ് 24ന് കടൽക്കൊള്ളക്കാർ കപ്പൽ പിടിച്ചെടുത്തു. റഷ്യൻ കമാൻഡോകൾ കപ്പൽ വീണ്ടെടുത്തുവെന്ന് ഒരുമാസത്തിനുശേഷം റഷ്യൻ അധികാരികൾ അറിയിച്ചു. *ലണ്ടൻ ടൈംസ്*, *ഡെയ്‌ലി ടെലിഗ്രാഫ്* എന്നീ പത്രങ്ങൾ റിപ്പോർട്ട് ചെയ്തത് മൊസാദാണ് ഈ കടൽക്കൊള്ളയെക്കുറിച്ച് റഷ്യൻ അധികാരികൾക്ക് വിവരം നൽകി

യതെന്നാണ്. കപ്പലിൽ തടിയല്ല, യുറേനിയം ആണെന്നും അത് ഒരു മുൻ റഷ്യൻ ഓഫീസർ ഇറാന് വിറ്റതാണെന്നും റഷ്യയെ അറിയിച്ചത് ദാഗന്റെ അനുയായികളായിരുന്നു. യൂറോപ്യൻ യൂണിയന്റെ പരിധിയിൽ കടൽക്കൊള്ള തടയുന്നതിന് നേതൃത്വം നൽകുന്ന അഡ്മിറൽ കൗട്ട്സ് ഈ കാര്യത്തിൽ തന്റേതായ വിശദീകരണം ഉന്നയിച്ചുവെന്നതാണ് ശ്രദ്ധേയം. അദ്ദേഹത്തിന്റെ അഭിപ്രായത്തിൽ യുക്തിസഹമായ ഏക വിശദീകരണം 'കപ്പൽ ഹൈജാക്ക് ചെയ്തത് മൊസാദാണെന്നും ഇറാനിലേക്ക് യുറേനിയം കൊണ്ടുപോകുന്നത് തടയാനാണ്'' അത് ചെയ്തതെന്നുമായിരുന്നു.

2005-നും 2008-നും ഇടയിലെ നിരന്തരമായ ആക്രമണങ്ങൾക്കിടയിലും ഇറാൻ നിഷ്ക്രിയമായിരുന്നില്ല. ഖോം നഗരത്തിനടുത്തായി മറ്റൊരു ആണവസംവിധാനം അതീവ രഹസ്യമായി അവർ നിർമ്മിച്ചു. ഭൂഗർഭത്തിലെ പുതിയ വിശാലമായ ഹാളിൽ മൂവായിരം സെൻട്രിഫ്യൂഗുകൾ പ്രവർത്തിപ്പിക്കാനായിരുന്നു പദ്ധതിയിട്ടത്. എന്നാൽ 2009-ൽ ഇറാൻ അറിഞ്ഞു അമേരിക്കയുടെയും ബ്രിട്ടന്റെയും ഇസ്രായേലിന്റെയും രഹസ്യാന്വേഷണ ഏജൻസികൾക്ക് ഖോം പദ്ധതിയെ സംബന്ധിക്കുന്ന എല്ലാ വിവരങ്ങളും ലഭിച്ചിട്ടുണ്ടെന്ന്. ഇതിനെ ആസ്പദമാക്കി ഇറാൻ ഉടൻ നടപടികൾ സ്വീകരിക്കുകയും ചെയ്തു. 2009 സെപ്റ്റംബറിൽ ലോകത്തെ അമ്പരപ്പിച്ചുകൊണ്ട് ഖോം പ്രൊജക്റ്റിനെ സംബന്ധിക്കുന്ന എല്ലാ വിവരങ്ങളും അന്താരാഷ്ട്ര ആണവ ഏജൻസിക്ക് ഇറാൻ സ്വമേധയാ കൈമാറി. ബ്രിട്ടന്റെ എം ഐ6 ചാരസംഘത്തിൽപ്പെട്ട ഒരാളെ ഇറാൻ പിടികൂടിയെന്നും അങ്ങനെയാണ് തങ്ങളുടെ രഹസ്യങ്ങൾ പാശ്ചാത്യർക്കും ഇസ്രായേലിനും ലഭിച്ചുകഴിഞ്ഞുവെന്ന വാർത്ത അവരറിഞ്ഞതെന്നും തുടർന്ന് ഉണ്ടായേക്കാവുന്ന അന്താരാഷ്ട്ര നടപടികളുടെ ഗുരുത്വം പരമാവധി ലഘൂകരിക്കാൻ വേണ്ടിയാണ് സ്വമേധയാ വിവരങ്ങൾ കൈമാറി നല്ല പിള്ള ചമഞ്ഞതെന്നും നിരീക്ഷകർ കരുതുന്നു.

ഒരു മാസത്തിനുശേഷം സി ഐ എ ഡയറക്ടർ ലിയോൺ പനേറ്റ പറഞ്ഞത് മൂന്നുവർഷങ്ങൾ മുൻപേ തങ്ങൾക്ക് ഖോമിനെക്കുറിച്ച് വിവരം ലഭിച്ചിരുന്നെന്നും ഇസ്രായേലാണ് അത് കണ്ടെത്തിയതെന്നുമായിരുന്നു.

ഇറാൻ പരമരഹസ്യമായി സൂക്ഷിച്ച ഖോം ആണവപദ്ധതിയെക്കുറിച്ചുള്ള വെളിപ്പെടുത്തലുകൾ സി ഐ എ, എം ഐ6, മൊസാദ് എന്നീ മൂന്ന് ചാരസംഘടനകൾക്കിടയിൽ വളർന്നുവന്ന ഉറ്റ സഹകരണത്തെ സംബന്ധിച്ചും ലോകത്തിന് അറിവ് നൽകി. ഇറാനുള്ളിലെ നടപടികൾ മൊസാദിന്റെ ചുമതലയാവുകയും സി ഐ എയും എം ഐ6-ഉം അവരെ മറ്റെല്ലാവിധത്തിലും പിന്തുണയ്ക്കുകയും ചെയ്യുകയാണെന്ന് ഫ്രഞ്ച് സ്രോതസുകൾ വെളിപ്പെടുത്തി. 2010 ഒക്ടോബറിൽ സാഗ്രോസ് പർവതങ്ങൾക്കരികിലെ ഷെഹാബ് മിസൈൽ നിർമ്മാണ ഫാക്ടറിയിലെ സ്ഫോടനത്തിൽ പതിനെട്ട് സാങ്കേതികവിദഗ്ദ്ധർ കൊല്ലപ്പെട്ടു. ബ്രിട്ടന്റെയും

അമേരിക്കയുടെയും സഹായത്തോടെ അഞ്ച് ആണവശാസ്ത്രജ്ഞരെക്കൂടി ഈ സമയങ്ങളിൽ ഇസ്രായേൽ ഇല്ലായ്മചെയ്തു.

ചാരസംഘടനകൾക്കിടയിലെ ഈ ത്രിരാഷ്ട്രസഖ്യം പ്രധാനമായും മെയർ ദാഗന്റെ ശ്രമഫലമായിരുന്നു. മൊസാദിന്റെ തലവനായി ചുമതലയേറ്റനാൾ മുതൽ സഖ്യരാജ്യങ്ങളിലെ ചാരന്മാരുമായി അടുത്ത് സഹകരിച്ച് പ്രവർത്തിക്കാൻ തന്റെ ഏജന്റുമാരെ ദാഗൻ പ്രോത്സാഹിപ്പിക്കുകയും പ്രേരിപ്പിക്കുകയും ചെയ്തുപോന്നു. മൊസാദിന്റെ രഹസ്യങ്ങൾ വിദേശ ചാരസംഘടനകളുമായി പങ്കിടുന്നതിനെ ദാഗന്റെ ഉപദേഷ്ടാക്കൾ അനുകൂലിച്ചില്ല. പക്ഷേ അവരുടെ പ്രതിഷേധത്തെ ദാഗൻ അവഗണിക്കുകയാണുണ്ടായത്. 'ഈ ചപലത അവസാനിപ്പിക്കൂ, അവരുമായി സഹകരിച്ച് പ്രവർത്തിക്കൂ.' എന്നതായിരുന്നു ദാഗന്റെ ആഹ്വാനം.

ബ്രിട്ടനെയും അമേരിക്കയെയും കൂടാതെ ഇറാന്റെ ഉള്ളിൽനിന്നും വിലപ്പെട്ട വിവരങ്ങൾ കൈമാറിയിരുന്ന മറ്റൊരു സഖ്യകക്ഷി കൂടി ദാഗനുണ്ടായിരുന്നു: സർക്കാരിനെതിരെ സജീവരായിരുന്ന ഇറാനിയൻ വിമതർ. ഇറാന് വെളിയിൽ നടത്തിയ ഒരു പത്രസമ്മേളനത്തിൽ വിമതസംഘടനയായ ഇറാനിയൻ നാഷണൽ കൗൺസിൽ ഓഫ് റസിസ്റ്റൻസ് ആണവപദ്ധതിയുടെ തലവന്റെ പേരും വിവരങ്ങളും വെളിപ്പെടുത്തി. തെഹ്റാൻ സർവകലാശാലയിലെ നാൽപ്പത്തിയൊമ്പതുകാരനായ ഭൗതികശാസ്ത്ര പ്രൊഫസർ മൊഹസെൻ ഫഖ്രി സാദേ. കണ്ടുകിട്ടാൻ പ്രയാസമായ നിഗൂഢവ്യക്തിയായിരുന്നു ഈ പ്രൊഫസർ. ഇയാളെ സംബന്ധിക്കുന്ന വിവരങ്ങൾ വിമതർ വെളിപ്പെടുത്തി. പതിനെട്ട് വയസ്സുമുതൽ റവല്യൂഷനറി ഗാർഡ് അംഗമാണെന്നും താമസിക്കുന്നത് തെഹ്റാനിലെ ഷാഹിദ് മഹല്ലാൽതി തെരുവിലാണെന്നും പാസ്പോർട്ട് നമ്പരുകൾ 0009228-ഉം 4229533-ഉം ആണെന്നും വിമതർ പറഞ്ഞു. ആണവസ്ഫോടനവും തുടർപൊട്ടിത്തെറികളും സാദ്ധ്യമാക്കുന്ന സംവിധാനമാണ് സാദേ ഇപ്പോൾ രൂപകൽപ്പന ചെയ്തുകൊണ്ടിരിക്കുന്നതെന്ന വിവരം പോലും വിമതർ മാധ്യമങ്ങൾക്ക് പരസ്യമായി കൈമാറി. ഷെഹാബ് മിസ്സൈലുകളിൽ ഘടിപ്പിക്കത്തക്കവിധം ആണവായുധത്തെ പുനഃസംവിധാനം ചെയ്യുന്നതും സാദെയുടെ ചുമതലയായിരുന്നു.

ഈ വെളിപ്പെടുത്തലുകളെ തുടർന്ന് യു.എസ്സിലേക്കും യൂറോപ്യൻ യൂണിയനിലേക്കും സാദേയ്ക്ക് പ്രവേശനം നിഷേധിക്കപ്പെട്ടു. അയാളുടെ പേരിലുള്ള വിദേശ ബാങ്ക് അക്കൗണ്ടുകൾ മരവിക്കപ്പെട്ടു. സാദേയുടെ എല്ലാ ചുമതലകളുടെയും പ്രവൃത്തികളുടെയും അയാളുടെ സഹപ്രവർത്തകരുടെയും അവരുടെ പരീക്ഷണാലയങ്ങളുടെയും ചെറിയ വിശദാംശങ്ങൾ പോലും വിമതർ പരസ്യമാക്കി. വിശദാംശങ്ങളുടെ സമൃദ്ധി സൂചിപ്പിച്ചത് ഇതിന്റെ പിന്നിൽ ഏതോ ചാര സംഘടനയാണെന്നാണ്. അവർ ശേഖരിച്ച വിവരങ്ങൾ വിമതർ വഴി വെളിപ്പെടുത്തുകയാണെന്നും

സംശയിക്കപ്പെട്ടു. മൊഹ്സെൻ ഫഖ്‌രി സാദെയെക്കുറിച്ച് ഈ വിധം വെളിപ്പെടുത്തുന്നതുവഴി സാദേയ്ക്ക് ഒരു താക്കീത് നൽകുകയായിരുന്നു യഥാർത്ഥ ലക്ഷ്യം. വധിക്കപ്പെടാനുള്ള ശാസ്ത്രജ്ഞരുടെ പട്ടികയിൽ അടുത്തത് സാദേയാണെന്നും അതിനാൽ പ്രവർത്തനങ്ങളിൽനിന്നും ഒഴിയുക അല്ലെങ്കിൽ കൂറുമാറുക എന്ന സന്ദേശം ഗൂഢമായി സാദേയി ലെത്തി.

2007 ഫെബ്രുവരിയിൽ ഇറാന്റെ മുൻ പ്രതിരോധവകുപ്പ് ഉപമന്ത്രി ജനറൽ അലി റേസാ അസ്ഗാറി ഇസ്താംബൂളിലേക്ക് യാത്ര ചെയ്യവേ അപ്രത്യക്ഷനായി. ആണവപദ്ധതിയുമായി ആഴത്തിൽ ബന്ധപ്പെട്ടയാളാ യിരുന്നു ഈ മന്ത്രി. ലോകമെമ്പാടും തെരഞ്ഞിട്ടും ഇറാന് അസ്ഗാറിയെ കണ്ടെത്താനായില്ല. വർഷങ്ങൾക്കുശേഷം 2011 ജനുവരിയിൽ ഇറാൻ വിദേശകാര്യമന്ത്രി അലി അക്ബർ സലേഹി ഐക്യരാഷ്ട്രസഭാ സെക്രട്ടറി ജനറലിലോട് തങ്ങളുടെ മുൻ മന്ത്രിയെ മൊസാദ് തട്ടിക്കൊണ്ടുപോയി തടവിൽ പാർപ്പിച്ചിരിക്കുകയാണെന്ന് ആവലാതിപ്പെട്ടു.

ലണ്ടനിലെ *സൺഡേ ടെലിഗ്രാഫിന്റെ* റിപ്പോർട്ട് പ്രകാരം അസ്ഗാറി കൂറുമാറുകയായിരുന്നു. മൊസാദായിരുന്നു ഇതിന്റെ ആസൂത്രകർ. തുർക്കിയിൽ വച്ച് അസ്ഗാറി മൊസാദിന്റെ സംരക്ഷണയിലാവുകയായി രുന്നു. അതിനുശേഷം സി ഐ എ അദ്ദേഹത്തെ അമേരിക്കയിലേക്ക് കൊണ്ടുവരികയും മറ്റുകാര്യങ്ങൾ ഏർപ്പാടാക്കുകയും ചെയ്തു. ആണവ പദ്ധതിയെക്കുറിച്ചുള്ള വിലപ്പെട്ട ഒട്ടേറെ വിവരങ്ങൾ ഈ കൂറുമാറ്റം വഴി ത്രിരാഷ്ട്രസഖ്യത്തിന് ലഭിച്ചു.

അസ്ഗാറിയുടെ തിരോധാനത്തിനുശേഷം ഒരുമാസം കഴിഞ്ഞ പ്പോൾ 2007 മാർച്ചിൽ മറ്റൊരു ഉയർന്ന ഇറാനിയൻ ഉദ്യോഗസ്ഥനെ കാണാതായി. റവലൂഷനറി ഗാർഡിലെ ഉന്നതഘടകമായ അൽഖുദ് യൂണിറ്റിൽ ഇറാന്റെ അതിർത്തികൾക്ക് വെളിയിലുള്ള കാര്യങ്ങളുടെ ചുമതലയുള്ളയാളായിരുന്നു കാണാതായ അമീർ ഷിരാസി. ഏതാണ്ട് അതേസമയം തന്നെ പേർഷ്യൻ ഗൾഫ് ഓപ്പറേഷനുകളുടെ ചുമതലയുണ്ടാ യിരുന്ന മുഹമ്മദ് സുൽത്താനിയെയും കാണാതായിയെന്ന് ഇറാനിയൻ വൃത്തങ്ങളെ ഉദ്ധരിച്ച് *ലണ്ടൻ ടൈംസ്* റിപ്പോട്ട് ചെയ്തു.

2009 ജൂലായിൽ ന്യൂക്ലിയർ സയന്റിസ്റ്റ് ഷഹ്റാം അമീറി കൂറുമാറ്റക്കാ രുടെ പട്ടികയിലേക്ക് കടന്നുനിന്നു. ഖോമിൽ ജോലിചെയ്തിരുന്ന അമീറി സൗദി അറേബ്യയിൽ മെക്കയിൽ വച്ച് തീർത്ഥാടനത്തിനിടെയാണ് അപ്രത്യക്ഷനായത്. ഇറാൻ ഉടനെ സൗദി അറേബ്യയെ കുറ്റപ്പെടുത്തു കയും അമീറിയെ കണ്ടുപിടിച്ച് തിരികെ നൽകാൻ അവരോട് ആവ ശ്യപ്പെടുകയും ചെയ്തു. ചില മാസങ്ങൾക്കുശേഷം അമീറി യു.എസിലെ അരിസോണായിൽ പ്രത്യക്ഷനായി. സൗകര്യപ്രദമായ വീടും അഞ്ച് മില്യൺ ഡോളറും പുതിയ പാസ്പോർട്ടും അമീറിക്ക് പ്രതിഫലമായി

ലഭിച്ചുവെന്നും വെളിപ്പെട്ടു. വർഷങ്ങളായി അമീറി തങ്ങളുടെ ചാരനായി വിവരങ്ങൾ കൈമാറുകയായിരുന്നെന്നും വിലപ്പെട്ട രഹസ്യങ്ങൾ പങ്കിടാൻ അദ്ദേഹത്തിന് കഴിഞ്ഞിരുന്നുവെന്നും സി ഐ എ വൃത്തങ്ങൾ അവകാശപ്പെട്ടു. അമീറി ജോലിചെയ്തിരുന്ന മാലിക് അഷ്താർ സാങ്കേതിക സർവ്വകലാശാല യഥാർത്ഥത്തിൽ ആണവഗവേഷണത്തിനുള്ള ഒരു അക്കാദമിക് മറ മാത്രമാണെന്ന് അമീറി ചൂണ്ടിക്കാണിച്ചു. ഫഖ്രി സാദേ അദ്ധ്യക്ഷനായ സർവ്വകലാശാല സത്യത്തിൽ ദീർഘദൂര മിസൈലുകൾക്കായുള്ള ആയുധങ്ങൾ രൂപകൽപ്പന ചെയ്യാനുള്ള ഒരു ഗവേഷണകേന്ദ്രമായി പ്രവർത്തിക്കുകയാണെന്നായിരുന്നു അമീറി വെളിപ്പെടുത്തിയത്.

അമേരിക്കയിൽ ഒരു വർഷം കഴിഞ്ഞപ്പോൾ അമീറിയുടെ മനസ്സിന് മാറ്റമുണ്ടായി. ഇറാനിലേക്ക് മടങ്ങിപ്പോകാൻ അദ്ദേഹം തീരുമാനിച്ചു. പുതിയ ജീവിതത്തിന്റെ സമ്മർദ്ദങ്ങളുമായി പൊരുത്തപ്പെടാൻ അമീറിക്ക് കഴിഞ്ഞില്ല. ഇന്റർനെറ്റിൽ പോസ്റ്റ് ചെയ്ത വീഡിയോയിൽ തന്നെ സി ഐ എ തട്ടിക്കൊണ്ടുപോന്നതാണെന്ന് അമീറി ആരോപിച്ചു. മണിക്കൂറുകൾക്കകം ആദ്യ വീഡിയോയുമായി തനിക്ക് പങ്കില്ലെന്ന് കാണിച്ച് രണ്ടാമതൊരു വീഡിയോ അമീറിയുടേതായി പ്രത്യക്ഷപ്പെട്ടു. പുറകേ എത്തിയ മൂന്നാമത്തെ വീഡിയോയിൽ ആദ്യ വീഡിയോയെ ശരിവച്ചു. യു.എസിൽ ഇറാനിയൻ കാര്യങ്ങൾ നോക്കിയിരുന്ന പാക്കിസ്ഥാൻ എംബസിയുമായി അമീറി ബന്ധപ്പെടുകയും തന്നെ ഇറാനിലേക്ക് അയക്കാൻ വേണ്ടത് ചെയ്യണമെന്ന് ആവശ്യപ്പെടുകയും ചെയ്തു. പാക്കിസ്ഥാൻ എംബസ്സിയുടെ സഹായത്തോടെ അമീറി തെഹ്റാനിൽ തിരിച്ചെത്തി. പത്രസമ്മേളനത്തിൽ വച്ച് അമീറി തന്നെ സി ഐ എ തട്ടിക്കൊണ്ടു പോയി പീഡിപ്പിക്കുകയായിരുന്നുവെന്ന് ആരോപിച്ചു. അതിനുശേഷം അമീറി പൊതുവേദികളിൽ കാണപ്പെട്ടില്ല. സി ഐ എയുടെ പരാജയമായി ഈ സംഭവത്തെ പലരും ഉയർത്തിക്കാട്ടിയപ്പോൾ അവരുടെ വക്താവിന്റെ പ്രതികരണം ഇപ്രകാരമായിരുന്നു: 'ഞങ്ങൾക്ക് വിലപ്പെട്ട വിവരങ്ങൾ ലഭിച്ചു; ഇറാന് അമീറിയെ തിരികെ ലഭിക്കുകയും ചെയ്തു. ആർക്കാണ് കൂടുതൽ മെച്ചമുണ്ടായത്!'

മൊസാദിനെതിരെ ഇറാനും നിഷ്ക്രിയരായിരുന്നില്ല. 2004 ഡിസംബറിൽ ഇസ്രായേലിനും അമേരിക്കയ്ക്കും വേണ്ടി ചാരപ്രവർത്തനം നടത്തുകയാണെന്ന് ആരോപിച്ച് പത്തുപേരെ ഇറാൻ അറസ്റ്റ് ചെയ്തു. അവരിൽ മൂന്നുപേർ ആണവകേന്ദ്രങ്ങളിൽ ജോലിചെയ്യുന്നവരായിരുന്നു. 2008-ൽ മറ്റൊരു മൊസാദ് സെൽ കണ്ടെത്തി തകർത്തതായി ഇറാൻ അറിയിച്ചു. മൊസാദിന്റെ പരിശീലനം ലഭിച്ച മൂന്ന് ഇറാൻ പൗരന്മാരായിരുന്നു അവർ. അതേവർഷം നവംബറിൽ നാൽപ്പത്തിമൂന്ന് വയസ്സുകാരനായ അലി അഷ്താരിയെ ഇസ്രായേൽ ചാരനെന്ന് ആരോപിച്ച് തൂക്കിക്കൊന്നു. അയാളുടെ വിചാരണവേളയിലെ മൊഴികളിൽ ഇപ്രകാരം

അറിയിച്ചു: 'കമ്പ്യൂട്ടറുകളും ഇലക്ട്രോണിക് ഉപകരണങ്ങളും ഇറാന്റെ ഇന്റലിജൻസ് വകുപ്പിന് വിൽക്കാനും അവയിലെ കമ്യൂണിക്കേഷൻ ഉപകരണങ്ങളിൽ സൂക്ഷ്മശ്രവണോപകരണങ്ങൾ പിടിപ്പിക്കാനും മൊസാദ് എന്നോട് ആവശ്യപ്പെട്ടു.'

2010 ഡിസംബർ ഇരുപത്തിയെട്ടിന് തെഹ്റാനിലെ എവിൻ ജയിലിലെ അരണ്ട മുറ്റത്ത് ചാരപ്രവർത്തനം ആരോപിച്ച് അലി അക്ബർ സിയാദത് എന്ന ഇറാനിയൻ പൗരനെ തൂക്കിലേറ്റി. ഇറാന്റെ സൈനികശേഷി, ആണവപദ്ധതി, റവലൂഷനറി ഗാർഡിന്റെ മിസ്സൈൽ സംവിധാനങ്ങൾ തുടങ്ങിയവയെ സംബന്ധിച്ച വിവരങ്ങൾ മൊസാദിന് കൈമാറി എന്നതായിരുന്നു ആരോപിച്ച കുറ്റങ്ങൾ. തുർക്കി, തായ്‌ലാൻഡ്, നെതർലാൻഡ്സ് എന്നിവിടങ്ങളിൽ വച്ച് സിയാദത് കഴിഞ്ഞ ആറുവർഷങ്ങളായി മൊസാദിന്റെ ഏജന്റുമാരുമായി കൂടിക്കാഴ്ചകൾ നടത്തിയിരുന്നു. മൂവായിരം മുതൽ ഏഴായിരം വരെ ഡോളറുകൾ ഓരോ മീറ്റിംഗിനും പ്രതിഫലമായി അയാൾക്ക് ലഭിച്ചിരുന്നു. കൂടുതൽ അറസ്റ്റുകളും തൂക്കിക്കൊലകളും ഉണ്ടാകുമെന്നും ആ സമയത്ത് ഇറാൻ വൃത്തങ്ങൾ അറിയിച്ചു.

പക്ഷേ ആണവമേഖലയിൽ ഇറാന് ഏറ്റവും വലിയ തിരിച്ചടി നേരിട്ടത് 2010-ൽ ആയിരുന്നു. ഉയർന്ന ഗുണനിലവാരമുള്ള സ്പെയർ പാർട്ടുകൾ ലഭിക്കാതിരുന്നതായിരുന്നോ അതിന് കാരണം? അതോ ഒറിജിനൽ പാർട്ടുകൾ കിട്ടാതിരുന്നതിനാൽ ഇറാൻ വ്യാജ കമ്പനികളെ ആശ്രയിച്ചതും അവർ ന്യൂനതകളുള്ള ലോഹവും സ്പെയർ പാർട്ടുകളും നൽകിയതിനാലോ? വിമാനാപകടങ്ങൾ സംഭവിച്ചു, ഗവേഷണശാലകളിൽ തീപിടുത്തം ഉണ്ടായി, ആണവ-മിസ്സൈൽ കേന്ദ്രങ്ങളിൽ വൻ പൊട്ടിത്തെറികൾ അരങ്ങേറി, സീനിയർ ഉദ്യോഗസ്ഥന്മാർ കൂറുമാറി, ഉന്നത ശാസ്ത്രജ്ഞന്മാർ പലരും മരിച്ചു, രാജ്യത്തെ ന്യൂനപക്ഷ വിഭാഗങ്ങൾ മറുതലിച്ചു – ഇതിനെല്ലാം കാരണമായി തെറ്റായോ ശരിയായോ ഇറാൻ കണ്ടെത്തിയത് മെയർ ദാഗനെയും അനുയായികളെയുമായിരുന്നു.

അതോ, യൂറോപ്യൻ മാധ്യമങ്ങൾ ചൂണ്ടിക്കാണിച്ച 'ദാഗന്റെ മഹാ അട്ടിമറി' കാരണമായോ? 2010 വേനൽക്കാലത്ത് ഇറാന്റെ ആണവ മേഖലയിൽ പ്രവർത്തിച്ചിരുന്ന ആയിരക്കണക്കിന് കമ്പ്യൂട്ടറുകളിൽ മാരകമായ സ്റ്റക്സ്നെറ്റ് വൈറസ് പടർന്നുപിടിച്ചു. ലോകത്ത് അന്നുവരെ വ്യാപിച്ച വൈറസുകളിൽ ഏറ്റവും നവീനവും സങ്കീർണ്ണവുമായിരുന്നു അത്. നതാൻസ് ആണവകേന്ദ്രത്തിലെ സംവിധാനങ്ങളെ അത് താറുമാറാക്കി. വലിയൊരുകൂട്ടം വിദഗ്ധരുടെ കൂട്ടായ പ്രവർത്തനമികവും വലിയ മുതൽമുടക്കും അതിന്റെ പിന്നിലുണ്ടെന്ന് വൈറസിന്റെ സങ്കീർണ്ണഘടന വെളിപ്പെടുത്തി. കമ്പ്യൂട്ടർ ശൃംഖലയിൽ അതിന്റെ സാന്നിദ്ധ്യം തിരിച്ചറിയുക അസാദ്ധ്യമായിരുന്നു. ലക്ഷ്യമിട്ടിരിക്കുന്ന പ്രോഗ്രാമിനെയൊഴികെ മറ്റൊന്നിനെയും ബാധിക്കാത്ത വിധത്തിലായിരുന്നു അതിന്റെ നിർമ്മിതി. സെൻട്രിഫ്യൂഗൽ സംവിധാനങ്ങളുടെ വേഗതയെയാണ്

വൈറസ് പിടികൂടിയത്. ആരും തിരിച്ചറിയാതെ സെൻട്രിഫ്യൂഗൽ പ്രവർത്തനത്തെ ഫലശൂന്യമാക്കാൻ വൈറസിനായി. കമ്പ്യൂട്ടർ മേഖലയിലെ നിരീക്ഷകരുടെ അഭിപ്രായത്തിൽ ലോകത്തിൽ രണ്ട് രാജ്യങ്ങൾക്കേ ആ വിധമൊരു വൈറസിനെ നിർമ്മിക്കാനുള്ള വൈജ്ഞാനിക മികവ് ഉണ്ടായിരുന്നുള്ളൂ – യു.എസിനും ഇസ്രായേലിനും.

വൈറസ് വ്യാപനം നിയന്ത്രണത്തിലാക്കിയെന്ന് പറഞ്ഞ് സ്റ്റക്സ്നെറ്റ് വൈറസിന്റെ ആക്രമണത്തെ മാധ്യമങ്ങൾക്ക് മുന്നിൽ കുറച്ചുകാണിക്കാൻ ഇറാൻ പ്രസിഡന്റ് അഹമദ് നെജാദ് ശ്രമിച്ചുവെങ്കിലും യാഥാർത്ഥ്യം അതായിരുന്നില്ല. 2011-ന്റെ ആദ്യപാദം വരെ ഇറാന്റെ ആണവ പ്രവർത്തനങ്ങൾ തകിടം മറിഞ്ഞുവെന്നതാണ് വാസ്തവം.

പലഭാഗങ്ങളിൽനിന്നായി പല ആക്രമണങ്ങൾ നിരന്തരമായി തുറന്നുകൊണ്ട് ദാഗന്റെ ആളുകൾ ഇറാന്റെ ആണവപദ്ധതികളെ പലവർഷങ്ങൾ പുറകോട്ടടിച്ചു. നയതന്ത്ര സമ്മർദ്ദങ്ങൾ, യുഎൻ സെക്യൂരിറ്റി കൗൺസിലിന്റെ ഉപരോധങ്ങൾ, പിഴവുള്ള സ്പെയർ പാർട്ടുകളുടെ തള്ളിക്കയറ്റം, അസംസ്കൃതവസ്തുക്കളുടെ ദുർലഭ്യത, സാമ്പത്തിക ഉപരോധങ്ങൾ, ഇറാനുള്ളിൽ വർദ്ധിച്ചുവന്ന വിമതപ്രവർത്തനങ്ങൾ, ന്യൂനപക്ഷ വംശജരായ കുർദ്ദുകൾ, അസീറികൾ, ബെലോഷികൾ, അറബികൾ, തുർക്കികൾ തുടങ്ങിയ വംശീയന്യൂനപക്ഷങ്ങൾ ഭരണകൂടത്തിനെതിരെ തിരിഞ്ഞത് എന്നിവയോടൊപ്പം ചാരസംഘങ്ങൾ നടത്തിയ ആഭ്യന്തര അട്ടിമറികളും കലർന്നപ്പോൾ ഇതിന്റെയെല്ലാം പ്രതിഫലനം ആണവ പദ്ധതികളുടെ പുരോഗതിയെയും ദുർബലപ്പെടുത്തി.

ഇതൊക്കെയായിട്ടും ആണവപദ്ധതിയ്ക്ക് തടയിടാൻ ത്രിരാഷ്ട്രസഖ്യത്തിനായില്ല. 'ആത്യന്തിക ജെയിംസ് ബോണ്ടാണ് ദാഗൻ' എന്നാണ് ഇസ്രായേൽ തന്നെ ദാഗനെ വിശേഷിപ്പിച്ചത്. പക്ഷേ ജയിംസ് ബോണ്ടുകളുടെ തമ്പുരാനുപോലും ഈ കാര്യത്തിൽ ലോകത്തെ രക്ഷിക്കാനായില്ല. ആപത്ത് വന്നെത്തുന്നതിന്റെ വേഗത്തെ കുറയ്ക്കാൻ മാത്രമേ ദാഗന് കഴിഞ്ഞുള്ളൂ. പേർഷ്യൻ സാമ്രാജ്യം നിന്നിടത്ത് അപ്രതിരോദ്ധ്യമായ ഒരു ന്യൂക്ലിയർ ബോംബിനെ ഇറാൻ പ്രതിഷ്ഠിക്കുന്നത് തടയാൻ ഇറാനിയൻ ഗവൺമെന്റിന്റെ തീരുമാനത്തിനോ അതല്ലെങ്കിൽ പ്രബലമായ ഒരു വിദേശാക്രമണത്തിനോ മാത്രമേ കഴിയുമായിരുന്നുള്ളൂ.

എങ്കിലും ദാഗൻ 'രംസദ്' ആയി (റോഷ് ഹമോസാദ് – മൊസാദിന്റെ തലവൻ) നിയമിതനായപ്പോൾ വിശകലന വിദഗ്ദ്ധർ പ്രവചിച്ചിരുന്നത് 2005-ൽ ഇറാൻ ആണവശക്തിയാകുമെന്നാണ്. അത് 2007, 2009, 2011 എന്നിങ്ങനെ നീണ്ടുപോയി. 2011 ജനവരി ആറിന് മെയർ ദാഗൻ സ്ഥാനം ഒഴിയുമ്പോൾ രാജ്യത്തോടുള്ള സന്ദേശത്തിൽ പറഞ്ഞത്: ഏറ്റവും കുറഞ്ഞത് 2015 വരെ അതിനുള്ള സാദ്ധ്യതയ്ക്ക് താൻ തടയിട്ടിട്ടുണ്ടെന്നാണ്. അതിനാൽ കഴിഞ്ഞ എട്ട് വർഷങ്ങളായി താൻ ചെയ്തുപോരുന്നത് തുടരണം എന്നായിരുന്നു ദാഗൻ നിർദ്ദേശിച്ചത്. അത് ഇറാനെ

ഫലപ്രദമായി നിയന്ത്രിച്ചുനിർത്തുവാനും നേരിട്ടുള്ള യുദ്ധത്തെ ഇതുവരെ ഒഴിവാക്കിനിർത്താനും പര്യാപ്തമായെന്നതും ദാഗൻ ചൂണ്ടിക്കാണിച്ചു. കഠാരയുടെ മൂർച്ച നമ്മുടെ മാംസത്തെ മുറിപ്പെടുത്തുമെന്ന് തോന്നുന്നതുവരെ യുദ്ധത്തിലേക്ക് ഇറങ്ങേണ്ടെന്നും അത് ഇനിയും നാലുവർഷക്കാലമെങ്കിലും അകലെയാണെന്നും ദാഗൻ വ്യക്തമാക്കി.

എട്ടര വർഷക്കാലം രംസദ് പദവിയിൽ ദാഗൻ മൊസാദിനെ നയിച്ചു; അതുവരെയുള്ള ഏത് തലവനെക്കാളും അധികമായിരുന്നു ആ കാലയളവ്. ദാഗന് പകരമായെത്തിയത് മൊസാദ് ഓഫീസർ എന്നനിലയിൽ പരിചയസമ്പന്നനായ താമിർ പാർദോ ആയിരുന്നു. ഉഗാണ്ടയിലെ എന്റബി ആക്രമണത്തിന്റെ നായകനായിരുന്ന യോനാഥൻ നെതന്യാഹുവിന്റെ അടുത്ത സഹായിയെന്ന നിലയിൽ അനേക വർഷങ്ങൾ പരിചയം നേടിയയാൾ. പുതിയ സാങ്കേതികവിദ്യകളിൽ പ്രവീണൻ. അസാധാരണമാം വിധം പുതുമകളോടെ രഹസ്യപദ്ധതികൾ ആസൂത്രണം ചെയ്യുന്ന വിദഗ്ധൻ.

പാർദോയ്ക്ക് ചുമതലകൾ കൈമാറുന്ന വേളയിൽ അന്യദേശങ്ങളിൽ പ്രവർത്തിക്കുന്ന മൊസാദ് ഏജന്റുമാരുടെ ഏകാന്തജീവിതത്തെയും അതിലെ ക്ലേശങ്ങളെക്കുറിച്ചും ദാഗൻ ഒത്തിരി സംസാരിച്ചു. ആപത്തനർത്ഥങ്ങളിൽ സഹായത്തിനാരുമില്ലാതെ, രക്ഷിക്കാൻ ആരെങ്കിലും വരുമെന്ന പ്രതീക്ഷപോലും ഇല്ലാതെ പ്രവർത്തിക്കുന്ന ഏജന്റുമാർ. ദാഗന്റെ മനസിൽ അവരുടെ വ്യഥകൾ എപ്പോഴും ഉണ്ടായിരുന്നു. തനിക്ക് സംഭവിച്ച പിഴവുകളെയും ദാഗൻ മറച്ചുവച്ചില്ല. അഞ്ചുവർഷങ്ങൾക്ക് മുൻപ് ഇറാൻ തട്ടിക്കൊണ്ടുപോയ ഇസ്രായേലി സൈനികൻ ഗിലാദ് ഷാലിതിനെ ഒളിപ്പിച്ചിരിക്കുന്ന സ്ഥലം കണ്ടെത്താൻ കഴിയാഞ്ഞതായിരുന്നു അതിൽ ഏറ്റവും പ്രധാനപ്പെട്ടത്. (പിന്നീട് നൂറുകണക്കിന് പാലസ്തീൻ ഒളിപ്പോരാളികളെ വിട്ടുകൊടുത്തുകൊണ്ട് ഷാലിതിനെ മോചിപ്പിക്കുകയായിരുന്നു.) ഈ പരാജയങ്ങളെല്ലാം നിലനിൽക്കെത്തന്നെ ദാഗന്റെ നേട്ടങ്ങൾ മൊസാദിന്റെ ഏറ്റവും വിജയിച്ച തലവനായി അദ്ദേഹത്തെ മാറ്റിയിരുന്നു. യഹൂദജനതയുടെ പേരിൽ ഞാൻ താങ്കൾക്ക് നന്ദി പറയുന്നുവെന്ന് പറഞ്ഞുകൊണ്ടാണ് പ്രധാനമന്ത്രി ബെഞ്ചമിൻ നെതന്യാഹു ദാഗനെ ആലിംഗനം ചെയ്തത്. അന്നാദ്യമായി, തികച്ചും അപ്രതീക്ഷിതമായി ഇസ്രായേലിന്റെ കാബിനറ്റ് മന്ത്രിമാരെല്ലാവരും എഴുന്നേറ്റുനിന്ന് വലിയ കരഘോഷത്തോടെ അറുപത്തിയഞ്ചുകാരനായ ആ രംസദിന് ആദരവോടെ വിടനൽകി. തികച്ചും വ്യക്തിപരമായ ഒരു കത്തെഴുതിക്കൊണ്ടാണ് യു.എസ് പ്രസിഡന്റ് ജോർജ് ബുഷ് ദാഗനെ ബഹുമാനിച്ചത്.

എങ്കിലും ഒരു വർഷം മുൻപ് ദാഗനുള്ള ഏറ്റവും വലിയ ആദരവ് പുറത്തുവന്നിരുന്നു. ഇസ്രായേലിന്റെയും മൊസാദിന്റെയും കടുത്ത വിമർശകരായ ഈജിപ്ഷ്യൻ ദിനപത്രം അൽ അഹ്റാമിൽ നിന്നുമായിരുന്നു

ആ അപ്രതീക്ഷിത പ്രശംസ. 2010 ജനവരി 16-ലെ പത്രത്തിൽ പ്രസിദ്ധ എഴുത്തുകാരനായ അഷറഫ് അബു അൽ ഹൗളിന്റെ ഒരു ലേഖനം പ്രസിദ്ധീകരിച്ചുകൊണ്ടായിരുന്നു ആ പ്രശംസ. അൽ ഹൗൾ എഴുതി, 'ദാഗൻ ഇല്ലായിരുന്നെങ്കിൽ ഇറാന്റെ ആണവപദ്ധതി വർഷങ്ങൾക്ക് മുൻപേ പൂർത്തിയാകുമായിരുന്നു.... ആണവശാസ്ത്രജ്ഞൻ മസൂദ് അലി മൊഹമ്മദിയുടെ മരണത്തിനുപിന്നിൽ ആരാണെന്ന് ഇറാന് അറിയാമായിരുന്നു. ദാഗൻ എന്നതാണ് താക്കോൽ വാക്കെന്ന് ഇറാനിലെ ഓരോ സീനിയർ നേതാക്കൾക്കുമറിയാമായിരുന്നു. വളരെ കുറച്ചുപേർക്ക് മാത്രമേ മൊസാദിന്റെ തലവൻ പരിചിതനായിരുന്നുള്ളൂ. മാധ്യമ ശ്രദ്ധയിൽനിന്നും ഏറെ അകന്ന് നിശ്ശബ്ദനായി അയാൾ തന്റെ ജോലി ചെയ്തു. പക്ഷേ കഴിഞ്ഞ ഏഴുവർഷങ്ങളിൽ ഇറാന്റെ ആണവപദ്ധതികളുടെ മേൽ വേദനാകരമായ ആഘാതങ്ങൾ ഏൽപ്പിക്കാനും അതിന്റെ പുരോഗതിയെ തടസ്സപ്പെടുത്താനും അയാൾക്ക് കഴിഞ്ഞിരിക്കുന്നു.'

'മിഡിൽ ഈസ്റ്റിൽ അരങ്ങേറിയ അപകടകരങ്ങളായിരുന്ന അനേകം ആക്രമണങ്ങൾക്ക് പിന്നിൽ മൊസാദായിരുന്നു.' അൽ ഹൗൾ കൂട്ടിച്ചേർത്തു. തുടർന്ന് സിറിയ, ഹെസ്ബൊള്ള, ഹമാസ്, ഇസ്ലാമിക് ജിഹാദ് തുടങ്ങിയവയ്ക്ക് എതിരെ ദാഗൻ സംഘടിപ്പിച്ച നിരവധി ആക്രമണങ്ങളെ ഒന്നൊന്നായി അദ്ദേഹം വിശദമാക്കുന്നു. 'ഇതെല്ലാം ചേർന്ന് ദാഗനെ ഇസ്രായേൽ രാഷ്ട്രത്തിന്റെ അതിമാനുഷൻ ആക്കി മാറ്റി' എന്നാണ് അൽ ഹൗൾ അവസാനിപ്പിക്കുന്നത്.

1948 മെയ് മാസത്തിൽ ഇസ്രായേലിന്റെ രഹസ്യാന്വേഷണ വിഭാഗം പിറക്കുമ്പോൾ ആ പുൽക്കൂട്ടിൽ അതിമാനുഷന്മാർ ആരും ഉണ്ടായിരുന്നില്ല. പാലസ്തീനിൽ ഇസ്രായേൽ രാഷ്ട്രം സ്ഥാപിക്കുന്നതിനായി ദീർഘകാലം അവിരാമമായി ഒളിഞ്ഞും തെളിഞ്ഞും സായുധപ്പോരാട്ടം നടത്തിയവർക്കിടയിൽ നിന്നും തിരഞ്ഞെടുത്ത കുറച്ച് പരിചയസമ്പന്നർ മാത്രമേ അവിടെ ഉണ്ടായിരുന്നുള്ളൂ. അവരുടെ ആദ്യ വർഷങ്ങളിൽ, ഈ ഒതുങ്ങിയ സമർപ്പിതരായ രഹസ്യപ്പോരാളികളെ, സൈനികവിഭാഗത്തിന്റെ ഈ പുതുമുളയെ 'ബീറി സംഗതികൾ' എന്ന് വിശേഷിപ്പിക്കപ്പെട്ട അക്രമവും ആഭ്യന്തരകലാപങ്ങളും കൊലപാതകങ്ങളും പിടിച്ച് കുലുക്കുകതന്നെ ചെയ്തു.

അദ്ധ്യായം 3

ബാഗ്ദാദിൽ ഒരു തൂക്കിക്കൊല

'വലിയ ഐസർ' എന്നും അറിയപ്പെട്ടിരുന്ന ഐസർ ബീറി ലേശം നര കയറി നീണ്ട് മെലിഞ്ഞ ഒരാളായിരുന്നു. രോമങ്ങൾ നിറഞ്ഞ പുരികങ്ങൾ കുഴിഞ്ഞ കണ്ണുകളെ മറച്ചുപിടിച്ചു. നിന്ദാനിർഭരമായ ഒരു ചിരി അയാളുടെ മെലിഞ്ഞ ചുണ്ടുകളെ മിക്കപ്പോഴും ചുറ്റിപ്പറ്റിനിന്നു. പോളണ്ടിൽ ജനിച്ച ബീറിയുടെ സന്യാസസമാനമായ വിരക്തി പ്രസിദ്ധമായിരുന്നു. ചോദ്യം ചെയ്യപ്പെടാനാവാത്ത ആർജ്ജവവും വിനീതഭാവവുമുള്ള ഒരാൾ. പക്ഷേ എതിരാളികൾ അയാളിൽ അപകടകാരിയായ ഒരു ആത്മാനുരാഗിയെയാണ് കണ്ടത്. പാലസ്തീൻ യഹൂദസംഘടനയായ ഹഗാനായിൽ ആദ്യം മുതൽ അംഗമായിരുന്ന 'വലിയ ഐസർ' ഹൈഫായിലെ ചെറിയൊരു സ്വകാര്യ നിർമ്മാണക്കമ്പനിയുടെ ഡയറക്ടറായിരുന്നു. നിശ്ശബ്ദനായ ഒരു അന്തർമുഖൻ. ബാത് ഗലിം എന്ന തീരഗ്രാമത്തിൽ കാറ്റടിയേൽക്കുന്ന ചെറിയൊരു വീട്ടിൽ ഭാര്യയോടും മകനോടുമൊപ്പം കഴിയുകയായിരുന്നു.

ഇസ്രായേൽ രാഷ്ട്രം നിലവിൽ വരുന്നതിനുമുൻപ് ഹഗാനയുടെ കമാൻഡർമാർ അവരുടെ രഹസ്യാന്വേഷണ വിഭാഗമായ ഷായിയുടെ തലപ്പത്ത് ബീറിയെ നിയമിച്ചു. 1948 മേയ് പതിന്നാലിന് ഇസ്രായേൽ സ്വാതന്ത്ര്യ പ്രഖ്യാപനം നടത്തിയയുടനെ എല്ലാവശത്തുനിന്നും അയൽ രാജ്യങ്ങൾ ഇസ്രായേലിനെ ആക്രമിക്കുകയായിരുന്നു. അപ്പോൾ രൂപംകൊണ്ട

സൈനിക രഹസ്യാന്വേഷണവിഭാഗത്തിന്റെ തലവനായി ബീറി മാറി. ഇടതുപക്ഷ തൊഴിലാളിപ്രസ്ഥാനത്തിൽ സജീവമായിരുന്ന ബീറിക്ക് മികച്ച രാഷ്ട്രീയബന്ധങ്ങളുണ്ടായിരുന്നു. ഇസ്രായേലിന്റെ സംരക്ഷണത്തിനായുള്ള ബീറിയുടെ സമർപ്പണബോധത്തെ അദ്ദേഹത്തിന്റെ സ്നേഹിതരും സഹപ്രവർത്തകരും പുകഴ്ത്തി. സ്വാതന്ത്ര്യത്തിനായുള്ള യുദ്ധം 1949 ഏപ്രിൽ വരെ നീണ്ടുനിന്നു.

ബീറി രഹസ്യാന്വേഷണവിഭാഗത്തിന്റെ തലപ്പത്ത് എത്തിയത് മുതൽ പരസ്പരബന്ധമില്ലാത്തതെങ്കിലും ആശ്ചര്യകരമായ സംഗതികൾ സംഭവിക്കാൻ ആരംഭിച്ചു.

കർമ്മല മലയിൽ ചുറ്റിയടിക്കാൻ പോയവർ ബീഭത്സമായ ഒരു കാര്യം കണ്ടെത്തി. അകത്തേക്ക് കയറിയ ഒരു മലയിടുക്കിൽ വെടിയുണ്ടകൾ തുളഞ്ഞ് അരിപ്പയാക്കിയ പാതി കത്തിക്കരിഞ്ഞ ഒരു ശരീരം. ഇസ്രായേൽ അധികാരികൾക്ക് വിവരങ്ങൾ ശേഖരിച്ച് നൽകിയിരുന്ന അറബ് വംശജനായ അലി കാസിമിന്റേതായിരുന്നു ആ ശരീരം. വെടിവച്ച് കൊന്നശേഷം കത്തിക്കുകയായിരുന്നു.

ആഴ്ചകൾക്ക് ശേഷം പ്രധാനമന്ത്രി ബെൻ ഗുരിയോണുമായുള്ള ഒരു മീറ്റിംഗിൽ വച്ച് ബെൻ ഗുരിയോണിന്റെ കക്ഷിയുടെ സ്വാധീനശക്തിയുള്ള ഒരു പ്രധാന നേതാവ് അബ്ബാ ഹുഷി രാജ്യദ്രോഹിയായ ബ്രിട്ടീഷ് ചാരനാണെന്ന് ബീറി ആരോപിച്ചു. ബെൻ ഗുരിയോൺ ഞെട്ടിപ്പോയി. ഇസ്രായേൽ രാഷ്ട്രം നിലവിൽ വരുന്നതിനുമുൻപ് ബ്രിട്ടനായിരുന്നു പാലസ്തീനിലെ ഭരണാധികാരികൾ. യഹൂദ സമൂഹത്തിനെതിരെയുള്ള നിയന്ത്രണങ്ങൾക്കെതിരെ ഹഗാന ഒളിയുദ്ധം നടത്തിയിരുന്നു. അക്കാലങ്ങളിൽ യഹൂദ സംഘടനകളുടെ നേതൃത്വത്തിൽ ചാരന്മാരെ തിരുകിക്കയറ്റാൻ ബ്രിട്ടൻ സദാ ശ്രമിച്ചുപോന്നിരുന്നു. എങ്കിലും അബ്ബാ ഹുഷിയെപ്പോലുള്ള ഒരാൾ, യഹൂദ സമൂഹത്തിന്റെ നെടുംതൂണും ഹൈഫായിലെ തൊഴിലാളികളുടെ പ്രിയനേതാവുമായ അബ്ബാ ഹുഷി രാജ്യദ്രോഹിയോ! അത് അസാദ്ധ്യമാണെന്നുതന്നെ എല്ലാവർക്കും തോന്നി. ബീറിയുടെ ആരോപണത്തെ ഇസ്രായേലിന്റെ നേതാക്കൾ അവജ്ഞയോടെ തള്ളിക്കളഞ്ഞു. അപ്പോഴാണ് ബ്രിട്ടീഷ് രഹസ്യാന്വേഷണ വിഭാഗം ഹൈഫാ തപാലാഫീസിൽ നിന്നും 1948 മെയ് മാസത്തിൽ അയച്ച രഹസ്യസ്വഭാവമുള്ള രണ്ട് ടെലിഗ്രാമുകൾ കണ്ടെത്തി ബീറി ഹാജരാക്കിയത്. അബ്ബാ ഹുഷിയുടെ രാജ്യദ്രോഹപ്രവർത്തനങ്ങൾ തെളിയിക്കുന്ന രേഖകളായി ബെൻ ഗുറിയോണിന്റെ മേശപ്പുറത്ത് ബീറി അവയെ എത്തിച്ചു.

തത്സമയം ഹുഷിയുടെ മിത്രമായ ജൂൾസ് ആംസ്റ്ററെ അറസ്റ്റ് ചെയ്യാനും ബീറി നിർദ്ദേശം നൽകി. ഹൈഫായ്ക്ക് വെളിയിലെ അറ്റ്ലിറ്റിലെ ഉപ്പളത്തിൽ എത്തിച്ച ആംസ്റ്ററെ എഴുപത്തിയാറ് ദിവസങ്ങൾ ക്രൂരമായി മർദ്ദിച്ച് തല്ലിച്ചതച്ച് അവശനാക്കി. ഹുഷി വെറുക്കപ്പെടേണ്ട രാജ്യദ്രോഹിയാണെന്ന്

സമ്മതിക്കാനാണ് ആംസ്റ്ററെ പീഡിപ്പിച്ചത്. ആംസ്റ്റർ വിസമ്മതിച്ചു. ആന്തരികമായും ബാഹ്യമായും തകർന്ന ഒരു മനുഷ്യനായിമാറിയ ആംസ്റ്റർ ഒടുവിൽ വിട്ടയക്കപ്പെട്ടു. അയാളുടെ പല്ലുകൾ നഷ്ടപ്പെട്ടിരുന്നു, കാലുകളിൽ മുറിവും ചതവും നിറഞ്ഞിരുന്നു. അതിനുശേഷം കുറേവർഷങ്ങൾ ഭയം വേട്ടയാടിയ ഒരാളായി ആംസ്റ്റർ ജീവിച്ചു.

1948 ജൂൺ മുപ്പതിന് ടെൽ അവീവ് മാർക്കറ്റിൽ ഷോപ്പിംഗ് നടത്തിക്കൊണ്ടിരിക്കെ ഇസ്രായേലി കരസൈന്യത്തിൽ കാപ്റ്റനായ മെയർ ടുബിയാൻസ്കിയെ അറസ്റ്റ് ചെയ്ത് ബെത് ഗിസ് എന്ന ഗ്രാമത്തിലേക്ക് കൊണ്ടുവന്നു. ജറുസലേമിൽ വച്ച് ഒരു ബ്രിട്ടീഷ് പൗരന് ടുബിയാൻസ്കി തന്ത്രപ്രധാനമായ രഹസ്യവിവരങ്ങൾ കൈമാറിയെന്ന് മിലിറ്ററി ഇന്റലിജൻസ് സംശയിച്ചു. ബ്രിട്ടീഷുകാരൻ അവ ജോർദാൻ സേനയ്ക്ക് കൈമാറുകയും പ്രസ്തുത വിവരങ്ങളുടെ അടിസ്ഥാനത്തിൽ ജോർദാനിയൻ പീരങ്കിപ്പട്ടാളം ജറുസലേമിലെ തന്ത്രപ്രധാന ഇടങ്ങളിലേക്ക് ഷെൽ വർഷം നടത്തുകയും ചെയ്തു. ഒരു മണിക്കൂർ പോലും ദീർഘിക്കാത്ത ഒരു വിചാരണയുടെ ഒടുവിൽ ടുബിയാൻസ്കിയെ കുറ്റക്കാരനായി കണ്ടെത്തുകയും അയാൾക്ക് വധശിക്ഷ വിധിക്കുകയും ചെയ്തു. പെട്ടെന്ന് തട്ടിക്കൂട്ടിയ ഒരു വെടിവയ്പ്പ് സംഘം ഞെട്ടിത്തരിച്ചുനിന്ന ഇസ്രായേലി സൈനികരെ സാക്ഷിനിർത്തി ടുബിയാൻസ്കിയെ വധിച്ചു. (അഡോൾഫ് ഹിറ്റ്ലറുടെ സഹായി അഡോൾഫ് ഐക്ക്മാൻ ഒഴിച്ചാൽ ടുബിയാൻസ്കി മാത്രമായിരുന്നു ഇസ്രായേലിൽ ശിക്ഷയായി വധിക്കപ്പെട്ട ഒരേ ഒരാൾ).

സംഭവങ്ങളെക്കുറിച്ചുള്ള അന്വേഷണങ്ങൾ ഈ പാതകങ്ങളുടെ കാരണക്കാരനായ ഐസറിൽ എത്തിച്ചേർന്നു. അലി കാസിം ഒരു ഡബിൾ ഏജന്റാണെന്ന ബീറിയുടെ സംശയമാണ് അയാളുടെ നിഷ്ഠൂരമായ വധത്തിൽ കലാശിച്ചത്.

അബ്ബാ ഹൂഷിയെ മനപ്പൂർവ്വം കുടുക്കുകയായിരുന്നു. ഐസർക്ക് ഏതോ വ്യക്തിപരമായ വൈരാഗ്യം അയാളോടുണ്ടായിരുന്നു. അതാണ് ഹൂഷിക്കെതിരെയുള്ള വ്യാജാരോപണത്തിൽ കലാശിച്ചത്. ഐസർക്കായി വ്യാജ ടെലിഗ്രാമുകൾ ഉണ്ടാക്കിയ തപാൽ വകുപ്പ് ജീവനക്കാരൻ അതിൽ പശ്ചാത്തപിച്ച് മേലുദ്യോഗസ്ഥരോട് സത്യം വെളിപ്പെടുത്താതിരുന്നെങ്കിൽ ഹൂഷിയുടെ ജീവിതവും അവസാനിക്കുമായിരുന്നു. ബീറി നേരിട്ട് ആവശ്യപ്പെട്ടതിനാലാണ് താൻ ഇത് ചെയ്യാൻ നിർബന്ധിതനായതെന്ന് തപാൽ ജീവനക്കാരൻ ഏറ്റുപറഞ്ഞു.

ക്യാപ്റ്റൻ ടുബിയാൻസ്കിയുടെ അറസ്റ്റിനും തിരക്കിട്ടുള്ള വിചാരണയ്ക്കും വധശിക്ഷയ്ക്കും പിന്നിലും ബീറിയായിരുന്നു.

പ്രധാനമന്ത്രി ബെൻ ഗുരിയോൺ ഉടൻ നടപടികൾ സ്വീകരിച്ചു. അദ്യം ഒരു സൈനികക്കോടതിയും തുടർന്ന് ഒരു സിവിൽ കോടതിയും ബീറിയെ വിചാരണ ചെയ്തു. പദവികളിൽ നിന്നെല്ലാം അയാളെ നീക്കം

ചെയ്തു. സൈന്യത്തിൽ നിന്നും യാതൊരുവിധ ആനുകൂല്യങ്ങളും ഇല്ലാതെ പിരിച്ചുവിട്ടു. അലി കാസിമിന്റേയും മെയർ ടുബിയാൻസ്കിയുടെയും കൊലയ്ക്ക് ബീറി ഉത്തരവാദിയാണെന്നും കോടതികൾ കണ്ടെത്തി.

ഇസ്രായേൽ നേതൃത്വം അമ്പരന്ന് ഞെട്ടിത്തരിച്ചുപോയി. കുപ്രസിദ്ധമായ സോവിയറ്റ് റഷ്യയുടെ രഹസ്യപ്പോലീസ് കെ ജി ബിയെ അനുസ്മരിപ്പിക്കുന്നതായിരുന്നു ബീറിയുടെ ശൈലി. അയാളുടെ കുടില വ്യക്തിത്വവും, വ്യാജരേഖകൾ ഉണ്ടാക്കലും, കൊട്ടും പീഡനവും, കൊലപാതകവുമെല്ലാം ഇസ്രായേൽ രാഷ്ട്രം അടിത്തറയായി കരുതിയ ധാർമ്മികവും മാനുഷികവുമായ സകല മൂല്യങ്ങളുടെയും ലംഘനമായിരുന്നു.

ബീറി സംഗതികൾ രഹസ്യാന്വേഷണസേനയുടെ മേൽ ആഴത്തിലുള്ള വടുക്കൾ അവശേഷിപ്പിച്ചു. അതിന്റെ മുന്നോട്ടുള്ള വികാസപരിണാമങ്ങളെ അഗാധമായി ബാധിക്കുകയും ചെയ്തു. യുദ്ധകാലമെന്ന് കരുതി ഇസ്രായേലിന്റെ രാഷ്ട്രീയനേതൃത്വം ബീറിയുടെ ദുഷ്ചെയ്തികളെ ശിക്ഷിക്കാതെ വിട്ടിരുന്നെങ്കിൽ ഇസ്രായേലിന്റെ രഹസ്യാന്വേഷണവിഭാഗത്തിന്റെ സ്വഭാവം മറ്റൊരുരീതിയിലാകുമായിരുന്നു. അത് ഇരുണ്ട പ്രാകൃത ശൈലിയെ സ്വാഭാവികമായി കണ്ട കെ ജി ബിയുടെ മറ്റൊരു പതിപ്പാകുമായിരുന്നു. അതിനുപകരം ബീറിയുടെ സമീപനങ്ങളും പ്രാകൃതശൈലിയും നിരോധിക്കപ്പെട്ടു. സ്വന്തം കരുത്തിനുമേൽത്തന്നെ മൊസാദ് പരിധികൾ നിർണ്ണയിച്ചു. ഭാവി പ്രവർത്തനങ്ങൾ നൈതികവും ധാർമ്മികവും ആയ തത്വങ്ങളെ മാനിച്ചുകൊണ്ടായിരിക്കുമെന്ന് ഉറപ്പുവരുത്തുകയും ചെയ്തു. ഒപ്പം വ്യക്തിയുടെ അവകാശങ്ങൾ ഒരിക്കലും അതിക്രമിക്കപ്പെടുകയില്ലെന്നും ഉറപ്പിച്ചു.

ബീറിയെ നീക്കം ചെയ്തപ്പോൾ പകരം മറ്റൊരാൾ ഇസ്രായേലിന്റെ നിഴൽ ലോകത്തേക്ക് കയറിനിന്നു, ബീറിയുമായി ധ്രുവാന്തരമുള്ള റെവെൻ ഷിലോ.

* * *

നാൽപ്പതുകാരനായ മൃദുഭാഷി. തന്നിലേക്കുതന്നെ ഒതുങ്ങിയ നിഗൂഢവ്യക്തിത്വം. അതായിരുന്നു റെവെൻ ഷിലോ. ഉന്നതമായ സാംസ്കാരികപാരമ്പര്യവും നിശിതമായ വിശകലനബുദ്ധിയും മധ്യപൗരസ്ത്യദേശത്തെക്കുറിച്ചുള്ള ആഴമുള്ള അറിവും അയാൾക്കുണ്ടായിരുന്നു. ഒപ്പം അതിന്റെ ഗോത്രപാരമ്പര്യങ്ങളും തലപ്പത്തുള്ള ഗോത്രമുഖ്യരും അവർക്കിടയിലെ അസ്ഥിരമായ സഖ്യങ്ങളും നിണംവീണ പകകളുമെല്ലാം റെവെൻ ഷിലോയ്ക്ക് കൈപ്പിടിയിൽ ഒതുങ്ങുന്നതുമായിരുന്നു. പ്രധാനമന്ത്രിയുടെ രാഷ്ട്രീയകാര്യ ഉപദേശകനായി ഷിലോ പ്രവർത്തിക്കുന്ന

കാലത്ത് 'ബെൻ ഗുരിയോണിന്റെ ചതുരംഗപ്പലകയിലെ റാണി' എന്നാണ് നന്നായി അറിയുന്നൊരാൾ ഷിലോയെ വിശേഷിപ്പിച്ചത്. മറ്റുചിലർ ഫ്രഞ്ച് ചരിത്രത്തിലെ കൗശലക്കാരനായ തന്ത്രജ്ഞൻ കർദ്ദിനാൾ റിച്ചിലുവിനോടാണ് ഷിലോയെ ഉപമിച്ചത്. ഇനിയുള്ളവരാകട്ടെ, പിടിതരാത്ത കൗശലക്കാരനെന്നും പാവകളിപ്പിക്കുന്നതിന്റെ ആശാനെന്നും പറഞ്ഞു: തിരശ്ശീലയ്ക്ക് പിന്നിൽനിന്ന് ചരടുവലിക്കുന്നതിലെ ഷിലോയുടെ കേമത്തം പുകൾപെറ്റതായിരുന്നു. തന്റെ ജീവിതകാലം മുഴുവൻ രഹസ്യദൗത്യങ്ങളിലും ഒളിപ്പോരാട്ടങ്ങളിലും മുഴുകിയ ഒരാളായിരുന്നു റെവെൻ ഷിലോ.

ഒരു യഹൂദപുരോഹിതന്റെ മകനായിരുന്ന ഷിലോ സൗമ്യനും നാഗരികനുമായിരുന്നു. പഴയ ജറുസലേമായിരുന്നു ഷിലോ പിറന്നയിടം. സദാ പരിഷ്കൃതരീതിയിൽ വസ്ത്രം ധരിച്ച, അധികം വണ്ണമില്ലാത്ത, കഷണ്ടി കയറിത്തുടങ്ങിയ ഷിലോ ഇസ്രായേൽ രാഷ്ട്രം നിലവിൽ വരുന്നതിനു വളരെമുൻപ് ഒരു ലക്ഷ്യവുമായി ബാഗ്ദാദിലേക്ക് പോയി. പത്രപ്രവർത്തകനും അദ്ധ്യാപകനുമായി നടിച്ച് മൂന്നുവർഷങ്ങൾ അവിടെ ജീവിച്ച് ഇറാഖിന്റെ ആഭ്യന്തര രാഷ്ട്രീയത്തെ ഹൃദ്യസ്ഥമാക്കി. രണ്ടാം ലോകമഹായുദ്ധകാലത്ത് ബ്രിട്ടീഷ് അധികാരികളുമായി കൂടിയാലോചിച്ച് നാസി അധീനതയിലുള്ള യൂറോപ്പിൽ നാസിവിരുദ്ധ അട്ടിമറികൾ സംഘടിപ്പിക്കുന്നതിനായി ഒരു യഹൂദ കമാൻഡോ വിഭാഗം രൂപീകരിക്കാനുള്ള അനുവാദം സമ്പാദിച്ചു. അതിൻപ്രകാരം രണ്ട് കമാൻഡോ യൂണിറ്റുകൾ ഷിലോ സംഘടിപ്പിച്ചു. ജർമ്മൻ ആയുധങ്ങളും യൂണിഫോമും ധരിച്ചവരുടേതായിരുന്നു അതിൽ ആദ്യത്തേത്. യൂറോപ്പിൽ ശത്രുനിരകൾക്ക് പിന്നിൽ സാഹസികമായ പല അട്ടിമറികളും ഇവർ നടത്തി. രണ്ടാമത്തേത് ഒരു അറബ് ബറ്റാലിയൻ ആയിരുന്നു. അതിലെ അംഗങ്ങൾ എല്ലാവരും അറബി സംസാരിക്കുന്നവരും അറബികളെപ്പോലെ വസ്ത്രം ധരിക്കുന്നവരും ആയിരുന്നു. അറബ് പ്രദേശങ്ങളുടെ ഉൾപ്രദേശങ്ങളിൽ ദൗത്യങ്ങൾ ഏറ്റെടുക്കാൻ പാകത്തിലുള്ള പരിശീലനം അവർക്ക് നൽകിയിരുന്നു. യഹൂദ സന്നദ്ധഭടന്മാരെ പാലസ്തീനിൽ നിന്നും നാസികളുടെ അധീനതയിലുള്ള യൂറോപ്പിലേക്ക് പാരച്യൂട്ട് ഉപയോഗിച്ചിറക്കി അവിടങ്ങളിലെ യഹൂദരെ നാസികൾക്കെതിരെ ഒളിപ്പോരിനായി സംഘടിപ്പിക്കാനുള്ള അനുവാദവും ഷിലോയ്ക്ക് ലഭിച്ചിരുന്നു. സി ഐ എയുടെ പ്രാഗ് രൂപമായ യുദ്ധകാലത്തെ ഓ എസ് എസുമായി ബന്ധം സ്ഥാപിച്ച ആദ്യയാളും റെവെൻ ഷിലോ ആയിരുന്നു. ഇസ്രായേലിന്റെ സ്വാതന്ത്ര്യപ്രഖ്യാപനത്തിന് തൊട്ടുമുൻപ് അയൽ അറബ് തലസ്ഥാനങ്ങളിലേക്ക് രഹസ്യമായി പ്രച്ഛന്നവേഷത്തിൽ യാത്ര ചെയ്ത് വിലമതിക്കാനാവാത്ത ഒരു സമ്മാനവുമായി തിരിച്ചെത്തി: ഇസ്രായേൽ ആക്രമിക്കാനുള്ള അറബ് സൈന്യങ്ങളുടെ പദ്ധതിയുടെ വിശദാംശങ്ങളായിരുന്നു അത്.

എല്ലാം ഒരു രഹസ്യമറയുടെ ബലത്തിൽ പ്രാവർത്തികമാക്കുന്ന ഷിലോയുടെ രീതി അസംഖ്യം ഇതിഹാസസമാനമായ കഥകൾ അതേ

ക്കുറിച്ച് രൂപപ്പെടാൻ ഇടയാക്കി. ഷിലോ ഒരിക്കൽ ഒരു ടാക്സി കാർ വിളിച്ചു. എങ്ങോട്ടേയ്ക്കാണെന്ന് ഡ്രൈവർ ചോദിച്ചപ്പോൾ 'അത് ഒരു രഹസ്യമാണ്'' എന്ന് ഷിലോ പറഞ്ഞതായി ഒരു തമാശക്കഥ അദ്ദേഹത്തിന്റെ കൂട്ടുകാർ പ്രചരിപ്പിച്ചിരുന്നു.

ഇസ്രായേലിന്റെ സ്വാതന്ത്ര്യപ്പോരാട്ടത്തിൽ ഇസ്രായേലിനുവെളിയിൽ പ്രവർത്തിച്ചിരുന്ന രാഷ്ട്രീയവിവരസമാഹരണ സംഘത്തിന്റെ തലപ്പത്ത് ഷിലോ ആയിരുന്നു. ഇസ്രായേൽ രാഷ്ട്രത്തിന്റെ പിറവിക്കുമുൻപേ പ്രവർത്തനനിരതമായിരുന്ന പല രഹസ്യാന്വേഷണ സംഘങ്ങളിൽ ഒന്നായിരുന്നു അത്. 1949 ഡിസംബർ പതിമൂന്നിന് പ്രധാനമന്ത്രി ബെൻ ഗുരിയോൺ ഇറക്കിയ ഉത്തരവിൻ പ്രകാരം രഹസ്യാന്വേഷണ പ്രവർത്തനങ്ങളെ ഏകോപിപ്പിക്കുന്നതിനായി റെവൻ ഷിലോ തലവനായി മൊസാദ് നിലവിൽ വരുകയായിരുന്നു.

എന്നിട്ടും പിന്നെയും രണ്ടുവർഷങ്ങൾ നീണ്ട തർക്കവിതർക്കങ്ങൾക്ക് ശേഷമാണ് മൊസാദ് രൂപപ്പെട്ടത്. പൊളിറ്റിക്കൽ ഡിപാർട്ടുമെന്റ് എന്ന പേരിൽ അറിയപ്പെട്ടിരുന്ന ഒരു രഹസ്യാന്വേഷണ സംഘടന അത്തരം വിവിധ സംഘങ്ങളെ ഏകോപിപ്പിച്ച് മൊസാദ് എന്ന ഒരൊറ്റ സംഘടന മാത്രമാകുന്നതിനെ എതിർത്തു. അതുവരെ പരിധിയില്ലാത്തവിധം പണം ചിലവാക്കി യൂറോപ്പിലെയും അമേരിക്കയിലെയും നഗരങ്ങളിൽ ഗ്ലാമർ ജീവിതം നയിച്ചിരുന്നവർക്ക് ചെലവ് ചുരുക്കലിലേക്കും അച്ചടക്കത്തിലേക്കും മാറുക എന്നത് അഹിതമായിരുന്നു. മൊസാദിൽ ലയിക്കാനുള്ള സർക്കാർ നിർദ്ദേശത്തെ അവർ അവഗണിക്കുകയും രഹസ്യ വിവരങ്ങൾ ശേഖരിക്കുന്നതിൽ നിന്നും വിട്ടുനിൽക്കുകയും ചെയ്തു. പ്രതിഷേധക്കാരെ താക്കീത് ചെയ്യുകയും എന്നിട്ടും വഴങ്ങാത്തവരെ പിരിച്ചുവിടുകയും ചെയ്തു. അതിനുശേഷം മാത്രമേ മൊസാദിനെ സുസംഘടിതമാക്കാൻ റെവെൻ ഷിലോയ്ക്ക് സാദ്ധ്യമായുള്ളു.

സംഘടനയുടെ പേര് ഇൻസ്റ്റിറ്റ്യൂട്ട് ഫോർ ഇന്റലിജൻസ് ആൻഡ് സ്പെഷൽ ഓപ്പറേഷൻസ് എന്ന് പുതുക്കി നിശ്ചയിച്ചു. ബൈബിളിലെ സുഭാഷിതങ്ങളിൽ നിന്നും പതിനൊന്നാം അദ്ധ്യായം പതിന്നാലാം വാക്യം (മാർഗ്ഗദർശനമില്ലാത്ത ജനത നിലം പതിക്കും, നല്ല ഉപദേഷ്ടാക്കൾ ധാരാളം ഉള്ളവർ സുരക്ഷിതരായിരിക്കും) ആദർശവാചകമായി സ്വീകരിക്കുകയും ചെയ്തു.

പക്ഷേ പുതിയ പേരോ ആദർശവാചകമോ മൊസാദിന് അനന്യത നൽകിയില്ല. പക്ഷേ മൊസാദിനെ അനന്യമാക്കാൻ നിശ്ചയിച്ചുറച്ച ഷിലോ അതിന് മറ്റൊരു സവിശേഷ ഉത്തരവാദം നൽകിക്കൊണ്ട് അത് സാദ്ധ്യമാക്കി. ഇസ്രായേൽ രാഷ്ട്രത്തിന്റെ മാത്രം നീണ്ടകരങ്ങളായിരുന്നില്ല മൊസാദ്, ലോകത്തെവിടെയുമുള്ള യഹൂദജനതയുടെ നീണ്ടകരം കൂടിയായി അത് മാറി. നവ റിക്രൂട്ടുകളുമായുള്ള ആദ്യ മീറ്റിംഗിൽത്തന്നെ

പുതിയ രംസദ് പ്രഖ്യാപിച്ചു: 'ഒരു രഹസ്യാന്വേഷണ സംഘത്തിന്റെ എല്ലാ ചുമതലകളോടുമൊപ്പം, നമുക്ക് മറ്റൊരു സുപ്രധാന കർത്തവ്യം കൂടിയുണ്ട്. യഹൂദജനതയെ സംരക്ഷിക്കുക, അവർ ലോകത്തിലെവിടെയായിരുന്നാലും ഇസ്രായേലിലേക്കുള്ള അവരുടെ കുടിയേറ്റം സാദ്ധ്യമാക്കുക.' തുടർന്നുള്ള വർഷങ്ങളിൽ അപകടത്തിൽപ്പെട്ട യഹൂദ സമൂഹങ്ങൾക്കായി മൊസാദ് രഹസ്യമായി സ്വരക്ഷാ യൂണിറ്റുകൾ സംഘടിപ്പിച്ചു. കെയ്റോ, അലക്സാണ്ട്രിയ, ദമാസ്കസ്, ബാഗ്ദാദ്, ചില തെക്കേ അമേരിക്കൻ നഗരങ്ങൾ എന്നിവിടങ്ങളിലെല്ലാം യഹൂദരെ സംരക്ഷിക്കാനായി മൊസാദ് രഹസ്യ പ്രവർത്തനം നടത്തി. യുവ യഹൂദ പോരാളികളെ അനധികൃതമായി ഇസ്രായേലിലേക്ക് കൊണ്ടുവന്ന് ആർമിയും മൊസാദും ചേർന്ന് അവർക്ക് സൈനിക പരിശീലനം നൽകി. ആയുധങ്ങളുമായി അവരെ ശത്രുരാജ്യങ്ങളിലെ കുഴപ്പം പിടിച്ച നഗരങ്ങളിൽ വിന്യസിച്ചു. അവരാണ് സ്വരക്ഷാസംഘങ്ങൾക്ക് നേതൃത്വമായത്. ആക്രമണകാരികളിൽനിന്നും വിമത സേനകളിൽനിന്നും ആക്രമണമുണ്ടായപ്പോൾ സർക്കാരിൽ നിന്നോ അന്തർദേശീയ സംഘടനകളിൽ നിന്നോ സഹായമെത്തുംവരെ ഇവർ പ്രതിരോധ കവചമായി വർത്തിച്ചു.

അമ്പതുകളിൽ മധ്യപൗരസ്ത്യദേശത്തെ അറബ് രാജ്യങ്ങളിലും മൊറോക്കോയിലുമായി ആപത്തിലായ യഹൂദസമൂഹങ്ങളിൽപ്പെട്ട പതിനായിരക്കണക്കിനാളുകളെ മൊസാദ് ഇസ്രായേലിലെത്തിച്ചു. വർഷങ്ങൾക്ക് ശേഷം എൺപതുകളിൽ ഖൊമേനിയുടെ ഇറാനിൽ കുടുങ്ങിയ യഹൂദരെ രക്ഷിച്ചെടുക്കാനും മൊസാദ് മുന്നിലുണ്ടായിരുന്നു. എത്യോപ്യൻ യഹൂദരുടെ കൂട്ടക്കുടിയേറ്റം സംഘടിപ്പിച്ചതും മൊസാദായിരുന്നു. പക്ഷേ ഇറാഖിലെ ആദ്യ ഒളിപ്രവർത്തനത്തിൽ ദുരന്തം ആഞ്ഞടിച്ചു.

* * *

ബാഗ്ദാദിൽ റഷീദ് സ്ട്രീറ്റിലെ ഒറോസ്ഡി ഡിപ്പാർട്ടുമെന്റ് സ്റ്റോറിൽ ആസാദ് എന്ന് പേരുള്ള ഒരു യുവാവ് ഒരു നെക്ടൈ കട നോക്കി നടത്തുകയായിരുന്നു. ഇസ്രായേലി സൈന്യം അയാൾ പാർത്തിരുന്ന അക്രെ പട്ടണം കീഴടക്കിയപ്പോൾ അവിടെ നിന്നും ഓടിപ്പോന്നയാളായിരുന്നു ആ പാലസ്തീനിയൻ യുവാവ്. അവിടെനിന്നും പോരുന്നതിനുമുൻപ് അസുഖബാധിതനായ കസിനുവേണ്ടി സൈനിക ഗവർണ്ണറുടെ ഓഫീസിനടുത്തുള്ള ഒരു കഫേയിൽ കുറച്ചുകാലം വെയ്റ്ററായി പണിയെടുത്തിരുന്നു. ചിത്രപ്പണികളുള്ള പിത്തള ട്രേയിൽ സൈനിക ഓഫീസർമാർക്കായി കടുപ്പമുള്ള ടർക്കിഷ് കോഫിയുമായി അയാൾ ആ സൈനിക ഓഫീസിന്റെ അകത്തളങ്ങളിൽ പതിവായി ചെന്നിരുന്നു. ആ ഓഫീസർമാരിൽ ചിലരുടെ മുഖം അയാളുടെ ഓർമ്മയിൽ തങ്ങിനിന്നിരുന്നു.

1951 മെയ് 22-ന് ഡിപ്പാർട്ടുമെന്റ് സ്റ്റോറിൽ വന്നുപോകുന്ന ആളുകളെ ശ്രദ്ധിക്കുകയായിരുന്നു ആസാദ്. അവർക്കിടയിൽ പരിചിതമായ ഒരു മുഖം അയാൾ കണ്ടു. തെറ്റിപ്പോയതാണെന്നേ ആദ്യം കരുതിയുള്ളൂ. അങ്ങനെ സംഭവിക്കാൻ സാദ്ധ്യതയില്ലല്ലോ! വീണ്ടും നോക്കിയപ്പോൾ ഉറപ്പായി, ഇത് അയാൾ തന്നെ. ഇസ്രായേൽ സൈനിക ഗവർണ്ണറുടെ ഓഫീസിൽ ഉണ്ടായിരുന്നയാൾ. ആസാദ് ഉടനെ ഇറാഖി പോലീസിൽ വിവരം അറിയിച്ചു. 'ഞാൻ ഒരു ഇസ്രായേലി ഓഫീസറെ കണ്ടു. ഇവിടെ ബാഗ്ദാദിൽ!'

ഇറാഖി പോലീസ് ഉടനെ യൂറോപ്യൻ ലക്ഷണങ്ങളുള്ള ഒരാളെയും അയാളോടൊപ്പമുണ്ടായിരുന്ന സാധാരണക്കാരനെപ്പോലെ തോന്നിപ്പിക്കുന്ന നിസ്സിം മോഷെ എന്ന ഇറാഖി യഹൂദനെയും കസ്റ്റഡിയിലെടുത്തു. ഇറാഖി യഹൂദ കേന്ദ്രത്തിൽ ജോലി ചെയ്യുന്നയാളാണ് താനെന്ന് മോഷെ പൊലീസിനോട് പറഞ്ഞു. 'ഞാൻ ഈ ടൂറിസ്റ്റിനെ ഇന്നലെ ഒരു സംഗീതക്കച്ചേരിയിൽ സന്ധിച്ചതാണ്. ഇവിടമൊക്കെ കാണിച്ചുകൊടുക്കാൻ ആവശ്യപ്പെട്ടതുകൊണ്ട് ഒപ്പം വന്നതാണ്.' പൊലീസ് കേന്ദ്രത്തിൽ എത്തിയപ്പോൾ രണ്ടുപേരെയും വേർപെടുത്തി പ്രത്യേകം പ്രത്യേകം ചോദ്യം ചെയ്യാൻ തുടങ്ങി. കഠിനമായി ദേഹോപദ്രവം ഏൽപ്പിച്ചുകൊണ്ടായിരുന്നു ചോദ്യം ചെയ്യൽ. മോഷെ പറഞ്ഞത് ആവർത്തിച്ചു. ഇന്നലെ പരിചയപ്പെട്ടതാണ്. ടൂറിസ്റ്റാണെന്നതല്ലാതെ മറ്റൊന്നും അറിയില്ല. ഇരുണ്ട ഭേദനമുറിയിൽ തലകീഴാക്കി തൂക്കിയിട്ട് മോഷെയെ വീണ്ടും മർദ്ദിച്ചുവെങ്കിലും ഫലമുണ്ടായില്ല. അയാൾ തന്റെ വിവരണത്തിൽ ഉറച്ചുനിന്നു. നിരപരാധിയായ ഒരു സാധാരണക്കാരനാണെന്ന് തോന്നി പൊലീസ് മോഷെയെ വിട്ടയച്ചു.

അറസ്റ്റ് ചെയ്യപ്പെട്ട മറ്റേയാൾ താൻ ഇസ്മയിൽ സല്വൺ എന്ന ഇറാൻ പൗരനാണെന്ന് ആവർത്തിച്ചുകൊണ്ട് രേഖയായി തന്റെ പാസ്പോർട്ട് കാണിച്ചു. പക്ഷേ അവർ മർദ്ദനം നിർത്തിയില്ല. ഇറാൻകാരനാണെന്ന് അവകാശപ്പെട്ടയാൾ ഇറാൻകാരുടെ ഭാഷയായ പേർഷ്യന്റെ ഒരു വാക്കുപോലും അറിയുമായിരുന്നില്ല. ഒടുവിൽ പോലീസ് അയാളെ തിരിച്ചറിഞ്ഞ പാലസ്തീൻകാരൻ ആസാദിനെ ഹാജരാക്കി. 'അയാളെ കണ്ടപ്പോൾ ഞരമ്പുകളിൽ എന്റെ രക്തം തണുത്തുറഞ്ഞു' എന്ന് ആ തടവുകാരൻ പിന്നീട് പറഞ്ഞു. അതോടെ അയാൾ പൊട്ടിക്കരഞ്ഞ് കുറ്റങ്ങൾ ഏറ്റുപറഞ്ഞു. താൻ യഹൂദ താഗർ എന്ന ഇസ്രായേൽ പൗരനാണെന്നും സൈന്യത്തിൽ ക്യാപ്റ്റനാണെന്നും സമ്മതിച്ചു.

അതോടെ പേക്കിനാവ് ആരംഭിച്ചു. താഗർക്ക് മാത്രമല്ല, ബാഗ്ദാദിലെ യഹൂദ സമൂഹത്തിനെയാകെ ആ പേക്കിനാവ് ബാധിച്ചു.

അനേകം യഹൂദ സംഘടനകൾ ബാഗ്ദാദിൽ രഹസ്യമായി പ്രവർത്തിക്കുന്നുണ്ടായിരുന്നു. കുടിയേറ്റം പ്രോത്സാഹിപ്പിക്കുന്ന ഒരു

യൂണിറ്റ്, ഒരു സ്വയം രക്ഷാസംഘം, മറ്റുചില യുവജന സംഘങ്ങൾ എന്നിവ ഇതിന്റെ ഭാഗമായിരുന്നു. അവയിൽ ചിലത് ഇസ്രായേൽ രാഷ്ട്രം നിലവിൽ വരുന്നതിനുമുൻപേ നിലവിൽ വന്നവയായിരുന്നു. ബാഗ്ദാദിലും ചുറ്റുവട്ടത്തുമായി ആയുധശേഖരങ്ങളും സുപ്രധാന രേഖകളും ഒളിപ്പിക്കപ്പെട്ടിരുന്നു. അവയിൽ കുറച്ചേറെ സൂക്ഷിച്ചിരുന്നത് മസൂദ ഷെംതോവ് എന്ന സിനഗോഗിനകത്തായിരുന്നു. മൊസാദ് രൂപീകരിക്കുന്നതിന് തൊട്ടുമുൻപ് സംഘടിപ്പിച്ച ചെറിയ ചില രഹസ്യാന്വേഷണ യൂണിറ്റുകളും നിലവിലുണ്ടായിരുന്നു. ഇവയെല്ലാം വേറിടാതെ ഒത്തുചേർന്നാണ് നിലനിന്നിരുന്നത്. അതിനാൽ ഒന്നിന്റെ വീഴ്ച വളരെ വേഗം മറ്റെല്ലാവരെയും ബാധിക്കുമായിരുന്നു. ഏതുസമയത്തും പൊട്ടിച്ചിതറാവുന്ന ഒരു സ്ഫോടകാടിത്തറയുടെ മേലായിരുന്നു ഇറാഖിലെ യഹൂദ സമൂഹം. കൗമാരം കടന്നിട്ടില്ലാത്ത ഇസ്രായേൽ രാഷ്ട്രത്തെ സംബന്ധിച്ചിടത്തോളം ഏറെ അപകടകാരിയായ ശത്രുവായിരുന്നു ഇറാഖ്. ഇസ്രായേലുമായി വെടിനിർത്തൽ ഉടമ്പടി ഒപ്പുവച്ചിട്ടില്ലാത്ത ഏക രാഷ്ട്രം. ഇസ്രായേൽ രഹസ്യാന്വേഷണവിഭാഗത്തിലെ ഓരോരുത്തർക്കും അറിയാമായിരുന്നു പിടിക്കപ്പെട്ടാൽ ഇറാഖ് യാതൊരുവിധ കാരുണ്യവും അവരോട് കാണിക്കില്ലെന്ന്, അവരുടെ ജീവിതം ഞാണിന്മേൽ തൂങ്ങുമെന്ന്.

ഈ പശ്ചാത്തലത്തിൽ ഇറാഖിൽ പ്രവർത്തിച്ചിരുന്ന രഹസ്യാന്വേഷണ വിഭാഗത്തെ മറ്റ് യഹൂദ സംഘടനകളിൽ നിന്നും വേർപെടുത്തുന്നതിനായിട്ടാണ് യഹൂദ് താഗറിനെ അങ്ങോട്ടയച്ചത്. സേനയിലെ പാൽമാക്ക് എന്ന വരേണ്യവിഭാഗത്തിൽ പ്രവർത്തിച്ചിരുന്ന ഇരുപത്തിയേഴുകാരനായ താഗർ സദാ പുഞ്ചിരിതൂകുന്ന ഒരു യുവാവായിരുന്നു. വിദേശത്ത് താഗറിന്റെ ആദ്യ ദൗത്യമായിരുന്നു ഇത്. പിടിക്കപ്പെടുന്നതിനുമുൻപ് ചാരസംഘത്തെ മറ്റുള്ളവയുമായി വേർപെടുത്തുന്നതിനായി പരമാവധി ശ്രമിച്ചെങ്കിലും ചിലരപ്പോഴും പഴയരീതിയിലായിരുന്നു. ശരിക്കും ബ്രിട്ടീഷ് പാസ്പോർട്ടുള്ള പീറ്റർ യാനിവ് (ഹിന്ദുവായ റോഡ്നി എന്നറിയപ്പെട്ടിരുന്ന) അതിൽ ഒരാളായിരുന്നുവെങ്കിലും താഗറുമായി ബന്ധപ്പെട്ടിരുന്നു.

ബാഗ്ദാദിൽ പ്രവർത്തിച്ചിരുന്നവരുടെ ഉന്നത കമാൻഡർ വഴിയാണ് ടെൽ അവീവുമായുള്ള താഗറിന്റെ എല്ലാ ഇടപാടുകളും പൊയ്ക്കൊണ്ടിരുന്നത്. അപൂർവം പേർക്ക് മാത്രമേ അങ്ങനെ ഒരാളെക്കുറിച്ച് അറിയാമായിരുന്നുള്ളൂ. സാക്കി അവീവ് എന്നായിരുന്നു അയാളുടെ കള്ളപ്പേരെങ്കിലും ശരിയായ പേര് മൊർദേക്കായി ബെൻ പൊറാട്ട് എന്നായിരുന്നു. ഇസ്രായേലിന്റെ സ്വാതന്ത്ര്യപ്പോരാട്ടത്തിൽ പങ്കെടുത്ത അയാൾ ഇറാഖിൽ ജനിച്ച യഹൂദനായിരുന്നു. ബാഗ്ദാദിലേക്ക് മടങ്ങാൻ അയാൾ ഒട്ടും ഇഷ്ടപ്പെട്ടില്ല. പട്ടാളത്തിൽ വച്ച് പരിചയപ്പെട്ട ഒരു പെൺകുട്ടിയെ വിവാഹം ചെയ്യാനുള്ള തയ്യാറെടുപ്പിലായിരുന്നുവെങ്കിലും ഇന്റലിജൻസ് സമൂഹത്തിന്റെ സമ്മർദ്ദങ്ങൾക്ക് വഴങ്ങി ദൗത്യം ഏറ്റെടുക്കുകയായിരുന്നു.

താഗറിന്റെ അറസ്റ്റോടെ ഇറാഖിലെ ഇസ്രായേലി രഹസ്യാന്വേഷണവിഭാഗം തകർന്നു. നിരവധി യഹൂദരെ ഇറാഖിന്റെ സ്പെഷൽ പോലീസ് അറസ്റ്റ് ചെയ്തു. അവരിൽ ചിലർ ചോദ്യം ചെയ്യലിൽ ഏറ്റുപറച്ചിൽക്കാരായി മാറി തങ്ങളുടെ ഒളിയിടങ്ങളിലേക്ക് പോലീസിനെ നയിച്ചു. പല യഹൂദരെയും ചാരപ്രവർത്തനവുമായി ബന്ധിപ്പിക്കുന്ന തെളിവുകൾ അവർക്ക് ലഭിച്ചു. ഷെംതോവ് യഹൂദപ്രാർത്ഥനാലയത്തിൽ നിന്നും ആയുധശേഖരം പിടിച്ചെടുത്തു. 1941-ൽ 179 പേർ കൊലചെയ്യപ്പെടുകയും 2118 പേർക്ക് മുറിവേൽക്കുകയും ചെയ്ത യഹൂദകൂട്ടക്കൊലയ്ക്ക് ശേഷം വർഷങ്ങൾകൊണ്ട് സ്വരുക്കൂട്ടിയതായിരുന്നു ആ ആയുധശേഖരം. അതിന്റെ വൈപുല്യം ഇറാഖികളെ ആശ്ചര്യപ്പെടുത്തുന്നതായിരുന്നു: 436 ഗ്രെനേഡുകൾ, 33 യന്ത്രത്തോക്കുകൾ, 186 കൈത്തോക്കുകൾ, യന്ത്രത്തോക്കിനുള്ള 97 റീചാർജ്ജുകൾ, 32 കമാൻഡോ കഠാരകൾ, 25000 വെടിയുണ്ടകൾ.

ഭീകരമായ ചോദ്യം ചെയ്യലിൽ പലതവണ സാക്കി ഹവീവിന്റെ പേർ ഉയർന്നുവന്നു. ഒളിസംഘടനയുടെ തലപ്പത്തുള്ള നിഗൂഢവ്യക്തി. പക്ഷേ ആരാണയാൾ? എവിടെയാണയാൾ? ഒടുവിൽ കൂട്ടത്തിലെ ബുദ്ധിമാനായ യുവ ഡിക്ടറ്റീവ് അത് കണ്ടുപിടിച്ചു: താഗറിനൊപ്പം ആദ്യം അറസ്റ്റ് ചെയ്യപ്പെടുകയും പിന്നീട് വിട്ടയക്കപ്പെടുകയും ചെയ്ത നിസ്സിം മോഷെ! സാകി ഹവീവ് അയാളല്ലാതെ മറ്റാരുമല്ല. അനേകം സായുധ ഏജന്റുമാർ മോഷെയുടെ വീട് വളഞ്ഞ് തെരച്ചിൽ നടത്തിയെങ്കിലും അവർക്ക് ആരെയും കണ്ടെത്താനായില്ല.

പോലീസുകാർ സ്വപ്നത്തിൽപ്പോലും സങ്കൽപ്പിക്കാത്ത ഇറാഖി ജയിലിലായിരുന്നു അയാളപ്പോൾ.

ജയിലിൽ നിന്നും വിട്ടയച്ച് രണ്ടുമൂന്ന് ദിവസങ്ങൾ കഴിഞ്ഞപ്പോൾ ബെൻ പൊറാട്ട് അയാൾ താമസിച്ചിരുന്ന വീടിന്റെ വാതിലിൽ ആരോ ഉറക്കെ മുട്ടുന്നത് കേട്ടു. 'പോലീസാണ്. വാതിൽ തുറക്ക്.' പുറത്ത് നിൽക്കുന്നവർ അലറി. എല്ലാം അവസാനിക്കുകയാണെന്ന് ബെൻ പൊറാട്ടിന് തോന്നി. വീടിന് മറ്റൊരു വാതിലും ഉണ്ടായിരുന്നില്ല. പുറത്തിറങ്ങാനായാൽത്തന്നെ രക്ഷിക്കാൻ കഴിയുന്ന ആരും ബാഗ്ദാദിലില്ലെന്നും അയാൾ ഓർത്തു. തന്നെപ്പോലെ ഉന്നത പദവിയിലുള്ള ഒരാൾക്ക് കൊലമരമല്ലാതെ മറ്റൊന്നും ഇറാഖിൽ കിട്ടുകയില്ലെന്നും അയാൾക്ക് അറിയാമായിരുന്നു. ഹതാശനായി ബെൻ പൊറാട്ട് വാതിൽ തുറന്നു. രണ്ട് പോലീസ് ഓഫീസർമാർ അവിടെ നിൽക്കുന്നുണ്ടായിരുന്നു. 'നിങ്ങളെ അറസ്റ്റ് ചെയ്തിരിക്കുന്നു.' അവരിലൊരാൾ പറഞ്ഞു.

ബെൻ പൊറാട്ട് ആശ്ചര്യം നടിച്ചു, എന്ത് കുറ്റമാണ് ഞാൻ ചെയ്തത്?'

"ഓ, കാര്യമായി ഒന്നുമില്ല. ഒരു വാഹനാപകടം. വേഗം വസ്ത്രം ധരിച്ച് ഞങ്ങൾക്കൊപ്പം വരൂ.'

ബെൻ പൊറാട്ടിന് സ്വന്തം ചെവികളെ വിശ്വസിക്കാനായില്ല. മാസങ്ങൾക്കുമുൻപ് സംഭവിച്ച ആ വാഹനാപകടം ഏറെക്കുറെ മറന്നതായിരുന്നു. കോടതിയിൽ ഹാജരാകാൻ ആവശ്യപ്പെട്ടുകൊണ്ട് കിട്ടിയ സമൻസുകൾ അയാൾ അവഗണിക്കുകയായിരുന്നു. അതിന്റെ പ്രതിക്രിയയായിരുന്ന ആ അറസ്റ്റ്. വിചാരണ കഷ്ടിച്ച് ഒരു മണിക്കൂർ തികച്ചില്ല. രണ്ടാഴ്ചത്തെ തടവ്. അങ്ങനെയാണ് സൈന്യം അയാൾക്കായി എല്ലായിടത്തും തിരഞ്ഞുകൊണ്ടിരിക്കുമ്പോൾ ഇതൊന്നും അറിയാതെ സാകി ഹവീവിന് ജയിലിൽ കഴിയാനായത്. ഇറാഖി നീതിന്യായവ്യവസ്ഥയ്ക്ക് വഴങ്ങി അയാൾ സമൂഹത്തോടുള്ള കടം വീട്ടുകയായിരുന്നു.

രണ്ട് ആഴ്ചകൾ പൂർത്തിയായപ്പോൾ ബെൻ പൊറാട്ടിനെ വിരലടയാളത്തിനും ഫോട്ടോയ്ക്കുമായി പോലീസ് ഹെഡ് ക്വാർട്ടേഴ്സിലേക്ക് കൊണ്ടുപോവുകയായിരുന്നു. അത് സംഭവിക്കാൻ അനുവദിച്ചാൽ അതോടെ തന്റെ നാശവും ഉണ്ടാവുമെന്ന് അയാൾക്ക് അറിയാമായിരുന്നു. സാകി ഹവീവിനെ അവർ വേഗം തിരിച്ചറിയും. ഇനി ശിക്ഷ രണ്ടാഴ്ച ആയിരിക്കില്ല. രണ്ട് പോലീസുകാർക്കൊപ്പം അയാൾ ബാഗ്ദാദ് തെരുവിലൂടെ തെല്ലകലെയുള്ള പോലീസ് കേന്ദ്രത്തിലേക്ക് നടക്കുകയായിരുന്നു. അതിനിടയിലായിരുന്നു ബഹളമയമായ ഷൂർജാ ചന്ത. ഓരോ ഇഞ്ചും ജനങ്ങൾ തിങ്ങിഞെരുങ്ങുന്ന, ആർപ്പുവിളികൾ ഉയരുന്ന ഒരിടം. അവർക്കിടയിലൂടെ തിക്കിത്തിരക്കി മുന്നോട്ടുനീങ്ങാൻ ശ്രമിക്കവേ ഇതാണ് ശരിയായ സമയമെന്ന് ബെൻ പൊറാട്ടിന് തോന്നി. പോലീസുകാരെ തള്ളിമാറ്റി അയാൾ ആൾക്കൂട്ടത്തിലേക്ക് ഊളിയിട്ടു. പോലീസുകാരാകട്ടെ, പിന്നാലെ ചെല്ലാൻ ഉത്സാഹിച്ചുമില്ല. മണിക്കൂറുകൾക്കുള്ളിൽ സ്വതന്ത്രനാക്കപ്പെടേണ്ട ഒരുവൻ ഓടിപ്പോയാലെന്ത്?

പക്ഷേ സംഭവം റിപ്പോർട്ട് ചെയ്തപ്പോൾ നരകം തുറന്നുവിട്ടതുപോലെയായി. ഇറാഖ് മുഴുവൻ തേടിക്കൊണ്ടിരുന്ന സാകി ഹവീവിനെയാണ് അവർ കൈവിട്ടത്. വാർത്ത മാധ്യമങ്ങളുടെ ചെവിയിലെത്തി. സർക്കാരിന്റെ പിടിപ്പുകേടിനെ പ്രതിപക്ഷങ്ങൾ വലിച്ചുകീറി. കൂറ്റൻ തലക്കെട്ടുകളുമായി പത്രങ്ങൾ അട്ടഹസിച്ചു: 'എവിടെ ഹവീവ്!' അവർ തന്നെ ഉത്തരവും പറഞ്ഞു, 'ഹവീവ് – ടെൽ അവീവിൽ!'

അപ്പോൾ ടെൽ അവീവിൽ ബെൻ പൊറാട്ടിന്റെ മേലധികാരികൾ അയാൾക്കുള്ള രക്ഷപ്പെടൽ പദ്ധതി സൂക്ഷ്മമായി തയ്യാറാക്കുകയായിരുന്നു. ഒരു സുഹൃത്തിന്റെ വീട്ടിൽ ഒളിച്ചുതാമസിക്കെ പദ്ധതി നടപ്പിലായി. ആ സമയങ്ങളിൽ ഇറാഖിലെ ലക്ഷത്തോളം വരുന്ന യഹൂദരെ സൈപ്രസ് വഴി ആകാശമാർഗ്ഗേന ഇസ്രായേലിൽ എത്തിക്കാനുള്ള ഭീമൻ പദ്ധതി അരങ്ങേറുകയായിരുന്നു. ഓരോ രാത്രിയും ഒരു വിമാനം എന്ന കണക്കിന് യഹൂദരുമായി പറന്നുപൊങ്ങുന്നുണ്ടായിരുന്നു.

ജൂൺ പന്ത്രണ്ടാം തീയതി രാത്രി തന്റെ ഏറ്റവും മികച്ച വേഷത്തിൽ ബെൻ പൊറാട്ട് ഒരു ടാക്സിക്ക് കൈകാണിച്ചു. സുഹൃത്തുക്കൾ നാടൻ ചാരായം തളിച്ച് അയാളെ ശരിക്കും ശുദ്ധീകരിച്ചിരുന്നു. ആടിയുലഞ്ഞ് ടാക്സിയിൽ കയറിയയുടനെ പിൻ സീറ്റിൽ അയാൾ കുഴഞ്ഞുവീഴുന്നതായി അഭിനയിച്ചു. ബാഗ്ദാദ് വിമാനത്താവളത്തിനരുകിലെ ഒരു ഇരുണ്ട തെരുവിൽ തന്റെ മദ്യപനായ യാത്രികനെ ഡ്രൈവർ ഇറക്കി. ഒറ്റയ്ക്കായപ്പോൾ ബെൻ പൊറാട്ട് വിമാനത്താവളത്തിന്റെ വേലിക്കരികിലേക്ക് തിരക്കിട്ട് ചെന്നു. അവിടെ കൃത്യമായി എവിടെയാണ് വേലി ലേശം പൊളിച്ചുവച്ചിരിക്കുന്നതെന്ന് അയാൾക്കറിയാമായിരുന്നു. അകത്തേക്ക് കടക്കുമ്പോൾ ഒരു വിമാനം കുടിയേറ്റക്കാരെയും നിറച്ച് റൺവേയിലൂടെ നീങ്ങാൻ തുടങ്ങിയിരുന്നു. പെട്ടെന്ന് വിമാനത്തിന്റെ പൈലറ്റ് എയർ ട്രാഫിക് കൺട്രോളർമാരുടെ ടവറിലേക്ക് അറിയാതെയെന്നവണ്ണം ലൈറ്റുകൾ തിരിച്ചു. ക്ഷണനേരത്തേക്ക് അവരുടെ കണ്ണുകൾ മഞ്ഞളിച്ചുപോയി. വിമാനം വേഗത കൂട്ടി. അതിന്റെ പിൻവാതിൽ അൽപം തുറന്നുവന്നു. അതിൽനിന്നും ഒരു വടം നീണ്ടുവരുന്നത് കാണാറായി. ഇരുട്ടിൽ നിന്നും ബെൻ പൊറാട്ട് വിമാനത്തിനരികിലേക്ക് കുതിച്ച് വടത്തിൽ പിടിമുറുക്കി. വിമാനം തറയിൽനിന്നും ഉയരാൻ തുടങ്ങി. അയാളെ അവർ അകത്തേക്ക് വലിച്ചെടുത്തു. വാതിലടഞ്ഞു. വിമാനം ആകാശങ്ങളിലേക്ക് പറന്നുയർന്നു. ഗ്രൗണ്ട് ജീവനക്കാരോ യാത്രക്കാരോ ഒന്നും കണ്ടില്ല.

വിമാനം നഗരത്തെ കടക്കുമ്പോൾ അതിലെ ലൈറ്റുകൾ മൂന്നു തവണ കത്തുകയും കെടുകയും ചെയ്തു. 'ദൈവത്തിന് സ്തുതി,' ഒരു കെട്ടിടത്തിന്റെ ടെറസ്സിൽ നിന്നിരുന്ന രണ്ടു-മൂന്നു പേർ മെല്ലെ മന്ത്രിച്ചു. അവരുടെ സുഹൃത്ത് സുരക്ഷിതനായി ലക്ഷ്യസ്ഥാനത്തേക്ക് പോവുകയാണ്.

മണിക്കൂറുകൾ കഴിഞ്ഞപ്പോൾ ഹവീവ് ശരിക്കും ടെൽ അവീവിലെത്തിച്ചേർന്നു.

വൈകാതെ അയാൾ തന്റെ ഹൃദയേശ്വരിയെ വിവാഹം ചെയ്തു. കുറച്ചു വർഷങ്ങൾക്കുശേഷം രാഷ്ട്രീയത്തിൽ പ്രവേശിച്ച് പാർലമെന്റ് അംഗമായി, കാബിനറ്റ് മന്ത്രിയായി. ഇപ്പോൾ ഇസ്രായേലിലുള്ള ഇറാഖി യഹൂദരുടെ ആദരണീയനായ നേതാവായി തുടരുന്നു.

ബാഗ്ദാദിൽ അവശേഷിച്ചവർ അത്ര ഭാഗ്യവാന്മാരായിരുന്നില്ല. അവരിൽ നിരവധിപേർ തടവിലായി, കഠിനമായി മർദ്ദിക്കപ്പെട്ടു. താഗറും ഇരുപത്തിയൊന്ന് സഹതടവുകാരും അട്ടിമറികൾ സംഘടിപ്പിച്ച കുറ്റത്തിന് വിചാരണ നേരിട്ടു. ബാഗ്ദാദിലെ രണ്ട് പ്രമുഖ യഹൂദർ, ഷാലോം സലാക്, ജോസഫ് ബാത്രി എന്നിവർ, സ്ഫോടക വസ്തുക്കളും ആയുധങ്ങളും കൈവശം വച്ചുവെന്നാരോപിക്കപ്പെട്ട് വധശിക്ഷയ്ക്ക് വിധിക്കപ്പെട്ടു.

വിചാരണ ആരംഭിക്കുന്നതിന്റെ തലേന്ന് രാത്രി താഗർ ഉറക്കത്തിൽ നിന്നും ഉണർത്തപ്പെട്ടു. അയാളുടെ തടവുമുറി നിറയെ പോലീസുകാരായിരുന്നു. 'ഇന്നുരാത്രി നിന്നെ തൂക്കിലേറ്റും.' പോലീസ് തലവൻ പ്രഖ്യാപിച്ചു.

'പക്ഷേ വിചാരണ കൂടാതെ നിങ്ങൾക്കൊരാളെ തൂക്കിലേറ്റാൻ ആവില്ല.'

'ആരു പറഞ്ഞു? നിന്നെക്കുറിച്ച് എല്ലാം ഞങ്ങൾക്കറിയാം, നീ ഇസ്രായേലിന്റെ ഓഫീസറാണ്, ചാരനാണ്. ഇതിൽ കൂടുതലൊന്നും ഞങ്ങൾക്ക് ആവശ്യമില്ല.'

താടിക്കാരനായ ഒരു യഹൂദ പുരോഹിതൻ പ്രവേശിച്ച് താഗറിനരുകിലായിരുന്ന് സങ്കീർത്തനങ്ങൾ വായിക്കാൻ തുടങ്ങി. വെളുപ്പിന് മൂന്നരമണി ആയപ്പോൾ തൂക്കുമരത്തിനരികിലേക്ക് താഗറെ കൊണ്ടുപോയി. ഞെട്ടിത്തരിച്ച് പോലീസുകാർക്കിടയിൽ താഗർ ചുവടുകൾ വച്ചു. ആഴ്ചകൾക്ക് മുൻപാണ് ജറുസലേമിലെത്തി കുടുംബത്തെ സന്ദർശിച്ചത്. ബാഗ്ദാദിലേക്ക് വരുന്നവഴിക്ക് പാരീസിലും റോമിലും ഉല്ലസിച്ച് രസിച്ചു. ഇപ്പോഴിതാ കൊലക്കയറിന്റെ അറ്റത്ത് ഞാന്നുകിടക്കാൻ പോകുന്നു.

ഇറാഖികൾ നിരവധി പേപ്പറുകൾ അയാളെക്കൊണ്ട് ഒപ്പുവയ്പ്പിച്ചു. അതെല്ലാം കോടതിമുറകളായിരുന്നു. അതിനുശേഷം ആരാച്ചാർ അയാളുടെ മോതിരങ്ങളും വാച്ചും ഊരിവാങ്ങി. തന്റെ ശരീരം ഇസ്രായേലിലേക്ക് അയക്കണമെന്ന് താഗർ ആവശ്യപ്പെട്ടു. ആരാച്ചാർ താഗറിനെ കൊലക്കയറിനുതാഴെയുള്ള കെണിപ്പലകയിൽ കയറ്റിനിർത്തി പാദങ്ങൾക്കുചുറ്റും മണ്ണു നിറച്ച ചാക്കുകൾ നിരത്തി. അതിനുശേഷം താഗറിനെ ബലമായി തിരിച്ചു നിർത്തി കൊലക്കുരുക്ക് അയാളുടെ കഴുത്തിലിട്ടു. ആരാച്ചാർ കെണിപ്പലക നീക്കുന്ന ലിവറിൽ കൈവച്ചു. മുഖം മറയ്ക്കാൻ കൊണ്ടുവന്ന കറുത്ത വസ്ത്രം താഗർ തിരസ്കരിച്ചു. തൂക്കിക്കൊല്ലപ്പെടാൻ പോകുന്നയാളിന്റെ മുന്നിൽ മറ്റുള്ളവർക്കൊപ്പം നിൽക്കുകയായിരുന്ന കമാൻഡിംഗ് ഓഫീസറെ ആരാച്ചാർ കെണിപ്പലക വലിക്കാനുള്ള ആജ്ഞയ്ക്കായി നോക്കി. താഗർ തന്റെ കുടുംബത്തെ ഓർത്തു, ജന്മദേശമായ ജറുസലേമിനെ ഓർത്തു, തനിക്ക് ഉണ്ടാകുമായിരുന്ന ജീവിതത്തെ ഓർത്തു. തൂക്കിലിടുമ്പോൾ തന്റെ കഴുത്ത് ഒടിയുമോയെന്ന് ആശ്ചര്യപ്പെട്ടു. അന്നേരം സകലതിനെയും വിഴുങ്ങുന്ന അതിഘോരമായ ഒരു ഭീതി തന്നെ കീഴ്പ്പെടുത്തുന്നതായി അയാൾക്ക് അനുഭവപ്പെട്ടു.

അപ്പോൾ, പൊടുന്നനെ ആ പോലീസുദ്യോഗസ്ഥന്മാർ നടന്നകന്നു. കെണിപ്പലകയിൽ നിന്നും ആരോ അയാളെ തള്ളിയകറ്റി. ഈർഷ്യയോടെ ആരാച്ചാർ താഗറിന്റെ പാദങ്ങൾക്ക് ചുറ്റും വച്ചിരുന്ന മണൽച്ചാക്കുകൾ വലിച്ചുനീക്കി. കൊലക്കുരുക്ക് ഊരിയെടുത്തു. ഈ രാത്രിയുടെ കൂലി നാശമായിപ്പോയെന്ന് പിറുപിറുത്തു. താൻ കൊല്ലപ്പെടാൻ പോകുന്നില്ലെന്ന് ആശ്ചര്യത്തോടെ താഗർ അറിഞ്ഞു! ഭയചകിതനായി സഹപ്രവർത്തകരെക്കുറിച്ച് വെളിപ്പെടുത്തലുകൾ നടത്തുമെന്ന് പ്രതീക്ഷിച്ച്

നടത്തിയ കപടനാടകമായിരുന്നു അത്. ക്ഷീണിതനായി മുഴുജീവനോടെ ജയിലറയിലേക്ക് നടക്കുമ്പോൾ താഗർ ഒരുകാര്യം ഉറപ്പിച്ചു: ഇറാഖിന്റെ തടവറയിൽ താൻ ഒടുങ്ങില്ലെന്ന്. തന്റെ സുഹൃത്തുക്കൾ തന്നെ അവിടെ നിന്നും പുറത്തെത്തിക്കുമെന്ന്.

വിചാരണ അവസാനിച്ചപ്പോൾ താഗർ വധശിക്ഷയ്ക്ക് വിധിക്കപ്പെട്ടെങ്കിലും അവിടെവച്ചുതന്നെ വധശിക്ഷ ജീവപര്യന്തം തടവായി കുറക്കുകയായിരുന്നു. ബാത്രിയും സലാകും തൂക്കിലേറ്റപ്പെട്ടു. ഭൂമിയിലെ അവസാനത്തെ രാവ് അവർ താഗറിനൊപ്പം പങ്കിട്ടു. അവരെ ആശ്വസിപ്പിക്കാൻ അയാൾ പണിപ്പെട്ടു.

അവിടെനിന്നും തുടങ്ങുകയായിരുന്നു അയാളുടെ വ്യാകുലവഴികൾ. എങ്ങനെയൊക്കെയോ അതിനെയെല്ലാം അയാൾ അതിജീവിച്ചു. കൊലപാതകികൾക്കും രാഷ്ട്രീയത്തടവുകാർക്കുമൊപ്പം പരപീഡയിൽ ആനന്ദം കണ്ടെത്തുന്ന ജയിലർമാരും അയാൾക്ക് ചുറ്റും ഉണ്ടായിരുന്നു. തടവിൽക്കിടന്ന് മരിക്കില്ലെന്ന് അപ്പോഴെല്ലാം എങ്ങനെയോ അയാൾക്കുറപ്പായിരുന്നു. ഒരു ദിവസം സ്വതന്ത്രനാവുക തന്നെ ചെയ്യും!

അതിനായി ഒമ്പത് വർഷങ്ങൾ കാത്തിരിക്കേണ്ടിവന്നു. 1958-ൽ പ്രധാനമന്ത്രിയെയും രാജകുടുംബത്തെയും കൊലപ്പെടുത്തിക്കൊണ്ട് ജനറൽ അബ്ദുൾ കരീം കാസിം അധികാരം പിടിച്ചെടുത്തു. രണ്ട് വർഷങ്ങൾ കഴിഞ്ഞപ്പോൾ ജനറലിന്റെ ഒപ്പമുള്ളവരിൽ ചിലർ ഒത്തുചേർന്ന് അയാളെ വധിക്കാനും അധികാരം പിടിച്ചെടുക്കാനും പ്ലാൻ തയ്യാറാക്കി. മൊസാദിന് ഇതേക്കുറിച്ച് വിവരം ചോർന്നുകിട്ടി. രംസദ് ഉടനെ ജനറലിന്റെ അടുത്ത അനുയായികളുമായി ബന്ധപ്പെട്ടു ഒരു ധാരണയിലെത്തി. ഗൂഢാലോചകരെക്കുറിച്ചുള്ള വിവരങ്ങളെല്ലാം കൈമാറാം. പക്ഷേ പ്രത്യുപകാരമായി യഹൂദ താഗറിനെ വിട്ടയക്കണം.

ജയിലർമാർ ഒരു ജോഡി കാക്കിവസ്ത്രങ്ങളുമായി എത്തിയപ്പോൾ താഗർ തന്റെ തടവുമുറിയിൽ ആയിരുന്നു. 'ഇത് ധരിക്കുക' അവർ കൽപിച്ചു. 'നീ ബാഗ്ദാദിലേക്ക് പോകുകയാണ്.'

സ്തബ്ധനായ താഗറിനെ ഒരു പോലീസ് കാർ കൊട്ടാരത്തിൽ എത്തിച്ചു. നിരവധി സൈനികർ ആ വലിയ ഓഫീസിലേക്ക് അയാളെ അനുധാവനം ചെയ്തു. ചിത്രപ്പണികളുള്ള ഒരു കൂറ്റൻ മേശയ്ക്കു പിന്നിൽ ആ പരിചിത മുഖം – പ്രസിഡന്റ് അബ്ദുൾ കരീം കാസിം. ആ നിമിഷം താഗർക്ക് മനസ്സിലായി താൻ സ്വതന്ത്രനാകാൻ പോവുകയാണെന്ന്! പ്രസിഡന്റ് കാസിം സമയമെടുത്ത് ആ ഇസ്രായേലിയുടെ മുഖത്തെ പഠിച്ചു. ഒടുവിൽ സംസാരിച്ചു തുടങ്ങി: 'പറയൂ, ഇറാഖിനും ഇസ്രായേലിനും ഇടയിൽ യുദ്ധം പ്രഖ്യാപിക്കപ്പെട്ടാൽ നീ ഞങ്ങൾക്കെതിരെ പൊരുതുമോ?'

'ഞാൻ എന്റെ നാട്ടിൽ മടങ്ങിയെത്തിക്കഴിയുമ്പോൾ,' താഗർ പറഞ്ഞു, 'ഇസ്രായേലിനും അറബ് രാഷ്ട്രങ്ങൾക്കുമിടയിൽ പരസ്പരവിശ്വാസവും

സമാധാനവും പുലരാനായി എന്നാൽ ആവുന്നതെല്ലാം ചെയ്യും. പക്ഷേ ഒരു യുദ്ധം പൊട്ടിപ്പുറപ്പെട്ടാൽ, ഞാൻ ഇസ്രായേലിനായി പൊരുതും, നിങ്ങൾ നിങ്ങളുടെ നാടിനായി പല തവണ പൊരുതിയതുപോലെ.'

പ്രസിഡന്റ് കാസിമിന് ആ മറുപടി ഇഷ്ടപ്പെട്ടിരിക്കണം. അയാൾ എഴുന്നേറ്റുനിന്നു. എന്നിട്ട് പറഞ്ഞു, 'നീ വീട്ടിൽ എത്തുമ്പോൾ നിന്റെ ജനത്തോട് പറയുക, ഇറാഖ് ഇപ്പോൾ ഒരു സ്വതന്ത്ര രാഷ്ട്രമാണെന്ന്. ഇനിമേൽ ഞങ്ങൾ സാമ്രാജ്യത്വത്തിന്റെ പിണിയാളുകൾ ആവില്ല.'

കൊട്ടാരത്തിൽ നിന്നും ഒരു കാർ യഹൂദി താഗറെ നേരെ വിമാനത്താവളത്തിലെത്തിച്ചു. തനിക്ക് സംഭവിക്കുന്നതെന്തെന്ന് ഉൾക്കൊള്ളാൻ അപ്പോഴും അയാൾക്കായില്ല. അവരയാളെ ബെയ്റൂട്ടിലേക്കുള്ള വിമാനത്തിൽ കയറ്റിവിട്ടു. അവിടെനിന്നും നിക്കോഷ്യ/സൈപ്രസ് വഴി വിമാനം ഇസ്രായേലിൽ ഇറങ്ങി. വിമാനത്താവളത്തിൽ എല്ലാവരും തകർന്നടിഞ്ഞ ഒരാളെയാണ് പ്രതീക്ഷിച്ചത്. പക്ഷേ വിമാനത്തിന്റെ പടികളിറങ്ങിവന്ന മനുഷ്യൻ ഒമ്പത് വർഷങ്ങൾക്കു മുമ്പ് അവർ കണ്ട അതേയാളായിരുന്നു, ചുറുചുറുക്കുള്ള ബഹിർമുഖനായ പുഞ്ചിരിതൂകുന്ന അതേ താഗർ. നിനക്കിത് എങ്ങനെ സാധിച്ചുവെന്ന് അവർ വിസ്മയത്തോടെ ചോദിച്ചു. ഇത്രകാലം സ്വബുദ്ധിയും ശുഭപ്രതീക്ഷയും നിലനിർത്താൻ എങ്ങനെ കഴിഞ്ഞു? 'നിങ്ങൾ എന്നെ പുറത്ത് കൊണ്ടുവരുമെന്ന് എനിക്കറിയാമായിരുന്നു' എന്നതായിരുന്നു യഹൂദിയുടെ ലളിതമായ ഉത്തരം.

താഗറിനെ വീട്ടിലേക്ക് കൊണ്ടുവന്നതിലൂടെ മൊസാദിന്റെ തലപ്പത്തുള്ളവർ അതിന്റെ സ്ഥാപകർ ഉയർത്തിപ്പിടിച്ച ഒരു പ്രധാന ആദർശം പാലിക്കുകയായിരുന്നു: നമ്മുടെ ജനത്തെ തിരികെയെത്തിക്കാനായി എന്തും ത്യജിക്കണം, ഏത് പരിശ്രമവും ചെയ്യണം, ഏത് മാർഗ്ഗവും ഉപയോഗപ്പെടുത്തണം.

ഇസ്രായേലിൽ താഗർ വിവാഹിതനായി ഒരു കുടുംബത്തിന് തുടക്കമിട്ടു. വിദേശത്ത് നയതന്ത്രജ്ഞനായി സേവനമനുഷ്ഠിച്ചു. ഒടുവിൽ സർവ്വകലാശാലാ പ്രൊഫസറായി.

റൂവെൻ ഷിലോ ബാഗ്ദാദ് ദുരന്തത്തിൽ ഒരുവിധത്തിലും പങ്കാളിയായിരുന്നില്ല. എന്നിട്ടും 1952 അവസാനം അയാൾ രാജി നൽകി. ഇസ്രായേൽ രഹസ്യാന്വേഷണ വിഭാഗത്തിന്റെ നിഴൽ ലോകത്ത് ഉദിച്ചുയർന്ന ഒരു പുതുതാരം അയാൾക്ക് പകരക്കാരനായി.

ചെറിയ ഐസർ.

അദ്ധ്യായം 4

സോവിയറ്റ് ചാരനും കടലിലെ മൃതദേഹവും

സീവ് അവ്നി ഒരു മൊസാദ് ഏജന്റാകാൻ തീവ്രമായി അഭിലഷിച്ചു. 1956 ഏപ്രിൽ മാസത്തിലെ മഴക്കാലത്ത് മൊസാദ് കേന്ദ്രത്തിലെത്തിയ അയാൾ താൻ ഇവിടെനിന്നും പുറത്തിറങ്ങുമ്പോൾ ഒരു മൊസാദ് ജീവനക്കാരൻ ആയിരിക്കണേയെന്ന് മുഴുഹൃദയത്തോടെ ആശിച്ചു. തിരഞ്ഞെടുക്കപ്പെട്ട ചുരുക്കം ചിലരിൽ ഒരാളാകാൻ വർഷങ്ങളായി അയാൾ ശ്രമിക്കുകയായിരുന്നു. ജീവിതത്തിന്റെ സുപ്രധാനലക്ഷ്യവും അതായിരുന്നു.

ലാറ്റ്വിയയിലെ റിഗയിൽ വോൾഫ് ഗോൾഡ്സ്റ്റീൻ എന്ന പേരിൽ പിറന്ന്, സ്വിറ്റ്സർലാൻഡിൽ വളർന്ന്, രണ്ടാം ലോകമഹായുദ്ധത്തിൽ സ്വിസ് ആർമിയിൽ സേവനം ചെയ്ത് 1948-ൽ ഇസ്രായേലിലേക്ക് കുടിയേറിയയാളായിരുന്നു അയാൾ. അവിടെവച്ചാണ് സീവ് അവ്നി എന്ന ഹീബ്രു പേർ സ്വീകരിച്ചത്. ഹസോറിയ കിബുട്സിൽ ചിലവർഷങ്ങൾ ജീവിക്കുകയും പണിയെടുക്കുകയും ചെയ്തശേഷം വിദേശകാര്യവകുപ്പ് ജീവനക്കാരനായി ചേർന്ന് ബ്രസൽസിൽ നിയമിതനായി. ആകർഷകമായ വ്യക്തിത്വവും, ആഴവും പരപ്പുമുള്ള വായനയും, അനേകം ഭാഷകളിലെ പ്രാവീണ്യവും ഒപ്പം നല്ല പെരുമാറ്റവും ജോലിയിലുള്ള സമർപ്പണവും എന്തുജോലിയും, പ്രത്യേകിച്ച് മൊസാദിനോട് ബന്ധപ്പെട്ടവ, ഏതുസമയത്തും ഏറ്റെടുക്കാനുള്ള ഉത്സാഹവും ഒക്കെക്കൂടി മേലധികാരികൾക്ക് പ്രിയപ്പെട്ടയാളായിരുന്ന സീവ് അവ്നി. യൂറോപ്പിലെ മറ്റൊരു നഗരത്തിൽ എപ്പോഴൊക്കെ അടി

യന്തിരമായി രഹസ്യരേഖകൾ മൊസാദിന്റെ രഹസ്യ ഏജന്റിന് എത്തിക്കേണ്ടിവന്നുവോ, അപ്പോഴെല്ലാം സീവ് അവ്നിയായിരുന്നു അതിനായി ആദ്യം മുന്നോട്ടുവന്നിരുന്നത്. പലപ്പോഴായുള്ള ഈ സഹകരണം അയാളെ യൂറോപ്പിൽ മൊസാദിന്റെ സ്വന്തം ആളാക്കി മാറ്റി. യുഗോസ്ലാവിയയുടെ തലസ്ഥാനമായ ബെൽഗ്രേഡിലെ ഇസ്രായേൽ എംബസിയിലേക്ക് സ്ഥലം മാറ്റപ്പെട്ടുകഴിഞ്ഞതോടെ ഇത്തരം ദൗത്യങ്ങൾ കലശലായി. രംസദ് ഐസർ ഹാരെലിന് എഴുതിയ പല കത്തുകളിലും ബെൽഗ്രേഡിൽ ഒരു മൊസാദ് യൂണിറ്റ് സ്ഥാപിക്കുകയെന്ന നിർദ്ദേശം അവ്നി മുന്നോട്ടുവച്ചു. യുഗോസ്ലാവിയയിൽ അതിന്റെ ആവശ്യമില്ലെന്ന് ചൂണ്ടിക്കാട്ടി ഹാരെൽ ആ നിർദ്ദേശത്തെ തള്ളിക്കളഞ്ഞുവെങ്കിലും അവ്നി പരിശ്രമം അവസാനിപ്പിച്ചില്ല. 1956 ഏപ്രിലിൽ ഇസ്രായേലിൽ ഒരു സ്വകാര്യ സന്ദർശനത്തിനെത്തിയ അവ്നി രംസദിനെ കാണാനായി അനുവാദം ആവശ്യപ്പെട്ടു. അത് അനുവദിക്കപ്പെട്ടു. അങ്ങനെ ആദ്യമായി ഐസർ ഹാരെലിനെ കാണാനുള്ള അവസരം അയാൾക്ക് ഒത്തുവന്നു.

ഹാരെലിന്റെ ഓഫീസിലേക്ക് കടക്കുമ്പോൾ അയാൾ ഉള്ളിൽ വലിഞ്ഞുമുറുകിയിരുന്നു. ടെൽ അവീവിലെ പഴയ ജർമ്മൻ കോളനിയിലുള്ള ഒരു വീടായിരുന്നു ഹാരെലിന്റെ ഓഫീസ്. രംസദായി ഹാരെൽ നിയമിതനായിട്ട് നാലു വർഷത്തോളമേ ആയിരുന്നുള്ളുവെങ്കിലും അതിനകം അയാൾ ഐതിഹാസിക പ്രശസ്തി നേടിക്കഴിഞ്ഞിരുന്നു. പൊക്കം കുറഞ്ഞ, ഒട്ടൊക്കെ അപ്രാപ്യനായ ഹാരെലിനെ എല്ലാവരും ആദരവോടെയും കരുതലോടെയും മാത്രം കണ്ടു. മൊസാദിന്റെ ഇടനാഴികളിൽ നേരും നുണയുമായി ഹാരെലിനെക്കുറിച്ചുള്ള കഥകൾ ഓളം തുള്ളി. അവയിൽ പലതും അവ്നിയും കേട്ടിരുന്നു. കുപ്രസിദ്ധനായ 'വലിയ ഐസറിൽ' നിന്നും വേറിട്ട് കാണിക്കാനായി ഐസർ ഹാരെലിനെ 'കുഞ്ഞ് ഐസർ' എന്നാണ് പരാമർശിച്ചിരുന്നത്. ഇതൊക്കെക്കൊണ്ട് ആ സന്ദർശനത്തെ അവ്നിയും പരിഭ്രമത്തോടെയാണ് കണ്ടത്. കുഞ്ഞ് ഐസറിനെക്കുറിച്ചുള്ള കിംവദന്തികളും അയാളുടെ കടുംപിടുത്തവും പരുക്കൻ സ്വഭാവവും മുന്നിലെത്തുന്നവരെ അളന്നുതൂക്കാനുള്ള ഉൾജ്ഞാനവുമെല്ലാം അവ്നിയെ ആശങ്കപ്പെടുത്തി.

പക്ഷേ ആശ്രമമുറിപോലെ തോന്നിപ്പിച്ച ഓഫീസിൽ അവ്നിയെ സ്വീകരിച്ച കഷണ്ടി കയറിത്തുടങ്ങിയ കാക്കി നിക്കറും മുറിക്കൈയ്യൻ കുപ്പായവും ധരിച്ചയാൾ സൗമ്യനും ദയാലുവും ആയിരുന്നു. അവ്നിയുടെ പെരുമാറ്റവും രാഷ്ട്രീയ പ്രായോഗികതയും തനിക്കിഷ്ടമായെന്ന് അയാൾ തുറന്നു പറഞ്ഞു. ഇസ്രായേലിലേക്കുള്ള ഈ സ്വകാര്യ സന്ദർശനത്തിന്റെ കാരണമെന്തെന്ന് ഹാരെൽ ആരാഞ്ഞു. ആദ്യവിവാഹത്തിലെ മകൾ കാണണമെന്ന് നിർബന്ധിച്ചതിനാലാണെന്ന് അവ്നി മറുപടി നൽകി.

'മകൾക്ക് എന്ത് പ്രായമുണ്ട്?' ചിരിച്ചുകൊണ്ടാണ് ഐസർ ചോദിച്ചത്.

'എട്ട്.'

'എട്ടോ?' ഐസർ അത്ഭുതപ്പെട്ടു. ഒരു നയതന്ത്ര ഉദ്യോഗസ്ഥൻ എട്ടു വയസ്സുകാരിയായ മകൾ ആവശ്യപ്പെട്ടതുകൊണ്ടുമാത്രം വിദേശത്തുനിന്നും നാട്ടിലേക്ക് വരുകയെന്നത് വിചിത്രമായി അയാൾക്ക് തോന്നി. തന്റെ ആദ്യഭാര്യയും മകളുമായുള്ള ബന്ധത്തിന്റെ സങ്കീർണ്ണതയെ വിശദപ്പെടുത്താൻ അവ്നി തുനിഞ്ഞു. അക്ഷമനായി അയാളെ തടഞ്ഞുകൊണ്ട് ബെൽഗ്രേഡിൽ മൊസാദിന്റെ യൂണിറ്റ് ആവശ്യമില്ലെന്ന് ഐസർ കട്ടപ്പിച്ച് പറഞ്ഞു. 'യുഗോസ്ലാവിയയിലെ നിങ്ങളുടെ കാലാവധി കഴിയട്ടെ. ഭാവികാര്യങ്ങൾ അപ്പോൾ ആലോചിക്കാം' എന്ന് ഐസർ പറഞ്ഞതോടെ അവ്നി ഹതാശനായി.

എങ്കിലും അവ്നി പുറത്തേക്കിറങ്ങുന്നതിന് തൊട്ടുമുൻപ് ഒന്നു-രണ്ട് ദിവസങ്ങൾക്കകം വീണ്ടും കാണാമെന്ന് ഐസർ പറഞ്ഞു. 'ഇവിടെ വേണ്ട. ധാരാളമാളുകൾ വന്നുപോകുന്നയിടമാണ്. താഴത്തെ രഹസ്യ ഓഫീസിൽ നമുക്ക് കാണാം. എന്റെ ഡ്രൈവർ നിങ്ങളെ അങ്ങോട്ട് കൊണ്ടുവരും.'

അതിനർത്ഥം തീർച്ചയായും പ്രതീക്ഷയ്ക്ക് വകയുണ്ടെന്നാണ്. അല്ലെങ്കിൽ ഐസർ എന്തിനാണ് അയാളെ വീണ്ടും കാണുന്നത്?

ദിവസങ്ങൾക്ക് ശേഷം ടെൽ അവീവിലെ സവിശേഷതകൾ ഒന്നും തോന്നിപ്പിക്കാത്ത ഒരു കെട്ടിടത്തിനുള്ളിലേക്ക് അവ്നി ചെന്നുകയറി. ഐസറിനെ ഭയക്കേണ്ട കാര്യമില്ലെന്ന് അയാൾക്ക് തോന്നി. ആദ്യ സമാഗമത്തിൽ സൗഹൃദപരമായാണല്ലോ അദ്ദേഹം പെരുമാറിയത്.

ഐസർ അയാളെ കാക്കുന്നുണ്ടായിരുന്നു. അയാൾ അവ്നിയെ ഒരു വലിയ മുറിയിലേക്ക് കൊണ്ടുപോയി. ഒഴിഞ്ഞ ചുവരുകൾ, ഒരു ഡസ്കും രണ്ടോ മൂന്നോ കസേരകളും, അടച്ചുമൂടിയ ജാലകങ്ങൾ. അവ്നി കസേരയിലിരുന്നയുടനെ ഐസർ രുദ്രനായ ഒരു കാളക്കുറ്റനായി രൂപാന്തരം പ്രാപിച്ചു. അയാളുടെ മുഖം വലിഞ്ഞുമുറുകി. മുഷ്ടിചുരുട്ടി ഡസ്കിൽ ആഞ്ഞിടിച്ചുകൊണ്ട് ഐസർ അലറി: 'നീ സോവിയറ്റ് ചാരനാണ്! ഏറ്റുപറയൂ! ഏറ്റുപറയൂ!' ഡസ്കിൽ ഇടിച്ചുകൊണ്ട് അയാൾ ആവർത്തിച്ച് അട്ടഹസിച്ചു. 'എനിക്കറിയാം നിന്നെ അയച്ചത് റഷ്യയാണെന്ന്. നീ ചാരനാണെന്നും എനിക്കറിയാം!'

ഇടിവെട്ട് കൊണ്ടവനെപ്പോലെ അവ്നി മരവിച്ചുപോയി. ഒരു വാക്ക് ഉച്ചരിക്കാൻ പോലും തനിക്കാവില്ലെന്ന് അയാൾക്കു തോന്നി.

'കുറ്റം സമ്മതിക്ക്! നീ സഹകരിക്കുകയാണെങ്കിൽ നിന്നെ സഹായിക്കാൻ ഞാൻ ശ്രമിക്കാം, അല്ലെങ്കിൽ....'

നെഞ്ചിനുള്ളിൽ അവ്നിയുടെ ഹൃദയം ഭ്രാന്തമായി മിടിച്ചു. തണുത്ത വിയർപ്പിൽ അയാൾ മുങ്ങി. നാവ് ഈയം പോലെ കട്ടിയായതായി അയാൾക്ക് തോന്നി. തന്റെ അവസാനം അടുത്തുവെന്ന് അയാൾക്ക് ഉറപ്പായി. ഐസർ അയാളെ കൊല്ലും. ഒടുവിൽ കുറച്ച് വാക്കുകൾ ഉച്ചരിക്കാനുള്ള ശക്തി എങ്ങനെയോ അയാൾ വീണ്ടെടുത്തു.

'ഞാൻ കുറ്റം ഏൽക്കുന്നു.' അവ്നി പിറുപിറുത്തു. 'റഷ്യക്കാർക്ക് വേണ്ടിയാണ് ഞാൻ പണിയെടുക്കുന്നത്.'

ആ മുറിയുടെ അതുവരെ അദൃശ്യമായിരുന്ന ഒരു വാതിൽ ഐസർ തുറന്നു. രണ്ട് മിടുക്കരായ മൊസാദ് ഏജന്റുമാരും ഒരു പോലീസ് ഓഫീസറും അതിലൂടെ കടന്നുവന്നു. ഓഫീസർ അവ്നിയെ അറസ്റ്റ് ചെയ്ത് ചോദ്യംചെയ്യലിനുള്ള മുറിയിലേക്ക് കൊണ്ടുപോയി. അവിടെ വച്ച് ഘട്ടം ഘട്ടമായി അയാൾ താൻ യഥാർത്ഥത്തിൽ ആരാണെന്നും എന്താണ് ചെയ്യുന്നതെന്നും തന്റെ ലക്ഷ്യമെന്താണെന്നും വെളിപ്പെടുത്തി. കൗമാരം മുതൽ തീവ്രകമ്യൂണിസ്റ്റായിരുന്ന അവ്നിയെ സോവിയറ്റ് ചാരസംഘടന റിക്രൂട്ട് ചെയ്യുകയായിരുന്നു. രണ്ടാം ലോകമഹായുദ്ധകാലത്ത് സ്വിറ്റ്സർലൻഡിൽ താമസിക്കെ സോവിയറ്റ് യൂണിയനായി ചാരപ്പണി ചെയ്യാൻ തുടങ്ങി. അതിനുശേഷമാണ് ഇസ്രായേലിലേക്ക് കുടിയേറാനും കാത്തിരിക്കാനുമുള്ള നിർദ്ദേശം അയാൾക്ക് ലഭിച്ചത്. ദീർഘകാലത്തേക്കുള്ള ഒരു ചാരനായിട്ടാണ് അവ്നിയെ റഷ്യ കണ്ടത്. മോസ്കോയിൽനിന്നുമുള്ള നിർദ്ദേശവും കാത്ത് വർഷങ്ങൾ അയാൾ ഇസ്രായേലിൽ കഴിഞ്ഞു. നയതന്ത്ര ഉദ്യോഗസ്ഥനായി ബ്രസൽസിലേക്ക് നിയോഗിക്കപ്പെടും വരെ റഷ്യയിലെ ചാരസംഘത്തലവൻ കാത്തു. അവിടെനിന്നാണ് അവ്നി ചാരപ്രവർത്തനം പിന്നെയും തുടങ്ങുന്നത്. ഇസ്രായേലും ബെൽജിയവുമായുള്ള ആയുധ ഇടപാടുകളുടെ വിശദ വിവരങ്ങളെല്ലാം അയാൾ റഷ്യയ്ക്ക് ചോർത്തിക്കൊടുത്തു. ഇസ്രായേൽ വിദേശകാര്യവകുപ്പ് ഉപയോഗിക്കുന്ന രഹസ്യ കോഡുകൾ, ഈജിപ്തിൽ പ്രവർത്തിക്കുന്ന ഇസ്രായേൽ ചാരന്മാരുടെ വിവരങ്ങൾ തുടങ്ങി ഒട്ടേറെ സുപ്രധാനവിവരങ്ങൾ അവ്നി കൈമാറി. എന്നാൽ അവർക്ക് അത് പോരായിരുന്നു. മൊസാദിൽ കടന്നുകയറാൻ അയാൾക്ക് നിർദ്ദേശം ലഭിച്ചു. 'ഏറ്റുപറയൂ, നീ റഷ്യൻ ചാരനല്ലേ?' എന്ന് ഐസർ അട്ടഹസിക്കും വരെ അവ്നി അതുതന്നെയാണ് ചെയ്തുകൊണ്ടിരുന്നതും.

ഒടുവിൽ എല്ലാം ഏറ്റുപറഞ്ഞപ്പോൾ അതിലെന്താണ് ഏറ്റവും കൂടുതൽ ഞെട്ടലുളവാക്കിയതെന്ന് അയാൾ അറിഞ്ഞില്ല. ഒരു പക്ഷേ ഒരു സ്വതന്ത്രമനുഷ്യനായി അവിടെനിന്നും ഇറങ്ങിപ്പോരാൻപോലും അയാൾക്ക് കഴിയുമായിരുന്നു. സംശയങ്ങളല്ലാതെ യാതൊരു തെളിവും അവ്നിക്കെതിരെ മൊസാദ് തലവന്റെ പക്കൽ ഉണ്ടായിരുന്നില്ല. കമ്യൂണിസ്റ്റ് ചായ്വ് കാരണമായി കിബുട്സിൽ (ഇസ്രായേൽ സ്വയം പര്യാപ്തഗ്രാമം) നിന്നും അവ്നി പുറത്താക്കപ്പെടുകയായിരുന്നു എന്ന റിപ്പോർട്ട് ഐസർക്ക് ലഭിച്ചിരുന്നു. പക്ഷേ അതൊന്നും അയാൾ ഒരു സോവിയറ്റ് ചാരനാണെന്ന് സംശയിക്കാൻ പോന്നതായിരുന്നില്ല.

ഒരുതരം അന്തർജ്ഞാനമാണ് ഇക്കാര്യത്തിൽ ഐസറെ നയിച്ചത്. മൊസാദിൽ ചേരാനുള്ള അവ്നിയുടെ നിരന്തരമായ ശ്രമങ്ങൾ, എട്ടു വയസ്സുകാരിയായ മകളെ കാണാൻ വേണ്ടി മാത്രമുള്ള സന്ദർശനം,

ബെൽഗ്രേഡിൽ മൊസാദിന്റെ യൂണിറ്റ് വേണമെന്ന ആവശ്യം ഐസറെ ബോദ്ധ്യപ്പെടുത്താനുള്ള അശ്രാന്ത പരിശ്രമങ്ങൾ തുടങ്ങിയ ചെറിയ കാര്യങ്ങൾ കൂട്ടിച്ചേർന്നാണ് അവ്നി രാജ്യദ്രോഹിയായ ചാരനാണോ യെന്ന സന്ദേഹം ഐസറുടെ കുശാഗ്രബുദ്ധിയിൽ മുളപ്പിച്ചത്.

വിചാരണയിൽ അവ്നി സത്യമെല്ലാം തുറന്നുപറഞ്ഞു. പതിനാലു കൊല്ലത്തെ തടവായിരുന്നു ശിക്ഷ. ഒമ്പത് കൊല്ലത്തിനുശേഷം അയാൾക്ക് പരോൾ അനുവദിച്ചു. തുടർന്ന് അയാൾ ഒരു മാതൃകാപൗരനായി മാറി. മനഃശാസ്ത്രജ്ഞനായി ജോലിചെയ്യുന്നു. വർഷങ്ങൾക്കു ശേഷം തന്റെ ജീവചരിത്രകാരനോട് സംസാരിക്കെ ഐസർ പറഞ്ഞത് പിടിയിലായ ചാരന്മാരിൽ ഏറ്റവും അപകടം പിടിച്ചയാൾ ആയിരുന്നു അവ്നി എന്നാണ്. 'ആകർഷണീയമായി പെരുമാറുന്ന തികഞ്ഞ മാന്യനായ ചാരനായിരുന്നു' അവ്നിയെന്നും സൗഹൃദഭാവത്തിൽ ഐസർ ഇവിടെ കൂട്ടിച്ചേർക്കുന്നുണ്ട്.

അവ്നിയും വർഷങ്ങൾക്ക് ശേഷം ഞങ്ങളോട് പറഞ്ഞത് അന്ന് ഷബാകിൽ (ഇസ്രായേലിലെ കേന്ദ്രാന്വേഷണ ഏജൻസി) തന്നെ ചോദ്യം ചെയ്തവരിൽ പലരും പിന്നീട് തന്റെ നല്ല കൂട്ടുകാരായി മാറിയെന്നാണ്.

ഓപ്പറേഷൻ പിഗ്മാലിയൻ (അവ്നി സംഭവം അങ്ങനെയാണ് മൊസാദിൽ അടയാളപ്പെട്ടത്) അനേകവർഷങ്ങൾ മൊസാദിന്റെ പരമ രഹസ്യങ്ങളിൽ ഒന്നായിരുന്നു. ഇതേക്കുറിച്ച് അറിവുണ്ടായിരുന്നവരെ സംബന്ധിച്ചിടത്തോളം ഐസറിന്റെ അസാധാരണമായ വാസനാബലത്തിന് മറ്റൊരു മികച്ച ഉദാഹരണമായിരുന്നു ഈ സംഭവം.

യഥാർത്ഥത്തിൽ കുഞ്ഞ് ഐസർ ആരായിരുന്നു? മിതഭാഷിയും ഉൾവലിഞ്ഞയാളും മിക്കപ്പോഴും ശാഠ്യക്കാരനുമായ ഐസർ പഴയ റഷ്യയിലെ പുരാതന കോട്ടകളാൽ ചുറ്റപ്പെട്ട ഡെവ്നിക് എന്ന പട്ടണത്തിലാണ് പിറന്നതെന്ന് പറയപ്പെടുന്നു. പതിനെട്ടാമത്തെ വയസ്സിൽ ഇസ്രായേലിലേക്ക് കുടിയേറുമ്പോൾ അയാളുടെ ബാഗിൽ ഉണ്ടായിരുന്ന റൊട്ടിക്കുള്ളിൽ ഒരു കൈത്തോക്ക് ഒളിപ്പിച്ചിരുന്നു. ഷെഫായിം എന്ന കിബുട്സിൽ ജീവിതം തുടങ്ങിയ ഐസർ, റിവ്ക എന്ന സ്ത്രീയെ വിവാഹം ചെയ്തു. അറിയപ്പെടാത്ത കാരണങ്ങളാൽ അവിടം വിടുമ്പോൾ ഭാര്യയും ഒരു കുട്ടിയും ധരിച്ചിരുന്ന വസ്ത്രങ്ങളും അല്ലാതെ മറ്റൊന്നും ഒപ്പമുണ്ടായിരുന്നില്ല. രണ്ടാം ലോകമഹായുദ്ധകാലത്ത് ബെൻ ഗുരിയോണിന്റെ നേതൃത്വത്തിലുള്ള ഹഗന്നായിൽ ചേർന്ന് പ്രവർത്തിച്ചു. വൈകാതെ അതിലെ രഹസ്യാന്വേഷണവിഭാഗത്തിന്റെ തലപ്പത്തെത്തി. വിദ്രോഹികളെയും വിമതരെയും തെരഞ്ഞുപിടിക്കലായിരുന്നു ചുമതല. ഡേവിഡ് ബെൻ ഗുരിയോണിന്റെ രാഷ്ട്രീയത്തെയും നേതൃത്വത്തെയും എതിർത്തിരുന്ന ഇർഗുൺ, സ്റ്റേൺ എന്നീ വലതുപക്ഷസംഘടനകളെയായിരുന്നു ലക്ഷ്യമിട്ടത്. വലിയ ഐസർ തിരോഭവിച്ചപ്പോൾ ആ സ്ഥാനത്ത് ഷബാകിന്റെ (ആഭ്യന്തര സുരക്ഷിത സേനയുടെ) തലവനായി കുഞ്ഞ് ഐസർ നിയമിതനായി.

എല്ലാവരെയും അമ്പരപ്പിച്ചുകൊണ്ട് ബെൻ ഗുരിയോൺ റെവെൻ ഷിലോയുടെ രാജി സ്വീകരിക്കുകയും തൽസ്ഥാനത്ത് ഐസറിനെ നിയമിക്കുകയും ചെയ്യുമ്പോൾ മൊസാദ് പിച്ചവച്ച് നടക്കാൻ തുടങ്ങിയിട്ടേ ഉണ്ടായിരുന്നുള്ളൂ. ഒരു വാഹനാപകടത്തിൽ പരിക്കേറ്റ ഷിലോയ്ക്ക് ചുമതലകൾ നിർവഹിക്കാൻ കഴിയാതായതിനാൽ രാജി വയ്ക്കുന്നു എന്നതായിരുന്നു ഔദ്യോഗിക വിശദീകരണമെങ്കിലും മൊസാദിനുള്ളിലെ കിംവദന്തികൾ മറ്റൊന്നായിരുന്നു. ഐസർ നിർബന്ധിച്ച് ഷിലോയെക്കൊണ്ട് രാജിവയ്പ്പിക്കുകയായിരുന്നെന്നും അതിനുമുൻപേ ഷിലോ മാന്യനും നല്ലവനുമെങ്കിലും കടുപ്പക്കാരായ ഏജന്റുമാരെയും അതീവരഹസ്യമായ ഇടപാടുകളെയും നയിക്കുന്നതിന് പോരായെന്നും ബെൻ ഗുരിയോണിനെ ബോധ്യപ്പെടുത്തിയിരുന്നെന്നുമാണ്.

ഐസറുടെ നേതൃത്വത്തിൽ മൊസാദ് അതിനെ വിഭാവനം ചെയ്യപ്പെട്ട രൂപത്തിലേക്ക് വളർന്നു. അഞ്ച് ഘടകങ്ങളായിട്ടാണ് അത് വിഭാവനം ചെയ്യപ്പെട്ടത്: മൊസാദ്, ഷബക്, അമൻ (സൈനിക രഹസ്യാന്വേഷണം), പോലീസിനുള്ളിലെ സ്പെഷൽ ബ്രാഞ്ച്, വിദേശകാര്യവകുപ്പിലെ ഗവേഷണ വിഭാഗം എന്നിങ്ങനെ. ഇതിൽ മൊസാദും ഷബകും അമനും സുപ്രധാനമായിരുന്നു. മറ്റുരണ്ടിനെയും ആരും കാര്യമായി പരിഗണിച്ചിരുന്നില്ല. അഞ്ചുവിഭാഗങ്ങളുടെയും ഡയറക്ടർമാരും ഉപഡയറക്ടർമാരും ചേരുന്നതാണ് തലപ്പത്തെ കമ്മറ്റി. ഐസർ അതിന്റെ ചെയർമാനും. ബെൻ ഗുരിയോൺ ഐസർക്ക് പുതിയൊരു പദവി കൂടി നൽകി – മെമുന്നേ, സുരക്ഷിതത്വത്തെ സംബന്ധിക്കുന്ന കാര്യങ്ങളുടെ ഉന്നതാധികാരി. കുഞ്ഞ് ഐസറിനെ ഈ പദവിയിലേക്ക് ആദ്യമായി നിയമിക്കുമ്പോൾ ബെൻ ഗുരിയോൺ ഇതും പറഞ്ഞു: 'മൊസാദ് നിങ്ങളുടെ കീഴിലാണെങ്കിലും ഷബാകിനെയും നിങ്ങൾ തന്നെ നയിക്കും.' ഷബാകിനായി പുതിയൊരു തലവനെ നിയമിച്ചെങ്കിലും രണ്ടിന്റെയും നിയന്ത്രണം ഐസർ തന്നെയായിരുന്നു.

ഇങ്ങനെയാണ് കുഞ്ഞ് ഐസർ ഇസ്രായേൽ രഹസ്യാന്വേഷണ വിഭാഗത്തിന്റെ സാർ ചക്രവർത്തിയായത്.

ഇസ്രായേൽ രാഷ്ട്രത്തിന്റെ ആദ്യ വർഷങ്ങളിൽ ഐസർ നയിച്ച പല പ്രധാന ഓപ്പറേഷനുകളിൽ ഒന്നുമാത്രമായിരുന്നു പിശാലിയൻ. മിക്കതിലും ശത്രുസ്ഥാനത്ത് സോവിയറ്റ് യൂണിയൻ നിയോഗിച്ച ചാരന്മാരായിരുന്നു. അവരിൽ മിക്കവരും പിടിയിലകപ്പെട്ടു; തടവിലാക്കപ്പെടുകയോ ബഹിഷ്കൃതരാവുകയോ ചെയ്തു.

പക്ഷേ എല്ലാ ചാരന്മാരും സോവിയറ്റ് യൂണിയനുവേണ്ടി പണിയെടുക്കുന്നവർ ആയിരുന്നില്ല; എല്ലാ ചാരക്കഥകൾക്കും സന്തോഷകരമായ അന്ത്യവും ഉണ്ടായില്ല.

* * *

1954 ഡിസംബറിലെ ഒരു മധ്യാഹ്നത്തിൽ ഒറ്റയായൊരു ചരക്കുവിമാനം കിഴക്കൻ മെഡിറ്ററേനിയൻ കടലിൽ റാകിപ്പറന്നുകൊണ്ടിരുന്നു. കടലിൽ ആ പ്രദേശത്ത് യാനപാത്രങ്ങളൊന്നും ഇല്ലായെന്ന് പൈലറ്റിന് ഉറപ്പായപ്പോൾ വിമാനത്തിന്റെ ഒരു വാതിൽ തുറക്കപ്പെട്ടു. അതിൽ നിന്നും കനപ്പെട്ട എന്തോ കടലിലേക്ക് വീണു – ഒരു ശരീരം.

വിമാനം തിരിച്ചുപറന്ന് ഒരു മണിക്കൂറിനുശേഷം ഇസ്രായേലിലെ വിമാനത്താവളത്തിൽ ഇറങ്ങി. ഓപ്പറേഷൻ എഞ്ചിനീയർ സമാപിക്കുകയായിരുന്നു, അമ്പത് കൊല്ലത്തോളം പിന്നെയും പരമരഹസ്യമായി തുടർന്ന ഒരു സംഗതി.

1949-ൽ ബൾഗേറിയയിൽ നിന്നും മൂന്ന് ജൂതസഹോദരന്മാർ ഹയ്ഫായിലെത്തി. അതിൽ മൂത്തവനായ അലക്സാണ്ടർ ഇസ്രായേൽ സോഫിയായിലെ എഞ്ചിനീയറിംഗ് കോളേജിൽ ആ വർഷം പഠനം പൂർത്തിയാക്കിയതേയുണ്ടായിരുന്നുള്ളു. സൈന്യത്തിൽ ചേർന്ന ആ യുവാവിന് ക്യാപ്റ്റൻ പദവി ലഭിച്ചു. തുടർന്ന് ഇസ്രായേൽ നേവിയിലേക്ക് അയക്കപ്പെട്ടു. സുമുഖനും ആകർഷണീയനുമായിരുന്നു ക്യാപ്റ്റൻ അലക്സാണ്ടർ ഇസ്രായേൽ. സമർത്ഥനെന്ന് പേരെടുത്ത ആ യുവാവിനെ അതീവ രഹസ്യസ്വഭാവമുള്ള ആയുധ ഗവേഷണ വിഭാഗത്തിലേക്ക് നിയോഗിച്ചു. വളരെ പ്രധാനപ്പെട്ട പ്രതിരോധരഹസ്യങ്ങൾ അവിടെ അയാൾക്ക് പ്രാപ്തമായി. അലക്സാണ്ടർ എന്ന സ്വന്തം പേർ അയാൾ അതിന്റെ ഹീബ്രു രൂപമായ അവ്നർ എന്നാക്കി മാറ്റി. 1953-ൽ തുർക്കി വംശജയും സുന്ദരിയുമായ മറ്റിൽഡ ആർദിതിയെ വിവാഹം ചെയ്തു. ഇസ്രായേലിന്റെ നാവികകേന്ദ്രമായ ഹയ്ഫയ്ക്ക് സമീപമായിരുന്നു അത്. മറ്റിൽഡ തന്റെ സുന്ദരനായ ഭർത്താവിനെ അതിയായി സ്നേഹിച്ചു. പക്ഷേ അയാളുടെ വ്യക്തിത്വത്തിന്റെ അത്ര സുന്ദരമല്ലാത്ത മറ്റൊരുവശത്തെക്കുറിച്ച് അവൾ അജ്ഞയായിരുന്നു.

പോലീസ് രേഖകളിൽ അയാളെക്കുറിച്ച് നീണ്ടതും നിറപ്പകിട്ടാർന്നതുമായ നിരവധി കാര്യങ്ങളുണ്ടായിരുന്നത് അവളുടെ അറിവിൽ വന്നില്ല. ഒന്നിൽ കൂടുതൽ വ്യക്തികൾക്ക് അതേ അപ്പാർട്ട്മെന്റ് വാടകയ്ക്ക് നൽകി കബളിപ്പിച്ച കേസ് അവ്നർ ഇസ്രായേലിന്റെ പേരിലുണ്ടായിരുന്നു. റഫ്രിജറേറ്ററുകളുടെ സെയിൽസ്മാനായി നടിച്ച് പലരിൽ നിന്നും പണം കൈപ്പറ്റുകയും ആർക്കും ഒന്നും നൽകാതിരുന്നതിന്റെ പേരിലുള്ള വഞ്ചനാക്കുറ്റവും അങ്ങനെതന്നെ. കബളിപ്പിക്കലും ആൾമാറാട്ടവും വഞ്ചനയും ആരോപിതമായ അനവധി കേസുകൾ. അതിലൊന്ന് കോടതിയിലെത്തി 1954 നവംബർ എട്ടിന് വിചാരണയ്ക്ക് വച്ചിരിക്കുകയാണ്. അതിനായി ഹാജരാകാനുള്ള സമൻസും അയാൾ കൈപ്പറ്റിയിട്ടുണ്ട്.

ഗർഭകാലത്തിന്റെ ആലസ്യത്തിൽ കഴിഞ്ഞിരുന്ന മറ്റിൽഡ ഇതൊന്നും അറിഞ്ഞില്ല. ഹയ്ഫയിലെ ഇറ്റാലിയൻ കോൺസുലേറ്റിൽ ക്ലാർക്കായിരുന്ന മറ്റൊരു സുന്ദരിയുമായുള്ള തന്റെ ഭർത്താവിന്റെ അവിഹിത

പ്രണയവും അവൾ അറിയാതെപോയി. ഇറ്റാലിയൻ യുവതിയോട് അവ്നർ വിവാഹാഭ്യർത്ഥനയും നടത്തി. കത്തോലിക്കനായി മതം മാറിയാൽ പരിഗണിക്കാമെന്ന് അവൾ മറുപടിയും നൽകി.

മതം മാറ്റമൊന്നും അവ്നർക്ക് വലിയ പ്രശ്നമായിരുന്നില്ല. ബൾഗേറിയയിൽ വച്ച് ഒരിക്കലയാൾ മതം മാറിയിട്ടുമുണ്ട്. ഒരു ക്രിസ്ത്യൻ യുവതിയെ അയാൾ പാട്ടിലാക്കിയപ്പോൾ അവളുടെ ക്രുദ്ധരായ കുടുംബം അവനെ തോക്കുചൂണ്ടി മതം മാറ്റിച്ച് പെണ്ണിനെ വിവാഹം ചെയ്യിക്കുകയായിരുന്നു. പക്ഷേ വിവാഹം കഴിഞ്ഞയുടനെ അയാൾ സോഫിയായിൽ നിന്നും മുങ്ങി. നവവധു ആത്മഹത്യയും ചെയ്തു. അതോടെ അവ്നി ജൂത മതത്തിലേക്കും സോഫിയ നഗരത്തിലേക്കും മടങ്ങിയെത്തി. ഇപ്പോൾ വീണ്ടും ഒരിക്കൽക്കൂടി മതം മാറാനായി പുതിയ കാമുകിയോടൊത്ത് അയാൾ ജറുസലേമിലേക്ക് യാത്രചെയ്തു. അവിടെ തേരാ സാന്താ കോൺവെന്റിൽ വച്ച് ജ്ഞാനസ്നാനം സ്വീകരിച്ച് അലക്സാണ്ടർ ഐവർ ആയി. പള്ളിയിൽ നിന്നും ലഭിച്ച രേഖകളും വശ്യമായ പെരുമാറ്റവും പ്രയോജനപ്പെടുത്തി ആഭ്യന്തര മന്ത്രാലയത്തിൽ അലക്സാണ്ടർ ഐവർ ആയി അയാൾ രജിസ്റ്റർ ചെയ്തു.

ഇറ്റാലിയൻ കാമുകിയും ഐവറുമായുള്ള വിവാഹത്തിന്റെ തീയതി 1954 നവംബർ ഏഴെന്ന് ഉറപ്പിച്ചു. ഹൈഫായിൽ വിചാരണ ആരംഭിക്കുന്ന തീയതി നവംബർ എട്ടായിരുന്നു. അവ്നർ ഇസ്രായേൽ എന്ന അലക്സാണ്ടർ ഐവർക്ക് ഇവ രണ്ടിലും പങ്കെടുക്കാൻ യാതൊരു ഉദ്ദേശ്യവും ഉണ്ടായിരുന്നില്ല. അപ്രത്യക്ഷനാകാനുള്ള സമയം അടുത്തെന്ന് അയാൾ കണക്കുകൂട്ടി.

ഒക്ടോബർ ഒടുവിൽ ക്യാപ്റ്റൻ ഇസ്രായേൽ രണ്ടാഴ്ചത്തെ അവധിക്ക് അപേക്ഷിച്ചു. രാജ്യത്തിന് പുറത്തേക്ക് പോകാനുള്ള വിസ ക്യാപ്റ്റൻ ഇസ്രായേലിന് ഉണ്ടായിരുന്നില്ല പക്ഷെ അലക്സാണ്ടർ ഐവർക്ക് അതുണ്ടായിരുന്നു. അതോടൊപ്പം ആവശ്യമായ മറ്റ് രേഖകളും. അവയിൽ ചിലത് ഒറിജിനലായിരുന്നു മറ്റുചിലത് വ്യാജനും. റോമിലേക്ക് ഒരു വിമാന ടിക്കറ്റ് സംഘടിപ്പിച്ച് നവംബർ നാലാം തീയതി അയാൾ രാജ്യം വിട്ടു. ഭാര്യയോ കാമുകിയോ ഇതൊന്നും അറിഞ്ഞില്ല. ഇറ്റാലിയൻ യുവതി അയാൾക്കായി തെരച്ചിൽ തുടങ്ങി. അത് ഫലരഹിതമായപ്പോൾ അവൾ ഹൈഫ പോലീസിൽ പരാതി നൽകി. പോലീസിന്റെ സഹായത്തോടെ വിലാസം കണ്ടെത്തി. വീട്ടിലെത്തിയപ്പോൾ അവിടെ നിറവയറുമായി നിന്നിരുന്ന ശ്രീമതി മറ്റിൽഡ ഇസ്രായേൽ അവളെ ശരിക്കും അമ്പരപ്പിച്ചു.

റോമിലെത്തിയ അവ്നർ ഇസ്രായേൽ എങ്ങോട്ടെന്നില്ലാതെ മാഞ്ഞുപോയി. പക്ഷേ അത് അധികകാലത്തേക്ക് ആയിരുന്നില്ല. റോമിലെ മൊസാദ് ഏജന്റിന് അറബ് നയതന്ത്രവൃത്തങ്ങളിൽ പരിചയക്കാർ അനേകരായിരുന്നു. നവംബർ പതിനേഴിന് ടെൽ അവീവിലെ മൊസാദ് കേന്ദ്രത്തിൽ റോമിലെ ഏജന്റിൽ നിന്നും ഒരു സന്ദേശമെത്തി.

'അലക്സാണ്ടർ ഐവർ എന്നോ ഐവൺ എന്നോ ഐവിയെന്നോ പേരുള്ള ഒരു ഇസ്രായേലി സൈനിക ഓഫീസർ ഈജിപ്ഷ്യൻ മിലിറ്ററി അറ്റാഷെയ്ക്ക് ഇസ്രായേലിന്റെ സൈനിക രഹസ്യങ്ങൾ വിൽക്കാൻ ശ്രമിക്കുന്നു.'

രംസദ്ദം ഷബാകിന്റെ തലവനായ ആമോസ് മനോറും ചേർന്ന് അയാൾ ആരെന്ന് കണ്ടുപിടിക്കാൻ ശ്രമം തുടങ്ങി. കുറച്ച് ദിവസങ്ങൾക്കുള്ളിൽ ത്തന്നെ അവർക്ക് ആളെ തിരിച്ചറിയാനായി. ചാരൻ ഒരു ഇസ്രായേൽ നേവി ഓഫീസറാണെന്നത് അവരെ അമ്പരപ്പിച്ചു. റോമിൽ നിന്നുമുള്ള രണ്ടാമത്തെ സന്ദേശം കൂടുതൽ ശല്യകരമായിരുന്നു. ഇസ്രായേലിലെ ഒരു ആയുധകേന്ദ്രത്തെക്കുറിച്ചുള്ള എല്ലാവിവരങ്ങളും പ്രസ്തുത നേവി ഓഫീസർ ഈജിപ്തിന് കൈമാറിയിരിക്കുന്നു. പ്രതിഫലമായി ലഭിച്ച 1500 ഡോളർ അയാൾ ക്രെഡിറ്റ് സൂയസ് ബാങ്കിൽ നിക്ഷേപിക്കുകയും ചെയ്തു. ഇനിയും കൂടുതൽ സമാന വിവരങ്ങൾ കൈമാറാമെന്നും നേരിട്ട് വിവരങ്ങൾ കൈമാറാനായി കെയ്റോയിലേക്ക് യാത്രചെയ്യാൻ തയ്യാറാണെന്നും അയാൾ ഈജിപ്ത് എംബസിയുടെ ഓഫീസർമാരെ അറിയിക്കുകയും ചെയ്തിരിക്കുന്നു.

കുറച്ച് ദിവസങ്ങൾക്ക് ശേഷം, വീണ്ടും ഒരു സന്ദേശം മൊസാദിന്റെ ആസ്ഥാനത്തെത്തി. 'റോമിൽ നിന്നും കെയ്റോയിലേക്ക് നവംബർ അവസാനം യാത്ര ചെയ്യാനായി ഈജിപ്റ്റ് എംബസി രണ്ട് ടിക്കറ്റുകൾ ബുക്ക് ചെയ്തിരിക്കുന്നു. ആ യാത്രികർ ഈജിപ്തിന്റെ സൈനിക അറ്റാഷെയും ഇസ്രായേലി ഓഫീസറുമാണ്.'

മൊസാദിന്റെ ആസ്ഥാനത്ത് അപായമണികൾ മുഴങ്ങി. ഒരു ചതിയൻ വിവരങ്ങൾ കൈമാറുന്നതും ശത്രുപാളയത്തിൽ സ്വമേധയാ ചെന്ന് വിദഗ്ധരുടെ ചോദ്യം ചെയ്യലിന് വിധേയമാകുന്നതും രണ്ട് കാര്യങ്ങളായിട്ടാണ് ഐസർ കണ്ടത്. രണ്ടാമത്തേത് അത്യന്തം അപകടകരവും അതിനാൽ ഏതു വിധത്തിലും ഒഴിവാക്കപ്പെടേണ്ടതും. ഏതുവഴിക്കും അവ്നരുടെ കെയ്റോയിലേക്കുള്ള യാത്ര സംഭവിക്കാൻ പാടില്ലെന്ന് ഐസർ ഉറപ്പിച്ചു.

മൊസാദിന്റെ ഏറ്റവും സമർത്ഥരായ ഒരു ടീമിനെ റോമിലേക്ക് അയക്കാൻ ഐസർ തീരുമാനിച്ചു. അക്കാലത്ത് ഒരു പ്രത്യേക ഓപ്പറേഷൻസ് വകുപ്പ് മൊസാദിനുണ്ടായിരുന്നില്ല. അത്തരം സന്ദർഭങ്ങളിൽ ഷബാകിന്റെ ടീമിനെയാണ് ഉപയോഗപ്പെടുത്തിയിരുന്നത്. അതിന്റെ നേതാവ് അന്ന് ഇസ്രായേലിൽ ഉണ്ടായിരുന്ന ഏറ്റവും മികച്ച ഏജന്റായിരുന്നു, ഷബാകിൽ ഇതിഹാസപുരുഷസമാനനായിരുന്ന റാഫി ഐതൻ. ഒരു സാധാരണ കിബ്ബുട്സിൽ പിറന്ന് വളർന്നയാൾ. പൊക്കം കുറഞ്ഞ് വണ്ണം കൂടി പ്രസന്നനും രസികനുമായ ഒരു കണ്ണടക്കാരൻ. പ്രവർത്തിക്കുമ്പോൾ ധീരനും വഴിമാറി ചിന്തിക്കാൻ പ്രാപ്തനും ഒപ്പം ദാക്ഷിണ്യരഹിതനും. ശൗര്യത്തിന് കേൾവികേട്ട പാൽമാക് സ്വാതന്ത്ര്യപ്പോരാളിക്കൂട്ടത്തിൽ നിന്നും വന്നയാൾ. ബ്രിട്ടീഷ് നിരോധനങ്ങളെ മറികടന്ന്

പാലസ്തീനിലേക്ക് അന്യദേശങ്ങളിൽ നിന്നും ജൂതരെ കടത്തിക്കൊണ്ടു വരുന്നതിനായി പ്രവർത്തിച്ചിരുന്ന അലിയ ബേത്ത് ഗൂഢസംഘത്തിലും സജീവമായിരുന്നു. പൊട്ടിപ്പൊളിഞ്ഞ ബോട്ടുകളിൽ ജൂതകുടുംബങ്ങളുമായി ബ്രിട്ടീഷ് യുദ്ധക്കപ്പലുകളെ വെട്ടിച്ച് പാലസ്തീൻ തീരമെത്തി ജനക്കൂട്ടത്തിൽ അതിവേഗം മറയുക സാഹസികമായിരുന്നു. ഹൈഫയ്ക്ക് അടുത്തായി കർമ്മല മലയിലെ ബ്രിട്ടീഷ് റഡാർ സംവിധാനം റാഫി ഒറ്റയ്ക്ക് തകർത്തത് അയാൾക്ക് അമാനുഷിക പരിവേഷം നൽകി. സമുദ്രത്തിലൂടെ എത്തിക്കൊണ്ടിരുന്ന അലിയ ബേത്ത് ബോട്ടുകളെ കണ്ടെത്തി തടയുന്നതിൽ മുഖ്യ പങ്കുവഹിച്ചിരുന്നത് ഈ റഡാർ സംവിധാനമായിരുന്നു. റഡാറിനരികിൽ എത്തുന്നതിനായി മണ്ണിനടിയിലൂടെയുള്ള അഴുക്കുചാലുകളിലൂടെ കിലോമീറ്ററുകൾ റാഫിക്ക് സഞ്ചരിക്കേണ്ടിവന്നു. 'അഴുക്ക് മണക്കും റാഫി' എന്ന ചെല്ലപ്പേർ അയാൾക്ക് നേടിക്കൊടുത്തത് ഈ സാഹസികയാത്രയായിരുന്നു. സ്വാതന്ത്ര്യപ്പോരാട്ടത്തിലെ പങ്കാളിത്തം റാഫിയുടെ ധീരസാഹസികതയെയും ബുദ്ധിസാമർത്ഥ്യത്തെയും വെളിപ്പെടുത്തുന്ന വിധമായിരുന്നു. വ്യത്യസ്ത രംഗങ്ങളിൽ നിന്നുള്ള പ്രഗത്ഭരെ ഉൾപ്പെടുത്തിയാണ് ഐസർ തന്റെ സംഘം രൂപപ്പെടുത്തിയത്. ഹിറ്റ്ലറുടെ ജൂതക്കൂട്ടക്കുരുതിയെ അതിജീവിച്ചവർ, പാൽമാകിൽ നിന്നും ഹഗന്നായിൽ നിന്നുമുള്ള പരിചയസമ്പന്നർ, ഒരു കാലത്ത് ശത്രുവായി കണ്ട് വേട്ടയാടിയിരുന്ന ഇർഗുൻ, സ്റ്റേൺ ഗ്രൂപ്പുകളിൽ നിന്നുമുള്ളവർ തുടങ്ങിയവരെല്ലാം ഐസർ തിരഞ്ഞെടുത്തവരിൽ ഉൾപ്പെട്ടിരുന്നു. (സ്റ്റേൺ വിഭാഗത്തിൽ നേതാവായിരുന്ന ഇസഹാക് ഷമീറും അതിലൊരാളായിരുന്നു. പിന്നീട് ഷമീർ ഇസ്രായേലിന്റെ പ്രധാനമന്ത്രിയായി.)

റോമിലേക്ക് അയക്കപ്പെട്ട സംഘത്തിന്റെ തലവൻ റാഫി ഐതൻ ആയിരുന്നു.

റാഫിയും റഫായേൽ മെദാനും ഇമ്മാനുവൽ താൽമോറും ആയിരുന്നു ആദ്യം റോമിലേക്ക് പറന്നത്. മറ്റ് ഏജന്റുമാർ പിന്നീട് ഒപ്പം ചേരുകയായിരുന്നു. റോമിൽ ഒത്തുചേർന്നയുടനെ അവർ വിമാനത്താവളത്തിനുള്ളിൽ വച്ച് ഒരു ആക്രമണം ആസൂത്രണം ചെയ്തു. അവ്നർ ഒരു കാരണവശാലും കെയ്റോയിലേക്ക് പറക്കരുതെന്ന് ഐസറിന് നിർബന്ധമായിരുന്നു. എവിടെവച്ചായാലും ഏതുവിധേനയും അവ്നറെ തടയുക. 'ഒരുവിധത്തിലും അവൻ വിമാനത്തിൽ കയറിപ്പറ്റരുത്. പിടിവലിയോ ഉന്തോ തള്ളോ ഉണ്ടാക്കുക. അവ്നറെ കീഴ്പ്പെടുത്തുക, വേണ്ടിവന്നാൽ മുറിപ്പെടുത്തുക, ഒന്നും ഫലിക്കുന്നില്ലെങ്കിൽ വെടിയുതിർക്കുക, അവനെ വധിക്കുക.'

അതിനുമുൻപോ പിൻപോ ഒരിക്കലും ഒരാളെ കൊല്ലാനുള്ള അനുവാദം ഇസ്രായേലി ഏജന്റുമാർക്ക് ഇപ്രകാരം നൽകപ്പെട്ടിട്ടില്ല.

വിമാനത്താവളത്തിലെ ആക്രമണം സംഭവിച്ചില്ല. അവ്നിയുടെ ഈജിപ്ത് യാത്രയെ സംബന്ധിക്കുന്ന വിവരങ്ങൾ ശരിയായിവന്നതുമില്ല. കുറച്ചുനാളുകൾ റോമിൽ തങ്ങിയശേഷം അവ്നി യൂറോപ്യൻ നഗരങ്ങൾ

കറങ്ങാൻ തുടങ്ങി; റാഫിയും സംഘവും പിന്നാലെയും. തന്നെ പിന്തുടരുന്നവരെ കുടഞ്ഞുകളയാനെന്നവണ്ണം അയാൾ ആദ്യം സൂറിച്ചിലേക്കും തുടർന്ന് ജനീവ, ജനോവ, പാരീസ്, വിയന്ന തുടങ്ങിയ നഗരങ്ങളിലേക്കും സഞ്ചരിച്ചു.

ഒരുദിവസം പെട്ടെന്ന് ക്യാപ്റ്റൻ അവ്നി റാഫിയുടെയും സംഘത്തിന്റെയും കാഴ്ചയിൽ നിന്നും മാഞ്ഞുപോയി. മൊസാദിന്റെ ഏജന്റുമാർ സകലയിടങ്ങളിലും അന്വേഷിച്ചെങ്കിലും അതെല്ലാം വിഫലമായി. പക്ഷേ ഇങ്ങനെയുള്ള സന്ദർഭങ്ങളിൽ സംഭവിക്കാറുള്ളതുപോലെ തികച്ചും അപ്രതീക്ഷിതമായി റാഫിയുടെ ഭാഗ്യനക്ഷത്രം കൺചിമ്മിയുണർന്നു. വിയന്നയിലെ ഇസ്രായേൽ പ്രതിനിധികാര്യാലയത്തിൽ ഇസ്രായേലിലേക്കുള്ള ജൂതക്കുടിയേറ്റത്തിന് നിയമവിധേയമായോ അല്ലാതെയോ സഹായം നൽകുന്നതിനായി ഒരു ഉദ്യോഗസ്ഥനുണ്ടായിരുന്നു. അയാൾ മൊസാദുമായി അടുത്ത ബന്ധം പുലർത്തിയിരുന്നു. ഡിസംബറിൽ ഒരുദിവസം അയാളുടെ ബൾഗേറിയയിൽ ജനിച്ച ഭാര്യ ഉത്സാഹത്തോടെ പറഞ്ഞു: 'നിങ്ങളിത് വിശ്വസിക്കാൻ പോകുന്നില്ല. രാവിലെ തെരുവിലൂടെ നടക്കുമ്പോൾ ഞാൻ കണ്ടതാരെയാണെന്ന് അറിയാമോ! സോഫിയായിൽ നിന്നുമുള്ള എന്റെ ബാല്യകാലസുഹൃത്ത്! വർഷങ്ങൾ അവൻ എവിടെയാണെന്നുപോലും എനിക്കറിയില്ലായിരുന്നു. ഒരേ സ്കൂളിൽ ഒരേ ക്ലാസിൽ പഠിച്ചവർ! ഇത് അത്ഭുതകരമായ ഒരു യാദൃച്ഛികതയാണെന്ന് നിങ്ങൾക്ക് തോന്നുന്നില്ലേ?'

'അതേയോ! എന്താ അയാളുടെ പേര്?' ഭർത്താവ് ചോദിച്ചു.

'അലക്സാണ്ടർ ഇസ്രായേൽ. നമ്മൾ മൂവരും ഒരുമിച്ചാണ് നാളെ ഉച്ചഭക്ഷണം കഴിക്കുന്നത്.'

റാഫി ഐതനും സംഘവും വിയന്നയിൽ എത്തിയിട്ടുള്ളതും ഭാര്യ പറഞ്ഞതുപോലുള്ള ഒരുവനായി തേടുന്നതും ആ നയതന്ത്ര പ്രതിനിധി അറിഞ്ഞിരുന്നതിനാൽ അയാളുടനെ വിവരം മൊസാദ് ഏജന്റിനെ അറിയിച്ചു. അവർ ഉച്ചയ്ക്ക് ഭക്ഷണം കഴിച്ച റസ്റ്റോറന്റിൽ അവരുടെ മേശയിൽനിന്നും അകലെയല്ലാതെ മൊസാദിന്റെ ഏജന്റുമാരും ഇരുന്നിരുന്നു. നയതന്ത്ര ഉദ്യോഗസ്ഥന്റെ ഭാര്യയും അലക്സാണ്ടർ ഇസ്രായേലും ആഹ്ലാദത്തോടെ പഴയകാര്യങ്ങൾ ഓർത്തെടുത്ത് സംസാരിച്ചു. അവർ പിരിയുമ്പോൾ ഐവറുടെ പിന്നാലെ നിഴൽ പോലെ മൊസാദിന്റെ ഏജന്റുമാരും കൂടി.

കുറച്ച് ദിവസങ്ങൾ കഴിഞ്ഞ് പാരീസിലേക്കുള്ള ഓസ്ട്രിയൻ എയർലൈൻസിന്റെ വിമാനത്തിൽ ഐവറും ഉണ്ടായിരുന്നു. അയാളുടെ തൊട്ടരികിലുള്ള സീറ്റിൽ ഒരു യുവസുന്ദരിയും. പെൺ വിഷയത്തിൽ സ്വതേ തത്പരനായ ഐവർ അവളുമായി ചങ്ങാത്തം കൂടാൻ ശ്രമിച്ചു. പ്രോത്സാഹനപരമായിരുന്നു ആ സുന്ദരിയുടെ പ്രതികരണം. പാരീസിൽ അന്നുരാത്രി ഒരുമിച്ചുകൂടാമെന്ന് ഇരുവരും സമ്മതിച്ചു. വിമാനം ഇറങ്ങുന്നതിന് തൊട്ടുമുൻപായി യുവസുന്ദരി ഐവറോട് മൊഴിഞ്ഞു: 'എന്റെ രണ്ട്

കൂട്ടുകാർ വിമാനത്താവളത്തിൽ കാത്തുനിൽക്കുന്നുണ്ട്. ഒന്ന് ചുറ്റിയടിക്കാൻ ഞങ്ങൾക്കൊപ്പം കൂടുന്നോ? കാറിൽ ഇടം ഉണ്ടാകും.'

ഐവർ സന്തോഷത്തോടെ സമ്മതിച്ചു. അന്തസ്സായി വേഷം ധരിച്ച രണ്ട് മാന്യന്മാർ സുന്ദരിക്കായി വിമാനത്താവളത്തിൽ കാത്തുനിൽക്കുന്നുണ്ടായിരുന്നു. നാലുപേരെയുമായി ഒരു കാർ പാരീസിലേക്ക് തിരിച്ചു. ഡ്രൈവർക്ക് അരികിലായിരുന്നു ഐവർ ഇരുന്നത്. രാത്രി ഇരുളാൻ തുടങ്ങിയിരുന്നു. മുന്നിൽ വലിയ വെളിച്ചമില്ലാത്ത ഒരിടത്ത് ആരോ ഒരാൾ കാറിനുനേരെ കൈവീശി. ഫ്രീ സവാരി തേടുന്ന ഒരുവൻ. 'ഇടമുണ്ടല്ലോ. നമുക്ക് അയാൾക്ക് ഒരു ലിഫ്റ്റ് കൊടുക്കാം' എന്ന് ഡ്രൈവ് ചെയ്യുന്നയാൾ പറഞ്ഞു. കാർ നിന്നയുടനെ ഇരുളിൽ നിന്നും ചിലർ വെട്ടപ്പെട്ടു. പിന്നിൽ മറ്റൊരുകാറും വന്നുനിന്നു.

'നമ്മളെ ആരോ തട്ടിക്കൊണ്ട് പോകുകയാണ്!' ഐവർ അട്ടഹസിച്ചു. പിന്നിലിരുന്നയാൾ ഐവറുടെ കഴുത്തിൽ പിടിമുറുക്കി. അയാൾ കുതറിയെങ്കിലും കരുത്തരായിരുന്നു പ്രതിയോഗികൾ. പുറത്ത് നിന്നിരുന്നയാൾ വാതിൽ തുറന്ന് കാറിൽ കയറി ഐവറെ കീഴടക്കി. തോക്ക് കാട്ടിക്കൊണ്ട് അയാൾ ഉറക്കെ ഹീബ്രുവിൽ ഐവറോട് പറഞ്ഞു, 'അനങ്ങിയാൽ അത് നിന്റെ അന്ത്യമായിരിക്കും!'

ഐവർ മരവിച്ചുപോയി. ക്ലോറോഫോം മുക്കിയ ഒരു ടൗവൽ ആരോ അയാളുടെ മുഖത്ത് അമർത്തി. അതോടെ ഐവർ ദീർഘമായൊരു മയക്കത്തിലേക്ക് വീണു.

പാരീസിൽ സുരക്ഷിതമായ ഒരു വീട് രഹസ്യമായി ഐവർ വാങ്ങിയിരുന്നു. അവിടെ വച്ചാണ് റാഫി ഐതനും സംഘവും അയാളെ ചോദ്യം ചെയ്തത്. അതീവരഹസ്യസ്വഭാവമുള്ള രേഖകൾ ഈജിപ്തിന് കൈമാറിയെന്നും പണത്തിനായിട്ടാണ് അത് ചെയ്തതെന്നും ഐവർ സമ്മതിച്ചു. ഐവറെ ഇസ്രായേലിൽ എത്തിക്കാൻ ആ സമയം ഐസറുടെ നിർദ്ദേശം വന്നു. എത്രവലിയ കുറ്റം ചെയ്തവനാണെങ്കിലും നിയമാനുസൃതമായ ഒരു വിചാരണയ്ക്ക് അയാൾക്കും അവകാശമുണ്ടെന്നായിരുന്നു ഐസറുടെ നിലപാട്. കുറ്റവാളിയുടെ നിയമപരമായ അവകാശങ്ങളും മാനിക്കപ്പെടണം. ഐവറെ മരുന്ന് കുത്തിവച്ച് മയക്കി ഒരു വലിയ വീഞ്ഞപ്പെട്ടിയിലാക്കി ഐതനും സംഘവും പാരീസിൽ നിന്നും ടെൽ അവീവിലേക്കുള്ള ഇസ്രായേലി എയർ ഫോഴ്സിന്റെ പ്രതിവാര ചരക്ക് വിമാനത്തിൽ കയറ്റി കൊണ്ടുപോയി.

വീട്ടിലേക്കുള്ള വഴി ദീർഘമായിരുന്നു. റോമിലും ആഥൻസിലും ഇന്ധനം നിറക്കാനായി വിമാനത്തിന് ഇറങ്ങേണ്ടതുണ്ടായിരുന്നു. പ്രശസ്തനായ ഒരു അനസ്തെറ്റിസ്റ്റ് ഡോക്ടർ യോന എലിയൻ അവർക്കൊപ്പം യാത്രചെയ്തു. ഓരോ തവണയും വിമാനം ഇറങ്ങുന്നതിനും പറന്ന് പൊങ്ങുന്നതിനും മുൻപായി ഐവർക്ക് മയക്കം നിലനിർത്തുന്നതിനായുള്ള മരുന്ന് കുത്തിവച്ചിരുന്നു. എല്ലാം ഭംഗിയായി പോകുകയായിരുന്നു.

പക്ഷേ ആഥൻസിൽ നിന്നും പറന്നുപൊങ്ങിയയുടനെ ദുരന്തം ആഞ്ഞടിച്ചു. അബോധത്തിലായിരുന്ന അലക്സാണ്ടർ ഐവർ എന്ന അവ്നെർ ഇസ്രായേൽ പെട്ടെന്ന് ശക്തിയായി ശ്വസിക്കാൻ തുടങ്ങി. പൾസ് കുതിച്ചുയർന്നു ഒപ്പം ഹൃദയമിടിപ്പ് അസ്ഥിരമായി. അവ്നെറെ സാധാരണ നിലയിലാക്കാൻ ഡോക്ടർ എലിയൻ കിണഞ്ഞ് പരിശ്രമിച്ചുവെങ്കിലും ഫലം കണ്ടില്ല. അപസ്മാരബാധിതനെപ്പോലെ അയാൾ പ്രകമ്പനം കൊണ്ടു. കൃത്രിമ ശ്വസനം നൽകിയതും പ്രയോജനം കണ്ടില്ല. വിമാനം ഇസ്രായേലിൽ ഇറങ്ങുന്നതിനുമുൻപേ തടവുകാരൻ മരിച്ചിരുന്നു.

വിമാനം ഇറങ്ങിയയുടനെ അവർ ഐസറെ വിളിച്ച് അവ്നർ മരിച്ച വിവരം അറിയിച്ചു. മൃതദേഹം പുറത്തിറക്കേണ്ടെന്നും പൈലറ്റിനോട് വീണ്ടും പറന്നുയരാനുമാണ് ഐസർ നിർദ്ദേശിച്ചത്. ഇസ്രായേലിന്റെ തീരങ്ങളിൽ നിന്നും ഏറെ അകലെ ആ ശരീരം കടലിൽ ഏറിയപ്പെടുകയായിരുന്നു.

അപ്രതീക്ഷിതമായ ഈ അപകടം മൊസാദിന്റെ ആസ്ഥാനത്ത് കോലാഹലം ഉണ്ടാക്കി. ഐസർ പ്രധാനമന്ത്രി മോഷെ ഷാരെറ്റിന്റെ ഓഫീസിലേക്ക് വിളിപ്പിക്കപ്പെട്ടു. അദ്ദേഹത്തിന്റെ നിർദ്ദേശപ്രകാരം ഒരു അന്വേഷണ കമ്മീഷൻ നിയമിക്കപ്പെട്ടു. കമ്മീഷന്റെ തീർപ്പ് പ്രകാരം മൊസാദ് ഏജന്റുമാർ കുറ്റങ്ങളിൽ നിന്നും മുക്തരാക്കപ്പെട്ടു. ഐവറെ നിയമപരമായ വിചാരണയ്ക്കായി ഇസ്രായേലിലേക്ക് കൊണ്ടുവരാൻ മാത്രമാണ് മൊസാദ് ഏജന്റുമാർ പരിശ്രമിച്ചതെന്നും അതിനാൽ തടവുകാരന്റെ മരണത്തിന് അവർ ഉത്തരവാദികളല്ലെന്നും കമ്മീഷൻ നിർണ്ണയിച്ചു. മയക്കമരുന്നിന്റെ അളവ് കൂടിയതാവാം മരണകാരണമെന്നായിരുന്നു അവരുടെ നിഗമനം. വർഷങ്ങൾക്ക് ശേഷം ഇതേക്കുറിച്ച് ഡോക്ടർ എലിയനോട് ചോദിച്ചപ്പോൾ വിമാനത്തിനുള്ളിലെ വായുമർദ്ദം അപ്രതീക്ഷിതമായി ഉയർന്നതാവാം കാരണമെന്നാണ് അദ്ദേഹം പ്രതികരിച്ചത്. (വീണ്ടും 1960-ൽ ഇതേ ഡോക്ടറുടെ സേവനം സമാന സന്ദർഭത്തിൽ അനസ്തെറ്റിസ്റ്റായി മൊസാദ് ഉപയോഗപ്പെടുത്തിയിട്ടുണ്ട്. ജൂതകൂട്ടക്കുരുതിയുടെ ഉപജാപകനായിരുന്ന ഐക്മാനെ അർജന്റീനയിൽ നിന്നും പിടികൂടിയപ്പോൾ.)

ഐസറുടെ ആളുകൾ അവ്നറുടെ വീട്ടിലെത്തി അയാളുടെ കടലാസുകളും രേഖകളും പരിശോധിച്ചു. സത്യവാങ്മൂലങ്ങളും അവ്നറെ ശുപാർശ ചെയ്തുകൊണ്ട് ജറുസലേമിലെ കത്തോലിക്കാപ്പള്ളി നൽകിയ കത്തുകളും കണ്ടെത്തി. ഈജിപ്തുകാർക്ക് രഹസ്യരേഖകൾ വിറ്റതിനുശേഷം തെക്കേ അമേരിക്കയിലേക്ക് കടക്കാനായിരുന്നു പദ്ധതി. അയാളുടെ ബാഗിൽ നിന്നും ബ്രസീലിലേക്കുള്ള ഒരു കപ്പൽ ടിക്കറ്റും കണ്ടെത്തിയിരുന്നു.

ഐസറിന് അഭിമുഖീകരിക്കേണ്ട അടുത്ത വിഷയം അവ്നറുടെ കുടുംബമായിരുന്നു. നേരത്തേ തന്നെ മറ്റിൽഡയെ വിളിച്ചുവരുത്തി കാര്യങ്ങളുടെ സത്യാവസ്ഥ വെളിപ്പെടുത്തേണ്ടതായിരുന്നു. കാര്യങ്ങൾ അഹിതകരമായ രീതിയിൽ അവസാനിച്ചുവെന്ന അസുഖകരമായ അവസ്ഥയെ മൂടിവയ്ക്കാനായി സത്യത്തെ കുഴിച്ചുമൂടാനായിരുന്നു അവർ തീരുമാനിച്ചത്. പ്രധാനമന്ത്രിയുടെ പിന്തുണയും ഈ തീരുമാനത്തിനുണ്ടായിരുന്നു. ക്യാപ്റ്റൻ അവ്നർ ഇസ്രായേലിനെക്കുറിച്ച് കള്ളക്കഥകൾ പടച്ചുണ്ടാക്കി മൊസാദ് മാധ്യമങ്ങൾക്ക് നൽകി. കടക്കെണിയിലും പ്രണയക്കുരുക്കുകളിലും ഇടറിയ അവ്നർ രാജ്യം വിടുകയായിരുന്നെന്ന സൂചനയും അവർ നൽകി. മാധ്യമങ്ങൾക്ക് ഇതെല്ലാം വിരുന്നായിരുന്നു.

അനേകം വർഷങ്ങൾ മറ്റിൽഡയും അവളുടെ ഭർത്താവിന്റെ സഹോദരന്മാരും അവളുടെ മകൻ മോഷെ ഇസ്രായേൽ ഐവറും യാഥാർത്ഥ്യം അറിയാതെ ജീവിച്ചു. തെക്കേ അമേരിക്കയിൽ എവിടെയോ അയാൾ ജീവിച്ചിരിക്കുന്നുവെന്നാണ് അവർ കരുതിയത്. മൊസാദിന്റെ ആ നുണ ക്ഷമിക്കാനാവാത്ത അപരാധമായിരുന്നു.

രണ്ട് കാരണങ്ങളാലാണ് മൊസാദിന്റെ ദൗത്യം പരാജയമാകുന്നത്. അതിൽ ആദ്യത്തേത് അവ്നർ ഇസ്രായേലിനെ കൈകാര്യം ചെയ്ത രീതിയായിരുന്നു. രാജ്യദ്രോഹിയാണെങ്കിലും നിയമപ്രകാരമുള്ള വിചാരണ അയാൾ അർഹിച്ചിരുന്നു. രണ്ടാമത്തേത് ഈ കാര്യത്തിൽ നിശ്ശബ്ദത പാലിക്കാനുള്ള ഗൂഢാലോചനയായിരുന്നു. അവ്നറെ സംബന്ധിക്കുന്ന സകലവും സൈനിക രേഖകളിൽ നിന്നും അവർ നീക്കം ചെയ്തു. അവ്നറുടെ ഭാര്യയെയും സഹോദരന്മാരെയും തെറ്റിദ്ധരിപ്പിച്ചു. റാഫി ഐതൻ ഉൾപ്പെടെ മൊസാദിന്റെ മിക്ക ഓഫീസർമാരും മൃതദേഹം കടലിൽ തള്ളാനും കുടുംബത്തോട് നുണ പറയാനുമുള്ള ഐസറുടെ തീരുമാനത്തോട് കഠിനമായി വിയോജിച്ചിരുന്നുവെങ്കിലും അവർ നിസ്സഹായരായിരുന്നു, അവരുടെ കൈകൾ കെട്ടപ്പെട്ടിരുന്നു. 'സുരക്ഷയെ സംബന്ധിച്ചിടത്തോളം ഐസർ ആയിരുന്നു നിയമം,' റാഫി ഐതൻ ഞങ്ങളോട് പറഞ്ഞു, 'രഹസ്യാന്വേഷണ വകുപ്പിനെ സംബന്ധിച്ചിടത്തോളം അയാളായിരുന്നു പരമാധികാരി. അയാളുടെ തീരുമാനങ്ങളോട് ആരും വിയോജിച്ചിരുന്നില്ല.'

വർഷങ്ങൾക്ക് ശേഷം യഥാർത്ഥ സംഭവങ്ങൾ പ്രകാശിതമായത് തെളിയിക്കുന്നത് ഒരാളുടെ അസ്തിത്വത്തെ ഇല്ലായ്മ ചെയ്യുന്നത് എത്ര അസാദ്ധ്യമാണെന്നാണ്. മരിച്ചുകഴിഞ്ഞാലും ശ്മശാനങ്ങൾക്ക് അപ്പുറത്തുനിന്ന് അവർ ചിലപ്പോൾ നമ്മോട് സംസാരിക്കും.

അദ്ധ്യായം 5

'ഓ, അതോ? അത് ക്രൂഷ്ച്ചേവിന്റെ പ്രസംഗം...'

ഒരു പ്രണയത്തിലായിരുന്നു അതിന്റെ തുടക്കം.

1956-ലെ വസന്തകാലത്ത് സുമുഖനായ പത്രപ്രവർത്തകൻ വിക്ടർ ഗ്രേവ്സ്കിയുമായി ലൂസിയ ബാരനൊവ്സ്കി അന്തംവിട്ട പ്രണയത്തിലായിരുന്നു. കമ്യൂണിസ്റ്റ് പോളണ്ടിലെ ഉപപ്രധാനമന്ത്രിയുമായുള്ള ലൂസിയയുടെ വിവാഹം ഏതാണ്ട് തകർന്ന മട്ടായിരുന്നു. ഇരുവരും പരസ്പരം കണ്ടിരുന്നപോലുമില്ല. പോളീഷ് കമ്യൂണിസ്റ്റ് പാർട്ടിയുടെ സെക്രട്ടറി ജനറൽ എഡ്വാർഡ് ഒച്ചാബിന്റെ സെക്രട്ടറിമാരിൽ ഒരാളായിരുന്നു ലൂസിയ. കാമുകിയെ കാണാനായുള്ള വിക്ടറിന്റെ അടുത്തടുത്തുള്ള സന്ദർശനങ്ങളുമായി ആ ഓഫീസിലുള്ളവർ പൊരുത്തപ്പെട്ടിരുന്നു. ലൂസിയായ്ക്ക് ആ ചുണക്കുട്ടനായ യുവാവിനോടുള്ള വികാരം പരസ്യമായിരുന്നു.

പോളീഷ് വാർത്താ ഏജൻസിയിൽ സോവിയറ്റ് യൂണിയന്റെയും കിഴക്കൻ യൂറോപ്പിന്റെയും ചുമതലയുണ്ടായിരുന്ന സീനിയർ എഡിറ്ററായിരുന്നു വിക്ടർ. അയാൾ സത്യത്തിൽ യഹൂദനായിരുന്നു. ശരിയായ പേര് വിക്ടർ ഷ്പിൽമാൻ. വർഷങ്ങൾക്ക് മുൻപ് കമ്യൂണിസ്റ്റ് പാർട്ടിയിൽ അംഗമായ കാലത്ത് കൂട്ടുകാരാണ് അയാളോട് പറഞ്ഞത് ഷ്പിൽമാൻ എന്നൊരു പേരുമായി അയാൾക്ക് അധികം ഉയർന്നുപോകാൻ ആവില്ലെന്ന്. അങ്ങിനെയാണ് അയാൾ ഗ്രേവ്സ്കി എന്ന് പേരുമാറ്റിയത്; ആ പേരിന് ഒരു പോളീഷ് ചുവയുണ്ടായിരുന്നു.

രണ്ടാം ലോകമഹായുദ്ധകാലത്ത് ജർമ്മൻ സൈന്യം പോളണ്ട് ആക്രമിച്ച് കീഴടക്കുമ്പോൾ വിക്ടർ കുട്ടിയായിരുന്നു. അയാളുടെ കുടുംബത്തിന് റഷ്യയിലേക്ക് കടക്കാനായതിനാൽ ജൂതകൂട്ടക്കുരുതിയിൽ നിന്നും കഷ്ടിച്ച് രക്ഷപെട്ടു. യുദ്ധത്തിനുശേഷമാണ് അവർ പോളണ്ടിലേക്ക് തിരിച്ചെത്തിയത്. 1949-ൽ വിക്ടറിന്റെ മാതാപിതാക്കളും ഒരനിയത്തിയും ഇസ്രായേലിലേക്ക് കുടിയേറി. പക്ഷേ കടുത്ത കമ്യൂണിസ്റ്റായിരുന്ന വിക്ടർ പോളണ്ടിൽ തുടർന്നു. സ്റ്റാലിന്റെ ആരാധകനായിരുന്ന അയാൾ തൊഴിലാളികളുടെ പറുദീസ കെട്ടിപ്പടുക്കാൻ മോഹിച്ചു.

പക്ഷേ വിക്ടറുടെ ചങ്ങാതിമാരോ സഹപ്രവർത്തകരോ പ്രണയിനി പോലുമോ അറിഞ്ഞില്ല ആ യുവകമ്യൂണിസ്റ്റിന്റെ ഹൃദയത്തെ നിരാശയും മോഹമുക്തിയും കാർന്നുതിന്നാൻ തുടങ്ങിയത്. 1955-ൽ ഇസ്രായേലിലെത്തി കുടുംബത്തെ സന്ദർശിച്ചപ്പോൾ അയാൾ മറ്റൊരുലോകം കണ്ടു – സ്വതന്ത്രവും പുരോഗമനോന്മുഖവുമായ ഒരു ജൂത ജനാധിപത്യ രാഷ്ട്രം. കമ്യൂണിസ്റ്റ് പ്രചാരണങ്ങൾ അയാളോട് പറഞ്ഞതിൽ നിന്നും തീർത്തും ഭിന്നമായ ഒരിടം. പോളണ്ടിൽ തിരികെയെത്തിയപ്പോൾ മുതൽ മുപ്പതുകാരനായ വിക്ടർ ഇസ്രായേലിലേക്ക് കുടിയേറുന്നത് പരിഗണിക്കാൻ തുടങ്ങി.

1956 ഏപ്രിലിലെ ഒരു പ്രഭാതത്തിൽ പതിവുപോലെ തന്റെ ഹൃദയേശ്വരിയെ സന്ദർശിക്കാനായി വിക്ടർ പാർട്ടി സെക്രട്ടറിയുടെ ഓഫീസിലെത്തി. അവളുടെ മേശപ്പുറത്തിന്റെ ഒരു മൂലയിൽ മുദ്രവച്ച് ഭദ്രമാക്കിയ ചുവന്ന കവർ കാണപ്പെട്ടു. അതിന്റെ മേൽ 'ടോപ് സീക്രട്ട്' എന്നെഴുതിയിരുന്നു.

'ഇത് എന്താണ്?' അയാൾ അവളോട് ചോദിച്ചു.

'ഓ, അതോ, അത് ക്രൂഷ്ചേവിന്റെ പ്രസംഗം.' ലൂസിയ ആകസ്മികമെന്നോണം പറഞ്ഞു.

വിക്ടർ നിന്നനിൽപ്പിൽ മരവിച്ചുപോയി. ക്രൂഷ്ചേവിന്റെ പ്രസംഗത്തെക്കുറിച്ച് അയാളും കേട്ടിരുന്നു. പക്ഷേ അത് കേൾക്കുകയോ അതിൽനിന്നും ഒരുവരിയെങ്കിലും വായിക്കുകയോ ചെയ്ത ഒരാളെയും അയാൾ സന്ധിച്ചിരുന്നില്ല. കമ്യൂണിസ്റ്റ് ബ്ലോക്കിന്റെ ഏറ്റവും വിലപ്പെട്ട രഹസ്യമായിരുന്നു അത്.

പോയവർഷം ഫെബ്രുവരിയിൽ ക്രെംലിനിൽ നടന്ന ഇരുപതാം പാർട്ടി കോൺഗ്രസിൽ വച്ച് സോവിയറ്റ് കമ്യൂണിസ്റ്റ് പാർട്ടിയുടെ ഉഗ്രപ്രതാപിയായ സെക്രട്ടറി ജനറൽ നികിത ക്രൂഷ്ചേവ് നടത്തിയ പ്രസംഗത്തെക്കുറിച്ച് വിക്ടറും അറിഞ്ഞിരുന്നു. ഫെബ്രുവരി 25 അർദ്ധരാത്രിക്ക് അൽപം മുൻപ് വിദേശത്തുനിന്നെത്തിയ അതിഥികളും പാർട്ടിത്തലവന്മാരും ഹാൾ വിട്ടുപോകണമെന്ന് നിർദ്ദേശമുണ്ടായി. ആ പാതിരായ്ക്ക് പ്രസംഗപീഠത്തിലെത്തിയ ക്രൂഷ്ചേവ് ആയിരത്തിനാനൂറോളം വരുന്ന സോവിയറ്റ് പ്രതിനിധികളോട് സംസാരിച്ചു. ആ പ്രസംഗം അവിടെ

സന്നിഹിതരായിരുന്ന സകലർക്കും ആശ്ചര്യകരവും കടുത്ത ഞെട്ടലുള വാക്കുന്നതും ആയിരുന്നു.

പക്ഷേ സത്യത്തിൽ എന്താണ് അദ്ദേഹം പറഞ്ഞത്? അവിടെനിന്നും പാശ്ചാത്യലോകത്തേക്ക് ആദ്യ റിപ്പോർട്ട് അയച്ച അമേരിക്കൻ പത്ര ലേഖകൻ എഴുതിയത് പ്രസംഗം നാലുമണിക്കൂർ നീണ്ടുനിന്നുവെന്നാണ്. ലോകമെമ്പാടും ശതലക്ഷക്കണക്കിന് കമ്യൂണിസ്റ്റുകാർക്ക് ആരാധ്യനാ യിരുന്ന സ്റ്റാലിന്റെ ഭീതിജനകമായ കുറ്റകൃത്യങ്ങളെക്കുറിച്ച് ക്രൂഷ്ചേവ് വിശദമായിത്തന്നെ പാർട്ടി പ്രതിനിധികളോട് സംസാരിച്ചു. ദശലക്ഷ ക്കണക്കായ മനുഷ്യരുടെ കൂട്ടക്കുരുതിയാണ് ക്രൂഷ്ചേവ് സ്റ്റാലിനിൽ ആരോപിച്ചതെന്നായിരുന്നു ഊഹാപോഹങ്ങൾ. കേട്ടുകൊണ്ടിരുന്ന പ്രതിനിധികളിൽ പലരും കരഞ്ഞു, കടുത്ത നിരാശയിൽ മുടികൾ വലിച്ചു പറിച്ചു; ചിലർ ബോധരഹിതരായി; മറ്റുചിലർക്ക് ഹൃദയാഘാതമുണ്ടായി. രണ്ടുപേർ ആ രാത്രിക്കുശേഷം ആത്മഹത്യ ചെയ്തു.

പക്ഷേ സോവിയറ്റ് മാധ്യമങ്ങളിൽ ക്രൂഷ്ചേവിന്റെ പ്രസംഗത്തെ ക്കുറിച്ച് ഒരു വാക്കുപോലും വന്നില്ല. മോസ്കോയിൽ ഊഹാപോഹങ്ങൾ ധാരാളം പ്രചരിച്ചു. പാർട്ടിയുടെ ഉന്നത സമിതികളുടെ രഹസ്യസമ്മേള നങ്ങളിൽ പ്രസംഗത്തിന്റെ ഭാഗങ്ങൾ വായിക്കപ്പെട്ടു. പക്ഷേ ഒരു ഭരണ കൂടരഹസ്യം പോലെ പ്രസംഗത്തിന്റെ പൂർണ്ണരൂപം സംരക്ഷിക്കപ്പെട്ടു. പാശ്ചാത്യ മാധ്യമപ്രവർത്തകർ വിക്ടറോട് പറഞ്ഞത് രഹസ്യാന്വേഷണ വകുപ്പുകൾ പ്രസംഗത്തിന്റെ ഒരു കോപ്പിക്കായി സകലം വെടിഞ്ഞുള്ള തെരച്ചിലിലാണെന്നാണ്. പത്ത് ലക്ഷം ഡോളറാണ് പ്രസംഗത്തിന്റെ ഒരു കോപ്പിക്കായി സി ഐ എ ഓഫർ ചെയ്തിരിക്കുന്നതെന്നാണ്. പാശ്ചാത്യർക്കും സോവിയറ്റ് ബ്ലോക്കിനും ഇടയിലെ ശീതയുദ്ധം മൂർ ദ്ധന്യതയിലെത്തിയിരുന്ന ആ നാളുകളിൽ ആ വിധമൊരു പ്രസംഗം പരസ്യമാകുന്നത് കമ്യൂണിസ്റ്റ് ചേരിയിൽ ഒരു ഭൂകമ്പത്തിനുതന്നെ കാരണമാവുകയും നാളിതുവരെ ഉണ്ടായിട്ടില്ലാത്ത ഒരു പ്രതിസന്ധി ഉടലെടുക്കുകയും ചെയ്യേക്കുമെന്ന് കണക്കുകൂട്ടപ്പെട്ടു. റഷ്യയ്ക്ക് അകത്തും പുറത്തുമായി കോടിക്കണക്കായ കമ്യൂണിസ്റ്റ് അനുഭാവികൾ സ്റ്റാലിനെ ആരാധിക്കുന്നവരായി ഉണ്ടായിരുന്നു. സ്റ്റാലിന്റെ കുറ്റകൃത്യങ്ങൾ വെളിപ്പെ ടുന്നത് അവരുടെ വിശ്വാസത്തെ തകർക്കുകയും ഒരുപക്ഷേ സോവിയറ്റ് യൂണിയന്റെ തകർച്ചയ്ക്കുതന്നെ വഴിവയ്ക്കുകയും ചെയ്യേക്കാം.

പക്ഷേ പ്രസംഗത്തിന്റെ ഒരു കോപ്പിക്കായുള്ള എല്ലാ പരിശ്രമങ്ങളും പരാജയപ്പെട്ടു. അതൊരു ഗൂഢരഹസ്യമായി തുടർന്നു.

പ്രസംഗത്തിന്റെ കോപ്പികൾ കിഴക്കൻ യൂറോപ്പിലെ കമ്യൂണിസ്റ്റ് പാർട്ടി നേതാക്കൾക്ക് രഹസ്യമായി അയച്ചുകൊടുക്കാൻ ക്രൂഷ്ചേവ് തീരുമാനിച്ചിട്ടുണ്ടെന്ന് ആയിടെ വിക്ടർ കേട്ടിരുന്നു. അങ്ങനെയാണ് ആ പ്രസംഗത്തിന്റെ കോപ്പി ചുവപ്പ് കവറിനുള്ളിലായി ലൂസിയയുടെ മേശപ്പുറത്ത് എത്തിച്ചേർന്നത്.

പ്രസംഗത്തിന്റെ കോപ്പി കണ്ടപ്പോൾ വിക്ടർ ഗ്രേവ്സ്കിയുടെ ഉള്ളിൽ ഒരു ഭ്രാന്തൻ ആശയം പൊന്തിവന്നു. ഒന്നുരണ്ട് മണിക്കൂർ നേരത്തേക്ക് അതൊന്ന് തരാമോയെന്ന് അയാൾ ലൂസിയയോട് ചോദിച്ചു. ഓഫീസിലെ തിരക്കുകൾക്കിടയിൽ നിന്നും ഒഴിഞ്ഞ് വീട്ടിൽ കൊണ്ടുപോയി എളുപ്പം വായിച്ചിട്ട് തിരികെയെത്തിക്കാമെന്ന് അയാൾ വാഗ്ദാനം ചെയ്തു. അയാളെ അമ്പരപ്പിച്ചുകൊണ്ട് ലൂസിയ അതിന് സമ്മതിച്ചു. അയാളെ പ്രീണിപ്പിക്കാൻ അവൾ തിടുക്കപ്പെടുകയായിരുന്നു. 'എടുത്തോളൂ. പക്ഷേ വൈകുന്നേരം നാലുമണിക്ക് മുൻപായി തിരിച്ചെത്തിക്കണം. സേഫിൽ വച്ച് പൂട്ടാനുള്ളതാണ്.'

വീട്ടിലിരുന്ന് വിക്ടർ ആ പ്രസംഗം വായിച്ചു. അത് ശരിക്കും ഞെട്ടിപ്പിക്കുന്ന ഒന്നായിരുന്നു. സ്റ്റാലിൻ എന്ന മിത്തിനെ കാരുണ്യരഹിതമായി ധീരമായി ക്രൂഷ്ചേവ് തകർക്കുകയായിരുന്നു. സ്റ്റാലിൻ തന്റെ ഭരണകാലത്ത് ചെയ്തുകൂട്ടിയ കൊടുംകുറ്റകൃത്യങ്ങളുടെയും കൊന്നൊടുക്കിയ ദശലക്ഷക്കണക്കായ മനുഷ്യജീവികളുടെയും കഥ തെളിവുകളോടെ ക്രൂഷ്ചേവ് വെളിപ്പെടുത്തി. ബോൾഷെവിക് വിപ്ലവത്തിന്റെ പിതാവായ ലെനിൻ സ്റ്റാലിനെക്കുറിച്ച് പാർട്ടിയെ താക്കീത് ചെയ്തിരുന്ന കാര്യം ക്രൂഷ്ചേവ് ഓർമ്മിപ്പിച്ചു. 'രാഷ്ട്രങ്ങളുടെ സൂര്യൻ' എന്ന് പുകഴ്ത്തപ്പെട്ടിരുന്ന സ്റ്റാലിനെ ചുറ്റിപ്പറ്റി നിലനിന്നിരുന്ന വ്യക്തിയാരാധനയെ ക്രൂഷ്ചേവ് അവമതിപ്പോടെ തള്ളിപ്പറഞ്ഞു. സോവിയറ്റ് യൂണിയനുള്ളിൽ സ്റ്റാലിൻ സ്വന്തം ഇഷ്ടപ്രകാരം നിർബന്ധമായി ചിതറിപ്പാർപ്പിച്ച വംശീയ സമൂഹങ്ങളുടെ ദുരിതം വരുത്തിവച്ച എണ്ണിയാലൊടുങ്ങാത്ത മരണങ്ങളും 1936-1937-ൽ പാർട്ടി ശുദ്ധീകരണത്തിന്റെ പേരിൽ തടവിലാക്കപ്പെട്ട പതിനഞ്ച് ലക്ഷത്തോളം കമ്യൂണിസ്റ്റ് പാർട്ടി അംഗങ്ങളും അവരിൽ വധിക്കപ്പെട്ട ആറുലക്ഷത്തിയെമ്പതിനായിരം കമ്യൂണിസ്റ്റുകളുടെയും വിവരങ്ങൾ ക്രൂഷ്ചേവ് അവതരിപ്പിച്ചു. പതിനേഴാം പാർട്ടി കോൺഗ്രസിൽ പങ്കെടുത്ത 1966 പ്രതിനിധികളിൽ 848 പേരും കേന്ദ്ര കമ്മിറ്റിയിലേക്ക് മത്സരിച്ച 138 പേരിൽ 98 പേരും സ്റ്റാലിന്റെ ഉത്തരവ് പ്രകാരം വധിക്കപ്പെടുകയായിരുന്നു. സ്റ്റാലിനെയും മറ്റ് പാർട്ടിനേതാക്കളെയും വധിക്കാനായി ഗൂഢാലോചന നടത്തിയെന്ന വ്യാജ ആരോപണം ഉന്നയിച്ച് ജൂത ഡോക്ടർമാരെ കൊന്നൊടുക്കി. ദശലക്ഷക്കണക്കിന് റഷ്യക്കാരെയും ഇതര വംശീയരെയും – അവരിൽ ഒട്ടേറെപ്പേർ കമ്യൂണിസ്റ്റുകാരായിരുന്നു – നിഷ്ഠൂരമായി കൊന്നൊടുക്കിയ കൂട്ടക്കൊലയാളിയായിട്ടാണ് ക്രൂഷ്ചേവ് സ്റ്റാലിനെ തുറന്നുകാണിച്ചത്. നാലുമണിക്കൂർ കൊണ്ട് രക്ഷകൻ രക്തരക്ഷസ്സായി രൂപാന്തരപ്പെട്ടു.

കമ്യൂണിസത്തെക്കുറിച്ച് വിക്ടറിനുണ്ടായിരുന്ന അവസാനത്തെ പ്രതീക്ഷകളെയും തകർത്തുകളയുന്നതായിരുന്നു ക്രൂഷ്ചേവിന്റെ പ്രസംഗം. ഒപ്പം മറ്റൊരുകാര്യം കൂടി അയാൾക്ക് മനസ്സിലായി: സോവിയറ്റ് ചേരിയുടെ

അടിത്തറയെത്തന്നെ പിടിച്ചിളക്കാൻ പ്രാപ്തിയുള്ളതാണ് തന്റെ പക്കലിരിക്കുന്ന രേഖ. ആ ചുവന്ന കവറിനുള്ളിലെ രേഖ ലൂസിയയെ തിരികെ ഏൽപ്പിക്കാൻ അയാൾ തീരുമാനിച്ചു. എന്നാൽ പോകുന്ന വഴിയിൽ അയാൾക്കുണ്ടായ പുനരാലോചന അയാളെ നയിച്ചത് അപ്രതീക്ഷിതമായ മറ്റൊരിടത്തേക്കായിരുന്നു – ഇസ്രായേൽ എംബസ്സി. സധൈര്യം അയാൾ അതിനുള്ളിലേക്ക് നടന്നുകയറി. ഗേറ്റിലെ പോളിഷ് പോലീസുകാരും അതിനുള്ളിലെ ഇസ്രായേലി രഹസ്യപ്പോലീസും അയാൾക്ക് വഴികൊടുത്തു. ഏതാനും മിനിറ്റുകൾക്കകം ഇസ്രായേൽ എംബസിയിലെ ഫസ്റ്റ് സെക്രട്ടറിയായ യാക്കോവ് ബാർമോറിന്റെ മുന്നിൽ അയാളെത്തി. ബാർമോറായിരുന്നു എംബസ്സിയിലെ ഷബാക് പ്രതിനിധി.

ഗ്രേയ്‌വ്സ്കി ആ ചുവന്ന കവർ ഷബാക് പ്രതിനിധിക്ക് കൈമാറി. ആ യഹൂദൻ അതിലൂടെ മിഴികളോടിച്ചു. അയാൾ അന്ധാളിപ്പോടെ വായ തുറന്നുപോയി. 'അൽപം കാത്തുനിൽക്കാമോ?' ചോദ്യം പൂർത്തിയാക്കും മുൻപേ അയാൾ ആ കടലാസുകളുമായി മുറി വിട്ടു. ഒരു മണിക്കൂർ കഴിഞ്ഞാണ് തിരികെയെത്തിയത്. ബാർമോർ പ്രസംഗത്തിന്റെ ഫോട്ടോകോപ്പി എടുത്തുവെന്ന് വിക്ടറിന് മനസ്സിലായെങ്കിലും അയാൾ ഒന്നും ചോദിച്ചില്ല. രേഖ അടങ്ങിയ കവറെടുത്ത് കോട്ടിനടിയിൽ ഒളിപ്പിച്ച് അയാൾ അവിടെനിന്നും പുറത്തിറങ്ങി. കൃത്യസമയത്ത് തന്നെ ലൂസിയയുടെ ഓഫീസിലെത്തി. അവൾ അത് സേഫിൽ വച്ചു. ഇസ്രായേൽ എംബസ്സിയിലേക്ക് പോയതിനെക്കുറിച്ച് ആരും അയാളോട് ഒന്നും ചോദിച്ചില്ല.

1956 ഏപ്രിൽ പതിമൂന്ന് വെള്ളിയാഴ്ച ഉച്ച തിരിഞ്ഞനേരം ഷബാക് മേധാവിയായ ആമോസ് മനോറിന്റെ ഓഫീസിലേക്ക് സെലിഗ് കാറ്റ്സ് പ്രവേശിച്ചു. മനോറിന്റെ പേഴ്സണൽ അസിസ്റ്റന്റായിരുന്നു കാറ്റ്സ്. ജഫായിൽ ഉപയോഗിച്ച സാധനങ്ങൾ വിൽക്കുന്ന തിരക്കുപിടിച്ച ചന്തയിൽ നിന്നും അകലെയല്ലാത്ത അറബ് മാതൃകയിലുള്ള ഒരു പഴയ കെട്ടിടത്തിലായിരുന്നു ഷബാകിന്റെ കാര്യാലയം. മനോർ പതിവായുള്ള വെള്ളിയാഴ്ച ചോദ്യം ഉന്നയിച്ചു: 'കിഴക്കൻ യൂറോപ്പിൽ നിന്നും എന്തെങ്കിലുമുണ്ടോ?' ഇരുമ്പുമറയ്ക്ക് അപ്പുറത്തുള്ള ഷബാക് ഏജന്റുമാരുടെ പക്കൽനിന്നും നയതന്ത്ര ബാഗുകളുടെ ഭാഗമായി റിപ്പോർട്ടുകൾ എത്തുന്നത് വെള്ളിയാഴ്ചയായിരുന്നു.

വാഴ്സായിൽ നിന്നും എന്തോ എത്തിയിട്ടുണ്ടെന്ന് സെലിഗ് പതിവുമട്ടിൽ പറഞ്ഞു: 'ക്രൂഷ്ചേവിന്റെ എന്തോ ഒരു പ്രസംഗം...' മനോർ തന്റെ ഇരിപ്പിടത്തിൽ നിന്നും ചാടിയെഴുന്നേറ്റു. 'എന്ത്!' അയാൾ അട്ടഹസിക്കുകയായിരുന്നു. 'ഈ നിമിഷം എനിക്കത് കിട്ടണം.'

മനോർ ഇസ്രായേലിലേക്ക് കുടിയേറിയിട്ട് കുറച്ചുവർഷങ്ങളേ ആകുന്നുള്ളായിരുന്നു. റൊമാനിയയിലെ ഒരു സമ്പന്ന കുടുംബത്തിൽ ആർതർ മെന്തെലോവിച്ച് എന്ന പേരിൽ ജനിച്ചു. ഓഷ്വിറ്റ്സിലെ മരണത്താവളത്തിലേക്ക് കുടുംബമൊന്നാകെ അയക്കപ്പെടുകയായിരുന്നു. അച്ഛനും അമ്മയും പെങ്ങളും രണ്ട് സഹോദരന്മാരും അവിടെ കൊലചെയ്യപ്പെട്ടു. മനോർ മാത്രം അതിജീവിച്ചു. കഷ്ടിച്ച് 36 കിലോ ഭാരമുള്ള ഒരു എല്ലിൻ കൂടാരം. പിന്നീട് ബുക്കാറസ്റ്റിൽ ജൂതരെ ബ്രിട്ടന്റെ നിയന്ത്രണത്തിലുള്ള പാലസ്തീനിലേക്ക് കടത്തുന്ന രഹസ്യസംഘടനയായ അലിയ ബേതിലിന്റെ ഏജന്റായി. ആരും പിന്തുടരാതിരിക്കാനായി ആമോസ് ഉൾപ്പെടെ പലപേരുകൾ മാറിമാറി ഉപയോഗിച്ച് അയാൾ സഞ്ചരിച്ചു. ഒടുവിൽ 1949-ൽ ഇസ്രായേലിലേക്ക് കുടിയേറാനുള്ള രേഖകൾ തയ്യാറായപ്പോൾ റൊമാനിയൻ സർക്കാർ അയാളെ പോകാൻ അനുവദിച്ചില്ല. ചെക്കോസ്ലോവാക്യയുടെ കള്ള പാസ്പോർട്ടിൽ ഓട്ടോ സ്റ്റാനെക് എന്ന പേരിലാണ് അയാൾ റൊമാനിയയിൽ നിന്നും രക്ഷപെട്ടത്. കൂട്ടുകാർ അയാളെ ആയിരം പേരുകളുടെ ഉടമ എന്ന് വിളിച്ചു. ഇസ്രായേലിൽ വച്ച് അയാൾ ആമോസ് മനോറായി.

രഹസ്യപ്പോലീസിൽ അയാളുടെ ഉയർച്ച ദ്രുതഗതിയിലായിരുന്നു. ഐസറിന് അയാളെ ഇഷ്ടമായിരുന്നു. എല്ലാവിധത്തിലും ഐസറിന് നേർവിപരീതമായിരുന്നു മനോർ. ഐസർ കുള്ളൻ, മനോർ ദീർഘകായൻ. ഐസർ കർശനക്കാരനും പരുക്കനുമായിരുന്നു, മനോർ സൗമ്യനും നാഗരികനും. ഐസർ കായികവിനോദങ്ങളിൽ ഒട്ടും തത്പ്പരനായിരുന്നില്ല, മനോർ നല്ല നീന്തൽക്കാരനും ഫുട്ബാളും ടെന്നീസും വോളിബാളും കളിക്കുന്നയാളും. ഐസറിന് രണ്ട് ഭാഷകൾ – റഷ്യനും യിദ്ദീഷും – അറിയാമായിരുന്നു, മനോർ ഏഴു ഭാഷകൾ സംസാരിച്ചിരുന്നു. ഐസർ ലേബർ പാർട്ടി മെമ്പറായിരുന്നു, മനോർ കക്ഷിരാഷ്ട്രീയത്തിൽ തത്പ്പരനായിരുന്നില്ല. ഐസർ വസ്ത്രധാരണത്തിൽ കാര്യമായി ശ്രദ്ധിച്ചില്ല, മനോർ യൂറോപ്യൻ ശൈലിയിൽ ഫാഷനബിളായി വേഷം ധരിക്കുന്നതിൽ നിഷ്കർഷത പുലർത്തി. എല്ലാത്തിനും ഉപരിയായി, മനോർ ബുദ്ധിശാലിയും പ്രത്യുൽപന്നമതിയും ആയിരുന്നു. 1949-ലാണ് ഐസർ മനോറിനെ ഷബാകിലേക്ക് റിക്രൂട്ട് ചെയ്തത്. കേവലം നാലു വർഷം തികയുംമുൻപേ ഐസറിന്റെ ശുപാർശയിൽ പ്രധാനമന്ത്രി ബെൻ ഗുരിയോൺ ഷബാകിന്റെ ഡയറക്ടറായി മനോറിനെ നിയമിക്കുകയായിരുന്നു. ഇതുകൂടാതെ സി ഐ എയുമായുള്ള മൊസാദിന്റെ ബന്ധങ്ങളുടെ ചുമതലയും മനോറിനായിരുന്നു.

മഴ നനഞ്ഞ ആ വെള്ളിയാഴ്ച തന്റെ മുന്നിലെ ആ ഫോട്ടോകോപ്പി കടലാസുകളിലേക്ക് മനോർ ക്ലൂപ്പുകുത്തുകയായിരുന്നു. അയാൾ അനായാസമായി കൈകാര്യം ചെയ്തിരുന്ന ഏഴ് ഭാഷകളിൽ ഒന്ന് റഷ്യൻ ആയിരുന്നതിനാൽ അത് വായിച്ച് ഗ്രഹിക്കാൻ അയാൾക്ക് ക്ലേശമുണ്ടായില്ല. ഓരോ താളുകൾ കഴിയുന്തോറും ക്രൂഷ്ചേവിന്റെ പ്രസംഗത്തിന്റെ പ്രാധാന്യം അയാളുടെ ഉള്ളിലേക്കിറങ്ങിച്ചെന്നു. വായന അവസാനിച്ചയുടൻ കാറെടുത്ത് അതിവേഗം അയാൾ ബെൻ ഗുരിയോണിന്റെ ഓഫീസിലെത്തി.

'താങ്കളിത് വായിക്കണം'. മുഖവുരകളില്ലാതെ അയാൾ പ്രധാനമന്ത്രിയോട് പറഞ്ഞു. റഷ്യൻ ഭാഷ അറിയാമായിരുന്ന ബെൻ ഗുരിയോൺ പ്രസംഗം വായിച്ചു. അടുത്ത ദിവസം രാവിലെ ശബ്ബത്തായിരുന്നിട്ടും മനോർ പ്രധാനമന്ത്രിയുടെ ഓഫീസിലേക്ക് അടിയന്തിരമായി വിളിപ്പിക്കപ്പെട്ടു. 'ഇത് ചരിത്രപ്രാധാന്യമുള്ള ഒരു രേഖയാണ്, ഭാവിയിൽ റഷ്യ ഒരു ജനാധിപത്യരാഷ്ട്രമാകുമെന്ന് ഇത് ഏറെക്കുറെ തെളിയിക്കുന്നു.'

ഏപ്രിൽ പതിനഞ്ചിന് ഐസറിന് പ്രസംഗത്തിന്റെ കോപ്പി കിട്ടി. ഇസ്രായേലിന് ഇതൊരു മഹാഭാഗ്യമാണെന്ന് അയാൾക്കുടനെ മനസ്സിലായി. 1947-ൽ തുടങ്ങിയ സി ഐ എയുമായുള്ള മൊസാദിന്റെ ബന്ധം പുതിയൊരു തലത്തിലേക്ക് ഉയർത്താനുള്ള അവസരം ഇതിലുണ്ടെന്ന് അയാൾ ഗണിച്ചു. 1951-ൽ യു.എസ് സന്ദർശനത്തിനിടെ പ്രധാനമന്ത്രി ബെൻ ഗുരിയോൺ രണ്ടാം ലോകമഹായുദ്ധകാലത്തെ സുഹൃത്തും സി ഐ എ തലവനായ ജനറൽ വാൾട്ടർ ബെദെൽ സ്മിത്തിനെ അദ്ദേഹത്തിന്റെ ഓഫീസിലെത്തി സന്ദർശിച്ചിരുന്നു. മടിച്ചാണെങ്കിലും മൊസാദുമായി സഹകരിക്കാൻ സി ഐ എ തയ്യാറാകുന്നത് ആ സന്ദർശനത്തോടെയാണ്. സോവിയറ്റ് യൂണിയനിൽ നിന്നും കിഴക്കൻ യൂറോപ്പിൽ നിന്നുമുള്ള കുടിയേറ്റക്കാരിൽ നിന്നും ലഭ്യമാകുന്ന വിലപ്പെട്ട വിവരങ്ങളിൽ സി ഐ എയ്ക്ക് വലിയ താത്പര്യം ഉണ്ടായിരുന്നു. അവരിൽ പലരും എഞ്ചിനീയർമാരും സാങ്കേതിക വിദഗ്ധരും സൈനിക ഓഫീസർമാരും ആയിരുന്നതിനാൽ സോവിയറ്റ് ബ്ലോക്കിന്റെ സൈനിക കരുത്തിനെക്കുറിച്ചുള്ള രഹസ്യസ്വഭാവമുള്ള വിവരങ്ങൾ ഇവരിൽ നിന്നും ലഭിക്കാൻ സാദ്ധ്യതയുണ്ടായിരുന്നു. പതിവായി മൊസാദ് സി ഐ എയ്ക്ക് കൈമാറിയിരുന്ന ഇത്തരം വിവരങ്ങൾ അവരിൽ മതിപ്പുളവാക്കിയിരുന്നു. വൈകാതെ മൊസാദുമായുള്ള സഹകരണങ്ങൾ ഏകോപിപ്പിക്കാനായി അപ്പോൾ സി ഐ എയുടെ കൗണ്ടർ ഇന്റലിജൻസ് വിഭാഗം മേധാവിയായിരുന്ന പ്രഗൽഭനായ ജയിംസ് ജീസസ് ആംഗിൾട്ടൺ നിയമിതനായി. ആംഗിൾട്ടൺ ഇസ്രായേൽ സന്ദർശിക്കുകയും മൊസാദിന്റെ വിവിധ വിഭാഗങ്ങളുടെ തലവന്മാരുമായി അടുത്ത സൗഹൃദം സ്ഥാപിക്കുന്നതിൽ വിജയിക്കുകയും ചെയ്തു. ആമോസ് മനോറുമായി നല്ല അടുപ്പത്തിലായ

ആംഗിൾട്ടൺ മനോറിന്റെ ചെറിയ വീട്ടിൽ കുറച്ചുദിവസങ്ങൾ തങ്ങുകയും ഇരുവരും ചേർന്ന് നിരവധി വിസ്കിക്കപ്പികൾ കുടിച്ച് വറ്റിക്കുകയും ചെയ്തു.

എന്നാൽ ഈ തവണ അതിനേക്കാളൊക്കെ വിലപ്പെട്ട ഒന്ന് കൈമാറാൻ ഐസറും ആമോസും ചേർന്ന് തീരുമാനിക്കുകയായിരുന്നു. ക്രൂഷ്ചേവിന്റെ പ്രസംഗത്തിന്റെ കോപ്പി അമേരിക്കയ്ക്ക് നൽകാൻ അവർ തീരുമാനിച്ചു. ടെൽ അവീവിലെ സി ഐ എ പ്രതിനിധി വഴിയല്ല; നേരിട്ട് വാഷിംഗ്ടണിൽ വച്ച് കൈമാറാനായിരുന്നു തീരുമാനം. അമേരിക്കയിലെ മൊസാദിന്റെ പ്രതിനിധി ഇസ്സി ദോറോത് വാഷിംഗ്ടണിൽ ആംഗിൾട്ടണെ സന്ദർശിച്ച് പ്രസംഗത്തിന്റെ പകർപ്പ് കൈമാറുകയായിരുന്നു. ഏപ്രിൽ പതിനേഴാം തിയതി തന്നെ പ്രസംഗം പ്രസിഡന്റ് ഐസൻഹോവറിന്റെ മേശപ്പുറത്തെത്തി.

അമേരിക്കൻ രഹസ്യാന്വേഷണ വിദഗ്ധർ അക്ഷരാർത്ഥത്തിൽ ഞെട്ടിത്തരിച്ചുപോയി. ഭുവനപ്രസിദ്ധവും ഭൂതലവ്യാപിയുമായ യു.എസ് രഹസ്യാന്വേഷണവിഭാഗവും ബ്രിട്ടന്റെയും ഫ്രാൻസിന്റെയും ഇന്റലിജൻസ് വിഭാഗങ്ങളും അതിന്റെ സകല കഴിവും ഉപയോഗിച്ച് കഠിനമായി പരിശ്രമിച്ചിട്ടും നടക്കാതെപോയത് ഇസ്രായേലെന്ന കൊച്ചുരാജ്യത്തിന്റെ രഹസ്യപ്പോലീസ് സാധിച്ചിരിക്കുന്നു! അവർക്ക് ആദ്യമത് വിശ്വസിക്കാനേ ആയില്ല. രേഖ വ്യാജമായിരിക്കുമോയെന്നവർ സംശയിച്ചു. ഒറിജിനലാണെന്ന് ഉറപ്പുവരുത്താനായി പല പരിശോധനകൾക്ക് വിധേയമാക്കി. സകലരും രേഖയുടെ ആധികാരികത ഉറപ്പായി സാക്ഷ്യപ്പെടുത്തി. അങ്ങനെയാണ് *ന്യൂയോർക്ക് ടൈംസിന്* പ്രസംഗത്തിന്റെ പകർപ്പ് സി ഐ എ ചോർത്തിക്കൊടുത്തത്. 1956 ജൂൺ അഞ്ചിന് മുൻ പേജിൽത്തന്നെ അവരത് പ്രസിദ്ധപ്പെടുത്തി. കമ്യൂണിസ്റ്റ് ലോകത്ത് അതൊരു ഭൂകമ്പം തന്നെ ഉണ്ടാക്കി. അതോടെ ദശലക്ഷക്കണക്കിന് അനുയായികൾ സോവിയറ്റ് യൂണിയനും കമ്യൂണിസ്റ്റ് പാർട്ടിക്കുമെതിരെ തിരിഞ്ഞു. 1956-ലെ ശിശിരകാലത്ത് പോളണ്ടിലും ഹംഗറിയിലും കമ്യൂണിസ്റ്റ് ഭരണകൂടങ്ങൾക്കെതിരെ ഉയർന്ന സ്വയം പ്രേരിത കലാപങ്ങൾക്ക് ഉത്തേജനമായത് ക്രൂഷ്ചേവിന്റെ വെളിപ്പെടുത്തലുകൾ ആയിരുന്നുവെന്ന് പല ചരിത്രകാരന്മാരും കരുതുന്നുണ്ട്.

ഇന്റലിജൻസ് മേഖലയിലെ ഈ വിവരവിപ്ലവം സി ഐ എയുമായുള്ള മൊസാദിന്റെ ബന്ധങ്ങളെ അതുവരെയില്ലാത്ത തലങ്ങളിലേക്ക് അടുപ്പിച്ചു. ലൂസിയ തന്റെ കാമുകനായ വിക്ടറിന് ഏതാനും മണിക്കൂർ നേരത്തേക്ക് കൈമാറിയ ആ ചുവന്ന കവർ മൊസാദിന് ഐതിഹാസികമായ ഒരു പരിവേഷം ചാർത്തിക്കൊടുക്കുകയായിരുന്നു.

അമേരിക്കയ്ക്ക് ക്രൂഷ്ചേവിന്റെ പ്രസംഗം ചോർത്തിക്കൊടുത്തത് വിക്ടർ ഗ്രേയ്വ്സ്കി ആണെന്ന് പോളണ്ടിലാരും സംശയിച്ചില്ല. 1957 ജനുവരിയിൽ വിക്ടർ ഇസ്രായേലിലേക്ക് കുടിയേറി. കൃതജ്ഞതാഭരിതനായ ആമോസ് മനോർ വിക്ടറിന് വിദേശകാര്യ വകുപ്പിന്റെ കിഴക്കൻ യൂറോപ്യൻ വിഭാഗത്തിൽ ഒരു ജോലിയും തരപ്പെടുത്തിക്കൊടുത്തു. കുറച്ചുനാളുകൾക്ക് ശേഷം ഇസ്രായേൽ റേഡിയോയുടെ പോളിഷ് വിഭാഗത്തിൽ എഡിറ്ററും റിപ്പോർട്ടറുമായി വിക്ടർ ഗ്രേവ്സ്കി നിയമിതനായി.

വൈകാതെ മൂന്നാമതൊരു ജോലികൂടി അയാൾക്ക് തരപ്പെട്ടു. ഇസ്രായേലിൽ വന്നശേഷം ഹീബ്രു പഠന ക്ലാസിൽ വച്ച് അനേകം സഹവിദ്യാർത്ഥികളെ പരിചയപ്പെട്ടതിൽ കുറച്ച് സോവിയറ്റ് നയതന്ത്ര ഉദ്യോഗസ്ഥരുമുണ്ടായിരുന്നു. അതിലൊരാൾ വിദേശകാര്യവകുപ്പിലെ ഒരിടത്തിൽ വച്ച് വിക്ടറിനെ വീണ്ടും സന്ധിച്ചു. പുതിയ കുടിയേറ്റക്കാരനായിട്ടും വിദേശകാര്യവകുപ്പിൽ വിക്ടറിന് ഭേദപ്പെട്ട ജോലിയാണെന്നത് അയാളിൽ മതിപ്പുളവാക്കി. അങ്ങനെയിരിക്കെ ഒരു ദിവസം റോഡിലൂടെ നടക്കുമ്പോൾ 'യാദൃച്ഛികം' എന്നതുപോലെ ഒരു റഷ്യൻ ചാരൻ വിക്ടറിനൊപ്പം നടക്കാൻ തുടങ്ങി. അയാൾ ഓരോന്ന് പറഞ്ഞ് സംസാരിക്കാൻ തുടങ്ങി. വിക്ടറിന്റെ ഭൂതകാലം അയാൾ ഓർമ്മിപ്പിച്ചു. മുൻപയാൾ നാസിവിരുദ്ധനും കമ്യൂണിസ്റ്റുകാരനും ആയിരുന്നു എന്നതടക്കമുള്ള കാര്യങ്ങൾ. എന്നിട്ടയാൾ ഒരു ഓഫർ നൽകി: ഇസ്രായേലിൽ റഷ്യൻ രഹസ്യപ്പോലീസായ കെ.ജി.ബിയുടെ ചാരനാവുക. ആലോചിക്കാമെന്ന് വിക്ടർ വാഗ്ദാനവും ചെയ്തു. എന്നിട്ടയാൾ നേരെ വച്ചുപിടിച്ചു മൊസാദിന്റെ ഓഫീസിലേക്ക്. അവിടെ കാര്യങ്ങൾ തുറന്നുപറഞ്ഞിട്ട് ചോദിച്ചു, 'ഇനി ഞാൻ എന്തുചെയ്യണം?'

മൊസാദിലുള്ളവർ സന്തുഷ്ടരായി. 'സംഗതി ഗംഭീരം. ഓഫർ സ്വീകരിക്കു. കെ.ജി.ബിക്ക് വേണ്ടി പണിയെടുക്കാമെന്ന് സമ്മതിക്ക്.' വിക്ടർ ഗ്രേവ്സ്കിയെ റഷ്യക്കാർക്ക് തെറ്റായ വിവരങ്ങൾ നൽകി വഴിതെറ്റിക്കുന്ന ഒരു ഡബിൾ ചാരൻ ആക്കാനായിരുന്നു അവരുടെ പദ്ധതി.

വിക്ടറുടെ ജീവിതത്തിൽ ദീർഘകാലം നീണ്ടുനിന്ന ഔദ്യോഗിക ജീവിതവൃത്തി ആരംഭിച്ചത് ഇപ്രകാരമായിരുന്നു. മൊസാദിലുള്ളവർ ആവശ്യം പോലെ തിരുത്തി തയ്യാറാക്കിയ വിവരങ്ങൾ അനേകവർഷങ്ങൾ വിക്ടർ ടെൽ അവീവിലെ കെ.ജി.ബി. ഏജന്റിന് നൽകിപ്പോന്നു. ജറുസലേം, റമല്ല, തുടങ്ങിയ പ്രദേശങ്ങളിലെ ഇരുണ്ട ഇടങ്ങളിലും ജഫായിലും തിബേരിയൂസിലും ജറുസലെമിലുമുള്ള റഷ്യൻ പള്ളികളിലും ആശ്രമങ്ങളിലും 'യാദൃച്ഛികം' എന്നോണം കെ.ജി.ബി. ഏജന്റുമാർ വിക്ടറിൽ നിന്നും വിവരങ്ങൾ സ്വീകരിക്കാനായി എത്തി. ചിലപ്പോഴത് വളരെ തിരക്കുള്ള ഏതെങ്കിലും ജനപ്രിയ ഭോജനശാലകളിൽ വച്ചായിരിക്കും. നീണ്ട പതിനാല് വർഷങ്ങൾ അയാൾ ഇപ്രകാരം ഇസ്രായേലി താൽ

പര്യപ്രകാരം തിരുത്തിയ വിവരങ്ങൾ കെ.ജി.ബിക്ക് നൽകിപ്പോന്നുവെങ്കിലും ഒരിക്കൽപ്പോലും അയാൾ സംശയിക്കപ്പെട്ടില്ല. കെ.ജി.ബിയെ സമർത്ഥമായി മൊസാദ് ഉപയോഗിക്കുകയാണെന്ന് അവർ മനസ്സിലാക്കിയുമില്ല. പലപ്പോഴും വിലപ്പെട്ട വിവരങ്ങൾ നൽകിയതിന് അവർ വിക്ടറിനെ അഭിനന്ദിച്ചു. ഇസ്രായേലി ഗവൺമെന്റിനുള്ളിൽ ഒരു വിദഗ്ധ ചാരൻ കെ.ജി.ബിക്ക് ഉണ്ടെന്ന കിംവദന്തി മോസ്കോയിലെ കെ.ജി.ബി. വൃത്തങ്ങളിൽ അക്കാലത്ത് സജീവമായിരുന്നു.

സോവിയറ്റ് ചാരസംഘടന വിക്ടറിനെ അവരുടെ വിശ്വസ്തനായി കരുതുകയും ഒരിക്കൽപ്പോലും സംശയിക്കാതിരിക്കുകയും ചെയ്തു. 1967-ലാണ് ആദ്യമായി കെ.ജി.ബി. വിക്ടറിന്റെ റിപ്പോർട്ട് തള്ളിക്കളയുന്നത്. അതിലെ ഏറ്റവും വിചിത്രമായ കാര്യം അന്നാദ്യമായിട്ടായിരുന്നു കൃത്യമായ ഒട്ടും തിരുത്തലുകൾ വരുത്താത്ത സത്യസന്ധമായ ഒരു റിപ്പോർട്ട് വിക്ടർ കൈമാറുന്നത്. ആറുദിവസത്തെ യുദ്ധത്തിന് തൊട്ടു മുൻപുള്ള ദിവസങ്ങളായിരുന്നു അത്. ആ നാളുകളിൽ ഈജിപ്തിന്റെ പ്രസിഡന്റ് ഗമാൽ അബ്ദുൽ നാസർ ഉറപ്പായി കരുതിയിരുന്നത് 1967 മെയ് മാസത്തിൽ ഇസ്രായേൽ സിറിയയെ ആക്രമിക്കുമെന്നാണ്. ഇതിനോടുള്ള പ്രതികരണം എന്നനിലയിൽ സീനായിലെ ഇസ്രായേൽ അതിർത്തിയിൽ സൈന്യത്തെ വിന്യസിച്ചു. ഐക്യരാഷ്ട്രസഭയുടെ ശാന്തിസേനയെ അവിടെനിന്നും പുറത്താക്കുകയും ചെങ്കടലിൽക്കൂടി ഇസ്രായേൽ കപ്പലുകൾ സഞ്ചരിക്കുന്നതിന് നിരോധനം ഏർപ്പെടുത്തുകയും ചെയ്തു. തുടർന്ന് ഇസ്രായേലിനെ തുടച്ചുനീക്കുമെന്ന് ഭീഷണിയും പുറപ്പെടുവിച്ചു. ഈജിപ്തുമായി ഒരു യുദ്ധം ഇസ്രായേൽ യഥാർത്ഥത്തിൽ ആഗ്രഹിച്ചിരുന്നില്ലെന്ന് മാത്രമല്ല, അങ്ങനെ സംഭവിക്കുന്നത് തടയാൻ ആത്മാർത്ഥമായി അഭിലഷിക്കുകയും ചെയ്തു. ഈ വസ്തുത ഈജിപ്തിന്റെ സഖ്യരാഷ്ട്രമായ സോവിയറ്റ് യൂണിയനെ അറിയിക്കുവാനും അവർ വഴി യുദ്ധം ഒഴിവാക്കാൻ ഈജിപ്തിനെ പ്രേരിപ്പിക്കാമെന്നും ഇസ്രായേൽ പ്രധാനമന്ത്രി ഇഷ്കോൾ കരുതി. അതിർത്തിയിൽ ഈജിപ്ത് നടത്തുന്ന യുദ്ധസജ്ജീകരണങ്ങളിൽ നിന്നും പിന്തിരിയണമെന്നും അല്ലാത്തപക്ഷം ഇസ്രായേൽ യുദ്ധത്തിനിറങ്ങേണ്ടി വരുമെന്നും സോവിയറ്റ് യൂണിയനെ അറിയിക്കുവാൻ അദ്ദേഹം മൊസാദിനോട് ആവശ്യപ്പെട്ടു. സോവിയറ്റ് യൂണിയൻ അവർക്ക് ഈജിപ്തിന്റെ മേലുള്ള സ്വാധീനം ഉപയോഗപ്പെടുത്തി പ്രസിഡന്റ് ഗമാൽ അബ്ദുൾ നാസറിനെ പിന്തിരിപ്പിക്കുമെന്ന് ഇസ്രായേൽ വിശ്വസിച്ചു. ഈ വിവരങ്ങൾ ഒരു രഹസ്യരേഖയിലാക്കി വിക്ടർ വഴി മൊസാദ് കെ.ജി.ബിയിൽ എത്തിച്ചു. പക്ഷേ സോവിയറ്റ് യൂണിയന്റെ വിദേശകാര്യ വിശകലന വിദഗ്ധരുടെ നിഗമനം മറിച്ചായിരുന്നു. ഇസ്രായേൽ യുദ്ധം ആഗ്രഹിക്കുന്നുണ്ടെന്നും അതിനായി ഒരുങ്ങുകയാണെന്നുമായിരുന്നു അവർ നിർണ്ണയിച്ചത്. അതിനാൽ വിക്ടർ

കൈമാറിയ വിവരങ്ങളെ അവഗണിച്ചുകൊണ്ട് അവർ ഈജിപ്തിന്റെ യുദ്ധോത്സുകതയെ പ്രോത്സാഹിപ്പിക്കുകയാണ് ചെയ്തത്.

അതിന്റെ ഫലം യുദ്ധമായിരുന്നു. ശത്രുവിനെ നിർവീര്യമാക്കാൻ ഉദ്ദേശിച്ചുകൊണ്ടുള്ള ഒരു മുൻകൂർ വ്യോമാക്രമണം ഇസ്രായേൽ ആസൂത്രണം ചെയ്ത് വിജയകരമായി നടപ്പിലാക്കി. അതിലൂടെ ഈജിപ്തിന്റെയും സിറിയയുടെയും ജോർദാന്റെയും സൈനിക കരുത്തിനെ തകർക്കുകയും മൂവരുടെയും ഭൂപ്രദേശങ്ങൾ പിടിച്ചെടുക്കുകയും ചെയ്തു. സോവിയറ്റ് യൂണിയനും തിരിച്ചടികൾ നേരിട്ടു. അവരുടെ ആയുധങ്ങൾ രണ്ടാംകിടയാണെന്ന് തെളിഞ്ഞു. അവർക്ക് വാഗ്ദാനങ്ങൾ പലതും പാലിക്കാനായില്ല. വൻ പരാജയങ്ങളെ നേരിട്ട സഖ്യകക്ഷികൾക്ക് തക്കസമയത്ത് സഹായമെത്തിക്കാനും ആയില്ല.

വിക്ടർ ഗ്രേവ്സ്കിയും കെ.ജി.ബിയുമായുള്ള ബന്ധം ആ വർഷം അതിന്റെ മൂർദ്ധന്യതയിലെത്തി. ഒരു രഹസ്യയിടത്തേക്ക് അയാൾ വിളിക്കപ്പെട്ടു. അവിടെവച്ച് റഷ്യൻ ഗവൺമെന്റ് ഔദ്യോഗികമായ അയാളുടെ വിശിഷ്ട സേവനങ്ങൾക്ക് നന്ദി രേഖപ്പെടുത്താനും അത്യുന്നത ബഹുമതിയായ ലെനിൻ മെഡൽ നൽകി ആദരിക്കാനും ആഗ്രഹിക്കുന്ന വിവരം കെ.ജി. ബി. ദൂതൻ അയാൾക്ക് കൈമാറി.

ഇസ്രായേലിൽ വച്ച് ആ ബഹുമതി നൽകാനാവാത്തതിൽ ഖേദം പ്രകടിപ്പിച്ച ആ റഷ്യക്കാരൻ വിക്ടർ ഗ്രേവ്സ്കി മോസ്കോ സന്ദർശിക്കുന്ന ഏറ്റവും അടുത്ത അവസരത്തിൽ അതയാൾക്ക് സമ്മാനിക്കുമെന്നും അതുവരെ ആ വിശിഷ്ട മെഡൽ അവിടെ സൂക്ഷിക്കപ്പെടുമെന്നും ഉറപ്പ് നൽകി. ഇസ്രായേലിൽ കഴിയാനാണ് വിക്ടർ ഇഷ്ടപ്പെട്ടത്.

1971-ൽ ചാരക്കളികളിൽ നിന്നെല്ലാം റിട്ടയർ ചെയ്തുവെങ്കിലും അയാൾ വിസ്മരിക്കപ്പെട്ടില്ല. 2007-ൽ ഷബാകിന്റെ കേന്ദ്ര കാര്യാലയത്തിലേക്ക് അയാൾ ക്ഷണിക്കപ്പെട്ടു. ക്ഷണിക്കപ്പെട്ട ഒരു വിശിഷ്ട സദസ്സ് അയാൾക്കായി കാത്തുനിന്നിരുന്നു. ഷബാകിന്റെയും മൊസാദിന്റെയും അതുവരെയുള്ള തലവന്മാർ അവിടെയുണ്ടായിരുന്നു. അവർക്കൊപ്പം സുഹൃത്തുക്കളും സഹപ്രവർത്തകരും ബന്ധുക്കളും സമ്മേളിച്ചിരുന്നു. ഷബാകിന്റെ അന്നത്തെ തലവനായിരുന്ന യുവാൽ ദിഷ്കിൻ വിശിഷ്ട സേവനത്തിനുള്ള പുരസ്കാരം വിക്ടർ ഗ്രേവ്സ്കിക്ക് സമ്മാനിച്ചു. അതോടെ വിശിഷ്ടസേവനത്തിന് രണ്ട് രാജ്യങ്ങളാൽ, പിതൃരാജ്യവും അതിന്റെ ശത്രുരാജ്യവും ഒരുപോലെ ആദരിച്ച മൊസാദ് ഏജന്റായി അയാൾ അതുല്യനായി. പിതൃരാജ്യത്തെ വിശ്വസ്തതയോടെ ആജീവനാന്തം സേവിച്ചതിനും അതിന്റെ പ്രതിയോഗിയെ ആപത്തനർത്ഥങ്ങൾ വകവയ്ക്കാതെ സമർത്ഥമായി തെറ്റിദ്ധരിപ്പിച്ചതിനും വഞ്ചിച്ചതിനും.

ഒരു മാധ്യമപ്രവർത്തകൻ അയാളെ വിശേഷിപ്പിച്ചത് 'സോവിയറ്റ് സാമ്രാജ്യത്തിന്റെ അന്ത്യം തുടങ്ങിവച്ചയാൾ' എന്നാണ്. പക്ഷേ വിക്ടർ

ഗ്രേവ്സ്കി സ്വയം അപ്രകാരം കരുതിയിരുന്നില്ല. 'ഞാനൊരു വീരനായകനല്ല; ഞാൻ ചരിത്രം സൃഷ്ടിച്ചിട്ടുമില്ല. ചരിത്രം സൃഷ്ടിച്ചത് ക്രൂഷ്ച്ചേവാണ്. ചില മണിക്കൂറുകൾ ഞാൻ ചരിത്രവുമായി സന്ധിച്ചു, ഞങ്ങളുടെ വഴികൾ അതോടെ പിരിയുകയും ചെയ്തു.' അതായിരുന്നു അയാളുടെ വാക്കുകൾ.

എൺപത്തിയൊന്നാമത്തെ വയസ്സിൽ അയാൾ അന്തരിച്ചു. അപ്പോഴും ക്രെംലിനിൽ എവിടെയോ ചുവന്ന ഭംഗിയുള്ള ഒരു വെൽവെറ്റ് പേടകത്തിൽ വ്ളാദിമിർ ഇല്ലിച്ച് ലെനിനെ ആലേഖനം ചെയ്ത അയാളുടെ മെഡൽ ഒരു പക്ഷേ അയാളെ കാത്തിരിക്കുന്നുണ്ടാവും.

അദ്ധ്യായം 6

'ജീവനോടെയായാലും കൊന്നിട്ടായായാലും ഐക്മാനെ കൊണ്ടുവരിക!'

'നിങ്ങളുടെ പേരെന്താ?' പെൺകുട്ടി ചോദിച്ചു.

'നിക്കോളാസ്,' പുഞ്ചിരിച്ചുകൊണ്ട് ആ കാമുകൻ മൊഴിഞ്ഞു. 'കൂട്ടുകാർ വിളിക്കുന്നത് നിക്ക് എന്നാണ്. നിക്ക് ഐക്മാൻ.'

അന്ധജൂതന്റെ മകൾ

1957-ലെ ശിശിരകാലത്ത് ഐസർ ഹാരെലിന് ജർമ്മനിയിലെ ഫ്രാങ്ക്ഫർട്ടിൽ നിന്നും അസ്വാഭാവികമായ ഒരു സന്ദേശം ലഭിച്ചു. അത് ഹെസ്സെയിലെ അറ്റോർണി ജനറലായ ഡോക്ടർ ഫ്രിറ്റ്സ് ബാവ്വറിൽ നിന്നുമായിരുന്നു. മൊസാദിന് കൈമാറാനായി അദ്ദേഹത്തിന്റെ പക്കൽ ഒരു രഹസ്യ സന്ദേശമുണ്ട്. ഏറെ ആദരണീയനും ഒപ്പം ആകർഷണീയനുമായ ഡോ. ഫ്രിറ്റ്സ് നാസി കുറ്റവാളികളെ വേട്ടയാടുന്നതിൽ ഉത്സുകനാണെന്നത് പ്രശസ്തവുമായിരുന്നു. തലയുടെ വശങ്ങളിലെ സിംഹസമാനമായ വെളുത്ത് സമൃദ്ധമായ മുടി, സമാനരീതിയിൽ മുടിയുണ്ടായിരുന്ന ഇസ്രായേൽ പ്രധാനമന്ത്രി ഡേവിഡ് ബെൻ ഗുരിയോണുമായി വിദൂരമായ

ഒരു സാദൃശ്യം അദ്ദേഹത്തിന് പകർന്നിരുന്നു. ജന്മനാ പോരാളിയായിരുന്ന അദ്ദേഹം ജൂതനായിരുന്നു. ഹിറ്റ്ലർ അധികാരത്തിലെത്തിയ 1933-ൽ ഡോ. ഫ്രിറ്റ്സ് ബാവ്വറും തടങ്കൽപ്പാളയത്തിലാക്കപ്പെട്ടു. ആ അനുഭവം അദ്ദേഹത്തിലെ പോരാളിയെ തളർത്തിയില്ല. അവിടെനിന്നും ഡെന്മാർക്കിലേക്ക് രക്ഷപ്പെട്ട അദ്ദേഹം സ്വീഡനിലെത്തി. യുദ്ധം അവസാനിച്ചതോടെ നാസി കുറ്റവാളികളെ നിയമത്തിനുമുന്നിൽ എത്തിക്കാനായി അദ്ദേഹം ജീവിതം നീക്കിവയ്ക്കുകയായിരുന്നു. നാസിസത്തെ പിഴുതെറിയുന്ന കാര്യത്തിലുള്ള പശ്ചിമ ജർമ്മൻ അധികാരികളുടെ ഉദാസീനതയെ അദ്ദേഹം തുറന്ന് വിമർശിച്ചു.

ബാവ്വറിനെ കാണാനായി 1957 നവംബറിൽ ഹൈസർ മൊസാദ് ഏജന്റ് ഷൗൾ ദാറോമിനെ നിയോഗിച്ചു. ഫ്രാങ്ക്ഫർട്ടിലെത്തിയ ദാറോം അറ്റോർണി ജനറലിനെ സന്ധിച്ച് ദീർഘമായി സംസാരിച്ചു. കുറച്ചുദിവസങ്ങൾക്ക് ശേഷം ടെൽ അവീവിൽ തിരികെയെത്തിയ ദാറോം ഹൈസറുടെ ഓഫീസിലെത്തി. ഡോക്ടർ ബാവ്വർ പറഞ്ഞു, 'ഐക്മാൻ ജീവനോടെയുണ്ടെന്നും അർജന്റീനയിൽ ഒളിവുജീവിതം നയിക്കുകയാണെന്നും.'

ഹൈസർ അമ്പരന്നുപോയി. ഹിറ്റ്ലറുടെ രഹസ്യപ്പോലീസിൽ കേണലായിരുന്ന അഡോൾഫ് ഐക്മാൻ നാസി ഭീകരതയുടെ ആൾ രൂപമാണെന്ന് ദശലക്ഷക്കണക്കിന് യഹൂദരെപ്പോലെ അയാൾക്കും അറിയാമായിരുന്നു. യൂറോപ്പിലാകെ ക്രമാനുക്രമമായി യഹൂദരെ കൊന്നൊടുക്കുക എന്ന 'അന്തിമ പോംവഴി' നടപ്പിലാക്കിയതിന്റെ ചുമതലക്കാരനായിരുന്നു കേണൽ ഐക്മാൻ. അറുപത് ലക്ഷം ജൂതരെ കണിശതയോടെ കൂട്ടക്കൊല ചെയ്യുന്നതിനായി അയാൾ സ്വജീവിതം സമർപ്പിച്ചു. യുദ്ധം കഴിഞ്ഞപ്പോൾ അയാളെ കാണാതായി. എവിടെയാണെന്ന് ആർക്കും അറിയാമായിരുന്നില്ല. സിറിയ, ഈജിപ്ത്, കുവൈറ്റ്, തെക്കേ അമേരിക്ക എന്നിങ്ങനെ പലയിടങ്ങളിൽ അയാളെ കണ്ടുവെന്ന് മാറിമാറി പറയപ്പെട്ടു.

ബാവ്വറുമായുള്ള സംഭാഷണങ്ങൾ വിശദമായിത്തന്നെ ദാറോം പറഞ്ഞുകേൾപ്പിച്ചു. ഇപ്പോൾ ജർമ്മനിയിൽ പാർക്കുന്ന, നാസി ഭരണത്തിനു കീഴിൽ പീഡിപ്പിക്കപ്പെട്ട ഒരു അർദ്ധയഹൂദനിൽ നിന്നും ബാവ്വറിന് ഒരു കത്തുകിട്ടി. നാസി കുറ്റവാളികളെ അവിരാമമായി വേട്ടയാടുന്ന ബാവ്വറിനെക്കുറിച്ച് മാധ്യമങ്ങളിലൂടെ അയാൾ കേട്ടിരിക്കുന്നു. ബാവ്വറുടെ ലിസ്റ്റിൽ ആദ്യത്തെ പേർ അഡോൾഫ് ഐക്മാനാണെന്നും അയാൾ അറിഞ്ഞിരിക്കുന്നു. നിക് ഐക്മാനെന്ന ഒരാളാണ് തന്റെ മകളുടെ കാമുകനെന്നറിഞ്ഞ് താൻ ഞെട്ടിപ്പോയെന്നും അവൻ ഒളിവിൽ കഴിയുന്ന കുപ്രസിദ്ധ നാസി കൊലയാളി അഡോൾഫ് ഐക്മാന്റെ ബന്ധുവായിരിക്കാൻ സാധ്യതയുണ്ടെന്നും കത്തെഴുതിയയാൾ കരുതുന്നു. അന്വേഷണ ഉദ്യോഗസ്ഥനെ അയച്ചാൽ അയാളെ ഐക്മാൻ ഒളിച്ചിരിക്കുന്നയിടത്തേക്ക് നയിക്കുന്നതിൽ തനിക്ക് സഹായിക്കാനാവുമെന്നും അയാൾ എഴുതിയിട്ടുണ്ട്.

ബ്യൂണസ് അയേഴ്സിൽ വ്യാജപ്പേരിൽ ഒളിച്ചുപാർക്കുകയാണ് അഡോൾഫ് ഐക്മാൻ എന്ന് ആ സമയം കിംവദന്തികളും ഉണ്ടായിരുന്നു.

യുദ്ധാനന്തരം ഐക്മാൻ ജർമ്മനിയിൽ നിന്നും കടന്നുകളഞ്ഞതായി ബാവ്വറിനും അറിയാമായിരുന്നു. ഐക്മാന്റെ ഭാര്യ വേറായും മൂന്ന് മക്കളും ആസ്ട്രിയയിൽ പാർക്കുകയായിരുന്നെങ്കിലും പെട്ടെന്നൊരുനാൾ അവർ അവിടെനിന്നും അപ്രത്യക്ഷരായി. വേറായും കുട്ടികളും അർജന്റീനയിലേക്ക് കുടിയേറിയെന്നും അവിടെ വച്ച് വേറാ പുനർവിവാഹിതയായെന്നും അന്വേഷണങ്ങളിൽ തെളിഞ്ഞു. രണ്ടാം വിവാഹം പൊളിയാണെന്നും സത്യത്തിൽ വേറാ ഭർത്താവിനൊപ്പം ചേർന്നതാണെന്നും ബാവ്വറിന് ബോധ്യപ്പെട്ടു. 'രണ്ടാം ഭർത്താവ്' ആദ്യ ഭർത്താവായ അഡോൾഫ് ഐക്മാൻ തന്നെയാണെന്നും ബാവ്വറിന് ഉറപ്പായിരുന്നു.

ജർമ്മൻ ഗവൺമെന്റിന് ഈ വിവരങ്ങൾ കൈമാറി ഐക്മാനെ ഔദ്യോഗിക വഴിയിൽ അർജന്റീനയിൽ നിന്നും ജർമ്മനിയിലേക്ക് കൊണ്ടുവരാൻ ശ്രമിച്ചാൽ ഫലം ഐക്മാന്റെ രക്ഷപെടലാവുമെന്നും അയാൾ ഗണിച്ചു. മുൻ നാസികൾ ഇപ്പോഴും തൊഴിലെടുക്കുന്ന ജർമ്മൻ നീതിന്യായവകുപ്പിനെ വിശ്വസിക്കാൻ ബാവ്വർ തയ്യാറായില്ല. ബ്യൂണസ് അയേഴ്സിലെ ജർമ്മൻ എംബസ്സിയിലെ ഉദ്യോഗസ്ഥരെയും അയാൾ അവിശ്വസിച്ചു. സർക്കാർ വഴിയുള്ള നീക്കത്തിലൂടെ ഐക്മാനെ അറസ്റ്റ് ചെയ്യാനുള്ള കടലാസുകൾ അർജന്റീനയിൽ എത്തുംമുൻപേ സർക്കാരിൽ നിന്നോ ജർമ്മൻ എംബസ്സിയിൽ നിന്നോ ആരെങ്കിലും ഒറ്റുമെന്ന് അയാൾക്ക് ഉറപ്പായിരുന്നു. അതോടെ പഴയപോലെ ഐക്മാൻ വീണ്ടും അപ്രത്യക്ഷനാകും.

ഇതെല്ലാം ഷൗൽ ദാറോമുമായി ബാവ്വർ തുറന്നുതന്നെ പങ്കുവച്ചു. മൊസാദ് മുൻകൈയെടുത്ത് അർജന്റീനയിലുള്ളത് അഡോൾഫ് ഐക്മാൻ തന്നെയാണെന്ന് ഉറപ്പുവരുത്തണമെന്നും ഉറപ്പായാൽ ഔദ്യോഗികമായി ഇസ്രായേൽ സർക്കാർ വഴി ഐക്മാനെ വിചാരണയ്ക്കായി ഇസ്രായേലിൽ എത്തിക്കണമെന്നും അതല്ലെങ്കിൽ മൊസാദ് രഹസ്യമായി അയാളെ തട്ടിക്കൊണ്ടുവരണമെന്നും ബാവ്വർ അഭ്യർത്ഥിച്ചു.

'പല രാപ്പകലുകളുടെ ആത്മപരിശോധനയ്ക്ക് ശേഷമാണ് ഞാൻ നിങ്ങളോട് സംസാരിക്കുന്നത്' ബാവ്വർ തുറന്ന് സംസാരിച്ചു. നിങ്ങളുമായി ഈ വിവരം ഞാൻ പങ്കിടുന്ന കാര്യം ജർമ്മനിയിൽ ഒരാൾക്ക് മാത്രമേ അറിയൂ, ഹെസ്സെയിലെ പ്രവിശ്യാ പ്രസിഡന്റ് ജോർജ് ആഗസ്റ്റ് സിൻ. (സോഷ്യൽ ഡെമോക്രാറ്റിക് കക്ഷിക്കാരനായ ഇദ്ദേഹം പിന്നീട് ദേശീയ പാർലമെന്റിന്റെ പ്രസിഡന്റായി).

ഇസ്രായേലിൽ തിരികെയെത്തിയ ഷൗൽ ദാറോം ഒരു കടലാസിൽ ഒറ്റവരിയിൽ ഐക്മാന്റെ ഒളിയിടത്തിന്റെ വിലാസമെഴുതി ഐസറുടെ മേശപ്പുറത്ത് വച്ചു. '4261 കായേ ഷകാബുകൊ, ഒലിവോസ്, ബ്യൂണസ് അയേഴ്സ്.'

1958 ജനുവരി തുടക്കത്തിൽ കായേ ഷകാബുകൊ തെരുവിലൂടെ ഒരു യുവാവ് നടന്നുപോവുകയായിരുന്നു. മൊസാദിന്റെ സ്പെഷൽ ഓപ്പ റേഷൻസ് വിഭാഗത്തിൽ അംഗമായിരുന്ന ഇമ്മാനുവൽ താൽമോർ ആയിരുന്നു അത്. ബാവ്വർ അയച്ച സന്ദേശത്തിന്റെ നിജസ്ഥിതി പരി ശോധിച്ചറിയാനായി ഐസർ അയച്ചതായിരുന്നു അയാളെ. അവിടെ കണ്ടതൊന്നും അയാൾക്ക് ഹിതമായില്ല. സാധാരണ തൊഴിലാളികൾ പാർക്കുന്ന ദാരിദ്ര്യം പിടിച്ച ഒരിടമായിരുന്നു ഒലിവോസ്. വശങ്ങളിൽ നടപ്പാതകളൊന്നുമില്ലാത്ത കായേ ഷകാബുകോയുടെ ഇരുവശങ്ങളിലും 4261 ഉൾപ്പെടെയുള്ള പരുക്കൻ മട്ടിലുള്ള കുടിലുകൾ. 4261-ന്റെ ഇടുങ്ങിയ മുറ്റത്ത് തടിച്ച വൃത്തിയില്ലാത്ത ഒരു സ്ത്രീയെയും ഇമ്മാനുവൽ കണ്ടു.

'അത് ഐക്മാന്റെ വീടാണെന്ന് ഞാൻ കരുതുന്നില്ല. ഹിറ്റ്ലറുടെ സാമ്രാജ്യം തകരും മുൻപേ അവിടെനിന്നും കടന്ന നാസി വമ്പന്മാർ ടൺ കണക്കിന് പണം കൂടെ കൊണ്ടുപോന്നുവെന്നത് ഉറപ്പാണ്. അതിൽപ്പെട്ട ഐക്മാൻ ഒരു ചേരിപ്രദേശത്തെ ചെറ്റക്കുടിലിൽ പാർക്കുമെന്ന് ഞാൻ വിശ്വസിക്കുന്നില്ല. ആ കുടിലിനുമുന്നിൽ ഞാൻ കണ്ട തടിച്ചി വേറാ ഐക്മാൻ ആകാനും ഒരു സാദ്ധ്യതയുമില്ല' എന്നാണ് മടങ്ങിയെത്തിയ ഇമ്മാനുവൽ താൽമോർ ഐസറോട് പറഞ്ഞത്.

താൽമോറിന്റെ എതിർപ്പുകൾ രംസദിന് ബോദ്ധ്യമായില്ല. അന്വേഷണം തുടരാനാണ് ഐസർ തീരുമാനിച്ചത്, പക്ഷേ അതിനായി ബാവ്വറിന് വിവരം നൽകിയയാളുമായി ബന്ധപ്പെടണമെന്നും അയാൾ ഉറപ്പിച്ചു. അതിനായി ബാവ്വറുമായി ബന്ധപ്പെട്ടയുടനെ അയാളുടെ പേരും വിലാസവും ഐസർക്ക് ലഭിച്ചു: ലോതർ ഹെർമൻ. അയാൾ ഇതിനകം ബ്യൂണസ് അയേഴ്സിൽ നിന്നും മുന്നൂറ് മൈലുകൾ അകലെയുള്ള കൊറോണൽ സുവാരസ് എന്ന പട്ടണത്തിലേക്ക് താമസം മാറിയിരുന്നു. ഈ കത്തുമായി വരുന്നയാൾക്ക് എല്ലാസഹായങ്ങളും ചെയ്യണമെന്ന് ശുപാർശചെയ്തുകൊണ്ടുള്ള ഒരു കത്തും ലോതർ ഹെർമാന് നൽകുന്ന തിനായി ബാവ്വർ ഐസറിനെത്തിച്ചു.

1958 ഫെബ്രുവരിയിൽ ഒരു വിദേശ സന്ദർശകൻ കോറോണൽ സുവാര സിലെത്തി – എഫ്രെയിം ഹോഫ്സ്റ്റെറ്റർ, ടെൽ അവീവ് പോലീസിൽ അന്വേഷണ വിഭാഗത്തിന്റെ തലവൻ. ഒരു ഇന്റർപോൾ കോൺഫറൻസി നായി അപ്പോൾ അർജന്റീനയിൽ ഉണ്ടായിരുന്ന ഹോഫ്സ്റ്റെറ്റർ അന്വേഷ ണത്തിൽ സഹകരിക്കാൻ സന്നദ്ധനായി. എങ്കിലും ലോതർ ഹെർമന്റെ വീടിന്റെ വാതിലിൽ മുട്ടിയ അയാൾ ഒരു കരുതൽ എന്ന നിലയിൽ സ്വയം പരിചയപ്പെടുത്തിയത് ജർമ്മൻകാരനായ കാൾ ഹുപ്പെർട്ട് എന്നായിരുന്നു. കടന്നുചെല്ലുന്ന മുറിയിൽ മുന്നിലെ കനത്ത മേശപ്പുറത്ത് കൈകൾ പിണച്ചിരിക്കുന്ന അന്ധനായ ഒരാളെ അയാൾ കണ്ടു. ഹോഫ്സ്റ്റെറ്റർ നടന്നുചെല്ലുന്ന സ്വരം കേട്ടയുടനെ അന്ധൻ അയാൾക്ക് നേരെ തിരിഞ്ഞ് കൈകൾക്കായി പരതി. അത് ലോതർ ഹെർമൻ ആയിരുന്നു.

'ഞാൻ ഫ്രിറ്റ്സ് ബാവ്വറിന്റെ സുഹൃത്താണ്,' ഹോഫ്സ്റ്റെറ്റർ പറഞ്ഞു. താൻ ജർമ്മൻ രഹസ്യപ്പോലീസുമായി ബന്ധപ്പെട്ടയാളാണെന്നും അയാൾ സൂചിപ്പിച്ചു. 'നാസികൾ അധികാരത്തിലെത്തും വരെ താനും പോലീസിൽ ആയിരുന്നുവെന്ന് ഹെർമൻ പറഞ്ഞു. അച്ഛനും അമ്മയും കൊല്ലപ്പെടുകയും ഹെർമൻ ദാഹ്ഹ തടങ്കൽപ്പാളയത്തിലേക്ക് അയക്കപ്പെടുകയും ചെയ്തു. അവിടെവച്ചാണ് അയാൾക്ക് കാഴ്ച നഷ്ടമായത്. പിന്നീട് ജർമ്മൻകാരിയായ ഭാര്യയുമായി അർജന്റീനയിലേക്ക് കുടിയേറി. ഐക്മാൻ എന്ന പേര് യാദൃച്ഛികമായി മുന്നിൽപ്പെട്ടപ്പോളാണ് ബാവ്വറിനെ ബന്ധപ്പെട്ടത്. തന്റെ കുടുംബത്തിന്റെ കൊലയാളികളായ നാസിഭീകരരെ ഒളിയിടങ്ങളിൽ നിന്നും നിയമത്തിന്റെ മുന്നിലെത്തിച്ച് ശിക്ഷയ്ക്ക് വിധേയമാക്കുക എന്നതല്ലാതെ മറ്റൊരു ലക്ഷ്യവും തനിക്കില്ലെന്നും അയാൾ കൂട്ടിച്ചേർത്തു.

'നോക്ക്,' അരുകിൽ അപ്പോളെത്തിയ മകൾ സിൽവിയയുടെ കൈയിൽ സ്പർശിച്ചുകൊണ്ട് അയാൾ പറഞ്ഞു. 'ഇവളാണ് നിങ്ങൾക്കായി ഐക്മാനെ കണ്ടെത്തിയത്.'

പെൺകുട്ടിയുടെ മുഖം തുടുത്തു. മടിച്ചുമടിച്ച് ഹോഫ്സ്റ്റെറ്ററോട് അവൾ തന്റെ കഥ പറഞ്ഞുതുടങ്ങി.

ഒന്നര വർഷം മുൻപുവരെ അവർ പാർത്തിരുന്നത് ബ്യൂണസ് അയേഴ്സിലെ ഒലിവോസ് എന്നയിടത്തായിരുന്നു. അവിടെവച്ചാണ് നിക് ഐക്മാൻ എന്ന സൗമ്യനായ യുവാവിനെ സിൽവിയ കണ്ടുമുട്ടുന്നതും ചില വൈകുന്നേരങ്ങൾ അയാളുമായി പുറത്ത് പോയതും. താനൊരു ജൂതയാണെന്നത് അവൾ പറഞ്ഞില്ല. ഹെർമൻ കുടുംബം അവിടെ ജർമ്മൻ ആര്യന്മാരെന്നാണ് അറിയപ്പെട്ടിരുന്നത്. എന്നിട്ടും നിക് വാക്കുകളുടെ മൂർച്ച ഒട്ടും കുറക്കാതെയാണ് പറഞ്ഞത് 'ജർമ്മൻകാർ അവർ തുടങ്ങിവച്ച ജോലി ഭംഗിയായി പൂർത്തിയാക്കി യഹൂദരെ പൂർണ്ണമായി ഇല്ലാതാക്കേണ്ടതായിരുന്നു' എന്ന്. മറ്റൊരിക്കൽ അയാൾ പറഞ്ഞു തന്റെ പിതാവ് രണ്ടാം ലോകമഹായുദ്ധത്തിൽ ജർമ്മൻ സേനയിൽ ഒരു ഓഫീസർ ആയിരുന്നെന്നും പിതൃരാജ്യത്തോടുള്ള ചുമതലകൾ ഭംഗിയായി നിറവേറ്റിയെന്നും.

സിൽവിയയുമായി നിക് തുറന്ന് ഇടപെട്ടിരുന്നെങ്കിലും ഒരിക്കലും അവളെ വീട്ടിലേക്ക് ക്ഷണിച്ചില്ല. അവർ ബ്യൂണസ് അയേഴ്സ് വിട്ടുകഴിഞ്ഞിട്ടും അവർക്കിടയിൽ കത്തിടപാടുകൾ ഉണ്ടായിരുന്നു. എന്നിട്ടും ഒരിക്കൽ പോലും നിക് ഐക്മാൻ അയാളുടെ തപാൽ വിലാസം അവളുമായി പങ്കിട്ടില്ല. ഒരു സുഹൃത്തിന്റെ വിലാസത്തിലാണ് അയാൾ നിർദ്ദേശിച്ചതിൻപ്രകാരം അവർ കത്തുകൾ കൈമാറിയിരുന്നത്.

നിക് ഐക്മാന്റെ പെരുമാറ്റത്തിലെ ഈ അസ്വാഭാവികതകളാണ് നിക് ഐക്മാൻ ഒരു പക്ഷേ അഡോൾഫ് ഐക്മാന്റെ മകനായിരിക്കാം എന്ന സംശയം ലോതർ ഹെർമാനിൽ ഉണർത്തിയത്. മകളുമായി അയാൾ

ഒലിവോസിലേക്ക് വീണ്ടും യാത്രചെയ്തു. ചില സുഹൃത്തുക്കളുടെ സഹായത്തോടെ സിൽവിയ നിക് ഐക്മാന്റെ കായേ ഷകാബുകൊയിലെ വീട് കണ്ടെത്തി അവിടെ ചെന്നുവെങ്കിലും നിക് അപ്പോൾ വീട്ടിലുണ്ടായിരുന്നില്ല. കഷണ്ടി കയറിത്തുടങ്ങിയ, നേരിയ മീശയുള്ള കണ്ണടക്കാരനായ ഒരാളെ അവൾ അവിടെ കണ്ടുമുട്ടി. താൻ നിക്കിന്റെ അപ്പനാണെന്ന് അയാൾ അവളോട് പറഞ്ഞു.

ഈ അന്വേഷണം മുന്നോട്ട് കൊണ്ടുപോകാനായി സിൽവിയയ്ക്കൊപ്പം ഇനിയും ബ്യൂണസ് അയേഴ്സിലേക്ക് പോകാൻ താൻ സന്നദ്ധനാണെന്ന് ഹെർമാൻ ഹോഫ്സ്റ്ററോട് പറഞ്ഞു. അന്ധനായ പിതാവിനോപ്പം അയാൾ പോകുന്നിടത്തേക്കെല്ലാം സിൽവിയയും സഞ്ചരിക്കേണ്ടിയിരുന്നു. എഴുതുവാനും വായിക്കാനും അയാൾ ആശ്രയിച്ചിരുന്നതും മകളെയായിരുന്നു. ഐക്മാനെ തിരിച്ചറിയുന്നതിനായി തനിക്ക് ആവശ്യമായ രേഖകൾ ഹോഫ്സ്റ്റർ കുറിച്ചുകൊടുത്തു: ഐക്മാന്റെ ഫോട്ടോഗ്രാഫ്, ഇപ്പോൾ അയാളുപയോഗിക്കുന്ന പേര്, ജോലിസ്ഥലം, അയാളെ സംബന്ധിക്കുന്ന തിരിച്ചറിയൽ രേഖകളുടെ പകർപ്പുകൾ, വിരലടയാളം. തമ്മിൽ ആശയവിനിമയം നടത്തുന്നതിനായി സുരക്ഷിതമായ മാർഗ്ഗവും അവർ കണ്ടെത്തി. ചെലവുകൾക്കായി കുറച്ച് പണം ഹെർമാനെ ഏൽപ്പിച്ചു. അവസാനമായി ഒരു പോസ്റ്റ് കാർഡെടുത്ത് രണ്ടായി കീറി അതിൽ ഒരുഭാഗം ഹെർമാന് നൽകി മറ്റേത് സ്വന്തം പോക്കറ്റിൽ വച്ചശേഷം പറഞ്ഞു: 'ഇതിൽ ഒരു പാതിയുമായി ആരെങ്കിലും താങ്കളെ സന്ദർശിച്ചാൽ താങ്കൾക്കയാളെ വിശ്വസിക്കാം. അയാൾ നമ്മളിൽ ഒരുവനായിരിക്കും.'

ഹോഫ്സ്റ്റർ അവിടെനിന്നും മടങ്ങി. ഇസ്രായേലിൽ തിരികെയെത്തി ഐസറിന് റിപ്പോർട്ട് ചെയ്തു.

ചില മാസങ്ങൾക്കുശേഷം ഹെർമാന്റെ റിപ്പോർട്ട് മൊസാദിന്റെ കാര്യാലയത്തിലെത്തി. ഐക്മാനെക്കുറിച്ചുള്ള സകലവിവരങ്ങളും തനിക്ക് ലഭിച്ചിരിക്കുന്നുവെന്ന് ഉത്സാഹഭരിതനായി അയാൾ എഴുതി. കായേ ഷകാബുക്കോയിലെ വീട് ആസ്ട്രിയക്കാരനായ ഫ്രാൻസിസ്കോ ഷിമിഡിറ്റ് പത്ത് വർഷങ്ങൾക്ക് മുൻപ് പണി കഴിപ്പിച്ചതാണ്. ദാഗറ്റൊ, ക്ലെമന്റ് എന്നീ രണ്ട് കുടുംബങ്ങൾക്ക് അത് വാടകയ്ക്ക് കൊടുത്തിരിക്കയാണ്. ഷിമിഡിറ്റ് ഐക്മാൻ തന്നെയാണെന്ന് ഹെർമാൻ ഉറപ്പായി അവകാശപ്പെട്ടു. അത് മറച്ചുപിടിക്കാനുള്ള കള്ളപ്പേരുകൾ മാത്രമാണ് ദാഗിറ്റൊയും ക്ലെമന്റും.

ഹെർമാന്റെ റിപ്പോർട്ടിലെ വിവരങ്ങൾ പരിശോധിച്ചുറപ്പിക്കാനായി അർജന്റീനയിലെ മൊസാദ് ഏജന്റിന് ഐസർ അയച്ചുകൊടുത്തു. അയാളുടെ മറുപടി ഇപ്രകാരമായിരുന്നു: 'ഫ്രാൻസിസ്കോ ഷിമിഡിറ്റ് ഐക്മാനല്ലെന്ന് സംശയരഹിതമായി ഉറപ്പിക്കാം. കായേ ഷകാബുക്കോയിലെ വീട്ടിൽ ആ പേരിൽ ഒരാൾ ഇപ്പോൾ താമസിക്കുന്നില്ല; ഒരിക്കലും താമസിച്ചിട്ടുമില്ല.'

അതോടെ ഹെർമാൻ ആശ്രയിക്കാവുന്ന ഒരാളല്ലെന്ന് ഐസർ നിശ്ചയിച്ചു. അന്വേഷണം അവസാനിപ്പിക്കാൻ തീരുമാനിക്കുകയും ചെയ്തു.

വൻ അബദ്ധം

ഐസറുടെ തീരുമാനം വലിയൊരു അബദ്ധമായിരുന്നു. ഐക്മാനെ പിടിക്കാനുള്ള ഇസ്രായേലിന്റെ അസുലഭാവസരത്തെ അത് ഇല്ലായ്മ ചെയ്യുമായിരുന്നു. ഐക്മാനെ കണ്ടെത്തി കുരുക്കിലാക്കാനുള്ള പരിശ്രമങ്ങളെ തുടക്കത്തിൽ ബാധിച്ചിരുന്ന പിടിപ്പില്ലായ്മയെക്കുറിച്ച് അമ്പരക്കാനേ ഇപ്പോൾ കഴിയൂ. ഇത്രയും സങ്കീർണ്ണമായ ഒരു രഹസ്യാന്വേഷണത്തിനായി അശിക്ഷിതനും വൃദ്ധനും അന്ധനുമായ ഒരാളെ നിയോഗിക്കാൻ എങ്ങനെ തോന്നി? അങ്ങനെയൊരാളുടെ ഐക്മാനെ സംബന്ധിക്കുന്ന തെറ്റായ തിരിച്ചറിയലിനെ അതേപടി ഗൗരവത്തിലെടുക്കാൻ മൊസാദിന് എങ്ങനെ കഴിഞ്ഞു? സിൽവിയ കായേ ഷകാബുക്കോയിലെ വീട് സന്ദർശിച്ചതും അവിടെ നിക് ഐക്മാന്റെ പിതാവിനെ സന്ധിച്ചതും അവഗണിക്കാൻ ഐസറിന് എങ്ങനെ കഴിഞ്ഞു? പരിചയസമ്പന്നനും വിദഗ്ധനുമായ ഒരു ഏജന്റിനെ ബ്യൂണസ് അയേഴ്സിലേക്കയച്ച് രണ്ട് വാടകക്കാരുടെയും വീട്ടുടമസ്ഥന്റെയും തനിമകൾ പരിശോധിക്കുന്നതിനുപകരം അന്വേഷണത്തിൽ നിന്നും നിസ്സാരമായി പിൻവലിയുകയാണ് ഐസർ ചെയ്തത്. ഗുരുതരമായ ഈ വീഴ്ച ഐസറിന്റെ ശൈലിയായിരുന്നില്ല.

ഒന്നര വർഷത്തിനുശേഷം ഫ്രിറ്റ്സ് ബാവ്വർ ഇസ്രായേലിലേക്ക് വന്നു. ഐക്മാനെ പിടികൂടുന്നതിൽ പരാജയപ്പെട്ട ഐസറെ കാണാൻ അയാൾ കൂട്ടാക്കിയില്ല. അതിനുപകരം ജറുസലേമിൽ ചെന്ന് അറ്റോർണി ജനറൽ ഹയിം കോഹനെ അയാൾ നേരിട്ട് കാണുകയായിരുന്നു. ഐക്മാനു വേണ്ടിയുള്ള അന്വേഷണത്തെ മൊസാദ് കൈകാര്യം ചെയ്ത കഴിവുകെട്ട രീതിയെക്കുറിച്ച് പറഞ്ഞ് അയാൾ ക്ഷോഭത്താൽ പൊട്ടിത്തെറിക്കുക തന്നെ ചെയ്തു.

ഐസറെയും ഷബാകിന്റെ തലവൻ സവി അഹറോണിനെയും കോഹൻ തന്റെ ഓഫീസിലേക്ക് വിളിപ്പിച്ചു. ഇരുവരും എത്തുമ്പോൾ ബാവ്വർ അവിടെ ഇരിപ്പുണ്ടായിരുന്നു. ഐസർ അന്വേഷണം വിലക്ഷണമായി കൈകാര്യം ചെയ്യുകയായിരുന്നുവെന്ന് ബാവ്വർ വീണ്ടും ക്ഷുഭിതനായി ആരോപിച്ചു. അന്വേഷണം വേണ്ടവിധം കൈകാര്യം ചെയ്യാൻ മൊസാദിന് പ്രാപ്തിയില്ലെങ്കിൽ ജർമ്മൻ അധികാരികളെ സമീപിക്കുകയല്ലാതെ തനിക്ക് വേറെ വഴിയില്ലെന്ന് അയാൾ ഭീഷണിപ്പെടുത്തി. എങ്കിലും കേസ് പുനരന്വേഷിക്കാൻ ഐസറെ പ്രേരിപ്പിച്ചത് ബാവ്വറിന്റെ ഭീഷണിയായിരുന്നില്ല. ബാവ്വർ പുതുതായി കൊണ്ടുവന്ന ഒരു വിവരം

ആയിരുന്ന അതിന് യഥാർത്ഥത്തിൽ കാരണമായത്. ഐക്മാന്റെ അർജന്റീനയിലെ വ്യാജപ്പേര് റിക്കാഡോ ക്ലെമെന്റ് എന്നായിരുന്നുവെന്ന് ബാവൂർ വെളിപ്പെടുത്തി.

അതോടെ തനിക്ക് പിഴവ് സംഭവിച്ചത് എവിടെയാണെന്ന് ഐസർ തിരിച്ചറിഞ്ഞു. ഐക്മാൻ കായേ ഷകാബുകോയിലെ വീടിന്റെ ഉടമസ്ഥനായിരുന്നില്ല, വാടകക്കാരനായിരുന്നു. ഷിമിഡിറ്റ് അല്ല, ക്ലെമെന്റ്.

ഹെർമാന്റെ മകളുമായി അടുത്തത് ഐക്മാന്റെ മകൻ തന്നെയായിരുന്നു. ഐക്മാൻ കുടുംബം കായേ ഷകാബുകോ തെരുവിൽ താമസിക്കുകയും ചെയ്തിരുന്നു. പക്ഷേ ഐക്മാൻ ക്ലെമെന്റെന്ന് പേരുമാറ്റിയതുമാത്രം ഹെർമാൻ അറിഞ്ഞില്ല. അതുകൊണ്ടാണ് ഫ്രാൻസിസ്കോ ഷിമിഡിറ്റിലേക്ക് അയാൾ തെറ്റായി വിരൽ ചൂണ്ടിയത്. എങ്കിലും ഐസർ തന്റെ ചുമതല കുറച്ചുകൂടി കാര്യക്ഷമമായി കൈകാര്യം ചെയ്തിരുന്നെങ്കിൽ, കുറച്ചുകൂടി പരിചയസമ്പന്നനായ ഒരാളെ അന്വേഷണത്തിനായി നിയോഗിച്ചിരുന്നെങ്കിൽ ഐക്മാന്റെ അപ്പോഴത്തെ പേര് ക്ലെമെന്റാണെന്ന് ഐസർ തന്നെ കണ്ടെത്തുമായിരുന്നു.

സവി അഹറോണിയെ അന്വേഷണത്തിന്റെ ചുമതല ഏൽപ്പിക്കാമെന്ന് നിർദ്ദേശിച്ചത് ഐസറായിരുന്നു. മെലിഞ്ഞ് പൊക്കം കൂടിയ ഒരാളായിരുന്നു അഹറോണി. വിശാലമായ നെറ്റിത്തടവും ചതുരമീശയും കത്തിത്തലപ്പുപോലെ മൂർച്ചയുള്ള ബുദ്ധിയും അയാളുടെ സവിശേഷതകളായിരുന്നു. കോഹനെപ്പോലെ ജർമ്മൻ ജ്ഞാതനായിരുന്നതിനാൽ ഐസറേക്കാൾ അയാൾക്കടുപ്പം കോഹനോടായിരുന്നു. മറ്റൊരു കേസുമായി ബന്ധപ്പെട്ട് ബ്യൂണസ് അയേഴ്സിൽ ഉണ്ടായിരുന്നിട്ടും ഹെർമാൻ നൽകിയ തെളിവുകൾ പരിശോധിക്കാൻ തന്നെ നിയോഗിച്ചില്ല എന്ന വിഷമം അഹറോണിക്കുണ്ടായിരുന്നു. തത്ക്കാലം അതെല്ലാം മറക്കാൻ അയാൾ സന്നദ്ധനായി. ഐസർ ഇപ്പോൾ വിഷമത്തിലാണെന്നും തന്റെ സഹായം അയാൾക്കാവശ്യമുണ്ടെന്നും സവി അഹറോണി ഉൾക്കൊണ്ടു.

അങ്ങനെയാണ് 1960 ഫെബ്രുവരിയിൽ അഹറോണി ബ്യൂണസ് അയേഴ്സിൽ വിമാനമിറങ്ങിയത്. തദ്ദേശീയനായ ഒരു ജ്ഞാതസുഹൃത്തിനോട് കായേ ഷകാബുകോയിലെ വീടിനെക്കുറിച്ച് അന്വേഷിക്കാൻ അഹറോണി ഏർപ്പാട് ചെയ്തിരുന്നു. അയാൾ വിഷണ്ണനായാണ് തിരിച്ചെത്തിയത്. വീട് ഒഴിഞ്ഞുകിടന്നിരുന്നു. മരപ്പണിക്കാരും പെയിന്റർമാരും അതിലൊരു ഭാഗം പുതുക്കിപ്പണിയുന്നു. അത് ക്ലെമെന്റ് കുടുംബം പാർത്തിരുന്ന ഭാഗമായിരുന്നു. പക്ഷേ അവർ അവിടം വിട്ടുപോയിരുന്നു. എവിടേക്കാണെന്ന് ആർക്കും അറിവില്ല. ആരിലും സംശയമുണർത്താതെ ക്ലെമെന്റ് കുടുംബത്തിന്റെ സഞ്ചാരവഴികളെ പിന്തുടരാൻ അഹറോണി ഒരു വഴി കണ്ടെത്തേണ്ടിയിരുന്നു.

മാർച്ച് ആദ്യം ഒരു അർജന്റീനിയൻ യുവാവ് ഒരു ഡെലിവറി ബോയിയുടെ വേഷത്തിൽ കായേ ഷകാബുകോ തെരുവിലെ വീട്ടിലെത്തി. നിക്കോളാസ് ക്ലെമെന്റിനുള്ള ഒരു സമ്മാനപ്പൊതിയുമായിട്ടായിരുന്നു ആ യുവാവ് വന്നത്. അതിനുള്ളിൽ വിലപിടിപ്പുള്ള ഒരു സിഗററ്റ് ലൈറ്ററും സൗരഭ്യം ചുരത്തുന്ന ആശംസാകാർഡും ഉണ്ടായിരുന്നു. അതിൽ ഇപ്രകാരം എഴുതിയിരുന്നു, 'പ്രിയ നിക്കിന് ജന്മദിനാശംസകൾ.' അജ്ഞാതയായിരിക്കാൻ ഇഷ്ടപ്പെടുന്ന ഒരു പ്രണയിനിയുടെ സമ്മാനമാണെന്ന് തോന്നിപ്പിക്കുന്ന കുറിപ്പ്.

ആ സന്ദേശവാഹകൻ ഫ്ളാറ്റിൽ എത്തുമ്പോൾ അവിടെ ചായപ്പണിക്കാർ മാത്രമേ ഉണ്ടായിരുന്നുള്ളൂ. അവർക്കാർക്കും ക്ലെമെന്റ് കുടുംബത്തെക്കുറിച്ച് ഒന്നും അറിയുമായിരുന്നില്ല. അവരിൽ ഒരാൾ പറഞ്ഞു ബ്യൂണസ് അയേഴ്സിന്റെ മറുവശത്തുള്ള സാൻ ഫെർനാണ്ടോ എന്നയിടത്തേക്കാണ് അവർ പോയതെന്ന്. അയാൾ ആ ഡെലിവറി ബോയിയെ അടുത്തുള്ള ഒരു വർക്ക് ഷോപ്പിലേക്ക് കൊണ്ടുപോയി. അവിടെ നിക് ഐക്മാന്റെ സഹോദരൻ ഡീറ്റർ ജോലിചെയ്യുന്നുണ്ടായിരുന്നു, തവിട്ടുനിറമുള്ള ഒരു സുമുഖൻ. സൗമ്യസ്വഭാവക്കാരനായിരുന്നെങ്കിലും വിലാസം നൽകാൻ അയാൾ വിസമ്മതിച്ചു. എങ്കിലും സംസാരപ്രിയനായ ഡീറ്റർ തന്റെ അപ്പൻ ഇപ്പോൾ അകലെയുള്ള ടുകുമാൻ നഗരത്തിലാണ് ജോലിചെയ്യുന്നതെന്ന് വെളിപ്പെടുത്തി.

ഡെലിവറി ബോയ് ചായപ്പണിക്കാരുടെ പക്കൽ തിരികെയെത്തി ക്ലെമെന്റ് കുടുംബത്തെക്കുറിച്ച് തുടരെ ചോദ്യങ്ങൾ ഉതിർത്തുകൊണ്ടേയിരുന്നു. അവിടെ വന്നുപോയ പലരിൽ ഒരാൾക്ക് ക്ലെമെന്റ് കുടുംബത്തിന്റെ വിലാസം ഓർമ്മയുണ്ടായിരുന്നു. 'സാൻ ഫെർനാണ്ടോയിലേക്ക് ട്രെയിനിൽ പോവുക. അവിടെനിന്നും ഇരുന്നൂറ്റിമൂന്നാം നമ്പർ ബസ്സിൽ കയറി അവിയേണ്ടായിൽ ഇറങ്ങുക. എതിർവശത്ത് ഒരു മാടക്കട കാണാം. അതിന്റെ വലതുഭാഗത്ത് ഇഷ്ടികകൊണ്ട് കെട്ടിയ ഒരു ചെറിയ വീടുണ്ട്. അവിടെയാണ് ക്ലെമെന്റ് കുടുംബം പാർക്കുന്നത്.'

ഡെലിവറി ബോയ് ഉടനെതന്നെ അവിടം വിട്ടു. അഹറോണിക്ക് വിവരം നൽകുകയും ചെയ്തു. അടുത്ത ദിവസം അഹറോണി സാൻ ഫെർനാണ്ടോയിലേക്ക് ട്രെയിൻ കയറി. പെയിന്റർ പറഞ്ഞ വഴിയിലൂടെ നടന്ന് വീട് കണ്ടുപിടിച്ചു. മാടക്കടക്കാരനോട് ചോദിച്ചു: 'ഈ തെരുവിന്റെ പേരെന്താണ്?'

'കയേ ഗാരിബാൾഡി' വയസ്സനായ ആ കടക്കാരൻ പറഞ്ഞു.

അങ്ങനെ അന്വേഷണം വീണ്ടും ട്രാക്കിൽ വന്നു.

കയേ ഗാരിബാൾഡി

മാർച്ച് മദ്ധ്യത്തിൽ ഒരു ബിസിനസ് സ്യൂട്ടണിഞ്ഞ് കയേ ഗാരിബാൾഡി തെരുവിൽ ക്ലെമെന്റ് ഭവനത്തിനെതിർവശത്തുനിന്നും റോഡ് മുറിച്ചുകടന്ന് അഹറോണി ആ വീട്ടിലേക്ക് നടന്നുചെന്നു. 'ഒരു അമേരിക്കൻ കമ്പനിയുടെ പ്രതിനിധിയാണ് ഞാൻ,' വാതിൽ തുറന്ന സ്ത്രീയോട് അയാൾ പറഞ്ഞു. 'തയ്യൽ മെഷീനുകൾ നിർമ്മിക്കുന്ന കമ്പനിയാണ് ഞങ്ങളുടേത്. ഈ ഭാഗത്ത് ഒരു ഫാക്ടറി പണിയാനുള്ള ഇടം തേടുകയാണ് ഞങ്ങൾ. അതിനായി നിങ്ങളുടെ വീട് വാങ്ങുവാൻ താത്പ്പര്യമുണ്ട്.' ക്ലെമെന്റ് ഭവനത്തിലേക്ക് വിരൽ ചൂണ്ടി അയാൾ കൂട്ടിച്ചേർത്തു: 'ആ വീട്ടും വാങ്ങുവാൻ ഉദ്ദേശ്യമുണ്ട്. വിൽക്കാൻ നിങ്ങൾക്ക് താത്പ്പര്യമുണ്ടോ?'

ആ സ്ത്രീയുമായി സംസാരിച്ചുകൊണ്ടിരിക്കെ കൈവശമുണ്ടായിരുന്ന ബ്രീഫ്കേസിന്റെ കൈപ്പിടിയിലെ ബട്ടണിൽ അഹറോണി ഇടയ്ക്കിടയ്ക്ക് ഞെക്കിക്കൊണ്ടേയിരുന്നു. ഉള്ളിൽ ഒളിപ്പിച്ചിരുന്ന രഹസ്യ ക്യാമറയിലൂടെ ക്ലെമെന്റ് ഭവനത്തിന്റെ വിവിധ കോണുകളിൽ നിന്നുമുള്ള ഫോട്ടോകളെടുക്കുകയായിരുന്നു അയാൾ.

അടുത്തദിവസം മുൻസിപ്പൽ ഓഫീസിലെത്തി പഴയ രേഖകൾ പരിശോധിച്ചതിൽ നിന്നും അഹറോണിക്ക് മനസ്സിലായി ക്ലെമെന്റ് ഭവനം സ്ഥിതിചെയ്യുന്ന സ്ഥലത്തിന്റെ ഉടമ ശ്രീമതി വേറാ ലിബെൽ ഐക്മാൻ ആണെന്ന്. വേറാ മറ്റൊരുവിവാഹം ചെയ്തിട്ടില്ല എന്നതിനും അത് തെളിവായി. അർജന്റീനയിലെ പതിവനുസരിച്ച് വിവാഹത്തിന് മുൻപും പിൻപുമുള്ള പേരുകളിൽ അവർ സ്ഥലത്തിന്റെ ഉടമാവകാശ രേഖകൾ രജിസ്റ്റർ ചെയ്തിരുന്നു. ഔദ്യോഗിക രേഖകളിലൊന്നും തന്റെ പേര് വരേണ്ടെന്ന് റിക്കാർഡൊ ക്ലെമെന്റ് തീരുമാനിച്ചിരുന്നിരിക്കണം.

കയേ ഗാരിബാൾഡി തെരുവിലേക്ക് അഹറോണി പലതവണ വന്നു, കാൽനടയായും സ്വകാര്യ വാഹനത്തിലും. വീടിന്റെയും വേറായുടെയും അവിടെ ഓടിക്കളിച്ചിരുന്ന കുട്ടിയുടെയും ചിത്രങ്ങൾ അയാൾ പകർത്തി. എന്നിട്ടും ക്ലെമെന്റിനെ കാണാൻ അയാൾക്ക് അവസരം ഉണ്ടായില്ല. ആ പ്രത്യേക ദിവസത്തിനായി അയാൾ കാക്കുകയായിരുന്നു: മാർച്ച് 21, അത് വേറാ ലിബെലിന്റെയും അഡോൾഫ് ഐക്മാന്റെയും വിവാഹത്തിന്റെ ഇരുപത്തിയഞ്ചാം വാർഷികമാണെന്ന് മുൻസിപ്പൽ ഓഫീസിലെ രേഖകൾ വെളിപ്പെടുത്തിയിരുന്നു. വിവാഹവാർഷിക ജൂബിലി ആഘോഷിക്കാനായി ടുകുമാനിൽ നിന്നും ഐക്മാൻ വന്നെത്തുമെന്ന് അഹറോണി പ്രതീക്ഷിച്ചു.

മാർച്ച് 21-ന് അഹറോണി തന്റെ കാമറയുമായി വീണ്ടുമെത്തി. വീടിന്റെ മുറ്റത്ത് മെലിഞ്ഞ, ശരാശരി ഉയരമുള്ള, മീശയുള്ള, കഷണ്ടി കയറിത്തുടങ്ങിയ ഒരാളെ അഹറോണി കണ്ടു. ചെറിയ വായയും വലുപ്പമുള്ള മൂക്കും

ഉള്ള അയാൾ കണ്ണട വച്ചിരുന്നു. അഹറോണിക്ക് ലഭിച്ച ഫയലിൽ രേഖപ്പെടുത്തിയിരുന്ന ബാഹ്യലക്ഷണങ്ങളെല്ലാം അയാൾക്കുണ്ടായിരുന്നു. ശരിക്കും ഇത് അഡോൾഫ് ഐക്മാൻ തന്നെ.

ഇസ്രായേലിൽ ഐസർ പ്രധാനമന്ത്രി ബെൻ ഗുരിയോണിന്റെ വീട്ടിലേക്ക് കാറോടിച്ചു. 'അർജന്റീനയിൽ നമ്മൾ ഐക്മാനെ കൃത്യമായി കണ്ടെത്തി.' അയാൾ ഉറപ്പോടെ പറഞ്ഞു. 'അയാളെ പിടികൂടി ഇസ്രാ യേലിലേക്ക് കൊണ്ടുവരാനാകുമെന്ന് ഞാൻ കരുതുന്നു.'

ബെൻ ഗുരിയോണിന്റെ പ്രതികരണം ഉടനെ ഉണ്ടായി. 'കൊന്നായാലും ജീവനോടെയായാലും അയാളെ ഇസ്രായേലിലെത്തിക്കുക'. ഒരു നിമിഷം ആലോചിച്ചിട്ട് അയാൾ കൂട്ടിച്ചേർത്തു: 'ജീവനോടെ കിട്ടിയാൽ ഏറെ നല്ലത്. നമ്മുടെ യുവജനങ്ങളെ സംബന്ധിച്ചിടത്തോളം അത് പ്രധാന പ്പെട്ടതാണ്.'

മുമ്പന്മാർ വന്നെത്തുന്നു

ദൗത്യം നടപ്പിലാക്കുന്നതിനായി ഐസർ ഒരു ടീമിന് രൂപം നൽകി. അതിലുണ്ടായിരുന്ന പന്ത്രണ്ട് പേരും സ്വമേധയാ വന്നുചേർന്നവരായി രുന്നു. ചിലർ ജൂതകൂട്ടക്കുരുതിയെ അതിജീവിച്ചവരായിരുന്നു. അവരുടെ കൈത്തണ്ടയിൽ അതിന്റെ ഓർമ്മയുമായി ക്യാമ്പിലെ നമ്പർ പച്ചകുത്തി യത് അവശേഷിച്ചിരുന്നു. സുരക്ഷാസേനയിൽ നിന്നുമുള്ള പരിചയസമ്പ ന്നരായിരുന്നു ടീമിലെ പ്രമുഖർ. തലപ്പത്ത് ഷബാകിലെ രണ്ട് ഏജന്റുമാർ. റാഫി ഐതൻ കമ്മാൻഡറും സവി മൽകിൻ അയാളുടെ ഡെപ്യൂട്ടിയും. ഐതൻ അയാളെ വിശേഷിപ്പിച്ചത് 'ധീരനും കരുത്തനും തന്ത്രപരമായ ഭാവനാശാലിയും' എന്നായിരുന്നു. ചാരന്മാരെ കുടുക്കിട്ട് പിടിക്കുന്നതിൽ ഷബാകിലെ ഏറ്റവും മിടുക്കൻ. കഷണ്ടി കയറിയ ശിരസ്സും കനത്ത പുരി കങ്ങളും എഴുന്നുനിൽക്കുന്ന താടിയെല്ലുകളും വിഷാദഭാവമുള്ള മിഴികളും അയാളുടെ പ്രത്യേകതകളായിരുന്നു. ഉപയോഗിക്കാൻ പ്രലോഭനമുണ്ടാ യാലോ എന്ന് കരുതി അയാൾ ഒരിക്കലും തോക്ക് കൊണ്ടുനടന്നില്ല. സാമാന്യബുദ്ധിയും പുതുവഴികൾ കണ്ടെത്താനുള്ള കഴിവും എന്തും മെച്ചപ്പെ ടുത്തി ഉപയോഗിക്കാനുള്ള മിടുക്കുമായിരുന്നു അയാളുടെ ആയുധങ്ങൾ. പല സോവിയറ്റ് ചാരന്മാരെയും അയാൾ പുറത്തുകൊണ്ടുവന്നു. ബാല്യകാലം പോളണ്ടിൽ വളർന്ന സവി മൽകിൻ ഗ്രാമമായ ഗ്രാസ്നിക് ലുബെൽസ്കി യിലെ രക്തരൂക്ഷിതമായ ഒരു ജൂതക്കുരുതിയെത്തുടർന്ന് കുടുംബത്തോ ടൊപ്പം ഇസ്രായേലിലേക്ക് കടക്കുകയായിരുന്നു. സഹോദരി ഫ്രുമയും കുടുംബവും മറ്റ് ബന്ധുജനങ്ങളും ഒന്നടങ്കം ഹിറ്റ്ലറുടെ ജൂതകൂട്ടക്കുരുതി യിൽ കൊല്ലപ്പെടുകയായിരുന്നു. ഇസ്രായേലിലെ ഹൈഫയിലാണ് സവി

വളർന്നത്. സ്വാതന്ത്ര്യസമരത്തിൽ പങ്കാളിയായി. ചിത്രം വരയ്ക്കാനും എഴുതാനും അഭിനയിക്കാനും സവിക്ക് കഴിവുണ്ടായിരുന്നു. ന്യൂയോർക്കിലെ താമസക്കാലത്ത് ആക്ടേഴ്സ് സ്റ്റുഡിയോയുടെ സ്ഥാപകനായ ലീ സ്ട്രാബെർഗുമായി പരിചയത്തിലായി. അഭിനയത്തിന്റെ മികച്ച പാഠങ്ങൾ സവി അയാളിൽ നിന്നും പഠിച്ചു. മൊസാദിന്റെ ഓരോരോ ദൗത്യങ്ങളിൽ പങ്കാളിയാകുമ്പോൾ 'താൻ അരങ്ങിൽ വേഷങ്ങൾ കെട്ടി അഭിനയിക്കുകയാണെന്ന് കരുതി ഓരോന്നും ചെയ്തു' എന്ന് സവി പറഞ്ഞിട്ടുണ്ട്. 'മറ്റുചിലപ്പോൾ ഞാൻ ഒരു നാടകം എഴുതിയുണ്ടാക്കി അഭിനയിക്കുകയാണെന്ന് ഭാവന ചെയ്തുകൊണ്ട് എനിക്കുള്ള ആജ്ഞകൾ ഞാൻ തന്നെ പുറപ്പെടുവിച്ച് ഞാൻ തന്നെ നടപ്പിലാക്കും.'

ടീമിലെ മറ്റൊരംഗം വിയന്നയിൽ ജനിച്ച, പൊക്കം കുറഞ്ഞ് ബലിഷ്ഠനായ മിണ്ടാപ്പൂച്ച അബ്രാഹം ഷലോമായിരുന്നു. ഭാവിയിൽ ഷവാകിന്റെ മേധാവിയാകുമെന്ന് കരുതപ്പെട്ടിരുന്ന അബ്രാഹമായിരുന്നു ഐതന്റെ കീഴിൽ ഉപനേതാവ്. പാരീസിൽ മൊസാദിന്റെ ഏജന്റായിരുന്ന യാകോവ് ഗാത്, മുൻ ബ്രിട്ടീഷ് സൈനികനും യുദ്ധാനന്തരം നാസി കുറ്റവാളികളെ വേട്ടയാടി പിടിക്കുന്ന മൊസാദിന്റെ ഗൂഢസംഘത്തിൽ സജീവനായിരുന്ന മൊഷെ തവോർ, വ്യാജരേഖകൾ ഉണ്ടാക്കുന്നതിൽ മിടുക്കനായ ഷലോം ഡാനി തുടങ്ങിയവരായിരുന്നു മറ്റംഗങ്ങൾ. മിക്കവരും വിവാഹിതരും കുടുംബനാഥന്മാരും ആയിരുന്നു.

പരിചയസമ്പന്നരുടെ മികച്ച സംഘമായിരുന്നു അത്. എഫ്രെയിം ഇലാനിക്ക് അർജന്റീനയും ബ്യൂണസ് അയേഴ്സിലെ റോഡുകളും സുപരിചിതമായിരുന്നു. പൂട്ടുകൾ പൊളിക്കുന്നതിൽ വിദഗ്ധൻ, നല്ല കായികക്കരുത്ത്, ആരും വിശ്വസിച്ചുപോകുന്ന നിഷ്കളങ്ക മുഖവും എഫ്രെയിമിന്റെ ബലമായിരുന്നു. മൊസാദിലെ ഏറ്റവും മികച്ച വനിതാ ഏജന്റ് യഹൂദിത് നിസ്സിയാഹു തികഞ്ഞ മതാനുയായിയും ശാന്തയും ലജ്ജാലുവും ഒപ്പം ഇത്തിരി വണ്ണം കൂടിയ ദേഹപ്രകൃതത്തോടുകൂടിയവളും ആയിരുന്നു. ഭർത്താവ് മൊർദേക്കായി ലേബർ പാർട്ടിയിൽ പ്രവർത്തിച്ചിരുന്നു. ഈ പുസ്തകരചനയോടനുബന്ധിച്ച് അവരുമായി അടുത്തിടപഴകാൻ അവസരമുണ്ടായി. ബാഹ്യപ്രകൃതത്തിൽ അസാധാരണമായി യാതൊന്നും കണ്ടില്ല.

പല മൊസാദ് ദൗത്യങ്ങളിലും പങ്കാളിയായ ഡോക്ടർ യോന എലിയാൻ ഐക്മാനെ ഇസ്രായേലിലേക്ക് കൊണ്ടുവരുന്നതിനായുള്ള മെഡിക്കൽ പിന്തുണയ്ക്കായി ടീമിലെത്തി. അന്വേഷണത്തിന്റെ ചുമതലക്കാരനായ സവി അഹ്റോണിയും ടീമിന്റെ ഭാഗമായി. എങ്കിലും ടീമിനായി ആദ്യം തന്നെ സ്വമേധയാ എത്തിച്ചേർന്നത് ഐസർ തന്നെയായിരുന്നു. വിദേശത്തെ അപകടകരങ്ങളായ ദൗത്യങ്ങളിൽ തന്റെ ടീമിനെ നയിക്കാൻ ഐസർ എപ്പോഴും പ്രിയപ്പെട്ടിരുന്നെങ്കിലും ഈ തവണ മറ്റ് കാരണങ്ങളും ഉണ്ടായിരുന്നു. ദൗത്യത്തിന്റെ രാഷ്ട്രീയ പ്രാധാന്യം മൂലം

പല തീരുമാനങ്ങളും അപ്പോഴപ്പോൾ എടുക്കേണ്ടിവരും. അതിനായി കാത്തിരിക്കാനാവില്ല. ഉയർന്ന തലത്തിലുള്ള ഒരാൾ ഒപ്പമുണ്ടായാലേ ഇതിനാവൂ. അതൊക്കെക്കൊണ്ടാണ് ഐക്മാനെ കണ്ടുപിടിച്ച് ഇസ്രാ യേലിലേക്ക് കൊണ്ടുവരികയെന്ന സുപ്രധാന ദൗത്യത്തിന്റെ നേതൃത്വം സ്വയം ഏറ്റെടുക്കാൻ ഐസർ തീരുമാനിച്ചത്.

ഏപ്രിൽ അവസാനത്തിൽ വ്യത്യസ്തയിടങ്ങളിൽ നിന്നുമായി നാല് മൊസാദ് ഏജന്റുമാർ അർജന്റീനയിലെത്തിച്ചേർന്നു. ദൗത്യസംഘ ത്തിനാവശ്യമായ ഇലക്ട്രോണിക് ഉപകരണങ്ങൾ, വാക്കിടോക്കികൾ, മെഡിക്കൽ സാമഗ്രികൾ, ഷലോം ഡാനിക്ക് വ്യാജ രേഖകളും തിരിച്ചറി യൽ കാർഡുകളും ഉൽപാദിപ്പിക്കുന്നതിനാവശ്യമായ ഉപകരണങ്ങളുടെ ഒരു ഭാഗവും അവർ അർജന്റീനയിൽ എത്തിച്ചു.

ബ്യൂണസ് അയേഴ്സിൽ 'ദ് കാസിൽ' എന്ന രഹസ്യപ്പേരിൽ ഒരു അപ്പാർട്ട്മെന്റ് അവർ വാടകയ്ക്ക് ഏർപ്പാടാക്കി. കൂടുതൽ പേർ അവിടെ ഒരുമിച്ച് പാർക്കുന്നതിനായി ഭക്ഷണം ഉൾപ്പെടെയുള്ളവ കരുതൽ ശേഖരമാക്കി. അടുത്ത ദിവസം നാലുപേരും കൂടി ഒരു കാർ വാടകയ്ക്കെ ടുത്ത് സാൻ ഫെർനാണ്ടോയിലേക്ക് ഡ്രൈവ് ചെയ്തു. വൈകുന്നേരം ഏഴ് നാൽപ്പതിന് അവർ അവിടെയെത്തി.

ദിവസം ഇരുണ്ട് തുടങ്ങിയിരുന്നു. അവിടെ അവരെ കാത്തിരുന്നത് അപ്രതീക്ഷിതമായ ഒന്നായിരുന്നു. മെല്ലെ കാറോടിച്ചുപോകുമ്പോൾ എതിരെ സാക്ഷാൽ റിക്കാഡോ ക്ലെമെന്റ് നടന്നുവരുന്നത് അവർ കണ്ടു. അയാൾ അവരെ ശ്രദ്ധിച്ചതേയില്ല. വീടെത്തിയപ്പോൾ തിരിഞ്ഞ് അക ത്തേക്ക് കയറിപ്പോയി.

എല്ലാ ദിവസവും വൈകുന്നേരം ഏറെക്കുറെ അതേസമയത്ത് ബസ്സ്റ്റാൻഡിൽ നിന്നും വീട്ടിലേക്കുള്ള വഴിയിലൂടെ ക്ലെമെന്റ് നടന്നു വരുമെന്ന് അവർ ഊഹിച്ചു. ആൾത്തിരക്കില്ലാത്ത ആ തെരുവിൽ വച്ച് അയാളെ പിടികൂടുക സാദ്ധ്യമാണെന്നും അവർ നിർണ്ണയിച്ചു.

അന്നരാത്രി ഇസ്രായേലിലേക്ക് ഒളിഭാഷയിൽ അവർ സന്ദേശമയച്ചു: 'ദൗത്യം സാദ്ധ്യമാണ്.'

അബ്ബ എബാനായി ഒരു വിമാനം

ഭാഗ്യം തന്നോടൊപ്പമാണെന്ന് ഐസർക്ക് തോന്നി. മെയ് ഇരുപതിന് അർജന്റീനിയൻ സ്വാതന്ത്ര്യത്തിന്റെ നൂറ്റിയമ്പതാം വാർഷികാഘോഷമാ യിരുന്നു. അതിൽ പങ്കെടുക്കുന്നതിനായി എല്ലാ ലോകതലസ്ഥാനങ്ങളിൽ നിന്നും ഉന്നതരുടെ പ്രതിനിധി സംഘങ്ങളെത്തും. ഇസ്രായേൽ സംഘ ത്തിന്റെ തലവൻ വിദ്യാഭ്യാസ വകുപ്പ് മന്ത്രി അബ്ബ എബാൻ ആയിരുന്നു.

ദേശീയ വിമാനക്കമ്പനി തനിക്കായി ഒരു പ്രത്യേക വിമാനം ഏർപ്പാട് ചെയ്തത് മന്ത്രിയെ കലശലായി സന്തോഷിപ്പിച്ചു – മന്ത്രിക്കുന്ന രാക്ഷസൻ എന്നതായിരുന്നു ആ വിമാനത്തിന്റെ പേര്. ഐക്മാൻ ദൗത്യം ലക്ഷ്യമിട്ടാണ് ഈ നടപടിയെന്നത് ആരും മന്ത്രിയോട് പറഞ്ഞില്ല.

മെയ് പതിനൊന്നിനായിരുന്നു വിമാനം ബ്യൂണസ് അയേഴ്സിലേക്ക് പറക്കേണ്ടത്. തികഞ്ഞ സൂക്ഷ്മതയോടെ തിരഞ്ഞെടുത്ത ഒരു സംഘത്തിനായിരുന്നു വിമാനത്തിന്റെ നിയന്ത്രണം. വിമാനക്കമ്പനിയുടെ രണ്ട് ഉയർന്ന ഉദ്യോഗസ്ഥരോട് മാത്രമേ ഐസർ ദൗത്യത്തിന്റെ കാര്യം വെളിപ്പെടുത്തിയുള്ളു – മൊർദേക്കായി ബെൻ അറിയോയോടും എഫ്രയിം ബെൻ അർട്സിയോടും. അർജന്റീനയിലെ വിമാനത്താവളാധികൃതരുടെ സഹായമില്ലാതെ വിമാനം പെട്ടെന്ന് പറന്നുയരേണ്ടിവന്നാൽ ആവശ്യമായി വന്നേക്കാം എന്ന കാരണത്താൽ വിദഗ്ധനായ ഒരു മെക്കാനിക്കിനെയും കൂടെ കൊണ്ടുപോരാൻ പൈലറ്റ് സവി തോഹറിന് നിർദ്ദേശം നൽകിയിരുന്നു.

ഒരു യൂറോപ്യൻ പാസ്പോർട്ടുമായി ഐസർ മെയ് ഒന്നിന് ബ്യൂണസ് അയേഴ്സിൽ വിമാനമിറങ്ങി. ശീതക്കാറ്റ് റൺവേകളിൽ ചീറിയടിക്കുന്നുണ്ടായിരുന്നു. അർജന്റീനയിൽ തണുപ്പുകാലം തുടങ്ങിയിരുന്നു. എട്ടു ദിവസങ്ങൾക്ക് ശേഷം മെയ് ഒമ്പതിന് ചില ഇസ്രായേലികൾ കൂടി പുതുതായി വാടകയ്ക്കെടുത്ത മറ്റൊരു അപ്പാർട്ട്മെന്റിലേക്ക് എത്തിച്ചേർന്നു. ഹൈറ്റ്സ് എന്നായിരുന്നു ആ താവളത്തിന്റെ ഒളിപ്പേര്. അവരെല്ലാവരും വ്യത്യസ്ത ഹോട്ടലുകളിലേക്കാണ് ആദ്യമെത്തിയത്. പിന്നീട് ഓരോരുത്തരായി ഹൈറ്റ്സിലേക്ക് വന്നുചേരുകയായിരുന്നു. ഐസർ ഒടുവിലാണ് എത്തിച്ചേർന്നത്. അങ്ങനെ പന്ത്രണ്ടുപേരും ഒരുമിച്ചായി.

അർജന്റീനയിൽ വന്നതുമുതൽ ടീമിലെ അംഗങ്ങളുമായി ആശയവിനിമയം നടത്തുന്നതിന് സവിശേഷമായ ഒരു മാർഗ്ഗം ഐസർ കണ്ടെത്തിയിരുന്നു. ബ്യൂണസ് അയേഴ്സിലെ മുന്നൂറ് കഫേകളുടെ വിലാസവും അവ തുറന്ന് പ്രവർത്തിക്കുന്ന സമയവും ഐസർ പോക്കറ്റിൽ കരുതിയിരുന്നു. എല്ലാദിവസവും പ്രഭാതത്തിൽ ഈ കഫേകൾ സ്പർശിച്ചുകൊണ്ട് കൃത്യമായ വഴികൾ പിന്തുടർന്ന് ഒരു നടപ്പുയാത്ര ഐസർ നടത്തുമായിരുന്നു. യാത്രയുടെ വഴിയും സമയക്രമവും ഐസർ എല്ലാവരുമായി പങ്കിട്ടു. ഇതിലൂടെ ഒരു നിശ്ചിതസമയത്ത് ഐസർ എവിടെയുണ്ടാകുമെന്ന് അറിയാൻ അവർക്ക് കഴിഞ്ഞു. കടുപ്പം കലശലായ അർജന്റൈൻ കാപ്പി കുടിക്കുക എന്നൊരു അസൗകര്യമേ ഇതിലുണ്ടായിരുന്നുള്ളു. മാറിക്കൊണ്ടിരുന്ന കഫേ മീറ്റിംഗുകളിലൂടെ തട്ടിക്കൊണ്ടുവരുന്നതിനുള്ള ഒരുക്കങ്ങളെ ഐസർ നിയന്ത്രിച്ചു.

ഒരുക്കങ്ങൾ ദ്രുതഗതിയിൽ പുരോഗമിച്ചു. കടത്തിക്കൊണ്ടുവരുന്നയാളെ കുറച്ചുദിവസം തടവിൽ സൂക്ഷിക്കുന്നതിനാവശ്യമായ സൗകര്യങ്ങൾ,

വാടകക്കാറുകൾ, നിരീക്ഷണാവശ്യങ്ങൾക്കുള്ള പാർപ്പിടങ്ങൾ, ഐക്മാനെ തടവിൽ സൂക്ഷിക്കുന്നതിനായി നഗരത്തിനു വെളിയിൽ തിരക്കില്ലാത്തയിടത്ത് ഒറ്റപ്പെട്ട വീട് തുടങ്ങിയവയെല്ലാം ഏർപ്പെടുത്തേണ്ടതുണ്ടായിരുന്നു. എയർപോർട്ടിലേക്കുള്ള പാതയോരത്ത് തറവാടെന്ന് കളിപ്പേരിട്ട വീടായിരുന്നു അതിൽ പ്രധാനപ്പെട്ടത്. ടൂറിസ്റ്റുകളായ ഇണകളെപ്പോലെ നടിച്ച് അത് വാടകയ്ക്കെടുത്തത് രണ്ട് മൊസാദ് ഏജന്റുമാരായിരുന്നു. യാക്കോവ് മെയ്ദാദും യെഹൂദിത് നിസ്സിയാഹൂവും. ഏതെങ്കിലും കാരണവശാൽ ലോക്കൽ പോലീസ് പരിശോധനയ്ക്ക് എത്തിയാൽ ഐക്മാനും അയാളുടെ കാവലാളിനും ഒളിച്ചിരിക്കാനുള്ള ഇടവും വീടിനുള്ളിൽ സജ്ജീകരിച്ചു. ആവശ്യം വന്നാൽ ഉപയോഗിക്കാനായി മറ്റൊരു അപ്പാർട്ട്മെന്റും തയ്യാറാക്കി.

മെയ് പത്തിന് ഐക്മാനെ പിടിക്കാനായിരുന്നു പദ്ധതി. മെയ് പതിനൊന്നിന് വിമാനം എത്തും, മെയ് പന്ത്രണ്ടിന് ഐക്മാനുമായി ഇസ്രായേലിലേക്ക് പറക്കും.

പക്ഷേ അവസാന നിമിഷത്തെ ചില മാറ്റങ്ങൾ ആ പദ്ധതിയെ അട്ടിമറിച്ചു. ജൂബിലി ആഘോഷങ്ങൾക്കായെത്തുന്ന വിശിഷ്ടാതിഥികളുടെ തിരക്ക് കാരണമായി ഇസ്രായേൽ ഡെലിഗേഷൻ എത്തുന്ന തീയതി മെയ് പത്തൊൻപതാക്കണമെന്ന് അർജന്റീനിയൻ വിദേശകാര്യവകുപ്പിന്റെ പ്രൊട്ടോക്കോൾ വിഭാഗം ഇസ്രായേലിനോട് അഭ്യർത്ഥിച്ചു. ഇതിനർത്ഥം, ഐസർ ഐക്മാനെ തടവിൽപ്പിടിക്കുന്ന തീയതിയും അതിനനുസരണമായി നീട്ടിക്കൊണ്ട് പോകണം അല്ലെങ്കിൽ മുൻകൂട്ടി നിശ്ചയിച്ച പ്രകാരം കാര്യങ്ങൾ നിർവഹിക്കുകയും അതിനുശേഷം ഒൻപതോ പത്തോ ദിവസങ്ങൾ ഐക്മാനെ ഒളിപ്പിച്ച് പാർപ്പിക്കണം എന്നുമായിരുന്നു. അത് വളരെ അപകടം പിടിച്ച കാര്യമായിരുന്നു. ഏതെങ്കിലും കാരണവശാൽ ഐക്മാന്റെ കുടുംബം പോലീസിനെ സമീപിക്കുകയും പോലീസ് തീവ്രമായി അന്വേഷിക്കുകയും ചെയ്താൽ കാര്യങ്ങൾ പിടിവിട്ടുപോകാനുള്ള സാദ്ധ്യതയുണ്ടായിരുന്നു. ഐക്മാനും അദ്ദേഹത്തെ തടവിൽ വച്ചിരിക്കുന്നവരും പോലീസിന്റെ പിടിയിലാകും.

ഇതൊക്കെ പരിഗണിച്ചശേഷവും ആദ്യം പ്ലാൻ ചെയ്തതുപോലെ തന്നെ മുന്നോട്ടുപോകാനാണ് ഐസർ തീരുമാനിച്ചത്. എങ്കിലും ദൗത്യസംഘങ്ങളുടെ ശാരീരിക ക്ഷമതയെക്കരുതി ഒരു ദിവസം പിന്നോട്ടാക്കാൻ അയാൾ സന്നദ്ധനായി. അതായത് മെയ് പതിനൊന്നാം തിയതി. സമയം വൈകുന്നേരം ഏഴ് നാൽപ്പത്.

ഏറ്റവും ചെറിയ വിശദാംശങ്ങൾ പോലും അതീവ കൃത്യമായി സമയക്രമത്തോടെ തയ്യാറായി. ദിവസവും വൈകുന്നേരം ഏഴ് നാൽപതിന് ഐക്മാൻ ജോലികഴിഞ്ഞ് തിരികെയെത്തും. ഇരുന്നൂറ്റിമൂന്നാം നമ്പർ ബസ്സിൽ പ്രധാന റോഡിൽ വന്നിറങ്ങി കയേ ഗാരിബാൾഡി സ്ട്രീറ്റിലൂടെ

അയാൾ വീട്ടിലേക്ക് നടന്നുവരും. ആ സമയം റോഡിൽ ആൾക്കാരും വാഹനങ്ങളും ദുർലഭമായിരിക്കും. നേരം ഇരുണ്ട് തുടങ്ങും. രണ്ട് കാറുകളിലായി അപ്പോൾ അവിടെയെത്തുന്ന മൊസാദ് ഏജന്റുമാർ കൃത്യം നിർവഹിക്കും. ആദ്യകാറിലുള്ളവർ ഐക്മാനെ കീഴടക്കി കാറിനുള്ളിലാക്കും; രണ്ടാമത്തെ കാറിലുള്ളവർ സുരക്ഷയും സംരക്ഷണവും കൈകാര്യം ചെയ്യും. ആദ്യകാർ ബോണറ്റ് തുറന്നുവച്ച് എന്തോ റിപ്പയർ ചെയ്യുന്ന പോലെ റോഡരുകിൽ പാർക്ക് ചെയ്യും. ഐക്മാൻ കാറിനെ കടന്നുപോകുമ്പോൾ അയാളുടെമേൽ ചാടിവീണ് കീഴടക്കി ബലം പ്രയോഗിച്ച് കാറിൽ കയറ്റും. ഐക്മാനുമായി മുന്നോട്ടുനീങ്ങുന്ന കാറിനെ രണ്ടാമത്തെ കാർ പിന്തുടരും. ഡോക്ടർ രണ്ടാമത്തെ കാറിലായിരിക്കും. ആവശ്യം വന്നാൽ ഡോക്ടർ തടവുകാരനെ ഡ്രഗ് കുത്തിവച്ച് ശാന്തനും നിശബ്ദനുമാക്കും.

കർശനമായ സ്വരത്തിൽ ഐസർ കൃത്യമായ നിർദ്ദേശങ്ങൾ നൽകി. 'നിങ്ങൾ എന്ത് കുഴപ്പങ്ങളിൽ ചെന്നുചാടിയാലും ഐക്മാനെ വിടരുത്. പോലീസ് നിങ്ങളെ തടഞ്ഞാലും ഇതിന് മാറ്റമുണ്ടാകരുത്. പോലീസ് അറസ്റ്റ് ചെയ്യുകയാണെങ്കിൽ അവരോട് പറയുക, നിങ്ങൾ സ്വന്തം ഉത്തരവാദത്തിൽ പ്രവർത്തിക്കുന്ന ഇസ്രായേലി പൗരന്മാരാണെന്ന്, ഒളിച്ചുനടക്കുന്ന ഈ നാസി കൊടുംകുറ്റവാളിയെ നിയമത്തിനുമുന്നിൽ എത്തിക്കാനാണ് ശ്രമിക്കുന്നതെന്നും.' പിടിക്കപ്പെടാത്തവർ നമ്മുടെ പദ്ധതി പ്രകാരം അർജന്റീന വിടണമെന്നും അയാൾ കൂട്ടിച്ചേർത്തു.

വിമാനത്താവളത്തിലേക്കുള്ള വഴിയിലെ വീട്ടിലേക്ക് താമസം മാറുവാൻ മെയ്ദാദിനും യെഹൂദിത്തിനും ഐസർ നിർദ്ദേശം നൽകി. അവിടെ ദമ്പതികളെപ്പോലെ പെരുമാറാനും ഇടയ്ക്കിടയ്ക്ക് പുറത്തേക്ക് വരാനും വീടിന്റെ മുൻപിൽ ടൂറിസ്റ്റുകളെപ്പോലെ പത്രങ്ങളും ആനുകാലികങ്ങളും ലഘുഭക്ഷണവുമായി സമയം ചെലവഴിക്കാനും പറഞ്ഞു. മറ്റുള്ള ഏജന്റുമാരും ഹോട്ടലുകൾ വിടാനും മുൻ നിർദ്ദേശപ്രകാരമുള്ള സുരക്ഷിത താവളങ്ങളിലേക്ക് മാറാനും ആവശ്യപ്പെട്ടു.

അവസാന മണിക്കൂറുകൾ

മെയ് 11, പ്രഭാതം.

ദൗത്യസംഘം ഒരുക്കങ്ങൾ പൂർത്തിയാക്കി വന്ന വഴികൾ മായിച്ചുകളയാൻ തുടങ്ങി. വാടകയ്ക്ക് എടുത്ത വാഹനങ്ങളിൽ അത്യാവശ്യമുള്ളവ ഒഴികെ ബാക്കിയെല്ലാം തിരിച്ചുകൊടുത്ത് കണക്കുകൾ സെറ്റിൽ ചെയ്തു. വേഷപ്പകർച്ചയ്ക്കുള്ള മേക്കപ്പ് സാധനങ്ങൾ, കൃത്രിമ മീശകളും താടികളും വെപ്പുമുടിയുമെല്ലാം ഒരുക്കിവച്ചു. ആൾമാറാട്ടത്തിന് യോജിച്ച തിരിച്ചറിയൽ രേഖകൾ ഓരോരുത്തർക്കും നൽകി. ദിവസങ്ങൾക്ക് മുൻപ്

നഗരത്തിലെത്തി വഴികളും തെരുവുകളും തിട്ടപ്പെടുത്തി, വാഹനങ്ങൾ വാടകയ്ക്കെടുത്ത്, ഐക്മാന്റെ വീട് സദാ നിരീക്ഷണത്തിൽ നിർത്തിയ ആദ്യ ബാച്ചിലെ പന്ത്രണ്ടുപേർ അപ്രത്യക്ഷരായി. അവരുടെ സ്ഥാനത്ത് വ്യത്യസ്ത തിരിച്ചറിയൽ രേഖകളും പേരുകളും ബാഹ്യലക്ഷണങ്ങളുമായി പുതിയ പന്ത്രണ്ടുപേർ പ്രത്യക്ഷരായി.

ഐസറും ഹോട്ടലിൽ നിന്നും ചെക്കൗട്ട് ചെയ്ത് ലഗേജെല്ലാം റെയിൽവേ സ്റ്റേഷനിലെ ക്ലോക്ക് റൂമിൽ ഏൽപ്പിച്ച് നഗരത്തിലേക്കിറങ്ങി കഫേകളെ ബന്ധിപ്പിക്കുന്ന വഴികളിലൂടെ നടന്നുതുടങ്ങി. ബിസിനസ്സും വിനോദ പരിപാടികളും ഒരുപോലെ സൗകര്യപ്പെടുന്ന നഗരഭാഗത്തായിരുന്നു ഇന്നയാൾ. അവിടെ കഫേകൾ അഞ്ച് മിനിറ്റ് നടന്നാൽ എത്താവുന്ന ദൂരങ്ങളുടെ ഇടവേളകളിലും.

ഉച്ചതിരിഞ്ഞ് 1.00—ഐസറും റാഫി ഐതനും പ്രധാന ദൗത്യസംഘാംഗങ്ങളും നഗരഹൃദയത്തിലെ വലിയൊരു ഭക്ഷണശാലയിൽ അവസാന ബ്രീഫിംഗിനായി ഒത്തുകൂടി. അവർക്ക് ചുറ്റും ഉല്ലാസപ്രിയരായ അർജന്റീനക്കാർ പൊട്ടിച്ചിരിക്കുകയും കുടിക്കുകയും ഗ്രിൽ ചെയ്ത മാംസം തിന്നു രസിക്കുകയും ചെയ്തുകൊണ്ടിരുന്നു. രണ്ട് മണിക്ക് ഐസറും സംഘവും അവിടെനിന്നും പിരിഞ്ഞു.

ഉച്ചതിരിഞ്ഞ് 2.30—നഗരത്തിലെ വലിയൊരു പാർക്കിംഗ് ഗരാജിൽ നിന്നും കുറച്ചുദിവസങ്ങളായി അവിടെ ഇട്ടിരുന്ന കാറെടുത്ത് താവളത്തിലെത്തി. രണ്ടാമത്തെ കാർ മറ്റൊരു ഗരാജിൽ നിന്നും അതുപോലെ തന്നെ അവിടെയെത്തി.

ഉച്ചതിരിഞ്ഞ് 3.30—കാറുകൾ രണ്ടും താവളത്തിൽ തയ്യാറായി.

ഉച്ചതിരിഞ്ഞ് 4.30—താവളത്തിൽ അവസാനവട്ട ബ്രീഫിംഗ്. ദൗത്യസംഘത്തിൽപ്പെട്ടവർ വസ്ത്രങ്ങൾ മാറി തിരിച്ചറിയൽ രേഖകളുമായി പുറപ്പെടാൻ തയ്യാറായി.

വൈകുന്നേരം 6.30—രണ്ടുകാറുകളും പുറപ്പെട്ടു. സവി അഹറോണി ഡ്രൈവ് ചെയ്ത, ഐക്മാനെ പിടിക്കാൻ ഉദ്ദേശിച്ചുള്ള ആദ്യകാറിൽ അയാൾ ഉൾപ്പെടെ നാലുപേരുണ്ടായിരുന്നു – റാഫി ഐതനും മോഷെ തവോറും സവി മൽകിനും. രണ്ടാമത്തെ കാറിൽ മൂന്നുപേരുണ്ടായിരുന്നു – അബ്രാഹം ഷലോം, യാക്കോവ് ഗത്, ഡോക്ടർ ഏലിയൻ. ഡോക്ടറുടെ പക്കൽ മയക്കമരുന്നുകൾ ഉൾപ്പെടെയുള്ള മരുന്നുകളും അത് നൽകാനുള്ള ഉപകരണങ്ങളും ഉണ്ടായിരുന്നു.

കാറുകൾ വേറെ വേറെ പുറപ്പെട്ട് ക്ലെമെന്റ് ഭവനത്തിൽ നിന്നും അധികം അകലെയല്ലാത്ത ഒരു കവലയിൽ വച്ച് സന്ധിക്കുകയായിരുന്നു. വഴിയിൽ പോലീസ് ചെക്കിംഗോ സമാനമായ മറ്റെന്തെങ്കിലുമോ ഇല്ലെന്ന് മുൻപേ തന്നെ നിരീക്ഷിച്ച് ഉറപ്പുവരുത്തിയിരുന്നു.

വൈകുന്നേരം 7.35—കാറുകൾ രണ്ടും കയേ ഗാരിബാൾഡിയിലെത്തി ഓരത്ത് പാർക്ക് ചെയ്തു. ഇരുട്ട് അവിടെങ്ങും പരക്കാൻ തുടങ്ങിയിരുന്നു.

ഐക്മാനെ പിടിക്കാൻ ഉദ്ദേശിച്ചുള്ള കറുത്ത ഷെവർലേ സെഡാൻ കാർ ക്ലെമെന്റ് ഭനത്തിലേക്ക് തിരിച്ച് പാതയോരത്ത് പാർക്ക് ചെയ്തു. രണ്ടുപേർ കാറിൽ നിന്നും ഇറങ്ങി ബോണറ്റ് തുറന്നുവച്ച് എന്തോ റിപ്പയർ ചെയ്യുന്നതായി ഭാവിച്ചു. അഹറോണി ഡ്രൈവറുടെ സീറ്റിൽത്തന്നെ ഇരുന്നു. നാലാമൻ കാറിലിരുന്ന് ഐക്മാൻ നടന്നുവരേണ്ട ദിശയെ സൂക്ഷ്മമായി നിരീക്ഷിച്ചുകൊണ്ടിരുന്നു. പുറത്ത് നിന്നിരുന്നവരിൽ ഒരാൾ കൈയുറകൾ ധരിച്ചിരുന്നു. ഐക്മാനെ സ്പർശിക്കാൻ അയാൾക്ക് അറപ്പുണ്ടായിരുന്നു. രണ്ടാമത്തെ കാർ, ഒരു കറുത്ത ബ്യൂക് റോഡിന്റെ മറുവശത്തായിരുന്നു. രണ്ടുപേർ പുറത്തിറങ്ങി എന്തോ ചെയ്യുന്നതായി ഭാവിച്ചു. മൂന്നാമൻ ഡ്രൈവറുടെ സീറ്റിൽ ഇരുന്നു. ഐക്മാൻ എതിരെ എത്തിയാലുടൻ ഹെഡ് ലൈറ്റുകൾ പ്രകാശിപ്പിച്ച് അയാളുടെ കണ്ണടപ്പിക്കാനും അങ്ങനെ കാഴ്ചയെ മറക്കാനും അയാൾ തയ്യാറായിരുന്നു.

പക്ഷേ ഉദ്ദേശിച്ച സമയത്ത് ഐക്മാൻ പ്രത്യക്ഷപ്പെട്ടില്ല.

വൈകുന്നേരം 7.40—ഇരുന്നൂറ്റിമൂന്നാം നമ്പർ ബസ് എത്തിയെങ്കിലും അതിൽനിന്നും ആരും പുറത്തിറങ്ങിയില്ല.

വൈകുന്നേരം 7.50—ഒന്നിനുപിറകെ മറ്റൊന്നായി രണ്ട് ബസ്സുകൾ വന്നു. രണ്ടിലും ക്ലെമെന്റ് ഉണ്ടായിരുന്നില്ല. അതോടെ ഏജന്റുമാർക്കിടയിൽ ഉൽക്കണ്ഠ വളർന്നു. എന്താണ് സംഭവിക്കുന്നത്? ഐക്മാൻ അയാളുടെ പതിവുകൾ മാറ്റിയോ? അപകടം മണത്ത് അയാൾ കടന്നുകളഞ്ഞതാണോ?

വൈകുന്നേരം 8.00—ബ്രീഫിംഗിൽ ഐസർ ഒരു കാര്യം അവരോട് പറഞ്ഞിരുന്നു. എട്ടുമണിയായിട്ടും ഐക്മാൻ എത്തുന്നില്ലെങ്കിൽ പരിപാടി റദ്ദാക്കി സ്ഥലം വിടണം. പക്ഷേ റാഫി ഐതൻ എട്ടരവരെ കാക്കാൻ തീരുമാനിക്കുകയായിരുന്നു.

വൈകുന്നേരം 8.05—മറ്റൊരു ബസ്സ് എത്തി. ആദ്യം ഒന്നും കാണാനുണ്ടായിരുന്നില്ല. പെട്ടെന്ന് അവ്രാഹം ഷാലോമാണ് അത് കണ്ടത്. ദൂരെനിന്നും ഒരു നിഴൽരൂപം നടന്നടുക്കുന്നു. കയേ ഗാരിബാൾഡിയിലൂടെ നടന്നടുക്കുന്നത് ക്ലെമെന്റ് തന്നെ! നടന്നടുക്കുന്നയാളിന്റെ കണ്ണഞ്ചിപ്പിച്ചുകൊണ്ട് കാറിന്റെ ഹെഡ് ലൈറ്റുകൾ ജ്വലിച്ചു.

റിക്കാഡോ ക്ലെമെന്റ് അയാളുടെ വീട്ടിലേക്ക് നടക്കുകയായിരുന്നു. മിന്നുന്ന പ്രകാശത്തിൽ കണ്ണഞ്ചിയപ്പോൾ മുഖം തിരിക്കാൻ ശ്രമിച്ചുകൊണ്ട് അയാൾ നടന്നുകൊണ്ടേയിരുന്നു. റോഡരുകിലെ കാറും അതിന്റെ സമീപത്തുള്ളവരെയും അയാൾ കണ്ടു. എഞ്ചിന് എന്തോ സംഭവിച്ചതാകാമെന്ന് കരുതി. ആ നിമിഷം ഷെവർലെയുടെ അരികിൽ നിന്നിരുന്നയാൾ അയാൾക്കുനേരെ തിരിഞ്ഞ് പറഞ്ഞു, 'മൊമെന്റിറ്റൊ സെനൊർ' അത് സവി മെൽകിൻ ആയിരുന്നു. അയാൾക്ക് ആകെ അറിയാവുന്ന സ്പാനീഷ് ആ രണ്ട് വാക്കുകളായിരുന്നു.

പോക്കറ്റിലെ ഫ്ളാഷ് ലൈറ്റിനായി ക്ലെമെന്റ് കൈ നീട്ടി. പതിവായി കൊണ്ടുനടക്കാറുള്ള ലൈറ്റായിരുന്നു അത്. പിന്നെ എല്ലാം ഒരു മിന്നൽ പോലെയായിരുന്നു. ക്ലെമെന്റ് പോക്കറ്റിൽ നിന്നും തോക്ക് എടുക്കുകയാണെന്ന് മാൽകിൻ കരുതി. ഒറ്റക്കുതിപ്പിന് അയാൾ ക്ലെമെന്റിനുമേൽ ചാടിവീണ് അയാളെ തറയിലെ അഴുക്കിൽ അമർത്തി. ക്ലെമെന്റിൽ നിന്നും ഒരു നിലവിളി പുറപ്പെട്ടു. കാറിൽ നിന്നും ഇറങ്ങിയ മറ്റൊരാളും അതോടെ ക്ലെമെന്റിനുമേൽ അമർന്നു. ബലിഷ്ഠങ്ങളായ കൈകൾ അയാളുടെ വായടക്കുകയും ശിരസ്സ് നിലത്ത് അമർത്തിപ്പിടിക്കുകയും ചെയ്തു. അവർ അയാളെ കാറിന്റെ പിൻവാതിലിലൂടെ അകത്തേക്ക് വലിച്ചുകയറ്റി നിലത്ത് കിടത്തി ചവിട്ടിപ്പിടിച്ചു. ആ നിമിഷം ഡ്രൈവർ കാർ സ്റ്റാർട്ട് ചെയ്ത് മുന്നോട്ട് കുതിച്ചു. ഇതെല്ലാം സംഭവിച്ചത് കഷ്ടിച്ച് അരമിനിറ്റിനുള്ളിലായിരുന്നു. തൊട്ടുപിന്നാലെ രണ്ടാമത്തെ കാറും നീങ്ങി.

ചുറുചുറുക്കുള്ള കൈകൾ ക്ലെമെന്റിന്റെ കൈകാലുകൾ കെട്ടിവരിഞ്ഞു. ഒരാൾ അയാളുടെ വായിലേക്ക് പഴന്തുണി കുത്തിനിറച്ചു. കണ്ണട ഊരിമാറ്റി കറുത്ത് അതാര്യമായ ഗ്ലാസുകൾ ധരിപ്പിച്ചു. ചെവിയിൽ ആരോ ജർമ്മൻ ഭാഷയിൽ അമറി 'അനങ്ങിയാൽ അതോടെ നീ ശവമാകും!' അയാൾ അനുസരിച്ചു. ലക്ഷ്യസ്ഥാനത്ത് എത്തുന്നതുവരെ ക്ലെമെന്റ് ഇളകിയില്ല. അതിനിടയിൽ രണ്ട് കൈത്തലങ്ങൾ ഉടുപ്പിനടിയിൽ അയാളുടെ തൊലിപ്പുറത്ത് പരതുന്നുണ്ടായിരുന്നു. റാഫി ഐതൻ ക്ലെമെന്റിന്റെ ശരീരത്തിലെ അടയാള വടുക്കൾ തിരയുകയായിരുന്നു. ഒരെണ്ണം ഇടത്തെ കക്ഷത്തിലും മറ്റൊന്ന് ഉദരത്തിന്റെ വലതുഭാഗത്തും. ഐതൻ മാൽകിനെ നോക്കി തലയിളക്കി. അടയാളങ്ങൾ അവിടെത്തന്നെയുണ്ട്. അവർ പരസ്പരം അഭിനന്ദിച്ച് കൈകൾ പിടിച്ചുകുലുക്കി. ഐക്മാൻ കസ്റ്റഡിയിലായിരിക്കുന്നു.

വികാരങ്ങളെ അടക്കാൻ കഴിവുള്ള ഒരാളാണെന്ന് റാഫി ഐതൻ എപ്പോഴും സ്വയം കരുതിയിരുന്നു. എന്നിട്ടും അപ്പോൾ അറിയാതെ താൻ പാടിക്കൊണ്ടിരിക്കുന്നത് നാസികൾക്കെതിരായ ഒളിപ്പോരാട്ടത്തിൽ ജൂതയുവാക്കൾ പാടിനടന്ന അതേ ഗാനമാണെന്ന് അയാൾ ആശ്ചര്യത്തോടെ തിരിച്ചറിഞ്ഞു: 'ഞങ്ങൾ ഇവിടെയുണ്ട്, ഇവിടെയുണ്ട്!'

അതിവേഗത്തിൽ ഓടിക്കൊണ്ടിരുന്ന കാർ പെട്ടെന്ന് നിന്നു. എഞ്ചിൻ മുരണ്ടുകൊണ്ടിരുന്നു. അതൊരു റെയിൽവേ ഗേറ്റാണെന്ന് ക്ലെമെന്റിന് മനസ്സിലായില്ല. ചങ്ങല പോലെ അസംഖ്യം ബോഗികൾ കൊളുത്തിയ ആ ഗുഡ്സ് ട്രെയിൻ നീങ്ങിപ്പോകാൻ ഏറെ നേരമെടുത്തു. രണ്ടു കാറുകളും അക്ഷമയോടെ കാത്തുകിടന്നു. ആ യാത്രയിലെ ഏറ്റവും ഗുരുതരമായ നേരമായി അവർക്കത് തോന്നി. ചുറ്റും നിരവധികാറുകൾ തിക്കിത്തിരക്കി. പുറത്തെ ആരവങ്ങളും അനക്കങ്ങളും കേൾക്കാമായിരുന്നെങ്കിലും ക്ലെമെന്റ് അനങ്ങാൻ ധൈര്യപ്പെട്ടില്ല. കാറിനരുകിൽക്കൂടി സഞ്ചരിച്ച

കൊണ്ടിരുന്ന അർജന്റീനക്കാരാരും അതിനുള്ളിലെ തറയിൽ അസാധാരണമായി എന്തെങ്കിലും ഉള്ളതായി സംശയിച്ചില്ല. മിനിറ്റുകൾ പലത് കഴിഞ്ഞപ്പോൾ റെയിൽ ഗേറ്റിലെ തടസ്സം നീങ്ങി കാറുകൾ കുഴപ്പങ്ങൾ കൂടാതെ മുന്നോട്ട് നീങ്ങി.

രാത്രി ഒമ്പത് മണിക്ക് അഞ്ചു മിനിറ്റ് കൂടിയുള്ളപ്പോൾ കാറുകൾ താവളത്തിലെത്തി. അവർക്കിടയിൽ അന്ധനെപ്പോലെ തപ്പിത്തടഞ്ഞ് ക്ലെമെന്റ് വീടിനുള്ളിലേക്ക് കയറ്റപ്പെട്ടു. വസ്ത്രങ്ങൾ ഉരിഞ്ഞുമാറ്റുമ്പോൾ അയാൾ എതിർത്തില്ല. ജർമ്മൻ ഭാഷയിൽ സംസാരിച്ചുകൊണ്ട് വായ തുറക്കാൻ ആവശ്യപ്പെട്ടപ്പോൾ അയാൾ അനുസരിച്ചു. പല്ലുകൾക്കിടയിൽ ഏതെങ്കിലും വിധത്തിൽ വിഷമോ മറ്റോ കരുതിയിട്ടുണ്ടോ എന്നറിയാനായിരുന്നു ആ പരിശോധന. ഇരുണ്ട ഗ്ലാസ് ധരിച്ചിരുന്നതിനാൽ അയാൾ ഒന്നും കാണുന്നില്ലായിരുന്നുവെങ്കിലും ആരുടെയോ കൈകൾ തന്റെ ദേഹം പരിശോധിക്കുന്നതും അടയാളവട്ടുകൾ തിരിച്ചറിയുന്നതായും അയാൾ മനസ്സിലാക്കി.

പെട്ടെന്ന് ജർമ്മൻ ഭാഷ അവിടെ മുഴങ്ങിക്കേട്ടു.

'തൊപ്പിയുടെ സൈസ് എത്രയാണ്... ഷൂ സൈസ്... ജനനത്തീയതി... അച്ഛന്റെ പേര്... അമ്മയുടെ പേര്...'

ഒരു യന്ത്രമനുഷ്യനെപ്പോലെ എല്ലാത്തിനും അയാൾ ജർമ്മൻ ഭാഷയിൽ മറുപടി പറഞ്ഞു. നാസി പാർട്ടി കാർഡിന്റെ നമ്പരും രഹസ്യപ്പോലീസ് നമ്പരും ചോദിച്ചപ്പോഴും അയാൾ നിശ്ശബ്ദനായിരുന്നില്ല.

'45326 ... മറ്റൊരു നമ്പർ 63752.'

'നിങ്ങളുടെ പേര്?'

'റിക്കാഡോ ക്ലെമന്റ്'

'നിങ്ങളുടെ പേര്?' ചോദ്യം ആവർത്തിക്കപ്പെട്ടു.

ലേശം വിറകൊണ്ട് അയാൾ പറഞ്ഞു, 'ഓട്ടോ ഹെനിങർ.'

'നിങ്ങളുടെ പേര്?'

'അഡോൾഫ് ഐക്മാൻ.'

ആ മുറി നിശ്ശബ്ദമായി. അയാൾ അതിനെ മുറിച്ചു. 'ഞാൻ അഡോൾഫ് ഐക്മാൻ ആണ്.' അയാൾ തുടർന്നു, 'ഇസ്രായേലികളുടെ കൈയ്യിലാണ് ഞാനെന്ന് എനിക്കറിയാം. എനിക്കൽപ്പം ഹീബ്രു അറിയാം. വാഴ്സായിൽ ഒരു റാബിയുടെ കൂടെയായിരുന്നു എന്റെ പഠനം...'

ഹീബ്രുവിൽ ചില ബൈബിൾ ഭാഗങ്ങൾ അയാൾ ഉച്ചരിച്ചു. ഹീബ്രു ഉച്ചാരണം കൃത്യമായിരിക്കാൻ അയാൾ ശ്രദ്ധിച്ചു.

മറ്റാരും സംസാരിച്ചില്ല.

ആ ഇസ്രായേലി യുവാക്കൾ സ്തബ്ധരായി അയാളെ തുറിച്ചുനോക്കി.

ദേ ബൊക്ഹറിലേക്ക് ഒരു സന്ദേശവാഹകൻ

കഫേയിൽ നിന്നും കഫേയിലേക്ക് ഐസർ പൊയ്ക്കൊണ്ടിരിക്കുകയായിരുന്നു. രാത്രി വൈകി അയാൾ ചെന്നുകയറിയ കഫേയിൽ വാതിലിനെ അഭിമുഖീകരിച്ച് കിടന്നിരുന്ന ഒരു കസേരയിലേക്ക് അയാൾ വീഴുകയായിരുന്നു. തന്റെ രണ്ട് ഏജന്റുമാർ വാതിൽക്കൽ പെട്ടെന്ന് പ്രത്യക്ഷരാകുന്നത് അയാൾ കണ്ടു. ഐസർ ചാടിയെഴുന്നേറ്റു. 'അയാളെ നമുക്ക് കിട്ടി,' അഹറോണി പുഞ്ചിരിയോടെ പറഞ്ഞു. 'വ്യക്തമായി അയാളെ തിരിച്ചറിയാൻ നമുക്കായിട്ടുണ്ട്. താൻ അഡോൾഫ് ഐക്മാനാണെന്ന് അയാൾ ഏറ്റുപറയുകയും ചെയ്തിരിക്കുന്നു.'

ഐസർ അവരുടെ കൈകൾ അഭിനന്ദനസൂചകമായി പിടിച്ചുകുലുക്കി. അവർ ഇരുവരും പൊയ്ക്കഴിഞ്ഞപ്പോൾ ഐസർ റെയിൽവേ സ്റ്റേഷനിലെത്തി ക്ലോക് റൂമിൽ നിന്നും ലഗേജുകളുമെടുത്ത് ബ്യൂണസ് അയേഴ്സിൽ അപ്പോൾ വിമാനമിറങ്ങിയ ഒരാളെപ്പോലെ പുതിയ തിരിച്ചറിയൽ രേഖകളുമായി പുതിയൊരു ഹോട്ടലിൽ മുറിയെടുത്തു. നേർത്ത തണുത്ത കാറ്റിൽ രാവ് മനോഹരമായി അയാൾക്ക് തോന്നി. ഐസർ നടക്കാനിറങ്ങി. നേർത്ത പനിയും കുളിരും ഉണ്ടായിട്ടും അയാൾ ഉത്സാഹഭരിതനായിരുന്നു. ആ രാത്രിയിൽ ഏകാകിയായി ആഹ്ലാദവാനായി മനസ്സ് നിറഞ്ഞ് ഉല്ലാസവാനായി അയാൾ നടന്നു. അത് ഒരിക്കലും മറക്കാനാവാത്ത ഒരു രാവായിരുന്നു.

അടുത്ത ദിവസം ഇസ്രായേലിലെ ദേ ബോക്ഹർ കിബുട്സിലെ തടികൊണ്ട് പണിത ഒരു വീടിനുമുന്നിൽ ഒരു കാർ വന്നുനിന്നു. അതിൽ നിന്നും കണ്ണട ധരിച്ച് മെലിഞ്ഞ ഒരാൾ പുറത്തിറങ്ങി. കാവൽക്കാരെ തിരിച്ചറിയൽ രേഖകൾ കാണിച്ച ശേഷം അയാൾ പ്രധാനമന്ത്രി ബെൻ ഗുരിയോണിന്റെ പഠനമുറിയിലേക്ക് നടന്നുചെന്നു. അത് യാക്കോവ് കാറോസ് ആയിരുന്നു, ഐസറുടെ സ്വകാര്യ അസിസ്റ്റന്റ്.

'എന്നെ ഐസർ നിയോഗിച്ചതാണ്,' അയാൾ പറഞ്ഞുതുടങ്ങി. 'അദ്ദേഹം ഒരു കേബിൾ അയച്ചിരുന്നു. ഐക്മാൻ നമ്മുടെ കസ്റ്റഡിയിലുണ്ട്.'

കുറച്ചുനേരത്തേക്ക് ബെൻ ഗുരിയോൺ നിശ്ശബ്ദനായിരുന്നു. അൽപം കഴിഞ്ഞ് അദ്ദേഹം ചോദിച്ചു: 'ഐസർ എപ്പോഴാണ് തിരിച്ചെത്തുന്നത്? എനിക്ക് അയാളെ കാണണം.'

ഉത്സാഹരഹിതമായ തന്റെ അനുചരരുടെ മുഖങ്ങൾ ഐസർക്ക് ഒരു കാര്യം വെളിപ്പെടുത്തിക്കൊടുത്തു: കൊടുംകുറ്റവാളിയായ ഒരാളുടെ സാമീപ്യം പോലും സാധാരണ മനുഷ്യരുടെ ഉത്സാഹത്തെ കെടുത്തിക്കളയും. നേർത്തൊരു ചുമരിനപ്പുറത്ത് നിഷ്ഠുരനായ ഒരു ജർമ്മൻ ഭീകരനുണ്ട് എന്ന ചിന്ത ബലിഷ്ഠരായ അവരിൽനിന്നുപോലും മൃദുലവികാര

ങ്ങളെ നീക്കി ആ സ്ഥാനത്ത് വെറുപ്പിനെ നിറയ്ക്കുന്നു. തിന്മയുടെ ആൾ രൂപമായ ഒരാളുമായി പഴകാൻ അവരുടെ ചേതന വിസമ്മതിച്ചു. അവരിൽ പലരുടെയും അച്ഛനമ്മമാരുടെ, സഹോദരങ്ങളുടെ, ബന്ധുജനങ്ങളുടെ കൊലയാളിയായിരുന്നു ഐക്മാൻ. അങ്ങനെയുള്ള ഒരാളെ ഇരുപത്തിനാലു മണിക്കൂറും ശ്രദ്ധയോടെ പരിപാലിക്കാനാണ് അവർ ചുമതലപ്പെട്ടത്. ഷേവ് ചെയ്യാനായി ബ്ലേഡോ കത്തിയോ അയാൾക്ക് നൽകാനാവാത്ത തിനാൽ അവർ തന്നെ അയാൾക്ക് ഷേവ് ചെയ്തുകൊടുത്തു. ആത്മഹത്യ ചെയ്യുമോയെന്ന് ഭയന്ന് ഒരു നിമിഷംപോലും ഐക്മാനെ ഏകാകിയായി വിട്ടില്ല. കക്കൂസിലും കുളിമുറിയിലും പോലും അവരിലൊരാൾ അയാളെ അനുഗമിച്ചു. ഐക്മാനായി ഭക്ഷണം പാകം ചെയ്ത് വിളമ്പിയിരുന്നത് യെഹൂദിത് ആയിരുന്നുവെങ്കിലും അയാൾ ഉപയോഗിച്ച പാത്രങ്ങൾ വൃത്തിയാക്കാൻ അവർ വിസമ്മതിച്ചു. അയാളോടുള്ള വെറുപ്പ് അത്രമേൽ അവരിൽ ആഴ്ന്നിറങ്ങിയിരുന്നു. സവി മാൽകിൻ മുറിയുടെ ഒരു മൂലയി ലിരുന്ന് ഐക്മാന്റെ ചിത്രങ്ങൾ വികൃതമായി ഒരു പഴയ മാഗസിന്റെ താളുകളിൽ കോറിയിട്ടുകൊണ്ട് തന്റെ അരിശത്തെ കുടഞ്ഞുകളയാൻ യത്നിച്ചു. ഓരോ ദിവസവും കാവൽക്കാർ ഡ്യൂട്ടി മാറി. അപ്പോഴേക്കും ഐക്മാന്റെ സാന്നിദ്ധ്യം അവർ അസഹനീയമായി മാറിയിരിക്കും. ഇത് മനസ്സിലാക്കിയ ഐസർ ഒരു ദിവസം ജോലിക്ക് ഒരു ദിവസം അവധി എന്നത് നടപ്പിലാക്കി. അവധിദിവസം ബ്യൂണസ് അയേഴ്സിൽ ചുറ്റിയടി ക്കാനും ആവോളം രസിക്കാനും ഐസർ അവരെ അനുവദിച്ചു. അതിലൂടെ താവളത്തിലെ അശ്ലീല യാഥാർത്ഥ്യത്തെ മറക്കാനും പൊറുക്കാനും അവർക്ക് കഴിഞ്ഞേക്കുമെന്നായിരുന്നു ഐസറുടെ കണക്കുകൂട്ടൽ.

ഐക്മാനൊപ്പം താവളത്തിൽ കഴിഞ്ഞ ദൗത്യസംഘാംഗങ്ങൾക്ക് ജീവിതത്തിലെ ഏറ്റവും ദൈർഘ്യമേറിയ പത്ത് ദിവസങ്ങളായി അത് മാറുകയായിരുന്നു. തീരെ ചെറിയ അബദ്ധം പോലും ദുരന്തത്തിലേക്ക് നയിച്ചേക്കാമെന്ന ഭീതിയിൽ ഒരു വിദേശരാജ്യത്ത് ഒളിവിൽ കഴിയുക, പൊലീസിന്റെ കടന്നുകയറ്റം എപ്പോഴും സംഭവിച്ചേക്കാമെന്ന പേടിയിൽ നീറുക, അവരുടെ ദൗത്യം അന്തർദേശീയ അപവാദവും മാനഹാനിയു മായി മാറിയേക്കാമെന്ന ചിന്തയിൽ സദാ നീറുക തുടങ്ങിയവയെല്ലാം അവരുടെ ദിവസങ്ങളെ ആശങ്കയുടെ മുൾമുനയിൽ നിർത്തി.

രക്ഷപ്പെടൽ ആസൂത്രണം ചെയ്യുന്നു

ജാലകങ്ങൾ ഇല്ലാത്ത, രാപകൽ ബൾബ് എരിഞ്ഞുകൊണ്ടിരുന്ന ഒഴിഞ്ഞൊരു മുറിയിൽ ഐക്മാൻ ഏകനായിരുന്നു. തികഞ്ഞ അനുസ രണയോടെ കാവൽനിൽക്കുന്നവർ പറഞ്ഞതെല്ലാം മടികൂടാതെ അയാൾ

ചെയ്തു. ഇതാണ് തന്റെ വിധിയെന്നറിഞ്ഞ് അതിന് വഴങ്ങിയ ഒരാളെപ്പോലെയായിരുന്നു അഡോൾഫ് ഐക്മാൻ. അയാളോട് സംസാരിച്ചിരുന്നത് അഹറോണി മാത്രമായിരുന്നു. പിടിക്കപ്പെടുന്നതിന് മുൻപുള്ള ജീവിതത്തെക്കുറിച്ചുള്ള വിശദാംശങ്ങൾ അറിയാൻ അയാൾ നിരന്തരം ഐക്മാനെ ചോദ്യം ചെയ്തു. എല്ലാ ചോദ്യങ്ങൾക്കും ഐക്മാൻ മറുപടി പറഞ്ഞു. 1945 മെയ് മാസത്തിൽ ജർമ്മനിയുടെ യുദ്ധപരാജയത്തെ തുടർന്ന് അഡോൾഫ് കാൾ ബാത്ത് എന്ന പേര് സ്വീകരിച്ചുവെന്ന് ഐക്മാൻ അഹറോണിയോട് പറഞ്ഞു. കുറച്ചുനാൾ കഴിഞ്ഞ് വീണ്ടും പേരുമാറി ഇരുപത്തിരണ്ടാം കാലാൾ സേനയിലെ ഓട്ടോ എക്മൻ എന്ന സൈനികനായി യുദ്ധത്തടവുകാർക്കുള്ള ക്യാമ്പിൽ അടയ്ക്കപ്പെട്ടു. വർഷാവസാനം ന്യൂറംബർഗ് വിചാരണയിൽ കൊടും കുറ്റവാളികളുടെ കൂട്ടത്തിൽ പേര് ചേർക്കപ്പെട്ടപ്പോൾ ആ ക്യാമ്പിൽ നിന്നും രക്ഷപെട്ടു. 1950 വരെ ഓട്ടോ ഹെനിങർ എന്ന പേരിൽ സാക്സണിയിലെ സെല്ലെയിൽ ഒളിവിൽ കഴിഞ്ഞു. ആ വർഷം തന്നെ ഇറ്റലി വഴി നാസി കുറ്റവാളികൾക്കുള്ള രക്ഷാമാർഗ്ഗങ്ങൾ ഉപയോഗിച്ച് അർജന്റീനയിലേക്ക് രക്ഷപെട്ടു.

അർജന്റീനയിലെത്തിയിട്ട് ഇപ്പോൾ ഒമ്പത് വർഷങ്ങളാകുന്നു. നേർത്ത മീശയും സൺഗ്ലാസുകളുമായി നീണ്ട ശിശിരകാല കോട്ടും ധരിച്ച് നാലുമാസം ബ്യൂണസ് അയേഴ്സിന്റെ പ്രാന്തപ്രദേശങ്ങളിൽ കൂട്ടുകാരുടെ സഹായത്തോടെ താമസിച്ചു. തുടർന്ന് റിപ്ളർ എന്ന ജർമ്മൻകാരന്റെ സഹായത്തിൽ അയാളുടെ വീട്ടിൽ കഴിഞ്ഞു. അതിനുശേഷമാണ് ധൈര്യം സംഭരിച്ച് ഒറ്റയ്ക്ക് സഞ്ചരിക്കാൻ ആരംഭിച്ചത്. ബ്യൂണസ് അയേഴ്സ് വിട്ട് അറുന്നൂറ് മൈലുകൾ ദൂരെയുള്ള ടുകുമൻ എന്ന ചെറിയ പട്ടണത്തിലേക്ക് താമസം മാറിയത്. അവിടെ നാസികൾക്ക് തൊഴിൽ നൽകാനും സഹായിക്കാനുമായി പ്രവർത്തിക്കുന്ന ഒളിസ്ഥാപനമായ കാപ്രി എന്ന ആരുമറിയാത്ത നിർമ്മാണക്കമ്പനിയിൽ ജോലിക്ക് കയറി. ഒളിവിൽ കഴിയുന്ന നാസി കുറ്റവാളികൾക്ക് തൊഴിൽ നൽകുക എന്നതായിരുന്നു ആ കമ്പനിയുടെ ദൗത്യം.

1952 ഏപ്രിൽ നാലിന് ഐക്മാന് അർജന്റീനയുടെ ഔദ്യോഗിക തിരിച്ചറിയൽ രേഖകൾ ലഭിച്ചു. പേര് റിക്കാർഡോ ക്ലെമെന്റ്, ജനനം ഇറ്റലിയിലെ ബോൾസാനോയിൽ. അവിവാഹിതൻ. പ്രൊഫെഷൻ മെക്കാനിക്.

അതിന് ഒരു വർഷം മുൻപ് ഒരു വ്യാജപ്പേർ ഉപയോഗിച്ച് ഐക്മാൻ ആസ്ട്രിയയിലുള്ള ഭാര്യയ്ക്ക് ഒരു കത്തയച്ചിരുന്നു. അതിൽ അയാൾ എഴുതി, 'നിങ്ങൾ മരിച്ചുവെന്ന് കരുതുന്ന നിങ്ങളുടെ കുട്ടികളുടെ അങ്കിൾ മരിച്ചിട്ടില്ല. അയാൾ ജീവനോടെ സുഖമായിരിക്കുന്നു.' വേറാ ലിബെൽ ഭർത്താവിന്റെ കൈപ്പട ഉടനെ തിരിച്ചറിഞ്ഞു. അവർ മക്കളോട് പറഞ്ഞു അവരുടെ മരിച്ചുപോയ അച്ഛന്റെ കസിൻ അങ്കിൾ റിക്കാഡോ അവരെ അർജന്റീനയിലേക്ക് ക്ഷണിച്ചിരിക്കുന്നെന്ന്.

വേറാ തനിക്കും മക്കൾക്കും നിയമാനുസൃതമായ പാസ്സ്പോർട്ടുകൾ സമ്പാദിച്ചു. നാസികളുടെ ഒളിസംഘങ്ങൾ സജീവമായി പ്രവർത്തിച്ച് വേറായെ സംബന്ധിച്ച് ആസ്ട്രിയയിൽ ഉണ്ടായിരുന്ന രേഖകളെല്ലാം തെരഞ്ഞുപിടിച്ച് നശിപ്പിച്ചു. ഇസ്രായേൽ രഹസ്യപ്പോലീസ് വേറായുടെ വഴികൾ തപ്പിപ്പിടിച്ച് ആസ്ട്രിയയിൽ എത്തിയപ്പോൾ സർക്കാരിന്റെ വേറാ ലിബെൽ ഫയലിൽ യാതൊന്നും ഉണ്ടായിരുന്നില്ല. അതെല്ലാം ആവിയായിപ്പോയിരുന്നു.

1952 ജൂണിൽ ആസ്ട്രിയായിലെ വീട്ടിൽ നിന്നും വേറാ ലിബെലും മൂന്നു മക്കളും – ഹോഴ്സ്റ്റ്, ഡീറ്റർ, ക്ലാവ്യൂസ് – അപ്രത്യക്ഷരായി. ജൂലായിൽ അവർ ഇറ്റലിയിലെ ജനോവയിൽ എത്തിയെങ്കിലും ജൂലായ് 28-ന് ബ്യൂണസ് അയേഴ്സിന്റെ തീരമണഞ്ഞു. ആഗസ്റ്റ് 15-ന് അവർ പൊടി പിടിച്ച ടുകുമൻ റെയിൽവേ സ്റ്റേഷനിൽ വന്നിറങ്ങി.

മോഷെ പേൾമാന്റെ പുസ്തകത്തിൽ എഴുതിയിരിക്കുന്നത് ഇപ്രകാരമാണ്: 'വേറാ ഐക്മാന്റെ ഓർമ്മയിൽ അപ്പോഴും ഉണ്ടായിരുന്നത് വിലകൂടിയ ഉടുപ്പുകളും തിളങ്ങുന്ന ഷൂസും ധരിച്ച യുവകോമളനായ ഒരു നാസി ഓഫീസറുടെ ചിത്രമായിരുന്നു. പക്ഷേ ടുകുമൻ റെയിൽവേ സ്റ്റേഷനിൽ അവർക്കായി കാത്തുനിന്നിരുന്നത് സാധാരണ വേഷം ധരിച്ച മദ്ധ്യവയസ്കനായ ഒരാളായിരുന്നു. മുഖം ചുളിഞ്ഞ് വിളറിയ, മെല്ലെ നടക്കുന്ന വിഷാദഭാവമുള്ള ഒരാൾ. അതായിരുന്നു അപ്പോൾ അഡോൾഫ് ഐക്മാൻ.'

കാണുന്നവരിൽ ഭയഭീതികൾ ഉണർത്തിയിരുന്ന ഐക്മാൻ തിരിച്ചറിയാനാവാത്ത ഒരാളായി പരിണമിച്ചിരുന്നു. ശരീരം മെലിഞ്ഞ് കഷണ്ടി കയറി, കവിളുകൾ കുഴിഞ്ഞ ഒരാൾരൂപം. ഒരുകാലത്ത് ഐക്മാന്റെ സ്വഭാവത്തിന്റെ അവിഭാജ്യഘടകമായി കരുതപ്പെട്ടിരുന്ന അഹങ്കാരവും ഔദ്ധത്യവും പാടേ മാഞ്ഞുപോയിരുന്നു. വിധിക്ക് വഴങ്ങിയ ഒരാളുടേതായി അയാളുടെ മുഖഭാവം മാറി. എങ്കിലും സൂക്ഷ്മദൃഷ്ടികൾക്ക് ഇപ്പോഴും അവശേഷിച്ച ക്രൗര്യവും വിദ്വേഷവും കാണാമായിരുന്നു.

1953-ൽ കാപ്രി കമ്പനി പൊളിഞ്ഞ് പാപ്പരായി. ഐക്മാന് മറ്റൊരു ജോലി തേടേണ്ടി വന്നു. രണ്ട് നാസി സുഹൃത്തുക്കളുമായി ചേർന്ന് ബ്യൂണസ് അയേഴ്സിൽ ഒരു തുണിയലക്ക് സ്ഥാപനം ആരംഭിച്ചെങ്കിലും അത് വിജയിച്ചില്ല. അതിനുശേഷം ഐക്മാൻ ഒരു മുയൽ വളർത്തൽ കേന്ദ്രത്തിൽ ജോലിചെയ്തു. തുടർന്ന് ഒരു പഴച്ചാർ ശാലയിലും. ഒടുവിൽ ഒരു രഹസ്യ നാസിസംഘത്തിന്റെ ഒത്താശയിൽ മെഴ്സീഡസ് ബെൻസ് കമ്പനിയിൽ ഫോർമാനായി നിയമനം നേടി. ആ ജോലിയിൽ പ്രശ്നങ്ങളൊന്നും കൂടാതെ തുടരാനായപ്പോൾ തന്റെ ജീവിതം ശാന്തമായി അവിടെ അവസാനിക്കുമെന്ന് ഐക്മാൻ നിനച്ചു. പക്ഷേ 1960 മെയ് 11 എല്ലാം തകിടം മറിച്ചു.

ഈ സമയം ഐക്മാന്റെ പുത്രന്മാർ ആശുപത്രികളിലും മോർച്ചറികളിലും പോലീസ് സ്റ്റേഷനുകളിലും അയാളെ തേടി. ഫാസിസ്റ്റ് പെറോണിസ്റ്റ് പാർട്ടിയുടെ യുവജനവിഭാഗത്തെയും സഹായത്തിനായി അവർ സമീപിച്ചു. അവരും തെരച്ചിലിന്റെ ഭാഗമായി. ഇസ്രായേലികൾ അച്ഛനെ തട്ടിക്കൊണ്ടുപോയതാവുമെന്ന് വൈകാതെ മക്കൾ ഊഹിച്ചു. നാസി അനുകൂല സംഘടനകളെ സമീപിച്ച് കാര്യങ്ങൾ വിശദീകരിക്കുകയും അർജന്റീനയിലെ ഇസ്രായേലി അംബാസിഡറെ തട്ടിക്കൊണ്ടുവന്ന് ഐക്മാനായി വിലപേശാൻ സഹായം അഭ്യർത്ഥിക്കുകയും ചെയ്തുവെങ്കിലും അവരെ കാര്യങ്ങൾ ബോധ്യപ്പെടുത്താനായില്ല. അത്തരം കടുത്ത നടപടികളിലേക്ക് നീങ്ങാൻ അവർ വിസമ്മതിച്ചു.

പോലീസിനാൽ പിടിക്കപ്പെട്ടാൽ എന്ത് ചെയ്യണം എന്നതിനെക്കുറിച്ചും ഐസർ വ്യക്തമായ നിർദ്ദേശങ്ങൾ നൽകിയിരുന്നു. പോലീസിന്റെ മിന്നലാക്രമണം ഉണ്ടായാൽ ഐക്മാനെ ഉടനെ അയാളെ ഒളിപ്പിക്കാനായി വീടിനുള്ളിൽ നിർമ്മിച്ചിരിക്കുന്ന സങ്കേതത്തിലേക്ക് മാറ്റണം. പോലീസ് വിശദമായ പരിശോധനയ്ക്ക് ഒരുമ്പെട്ടാൽ തയ്യാറാക്കിയിട്ടുള്ള രഹസ്യ വഴിയിലൂടെ ഐക്മാനെ പുറത്തെത്തിക്കണം. ഐക്മാനൊപ്പം പരമാവധി ഏജന്റുമാർ രക്ഷപെടണം. മറ്റുള്ളവർ പ്രതിബന്ധങ്ങൾ വകവയ്ക്കാതെ പോലീസിന്റെ അന്വേഷണത്തെ തടസ്സപ്പെടുത്താനും തണുപ്പിക്കാനും ശ്രമിച്ചുകൊണ്ടേയിരിക്കണം.

ഐക്മാനൊപ്പമുള്ളവരോട് ഐസർ പ്രത്യേകമായി പറഞ്ഞത്: 'ഒളിസങ്കേതം പോലീസ് കണ്ടെത്തുകയും അകത്തെത്തുകയും ചെയ്താൽ ഐക്മാനോട് ചേർത്ത് നിങ്ങൾ കൈയ്യാമം വയ്ക്കുക, താക്കോൽ ദൂരെ എറിയുകയും ചെയ്യുക, അങ്ങനെയാകുമ്പോൾ പോലീസിന് ഐക്മാനെ നിങ്ങളിൽ നിന്നും വേർപെടുത്താനാവില്ല. ഇസ്രായേലി പൗരനാണെന്ന് പോലീസിനോട് പറയുക. ലോകം ഏറ്റവും വെറുക്കുന്ന ഒരു കൊട്ടുംകുറ്റവാളിയായ അഡോൾഫ് ഐക്മാനെയാണ് നിങ്ങൾ സുഹൃത്തുക്കളുമായി ചേർന്ന് പിടിച്ചിരിക്കുന്നതെന്നും അയാളെ വിചാരണയ്ക്കായി നിയമത്തിന്റെ മുന്നിലെത്തിക്കുക എന്നതാണ് ലക്ഷ്യമെന്നും തുറന്ന് സമ്മതിക്കുക. അതിനുശേഷം എന്റെ യഥാർത്ഥ പേരും വ്യാജപ്പേരും താമസിക്കുന്ന ഹോട്ടലിന്റെ വിവരങ്ങളും അവർക്ക് കൈമാറുക. നിങ്ങളും ഐക്മാനും പോലീസ് കസ്റ്റഡിയിൽ ആയിക്കഴിഞ്ഞാൽ അവർ എന്നെയും അറസ്റ്റ് ചെയ്യട്ടെ.'

ഒന്നു-രണ്ട് ദിവസങ്ങൾ കഴിഞ്ഞപ്പോൾ ഇസ്രായേലിലേക്ക് പോകാനും വിചാരണ നേരിടാനും താൻ ഒരുക്കമാണെന്ന് കാണിക്കുന്ന ഒരു രേഖയിൽ ഒപ്പിടാൻ ഐക്മാൻ തയ്യാറായി. രേഖ ഇപ്രകാരമായിരുന്നു:

താഴെ ഒപ്പിട്ടിരിക്കുന്ന അഡോൾഫ് ഐക്മാൻ എന്ന ഞാൻ സ്വന്തം ഇച്ഛയാൽ ഇപ്രകാരം പ്രഖ്യാപിക്കുന്നു: എന്റെ യഥാർത്ഥ വ്യക്തിത്വം തിരിച്ചറിയപ്പെട്ടിരിക്കുന്നതിനാൽ നീതിന്യായത്തിന്റെ വഴിയെ ഇനിയും ഒഴിവാക്കാൻ ശ്രമിക്കുന്നതിൽ കാര്യമില്ലെന്ന് ഞാൻ അംഗീകരിക്കുന്നു. ഇസ്രായേലിലേക്ക് കൊണ്ടുപോകപ്പെടാനും അവിടെ യോഗ്യതയുള്ള ഒരു ന്യായാസനത്തിനുമുമ്പാകെ വിചാരണ നേരിടാനും ഞാൻ സമ്മതിക്കുന്നു. എനിക്ക് അഭിഭാഷകന്റെ സേവനം ലഭ്യമാക്കുമെന്നും കോടതിക്ക് മുൻപാകെ വസ്തുതകളെ വളച്ചൊടിക്കാതെ ജർമ്മനിയിൽ എന്റെ സേവന കാലത്തെ സംബന്ധിക്കുന്ന രേഖകൾ സമർപ്പിക്കാനാവുമെന്നും അങ്ങനെ ഭാവി തലമുറകൾക്കായി സംഭവങ്ങളുടെ സത്യസന്ധമായ വിവരണം നൽകാനാവുമെന്നും ഞാൻ മനസ്സിലാക്കുന്നു. ഈ പ്രഖ്യാപനം ഞാൻ സ്വന്തം ഇഷ്ടപ്രകാരമാണ് നിർവഹിക്കുന്നത്. യാതൊരുവിധ വാഗ്ദാനങ്ങളും ആരും എനിക്ക് നൽകിയിട്ടില്ല. ആരും എന്നെ ഭീഷണിപ്പെടുത്തിയിട്ടുമില്ല. ആത്യന്തികമായി ആന്തരിക സമാധാനം നേടണമെന്നേ ഞാൻ അഭിലഷിക്കുന്നുള്ളൂ.

വിശദാംശങ്ങളെല്ലാം കൃത്യമായി ഓർത്തെടുക്കാൻ എനിക്ക് ആവാത്തതിനാൽ വസ്തുതകൾ നൽകുമ്പോൾ എനിക്ക് സംശയങ്ങൾ ഉണ്ടായേക്കാം. അതിനാൽ പ്രസക്തമായ രേഖകളും പ്രമാണങ്ങളും എനിക്ക് ലഭ്യമാക്കണം. അത് സത്യം ആവിഷ്കരിക്കാനുള്ള എന്റെ പരിശ്രമങ്ങൾക്ക് സഹായകമാകും.

അഡോൾഫ് ഐക്മാൻ, ബ്യൂണസ് അയേഴ്സ്, മെയ് 1960.

ഈ സത്യവാങ്മൂലത്തിന് തീർച്ചയായും നിയമപരമായ സാധുതയൊന്നും ഉണ്ടായിരുന്നില്ല.

വിമാനം വന്നെത്തുന്നു

മെയ് 18, 1960, രാവിലെ 11 മണി.

ടെൽ അവീവിന് സമീപമുള്ള ലാദ് അന്തർദേശീയ വിമാനത്താവളത്തിൽ ഒരു ഔദ്യോഗിക ചടങ്ങ് നടക്കുകയായിരുന്നു. നിരവധി വിശിഷ്ടവ്യക്തികൾ അവിടെ ഉണ്ടായിരുന്നു. സേനാത്തലവൻ ജനറൽ ലാസ്കോവ്, വിദേശകാര്യ വകുപ്പിന്റെ ഡയറക്ടർ ജനറൽ, ഇസ്രായേലിലെ അർജന്റീനയുടെ അംബാസിഡർ തുടങ്ങിയവരെല്ലാം അതിൽ ഉൾപ്പെട്ടിരുന്നു. അർജന്റീനയുടെ സ്വാതന്ത്ര്യത്തിന്റെ നൂറ്റിയമ്പതാം വാർഷികത്തിൽ പങ്കെടുക്കാനായി പോകുന്ന ഇസ്രായേൽ പ്രതിനിധികളെ യാത്രയാക്കാ

നായി എത്തിയവരായിരുന്ന അവരെല്ലാവരും. പ്രതിനിധി സംഘവുമായി ഇസ്രായേൽ വിമാനക്കമ്പനിയായ എൽ അലിന്റെ 'വിസ്പറിംഗ് ജയന്റ്' എന്ന ആ വിമാനം പറന്നുയർന്നു. വിമാനത്തിൽ അവരെ കൂടാതെ ചില സാധാരണ യാത്രക്കാരും ഉണ്ടായിരുന്നു.

റോമിൽ ഇറങ്ങിയപ്പോൾ മൂന്നുപേർ കൂടി അവിടെനിന്നും വിമാനത്തിൽ കയറിയത് ആരും ശ്രദ്ധിച്ചില്ല. ഒന്നരണ്ട് മണിക്കൂറുകൾ കഴിഞ്ഞപ്പോൾ റോമിൽ നിന്നും കയറിയവർ വിമാനക്കമ്പനി ജീവനക്കാരായി യൂണിഫോം ധരിച്ച് വിമാനത്തിനുള്ളിൽ സഞ്ചരിച്ചു. യഥാർത്ഥത്തിൽ അവർ ഐസറെയും സംഘത്തെയും സഹായിക്കാനായി ബ്യൂണസ് അയേഴ്സിലേക്ക് പോകുന്ന മൊസാദ് ഏജന്റുമാരായിരുന്നു. അവരിലൊരാൾ യഹൂദ കാർമൽ ആയിരുന്നു, നീണ്ട മൂക്കും നേരിയ മീശയുമുള്ള ഒരു കഷണ്ടിക്കാരൻ. ആ യാത്രയെക്കുറിച്ച് അത്ര സന്തുഷ്ടനൊന്നും ആയിരുന്നില്ല അയാൾ. ദൗത്യസംഘത്തിലേക്ക് അയാൾ തിരഞ്ഞെടുക്കപ്പെട്ടത് കഴിവുകൾ കാരണമായിരുന്നില്ല; മറിച്ച് അയാളുടെ ബാഹ്യാകാരത്തിന്റെ സവിശേഷതകൾ മൂലമായിരുന്നു. കുറച്ചുദിവസങ്ങൾ മുൻപ് അയാൾ ഓഫീസിലേക്ക് വിളിപ്പിക്കപ്പെട്ടിരുന്നു. ബോസിന്റെ മേശപ്പുറത്ത് രണ്ട് ഫോട്ടോകൾ ഉണ്ടായിരുന്നതിൽ ഒന്ന് അയാളുടേതായിരുന്നു. മറ്റേത് അപരിചിതനായ മറ്റൊരാളുടേതും. രണ്ട് ഫോട്ടോകളും ഏകദേശം ഒരുപോലിരുന്നു. അപരിചിതൻ അഡോൾഫ് ഐക്മാനാണെന്ന് പറഞ്ഞപ്പോൾ അയാൾ ഉള്ളാലെ വിറച്ചുപോയി. ഐക്മാന്റെ ഇരട്ടയായി വേഷമണിയാൻ അയാളെയാണ് തെരഞ്ഞെടുത്തിരിക്കുന്നതെന്ന് അറിയിച്ചപ്പോൾ അയാൾ കൂടുതൽ ചകിതനായി. യഹൂദ കാർമലിനെ വിമാന ജോലിക്കാരനായി അർജന്റീനയിലേക്ക് കൊണ്ടുവന്ന ശേഷം മരുന്ന് ഉപയോഗിച്ച് മയക്കിയ ഐക്മാനെ കാർമലിന്റെ തിരിച്ചറിയൽ രേഖകളും യൂണിഫോമും ഉപയോഗിച്ച് വിമാനത്തിലെത്തിക്കുക എന്നതായിരുന്നു ഐസറുടെ പദ്ധതി.

ഒരു പ്ലാൻ ബിയും ഐസർ തയ്യാറാക്കിയിരുന്നു. ബ്യൂണസ് അയേഴ്സിൽ ബന്ധുക്കളെ സന്ദർശിക്കാനെത്തിയ മെയർ ബാർ ഹോൺ എന്ന ജൂത യുവാവിനെ ചില സുഹൃത്തുക്കളെ ഉപയോഗിച്ച് ഐസർ ബാർത്തലോമി മിത്രെ അവന്യൂവിലെ ഗ്ലോറിയ എന്ന മദ്യശാലയിലേക്ക് വിളിച്ചുവരുത്തി. ഐസറോടൊപ്പം ഡോക്ടർ ഏലിയനും അവിടെ മെയറെ കാത്തുനിൽക്കുന്നുണ്ടായിരുന്നു. ഐസർ അയാൾക്കുള്ള നിർദ്ദേശങ്ങൾ നൽകി: 'നിങ്ങൾ ബന്ധുവിന്റെ വീട്ടിൽ എത്തിക്കഴിഞ്ഞാലുടൻ ഒരു ഡോക്ടറെ വിളിച്ച് നിങ്ങൾ ഒരു കാറപകടത്തിൽ പെട്ടുവെന്ന് പറയുക. ഇപ്പോൾ തലചുറ്റലും ഓക്കാനവും ക്ഷീണവും അനുഭവപ്പെടുന്നുവെന്നും പറയുക. ശക്തമായ കുലുക്കവും വീഴ്ചയും മൂലം ഉണ്ടായ ക്ഷീണമാണെന്ന് ഡോക്ടർ കരുതും. അതിനാൽ നിങ്ങളെ ഹോസ്പിറ്റലിൽ പ്രവേശിപ്പിക്കും.

മെയ് 19 രാവിലെ ഇപ്പോൾ എല്ലാം മെച്ചപ്പെട്ടുവെന്നും വീട്ടിലേക്ക് പോകണമെന്നും നിങ്ങൾ ഡോക്ടറോട് പറയണം. അപ്പോൾ നിങ്ങളെ അവർ ഡിസ്ചാർജ് ചെയ്യുകയും ചികിത്സയെ സൂചിപ്പിക്കുന്ന സർട്ടിഫിക്കറ്റുകൾ നൽകുകയും ചെയ്യും.'

തുടർന്ന് എന്തൊക്കെ രോഗലക്ഷണങ്ങളാണ് ഡോക്ടറോട് പറയേണ്ടതെന്നതിനെ സംബന്ധിച്ച് ഡോക്ടർ ഏലിയൻ വിശദമായി മെയറോട് സംസാരിച്ചു.

മദ്യശാലയിൽ നിന്നും പുറത്തിറങ്ങിയ മെയർ ഐസർ നിർദ്ദേശിച്ച പോലെ പ്രവർത്തിച്ചു. ബ്യൂണസ് അയേഴ്സിലെ ഒരു വമ്പൻ ആശുപത്രിയിൽ കിടന്ന് അയാൾ മൂന്നുദിവസങ്ങൾ ഞരങ്ങുകയും മൂളുകയും ചെയ്തു. മെയ് 19 രാവിലെ മെയർ ഡിസ്ചാർജ് ചെയ്യപ്പെട്ടു. കാറപകടത്തിന്റെ ഫലമായി ഉണ്ടായ തലചുറ്റലും ഓക്കാനവും ക്ഷീണവുമായി ഹോസ്പിറ്റലിൽ പ്രവേശിപ്പിക്കപ്പെട്ടുകയും ചികിത്സയ്ക്ക് വിധേയനാവുകയും ചെയ്തതായി കാണിച്ച് മെയർക്ക് ഹോസ്പിറ്റൽ നൽകിയ ഔദ്യോഗിക രേഖകൾ ഒരു മണിക്കൂർ കഴിഞ്ഞപ്പോൾ ഐസർക്ക് ലഭിച്ചു.

വിമാനജീവനക്കാരനായി ഐക്മാനെ കടത്തിക്കൊണ്ട് വരാനുള്ള പദ്ധതി ഏതെങ്കിലും കാരണവശാൽ പരാജയപ്പെട്ടാൽ അയാളെ സ്ട്രക്ച്ചറിൽ കിടത്തി കാറപകടത്തിൽപ്പെട്ട മെയർ ബാർ ഹോണായി വിമാനത്തിൽ എത്തിക്കാനായിരുന്നു ഐസറുടെ പദ്ധതി.

മെയ് 19.

ഉച്ചതിരിഞ്ഞ് ഇസ്രായേലിന്റെ 'വിസ്പറിംഗ് ജയന്റ്' വിമാനം ബ്യൂണസ് അയേഴ്സിൽ ലാൻഡ് ചെയ്തു. വിദേശകാര്യ വകുപ്പിലെ ഉദ്യോഗസ്ഥരും പ്രാദേശിക മാധ്യമങ്ങളും ഇസ്രായേലിന്റെ നീലയും വെള്ളയും നിറങ്ങളുള്ള പതാകയേന്തിയ ബാലകരും അവിടെ നിറഞ്ഞിരുന്നു. വിമാനത്തിൽ നിന്നും ഇറങ്ങി പുറത്തെത്തുന്നതുവരെയുള്ള വഴിമുഴുവനും ചുവന്ന പരവതാനി വിരിച്ച് അലങ്കരിച്ചിരുന്നു.

ഒന്നുരണ്ട് മണിക്കൂറുകൾക്ക് ശേഷം ഐസർ വിമാനത്തിന്റെ പൈലറ്റ് സവി തോഹാറും വിമാനക്കമ്പനിയുടെ മറ്റൊരു എക്സിക്യൂട്ടീവുമായി കൂടിക്കാഴ്ച നടത്തി വിമാനത്തിന്റെ മടക്കയാത്രയ്ക്കുള്ള സമയം തീരുമാനിച്ചു, മെയ് 20 അർദ്ധരാത്രി.

ഐസർ തന്റെ പദ്ധതികൾ രണ്ടും അവർക്കുമുന്നിൽ അവതരിപ്പിച്ചു. ചെറിയൊരു ചർച്ചയ്ക്ക് ശേഷം പ്ലാൻ എ മതിയെന്ന് തീരുമാനിച്ചു. അസുഖബാധിതനായ വിമാനജീവനക്കാരനായി ഐക്മാനെ വിമാനത്തിനുള്ളിലേക്ക് കൊണ്ടുവരും. ഐക്മാന്റെ ഇരട്ട യഹൂദ കാർമൽ അയാളുടെ യൂണിഫോമും വിമാനക്കമ്പനി ജീവനക്കാരനായ സീവ് സിക്രോണിയുടെ പേരിലുള്ള തിരിച്ചറിയൽ രേഖകളും ഇതിനകം മൊസാദ് സംഘത്തിനെ

ഏൽപ്പിച്ചുകഴിഞ്ഞിരുന്നു. സംഘത്തിലെ വ്യാജരേഖാ നിർമ്മാണ വിദഗ്ധനായ ഷാലോം ഡാനി എല്ലാവിധത്തിലും ഐക്മാന് പൊരുത്തമാകത്തക്കവിധം അവയെല്ലാം ക്രമപ്പെടുത്തി. കാർമലിന് പുതിയ തിരിച്ചറിയൽ രേഖകൾ നൽകപ്പെട്ടു. വൈകാതെ അർജന്റീന വിടാനാകുമെന്നും അയാളെ അറിയിച്ചു.

ആ സായാഹ്നത്തിൽ ഒരു തേനീച്ചക്കൂട്ടെന്നവണ്ണം അവർ തിരക്കിലായി. സമ്മർദ്ദം പെരുകിവന്ന ഒരു നീണ്ട കാത്തിരിപ്പിനുശേഷം മൊസാദിന്റെ ചുണക്കുട്ടന്മാർ സജീവരായി. ഐക്മാന് മരുന്ന് നൽകി. അയാൾ ഉറക്കത്തിലായി. വീടിന്റെ ഓരോ മൂലയും അവർ അരിച്ചുപെറുക്കി. ഉപകരണങ്ങളും ഇതര സാമഗ്രികളും അഴിച്ചെടുത്തു. അവരവരുടെ സാധനങ്ങളെല്ലാം പാക്ക് ചെയ്തു. വീട് പൂർണ്ണമായും പഴയപടിയായി. കഴിഞ്ഞ എട്ടുദിവസങ്ങൾ അവരവിടെ താമസിച്ചിരുന്നു എന്നതിന്റെ ഒരു തെളിവും അവശേഷിപ്പിച്ചില്ല. വാടകയ്ക്ക് എടുത്തിരുന്ന മറ്റെല്ലാ വീടുകളിലും ഇതെല്ലാം ആവർത്തിച്ചു.

മെയ് 20.

കണക്കുകൾ തീർത്ത് ഐസർ ഹോട്ടലിൽ നിന്നും പുറത്തുവന്നു. ഒരു ടാക്സി വിളിച്ച് റെയിൽവേ സ്റ്റേഷനിലെ ക്ലോക് റൂമിൽ ലഗേജുകൾ ഏൽപ്പിച്ച് പഴയപോലെ കഫേകൾക്കിടയിൽ സഞ്ചാരം തുടങ്ങി. വിമാനക്കമ്പനി ജീവനക്കാരായിരുന്ന ഐസറെ ആദ്യം സന്ധിച്ചത്. അവർ ഒരുമിച്ചിരുന്ന് വിശദമായ ടൈം ടേബിൾ തയ്യാറാക്കി.

ഉച്ചയോടെ അവസാന ഘട്ടം ആരംഭിച്ചു. കഫേയിൽ നിന്നും ഇറങ്ങി ലഗേജും എടുത്ത് ഐസർ വിമാനത്താവളത്തിലേക്ക് തിരിച്ചു. അവിടെയിരുന്ന് വേണം രക്ഷപെടൽ നിരീക്ഷിക്കാനും നിയന്ത്രിക്കാനും. കമാൻഡ് പോസ്റ്റ് ആയി ഉപയോഗിക്കാൻ പറ്റിയ ഇടം തപ്പി അയാൾ ടെർമിനലിലൂടെ നടന്നു. ഷോപ്പിംഗ് ഏരിയായും ടിക്കറ്റിംഗ് ഇടവും കഴിഞ്ഞ് എയർപോർട്ട് തൊഴിലാളികൾക്കായുള്ള കഫറ്റേരിയായിൽ എത്തി. അവിടം തനിക്ക് ആരുടെയും ശ്രദ്ധയിൽ പെടാതെ ഇരിക്കാൻ പറ്റിയ ഇടമാണെന്ന് ഐസർക്ക് തോന്നി. പുറത്ത് കടുത്ത തണുപ്പായിരുന്നു. സാധാരണ തൊഴിലാളികളെക്കൊണ്ട് അവിടം നിറഞ്ഞിരുന്നു. ചൂട് പാനീയത്തിനോ ലഘുഭക്ഷണത്തിനോ വേണ്ടി എത്തിയവർ പരസ്പരം കളിതമാശകൾ പറഞ്ഞിരുന്നു. ഐസറിന് സന്തോഷമായി. ഇത് എല്ലാവിധത്തിലും പറ്റിയ ഇടം തന്നെ. ആരും അയാളെ ശ്രദ്ധിക്കില്ല. വന്നുപോകുന്ന സഹായികളുമായുള്ള ഒച്ചതാഴ്ന്ന സംഭാഷണങ്ങളും ആരെയും ആകർഷിക്കില്ല. ഒരു കസേര ഒഴിയുംവരെ അയാൾ കാത്തു. അവിടെയിരുന്നുകൊണ്ട് അയാൾ അർജന്റീനിയൻ മണ്ണിലെ അവസാന കരുനീക്കങ്ങൾക്ക് മേൽനോട്ടം വഹിച്ചു.

"ഹലോ, എൽ അൽ"

രാത്രി ഒൻപത് മണി.

താവളത്തിൽ എല്ലാം തയ്യാറായിരുന്നു. ഐക്മാനെ ഷേവ് ചെയ്ത് കുളിപ്പിച്ച് വിമാനജീവനക്കാരന്റെ വേഷം ധരിപ്പിച്ചു. അയാളുടെ പോക്കറ്റിൽ സീവ് സിക്രോണിയുടെ പേരിലുള്ള തിരിച്ചറിയൽ രേഖകൾ ഉണ്ടായിരുന്നു. വിദഗ്ധമായി മേക്കപ്പ് ചെയ്തിരുന്നതിനാൽ സ്വന്തം മകൻ പോലും അപ്പോൾ അയാളെ തിരിച്ചറിയുമായിരുന്നില്ല. ഡോക്ടറോടൊപ്പം രണ്ട് മൊസാദ് ഏജന്റുമാർ കൂടി ഫ്ളൈറ്റ് ജീവനക്കാരുടെ വേഷം അണിഞ്ഞിരുന്നു. ഡോക്ടർ ഐക്മാന് വേണ്ട ഇഞ്ചക്ഷൻ നൽകി. അത് അയാളെ ഉറക്കുന്ന തരത്തിലുള്ളതായിരുന്നില്ല. പകരം കാഴ്ചയെ മങ്ങിയതാക്കി ഇന്ദ്രിയങ്ങളെ തളർത്തി. ചുറ്റുമുള്ളത് കാണാനും കേൾക്കാനും അയാൾക്കാവുമായിരുന്നെങ്കിലും സംസാരിക്കാനോ സംഭവിക്കുന്നതെന്തെന്ന് ഗ്രഹിക്കാനോ ആയില്ല. ഫ്ളൈറ്റ് ജീവനക്കാരന്റെ യൂണിഫോമിൽ അഹറോണി ഡ്രൈവറുടെ സീറ്റിലേക്ക് കയറിയിരുന്നു. അയാൾക്കൊപ്പം മുന്നിൽ മറ്റൊരു ഏജന്റും ഉണ്ടായിരുന്നു. ഡോക്ടർക്കും മറ്റൊരു മൊസാദ് ഏജന്റിനും ഇടയിലായി ഐക്മാൻ പിന്നിലെ സീറ്റിലായിരുന്നു. കാർ യാത്ര തുടങ്ങി.

അതേസമയം നഗരത്തിലെ മറ്റൊരു ഹോട്ടലിൽ നിന്നും വിമാനത്തിന്റെ യഥാർത്ഥ ജീവനക്കാരുമായി രണ്ട് കാറുകൾ കൂടി വിമാനത്താവളത്തിലേക്ക് പുറപ്പെട്ടു. രണ്ടുകൂട്ടരും ഒരേസമയം വിമാനത്താവളത്തിൽ പ്രവേശിക്കത്തക്കവിധം സകലവും സജ്ജീകരിച്ചിരുന്നു.

ഐസർ തന്റെ പുതിയ കമാൻഡിംഗ് പോസ്റ്റിലിരുന്ന് ഓരോ മിനിറ്റിലും കാര്യങ്ങളുടെ പുരോഗതിയെ സംബന്ധിക്കുന്ന റിപ്പോർട്ടുകൾ സ്വീകരിച്ചു. തന്നോടൊപ്പം അർജന്റീനയിലെത്തിയ എല്ലാ മൊസാദ് ഏജന്റുമാരുടെയും ലഗേജുകൾ എയർപോർട്ടിലെത്തിക്കാൻ ഐസർ ആവശ്യപ്പെട്ടു. എന്തെങ്കിലും പ്രതിസന്ധികളോ പ്രതിബന്ധങ്ങളോ ഉണ്ടായാൽ ഓരോരുത്തരും രാജ്യം വിടാനുള്ള ഏർപ്പാടുകളും ഐസർ ചെയ്തിരുന്നു. എല്ലാം ഭംഗിയായി പുരോഗമിച്ചാൽ എല്ലാവരും ഒരുമിച്ച് അതേ വിമാനത്തിൽ ടെൽ അവീവിലേക്ക് പറക്കും. അതായിരുന്നു പ്ലാൻ. ഐസറിൽ നിന്നും അധികം അകലെയല്ലാതെ ഷാലോം ഡാനി ആവി പൊന്തുന്ന ഒരു മഗ്ഗ് കറുത്ത കാപ്പി മെല്ലെ കുടിച്ചുകൊണ്ട് ഇരിക്കുന്നുണ്ടായിരുന്നു. കടന്നുപോകുന്ന ഒരാൾക്കും ഷാലോം എന്താണ് ചെയ്തുകൊണ്ടിരിക്കുന്നതെന്ന് ഒരു നിശ്ചയവും ഉണ്ടായിരുന്നില്ല. അവരുടെ കണ്ണുകൾക്ക് കീഴെയിരുന്ന് കൗശലക്കാരനായ ആ വ്യാജരേഖാ വിദഗ്ധൻ പാസ്പോർട്ടുകളിൽ വേണ്ട മാറ്റങ്ങൾ വരുത്തുകയായിരുന്നു. അവയിലെല്ലാം ആവശ്യമായ മുദ്രകൾ

ചാർത്തി അർജന്റീന വിടുമ്പോൾ അവരുടെ പാസ്പോർട്ടുകൾ ക്രമത്തിലായിരിക്കുമെന്നത് അയാൾ ഉറപ്പുവരുത്തുകയായിരുന്നു.

രാത്രി പതിനൊന്ന് മണി—ഐസറുടെ സമീപത്തായി ഒരാൾ പ്രത്യക്ഷപ്പെട്ടു. മൊസാദും എൽ അൽ ജീവനക്കാരും ഉൾപ്പെട്ട എല്ലാവരും വിമാനത്താവളത്തിലെത്തിയെന്ന് അയാൾ റിപ്പോർട്ട് ചെയ്തു. ഐസർ തിരക്കിട്ട് പാർക്കിംഗ് ഏരിയയിലേക്ക് നടന്നു. എൽ അൽ വിമാനജീവനക്കാർ നിശ്ശബ്ദരായിരുന്നു. അസാധാരണമായ എന്തോ ഒരു ദൗത്യത്തിൽ തങ്ങളും പങ്കെടുക്കുകയാണെന്ന് അവർ മനസ്സിലാക്കിയെങ്കിലും അതെന്താണെന്നതിനെ സംബന്ധിച്ച് അവർക്ക് യാതൊരുപിടിയും ഉണ്ടായിരുന്നില്ല. ഐസറുടെ നിർദ്ദേശങ്ങൾ അവർ മിണ്ടാതെ കേട്ടുനിന്നു. തിരികെ ഒന്നും ചോദിച്ചില്ല. ഐസർ മൂന്നാമത്തെ കാറിനരികിലേക്ക് നടന്നുചെന്നു. വിമാനജീവനക്കാരുടെ യൂണിഫോം ധരിച്ച രണ്ട് മൊസാദ് ഏജന്റുമാരുടെ മദ്ധ്യത്തിൽ ഐക്മാൻ മയക്കത്തിലായിരുന്നു. 'പുറപ്പെട്ടു' അയാൾ പറഞ്ഞു. 'ഗുഡ് ലക്.'

മൂന്ന് കാറുകളും പുറപ്പെട്ടു. ഐസർ ടെർമിനലിലേക്ക് മടങ്ങി. കാറുകൾ ഇസ്രായേലി വിമാനം പാർക്ക് ചെയ്തിരുന്നതിന് സമീപമുള്ള ഗേറ്റിലെത്തി. 'ഹലോ എൽ അൽ!' കാറിലിരുന്ന ഒരാൾ ആഹ്ലാദസൂചകമായി ആർത്തുവിളിച്ചു. ഗേറ്റിലെ ഗാർഡുകൾ അയാളെ തിരിച്ചറിഞ്ഞു. പതിവായി അകത്തേക്കും പുറത്തേക്കും പോയിരുന്ന ഒരാളായിരുന്നു ആ വിമാനജീവനക്കാരൻ. മുഷിപ്പോടെ ഗാർഡുകൾ കാറിനുള്ളിലേക്ക് നോക്കി. എല്ലാം എൽ അൽ വിമാനജീവനക്കാരുടെ യൂണിഫോം ധരിച്ചവർ. ആദ്യത്തെ രണ്ടുകാറിലും ഉള്ളവർ ഉറക്കെ പാടുകയും പൊട്ടിച്ചിരിക്കുകയും ബഹളം കൂട്ടുകയും ചെയ്യുന്നു. മൂന്നാമത്തെ കാറിലുള്ളവർ ഉറക്കത്തിലാണ്.

ഗാർഡുമാരിലൊരാൾ ഗേറ്റിലെ തടസ്സം ഉയർത്തി. മൂന്ന് കാറുകളും നേരെ വിമാനത്തിനരികിലേക്ക് നീങ്ങി. കാറിന്റെ വാതിലുകൾ തുറന്ന് ഒരു ഡസനോളം യൂണിഫോം ധാരികൾ കൂട്ടമായി വിമാനത്തിന്റെ പടികൾ കയറാൻ തുടങ്ങി. അവരുടെ നടുവിലായിരുന്നു ഐക്മാൻ. മറ്റുള്ളവർ അയാളെ മറച്ചു. രണ്ടുപേർ അയാളെ പിടിച്ചിരുന്നു. അവരയാളെ പടികൾ കയറാൻ സഹായിച്ചു. ഫസ്റ്റ്ക്ലാസിലെ ഒരു സീറ്റിലാണ് ഐക്മാനെ ഇരുത്തിയത്. ഡോക്ടറും സുരക്ഷയുടെ ചുമതലയുള്ള മൊസാദിന്റെ ഏജന്റുമാരും ഐക്മാന്റെ ചുറ്റുമുള്ള സീറ്റുകളിൽ ഇരുന്ന് ഉറക്കം നടിച്ചു. അർജന്റീനിയൻ ഇമിഗ്രേഷൻ അധികാരികൾ രേഖകൾ പരിശോധിക്കാനായി എത്തുകയാണെങ്കിൽ ഇവർ അടുത്ത ഷിഫ്റ്റിൽ ജോലിക്ക് കയറേണ്ടവരാണെന്നും അതിനാൽ വിശ്രമിക്കുകയാണെന്ന് പറയണമെന്നും തീരുമാനിക്കപ്പെട്ടിരുന്നു.

രാത്രി 11.15—കഫറ്റേരിയായുടെ മുന്നിലെ തന്റെ ഇരിപ്പിടത്തിലിരുന്ന് 'വിസ്പറിംഗ് ജയന്റ്'ന്റെ എഞ്ചിൻ മുരണ്ടുതുടങ്ങുന്നതിന്റെ സ്വരം കേട്ടു.

വിമാനം ടേക് ഓഫ് ചെയ്യേണ്ട റൺവേയിലേക്ക് നീങ്ങി. ഐസർ ഉറച്ച ചുവടുകളോടെ ഡിപാർച്ചർ ഹാളിലേക്ക് നടന്നു. ലഗേജുമായി തന്റെ ടീമിലെ മറ്റ് അംഗങ്ങൾ ഒറ്റപ്പെട്ട ഇടങ്ങളിൽ നിൽക്കുന്നത് ഐസർക്ക് കാണാമായിരുന്നു. അവരോരുത്തരുടെയും സമീപത്ത് ചെന്ന് മെല്ലെ പറഞ്ഞു, 'വിമാനത്തിലേക്ക് കയറൂ.' യാതൊരു തിരക്കും കൂട്ടാതെ അവർ ഇമിഗ്രേഷൻ പരിശോധനയ്ക്കുള്ള നിരയിൽ ചെന്നുനിന്നു. എല്ലാവരുടെയും പക്കൽ മുദ്രകളും രേഖകളും ഉള്ള പാസ്പോർട്ടുകൾ തയ്യാറായിരുന്നു. ഷാലോം ഡാനി അയാളുടെ ജോലി വൃത്തിയായി പൂർത്തിയാക്കിയിരുന്നു.

രാത്രി 11.45—ഇമിഗ്രേഷനും കസ്റ്റംസും പ്രശ്നരഹിതമായി പൂർത്തിയാക്കിയ അവരെല്ലാവരും ഡിപാർച്ചർ ഗേറ്റ് കടന്ന് വിമാനത്തിനരികിലേക്ക് നടന്നു. ഏറ്റവും ഒടുവിൽ ലഗേജുമായി ഡിപാർച്ചർ ഗേറ്റ് കടന്നത് ഐസർ ആയിരുന്നു. അയാൾ വിമാനത്തിനുള്ളിൽ കടന്നയുടനെ വിമാനത്തിന്റെ വാതിൽ അടഞ്ഞു. അത് റൺവേയിലൂടെ നീങ്ങാൻ തുടങ്ങി.

പാതിരാനേരം 00.00—മെയ് 20-നും 21-നും ഇടയിലെ രാത്രി. വിമാനം നിർത്താൻ കൺട്രോൾ ടവറിൽ നിന്നും അപ്രതീക്ഷിതമായി നിർദ്ദേശം ലഭിച്ചു. വിമാനം നിന്നു. എന്തെങ്കിലും സംഭവിച്ചോ? എല്ലാവരിലും ആകാംക്ഷ നിറഞ്ഞു. അർജന്റീനയിലെ പോലീസിന് അവസാന നിമിഷം എന്തെങ്കിലും വിവരം ചോർന്നുകിട്ടിയോ? സകലരും തിരിച്ചിറങ്ങേണ്ടി വരുമോ? പക്ഷേ ഏതാനം മിനിറ്റുകൾക്കകം വീണ്ടും ക്ലിയറൻസ് കിട്ടി. വിസ്പറിംഗ് ജയന്റ് പറന്നുയർന്നു. ഐസർ ആശ്വാസത്തോടെ നിശ്വസിച്ചു.

"നെസ്സെറ്റിനെ അറിയിക്കേണ്ടതുണ്ട്"

മെയ് 22. ലാദ് എയർപോർട്ടിൽ പുലർച്ചെ വിമാനം ലാൻഡ് ചെയ്തു. വിമാനത്താവളത്തിൽ നിന്നും ഐസർ രാവിലെ പത്ത് മണിയോടെ നേരെ ജറുസലേമിലേക്ക് വന്നു. പ്രധാനമന്ത്രി ബെൻ ഗുരിയോണിന്റെ സെക്രട്ടറി ഇസഹാക് നാവോൺ ഒട്ടും വൈകാതെ അയാളെ പ്രധാന മന്ത്രിയുടെ ഓഫീസിലെത്തിച്ചു.

'നിങ്ങൾ എപ്പോഴെത്തി?' ബെൻ ഗുരിയോൺ ആശ്ചര്യത്തോടെ ചോദിച്ചു. 'രണ്ട് മണിക്കൂറായി. ഐക്മാനെ കൊണ്ടുവന്നിട്ടുണ്ട്.'

'അയാൾ ഇപ്പോൾ എവിടെയുണ്ട്?' അദ്ദേഹത്തിന് ഉദ്വേഗം അടക്കാനായില്ല.

'ഇവിടെ ഇസ്രായേലിലുണ്ട്. അഡോൾഫ് ഐക്മാൻ ഞങ്ങളോടൊപ്പമുണ്ട്. താങ്കൾ സമ്മതിക്കുകയാണെങ്കിൽ അയാളെ നേരെ പോലീസിന് കൈമാറാം.'

ബെൻ ഗുരിയോൺ നിശ്ശബ്ദനായി. പല മാധ്യമ ലേഖകരും എഴുതിയ പോലെ അദ്ദേഹം കരയുകയോ പൊട്ടിച്ചിരിക്കുകയോ ചെയ്തില്ല, ഐസറെ കെട്ടിപ്പുണർന്നുമില്ല. ഒരുവിധ വൈകാരിക പ്രകടനങ്ങളും ഉണ്ടായില്ല എന്നതാണ് യാഥാർത്ഥ്യം.

'നിങ്ങൾ കൊണ്ടുവന്നിരിക്കുന്നത് ഐക്മാനെത്തന്നെയാണെന്ന് ഉറപ്പാണോ?' അതായിരുന്നു ബെൻ ഗുരിയോൺ ചോദിച്ചത്. 'എങ്ങനെയാണ് നിങ്ങൾ അയാളെ തിരിച്ചറിഞ്ഞത്?'

ചോദ്യം ഐസറെ ആശ്ചര്യപ്പെടുത്തിയെങ്കിലും അതേയെന്നുതന്നെ അയാൾ ഉത്തരം പറഞ്ഞു. ഐക്മാനെ തിരിച്ചറിയാൻ ഉപയോഗിച്ച മാർഗ്ഗങ്ങളെല്ലാം ഐസർ വിശദപ്പെടുത്തി. താൻ അഡോൾഫ് ഐക്മാനാണെന്ന് അയാൾ സ്വയം സമ്മതിച്ചകാര്യവും പറഞ്ഞു. പക്ഷേ ബെൻ ഗുരിയോൺ തൃപ്തനായില്ല. അത് പോരെന്ന് പ്രധാനമന്ത്രി തുറന്ന് പറഞ്ഞു. ഐക്മാനെ നേരിട്ടറിയാവുന്ന ഒന്നോ രണ്ടോ പേർ ഇയാളെ നേരിട്ട് കണ്ട് സാക്ഷ്യപ്പെടുത്തുന്നതുവരെ തുടർനടപടികൾക്ക് അനുവാദം തരാനാവില്ലെന്ന് ബെൻ ഗുരിയോൺ ഐസറോട് പറഞ്ഞു. ആദ്യം നൂറുശതമാനം ഉറപ്പാവട്ടെ. അതുവരെ ഗവൺമെന്റിനോട് ഈ കാര്യം വെളിപ്പെടുത്തില്ലെന്നതായിരുന്നു അദ്ദേഹത്തിന്റെ ഖണ്ഡിതമായ നിലപാട്.

ഐസർ ഉടനെ തന്റെ ഓഫീസുമായി ബന്ധപ്പെട്ടു. അഡോൾഫ് ഐക്മാനെ നേരിട്ടറിയാവുന്ന ഒന്നുരണ്ടുപേരെ അടിയന്തിരമായി കണ്ടെത്താൻ നിർദ്ദേശം നൽകി. ഉടനെ തന്നെ അവർ ഐക്മാനുമായി നേരിട്ട് ഇടപെട്ടിട്ടുള്ള രണ്ട് ഇസ്രായേലി പൗരന്മാരെ കണ്ടെത്തി ജറുസലേമിലെത്തിച്ചു. അവർ രണ്ടുപേരും ഐക്മാനെ പാർപ്പിച്ചിരുന്ന മൊസാദ് സെല്ലിലെത്തി അയാളുമായി സംസാരിച്ച് ഔദ്യോഗികമായി തിരിച്ചറിയൽ പൂർത്തിയാക്കി.

അന്നുച്ചയ്ക്ക് ഫ്രാങ്ക്ഫർട്ടിലെ ഒരു റസ്റ്റോറന്റിലേക്ക് മൊസാദിന്റെ ഒരു ഏജന്റ് തിരക്കിട്ട് വന്നുകയറി. അവിടെ മൂലയിലെ ഒരു മേശയിൽ ഏകാകിയും ആകാംക്ഷാഭരിതനുമായി ഇരുന്നിരുന്ന വെളുത്ത താടിക്കാരന്റെ പക്കലേക്ക് മൊസാദ് ഏജന്റ് നടന്നുചെന്നു. 'ഹെർ ബാവ്വർ, അഡോൾഫ് ഐക്മാനിപ്പോൾ ഞങ്ങളുടെ അധീനതയിലാണ്. ഞങ്ങളുടെ ആൾക്കാർ അയാളെ പിടികൂടി ഇസ്രായേലിലേക്ക് കൊണ്ടുവന്നിരിക്കുന്നു. ഇതിനെ സംബന്ധിച്ച് ഏതുസമയത്തും പാർലമെന്റിൽ ഇസ്രായേൽ പ്രധാനമന്ത്രിയുടെ പ്രസ്താവന പ്രതീക്ഷിക്കാം.'

ബാവ്വറിന്റെ മുഖം വിവർണ്ണമായി. അകമേ അയാൾ കലങ്ങിമറിഞ്ഞു. ഇരുന്നിടത്തുനിന്നും അയാൾ എഴുന്നേറ്റു. കൈകൾ വിറകൊള്ളുന്നുണ്ടായിരുന്നു. മൊസാദിന് ഐക്മാന്റെ അർജന്റീനയിലെ വിലാസം നൽകിയയാൾ, അതില്ലാതെ ഐക്മാനെ പിടിക്കാൻ മൊസാദിന് ഒരിക്കലും ആവില്ലായിരുന്നു, അയാൾക്ക് ഇപ്പോൾ വികാരങ്ങളെ അടക്കാനായില്ല.

അയാൾ പൊട്ടിക്കരഞ്ഞുകൊണ്ട് തന്റെ മുന്നിൽ നിന്നിരുന്ന ഇസ്രായേലിയുടെ തോളുകളിൽ അമർത്തിപ്പിടിച്ചു. അടുത്ത നിമിഷം അയാളെ ആലിംഗനം ചെയ്ത് ചുംബിച്ചു.

ഉച്ചതിരിഞ്ഞ് നാലുമണി—പാർലമെന്റിന്റെ പ്രാരംഭ സെഷനിൽ പ്രധാനമന്ത്രി ബെൻ ഗുരിയോൺ പ്രസംഗപീഠത്തിനരികിലേക്ക് വന്നു. ഉറച്ച സ്വരത്തിൽ തെളിഞ്ഞ ഒച്ചയിൽ അദ്ദേഹം എഴുതി തയ്യാറാക്കിയ ഒരു ലഘുപ്രസ്താവന വായിച്ചു: 'നമ്മുടെ സുരക്ഷാസേന ലോകത്തിലെ ഏറ്റവും ഭീകരനായ നാസി കുറ്റവാളി അഡോൾഫ് ഐക്മാനെ പിടികൂടിയ വിവരം ഞാൻ പാർലമെന്റിനെ അറിയിക്കുന്നു. മറ്റ് നാസി നേതാക്കളുമായി ചേർന്ന് 'അവസാന പോംവഴി' എന്ന പേരിൽ നടത്തിയ ക്രൂരത കൂട്ടക്കൊലയുടെ ഉത്തരവാദി ഇയാളാണ്. അതായത് നമ്മുടെ സഹോദരരായ ആറു മില്യൺ യഹൂദരെ കൊന്ന് ഇല്ലാതാക്കിയ അഡോൾഫ് ഐക്മാൻ ഇപ്പോൾ ഇവിടെ ഇസ്രായേലിൽ നമ്മുടെ കസ്റ്റഡിയിലുണ്ട്. അധികം വൈകാതെ നാസി കുറ്റവാളികളെയും അവരുടെ പങ്കാളികളെയും വിചാരണചെയ്ത് ശിക്ഷിക്കുന്നതിനുള്ള അന്താരാഷ്ട്ര നിയമപ്രകാരം ഇവിടെ ഇസ്രായേലിൽ വച്ച് ഇയാളുടെ വിചാരണ ആരംഭിക്കും.'

ആശ്ചര്യത്തോടും അത്ഭുതത്തോടും കൂടിയാണ് ബെൻ ഗുരിയോണിന്റെ വാക്കുകൾ സ്വീകരിക്കപ്പെട്ടത്. വളരെ വേഗം അത് ഹർഷാരവങ്ങളിലേക്കും കൈയ്യടികളിലേക്കും പരിണാമപ്പെട്ടു. പാർലമെന്റിലെമ്പാടും അത്ഭുതാദരവുകൾ പടർന്നു. ലോകമെമ്പാടും അതിന് അനുരണനങ്ങൾ ഉണ്ടായി. പാർലമെന്റ് സെഷൻ പൂർത്തിയായപ്പോൾ ഗവൺമെന്റ് ഇരിപ്പിടങ്ങളിൽ പിന്നിലെ സീറ്റുകളിൽ ഒന്നിൽനിന്നും ഒരാൾ എഴുന്നേറ്റ് പുറത്തേക്ക് നടന്നു. ആർക്കും തന്നെ അയാളുടെ മുഖമോ പേരോ പരിചയമുണ്ടായിരുന്നില്ല. അത് ഐസർ ഹാരെൽ ആയിരുന്നു.

1961 ഏപ്രിൽ പതിനൊന്നിന് അഡോൾഫ് ഐക്മാന്റെ വിചാരണ ആരംഭിച്ചു. ക്രൂരത കൂട്ടക്കുരുതിയെ അതിജീവിച്ച നൂറ്റിപ്പത്ത് സാക്ഷികൾ ഐക്മാനെതിരായി സാക്ഷിപറയാൻ പ്രോസിക്യൂഷൻ ഭാഗത്ത് നിരന്നു. അവരിൽ പലരും ഭൂതകാലത്തെക്കുറിച്ച് അതുവരെ മനസ്സ് തുറക്കാത്തവരായിരുന്നു. അവരാണ് ജീവിതത്തിലാദ്യമായി തങ്ങൾ കടന്നുപോന്ന വേദനയുടെയും അപമാനത്തിന്റെയും കാലം ഓർത്തെടുത്തത്. ഇസ്രായേൽ രാഷ്ട്രം ഒന്നടങ്കം ആ വിചാരണയുടെ ദിനങ്ങളിൽ റേഡിയോയോട് ചെവിചേർത്തിരുന്നു. തെളിവെടുപ്പുകളിൽ അനാവൃതമായ അതിഭീകരമായ ക്രൂരതയുടെയും സഹനത്തിന്റെയും കഥകൾ രാജ്യത്തെയൊന്നാകെ പൊള്ളിച്ചു. കേസിലെ പ്രോസിക്യൂട്ടർ ആയിരുന്ന ഗിദിയോൺ ഹൗസ്നർ ഇസ്രായേൽ പൗരസഞ്ചയത്തെ ഒന്നാകെ പ്രതിനിധാനം ചെയ്തുപോലാ

യിരുന്നു. ക്രൂരത കൂട്ടക്കുരുതിയിൽ ഒടുങ്ങിയ അറുപത് ലക്ഷം യഹൂദരുടെ നീതിക്കുവേണ്ടിയുള്ള സ്വരമായിരുന്നു ഗിദിയോൺ ഹൗസ്നറുടേത്.

1961 ഡിസംബർ പതിനഞ്ചിന് ഐക്മാൻ വധശിക്ഷയ്ക്ക് വിധിക്കപ്പെട്ടു. സുപ്രീം കോർട്ട് ഐക്മാന്റെ അപ്പീൽ തള്ളി. പ്രസിഡന്റ് ഇസഹാക് ബെൻ സവി അയാളുടെ മാപ്പപേക്ഷയും തള്ളിക്കളഞ്ഞു. 1962 മെയ് മുപ്പത്തിയൊന്നിന് ശിക്ഷനടപ്പാക്കൽ ഉടനെയുണ്ടാകുമെന്ന് ഐക്മാനെ അറിയിച്ചു. സെല്ലിലിരുന്ന് കുടുംബത്തിലെ പലർക്കും അയാൾ കത്തുക ളെഴുതി. അയാൾക്ക് നൽകപ്പെട്ട ചുവന്ന കാർമൽ വൈൻ കുപ്പിയിലെ പകുതിയും അയാൾ കുടിച്ചു. ജയിൽ ചിട്ടപ്രകാരം പാതിരായോടടുത്ത് ഒരു പുരോഹിതൻ ഐക്മാന്റെ സെല്ലിലെത്തി. 'ഈ രാത്രി നിങ്ങളുമായി ബൈബിളിനെക്കുറിച്ച് ചർച്ചചെയ്യാൻ ഞാനുദ്ദേശിക്കുന്നില്ല. പാഴാക്കാൻ എന്റെ പക്കൽ സമയവുമില്ല.' ഐക്മാൻ ആ പുരോഹിതനോട് പറഞ്ഞു.

പുരോഹിതൻ മടങ്ങിപ്പോയി. അന്നേരം ഒരു സന്ദർശകൻ അപ്രതീ ക്ഷിതമായി ഐക്മാന്റെ സെല്ലിലെത്തി – റാഫി ഐതൻ.

തവിട്ടുനിറമുള്ള ജയിൽ വസ്ത്രം ധരിച്ച തടവുകാരനും അയാളെ തട്ടി ക്കൊണ്ടുവന്ന് നിയമത്തിന്റെ മുന്നിൽ നിർത്തിയയാളും മുഖാമുഖം നിന്നു. ഐതൻ ഒന്നും സംസാരിച്ചില്ല. ഐക്മാൻ അയാളെ തറപ്പിച്ച് നോക്കി ക്കൊണ്ട് ജർമ്മൻ ഭാഷയിൽ പറഞ്ഞു: 'എനിക്ക് ശേഷം നിന്റെ ഊഴവും വരുമെന്ന് ഞാൻ പ്രത്യാശിക്കുന്നു.'

വധശിക്ഷ നടപ്പിലാക്കാനുള്ള ഇടുങ്ങിയ മുറിയിലേക്ക് കാവൽക്കാർ ഐക്മാനെ കൊണ്ടുവന്നു. അത് താത്ക്കാലികമായി നിർമ്മിച്ചതായിരുന്നു. കെണിപ്പലകയുടെ മുകളിൽ അയാളെ നിർത്തി. കൊലക്കുരുക്ക് അയാളുടെ കഴുത്തിലിട്ടു. ചില ജയിൽ ഉദ്യോഗസ്ഥരും മാധ്യമപ്രവർത്തകരും ഒരു ഡോക്ടറും വധശിക്ഷയ്ക്ക് സാക്ഷികളായി അവിടെ ഉണ്ടായിരുന്നു. അവരെ ല്ലാവരും നാസി പാരമ്പര്യപ്രകാരമുള്ള അയാളുടെ അവസാന വാക്കുകൾ കേട്ടു: 'നമ്മൾ ഇനിയും കാണും... ഈശ്വരനിൽ വിശ്വസിച്ചാണ് ഞാൻ ജീവിച്ചത്... യുദ്ധനിയമങ്ങൾ ഞാൻ അനുസരിച്ചു, എന്റെ പതാകയോട് കൂറ് പുലർത്തി...'

തിരശ്ശീലയ്ക്ക് പിന്നിൽ രണ്ട് പോലീസ് ഓഫീസർമാർ ഒരേസമയം ബട്ടനുകൾ അമർത്തി. അതിൽ ഒന്ന് കെണിപ്പലകയെ നീക്കാനുള്ളതായി രുന്നു. ആരാണ് ഐക്മാനെ വധിച്ചതെന്ന് അവരിരുവരും തിരിച്ചറിഞ്ഞില്ല. ഐക്മാന്റെ ആരാച്ചാരുടെ പേര് അങ്ങനെ അജ്ഞാതമായി തുടരുന്നു. ഐതൻ വധശിക്ഷ നടപ്പിലാക്കുന്നത് കാണാൻ ഉണ്ടായിരുന്നില്ലെ ങ്കിലും കെണിപ്പലക ഇളകിമാറുന്ന സ്വരം കേൾക്കാവുന്ന അകലത്തിൽ അയാളും ഉണ്ടായിരുന്നു.

മൃതദേഹം ദഹിപ്പിക്കുന്നതിനായി ജയിൽ കോമ്പൗണ്ടിൽത്തന്നെ ഉണ്ടായിരുന്ന അലൂമിനിയം ചൂളയിൽ ഐക്മാന്റെ ദേഹവും ചാരമായി.

'കറുത്ത പുക ആകാശത്തേക്ക് ഉയർന്നു,' ഒരു അമേരിക്കൻ പത്രം എഴുതി 'ആരും ഒരു വാക്കുപോലും ഉച്ചരിച്ചില്ല. എങ്കിലും ഓഷ് വിറ്റ്സിലെ ചുടല ക്കളങ്ങളെ ഓർക്കാതിരിക്കാൻ ആർക്കും കഴിയുമായിരുന്നില്ല .....'

1962 ജൂൺ ഒന്നാം തീയതി പുലരി വിരിയുന്നതിനു മുൻപേ തീരസംര ക്ഷണ സേനയുടെ ഒരു ബോട്ട് ഇസ്രായേലിന്റെ ജലാതിർത്തികൾ കടന്ന് മുന്നോട്ട് കുതിച്ചു. കുറേയെത്തിയപ്പോൾ ബോട്ടിന്റെ എഞ്ചിൻ നിന്നു. നിശ്ശബ്ദമായി ആ ബോട്ട് ഇളകിക്കൊണ്ടിരിക്കവേ ബോട്ടിലുണ്ടായിരുന്ന ഒരു പോലീസ് ഓഫീസർ ഐക്മാന്റെ ചിതാഭസ്മം മെഡിറ്ററേനിയൻ കടലിൽ തൂവി.

ഇരുപത് വർഷങ്ങൾക്ക് മുൻപ് , 'ആറ് മില്യൺ യഹൂദരെ കൊന്നുത ള്ളിയതിൽ ആഹ്ലാദവാനായി ഞാൻ എന്റെ ശവക്കല്ലറയിലേക്ക് കുതിക്കും' എന്ന് പറഞ്ഞയാളിന്റെ അവശേഷിച്ച ചിതാഭസ്മത്തെ കാറ്റും തിരകളും ചേർന്ന് കലക്കിക്കളഞ്ഞു.

അമ്മയുടെ മരണക്കിടക്കയ്ക്കരികെ സവി മാൽകിൻ ജൂത കൂട്ടക്കുരുതി യിൽ കൊലചെയ്യപ്പെട്ട തന്റെ ബന്ധുക്കളെയും സഹോദരി ഫ്രുമായെയും അവളുടെ പിഞ്ചുകുഞ്ഞുങ്ങളെയും ഓർത്തു. കുനിഞ്ഞ് അമ്മയുടെ ചെവിയിൽ അയാൾ മന്ത്രിച്ചു: 'അമ്മാ, ഐക്മാനെ ഞാൻ പിടിച്ചു. ഫ്രുമായുടെ കൊലയ്ക്ക് പ്രതികാരം ചെയ്തു.'

'എനിക്കറിയാം മകനേ നീ നിന്റെ സഹോദരിയെ മറക്കില്ലെന്ന്,' മരിച്ചുകൊണ്ടിരുന്ന ആ അമ്മ മകനോട് മന്ത്രിച്ചു.

അദ്ധ്യായം 7

യോസലെ എവിടെ?

ഐസറും അനുചരരും അവരുടെ തടവുകാരൻ ഐക്മാനും ബ്യൂണസ് അയേഴ്സിൽ ടെൽ അവീവിൽ നിന്നുമുള്ള വിമാനവും കാത്ത് ദിവസങ്ങൾ തള്ളിവിടുമ്പോൾ ഐസർ നിഷ്ക്രിയനായിരുന്നില്ല. അയാൾ മറ്റൊരു ദൗത്യത്തിൽ വ്യാപൃതനായിരുന്നു. ഐക്മാനെക്കൂടാതെ മറ്റുചില നാസി ഭീകരരും അർജന്റീനയിൽ സുരക്ഷിത താവളം കണ്ടെത്തിയിട്ടുണ്ടെന്നുള്ള കിംവദന്തികളുടെ പിന്നാലെയായിരുന്നു മൊസാദിന്റെ രംസദ്. മരണദൂതൻ എന്നറിയപ്പെട്ടിരുന്ന ഡോ. ജോസഫ് മെംഗ്ലി അവരിൽ ഒരാളായിരുന്നു. ഓഷ്വിറ്റ്സിലെ കുട്ടക്കുരുതി ക്യാമ്പിൽ കമ്പാർട്ട്മെന്റുകൾ നിറഞ്ഞെത്തിയ ജൂതത്തടവുകാരെ യാതൊരുവിധ സഹഭാവവും കൂടാതെ ജോലിയെടുക്കാൻ ആരോഗ്യം ശേഷിച്ചവരെന്നും അല്ലാത്തവരെന്നും വേർതിരിച്ച് സ്ത്രീകളെയും കുഞ്ഞുങ്ങളെയും വൃദ്ധജനങ്ങളെയും ഗ്യാസ് ചേമ്പറിലേക്ക് തള്ളിവിട്ട നരാധമനായിരുന്നു ഈ ഡോക്ടർ. നാസി വാഴ്ചയുടെ ഭ്രാന്തമായ ക്രൂരതയുടെ അടയാളമായിരുന്നു മെംഗ്ലി. യുദ്ധം തോറ്റതോടെ അയാൾ അപ്രത്യക്ഷനായി. അർജന്റീനയിലേക്കാവും കടന്നതെന്ന് കരുതപ്പെട്ടു.

ജർമ്മനിയിലെ ഒരു സമ്പന്ന കുടുംബത്തിലെ അംഗമായിരുന്നു ഡോ. മെംഗ്ലി. ഒളിവിൽ പോയപ്പോഴും വലിയ തുകകളുമായി അവർ അയാളെ പിന്തുണച്ചു പോന്നു. പണം ജർമ്മനിയിലെ കുടുംബത്തിൽ നിന്നും ബ്യൂണസ് അയേഴ്സിൽ എത്തുന്നതായി മൊസാദിന്റെ ഏജന്റുമാർ ഇതിനകം കണ്ടെത്തിയിരുന്നു. എങ്കിലും മെംഗ്ലിയുടെ പാർപ്പിടം കണ്ടെത്താൻ അവർക്കായില്ല.

ഇക്കറി ഭാഗ്യം അവരെ തുണച്ചു. 1960 മെയ് മാസത്തിൽ ഇസ്രായേൽ പ്രതിനിധി സംഘത്തിന്റെ വിമാനം ബ്യൂണസ് അയേഴ്സിൽ ഇറങ്ങുന്നതിന് ചില ദിവസങ്ങൾ മുൻപ് മെംഗ്ലിയുടെ പാർപ്പിടത്തിന്റെ വിലാസം മൊസാദിന്റെ ഏജന്റുമാർ കണ്ടെത്തി. പേരുപോലും മാറ്റാതെയാണ് അയാൾ അർജന്റീനയിൽ പാർത്തിരുന്നത്! അത്രയധികം താൻ സുരക്ഷിതനാണെന്ന് അയാൾ കരുതിയിരുന്നിരിക്കണം. തന്റെ ഏറ്റവും സമർത്ഥനായ ഏജന്റ് സവി അഹറോണിയെത്തന്നെ വിലാസം പരിശോധിക്കാനായി ഐസർ നിയോഗിച്ചു. പക്ഷേ അന്ന് മെംഗ്ലി വീട്ടിൽ ഉണ്ടായിരുന്നില്ല. ഭാര്യയുമായി മെംഗ്ലി കുറച്ചുദിവസത്തേക്ക് യാത്ര പോയിരിക്കുകയാണെന്നും വൈകാതെ തിരിച്ചെത്തുമെന്നും അയൽക്കാർ പറഞ്ഞു. ഐസർ ഉത്സാഹിതനായി റാഫി ഐതനെ·വിളിപ്പിച്ചു. 'നമുക്ക് കാത്തിരിക്കാം. മെംഗ്ലി വന്നെത്തിയാലുടൻ അയാളെയും നമുക്ക് പിടികൂടണം. ഐക്മാനൊപ്പം അയാളെയും ഇസ്രായേലിലേക്ക് കൊണ്ടുപോകണം.'

റാഫി അതോട് യോജിച്ചില്ല. ഐക്മാൻ ദൗത്യം വളരെ സങ്കീർണ്ണമാണ്. ഐക്മാൻ ഇസ്രായേലിൽ എത്തുന്നതുവരെ നമ്മൾ ജാഗരൂകരായിരിക്കണം. ഏതുനിമിഷവും കാര്യങ്ങൾ തകിടം മറിഞ്ഞേക്കാം. ഇപ്പോൾ ഐക്മാൻ നമ്മുടെ പിടിയിലുണ്ട്. മിക്കവാറും അയാളെ പ്രശ്നങ്ങളൊന്നും കൂടാതെ ഇസ്രായേലിൽ എത്തിക്കാനും നമുക്ക് കഴിഞ്ഞേക്കും. പക്ഷേ ഈ സമയത്ത് മറ്റൊരു ദൗത്യം കൂടി അതോട് കൂട്ടികെട്ടുന്നത് അപകട സാദ്ധ്യത പല മടങ്ങ് പെരുപ്പിക്കും. ചിലപ്പോൾ നമ്മുടെ ദൗത്യം തന്നെ പരാജയപ്പെട്ടേക്കാം. അത് വലിയൊരു അബദ്ധമാകും. അതായിരുന്നു റാഫിയുടെ അഭിപ്രായം.

ഐസർ വഴങ്ങിക്കൊടുത്തു. റാഫി മറ്റൊരു പോംവഴി മുന്നോട്ടുവച്ചു: 'ഐക്മാനെ ഇസ്രായേലിൽ എത്തിച്ചശേഷം ആ വിവരം കുറച്ചുദിവസങ്ങൾ രഹസ്യമായി വച്ചാൽ അതിനുള്ളിൽ മെംഗ്ലിയെ ഞാൻ അവിടെയെത്തിക്കാം.'

'നീ അത് എങ്ങനെ സാദ്ധ്യമാക്കും?' ഐസർ ആരാഞ്ഞു.

'ഐക്മാൻ ദൗത്യത്തിനായി നമ്മൾ ഒരുക്കിയ ചില സുരക്ഷിത താവളങ്ങൾ ബ്യൂണസ് അയേഴ്സിൽ ഇപ്പോഴുമുണ്ട്. നമുക്ക് അത് കരുതിവയ്ക്കാം. നിങ്ങൾ ഐക്മാനുമായി ഇവിടം വിടുമ്പോൾ ഞാനും സവി മാൽകിനും അവ്രാഹം ഷാലോമും ഇവിടെ നിന്നും ഏതെങ്കിലും അയൽരാജ്യത്തേക്ക് പറക്കാം. നിങ്ങൾ ഇസ്രായേലിലെത്തി കാര്യങ്ങൾ രഹസ്യമാക്കി വയ്ക്കുകയാണെങ്കിൽ നമ്മളാണ് അതുചെയ്തതെന്ന് ആരും അറിയില്ല. ആരും നമ്മളെ ഇവിടെ അന്വേഷിക്കുകയുമില്ല. അപ്പോൾ ഞങ്ങൾ ബ്യൂണസ് അയേഴ്സിലേക്ക് തിരിച്ചുവരും. എന്നിട്ട് മെംഗ്ലിയെ പിടികൂടി നമ്മുടെ സുരക്ഷിത താവളങ്ങളിലൊന്നിൽ ചില ദിവസങ്ങൾ സൂക്ഷിക്കും. എല്ലാം

ശരിയായാൽ ദിവസങ്ങൾക്കകം മെംഗ്ലിയുമായി ഞങ്ങളും ടെൽ അവീവിലേക്ക് പറക്കും.'

ഐസർ സമ്മതിച്ചു. ഐസറും സംഘവും ഐക്മാനുമായി ബ്യൂണസ് അയേഴ്സിൽ നിന്നും പറന്നുയർന്നപ്പോൾ റാഫിയും ഷാലോമും മാൽകിനും അയൽരാജ്യമായ ചിലിയുടെ തലസ്ഥാനമായ സാന്റിയാഗോയിലേക്ക് പറന്നു. ഐക്മാന്റെ തടങ്കൽ രഹസ്യമാക്കിവച്ചാൽ ഒന്നോ രണ്ടോ ദിവസങ്ങൾക്കകം ബ്യൂണസ് അയേഴ്സിൽ തിരികെ എത്താനും മെംഗ്ലിയെ പിടികൂടാനുമായിരുന്നു അവരുടെ പദ്ധതി.

എന്നാൽ അടുത്തദിവസത്തെ മാധ്യമങ്ങളിലെല്ലാം പ്രധാന വാർത്ത ഐക്മാനെ ഇസ്രായേൽ അർജന്റീനയിൽ നിന്നും പിടികൂടിയതിനെ സംബന്ധിച്ചായിരുന്നു. അതോടെ ഏതെങ്കിലും മൊസാദ് ഏജന്റുമാർ അർജന്റീനയിൽ മടങ്ങിയെത്തുക എന്നത് ചിന്തനീയം പോലും അല്ലാതായി. മെംഗ്ലിദൗത്യം തത്ക്കാലം ഉപേക്ഷിക്കപ്പെട്ടു. റാഫിയും കൂട്ടുകാരും ദൗത്യം ഉപേക്ഷിച്ച് ഇസ്രായേലിലേക്ക് മടങ്ങിയെത്തി.

ഐക്മാനെ പിടികൂടിയ വിവരം കുറച്ചുദിവസങ്ങൾ രഹസ്യമായി വയ്ക്കാൻ ബെൻ ഗുരിയോണിനോട് ഐസർ ആവശ്യപ്പെട്ടുവെങ്കിലും അദ്ദേഹം അതിന് വിസമ്മതിക്കുകയായിരുന്നെന്ന് ഐസർ റാഫിയോട് പിന്നീട് പറഞ്ഞു. ബെൻ ഗുരിയോൺ പ്രതികരിച്ചത്: 'ഐക്മാൻ നമ്മുടെ കസ്റ്റഡിയിലാണെന്ന വിവരം ഇപ്പോൾത്തന്നെ വളരെപ്പേർക്ക് അറിയാം. ഇനിയുമത് രഹസ്യമാക്കി വയ്ക്കാൻ നമുക്കാവുകയില്ല. ഇന്ന് ഉച്ചകഴിഞ്ഞ് പാർലമെന്റിനെ ഈ കാര്യം അറിയിക്കാൻ ഞാൻ തീരുമാനിച്ചിരിക്കുകയാണ്.'

ഐക്മാനെ പിടികൂടിയ കാര്യം അങ്ങനെ പരസ്യമായി. ചരിത്രത്തിലെ മറ്റൊരു പരപീഡനവീരനെ, ലക്ഷക്കണക്കിന് മനുഷ്യരെ പീഡിപ്പിച്ച് കൊല്ലുന്നതിൽ ആനന്ദം കണ്ടെത്തിയ ഒരു ഭീകരകുറ്റവാളിയെ, നിയമത്തിന്റെ മുന്നിലെത്തിക്കാനും ശിക്ഷിക്കാനുമുള്ള അവസരം ഇസ്രായേലിന് നഷ്ടമായി. ഐക്മാൻ പിടിക്കപ്പെട്ടതോടെ തന്റെ കഴുത്തിലും കുരുക്ക് മുറുകുകയാണെന്ന് മെംഗ്ലി മനസ്സിലാക്കി. അയാൾ പരാഗ്വേയിലേക്ക് കടന്ന് അവിടെ അപ്രത്യക്ഷനായി. ഇരുപത് വർഷങ്ങൾക്ക് ശേഷം 1979 ഫെബ്രുവരിയിൽ ഹൃദയാഘാതത്താൽ മരിക്കുംവരെ അയാൾ അദൃശ്യനായി തുടർന്നു.

1962 മാർച്ച് ആദ്യവാരം ഐസർ ഹാരെലിനെ പ്രധാനമന്ത്രി ബെൻ ഗുരിയോൺ തന്റെ ഓഫീസിലേക്ക് വിളിപ്പിച്ചു. അവിടെയെത്തിയ ഐസറിനെ സ്നേഹത്തോടെ സ്വാഗതം ചെയ്തുകൊണ്ട് കുറച്ചുനേരം പലവിധകാര്യങ്ങളെക്കുറിച്ച് സംസാരിച്ചുകൊണ്ടിരുന്നു. എന്തായിരിക്കാം അദ്ദേഹത്തിന്റെ മനസ്സിലെന്ന് ഐസർ ആശ്ചര്യപ്പെട്ടു. ബെൻ ഗുരിയോണിനെ ഐസർക്ക് അടുത്തറിയാമായിരുന്നു.

കൊച്ചുവർത്തമാനം പറയാനല്ല പ്രധാനമന്ത്രി തന്നെ വിളിപ്പിച്ചതെന്നും ഐസർ ഊഹിച്ചു. അവർ ഇരുവരും സമാനസ്വഭാവക്കാരും പരസ്പരം ഇഷ്ടപ്പെടുന്നവരും ആയിരുന്നു. ഇരുവരും കർക്കശസ്വഭാവമുള്ളവരും നിശ്ചയദാർഢ്യക്കാരുമായിരുന്നു. ജന്മനാ നേതൃവാസനയുള്ളവർ, ഇസ്രായേലിനായി സമർപ്പിതർ. സമയം പാഴാക്കുന്നവരോ വൃഥാസംസാരക്കാരോ ആയിരുന്നുമില്ല. ഐക്മാനെ വിജയകരമായി പിടികൂടാനായതോടെ അവർക്കിടയിലെ ചങ്ങാത്തം കൂടുതൽ ഊഷ്മളമായി മാറി.

വർത്തമാനം പറഞ്ഞുകൊണ്ടിരിക്കുന്നതിനിടയിൽ ബെൻ ഗുരിയോൺ തിരിഞ്ഞ് ഐസറോട് ചോദിച്ചു, 'നിങ്ങൾക്ക് ആ കുട്ടിയെ കണ്ടെത്താനാകുമോ?'

ഏത് കുട്ടിയെക്കുറിച്ചാണ് പറയുന്നതെന്ന് ബെൻ ഗുരിയോൺ പറഞ്ഞില്ലെങ്കിലും ഐസറിന് ഉടനെ തന്നെ അത് മനസ്സിലായി. കഴിഞ്ഞ രണ്ട് വർഷങ്ങളായി ഇസ്രായേലിൽ ഇടയ്ക്കിടെ പൊന്തിവന്നിരുന്ന ചോദ്യമായിരുന്നു അത്. ചിലപ്പോൾ മാധ്യമങ്ങളിൽ തലക്കെട്ടായും പാർലമെന്റിൽ ചോദ്യമായും പുരോഗമനവാദികളായ യുവാക്കൾ തീവ്രയാഥാസ്ഥിതിക യഹൂദർക്കെതിരെയും ഈ ചോദ്യം ശക്തമായി ഉന്നയിച്ചിരുന്നു: 'എവിടെയാണ് യോസലെ?'

യോസലെ എന്നാൽ യോസലെ ഷുമാക്കർ, തീവ്രയാഥാസ്ഥിതികർ ഹോളോൺ നഗരത്തിൽ നിന്നും തട്ടിക്കൊണ്ടുപോയ എട്ടു വയസ്സുകാരൻ. സ്വന്തം അപ്പൂപ്പൻ തന്നെയായിരുന്നു തട്ടിക്കൊണ്ടുപോകലിന് പിന്നിൽ. തീവ്രയാഥാസ്ഥിതിക രീതിയിൽ വളർത്താനായിട്ടാണ് മാതാപിതാക്കളിൽ നിന്നും അവനെ തട്ടിയെടുത്തത്. അതോടെ യതൊരു തെളിവുകളും ശേഷിപ്പിക്കാതെ ആ കുട്ടി അപ്രത്യക്ഷനായി. കുട്ടിയെ കണ്ടുപിടിക്കാനാവാതെ തുടർന്ന ഓരോ ദിവസവും ആ സംഭവം ഒരു വീട്ടുകാര്യത്തിൽ നിന്നും ഒരു ദേശീയ അപകീർത്തിയായി വളർന്നു. ക്രമേണ അത് തീവ്രയാഥാസ്ഥിതിക യഹൂദരും പുരോഗമനവാദികളായ മതേതര യഹൂദർക്കുമിടയിലെ സംഘർഷമായി വികസിച്ചു. ഇതൊരു ആഭ്യന്തര യുദ്ധമായി പരിണാമപ്പെട്ട് രാഷ്ട്രത്തെ വിഭജിക്കുമോയെന്നു പോലും പലരും ഭയപ്പെടാൻ തുടങ്ങി. അവസാനത്തെ പോംവഴിയെന്ന നിലയിലാണ് ബെൻ ഗുരിയോൺ ഐസറിനെ സമീപിച്ചത്.

'താങ്കൾ ആവശ്യപ്പെട്ടാൽ ഞാൻ ശ്രമിക്കാം.' ഐസർ മറുപടി പറഞ്ഞു. തിരികെ ഓഫീസിലെത്തിയ ഐസർ ഒരു പുതിയ കേസ് ഫയൽ തുറന്നു. ഓപ്പറേഷൻ ടൈഗർ കബ് എന്ന് അതിന് പേരുനൽകി.

ചുരുചുരുക്കുള്ള സുമുഖനായ ഒരു കുട്ടിയായിരുന്നു യോസലെ. അവന്റെ ഒരേയോരു പ്രശ്നം അച്ഛനും അമ്മയും ആയിരുന്നു. അങ്ങനെയായിരുന്നു അവന്റെ മുത്തച്ഛനായ നഹ്മാൻ ഷാർക്ക്സിന്റെ അഭിപ്രായം. ഹാസിദ് എന്നറിയപ്പെട്ടിരുന്ന മതമൗലികവാദ വിഭാഗത്തിൽപ്പെട്ടയാ

ളായിരുന്ന വൃദ്ധനായ ഷാർക്ക്സ്. ഒട്ടും അയവില്ലാത്ത കർക്കശ സ്വഭാവിയായിരുന്നു അയാൾ. രണ്ടാം ലോകമഹായുദ്ധത്തിൽ സോവിയറ്റ് തടവിലായ അയാളെ തകർക്കാൻ കെ.ജി.ബിയിലെ മർദ്ദകവീരന്മാർക്കായില്ല. തണുത്തുറഞ്ഞ സൈബീരിയയിലെ ലേബർക്യാമ്പുകളും അയാളെ തളർത്തിയില്ല. കൊടുംശൈത്യത്തിൽ ഒരു കണ്ണും മൂന്ന് കാൽ വിരലുകളും നഷ്ടമായി. പക്ഷേ അതൊന്നും അയാളുടെ പോരാട്ടവീര്യത്തെ തളർത്തിയില്ലെന്ന് മാത്രമല്ല, അയാളുടെ കടുത്ത സോവിയറ്റ് വിരോധത്തെ കൂടുതൽ കടുപ്പമുള്ളതാക്കാനുള്ള ഇന്ധനം ആവുകയും ചെയ്തു. 1951-ൽ അക്രമികൾ ഷാർക്ക്സിന്റെ ഒരു മകനെ കുത്തിക്കൊന്നു. തനിക്കിനിയും രണ്ട് പുത്രന്മാരും ഒരു പുത്രിയും ഉണ്ടല്ലോയെന്ന് അയാൾ ആശ്വസിച്ചു. മകൾ ഐഡയെ ഒരു തുന്നൽക്കാരനാണ് വിവാഹം ചെയ്തത്. ഷാലോമും ഒവയ്ദിയുമായിരുന്നു ആൺകുട്ടികൾ.

ഐഡയും ഭർത്താവും ഷാർക്ക്സിന്റെ ലുവേവിലുള്ള പഴയ വീട്ടിലാണ് താമസിച്ചിരുന്നത്. റഷ്യയിലും പോളണ്ടിലും അലഞ്ഞുതിരിഞ്ഞശേഷം അവിടെ പാർക്കാൻ അവർ തീരുമാനിക്കുകയായിരുന്നു. അവിടെവച്ചാണ് 1953-ൽ അവർക്ക് രണ്ടാമതൊരു ആൺകുട്ടി, യോസലെ ഷുമാക്കർ പിറന്നത്.

യോസലെക്ക് നാലുവയസ്സായപ്പോൾ ഷുമാക്കർ കുടുംബം ഇസ്രായേലിലേക്ക് കുടിയേറി. അതിനും കുറച്ച് മാസങ്ങൾ മുൻപേ യോസലെയുടെ അപ്പൂപ്പനും അമ്മൂമ്മയും മകനായ ഷാലോമുമായി അവിടെ എത്തിയിരുന്നു. നഹ്മാൻ ഷാർക്ക്സ് പാർക്കാൻ തെരഞ്ഞെടുത്തത് ജറുസലേമിലെ തീവ്രയാഥാസ്ഥിതിക യഹൂദരുടെ കേന്ദ്രമായ മിയാ ഷിയാറിം ആയിരുന്നു. അത് തികച്ചും വേറിട്ട ഒരിടമായിരുന്നു. പുരുഷന്മാർ നീണ്ട കറുത്ത കോട്ട് അല്ലെങ്കിൽ സിൽക്ക് കഫ്താനും കറുത്ത തൊപ്പിയും കുറ്റിത്താടിയും നീണ്ട കൃതാവും വേഷമാക്കി. സ്ത്രീകൾ ഔപചാരികമായ നീണ്ട ഉടുപ്പുകൾ അണിഞ്ഞും മുടി മറച്ചും കാണപ്പെട്ടു. മതപാഠശാലകളും സിനഗോഗുകളും മതക്കോടതികളും ചലിപ്പിക്കുന്ന ഒരിടം. ഷാലോം പുരോഹിത പരിശീലനത്തിനായുള്ള സെമിനാരിയിൽ ചേർന്നു. സഹോദരനായ ഒവയ്ദി ഇംഗ്ലണ്ടിലേക്ക് പോയി.

ഐഡയും ഭർത്താവായ ആൾട്ടർ ഷുമാക്കറും ഹോളോൺ നഗരത്തിൽ പാർപ്പുറപ്പിച്ചു. ടെൽ അവീവിലെ ഒരു തുണി ഫാക്ടറിയിൽ ആൾട്ടർക്ക് ജോലി കിട്ടി. ഐഡയ്ക്ക് ഒരു ഫോട്ടോഗ്രാഫർക്കൊപ്പവും. ഒരു കുഞ്ഞുവീട് വാങ്ങി അവർ ജീവിതം തുടങ്ങിയെങ്കിലും രണ്ടറ്റവും കൂട്ടിമുട്ടിക്കാൻ അവർ ക്ലേശിച്ചു. ക്രമേണ അവർ കടക്കെണിയിലായി. ചിലവുകൾ കുറക്കാനായി അവർ മകളെ ഒരു മതസ്ഥാപനത്തിലേക്കയച്ചു. മകൻ യോസലെയെ അവന്റെ അപ്പൂപ്പനും അമ്മൂമ്മയ്ക്കും ഒപ്പമാക്കി. കഷ്ടതകളാൽ വലഞ്ഞ കാലങ്ങളിൽ റഷ്യയിലെ പഴയ സുഹൃത്തുക്കൾക്ക് എഴുതിയ കത്തുകളിൽ ഇസ്രായേലിലേക്ക് കുടിയേറിയത് അബദ്ധമായോയെന്ന സംശയം അവർ

പങ്കുവച്ചിരുന്നു. അവയ്ക്ക് വന്ന മറുപടികളിൽ ചിലത് നഹമാൻ ഷാർക്സിന്റെ കൈയ്യിലെത്തി. അവയിൽ നിന്നും അയാൾ ഗണിച്ചത് തന്റെ മകളും കുടുംബവും റഷ്യയിലേക്ക് മടങ്ങാൻ ഒരുമ്പെടുന്നുവെന്നായിരുന്നു. പ്രകോപിതനും കോപിഷ്ഠനുമായ ഷാർക്ക്സ് തന്റെ പേരക്കുട്ടി യോസലെയെ അവന്റെ അച്ഛനും അമ്മയ്ക്കും തിരികെ നൽകില്ലെന്ന് തീരുമാനിച്ചു.

1959-ന്റെ ഒടുവിലെത്തിയപ്പോൾ ഷുമാക്കർ കുടുംബത്തിന്റെ സാമ്പത്തിക നില മെച്ചപ്പെട്ടു. സ്വന്തം കാലിൽ നിൽക്കാൻ അവർ പ്രാപ്തരായി. മക്കളെ ഒപ്പം കൂട്ടാൻ അവർ തീരുമാനിച്ചു. മകനെ കൂട്ടിക്കൊണ്ടുവരാനായി ഐഡ ജറുസലേമിലെത്തിയെങ്കിലും അപ്പൂപ്പനും പേരക്കുട്ടിയും അവിടെ ഉണ്ടായിരുന്നില്ല. 'നാളെ ഷാലോം കുഞ്ഞിനെ അവിടെക്കൊണ്ടുവന്നാക്കും. ഇപ്പോൾ അവൻ നിന്റെ അപ്പനൊപ്പം ഒരു സിനഗോഗിൽ പ്രാർത്ഥനയിലാണ്. തത്ക്കാലം അവരെ ശല്യപ്പെടുത്തേണ്ട.' അതുപറഞ്ഞ് അമ്മ ഐഡയെ യാത്രയാക്കി.

അടുത്ത ദിവസം അവളുടെ സഹോദരൻ ഷാലോം ഹോളോണിൽ എത്തിയെങ്കിലും യോസലെ ഒപ്പമുണ്ടായിരുന്നില്ല. പേരക്കുട്ടിയെ തിരികെ നൽകേണ്ടെന്ന് അപ്പൻ തീരുമാനിച്ച വിവരവും ഷാലോം അവളോട് പറഞ്ഞു. ഐഡ ഭർത്താവുമായി ജറുസലേമിലെത്തി വാരാന്ത്യം മാതാപിതാക്കൾക്കൊപ്പം കഴിഞ്ഞു. യോസലെ അവിടെയുണ്ടായിരുന്നു. തിരികെപ്പോരാനൊരുങ്ങിയപ്പോൾ അമ്മ ഐഡയോട് പറഞ്ഞു, 'ഇപ്പോൾ പുറത്ത് നല്ല തണുപ്പുണ്ട്. കുഞ്ഞിനെ ഇപ്പോൾ കൊണ്ടുപോകേണ്ട. നാളെ അവനുമായി ഞാൻ അങ്ങെത്താം.' ഐഡയും ഭർത്താവും അതിനെ എതിർത്തില്ല. കിടക്കയിലായിരുന്ന കുഞ്ഞുയോസലെക്കൊരു മുത്തവും നൽകി ഐഡ ഭർത്താവിനൊപ്പം തിരികെ പോന്നു. തന്റെ പ്രിയ പുത്രനെ ഇനി കാണാൻ അനേകം വർഷങ്ങൾ കഴിയുമെന്ന് അവളെങ്ങനെ മനസ്സിലാക്കാൻ?

അടുത്ത ദിവസം യോസലെയോ അമ്മൂമ്മയോ ഹോളോണിലെത്തിയില്ല. വീണ്ടും ഐഡയും ഭർത്താവ് ആൾട്ടറും ജറുസലേമിലേക്ക് ചെന്നെങ്കിലും പ്രയോജനമൊന്നും ഉണ്ടായില്ല. കുഞ്ഞു യോസലെയും അപ്രത്യക്ഷനായിരുന്നു. കുഞ്ഞിനെ വിട്ടുതരില്ലെന്ന് ഷാർക്ക്സ് തുറന്നുപറഞ്ഞു. ഐഡയുടെ കണ്ണീരും ആവലാതികളും അയാളിൽ ഒരു ചലനവും ഉണ്ടാക്കിയതുമില്ല.

ജറുസലേമിലേക്കുള്ള യാത്രയും മടക്കവും പലതവണ തുടർന്നെങ്കിലും കുഞ്ഞിനെ തിരികെ നൽകാനോ അവൻ എവിടെയാണെന്ന് വെളിപ്പെടുത്താനോപോലും ഷാർക്ക്സ് തയ്യാറായില്ല. 1960 ജനുവരിയിൽ ഐഡയും ആൾട്ടറും നിയമപരമായ നടപടികളിലൂടെ മകനെ വീണ്ടെടുക്കാൻ തീരുമാനിച്ചു. അവർ ടെൽ അവീവിലെ യഹൂദ മതക്കോടതിയിൽ ഷാർക്ക്സിനെതിരെ കേസ് കൊടുത്തു. വൃദ്ധൻ പ്രതികരിക്കാൻ പോലും തയ്യാറായില്ല. അവരുടെ കാളരാത്രികൾ അവിടെനിന്നും തുടങ്ങി.

ജനവരി 15—ഇസ്രായേൽ സുപ്രീം കോടതി യോസലെയെ അവന്റെ മാതാപിതാക്കളെ ഏൽപ്പിക്കാനും കോടതിമുന്നിൽ ഹാജരാകാനും നഹ്മാൻ ഷാർക്ക്സിന് നിർദ്ദേശം നൽകി. 'ആരോഗ്യനില മോശമായതിനാൽ കോടതിക്കുമുന്നിൽ വരാൻ സദ്ധ്യമല്ല' എന്ന മറുപടിയാണ് രണ്ടുദിവസങ്ങൾക്ക് ശേഷം ഷാർക്ക്സ് കോടതിക്ക് നൽകിയത്.

ഫെബ്രുവരി 17—ഷുമാക്കർ കുടുംബം പോലീസിൽ പരാതി നൽകി. നഹ്മാൻ ഷാർക്ക്സിനെ അറസ്റ്റ് ചെയ്യണമെന്നും മകന്റെ കസ്റ്റഡി തങ്ങൾക്ക് കിട്ടണമെന്നും അവർ ആവശ്യപ്പെട്ടു. കുട്ടിയെ കണ്ടെത്താൻ സുപ്രീം കോടതിയും പോലീസിന് ഉത്തരവ് നൽകി. പത്ത് ദിവസങ്ങൾക്ക് ശേഷം പോലീസ് കേസ് രജിസ്റ്റർ ചെയ്ത് ഒരു ഫയൽ തുറന്നു. അന്വേഷണവും ആരംഭിച്ചു.

ഏപ്രിൽ 7—പോലീസിന്റെ അന്വേഷണം വിഫലമായി. കുട്ടിയെ കണ്ടെത്താൻ തങ്ങൾക്കാവുന്നില്ലെന്നും ആ ചുമതലയിൽ നിന്നും തങ്ങളെ ഒഴിവാക്കണമെന്നും ഏപ്രിൽ ഏഴാം തീയതി പോലീസ് സുപ്രീം കോടതിയിൽ ബോധിപ്പിച്ചു.

മെയ് 12—അതൃപ്തരായ സുപ്രീം കോടതി അന്വേഷണം തുടരാനും നഹ്മാൻ ഷാർക്ക്സിനെ അറസ്റ്റ് ചെയ്യാനും പോലീസിന് നിർദ്ദേശം നൽകി. അടുത്തദിവസം തന്നെ ഷാർക്ക്സ് അറസ്റ്റ് ചെയ്യപ്പെട്ടു. പക്ഷേ ജയിൽവാസം ഷാർക്ക്സിനെ തളർത്തുമെന്ന് കരുതിയവർക്ക് തെറ്റി. വൃദ്ധൻ അണുപോലും ഇളകിയില്ല ഒരക്ഷരം മിണ്ടിയുമില്ല.

കുട്ടിയെ ഒളിപ്പിക്കുന്നതിൽ ഷാർക്ക്സ് തനിച്ചല്ലെന്നത് വ്യക്തമായിരുന്നു. തീവ്രയാഥാസ്ഥിതികരുടെ ഒരു സംഘം പോലീസിനെ കബളിപ്പിക്കാനും തെറ്റിദ്ധരിപ്പിക്കാനുമായി അയാൾക്കൊപ്പം ഉണ്ടായിരുന്നു. പവിത്രമായ ഒരു ദൗത്യമാണ് തങ്ങൾ ഏറ്റെടുത്തിരിക്കുന്നതെന്ന ബോധമാണ് അവരെ നയിച്ചിരുന്നത്. ഒരു യഹൂദബാലനെ റഷ്യയിലേക്ക് കടത്തിക്കൊണ്ടുപോയി മതപരിവർത്തനം ചെയ്ത് ക്രിസ്ത്യാനിയാക്കാനുള്ള ഗൂഢശ്രമത്തെ ചെറുക്കുകയാണ് തങ്ങൾ എന്ന ആവേശമായിരുന്നു അവർക്ക്. ഷാർക്ക്സ് അവർക്ക് നൽകിയ വിവരം അതായിരുന്നു; അതവർ വിശ്വസിക്കുകയും ചെയ്തു. ഇതിന്റെ അടിസ്ഥാനത്തിലാണ് ജറുസലേമിലെ മുഖ്യ ജൂതപുരോഹിതനായ റാബി ഫ്രാങ്ക് യാഥാസ്ഥിതിക ജൂതരെല്ലാവരും ഷാർക്ക്സിന്റെ സഹായത്തിനെത്തണം എന്ന് ആഹ്വാനം ചെയ്ത് ഒരു മതശാസനം തന്നെ പുറപ്പെടുവിച്ചത്.

ഇസ്രായേലിന്റെ ദേശീയ പാർലമെന്റായ നെസ്സെറ്റിന്റെ അജണ്ടയിൽ 1960 മെയ് മാസത്തിൽ യോസലെ വിഷയം പ്രത്യക്ഷപ്പെട്ടതോടെ മാധ്യമങ്ങൾക്ക് ഉദ്വേഗജനകമായ വാർത്തകളുടെ ചാകരയായി. മതരാഷ്ട്രീയ കക്ഷികളാണ് യോസലെ വിഷയത്തിന്റെ ദൂരവ്യാപകമായ പ്രത്യാഘാതങ്ങൾ ആദ്യം തിരിച്ചറിഞ്ഞത്. ഇസ്രായേലിൽ ഒരു ആഭ്യന്തര

യുദ്ധം തന്നെയും പൊട്ടിപ്പുറപ്പെടാൻ ഈ വിഷയം കാരണമായേക്കുമെന്ന് പാർലമെന്റ് അംഗമായ ഷോൽമോ ലോറൻസ് ആശങ്കപ്പെട്ടു. ഷാർക്ക്സ് കുടുംബത്തിനും ഷൂമാക്കർ കുടുംബത്തിനും ഇടയിൽ മദ്ധ്യവർത്തിയാകാൻ അയാൾ പരസ്യമായി തയ്യാറായി. യോസലെക്ക് യാഥാസ്ഥിതിക മതവിദ്യാഭ്യാസം നൽകാൻ ഒരുക്കമാണെന്ന് ഐഡയും ആൾട്ടറും എഴുതി ഒപ്പിട്ട ഒരു എഗ്രിമെന്റുമായി ലോറൻസ് ജയിലിലെത്തി ഷാർക്ക്സിനെ സന്ദർശിച്ചു. ജറുസലേമിലെ ഏറ്റവും കടുപ്പമുള്ള യഹൂദമത മൗലികവാദിയായ റാബി മെയ്സിഷ് തന്നോട് ആവശ്യപെട്ടാൽ ഈ എഗ്രിമെന്റിൽ ഒപ്പുവയ്ക്കാൻ താനും തയ്യാറാണെന്ന് ഷാർക്ക്സ് അറിയിച്ചു.

ലോറൻസ് ഉടനെ ജറുസലേമിലെത്തി റാബിയെ കണ്ടു. അയാൾ മറ്റൊരു നിബന്ധന മുന്നോട്ടുവച്ചു: കുട്ടിയെ ഒളിപ്പിക്കുന്നതിൽ പങ്കാളികളായവർക്കെതിരെ നിയമനടപടികൾ പാടില്ല. ഈ ആവശ്യവുമായി ലോറൻസ് ഉടനെ പോലീസ് മേധാവിയായ ജോസഫ് നഹമിയാസിനെ സന്ദർശിച്ചു.

'എനിക്ക് സമ്മതം' നഹമിയാസ് പറഞ്ഞു. 'എന്റെ കാറുമായി പോയി കുട്ടിയെ കൊണ്ടുവരിക. പാർലമെന്റിന്റെ കുറ്റവിമുക്തി ഉള്ളതിനാൽ ഒരു നടപടിയും ആർക്കുമെതിരെ ഉണ്ടാവില്ല. എന്റെ കാറിനെ ആരും പിന്തുടരില്ല. അതിനാൽ കുട്ടിയെ നിങ്ങൾ ആരിൽനിന്നാണ് കൊണ്ടുവന്നതെന്നതും എന്നും രഹസ്യമായിരിക്കും.'

ലോറൻസ് അതീവ സന്തുഷ്ടനായി റാബി മെയ്സിഷിന്റെ അടുക്കലെത്തി. പക്ഷേ റാബി അതിനകം അഭിപ്രായം മാറ്റിയിരുന്നു. ലോറൻസ് പിന്നെയും പഴയയിടത്തായി. കുട്ടിയെ ഒളിപ്പിച്ചിരിക്കുന്നത് തീവ്രയാഥാസ്ഥിതികരുടെ ഏതോ സമൂഹത്തിലാണെന്നത് അയാൾക്ക് ഉറപ്പായിരുന്നു. പുറമെയുള്ളവരോട് വാതുറക്കാത്ത അത്തരം സമൂഹങ്ങളിൽ തെരച്ചിൽ നടത്തുക അസാദ്ധ്യമായിരുന്നു.

1961 ഏപ്രിൽ പന്ത്രണ്ടിന് നഹ്മാൻ ഷാർക്ക്സ് ജയിൽ മോചിതനായി. കുട്ടിയെ കണ്ടെത്താൻ സഹായിക്കാമെന്ന് വാഗ്ദാനം ചെയ്ത അയാളെ ആരോഗ്യകാരണങ്ങളാൽ മോചിപ്പിക്കുകയായിരുന്നു. പക്ഷേ സ്വതന്ത്രനായപ്പോൾ അയാൾ വാക്കുമാറ്റി. വൈകാതെ സുപ്രീം കോടതി അയാളെ വീണ്ടും അറസ്റ്റ് ചെയ്യാൻ ഉത്തരവിറക്കി. തട്ടിക്കൊണ്ടുപോകൽ ഞെട്ടിപ്പിക്കുന്നതും വെറുക്കപ്പെടേണ്ടതുമായ കുറ്റകൃത്യമാണെന്ന് കോടതി നിരീക്ഷിച്ചു. 1961 ആഗസ്റ്റിൽ യോസലെയെ തിരികെ എത്തിക്കാനായി ഒരു ദേശീയ സമിതി രൂപീകരിക്കപ്പെട്ടു. അതിന്റെ ഉത്സാഹത്തിൽ ഇസ്രായേലിലെമ്പാടും യോസലെയുടെ ഫോട്ടോയും ലഘുലേഖകളും വിതരണം ചെയ്യപ്പെട്ടു. നിരവധി വിശദീകരണ യോഗങ്ങൾ നടത്തപ്പെട്ടു. പൊതുജനങ്ങളും മാധ്യമങ്ങളും യോസലെ വിഷയത്തിൽ സജീവമായി. ആയിരങ്ങൾ ഒപ്പിട്ട ഭീമൻ ഹർജികൾ സമർപ്പിക്കപ്പെട്ടു. ഇസ്രായേലിന്റെ രാഷ്ട്രീയ

ചക്രവാളത്തിൽ സാംസ്കാരിക ഭിന്നതയുടെയും ഏറ്റുമുട്ടലിന്റെയും ഇരുണ്ട നിഴൽ പടർന്നു.

1961 ആഗസ്റ്റിൽ ഹസ്സിദികളുടെ ഗ്രാമമായ കോമിമ്യൂട്ടിൽ മിന്നൽ പരിശോധന നടത്തി. പക്ഷേ അതിനൽപ്പം മുൻപ് ഒന്നര വർഷം അവിടെ ഒളിവിലുണ്ടായിരുന്ന യോസലെയെ ഗ്രാമത്തിൽ നിന്നും മാറ്റി യിരുന്നു. 1959 ഡിസംബറിൽ യോസലെയെ അവന്റെ ചിറ്റപ്പൻ ഷാലോം ഡോ. സൽമാൻ കോട്ടിന്റെ കുടുംബത്തോടൊപ്പം ആക്കുകയായിരുന്നു. അവിടെ അവന്റെ പേര് ഇസ്രായേൽ ഹസാക് എന്നായിരുന്നു.

കുട്ടിയെ അവിടെനിന്നും കടത്തുന്നതിന് മുൻപേ ഷാലോം ഷാർക്ക്സ് ഇംഗ്ലണ്ടിലേക്ക് കുടിയേറിയിരുന്നു. അവിടെ ഗോൾഡേഴ്സ് ഗ്രീൻ എന്ന ഹസ്സിദി സമൂഹമായിരുന്നു അയാളുടെ പാർപ്പിടം. ഇസ്രായേൽ പോലീസിന്റെ ആവശ്യപ്രകാരം ഷാലോമിനെ ബ്രിട്ടീഷ് പോലീസ് കസ്റ്റഡിയിൽ എടുത്തിരുന്നു. അയാൾ തടവിലായിരിക്കുന്ന ദിനങ്ങളി ലൊന്നിലാണ് അയാൾക്ക് കൽമാൻ എന്ന മകൻ പിറന്നത്. കുഞ്ഞിനെ ജയിലിൽ കൊണ്ടുവന്ന് അവിടെവച്ച് ആചാരപരമായ ലിംഗാഗ്രഛേദനം നടത്തുകയായിരുന്നു.

യോസലെ യാതൊരു തെളിവും അവശേഷിപ്പിക്കാതെ ഇതിനകം അപ്രത്യക്ഷമായിരുന്നു. പലരും കരുതിയത് യോസലെയെ ഇസ്രായേലിന് വെളിയിലേക്ക് കൊണ്ടുപോയിരിക്കാമെന്നാണ് അല്ലെങ്കിൽ രോഗബാ ധിതനായി അവൻ മരിച്ചിരിക്കാമെന്നും. ഈ കാര്യത്തിൽ പോലീസ് കഴിവുകെട്ടവരായി ഗണിക്കപ്പെട്ടു. മതേതരവാദികൾക്കും യാഥാസ്ഥിതി കർക്കുമിടയിൽ അക്രമാസക്തമായ ഏറ്റുമുട്ടലുകൾ പലപ്പോഴും ഉണ്ടായി. യാഥാസ്ഥിതിക സെമിനാരി വിദ്യാർത്ഥികൾ തെരുവിൽ മർദ്ദനത്തിനി രയായി. മതേതരവാദികളായ യുവജനങ്ങൾ യാഥാസ്ഥിതികരെ പരി ഹസിക്കാനായി 'എവിടെ യോസലെ?' എന്ന് അവരെക്കാണുമ്പോൾ അട്ടഹസിച്ചു.

ഇസ്രായേൽ പൊതുസമൂഹത്തിന്റെ വെറുപ്പും കലിയും അതിന്റെ പാരമ്യതയിലെത്തി. കൊടുങ്കാറ്റ് പോലെ ആഞ്ഞടിച്ച വാഗ്വാദങ്ങൾ പാർലമെന്റിനെ ഇളക്കിമറിച്ചു.

അപ്പോഴാണ് ബെൻ ഗുരിയോൺ ഐസറിനെ വിളിപ്പിച്ചത്.

യോസലെയുടെ അന്വേഷണം ഏറ്റെടുക്കുമ്പോൾ അതിസങ്കീർണ്ണവും വെല്ലുവിളികൾ നിറഞ്ഞതും തന്റെ ഔദ്യോഗിക ജീവിതത്തിലെ ഏറ്റവും കഠിനവുമായ ഒരു ചുമതലയാണ് അതെന്ന് ഐസർ ഹാരെൽ അറിഞ്ഞിരുന്നില്ല. ഭാര്യയുമായി ഒരിക്കലും ഔദ്യോഗിക കാര്യങ്ങൾ ചർച്ച ചെയ്യാതിരുന്ന ഐസർ ഇക്കുറി അത് തെറ്റിച്ചുകൊണ്ട് ഭാര്യ റിവ്കയോട് പറഞ്ഞു, 'ഗവൺമെന്റിന്റെ അധികാരമാണ് തുലാസിൽ തൂങ്ങുന്നത്.' അദ്ദേഹത്തിന്റെ ഏറ്റവും മിടുക്കനായ ഏജന്റ് അവ്രാഹം

ഷാലോമിന് മറ്റൊരഭിപ്രായമായിരുന്നു: 'പോലീസ് പരാജയപ്പെട്ടിടത്ത് തനിക്ക് വിജയിക്കാനാവുമെന്ന് ഐസർക്ക് തെളിയിക്കണമായിരുന്നു.'

ആ ഊരാക്കുടുക്കിൽ നിന്നും തലയൂരാൻ പോലീസിന് സന്തോഷമേ ഉണ്ടായിരുന്നുള്ളൂ. പോലീസ് മേധാവി ജോസഫ് നഹ്മിയാസ് ഐസറോട് ചോദിച്ചു: 'കുട്ടിയെ കണ്ടെത്താൻ കഴിയുമെന്ന് നിങ്ങൾ വാസ്തവമായും കരുതുന്നുണ്ടോ? ഷബാകിന്റെ തലവനും ഐസറുടെ വിശ്വസ്തനുമായിരുന്ന ആമോസ് മനൊർ ഈ ദൗത്യം ഏറ്റെടുക്കുന്നതിനെതിരായിരുന്നു. മൊസാദിനും ഷബാകിനും പുറത്തുനിന്നുള്ള വിദഗ്ധരെയും ഇതിൽ ഉൾപ്പെടുത്തി. ഈ ദൗത്യം തങ്ങളുടെ ചുമതലകളുടെ പരിധിക്ക് പുറത്താണെന്ന് അവർ കരുതി. രാജ്യസുരക്ഷയാണ് തങ്ങളുടെ പരമപ്രധാനമായ കടമയെന്നും അല്ലാതെ ഒരു കുട്ടിക്കായി ഹസ്സിദികളുടെ സ്കൂളുകൾ അരിച്ചുപെറുക്കുകയല്ലെന്നും അവർ പറഞ്ഞു. ഭരണകൂടത്തിന്റെ സൽപ്പേര് നിലനിർത്താൻ തങ്ങൾക്ക് ബാദ്ധ്യതയില്ലെന്നും അവർ തുറന്നടിച്ചു. ഇങ്ങനെയൊക്കെ അഭിപ്രായപ്പെട്ടെങ്കിലും ഐസർ തീരുമാനമെടുത്തപ്പോൾ ആരും അതിനെ ചോദ്യം ചെയ്തില്ല. ഐസറുടെ അധികാരം അത്രമേൽ സ്വീകാര്യതയുള്ളതായിരുന്നു.

നാൽപ്പത് പ്രഗൽഭരായ ഏജന്റുമാരെ ഉൾപ്പെടുത്തി ഐസർ അന്വേഷണസംഘത്തെ രൂപീകരിച്ചു. മൊസാദിനും ഷബാകിനും പുറത്തുനിന്നും വിദഗ്ധരെയും ഇതിൽ ഉൾപ്പെടുത്തി. യോസലെയെ തട്ടിക്കൊണ്ടുപോയത് രാഷ്ട്രത്തിന് ദോഷമാകുന്നുവെന്ന് ചിന്തിച്ച ചില യാഥാസ്ഥിതികരും ഇതിൽ പങ്കാളികളായി. സംഘത്തിന്റെ ആദ്യ യത്നം പരാജയപ്പെട്ടു. തീവ്ര യാഥാസ്ഥിതികരുടെ കോട്ടകളിൽ മുന്നൊരുക്കങ്ങൾ കൂടാതെ കടന്നുകയറാൻ പരിശ്രമിച്ചത് അമ്പേ പാളിപ്പോയി. വളരെപ്പെട്ടെന്ന് തിരിച്ചറിയപ്പെടുകയും പരിഹാസത്തിനിരയായി മടങ്ങേണ്ടിവരുകയും ചെയ്തു. 'ചൊവ്വയിൽ എത്തിപ്പെട്ട പ്രതീതിയായിരുന്നു,' ഐസറുടെ ഏജന്റുമാരിൽ ഒരാൾ പറഞ്ഞു, 'ഹരിതനിറക്കാരായ കുള്ളന്മാരുടെ ഇടയിൽ കുടുങ്ങിയ ഞാൻ എങ്ങനെ തിരിച്ചറിയപ്പെടാതിരിക്കും!'

പോലീസ് നൽകിയ യോസലെ ഫയൽ ക്ഷമയോടെ ഐസർ വായിക്കുകയും പുനർവായിക്കുകയും ചെയ്തു. ഇസ്രായേലിൽ യോസലെ ഉള്ളതായി ഒരു സൂചനയും അവയിൽ ഉണ്ടായിരുന്നില്ല. ഒടുവിൽ ഐസർക്ക് ഒരു കാര്യം ഉറപ്പായി: കുട്ടിയെ രാജ്യത്തിന് വെളിയിലേക്ക് കടത്തിയിരിക്കുന്നു.

പക്ഷേ, രാജ്യത്തിന് വെളിയിൽ എവിടെ? ആ സമയം വിചിത്രമായ ഒരു വാർത്ത ഐസറുടെ ശ്രദ്ധയെ ആകർഷിച്ചു. 1962 മാർച്ച് മധ്യത്തിൽ വലിയൊരുകൂട്ടം ഹസ്സിദി ജൂതർ സ്വിറ്റ്സർലണ്ടിൽ നിന്നും ഇസ്രായേലിലേക്ക് യാത്രചെയ്തു. ആണും പെണ്ണും കുട്ടികളും അടങ്ങുന്ന അവർ തങ്ങളുടെ ആദരണീയനായ ഉന്നത പുരോഹിതന്റെ മൃതശരീരം വിശുദ്ധനാട്ടിൽ സംസ്കരിക്കുന്നതിനാണ് എത്തിയത്. യോസലെയെ

രാജ്യത്തിന് പുറത്തെത്തിക്കുന്നതിനുള്ള ഒരു തന്ത്രമാണതെന്ന് ഐസർ സംശയിച്ചു. അവർ തിരികെ പോയപ്പോൾ അവർക്കൊപ്പം തന്റെ ഏറ്റവും വിശ്വസ്തനായ അബ്രാഹം ഷാലോമിനെയും ഒരു ചെറിയ ടീമിനെയും അയാൾ അയച്ചു. അതിനു മുൻപേതന്നെ സൂറിച്ച് വിമാനത്താവളത്തിൽ മൊസാദിന്റെ ഏജന്റുമാർ നിരീക്ഷകരായി എത്തിയിരുന്നു. വിമാനത്താവളത്തിൽ നിന്നും പുറത്തെത്തുന്ന സംഘാംഗങ്ങളെ അനുധാവനം ചെയ്യാനായിരുന്നു അബ്രാഹം ഷാലോമും കൂട്ടുകാരും നിയോഗിക്കപ്പെട്ടത്. ഹസ്സാദിം സംഘാംഗങ്ങളെ രഹസ്യമായി പിന്തുടർന്ന അവർ രാത്രിയിൽ അവരുടെ വീടുകൾ പോലും പരിശോധിച്ച് യോസലെ അവിടെ ഇല്ലെന്ന് ഉറപ്പുവരുത്തി. ഒരാഴ്ചത്തെ വിശദമായ നിരീക്ഷണവും പരിശോധനകളും കഴിഞ്ഞപ്പോൾ കുട്ടി അവിടെ ഇല്ലെന്ന് ഷാലോമിന് ഉറപ്പായി. അബ്രാഹം ഷാലോം അപ്രകാരം ഐസർക്ക് റിപ്പോർട്ട് അയക്കുകയും ചെയ്തു.

അന്വേഷണസംഘത്തിന്റെ നേതൃത്വം ഏറ്റെടുക്കാൻ ഐസർ തീരുമാനിച്ചു. നിലവിൽ നടന്നുകൊണ്ടിരുന്ന പ്രവർത്തനങ്ങളെല്ലാം സഹപ്രവർത്തകരെ ഏൽപ്പിച്ചശേഷം പാരീസിലെത്തി അവിടത്തെ മൊസാദ് ഓഫീസ് പുതുക്കി അവിടെ പ്രവർത്തനം തുടങ്ങി. യഹൂദ മതമൗലികവാദികൾ പാർക്കുന്ന ലോകത്തിലെ സകല നഗരങ്ങളിലേക്കും തന്റെ ഏജന്റുമാരെ നിയോഗിച്ചു. ഫ്രാൻസ്, ഇറ്റലി, സ്വിറ്റ്സർലണ്ട്, ബെൽജിയം, ഇംഗ്ലണ്ട്, തെക്കേ അമേരിക്ക, യു എസ്, വടക്കേ ആഫ്രിക്ക തുടങ്ങിയ ഇടങ്ങളിലെല്ലാം അന്വേഷണം ആരംഭിച്ചു. പല വേഷങ്ങളിൽ വ്യതിരിക്തരായി യാഥാസ്ഥിതിക ജൂതന്മാരുടെയിടയിൽ കടന്നുകയറി വിവരങ്ങൾ ശേഖരിക്കാനും യോസലെ ഉണ്ടാവാൻ സാദ്ധ്യതയുള്ള ഇടങ്ങളെ അടയാളപ്പെടുത്താനുമുള്ള പരിശ്രമങ്ങളെ നിയന്ത്രിച്ചു. ജറുസലേമിൽ നിന്നുമുള്ള ഒരു യുവ യാഥാസ്ഥിതിക യഹൂദൻ സ്വിറ്റ്സർലണ്ടിൽ റാബി സോളോവെയ്ഷികിന്റെ പക്കലെത്തി അദ്ദേഹത്തിന്റെ പക്കൽ നിന്നും തോറ പഠിക്കാൻ ആഗ്രഹമുണ്ടെന്നറിയിച്ച് അവിടെ താമസമായി. യഹൂദ മതവിശ്വാസിയും ഭക്തയും സാത്വികയുമായ ഒരു മഹതി ലണ്ടനിലെത്തി. അവരുടെ പക്കൽ ഷാലോം ഷാർക്ക്സിന്റെ അമ്മായിയമ്മയുടെ ശുപാർശക്കത്തും ഉണ്ടായിരുന്നു. ഷാർക്ക്സ് കുടുബം അവരെ അതിഥിയായി ഒപ്പം പാർക്കാൻ ക്ഷണിച്ചു. അവർ മൊസാദ് ഏജന്റായ യെഹൂദിത് നിസ്സിയാഹൂ ആണെന്ന് അവരറിഞ്ഞില്ല. ഐസറുടെ ടീമിലെ മികച്ച വനിതാ ഏജന്റായ അവർ ഐക്മാനെ തട്ടിക്കൊണ്ടുവന്ന ടീമിലും ഉണ്ടായിരുന്നു.

ആ ദിവസങ്ങളിൽ ലണ്ടനിൽ വേറെയും മൊസാദ് ഏജന്റുമാർ ഉണ്ടായിരുന്നു. അക്കാലത്ത് തീവ്രയാഥാസ്ഥിതികരുടെ മുഖ്യ താവളങ്ങളിൽ ഒന്നായിരുന്നു ആ നഗരം. റൊമാനിയൻ ഗ്രാമമായ സതു മരെയിൽ നിന്നും ആരംഭിച്ച സത് മാരെ വിഭാഗത്തിന്റെ ആസ്ഥാനമായിരുന്നു ലണ്ടൻ. നഗരത്തിലും ചുറ്റുവട്ടത്തുമായി പാർത്തിരുന്ന യാഥാസ്ഥിതികരുടെ ഇടയിൽ അന്വേഷണങ്ങൾ നടത്തുന്നതിനായി ഒരു പ്രത്യേക സംഘത്തെത്തന്നെ

ഐസർ നിയോഗിച്ചു. മറ്റൊരു ടീം അയർലണ്ടിലേക്ക് തിരിച്ചു. അവിടെ ഐസറുടെ ആൾക്കാർ യാദൃച്ഛികമായി മതതീക്ഷ്ണരായ യുവദമ്പതികളെ കണ്ടുമുട്ടി. ആൾപ്പാർപ്പ് ഒട്ടുമില്ലാത്ത ഒരിടത്ത് അവർ ഒരു വീട് വാടകയ്ക്ക് എടുത്തിരുന്നു. യോസലെയെ ഒളിപ്പിക്കാൻ പറ്റിയ ഇടമായി ആ വീടിനെ കണ്ട മൊസാദിന്റെ ഏജന്റുമാർ യുവദമ്പതികളെ നിരീക്ഷണത്തിൽ നിർത്താൻ തീരുമാനിച്ചു. വീട്ടിൽ യോസലെ ഉണ്ടെന്നതായിരുന്നു അവരുടെ അനുമാനം. വീടും കാറുമെല്ലാം വാടകയ്ക്കെടുത്ത് മൊസാദ് ഏജന്റുമാർ കുട്ടിയെ തട്ടിക്കൊണ്ടുവരാനുള്ള കൃത്യമായ പദ്ധതിയും ഒരുക്കി. ദൗത്യത്തിന്റെ ചെറിയ വിശദാംശങ്ങൾ പോലും തയ്യാറാക്കി.

പരാജയം എത്തിയത് അപ്പോഴായിരുന്നു.

പരാജയം നിരാശരാക്കിയ ആദ്യ സംഘം അയർലണ്ട് ടീം ആയിരുന്നു. അവർ സംശയിച്ച യുവദമ്പതിമാർ ശരിക്കുള്ള മതഭക്തരായ ദമ്പതിമാർ തന്നെയാണെന്ന് തെളിഞ്ഞു. അവർ അവധിക്കാലം ചിലവഴിക്കാൻ അയർലണ്ടിൽ എത്തിയതായിരുന്നു. ലണ്ടനിൽ ഷാർക്ക്സ് കുടുംബത്തോടൊപ്പം കഴിഞ്ഞ യഹൂദിതിനും വിവരങ്ങളൊന്നും ലഭിച്ചില്ല. സ്വിറ്റ്സർലൻഡിൽ തോറാ പഠിക്കാൻ പോയ യുവാവ് മതവിജ്ഞാനീയം വർദ്ധിപ്പിച്ചെങ്കിലും യോസലെയെ സംബന്ധിക്കുന്ന യാതൊന്നും അയാൾക്ക് അവിടെനിന്നും കിട്ടിയില്ല. പാരീസിലെ ഐസറുടെ മുന്നിൽ ലോകത്തിന്റെ നാനാഭാഗങ്ങളിൽ നിന്നും എത്തിയത് നിരാശ പകരുന്ന റിപ്പോർട്ടുകൾ മാത്രമായിരുന്നു. കുട്ടി അദൃശ്യനായി തുടർന്നു.

ലണ്ടനിലെ സത്മാർ ഹസ്സിദിം സംഘത്തിൽ കടന്നുകൂടാൻ പരിശ്രമിച്ചവർക്കായിരുന്നു ഏറ്റവും വലിയ തിരിച്ചടി നേരിട്ടത്. ബുദ്ധിമാന്മാരായ ചില സെമിനാരി വിദ്യാർത്ഥികൾ വൈകാതെ മൊസാദ് ഏജന്റുമാരെ തിരിച്ചറിഞ്ഞു. അവർ കൂട്ടമായി വന്ന് മൊസാദിന്റെ ഏജന്റുമാരെ വെല്ലുവിളിച്ചു. അവർ ഉറക്കെ അട്ടഹസിച്ചു: 'ഇതാ, സയണിസ്റ്റുകൾ വരവായി! യോസലെയെ പിടികൂടിക്കൊള്ളൂ.' അവർ ഉടനെ ലണ്ടൻ പോലീസിലും വിവരം എത്തിച്ചു. ഐസറിന്റെ അനുചരന്മാർ കഠിനപ്രയത്നം ചെയ്താണ് മൊസാദ് ഏജന്റുമാരെ ജയിലിലാകാതെ രക്ഷിച്ചുകൊണ്ടുപോന്നത്.

ഒരാൾക്ക് പിന്നാലെ മറ്റൊരാൾ എന്ന രീതിയിൽ ഐസറുടെ മികച്ച അനുയായികൾ ഓരോരുത്തരായി നിരാശ ബാധിച്ച് ഉത്സാഹരഹിതരായി. അവർ പറഞ്ഞു: 'ഐസർ, ഇത് ഫലം കാണാൻ പോകുന്നില്ല. നമുക്കിത് അവസാനിപ്പിച്ചേക്കാം. നിങ്ങൾ വലിയൊരു കച്ചിക്കൂനയിൽ സൂചി തിരയുകയാണ്. നമുക്ക് യോസലെയെ കണ്ടെത്താനാവില്ല.'

പക്ഷേ അങ്ങനെ വിട്ടുകൊടുക്കാൻ ഐസർ തയ്യാറായില്ല. അവരുന്നയിച്ച എല്ലാ സംശയങ്ങളെയും പരാതികളെയും ഒരു ശാഠ്യക്കാരനെപ്പോലെ അയാൾ തിരസ്കരിച്ചു. എല്ലാ മറുവാദങ്ങളെയും തള്ളിക്കളഞ്ഞുകൊണ്ട് തനിക്ക് കുട്ടിയെ കണ്ടെത്താനാവുമെന്ന് ഐസർ ആത്മവിശ്വാസം പ്രകടിപ്പിച്ചു.

പാരീസിൽ മൊസാദിന്റെ തലവനായ യാക്കോവ് കാറോസിനെ ഐസർ തന്റെ ഓഫീസിലേക്ക് വിളിപ്പിച്ചു. റൊമാനിയായിൽ പിറന്ന കാറോസിന് ശൈശവ കുട്ടക്കുരുതിയിൽ മാതാപിതാക്കളെ നഷ്ടപ്പെട്ടിരുന്നു. ജറുസലേമിലെ ഹീബ്രു സർവകലാശാലയിൽ പഠിക്കുന്ന കാലം മുതൽ ചാരപ്രവർത്തനവുമായി ബന്ധമുള്ളയാളായിരുന്നു കാറോസ്. മെലിഞ്ഞ് വിശാലമായ നെറ്റിത്തടത്തോട് കൂടിയ കാറോസ് കണ്ണട ഉപയോഗിച്ചിരുന്നു. പുറമേ അയാൾക്ക് ഒരു ബുദ്ധിജീവി ലക്ഷണമുണ്ടായിരുന്നു. വിദേശ രഹസ്യാന്വേഷണസംഘങ്ങളുമായുള്ള മൊസാദിന്റെ ബന്ധങ്ങളുടെ ചുമതല വഹിച്ചിരുന്നയാളായിരുന്നു കാറോസ്. രഹസ്യമായി ചില കരുത്തുറ്റ ബന്ധങ്ങൾ അപ്രതീക്ഷിത രാജ്യങ്ങളുമായി സ്ഥാപിക്കാനും കാറോസിന് കഴിഞ്ഞിരുന്നു. ഇറാൻ, എത്യോപ്യ, തുർക്കി, സുഡാൻ തുടങ്ങി നയതന്ത്രരംഗത്ത് ഇസ്രായേലുമായി അകലം പാലിക്കുന്ന രാജ്യങ്ങളുമായിപ്പോലും തന്ത്രപരമായ രഹസ്യധാരണകളിലെത്താൻ കാറോസിന്റെ നേതൃപാടവത്തിന് കഴിഞ്ഞിരുന്നു. ഫ്രാൻസും ബ്രിട്ടനും ജർമ്മനിയുമായുള്ള ബന്ധം അതീവ ദൃഢതരമാക്കിയതും കാറോസായിരുന്നു. മൊറോക്കോയിലെ കരുത്തനായ ആഭ്യന്തര മന്ത്രി ജനറൽ ഔഫ്കിറുമായി അടുക്കാനും റാബാത്തിലെത്തി ഹസൻ രാജാവിനെ സന്ദർശിച്ച് സംഭാഷണം നടത്താനും അയാൾക്ക് കഴിഞ്ഞു. എത്യോപ്യയിൽ ചക്രവർത്തി ഹെയ്‌ലി സെലാസിക്കെതിരെ അടുത്ത സഹപ്രവർത്തകർ വിപ്ലവത്തിനൊരുങ്ങിയപ്പോൾ മുൻകൂട്ടി വിവരം അറിയിക്കാനും വിപ്ലവശ്രമങ്ങളെ അടിച്ചമർത്താൻ ചക്രവർത്തിയെ സഹായിക്കാനും കാറോസിന് കഴിഞ്ഞത് എത്യോപ്യയുമായുള്ള ബന്ധത്തിന് പുതിയ മാനങ്ങൾ നൽകി. അൾജീരിയയിൽ ഒരു ഗൂഢദൗത്യത്തിന്റെ ഭാഗമായി എത്തിയ കാറോസ് അവിടെ കണ്ടുമുട്ടിയ ജൂലിയറ്റ് എന്ന സുന്ദരിയായ യുവതിയുമായി പ്രണയത്തിലായി അവളെ ജീവിതപങ്കാളിയാക്കി. മൃദുഭാഷിയും മറ്റുള്ളവരെ തെറ്റിദ്ധരിപ്പിക്കാൻ പോന്ന വിധം വിനയാന്വിതനുമായ കാറോസ് എല്ലാ അർത്ഥത്തിലും മൊസാദ് ഏജന്റുമാർക്ക് ഒരു മാതൃകയായിരുന്നു. സംഘർഷവേദികളിൽ നേരിട്ട് ഇടപെട്ടിരുന്നില്ലെങ്കിലും കഴിവുറ്റ രഹസ്യാന്വേഷകനായിരുന്നു. ഈ കഴിവുകളോടൊപ്പം ഫ്രഞ്ചും ഇംഗ്ലീഷും ഒഴുക്കോടെ സംസാരിച്ചിരുന്ന കാറോസ് എല്ലാവിധത്തിലും ഐസർക്ക് ഏറ്റവും വിലപ്പെട്ടയാളായിരുന്നു.

ദിവസം മുഴുവനും ഐസർ ജോലി ചെയ്തു. ഹോട്ടലിൽ മുറിയെടുത്തിരുന്നെങ്കിലും മിക്കപ്പോഴും മൊസാദിന്റെ ഓഫീസിലായിരുന്നു അയാൾ. ഒപ്പം ജോലിചെയ്തിരുന്നവർ ഐസർക്കായി മടക്കാവുന്ന ഒരു കട്ടിൽ ഓഫീസിൽ കരുതിയിരുന്നു. അവരതിനെ തമാശയായി 'യോസലെയുടെ കട്ടിൽ' എന്ന് വിളിച്ചു. തുടർച്ചയായി ജോലി ചെയ്ത് തളർന്ന ഐസർ പലപ്പോഴും ആ കട്ടിലിൽ വീണ് ഉറങ്ങിയിരുന്നു. മാസങ്ങളോളം ഈ പതിവുകൾ നീണ്ടു. മിക്കപ്പോഴും ഐസർ റിപ്പോർട്ടുകൾ വിശദമായി പരി

ശോധിക്കുകയാവും അല്ലെങ്കിൽ ടെലിഗ്രാമുകൾ അയക്കുക, ചോദ്യാവലി തയ്യാറാക്കി അയക്കുക അങ്ങനെ സദാ തിരക്കിൽ മുഴുകി. പരദേശങ്ങളിലുള്ള ഏജന്റുമാരുമായി നിരന്തരം സംസാരിച്ചു. പുലരും വരെ ഇത് തുടരും. എന്നിട്ട് ഹോട്ടലിലേക്ക് മടങ്ങി കുളിച്ച് ദിനകൃത്യങ്ങൾ നടത്തി തിരികെ ഓഫീസിലേക്ക്. ആദ്യദിവസം വെളുപ്പാൻകാലത്ത് ഹോട്ടലിലേക്ക് തിരികെയെത്തിയ ഐസറെ കണ്ട് വാതിൽക്കലെ പോർട്ടർ എല്ലാം മനസ്സിലായതുപോലെ ഒരു അഭിനന്ദനപ്പുഞ്ചിരി സമ്മാനിച്ചു. ഈ മാന്യദേഹം പാരീസിന്റെ രാത്രിജീവിതം മുഴുവനായി ആസ്വദിക്കുന്നയാളാണെന്ന് അയാൾ കരുതി. രണ്ടാം ദിവസം അതാവർത്തിച്ചപ്പോൾ ഒന്ന് കണ്ണിറുക്കാതിരിക്കാൻ അയാൾക്കായില്ല. അത് തുടർന്നുകൊണ്ടേയിരുന്നപ്പോൾ പോർട്ടർ ആശ്ചര്യപ്പെടുകതന്നെ ചെയ്തു. വെളുപ്പിന് ഐസർ ഹോട്ടലിലേക്കെത്തുമ്പോൾ ഐസറുടെ വസ്ത്രങ്ങൾ ചുളുങ്ങി അലങ്കോലപ്പെട്ടും മുഖം ഉറക്കച്ചടവിൽ വിങ്ങിയും കാണപ്പെട്ടിരുന്നു. പോർട്ടർ നാടകീയമായി തൊപ്പിയൂരി തലകുനിച്ച് ആദരവോടെ പറഞ്ഞു, 'എന്റെ ആദരവ്!'

അങ്ങനെയിരിക്കെ കൗതുകകരമായ ഒരു വാർത്ത മൊസാദ് ഓഫീസിലെത്തി. ബെൽജിയത്തിന്റെ തലസ്ഥാനമായ ആന്റ്വർപ്പിൽ യാഥാസ്ഥിതിക യഹൂദനായി മൊസാദിനുവേണ്ടി വിവരങ്ങൾ ശേഖരിച്ചിരുന്ന മെയർ എന്ന യുവാവാണ് റിപ്പോർട്ട് അയച്ചത്. അവിടത്തെ ആദരണീയനായ റാബി എസക്കിയേലിന്റെ അനുയായികളായ ഒരു കൂട്ടം രത്നവ്യാപാരികളുമായി ചങ്ങാത്തം സ്ഥാപിക്കാൻ മെയറിന് കഴിഞ്ഞിരുന്നു. എസക്കിയേൽ അവർക്ക് പുണ്യവാനായിരുന്നു. ബിസിനസ്സിലെ തർക്കവിതർക്കങ്ങൾ പരിഹരിക്കുന്നതിനായി അവർ ഒരിക്കലും ബെൽജിയം നീതിന്യായവ്യവസ്ഥയെ ആശ്രയിച്ചില്ല. അനേകം കോടികൾ വിലയുള്ള ബിസിനസ്സിലെ തർക്കങ്ങൾക്ക് റാബിയായിരുന്നു ഉപദേശകനും ന്യായാധിപനും. ആധുനിക യൂറോപ്പിലും ആ രത്നവ്യാപാരികൾ പുരാതന യഹൂദരുടെ ആചാരവിശ്വാസങ്ങളും ശൈലിയും അതേപടി പുലർത്തിക്കൊണ്ട് ജീവിക്കുകയായിരുന്നു.

അവരുടെ വലയത്തിനുള്ളിൽ കടക്കാൻ കഴിഞ്ഞ മെയർ മനസ്സിലാക്കി രണ്ടാം ലോകമഹായുദ്ധകാലത്ത് അവർ നാസിവിരുദ്ധ രഹസ്യസംഘമായി പ്രവർത്തിക്കുകയും ഹിറ്റ്‌ലറുടെ ആരാച്ചാരന്മാരായ ഗസ്റ്റാപ്പോമാരിൽനിന്നും നിരവധി യഹൂദരെ രക്ഷപ്പെടുത്തുകയും ചെയ്തിരുന്നുവെന്ന്. യുദ്ധകാലങ്ങളിൽ അവരാർജ്ജിച്ച അറിവും പരിചയവും ബന്ധങ്ങളും ഉപയോഗപ്പെടുത്തി യുദ്ധാനന്തരം ലോകമെമ്പാടും തങ്ങളുടെ രത്നവ്യാപാരം വിജയകരമായി വ്യാപിപ്പിക്കാനും അവർക്ക് കഴിഞ്ഞു. യുദ്ധകാലത്ത് അവരെ സഹായിച്ചിരുന്ന സ്വർണ്ണ തലമുടിക്കാരിയും സുന്ദരിയുമായ ഒരു കത്തോലിക്കാ യുവതിയെക്കുറിച്ച് അവർ മെയറോട് പറഞ്ഞു. റാബിയുടെ വ്യക്തിത്വത്തിലും പഠനങ്ങളിലും ആകൃഷ്ടയായ അവൾ യഹൂദമതം സ്വീകരിച്ച് തീവ്രയാഥാസ്ഥിതികയായി മാറി. അവരുടെ

സംഘത്തിന്റെ വിലമതിക്കാനാവാത്ത ഭാഗമാണ് ഇപ്പോളവർ. ഒളിപ്രവർത്തകയായി അവർ നേടിയ പരിചയം അവരെ ധീരയും ഭയരഹിതയും കൗശലക്കാരിയുമായി മാറ്റി. ഏത് വിപദ്ഘട്ടത്തിലും അവർ സധൈര്യം മുന്നിട്ടിറങ്ങും. സംഘത്തിന്റെ ദൗത്യങ്ങൾക്കായി ലോകമെമ്പാടും തന്റെ ഫ്രഞ്ച് പാസ്പോർട്ടുമായി അവർ യാത്രചെയ്തു. ഞങ്ങൾക്ക് അവർ ഒരു പുണ്യവതി തന്നെയെന്നാണ് സംഘത്തിലുള്ളവർ അവളെക്കുറിച്ച് മെയറോട് വെളിപ്പെടുത്തിയത്. അവർ ഇസ്രായേൽ സന്ദർശിച്ചിട്ടുണ്ടെന്നും ആദ്യവിവാഹത്തിലെ മകനായ ക്ലോദിനെ മതപരിവർത്തനം നടത്തി യഹൂദനാക്കിയെന്നും പറഞ്ഞു. സ്വിറ്റ്സർലണ്ടിലെ സെമിനാരികളിൽ പഠിച്ചശേഷം ഇപ്പോഴവൻ ജറുസലേമിലെ താൽമൂദ് പാഠശാലയിലാണെന്നും അവർ പറഞ്ഞു. പക്ഷേ ഇങ്ങനെയൊക്കെയാണെങ്കിലും ഈ വിശിഷ്ട സ്ത്രീ ഇപ്പോൾ എവിടെയാണെന്ന് അവർക്കാർക്കും അറിയില്ലായിരുന്നു.

ആ റിപ്പോർട്ട് ഐസറുടെ ഭാവനയെ തീപിടിപ്പിച്ചു. ഒറ്റനോട്ടത്തിൽ യോസലെയുമായി ആ ഫ്രഞ്ചുകാരിയെ ബന്ധപ്പെടുത്തുന്ന യാതൊന്നും അതിലുണ്ടായിരുന്നില്ല. പക്ഷേ ഐസറെ സംബന്ധിച്ചിടത്തോളം ആയിരം മുഖങ്ങളുള്ള ആ സുന്ദരി എന്തിനും പോന്നവളായിരുന്നു. യോസലെയെ സംബന്ധിക്കുന്ന ഏത് സുപ്രധാന രഹസ്യദൗത്യത്തിലും യാഥാസ്ഥിതിക നേതൃത്വം സ്വാഭാവികമായും ഇവരിലേക്ക് തിരിയുമെന്ന് ഐസർ കണ്ടു. മറ്റെല്ലാം ഉപേക്ഷിച്ച് തന്റെ അന്തർജ്ഞാനത്തിൽ ശ്രദ്ധ കേന്ദ്രീകരിക്കാൻ ഐസർ ഉറപ്പിച്ചു. രഹസ്യങ്ങളാൽ പൊതിയപ്പെട്ട ഈ നവയഹൂദനാരിയിൽ വലിയ സാദ്ധ്യതകൾ അയാൾ ദർശിച്ചു. അവരെക്കുറിച്ച് ലഭ്യമായ എല്ലാവിവരങ്ങളും ഇസ്രായേലിലേക്ക് അയച്ചുകൊണ്ട് അമ്മയെയും മകനെയും ഉടനെ കണ്ടെത്താൻ ഐസർ മൊസാദിന് നിർദ്ദേശം നൽകി.

ദിവസങ്ങൾക്കുള്ളിൽ മറുപടി വന്നു. മകന്റെ പേര് ഏരിയൽ. അയാൾ ഇസ്രായേലിലുണ്ട്. പക്ഷേ അമ്മ എവിടെയാണെന്നതിനെക്കുറിച്ച് ആർക്കും വിവരമില്ല. അവരുടെ യഥാർത്ഥ പേര് മദെലിൻ ഫെറൈലെ. ഇസ്രായേലിൽ പരിചയക്കാർക്കിടയിൽ അവർ അറിയപ്പെട്ടത് റൂത്ത് ബെൻ ഡേവിഡ്.

പാരീസിലെ ഐസറുടെ ഓഫീസിൽ എത്തിയ റിപ്പോർട്ടുകൾ കൂടുതൽ കൃത്യതയോടെ മദെലിൻ ഫെറൈലെയെ അവതരിപ്പിച്ചു. പാരീസിലെ പ്രശസ്തങ്ങളായ തുളോസ്, സോബോൺ സർവകലാശാലകളിൽ ചരിത്രവും ഭൂമിശാസ്ത്രവും പഠിച്ച യുവസുന്ദരി സതീർത്ഥ്യനായ ഹെൻറിയെ പ്രണയിച്ച് വിവാഹം ചെയ്തു. യുദ്ധകാലത്തിന്റെ തുടക്കത്തിൽ അവർക്ക് ഒരു മകൻ പിറന്നു. അധിനിവേശ ശക്തികൾക്കെതിരെ പ്രവർത്തിക്കാനായി മാർക്വിസ് എന്ന ഒളിപ്പോർ സംഘത്തിൽ സജീവമായി. അണ്ടർഗ്രൗണ്ട് പ്രവർത്തനങ്ങൾ അവരെ ഫ്രാൻസിലെയും ബെൽജി

യത്തിലെയും ജൂതസംഘങ്ങളുമായി അടുപ്പിച്ചു. അങ്ങനെയാണ് അവർ ആന്റ്വർപ് സമൂഹവുമായി പരിചയത്തിലായത്. യുദ്ധത്തിനുശേഷം അവരിൽ ചിലരുടെ പങ്കാളിത്തത്തിൽ രത്ന കയറ്റുമതി – ഇറക്കുമതി ബിസിനസ്സിൽ ഏർപ്പെടുകയും ചെയ്തു.

ഒരു യുവ റാബിയുമായി പ്രണയത്തിലായ അവർ 1951-ൽ ഹെൻറിയിൽ നിന്നും വിവാഹമോചനം നേടി. തീവ്ര സയണിസ്റ്റായിരുന്ന റാബി ഇസ്രായേലിലേക്ക് കുടിയേറാൻ തീരുമാനിക്കുകയും പ്രണയികൾ ഇരുവരും അവിടെ വച്ച് വിവാഹിതരാകുകയും ചെയ്തു. യഥാർത്ഥത്തിൽ യഹൂദമതത്തിലേക്കുള്ള പരിവർത്തനം വിശ്വാസത്തേക്കാളുപരി പ്രണയത്താലായിരുന്നു. പുതുയഹൂദയായ റൂത്ത് ബെൻ ഡേവിഡ് തന്റെ പരിഷ്കൃത നാഗരിക വേഷങ്ങൾ ഉപേക്ഷിച്ച് തല മറയുന്ന ശിരോവസ്ത്രവും അയഞ്ഞ നീളൻ കുപ്പായവും ധരിച്ച് തന്റെ കാമുകനെ ഇസ്രായേലിലേക്ക് അനുഗമിക്കുകയായിരുന്നു. ഇസ്രായേലിൽ വച്ച് അവരുടെ പ്രണയം തണുത്തുറഞ്ഞു. റാബി ഉപേക്ഷിച്ചുപോയതോടെ അവൾ ഏകയും നിരാശാഭരിതയുമായി. വ്യക്തിജീവിതത്തിലെ ആ ദുരന്തഘട്ടം അവരെ ജറുസലേമിലെ തീവ്രമത മൗലികസമൂഹങ്ങളുമായും അവരുടെ ഗുരുവായ റാബി മെയ്സിഷുമായും അടുപ്പിച്ചു. ഫ്രഞ്ച് പാസ്പോർട്ടിന്റെ ആനുകൂല്യത്തിൽ അതിർത്തി കടന്ന് ജറുസലേമിന്റെ ജോർദാനിയൻ നിയന്ത്രിത ഭാഗത്തെത്തി വിലാപമതിലിൽ (വെയ്ലിംഗ് വാൾ) പ്രാർത്ഥനകൾ അർപ്പിച്ച് തിരികെ എത്തിയതോടെ യഹൂദവിശ്വാസികൾക്കിടയിൽ അവൾ ആദരണീയയായി.

അമ്പതുകളുടെ തുടക്കത്തിൽ ഫ്രാൻസിൽ തിരികെയെത്തിയ അവർ തുടർച്ചയായി യാത്രകളിൽ ഏർപ്പെട്ടു. പാരീസിനടുത്തുള്ള അയിൽബെയിലെ യഹൂദമതവിശ്വാസികളായ സ്ത്രീകൾക്ക് വേണ്ടിയുള്ള സ്ഥാപനത്തിൽ മിക്കപ്പോഴും അവർ താമസിച്ചിട്ടുള്ളതായി കണ്ടെത്തപ്പെട്ടു. എങ്കിലും അവർക്ക് ഒരിക്കലും സ്ഥിരമായ വിലാസം ഉണ്ടായിരുന്നില്ല.

കഴിഞ്ഞ ഒന്നുരണ്ട് വർഷങ്ങൾക്കിടയിൽ റൂത്ത് രണ്ടുതവണ ഇസ്രായേൽ സന്ദർശിച്ചിരുന്നതായി എമിഗ്രേഷൻ അധികാരികൾ ഐസറിന്റെ സഹപ്രവർത്തകരെ അറിയിച്ചു. രണ്ടാം തവണ, അതായത് 1960 ജൂൺ 21-ന് ഇസ്രായേലിൽ നിന്നും മടങ്ങുമ്പോൾ ഒരു കൊച്ചു പെൺകുട്ടി ഒപ്പമുണ്ടായിരുന്നു. അത് അവരുടെ മകളാണെന്നും പാസ്പോർട്ടിൽ രേഖപ്പെടുത്തിയിരുന്നു. അലിറ്റാലിയ വിമാനത്തിൽ സൂറിച്ചിലേക്കാണ് റൂത്ത് പോയത്. പക്ഷേ ആരായിരുന്നിരിക്കണം ആ പെൺകുട്ടി? റൂത്തിന് പെൺമക്കളുണ്ടായിരുന്നില്ല. താൻ ശരിയായ വഴിയിലെത്തിയെന്ന് ഐസർക്ക് തോന്നി. 'ആ സ്ത്രീയെ എങ്ങനെയും കണ്ടുപിടിക്കണം.' ഐസർ യാക്കോവ് കാറോസിനോട് പറഞ്ഞു.

റൂത്തിനെ സംബന്ധിക്കുന്ന വിശദവിവരങ്ങളുമായി കാറോസും ഒരു സഹായിയും അയിൽബെയിലേക്ക് തിരിച്ചു. ആ കൊച്ചുപട്ടണത്തിലേക്ക് കടക്കുമ്പോൾ അവരെ ആശ്ചര്യപ്പെടുത്തുന്ന ഒന്നുണ്ടായി. റൂത്ത് ബെൻ

ഡേവിഡ് അതായത് മദെലിൻ ഫെറൈലെ അന്തസ്സായി വസ്ത്രം ധരിച്ച് റോഡരുകിൽ സവാരി ചോദിച്ചുനിൽക്കുന്നു. മാന്യരായ ഫ്രഞ്ച് വനിതകൾ റോഡരുകിൽ സവാരി ചോദിച്ച് നിൽക്കുന്നത് ഫ്രാൻസിൽ അസാധാരണമായിരുന്നു. അവരെ കടന്നുപോന്ന കാറോസും സഹായിയും കാർ വളച്ചെടുത്ത് പിന്നോട്ടുവന്നു. പക്ഷേ അതിനകം വന്ന മറ്റൊരു കാറിൽ കയറി അവർ പൊയ്ക്കഴിഞ്ഞിരുന്നു.

വെറും കൈയുമായി അവർ അയിൽബെയിൽ നിന്നും മടങ്ങി. എങ്കിലും മറ്റൊരു സ്രോതസ്സിൽ നിന്നും വിലപ്പെട്ട ഒരു വിവരം അവർക്ക് ലഭ്യമായി. ലണ്ടനിലെ ധനികനായ രത്നവ്യാപാരി ജോസഫ് ഡോംബുമായി റൂത്ത് സദാ ബന്ധം വച്ചിരുന്നു. അയാളുമായി ഒരു കാറിൽ റൂത്ത് ഒറ്റക്ക് യാത്ര ചെയ്യുന്നതായി കണ്ടിരുന്നു. ആ വിധം യാത്രചെയ്യുന്നത് ഒരു യാഥാസ്ഥിതിക ഹാസ്സിഡിക് യഹൂദന് സാധാരണഗതിയിൽ അചിന്ത്യമായിരുന്നു. ഇസ്രായേൽ രാഷ്ട്രത്തിന്റെ ശത്രുപക്ഷത്ത് നിൽക്കുന്നയാൾ എന്ന നിലയിൽ ഡോംബ് ഐസർക്ക് പരിചിതനായിരുന്നു. ന്യൂയോർക്കിലെ സത്മാർ റാബിയുടെ വിശ്വസ്തനായ അനുയായിയായിരുന്ന ഡോംബിന് യൂറോപ്പിലെ മിക്ക സത്മാർ നേതാക്കന്മാരുമായി ഉറ്റബന്ധമുണ്ടായിരുന്നു. 'ന്യൂയോർക്കിലെ സത്മാർ റാബി പോപ്പാണെങ്കിൽ അദ്ദേഹത്തിന്റെ ഇംഗ്ലണ്ടിലെ ആർച്ച് ബിഷപ്പാണ് ജോസഫ് ഡോംബ്.' എന്നാണ് ഇതേക്കുറിച്ചറിയാവുന്ന ഒരു പരിചയക്കാരൻ ഐസറിനോട് പറഞ്ഞത്.

എല്ലാ ചൂണ്ടുപലകകളും ലണ്ടനിലേക്കാണ് ചൂണ്ടുന്നതെന്ന് ഐസർക്ക് മനസ്സിലായി. അവിടെയാണ് ഷതാർക്ക്സ് കുടുംബത്തിലെ രണ്ട് പുത്രന്മാരും പാർക്കുന്നത്. സത്മാർ സമൂഹത്തിന്റെ ഏറ്റവും സജീവമായ ഒരു കൂട്ടം, ജോസഫ് ഡോംബിന്റെ നേതൃത്വത്തിലുള്ളതും, ലണ്ടനിൽത്തന്നെ. യോസലെയെ ഇസ്രായേലിൽ നിന്നും കടത്തിക്കൊണ്ടുവന്ന വ്യക്തിയെന്ന് സംശയിക്കുന്ന റൂത്ത് ബെൻ ഡേവിഡിനെ ഇവിടെവച്ചാണ് ജോസഫ് ഡോംബിനൊപ്പം കണ്ടത്. ഡോംബാകണം യോസലെയെ കടത്തുന്നതിന് നേതൃത്വം നൽകിയത്. ദൗത്യം നടപ്പിലാക്കാൻ കഴിവും പ്രാപ്തിയും ഉള്ളയാൾ റൂത്ത് തന്നെയായിരുന്നു. ഫ്രഞ്ച് പാസ്പോർട്ടും തുണയായിട്ടുണ്ടാവും. കുട്ടിയെ എവിടെയാണ് ഒളിപ്പിച്ചിരിക്കുന്നതെന്നും റൂത്തിന് അറിയാമായിരിക്കണം.

ഷബാകിന്റെ ഒരു ഏജന്റ് നൽകിയ വിവരങ്ങൾ ഐസറിന്റെ സംശയങ്ങളെ ബലപ്പെടുത്തി. റൂത്ത് മകനെഴുതിയ കത്തുകൾ ഇടയ്ക്ക് തുറന്ന് പരിശോധിച്ച അയാൾക്ക് യോസലെ ഷുമാക്കറിനെ സംബന്ധിക്കുന്ന പല ഗൂഢപരാമർശങ്ങളും അതിൽ വായിക്കാനായി.

എങ്കിലും കൂടുതൽ വിവരങ്ങൾ ആവശ്യമുണ്ടെന്ന് ഐസർക്ക് തോന്നി. അതിനായി സത്മാർ സംഘത്തിൽ നുഴഞ്ഞുകയറാൻ തീരുമാനിച്ചു. ലണ്ടനിലെ മൊസാദ് ഏജന്റുമാർ യഹൂദ ബാലകർക്ക് ലിംഗാഗ്രഛേദനകർമ്മം നടത്തുന്നതിൽ ജനകീയനും വിദഗ്ധനുമായ ഒരു റാബിയെ

കണ്ടെത്തി. (നമുക്കയാളെ തത്ക്കാലം ഫ്രെയർ എന്ന് വിളിക്കാം). സംഭാഷണ പ്രിയനായിരുന്നു ഫ്രെയർ. എന്തെങ്കിലും നീതീകരണം കണ്ടെത്താനായാൽ എല്ലാവിധ സുഖങ്ങളിലും ആഡംബരങ്ങളിലും മുഴുകാൻ പ്രിയപ്പെടുന്ന ഒരുവൻ. താൻ ഡോംബിന്റെ അടുപ്പക്കാരനാണെന്നും യോസലെ എവിടെയുണ്ടെന്ന് തനിക്കറിയാമെന്നും വാചകമടിയുടെ ഇളക്കങ്ങളിൽ ഫ്രെയർ പൊങ്ങച്ചം പറഞ്ഞിരുന്നു.

ഫ്രെയറിനെ പാരീസിൽ എത്തിക്കാനായി സങ്കീർണ്ണമായ ഒരു പദ്ധതി ഐസർ ആസൂത്രണം ചെയ്തു. മൊറോക്കൻ രാജകുമാരനായി നടിച്ച് ഒരു മൊസാദ് ഏജന്റ് രഹസ്യമായി ഫ്രെയറിനെ സന്ദർശിച്ചു. ഒരു യഹൂദ യുവതിയുമായി പ്രണയത്തിലായ താൻ അവളെ രഹസ്യമായി വിവാഹം ചെയ്തുവെന്നും അതിൽ ഇപ്പോൾ ഒരു കുഞ്ഞ് പിറന്നുവെന്നും ഭാര്യയും കുഞ്ഞും ഇപ്പോൾ പാരീസിലുണ്ടെന്നും ഫ്രെയർ പാരീസിൽ വന്ന് കുഞ്ഞിന്റെ ഛേദനാചാരകർമ്മം നടത്തിത്തന്നാൽ കാര്യമായ പ്രതിഫലം നൽകാമെന്നും അറിയിച്ചു. മൊറോക്കോയിൽ വച്ച് നടത്തിയാൽ കുടുംബം തന്നെയും കുടുംബത്തെയും കൊന്നുകളയാനും മടിക്കില്ലെന്നും അതിനാലാണ് ഫ്രെയറുടെ സഹായം തേടുന്നതെന്നും പറഞ്ഞു.

ഫ്രെയർ മടികൂടാതെ സമ്മതിച്ചു. ദിവസങ്ങൾക്കുള്ളിൽ പാരീസിലെത്തുകയും ചെയ്തു. 'മൊറോക്കൻ രാജകുമാരന്റെ' അപ്പാർട്ട്മെന്റിലെത്തിയ ഫ്രെയറെ മൊസാദ് ഏജന്റുമാർ തൂക്കിയെടുത്തു. ഒരു ഒഴിഞ്ഞ മുറിയിലേക്ക് കൊണ്ടുപോയ അയാളെ ഷബാകിന്റെ പ്രധാന ചോദ്യം ചെയ്യലുകാരനായ വിക്ടർ കോഹൻ മണിക്കൂറുകളോളം ചോദ്യം ചെയ്തു. ഫ്രെയർ പേടിച്ച് കിടുങ്ങിയിരുന്നു. യാതൊരുവിധ എതിർപ്പും കൂടാതെ അയാൾ സംസാരിച്ചു. പക്ഷേ യോസലെയെക്കുറിച്ച് ചോദിച്ചപ്പോൾ അയാൾ കൈമലർത്തി. 'എനിക്കൊന്നും അറിയില്ല, സത്യമായും അറിയില്ല.'

കൂടുതൽ ചോദ്യം ചെയ്തപ്പോൾ അയാൾ പറയുന്നത് സത്യമാണെന്ന് തെളിഞ്ഞു. യോസലെയെക്കുറിച്ച് അയാൾക്കൊന്നും അറിയുമായിരുന്നില്ല. അറിയാമെന്ന് മറ്റുള്ളവരുടെ മുന്നിൽ പറഞ്ഞത് വെറും വീമ്പിളക്കൽ മാത്രമായിരുന്നു. വീണ്ടും ഐസറുടെ അന്വേഷണം വഴിമുട്ടി.

അതേസമയം ഐസറുടെ മറ്റൊരുകൂട്ടം സഹപ്രവർത്തകർ അപ്രതീക്ഷിത വിജയം കണ്ടെത്തി. ഫ്രഞ്ച് രഹസ്യപ്പോലീസിന്റെ സഹായത്തോടെ മദെലിൻ ഫെറൈലെയ്ക്ക് വന്നെത്തുന്ന കത്തുകൾ പരിശോധിക്കാൻ അവർക്ക് കഴിഞ്ഞു. അതിലൊന്നിൽ അവർ തേടിക്കൊണ്ടിരുന്നത് കണ്ടെത്താനായി. മദെലിൻ നൽകിയ ഒരു പത്രപ്പരസ്യത്തിനുള്ള മറുപടിയായിരുന്നു അത്. ഫ്രാൻസിന്റെ ഉദ്യാനമെന്ന് പ്രശസ്തമായ ഓർലിയൻസിലെ ലോയർ താഴ്വരയിലുള്ള മദെലിന്റെ വീട് വിൽപ്പനയ്ക്കെന്ന് കാണിച്ചുള്ള പരസ്യമായിരുന്നു അത്. നടപ്പുവിലയേക്കാൾ കൂടുതൽ ഓഫർ ചെയ്തുകൊണ്ട് അവർ കത്തയച്ചു. തങ്ങൾ ആസ്ട്രിയയിൽ നിന്നുമുള്ള ബിസിനസ്സുകാരാണെന്നും അവധിക്കാലം ചെലവഴിക്കാനായി ഒരു വീട് തേടുക

യാണെന്നും കാണിച്ചായിരുന്ന അവർ കത്തെഴുതിയത്. വീടിന്റെ വിലാസം കാണിച്ചുകൊണ്ട് മദെലിൻ മറുപടി അയച്ചു. വീട് തങ്ങൾ സന്ദർശിച്ചെന്നും ഇഷ്ടമായെന്നും കാണിച്ച് അവർ വീണ്ടും കത്തയച്ചു. പാരീസിലെ വലിയൊരു ഹോട്ടലിന്റെ ലോബിയിൽ വച്ച് 1962 ജൂൺ 21-ന് കാണാമെന്നും അവിടെ വച്ച് ഉടമ്പടി ഒപ്പുവയ്ക്കാമെന്നും അതിലെഴുതിയിരുന്നു.

നിശ്ചിത തീയതിക്ക് ചില ദിവസങ്ങൾ മുൻപ് ഐസറിന്റെ ആൾക്കാർ പാരീസിലെത്തി തിരക്കിട്ട് സജ്ജീകരണങ്ങൾ ഒരുക്കുന്നതിൽ മുഴുകി. പാരീസിലും പ്രാന്തപ്രദേശങ്ങളിലുമായി സുരക്ഷിതമായ ഇടങ്ങളിൽ വാസയിടങ്ങളും കാറുകളും വാടകയ്ക്കെടുത്തു. രേഖകളും ഉപകരണങ്ങളും രക്ഷപെടാനുള്ള പഴുതുകളും തയ്യാറാക്കി. ഇസ്രായേലിൽ നിന്നും ചോദ്യം ചെയ്യൽ വിദഗ്ധരെയും നിരീക്ഷണത്തിനായി സമർത്ഥരെയും വരുത്തി.

റൂത്ത് ബെൻ ഡേവിഡിനെക്കൊണ്ട് തുറന്ന് സംസാരിപ്പിക്കാനുള്ള ഏറ്റവും എളുപ്പവഴി അവരുടെ മകൻ ഏരിയലിലൂടെയായിരിക്കുമെന്ന് ഐസർ കണക്കുകൂട്ടി. ഇസ്രായേലിലെ ഒരു മതപാഠശാലയിൽ വിദ്യാർത്ഥിയായിരുന്ന ഏരിയലിന് യോസലെയെ സംബന്ധിച്ച് ധാരാളം കാര്യങ്ങൾ അറിയാമായിരിക്കണമെന്നും ഐസർ ഗണിച്ചു. ഫ്രാൻസിൽ വച്ച് അമ്മയെ തട്ടിയെടുക്കുന്ന അതേസമയം ഇസ്രായേലിൽ മകനെയും കസ്റ്റഡിയിലാക്കണമെന്ന് അദ്ദേഹം തീരുമാനിച്ചു. ഏരിയലും യാഥാസ്ഥിതികനായിരുന്നുവെങ്കിലും അമ്മയോളം മതമൗലികവാദി ആയിരുന്നില്ല. റൂത്തിനെ പാരീസിൽ ചോദ്യം ചെയ്യുന്ന അതേസമയം അതേ ചോദ്യങ്ങൾ മകനോടും ചോദിക്കാനും ഉത്തരങ്ങൾ തമ്മിൽ താരതമ്യം ചെയ്യാനും സാദ്ധ്യമാകുന്ന ഒരു വിനിമയസംവിധാനം ഐസർ ഏർപ്പെടുത്തി.

ജൂൺ 21 രാവിലെ സുഭഗമായി വേഷം ധരിച്ച കുലീനയും അതിസുന്ദരിയുമായ മദെലിൻ ഫെറൈലെ ഹോട്ടലിന്റെ ലോബിയിലേക്ക് കടന്നുവന്നു.

ആകർഷണീയായ ആ ഫ്രഞ്ച് മഹിള തന്നെ കാത്തിരുന്ന രണ്ട് ആസ്ട്രിയക്കാർക്ക് സ്വയം പരിചയപ്പെടുത്തി. അവരിലൊരാൾ ശ്രീമാൻ ഫർബറും മറ്റേയാൾ ശ്രീമാൻ ഷിമിഡിറ്റും ആയിരുന്നു. മികച്ച ഇംഗ്ലീഷിൽ സംസാരിച്ച അവർക്ക് സാമാന്യം നന്നായി ജർമ്മൻ ഭാഷയും വഴങ്ങിയിരുന്നു. ആ രണ്ട് ആസ്ട്രിയക്കാരെയും ഒരുവിധത്തിലും അവർ സംശയിച്ചില്ല. വീട് വിൽപ്പനയെ സംബന്ധിച്ച് വളരെ പെട്ടെന്നു തന്നെ പരസ്പരം ധാരണയിലെത്താൻ അവർക്ക് കഴിഞ്ഞുവെങ്കിലും അവരുടെ അഭിഭാഷകൻ വന്നെത്താൻ വൈകിയതിനാൽ കാത്തിരിക്കേണ്ടിവന്നു. ഫോൺ ബൂത്തിലേക്ക് പോയി ഫർബർ വക്കീലിന് ഫോൺ ചെയ്തു. വക്കീൽ അഗാധമായി ഖേദം പ്രകടിപ്പിച്ചുവെന്നും വീട്ടിൽ അപ്രതീക്ഷിതമായുണ്ടായ ചില കാര്യങ്ങളാൽ ഉദ്ദേശിച്ച സമയത്ത് പുറപ്പെടാനാവാതെ വീട്ടിൽ കുടുങ്ങിപ്പോയിരിക്കുന്നുവെന്നും ഫർബർ റൂത്തിനെ അറിയിച്ചു. തൊട്ടടുത്ത പട്ടണമായ ഷാന്റിലിയിലെ വക്കീലിന്റെ വീട്ടിൽ എത്തിയാൽ എല്ലാം

സൗകര്യമായി ഉടനെ പൂർണ്ണമാക്കാമെന്നും വക്കീൽ അറിയിച്ചതായും അയാൾ ക്ഷമാപണത്തോടെ പറഞ്ഞു.

'നമുക്ക് പുറപ്പെടാം?' ഫർബർ ചോദിച്ചു.

മദെലിൻ സമ്മതിച്ചു. രണ്ട് ആസ്ട്രിയക്കാരുടെ വാടകക്കാറുകളിൽ കയറി അവർ വക്കീലിന്റെ വീട്ടിലേക്ക് തിരിച്ചു. ഫ്രഞ്ച് വനിതയുടെ വശ്യമായ സൗന്ദര്യം മൊസാദിന്റെ ദൗത്യത്തെ ഏറെക്കുറെ പരാജയപ്പെടുത്തുമായിരുന്നു. കഷ്ടിച്ചാണ് അവർ തലയൂരിയത്. മൊസാദ് ഏജന്റ് ഫർബർ ആയിരുന്നു മദെലിൻ കയറിയ കാർ ഓടിച്ചിരുന്നത്. അസാധാരണമായ ആ സൗന്ദര്യം അയാളുടെ ശ്രദ്ധ തെറ്റിച്ചുകൊണ്ടേയിരുന്നു. ഒരിടത്ത് അയാൾ ചുവന്ന സിഗ്നൽ അവഗണിച്ച് കാറോടിച്ചു. ട്രാഫിക് പോലീസ് വാഹനത്തിന്റെ ഇരമ്പലാണ് ഫർബറുടെ ശ്രദ്ധയെ യാഥാർത്ഥ്യത്തിലേക്ക് തിരിച്ചെത്തിച്ചത്. തടിച്ച് കോപാകുലനായ ഒരു പോലീസുകാരൻ ചുവന്ന ലൈറ്റിലേക്ക് വിരൽ ചൂണ്ടിക്കൊണ്ട് തുടരെത്തുടരെ വിസിലടിച്ചു.

അനന്തരഫലങ്ങളോർത്ത് ആകുലനായി ഫർബർ കാർ നിർത്തി. എന്ത് ചെയ്യാനാകും? വിദേശ രാജ്യമാണ്. കൈവശമുള്ള തിരിച്ചറിയൽ രേഖകളെല്ലാം വ്യാജമാണ്. ഒരു പെണ്ണുമായി ഒറ്റയ്ക്ക് വാടകക്കാറിൽ സഞ്ചരിക്കുന്നു. വൈകാതെ കാണാതെയാകുവാൻ പോകുന്ന ഒരുവളാണ് ഒപ്പമുള്ളത്. പോലീസ് പിഴവിധിച്ച് രസീത് നൽകും. അത് രജിസ്റ്റർ ചെയ്യപ്പെടുന്നതോടെ പോലീസ് അന്വേഷണം തുടങ്ങും. എന്നാൽ ആരുടെ സൗന്ദര്യമാണോ അസുഖകരമായ ആ പ്രശ്നത്തിന് കാരണമായത് ആ സൗന്ദര്യം തന്നെ അതിൽ നിന്നും തലയൂരാനും കാരണമായി. ചില്ല് താഴ്ത്തി തല പുറത്തേക്കിട്ട് മദെലിൻ പോലീസുകാരനോട് വശ്യമായി പുഞ്ചിരിച്ചു. 'ബഹുമാന്യനായ സാർജന്റ്, ഇദ്ദേഹം ഒരു ടൂറിസ്റ്റാണ്. വിദേശരാജ്യത്ത് ഒരു സ്ത്രീയുമായി യാത്രചെയ്യുന്നു. അവളെ വർത്തമാനം പറഞ്ഞ് രസിപ്പിക്കാൻ ശ്രമിക്കുമ്പോൾ... താങ്കൾക്കത് മനസ്സിലാകുമല്ലോ... ദയവായി ക്ഷമിച്ചാലും...' വശ്യമായ സൗന്ദര്യം പോലീസുകാരനെയും ആകർഷിച്ചു. അയാൾ പുഞ്ചിരിച്ചു. പിഴയൊന്നും കൂടാതെ അയാളവരെ പോകാൻ അനുവദിച്ചു.

കാർ 'വക്കീൽ' താമസിക്കുന്ന മനോഹരമായ ഷാന്റിലി പട്ടണത്തിലേക്ക് കടന്നു. ഗേറ്റ് കടന്ന് അവർ വീടിന്റെ മുൻ വാതിൽക്കലെത്തി. രണ്ട് ആസ്ട്രിയൻ ബിസിനസ്സുകാർ ഭവ്യതയോടെ തങ്ങളുടെ അതിഥിയെ കാറിന്റെ വാതിൽ തുറന്ന് പുറത്തിറങ്ങാൻ സഹായിച്ചു. തുറന്ന വാതിലിലൂടെ അവർ അകത്തേക്ക് കയറി. 'വക്കീലിന്റെ ഓഫീസിലേക്ക്' അവർ ആനയിക്കപ്പെട്ടു.

വക്കീലിന്റെ വേഷം യാക്കോവ് കാറോസ് തന്മയത്വമായി അഭിനയിച്ചു. മുറിക്കുള്ളിലേക്ക് കടന്നയുടനെ കാറോസ് ഫ്രഞ്ച് ഭാഷയിൽ പറഞ്ഞു: 'മദാം, നിങ്ങളിവിടെ വന്നിരിക്കുന്നത് ഓർലിയൻസിലെ വീടിനെക്കുറിച്ച് സംസാരിക്കാനല്ല. നമുക്ക് സംസാരിക്കാനുള്ളത് മറ്റൊരു വിഷയമാണ്.'

'എന്താണിതൊക്കെ! എന്താണിവിടെ സംഭവിക്കുന്നത്?'

'യോസലെ ഷുമാക്കർ എന്ന കുട്ടിയെക്കുറിച്ചാണ് എനിക്ക് നിങ്ങളോട് സംസാരിക്കാനുള്ളത്.'

ആ നിമിഷം പെട്ടെന്ന് രണ്ട് മൊസാദ് ഏജന്റുമാർ അവൾക്ക് ഇരു വശത്തുമായി പ്രത്യക്ഷപ്പെട്ടു. ആസ്ട്രിയൻ ബിസിനസ്സുകാർ അപ്രത്യക്ഷ രായെന്ന് മദെലിൻ കണ്ടു. ഭയം അവളെ ഗ്രസിച്ചു.

'ഞാൻ കെണിയിൽപ്പെട്ടിരിക്കുന്നു!' അവർ തൊണ്ടയടഞ്ഞ ഒച്ചയിൽ ഫ്രഞ്ച് ഭാഷയിൽ മന്ത്രിച്ചു.

'മദാം, നിങ്ങൾ ഇസ്രായേലി പോലീസിന്റെ കൈയ്യിലാണ് അകപ്പെ ട്ടിരിക്കുന്നത്.' കാറോസ് പറഞ്ഞു.

അതേ സമയത്ത് ഇസ്രായേലിലെ ബീർ യാക്കോവ് പട്ടണത്തിൽ പോലീസ് ഓഫീസർമാർ ഏരിയൽ ബെൻ ഡേവിഡിനെയും കസ്റ്റഡി യിലെടുത്തു.

ഷാന്റിലിയിൽ കാറോസ് റൂത്ത് ബെൻ ഡേവിഡിനോട് പറഞ്ഞു, 'മദാം, യോസലെ ഷുമാക്കറിനെ തട്ടിക്കൊണ്ട് പോയതിൽ നിങ്ങൾക്കും പങ്കുണ്ട്. ഞങ്ങൾക്ക് ആ കുട്ടിയെ വേണം.'

'അതിനെക്കുറിച്ച് എനിക്കൊന്നും അറിയില്ല. ഞാനൊന്നും പറയുക യുമില്ല.' ഉറച്ച സ്വരത്തിൽ അവൾ മറുപടി പറഞ്ഞു. ആദ്യ ഞെട്ടലിൽ നിന്നും അവൾ അതിനകം മുക്തയായിരുന്നു. അപ്രതീക്ഷിതമായി എന്തെ ങ്കിലും സംഭവിച്ചാൽ നേരിടാനായി പരിശീലനം ലഭിച്ച നഴ്സായ തന്റെ ഭാര്യാസഹോദരിയെയും കാറോസ് സഹായത്തിനായി കൂട്ടിയിരുന്നു.

തങ്ങളുടെ അവസാന പിടിവള്ളിയാണ് റൂത്തെന്ന് അവർക്കെല്ലാ വർക്കും അറിയാമായിരുന്നു. ഉരുക്ക് വനിതയെപ്പോലുള്ള റൂത്തിനെ കീഴട ക്കുക ദുഷ്കരമായിരിക്കുമെന്നും അവർ മനസ്സിലാക്കിയിരുന്നു. അതിനായി സമയം വേണമെന്നും അവർ മനസ്സിലാക്കി. റൂത്തിനെ അവർ ലണ്ടനിൽ നിന്നും എത്തിയ യഹൂദിത് നിസിയാഹുവിനെ ഏൽപ്പിച്ചു. നിസിയാഹു വളരെ മാന്യമായി പെരുമാറി. ഒരു വിശ്വാസിയായ റൂത്തിന് ആവശ്യ മുള്ള പ്രാർത്ഥനാപുസ്തകങ്ങളും മെഴുകുതിരിയുമെല്ലാം എത്തിച്ചുകൊടുത്തു. മതാചാരപ്രകാരമുള്ള ഭക്ഷണവും അവരെത്തിച്ചു. അവർ താമസിച്ചി രുന്ന ഇടത്തിൽ പുരുഷന്മാർക്ക് പ്രവേശനം ഉണ്ടായിരുന്നില്ല. തൊട്ടടുത്ത മുറിയിൽ നഴ്സായിരുന്നു താമസിച്ചിരുന്നത്.

മണിക്കൂറുകൾ നീളുന്ന ചോദ്യം ചെയ്യൽ ആരംഭിച്ചു. യാക്കോവ് കാറോസും വിക്ടർ കോഹനുമായിരുന്നു മുഖ്യമായും ചോദ്യം ചെയ്തത്. ഇരുവരും ഫ്രഞ്ച് ഭാഷയിൽ പ്രാവീണ്യം ഉള്ളവരായിരുന്നു. തന്നെ ക്കുറിച്ച് സകലവും ഈ ഇസ്രായേലികൾ അറിഞ്ഞിരിക്കുന്നുവെന്നത് റൂത്തിനെ ആശ്ചര്യപ്പെടുത്തി. എങ്കിലും യോസലെയെ സംബന്ധിക്കുന്ന ഒരു വിവരവും പങ്കിടാൻ അവർ തയ്യാറായില്ല. 'ഞാൻ അതേക്കുറിച്ച്

യാതൊന്നും പറയില്ല' എന്നത് അവർ ശാഠ്യത്തോടെ ആവർത്തിച്ചുകൊണ്ടേയിരുന്നു. കുട്ടിയെ കടത്തിക്കൊണ്ടുവന്നതിൽ തന്റെ പങ്ക് അവർ തീർത്തും നിഷേധിച്ചു. വിക്ടർ കോഹൻ പിന്നീട് അതേക്കുറിച്ച് പറഞ്ഞു: 'അവരെ മയപ്പെടുത്താനായി ഞാൻ സാവധാനം അവരോട് മറ്റ് കാര്യങ്ങളെക്കുറിച്ച് സംസാരിക്കുവാൻ തുടങ്ങി. ഒരു ക്രൈസ്തവ വനിത എങ്ങനെ മതഭ്രാന്തയായ യാഥാസ്ഥിതിക ജൂതസ്ത്രീ ആയെന്ന് അറിയാൻ എനിക്ക് താത്പര്യമുണ്ടായിരുന്നു. അവ രണ്ട് വ്യതിരിക്ത ലോകങ്ങളായിരുന്നല്ലോ. ഞങ്ങൾ സംസാരിച്ച് തുടങ്ങിയപ്പോൾ ഞങ്ങളോടൊപ്പം ഒരു സ്ത്രീ കൂടി അവിടെ ഉണ്ടാവണമെന്ന് അവർ നിർബന്ധം പിടിച്ചിരുന്നു. ക്രമേണ എന്നോടൊപ്പം ഒറ്റയ്ക്കാവാൻ അവർ സന്നദ്ധയായെങ്കിലും എപ്പോഴും വാതിൽ തുറന്നുകിടക്കണമെന്ന് അവർ ശഠിച്ചു.'

ചോദ്യം ചെയ്യാൻ നിയോഗിക്കപ്പെട്ടവരിൽ ഒരാളുടെ ചുമതല ഒരു മാർദ്ദവവും കൂടാതെ അവരെ ആക്ഷേപിച്ചുകൊണ്ട് അവർക്കെതിരെ ആരോപണങ്ങൾ തൊടുക്കുക എന്നതായിരുന്നു. അതിലൂടെ അവരെ പ്രകോപിപ്പിക്കാനും വൈകാരിക പ്രതികരണങ്ങളിലേക്ക് നയിക്കാനും കഴിയുമെന്ന് കരുതി. അങ്ങനെയുള്ള അവസരങ്ങളിൽ ഉദ്ദേശിക്കാത്ത വിവരങ്ങൾ പുറത്ത് വന്നേക്കാമെന്നും അത് അമ്മയുടെയും മകന്റെയും തുടർന്നുള്ള ചോദ്യം ചെയ്യലിന് സഹായകമായേക്കാമെന്നും കണക്കുകൂട്ടി.

ഏരിയൽ ബെൻ ഡേവിഡിന്റെ ചോദ്യം ചെയ്യൽ പ്രതീക്ഷിച്ച രീതിയിൽത്തന്നെ പുരോഗമിച്ചു. കർക്കശനായ അബ്രാഹം ഹാദർ ആയിരുന്നു അത് നയിച്ചത്. വിരുദ്ധോക്തിയിൽ കുരുവി എന്ന് വിളിക്കപ്പെട്ട അബ്രാഹം ചോദ്യം ചെയ്യലിന്റെ കലയിൽ അതിനിപുണനായിരുന്നു. നിന്റെ അമ്മ നിബന്ധനകൾക്ക് വിധേയമായി കീഴടങ്ങിയെന്നും സകലവും ഏറ്റുപറഞ്ഞെന്നും അബ്രാഹം ഏരിയലിനോട് പറഞ്ഞു. 'ഇനി നുണകളുമായി നിനക്ക് അധികം പിടിച്ചുനിൽക്കാനാവില്ല.'

വൈകാതെ ഏരിയൽ അനസ്യൂതമായ ചോദ്യം ചെയ്യലിന് കീഴടങ്ങി. കുട്ടിയെ സംബന്ധിക്കുന്ന എല്ലാം തനിക്കറിയാമെന്നും തനിക്കും അമ്മയ്ക്കും കുറ്റങ്ങളിൽ നിന്നും വിടുതൽ ലഭിക്കുമെന്ന് ഉറപ്പ് കിട്ടിയാൽ സകലവും വെളിപ്പെടുത്താമെന്നും ഏരിയൽ പറഞ്ഞു. ഉടനെ തന്നെ അതിന് സമ്മതം നൽകിയ അബ്രാഹം ഷബാകിന്റെ തലവനായ ആമോസ് മനോറിന്റെ പക്കൽ ഏരിയലിനെ എത്തിച്ചു. ഇതെല്ലാം കേട്ടയുടനെ മനോർ അട്ടഹസിച്ചു: 'ഇദ്ദേഹം നിന്നോട് സമ്മതിച്ചതെല്ലാം ഞാൻ അംഗീകരിച്ചിരിക്കുന്നു. ഇനി പറയൂ, എവിടെയാണ് യോസലെ?' ഏരിയൽ കുഴങ്ങി. ഒടുവിൽ തന്റെ അമ്മയാണ് യോസലെയെ വേഷം മാറ്റി പെൺകുട്ടിയായി ഇസ്രായേലിന് പുറത്തേക്ക് കടത്തിയതെന്ന് അവൻ വെളിപ്പെടുത്തി. വ്യാജ പാസ്പോർട്ട് ഉണ്ടാക്കി കുട്ടിയെ സ്വിറ്റ്സർലണ്ടിലേക്ക് കടത്തുകയായിരുന്നു.

ഏരിയലിന്റെ കുറ്റസമ്മതം ഉടനെ ഷാന്റിലിയിൽ എത്തിച്ചു. അവർ ആ വിവരവുമായി റൂത്തിനെ സമ്മർദ്ദത്തിലാക്കി. 'നിന്റെ മകൻ ഞങ്ങളുടെ

കസ്റ്റഡിയിലാണ്.' വിക്ടർ കോഹൻ അവളോട് പറഞ്ഞു: 'കനത്ത ശിക്ഷയാണ് നിന്റെ മകൻ അഭിമുഖീകരിക്കുന്നത്. സകലവും അവൻ ഏറ്റുപറഞ്ഞുകഴിഞ്ഞു. നിന്റെ മകന് എന്തുസംഭവിക്കും എന്നതിനെക്കുറിച്ച് നീ ആലോചിക്കുന്നില്ലേ?'

'ഇനിമേൽ അവൻ എന്റെ മകനല്ല.' റൂത്ത് പിറുപിറുത്തു. കടുംപിടുത്തവുമായി അവർ നിസ്സഹകരണം തുടർന്നു. റൂത്തിന്റെ അസാധാരണമായ മനക്കട്ടിയെ ആദരിക്കാതിരിക്കാൻ അവർക്കായില്ല.

സംഗതികൾ ഒരുവിധത്തിലും ന്യായീകരിക്കാനാവാത്ത തലത്തിൽ ക്രമേണ എത്തിച്ചേരുകയായിരുന്നു. വിജയകരമായ ഒരു പരിഹാരം തൊട്ടരികിൽ എത്തിയിട്ടും സകലവും സമ്പൂർണ്ണ പരാജയത്തിലേക്കാണോ നീങ്ങുന്നതെന്ന് അവർ ശങ്കിച്ചു.

അത്രത്തോളമായപ്പോൾ ഐസർ ഒരു തീരുമാനം എടുത്തു. കാര്യങ്ങൾ നേരിട്ട് ഏറ്റെടുക്കേണ്ട നേരമായിരിക്കുന്നു.

ഇരുണ്ട വെളിച്ചം മാത്രമുള്ള ആ ഒഴിഞ്ഞ മുറിയിൽ ഐസർ ഹാരെലും റൂത്ത് ബെൻ ഡേവിഡും ഒരു മേശയ്ക്ക് ഇരുപുറവുമായി മുഖാമുഖം നോക്കിയിരുന്നു. ചില മൊസാദ് ഏജന്റുമാർ അവർക്ക് പിന്നിലായി നിന്നിരുന്നു. കോഹനും കാറൊസുമായിരുന്നു ദ്വിഭാഷികൾ.

ഐസർക്ക് നന്നായറിയാമായിരുന്നു അതികടുപ്പക്കാരിയായ ഈ സ്ത്രീയുടെ മുന്നിൽ ഭീഷണികൾ വിലപ്പോവില്ലെന്ന്. ധാർമ്മികമായി നിലനിൽക്കുന്ന വാദഗതികളുയർത്തി അവരെ ബോദ്ധ്യപ്പെടുത്തുക മാത്രമേ കരണീയമായിരുന്നുള്ളൂ. മതബോധമുള്ളയാളായിരുന്നെങ്കിലും താർക്കികയുക്തിക്ക് അവരെ സ്വാധീനിക്കാനാവുമെന്ന് ഐസർ ഊഹിച്ചു. ജീവിതകാലം മുഴുവൻ അവർ മതമൗലികവാദിയായ ജൂത സ്ത്രീ ആയിരുന്നില്ലല്ലോ. മുൻ തലമുറകളുടെ തീവ്രവാദച്ചോര അവരുടെ ഞരമ്പുകളിൽ ഇല്ലായിരുന്നു. ബുദ്ധിമതിയും കൗശലക്കാരിയുമായ അവരെ ആ രീതിയിൽത്തന്നെ നേരിടാൻ ഐസർ ഉറച്ചു.

'ഞാൻ ഇസ്രായേൽ ഗവൺമെന്റിനെയാണ് പ്രതിനിധാനം ചെയ്യുന്നത്.' അളന്നുമുറിച്ചാണ് അയാൾ ഓരോ വാക്കും പ്രയോഗിച്ചത്. 'നിങ്ങളുടെ മകൻ എല്ലാകാര്യങ്ങളും ഞങ്ങളോട് പറഞ്ഞുകഴിഞ്ഞു. അത് കൂടാതെ മറ്റനേകം കാര്യങ്ങളും നിങ്ങളെക്കുറിച്ച് ഞങ്ങൾക്കറിയാം. ബലം പ്രയോഗിച്ച് നിങ്ങളെ ഇവിടെ കൊണ്ടുവന്നതിൽ ഞങ്ങൾക്ക് ഖേദമുണ്ട്. നിങ്ങൾ യഹൂദമതത്തിലേക്ക് മതപരിവർത്തനം ചെയ്തയാളാണല്ലോ. യഹൂദമതമെന്നാൽ ഇസ്രായേലാണ്. ഇസ്രായേലിനെ കൂടാതെ യഹൂദമതം അതിജീവിക്കില്ല. യോസലെയെ തട്ടിക്കൊണ്ട് പോയത് ഇസ്രായേലിനും യഹൂദമതത്തിനും വലിയ ക്ഷതം ഏൽപ്പിച്ചിരിക്കുന്നു. യാഥാസ്ഥിതിക യഹൂദർക്കെതിരെ പൊതുസമൂഹത്തിൽ വലിയ കോപം ഉണ്ടായിരിക്കുന്നു. ചോരചൊരിച്ചിലിനും ആഭ്യന്തരകലാപത്തിനും വരെ നിങ്ങൾ കാരണ

മായേക്കാം. നിങ്ങൾ കുട്ടിയെ വിട്ടുതരുന്നില്ലെങ്കിൽ ചോരപ്പകയാവും അതിന്റെ അനന്തരഫലം. ആ കുഞ്ഞിന്റെ കാര്യം നിങ്ങൾ ആലോചിച്ചുനോക്കൂ. അവന് എന്തൊക്കെ സംഭവിക്കാം! അസുഖബാധിതനാകാം, മരണപ്പെട്ടേക്കാം. യോസലെക്ക് എന്തെങ്കിലും സംഭവിച്ചാൽ നിങ്ങളും നിങ്ങളുടെ കൂട്ടാളികളും എങ്ങനെ അവന്റെ അച്ഛനെയും അമ്മയെയും നേരിടും? ജീവിതകാലം മുഴുവൻ നിങ്ങളെയത് വേട്ടയാടും. ആ കുറ്റത്തിൽ നിന്നും ഒരുനാളും നിങ്ങൾ മോചിതയാവില്ല!'

'നിങ്ങൾ ഒരു സ്ത്രീയാണ്, അമ്മയാണ്. നിങ്ങളുടെ മകനെ നിങ്ങൾ വളർത്തുന്ന രീതി ശരിയല്ലെന്ന് ആരോപിച്ച് മറ്റാരെങ്കിലും നിങ്ങളുടെ മകനെ തട്ടിക്കൊണ്ടുപോയാൽ നിങ്ങൾക്കത് സഹിക്കാൻ കഴിയുമോ? രാത്രി നിങ്ങൾക്ക് ഉറങ്ങാനാവുമോ? മതത്തിനെതിരെയല്ല ഞങ്ങൾ പോരാടുന്നത്. കുട്ടിയെ കണ്ടുപിടിക്കുക. ആ ഒറ്റ ഉദ്ദേശ്യമേ ഞങ്ങൾക്കുള്ളൂ. കുട്ടിയെ ഞങ്ങളുടെ കൈയ്യിൽ കിട്ടിക്കഴിഞ്ഞാൽ അതോടെ നിങ്ങൾ സ്വതന്ത്രയാകും, നിങ്ങളുടെ മകൻ സ്വതന്ത്രമാകും. അതോടെ ഇസ്രായേലിൽ ഐക്യം പുനഃസ്ഥാപിതമാകും.'

റൂത്തിന്റെ മുഖം അവളുടെയുള്ളിലെ സംഘർഷങ്ങളെ പ്രതിഫലിപ്പിക്കാൻ തുടങ്ങുന്നത് ഐസർ കണ്ടു. പരസ്പരവിരുദ്ധങ്ങളായ വികാരങ്ങളാൽ റൂത്ത് അകമേ വലിച്ചുകീറപ്പെടുകയായിരുന്നു. അവളുടെയുള്ളിലെ സംഘർഷങ്ങൾ അതിന്റെ പാരമ്യതയിലെത്തി. അകമേ അവൾ അവളോടുതന്നെ പൊരുതുകയായിരുന്നു, കരുത്തയായ ഒരു വ്യക്തിക്ക് മാത്രം സാദ്ധ്യമാകുന്ന വിധത്തിൽ. തിരഞ്ഞെടുപ്പ് അസാധ്യമായ രണ്ട് ധ്രുവങ്ങൾക്കിടയിൽ റൂത്ത് ഉഴറി.

മൊസാദിന്റെ ഏജന്റുമാർ നിശ്ചലരായി നിന്നു. സത്യത്തെ അഭിമുഖീകരിക്കാനുള്ള സമയം വന്നെത്തിയെന്ന് അവരും മനസ്സിലാക്കി.

റൂത്ത് തല ഉയർത്തി. 'നിങ്ങൾ ഇസ്രായേൽ രാഷ്ട്രത്തിന്റെ യഥാർത്ഥ പ്രതിനിധിയാണെന്ന് ഞാനെങ്ങനെ ഉറപ്പിക്കും? എങ്ങനെ നിങ്ങളെ വിശ്വസിക്കും?'

കണ്ണൊന്ന് ചിമ്മുകപോലും ചെയ്യാതെ ഐസർ തന്റെ നയതന്ത്ര പാസ്പോർട്ട് പോക്കറ്റിൽ നിന്നും എടുത്ത് റൂത്ത് ബെൻ ഡേവിഡിന് നൽകി. ഐസറുടെ അനുയായികൾ സ്തബ്ധരായിപ്പോയി. തങ്ങളുടെ മേലധികാരിക്ക് യാഥാർത്ഥ്യബോധം നഷ്ടമാവുകയാണോ എന്നുപോലും അവർ സംശയിച്ചു. മൊസാദിന്റെ തലവൻ ഒരു വിദേശരാജ്യത്തുവച്ച് പാസ്പോർട്ടും പേരും ഉപയോഗിച്ച് സ്വയം വെളിപ്പെടുകയെന്നത് അപകടകരമായ ഒരു കാര്യമായിരുന്നു. അതിന്റെ ഭവിഷ്യത്തുകൾ ഗുരുതരമാകാനിടയുണ്ടായിരുന്നു. ഐസറുടെ മനസ്സിലൂടെയും ഇതെല്ലാം കടന്നുപോയിരുന്നു. സത്യസന്ധതയും ആർജ്ജവവും കൊണ്ടുമാത്രമേ റൂത്തിനെപ്പോലൊരാളുടെ വിശ്വാസം നേടാനാവൂ എന്നത് ഐസർ തിരിച്ചറിഞ്ഞു. അതിന്റെ വിപദ് സാദ്ധ്യതകളെ നേരിടാനും അയാൾ തയ്യാറായി.

ഇസ്രായേൽ രാഷ്ട്രത്തിന്റെ ഔദ്യോഗിക മുദ്ര പതിച്ച ആ പാസ്പോർട്ടിൽ ഒരു നിമിഷം റൂത്ത് തറച്ചുനോക്കി. അവർ ബലമായി ചുണ്ടുകടിച്ചു. അവിടെ ചോരപൊടിഞ്ഞു. 'എനിക്കിനി ഒന്നിനും സാദ്ധ്യമല്ല.' അവർ പിറുപിറുക്കുകയായിരുന്നു. 'ഞാൻ എല്ലാം ഏറ്റുപറയുകയാണ്.'

പെട്ടെന്നവർ തലയുയർത്തി. 'കുട്ടി ഗെർട്ട്നർ കുടുംബത്തോടൊപ്പമുണ്ട്. 126 പെൻ സ്ട്രീറ്റ്, ബ്രൂക്ക് ലിൻ, ന്യൂയോർക്ക്. അവരവനെ വിളിക്കുന്നത് യാങ്ക് ലി എന്നാണ്.'

ഇരുന്നയിടത്തുനിന്നും ഐസർ ചാടിയെഴുന്നേറ്റു. 'കുട്ടിയെ കണ്ടെടുത്താലുടൻ നിങ്ങൾ സ്വതന്ത്രയാകും.'

അയാൾ മുറിവിട്ടിറങ്ങി.

ജെറുസലേമിലേക്കും വാഷിംഗ്ടണിലേക്കും ന്യൂയോർക്കിലേക്കും സന്ദേശങ്ങൾ അങ്ങോട്ടുമിങ്ങോട്ടും പറന്നുകൊണ്ടേയിരുന്നു. വടക്കേ അമേരിക്കയിലെ ഇസ്രായേലി നയതന്ത്രസ്ഥാപനങ്ങളുടെ സുരക്ഷാ വിഭാഗത്തിന്റെ ചുമതല വഹിച്ചിരുന്ന ഇസ്രായേൽ ഉറാരിയുമായി ഐസർ നേരിട്ട് ബന്ധപ്പെട്ടു. അദ്ദേഹത്തിന്റെ ഓഫീസ് ന്യൂയോർക്കിലായിരുന്നു. വിലാസം ശരിയായതാണെന്നും അവിടെ ഗെർട്ട്നർ കുടുംബം താമസമുണ്ടെന്നും പരിശോധനകൾക്ക് ശേഷം ഉറാരി ഐസറെ അറിയിച്ചു. ആ പ്രദേശം സത്മാർ വിഭാഗത്തിൽപ്പെട്ട യാഥാസ്ഥിതിക യഹൂദർ കൂട്ടമായി പാർക്കുന്ന ഇടമാണെന്നും ഉറാരി എഴുതി. ഉടൻ തന്നെ ജറുസലേമിൽ നിന്നും അമേരിക്കയിലെ ഇസ്രായേലി സ്ഥാനപതി അബ്രാഹം ഹാർമാന് നിർദ്ദേശം ലഭിച്ചു: ഉടനെ എഫ് ബി ഐയുമായി ബന്ധപ്പെടുക. കുട്ടിയെ അവരുടെ സഹകരണത്തോടെ മോചിപ്പിച്ച് ഇസ്രായേലിൽ എത്തിക്കുക.

ഉറേരി അടിയന്തിരമായി എഫ് ബി ഐയെ ബന്ധപ്പെട്ട് വിശദാംശങ്ങൾ സഹിതം വിവരങ്ങൾ കൈമാറി. എന്നാൽ എഫ് ബി ഐ ഏജന്റിന്റെ പ്രതികരണം ഇപ്രകാരം ആയിരുന്നു: 'ഇത്രയേറെ വിവരങ്ങൾ കുട്ടിയെക്കുറിച്ച് അറിയാമെങ്കിൽ നേരെ പോയി നിങ്ങൾ തന്നെ കുട്ടിയെ മോചിപ്പിക്കുക.' ഉറാരിയും വിട്ടുകൊടുത്തില്ല: 'അനുമതി പത്രം തരുക. ബാക്കി ഞങ്ങൾ ചെയ്തുകൊള്ളാം.' എഫ് ബി ഐ ഏജന്റ് അതിന് വിസമ്മതിച്ചു.

ഐസറുടെ പാരീസിലെ ഓഫീസിൽ സന്ദേശങ്ങൾ വന്നുനിറഞ്ഞു. അമേരിക്കൻ അധികാരികൾ നടപടിയെടുക്കാൻ മടിക്കുകയാണെന്ന് ഉറാരിയും ഇസ്രായേൽ സ്ഥാനപതിയും റിപ്പോർട്ട് ചെയ്തു. അനാവശ്യ ചോദ്യങ്ങളുയർത്തി യു എസ് അധികാരികൾ വിലപ്പെട്ട സമയം ദുർവ്യയം ചെയ്യുകയാണെന്ന് അവർ ചൂണ്ടിക്കാട്ടി. കുട്ടി ഈ വിലാസത്തിൽത്തന്നെ ഉണ്ടെന്ന് നിങ്ങൾക്ക് ഉറപ്പാണോ? മിന്നൽ പരിശോധന നടത്തുകയും കുട്ടി അവിടെ ഇല്ലെന്ന് വരുകയും ചെയ്താൽ തെരഞ്ഞെടുപ്പിൽ അത് ദോഷം ചെയ്യും. ജനപ്രതിനിധി സഭയിലേക്കുള്ള തിരഞ്ഞെടുപ്പ് വർഷം

ആയതിനാൽ ഇത്തരം കാര്യങ്ങളിൽ ഇടപെടാൻ പരിമിതികളുണ്ടെന്നും യു എസ് അധികാരികൾ അറിയിച്ചു. ഏതാണ്ട് പത്ത് ലക്ഷത്തോളം സത്മാർ വോട്ടുകളുണ്ട്. അതിനാൽ അവർ പിണങ്ങാനുള്ള സാദ്ധ്യതയെ നിസ്സാരമായി തള്ളാനാവില്ല.

ഷാന്റിലിയിൽ ഐസർക്ക് ക്ഷമ നശിക്കുകയായിരുന്നു. പാതിരാവ്ക്ക് അയാൾ ഫോണെടുത്ത് പറഞ്ഞു. 'വാഷിംഗ്ടൺ കണക്റ്റ് ചെയ്യൂ, എനിക്ക് അംബാസിഡർ ഹാർമാനുമായി സംസാരിക്കണം.' കണക്ഷൻ കിട്ടിയപ്പോൾ ഒട്ടും മാർദ്ദവമില്ലാതെ ഐസർ പറഞ്ഞു, 'ഹാർമാൻ, നിങ്ങളുടനെ അറ്റോർണി ജനറൽ റോബർട്ട് കെന്നഡിയെ ഫോണിൽ വിളിക്കണം. എന്നിട്ട് ഞാൻ പറഞ്ഞതായി പറയണം എഫ് ബി ഐ ഉടനെ കുട്ടിയെ കസ്റ്റഡിയിൽ എടുക്കണമെന്ന്.'

ഹാർമാൻ സ്തബ്ധനായിപ്പോയി. 'ഐസർ, നിങ്ങൾക്കെങ്ങനെ ഇങ്ങനെയൊക്കെ സംസാരിക്കാൻ സാധിക്കുന്നു!' തുടർന്ന് അമേരിക്കൻ രഹസ്യാന്വേഷണ വിഭാഗം ഫോൺ സംഭാഷണം ശ്രദ്ധിക്കുന്നുണ്ടാവുമെന്നും സൂചിപ്പിച്ചു.

'അങ്ങനെയെങ്കിൽ വളരെ നല്ലത്,' ഐസറും വിട്ടുകൊടുത്തില്ല. 'കേൾക്കേണ്ടവരൊക്കെ കേൾക്കുന്നുണ്ടല്ലോ.' സത്യത്തിൽ ഐസർ അതുതന്നെയാണ് ആഗ്രഹിച്ചത്. അങ്ങനെയെങ്കിൽ തന്റെ അയവില്ലാത്ത നിലപാട് അമേരിക്കയെ ഉടനെ പ്രവർത്തിക്കാൻ പ്രേരിപ്പിക്കുമല്ലോ എന്ന് അയാൾ കരുതി.

ഹാർമാൻ പിന്നെയും ഐസറെ നിരുത്സാഹപ്പെടുത്താൻ ശ്രമിച്ചു. നയതന്ത്രപരമായ പ്രത്യാഘാതങ്ങളെക്കുറിച്ച് ഐസറോട് സൂചിപ്പിച്ചു.

'ഞാൻ നിങ്ങളുടെ അഭിപ്രായമല്ല ചോദിച്ചത്.' ഐസർ കടുപ്പിച്ചു തന്നെ പറഞ്ഞു. 'അവരോട് പറയുക ഉടനെ പ്രവർത്തിക്കുന്നില്ലെങ്കിൽ അതിന്റെ എന്ത് പ്രത്യാഘാതത്തിനും അമേരിക്ക തന്നെയായിരിക്കും പൂർണ്ണ ഉത്തരവാദിയെന്ന്.'

കുറച്ച് മണിക്കൂറുകൾ കഴിഞ്ഞപ്പോൾ ന്യൂയോർക്കിൽ നിന്നും നയതന്ത്ര ഉദ്യോഗസ്ഥന്റെ വിളി വന്നു. വേണ്ടത് ഉടനെ ചെയ്യാൻ റോബർട്ട് കെന്നഡി എഫ് ബി ഐക്ക് നിർദ്ദേശം നൽകിക്കഴിഞ്ഞുവെന്ന് അയാൾ ഐസറെ അറിയിച്ചു. എഫ് ബി ഐ ഏജന്റുമാരുടെ ഒരു സംഘം ന്യൂയോർക്കിലെ ഇസ്രായേലി പ്രതിനിധിയോടൊപ്പം ബ്രൂക്ക്ലിനിലെ ഗെർട്ട്നർ വസതിയിൽ മിന്നൽ പരിശോധനയ്ക്ക് എത്തി. കുട്ടി അവിടെ ഉണ്ടായിരുന്നു. അവനെ ഉടനെ സുരക്ഷിതസ്ഥാനത്തേക്ക് നീക്കി. അത് യോസലെ തന്നെയായിരുന്നു.

ഏലി വീസൽ എന്ന് പേരായ ഒരു യുവ റിപ്പോർട്ടർ അന്നേരം ഉറാരിയെ ബന്ധപ്പെട്ടു. 'നിങ്ങൾ കുട്ടിയെ കണ്ടെത്തിയതായി കേട്ടല്ലോ?' എല്ലാം രഹസ്യമായി വയ്ക്കാൻ ബാദ്ധ്യസ്ഥനായ ഉറാരി അത് ഉടനെ നിഷേധിച്ചു. പിൽക്കാലത്ത് സാഹിത്യത്തിനുള്ള നൊബേൽ സമ്മാനം

നേടിയ ഏലി വീസൽ വളരെ വർഷങ്ങൾ ഇതിന്റെ പേരിൽ ഗുറാരിയോട് ക്ഷമിക്കാൻ വിസമ്മതിച്ചിരുന്നു.

1962 ജൂലായ് നാല് ഇസ്രായേലിൽ ദേശീയ അവധിദിവസമായിരുന്നു. യോസലെയെയും വഹിച്ചുകൊണ്ടുള്ള വിമാനം അന്നാണ് ടെൽ അവീവിലെ ലാദ് വിമാനത്താവളത്തിൽ വന്നിറങ്ങിയത്. ഇസ്രായേലി രഹസ്യാന്വേഷണവകുപ്പിനെ മാധ്യമലോകം അതിപ്രശംസകളാൽ മൂടി. ജനശ്രദ്ധയിൽ നിന്നും അകന്ന് ഒരു നിഴൽ പോലെ പ്രവർത്തിക്കുന്ന ദേശീയ രഹസ്യാന്വേഷണ വിഭാഗം ഒരു പക്ഷേ ഇസ്രായേലിൽ മാത്രമാകും ഇത്രയധികം പൗരന്മാരാൽ സ്നേഹിക്കപ്പെടുകയും ആരാധിക്കപ്പെടുകയും ചെയ്തത്. ഇസ്രായേലിലെ ഏറ്റവും പ്രശസ്തനായ അഭിഭാഷകൻ ഷോൽമോ കോഹൻ സിദോൻ കുട്ടിയെ കണ്ടുപിടിച്ചതിൽ പ്രധാനമന്ത്രി ബെൻ ഗുരിയോണിനെ അഭിനന്ദിച്ചുകൊണ്ട് ഒരു കത്തെഴുതി. അതിന് മറുപടിയായി പ്രധാനമന്ത്രി എഴുതിയത് ഇപ്രകാരമായിരുന്നു: 'നിങ്ങൾ നന്ദി പറയേണ്ടത് നമ്മുടെ രഹസ്യാന്വേഷണ വിഭാഗത്തോടാണ്, പ്രത്യേകിച്ച് അതിന്റെ തലവനോട്. രാവും പകലുമില്ലാതെ ഇതിനായി പ്രവർത്തിച്ചത് അയാളായിരുന്നു. തരി വിശ്രമം പോലും ഇല്ലാതെ, സഹപ്രവർത്തകരെല്ലാം ദൗത്യം ഏറെക്കുറെ ഉപേക്ഷിച്ചിട്ടും കുഞ്ഞിനെ കണ്ടെത്തി ഒളിയിടത്തിൽ നിന്നും രക്ഷപെടുത്തും വരെ നിരന്തരമായി പ്രവർത്തിച്ചുകൊണ്ടേയിരുന്ന അയാളോടാണ് നന്ദി പറയേണ്ടത്.'

ഇസ്രായേൽ മുഴുവനും യോസലെയുടെ മോചനം ആഘോഷിക്കുമ്പോൾ ഐസർ പാരീസിലായിരുന്നു. അവിടെ സഹപ്രവർത്തകർ അദ്ദേഹത്തിനായി ഒരു വിരുന്നൊരുക്കി. അവിടെ മൊസാദിന്റെ ഏജന്റുമാരിലൊരാൾ പാനപാത്രം ഉയർത്തി ഇങ്ങനെ പറഞ്ഞു: 'പിതൃഭൂമിയിലേക്ക് തിരികെയെത്തിയ കുട്ടിക്ക്, അവനെ കണ്ടെത്തിയ ഉരുക്കിന്റെ ഇച്ഛാശക്തിയുള്ള പുരുഷന്, പൗരന്മാരെ സംരക്ഷിക്കാൻ അറിയുന്ന രാഷ്ട്രത്തിന്.' മറ്റൊരു ഏജന്റ് ദൗത്യവിജയത്തിന്റെ ഓർമ്മയ്ക്കായി ഐസർക്ക് ഒരു പുലിക്കുട്ടിയുടെ മാതൃക സമ്മാനിച്ചു. ഉറക്കമില്ലാത്ത അനേകം രാവുകൾ ഐസർ ചെലവഴിച്ച ആ 'യോസലെ കട്ടിൽ' ടെൽ അവീവിലേക്ക് സഹപ്രവർത്തകർ ചേർന്ന് അയച്ചുകൊടുക്കുകയും ചെയ്തു.

കുട്ടിയെ കണ്ടെത്തിയതോടെ സത്യം മുഴുവൻ പുറത്തുവന്നു. ഒരു ടെലിഗ്രാമിൽ നിന്നായിരുന്നു തുടക്കം.

1960-ലെ വസന്തകാലത്ത് യോസലെയെ രഹസ്യമായി ഓരോരോ ഇടങ്ങളിലായി മാറ്റിപ്പാർപ്പിച്ചുകൊണ്ടിരിക്കുമ്പോൾ റൂത്ത് ബെൻ ഡേവിഡിന് സുഹൃത്തായ റാബി മെയ്സിഷിൽ നിന്നും ഒരു ടെലിഗ്രാം ലഭിച്ചു. 'അടിയന്തിരമായി ജറുസലേമിലേക്ക് വരുക. നിനക്ക് ഇണങ്ങിയ ഒരാൾ

എന്റെ പക്കലുണ്ട്.' റൂത്ത് വൈകാതെ ജറുസലേമിലെത്തി. 'ഇണങ്ങിയ ഒരാൾ' എന്നത് ഒരു രഹസ്യദൗത്യമാണെന്ന് അവൾക്ക് മനസ്സിലായി: യോസലെയെ ഇസ്രായേലിന് വെളിയിലേക്ക് കടത്തുക.

റൂത്ത് ഫ്രാൻസിൽ തിരികെയെത്തി. പാസ്പോർട്ടിൽ ചില മാറ്റങ്ങൾ വരുത്തി. മകന്റെ പേര് ക്ലോഡ് എന്നതിൽ നിന്നും ക്ലോഡിനാ എന്ന സ്ത്രീലിംഗമാക്കി. ജനന തീയതി 1945-ൽ നിന്നും 1953 ആക്കി. യോസലെയുടെ പ്രായവുമായി പൊരുത്തപ്പെടുത്താനായിരുന്നു ആ മാറ്റം. സ്വന്തം വസ്ത്രധാരണ ശൈലിയും പേരും മാറ്റി മദെലിൻ ഫെറൈലെ ആയി. ജനോവ നഗരത്തിലെത്തി അവിടെനിന്നും യാത്രക്കാരും പുത്തൻ കുടിയേറ്റക്കാരുമായി ഇസ്രായേലിലേക്ക് സഞ്ചരിക്കുന്ന ഒരു കപ്പലിൽ യാത്ര തരപ്പെടുത്തി.

ജനോവ തുറമുഖത്തുവച്ചുതന്നെ യാദൃച്ഛികമെന്നോണം കപ്പലിൽ യാത്ര ചെയ്തിരുന്ന ഒരു കുടിയേറ്റ കുടുംബത്തിലെ എട്ടുവയസ്സുകാരിയുമായി ചങ്ങാത്തത്തിലായി. യാത്രക്കാർ കപ്പലിൽ കയറുന്ന തിരക്കിൽ അവൾ ആ കുടിയേറ്റകുടുംബത്തിന്റെ സഹായത്തിനെത്തി. പെട്ടിയും ഇതര ലഗേജുകളും കപ്പലിലെത്തിക്കാൻ അവർക്ക് തുണയായി. വശ്യമായ പെരുമാറ്റവുമായി മദെലിൻ ആ കൊച്ചു പെൺകുട്ടിയെ ചേർത്തുപിടിച്ചാണ് കപ്പലിലേക്ക് നടന്നുകയറിയത്. ഇറ്റാലിയൻ ഇമിഗ്രേഷൻ അധികൃതർ പാസ്പോർട്ട് പരിശോധിച്ച് അമ്മയും മകളുമായി അവരെ രേഖപ്പെടുത്തുകയും ചെയ്തു. ഇസ്രായേലിൽ എത്തിയപ്പോഴും ഇതേ തന്ത്രം അവൾ പ്രയോഗിച്ചു. അവിടെയും ഇമിഗ്രേഷൻ അധികൃതർ മകളുമായാണ് മദെലിൻ വന്നിറങ്ങിയതെന്ന് പാസ്പോർട്ടിൽ രേഖപ്പെടുത്തി.

കുറച്ച് ദിവസങ്ങൾക്ക് ശേഷം ടെൽ അവീവിലെ ലാദ് വിമാനത്താവളത്തിൽ നിന്നും 'ക്ലോദിന എന്ന മകളുമായി' അവൾ വിമാനം കയറി. അനുയോജ്യമായ രീതിയിൽ നന്നായി വസ്ത്രധാരണം ചെയ്ത യോസലെ ഷുമാക്കർ ആയിരുന്നു ആ പെൺകുട്ടി.

ഫ്രാൻസിലെയും സ്വിറ്റ്സർലണ്ടിലെയും തീവ്ര യാഥാസ്ഥിതിക ബോർഡിംഗ് സ്കൂളുകളിൽ രണ്ടുവർഷം യോസലെ വിദ്യാഭ്യാസം ചെയ്തു. യോസലെക്കായുള്ള തെരച്ചിൽ തീവ്രമായതോടെ സ്വിസ് മാതാപിതാക്കളുടെ അനാഥക്കുട്ടിയായ മെനാക്കിം എന്ന പേരിൽ യോസലെ പഠിച്ചിരുന്ന ബോർഡിംഗ് സ്കൂളിൽ മദെലിൻ എത്തി. അവനെ അവിടെനിന്നും വിടുതൽ വാങ്ങി വീണ്ടും പെൺകുട്ടിയായി വേഷം ധരിപ്പിച്ച് അമേരിക്കയിലെത്തിച്ചു. അവിടെ സത്മാർ സമൂഹത്തിന്റെ ആചാര്യനായ റാബി ജോയൽ തെയ്റ്റൽബാം അവരുടെ സഹായത്തിനെത്തി. നഗരത്തിലെ പാൽക്കാരനായ ഗെർട്ട്നറോട് അർജന്റീനയിൽ നിന്നും സന്ദർശനത്തിനെത്തിയ കസിനായി 'യാൻകെലെ'യെ ഒപ്പം താമസിക്കാൻ റാബി നിർദ്ദേശിക്കുകയായിരുന്നു.

യാഥാസ്ഥിതിക യഹൂദ സംഘം യൂറോപ്പിലും അമേരിക്കയിലുമാകെ സമർത്ഥമായി വ്യാപിച്ചുകിടക്കുന്ന ഒരു ഒളിസംഘമാണെന്ന് മൊസാദിലെ വിദഗ്ധർക്ക് മനസ്സിലായി. ലോകത്തിലെ മറ്റേത് സമാന ഒളിസംഘങ്ങളോടും ബുദ്ധികൗശലത്തിലും ഗൂഢാത്മകതയിലും കിടപിടിക്കുന്നവരാണ് അവരെന്നും മൊസാദ് അംഗീകരിച്ചു. എല്ലാത്തിനുമുപരി റൂത്ത് ബെൻ ഡേവിഡിന്റെ കഴിവുകൾ അവരെ ആശ്ചര്യപ്പെടുത്തി. ചാരപ്രവർത്തനത്തിന്റെ നിയമങ്ങളെല്ലാം അവർ പാലിച്ചു. ഒരിക്കലും സ്ഥിരമായ വിലാസം സൂക്ഷിച്ചില്ല. രേഖകളെല്ലാം സദാ സ്വന്തം ഹാൻഡ് ബാഗിൽ സൂക്ഷിച്ചു. ഉടുപ്പ് മാറുന്നതുപോലെ തിരിച്ചറിയൽ രേഖകൾ മാറ്റിക്കൊണ്ടിരുന്നു. യാഥാസ്ഥിതികലോകത്തെ മാതാ ഹരിയായിരുന്നു ആ ഫ്രഞ്ച് വനിത.

ഇസ്രായേൽ മുഴുവൻ യോസലെയുടെ മടങ്ങിവരവിൽ ആഹ്ലാദിക്കുമ്പോഴും റൂത്ത് ബെൻ ഡേവിഡിന് ഹൃദയം തകർക്കപ്പെട്ടവളും ഉപേക്ഷിക്കപ്പെട്ടവളുമായി സ്വയം തോന്നി. 'ഞാൻ തെറ്റുകാരിയാണ്' അവർ സുഹൃത്തുക്കളോട് ഗദ്ഗദസ്വരത്തിൽ പറഞ്ഞു. 'ഞാൻ നമ്മുടെ പ്രസ്ഥാനത്തെ വഞ്ചിച്ചു. എനിക്ക് എന്നോട് ഒരിക്കലും പൊറുക്കാനാവില്ല. അമൂല്യമായ ഒരു നിധി സൂക്ഷിക്കാനായി എന്നെ ഏൽപ്പിച്ചു. എനിക്കത് സൂക്ഷിക്കാനായില്ല.'

എന്നിട്ടും മദെലിൻ ഫെറൈലെ എന്ന റൂത്ത് ബെൻ ഡേവിഡ് അസാധാരണ കഴിവോടെ തന്റെ കടമകൾ ചെയ്തതായി ഐസർ ഹാരെലിന് തോന്നി. അതിന്റെ വെളിച്ചത്തിൽ ഐസർ അവർക്ക് മൊസാദിൽ ജോലി ഓഫർ ചെയ്തു. പക്ഷേ അയാൾ വൈകിപ്പോയിരുന്നു. ജറുസലേമിലെത്തിയ റൂത്ത് തീവ്ര യാഥാസ്ഥിതികതയുടെ ലോകത്ത് അപ്രത്യക്ഷയായി. മൂന്ന് വർഷങ്ങൾക്ക് ശേഷം എഴുപത്തിരണ്ട് വയസ്സ് പ്രായമുള്ള റാബി അമ്രാം ബ്ലാവുവിനെ അവർ വിവാഹം ചെയ്തു. യാഥാസ്ഥിതികരുടെ കൂട്ടത്തിലെ അതിതീവ്രരായ നെറ്റൂറി കാർതയുടെ ആചാര്യനായിരുന്നു ആ റാബി.

ഐസർ ഹാരെലും യോസലെ ഷുമാക്കറും ഒൻപത് വർഷങ്ങൾക്ക് ശേഷം കണ്ടുമുട്ടി. ഈ പുസ്തകത്തിന്റെ രചയിതാക്കളിൽ ഒരാളുടെ വീട്ടിൽ ഐസർ ഹാരെലിന്റെ ബഹുമാനാർത്ഥം നടത്തപ്പെട്ട വിരുന്നിലായിരുന്നു ആ കണ്ടുമുട്ടൽ. യോസലെയും വിരുന്നിലേക്ക് ക്ഷണിക്കപ്പെട്ടിരുന്നു. ഇസ്രായേലി സൈന്യത്തിലെ കവചിത സേനാവിഭാഗത്തിൽ സേവനം അനുഷ്ഠിക്കുകയായിരുന്നു യോസലെ അപ്പോൾ. ഇരുവരും സന്തോഷത്തോടെ ഹസ്തദാനം ചെയ്ത ശേഷം യോസലെ പറഞ്ഞു: 'ഹൃദയസ്പർശിയായ ഒരു നിമിഷമാണിത്. എന്റെ ജീവിതത്തിലെ ഏറ്റവും പ്രധാനപ്പെട്ട വ്യക്തിയാണ് ഐസർ ഹാരെൽ. അദ്ദേഹമില്ലായിരുന്നെങ്കിൽ ഞാനിപ്പോൾ നിങ്ങളെല്ലാവരോടൊപ്പം ഇവിടെ ഉണ്ടാകുമായിരുന്നില്ല.'

അദ്ധ്യായം 8

മൊസാദിനെ സേവിക്കാൻ ഒരു നാസി നായകൻ

1963 ആഗസ്റ്റിലെ കൊട്ടുംചൂടുള്ള ഒരു ദിവസം രണ്ടുപേർ മാഡ്രിഡിലെ ഒരു എഞ്ചിനീയറിംഗ് സ്ഥാപനത്തിലേക്ക് കയറിച്ചെന്ന് അതിന്റെ ഉടമസ്ഥനെ കാണണമെന്ന് ആവശ്യപ്പെട്ടു. ആസ്ട്രിയക്കാരനായ ഓട്ടോ സ്കോർസെനി ആയിരുന്നു ഉടമസ്ഥൻ. നാറ്റോയിൽ നിന്നുമുള്ള ഇന്റലിജൻസ് ഉദ്യോഗസ്ഥരെന്നാണ് സന്ദർശകർ പരിചയപ്പെടുത്തിയത്. സ്കോർസെനിയുമായി വേർപിരിഞ്ഞ് കഴിയുന്ന ഭാര്യയുടെ ശുപാർശ പ്രകാരമാണ് തങ്ങൾ വന്നിരിക്കുന്നതെന്നും അവർ അറിയിച്ചു. തള്ളിക്കളയാനാവാത്ത ഒരു ഓഫറുമായാണ് തങ്ങൾ വന്നിരിക്കുന്നതെന്നും അവർ കൂട്ടിച്ചേർത്തു.

അൽപസമയത്തിനുള്ളിൽത്തന്നെ മാന്യനായ ആ ബിസിനസ്സുകാരന് മനസ്സിലായി തന്നെക്കുറിച്ചും തന്റെ ഭൂതകാലത്തെക്കുറിച്ചുമെല്ലാം ഈ സന്ദർശകർക്ക് സകലവും അറിയാമെന്ന്. രണ്ടാം ലോകമഹായുദ്ധകാലത്ത് നാസി ജർമ്മനിയുടെ ഏറ്റവും മികച്ച പട്ടാള ഓഫീസർമാരിൽ ഒരാളായിരുന്നു കേണൽ സ്കോർസെനി. നല്ല ഉയരവും കായികതാരത്തിന്റെ ശരീരപ്രകൃതിയുമുള്ള അയാളുടെ മുഖത്ത് വാൾപ്പയറ്റിൽ നിന്നുമേറ്റ മുറിപ്പാടുകളുടെ കലകൾ ഉണ്ടായിരുന്നു. ഒന്നിനെയും ഭയമില്ലാത്ത കമാൻഡോ ഓഫീസറായിരുന്ന അയാൾ അപകടസാദ്ധ്യതകൾ മുറ്റിയ നിരവധി നാടകീയ ദൗത്യങ്ങളിൽ പങ്കെടുത്ത് പേരെടുത്തിരുന്നു. 1943 സെപ്റ്റംബർ

12-ന് ഇറ്റലിയിലെ ആപെനിയൻ പർവതനിരകളിലെ ഏറ്റവും ഉയരം കൂടിയ കൊടുമുടിയായ ഗ്രാൻ സാസ്സോയിൽ ഒരു കൂട്ടം പാരാട്രൂപ്പർമാരുമായി ഗ്ളൈഡറുകളിൽ പറന്നിറങ്ങി. അതിനടുത്തായിരുന്ന ഗവൺമെന്റ് തടങ്കലിലായിരുന്ന ഫാസിസ്റ്റ് ഏകാധിപതി ബെനിറ്റൊ മുസ്സോളിനിയെ പാർപ്പിച്ചിരുന്നത്. ക്യാപ്റ്റൻ സ്കോർസെനിയും സംഘവും ഹോട്ടലിൽ മിന്നലാക്രമണം നടത്തി മുസ്സോളിനിയെ രക്ഷപ്പെടുത്തി ജർമ്മനിയിലെത്തിച്ചു. അടുത്ത മിത്രത്തെ മോചിപ്പിച്ചതിൽ സന്തുഷ്ടനായ ഹിറ്റ്ലർ സ്കോർസെനിക്ക് പാരിതോഷികങ്ങളും പ്രമോഷനും നൽകി. 1944-ലെ അവസാന ജർമ്മൻ കടന്നാക്രമണമായ ബാറ്റിൽ ഒഫ് ദ് ബൾജ് എന്നറിയപ്പെട്ട ഘോരയുദ്ധത്തിൽ അന്ന് കേണലായിരുന്ന സ്കോർസെനി രണ്ട് ഡസൻ സഹചരരുമായി അമേരിക്കൻ യൂണിഫോമിൽ ഐക്യസേനയുടെ ഇടയിൽ കടന്നുകയറി നാശവും സംഭ്രാന്തിയും ചിന്താക്കുഴപ്പവും സൃഷ്ടിച്ചത് ഇരുഭാഗത്തെയും സൈന്യത്തിനിടയിൽ 'യൂറോപ്പിലെ ഏറ്റവും അപകടകാരിയായ സൈനികൻ' എന്ന പേര് സ്കോർസെനിക്ക് നേടിക്കൊടുത്തു. യുദ്ധക്കുറ്റങ്ങളുടെ പേരിൽ യുദ്ധാനന്തരം വിചാരണ നേരിട്ടെങ്കിലും ശിക്ഷിക്കപ്പെട്ടില്ല. തുടർന്ന് ഫാസിസ്റ്റ് ഏകാധിപതിയായ ജനറൽ ഫ്രാങ്കോ ഭരിച്ചിരുന്ന സ്പെയിനിലേക്ക് കുടിയേറി അവിടെ സ്വന്തമായി ബിസിനസ് ആരംഭിച്ചു.

സന്ദർശകർ കൊച്ചുവർത്തമാനം പറഞ്ഞ് സമയം കളയാനെത്തിയവർ ആയിരുന്നില്ല. 'കൃത്യമായി പറഞ്ഞാൽ ഞങ്ങൾ നാറ്റോയിൽ നിന്നുള്ളവരല്ല,' ശുദ്ധമായ ജർമ്മൻ ഭാഷയിൽ അവരിലൊരാൾ അയാളോട് പറഞ്ഞു. 'സത്യത്തിൽ ഞങ്ങൾ ഇസ്രായേലി രഹസ്യാന്വേഷണസംഘത്തിൽ നിന്നുമുള്ളവരാണ്.' റാഫി ഐതനും ജർമ്മനിയിലെ മൊസാദ് തലവനായ അവ്രാഹം അഹിതുവുമായിരുന്നു അവർ.

സ്കോർസെനി വിളറി. കഷ്ടിച്ച് ഒരു വർഷം മുൻപാണ് ഇസ്രായേലികൾ അഡോൾഫ് ഐക്മാനെ തൂക്കിലേറ്റിയത്. ഇപ്പോളിവർ എന്റെ പുറകെയാണോ? യുദ്ധക്കോടതി കുറ്റവാളിയല്ലെന്ന് കണ്ടെത്തിയതാണ്. എങ്കിലും 1938-ലെ ക്രിസ്റ്റലാഞ്ചിലെ ജൂതക്കുരുതിയിൽ സിനഗോഗുകൾക്ക് തീയിട്ടവരിൽ സ്കോർസെനിയും ഉൾപ്പെടുമെന്ന് ചിലർ ആരോപിച്ചിരുന്നു. ഇവർ അതിന്റെ പിറകേയാണോ?

പക്ഷേ മുന്നിലിരുന്ന പൊക്കം കുറഞ്ഞയാൾ ആ സംശയം നീക്കിക്കളഞ്ഞു. 'ഞങ്ങൾക്ക് നിങ്ങളുടെ സഹായം വേണം.' അയാൾ പറഞ്ഞു. 'നിങ്ങൾക്ക് ഈജിപ്തിൽ നല്ല ബന്ധങ്ങളുണ്ടെന്ന് ഞങ്ങൾക്കറിയാം.' എന്തുകൊണ്ടാണ് യഹൂദരാഷ്ട്രത്തിന് അയാളുടെ സേവനം ആവശ്യമുള്ളതെന്ന് തുടർന്നയാൾ വിശദപ്പെടുത്തി.

യോസലെയുടെ വിജയകരമായ മടങ്ങിവരവിനുശേഷം രണ്ടാഴ്ച കഴിഞ്ഞ് 1962 ജൂലായ് 21-ന് നാല് മിസ്സൈലുകൾ ആഘോഷമായി പ്രദർശിപ്പിച്ചുകൊണ്ട് ഈജിപ്ത് ലോകത്തെ ഞെട്ടിച്ചു. 175 മൈൽ സഞ്ചരിക്കുന്ന അൽ സഫിർ ഇനത്തിൽപ്പെട്ടതായിരുന്നു അവയിൽ രണ്ടെണ്ണം. ബാക്കി രണ്ടെണ്ണം 350 മൈലുകൾ സഞ്ചരിക്കുന്ന അൽ ക്വാഹിർ ഇനത്തിൽ പെട്ടതും. ഈജിപ്തിന്റെ ദേശീയ പതാകയിൽ പൊതിഞ്ഞ ആ കൂറ്റൻ മിസ്സൈലുകൾ വിപ്ലവദിനമായി ആഘോഷിക്കപ്പെടുന്ന ജൂലായ് 23-ന് പരേഡിന്റെ ഭാഗമായി കെയ്റോയിലെ പ്രധാന തെരുവുകളിൽ പ്രദർശിപ്പിക്കപ്പെടുകയായിരുന്നു. അഭിമാന വിജൃംഭിതരായ ജനക്കൂട്ടത്തോട് പ്രസിഡന്റ് ജമാൽ അബ്ദുൾ നാസർ പറഞ്ഞു, ഇനിമേൽ 'ബെയ്റൂട്ടിന് തെക്കുള്ള' ഏത് ലക്ഷ്യത്തെയും തകർക്കാൻ ഈജിപ്തിന് കഴിയുമെന്ന്.

ബെയ്റൂട്ടിന് തെക്കെന്നാൽ ഇസ്രായേൽ തന്നെ! അത്ഭുതവും ആകാംക്ഷയും നിറഞ്ഞ് ഇസ്രായേലിന്റെ നേതാക്കൾ സ്തബ്ധരായി അതു കേട്ടിരുന്നു. ഈജിപ്തിലെ ഏതിടത്തിലും ബോംബു ചെയ്യാൻ നാസറുടെ മിസ്സൈലുകൾക്ക് കഴിയും! ഇസ്രായേലിനെ ഞെട്ടിച്ചുകൊണ്ടാണ് ആ വാർത്ത എത്തിയത്. മൊസാദിനും ഐസർക്കും എതിരെ ശാപവും കോപവും നിറഞ്ഞ വാക്കുകൾ അധികാരത്തിന്റെ ഇടനാഴികളിൽ മുഴങ്ങി. മാരകമായ ഈ മിസ്സൈലുകൾ നാസർ നിർമ്മിച്ചുകൊണ്ടിരിക്കുമ്പോൾ മൊസാദിന്റെ പ്രഗൽഭരായ ഏജന്റമാർ യൂറോപ്പിൽ ഒരു കുട്ടിയെ തേടുന്ന തിരക്കിലായിരുന്നുവെന്ന് വിമർശകർ പരിഹസിച്ചു. ഭയാനകങ്ങളായ അപകടങ്ങൾ ജൂതരാഷ്ട്രത്തിന്റെ നിലനിൽപ്പിനുതന്നെ ഭീഷണിയുയർത്തിയപ്പോൾ ഐസറുടെ ഏറ്റവും മികച്ച രഹസ്യാന്വേഷകർ മതമൗലികവാദികളുടെ വേഷം കെട്ടി മതപാഠശാലകൾ കയറിയിറങ്ങുകയായിരുന്നു. അസ്വസ്ഥനായ പ്രധാനമന്ത്രി ബെൻ ഗുരിയോൺ ഐസറിനെ വിളിപ്പിച്ചു. ഈജിപ്തിന്റെ മിസ്സൈൽ നിർമ്മാണ പരിപാടിയെക്കുറിച്ച് കിട്ടാവുന്ന സർവവിവരങ്ങളും എത്രയും വേഗം ലഭ്യമാക്കാമെന്ന് ഐസർ വാഗ്ദാനം ചെയ്തു. ഓഫീസിലെത്തിയയുടൻ ഈജിപ്തിലുള്ള മൊസാദ് ഏജന്റുമാരെയും ചേർത്ത് തന്റെ മികച്ച സഹപ്രവർത്തകരും ഉൾപ്പെട്ട ഒരു ടീമിനെ ഐസർ നിയോഗിച്ചു. ഒരു മാസം തികയും മുൻപേ ആഗസ്റ്റ് 16-ന് വിശദമായ റിപ്പോർട്ടുമായി അയാൾ പ്രധാനമന്ത്രിയുടെ ഓഫീസിലെത്തി.

ജർമ്മൻ ശാസ്ത്രജ്ഞരാണ് ഈജിപ്തിനായി മിസ്സൈൽ നിർമ്മിക്കുന്നതെന്ന് ഐസർ റിപ്പോർട്ട് ചെയ്തു.

ഈജിപ്തിന്റെ ആയുധപ്പുര നവീകരിക്കുവാൻ 1959-ൽ പ്രസിഡന്റ് നാസർ തീരുമാനിച്ചു. അതിനായി ബ്യൂറോ ഫോർ സ്പെഷൻ മിലിട്ടറി പ്രോഗ്രാംസ് എന്ന വകുപ്പ് രൂപീകരിച്ച് അന്ന് എയർഫോഴ്സിന്റെ ഇന്റലിജൻസ് വിഭാഗം മേധാവിയായിരുന്ന ജനറൽ മഹ്മൂദ് ഖലീലിനെ അതിന്റെ

തലവനായി നിയമിക്കുകയും ഭീമമായ ഒരു തുക അതിനായി നീക്കിവയ്ക്കുകയും ചെയ്തു. ജെറ്റ് പോർവിമാനങ്ങൾ, മിസ്സൈലുകൾ, റോക്കറ്റുകൾ, രാസായുധങ്ങൾ തുടങ്ങിയവയാണ് ലക്ഷ്യമിട്ടത്.

ഖലീലിന്റെ ആദ്യ ദൗത്യം ഈ ആയുധങ്ങൾ രൂപകൽപ്പന ചെയ്യാനും നിർമ്മിക്കാനും കഴിയുന്ന വിദഗ്ധരെ കണ്ടെത്തുക എന്നതായിരുന്നു. അതിനായി എവിടെ തേടണമെന്ന് അയാൾക്ക് അറിയാമായിരുന്നു.

ഖലീലിന്റെ ദൂതന്മാർ നൂറുകണക്കിന് ജർമ്മൻ വിദഗ്ധരെയും ശാസ്ത്രജ്ഞരെയും റിക്രൂട്ട് ചെയ്യാൻ തുടങ്ങി. അവർ മിക്കവരും നാസി ജർമ്മനിയുടെ മിസ്സൈൽ – വ്യോമയാന ഗവേഷണസ്ഥാപനങ്ങളിൽ ജോലി ചെയ്തിരുന്നവർ ആയിരുന്നു. ഉയർന്ന ശമ്പളം, ബോണസ്, ആഡംബര ജീവിതസൗകര്യങ്ങൾ തുടങ്ങിയവയായിരുന്നു അവർക്കുള്ള പ്രലോഭനങ്ങൾ. ഒറ്റയൊറ്റയായി മുന്നൂറിലധികം ജർമ്മൻകാർ ഈജിപ്തിലെത്തി. അവരുടെ സഹായത്തോടെ മൂന്ന് രഹസ്യസ്ഥാപനങ്ങൾ പ്രസിഡന്റ് നാസ്സർ പടുത്തുയർത്തി.

അവയിൽ ആദ്യത്തേത് ഫാക്ടറി 36 എന്നപേരിൽ അറിയപ്പെട്ടു. അവിടെ വിമാന നിർമ്മാണ വിദഗ്ധനായ വില്ലി മെസ്സെർഷിമിറ്റ് ഈജിപ്തിനായി പോർവിമാനങ്ങൾ ഒരുക്കുകയായിരുന്നു. രണ്ടാം ലോകമഹായുദ്ധത്തിൽ നാസി എയർഫോഴ്സ് മാരകമായി പ്രയോഗിച്ച ലുഫ്റ്റ് വാഫെ പോർവിമാനങ്ങളുടെ പിതാവായിരുന്നു വില്ലി മെസ്സെർഷിമിറ്റ്. 1959 നവംബർ 29-ന് മഹ്മൂദ് ഖലീൽ വില്ലിയുമായി ഒരു കരാർ ഒപ്പുവച്ചിരുന്നു.

കോഡ് 135 എന്നറിയപ്പെട്ട രണ്ടാമത്തെ സ്ഥാപനത്തിൽ ഫെർഡിനന്റ് ബ്രാൻഡ്നർ എന്ന വിദഗ്ധ എഞ്ചിനീയർ വില്ലിയുടെ വിമാനങ്ങൾക്ക് ആവശ്യമായ എഞ്ചിനുകൾ നിർമ്മിക്കുകയായിരുന്നു. റഷ്യയിൽ ഈ മേഖലയിൽ വളരെക്കാലം അയാൾ ജോലിചെയ്തിരുന്നു. ജർമ്മനിയിൽ തിരികെയെത്തിയ അയാളെ ഡെയിംലർ – ബെൻസിന്റെ മേധാവിയായ ഡോക്ടർ എക് ഹാർട്ടിന്റെ സഹായത്തോടെ ജനറൽ ഖലീൽ ബന്ധപ്പെടുകയായിരുന്നു.

പരമ രഹസ്യമായി സൂക്ഷിക്കപ്പെട്ടത് ഫാക്ടറി 333 ആയിരുന്നു, മരുഭൂമിയിലെ വിദൂരമായ ഒരിടത്താണ് അത് പണികഴിപ്പിച്ചത്. ഹിറ്റ്ലറുടെ യുവപ്രതിഭകളിൽ ചിലർ അവിടെ പ്രസിഡന്റ് നാസ്സറിനായി മദ്ധ്യദൂര മിസ്സൈലുകളുടെ നിർമ്മാണത്തിൽ മുഴുകി.

ഐസർക്ക് ലഭ്യമായ അറിവ് പ്രകാരം 1960 ഡിസംബറിലാണ് ഈജിപ്തിന്റെ മിസ്സൈൽ പ്രോഗ്രാം വേഗത വർദ്ധിപ്പിച്ചത്. ആ മാസമായിരുന്നു അമേരിക്കൻ നിരീക്ഷണവിമാനം ഇസ്രായേലിലെ ദിമോണ എന്നിടത്ത് ഭീമാകാരമായ കെട്ടിടസമുച്ചയം കണ്ടത്. ആണവ റിയാക്ടർ ആകാൻ സകല സാദ്ധ്യതയും ഉള്ള ഒരു നിർമ്മിതി. ആഗോളമാധ്യമങ്ങൾ വൻ തലക്കെട്ടുകൾ നൽകി വാർത്ത പ്രചരിപ്പിച്ചു. വലിയൊരു വസ്ത്രനിർമ്മാ

ണശാലയാണതെന്ന ഇസ്രായേലിന്റെ വിശദീകരണം ആരും മുഖവിലയ്ക്ക് എടുത്തില്ല. ഈജിപ്ത് ഉൾപ്പെടെ നിരവധി അറബ് രാഷ്ട്രങ്ങൾ ഇസ്രായേലിനെതിരെ കടുത്ത ഭീഷണികൾ ഉയർത്തി. പക്ഷേ ഭീഷണികൾ കൊണ്ട് കാര്യമില്ലെന്ന് അവർക്കറിയാമായിരുന്നു. ഇസ്രായേലിൽ നിന്നുമുള്ള ആണവഭീഷണിയെ മാരകമായ ആധുനിക ആയുധങ്ങൾ കൊണ്ട് നിർവീര്യമാക്കാമെന്ന് ഈജിപ്ത് കരുതി.

ഈജിപ്തിലെ ജർമ്മൻ റോക്കറ്റ് ശാസ്ത്രജ്ഞരുടെ തലവൻ സ്റ്റുഗർട്ടിലെ ജെറ്റ് പ്രൊപ്പെൽഷൻ ഗവേഷണസ്ഥാപനത്തിന്റെ ഡയറക്ടറായിരുന്ന പ്രൊഫസർ യൂജിൻ സാംഗർ ആയിരുന്നു. യുദ്ധാനന്തരം കുറച്ച് വർഷങ്ങൾ സാംഗർ ഫ്രാൻസിൽ ഉണ്ടായിരുന്നു. ജർമ്മൻ വി–2 റോക്കറ്റിന് സമാനമായ വെറോണിക്ക റോക്കറ്റ് ഫ്രാൻസിൽ വച്ച് നിർമ്മിക്കുന്നതിൽ സാംഗർ വിജയിച്ചിരുന്നു. തന്റെ സഹപ്രവർത്തകരായ ഇലക്ട്രോണിക് നിയന്ത്രണ വിദഗ്ധൻ പ്രൊഫസർ പോൾ ഗോർക്കി, എഞ്ചിനീയറിംഗ് വിദഗ്ധൻ വോൾഫാങ് പിത്സ്, അസാധാരണ ബുദ്ധിശാലിയും നാസി ജർമ്മനിയുടെ വി-2 റോക്കറ്റ് വികസിപ്പിച്ച വിദഗ്ധനുമായ വെർനെർ വോൺ ബ്രൗൺ എന്നിവരും സാംഗറിനൊപ്പം പോന്നിരുന്നു. ഈ ടീമുമായി അടുത്ത് സഹകരിക്കുന്ന ഗൈഡൻസ് ആൻഡ് കൺട്രോൾ വിദഗ്ധൻ ഡോ. ഹാൻസ് ക്ലീന്വാക്ടറിന്റെ സ്വിസ് അതിർത്തിക്കരുകിലെ ജർമ്മൻ നഗരമായ ലോറാഷിലെ ഗവേഷണശാലയിൽ മിസ്സൈൽ ഗൈഡൻസ് സിസ്റ്റംസ് വികസിപ്പിക്കുന്നുണ്ടായിരുന്നു. രാസായുധഗവേഷണങ്ങളുടെ ചുമതല മുൻ നാസി സൈനിക ഓഫീസറായ ഡോ. എർമിൻ ദാദിയുവിനായിരുന്നു. ജർമ്മൻകാരുമായി ചേർന്ന് ഈജിപ്തുകാർ ഒട്ടനവധി കമ്പനികൾ ആരംഭിച്ചു. ഇൻട്രാ, ഇൻട്രാ ഹാൻഡെൽ, പാത്വാഗ്, ലിൻഡ തുടങ്ങിയവ അവയിൽ ചിലതായിരുന്നു. മറ്റുള്ളവരുടെ ശ്രദ്ധയിൽ പെടാതെ അസംസ്കൃത വസ്തുക്കളും പാർട്ടുകളും വാങ്ങി ഈജിപ്തിലെത്തിക്കാനുള്ള മറയായിരുന്നു ഈ കമ്പനികൾ. ഇൻട്രാ ഹാൻഡെലിന്റെ ഭരണവിഭാഗം ഡയറക്ടറായിരുന്നു ഡോ. ഹെയിൻസ് ക്രൂഗർ. സ്റ്റുഗർട്ടിലെ ഇൻസ്റ്റിറ്റ്യൂട്ട് ഫോർ ജെറ്റ് പ്രൊപ്പെൽഷന്റെ നിയന്ത്രണവും ഇയാൾക്കായിരുന്നു. സ്വിറ്റ്സർലണ്ടിൽ പാർത്തിരുന്ന ഈജിപ്ഷ്യൻ കോടീശ്വരൻ ഹസൻ കമീലും ഇവർക്ക് മറയായി പ്രവർത്തിച്ചു. പലരെയും കൂട്ടിമുട്ടിക്കാനും ഈ കോടീശ്വരൻ സഹായമായി. ഈ മാന്യന്റെ ഒത്താശയിൽ ഡമ്മി കമ്പനികളായ മെക്കാനിക്കൽ കോർപ്പറേഷൻ, മോട്ടോഴ്സ്, ടർബൈൻസ് ആൻഡ് പമ്പ്സ് എന്നീ കമ്പനികൾ സ്വിറ്റ്സർലാണ്ടിൽ നിലവിൽ വന്നു. അസംസ്കൃത വസ്തുക്കൾ, ഇലക്ട്രിക്കൽ ഉപകരണങ്ങൾ, കണിശതയുള്ള സൂക്ഷ്മോപകരണങ്ങൾ തുടങ്ങിയവ വാങ്ങി ഈജിപ്തിൽ എത്തിക്കുന്നതിനൊപ്പം വിദഗ്ധരെ റിക്രൂട്ട് ചെയ്യാനും ഇവർ മുന്നിൽ നിന്നു. മെസ്സെർഷിമിറ്റ്, ബ്രാൻഡ്നർ, കമീൽ എന്നിവരും ഈ ഡമ്മി കമ്പനികളുടെ ഡയറക്ടർമാരായി പ്രവർത്തിച്ചു.

ഇങ്ങനെയാണ് 1961-ൽ സാംഗറും സംഘവും ഈജിപ്തിനായി മിസ്സൈൽ നിർമ്മാണം ആരംഭിച്ചത്. പക്ഷേ ആ വർഷം അവസാനത്തിൽ ജർമ്മൻ സർക്കാർ ഈജിപ്ഷ്യൻ മിസ്സൈൽ പ്രൊജക്റ്റും സ്റ്റഗർട്ടിലെ ജെറ്റ് പ്രൊപ്പൽഷൻ ഇൻസ്റ്റിറ്റ്യൂട്ടുമായുള്ള ബന്ധം കണ്ടെത്തി. ജോലി രാജിവക്കാനും എല്ലാവിധ സഹകരണവും അവസാനിപ്പിച്ച് ജർമ്മനിയിലേക്ക് തിരികെയെത്താനും സാംഗറോട് ജർമ്മൻ അധികാരികൾ ആവശ്യപ്പെടുകയും അനുസരിപ്പിക്കുകയും ചെയ്തു. തുടർന്ന് പ്രൊഫസർ പിത്സ് മിസ്സൈൽ പ്രൊജക്റ്റിന്റെ തലവനായി.

1962 ജൂലായോടെ ഫാക്ടറി 333 മുപ്പതോളം മിസ്സൈലുകൾ ഉത്പ്പാദിപ്പിച്ചു. അതിൽ നാലെണ്ണമാണ് ദേശീയ പതാകയിൽ പൊതിഞ്ഞ് പ്രസിഡന്റ് നാസർ വലിയ ആഘോഷകോലാഹലങ്ങളോടെ തെരഞ്ഞെടുക്കപ്പെട്ട സദസ്സിന്റെ മുമ്പാകെയും തുടർന്ന് കെയ്റോയുടെ തെരുവുകളിലൂടെയും പ്രദർശിപ്പിച്ചത്.

ആഗസ്റ്റ് മാസത്തിൽ ഐസർ ഹാരെൽ പ്രധാനമന്ത്രിയുടെ മുന്നിലെത്തിയപ്പോൾ പ്രൊഫസർ പിത്സ് ഫാക്ടറി 333-ന്റെ ഡയറക്ടർ കമീൽ അസാബിനെഴുതിയ കത്തിന്റെ കോപ്പിയും കൊണ്ടുവന്നിരുന്നു. റാഫി ഐതനും കൂട്ടാളികളും ചേർന്ന് സംഘടിപ്പിച്ചതായിരുന്നു അത്. അഞ്ഞൂറ് ടൈപ്പ് 2 മിസ്സൈലുകളും നാന്നൂറ് ടൈപ്പ് 5 മിസ്സൈലുകളും നിർമ്മിക്കുന്നതിനാവശ്യമായ യന്ത്രഭാഗങ്ങളും ഉപകരണങ്ങളും വാങ്ങുന്നതിനായി മുപ്പത്തിയേഴ് ലക്ഷം സ്വിസ് ഫ്രാങ്ക് ആവശ്യപ്പെട്ടുകൊണ്ടുള്ള കത്തായിരുന്നു അത്.

ആയിരത്തോളം മിസ്സൈലുകൾ! ഐസറുടെ റിപ്പോർട്ട് ഇസ്രായേലിന്റെ പ്രതിരോധവൃത്തങ്ങളിൽ അഗാധമായ ആശങ്കകളുണർത്തി. മിസ്സൈലുകളിൽ സാധാരണ ബോംബുകൾ ഘടിപ്പിക്കാനായിരിക്കില്ല ഈജിപ്തിന്റെ പദ്ധതിയെന്ന് ഇസ്രായേൽ ന്യായമായും ശങ്കിച്ചു. അതിനായി അതിഭീമമായ പണച്ചിലവോടെ മിസ്സൈൽ നിർമ്മിക്കില്ലെന്നും ഇസ്രായേലിലെ പ്രതിരോധവിദഗ്ധർ ഊഹിച്ചു. അര ടൺ ഡയനമിറ്റ് കൊണ്ടുപോകുന്നതിന് ശതലക്ഷക്കണക്കിന് ഡോളറുകൾ മുടക്കി മിസ്സൈൽ നിർമ്മിക്കുന്നതെന്തിന്? ഒരു സാധാരണ ബോംബർ വിമാനത്തിന് അത് കൃത്യമായി ചെയ്യാവുന്നതേയുള്ളൂ. ഇതിൽനിന്നെല്ലാം ഇസ്രായേലിലെ പ്രതിരോധവിദഗ്ധർ ഗണിച്ചത് ഈജിപ്തിന് മറ്റൊരു പ്ലാനുണ്ടെന്നാണ്. അന്തർദേശീയ നിയമങ്ങൾ വഴി നിരോധിച്ച ആണവായുധങ്ങൾ, രാസായുധങ്ങൾ, വിഷവാതകങ്ങൾ അല്ലെങ്കിൽ അതുപോലുള്ള മറ്റെന്തെങ്കിലും മാരകായുധങ്ങൾ ഏതോവഴിയിൽ ലഭ്യമാക്കാൻ ഈജിപ്ത് കോപ്പുകൂട്ടുന്നുണ്ടെന്ന് ഇസ്രായേൽ വിദഗ്ധർ ന്യായമായും ഊഹിച്ചു.

ഇസ്രായേലിനെ നശിപ്പിക്കാനുള്ള ഏതോ ഗൂഢപദ്ധതിയുടെ ഭാഗമായിട്ടാണ് ജർമ്മൻ ശാസ്ത്രജ്ഞന്മാർ ഈജിപ്റ്റിന്റെ ആയുധപ്പുര നവീകരണവുമായി സഹകരിച്ച് പ്രവർത്തിക്കുന്നത് എന്നതായിരുന്നു ഐസർ ഹാരെലിന്റെ ഭയം. അതിനായിട്ടാണ് അവർ വിനാശകരങ്ങളായ ആയുധങ്ങളും കൂറ്റൻ മിസ്സൈലുകളും ജീവനുള്ള എന്തിനെയും വകവരുത്തുന്ന റേഡിയോ ആക്ടീവ് യുദ്ധക്കോപ്പുകളും നിർമ്മിക്കുന്നതെന്ന് ഐസർ കരുതി. ഇവകൾ ഉപയോഗിച്ച് ഇസ്രായേലിന്റെ അന്തരീക്ഷത്തെ ദീർഘകാലത്തേക്ക് വിഷമയമാക്കാമെന്നും മൃത്യുകിരണങ്ങൾ വികസിപ്പിച്ച് ഇസ്രായേലിനെ നരകസമാനമാക്കാമെന്നും ഈ ജർമ്മൻകാർ കിനാവ് കാണുകയാണെന്നും ഐസർ നിർണ്ണയിച്ചു.

'ഞങ്ങളവരെ വളരെ ഗൗരവമായിത്തന്നെയാണ് എടുത്തത്.' അന്ന് ചീഫ് ഓഫ് സ്റ്റാഫായിരുന്ന ജനറൽ സവി സൂർ പിന്നീട് സമ്മതിക്കുകയുണ്ടായി. 'നമ്മുടെ പ്രതിരോധ ശാസ്ത്രജ്ഞർ പ്രൊഫഷണലുകൾ ആയിരുന്നില്ല. അതിനാൽ ഈവിധ വിവരങ്ങൾ എങ്ങനെ കൈകാര്യം ചെയ്യണമെന്നും അവർക്കറിയില്ലായിരുന്നു.' എന്നിട്ടും ഈജിപ്ഷ്യൻ പദ്ധതിയുടെ പ്രധാന ദൗർബല്യം എന്താണെന്ന് അവർക്ക് കണ്ടെത്താനായി. മിസ്സൈലുകളെ കൃത്യമായി ലക്ഷ്യത്തിൽ എത്തിക്കാനുള്ള നിയന്ത്രണ ഉപകരണങ്ങൾ അതുവരെയും വികസിപ്പിക്കാൻ ജർമ്മൻകാർക്ക് കഴിഞ്ഞിരുന്നില്ല. ആ പ്രതിബന്ധം പരിഹരിക്കാനാവാത്ത കാലത്തോളം മിസ്സൈലുകൾ പ്രയോജനശൂന്യമായിരിക്കും.

അഡോൾഫ് ഐക്മാനെ കുടുക്കാനും വിചാരണ ചെയ്ത് വധിക്കാനും കഴിഞ്ഞത് ഐസർ ഹാരെലിൽ ആന്തരികമായ മാറ്റങ്ങൾക്ക് കാരണമായി. ഒപ്പം ജോലി ചെയ്തിരുന്നവർ സ്നേഹിക്കുകയും ബഹുമാനിക്കുകയും ചെയ്തിരുന്ന ഐസർ അഗാധമായി മാറി. ഉരുക്കിന്റെ ഞരമ്പുകളോടുകൂടിയതും ഹിമം പോലെ തണുത്ത തലയുള്ളയാളുമായിരുന്ന ഐസർ ജർമ്മനിയെ ഇസ്രായേൽ രാഷ്ട്രത്തിന്റെയും യഹൂദസമൂഹത്തിന്റെയും നിത്യശത്രുവായി കരുതാൻ തുടങ്ങി. പ്രസിഡന്റ് നാസറിനായി മാരകായുധങ്ങൾ നിർമ്മിക്കാൻ പണിയെടുക്കുന്ന ജർമ്മൻ ശാസ്ത്രജ്ഞരെ ജർമ്മൻ ഗവൺമെന്റ് പിന്തുണയ്ക്കുകയാണെന്നും ഐസർ തീവ്രമായി വിശ്വസിച്ചു. ഇതുവഴി ഇസ്രായേലിനെ നശിപ്പിക്കാനുള്ള ശത്രുക്കളുടെ പ്രയത്നങ്ങളെയാണ് ജർമ്മനി പിന്തുണയ്ക്കുന്നതെന്ന് ഐസർ ചൂണ്ടിക്കാണിച്ചു. ബെൻ ഗുരിയോണിനെ കണ്ട് ജർമ്മൻ ചാൻസലർ കോൺറാഡ് അഡ്നോവറുമായി നേരിട്ട് ബന്ധപ്പെടുവാനും ഈ വിഷയങ്ങളെ അദ്ദേഹത്തിന്റെ ശ്രദ്ധയിൽ പെടുത്തി ജർമ്മൻ ശാസ്ത്രജ്ഞരെ ഉടനെ തിരികെ വിളിപ്പിക്കാനും ഐസർ അഭ്യർത്ഥിച്ചു. ബെൻ ഗുരിയോൺ ഇതിന്

വിസമ്മതിച്ചു. ഇസ്രായേലിലെ നെഗേവ് മരുഭൂമി വികസിപ്പിക്കാനായി ജർമ്മനി ആയിടയ്ക്ക് അമ്പത് കോടി ഡോളർ ഇസ്രായേലിന് വായ്പ നൽകിയിരുന്നു. ബെൻ ഗുരിയോണിനും അഡ്നോവറിനും ഇടയിൽ പരസ്പര വിശ്വാസത്തിന്റെയും വ്യക്തിപരമായ സൗഹൃദത്തിന്റെയും ഊഷ്മള ബന്ധവും അതോടെ നിലവിൽ വന്നു. അതിനുശേഷം അഡ്നോവറും അദ്ദേഹത്തിന്റെ പ്രതിരോധ മന്ത്രി ഫ്രാൻസ് ജോസഫ് സ്ട്രാവ്സും ചേർന്ന് കോടിക്കണക്കിന് ഡോളർ വിലമതിക്കുന്ന ആത്യന്താധുനിക പടക്കോപ്പുകളും ടാങ്കുകളും യുദ്ധവിമാനങ്ങളും ഹെലികോപ്റ്ററുകളും തികച്ചും സൗജന്യമായി നൽകുകയും ചെയ്തിരുന്നു. ജൂതരോട് നാസികൾ കാണിച്ച കൊടും ക്രൂരതയ്ക്കുള്ള ആത്മാർത്ഥമായ ഖേദപ്രകടനം കൂടിയായിരുന്നു ആ ഉദാര നടപടി. ഈ പശ്ചാത്തലത്തിൽ ജർമ്മനിയുമായുള്ള ബന്ധത്തിൽ ഉലച്ചിൽ വരുത്തുന്ന യാതൊന്നും ചെയ്യാൻ ബെൻ ഗുരിയോൺ സന്നദ്ധനായില്ല. അതിനുപകരം, തന്റെ കാബിനറ്റിൽ പ്രതിരോധ മന്ത്രിയായിരുന്ന ഷീമോൻ പെറസിനോട് ജർമ്മൻ പ്രതിരോധമന്ത്രി സ്ട്രാവ്സിന് വ്യക്തിപരമായ ഒരു കത്തെഴുതാനും ഈ വിഷയത്തിൽ സഹായമർത്ഥിക്കാനും രഹസ്യമായി നിർദ്ദേശിക്കുകയാണ് ചെയ്തത്.

പക്ഷേ അതൊന്നും പോരായിരുന്നു ഐസറെ തൃപ്തനാക്കാൻ. സ്വന്ത നിലയിൽ ഈജിപ്തിലെ ജർമ്മൻ ശാസ്ത്രജ്ഞരുടെ പ്രവർത്തനങ്ങൾക്ക് തടയിടാൻ അദ്ദേഹം ഉദ്യമിച്ചു.

1962 സെപ്റ്റംബർ 11-ന് രാവിലെ മധ്യപൗരസ്ത്യനായ ഒരാളുടെ ലക്ഷണങ്ങളുള്ള ഒരു അപരിചിതൻ മ്യൂണിക്കിലെ ഇൻട്രാ ഓഫീസിലേക്ക് വന്നു. അയാളെ കമ്പനി ഡയറക്ടറായ ഡോ. ഹെയിൻസ് ക്രുഗിന്റെ ഓഫീസിലേക്ക് ആനയിച്ച ക്ലാർക്ക് താൻ കേണൽ നദീമിന്റെ നിർദ്ദേശാനുസരണമാണ് എത്തിയിരിക്കുന്നതെന്ന് അപരിചിതൻ പറയുന്നതായും കേട്ടു. ഡോക്ടർ ക്രുഗുമായി അടുത്ത ബന്ധം പുലർത്തിയിരുന്ന ഈജിപ്ഷ്യൻ സൈനിക ഓഫീസറായിരുന്നു കേണൽ നദീം. അരമണിക്കൂറിനുശേഷം അപരിചിതൻ ഡോ. ക്രുഗുമായി പുറത്തേക്ക് പോയി. യുണൈറ്റഡ് അറബ് എയർലൈൻസ് ടിക്കറ്റിംഗ് ഓഫീസിലെ ഒരു ഉദ്യോഗസ്ഥ ഇരുവരും ഓഫീസ് കടന്നുപോകുന്നതായി ശ്രദ്ധിച്ചിരുന്നു. ഡോ. ക്രുഗിനെ അവസാനമായി കണ്ടതും അവരായിരുന്നു.

അടുത്ത ദിവസം രാവിലെ ശ്രീമതി ക്രുഗ് തന്റെ ഭർത്താവിനെ കാണാനില്ലെന്ന് പോലീസിൽ പരാതി നൽകി. രണ്ട് ദിവസങ്ങൾക്ക് ശേഷം ഡോ. ക്രുഗിന്റെ വെളുത്ത മെഴ്സിഡസ് കാർ മ്യൂണിക് നഗരത്തിന്റെ പ്രാന്തപ്രദേശങ്ങളിൽ ഒരിടത്ത് ഉപേക്ഷിക്കപ്പെട്ട നിലയിൽ പോലീസ് കണ്ടെത്തി. കാറാകെ ചെളി പിടിച്ചിരുന്നു. പെട്രോൾ ടാങ്ക് ഒഴിഞ്ഞിരുന്നു. അജ്ഞാതനായ ഒരാൾ പോലീസിനെ വിളിച്ച് 'ഡോക്ടർ ക്രുഗ് മരിച്ചു' എന്ന് അറിയിച്ചു. മറ്റ് പല സ്രോതസ്സുകളിൽ നിന്നും ലഭിച്ച

വിവരങ്ങൾ പ്രകാരം മൊസാദാണ് ഡോ. ക്രഗിനെ ഇസ്രായേലിലേക്ക് തട്ടിക്കൊണ്ടുപോയതെന്ന് പോലീസ് വിശ്വസിച്ചു. ക്രഗ് വധിക്കപ്പെട്ടു എന്ന കാര്യത്തിലും അവർക്ക് സംശയമൊന്നും ഉണ്ടായിരുന്നില്ല.

രണ്ടു മാസങ്ങൾ കഴിഞ്ഞ് നവംബർ 27-ന് ഫാക്ടറി 333-ൽ പിത്സിന്റെ സെക്രട്ടറി ഹന്നലോർ വെൻഡെ രാവിലെ എത്തിയ തപാലിൽ ഒരു കനത്ത കവർ കണ്ടു. ഹാംബർഗിലെ പ്രശസ്തനായ ഒരഭിഭാഷകൻ അയച്ചതായിരുന്നു അതെന്നും അവർ ശ്രദ്ധിച്ചു. അവർ ആ പാക്കേജ് തുറന്നു. കാതടപ്പിക്കുന്ന സ്ഫോടനസ്വരത്തിൽ ആ ഓഫീസ് കിടുങ്ങി. ഗുരുതരമായി പരിക്കേറ്റ സെക്രട്ടറിയെ ഉടനെ ആശുപത്രിയിലെക്ക് കൊണ്ടുപോയി. മാസങ്ങൾ കഴിഞ്ഞാണ് അവരെ ഡിസ്ചാർജ് ചെയ്തത്. അപ്പോളവർ അന്ധയും ബധിരയും ആയിരുന്നു. മുഖം പൊളിഞ്ഞടർന്ന് വികൃതമായിരുന്നു.

തൊട്ടടുത്ത ദിവസം അതേ സ്ഥാപനത്തിലെ മറ്റൊരു ഓഫീസിൽ പുസ്തകങ്ങളെന്ന് പുറത്തെഴുതിയ ഒരു പാഴ്സലെത്തി. ഈജിപ്തുകാരനായ ഒരു ക്ലർക്കാണ് അത് തുറന്നത്. സ്ഫോടനത്തിൽ അഞ്ചുപേർ മരിച്ചു. പാഴ്സലിൽ രേഖപ്പെടുത്തിയിരുന്ന സ്റ്റുഗർട്ടിലെ പ്രസാധകന്റെ വിലാസം അന്വേഷണത്തിൽ വ്യാജമെന്ന് തെളിഞ്ഞു.

തുടർന്നുള്ള ദിവസങ്ങളിൽ പൊട്ടിത്തെറിക്കുന്ന പാഴ്സലുകൾ വന്നു കൊണ്ടേയിരുന്നു. ചിലത് ജർമ്മനിയിലെ വിലാസങ്ങളിലും മറ്റുചിലത് ഈജിപ്തിലെ വിലാസങ്ങളിലും. അവയിൽ ചിലതൊക്കെ പൊട്ടിത്തെറിച്ചു. ചിലതെല്ലാം ബോംബുകൾ നിർവീര്യമാക്കുന്ന വിദഗ്ധർ കൈകാര്യം ചെയ്ത് അപകടം ഒഴിവാക്കി. ആരാണ് അവ അയച്ചതെന്ന് ഒരിക്കലും വ്യക്തമായി അറിയാനായില്ല. എങ്കിലും മാധ്യമപ്രവർത്തകർക്കും ഈജിപ്തിലെ അധികൃതർക്കും മനസ്സിലായി അവയുടെ ഉറവിടം മൊസാദാണെന്ന്. കുറച്ച് കാലങ്ങൾക്ക് ശേഷം വെളിപ്പെട്ടു ഷാമ്പെയ്ൻ ചാരനെന്ന് അറിയപ്പെട്ട ഇസ്രായേലി ഏജന്റ് സീവ് ഗുറാരിയായിരുന്നു അവയുടെ പിന്നിലെന്ന്. വോൾഫാങ് ലുട്ട്സ് എന്ന് അറിയപ്പെട്ടിരുന്ന ഗുറാരി മുൻ നാസി ഓഫീസറാണെന്ന് നടിച്ച് ജർമ്മൻ ഭാര്യയുമായി വളരെക്കാലമായി കെയ്റോയിൽ താമസമായിരുന്നു. കെയ്റോയിലെ ഈജിപ്ഷ്യൻ സമൂഹത്തിലെ ഉന്നതന്മാർക്കിടയിൽ വലിയ സ്വാധീനവും അയാൾക്കുണ്ടായിരുന്നു.

ലറ്റർ ബോംബുകൾ ജർമ്മൻ ശാസ്ത്രജ്ഞരെ ഗൗരവമായി ബാധിച്ചു. സ്വന്തം ജീവൻ അപകടത്തിന്റെ നിഴലിലാണെന്ന് അവർ കരുതി. അവരിൽ പലർക്കും അജ്ഞാതരിൽ നിന്നും ടെലിഫോണിൽ ഭീഷണികൾ ലഭിച്ചു. ഈജിപ്തുമായി സഹകരിക്കുന്നത് തുടർന്നാൽ അവരെയും അവരുടെ കുടും

ബത്തെയും വകവരുത്തുമെന്നായിരുന്നു ആ സന്ദേശങ്ങൾ. അതേത്തുടർന്ന് അവർക്ക് കനത്ത സുരക്ഷ ഏർപ്പെടുത്തി. യൂറോപ്പിൽ പ്രവർത്തിച്ചിരുന്ന ഡമ്മി കമ്പനികളിലെ ഉദ്യോഗസ്ഥരും സുരക്ഷാവലയത്തിലായി. യൂറോപ്പിൽ യാത്രചെയ്യുമ്പോൾ ജർമ്മൻ സുരക്ഷാസേന അവർക്കൊപ്പം ഉണ്ടായിരുന്നു. പ്രൊഫസർ പിത്സിനെ 1962-ലെ സന്ദർശനവേളയിൽ രക്ഷിക്കാനായത് ഈ വിധത്തിലായിരുന്നു. അപരിചിതരായ ചിലർ തന്നെ പലപ്പോഴും പിന്തുടരുന്നതായി പിത്സ് ശ്രദ്ധിച്ചുവെങ്കിലും അവർക്ക് അദ്ദേഹത്തെ ഒന്നും ചെയ്യാനായില്ല.

1962-ലെ ശിശിരവും വസന്തവും ഐസർ യൂറോപ്പിൽ താമസിച്ചു കൊണ്ട് കൃത്യതയുള്ള ഏറ്റവും പുതിയ വിവരങ്ങൾ ശേഖരിക്കാൻ പരിശ്രമിച്ചു. ജർമ്മൻ ശാസ്ത്രജ്ഞരുടെ തപാലുകൾ കൈകാര്യം ചെയ്യുന്ന നയതന്ത്രവിഭാഗത്തിൽ കടന്നുകയറാൻ റാഫി ഐതന് കഴിഞ്ഞു. അത്തരം ദൗത്യങ്ങൾ ഏറ്റെടുക്കാൻ ഐതൻ തത്പരനായിരുന്നു. 'ഒരു പുതിയ ഏജന്റിനെ കണ്ടെത്തി, പരിശീലനം നൽകി, ആവശ്യമായ വ്യാജ രേഖകളൊരുക്കി, അയാൾക്ക് ഫീൽഡിലുള്ള ബന്ധപ്പെട്ടവരെ പരിചയപ്പെടുത്തി... ഇതൊക്കെ വളരെ ക്ലേശകരമായ പണിയാണ്. ശത്രുവിന്റെ തപാൽ വായിക്കാനാവുകയെന്നത് ഇതുമായി താരതമ്യം ചെയ്യുമ്പോൾ വിവരം ശേഖരിക്കാനുള്ള ഏറ്റവും എളുപ്പവഴിയാണ്. ഉടനടി പ്രയോജനം കിട്ടുന്ന ഒന്നാംതരം വിവരങ്ങൾ!' അതായിരുന്നു ഐതന്റെ വാക്കുകൾ.

സ്വന്തം പുതുവഴികളിൽ അന്വേഷണവുമായി മുന്നേറാൻ ഐതന് ഏറ്റവും പുതിയ ഇലക്ട്രോണിക്സ് ഉപകരണങ്ങൾ ആവശ്യമായിരുന്നു. പക്ഷേ അവ എവിടെ ലഭിക്കുമെന്ന് അയാൾക്കറിയില്ലായിരുന്നു. സി ഐ എ പോലുള്ള രഹസ്യാന്വേഷകർ ഉപയോഗിക്കുന്ന ഉപകരണങ്ങൾ കമ്പോളത്തിൽ വാങ്ങാൻ കഴിയുന്നവ ആയിരുന്നില്ല. പാരീസിലെ ഓഫീസിലിരുന്ന് ഫ്രഞ്ച് ദിനപ്പത്രങ്ങൾ വായിക്കുന്നതിനിടയിൽ കുപ്രസിദ്ധ അധോലോക തലവനും ജൂതനുമായ മെയർ ലാൻസ്കിയെക്കുറിച്ചുള്ള ഒരു കുറിപ്പ് ശ്രദ്ധയിൽപ്പെട്ടു. ഐതന്റെ ഉള്ളിൽ ആശയങ്ങൾ പൂത്തുലഞ്ഞു. അയാളുടനെ ടെലിഫോൺ ഓപ്പറേറ്ററോട് പറഞ്ഞു,' മിയാമിയിലെ മെയർ ലാൻസ്കിയുടെ നമ്പർ ഏതുവിധേനയും കണ്ടെത്തി എനിക്ക് തരുക.'

അൽപസമയത്തിനുള്ളിൽ റാഫി ഐതന് മെയർ ലാൻസ്കിയെ ലൈനിൽ കിട്ടി. 'ഷാലോം മെയർ,' പരമ്പരാഗത ജൂതരീതിയിൽ ഐതൻ അഭിവാദ്യം ചെയ്തു. 'ഞാൻ പാരീസിൽ ജോലിചെയ്യുന്ന ഒരു ഇസ്രായേലി പൗരനാണ്. ജൂതരാഷ്ട്രത്തിനായി എനിക്ക് താങ്കളുടെ സഹായം ആവശ്യമുണ്ട്.'

'നോ പ്രോബ്ലം,' ലാൻസ്കി പ്രതികരിച്ചു. 'ഒരു മാസത്തിനുള്ളിൽ ഞാൻ സ്വിറ്റ്സർലണ്ടിലെ ലൂസാനിലെത്തും. നമുക്ക് അവിടെവച്ച് നേരിൽ കാണാം.'

ഐതൻ ലൂസാനിൽ വച്ച് ലാൻസ്കിയെ സന്ധിച്ചു. തന്റെ ആവശ്യം അയാളെ അറിയിക്കുകയും ചെയ്തു. ചിക്കാഗോയിലുള്ള ഒരാളുടെ വിലാസം ലാൻസ്കി അയാൾക്ക് നൽകി. 'ഇയാൾ നിങ്ങൾക്ക് ആവശ്യമുള്ളത് ചെയ്തുതരും.' ഒരാഴ്ചയ്ക്ക് ശേഷം ഐതൻ ചിക്കാഗോയിലെത്തി വിലാസത്തിലെ ആളുമായി സന്ധിച്ചു. ജർമ്മൻ ശാസ്ത്രജ്ഞർക്കെതിരെ പ്രവർത്തിക്കുന്നതിൽ അവിടെനിന്നും ലഭിച്ച ഉപകരണങ്ങൾ സഹായകമായെന്ന് ഐതൻ പിന്നീട് വെളിപ്പെടുത്തി.

ഈ പ്രവർത്തനങ്ങൾ ഒരു പുതിയ വ്യക്തിയെ ഐസർ ഹാരെലിന്റെ ശ്രദ്ധയിലെത്തിച്ചു. ഡോക്ടർ ഓട്ടോ ജോക്ലിക്. ലഭ്യമായ വിവരങ്ങൾ പ്രകാരം ന്യൂക്ലിയർ റേഡിയേഷൻ മേഖലയിൽ പ്രവർത്തിക്കുന്ന ആസ്ട്രിയൻ ശാസ്ത്രജ്ഞനാണ് ഡോ. ജോക്ലിക്. രഹസ്യവിവരങ്ങൾ പറയുന്നത് ആണവായുധങ്ങൾ നിർമ്മിക്കാനായി ഗവേഷണം നടത്തുന്ന ഒരു ഈജിപ്ഷ്യൻ പ്രൊജക്റ്റിനായിട്ടാണ് ഇപ്പോളിയാൾ പ്രവർത്തിക്കുന്നതെന്നാണ്. ഡോക്ടർക്ക് പ്രവർത്തനങ്ങൾക്ക് മറയായി ആസ്ട്ര എന്നൊരു കമ്പനി തന്നെ ഈജിപ്തുകാർ ആസ്ട്രിയയിൽ സ്ഥാപിച്ചിട്ടുണ്ട്. അതിന്റെ തലപ്പത്തിരുന്നുകൊണ്ട് അവരുടെ ആവശ്യങ്ങൾക്കായെന്ന വ്യാജേന ജോക്ലിക് വാങ്ങുന്ന ആണവവസ്തുക്കൾ ഗൂഢമായി കെയ്റോയിലേക്ക് കടത്തുകയാണ് ചെയ്തിരുന്നത്. ഈജിപ്ഷ്യൻ പ്രൊജക്റ്റിനാവശ്യമായ പരീക്ഷണ നിരീക്ഷണങ്ങളും ആസ്ട്രയിൽ ഇയാൾ നടത്തിപ്പോന്നു. മിസ്സൈലുകളിൽ ഘടിപ്പിക്കുന്നതിനായി ആണവായുധം നിർമ്മിക്കുന്നതിന്റെ ചുമതലയായിരുന്നു ഡോ. ജോക്ലികിന്.

ജോക്ലിക് അപകടകാരിയായ ഒരാളാണെന്ന് ഇതെല്ലാം സൂചിപ്പിച്ചു. ഒരു പക്ഷേ ഈജിപ്തിനായി പ്രവർത്തിക്കുന്ന വിദേശശാസ്ത്രജ്ഞരിൽ ഏറ്റവും അപകടകാരിയായയാൾ. ഉടൻ തന്നെ യൂറോപ്പിൽ പ്രവർത്തിക്കുന്ന സകല മൊസാദ് ഏജന്റുമാർക്കും അടിയന്തിര സന്ദേശം ലഭിച്ചു: ഏതുവിധേനയും ജോക്ലികിനെ കണ്ടെത്തുക!

പക്ഷേ ഐസറെ അൽഭുതപ്പെടുത്തിക്കൊണ്ട് 1962 ഒക്ടോബർ ഇരുപത്തിമൂന്നാം തീയതി ഒരു യൂറോപ്യൻ തലസ്ഥാനത്തെ ഇസ്രായേലി എംബസിയുടെ സന്ദർശകമുറിയിൽ ഒരാളെത്തി. 'എന്റെ പേര് ഡോക്ടർ ഓട്ടോ ജോക്ലിക്. ഈജിപ്തിനായി ചെയ്യുന്ന സകല കാര്യങ്ങളുടെയും വിശദമായ റിപ്പോർട്ട് നിങ്ങൾക്ക് നൽകാൻ ഞാൻ തയ്യാറാണ്.'

രണ്ടാഴ്ചയ്ക്കുള്ളിൽ അതീവ രഹസ്യമായി ജോക്ലിക് ഇസ്രായേലിലെത്തി.

ജോക്ലിക് കൂറുമാറിയ വാർത്ത മാസങ്ങൾ കഴിഞ്ഞ് പുറത്തായ ശേഷം മാധ്യമങ്ങൾ എഴുതിയത് ജീവഭയമാണ് അയാളെ മൊസാദിന് മുന്നിലെ

ത്തിച്ചതെന്നാണ്. ആസ്ത്രപോലെയുള്ള മറ്റൊരു കമ്പനിയായ ഇൻട്രായുടെ തലപ്പത്തുണ്ടായിരുന്ന സുഹൃത്ത് ഹെയിൻസ് ക്രുഗിന്റെ ദാരുണമായ അന്ത്യം ജോക്ലികിനെ ഭയപ്പെടുത്തിയിരിക്കണം. ക്രുഗിനെ ചോദ്യം ചെയ്തതിൽ നിന്നും ആസ്ത്രയെക്കുറിച്ചുള്ള വിവരങ്ങളും മൊസാദിന്റെ പക്കൽ എത്തിയിട്ടുണ്ടെന്ന് അയാൾ ഗണിച്ചു. ക്രുഗിന്റെ തിരോധാനം ജോക്ലികിനെ പരിഭ്രാന്തനാക്കി. മൊസാദ് നോട്ടമിട്ടാൽ അത് തന്റെ അന്ത്യമായിരിക്കുമെന്ന് മനസ്സിലാക്കിയ അയാൾ കീഴടങ്ങാൻ തീരുമാനിക്കുകയായിരുന്നു. ജീവനെങ്കിലും അതുവഴി രക്ഷിച്ചെടുക്കാമെന്ന് അയാൾ കരുതി.

നാലു ദിവസങ്ങൾ ജോക്ലിക് ഇസ്രായേലിൽ ഉണ്ടായിരുന്നു. മൊസാദിന്റെ രഹസ്യകേന്ദ്രത്തിലാണ് അയാളെ പാർപ്പിച്ചത്. രണ്ട് കാര്യങ്ങൾക്കായി അയാളെ പ്രയോജനപ്പെടുത്താൻ ഹൈസർ തീരുമാനിച്ചു. ഈജിപ്തിന്റെ ആയുധ നവീകരണ പദ്ധതിയെക്കുറിച്ചുള്ള വിവരങ്ങൾ ലഭ്യമാക്കുക എന്നതായിരുന്നു അതിൽ ആദ്യത്തേത്. രണ്ടാമതായി ഒരു ഡബിൾ ഏജന്റായി ജോക്ലികിനെ നിയോഗിച്ചുകൊണ്ട് ഈജിപ്ഷ്യൻ പദ്ധതിക്ക് തുരങ്കം വയ്ക്കാമെന്നും ഹൈസർ കണ്ടു. ഒരേസമയം മൊസാദിന്റെയും ഈജിപ്തിന്റെയും ചാരൻ!

യുണൈറ്റഡ് അറബ് എയർലൈൻസിലെ ഒരു സീനിയർ ജർമ്മൻ ക്ലാർക്കാണ് തന്നെ റിക്രൂട്ട് ചെയ്തതെന്നും അയാളാണ് ജർമ്മൻ ശാസ്ത്രജ്ഞർക്കിടയിൽ സുപരിചിതനായ ജനറൽ മഹ്മൂദ് ഖലീലിനെ തനിക്ക് പരിചയപ്പെടുത്തിയതെന്നും ജോക്ലിക് മൊസാദിനോട് പറഞ്ഞു. ഖലീലുമായുള്ള മീറ്റിംഗ് രണ്ട് രഹസ്യ പ്രൊജക്റ്റുകളുമായി (ഐബിസ്, ക്ലിയോപാട്ര) തന്നെ ബന്ധിപ്പിച്ചുവെന്നും അയാൾ പറഞ്ഞു. ഈ പ്രൊജക്റ്റുകളെക്കുറിച്ച് പ്രൊഫസർ പിത്സ്, ഡോക്ടർ ക്രുഗ് എന്നിവരുമായി മാത്രമേ താൻ ചർച്ച ചെയ്തിട്ടുള്ളുവെന്നും അയാൾ കൂട്ടിച്ചേർത്തു.

ഓപ്പറേഷൻ ഐബിസ് എന്ന പേരിൽ അറിയപ്പെട്ട പദ്ധതി അണുവികിരണത്തിലൂടെ ഇസ്രായേലിൽ നാശം വിതക്കുന്നതിനുള്ള ആയുധങ്ങൾ വികസിപ്പിക്കാനുദ്ദേശിച്ചുള്ളതായിരുന്നെന്നും ഇതിനായി വൻ തോതിൽ അണുവികിരണ ശേഷിയുള്ള ഐസോടോപ് കോബാൾട്ട് രഹസ്യമായി സംഭരിച്ച് ഈജിപ്തിൽ എത്തിക്കാനായിരുന്നു നിർദ്ദേശമെന്നും ജോക്ലിക് പറഞ്ഞു. പരീക്ഷണങ്ങൾ വിജയകരമായാൽ മിസ്സൈലിൽ ഘടിപ്പിച്ച് ഇസ്രായേലിനെതിരെ ഉപയോഗിക്കാനായിരുന്നു പദ്ധതി ലക്ഷ്യമിട്ടത്.

രണ്ട് അണുബോംബുകൾ നിർമ്മിക്കുക എന്നതായിരുന്നു പ്രൊജക്റ്റ് ക്ലിയോപാട്ര ഉന്നമിട്ടത്. അതിനായി ഒരു കുറുക്ക് വഴി ജോക്ലിക് നിർദ്ദേശിച്ചു. അമേരിക്കയിലും യൂറോപ്പിലും ലഭ്യമായ ഭാഗികസമ്പുഷ്ട യുറേനിയം രഹസ്യമായി സംഭരിച്ച് ഈജിപ്തിലെത്തിക്കുക, ഡോക്ടർ വിൽഹെം ഗ്രൊത്, ഡോക്ടർ ജേക്കബ് ക്രിസ്റ്റെമെക്കർ, ഡോക്ടർ ഗെർനോട്ട് സിപ്പെ

എന്നിവർ ചേർന്ന് ഹോളണ്ടിലും ജർമ്മനിയിലുമായി നിർമ്മിക്കുന്ന പ്രത്യേകമായ സെൻട്രിഫ്യൂഗൽ സംവിധാനം വഴി യുറേനിയത്തെ ആവശ്യമായ അളവിൽ സമ്പുഷ്ടീകരിച്ച് അണുബോംബ് നിർമ്മിക്കാമെന്നതായിരുന്നു ജോക്ലിക്കിന്റെ നിർദ്ദേശം.

അമേരിക്കയിലെത്തിയ ജോക്ലിക് സമ്പുഷ്ട യുറേനിയം ലഭ്യമാക്കാൻ ശ്രമം തുടങ്ങി. നിരവധി ജർമ്മൻ ശാസ്ത്രജ്ഞന്മാരുമായി ബന്ധപ്പെടുകയും അവരെ പദ്ധതിക്കായി ഈജിപ്റ്റിൽ പ്രവർത്തിക്കാൻ ക്ഷണിക്കുകയും ചെയ്തു. യൂറോപ്പിൽ ലഭ്യമായ കുറച്ച് യുറേനിയം മഹ്മൂദ് ഖലീലിന്റെ സഹോദരിയായ ഡോ. ഖലീലിന്റെ പേരിൽ ഈജിപ്റ്റിലേക്കയച്ചു.

ജോക്ലികിനെ ചോദ്യം ചെയ്തതിൽ നിന്നും ലഭ്യമായ വിവരങ്ങൾ ഒരു റിപ്പോർട്ടായി ബന്ധപ്പെട്ട വിദഗ്ധരിൽ പലർക്കും കൂടുതൽ വിശകലനത്തിനായി അയച്ചുകൊടുത്തെങ്കിലും ഏതൊക്കെയോ കാരണങ്ങളാൽ അതിന് അർഹമായ ശ്രദ്ധ കിട്ടിയില്ല. ജോക്ലിക്കിന് സമ്പുഷ്ട യുറേനിയം ലഭിക്കാൻ ഒരു സാദ്ധ്യതയുമില്ല എന്നായിരുന്നു അവരുടെ നിഗമനം. അഥവാ ലഭ്യമായാൽത്തന്നെയും അതിനെ അണുബോംബ് നിർമ്മാണത്തിനാവശ്യമായ അളവിൽ സമ്പുഷ്ടമാക്കാൻ ആവശ്യമായ ഗുണമേന്മയുള്ള സെൻട്രിഫ്യൂഗലുകൾ നൂറെണ്ണമെങ്കിലും ഈജിപ്റ്റിന് ആവശ്യമാകുമെന്നും ഇതിനൊക്കെയായി രണ്ടോ മൂന്നോ വർഷങ്ങൾ തന്നെ വേണ്ടിവന്നേക്കുമെന്നും ഇസ്രായേലിലെ വിദഗ്ധർ നിർണ്ണയിച്ചു. ഇതെല്ലാം അതിജീവിച്ച് ബോംബ് നിർമ്മിച്ചാൽത്തന്നെ ജോക്ലിക്കിന്റെ ഫോർമുലകളിൽ വൈകല്യങ്ങളുള്ളതിനാൽ അത് സ്ഫോടനത്തിലെത്തുകയില്ലെന്നും അവർ കണ്ടെത്തി. അണുവികിരണം ഉപയോഗപ്പെടുത്തിയ ആയുധങ്ങൾ വിജയിച്ചാലും അതുണ്ടാക്കാവുന്ന നാശനഷ്ടങ്ങൾ ഒരു സാധാരണ ബോംബിനേക്കാൾ വലുതാവില്ലെന്നും കണ്ട് ഐബിസ് പദ്ധതിയെ അവഗണിക്കാനും അവർ തീരുമാനിക്കുകയായിരുന്നു.

അപകടകരമല്ലായിരുന്ന ആ റിപ്പോർട്ടിന്റെ ഉള്ളടക്കമെങ്കിലും ഇസ്രായേലിന്റെ ദേശീയ നേതൃത്വം ആശ്വസിക്കാൻ ഒരുമ്പെട്ടില്ല. രാസായുധങ്ങൾ വികസിപ്പിക്കാൻ ഈജിപ്റ്റ് പദ്ധതികൾ തയ്യാറാക്കുന്നുവെന്നത് അവരെ ആശങ്കാകുലരാക്കി. 1963 ജനുവരി പതിനൊന്നിന് യമനുമായുള്ള യുദ്ധത്തിൽ ഈജിപ്റ്റ് വിഷവാതകം പ്രയോഗിച്ചത് ഇസ്രായേലിന്റെ ആശങ്കകളെ ബലപ്പെടുത്തി. ഇസ്രായേൽ വിദേശകാര്യ മന്ത്രി ഗോൾഡ മെയർ യു എസ് പ്രസിഡന്റ് ജോൺ എഫ് കെന്നഡിയുമായി കൂടിക്കാഴ്ച നടത്തി ഈജിപ്റ്റിന്റെ മിസ്സൈൽ പരിപാടിയുടെ അപകടങ്ങളെക്കുറിച്ച് ചർച്ച ചെയ്തു. യു എസ് ഇടപെടണമെന്ന് അഭ്യർത്ഥിച്ചെങ്കിലും പ്രസിഡന്റ് കെന്നഡി അതിന് തയ്യാറായില്ല.

മിസ്സൈലുകളിലെ ആധുനിക ആയുധങ്ങൾ അപകടകാരികളായിരുന്നെങ്കിലും തന്ത്രപരമായി കൂടുതൽ ആപത്ശങ്ക ഉണർത്തിയത് മിസ്സ

ല്വകൾക്കായി ഇലക്ട്രോണിക് നിയന്ത്രിത സംവിധാനങ്ങൾ വികസിപ്പിക്കാനുള്ള ശ്രമങ്ങളായിരുന്നു. അതിനാൽ കൂടുതൽ പ്രാധാന്യം അതിനെ തടയുന്നതിന് നൽകപ്പെടുകയായിരുന്നു.

1963-ലെ ശീതകാലത്ത് ഫാക്ടറി 333-ലെ മിസ്സൈൽ നിയന്ത്രണ വിദഗ്ധൻ ഡോ. ക്ലീന്വാക്ടർ ജർമ്മനിയിൽ ചില ആഴ്ചകൾ ചിലവഴിക്കാനെത്തി. ഫെബ്രുവരി ഇരുപതാം തിയതി ലോറായിലുള്ള തന്റെ ലബോറട്ടറിയിൽ നിന്നും വൈകുന്നേരം വീട്ടിലേക്ക് വരുകയായിരുന്നു. അതൊരു പ്രകാശം കുറഞ്ഞ ഇടുങ്ങിയ വഴിയായിരുന്നു. ആളൊഴിഞ്ഞ് മഞ്ഞുമൂടിയ പാത. പെട്ടെന്ന് ഇടറോഡിൽ നിന്നും ഒരു കാർ കുറുകെയെത്തി വഴി തടഞ്ഞുകൊണ്ട് ബ്രേക് ചെയ്തു. ഒരാൾ അതിൽനിന്നും ഇറങ്ങി ക്ലീന്വാക്ടറിന്റെ അടുത്തേക്ക് നടന്നുവന്നു. കാറിൽ മറ്റാരോ ഉണ്ടെന്നും അയാൾ കണ്ടു.

'ഡോക്ടർ ഷെങ്കർ എവിടെയാണ് താമസിക്കുന്നത്?' നടന്നടുത്തയാൾ സയന്റിസ്റ്റിനോട് ചോദിച്ചു. മറുപടിക്ക് കാക്കാതെ ആഗതൻ സൈലൻസർ ഘടിപ്പിച്ച് റിവോൾവർ നീട്ടി കാറിനുള്ളിലേക്ക് വെടിവച്ചു. കാറിന്റെ ജാലകച്ചില്ലുകൾ തുളച്ച് അകത്തുകടന്ന വെടിയുണ്ട സയന്റിസ്റ്റിന്റെ കമ്പിളി മഫ്ളർ തുളച്ചു. അയാൾ കാറിന്റെ ഗ്ലോവ് കമ്പാർട്ട്മെന്റിൽ നിന്നും സ്വന്തം തോക്ക് എടുക്കവേ ആഗതൻ തിരിഞ്ഞോടി കാറിൽ കയറി. ഇരമ്പിപ്പാഞ്ഞ് കാർ അപ്രത്യക്ഷമാവുകയും ചെയ്തു.

ആക്രമണം നടന്ന ഇടത്തിൽ നിന്നും കുറച്ചകലെയായി ഉപേക്ഷിക്കപ്പെട്ട നിലയിൽ ഈ കാർ കണ്ടെത്തി. കാറിലുണ്ടായിരുന്ന മൂന്നുപേർ മറ്റൊരു കാർ ഉപയോഗിച്ച് രക്ഷപെടുകയായിരുന്നു. കാറിൽ നിന്നും ഉപേക്ഷിക്കപ്പെട്ട നിലയിൽ അലി സമീർ എന്നയാളുടെ പാസ്സ്പോർട്ട് കണ്ടെത്തി. ഈജിപ്ഷ്യൻ രഹസ്യാന്വേഷണ വിഭാഗത്തിലെ ഒരാളുടേതായിരുന്നു ആ പാസ്സ്പോർട്ട്. പക്ഷേ ആക്രമണം നടന്ന ദിവസം അലി സമീർ ഈജിപ്തിൽ ഉണ്ടായിരുന്നു. കെയ്റോയിൽ അന്നേ ദിവസം ഒരു ജർമ്മൻ പത്രപ്രവർത്തകനുമായി സമയം ചിലവഴിച്ച അയാൾ ഒരു ഫോട്ടോയുടെ ഭാഗമാവുകയും ചെയ്തിരുന്നു.

ക്ലീന്വാക്ടറിനെ ആക്രമിച്ച സംഘത്തെ കണ്ടെത്താനായില്ല. എങ്കിലും പരാജയപ്പെട്ട ആ വധശ്രമത്തിന്റെ പിന്നിൽ മൊസാദായിരുന്നുവെന്ന് മാധ്യമങ്ങൾ റിപ്പോർട്ട് ചെയ്തു.

ചില ആഴ്ചകൾക്ക് ശേഷം മൊസാദ് വീണ്ടും ഒരു ശ്രമം നടത്തി. ഇക്കുറി സ്വിറ്റ്സർലണ്ടിൽ വച്ച് ഡോക്ടർ പോൾ ഗോർക്കെയെ വധിക്കാനായിരുന്നു ശ്രമം. ഫാക്ടറി 333-ൽ ക്ലീന്വാക്ടറിനൊപ്പം മിസ്സൈൽ നിയന്ത്രണ സംവിധാനം വികസിപ്പിക്കുന്നതിനായി പണിയെടുക്കുന്ന

ആളായിരുന്നു ഡോ. പോൾ ഗോർക്കെ. ഈജിപ്റ്റിൽ അയാൾ ഒരു പ്രധാനിയായിരുന്നു. മൊസാദും അയാളെ അങ്ങനെതന്നെ കരുതി. അയാളുടെ മകൾ ഹെയ്ദി സ്വിസ് അതിർത്തിക്കരികെയുള്ള ജർമ്മൻ പട്ടണമായ ഫ്രീബർഗിലാണ് പാർത്തിരുന്നത്. ക്ളീന്വാക്റ്ററിനെതിരെയുള്ള വധശ്രമം കഴിഞ്ഞ് കുറച്ച് ദിവസങ്ങൾക്ക് ശേഷം ഡോ. ജോക്ലിക് ഹെയ്ദിയെ ഫോണിൽ വിളിച്ച് പറഞ്ഞു താൻ ഈജിപ്റ്റിൽ ജോലിചെയ്യുന്ന അവളുടെ അപ്പനെ കണ്ടുമുട്ടിയെന്നും അവിടെ അയാൾ ഇസ്രായേലിനെ തകർക്കാനുള്ള മാരകായുധങ്ങൾ വികസിപ്പിക്കുന്ന ഒരു പ്രൊജക്റ്റിന്റെ ഭാഗമായി പണിയെടുക്കുകയാണെന്നും. അതൊക്കെ അവസാനിപ്പിച്ച് ഗോർക്കെ ജർമ്മനിയിലേക്ക് മടങ്ങുന്നില്ലെങ്കിൽ അതിന്റെ ഭവിഷ്യത്തുകൾ വലുതായിരിക്കുമെന്നും അയാൾ സൂചിപ്പിച്ചു. ഈജിപ്റ്റിൽ നിന്നും പോന്നാൽ അയാൾക്ക് ആപത്തൊന്നും ഉണ്ടാവില്ലെന്നും ജോക്ലിക് പറഞ്ഞു.

'നീ നിന്റെ അപ്പനെ സ്നേഹിക്കുന്നെങ്കിൽ ശനിയാഴ്ച മാർച്ച് രണ്ടാം തീയതി വൈകുന്നേരം നാലുമണിക്ക് ബേസിലിലെ ത്രീ കിംഗ്സ് ഹോട്ടലിലേക്ക് വരുക. ഞാൻ എന്റെ ഒരു സുഹൃത്തിനെ നിനക്ക് പരിചയപ്പെടുത്താം.' ജോക്ലിക് വാഗ്ദാനം ചെയ്തു.

ഭയചകിതയായ ഹെയ്ദി ഉടനെതന്നെ മുൻ നാസി ഓഫീസറും ഈജിപ്റ്റിൽ ജോലിചെയ്യുന്ന ജർമ്മൻ ശാസ്ത്രജ്ഞരുടെ സുരക്ഷാകാര്യങ്ങളുടെ ചുമതലക്കാരനുമായ എച്ച്. മൻ എന്നയാളെ വിവരം ധരിപ്പിച്ചു. അയാളുടനെ ഫ്രിബർഗിലെ പോലീസ് അധികാരികളുമായി ബന്ധപ്പെട്ടു. ഹോട്ടൽ സ്വിസ് അതിർത്തിക്കുള്ളിൽ ആയതിനാൽ പോലീസ് സ്വിസ് അധികൃതർക്കും വിവരം നൽകി. ജോക്ലിക്കും അയാളുടെ സുഹൃത്തും ത്രീ കിംഗ്സ് ഹോട്ടലിൽ കടന്നുചെല്ലുമ്പോൾ അവിടെ പ്രച്ഛന്നവേഷത്തിൽ പോലീസ് സന്നിഹിതരായിരുന്നു. ഹെയ്ദി ഗോർക്കെ ഇരിക്കുന്ന മേശയ്ക്ക് സമീപത്തായി സൗകര്യപൂർവ്വം ടേപ് റിക്കോഡറും പ്രവർത്തിക്കുന്നുണ്ടായിരുന്നു.

മൊസാദ് ഏജന്റായ ജോസഫ് ബെൻ ഗാൽ ആയിരുന്നു ജോക്ലിക്കിന്റെ സുഹൃത്ത്. അവർ യാതൊന്നും സംശയിച്ചില്ല. അതിനാൽ ഹെയ്ദിയുമായി ഒരു മണിക്കൂറോളം അവർ സംസാരിച്ചിരുന്നു. കരുതലോടെ സംസാരിച്ച അവർ യാതൊരുവിധ ഭീഷണികളും മുഴക്കിയില്ല. ഈജിപ്റ്റിലെ ജോലിയിൽ തുടർന്നാൽ അപ്പന് ആപത്ത് സംഭവിച്ചേക്കും എന്ന മുന്നറിയിപ്പ് മാത്രമാണ് അവർ ഹെയ്ദിക്ക് നൽകിയത്. അപ്പനെ നിർബന്ധിച്ച് തിരികെ ജർമ്മനിയിലേക്ക് കൊണ്ടുവരാനായി ഈജിപ്റ്റിലേക്ക് പോകാൻ ആവശ്യമെങ്കിൽ വിമാന ടിക്കറ്റ് സഹായമായി നൽകാമെന്നും അവർ ഹെയ്ദിയോട് പറഞ്ഞു.

മീറ്റിംഗ് കഴിഞ്ഞ് പുറത്തിറങ്ങിയ രണ്ടുപേരും നേരെ റെയിൽവേ സ്റ്റേഷനിലെത്തി ആറു മണിയുടെ ട്രെയിനിൽ സൂറിച്ചിലേക്ക് യാത്ര ചെയ്തു.

അവിടെ നിന്നും അവരവരുടെ ദിശയിൽ യാത്ര തുടരാനായിരുന്നു പ്ലാൻ. പക്ഷേ മറ്റൊരു ട്രെയിനിനായി പ്ലാറ്റ്ഫോമിൽ കാത്തുനിൽക്കുമ്പോൾ സിവിൽ വേഷം ധരിച്ചെത്തിയ പോലീസുകാർ ജോക്ലിക്കിനെ അറസ്റ്റ് ചെയ്തു. ഇസ്രായേലി കോൺസുലേറ്റിനരുകിൽ വച്ചായിരുന്നു ബെൻ ഗാൽ പിടിക്കപ്പെട്ടത്.

അന്ന് വൈകുന്നേരം തന്നെ ഇരുവരെയും കൈമാറണമെന്ന് ആവശ്യപ്പെട്ട് ജർമ്മൻ അധികാരികൾ സ്വിസ് അധികൃതർക്ക് ഔദ്യോഗികമായി കത്ത് നൽകി. ഹെയ്ദി ഗോർക്കെയെ ഭീഷണിപ്പെടുത്തിയതും ഡോക്ടർ ക്ലീന്വാക്ടറിനെ കൊലപ്പെടുത്താൻ ശ്രമിച്ചതുമായിരുന്നു അവർക്കെതിരെ ആരോപിക്കപ്പെട്ട കുറ്റങ്ങൾ.

ഐസർ ഉടനെ തന്റെ ബന്ധങ്ങൾ ഉപയോഗിച്ച് ജോക്ലിക്കിനെയും ബെൻ ഗാലിനെയും സ്വിസ് കസ്റ്റഡിയിൽ നിന്നും മോചിപ്പിക്കാൻ പരിശ്രമിച്ചെങ്കിലും സ്വിസ് അധികാരികൾ ജർമ്മനിയുടെ ഔദ്യോഗിക അഭ്യർത്ഥന ചൂണ്ടിക്കാട്ടി അതിന് വിസമ്മതിക്കുകയായിരുന്നു. ഐസർ ഇസ്രായേലിലെത്തി വിദേശകാര്യ മന്ത്രി ഗോൾഡ മെയറെ വിവരങ്ങൾ ധരിപ്പിച്ചു. ഇരുവർക്കുമിടയിൽ നല്ല ബന്ധമാണുണ്ടായിരുന്നത്. മാത്രവുമല്ല, ഐസറെപ്പോലെ ഗോൾഡ മെയറും ജർമ്മനിയെ ശത്രുതയോടെയും സംശയത്തോടെയും കാണുന്നയാൾ ആയിരുന്നു. ജർമ്മൻ ചാൻസലർ അഡ്നോവറെ ബന്ധപ്പെട്ട് ജോക്ലിക്കിനെയും ബെൻ ഗാലിനെയും കൈമാറാനുള്ള അഭ്യർത്ഥന തിരിച്ചെടുക്കാൻ ആവശ്യപ്പെടാനായിരുന്നു ഗോൾഡ മെയർ നിർദ്ദേശിച്ചത്.

പ്രധാനമന്ത്രി ബെൻ ഗുരിയോൺ തിബേരിയൂസിലെ വിശ്രമകേന്ദ്രത്തിലായിരുന്നു. സമയം കളയാതെ ഐസർ അങ്ങോട്ടുചെന്ന് പ്രധാനമന്ത്രിയെ കണ്ടു. പശ്ചിമ ജർമ്മനിയുടെ തലസ്ഥാനമായ ബോണിലേക്ക് ഒരു പ്രത്യേക ദൂതനെ ജർമ്മൻ ശാസ്ത്രജ്ഞരുടെ ഈജിപ്റ്റിലെ കൊടുംകൃത്യങ്ങളെ സംബന്ധിക്കുന്ന തെളിവുകളുമായി അയക്കണമെന്നും അദ്ദേഹത്തെ കാര്യങ്ങൾ ബോദ്ധ്യപ്പെടുത്തി ജോക്ലിക്കിനെയും ബെൻ ഗാലിനെയും ആവശ്യപ്പെട്ടുകൊണ്ടുള്ള അഭ്യർത്ഥന പിൻവലിക്കാൻ ആവശ്യപ്പെടണമെന്നുമായിരുന്നു ഐസർ പ്രധാനമന്ത്രി ബെൻ ഗുരിയോണിനോട് ആവശ്യപ്പെട്ടത്.

പക്ഷേ ബെൻ ഗുരിയോൺ വിസമ്മതിച്ചു.

വിട്ടുകൊടുക്കാനുള്ള മൂഡിലല്ലായിരുന്നു ഐസർ. 'അങ്ങനെയെങ്കിൽ ഇപ്പോൾ തീരുമാനിക്കണം അവർ ഇരുവരും അറസ്റ്റ് ചെയ്യപ്പെടുകയും അത് പരസ്യമാവുകയും ചെയ്താൽ നമ്മൾ എന്ത് ചെയ്യണമെന്ന്. അതോടെ സകലവും കൊട്ടിഘോഷിക്കപ്പെടുമല്ലോ...'

'എന്ത് കൊട്ടിഘോഷിക്കപ്പെടും?' ബെൻ ഗുരിയോൺ ഒട്ടും മയമില്ലാതെ ചോദിച്ചു.

'ബെൻ ഗാലിനെ അറസ്റ്റ് ചെയ്ത വിവരം പുറത്തറിയുന്നതോടെ ഈജിപ്തിലെ ജർമ്മൻ ശാസ്ത്രജ്ഞരുടെ കാര്യവും വെളിപ്പെടും. ബെൻ ഗാൽ എന്താണ് ചെയ്തിരുന്നതെന്നും എന്തിനാണ് അപ്രകാരം ചെയ്തതെന്നും ഇസ്രായേൽ വിശദീകരിക്കേണ്ടിവരും. ജർമ്മനിയിൽ നിന്നും ആയുധ നവീകരണത്തിനും മിസ്സൈൽ നിർമ്മിതിക്കുമായുള്ള ഉപകരണങ്ങളും അസംസ്കൃതവസ്തുക്കളും ഈജിപ്ത് വാങ്ങിക്കൊണ്ടിരിക്കുന്ന കാര്യവും നമ്മൾ വെളിപ്പെടുത്തേണ്ടിവരും.'

ബെൻ ഗുരിയോൺ അൽപനേരം ചിന്തയിൽ മുഴുകിയശേഷം ഒടുവിൽ പറഞ്ഞു: 'അങ്ങനെയെങ്കിൽ അങ്ങനെതന്നെ ആയിക്കോട്ടെ.'

രണ്ടുപേർക്കുമിടയിലെ അകൽച്ചയുടെ തുടക്കമായിരുന്നു അത്.

1963 മാർച്ച് പതിനഞ്ച് വ്യാഴാഴ്ച വൈകുന്നേരം യുണൈറ്റഡ് പ്രസ് ഇന്റർനാഷണൽ എന്ന വാർത്താ ഏജൻസി ജോക്ലിക്കിന്റെയും ബെൻ ഗാലിന്റെയും അറസ്റ്റ് റിപ്പോർട്ട് ചെയ്തു. ഈജിപ്തിൽ ജോലിചെയ്യുന്ന ജർമ്മൻ ശാസ്ത്രജ്ഞന്റെ മകളെ ഭീഷണിപ്പെടുത്തിയെന്നതാണ് ആരോപിതമായ കുറ്റമെന്നും റിപ്പോർട്ടിൽ ഉണ്ടായിരുന്നു. അടുപ്പമുള്ള ദിനപ്പത്രങ്ങളുടെ എഡിറ്റർമാരുടെ ഒരു യോഗം ഐസർ വിളിച്ചുചേർത്തു. ബെൻ ഗാലിന്റെ അറസ്റ്റിനെ സംബന്ധിക്കുന്ന വിശദമായ ചിത്രം അവർക്ക് നൽകി. ജോക്ലിക്കിന്റെ ഭാഗത്തിനായിരുന്നു ഐസർ ഊന്നൽ നൽകിയത്. ഈജിപ്തിൽ അയാൾ ഏർപ്പെട്ടിരുന്ന ജോലിയും തുടർന്നുള്ള അയാളുടെ മനംമാറ്റത്തിനും കൂറുമാറലിനും പ്രാധാന്യം നൽകാൻ ഐസർ ശ്രദ്ധിച്ചു. താൻ ഇസ്രായേലിന് ചെയ്ത ദ്രോഹത്തിന് കൂറുമാറ്റത്തിലൂടെ പരിഹാരം ചെയ്യാനാണ് ജോക്ലിക് ശ്രമിക്കുന്നതെന്നായിരുന്നു ഐസറുടെ ഭാഷ്യം.

തുടർന്നുള്ള ദിവസങ്ങളിൽ ഐസറുടെ വിശ്വസ്തരായ സഹപ്രവർത്തകരിൽ ചിലർ ഇസ്രായേലിലെ പ്രമുഖ മാധ്യമപ്രവർത്തകരായ ഹാരെറ്റ്സിലെ നഫ്താലി ലവി, മാറീവിലെ ഷുമുവൽ സെഗേവ്, യെദിയോത് അഹ്രോണോതിലെ യെഷ്യാഹു ബെൻ പൊറാട്ട് എന്നിവർക്ക് വാർത്തകളും വിവരങ്ങളും രഹസ്യമായി നൽകി. ഇൻട്ര, പഗ്വാഗ് തുടങ്ങിയ വ്യാജ കമ്പനികളുടെ വിലാസങ്ങളും സ്റ്റുഗർട്ട് ഇൻസ്റ്റിറ്റ്യൂട്ടിനെ സംബന്ധിക്കുന്ന വിവരങ്ങളും ഇതിൽ ഉൾപ്പെട്ടിരുന്നു. തുടർന്ന് ഈ മൂവരും യൂറോപ്പിലെത്തി ഈജിപ്തിൽ പ്രവർത്തിക്കുന്ന ജർമ്മൻ ശാസ്ത്രജ്ഞരുടെ വിവരങ്ങളും ശേഖരിച്ച് തങ്ങളുടെ പത്രങ്ങൾക്ക് വലിയ വാർത്തകളായി അയച്ചുകൊടുത്തു. യൂറോപ്പിൽ നിന്നും എത്തുമ്പോൾ ഇത്തരം വാർത്തകൾക്ക് കുറച്ചുകൂടി ആധികാരികത നൽകപ്പെടുമെന്ന് ഐസർക്ക് അറിയാമായിരുന്നു. ഇസ്രായേലിനോട് അനുഭാവം പുലർത്തുന്ന മാധ്യമപ്രവർ

ത്തർക്ക് വിവരങ്ങളെത്തിക്കാൻ ലോകത്തിന്റെ നാനാഭാഗങ്ങളിലേക്കും ഐസർ മൊസാദ് ഏജന്റുമാരെ നിയോഗിച്ചു.

ജർമ്മനിയെക്കുറിച്ചുള്ള വാർത്തകൾ അതിനകം ഇസ്രായേലിൽ വൈകാരികത ഉണർത്തുന്ന വൻ വിവാദമായിക്കഴിഞ്ഞത് ഐസർ ഹാരെൽ മനസ്സിലാക്കിയില്ല. ജർമ്മനിക്കെതിരെയുള്ള ഐസറുടെ കടിഞ്ഞാണില്ലാത്ത ആക്രമണം ഈജിപ്റ്റിൽ പ്രവർത്തിക്കുന്ന ജർമ്മൻ ശാസ്ത്രജ്ഞർക്കെതിരെ ആരോപണങ്ങളുടെ പ്രളയത്തെ തുറന്നുവിട്ടു. ഭയത്തിന്റെ ഒരന്തരീക്ഷം ഇസ്രായേലിൽ വ്യാപിക്കാനും അത് നിമിത്തമായി.

മാർച്ച് മധ്യമായതോടെ ഇസ്രായേലിലെയും വിദേശത്തെയും മാധ്യമങ്ങൾ ഭീതിയും വൈകാരികതയും തുളുമ്പുന്ന തലക്കെട്ടുകളാൽ നിറഞ്ഞു. മുൻ നാസികളായ ജർമ്മൻ ശാസ്ത്രജ്ഞന്മാർ ഈജിപ്റ്റിനായി മാരകായുധങ്ങൾ തിരക്കിട്ട് നിർമ്മിക്കുകയാണ്. ജൈവായുധങ്ങളും രാസായുധങ്ങളും ആണവായുധങ്ങളുമെല്ലാം അവയിലുണ്ട്. ഇസ്രായേലിനെ ഒന്നടങ്കം നശിപ്പിക്കാൻ പോരുന്ന മാരക വിഷവാതകങ്ങൾ, ഭീകര രോഗാണുക്കൾ, മൃത്യുകിരണങ്ങൾ, അണുബോംബ് ഘടിപ്പിച്ച മിസ്സൈലുകൾ തുടങ്ങിയവ തയ്യാറായിക്കഴിഞ്ഞു. മാധ്യമങ്ങൾ പരസ്പരം മത്സരിച്ച് ഒന്നിനുപുറകെ മറ്റൊന്നായി വാർത്താറിപ്പോർട്ടുകൾ പ്രകാശിപ്പിച്ചു. ഫ്ളാഷ് ഗോർഡൻ പോലുള്ള കോമിക് കഥകളിൽ നിന്നും ഇറങ്ങിവന്നവപോലുള്ള മാരകായുധനിരകൾ. ജീവനുള്ളവയെ തിരഞ്ഞുപിടിച്ച് ഇല്ലായ്മ ചെയ്യുന്ന ഇനങ്ങൾ. നൂറുവർഷങ്ങളോളം ഇസ്രായേലിന്റെ അന്തരീക്ഷത്തെ വിഷമയമാക്കുന്ന രാസായുധങ്ങൾ. പ്ലേഗ് പോലുള്ള പകർച്ചവ്യാധികൾ പടർത്തുന്ന രോഗാണുക്കൾ. നാസികളായ സ്വന്തം പൗരന്മാരുടെ കടില പ്രവർത്തനത്തിന് തടയിടുന്നതിനായി ഒന്നും ചെയ്യാത്ത ജർമ്മൻ ഗവൺമെന്റിനെതിരെയായിരുന്നു ജനരോഷം പൊട്ടിയൊലിച്ചത്. ഹിറ്റ്ലറുടെ അനുയായികൾ ജൂതഹത്യയെന്ന പരിപാടി ഈജിപ്റ്റിനെ ഉപയോഗിച്ച് നടപ്പിലാക്കാൻ ഒരുങ്ങുന്നതിന് ജർമ്മൻ സർക്കാർ ഒത്താശ ചെയ്യുകയാണെന്നും ആരോപണം ഉയർന്നു. യൂറോപ്പിൽ നിന്നുമുള്ള മാധ്യമറിപ്പോർട്ടുകൾ എരിതീയിൽ എണ്ണ പകരുന്ന തരത്തിലുള്ളതായിരുന്നു.

ബെൻ ഗാലിന്റെയും ജോക്ലിക്കിന്റെയും വിചാരണ നാമമാത്രമായ ശിക്ഷയോടെ വേഗം അവസാനിച്ചു. രണ്ടുമാസത്തെ തടവാണ് വിധിച്ചത്. അത് അതിനകം പൂർത്തിയായിക്കഴിഞ്ഞിരുന്നു. എങ്കിലും വിചാരണയ്ക്കിടയിലുണ്ടായ ഒരു സംഭവം പ്രത്യാഘാതങ്ങൾ ഉളവാക്കി.

വിചാരണ നടന്നുകൊണ്ടിരിക്കെ കാഴ്ചക്കാരായി ഉണ്ടായിരുന്നവരിൽ ഒരാളുടെ പക്കൽ തോക്കുള്ളത് ജഡ്ജിയുടെ ശ്രദ്ധയിൽപ്പെട്ടു.

'എന്റെ കോടതിയിൽ തോക്കുമായെത്താൻ നിങ്ങൾക്കെങ്ങനെ ധൈര്യമുണ്ടായി?' കുപിതനായ ജഡ്ജി ചോദിച്ചു.

തോക്കുധാരി ഇപ്രകാരമാണ് മറുപടി നൽകിയത്: 'സദാ ആയുധവുമായി നടക്കാൻ എനിക്ക് അനുവാദമുണ്ട്. ഈജിപ്തിൽ ജോലിചെയ്യുന്ന ജർമ്മൻ ശാസ്ത്രജ്ഞരുടെ സുരക്ഷയുടെ ചുമതലയുള്ളയാളാണ് ഞാൻ.'

എച്ച്. മൻ എന്നയാൾ സ്വയം പരിചയപ്പെടുത്തി. ജോക്ലിക്കിന്റെ ആദ്യ ഫോൺ സന്ദേശത്തിനുശേഷം ഹെയ്ദി ഗോർക്കെ ഇയാളെയാണ് ബന്ധപ്പെട്ടത്. മന്നായിരുന്നു പോലീസിന് വിവരം നൽകിയത്.

കോടതിയിൽ വേഷപ്രച്ഛന്നനായി ഇരുന്നിരുന്ന മൊസാദ് ഏജന്റ് ഉടനെ പുറത്തിറങ്ങി അയാളുടെ മേലധികാരികൾക്ക് വിവരം നൽകി. റിപ്പോർട്ട് കിട്ടിയയുടനെ പരിചയസമ്പന്നനായ മൊസാദ് ഏജന്റ് റാഫി മെദാൻ അടുത്ത ട്രെയിനിൽ കയറി വിയന്നയിലെത്തി. നാസികളെ വേട്ടയാടുന്നവരിൽ പ്രശസ്തനായ സൈമൺ വിസെന്താൾ ആയിരുന്നു അയാളുടെ ലക്ഷ്യം. മൊസാദിനെ സഹായിക്കാൻ വിസെന്താൾ ഉടനെ സമ്മതിച്ചു.

'എച്ച്. മൻ എന്നൊരു ജർമ്മൻകാരനെക്കുറിച്ച് നിങ്ങൾക്ക് എന്തെങ്കിലും വിവരമുണ്ടോ?' അതായിരുന്നു റാഫി മെദാന്റെ ചോദ്യം.

വിസെന്താൾ തന്റെ വിപുലമായ ഫയലുകൾക്കിടയിൽ അരിച്ചുപെറുക്കാൻ തുടങ്ങി. മണിക്കൂറുകൾക്കകം ഉദ്ദേശിച്ച ഫയൽ അയാൾ കണ്ടെത്തി. 'അയാൾ ജർമ്മൻ സേനയിലെ ഓഫീസറായിരുന്നു. കേണൽ ഓട്ടോ സ്കോർസെനിയുടെ കീഴിലെ കമാൻഡോ യൂണിറ്റിൽ ഉണ്ടായിരുന്നു.'

ആ വിവരവുമായി റാഫി മെദാൻ സർവ്വവ്യാപിയായ റാഫി ഐതാന്റെയും അവ്രാഹം അഹിതുവിന്റെയും പക്കലെത്തി.

ജർമ്മനിയിൽ അവ്രാഹം ഗോട്ട്ഫ്രൈഡ് എന്ന പേരിൽ ജനിച്ച അവ്രാഹം അഹിതു വെയിൽകൊണ്ട് കരുവാളിച്ച നിറമുള്ള, മീശയും കണ്ണടയുമുള്ള, കഷണ്ടി കയറിത്തുടങ്ങിയ ഒരുവനായിരുന്നു. അഞ്ചാം വയസ്സിൽ യാഥാസ്ഥിതികരായ മാതാപിതാക്കളുമായി ഇസ്രായേലിലേക്ക് കുടിയേറി. പതിനാറാം വയസ്സിൽ സേനയിൽ (ഹഗന്ന) ചേർന്നു. പതിനെട്ടാം വയസ്സിൽ ഷബാകിന്റെ സ്ഥാപകരിൽ ഒരാളായി. അതീവ ബുദ്ധിശാലിയായ അഹിതു സേനയിലായിരിക്കെ വിദ്യാഭ്യാസം പൂർത്തിയാക്കി നിയമത്തിൽ ബിരുദമെടുത്തു. ഇസ്രായേലിനുള്ളിൽ ജാക് ബിട്ടൻ എന്ന പേരിൽ പ്രവർത്തിച്ചിരുന്ന സുപ്രധാന ഈജിപ്ഷ്യൻ ചാരൻ റിഫാത് എൽ ജമാലിനെ 1955-ൽ പിടികൂടി. തുടർന്ന് തന്ത്രപരമായ സാമർത്ഥ്യത്തിലൂടെ എൽ ജമാലിനെ മൊസാദിന്റെ ഏറ്റവും മിടുക്കനായ ഡബിൾ ഏജന്റാക്കി മാറ്റുന്നതിൽ വിജയിച്ചു. പന്ത്രണ്ട് വർഷങ്ങളോളം ഇസ്രായേൽ താത്പ്പര്യങ്ങൾക്ക് ഇണങ്ങുന്ന വിധം പരുവപ്പെടുത്തിയ വിവരങ്ങൾ എൽ ജമാൽ ഈജിപ്തിന് കൈമാറിക്കൊണ്ടിരുന്നു. 1967-ലെ

ആകാശയുദ്ധം തുടങ്ങുന്നതിന് തൊട്ടുമുൻപ് കരയാക്രമണം ആയിരിക്കും ഇസ്രായേൽ ആദ്യം തുടങ്ങുന്നതെന്നും തുടർന്നാവും ആകാശയാക്രമണ മെന്നും രഹസ്യവിവരം നൽകി എൽ ജമാൽ ഈജിപ്തിനെ തെറ്റിദ്ധരി പ്പിച്ചു. തത്ഫലമായി ഇസ്രായേലിന്റെ അപ്രതീക്ഷിത ആകാശയാക്രമ ണത്തിൽ ഈജിപ്ത് തകർന്നുവെന്നത് ചരിത്രം. ഷബാകിന്റെ ഏറ്റവും മിടുക്കനും പ്രശസ്തനുമായ ഡയറക്ടറായി പിൽക്കാലത്ത് അഹിതു മാറി. അറബ് വംശജരെ ഇസ്രായേലി സമൂഹത്തിന്റെ മുഖ്യധാരയിലേക്ക് എത്തി ക്കുന്നതിനായി നൽകിയ സമർത്ഥമായ നേതൃത്വത്തിന്റെ പേരിൽ വലിയ അംഗീകാരവും നേടി.

1963 മെയ് മാസത്തിലെ ആ സായാഹ്നത്തിൽ മെദാന്റെ റിപ്പോർട്ട് അഹിതു സശ്രദ്ധം കേട്ടശേഷം തിരിഞ്ഞ് ഐതാനോടായി പറഞ്ഞു: 'നമുക്കെന്തുകൊണ്ട് സ്കോർസെനിയെ റിക്രൂട്ട് ചെയ്തുകൂടാ?'

വിചിത്രമായ ഒരാശയമായി തുടക്കത്തിൽ തോന്നിയെങ്കിലും അതിനും അതിന്റേതായ ആന്തരിക യുക്തി ഉണ്ടായിരുന്നു. എച്ച്. മന്നിന്റെ പിന്നാലെ സ്കോർസെനിയെ അയക്കാനായാൽ തന്റെ പഴയ സഹപ്രവർത്തകനിൽ നിന്നും അതീവരഹസ്യസ്വഭാവമുള്ള വിവരങ്ങൾപോലും ലഭ്യമാകാൻ സാദ്ധ്യതയുണ്ട്. പക്ഷേ സ്കോർസെനിയെ എങ്ങനെ ബന്ധപ്പെടും? അന്വേഷണങ്ങൾ തുടങ്ങിയപ്പോൾ കാര്യങ്ങൾ വ്യക്തമാകാൻ തുടങ്ങി. വിവാഹമോചിതയെങ്കിലും സ്കോർസെനിയുടെ മുൻഭാര്യ ഇപ്പോഴും അയാളുമായി അടുപ്പത്തിലാണ് കഴിയുന്നത്. ജർമ്മനിയിൽ ലോഹ ത്തകിടുകളുടെ വ്യാപാരസ്ഥാപനം നടത്തുകയായിരുന്നു അവർ. അതേ ബിസിനസ്സിൽ ഏർപ്പെട്ടിരുന്ന ജൂതനായ ഷോൽമൊ സബ്ലൊദൊവിച് മൊസാദുമായി അടുപ്പമുള്ളയാളും സ്കോർസെനിയുടെ മുൻഭാര്യയെ പരിച യമുള്ളയാളും ആയിരുന്നത് കാര്യങ്ങൾ എളുപ്പമാക്കി. ഷോൽമൊ അവരെ പരസ്പരം പരിചയപ്പെടുത്തി. അങ്ങനെയാണ് ആവശ്യമായ വിവരങ്ങൾ അഹിതുവിന് ലഭ്യമായത്.

അതുപയോഗപ്പെടുത്തിയാണ് ഐതനും അഹിതുവും മാഡ്രിഡിൽ സ്കോർസെനിയുടെ ഓഫീസിലെത്തിയത്. നാസിപ്പടയുടെ ഹീറോയായി രുന്ന സ്കോർസെനിയോട് ഇനി മൊസാദിന്റെ ചാരനാകുമോ എന്നായി രുന്നു അവർ ചോദിച്ചത്. ഈജിപ്തിലുള്ള ജർമ്മൻ വിദഗ്ധരുടെ ദൈനംദിന ചെയ്തികളെ സംബന്ധിക്കുന്ന വിവരങ്ങൾ ശേഖരിച്ച് നൽകണം. അതായി രുന്നു സ്കോർസെനിക്കുള്ള ദൗത്യം. എച്ച്. മന്നിനെ കൂടാതെ ഈജിപ്തിലെ ജർമ്മൻകാരിൽ നിരവധി പേർ സ്കോർസെനിയുടെ സുഹൃത്തുക്കളോ പരി ചയക്കാരോ ആയിരുന്നു. പലരും അയാൾക്കൊപ്പം ജോലി ചെയ്തവരും ആയിരുന്നു.

'എനിക്കെങ്ങനെ നിങ്ങളെ വിശ്വസിക്കാനാകും?' സ്കോർസെനി ആരാഞ്ഞു. 'ഇത് കഴിയുമ്പോൾ നിങ്ങൾ എന്റെ പിന്നാലെ വരില്ലെന്ന്

എങ്ങനെ ഉറപ്പിക്കാനാകും?' ഐക്മാനെ കണ്ടെത്തിയതുപോലെ പക വീട്ടാനായി ഇസ്രായേൽ തന്റെ പിന്നാലെ കൂടുമെന്നും ഐക്മാന്റെ ഗതി തനിക്കും വരുമോയെന്നും അയാൾ ഭയപ്പെട്ടു.

റാഫി ഐതന്റെ പക്കൽ അതിനുള്ള പരിഹാരവും ഉണ്ടായിരുന്നു. 'ആ പേടി വേണ്ട. അത് എഴുതി നൽകാൻ ഞങ്ങൾക്ക് അധികാരം തന്നിട്ടുണ്ട്.' റാഫി ഐതൻ ഉടനെ ഒരു കടലാസെടുത്ത് ഇസ്രായേൽ രാഷ്ട്രത്തിന്റെ പേരിൽ ഒരു 'ഭയമുക്തി പത്രം' എഴുതി ഒപ്പിട്ട് സ്കോർസെനിക്ക് നൽകി. സ്കോർസെനിയെ എല്ലാവിധ ശിക്ഷണ നടപടികളിൽ നിന്നും ഒഴിവാക്കിക്കൊണ്ടുള്ള രേഖയായിരുന്നു അത്.

സ്കോർസെനി അത് ശ്രദ്ധാപൂർവ്വം വായിച്ചശേഷം നിശ്ശബ്ദനായി. പിന്നെ എഴുന്നേറ്റ് ചിന്തയിൽ മുഴുകി മുറിയിൽ അങ്ങോട്ടുമിങ്ങോട്ടും നടന്നു. ഒടുവിൽ ഇസ്രായേലികളുടെ നേരെ തിരിഞ്ഞ് പറഞ്ഞു: 'എനിക്ക് സമ്മതം.'

തുടർന്നുള്ള മാസങ്ങളിൽ മൊസാദിനായി അമൂല്യങ്ങളായ ഒട്ടേറെ വിവരങ്ങൾ സ്കോർസെനി ചോർത്തി കൊണ്ടുവന്നു. ഈജിപ്തിൽ ജോലി ചെയ്തിരുന്ന ജർമ്മൻ ശാസ്ത്രജ്ഞരുടെ പ്രവർത്തനങ്ങളെ സംബന്ധിക്കുന്ന വിശദവിവരങ്ങളായിരുന്നു അവ. എച്ച്. മന്നിന്റെയും മറ്റുചില മുൻകാല സഹപ്രവർത്തകരുടെയും സഹായത്തോടെ ജർമ്മൻ ശാസ്ത്രജ്ഞരുടെ പേരും വിലാസവും അവരുടെ പ്രവർത്തനമേഖലയിലെ പുരോഗതിയും ഉൾപ്പെടെയുള്ള സകലവും, മിസ്സൈലുകളുടെ പ്ലാനുകളും രേഖാചിത്രങ്ങളും ഉൾപ്പെടെയുള്ള എല്ലാ വിശദാംശങ്ങളും സ്കോർസെനി മൊസാദിനായി ശേഖരിച്ച് നൽകി. മിസ്സൈലുകൾക്കായി വികസിപ്പിച്ച ഇലക്ട്രോണിക് നിയന്ത്രണ സംവിധാനങ്ങൾ വിജയത്തിലെത്താതെ തുടർച്ചയായി പരാജയപ്പെട്ടുകൊണ്ടിരിക്കുന്ന വിവരവും അതിലുണ്ടായിരുന്നു.

പക്ഷേ ഇതൊന്നും വായിക്കാൻ ഐസർ ഹാരെൽ ഉണ്ടായിരുന്നില്ല.

ഈസമയം ഇസ്രായേലി മാധ്യമങ്ങളിൽ ജർമ്മൻ വിരുദ്ധത നീറിപ്പടരുകയായിരുന്നു. ആർത്തട്ടഹസിക്കുന്ന തലക്കെട്ടുകളും എഡിറ്റോറിയലുകളും കാർട്ടൂണുകളും എന്തിന്, കവിതകളിൽ പോലും ജർമ്മൻ വിരുദ്ധത ആളിക്കത്തി. നാസി കാലഘട്ടത്തിലെ ജർമ്മനി മാറിയിട്ടില്ലെന്നും മറ്റൊരു ജൂത കൂട്ടക്കുരുതിക്ക് ഈജിപ്തിനെ സഹായിച്ചുകൊണ്ട് നാസി ലക്ഷ്യങ്ങൾ പിൻവാതിലിലൂടെ സാദ്ധ്യമാക്കാനാണ് ഇന്നത്തെ ജർമ്മനി ശ്രമിക്കുന്നതെന്നും ഇസ്രായേൽ മാധ്യമങ്ങളും പുറത്തുള്ള ജൂതാനുകൂല മാധ്യമ പ്രവർത്തകരും വിളംബരം ചെയ്തു. പാർലമെന്റിൽ പ്രതിപക്ഷനേതാവ് മേനാഹിം ബേഗിൻ പ്രധാനമന്ത്രി ബെൻ ഗുരിയോണിനോട് കയർത്തു: 'നിങ്ങൾ ജർമ്മനിക്ക് യന്ത്രത്തോക്കുകൾ നൽകുന്നു; അവർ ഈജിപ്തിന് നമ്മെ നശിപ്പിക്കാനായി ജൈവായുധങ്ങൾ

അയക്കുന്നു.' ഐസറുടെ കൂട്ടാളിയായ ഗോൾഡാ മെയർ ഒരു പ്രസംഗത്തിൽ പറഞ്ഞു: 'ജീവനുള്ള സകലത്തെയും നശിപ്പിക്കാൻ പോരുന്ന ആയുധങ്ങൾ നിർമ്മിക്കാൻ ജർമ്മനി ഈജിപ്തിനെ സഹായിക്കുകയാണ്.'

ഈ ആരോപണങ്ങൾ അതിശയോക്തി കലർന്നവ ആയിരുന്നു. ഏറെക്കുറെ മുഴുവനായും യാഥാർത്ഥ്യത്തിൽ നിന്നും അകന്നവ. ഷബാകിന്റെ തലവനും ഐസറുടെ അടുത്ത സുഹൃത്തുമായിരുന്ന ആമോസ് മനോർ പിൽക്കാലത്ത് പറഞ്ഞു: 'ഈജിപ്തിലെ ജർമ്മൻ ശാസ്ത്രജ്ഞർക്കെതിരെ ആരോപണങ്ങളും അധിക്ഷേപങ്ങളും ചൊരിഞ്ഞിരുന്ന നാളുകളിൽ ഐസർ സമചിത്തത നഷ്ടമായ ഒരാളായിരുന്നു. ഏതോ ബാധയേറ്റയാളെക്കാളും കടുപ്പമായിരുന്നു ഐസറുടെ സ്ഥിതി. ഈ വിഷയത്തെ സംബന്ധിച്ച് ഐസറുമായി യുക്തിഭദ്രമായ ഒരു സംഭാഷണം പോലും അക്കാലത്ത് അസാദ്ധ്യമായിരുന്നു.'

വിദേശത്തായിരുന്ന പ്രതിരോധ ഉപമന്ത്രി ഷിമോൺ പെറസ് ആഫ്രിക്കൻ രാജ്യങ്ങളിലെ സന്ദർശനത്തിനുശേഷം മാർച്ച് 24-ന് മടങ്ങിയെത്തി. ജർമ്മനിക്കെതിരായ ഐസർ ഹാരെലിന്റെ കുരിശുയുദ്ധത്തിൽ നിന്നും ഉളവായേക്കാവുന്ന അപകടം കനത്തതായിരിക്കുമെന്ന് പെറസ് ഉടനെ തിരിച്ചറിഞ്ഞു. തന്നെയുമല്ല, ജീവനുള്ള സകലത്തെയും നശിപ്പിക്കുന്ന ആയുധം എന്ന പ്രചാരണം തീർത്തും അബദ്ധവും പരിഹാസ്യവുമാണെന്നതും പെറസിന് വെളിപ്പെട്ടു. ഇസ്രായേലി പ്രതിരോധ വകുപ്പിന്റെ ഇന്റലിജൻസ് ഏജൻസിയായ അമൻ പെറസിന് നൽകിയ റിപ്പോർട്ട് തീർത്തും ഭിന്നമായിരുന്നു. അമന്റെ മേധാവിയായ ജനറൽ മെയർ അമിത് പറഞ്ഞത്: 'ഇതിനെ സംബന്ധിച്ച് സാദ്ധ്യമായ എല്ലാവിവരങ്ങളും ഞങ്ങൾ ശേഖരിച്ചു. ചെറിയൊരു കാര്യത്തെ അളവതിരുകളില്ലാതെ ഊതിവീർപ്പിച്ചിരിക്കുകയാണ്. ഇത് എന്നത് അവാസ്തവികമാണ്. കഴമ്പുള്ള യാതൊന്നും ഇതിലില്ല.'

ഈജിപ്തിലെ ജർമ്മൻ സയന്റിസ്റ്റുകൾ രാസായുധങ്ങളോ ജൈവായുധങ്ങളോ വികസിപ്പിക്കുന്നതായി യാതൊരു തെളിവുകളുമില്ലെന്ന് ഇന്റലിജൻസ് വിഭാഗം കണ്ടെത്തി. സയൻസ് ഫിക്ഷൻ നോവലുകളിൽ നിന്നും മോഷ്ടിച്ച ഭാവനാവിലാസങ്ങളല്ലാതെ മറ്റൊന്നും അതിലില്ല. ഈജിപ്തിലേക്ക് സമ്പുഷ്ട യുറേനിയം ഉൽപാദിപ്പിക്കുന്നതിനായി കൊണ്ടുവന്നതെന്ന് ആരോപിക്കപ്പെടുന്ന കോബാൾട്ടിന്റെ അളവ് തുച്ഛമാണ്. ഈ കഥകളെല്ലാം റിപ്പോർട്ട് ചെയ്ത ഡോ. ഓട്ടോ ജോക്ലിക് തികഞ്ഞ അവസരവാദിയാണ്. അയാൾ വിശ്വസ്തനോ ആശ്രയിക്കാൻ കൊള്ളാവുന്നയാളോ അല്ലെന്നും ഇന്റലിജൻസ് വിഭാഗം അറിയിച്ചു.

മാർച്ച് ഇരുപത്തിനാലാം തീയതി പ്രസ്തുത ഇന്റലിജൻസ് റിപ്പോർട്ട് പ്രധാനമന്ത്രി ബെൻ ഗുരിയോണിന്റെ മേശപ്പുറത്തെത്തി. അദ്ദേഹം ഉടനെ ഐസർ ഹാരെലിനെ വിളിച്ചുവരുത്തി അദ്ദേഹത്തിന്റെ റിപ്പോർട്ടുകളുടെ

വിശ്വാസ്യതയെ ചോദ്യം ചെയ്തു. കൂടുതൽ കൃത്യതയോടെയുള്ള അന്വേഷണവും റിപ്പോർട്ടും ആവശ്യപ്പെട്ടു. യൂറോപ്പിലേക്ക് മാധ്യമപ്രവർത്തകരെ അയച്ചതിൽ തനിക്കും പങ്കുണ്ടെന്ന് ഐസർ സമ്മതിച്ചു. ദീർഘമായ സംഭാഷണങ്ങൾക്കൊടുവിൽ വിഷവാതകത്തെക്കുറിച്ചോ, അണുബോംബുകളെക്കുറിച്ചോ അണുവികിരണായുധങ്ങളെക്കുറിച്ചോ തനിക്ക് നേരിട്ട് വിവരങ്ങളൊന്നും ലഭിച്ചിട്ടില്ലെന്നും ഐസർ സമ്മതിച്ചു.

അടുത്ത ദിവസം ബെൻ ഗുരിയോണിന്റെ ഓഫീസിൽ ഷിമോൺ പെറസ് എത്തി. അയാൾക്കൊപ്പം സേനാത്തലവനും ഇന്റലിജൻസ് വിഭാഗം മേധാവി ജനറൽ അമിതും ഉണ്ടായിരുന്നു. ഇന്റലിജൻസ് മേധാവി വ്യക്തതയുള്ളതും വിശദാംശങ്ങളോട് കൂടിയതുമായ ഒരു റിപ്പോർട്ട് അവതരിപ്പിച്ചു. ഈജിപ്തിൽ പ്രവർത്തിക്കുന്ന ജർമ്മൻ ശാസ്ത്രജ്ഞർ എല്ലാവരും ശരാശരിക്കാരാണ്. കാലഹരണപ്പെട്ട മിസ്സൈലുകളാണ് അവർ നിർമ്മിക്കാൻ ഒരുമ്പെടുന്നത്. ഇവരുടെ പ്രവർത്തനങ്ങൾ അപകടകരങ്ങളാണെങ്കിലും അവ ഗുരുതരങ്ങളല്ല. ഇസ്രായേൽ ഭരണവൃത്തങ്ങളിൽ വിശിഷ്യ പ്രതിരോധ മന്ത്രാലയത്തിലും ഇന്റലിജൻസ് വൃത്തങ്ങളിലും ഇന്ന് പടർന്നിരിക്കുന്ന ഭീതിയും ഉൽക്കണ്ഠയും നീതികരിക്കാനാവാത്തതും യുക്തിരഹിതവുമാണ്.

ബെൻ ഗുരിയോൺ വീണ്ടും ഐസറെ വിളിപ്പിച്ചു. അവരുടെ സംഭാഷണം ഒട്ടും അയവുള്ളതായിരുന്നില്ല. സംശയാസ്പദമാണ് ഐസറുടെ റിപ്പോർട്ടുകളും നിഗമനങ്ങളുമെന്ന് ബെൻ ഗുരിയോൺ കരുതി. അവരുടെ ബന്ധത്തിന്റെ ഊഷ്മളതയെ നിലനിർത്തിയിരുന്ന പരസ്പര വിശ്വാസം ഇല്ലാതാവുകയായിരുന്നു. ക്ഷോഭകരമായ വാദപ്രതിവാദങ്ങളായിരുന്നു പകരമെത്തിയത്. ജർമ്മൻ – ഇസ്രായേൽ ബന്ധത്തിന്റെ ഇതരവശങ്ങളെയും അത് ചർച്ചയിലേക്ക് വലിച്ചിഴച്ചു. കോപാകുലനായി ഓഫീസിൽ മടങ്ങിയെത്തിയ ഐസർ ഉടനെ തന്റെ രാജിക്കത്ത് തയ്യാറാക്കി ബെൻ ഗുരിയോണിനയച്ചു.

രാജിയിൽ നിന്നും പിന്തിരിപ്പിക്കാൻ പ്രധാനമന്ത്രി ശ്രമിച്ചെങ്കിലും ഐസർ വഴങ്ങിയില്ല. തന്റെ തീരുമാനം മാറ്റമില്ലാത്തതാണെന്ന് ഐസർ ശഠിച്ചു.

അതോടെ ഒരു കാലഘട്ടം സമാപിക്കുകയായിരുന്നു.

ഒരു പകരക്കാരനെ കണ്ടെത്തുംവരെ തുടരാൻ ബെൻ ഗുരിയോൺ ആവശ്യപ്പെട്ടെങ്കിലും അതും ഐസർ തള്ളിക്കളഞ്ഞു. 'പകരക്കാരനായി ആരെയെങ്കിലും ഇങ്ങോട്ടയച്ച് താക്കോലുകൾ കൊണ്ടുപോകാൻ ബെൻ ഗുരിയോണിനോട് പറയൂ' എന്നായിരുന്നു ബെൻ ഗുരിയോണിന്റെ സെക്രട്ടറിയോട് ഐസർ ആവശ്യപ്പെട്ടത്. ഐതിഹാസികപുരുഷനായ വാഴ്ത്തപ്പെട്ട മൊസാദിന്റെ രംസദിന് തൽക്ഷണം പകരക്കാരനെ കണ്ടെത്താൻ പ്രധാനമന്ത്രി നിർബന്ധിതനായി. 'ആമോസ്' മനോറിനെ

ഉടനെ കണ്ടെത്തി കണക്റ്റ് ചെയ്യൂ.' ബെൻ ഗുരിയോൺ സെക്രട്ടറിയോട് തിടുക്കപ്പെട്ടു.

പക്ഷേ ഷബാകിന്റെ മേധാവി ദൂരെയെവിടെയോ ആയിരുന്നതിനാൽ ബന്ധപ്പെടാനായില്ല. ജോർദ്ദാൻ താഴ്വരയിലെവിടെയോയുള്ള ബന്ധുക്കളെ സന്ദർശിക്കാൻ പോയിരിക്കുകയായിരുന്നു ആമോസ് മനോർ.

'എങ്കിൽ മെയറിനെ കണ്ടെത്തൂ.' ബെൻ ഗുരിയോൺ അക്ഷമനായി പറഞ്ഞു. ഇസ്രായേലിന്റെ വിദൂരമേഖലയായ നെഗേവ് മരുഭൂമിയിൽ നിരീക്ഷണ പര്യടനത്തിലായിരുന്നു ജനറൽ മെയർ അമിത് അപ്പോൾ. എങ്കിലും റേഡിയോ വഴി അദ്ദേഹത്തെ ബന്ധപ്പെടാനായി. ഉടനെ ടെൽ അവീവിലെത്താൻ നിർദ്ദേശിച്ചു. പുതിയൊരു മേധാവിയെ കണ്ടെത്തും വരെ താത്ക്കാലിക മൊസാദ് മേധാവിയായി നിയമിതനായ വിവരമാണ് ടെൽ അവീവിൽ ജനറൽ മെയർ അമിതിനെ കാത്തിരുന്നത്. കുറച്ച് ആഴ്ചകൾ കഴിഞ്ഞതോടെ അദ്ദേഹത്തിന്റെ നിയമനം സ്ഥിരമാക്കപ്പെടുകയും ചെയ്തു.

***

ജർമ്മൻ മന്ത്രിസഭാംഗമായ ഫ്രാൻസ് ജോസഫ് സ്ട്രാവ്യൂസിന് ഷീമോൺ പെറസ് എഴുതിയ രഹസ്യ കത്തിന് പ്രയോജനമുണ്ടായി. ഈജിപ്തിലെ ജർമ്മൻ ശാസ്ത്രജ്ഞരെ തിരികെ കൊണ്ടുവരാനായി പ്രസ്തുത വിഷയത്തിൽ വിദഗ്ദ്ധനായി കരുതപ്പെട്ടിരുന്ന പ്രൊഫസർ ബോഹാം ചുമതലയേറ്റു. ജർമ്മനിയിലെ ഗവേഷണസ്ഥാപനങ്ങളിൽ മികച്ച ശമ്പളത്തോടെ ജോലി ഉറപ്പ് നൽകിയതിനാൽ അവരിൽ മിക്കവരും ഈജിപ്ഷ്യൻ ദൗത്യം ഉപേക്ഷിച്ച് ജർമ്മനിയിൽ തിരികെയെത്തി. മറ്റുള്ളവരും ക്രമേണ ഈജിപ്ത് വിട്ടുപോന്നു. മിസ്സൈൽ നിർമ്മാണ പദ്ധതിയും ഇലക്ട്രോണിക് നിയന്ത്രണ സംവിധാനങ്ങൾ വികസിപ്പിക്കാനുള്ള പദ്ധതിയുമെല്ലാം അപൂർണ്ണമായി അവശേഷിച്ചു. അണ്വായുധങ്ങളും പോർവിമാനങ്ങളുമെല്ലാം പാതിവഴിയിൽ നിർജ്ജീവമായി.

ഈ പുസ്തകത്തിന്റെ രചയിതാക്കളിൽ ഒരാൾ അലബാമയിലെ ഹൺസ് വില്ലിയിലെത്തി നാസയുടെ ഏറ്റവും പ്രതിഭാശാലിയായ വിദഗ്ധൻ ഡോ. വെർണർ വോൺ ബ്രൗണിനെ കണ്ട് ഈ പദ്ധതിയെക്കുറിച്ചുള്ള അഭിപ്രായം ആരാഞ്ഞു. ഈജിപ്തിൽ ഉണ്ടായിരുന്ന ജർമ്മൻ ശാസ്ത്രജ്ഞരുടെ ലിസ്റ്റ് പരിശോധിച്ചശേഷം അദ്ദേഹം അഭിപ്രായപ്പെട്ടത് ഈജിപ്ത് ലക്ഷ്യമിട്ട പദ്ധതികൾ യാഥാർത്ഥ്യമാക്കാൻ ഈ രണ്ടാം നിര ശാസ്ത്രജ്ഞർക്ക് അതിവിദൂരമായ സാദ്ധ്യതയേ ഉണ്ടായിരുന്നുള്ളൂ എന്നാണ്.

അങ്ങനെ ഡോക്ടർ മഹ്മൂദിന്റെ പരിശ്രമങ്ങൾ സമ്പൂർണ്ണ പരാജയത്തിൽ കലാശിക്കുകയാണുണ്ടായത്.

ഐസർ ഹാരെലിന്റെ പതനവും ഒപ്പം മെയർ അമിതിന്റെ ഉയർച്ചയും ഈ പദ്ധതി അടയാളം ചെയ്തു. തന്റെ പിൻഗാമിയോട് അഗാധമായ വെറുപ്പാണ് ഐസറിൽ മുളപൊട്ടിയത്. മെയർ അമിത് മൊസാദിന്റെ രംസദായി പ്രവർത്തിച്ച കാലമത്രയും അവർക്കിടയിൽ കടുത്ത ശത്രുത നിലനിന്നു. ജർമ്മൻ ശാസ്ത്രജ്ഞരുടെ വിഷയം ബെൻ ഗുരിയോണിനെയും രാഷ്ട്രീയമായി ദുർബലപ്പെടുത്തി. കുറച്ച് മാസങ്ങൾക്ക് ശേഷം അദ്ദേഹം പ്രധാനമന്ത്രി സ്ഥാനം രാജിവച്ചു.

കെയ്റോയിൽ ഈജിപ്ഷ്യൻ ഇന്റലിജൻസ് വിഭാഗം വോൾഫ്ഗാംഗ് ലുട്സിനെ പിടികൂടി ചാരപ്രവർത്തനം ആരോപിച്ച് 1965-ൽ അറസ്റ്റ് ചെയ്തു. എങ്കിലും ജർമ്മൻ ബന്ധം കോടതിയിൽ അവർക്ക് തെളിയിക്കാനായില്ല. തടവ് ശിക്ഷയ്ക്ക് വിധിക്കപ്പെട്ടുവെങ്കിലും രണ്ടര വർഷങ്ങൾക്ക് ശേഷം മോചിതനായി.

ഈ സംഭവവികാസങ്ങൾ ഇപ്രകാരം സമാപ്തിയിൽ എത്തിയതോടെ മൊസാദിനുവേണ്ടിയുള്ള ഓട്ടോ സ്കോർസെനിയുടെ ചാരപ്രവർത്തന ദൗത്യവും സമാപിച്ചു. ജൂതരാഷ്ട്രത്തിനുവേണ്ടി ചാരപ്രവർത്തനം നടത്തിയ ഏറ്റവും അസംഭവ്യനായ ചാരൻ ഓട്ടോ സ്കോർസെനി ആയിരുന്നുവെന്ന് സംശയം ലേശമില്ലാതെ പറയാം.

അദ്ധ്യായം 9

നമ്മുടെ ആൾ ദമാസ്കസിൽ

എന്റെ പ്രിയ നാദിയ, എന്റെ പ്രിയ കുടുംബമേ,

നിങ്ങൾക്കായി എന്റെ അവസാന വാക്കുകൾ എഴുതുകയാണ്, എക്കാലവും നിങ്ങൾ ഒത്തൊരുമയിൽ ആയിരിക്കുമെന്ന പ്രതീക്ഷയോടെ. എന്റെ ഭാര്യയോട് ഞാൻ മാപ്പപേക്ഷിക്കുന്നു, അവൾ സ്വന്തം കാര്യങ്ങൾ നോക്കുമെന്നും മക്കൾക്ക് നല്ല വിദ്യാഭ്യാസം നൽകുമെന്നും കരുതുന്നു.... എന്റെ പ്രിയ നാദിയ, നീ വീണ്ടും വിവാഹിതയാകണം, അങ്ങനെ നമ്മുടെ മക്കൾക്ക് ഒരപ്പനുണ്ടാകണം. അതിനുള്ള പൂർണ്ണ സ്വാതന്ത്ര്യം ഞാൻ നിനക്ക് തരുന്നു. പോയകാലങ്ങളെ ഓർത്ത് വ്യസനിക്കരുത്, എപ്പോഴും ഭാവിയെ നോക്കിപ്പാർക്കുക. എന്റെ അവസാനത്തെ ഉമ്മകൾ അയക്കുന്നു.

എന്റെ ആത്മാവിനായി പ്രാർത്ഥിക്കേണമേ.

എന്ന്, നിന്റെ ഏലി.

1965 മെയ് മാസത്തിൽ ഈ കത്ത് പുതുതായി ചാർജ്ജെടുത്ത രംസദ് മെയർ അമിതിന്റെ മേശപ്പുറത്തെത്തി. രഹസ്യാന്വേഷണ മേഖലയുടെ ചരിത്രത്തിലെ ഏറ്റവും സാഹസികരായ ചാരന്മാരിൽ ഒരാളായിരുന്ന ഏലി കോഹൻ വിറകൊള്ളുന്ന വിരലുകളാൽ എഴുതിയതായിരുന്നു ആ കത്ത്. അതിനുശേഷം കുറച്ച് മിനിറ്റുകൾക്കകം ദമാസ്കസിലെ കൊലയറയിൽ അയാളുടെ ജീവൻ ഒടുങ്ങുകയായിരുന്നു.

ഏലി കോഹന്റെ രഹസ്യജീവിതം അതിനും ഇരുപത് വർഷങ്ങൾക്ക് മുൻപ് തുടങ്ങിയതായിരുന്നു. അന്നയാൾ സുമുഖനായ ഒരു ഈജിപ്ഷ്യൻ യഹൂദ യുവാവായിരുന്നു. 1954 ജൂലായ് മധ്യത്തിലെ ഒരു വേവുന്ന മധ്യാഹ്നത്തിൽ അയാൾ വീട്ടിലേക്ക് പോവുകയായിരുന്നു. അയാൾക്കപ്പോൾ മുപ്പത് വയസ്സായിരുന്നു. ശരാശരി പൊക്കവും വൃത്തിയായി വെട്ടിനിർത്തിയ കറുത്ത മീശയും ആരെയും ആകർഷിക്കുന്ന പുഞ്ചിരിയും അയാൾക്കുണ്ടായിരുന്നു. കെയ്റോ നഗരത്തിലെ ഒരു തെരുവിൽവച്ച് പോലീസുകാരനായ പഴയൊരു കൂട്ടുകാരനെ അയാൾ സന്ധിച്ചു. വർത്തമാനത്തിനിടയിൽ ഒച്ച താഴ്ത്തി പോലീസുകാരൻ പറഞ്ഞു, 'ഇന്നുരാത്രി ചില ഇസ്രായേലി ചാരന്മാരെ ഞങ്ങൾ അറസ്റ്റ് ചെയ്യും. അതിലൊരുവന്റെ പേര് ഷമുവൽ അസർ എന്നാണ്.' ഏലി കപടമായൊരു ആരാധനാഭാവത്തോടെ അത് കേൾക്കുന്നതായി ഭാവിച്ചു. ഒട്ടും വൈകാതെ അയാൾ സ്വന്തം അപ്പാർട്ട്മെന്റിലെത്തി അവിടെ സൂക്ഷിച്ചിരുന്ന കൈത്തോക്കും സ്ഫോടകവസ്തുക്കളും ചില രേഖകളും നീക്കം ചെയ്തു. ജൂത ഒളിപ്രവർത്തനങ്ങളിൽ കാര്യമായി സഹകരിക്കുന്ന ഒരാളായിരുന്നു ഏലി കോഹൻ. ഇസ്രായേലിലേക്ക് കുടിയേറാനായി ജൂതകുടുംബങ്ങൾക്ക് പദ്ധതിയും വഴിയുമെല്ലാം തയ്യാറാക്കുന്ന ഒരാൾ. ലവോൺ അഫെയർ എന്ന് പ്രസിദ്ധമായ ജൂതക്കുടിയേറ്റ പദ്ധതിയുമായും കോഹൻ ബന്ധപ്പെട്ടിരുന്നു.

ഈജിപ്തിൽ നിന്നും പൂർണ്ണമായി പിൻവലിയാൻ ബ്രിട്ടൻ ഒരുങ്ങുകയാണെന്ന് 1954 ആദ്യം തന്നെ ഇസ്രായേൽ നേതാക്കൾക്ക് മനസ്സിലായി. അറബ് രാജ്യങ്ങളിൽ ഏറ്റവും കരുത്തുറ്റ ഈജിപ്ത് ഇസ്രായേലിന്റെ പ്രഖ്യാപിത ശത്രുവും ആയിരുന്നു. സൂയസ് കനാലിന്റെ തീരങ്ങളിൽ നിരവധി എയർ ബേസുകളും സൈനികത്താവളങ്ങളും ആയുധപ്പുരകളുമായി ബ്രിട്ടൻ ഈജിപ്തിൽ തുടരുന്ന കാലത്തോളം ഇസ്രായേലിനെതിരെ സാഹസിക ആക്രമണങ്ങളൊന്നും ഈജിപ്ത് നടത്തില്ലെന്നും ബ്രിട്ടൻ ഈജിപ്തിന്റെ മേൽ മിതവാദപരമായ സ്വാധീനമായി തുടരുമെന്നും ഇസ്രായേൽ നേതാക്കൾക്ക് ഉറപ്പുണ്ടായിരുന്നു. ബ്രിട്ടൻ പിൻവലിയുന്നതോടെ അതെല്ലാം ഇല്ലാതാകും. തന്നെയുമല്ല ബ്രിട്ടന്റെ ആധുനിക ആയുധക്കൂമ്പാരം ഈജിപ്തിന്റെ അധീനതയിലാകും. കേവലം ആറുവർഷം മാത്രം പ്രായമുള്ള ഇസ്രായേൽ രാഷ്ട്രമാകും ഈജിപ്ഷ്യൻ സേനയുടെ അടുത്ത ആക്രമണ ലക്ഷ്യം. 1948-ലെ ഇസ്രായേൽ സ്വാതന്ത്ര്യപ്പോരാട്ടത്തിൽ ഈജിപ്ഷ്യൻ സേനയ്ക്കുണ്ടായ നാണം കെട്ട തോൽവിക്ക് പ്രതികാരം ചെയ്യാൻ കിട്ടുന്ന ഒരവസരം അവർ വിനിയോഗിക്കാൻ തീരുമാനിച്ചാൽ അത് വിനാശകമായിരിക്കുമെന്ന് ഇസ്രായേൽ ഗണിച്ചു.

പിൻവലിയാനുള്ള തീരുമാനത്തിൽ നിന്നും ബ്രിട്ടനെ പിന്തിരിപ്പിക്കാനാകുമോ? ബെൻ ഗുരിയോൺ അതിനകം റിട്ടയർ ചെയ്തുകഴിഞ്ഞിരുന്നു. സ്ദെഹ് ബോകറിൽ അദ്ദേഹം വിശ്രമജീവിതം നയിക്കുകയാണ്. മിതവാദിയെങ്കിലും താരതമ്യേന ദുർബലനായ മോഷെ ഷാരെത് ആണ് പുതിയ പ്രധാനമന്ത്രി. പ്രധാനമന്ത്രിയുമായി ഇടഞ്ഞ് നിൽക്കുന്ന പ്രതിരോധ

മന്ത്രി പിൻഹാസ് ലവോൺ പരസ്യമായിത്തന്നെ ഷാരെതിന്റെ അധികാരത്തെ ചോദ്യം ചെയ്തുകഴിഞ്ഞു. പ്രധാനമന്ത്രിയെയോ മൊസാദിനെയോ അറിയിക്കാതെ ലവോണും മിലിട്ടറി ഇന്റലിജൻസിന്റെ (അമൻ) മേധാവി കേണൽ ബെന്യാമിൻ ഗിബ്ലിയും ചേർന്ന് അപകടകരവും ബുദ്ധിശൂന്യവുമായ ഒരു തന്ത്രം ആവിഷ്കരിച്ചിരുന്നു. ഗൗരവതരമായ പ്രതിസന്ധികൾ ഉണ്ടായാൽ പിന്മാറ്റം റദ്ദ് ചെയ്ത് ബ്രിട്ടന് ഈജിപ്തിൽ തുടരാമെന്ന് ബ്രിട്ടീഷ് – ഈജിപ്ത് ഉടമ്പടിയിൽ ഒരു വകുപ്പ് ഉള്ളതായി അവർ മനസ്സിലാക്കിയിരുന്നു. ഈജിപ്തിൽ തുടർച്ചയായി സ്ഫോടനങ്ങൾ ഉണ്ടായാൽ ക്രമസമാധാനം നിലനിർത്താൻ ഈജിപ്തിന്റെ നേതാക്കൾക്ക് ആവുന്നില്ല എന്ന് ബ്രിട്ടൻ കരുതുമെന്നും അത് പിന്മാറ്റം റദ്ദുചെയ്യുന്ന തീരുമാനത്തിലേക്ക് ബ്രിട്ടനെ നയിക്കുമെന്നും അവർ കണക്കുകൂട്ടി. ഇതിന്റെ അടിസ്ഥാനത്തിൽ കെയ്റോയിലും അലക്സാൻഡ്രിയയിലും ബോംബ് സ്ഫോടനങ്ങൾ നടത്താൻ ലവോണും ഗിബ്ലിയും തീരുമാനിച്ചു. അമേരിക്കയുടെയും ബ്രിട്ടന്റെയും ലൈബ്രറികൾ, സാംസ്കാരിക കേന്ദ്രങ്ങൾ, സിനിമാക്കൊട്ടകകൾ, തപാലാപ്പീസുകൾ, സർക്കാർ കെട്ടിടങ്ങൾ തുടങ്ങിയവയായിരുന്നു ബോംബിംഗിനായി തിരഞ്ഞെടുത്ത ലക്ഷ്യങ്ങൾ. ഇസ്രായേലിനായി ജീവൻ പോലും ഹോമിക്കാൻ തയ്യാറായിരുന്ന യുവജൂതരെയും തീവ്ര സയണിസ്റ്റുകളെയുമാണ് അമൻ ഇത് നടപ്പിലാക്കാൻ നിയോഗിച്ചത്. ഇതിലൂടെ പവിത്രമായ ഒരു നിയമത്തെ അമൻ ലംഘിക്കുകയായിരുന്നു. തദ്ദേശീയ ജൂതരെ അപകടകരമായ ദൗത്യങ്ങൾക്കായി ഉപയോഗിക്കരുതെന്നായിരുന്നു ഇസ്രായേലി രഹസ്യാന്വേഷണ വകുപ്പിന്റെ പരമ്പരാഗത സമീപനം. അങ്ങനെ സംഭവിച്ചാൽ തദ്ദേശീയ ജൂതർ കൊല്ലപ്പെടാനും അതുവഴി ആ സമൂഹം ഒന്നടങ്കം സംശയത്തിന്റെ നിഴലിലാകാനും സാദ്ധ്യതയുണ്ടെന്നും അതിനാൽ ആ ആപത്ത് ഒഴിവാക്കാനുള്ള ജാഗ്രതയായിരുന്നു ഈ സമീപനത്തിനു പിന്നിൽ. തന്നെയുമല്ല, ഈ യുവാക്കൾ യാതൊരുവിധ പ്രൊഫഷണൽ പരിശീലനവും ലഭിച്ചിട്ടില്ലാത്തവരും ആയിരുന്നു.

ഇതിനായി ഉപയോഗപ്പെടുത്തിയ സ്ഫോടകവസ്തുക്കളും ബോംബുകളും ഒട്ടും പരിഷ്കൃതവും ആയിരുന്നില്ല. മുഖക്കണ്ണാടി സൂക്ഷിക്കുന്ന ചെറിയ പെട്ടിക്കുള്ളിൽ പൊട്ടിത്തെറിക്കുന്ന ഒരു രാസപദാർത്ഥവും മറ്റൊരു ഉറയ്ക്കുള്ളിൽ അതിനെ പൊട്ടിത്തെറിക്കാൻ പ്രാപ്തമാക്കുന്ന മറ്റൊരു ദ്രാവകവും വച്ചു. ദ്രാവകം പ്ലാസ്റ്റിക് ഉറയെ ക്രമേണ ദ്രവിപ്പിച്ച് പുറത്തേക്ക് ഒഴുകി രാസവസ്തുവുമായി ചേർന്ന് ചെറിയൊരു സ്ഫോടനം ഉണ്ടാക്കുന്നു. ബോംബ് വയ്ക്കുന്നയാൾ ഉറ ദ്രവിച്ച് സ്ഫോടനം സംഭവിക്കുന്നതിനുമുൻപേ അവിടെ നിന്നും രക്ഷപെടണം. അതായിരുന്നു പ്ലാൻ.

തുടക്കത്തിൽ തന്നെ ഈ പദ്ധതി പാളാൻ തുടങ്ങി. ജൂലായ് 23-ന് രണ്ടിടത്ത് ചെറിയ സ്ഫോടനങ്ങൾ ഉണ്ടായി. മൂന്നാമത്തെ സ്ഫോടനം സംഭവിക്കേണ്ടത് ഒരു സിനിമാക്കൊട്ടകയിലായിരുന്നു. ബോംബുമായി അങ്ങോട്ട് പോയ ഫിലിപ്പ് നതാൻസണിന്റെ പോക്കറ്റിൽ കിടന്ന്

സിനിമാക്കൊട്ടകയുടെ പടിക്കൽ വച്ച് അത് പൊട്ടിത്തെറിച്ചു. അയാൾ പോലീസ് കസ്റ്റഡിയിലായി. അടുത്തദിവസം അയാളുടെ സംഘത്തിലുണ്ടായിരുന്ന എല്ലാവരും അറസ്റ്റ് ചെയ്യപ്പെട്ടു.

ഏലി കോഹനും അറസ്റ്റിലായെങ്കിലും അയാളുടെ താമസസ്ഥലത്തുനിന്നും തെളിവൊന്നും ലഭിക്കാതിരുന്നതിനാൽ വിട്ടയക്കപ്പെട്ടു. പക്ഷേ അയാളുടെ പേരിൽ പോലീസ് ആസ്ഥാനത്ത് ഒരു ഫയൽ തുറക്കപ്പെട്ടു. അതിലയാളുടെ മൂന്ന് ഫോട്ടോകളുണ്ടായിരുന്നു. ഷാവുൾ കോഹന്റെയും സോഫി കോഹന്റെയും മകനായി 1924-ൽ അലക്സാൻഡ്രിയ നഗരത്തിൽ ജനിച്ചുവെന്നും മാതാപിതാക്കൾ ഏലി കോഹന്റെ രണ്ട് സഹോദരിമാരും അഞ്ച് സഹോദരന്മാരുമായി രാജ്യം വിട്ട് എങ്ങോട്ടോ കുടിയേറിയെന്നും ഫയലിൽ രേഖപ്പെടുത്തിയിരുന്നു. കുറ്റകൃത്യങ്ങളിൽ ഉൾപ്പെട്ടിട്ടുണ്ടോയെന്ന് സംശയിക്കപ്പെടുന്ന ഏലി കോഹൻ ഫ്രഞ്ച് കോളേജിൽ നിന്നും ബിരുദം നേടി ഇപ്പോൾ കെയ്റോയിലെ ഫറൂക്ക് സർവകലാശാലയിൽ വിദ്യാർത്ഥി ആണെന്നും ഫയലിൽ ഉണ്ടായിരുന്നു.

ഏലി കോഹന്റെ കുടുംബം ഇസ്രായേലിലേക്കാണ് കുടിയേറിയതെന്നും ഇപ്പോൾ ടെൽ അവീവ് നഗരപ്രാന്തത്തിലെ ബാത് യാം പ്രദേശത്താണ് താമസിക്കുന്നതെന്നും അവർ അറിഞ്ഞില്ല.

ഒരിക്കൽ അറസ്റ്റ് ചെയ്യപ്പെട്ടെങ്കിലും ഈജിപ്തിൽ തന്നെ തുടരാനായിരുന്നു കോഹന്റെ തീരുമാനം. കൂട്ടുകാർക്ക് സംഭവിച്ച ദുരന്തത്തിൽ ആകുലനായ കോഹൻ അവരെ സംബന്ധിച്ച് ലഭ്യമായ വിവരങ്ങളെല്ലാം ശേഖരിച്ചു. അവർ എവിടെയാണ് തടവിലാക്കപ്പെട്ടിരിക്കുന്നത്, ഏതുവിധത്തിൽ മർദ്ദിക്കപ്പെട്ടു എന്നതെല്ലാം അയാൾ അറിഞ്ഞുവച്ചു.

ഇസ്രായേൽ ചാരന്മാരെ അറസ്റ്റ് ചെയ്ത വിവരം വലിയ വാർത്തയായി ഈജിപ്ത് ഒക്ടോബറിൽത്തന്നെ പുറത്തുവിട്ടു. ഡിസംബർ ഏഴിന് അവരുടെ വിചാരണ കെയ്റോയിൽ ആരംഭിച്ചു. കൂട്ടത്തിൽ അറസ്റ്റ് ചെയ്യപ്പെട്ട ഇസ്രായേലി ചാരൻ മാക്സ് ബെന്നറ്റ് ജയിലിൽ വച്ച് ഞരമ്പ് മുറിച്ച് ആത്മഹത്യ ചെയ്തു. സെല്ലിനുള്ളിൽ ലഭിച്ച തുരുമ്പുപിടിച്ച ബ്ലേഡാണ് അയാൾ ഇതിനായി ഉപയോഗപ്പെടുത്തിയത്. കുറ്റാരോപിതരായ എല്ലാവരെയും വധശിക്ഷയ്ക്ക് വിധിക്കണമെന്ന് പ്രോസിക്യൂഷൻ വിചാരണവേളയിൽ ആവശ്യപ്പെട്ടു. ഈജിപ്തിലെ പോപ്പിന്റെ പ്രതിനിധി, ഫ്രഞ്ച് വിദേശകാര്യമന്ത്രി, അമേരിക്കയുടെയും ബ്രിട്ടന്റെയും അംബാസിഡർമാർ, ബ്രിട്ടീഷ് ജനപ്രതിനിധികളായ റിച്ചാഡ് ഗ്രോസ്മാൻ, മൗറിസ് ഔർബാക്, ഈജിപ്തിലെ മുഖ്യ റാബി എന്നിങ്ങനെ നിരവധിപേർ വധശിക്ഷ ഒഴിവാക്കണമെന്നും ദയ കാണിക്കണമെന്നും അഭ്യർത്ഥിച്ചു. അതൊന്നും ഫലവത്തായില്ല. 1955 ജനവരി 17-ന് പ്രത്യേക സൈനികക്കോടതി വിധി പ്രസ്താവിച്ചു. കുറ്റക്കാരല്ലെന്ന് കോടതി കണ്ടെത്തിയ രണ്ടുപേർ വിട്ടയക്കപ്പെട്ടു. ബാക്കിയുള്ളവരിൽ രണ്ടുപേർക്ക് ഏഴു വർഷം കഠിനതടവും മറ്റു രണ്ടുപേർക്ക് പതിനഞ്ചു വർഷം കഠിനതടവും രണ്ടുപേർക്ക് ജീവപര്യന്തം തടവും കോടതി വിധിച്ചു. സംഘത്തലവന്മാരെന്ന് കോടതി

നിർണ്ണയിച്ച ഡോക്ടർ മോഷെ മർസൂക്, എഞ്ചിനീയർ ഷമുവൽ അസർ എന്നിവരെ തൂക്കിക്കൊല്ലാനായിരുന്നു വിധിച്ചത്. നാലുദിവസങ്ങൾക്ക് ശേഷം കെയ്റോയിലെ ജയിലിൽ വച്ച് വധശിക്ഷ നടപ്പിലാക്കി. തുടർന്ന് ഇസ്രായേലിൽ രാഷ്ട്രീയഭൂകമ്പം തന്നെയുണ്ടായി. വിഡ്ഢിത്തം നിറഞ്ഞതും കുറ്റകരവുമായ ഈ ദൗത്യത്തിന് ആരാണ് അനുമതി പുറപ്പെടുവിച്ചതെന്ന് മാധ്യമങ്ങളും പൗരസമൂഹവും ഒരുപോലെ അമർഷത്തോടെ ചോദിച്ചു. പല അന്വേഷണ കമ്മീഷനുകളും വന്നെങ്കിലും ആർക്കും തൃപ്തികരമായ ഉത്തരം കണ്ടെത്താനായില്ല. ലവോണും ഗിബ്ലിയും പരസ്പരം വിരൽ ചൂണ്ടി ഉത്തരവാദിത്തത്തിൽ നിന്നും ഒഴിഞ്ഞുമാറാൻ ശ്രമിച്ചു. ഒടുവിൽ പ്രതിരോധ മന്ത്രി ലവോൺ രാജിവച്ചു. പകരം ബെൻ ഗുരിയോൺ മടങ്ങിവന്നു. റിട്ടയർമെന്റിൽ നിന്നും അദ്ദേഹം തിരിച്ചെത്തുകയായിരുന്നു. കേണൽ ഗിബ്ലിക്ക് പിന്നീടൊരിക്കലും ഉദ്യോഗക്കയറ്റം ലഭിച്ചില്ല. അധികം വൈകാതെ അയാൾ സൈന്യത്തിൽ നിന്നും വിട്ടുപോയി.

ഈജിപ്തിൽ ഏലി കോഹന് തന്റെ ഇഷ്ടമിത്രങ്ങൾ ചിലർ നഷ്ടമായി. അധികാരികളുടെ കണ്ണിൽ അയാൾ സംശയത്തിന്റെ നിഴലിലായിരുന്നെങ്കിലും കെയ്റോയിൽ തുടരാനായിരുന്നു കോഹന്റെ തീരുമാനം. പഠനവും ഒളിപ്രവർത്തനവും അയാൾ തുടർന്നു. 1957-ലെ സൂയസ് യുദ്ധത്തിനുശേഷമാണ് ഏലി കോഹൻ ഇസ്രായേലിലേക്ക് കുടിയേറിയത്.

ബാത് യാമിലെ ഇരുണ്ട ഒരു തെരുവായിരുന്നു കെയ്റോ നിണസാക്ഷികൾ റോഡ്. കുടുംബത്തിലേക്ക് വരുമ്പോഴൊക്കെ ഏലി കോഹൻ അതിലൂടെ നടന്നു. ഇസ്രായേലിൽ അയാളുടെ ആദ്യകാലം അത്ര സുഖകരം ആയിരുന്നില്ല. കുറേയധികം ആഴ്ചകൾ ജോലി അന്വേഷണവുമായി കടന്നുപോയി. അറബിയും ഫ്രഞ്ചും ഇംഗ്ലീഷും ഹീബ്രുവും അറിയാമെന്ന അപൂർവ്വ ഭാഷാപരിചയം തുണയായി. മിലിട്ടറി ഇന്റലിജൻസിനുവേണ്ടി (അമൻ) ആഴ്ചപ്പതിപ്പുകൾ വിവർത്തനം ചെയ്യുന്ന ജോലി. ടെൽ അവീവിൽ ഒരു വ്യാപാരസ്ഥാപനമായി തോന്നിപ്പിച്ച ഒരിടമായിരുന്നു ഏലി കോഹന്റെ ഓഫീസ്. തരക്കേടില്ലാത്ത ശമ്പളവും ഉണ്ടായിരുന്നു: മാസത്തിൽ 170 ഇസ്രായേലി പൗണ്ട്. പക്ഷേ ആ ജോലി അധികകാലം നീണ്ടുനിന്നില്ല. ഒരു കൂട്ടുകാരൻ – ഒരു ഈജിപ്ഷ്യൻ യഹൂദൻ – മറ്റൊരു ജോലി ശരിയാക്കി. ഡിപ്പാർട്ട്മെന്റ് സ്റ്റോറിൽ അക്കൗണ്ടന്റ്. പണി മുഷിപ്പനായിരുന്നെങ്കിലും ശമ്പളം മികച്ചതായിരുന്നു. ആ നാളുകളിലാണ് ഏലിയുടെ സഹോദരൻ അയാൾക്ക് ഇറാഖി വംശജയായ ഒരു യുവ നഴ്സിനെ പരിചയപ്പെടുത്തിക്കൊടുക്കുന്നത്. നാദിയ എന്ന് പേരായ ആ നഴ്സിനെ ഒരു മാസത്തിനുള്ളിൽ ഏലി വിവാഹം ചെയ്തു. പ്രസിദ്ധനായിക്കൊണ്ടിരുന്ന സാമി മൈക്കിൾ എന്ന ബുദ്ധിജീവിയുടെ സഹോദരിയായിരുന്നു നാദിയ. ഒരു പ്രഭാതത്തിൽ ഏലിയുടെ ഓഫീസിലേക്ക് ഒരപരിചിതൻ കടന്നുവന്നു. 'എന്റെ പേര് സൽമാൻ.

ഞാനൊരു ഇന്റലിജൻസ് ഓഫീസറാണ്. നിങ്ങൾക്ക് ഒരു ജോലി നൽകാൻ ഞാനാഗ്രഹിക്കുന്നു.' അയാൾ പറഞ്ഞു.

'എന്ത് ജോലി?'

'രസകരമായ ഒരു ജോലി. യൂറോപ്പിലൊക്കെ പോകാം. ഞങ്ങളുടെ പ്രതിനിധിയായി ചിലപ്പോൾ ചില അറബ് രാജ്യങ്ങളിലേക്കും പോകാം.'

ആ ഓഫർ ഏലി നിരാകരിച്ചു. 'ഞാൻ വിവാഹം കഴിച്ചതേയുള്ളൂ. യൂറോപ്പിലേക്കോ മറ്റേതെങ്കിലും ഇടത്തേക്കോ യാത്ര ചെയ്യാൻ ഇപ്പോളെനിക്ക് താത്പ്പര്യമില്ല.'

സംഭാഷണം അവിടെ അവസാനിച്ചെങ്കിലും സംഗതികൾ അവിടം കൊണ്ട് അവസാനിച്ചില്ല. നാദിയ ഗർഭിണിയായി. തുടർന്ന് ജോലി ഉപേക്ഷിക്കേണ്ടിവന്നു. ഡിപ്പാർട്ട്മെന്റ് സ്റ്റോർ പുനഃസംഘടിപ്പിച്ചപ്പോൾ അവർ ജോലിക്കാരെ കുറച്ചു. അതിൽ ഏലിയും തൊഴിൽരഹിതനായി. മറ്റൊരു ജോലി ഉടനെ കണ്ടെത്താനുമായില്ല. അപ്പോഴാണ് തികച്ചും ആകസ്മികമെന്നോണം പഴയ സന്ദർശകൻ വീണ്ടും ഏലി കോഹന്റെ വാടകവീടിന്റെ വാതിൽക്കൽ മുട്ടിയത്.

അത് പിന്നെയും സൽമാൻ തന്നെയായിരുന്നു. 'എന്തുകൊണ്ടാണ് നിങ്ങൾ ഞങ്ങളുടെ ഓഫർ തള്ളിക്കളഞ്ഞത്?' അയാൾ ഏലിയോട് ചോദിച്ചു. 'നല്ല ശമ്പളമാണ് ഞങ്ങളുടേത്. മാസത്തിൽ 350 പൗണ്ട്. ആദ്യത്തെ ആറുമാസം പരിശീലനം. അതിനുശേഷം നിങ്ങൾക്ക് ഇഷ്ടമായാൽ തുടരാം. ഒരു നിർബന്ധവുമില്ല. വിട്ടുപോകാൻ നിങ്ങൾക്ക് പൂർണ്ണ സ്വാതന്ത്ര്യം ഉണ്ടായിരിക്കും.'

ഈ തവണ ഏലി കോഹൻ ഓഫർ തള്ളിക്കളഞ്ഞില്ല. അങ്ങനെയാണ് അയാൾ രഹസ്യാന്വേഷകനായത്.

അമനിലെ ചില പഴയ കക്ഷികൾ വ്യത്യസ്തമായ ഒരു കഥയാണ് ഇതേക്കുറിച്ച് പറയുന്നത്. അമൻ ആദ്യം ഏലി കോഹനെ തിരസ്കരിക്കുകയായിരുന്നെന്ന് അവർ പറയുന്നു. അമിതമായ ആത്മവിശ്വാസമുള്ളയാളായി മനഃശാസ്ത്രപരീക്ഷകളിൽ കാണപ്പെട്ടതായിരുന്നു അതിന് കാരണമായത്. ധീരനും പ്രതിഭാശാലിയും അസാധാരണമായ ഓർമ്മശക്തിയോടുകൂടിയയാളും ആയിരുന്നെങ്കിലും, സ്വന്തം കഴിവുകളിൽ ഉണ്ടായിരുന്ന അമിതവിശ്വാസം ഏലി കോഹനെ അപകടത്തിൽ ചാടിക്കുമെന്ന് അമന്റെ തലപ്പത്തുള്ളവർ കരുതി. എല്ലാംകൂടി വച്ചുനോക്കുമ്പോൾ അമന് യോജിച്ചയാളല്ല ഏലി കോഹൻ എന്നതായിരുന്നു തീരുമാനം.

പക്ഷേ അറുപതുകളുടെ ആരംഭത്തോടെ കാര്യങ്ങൾക്ക് മാറ്റമുണ്ടായി. മിലിട്ടറി ഇന്റലിജൻസിന്റെ പ്രത്യേക ദൗത്യവിഭാഗമായ യൂണിറ്റ് 131-ന് സിറിയയുടെ തലസ്ഥാനമായ ദമാസ്കസിലേക്ക് നിയോഗിക്കുന്നതിനായി പറ്റിയ ഒരാളെ അത്യാവശ്യമായി വന്നു. കഴിഞ്ഞ കുറച്ച് വർഷങ്ങൾക്കുള്ളിൽ ഏറ്റവും ആക്രമണസ്വഭാവമുള്ള അറബി രാജ്യമായി സിറിയ മാറിയിരുന്നു. ഇസ്രായേലിന്റെ ശത്രുവായി അത് സ്വയം പ്രഖ്യാപിക്കുകയും ചെയ്തു. ജൂതരാഷ്ട്രത്തെ ആക്രമിക്കാനുള്ള ഒരവസരവും സിറിയ

പാഴാക്കിയില്ല. ഗോലാൻ കുന്നുകളിലും ഗലീലാ തടാകക്കരയിലുമായി ഇസ്രായേലും സിറിയയും ഏറ്റുമുട്ടി. രക്തരൂഷിതമായ പോരാട്ടങ്ങളായിരുന്നു അവ. ഭീകരപ്രവർത്തകരുടെ പരിശീലനം ലഭിച്ച നിരവധി സംഘങ്ങളെ സിറിയ ഇസ്രായേലിനുള്ളിലേക്ക് കടത്തിവിട്ടു. ജോർദാൻ നദിയിലെയും അതിന്റെ ശാഖകളിലെയും ജലം ഇസ്രായേലിന് ലഭ്യമാകാത്തവിധം കൂറ്റൻ അണക്കെട്ടുകൾ നിർമ്മിക്കാനാണ് ഇപ്പോൾ സിറിയ പ്ലാനിടുന്നത്.

ജോർദാൻ നദിയിലെ ജലം ഉപയോഗപ്പെടുത്തി നെഗേവ് മേഖലയിൽ കൃഷി ഉൾപ്പെടെയുള്ള ഉത്പ്പാദന മേഖലയെ വികസിപ്പിക്കാനായി ഇസ്രായേൽ പദ്ധതിയിട്ടിരുന്നു. നദി ഇസ്രായേലിലൂടെ കടന്നുപോകുന്ന ഭാഗത്തുനിന്നുമുള്ള ജലം ഉപയോഗപ്പെടുത്താനായിരുന്നു പദ്ധതി. ഈ പദ്ധതി അറബ് രാജ്യങ്ങൾക്കിടയിൽ വൻ പ്രതിഷേധങ്ങൾക്ക് കാരണമായി. ഈ പ്രശ്നം ചർച്ച ചെയ്യാനായി അറബ് രാജ്യങ്ങൾ നിരവധി സമ്മേളനങ്ങൾ കൂടി. ഇസ്രായേലിൽ എത്തുന്നതിനുമുൻപുതന്നെ ജോർദാൻ നദിയിലെ ജലം ഗതി തിരിച്ചുവിട്ട് ഇസ്രായേലിന്റെ ജലസേചന പദ്ധതിക്ക് തുരങ്കം വയ്ക്കാൻ അവർ തീരുമാനിച്ചു. അത് നടപ്പാക്കാനുള്ള ചുമതല സിറിയയ്ക്കായിരുന്നു.

ജോർദാൻ നദിയിലെ വെള്ളം കൂടാതെ നിലനിൽപ്പു പോലും ഇസ്രായേലിന് ഏറെക്കുറെ അസാദ്ധ്യമായിരുന്നു. അതിനാൽ ഏതുവിധേനയും സിറിയൻ പദ്ധതിക്ക് തടയിടാൻ ഇസ്രായേൽ ഉറപ്പിച്ചു. ഈ പശ്ചാത്തലത്തിലാണ് ദമാസ്കസിൽ ഒരു ചാരനെ എത്തിക്കാൻ ഇസ്രായേൽ ഒരുങ്ങിയത്, വിശ്വസ്തനും പ്രാപ്തനും ധീരനുമായ ഒരാൾ. ഏതേത് കാരണങ്ങളാൽ ഏലി കോഹൻ ആദ്യം തിരസ്കരിക്കപ്പെട്ടോ അതേ കഴിവുകൾ ഇപ്പോൾ അദ്ദേഹത്തിന് അനുകൂലമായി വന്നിരിക്കുന്നു. അങ്ങനെയാണ് ഏലി അമനിലെത്തുന്നത്. (വർഷങ്ങൾക്ക് മുൻപ് അമൻ ദമാസ്കസിലേക്കായി മറ്റൊരാളെ റിക്രൂട്ട് ചെയ്യാൻ പരിശ്രമിച്ചിരുന്നു. ഏലിയുടെ ഹൃദയസഖി നാദിയായുടെ സഹോദരൻ സാമി മൈക്കിളിനെ. പക്ഷേ സാമി അതിന് തയ്യാറായില്ല. പിൽക്കാലത്ത് ഇസ്രായേലിന്റെ മഹാന്മാരായ കവികളിൽ ഒരാളായി വളർന്ന സാമി മൈക്കിൾ തന്റെ തീരുമാനം ശരിയായിരുന്നുവെന്ന് തെളിയിച്ചു.)

നീണ്ടതും തളർത്തുന്നതുമായിരുന്നു കോഹന്റെ പരിശീലനം. അതിരാവിലെ എന്തെങ്കിലും നുണകളുടെ മറവിൽ ഏലി വീട്ടിൽ നിന്നും ഇറങ്ങി അമന്റെ പരിശീലന കേന്ദ്രത്തിൽ എത്തിയിരുന്നു. അനേകം ആഴ്ചകൾ യിസഹാക് എന്ന ഒരു പരിശീലകനേ അവിടെ ഉണ്ടായിരുന്നുള്ളൂ. ഓർമ്മിക്കാനുള്ള കഴിവ് വർദ്ധിപ്പിക്കാനായിരുന്നു ആദ്യ പരിശീലനം. ഒരു ഡസനോളം വസ്തുക്കൾ – പേന, പെൻസിൽ, താക്കോൽ, സിഗററ്റ്, പിന്നുകൾ അങ്ങനെ – യിസഹാക് മേശപ്പുറത്തേക്ക് കുടഞ്ഞിടും. ഒന്നോ രണ്ടോ സെക്കന്റുകൾ അതിലൂടെ കണ്ണോടിക്കാൻ ഏലിയെ അനു

വദിക്കും. പിന്നെ മിഴികൾ പൂട്ടി അവയെ ഒന്നൊന്നായി ഏലി വിശദമാക്കണം. പിന്നെ ടാങ്കുകൾ, യുദ്ധവിമാനങ്ങൾ, തോക്കുകളും പീരങ്കികളും തുടങ്ങിയവയെ ഇനം തിരിച്ച് തിരിച്ചറിയാനുള്ള പരിശീലനമായിരുന്നു. ചിലപ്പോൾ യിസഹാക് പറയും, 'വരൂ, നമുക്ക് നടക്കാൻ പോകാം.' രണ്ടുപേരും ചേർന്ന് ടെൽ അവീവിലെ തിരക്കേറിയ തെരുവുകളിലൂടെ നടക്കും. ഇടയ്ക്ക് യിസഹാക് പറയും, 'ആ ന്യൂസ് പേപ്പർ സ്റ്റാന്റിനടുത്തു ചെന്ന് അവിടെ വച്ചിരിക്കുന്ന പത്രമാസികകൾ നോക്കുന്നതായി നടിക്കൂ. അതേ സമയം നിന്നെ ആരെങ്കിലും പിന്തുടരുന്നുണ്ടോയെന്ന് കണ്ടെത്തൂ.' തിരികെയെത്തി യിസഹാക് ഏലിയുടെ റിപ്പോർട്ട് ശ്രദ്ധിക്കും. എന്നിട്ട് ഒരു കൂട്ടം ഫോട്ടോഗ്രാഫുകൾ അയാളുടെ മുന്നിലേക്കിടും. 'ഇയാളുടെ കാര്യത്തിൽ നീ ശരിയായിരുന്നു. അയാൾ നിന്റെ പിന്നാലെ ഉണ്ടായിരുന്നു. പക്ഷേ മരത്തിനുമറഞ്ഞ് നിന്നെ പിന്തുടർന്നിരുന്ന മറ്റേയാളെ നീ കണ്ടില്ല.'

അടുത്ത ദിവസം സൽമാൻ മറ്റൊരു പരിശീലകനുമായി എത്തി, യെഹൂദ. കുഞ്ഞൻ റേഡിയോ ട്രാൻസ്മിറ്ററുകൾ ഉപയോഗിക്കുന്ന വിധം അയാൾ ഏലിയെ അഭ്യസിപ്പിച്ചു. തുടർന്ന് ശാരീരികവും മാനസികവുമായ കഴിവുകളുടെ പരിശോധനയായിരുന്നു. അത് പൂർത്തിയായിക്കഴിഞ്ഞാണ് മാഴ്സൽ കസിൻ എന്ന യുവതിയെ സൽമാൻ ഏലിക്ക് പരിചയപ്പെടുത്തിയത്.

'നിർണ്ണായകമായ ടെസ്റ്റിനുള്ള നേരമായി, ഏലീ.' സൽമാൻ പറഞ്ഞു. മാഴ്സൽ നിനക്ക് ഒരു ഈജിപ്ഷ്യൻ ജൂതന്റെ പേരിലുള്ള ഫ്രഞ്ച് പാസ്പോർട്ട് തരും. ആഫ്രിക്കയിലേക്ക് കുടിയേറിയ അയാൾ ഇപ്പോൾ ടൂറിസ്റ്റായി ഇസ്രായേലിൽ എത്തിയിരിക്കുകയാണ്. ഈ പാസ്പോർട്ടുമായി നീ ജറുസലേമിലേക്ക് പോയി അവിടെ പത്ത് ദിവസം താമസിക്കണം. ഈ അപരനെ സംബന്ധിക്കുന്ന വിവരങ്ങളെല്ലാം മാഴ്സൽ നിനക്ക് നൽകും. അയാളുടെ ഈജിപ്ഷ്യൻ ഭൂതകാലം, കുടുംബം, ആഫ്രിക്കയിലെ ജോലി തുടങ്ങിയതെല്ലാം. ജറുസലേമിൽ നീ ഫ്രഞ്ചും അറബിയും മാത്രമേ സംസാരിക്കാവൂ. നീ പുതിയ ആളുകളെ കാണണം, പരിചയപ്പെടണം, കൂട്ടുകാരെ ഉണ്ടാക്കണം, പക്ഷേ നിന്റെ യഥാർത്ഥ പേരും വിവരങ്ങളും വെളിപ്പെടരുത്. നിന്നെ ആരും പിന്തുടരാനും അനുവദിക്കരുത്.'

ജറുസലേമിൽ ഏലി കോഹൻ പത്ത് ദിവസം താമസിച്ചു. തിരികെയെത്തിയപ്പോൾ അയാൾക്ക് കുറച്ചുദിവസം അവധി ലഭിച്ചു. നാദിയ ഒരു പെൺകുഞ്ഞിന് ജന്മം നൽകിയിരുന്നു. അവർ അവളെ സോഫിയെന്ന് വിളിച്ചു. യഹൂദ പുതുവർഷമായ റോഷ് ഹഷാനയ്ക്ക് ശേഷം സൽമാൻ അയാളെ പുതിയ രണ്ടുപേർക്ക് പരിചയപ്പെടുത്തി. അവർ ആരെന്ന് വെളിപ്പെടുത്തിയില്ല. 'ജറുസലേമിലെ പരീക്ഷ നീ പാസായിരിക്കുന്നു.' അവരിലൊരാൾ മന്ദഹാസത്തോടെ പറഞ്ഞു. 'ഇനി കൂടുതൽ ഗൗരവമുള്ള കാര്യങ്ങളുടെ നേരമായിരിക്കുന്നു.'

അമന്റെ ചെറിയ മുറികളിലൊന്നിൽ വച്ച് ഏലി ഒരു മുസ്ലിം പുരോഹിതനെ സന്ധിച്ചു. അയാൾ ഏലിയെ ക്ഷമയോടെ ഖുറാനും മുസ്ലിം നമസ്കാരങ്ങളും പഠിപ്പിച്ചു. ജാഗ്രതയോടെ പഠിക്കാൻ ശ്രദ്ധ വച്ചിട്ടും ഇടയ്ക്ക് ഏലി തെറ്റുകൾ വരുത്തി. 'പേടിക്കേണ്ട,' ഏലിയുടെ പരിശീലകൻ പറഞ്ഞു. 'ആരെങ്കിലും ചോദിച്ചാൽ പറയണം നീ അത്ര മതനിഷ്ഠയുള്ള ഒരു മുസ്ലിം അല്ലെന്നും സ്കൂൾ കാലത്തെ ഓർമ്മകളും പരിചയവുമേ ഈ കാര്യത്തിൽ നിനക്കുള്ളെന്നും.'

തന്റെ ജോലിയുടെ സ്വഭാവത്തെക്കുറിച്ച് ഒരു മുൻ ധാരണ ഇതിലൂടെ ഏലിക്ക് കിട്ടി. വൈകാതെ അയാൾ ഒരു സൗഹൃദ രാജ്യത്തെത്തുമെന്നും അവിടത്തെ പരിശീലനത്തിനുശേഷം അയാൾ ഒരു അറബ് രാജ്യത്തിന്റെ തലസ്ഥാനത്തേക്ക് പോകുമെന്നും സൽമാൻ പറഞ്ഞു.

'ഏത് രാജ്യം?' ഏലി ചോദിച്ചു. 'അതെല്ലാം തക്ക സമയത്ത് നിന്നോട് പറയും.' സൽമാൻ പറഞ്ഞു. 'അറബിയായി നടിച്ച് അവിടെ ഒരു സൗഹൃദ വലയം ഉണ്ടാക്കണം. അങ്ങനെ ഇസ്രായേലിനായി പ്രവർത്തിക്കുന്ന ഒരു ചാരശൃംഖലയും.'

മടിയൊന്നും കൂടാതെ ഏലി അതെല്ലാം സമ്മതിച്ചു. ദൗത്യം ഏറ്റെടുക്കാനുള്ള ആത്മവിശ്വാസം അയാൾക്കുണ്ടായിരുന്നു.

'സിറിയക്കാരന്റെ അല്ലെങ്കിൽ ഇറാഖിയുടെ തിരിച്ചറിയൽ രേഖകളാകും നിങ്ങൾക്ക് ലഭിക്കുക.'

'അതെന്തേ? ഇറാഖിനെക്കുറിച്ച് എനിക്കൊന്നും അറിയില്ല. എനിക്ക് ഈജിപ്ഷ്യൻ രേഖകൾ മതി.'

'അത് നടക്കില്ല.' സൽമാൻ പറഞ്ഞു. 'ഈജിപ്തിന് പുതുക്കിയ ജനസംഖ്യാ റിക്കോഡുകളുണ്ട്. അവർ നൽകിയിട്ടുള്ള പാസ്പോർട്ടുകളെല്ലാം അതിന്റെ ഭാഗമാണ്. അതിനാൽ വ്യാജ ഈജിപ്ഷ്യൻ രേഖകൾ അപകടകരമാണ്. ഇറാഖിനും സിറിയക്കും അത്തരം പുതുക്കിയ റിക്കോഡുകളില്ല. അതിനാൽ നീ പിടിക്കപ്പെടുകയുമില്ല.'

രണ്ട് ദിവസങ്ങൾ കഴിഞ്ഞ് സൽമാനും സഹപ്രവർത്തകരും ഏലി കോഹന് പുതിയ തിരിച്ചറിയൽ രേഖകളെ സംബന്ധിക്കുന്ന വിവരങ്ങൾ നൽകി. 'നിന്റെ പേര് കമാൽ. അപ്പന്റെ പേര് അമിൻ തബേത്. നിന്റെ മുഴുവൻ പേര് കമാൽ അമിൻ തബേത്.'

പുതുതായി റിക്രൂട്ട് ചെയ്യപ്പെട്ട ഏജന്റിനായി വിശദമായ ഒരു വ്യാജക്കഥ അമനിലെ ഓഫീസർമാർ മെനഞ്ഞുണ്ടാക്കി. 'സിറിയൻ മാതാപിതാക്കളുടെ മകനാണ് നീ. അമ്മയുടെ പേര് സൈദാ ഇബ്രാഹിം. നിനക്ക് ഒരു സഹോദരി ഉണ്ടായിരുന്നു. നീ ജനിച്ചത് ലെബനനിലെ ബെയ്റൂട്ടിൽ. നിനക്ക് മൂന്നുവയസ്സുള്ളപ്പോൾ കുടുംബം ഈജിപ്തിലെ അലക്സാൻഡ്രിയയിലേക്ക് കുടിയേറി. നീ സിറിയക്കാരനാണെന്നത് മറന്നുപോകരുത്. ഒരു വർഷത്തിനുശേഷം സഹോദരി മരിച്ചു. നിന്റെ അപ്പന് തുണിക്കച്ചവടമായിരുന്നു. 1946-ൽ നിന്റെ അങ്കിൾ അർജന്റീനയിലേക്ക് കുടിയേറി. മാസങ്ങൾക്ക് ശേഷം നിങ്ങളെയും അർജന്റീനയിലെ ബ്യൂണസ് അയേഴ്സി

ലേക്ക് അങ്കിൾ ക്ഷണിച്ചു. 1947-ൽ നിങ്ങളും അർജന്റീനയിൽ എത്തി. അവിടെ നിന്റെ അപ്പനും അങ്കിളും മറ്റൊരാളും ചേർന്ന് കൂട്ടുകച്ചവടം തുടങ്ങി. ഒരു തുണിപ്പീടിക. പക്ഷേ അത് പൊളിഞ്ഞു. 1956-ൽ അപ്പൻ മരിച്ചു. ആറു മാസങ്ങൾക്ക് ശേഷം അമ്മയും. നീ അങ്കിളിനൊപ്പം താമസിച്ചു, ഒരു ട്രാവൽ ഏജൻസിയിൽ ജോലി ചെയ്തു. കുറച്ചുകാലം കഴിഞ്ഞ് നീ സ്വന്തമായി ബിസിനസ് തുടങ്ങി. അതിൽ വിജയിച്ചു.'

അതുപോലൊരു വ്യാജക്കഥ വീട്ടിൽ പറയാനായി ഏലി കോഹനും ആവശ്യമുണ്ടായിരുന്നു. 'എനിക്ക് നല്ലൊരു ജോലി കിട്ടി. പ്രതിരോധ – വിദേശ മന്ത്രാലയങ്ങൾക്കായി ജോലിചെയ്യുന്ന ഒരു സ്ഥാപനം.' നാദിയയോട് അങ്ങനെയാണ് ഏലി പറഞ്ഞത്. 'സൈന്യത്തിനാവശ്യ മായ പലവിധ ഉപകരണങ്ങളും യന്ത്രങ്ങളും മറ്റും വാങ്ങാനായി യൂറോപ്പിൽ യാത്രചെയ്യണം, കമ്പോളങ്ങളിൽ നിന്നും അവ കണ്ടെത്തണം എന്ന തൊക്കെയാണ് എന്റെ ജോലി. കഴിയുമ്പോഴൊക്കെ ഞാൻ വീട്ടിൽ വരാം. നീണ്ട അവധിയും കിട്ടും. ഇങ്ങനെ അകന്നിരിക്കുന്നത് നമുക്ക് രണ്ടുപേർക്കും വിഷമകരമാണെന്ന് എനിക്കറിയാം. പക്ഷേ വരുമാനം വേണ്ടേ? എന്റെ ശമ്പളം കൃത്യമായി വീട്ടിലെത്തും. അധികം വൈകാതെ യൂറോപ്പിൽ തന്നെ ഒരു വീട് വാങ്ങാനും നമുക്ക് കഴിഞ്ഞേക്കും.'

1961 ഫെബ്രുവരിയിൽ നമ്പർ പ്ലേറ്റുകളില്ലാത്ത ഒരു കാർ ഏലിയെ ലാദ് വിമാനത്താവളത്തിലെത്തിച്ചു. ഗിദിയോൻ എന്ന് സ്വയം പരിച യപ്പെടുത്തിയ ഒരു യുവാവ് ഏലിയുടെ സ്വന്തം പേരിലുള്ള ഇസ്രായേലി പാസ്പോർട്ടും അഞ്ഞൂറ് ഡോളറും സൂറിച്ചിലേക്കുള്ള വിമാന ടിക്കറ്റും അയാളെ ഏൽപ്പിച്ചു.

സൂറിച്ചിൽ ഏലിയെ സ്വീകരിച്ച വെളുത്തമുടിക്കാരൻ അയാളുടെ പാസ്പോർട്ട് വാങ്ങി പകരം മറ്റൊരുപേരിൽ ഒരു യൂറോപ്യൻ രാജ്യത്തിന്റെ പാസ്പോർട്ട് നൽകി. ചിലിയിലേക്കുള്ള വിസയും അങ്ങോട്ടുള്ള വഴിയിൽ അർജന്റീനയിൽ തങ്ങാനുള്ള ട്രാൻസിറ്റ് വിസയും അതിലുണ്ടായിരുന്നു. 'ബ്യൂണസ് അയേഴ്സിൽ നമ്മുടെ ആളുകളുണ്ടാകും. അവർ ട്രാൻസിറ്റ് വിസയുടെ കാലാവധി നീട്ടിത്തരും.' ബ്യൂണസ് അയേഴ്സ് വഴി ചിലി യിലേക്കുള്ള വിമാന ടിക്കറ്റ് കൈമാറിക്കൊണ്ട് വെളുത്ത തലമുടിക്കാരൻ പറഞ്ഞു. 'നാളെ നിങ്ങൾ ബ്യൂണസ് അയേഴ്സിലെത്തും. അടുത്ത ദിവസം രാവിലെ പതിനൊന്ന് മണിക്ക് കഫേ കോറിയെന്റസിൽ എത്തുക. അവിടെ നമ്മുടെ ആളുകൾ നിങ്ങളെ സന്ധിക്കും.'

അർജന്റീനയുടെ തലസ്ഥാനത്തെത്തിയ ഏലി അടുത്തുള്ള ഒരു ഹോട്ടലിൽ ചെക്ക് ഇൻ ചെയ്തു. അടുത്തദിവസം രാവിലെ കഫേ കോറി യെന്റസിൽ അയാളിരുന്ന മേശയിൽ അബ്രാഹമെന്ന് സ്വയം പരിചയ പ്പെടുത്തിയ മധ്യവയസ്കനായ ഒരാളെത്തി. ഏലി കോഹനുവേണ്ടി എല്ലാ സൗകര്യങ്ങളുമുള്ള ഒരു അപാർട്ട്മെന്റ് തയ്യാറായിട്ടുണ്ടെന്നും അങ്ങോട്ട് മാറാമെന്നും അയാൾ അറിയിച്ചു. സ്പാനിഷ് ഭാഷ പഠിപ്പിക്കാനായി ഒര ദ്ധ്യാപകനെ ഏർപ്പാട് ചെയ്തിട്ടുണ്ടെന്നും അബ്രാഹം അറിയിച്ചു. 'നിങ്ങൾ

ഒന്നിനെക്കുറിച്ചും ക്ലേശിക്കേണ്ടതില്ല. നിങ്ങളുടെ സാമ്പത്തിക കാര്യങ്ങളും ഞാൻ നോക്കിക്കൊള്ളാം.'

മൂന്നു മാസങ്ങൾ കഴിഞ്ഞപ്പോൾ അടുത്ത ഘട്ടത്തിനായി ഏലി കോഹൻ തയ്യാറായി. അതിനുള്ളിൽ സ്പാനിഷ് ഭാഷ ഒരുവിധം സംസാരിക്കാൻ അയാൾ അഭ്യസിച്ചിരുന്നു. ബ്യൂണസ് അയേഴ്സ് നഗരം പരിചിതമായി. അർജന്റീനയിൽ പാർക്കുന്ന ആയിരക്കണക്കിന് അറബി കുടിയേറ്റക്കാരെപ്പോലെ ജീവിക്കാനും സംസാരിക്കാനും ഏലി കോഹൻ പ്രാപ്തനായി. മറ്റൊരദ്ധ്യാപകനെത്തി സിറിയൻ ചുവയോടെ അറബി സംസാരിക്കാനും ഏലിയെ അഭ്യസിപ്പിച്ചു.

പഴയ കഫേയിലെത്തി അബ്രാഹം വീണ്ടും ഏലിയെ കണ്ടു. കമാൽ അമിൻ താബേതിന്റെ പേരിലുള്ള സിറിയൻ പാസ്പോർട്ട് അയാൾ കൈമാറി. 'ഈ ആഴ്ച അവസാനം വിലാസം മാറ്റണം. ഈ പേരിൽ പുതിയ ബാങ്ക് അക്കൗണ്ടും ആരംഭിക്കണം. അറബ് റസ്റ്റോറന്റുകളും സിനിമാശാലകളും സാംസ്കാരിക കേന്ദ്രങ്ങളും രാഷ്ട്രീയ സംഘങ്ങളും സന്ദർശിക്കണം. എത്രയധികം സുഹൃത്തുക്കളെ ഉണ്ടാക്കാമോ അത്രയും സുഹൃത്തുക്കളെ ഉണ്ടാക്കണം. അറബ് സമൂഹത്തിന്റെ നേതാക്കളുമായി ബന്ധങ്ങളുണ്ടാക്കണം. നിങ്ങൾ സമർത്ഥനും സമ്പന്നനുമായ ഒരു ബിസിനസ്സുകാരനാണ്. ഇറക്കുമതി – കയറ്റുമതി ബിസിനസിലാണ് നിങ്ങൾ. ഇൻവെസ്റ്റ്മെന്റിലും ട്രാൻസ്പോർട്ടിലും നിങ്ങൾക്ക് ബിസിനസ് താത്പ്പര്യങ്ങളുണ്ട്. അറബ് സമൂഹത്തിന്റെ ജീവകാരുണ്യ പ്രവർത്തനങ്ങൾക്ക് സംഭാവനകൾ കൊടുക്കുന്നതിൽ ഒട്ടും പിശുക്കനാകേണ്ട. സകലതിലും നിങ്ങൾക്ക് ഭാഗ്യമുണ്ടാകട്ടെ.'

ആ ഇസ്രായേലി ചാരൻ ആവശ്യത്തിലുമധികം ഭാഗ്യവാനായിരുന്നു. മാസങ്ങൾക്കുള്ളിൽ ബ്യൂണസ് അയേഴ്സിലെ സിറിയൻ അറബ് സമൂഹത്തിന്റെ ഉള്ളറകളിലേക്ക് എത്തിപ്പെടാൻ ഏലി കോഹനായി. കോഹന്റെ ആകർഷണീയമായ വ്യക്തിത്വവും ആത്മവിശ്വാസം നിറഞ്ഞ പെരുമാറ്റവും ഉറച്ച സാമാന്യബുദ്ധിയും സമ്പത്തും അയാളിലേക്ക് മറ്റുള്ളവരെ ആകർഷിച്ചടുപ്പിച്ചു. ബ്യൂണസ് അയേഴ്സിലെ അറബ് വമ്പന്മാർക്കിടയിൽ അയാൾ സുപരിചിതനായി. ഒരു സായാഹ്നത്തിൽ നഗരത്തിലെ മുസ്ലിം ക്ലബിൽ വച്ച് അഭിജാതനെന്ന് തോന്നിപ്പിക്കുന്ന, മാന്യമായി വസ്ത്രം ധരിച്ച, കഷണ്ടി കയറിയ, കനത്ത മീശയുള്ള ഒരാളെ പരിചയപ്പെട്ടത് ഒരു വഴിത്തിരിവായി. അർജന്റീനയിൽ നിന്നും പ്രസാധനം ചെയ്യുന്ന അറബ് വേൾഡ് എന്ന ആനുകാലികത്തിന്റെ എഡിറ്റർ അബ്ദുൽ ലത്തീഫ് ഹസൻ എന്ന് അയാൾ സ്വയം പരിചയപ്പെടുത്തുകയായിരുന്നു. 'സിറിയൻ കുടിയേറ്റക്കാരന്റെ' ഗൗരവപ്രകൃതം അയാളിൽ വലിയ മതിപ്പുളവാക്കി. അവർ ഇരുവരും വളരെവേഗം ചങ്ങാതികളായി.

ക്ലബ്ബിലെ സാംസ്കാരിക പരിപാടികൾ കൂടാതെ അവർ സ്വകാര്യമായി മറ്റ് സമുദായ നേതാക്കൾക്കൊപ്പം ഒരുമിച്ചുകൂടുകയും സമയം ചിലവ

ഴിക്കുകയും ചെയ്തു. അങ്ങനെയാണ് സിറിയൻ എംബസ്സിയുടെ വിശിഷ്ടാതിഥികളുടെ ലിസ്റ്റിൽ ഏലിയുടെ പേരും ചേർക്കപ്പെടുന്നത്. എംബസ്സിയിലെ ഒരു ഔദ്യോഗിക വിരുന്നിൽ വച്ച് ജനറലിന്റെ സൈനിക യൂണിഫോം ധരിച്ച ഒരാളുടെ പക്കലേക്ക് ഹസൻ തന്റെ പുതിയ മിത്രം കമാൽ അമിൻ തബേതിനെ നയിച്ചു. 'സമർപ്പിതനായ ഒരു യഥാർത്ഥ സിറിയൻ രാജ്യസ്നേഹിയെ പരിചയപ്പെടുത്താൻ എന്നെ അനുവദിച്ചാലും' എന്ന് ഹസൻ നാടകീയമായി ജനറലിനോട് പറയുകയായിരുന്നു. തുടർന്ന് ഏലിയോടായി പറഞ്ഞു: 'ഇത് ജനറൽ അമിൻ എൽ ഹഫീസ്, എംബസ്സിയുടെ മിലിട്ടറി അറ്റാഷെ.'

സ്വന്തം വ്യക്തിത്വത്തെ ഐതിഹാസികമായ ഒരു തലത്തിലെത്തിക്കുന്നതിന്റെ അവസാന പടിയും പൂർത്തിയായതായി അയാൾക്ക് തോന്നി. ശരിക്കുള്ള ചാരപ്രവർത്തനദൗത്യത്തിനുള്ള സമയം ആഗതമായി. 1961 ജൂലൈ മാസത്തിൽ അബ്രാഹത്തെ ഏലി രഹസ്യമായി സന്ദർശിച്ചു. അടുത്ത ദിവസം അയാൾ ഹസന്റെ ഓഫീസിലെത്തി. 'അർജന്റീനയിലെ ജീവിതം എനിക്ക് മടുത്തിരിക്കുന്നു.' സിറിയയോളം പ്രിയപ്പെട്ടതായി മറ്റൊരിടവുമില്ല. സിറിയയിലേക്ക് മടങ്ങാനുള്ള തന്റെ അഭിലാഷം അയാൾ ഹസനോട് വെളിപ്പെടുത്തി. അതിനായി ഒന്നുരണ്ട് ശുപാർശ കത്തുകൾ നൽകാമോയെന്ന് ഏലി ഹസനോട് ചോദിച്ചു. അറബ് വേൾഡിന്റെ എഡിറ്റർ നാല് കത്തുകൾ തയ്യാറാക്കി നൽകി. ഒരെണ്ണം അലക്സാണ്ട്രിയയിലുള്ള അളിയന്, രണ്ടെണ്ണം ഉന്നത പദവികളിലുള്ള രണ്ട് സുഹൃത്തുക്കൾക്ക്, നാലാമത്തേത് ദമാസ്കസിലുള്ള ഹസന്റെ മകനും. മറ്റുചില അറബി സുഹൃത്തുക്കളെയും ഇതേ ആവശ്യത്തിനായി ഏലി സന്ദർശിച്ചു. വളരെ വേഗം അയാളുടെ ബ്രീഫ്കേസ് ശുപാർശ കത്തുകളാൽ നിറഞ്ഞു. ബ്യൂണസ് അയേഴ്സിലെ അറബിസമൂഹത്തിലെ പ്രമുഖരുടെതായിരുന്നു ആ ശുപാർശകളെല്ലാം.

1961 ജൂലായ് അവസാനം കമാൽ അമിൻ താബേത് സൂറിച്ചിലേക്ക് പറന്നു. വിമാനം മാറിക്കയറി മ്യൂണിക്കിലെത്തി. ബാവേറിയയുടെ തലസ്ഥാനത്തെ ആ വിമാനത്താവളത്തിൽ സെലിങെർ എന്ന് പേരുള്ള ഒരു ഇസ്രായേലി ഏജന്റ് അയാളെ സമീപിച്ചു. ഏലി കോഹന്റെ പേരിലുള്ള ഇസ്രായേലി പാസ്പോർട്ടും ടെൽ അവീവിലേക്കുള്ള വിമാന ടിക്കറ്റും നൽകി. ആഗസ്റ്റ് ആദ്യം ഏലി വീട്ടിലെത്തി. 'ഇനി കുറച്ച് മാസങ്ങൾ വീട്ടിൽ കഴിയാം.' ഏലി നാദിയായോട് പറഞ്ഞു.

തുടർന്നുള്ള മാസങ്ങൾ കഠിനമായ പരിശീലനത്തിന്റേതായിരുന്നു. തന്റെ പുതിയ വ്യക്തിത്വവുമായി ഏലി പൂർണ്ണമായും ഇഴുകിച്ചേർന്നു. പഴയ പരിശീലകൻ യഹൂദ റേഡിയോ ട്രാൻസ്മിഷൻ പരിശീലിപ്പിക്കാനെത്തി. ആഴ്ചകൾക്കുള്ളിൽ ഏലി അതിൽ സ്വയം പര്യാപ്തനായി. ഒരു മിനിറ്റിൽ പന്ത്രണ്ട് മുതൽ പതിനാറ് വാക്കുകൾ വരെ അയാൾക്ക് ട്രാൻ

സ്മിറ്റ് ചെയ്യാനാവുമെന്നായി. സിറിയയെയും അതിന്റെ സൈന്യത്തെയും ആയുധങ്ങളെയും, നയതന്ത്രത്തെയും സംബന്ധിച്ചുള്ള പുസ്തകങ്ങൾ വാശിയോടെ വായിച്ചു. വിദഗ്ധരുടെ പരിശീലന സെഷനുകൾക്ക് ശേഷം ഏലി കോഹൻ സിറിയൻ വിഷയങ്ങളിൽ ഒരു വിദഗ്ധനായി മാറി.

1961 ഡിസംബറിൽ ഏലി വീണ്ടും സൂറിച്ചിലെത്തി. അവിടെ നിന്നും ദമാസ്കസായിരുന്നു അയാളുടെ ലക്ഷ്യസ്ഥാനം. സിറിയയിലെ ഏകാധിപത്യ ഭരണകൂടം ദുർബലമാകാൻ തുടങ്ങിയെങ്കിലും സിറിയയ്ക്കും ഇസ്രായേലിനും ഇടയിലെ സംഘർഷം കൂടുതൽ ബലപ്പെടുകയായിരുന്നു. 1948-ൽ തുടങ്ങിയ തുടർച്ചയായ സൈനിക വിപ്ലവങ്ങൾ രാജ്യത്തിന്റെ അടിത്തറയെ ഇളക്കുന്നവയായിരുന്നു. സിറിയയിൽ ഭരണത്തിലെത്തിയ ഏകാധിപതികളാരും സ്വാഭാവിക മരണം വരിച്ചില്ല. കൊലമരത്തിലായിരുന്നു മിക്കവരുടെയും അന്ത്യം. കൊലമരം അല്ലെങ്കിൽ ഫയറിംഗ് സ്ക്വാഡ്. അതുമല്ലെങ്കിൽ ഒരു വാടകക്കൊലയാളിയുടെ കൈകൾ. അസ്ഥിരമായ രാജ്യത്ത് അശാന്തി കനത്തുനിന്നു. ആഭ്യന്തര പ്രശ്നങ്ങളിൽ നിന്നും ജനശ്രദ്ധ തിരിച്ചുവിടാനായി മിക്കപ്പോഴും അതിർത്തിയിൽ സംഘർഷം മനപ്പൂർവ്വം ഉണ്ടാക്കി. ദമാസ്കസ് നഗരചത്വരത്തിൽ പരസ്യമായ വധശിക്ഷ ഒരു സാധാരണ കാഴ്ചയായിരുന്നു. ഗൂഢാലോചനക്കാർ, ചാരന്മാർ, രാജ്യത്തിന്റെ ശത്രുക്കൾ, മുൻ ഭരണകൂടത്തിന്റെ ആൾക്കാർ അങ്ങനെ ഓരോരോ പേരിൽ അവിടെ അനേകർ മരിച്ചുവീണുകൊണ്ടേയിരുന്നു. ഏലി കോഹൻ അവിടെയെത്തി അധികനാളുകൾ ആകും മുൻപേ 1961 സെപ്റ്റംബർ 28-ന് മറ്റൊരു പട്ടാളവിപ്ലവവും അരങ്ങേറി. സിറിയയും ഈജിപ്തും ചേർന്ന് ഊതിപ്പെരുപ്പിച്ച യുണൈറ്റഡ് അറബ് റിപ്പബ്ലിക് എന്ന സംവിധാനവും അതോടെ ഇല്ലാതായി.

ദൗത്യവുമായി പുറപ്പെടും മുൻപ് ഏലി സർവ്വവ്യാപിയായ സൽമാനെ സന്ധിച്ചു. അയാൾ പറഞ്ഞു, 'മ്യൂണിക്കിൽ വച്ച് നമ്മുടെ ആളായ സെലിഞ്ഞെർ നിനക്ക് റേഡിയോ ട്രാൻസ്മിറ്റർ കൈമാറും. ദമാസ്കസിൽ എത്തിക്കഴിഞ്ഞശേഷം സിറിയൻ ബ്രോഡ്കാസ്റ്റിംഗ് കോർപ്പറേഷനിലെ 'നിന്നെപ്പോലെതന്നെ കുടിയേറ്റക്കാരനായ' ഒരു ജീവനക്കാരൻ നീയുമായി ബന്ധപ്പെടും. യഥാർത്ഥത്തിൽ നീ ആരാണെന്ന് അയാൾക്കറിയില്ല. ഓർക്കുക! അയാളെ കണ്ടുപിടിക്കാൻ ശ്രമിക്കരുത്. അയാൾ യുക്തമായ സമയത്ത് നിന്നെ ബന്ധപ്പെട്ടുകൊള്ളും.'

ഒരു ചാരന് ആവശ്യമായ മികച്ച ഇനങ്ങൾ അടങ്ങിയ ഒരു പാക്കറ്റ് സെലിഞ്ഞെർ ഏലിക്ക് നൽകി. അദൃശ്യമായ മഷിയിൽ ട്രാൻസ്മിഷൻ കോഡുകൾ എഴുതിയിട്ടുള്ള പേപ്പർ ബണ്ടിലുകൾ, സവിശേഷമായ ഒരു ടൈപ്പ് റൈറ്റർ, ഉള്ളിൽ ഗൂഢമായി ട്രാൻസ്മിറ്റർ ഘടിപ്പിച്ചിട്ടുള്ള ഒരു ട്രാൻസിസ്റ്റർ റേഡിയോ, ട്രാൻസ്മിറ്ററിന് ആന്റിനയായി പ്രവർത്തിപ്പിക്കാവുന്ന ഒരു ഇലക്ട്രിക് റേസർ, യാർഡ്‌ലി സോപ്പിനുള്ളിൽ ഒളിപ്പിച്ച ഡൈനാ

മൈറ്റുകൾ, ആവശ്യം വന്നാൽ ആത്മഹത്യയ്ക്ക് ഉതകുന്ന സയനൈഡ്. ഇത്രയുമായിരുന്നു പാക്കറ്റിന്റെ ഉള്ളടക്കം.

ഇതൊക്കെയും എങ്ങനെ സിറിയയിലേക്ക് കടത്താനാകുമെന്ന് ഏലി ആശ്ചര്യപ്പെട്ടു. അവിടെ കസ്റ്റംസും എമിഗ്രേഷനും കഠിനവും ഒട്ടും വിട്ടുവീഴ്ചയില്ലാത്തതുമാണെന്ന് അയാൾ അറിഞ്ഞിരുന്നു.

അതിനും സെലിങ്ങർക്ക് പ്രതിവിധി ഉണ്ടായിരുന്നു. 'ജനുവരി ആദ്യം ജനീവായിൽ നിന്നും ബെയ്റൂത്തിലേക്ക് പോകുന്ന അസ്റ്റോറിയ എന്ന യാത്രക്കപ്പലിൽ സീറ്റ് ബുക്ക് ചെയ്യുക. കപ്പലിൽ വച്ച് ഒരാളെ നീ പരിചയപ്പെടും. സിറിയൻ അതിർത്തി കടക്കാൻ അയാൾ നിന്നെ സഹായിക്കും.'

ഏലി അതുപോലെതന്നെ ചെയ്തു. കപ്പലിൽ ഒരു ഈജിപ്ഷ്യൻ കൂട്ടത്തിൽ വെടിപറഞ്ഞിരിക്കെ ഒരാൾ അടുത്തെത്തി ഏലിയുടെ ചെവിയിൽ മന്ത്രിച്ചു: 'എന്റെ പിന്നാലെ വരുക.' ഏലി സാവധാനം അവിടെനിന്നും എഴുന്നേറ്റ് തെല്ലകലത്തേക്ക് നടന്നു. അപ്പോൾ അപരിചിതൻ അടുത്തെത്തി അയാളോട് പറഞ്ഞു: 'എന്റെ പേര് മജീദ് ഷെയ്ക്ക് എൽ അർദ്. എനിക്ക് ഒരു കാറുണ്ട്. നമുക്കൊരുമിച്ച് ദമാസ്കസിലേക്ക് പോകാം.'

ചുണ്ടെലിയെ ഓർമ്മിപ്പിക്കുന്ന കുള്ളനായ ഒരാളായിരുന്നു എൽ അർദ്. ദമാസ്കസിലെ അറിയപ്പെടുന്ന ബിസിനസ്സുകാരനായിരുന്നു അയാൾ. രഹസ്യ ഇടപാടുകൾക്ക് കുപ്രസിദ്ധനായ ഒരാൾ. ഈജിപ്തുകാരിയായ ഒരു യഹൂദ വനിതയെയായിരുന്നു അയാൾ വിവാഹം ചെയ്തിരുന്നത്. എന്നിട്ടും രണ്ടാം ലോകമഹായുദ്ധകാലത്ത് അയാൾ നാസി ജർമ്മനിയിൽ പാർത്തിരുന്നു. ദുരാഗ്രഹിയും അസ്ഥിരനുമായ അയാൾ ആശ്രയിക്കാവുന്ന ഒരു വ്യാപാര പങ്കാളി അല്ലായിരുന്നെങ്കിലും ആ സവിശേഷതകൾ തന്നെയാണ് ഇസ്രായേലി രഹസ്യപ്പോലീസിനെ അയാളിലേക്ക് ആകർഷിച്ചത്. സ്വയം അറിയാതെ തന്നെ അയാൾ ഇസ്രായേലിന്റെ ചാരനാവുകയായിരുന്നു. സിറിയയിലെ വലതുപക്ഷ തീവ്രവാദികൾക്കു വേണ്ടിയാണ് താൻ പ്രവർത്തിക്കുന്നതെന്നായിരുന്നു അയാൾ ധരിച്ചത്. കമാൽ അമിൻ താബേതിന്റെ ഇതിഹാസ സമാനമായ കഥകളെല്ലാം അയാൾ ആത്മാർത്ഥമായി വിശ്വസിച്ചു. അങ്ങനെയാണ് തുടർന്നുള്ള അനേകം വർഷങ്ങൾ എൽ അർദ് ഇസ്രായേലി ചാരനായകനായ ഏലി കോഹന്റെ ഏറ്റവും വിശ്വസ്തനായ സഹായിയായത്.

താബേതിന്റെ പെട്ടിയും സാധനങ്ങളുമെല്ലാം ഭദ്രമായി ദമാസ്കസിലെത്തിക്കുക എന്നതായിരുന്നു അയാളുടെ ആദ്യ ദൗത്യം. 1962 ജനുവരി പത്താം തീയതി ബെയ്റൂത്തിൽ നിന്നും വന്ന അൽ അർദിന്റെ കാർ സിറിയൻ അതിർത്തിയിൽ തടയപ്പെട്ടു. കാർ ഓടിച്ചിരുന്നത് എൽ അർദായിരുന്നു. തൊട്ടരുകിൽ ഏലി കോഹൻ. പിന്നിലെ ഡിക്കിയിൽ ഇലക്ട്രോണിക് ഉപകരണങ്ങളും. തുറന്ന് പരിശോധിച്ചാൽ ഇരുവരും കുടുങ്ങും.

'നമ്മൾ എന്റെ സുഹൃത്ത് അബു ഖാൽദൂണിനെ പരിചയപ്പെടാൻ പോവുകയാണ്.' അതിർത്തിയിലെ ചെക്ക് പോസ്റ്റ് അടുക്കാറായപ്പോൾ

എൽ അർദ് ഏലിയോട് പറഞ്ഞു, 'അയാൾ സാമ്പത്തിക പ്രശ്നങ്ങളിലാണ്. തൽക്കാലം 500 ഡോളർ കിട്ടിയാൽ അയാളുടെ സ്ഥിതി മെച്ചമാകും.'

ഇസ്രായേലി ഏജന്റിന്റെ പഴ്സിൽ നിന്നും വളരെവേഗം 500 ഡോളർ സിറിയൻ കസ്റ്റംസ് ഇൻസ്പെക്ടർ അബു ഖാൽദൂണിന്റെ കീശയിലെത്തി. കസ്റ്റംസ് ഗേറ്റ് തുറക്കപ്പെട്ടു. കാർ കസ്റ്റംസ് ഗേറ്റ് കടന്ന് മരുപ്പരപ്പിലേക്ക് പ്രവേശിച്ചു. ഏലി കോഹൻ അങ്ങനെ സിറിയയിലേക്ക് കടന്നു.

ജനങ്ങൾ തിങ്ങിയ മോസ്കുകളും വർണ്ണാഭമായ ചന്തകളും നിറഞ്ഞ ദമാസ്കസിലെ തിരക്കുപിടിച്ച ജീവിതബഹളങ്ങളിലേക്ക് ഇഴുകിച്ചേരുക എളുപ്പമായിരുന്നു. പക്ഷേ അതായിരുന്നില്ല ഏലി ആഗ്രഹിച്ചത്. മറ്റുള്ളവരുടെ ശ്രദ്ധയെ തന്നിലേക്ക് ആകർഷിക്കണമെന്നും അത് എത്രയും വേഗം വേണമെന്നുമായിരുന്നു അയാൾ ആഗ്രഹിച്ചത്. സമ്പന്നർ മാത്രം പാർത്തിരുന്ന അബു റമെൻ പ്രദേശത്ത് സൈനിക കേന്ദ്രത്തിനടുത്തായി ഒരു ആഡംബര ബംഗ്ലാവ് അയാൾ വാടകയ്ക്കെടുത്തു. ബംഗ്ലാവിന്റെ ബാൽക്കണിയിൽ നിന്നാൽ സർക്കാർ അതിഥി മന്ദിരത്തിന്റെ കവാടം കാണാമായിരുന്നു. എംബസ്സികളുടെയും മന്ത്രിമന്ദിരങ്ങളുടെയും സമ്പന്ന വ്യാപാരികളുടെയും ഇടയിലായിരുന്നു ഏലി പാർത്തിരുന്നത്. ബംഗ്ലാവിന്റെ പലയിടങ്ങളിലായി തന്റെ ഉപകരണങ്ങൾ ഒന്നൊന്നായി ഏലി ഒളിപ്പിച്ചു. ചാരന്മാരും ചതിയന്മാരും രഹസ്യാന്വേഷകർക്ക് ഒറ്റുകൊടുക്കുന്നവരും വീട്ടിൽ കടന്നുകൂടുന്നത് ഒഴിവാക്കാനായി വേലക്കാരെ ഏലി വേണ്ടെന്നുവച്ചു. ഏകാകിയായി പാർക്കാൻ അയാൾ പ്രിയപ്പെട്ടു.

ഏലിയുടെ ഭാഗ്യം തുടരുകയായിരുന്നു. തക്കസമയത്താണ് അയാൾ ദമാസ്കസിലെത്തിയത്. യുണൈറ്റഡ് അറബ് റിപ്പബ്ലിക്കിന്റെ പതനം വ്യക്തിപരമായ തിരിച്ചടിയും ഈജിപ്തിനെ സംബന്ധിച്ചിടത്തോളം വലിയ അവമതിയുമായി പ്രസിഡന്റ് ജമാൽ അബ്ദുൾ നാസർ കരുതി. ഈജിപ്ഷ്യൻ പിന്തുണയോടെ ഒരു വിപ്ലവവും ഭരണമാറ്റവും ഉണ്ടാകുമെന്ന് സിറിയൻ രാഷ്ട്രീയ നേതാക്കളും സൈനിക മേധാവികളും ഒരുപോലെ ഭയപ്പെട്ടു. അവരുടെ സകല ശ്രദ്ധയും അതിനെ തടുക്കുന്നതിലായിരുന്നു. ഇസ്രായേൽ ചാരവൃത്തി അവരുടെ അജണ്ടയിൽ ഉണ്ടായിരുന്നില്ല. അറബ് ലോകത്ത് പുതിയ മിത്രങ്ങളെ തേടുന്ന തിരക്കിലായിരുന്നു അവർ. പണവും അവർക്ക് അത്യാവശ്യമായിരുന്നു. വിദേശത്ത് പാർക്കുന്ന സമ്പന്നരായ സിറിയൻ ബിസിനസ്സുകാരെയാണ് അവർ ലക്ഷ്യമിട്ടത്. കമാൽ അമിൻ താബേതിൽ എല്ലാം ഒത്തിണങ്ങിയ ഒരാളെ അവർ കണ്ടു. വമ്പന്മാരുടെ ശുപാർശ കത്തുകളുമായി കടുത്ത ദേശീയവാദിയായ ഒരു കോടീശ്വരൻ. തക്ക സമയത്ത് എല്ലാം ഒത്തിണങ്ങിയയാൾ.

വളരെ വേഗത്തിലും ഫലപ്രദമായും ഏലി കോഹൻ ബന്ധങ്ങളുണ്ടാക്കി. അയാളുടെ പക്കലുണ്ടായിരുന്ന ഉന്നതന്മാരുടെ ശുപാർശ കത്തുകൾ സമൂഹത്തിന്റെ ഉന്നതശ്രേണിയിലുള്ളവരും ബാങ്കുകളും വ്യാപാര വൃത്തങ്ങളും ഏലിയെ സ്വാഗതം ചെയ്യാൻ കാരണമായി. പുതിയ ചങ്ങാതികൾ ഏലിയെ വൻകിട സർക്കാർ ഉദ്യോഗസ്ഥർക്കും സീനിയർ സൈനിക

ഓഫീസർമാർക്കും ഭരണകക്ഷിയിലെ ഉന്നതർക്കും പരിചയപ്പെടുത്തി. രണ്ട് അതിസമ്പന്നർ അയാളുമായി ചങ്ങാത്തം സ്ഥാപിച്ചത് അവരുടെ പെൺമക്കളിൽ ഒരാളെ യുവാവും സുന്ദരനും സമ്പന്നനുമായ കമാൽ അമിൻ താബേത് വിവാഹം ചെയ്യും എന്ന പ്രതീക്ഷയാൽ പ്രേരിതരായിട്ടായിരുന്നു. ദമാസ്കസിലെ ദരിദ്രർക്കായുള്ള സൗജന്യ ഭോജനശാലയ്ക്ക് ഭീമമായ ഒരു തുക താബേത് സംഭാവനചെയ്തു. സർക്കാർവൃത്തങ്ങളിൽ അയാൾ സുപരിചിതനായെങ്കിലും നിലവിലെ ഗവൺമെന്റുമായി പരസ്യമായി ഒന്നിച്ചുനിൽക്കാൻ ഏലി താത്പ്പര്യപ്പെട്ടില്ല. കടന്നുപോകാനുള്ള ഒരു സർക്കാരാണിതെന്ന് അയാളുടെ അന്തർജ്ഞാനം അയാളോട് പറഞ്ഞു. ഈജിപ്തുമായുള്ള വിഘടനം ഉളവാക്കിയ ഭൂകമ്പങ്ങൾ തുടർന്നുകൊണ്ടിരിക്കുകയാണെന്നും മാറ്റങ്ങൾ ഏതുസമയത്തും പ്രതീക്ഷിക്കാമെന്നും ഏലി സംശയിച്ചു.

ദമാസ്കസിലെത്തി ഒരു മാസം കഴിഞ്ഞപ്പോൾ റേഡിയോ ദമാസ്കസിന്റെ ജീവനക്കാരനായ ജോർജ് സാലെം സെയ്ഫ് അയാളെ കാണാനെത്തി. വിദേശങ്ങളിൽ പാർക്കുന്ന സിറിയക്കാർക്ക് വേണ്ടിയുള്ള റേഡിയോ പ്രോഗ്രാമിന്റെ ആതിഥേയനായിരുന്നു അയാൾ. സൽമാൻ ഇസ്രായേലിൽ വച്ച് സൂചിപ്പിച്ചത് ഇയാളെക്കുറിച്ചായിരുന്നു. താബേതിനെക്കാളും മുൻപേ സിറിയയിൽ 'തിരികെയെത്തിയ' വ്യക്തിയായിരുന്നു സെയ്ഫ്. അയാളുടെ ജോലിയുടെ സവിശേഷത മൂലം സൈനികവും രാഷ്ട്രീയവുമായ ഒട്ടേറെ ഉള്ളറ രഹസ്യങ്ങൾ ഏലിക്ക് നൽകുവാൻ അയാൾക്ക് കഴിയുമായിരുന്നു. റേഡിയോ പ്രക്ഷേപണത്തെ സംബന്ധിക്കുന്ന സർക്കാരിന്റെ നിയന്ത്രണ നിർദ്ദേശങ്ങളും സെയ്ഫ് ഏലിയെ കാണിച്ചു. എന്ത് പ്രക്ഷേപണം ചെയ്യാം എന്ത് അമർത്തി വയ്ക്കണം തുടങ്ങിയ കാര്യങ്ങൾ അവയിലുണ്ടായിരുന്നു. സെയ്ഫിന്റെ വീട്ടിൽ വച്ച് നടന്ന നിരവധി വിരുന്നുകളിൽ ഏലി പങ്കെടുത്തു. അവിടെവച്ച് മുതിർന്ന ഉദ്യോഗസ്ഥരെയും അറിയപ്പെടുന്ന രാഷ്ട്രീയ നേതാക്കളെയും കണ്ടുമുട്ടാനും അയാൾക്ക് അവസരമുണ്ടായി.

എൽ അർദിനെപ്പോലെ സെയ്ഫിനും ഏലിയുടെ യഥാർത്ഥ വിവരങ്ങൾ അജ്ഞാതമായിരുന്നു. സ്വന്തമായ ലക്ഷ്യങ്ങൾ വച്ചുപുലർത്തുന്ന തീവ്രദേശീയവാദിയായ ഒരാളാണ് താബേതെന്ന് അവരിരുവരും കരുതി.

ലോകത്തിലെ ഏറ്റവും ഏകാകിയായ ചാരപ്രവർത്തകനാണ് താനെന്ന് ഏലിക്ക് വളരെവേഗം മനസ്സിലായി. ഒരൊറ്റ സുഹൃത്തോ അടുപ്പക്കാരനോ അയാൾക്ക് ദമാസ്കസിൽ ഉണ്ടായിരുന്നില്ല. ജൂത രാഷ്ട്രത്തിന്റെ മറ്റേതെങ്കിലും ചാരനോ ചാരശൃംഖലയോ സിറിയയിൽ ഉള്ളതായി അയാൾ അറിഞ്ഞിരുന്നില്ല. തീവ്രവും കഠിനവുമായ ആ ഏകാന്തതയെ അതിജീവിക്കാൻ ശരിക്കും ഉരുക്കിന്റെ നാഡീഞരമ്പുകൾ അയാൾക്ക് ആവശ്യമായിരുന്നു. അപകടകരമായ ആ ഒളിച്ചുകളി രാപകൽ തുടരേണ്ടിയിരുന്നു. അപൂർവമായി സ്വന്തം കുടുംബത്തിലെത്തുമ്പോൾ പോലും ഈ രഹസ്യങ്ങളിൽ നിന്നും മോചിതനാകാൻ അയാൾ

ക്കാവുമായിരുന്നില്ല. പ്രണയിനിയായ ജീവിതപങ്കാളിയെപ്പോലും താൻ തെറ്റിദ്ധരിപ്പിക്കുകയാണെന്നത് അയാളെ അകമേ നോവിച്ചിരുന്നു.

എല്ലാദിവസവും രാവിലെ എട്ടുമണിക്ക് ഇസ്രായേലിലേക്ക് റിപ്പോർട്ടുകൾ അയക്കുന്നത് ഏലി പതിവാക്കി. ചിലപ്പോൾ രാത്രിയിലും അത് വേണ്ടിവന്നിരുന്നു. തീർത്തും കണ്ടുപിടിക്കാനാവാത്ത രീതിയിലായിരുന്നു അയാളുടെ ട്രാൻസ്മിഷൻ. അയാളുടെ ബംഗ്ലാവിനോട് ചേർന്നായിരുന്നു സൈനിക ആസ്ഥാനം. അവിടെ നിന്നും അനുനിമിഷം സന്ദേശങ്ങൾ ഇടതടവില്ലാതെ പുറപ്പെട്ടുകൊണ്ടിരുന്നു. അതിനിടയിൽ ഏലിയുടെ ട്രാൻസ്മിഷനെ ആർക്കും തിരിച്ചറിയാനാവാതെയായി. ഏലിയുടെ പ്രക്ഷേപണവും സൈനിക ആസ്ഥാനത്തെ നിരവധി ഓഫീസുകളിൽ നിന്നുമുള്ള അവസാനമില്ലാത്ത പ്രക്ഷേപണങ്ങളെയും വേറിട്ടറിയാനാവുമായിരുന്നില്ല.

സിറിയയിലെത്തി ആറുമാസങ്ങൾ പിന്നിട്ടപ്പോൾ ദമാസ്കസിലെ ഉന്നതവൃത്തങ്ങളിൽ അറിയപ്പെടുന്ന ഒരാളായി കമാൽ അമിൻ താബേത് മാറിക്കഴിഞ്ഞിരുന്നു. ബിസിനസ് ആവശ്യങ്ങൾക്കെന്ന നാട്യേന അയാൾ ഇടയ്ക്ക് വിദേശങ്ങളിലേക്ക് സഞ്ചരിച്ചു. ആദ്യം അർജന്റീനയിലേക്കാണ് പോയത്. അവിടെ പഴയ അറബി സുഹൃത്തുക്കളുമായി സമയം ചിലവഴിച്ചു. പിന്നീട് യൂറോപ്പിലേക്ക് സഞ്ചരിച്ചു. വിമാനങ്ങളും പാസ്പോർട്ടുകളും മാറി മാറി വന്നു. അതിനിടയിൽ അയാൾ ലാദ് വിമാനത്താവളത്തിൽ നിറയെ സമ്മാനപ്പൊതികളുമായി വന്നിറങ്ങി. അവിടെനിന്നും ബാത് യാമിൽ നാദിയായും മകൾ സോഫിയും അയാൾക്കായി കാത്തിരിക്കുന്ന ഇടത്തരം അപ്പാർട്ട്മെന്റിലും എത്തി ആ 'സഞ്ചരിക്കുന്ന സെയിൽസ്മാൻ.'

ഇലപൊഴിയും കാലം തീരാറായപ്പോൾ ഏലി കോഹൻ യൂറോപ്പിലേക്ക് പറന്നു. കുറച്ച് ദിവസങ്ങൾക്ക് ശേഷം കമാൽ അമിൻ താബേതായി ദമാസ്കസിൽ വിമാനമിറങ്ങി. ഇസ്രായേലിൽ വച്ച് മേലധികാരികൾ അയാൾക്ക് ഫോട്ടോകളും ഡോക്യുമെന്റുകളും അയക്കാൻ ഉതകുന്ന വിധത്തിലുള്ള ഒരു കുഞ്ഞു ക്യാമറ നൽകിയിരുന്നു. വിലപിടിപ്പുള്ള തടിയും ദന്തവും കൊണ്ട് നിർമ്മിതമായ ബാക്ഗാമൺ കളിക്കുള്ള കരുക്കളും പലകയും അടങ്ങുന്ന പേടകത്തിലാക്കി മൈക്രോ ഫിലിമുകൾ അയക്കേണ്ടതുണ്ടായിരുന്നു. ദന്തത്തിൽ കരവേലകൾ ചെയ്ത് അത് തടിയിൽ ഉറപ്പിക്കുന്നതിനുമുൻപായി അതിനടിയിൽ ഫിലിമുകൾ ഒളിപ്പിക്കുകയായിരുന്നു. ബാക്ഗാമൺ സെറ്റുകൾ താബേത് അർജന്റീനയിലെ സുഹൃത്തുക്കൾക്ക് അയക്കും; അവർ അവിടെനിന്നും അത് നയതന്ത്ര ബാഗേജുകളിലായി ഇസ്രായേലിലേക്ക് അയച്ചു.

സൈന്യത്തിനുള്ളിലെ അശാന്തിയെയും അതൃപ്തിയെയും കുറിച്ചും ബാത് സോഷ്യലിസ്റ്റ് പാർട്ടി അധികാരത്തിൽ പിടിമുറുക്കുന്നതിനെയും കുറിച്ചുള്ളവയായിരുന്നു ഏലിയുടെ ആദ്യ റിപ്പോർട്ടുകൾ. സിറിയയിൽ മാറ്റത്തിനായുള്ള അഭിലാഷം ആഴത്തിൽ വേരോടിക്കുന്നത് ഏലി മനസ്സിലാക്കി. സ്വന്തം ആന്തരിക ബോധ്യങ്ങളാൽ നയിക്കപ്പെടാൻ ഏലി

ഇഷ്ടപ്പെട്ടു. ബാത് പാർട്ടിയിലെ ഉന്നതന്മാരുമായി ബന്ധമുണ്ടാക്കുകയും നല്ലൊരു തുക പാർട്ടിക്ക് സംഭാവന നൽകുകയും ചെയ്തു.

ഏലിയുടെ സഹജാവബോധം ശരിയായിരുന്നു. 1963 മാർച്ച് എട്ടാം തീയതി പുതിയൊരു അധികാരവിപ്ലവം ദമാസ്കസിനെ പിടിച്ചുലച്ചു. സൈന്യം സർക്കാരിനെ അട്ടിമറിച്ചു. ബാത് പാർട്ടി സിറിയയിൽ അധികാരത്തിലെത്തി. ബ്യൂണസ് അയേഴ്സിൽ ഏലിയുടെ സുഹൃത്തായിരുന്ന ജനറൽ ഹഫീസ് പുതിയ മന്ത്രിസഭയിൽ പ്രതിരോധ മന്ത്രിയായി. ജൂലൈയിൽ ഭരണകക്ഷികളുള്ളിൽ ഒരു വിപ്ലവം ഉണ്ടായി. ജനറൽ ഹഫീസ് വിപ്ലവ കൗൺസിൽ പ്രസിഡന്റും രാഷ്ട്രത്തലവനുമായി. താബേതിന്റെ ഉറ്റ മിത്രങ്ങൾ പുതിയ കാബിനറ്റിൽ സുപ്രധാന വകുപ്പുകളിൽ മന്ത്രിമാരായി. പലരും സൈനിക നേതൃത്വത്തിലെത്തുകയും ചെയ്തു. അങ്ങനെ ഇസ്രായേലിന്റെ ചാരൻ സിറിയയിൽ അധികാരകേന്ദ്രത്തിന്റെ ഭാഗമായി മാറി.

ദമാസ്കസിൽ ആകർഷകമായ ഒരു വിരുന്ന് നടക്കുന്നു. ആഡംബര കാറുകളിൽ മന്ത്രിമാരും ജനറൽമാരും ആ കൂറ്റൻ ബംഗ്ലാവിലേക്ക് വന്നെത്തിക്കൊണ്ടിരിക്കുന്നു. സായാഹ്നവസ്ത്രങ്ങളിലും വെട്ടിത്തിളങ്ങുന്ന സൈനിക യൂണിഫോമുകളിലുമായി വന്നണഞ്ഞുകൊണ്ടിരുന്ന അതിഥികളെ ഊഷ്മളമായി ആതിഥേയൻ സ്വാഗതം ചെയ്യുന്നു. ദമാസ്കസ് നഗരത്തിലെ വമ്പന്മാർ ആരെന്നറിയാൻ ആ വിരുന്നിൽ പങ്കെടുത്തവരുടെ ലിസ്റ്റിലൂടെ കണ്ണോടിച്ചാൽ മതിയാകുമായിരുന്നു. പ്രതിരോധ മന്ത്രി, കാർഷിക പരിഷ്കരണവകുപ്പിന്റെ മന്ത്രി, സൈനിക ജനറൽമാരുടെയും കേണൽമാരുടെയും വലിയ നിര, ബാത് പാർട്ടിയുടെ ഉന്നത നേതാക്കൾ, ബിസിനസ് രംഗത്തെ അതികായർ, വൻ പണച്ചാക്കുകൾ അങ്ങനെ സകലരും അവിടെയുണ്ടായിരുന്നു. വിപ്ലവരാത്രിയിൽ തലസ്ഥാനത്തേക്ക് സൈനിക ടാങ്കുകൾ ഓടിച്ചുകയറ്റി ജനറൽ ഹഫീസിന് അധികാരത്തിലേക്ക് നടന്നുകയറാൻ വഴിയൊരുക്കിയ കേണൽ സലിം ഹാതുമിന് ചുറ്റുമായിരുന്നു വിരുന്നിനെത്തിയ മിക്കവരും. അൽപം കഴിഞ്ഞ് രാഷ്ട്രത്തലവനായ ജനറൽ ഹഫീസ് തന്നെ വിരുന്നിനെത്തി ആതിഥേയനായ പ്രിയ മിത്രം കമാൽ അമിൻ താബേതിന്റെ ഇരുകൈകളും പിടിച്ചുകുലുക്കി സൗഹൃദം പങ്കിട്ടു. അദ്ദേഹത്തോടൊപ്പം പത്നിയും ഉണ്ടായിരുന്നു. പ്രസിഡന്റിനോടും പത്നിയോടുമുള്ള ആദരവിന്റെ സൂചകമായി ആ കുടിയേറ്റക്കാരൻ സമ്മാനിച്ച നീർനായയുടെ ചർമ്മം കൊണ്ടുള്ള അതിവിശേഷമായ പുറങ്കുപ്പായം ധരിച്ചാണ് അവർ വിരുന്നിനെത്തിയത്. വിലപിടിപ്പുള്ള സമ്മാനം താബേതിൽ നിന്നും ലഭിച്ചത് അവർക്ക് മാത്രമായിരുന്നില്ല. അനേകം വിശിഷ്ട വനിതകൾ അയാൾ നൽകിയ ആഭരണങ്ങളാൽ അലംകൃതരായിരുന്നു. പല ഉന്നത ഉദ്യോഗസ്ഥരും അവിടെയെത്തിയത് താബേത് സമ്മാനിച്ച ആഡംബര

വാഹനങ്ങളിലായിരുന്നു. രാഷ്ട്രീയ നേതാക്കളിൽ മിക്കവരുടെയും ബാങ്ക് അക്കൗണ്ടുകളിലേക്ക് താബേതിന്റെ പണം സമൃദ്ധിയായി എത്തിയിരുന്നു.

വിശാലമായ സ്വീകരണമുറിയിൽ ഇസ്രായേലിന്റെ അതിർത്തി മേഖലകളിൽ നിന്നും ആയിടെ തിരികെയെത്തിയ ഒരു കൂട്ടം സൈനിക ഓഫീസർമാരുമായി ചേർന്ന് ഉദ്യോഗസ്ഥ പ്രമുഖരും ജോർദാൻ നദിയെ വഴിതിരിച്ചുവിടുന്ന പദ്ധതിയിൽ പ്രവർത്തിക്കുന്ന എഞ്ചിനീയർമാരും സൈനിക സ്ഥിതിഗതികൾ ചർച്ച ചെയ്യുന്നു. മറ്റൊരു വലിയ മുറിയിൽ ഗവൺമെന്റ് നിയന്ത്രണത്തിലുള്ള റേഡിയോ ദമാസ്കസിന്റെ ഡയറക്ടർമാരും സർക്കാർ പ്രചാരണവിഭാഗത്തിലെ സീനിയർ ഉദ്യോഗസ്ഥരും ആയിരുന്നു സംസാരിച്ചിരുന്നത്. അവരിൽ ഒരാളായിരുന്നു താബേത്. വിദേശത്ത് പാർക്കുന്ന സിറിയക്കാർക്കായുള്ള പ്രക്ഷേപണപരിപാടികളിൽ ചിലതിന്റെ ചുമതല ഗവൺമെന്റ് അയാൾക്ക് നൽകിയിരുന്നു. രാഷ്ട്രീയവും സാമ്പത്തികവുമായ വിഷയങ്ങൾ വിശകലനം ചെയ്യുന്ന ഒരു സ്വതന്ത്ര പരിപാടിയും അയാൾ നടത്തുന്നുണ്ടായിരുന്നു.

താബേതിന്റെ പല വിരുന്നുകളെയും പോലെ ഈ വിരുന്നിന്റെ ചെലവും അതിഭീമമായിരുന്നു. പക്ഷേ അയാൾക്കത് പ്രശ്നമേയല്ലായിരുന്നു. വിജയത്തിന്റെ ഉന്നത സോപാനങ്ങളിലായിരുന്നു താബേത്. അയാൾക്ക് തുറക്കാനാവാത്ത വാതിലുകളൊന്നും ഇല്ലായിരുന്നു. സേനയുടെ തലപ്പത്ത് നിരവധി സുഹൃത്തുക്കൾ അയാൾക്കുണ്ടായിരുന്നു. അതിനകം ബാത് പാർട്ടിയുടെ നയരൂപീകരണ യോഗങ്ങളിൽ അയാൾ സ്ഥിരം ക്ഷണിതാവായി മാറിക്കഴിഞ്ഞിരുന്നു.

സിറിയൻ സേനയെ സംബന്ധിക്കുന്ന വിവരങ്ങൾ ഏലി പതിവായി ഇസ്രായേലിലേക്ക് അയച്ചുകൊണ്ടിരുന്നു. പട്ടാളത്തിന്റെ പ്രവർത്തനശൈലി, അതിലെ ഉന്നതരുടെ പേരും ഉത്തരവാദങ്ങളും, അതീവ രഹസ്യസ്വഭാവമുള്ള സൈനിക ഉത്തരവുകൾ ഇവയെല്ലാം അതിൽപ്പെട്ടു. അനേകം സൈനിക ഭൂപടങ്ങൾ അയാൾ പകർത്തി അയച്ചുകൊടുത്തു. ഇസ്രായേൽ അതിർത്തിയിലെ സൈനിക കോട്ടകൾ, ശേഖരിപ്പുകൾ, നീക്കങ്ങൾ ഇതെല്ലാം അതിൽ ഉണ്ടായിരുന്നു. സിറിയൻ സേന പുതുതായി വാങ്ങി ഉപയോഗിക്കാൻ തുടങ്ങുന്ന യുദ്ധോപകരണങ്ങളുടെ വിശദാംശങ്ങളും അതിൽ ഉണ്ടായിരുന്നു. വാങ്ങാൻ സാദ്ധ്യതയുള്ളവയെ സംബന്ധിച്ചും ഏലി കോഹൻ വിവരം നൽകിപ്പോന്നു. മാസങ്ങൾക്ക് ശേഷം ഒരു സിറിയൻ ജനറൽ വെറുപ്പോടെ പറഞ്ഞു: 'ഏലി കോഹന് അറിയാൻ പാടില്ലാത്ത രഹസ്യങ്ങളൊന്നും അന്ന് സേനയിൽ ഉണ്ടായിരുന്നില്ല.'

എല്ലാദിവസവും പ്രഭാതത്തിൽ ഏലി റിപ്പോർട്ട് ട്രാൻസ്മിറ്റ് ചെയ്യും. പിടിക്കപ്പെടുമെന്നുള്ള ഭയം അയാളെ തീണ്ടിയതേയില്ല. തൊട്ടടുത്തുള്ള സൈനിക തലസ്ഥാനത്തുനിന്നും അവിരാമം പറന്നുയർന്നുകൊണ്ടിരുന്ന പ്രക്ഷേപണത്തിന്റെ തിരക്കുകളിൽ തന്റെ സന്ദേശങ്ങൾ ആരുടെയും

താബേത്. താബേതിന്റേത് തെറ്റിദ്ധാരണയാണെന്ന് സമർത്ഥിക്കാനായി അവർ അയാളെ അതിർത്തിയിലെ തന്ത്രപ്രധാനമായ ഇടങ്ങളിലേക്ക് കൊണ്ടുപോയി ഒരുക്കങ്ങളും നീക്കങ്ങളും അയാൾക്ക് വെളിപ്പെടുത്തി ക്കൊടുത്തു. തന്ത്രപ്രധാനമായ ആക്രമണ പദ്ധതികൾ താബേതുമായി അവർ ചർച്ചചെയ്തു. ലഫ്റ്റനൻറ് സഹേർ അൽ ദിൻ അയാളെ എൽ ഹാമ സൈനിക ക്യാമ്പിലേക്ക് കൊണ്ടുപോയി. അതിർത്തിക്കരികിലെ ഏറ്റവും വലിയ ആയുധപ്പുരയായിരുന്നു അത്. സിറിയ–ഇസ്രായേൽ അതിർത്തി നാലാം തവണ സന്ദർശിച്ചപ്പോൾ സിറിയയിലെയും ഈജിപ്തിലേയും സൈനിക ജനറൽമാരടങ്ങിയ ടീമിലെ ഏക സിവിലിയനായിരുന്നു താബേത്. അറബ് ലോകത്തെ ഏറ്റവും ആദരണീയനായ സൈനിക തന്ത്രജ്ഞൻ ഈജിപ്ഷ്യൻ ജനറൽ അലി അമറിന്റെ നേതൃത്വത്തിലാ യിരുന്നു ആ സംഘം സന്ദർശനം നടത്തിയത്. ഈജിപ്തും സിറിയയും ഇറാക്കും അടങ്ങിയ യുണൈറ്റഡ് അറബ് സൈനിക കമാന്റിന്റെ തല വനായിരുന്നു ജനറൽ അലി അമർ.

ജനറൽ അമറുമൊത്തുള്ള അതിർത്തി സന്ദർശനത്തിനുശേഷം ബാത് പാർട്ടിയുടെ ഉന്നത നേതാക്കൾ മറ്റൊരു സുപ്രധാന ചുമതല താബേതിനെ ഏൽപ്പിച്ചു. പ്രസിഡന്റ് ഹഫീസുമായി പിണങ്ങി നേതൃത്വം വിട്ടൊഴിഞ്ഞ് ജോർദാനിലെ ജറീക്കോയിലേക്ക് 'വിശ്രമത്തിനായി' പിൻവാങ്ങിയ സീനിയർ നേതാവും മുൻ പ്രധാനമന്ത്രിയുമായ സാല അൽ ബിതറിനെ സന്ദർശിച്ച പിണക്കം തീർത്ത് അദ്ദേഹത്തെ മടക്കിക്കൊണ്ടുവരിക എന്ന ദൗത്യം. താബേത് ജോർദാനിലേക്ക് യാത്രചെയ്ത് ദിവസങ്ങൾ തന്നെ മുൻപ്രധാനമന്ത്രിയുമായി ചെലവിട്ടു. ദമാസ്കസിൽ തിരികെയെത്തിയ താബേത് പാരീസിലേക്ക് വിദഗ്ധ ചികിത്സക്കായി പോകുന്ന പ്രസിഡന്റ് ഹഫീസിനെ വിമാനത്താവളം വരെ അനുഗമിച്ചു. ആഴ്ചകൾക്ക് ശേഷം ആരോഗ്യവാനായി മടങ്ങിയെത്തിയ പ്രസിഡന്റിനെ സ്വീകരിക്കാനും താബേത് വിമാനത്താവളത്തിൽ എത്തിയിരുന്നു. അതിനകം തന്നെ ഏൽപ്പിച്ച ദൗത്യം വിജയകരമായി പൂർത്തിയാക്കാനും അയാൾക്ക് കഴിഞ്ഞിരുന്നു.

1963ൽ ഒരു പ്രധാനപ്പെട്ട മാറ്റം ഇസ്രായേലിലുണ്ടായി. ഐസറിനു പകരം രംഗത്തെത്തി ചുമതലയേറ്റ മെയർ അമിത് തുടക്കത്തിൽ കുറച്ച് മാസങ്ങൾ അമന്റെയും മൊസാദിന്റെയും തലവനായി പ്രവർ ത്തിച്ചു. ആ സമയം ഏലി പ്രവർത്തിച്ചിരുന്ന യൂണിറ്റ് 131 പിരിച്ചുവിടാനും അതിന്റെ കീഴിലെ പ്രവർത്തനങ്ങളെയും ഏജന്റുമാരെയും മൊസാദിന്റെ കുടക്കീഴിൽ കൊണ്ടുവരാനും തീരുമാനമെടുത്തു. അങ്ങനെ ഒരു സുപ്രഭാ തത്തിൽ ഏലി കോഹൻ ഒരു മൊസാദ് ഏജന്റായി മാറി.

ശ്രദ്ധയിൽ പെടാൻ പോകുന്നില്ലെന്ന് അയാൾക്ക് ഉറപ്പായിരുന്നു. എന്ന
ഒരിക്കൽ സേനയിൽനിന്നുമുള്ള സുഹൃത്തായ ലെഫ്റ്റനന്റ് സഹെർ അ
ദിൻ താബേതിന്റെ വീട്ടിലേക്ക് അയാൾ ട്രാൻസ്മിഷനിൽ മുഴുകിയിരി
അപ്രതീക്ഷിതമായി വന്നുകയറി. ട്രാൻസ്മിറ്റർ തിടുക്കത്തിൽ ഒളിപ്പിക്ക
ഏലിക്ക് കഴിഞ്ഞു. പക്ഷേ കോഡുകൾ നിറഞ്ഞ കടലാസുകൾ മേ
റത്തുനിന്നും പൂർണ്ണമായി നീക്കാൻ അയാൾക്ക് കഴിഞ്ഞില്ല.

'ഇതെല്ലാം എന്താണ്?' സഹെർ ആരാഞ്ഞു.

'ഓ... അത് ഞാൻ പദപ്രശ്നം പൂരിപ്പിക്കാൻ ശ്രമിക്കുകയായിരു
ഏലി ഉദാസീനമായി മൊഴിഞ്ഞു.

ട്രാൻസ്മിഷനും അർജന്റീനയിലെ സുഹൃത്തുക്കൾ വഴിയു
ബാക്ഗാമൺ ഗെയിം സെറ്റും കൂടാതെ മൂന്നാമതൊരു വഴി കൂടി
അവീവുമായി ബന്ധപ്പെടാൻ ഏലി വികസിപ്പിച്ചെടുത്തു. അത് റേഡി
ദമാസ്കസ് വഴിയായിരുന്നു. ടെൽ അവീവിലെ സീനിയർമാരുമായി സ
കരിച്ച് ഒരു പ്രത്യേക കോഡുഭാഷ അവർ രൂപപ്പെടുത്തി. റേഡി
പ്രക്ഷേപണത്തിനിടയിൽ അവയെ കടത്തിവിടുകയും അമനി
വിദഗ്ധർ അത് ഡീകോഡ് ചെയ്ത് വിവരങ്ങൾ സ്വീകരിക്കുകയും ചെ

അതീവരഹസ്യസ്വഭാവമുള്ള വിവരങ്ങൾ സമാഹരിക്കുന്നതിനാ
ഏലി മറ്റൊരു ചുവടുകൂടി മുന്നോട്ടുവച്ചു. താബേത് വളരെ പ്രിയപ്പെട്ട
ക്കായി സെക്സ് പാർട്ടികൾ സംഘടിപ്പിക്കാറുണ്ടെന്ന് ദമാസ്കസിലെ ഉന്ന
വൃത്തങ്ങളിൽ ഒരു കിംവദന്തി പ്രചരിച്ചു. വളരെ അടുപ്പമുള്ളവരെ മാത്ര
ഇത്തരം വിരുന്നുകളിലേക്ക് ക്ഷണിച്ചിരുന്നുള്ളൂ. സുന്ദരികളായ യുവതിക
അവിടെ ഒത്തുകൂടി രതികേളികളിൽ മുഴുകി. പലരും സമൂഹത്തിലെ ഉന്ന
കുടുംബങ്ങളിൽ നിന്നുള്ളവരായിരുന്നു. കാൾ ഗേളുകളും കുറവല്ലായിരുന
അതിഥികൾ വന്യമായ രതി ആസ്വദിച്ചപ്പോൾ ആതിഥേയൻ വിരുന്നി
രസികത്തങ്ങൾ ഉറപ്പാക്കി ഇളകാതെ നിന്നിരുന്നു.

സർക്കാരിലെയും സേനയിലെയും സീനിയർമാർക്ക് നന്നായി 'സം
കരിക്കുന്ന' സെക്രട്ടറിമാരെ നൽകുന്നതും താബേതിന്റെ പതിവായിരുന
കേണൽ സലിം ഹാതുമ്മിന്റെ സെക്രട്ടറി താബേത് നൽകിയതായ
രുന്നു. കേണൽ ഓഫീസിൽ പറയുന്നതെല്ലാം സെക്രട്ടറി താബേതി
കൃത്യമായി അറിയിച്ചുപോന്നു.

ഇസ്രായേലിനെ പരാമർശിക്കുമ്പോഴെല്ലാം താബേതിലെ ദേശപ്രേമ
സടകുടഞ്ഞ് എഴുന്നേൽക്കും. അറബ് ദേശീയതയുടെ ഏറ്റവും ദുഷിച്ച ശ
ഇസ്രായേലാണെന്ന് അയാൾ സംശയലേശമില്ലാതെ പറഞ്ഞുറപ്പിച്ച
ഇസ്രായേലിനെതിരെയുള്ള പ്രചാരവേല സിറിയ ഇനിയും കടുപ്പിക്കണ
മെന്ന പക്ഷക്കാരനായിരുന്നു താബേത്. ഇസ്രായേലിനെതിരെ ഒരു യുദ്ധ
ന്നണി പ്രചാരവേലയിൽ തുറക്കണമെന്ന് അയാൾ അഭിപ്രായപ്പെട്ടു. ഇസ്ര
യേലിന്റെ ഭീഷണിക്കെതിരെ തന്റെ സുഹൃത്തുക്കൾ ഇനിയും വേണ്ടവിധ
പ്രവർത്തിക്കുന്നില്ലെന്ന് അയാൾ മിക്കപ്പോഴും ആവലാതിപ്പെട്ടു. ഇതുവഴ
തന്റെ തന്ത്രങ്ങൾ കൂടുതൽ കൂടുതൽ ഫലദായകമാക്കുകയായിരുന്ന

ആ വർഷം നാദിയ രണ്ടാമത്തെ കുഞ്ഞിന് ജന്മം നൽകി, മകൾ ഐറിസ്. അടുത്ത വർഷം ഏലിക്ക് സ്വപ്നസാഫല്യമുണ്ടായി. നാദിയ ഒരു പുത്രനെ പ്രസവിച്ചു. ഏലി മകന് ഷാവുൾ എന്ന് പേരിട്ടു.

'ആ സന്ദർശനവേളയിൽ ഏലിയുടെ മാറ്റം ഞങ്ങൾ ശ്രദ്ധിച്ചു.' ഏലിയുടെ കുടുംബാംഗങ്ങളെല്ലാം പിന്നീട് പറഞ്ഞു, 'ഏലി ഉൾവലിഞ്ഞവനും അന്തർമുഖനും ക്ഷിപ്രകോപിയുമായി മാറിയിരുന്നു. പുറത്ത് പോവുകയോ സുഹൃത്തുക്കളെ കാണാൻ കൂട്ടാക്കുകയോ ചെയ്തില്ല. അടുത്തവർഷം അവധിയിൽ വന്നുകഴിഞ്ഞാൽ മടങ്ങിപ്പോവുകയില്ലെന്നും കുടുംബത്തെ പിരിഞ്ഞിരിക്കാൻ ആവില്ലെന്നും ഞങ്ങളോട് പറഞ്ഞു.'

നവംബർ ഒടുവിൽ നാദിയയോടും മക്കളോടും യാത്രപറഞ്ഞ് അവരെ ചുംബിച്ച് ഏലി യാത്രയായി. അത് അവസാനത്തെ യാത്ര പറച്ചിലാണെന്ന് നാദിയ അറിഞ്ഞില്ല.

1964 നവംബർ 13 ബുധനാഴ്ച. സിറിയ–ഇസ്രായേൽ അതിർത്തിയിലെ തെൽദാനിൽ സിറിയൻ സേന പ്രകോപനം കൂടാതെ അതിർത്തികൾക്കിടയിലെ സൈനികവൽക്കരിക്കപ്പെട്ട മേഖലയിൽ പണിയെടുത്തുകൊണ്ടിരുന്ന ഇസ്രായേലി ട്രാക്ടർ സമൂഹത്തിനെതിരെ വെടിയുതിർത്തു. മാരകമായിരുന്നു ഇസ്രായേലിന്റെ പ്രതികരണം. ടാങ്കുകളും പീരങ്കികളും ഉപയോഗിച്ച് ഇസ്രായേൽ വെടിയുതിർത്തു. യുദ്ധവിമാനങ്ങൾ പുറകേയെത്തി സിറിയയ്ക്കുള്ളിൽ നാശനഷ്ടങ്ങൾ ഉളവാക്കി ബോംബുകൾ വർഷിച്ചു. ജോർദാൻ നദിയിലെ ജലത്തെ വഴിതിരിച്ച് കൊണ്ടുപോകുന്നതിനായി നിർമ്മിച്ച തടയണകളും കനാലുകളും പാടേ തകർന്നു. ബുൾഡോസറുകൾ, ട്രാക്ടറുകൾ, മണ്ണുകോരികൾ തുടങ്ങിയവയെ കൃത്യമായ ബോംബിംഗിലൂടെ ഇസ്രായേൽ തകർത്തു. സിറിയൻ എയർ ഫോഴ്സ് പ്രതികരിച്ചില്ല. സോവിയറ്റ് യൂണിയനിൽ നിന്നും പുതുതായി കിട്ടിയ മിഗ് വിമാനങ്ങൾ പറപ്പിക്കാൻ അവർ ഇനിയും പരിശീലിച്ചിട്ടില്ലായിരുന്നു.

പ്രകോപനമൊന്നും കൂടാതെയുള്ള സിറിയൻ വെടിവയ്പിനെതിരെ ഇസ്രായേലിന്റെ ന്യായമായ പ്രതികരണമെന്ന് ലോകമാധ്യമങ്ങൾ ഈ സംഭവത്തെ വിശേഷിപ്പിച്ചു. ഈ ആക്രമണത്തിന്റെ പ്രധാന ശിൽപികളിൽ ഒരാൾ ഏലി കോഹനായിരുന്നുവെന്ന് മാസങ്ങൾക്ക് ശേഷം സിറിയൻ സൈനിക ഓഫീസർമാർ വിലയിരുത്തി. അതിർത്തിയിൽ ഈ സംഘർഷങ്ങൾ നടക്കുമ്പോൾ ഏലി ഇസ്രായേലിലുണ്ടായിരുന്നു. ഏലിയുടെ റിപ്പോർട്ടുകളായിരുന്നു സിറിയൻ എയർ ഫോഴ്സിന്റെ ദുർബലാവസ്ഥയെ മനസ്സിലാക്കി ആക്രമണത്തിന്റെ കുന്തമുനയെ അപ്രകാരം ക്രമപ്പെടുത്താൻ ഇസ്രായേലിന്റെ പ്രതിരോധ വിദഗ്ധരെ സഹായിച്ചത്. ജോർദാൻ നദിയിലെ സിറിയൻ നിർമ്മാണങ്ങളെ തെരഞ്ഞുപിടിച്ച് ആക്രമിക്കാൻ ഉപയുക്തമായതും മറ്റൊന്നല്ല. ഓരോ സൈനിക കേന്ദ്രങ്ങളിലും

സിറിയൻ വിന്യാസം എപ്രകാരമാണെന്നതിനെക്കുറിച്ചും ഇസ്രായേലിന് കൃത്യമായ അറിവുണ്ടായിരുന്നു.

സത്യത്തിൽ ഏലി കോഹന് ഇവയെക്കുറിച്ചെല്ലാം അതിലും കൂടുതൽ അറിവുണ്ടായിരുന്നു. കനാലുകൾ പണിയുന്നതിന്റെ കോണ്ട്രാക്റ്റ് ഒരു സൗദി അറേബ്യൻ കമ്പനിക്കായിരുന്നു. അതിന്റെ ഉടമയുമായി പരിചയത്തിലാവാനും സൗഹൃദം സ്ഥാപിക്കാനും ഏലിക്ക് കഴിഞ്ഞു. അതിലൂടെ കനാലുകളുടെ വലുപ്പം, ആഴം തുടങ്ങിയവയെല്ലാം കുറിച്ചുള്ള വിശദമായ അറിവ് ഇസ്രായേലിന് ഏലി ലഭ്യമാക്കിയിരുന്നു. കനാലുകളുടെ വ്യാപ്തിയും ബലവും ബോംബിങ്ങിനെ പ്രതിരോധിക്കാനുള്ള അവയുടെ കരുത്തുമെല്ലാം സൗദി സുഹൃത്ത് ഏലിയുമായി പങ്കുവച്ചിരുന്നു. ഏലി കോഹന്റെ സൗദി സുഹൃത്തിന്റെ പേർ ബിൻ ലാദൻ എന്നായിരുന്നു. അന്ന് കുഞ്ഞായിരുന്ന ഒസാമ ബിൻ ലാദന്റെ അപ്പൻ. ഏലി നൽകിയിരുന്ന വിശദാംശങ്ങളെ ആസ്പദമാക്കി ഇസ്രായേൽ പലതവണ കനാൽ നിർമ്മിതികളെ ആക്രമിച്ച കനത്ത നാശനഷ്ടങ്ങൾ വരുത്തി. ഒടുവിൽ 1965-ൽ ആ പദ്ധതിയെ അറബ് രാജ്യങ്ങൾ ഉപേക്ഷിക്കുകയായിരുന്നു.

ഏലി ഇസ്രായേലിൽ നിന്നും പോന്ന് ചില ആഴ്ചകൾ കഴിഞ്ഞ് 1965 ജനവരി മധ്യത്തിൽ നാദിയായുടെ പോസ്റ്റ് ബോക്സിൽ ഏലിയുടേതായി ഒരു കാർഡ് എത്തിച്ചേർന്നു. ഫ്രഞ്ച് ഭാഷയിൽ ഇപ്രകാരം ഏലി അതിൽ എഴുതിയിരുന്നു: 'എന്റെ പ്രിയ നാദിയ, പുതുവർഷം ആശംസിക്കാനായി ഇത്തിരി എഴുതുകയാണ്. ഈ പുതുവർഷം നിനക്കും നമുക്കെല്ലാവർക്കും സന്തോഷം കൊണ്ടുവരട്ടെ. എന്റെ പ്രിയ കുഞ്ഞുങ്ങൾക്ക് – ഫിഫി (സോഫി)ക്കും ഐറിസിനും ഷേക്കിനും (ഷാവൂൾ), എന്റെ പ്രിയേ നിനക്കും എന്റെ ഹൃദയത്തിന്റെ അടിത്തട്ടിൽ നിന്നും ഒത്തിരിയൊത്തിരി ഉമ്മകൾ – ഏലി.'

ആ പോസ്റ്റ് കാർഡ് നാദിയായുടെ പക്കൽ എത്തുമ്പോൾ മർദ്ദനമേറ്റ് തകർന്ന് അവശനായി ഏലി കോഹൻ ദമാസ്കസ് തടവറയിലെ പരുക്കൻ നിലത്ത് കിടക്കുകയായിരുന്നു.

മാസങ്ങളായി സിറിയൻ രഹസ്യാന്വേഷണവിഭാഗം (മുബറാത്) ജാഗ്രതയിലായിരുന്നു. അതിന്റെ പാലസ്തീൻ വിഭാഗത്തിന്റെ തലവൻ തയാറാ എന്നയാളാണ് ആദ്യം അപായസൂചന ഉയർത്തിയത്. 1964 തുടക്കം മുതൽ സിറിയ ഗവൺമെന്റ് തലത്തിൽ ഏടുക്കുന്ന പ്രധാനപ്പെട്ട തീരുമാനങ്ങളെല്ലാം തന്നെ തൊട്ടടുത്ത ദിവസം – ചിലപ്പോൾ വൈകുന്നേരം തന്നെ – ഇസ്രായേൽ റേഡിയോയുടെ അറബി പരിപാടിയിൽ പ്രക്ഷേപണം ചെയ്യപ്പെടുന്നത് തയാറായുടെ ശ്രദ്ധയിൽ പെട്ടു. അതീവ രഹസ്യമായി ചുരുക്കം ചിലർ മാത്രം ഉൾപ്പെട്ട് എടുത്ത തീരുമാനങ്ങൾ പോലും ഇപ്രകാരം പ്രക്ഷേപണം ചെയ്യപ്പെട്ടു. നവംബറിലെ

ഇസ്രായേൽ വ്യോമാക്രമണത്തിന്റെ കൃത്യത അയാളെ അമ്പരപ്പിക്കുക തന്നെ ചെയ്തു. കൃത്യമായ വിവരങ്ങൾ ഇസ്രായേലിന് ലഭ്യമാകുന്നുണ്ടെന്ന് ന്യായമായും അയാൾ ഊഹിച്ചു. സിറിയൻ ഗവൺമെന്റിന്റെ ഉന്നതവൃത്ത ങ്ങളിൽ ഒരു ഇസ്രായേൽ ചാരൻ സജീവമായി പ്രവർത്തിക്കുന്നുണ്ടെന്ന് അയാൾ നിർണ്ണയിച്ചു. ആ ചാരൻ അയച്ചുകൊടുക്കുന്ന വിവരങ്ങളാണ് ഇസ്രായേൽ റേഡിയോ പ്രക്ഷേപണത്തിൽ ഉൾക്കൊള്ളിച്ചിരുന്നത്. അതിനർത്ഥം ചാരൻ വയർലെസ് ബന്ധം വഴിയാണ് വിവരങ്ങൾ ട്രാൻസ്മിറ്റ് ചെയ്യുന്നതെന്നാണെന്നും തയാറാ ഉറപ്പിച്ചു. പക്ഷേ എവിടെയാണ് ട്രാൻസ്മിറ്റർ?

തയാറയും സഹപ്രവർത്തകരും സോവിയറ്റ് നിർമ്മിത ഉപകരണ ങ്ങൾ ഉപയോഗിച്ച് എല്ലാവിധ പരിശ്രമങ്ങളും നടത്തിയിട്ടും അവർക്കത് കണ്ടെത്താനായില്ല. അങ്ങനെയിരിക്കെ 1965 ജനുവരിയിൽ ഭാഗ്യം അവരെ തുണച്ചു.

സിറിയൻ സേനയുടെ വാർത്താവിനിമയ ഉപകരണങ്ങൾ നവീക രിക്കുന്നതിന്റെ ഭാഗമായി ലതാക്കിയ തുറമുഖത്ത് കുറ്റൻ കണ്ടെയിനറു കളിലായി ഒരു സോവിയറ്റ് കപ്പൽ നിരവധി ഉപകരണങ്ങൾ ഇറക്കി. സിറിയ ഉപയോഗിച്ചിരുന്ന മിക്ക ഉപകരണങ്ങളും തീരെ പഴക്കം ചെന്നവ ആയിരുന്നു. 1965 ജനുവരി ഏഴാം തീയതിയായിരുന്നു പുതിയ ഉപക രണസംവിധാനങ്ങളിലേക്ക് സൈന്യം മാറേണ്ടിയിരുന്നത്. അതിന് സൗകര്യപ്പെടുത്തുന്നതിനായി സൈനിക ആസ്ഥാനത്തുനിന്നുമുള്ള സകല വാർത്താവിനിമയങ്ങളും ഇരുപത്തിനാല് മണിക്കൂർ നേരത്തേക്ക് നിർ ത്തിവക്കാൻ തീരുമാനിച്ചു.

രാജ്യത്തുടനീളമുള്ള സൈനിക കേന്ദ്രങ്ങളിലെ ട്രാൻസ്മിറ്ററുകൾ ഒന്ന ടങ്കം നിശ്ശബ്ദമായപ്പോൾ ഒരേയൊരു ട്രാൻസ്മിറ്ററിന്റെ ദുർബലമായ സ്വരം ഒരു ഓഫീസർ ശ്രദ്ധിച്ചു. അതൊരു ചാരന്റേതാണെന്ന് മനസ്സിലാക്കാൻ അയാൾക്ക് ഒട്ടും ബുദ്ധിമുട്ടുണ്ടായില്ല. അയാൾ തന്റെ മേലുദ്യോഗസ്ഥരെ ഉടൻ വിവരം അറിയിച്ചു. മുബറാത് ഉടനെ ജാഗ്രതയിലായി. ട്രാൻസ്മി ഷന്റെ ഉറവിടം കണ്ടെത്തുന്നതിനായി സോവിയറ്റ് ഉപകരണങ്ങളുമായി അവർ പാഞ്ഞുനടന്നു. നിർഭാഗ്യവശാൽ അവർ ഉറവിടത്തിന് സമീപം എത്തും മുൻപേ ട്രാൻസ്മിഷൻ നിലച്ചു. എങ്കിലും ഉത്സാഹിയായ ഒരു സാങ്കേ തികവിദഗ്ധൻ കണക്കുകൾ കൂട്ടി കമാൽ അമിൻ താബേതിന്റെ ബംഗ്ലാ വിലേക്ക് വിരൽ ചൂണ്ടി.

'അബദ്ധം!' മുതിർന്ന മുബറാത് ഉദ്യോഗസ്ഥൻ അത് തൽക്ഷണം തള്ളിക്കളഞ്ഞു. അത് ആലോചിക്കാൻ പോലും അസാദ്ധ്യമായിരുന്നു. ഭരണകക്ഷിയായ ബാത് പാർട്ടി അടുത്ത മന്ത്രിസഭയിലേക്ക് പരിഗണി ക്കുന്ന ഒരാൾ ചാരനാവുക തീർത്തും അസാദ്ധ്യമായിരുന്നു. താബേതിന്റെ സാമൂഹിക പദവി അയാളെ സകല സംശയങ്ങൾക്കും അതീതനാക്കി യിരുന്നു.

അന്ന് വൈകുന്നേരം അതേ ഉറവിടത്തിൽ നിന്നും ട്രാൻസ്മിഷൻ വീണ്ടും ആരംഭിച്ചു. വീണ്ടും മുബറാതിന്റെ കാറുകൾ കുതിച്ചു. ഫലങ്ങൾ വീണ്ടും അതേ ഉറവിടത്തിലേക്ക് വിരൽ ചൂണ്ടുന്നതായിരുന്നു.

അടുത്ത ദിവസം രാവിലെ എട്ടുമണി. സൂര്യവെളിച്ചം നിറഞ്ഞ ഒരു ജനുവരി പ്രഭാതം. മുബറാതിന്റെ നാല് ഓഫീസർമാർ അബു റമെൻ എന്ന് അതിസമ്പന്നർ പാർക്കുന്ന ഇടത്തിലെ ആ ആഡംബര ബംഗ്ലാവിന്റെ ഗേറ്റ് തകർത്ത് അകത്തുകടന്നു. കുറ്റികളിൽ നിന്നും പറിഞ്ഞ ഗേറ്റ് നിലത്തമർന്നുകിടന്നു. കിടപ്പുമുറിയെ ലക്ഷ്യമാക്കി ആയുധധാരികളായ ആ ഓഫീസർമാർ കുതിച്ചു. ചാരൻ അവിടെ ഉണ്ടായിരുന്നു. അയാൾ ഉറങ്ങുകയായിരുന്നില്ല, ട്രാൻസ്മിഷൻ ഉപകരണം പ്രവർത്തിപ്പിക്കുകയായിരുന്നു. കൈയ്യോടെ അയാൾ പിടിക്കപ്പെട്ടു. ഞെട്ടി എഴുന്നേറ്റെങ്കിലും അയാൾ ഓടിപ്പോകാൻ ശ്രമിച്ചില്ല. അചഞ്ചലനായി തന്നെ പിടികൂടിയവരെ അഭിമുഖീകരിച്ചു. സകലവും തനിക്ക് എതിരാണെന്ന് ആദ്യമായി അയാൾ മനസ്സിലാക്കുകയായിരുന്നു. 'കമാൽ അമിൻ താബേത്, നിങ്ങൾ അറസ്റ്റിലാണ്.' മുബറാത് ഓഫീസർമാരുടെ തലവൻ ആക്രോശിച്ചു.

ദമാസ്കസിനെ ഇളക്കിമറിച്ചുകൊണ്ട് കാട്ടുതീപോലെ ആ വാർത്ത പ്രചരിച്ചു. ഉജ്ജ്വലം, വിചിത്രം, അസാദ്ധ്യം, വിഡ്ഢിത്തം! സിറിയൻ നേതാക്കൾക്ക് വാക്കുകളില്ലായിരുന്നു അവരുടെ ആശ്ചര്യം പുറത്തറിയിക്കാൻ. വാർത്ത കേട്ടപ്പോൾ അവിശ്വസനീയമെന്നുതന്നെ അവരിൽ മിക്കവർക്കും തോന്നി. ഭരണകക്ഷിയുടെ നേതാവ്, അതും പ്രസിഡന്റ് ഹഫീസിന്റെ സുഹൃത്ത്, കോടീശ്വരൻ, ഇത്രയും ഉന്നതപദവിയിലുള്ള ഒരാളെ ചാരനായി സങ്കൽപ്പിക്കാൻ അവർ ക്ലേശിച്ചു!

പക്ഷേ തെളിവുകൾ അപ്രതിരോധ്യമായിരുന്നു. ജാലകപ്പാളികൾക്കിടയിൽ ഒളിപ്പിച്ചിരുന്ന ട്രാൻസ്മിറ്റർ, സ്വീകരണ മുറിയിലെ കൂറ്റൻ അലങ്കാരവിളക്കിനുള്ളിൽ ഒളിപ്പിച്ച നിലയിൽ കണ്ടെത്തിയ സൂക്ഷ്മ ട്രാൻസ്മിറ്റർ, മൈക്രോ ഫിലിമുകൾ, ഡയനമൈറ്റ് സിഗററ്റുകൾ, കോഡുകൾ എഴുതിയ നിരവധി താളുകൾ.... അയാൾ രാജ്യദ്രോഹിയാണെന്ന് തെളിയിക്കാൻ അതെല്ലാം ധാരാളമായിരുന്നു.

അങ്കലാപ്പിലായ സിറിയൻ നേതൃത്വം വിശദമായ അന്വേഷണത്തിന് ഉത്തരവിട്ടു. താബേതിന് എന്തൊക്കെ എത്രത്തോളം അറിയാം? അവരെ അയാൾ കുരുക്കിലാക്കുമോ? അയാളെ ചോദ്യം ചെയ്യാനായി ജയിൽ മുറിയിലേക്ക് പ്രസിഡന്റ് ഹഫീസ് നേരിട്ടെത്തി. കോടതിയിൽ തെളിവ് നൽകാനെത്തിയപ്പോൾ ഹഫീസ് പറഞ്ഞത് ഇപ്രകാരമായിരുന്നു: 'ചോദ്യം ചെയ്യലിനിടയിൽ താബേതിന്റെ കണ്ണുകളിലേക്ക് തറപ്പിച്ച് നോക്കിയപ്പോൾ ഭീകരമായ ഒരു സംശയം എനിക്കുണ്ടായി. മുന്നിലിരിക്കുന്നയാൾ അറബി വംശജൻ അല്ലെന്ന് എനിക്ക് തോന്നി. കരുതലോടെ മുസ്‌ലിം മതത്തെക്കുറിച്ചും ഖുറാനെ സംബന്ധിച്ചും ചില ചോദ്യങ്ങൾ ഞാൻ ഉന്നയിച്ചു. വിശുദ്ധ ഗ്രന്ഥത്തിലെ ആദ്യ ഭാഗം സുറാ അൽ ഫാത്തിഹ ഓതുവാൻ ആവശ്യപ്പെട്ടു. ചില വരികൾ ചൊല്ലാനേ

അയാൾക്കായുള്ളൂ. ചെറുപ്പത്തിൽ തന്നെ സിറിയ വിട്ടുവെന്നും മറന്നുപോയതാണെന്നുമൊക്കെ അയാൾ പറഞ്ഞു. പക്ഷേ ആ നിമിഷം എനിക്ക് മനസ്സിലായി: ഇയാൾ ഒരു ജൂതൻ തന്നെ.'

ദമാസ്കസിലെ മർദ്ദകവീരന്മാർ ബാക്കി ചെയ്തു. ഇരുണ്ട തടവറയിൽ ബോധം മറഞ്ഞ്, ദേഹമാസകലം ചതഞ്ഞ് നുറുങ്ങി പരുക്കൻ തറയിൽ കിടക്കുമ്പോൾ അവർ അയാളുടെ നഖങ്ങൾ പറിച്ചെടുത്തു. എല്ലാം അയാൾ ഏറ്റുപറഞ്ഞു. വാർത്ത ഉടനെ പ്രസിഡന്റ് ഹഫീസിനെത്തിച്ചു. തടവുകാരൻ താബേത് അല്ല. അയാളുടെ പേര് ഏലി കോഹൻ എന്നാണ്, ഇസ്രായേൽ പൗരനായ ഒരു യഹൂദൻ.

1965 ജനുവരി 24-ന് ദമാസ്കസ് ഔദ്യോഗികമായി പ്രഖ്യാപിച്ചു: 'പ്രമുഖനായ ഒരു ഇസ്രായേൽ ചാരനെ അറസ്റ്റ് ചെയ്തിരിക്കുന്നു.' കലികൊണ്ട് വിറപൂണ്ട ഒരു സീനിയർ ഓഫീസർ പ്രസ് കോൺഫറൻസിൽ പൊട്ടിത്തെറിച്ചു: 'ഇസ്രായേൽ ചെകുത്താനാണ്. കോഹൻ ചെകുത്താന്റെ ദല്ലാളും!'

ദമാസ്കസിലാകെ അങ്കലാപ്പ് പടർന്നു. കോഹൻ തനിച്ചായിരുന്നോ അതോ ഒരു ചാരവലയത്തിന്റെ ഭാഗമോ? ഒന്നിനുപുറകേ ഒന്നായി അറുപത്തി ഒൻപത് പേർ അറസ്റ്റ് ചെയ്യപ്പെട്ടു. മജീദ് ഷെയ്ക്ക് അൽ അർദ്, ജോർജ് സലീം സെയ്ഫ്, ലെഫ്റ്റനന്റ് സഹെർ അൽ ദിൻ, പ്രചാരണ മന്ത്രാലയത്തിലെ ഉയർന്ന ഉദ്യോഗസ്ഥന്മാർ, ലൈംഗിക തൊഴിലാളികൾ, പേര് പുറത്ത് പറയാനാവാത്ത നിരവധി പേർ തുടങ്ങിയവരെല്ലാം അറസ്റ്റ് ചെയ്യപ്പെട്ടവരിൽ ഉണ്ടായിരുന്നു. താബേതുമായി ഏതെങ്കിലും വിധത്തിൽ ബന്ധപ്പെട്ട നാനൂറോളം പേരെ രഹസ്യപ്പോലീസ് ചോദ്യം ചെയ്തു. അന്വേഷണം ഗുരുതരമായ പല പ്രശ്നങ്ങളെയും വെളിച്ചത്ത് കൊണ്ടുവന്നു. സൈനിക-രാഷ്ട്രീയ-ബിസിനസ് നേതൃത്വത്തിന്റെ ഉന്നത ശ്രേണിയിലെ ഗണനീയമായ ഒരുവിഭാഗം ഏലി കോഹന്റെ മിത്രങ്ങളുടെ പട്ടികയിൽ ഉണ്ടായിരുന്നു. അന്വേഷകർക്ക് അവരെ തൊടാൻ പോലും ആകുമായിരുന്നില്ല. അവരുടെ പേരുകൾ പോലും അന്വേഷണത്തിന്റെ ഒരു ഘട്ടത്തിലും പരാമർശിക്കപ്പെട്ടില്ല. അവർ ഉൾപ്പെടുന്ന അഭിജാത സമൂഹത്തിന് കോഹന്റെ ചാരവൃത്തിയുമായി ഏതെങ്കിലും വിധത്തിൽ ബന്ധമുണ്ടെന്ന് പൊതുസമൂഹം സംശയിക്കുന്നതുപോലും ഒഴിവാക്കപ്പെട്ടു. ചാരവൃത്തിക്കായി താൻ ബന്ധപ്പെട്ട വ്യക്തികൾ ഏതെങ്കിലും വിധത്തിൽ വ്യക്തിപരമായി ബന്ധപ്പെടുന്നത് കോഹൻ ഒഴിവാക്കിയിരുന്നു. അതിനാൽ ഏലി കോഹന്റെ ചാരശൃംഖലയുടെ യഥാർത്ഥവ്യാപ്തി ഒരിക്കലും പുറംലോകം അറിഞ്ഞില്ല.

കോഹന്റെ അറസ്റ്റിനെ സംബന്ധിക്കുന്ന വിവരങ്ങൾ മാധ്യമങ്ങളിൽ വരുന്നത് സൈനിക നിയമം ഉപയോഗിച്ച് ഇസ്രായേൽ ഗവൺമെന്റ് അവിടെ തടഞ്ഞു. ഏതെങ്കിലും വിധത്തിൽ കോഹനെ രക്ഷിച്ചെടുക്കാമെന്ന് ഇസ്രായേൽ കരുതിയിരുന്നതിനാലാണ് അപ്രകാരം ചെയ്തത്.

എങ്കിലും ഏലി കോഹനെക്കുറിച്ചുള്ള വിവരങ്ങൾ അറിയാൻ അവകാശമുള്ളവരും ഇസ്രായേലിലുണ്ടായിരുന്നു. ഒരു വൈകുന്നേരം അപരിചിതനായ ഒരാൾ ഏലിയുടെ സഹോദരന്മാരെ സന്ദർശിച്ചു. 'നിങ്ങളുടെ സഹോദരൻ ഏലി കോഹൻ ഇസ്രായേലിനായി ചാരപ്രവർത്തനം നടത്തിയെന്ന് ആരോപിക്കപ്പെട്ട് ദമാസ്കസിൽ വച്ച് അറസ്റ്റ് ചെയ്യപ്പെട്ടു.' ഏലിയുടെ സഹോദരന്മാർ അമ്പരന്നു. സഹോദരന്മാരിൽ ഒരാൾ മൗറീസ് ബാറ്റ് യാമിൽ അമ്മ താമസിച്ചിരുന്ന വീട്ടിലേക്ക് പാഞ്ഞെത്തി. 'അമ്മ ധൈര്യമായിരിക്കണം. ഏലിയെ സിറിയയിൽ വച്ച് അറസ്റ്റ് ചെയ്തു.'

ആ വൃദ്ധയായ അമ്മ സ്തബ്ധയായിപ്പോയി. തെല്ലുകഴിഞ്ഞ് ഒരുവിധത്തിൽ അവർ ആരാഞ്ഞു: 'സിറിയയിൽ വച്ചോ? എങ്ങനെ? അവൻ അറിയാതെ അതിർത്തി കടന്നോ?' ഏലി ദമാസ്കസിൽ എന്താണ് ചെയ്തുകൊണ്ടിരുന്നതെന്ന് മൗറിസ് വിശദമാക്കിയപ്പോൾ ആ സാധുസ്ത്രീ ബോധം നഷ്ടപ്പെട്ട് വീണുപോയി.

നാദിയ മൂന്നു മക്കളുമായി അമ്പരപ്പിൽ നിന്നുപോയി. എല്ലാ കാര്യങ്ങളും ഭർത്താവ് തന്നോട് വെളിപ്പെടുത്തുന്നില്ലെന്ന സംശയം നാദിയയ്ക്ക് കുറച്ചുനാളായി ഉണ്ടായിരുന്നെങ്കിലും ഏലിയുടെ യഥാർത്ഥ ജോലി എന്താണെന്ന് അവർ ഒരിക്കലും മനസ്സിലാക്കിയിരുന്നില്ല. ഏലിയുടെ സഹപ്രവർത്തകർ നാദിയയെ ആശ്വസിപ്പിക്കാനും സമാധാനിപ്പിക്കാനും ശ്രമിച്ചു. 'ഇന്നുതന്നെ പാരീസിലേക്ക് പോകാം. ലോകത്തിലെ ഏറ്റവും മികച്ച വക്കീലിനെ നമുക്ക് ഏർപ്പെടുത്താം.' അവരിലൊരാൾ നാദിയയോട് പറഞ്ഞു. ഏലിയെ രക്ഷിക്കാനായി ആവുന്നതെല്ലാം നമുക്ക് ചെയ്യാം.' ഏലി കോഹനെ രക്ഷപെടുത്താനുള്ള പരിശ്രമങ്ങളുടെ ചുമതല മൊസാദിന്റെ തലവൻ മെയർ അമിത് നേരിട്ട് ഏറ്റെടുത്തു.

ജനുവരി 31-ന് ഫ്രാൻസിലെ ഏറ്റവും പ്രഗൽഭനായ വക്കീൽ ജാക്വിസ് മെഴ്സിയർ ദമാസ്കസിലെത്തി. ഔദ്യോഗികമായി കോഹൻ കുടുംബമാണ് അദ്ദേഹത്തെ നിയോഗിച്ചതെങ്കിലും ഇസ്രായേൽ ഗവൺമെന്റായിരുന്നു അദ്ദേഹത്തെ ബന്ധപ്പെട്ടതും ചിലവുകൾ വഹിച്ചതും. തികച്ചും അസാദ്ധ്യമായ ഒരു ദൗത്യമായിരുന്നു മെഴ്സിയർ ഏറ്റെടുത്തത്. പിന്നീട് അദ്ദേഹം അതേക്കുറിച്ച് പറഞ്ഞത്, 'ദമാസ്കസിലെത്തി ആദ്യദിവസം തന്നെ എനിക്ക് മനസ്സിലായി ഏലി കോഹന്റെ വിധി മുദ്ര വയ്ക്കപ്പെട്ടുകഴിഞ്ഞെന്ന്. വധശിക്ഷയായിരിക്കുമെന്ന് ഉറപ്പായിരുന്നു. എനിക്ക് ആകെപ്പാടെ ചെയ്യാനാവുന്നത് ശിക്ഷ നടപ്പാക്കുന്നത് കഴിയുന്നത്ര നീട്ടിക്കൊണ്ടുപോയി ഏതെങ്കിലും വഴിക്ക് ശിക്ഷയിൽ ഇളവ് ലഭിക്കാനായി പരിശ്രമിക്കുക എന്നത് മാത്രമായിരുന്നു.'

വിചാരണ തടയാനായിരുന്നു മെഴ്സിയറുടെ ആദ്യ പരിശ്രമം. ഏലിയെ തടവറയിൽ സന്ദർശിക്കാനുള്ള അനുമതിക്കായി ഗവൺമെന്റിലെ ഉന്നതരെ നേരിൽ കണ്ട് മെഴ്സിയർ അഭ്യർത്ഥിച്ചു. അതുവഴി തന്നെ

അഭിഭാഷകനായി നിയോഗിച്ചുകൊണ്ടുള്ള ഔദ്യോഗിക രേഖയിൽ ഏലിയെക്കൊണ്ട് ഒപ്പിടീക്കാനാവുമെന്ന് അയാൾ കരുതി. ജാക്വിസ് മെഴ്സിയറുടെ അഭ്യർത്ഥന തിരസ്കരിക്കപ്പെട്ടു.

ലോകാഭിപ്രായത്തെ ആദരവോടെ കാണുന്ന ഗവൺമെന്റ് വൃത്തങ്ങളിലെ ചിലർ ഏലി കോഹന്റെ കാര്യത്തിൽ തന്നെ സഹായിക്കുന്നവരായി ഉണ്ടെന്ന് വൈകാതെ മെഴ്സിയർ മനസ്സിലാക്കി. കുറ്റാരോപിതന്റെ നിയമപരമായ അവകാശങ്ങളെ സംരക്ഷിക്കുന്ന ഒരു പരസ്യ വിചാരണ കോഹന് ലഭ്യമാകണമെന്ന് അവർ ആവശ്യപ്പെട്ടു. സൈനിക വൃത്തങ്ങളിലെ 'കഴുകന്മാരും' മറ്റുചില കാരണങ്ങളാൽ പ്രേരിതരായി ഈ ആവശ്യത്തെ പിന്തുണച്ചു. പ്രസിഡന്റ് ഹഫീസിന്റെ രാഷ്ട്രീയ ശത്രുക്കളായിരുന്നു അവർ. പരസ്യ വിചാരണ ഹഫീസിനും കോഹനുമിടയിൽ ഉണ്ടായിരുന്ന ചങ്ങാത്തത്തെ പൊതുസമൂഹത്തിൽ കൊണ്ടുവന്ന് പ്രസിഡന്റിനെതിരെ ജനവികാരം ഇളക്കുന്നതിന് സഹായകമാകും എന്നതായിരുന്നു അവരുടെ കണക്കുകൂട്ടൽ. സർക്കാരിലെ അഴിമതിയും ഈ വിധം ജനശ്രദ്ധയിൽ എത്തിയേക്കുമെന്ന് അവർ കരുതി.

എന്നാൽ ഈ അഭിപ്രായത്തെ ശക്തമായി എതിർത്തുകൊണ്ട് മറ്റൊരുകൂട്ടർ രംഗത്ത് വന്നു. താബേതുമായി അടുത്ത ബന്ധം പുലർത്തിയിരുന്നവർ ആയിരുന്നു അത്. പരസ്യവിചാരണ തങ്ങളെയും അഴിക്കുള്ളിൽ ആക്കുമെന്ന് അവർ ഭയന്നു. ഈ വിഭാഗത്തിന് ഒറ്റ ലക്ഷ്യമേ ഉണ്ടായിരുന്നുള്ളു: എങ്ങനെയും പരസ്യ വിചാരണയെ തടയുക, എത്രയും വേഗം താബേതിനെ ഇല്ലാതാക്കുക.

പ്രത്യേക സൈനിക കോടതിയിൽ രഹസ്യ വിചാരണ നടത്താനായിരുന്നു ഒടുവിൽ തീരുമാനമായത്. വിചാരണയുടെ തെരഞ്ഞെടുത്ത ഭാഗങ്ങൾ പൊതുജനങ്ങൾക്കായി ടെലിവിഷനിൽ പ്രദർശിപ്പിക്കും. വാദിഭാഗത്തിനോ പ്രതിക്കോ അഭിഭാഷകർ അനുവദിക്കപ്പെട്ടില്ല. വിചാരണയുടെ തുടക്കത്തിൽ ഒരു അഭിഭാഷകനായി കോഹൻ അപേക്ഷിച്ചപ്പോൾ ജഡ്ജി ഇപ്രകാരം പൊട്ടിത്തെറിക്കുകയാണുണ്ടായത്: 'നിങ്ങൾക്ക് അഭിഭാഷകന്റെ ആവശ്യമില്ല. അഴിമതിക്കാരായ മാധ്യമങ്ങളെല്ലാം നിങ്ങളുടെ ഭാഗത്തുണ്ടല്ലോ. വിപ്ലവത്തിന്റെ ശത്രുക്കളെല്ലാം നിങ്ങളെ പിന്തുണക്കാനുമുണ്ട്.' കോടതിയിലെ പ്രധാന ജഡ്ജി ഒരേസമയം അന്വേഷകനും വക്കീലും ന്യായാധിപനുമായി. മുൻപ് താബേതിന്റെ അടുത്ത മിത്രമായിരുന്ന ബ്രിഗേഡിയർ ജനറൽ സാലേ ദാലിയായിരുന്നു മുഖ്യ ജഡ്ജിയെന്നത് സംഗതികൾ വഷളാക്കിയതേയുള്ളു. മറ്റൊരു ഉറ്റമിത്രമായിരുന്ന കേണൽ സലിം ഹാതുമും ജഡ്ജിമാരുടെ പാനലിൽ ഉണ്ടായിരുന്നു. കോഹനുമായി അയാൾക്കുണ്ടായിരുന്ന ബന്ധത്തെക്കുറിച്ച് ഉയർന്നുവന്ന കിംവദന്തികളെ ദുർബലപ്പെടുത്താനായി വിചാരണ വേളയിൽ അയാൾ കോഹനോട് ചോദിച്ചു: 'നിങ്ങൾക്ക് സലിം ഹാതുമിനെ അറിയാമോ?'

മുൻകൂട്ടി എഴുതപ്പെട്ട ഒരു തിരക്കഥയെ പിൻചെല്ലുന്നപോലെ അന്നേരം കോഹൻ ഹാതുമിന്റെ കണ്ണുകളിൽ തറപ്പിച്ച് നോക്കിക്കൊണ്ട് ഇപ്രകാരം ഉത്തരം പറഞ്ഞു, 'ഇല്ല, അയാളെ ഈ കോടതിയിൽ ഞാൻ കാണുന്നില്ല.'

ഈ ഭാഗം ടെലിവിഷനിൽ പ്രക്ഷേപണം ചെയ്തു. 'ദമാസ്കസ് മുഴുവനും ഇതുകണ്ട് ആർത്ത് ചിരിക്കുകയായിരുന്നു. അത് ഒരു വിചാരണയേ അല്ലായിരുന്നു. ഒരു ദുരന്ത ഹാസ്യനാടകം, ഒരു സർക്കസ്.' എന്നാണ് മെസ്സിയർ അതേക്കുറിച്ച് പ്രതികരിച്ചത്.

ഏലി കോഹനോടൊപ്പം വിചാരണ നേരിടുന്നവരെയും ടെലിവിഷനിൽ കാണിച്ചു. എൽ അർദ്ദും അൽ സെയ്ഫും കുറച്ച് ലൈംഗിക തൊഴിലാളികളുമായിരുന്നു അവർ. പക്ഷേ മറ്റ് സ്ത്രീകൾ എവിടെപ്പോയി? സീനിയർ ഉദ്യോഗസ്ഥരുടെ ഭാര്യമാരും സെക്രട്ടറിമാരും ബാത് പാർട്ടിയിലെ കോഹന്റെ സുഹൃത്തുക്കളും ഒഴിവാക്കപ്പെട്ടു. കോഹൻ ഇസ്രായേലിലേക്കയച്ച രഹസ്യങ്ങൾ എന്തൊക്കെയാണെന്നതും കോടതിയിൽ പരാമർശിക്കപ്പെട്ടില്ല. ചാരപ്രവർത്തനമാണ് ഏലി കോഹനെതിരെ ആരോപിക്കപ്പെട്ടതെങ്കിലും എന്ത് ചാരപ്രവർത്തനങ്ങളാണ് കുറ്റാരോപിതൻ ചെയ്തതെന്നത് ആരും വെളിപ്പെടുത്തിയില്ല. ഒരു വാക്കുപോലും ആരും അതേക്കുറിച്ച് സംസാരിച്ചില്ല. ടെലിവിഷൻ കാമറക്ക് ഒളിപ്പിക്കാനാവാതെപോയത് ഒന്നുമാത്രം, കോഹന്റെ വലത്തെ കവിളിൽ ഒരു മസിൽ ഇടയ്ക്ക് പിടഞ്ഞുകൊണ്ടിരുന്നു, ഒപ്പം കഴുത്ത് ആവർത്തിച്ച് ചരിയുകയും തിരിയുകയും ചെയ്തു. ഇലക്ട്രോഡുകളും വൈദ്യുതിയും ഉപയോഗിച്ച് നിരന്തരമായി പീഡിപ്പിച്ചതിന്റെ അടയാളങ്ങളായിരുന്നു അവ.

ഇസ്രായേൽ രാഷ്ട്രം നിശ്ശബ്ദമായി ആ വിചാരണയെ പിന്തുടർന്നു. മൊസാദ് വായ്പയായി നൽകിയ ടെലിവിഷൻ സെറ്റിനുമുന്നിൽ ഏലിയുടെ കുടുംബം എല്ലാ വൈകുന്നേരവും കാത്തിരുന്നു. ഏലിയുടെ മുഖം ടെലിവിഷൻ സ്ക്രീനിൽ തെളിയുമ്പോളെല്ലാം അവർ നിശ്ശബ്ദമായി കരഞ്ഞു. ഏലിയുടെ അമ്മ സ്വയം പ്രേരിതയായി അന്നേരം ടെലിവിഷൻ സ്ക്രീനിൽ മകന്റെ മുഖത്ത് ഉമ്മവച്ചു. കഴുത്തിലണിഞ്ഞിരുന്ന ദാവീദിന്റെ നക്ഷത്രം അവർ മകന്റെ ചുണ്ടിൽ ചേർത്തു. സോഫി ഉറക്കെ പറഞ്ഞു: 'ഇതാണ് എന്റെ അപ്പൻ. എന്റെ ഹീറോയാണ്!' നാദിയ ഒന്നും മിണ്ടാതെ ഏങ്ങലടിച്ചു.

ദമാസ്കസിൽ ഭീതിദമായ സ്വപ്നങ്ങൾ കണ്ട് മെസ്സിയർ മിക്കപ്പോഴും ഉറക്കത്തിൽ ഞെട്ടിയുണർന്നു. തണുത്ത വിയർപ്പിൽ അയാൾ നനഞ്ഞു. തനിക്കൊന്നും ചെയ്യാനാവുന്നില്ലെന്ന ചിന്ത അയാളെ അഗാധമായി വ്യസനിപ്പിച്ചിരുന്നു. മാർച്ച് മുപ്പത്തിയൊന്നിന് സൈനിക കോടതി വിധി പരസ്യപ്പെടുത്തി. ഏലി കോഹനും മജീദ് ഷെയ്ക്ക് എൽ അർദിനും ലഫ്റ്റനന്റ് സഹെർ അൽ ദിനും വധശിക്ഷ വിധിച്ചു.

മെഴ്സിയർ പുതിയൊരു വഴിക്ക് ശ്രമം ആരംഭിച്ചു. 1965 ഏപ്രിൽ, മെയ് മാസങ്ങളിൽ പല തവണ അയാൾ ദമാസ്കസ് സന്ദർശിച്ചു. ഇസ്രായേലിന്റെ ഭാഗത്തുനിന്നും പല കനത്ത ഓഫറുകളുമായാണ് അയാൾ എത്തിയിരുന്നത്. അതിൽ ആദ്യത്തേത് ഏലി കോഹന്റെ ജീവന് പകരമായി അനേകം മില്യൺ ഡോളറുകൾ വിലമതിക്കുന്ന മരുന്നുകളും കാർഷികോപകരണങ്ങളും ഇസ്രായേൽ സിറിയയ്ക്ക് നൽകാമെന്നതായിരുന്നു. സിറിയ ആ ഓഫർ തള്ളിക്കളഞ്ഞു. ഇസ്രായേൽ മറ്റൊരു ഓഫർ മുന്നോട്ടുവച്ചു. കോഹന് പകരമായി ചാരപ്രവർത്തനത്തിന്റെ പേരിൽ ഇസ്രായേലി ജയിലിലുള്ള പതിനൊന്ന് സിറിയക്കാരെ വിട്ടയക്കാം. സിറിയ അതും തള്ളിക്കളഞ്ഞെങ്കിലും പ്രസിഡന്റ് മാപ്പ് നൽകാനുള്ള സാദ്ധ്യതയെ തള്ളിക്കളഞ്ഞില്ല.

മെയ് ഒന്നാം തീയതി എൽ അർദിന്റെ വധശിക്ഷ ജീവപര്യന്തം തടവായി കുറച്ചുകൊണ്ട് ഉത്തരവായി. മെയ് എട്ടാം തീയതി ഏലി കോഹന്റെ വധശിക്ഷ ഔദ്യോഗികമായി പ്രഖ്യാപനം ചെയ്തു. മൊസാദ് ഒരവസാന ശ്രമം നടത്താൻ തീരുമാനിച്ചു. പാരീസിലെ സിറിയൻ സ്ഥാനപതി കാര്യാലയത്തിൽ നേരിട്ടെത്തി നാദിയ കോഹൻ ദയാഹർജി സമർപ്പിച്ചു. സമാനമായ അഭ്യർത്ഥനകൾ ലോകത്തിന്റെ നാനാഭാഗത്തുനിന്നുമുള്ള പ്രമുഖർ പുറപ്പെടുവിച്ചു. അവരിൽ പോപ്പ് പോൾ ആറാമൻ, ബ്രിട്ടീഷ് തത്വചിന്തകനായ ബർട്രൻഡ് റസ്സൽ, ഫ്രഞ്ച് രാഷ്ട്രതന്ത്രജ്ഞരായ എഡ്ഗാർ ഫവ്വർ, അന്റോനൈൻ പിനെയ്, ബെൽജിയത്തിലെ രാജമാതാവ് എലിസബത്ത്, രാഷ്ട്രീയ നേതാക്കളായ കമിൽ ഹ്യൂയ്സ്മൻസ്, കാനഡയിൽ നിന്നുമുള്ള ജോൺ ദീഫെൻബകെർ, ഇറ്റലിയിൽ നിന്നുമുള്ള കർദ്ദിനാളന്മാരും മന്ത്രിമാരും, ബ്രിട്ടീഷ് പാർലമെന്റിലെ ഇരുപത്തിരണ്ട് അംഗങ്ങൾ, മനുഷ്യാവകാശ സമിതി, അന്തർദേശീയ റെഡ് ക്രോസ് തുടങ്ങിയവരും ഉൾപ്പെട്ടിരുന്നു. ഏലി ഇവയെക്കുറിച്ച് അറിഞ്ഞിരുന്നെങ്കിൽ പതിനൊന്ന് വർഷങ്ങൾക്കു മുൻപ് സമാന സന്ദർഭത്തിൽ കെയ്റോയിലെ തന്റെ സുഹൃത്തുക്കളുടെ ജീവൻ രക്ഷിക്കാൻ കഴിയാതെ പോയതിനെക്കുറിച്ച് ഓർക്കുമായിരുന്നു.

മെയ് പതിനെട്ട് പാതിരാത്രിയിൽ തടവറ സൂക്ഷിപ്പുകാർ ഏലി കോഹനെ വിളിച്ചുണർത്തി. അവർ നീണ്ട ഒരു വെള്ളക്കുപ്പായം അയാളെ ധരിപ്പിച്ചു. അതിനുശേഷം കോഹനെ ദമാസ്കസ് ചന്തയിലെ നാൽക്കവലയിലേക്ക് കൊണ്ടുപോയി. അവിടെ വച്ച് കുടുംബത്തിനായി അവസാന കത്തെഴുതാൻ ഏലിയെ അനുവദിച്ചു. തുടർന്ന് ദമാസ്കസിലെ മുഖ്യ യഹൂദപുരോഹിതൻ നിസ്സിം അന്ദബൊയുമായി തെല്ലുനേരം സംസാരിച്ചു. തുടർന്ന് വധശിക്ഷ പ്രഖ്യാപിച്ചുകൊണ്ടുള്ള ഒരു വലിയ പോസ്റ്റർ ഏലി കോഹന്റെ നെഞ്ചിൽ ഒട്ടിച്ചു. ടെലിവിഷൻ ചാനലുകളുടെയും ഇതര മാധ്യമങ്ങളുടെയും

കാമറകൾ കൊലമരത്തിലേക്ക് നടന്നുകയറുന്ന ഏകാകിയായ ഏലിയുടെ ദൃശ്യം പകർത്തി. രണ്ടുനിര സൈനികർക്ക് ഇടയിലായിരുന്നു കൊലമരം.

ആരാച്ചാർ അവിടെ തയ്യാറായി നിന്നിരുന്നു. അയാൾ ധൃതിയിൽ ഏലിയെ കൊലക്കുരുക്ക് അണിയിച്ചു. എന്നിട്ട് ഉയരം കുറഞ്ഞ ഒരു പീഠത്തിൽ ഏലിയെ കയറ്റിനിർത്തി. തന്റെ മുന്നിലുണ്ടായിരുന്ന ജനക്കൂട്ടത്തെ ഏലി നിശ്ശബ്ദനായി മട്ടപ്പോടെ നോക്കി. ഒരു പരാജിതന്റെ ഭാവം അയാളുടെ മുഖത്ത് ഉണ്ടായിരുന്നില്ല. ജനക്കൂട്ടം ശ്വാസമടക്കിപ്പിടിച്ച് നിന്നു. പാദങ്ങൾക്കടിയിൽ നിന്നും പീഠം നീക്കപ്പെടുന്നതിന്റെ ഒച്ച അവിടെ കൂടിയിരുന്നവർ കേട്ടു. ഒരു ഇസ്രായേൽ ചാരന്റെ അന്ത്യം അവിടെ കൂടിയിരുന്നവർ ആഹ്ലാദത്തിമർപ്പോടെ കണ്ടുനിന്നു.

ദമാസ്കസിൽ ആ അസമയത്ത് ഉണർന്നെഴുന്നേറ്റ വലിയ ജനക്കൂട്ടങ്ങൾ അടുത്ത ആറുമണിക്കൂർ നേരത്തോളം ആ മൃതശരീരം കാണാനായി കൊലക്കളത്തിന് മുന്നിലൂടെ കടന്നുപൊയ്ക്കൊണ്ടിരുന്നു. ഇസ്രായേലിന്റെ നിശ്ശബ്ദത ഒറ്റ നിമിഷത്തിൽ ഉരിഞ്ഞുവീണു. അടുത്ത ചില മണിക്കൂറുകൾക്കുള്ളിൽ ഏലി കോഹൻ ഇസ്രായേലിന്റെ ദേശീയ വീരനായകനായി. ലക്ഷക്കണക്കിനാളുകൾ കോഹൻ കുടുംബത്തോടൊപ്പം ദുഃഖം പങ്കിടാനെത്തി. വിദ്യാലയങ്ങളും തെരുവുകളും ഉദ്യാനങ്ങളും ഏലി കോഹന്റെ പേരിൽ അറിയപ്പെട്ടു. നിരവധി ലേഖനങ്ങളും പുസ്തകങ്ങളും കോഹന്റെ വീരാപദാനങ്ങളുമായെത്തി. നാദിയ പിന്നീട് വിവാഹം ചെയ്തില്ല.

ഏലി കോഹന്റെ മരണം കഴിഞ്ഞ് അര നൂറ്റാണ്ടോളമായിട്ടും ആ മൃതദേഹം അർഹിക്കുന്ന മരണാനന്തര ചടങ്ങുകൾക്കായി സിറിയ വിട്ടുകൊടുത്തിട്ടില്ല. മൊസാദിന്റെ വീരനായകനായി ഏലി കോഹൻ കരുതപ്പെടുന്നു. എങ്കിലും ആരോപണത്തിന്റെ വിരൽത്തുമ്പ് മൊസാദിനുനേരെയും ചിലർ നീട്ടുന്നുണ്ട്. ഒട്ടും കരുതലില്ലാതെ ആവശ്യത്തിനും അനാവശ്യത്തിനും ഏലിയെ മൊസാദ് ഉപയോഗപ്പെടുത്തുകയായിരുന്നുവെന്ന് അവർ ആരോപിക്കുന്നു. ദിവസേന, ചിലപ്പോൾ ദിവസത്തിൽ രണ്ടു തവണ വീതം റിപ്പോർട്ടുകൾ അയക്കാൻ ഏലി കോഹൻ നിർബന്ധിക്കപ്പെട്ടിരുന്നു. സിറിയൻ പാർലമെന്റിലെ വാദപ്രതിവാദങ്ങളെല്ലാം ദിവസവും അറിയിക്കാൻ മൊസാദ് ഏലിയെ നിർബന്ധിച്ചു; ആ റിപ്പോർട്ടുകൾക്ക് തുച്ഛമായ പ്രസക്തിയോ പ്രാധാന്യമോ ഉണ്ടായിരുന്നുള്ളൂ. ഏലിയുടെ ജീവനെ അപകടത്തിലാക്കിയത് ഇത്തരം നിസ്സാരങ്ങളായ പ്രവർത്തികളായിരുന്നു.

ചാരന്മാർക്കിടയിലെ സമാനതകളില്ലാത്ത വ്യക്തിത്വമായിരുന്നു ഏലി കോഹന്റേത്. കോഹന്റെ തിരോധാനത്തോടെ ഉജ്ജ്വലരായ ചാരന്മാരുടെ കാലവും അവസാനിക്കുകയായിരുന്നു. അത്തരക്കാരുടെ അമിതമായ ആത്മവിശ്വാസവും അവരെ നിയന്ത്രിച്ചിരുന്നവരുടെ വകതിരിവില്ലാത്ത ആവശ്യങ്ങളുമാണ് ഒടുവിൽ അവരുടെ മരണത്തിൽ കലാശിച്ചത്.

അദ്ധ്യായം 10

"എനിക്കൊരു മിഗ്-21 വേണം!"

ഐസർ ഹാരെലിന്റെ പിൻഗാമിയായി മൊസാദിന്റെ തലപ്പത്തെത്തിയ മെയർ അമിത് ഒരു പ്രത്യേകതരം വ്യക്തിയായിരുന്നു. ഉറച്ച നിശ്ചയദാർഢ്യവും ചിലപ്പോൾ വെട്ടിത്തുറന്ന് പരുഷമായി പ്രതികരിക്കുന്ന സ്വഭാവവും ഉള്ളയാൾ. എങ്കിലും സ്നേഹമുള്ളയാളും വശ്യവചസ്സമായിരുന്നു. മാതൃകാസൈനികനും സ്നേഹിതരാൽ സമ്പന്നനും. മോഷെ ദയാൻ ഒരിക്കൽ പറഞ്ഞു, 'ജീവിതത്തിൽ എന്റെ ഏക സുഹൃത്തായിരുന്നു മെയർ അമിത്.'

മൊസാദിന്റെ നേതൃത്വത്തിൽ വന്ന പരിണാമങ്ങളെ അടയാളപ്പെടുത്തുന്നതായിരുന്നു മെയർ അമിതിന്റെ ജീവിതകഥ. റഷ്യയിൽ ജനിച്ചയാളായിരുന്നു ഐസർ ഹാരെൽ. ഇസ്രായേലിലെ ആദ്യ തലമുറ. മെയർ അമിത് ഇസ്രായേലിൽ പിറന്നുവളർന്നയാളായിരുന്നു. ഇസ്രായേലിലെ സൈനിക ജനറൽമാരുടെ നീണ്ടനിരയിലെ ആദ്യത്തെയാൾ. സൈനിക യൂണിഫോമിൽ ദീർഘകാലം കഴിഞ്ഞയാൾ ഇസ്രായേലിന്റെ ആദ്യ യുദ്ധങ്ങളിലെല്ലാം പങ്കെടുത്തയാളും. അതിനെല്ലാം ശേഷമാണ് മെയർ മൊസാദിലെത്തുന്നത്. ഒന്നിനും തടസ്സം ഉണ്ടാക്കാതെ, അധികം സംസാരിക്കാതെ, നിഗൂഢരും അജ്ഞാതരുമായി സ്വന്തം നിഴലിൽ കഴിഞ്ഞവരായിരുന്നു ആദ്യകാല മൊസാദ് തലവന്മാർ. മെയർ അമിത് ശരിക്കും ഒരു പട്ടാളക്കാരനായിരുന്നു. ധാരാളം ചങ്ങാതികളും സഹപ്രവർത്തകരും. മെയർ അവർക്ക് സുഹൃത്തും പ്രാപ്യനുമായിരുന്നു. അവർക്കിടയിൽ നിഗൂഢതകളൊന്നും നിലനിന്നില്ല. നിഴലുകളിൽ കഴിയുക എന്നത് അവർക്ക്

ശീലവുമായിരുന്നില്ല. ഐസറിനെപ്പോലുള്ളവർക്ക് വ്യക്തിപ്രഭാവവും നിഗൂഢതയും പരിവേഷമായി ഉണ്ടായിരുന്നുവെങ്കിൽ മെയറിനെപ്പോലുള്ള വർക്കുണ്ടായിരുന്നത് ഒളിവില്ലാത്ത പെരുമാറ്റവും പദവിയും യൂണിഫോമും അവർക്ക് നൽകിയിരുന്ന അധികാരവുമായിരുന്നു.

തിബേരിയാസിൽ ജനിച്ച് ജറുസലേമിൽ വളർന്ന് ഒടുവിൽ അലോനിം കാർഷിക ക്ലതസമൂഹത്തിന്റെ അംഗമായ ആളായിരുന്ന മെയർ അമിത്. ജീവിതത്തിന്റെ സിംഹഭാഗവും സൈനികക്കുപ്പായത്തിലായിരുന്നു. പതി നാറാമത്തെ വയസ്സിൽ ഹഗന്നായിൽ അംഗമായി. ഹഗന്നാ ഇസ്രായേലി പ്രതിരോധ സേനയായി മാറിയപ്പോൾ ബറ്റാലിയൻ കമാൻഡറായി. സ്വാതന്ത്ര്യയുദ്ധത്തിൽ മുറിവേറ്റു. അതിനെ അതിജീവിച്ച് സൈന്യത്തിൽ പടിപടിയായി ഉയർന്നു. സിനായ് യുദ്ധത്തിൽ വരേണ്യസേനയായ ഗോലാനി ബ്രിഗേഡിന്റെ തലവനായി. തുടർന്ന് തെക്കൻ മേഖലാ കമാൻഡറായി. അതിനുശേഷം കേന്ദ്ര കമാണ്ടിൽ അംഗമായി. സേനാ തലവനാകേണ്ടതായിരുന്നു. പക്ഷേ നിർഭാഗ്യം തലനീട്ടി. പാരച്യൂട്ടിൽ ചാടുമ്പോൾ കാലൊടിഞ്ഞ് മറ്റ് പരുക്കുകളുമായി അനങ്ങാനാവാതെ ദീർഘകാലം ആശുപത്രിയിലായി. ആരോഗ്യം വീണ്ടെടുത്തപ്പോൾ ഉന്നത പഠനത്തിനായി കൊളംബിയ സർവകലാശാലയിലേക്ക് പോയി. അതി നുശേഷമാണ് മെയർ അമിത് അമന്റെ തലവനായി നിയമിതനായത്. ആ പദവിയിലിരിക്കെയാണ് 1963 ഏപ്രിലിലെ ആ നാടകീയ സായാഹ ത്തിൽ പ്രധാനമന്ത്രി ബെൻ ഗുരിയോൺ അടിയന്തിരമായി ഐസർക്ക് പകരക്കാരനെ തേടുമ്പോൾ മെയർ അമിതിനെ കണ്ടെത്തുന്നത്.

മൊസാദിൽ മെയറുടെ ആദ്യ ചുവടുവയ്പുകൾ അത്ര സുഖകരമായിരു ന്നില്ല. ഐസർ ഹാരെലിന്റെ സഹപ്രവർത്തകർക്ക് വിശിഷ്യ, യാകോവ് കാറോസിനെപ്പോലുള്ളവർക്ക് മെയറുടെ ആത്മവിശ്വാസവും പെട്ടെന്നുള്ള തീരുമാനങ്ങളും ഒട്ടും സ്വീകാര്യമായിരുന്നില്ല. ചിലരൊക്കെ ഉടനെ രാജി വച്ചൊഴിഞ്ഞു; ചിലർ അൽപകാലം കാത്തുനിന്ന ശേഷം വിട്ടുപോയി. അമിതിന്റെ നേതൃത്വത്തിൽ മൊസാദിന്റെ തലപ്പത്ത് അഴിച്ചുപണി സജീവമായി. എങ്കിലും ഐസർ തന്റെ പിൻഗാമിയോട് ചെയ്തതുമായി താരതമ്യം ചെയ്യുമ്പോൾ മൊസാദിനുള്ളിലെ അന്തച്ഛിദ്രങ്ങൾ അത്ര ഗൗരവമുള്ളതല്ലായിരുന്നു.

1963-ലെ വസന്തകാലത്തിനൊടുവിൽ ബെൻ ഗുരിയോൺ പ്രധാന മന്ത്രി സ്ഥാനത്തുനിന്നും രാജിവച്ചു. പകരം ആ സ്ഥാനത്തെത്തിയത് പ്രതിരോധമന്ത്രിയും ബെൻ ഗുരിയോണിന്റെ അടുത്ത സഹപ്രവർത്തക നമായിരുന്ന ലെവി എഷ്കോൾ ആയിരുന്നു. എങ്കിലും എഷ്കോളിന്റെ പല നടപടികളും ബെൻ ഗുരിയോണിനെ പ്രകോപിതനാക്കുന്നതായിരുന്നു. അതിലൊന്നായിരുന്നു ഐസർ ഹാരെലിനെ ഇന്റലിജൻസ് വിഭാഗം ഉപദേശകനായി നിയമിച്ചത്. മൊസാദിൽ നിന്നും ഒഴിഞ്ഞുപോന്നത് ഐസറെ കോപാകുലനാക്കിയിരുന്നു. ആ കയ്പ് അയാൾ കളഞ്ഞില്ല.

മൊറോക്കോയുമായി മെയർ അടുത്തതും അവർക്ക് ചില സവിശേഷ ആനുകൂല്യങ്ങൾ നൽകിയതും ഐസറെ ചൊടിപ്പിച്ചു.

മൊറോക്കോയുമായി വളരെ അടുത്ത ബന്ധം മെയർ ഉണ്ടാക്കിയെടുത്തിരുന്നു. അതിനുള്ള മുന്നൊരുക്കങ്ങൾ ഐസറുടെ കാലത്ത് തന്നെ ആരംഭിച്ചിരുന്നു. യാക്കോവ് കാറോസും റാഫി ഐതനുമായിരുന്നു ആദ്യ ചുവടുകൾക്ക് പിന്നിൽ. 1963 തുടക്കത്തിൽ ഐസർ റാഫി ഐതനോട് പരമ രഹസ്യമായി പറഞ്ഞു: 'മൊറോക്കോയിലെ ഹസൻ രാജാവിന് ഒരു ഭയമുണ്ട്, അദ്ദേഹത്തിന്റെ പാശ്ചാത്യാനുകൂല നയങ്ങളോടുള്ള എതിർപ്പ് കാരണമായി ഈജിപ്ഷ്യൻ പ്രസിഡന്റ് നാസർ അദ്ദേഹത്തെ വധിക്കാൻ ഗൂഢാലോചന നടത്തുന്നുണ്ടെന്ന്. അതിനാൽ മൊസാദ് രാജാവിന്റെ സുരക്ഷിതത്വത്തിന്റെ ചുമതല വഹിക്കണമെന്ന് അദ്ദേഹം ആഗ്രഹിക്കുന്നു.'

സംഭവിക്കാൻ സാദ്ധ്യതയില്ലാത്ത ഒന്നായിരുന്നു അത്. ഒരു അറബ് രാജാവ് തന്റെ സുരക്ഷയ്ക്കായി ഇസ്രായേലിനെ സമീപിക്കുകയോ? പ്രായോഗികമതിയായ റാഫി ഐതനും മറ്റൊരു മൊസാദ് ഏജന്റായ ഡേവിഡ് ഷൊമ്രോനും വ്യാജ പാസ്പോർട്ടുമായി മൊറോക്കോയുടെ തലസ്ഥാനമായ റബാത്തിലേക്ക് പറന്നു. വിമാനത്താവളത്തിന്റെ രഹസ്യകവാടത്തിലൂടെ പുറത്തെത്തിച്ച് അവരെ രാജകൊട്ടാരത്തിലെത്തിച്ചു. അവിടെ അവർ അക്കാലത്തെ കരുത്തനായ നേതാവും ആഭ്യന്തര മന്ത്രിയുമായ ജനറൽ ഔഫ്കിറിനെ സന്ധിച്ചു. രാജവാഴ്ചയുടെ ശത്രുക്കളെ അതിക്രൂരമായി പീഡിപ്പിക്കുന്നതിലും മർദ്ദിക്കുന്നതിലും പേരുകേട്ടയാളായിരുന്നു ജനറൽ. ഭരണകൂടത്തിന്റെ നിരവധി പ്രതിയോഗികളുടെ അപ്രത്യക്ഷമാകലിനുപിന്നിൽ ഈ ജനറലാണെന്ന് സംശയിക്കപ്പെട്ടിരുന്നു. എങ്കിലും രാജാവിന്റെ ഏറ്റവും വിശ്വസ്തനായ അനുയായിയായിരുന്നു ജനറൽ ഔഫ്കിർ. ജനറലിന്റെ അനുമതിയില്ലാതെ മൊറോക്കോ ഒരുവിധ കരാറുകളിലും ഒപ്പുവച്ചിരുന്നില്ല. തന്റെ ഉപമന്ത്രിയായ കേണൽ ഡിൽമിയുമൊത്താണ് ജനറൽ അവിടെ എത്തിയത്.

അപ്പോൾ അവിടെവച്ചുതന്നെ റാഫി ഐതനും ഔഫ്കിറും ഒരു ധാരണയിലെത്തി. മൊസാദും മൊറോക്കൻ ഇന്റലിജൻസ് വിഭാഗവും അടുത്ത ബന്ധങ്ങൾ സ്ഥാപിക്കുമെന്നും ഇരുരാജ്യങ്ങളിലും പരസ്പരം കാര്യാലയങ്ങൾ സ്ഥാപിക്കുമെന്നും അവർ സമ്മതിച്ചു. മൊറോക്കൻ ഇന്റലിജൻസ് ഓഫീസർമാർക്ക് മൊസാദ് പരിശീലനം നൽകും. പകരമായി മൊസാദ് ഏജന്റുമാർക്ക് ലോകമെമ്പാടും പ്രവർത്തിക്കാനുള്ള സുരക്ഷിതമായ രേഖകൾ മൊറോക്കോ നൽകും. ഇസ്രായേലും മൊറോക്കോയും പരസ്പരം രഹസ്യവിവരങ്ങൾ കൈമാറുന്നതിനായി ഒരു പ്രത്യേക സംവിധാനം ഉണ്ടാക്കും. രാജാവിന്റെ അംഗരക്ഷകർക്ക് മൊസാദ് സവിശേഷ

പരിശീലനം നൽകും. രാജാവിനെ സന്ദർശിച്ച് അവിടെ വച്ചാണ് ഇരുകൂട്ടരും ഈ ധാരണാപത്രത്തിൽ ഒപ്പുവച്ചത്. ഐതൻ രാജാവിനെ താണു വണങ്ങുകയും അദ്ദേഹത്തിന്റെ കരം ആദരസൂചകമായി ചുംബിക്കുകയും ചെയ്തു. അങ്ങനെ അറബ് ലോകത്ത് ആദ്യമായി മൊസാദിന്/ഇസ്രായേലിന് ഒരു സഖ്യരാജ്യമുണ്ടായി.

രണ്ട് ആഴ്ചകൾക്ക് ശേഷം ജനറൽ ഔഫ്കിർ ഇസ്രായേലിലെത്തി. ടെൽ അവീവിലെ സൗകര്യസമ്പന്നവും കൊട്ടാരസമാനവുമായ അതിഥിമന്ദിരങ്ങൾ ജനറലിനായി തുറക്കപ്പെട്ടു. അത്യാഡംബര ഹോട്ടലുകളിൽ താമസസൗകര്യങ്ങൾ ഒരുക്കപ്പെട്ടു. അതൊന്നും കൂടാതെ ടെൽ അവീവിലെ വലിയ സൗകര്യങ്ങളൊന്നുമില്ലാത്ത റാഫി ഐതന്റെ മൂന്നുമുറി അപ്പാർട്ട്മെന്റിൽ തങ്ങാനും ജനറൽ ഔഫ്കിർ സമയം കണ്ടെത്തി. മൊസാദിന്റെ പുകൾപെറ്റ പാചകക്കാരൻ ഫിലിപ്പിനെ വിശിഷ്ടാതിഥിക്കായി ഭക്ഷ്യവിഭവങ്ങൾ തയ്യാറാക്കാൻ ഐതൻ അവിടെ എത്തിച്ചിരുന്നു. മൊറോക്കോയിലേക്ക് മടങ്ങിയ ജനറൽ വീണ്ടും സന്ദർശനത്തിനെത്തി. രണ്ട് ഇന്റലിജൻസ് വിഭാഗങ്ങൾക്കുമിടയിലെ സഹകരണം കൂടുതൽ ഇഴയടുപ്പമുള്ളതായി. ഈ സന്ദർഭത്തിലാണ് 1965-ൽ ഒരു പ്രത്യേക സഹായം മെയർ അമിതിനോട് അഭ്യർത്ഥിച്ചത്.

മൊറോക്കോയിലെ പ്രമുഖ പ്രതിപക്ഷ നേതാവും ഹസൻ രാജാവിന്റെ ഏറ്റവും അപകടകാരിയായ ശത്രുവും മെഹ്ദി ബെൻ ബർക്ക എന്നയാളായിരുന്നു. രാജാവിനെതിരെ ഗൂഢാലോചന നടത്തി എന്ന കുറ്റം ചുമത്തി അയാളെ നാടുകടത്തിയിരുന്നെങ്കിലും ഒളിവിൽ പാർത്തുകൊണ്ട് അയാൾ സർക്കാർ വിരുദ്ധ പ്രവർത്തനങ്ങളെ നയിക്കുന്നത് തുടർന്നിരുന്നു. അയാളുടെ അസാന്നിദ്ധ്യത്തിൽ തുടർന്ന കോടതി നടപടികൾ അയാളെ വധശിക്ഷയ്ക്ക് വിധിച്ചിരുന്നതിനാൽ ജീവൻ പണയം വച്ചാണ് അയാൾ സഞ്ചരിച്ചിരുന്നത്. ഔഫ്കിറിന്റെ ചാരന്മാർക്ക് എത്ര പരിശ്രമിച്ചിട്ടും ബെൻ ബർക്കയെ കണ്ടെത്താൻ കഴിഞ്ഞിരുന്നില്ല. ഈ കാര്യത്തിൽ മൊസാദിന് സഹായിക്കാനാവുമോ? അതായിരുന്നു അഭ്യർത്ഥന.

മെയറുടെ ആൾക്കാർ സഹായിക്കുകതന്നെ ചെയ്തു. സ്വിറ്റ്സർലൻഡിൽ പാർത്തിരുന്ന ബെൻ ബർക്കയുമായി മൊസാദ് അതിവിദഗ്ധമായി ബന്ധം സ്ഥാപിച്ചു. തുടർന്ന് ഒരു സുപ്രധാന മീറ്റിംഗിനായി പാരീസിലേക്ക് വരാൻ ക്ഷണിച്ചു. രഹസ്യമായി പാരീസിലെ ലെഫ്റ്റ് ബാങ്ക് എന്ന റസ്റ്റാറന്റിൽ മീറ്റിംഗിനെത്തിയ ബെൻ ബർക്കയെ രണ്ട് ഫ്രഞ്ച് പോലീസ് ഓഫീസർമാർ അറസ്റ്റ് ചെയ്തു. അവർ ഔഫ്കിറിന്റെ ശമ്പളം പറ്റുന്നവരായിരുന്നു. ഔഫ്കിറിന് അങ്ങനെ ബെൻ ബർക്കയെ കിട്ടി. അതിനുശേഷം ആരും അയാളെ കണ്ടിട്ടില്ല. ഔഫ്കിർ ബെൻ ബർക്കയെ കുത്തിക്കൊല്ലുന്നത് കണ്ടുവെന്ന് ഒരു സാക്ഷി പിന്നീട് വെളിപ്പെടുത്തി.

മെയർ അമിത് തന്നെ പ്രധാനമന്ത്രി എഷ്കോളിനോട് പറഞ്ഞത്: 'അയാൾ മരിച്ചു' എന്നായിരുന്നു.

ബെൻ ബർക്കയുടെ തിരോധാനം ഫ്രാൻസിൽ മുൻപ് ഉണ്ടായിട്ടില്ലാത്തവിധത്തിലുള്ള രാഷ്ട്രീയ കോളിളക്കങ്ങൾക്ക് കാരണമായി. പ്രസിഡന്റ് ഡിഗോൾ രോഷാകുലനായി. തട്ടിക്കൊണ്ടുപോകലിനുപിന്നിലെ ഇസ്രായേലിന്റെ പങ്ക് അദ്ദേഹത്തിന്റെ രോഷത്തെ പെരുപ്പിച്ചതേയുള്ളു. ഐസർ ഹാരെൽ അന്തംവിട്ടുപോയി. ഈ വിധമൊരു പ്രവൃത്തിയിൽ പങ്കുചേരാൻ മൊസാദിനെങ്ങനെ കഴിഞ്ഞുവെന്ന് അയാൾ ആശ്ചര്യപ്പെട്ടു. കുറ്റകരവും അധാർമ്മികവും ഫ്രാൻസുമായുള്ള ഇസ്രായേലിന്റെ ബന്ധങ്ങളെ ദോഷകരമായി ബാധിക്കുന്നതുമായ ഒരു പ്രവൃത്തിയിൽ പങ്കാളിയാവാൻ അമിതിന് എങ്ങനെ കഴിഞ്ഞു! പ്രധാനമന്ത്രി എഷ്കോൾ ആദ്യം മടിച്ചെങ്കിലും പിന്നീട് രണ്ട് അന്വേഷണ കമ്മീഷനുകളെ നിയമിച്ചു. പക്ഷേ അവ രണ്ടും അമിതിന്റെ ഭാഗത്ത് വീഴ്ചകളൊന്നും കണ്ടില്ല. ബെൻ ബർക്കയെ പാരീസിലേക്ക് വരുത്തിയതിൽ പങ്കുണ്ടെങ്കിലും തട്ടിക്കൊണ്ടുപോകലിലും കൊലപാതകത്തിലും അമിത് നിരപരാധിയെന്ന് കമ്മീഷനുകൾ റിപ്പോർട്ട് ചെയ്തു. ഐസർ ഉടനെ പദവി രാജിവച്ച് എഷ്കോളും അമിതും രാജി വയ്ക്കണമെന്ന് പരസ്യമായി ആവശ്യപ്പെട്ടു. മാധ്യമങ്ങളിലൂടെ ബഹളമുണ്ടാക്കാനും ആളെക്കൂട്ടാനും ഐസർ തുനിഞ്ഞെങ്കിലും സൈനിക സെൻസർഷിപ്പ് മൂലം അവയൊന്നും മാധ്യമങ്ങളിൽ വന്നില്ല.

അമിതുമായുള്ള വാക്പോര് ഐസർ തുടർന്നുവെങ്കിലും രംസദ് അതിനകം മറ്റൊരു സുപ്രധാന ദൗത്യം ഏറ്റെടുത്തുകഴിഞ്ഞിരുന്നു. ഇസ്രായേലിന്റെ താത്പ്പര്യങ്ങളെ സംബന്ധിച്ചിടത്തോളം നിർണ്ണായകമായ ഒന്നായിരുന്നു അത്. വടക്കൻ ഇറാഖിൽ അടിച്ചമർത്തപ്പെടുന്ന കുർദ്ദ് ന്യൂനപക്ഷവിഭാഗങ്ങളുമായി തന്ത്രപരമായ ബന്ധം വികസിപ്പിക്കുക എന്നതായിരുന്നു ആ ദൗത്യം.

തന്റെ ഓർമ്മക്കുറിപ്പുകളിൽ പിൽക്കാലത്ത് അമിത് എഴുതി: '1965 അവസാനത്തോടെ ഞങ്ങളുടെ സ്വപ്നം യാഥാർത്ഥ്യമാകാൻ തുടങ്ങി. അവിശ്വസനീയമായത് സംഭവിച്ചു. ഇസ്രായേലിന്റെ ഔദ്യോഗിക പ്രതിനിധി സംഘം കുർദ്ദ് വിമതപക്ഷത്തെ നേതാവായ മുള്ള മുസ്തഫാ ബർസാനിയുടെ നിയന്ത്രണത്തിലുള്ള വടക്കൻ ഇറാഖിലെ സ്വതന്ത്ര പ്രദേശത്ത് തമ്പടിച്ചു.

കുർദ്ദിസ്ഥാനിലേക്കുള്ള മൊസാദ് ഓഫീസർമാരുടെ വരവ് ഇസ്രായേലി ഇന്റലിജൻസ് വിഭാഗത്തിന്റെ വൻ വിജയമായി കരുതപ്പെട്ടു. അങ്ങനെ ഇറാഖിലെ മൂന്ന് പ്രബല വിഭാഗങ്ങളിൽ ഒന്നായ കുർദ്ദുകളുമായി ആദ്യമായി ഇസ്രായേൽ ബന്ധം സ്ഥാപിച്ചു. ഷിയാ, സുന്നി വിഭാഗങ്ങളായിരുന്നു ഇതരർ. ബാഗ്ദാദ് ഗവൺമെന്റിനെതിരെ നിരന്തരമായി സായുധ കലാപം നടത്തിക്കൊണ്ടിരിക്കുകയായിരുന്നു കുർദ്ദ് ജനതകൾ. ഇറാഖിനുള്ളിൽ അതിനകം വലിയൊരു പ്രദേശം ബർസാനി നയിച്ചിരുന്ന വിമതർ കൈ

യ്യടക്കിയിരുന്നു. കുർദ്ദ് പോരാളികളെ പരിശീലിപ്പിച്ച് സുസംഘടിത സൈനിക ശക്തിയായി മാറ്റാൻ മൊസാദിനായാൽ പ്രബലരായ ഇറാഖി സൈന്യം ആഭ്യന്തര പ്രശ്നങ്ങളിൽ ശ്രദ്ധ കേന്ദ്രീകരിക്കാനായി ഇസ്രായേലുമായുള്ള സംഘർഷത്തിൽ നിന്നും പിന്മാറുമെന്നായിരുന്നു ഇസ്രായേലിന്റെ കണക്കുകൂട്ടൽ. അങ്ങനെ കുർദ്ദുകളുമായുള്ള സഖ്യം ഇസ്രായേലിന് തന്ത്രപരമായി ഗുണകരമായ ഒന്നായിത്തീരുമെന്നും അവർ കരുതി.

കുർദ്ദിസ്ഥാനിൽ ആദ്യമായെത്തിയ രണ്ട് മൊസാദ് ഏജന്റുമാരും മൂന്നു മാസത്തോളം അവിടെ തങ്ങി. ബർസാനിയുടെ അടുത്ത മിത്രങ്ങളുടെ ഗണത്തിലേക്ക് അവർ സ്വീകരിക്കപ്പെട്ടു. അദ്ദേഹം പോയിടത്തെല്ലാം അവരെയും കൊണ്ടുപോയി. ഒന്നും രഹസ്യങ്ങളായി ഒളിപ്പിച്ചുമില്ല. ആ ആദ്യസമാഗമം കുർദ്ദുകൾക്കും ഇസ്രായേലിനും ഇടയിലെ ബന്ധങ്ങൾക്ക് അടുത്ത സഹകരണത്തിന്റേതായ ഒരടിത്തറ പാകുന്നതിൽ വിജയിച്ചു. അനേക വർഷങ്ങൾ ആ ബന്ധവും ഇഴയടുപ്പവും നീണ്ടുനിന്നു. ബർസാനിയും കുർദ്ദിഷ് സൈനിക കമ്മാൻഡർമാരും വൈകാതെ ഇസ്രായേൽ സന്ദർശിക്കാനെത്തി. മെയർ അമിതും അനുചരരും കുർദ്ദിസ്ഥാനിലും സന്ദർശനം നടത്തി. ഇസ്രായേൽ വിലപ്പെട്ട യുദ്ധോപകരണങ്ങൾ കുർദ്ദുകൾക്ക് നൽകി. അന്താരാഷ്ട്രവേദികളിൽ കുർദ്ദുകളുടെ താത്പ്പര്യങ്ങൾക്കായി പ്രവർത്തിച്ചു.

മൊസാദിന്റെ ഉന്നതനായ നേതാവ് ബെനി സീവിയായിരുന്നു കുർദ്ദിസ്ഥാൻ ആദ്യമായി സന്ദർശിച്ചത്. ഗർഭിണിയായ ഭാര്യയെ ലണ്ടനിൽ തനിച്ചാക്കിയിട്ടാണ് ബെനി സീവി ആ ദൗത്യത്തിന് നേതൃത്വം നൽകിയത്. അവരപ്പോൾ ആദ്യകുഞ്ഞിന്റെ വരവ് പ്രതീക്ഷിക്കുകയായിരുന്നു. അപ്പൻ ബർസാനിയുമായി കുന്നും കുഴികളും നിറഞ്ഞ പർവതങ്ങൾ താണ്ടുമ്പോളായിരുന്നു സിവിയുടെ ആദ്യജാതൻ നദേവ് പിറക്കുന്നത്. കോഡുഭാഷയിലുള്ള ഒരു ടെലിഗ്രാമാണ് ഈ വിവരവുമായി സീവിയെ തേടി കുർദ്ദിസ്ഥാനിലെത്തിയത്. മെയർ അമിത് തന്റെ ഒളിപ്പേരായ 'റിമോൺ' എന്ന പേരിലായിരുന്നു ആ ടെലിഗ്രാം അയച്ചത്. അതിൽ ഇപ്രകാരം എഴുതിയിരുന്നു: 'അമ്മയും കുഞ്ഞും സുഖമായിരിക്കുന്നു. മസാൽ തോവ്.'

കുഞ്ഞു പിറന്ന വിവരം ബർസാനി അറിഞ്ഞപ്പോൾ അയാൾ നാലു കല്ലുകളെടുത്ത് ഒരിടം അടയാളപ്പെടുത്തി. എന്നിട്ട് സീവിയോട് പറഞ്ഞു: 'നിന്റെ മകനുള്ള എന്റെ സമ്മാനമാണ് ഈ സ്ഥലം. നിന്റെ മകൻ വലുതായി ഞങ്ങളുടെ രാജ്യത്തേക്ക് വരുമ്പോൾ അവനിത് അവകാശമായി ലഭിക്കും.'

കുർദ്ദുകളുമായുള്ള മൊസാദിന്റെ ബന്ധങ്ങൾ ബലപ്പെട്ടുമ്പോൾ തന്നെ മെയർ അമിത് 'യാലോം (രത്നം)' എന്ന് പേരിട്ട മറ്റൊരു സുപ്രധാന ദൗത്യത്തിനായി നീക്കങ്ങൾ തുടങ്ങിയിരുന്നു. ഒരുപക്ഷേ അയാൾക്ക് ഏറ്റവും കൂടുതൽ അഭിമാനത്തിന് കാരണമായേക്കാവുന്ന ഒരു ദൗത്യം.

മരണത്തിന് തൊട്ടുമുൻപുള്ള വർഷം റമാത്ഗനിലെ വീട്ടിൽ വച്ച് പല തവണ ഞങ്ങൾ അമിതുമായി സന്ധിച്ചിരുന്നു. 'അന്ന് ഇസ്രായേലി എയർ ഫോഴ്സിന്റെ തലവനായിരുന്ന ജനറൽ എസെർ വൈസ്മാനുമായുള്ള എന്റെ സൗഹൃദ കൂടിച്ചേരലുകളിലെ സംഭാഷണങ്ങളിൽ നിന്നാണ് ഈ കഥ ആരംഭിക്കുന്നത്.' അങ്ങനെയാണ് അമിത് പറഞ്ഞുതുടങ്ങിയത്. 'രണ്ടോ മൂന്നോ ആഴ്ചകളിൽ ഒരിക്കൽ ഞങ്ങൾ പ്രാതലിനായി ഒരുമിച്ചുചേരുമായിരുന്നു. അങ്ങനെയുള്ള ഒരു പ്രാതൽ മധ്യേ ഞാൻ അദ്ദേഹത്തോട് ചോദിച്ചു രംസദ് എന്ന നിലയിൽ എനിക്കെന്താണ് അദ്ദേഹത്തിനായി ചെയ്യാനാവുകയെന്ന്. അദ്ദേഹത്തിന്റെ മറുപടി ഉടൻ വന്നു: 'മെയർ, എനിക്കൊരു മിഗ്-21 വിമാനം വേണം.'

'ഞാൻ ചോദിച്ചു, 'നിങ്ങൾക്ക് ഭ്രാന്തായിപ്പോയോ? പാശ്ചാത്യലോകത്തൊരിടത്തും മരുന്നിനുപോലും ഒരെണ്ണമില്ല.' അക്കാലത്ത് സോവിയറ്റ് യൂണിയന്റെ ഏറ്റവും ആധുനികമായ പോർവിമാനമായിരുന്നു മിഗ്-21. റഷ്യക്കാർ അറബി രാജ്യങ്ങളിൽ ചിലർക്ക് ആ വിമാനങ്ങൾ നൽകിയിരുന്നു.'

എന്നിട്ടും എസെർ ശാഠ്യത്തോടെ പറഞ്ഞു. 'നമുക്ക് ഒരു മിഗ്-21 പോർവിമാനം വേണം. എന്ത് ചെയ്തിട്ടായാലും നിങ്ങളത് സാധിക്കണം.'

അസാദ്ധ്യമെന്നുതന്നെ കരുതപ്പെട്ട ആ ദൗത്യം റെഹാവിയ വർദി എന്ന പരിചയസമ്പന്നനായ ഏജന്റിനെയാണ് മെയർ ഏൽപ്പിച്ചത്. ഇതിനു മുൻപ് ഇതേ ദൗത്യവുമായി ഈജിപ്തിലും സിറിയയിലും പോയ പരിചയവും റെഹാവിയയ്ക്കുണ്ട്. 'നിരവധി മാസങ്ങൾ ഞങ്ങൾ ഈ ലക്ഷ്യത്തിനായി ചെലവിട്ടു. ഒരു ആശയത്തെ പ്രവർത്തനത്തിനായുള്ള ബ്ലൂപ്രിന്റാക്കി പരിവർത്തിപ്പിക്കാൻ സാധിക്കുന്നില്ലെന്നതായിരുന്നു ഞങ്ങളുടെ പ്രതിസന്ധി.' വർഷങ്ങൾക്ക് ശേഷം റെഹാവിയ അപ്രകാരം പറയുകയുണ്ടായി.

ഒരു തുമ്പിനായി എല്ലാ അറബി രാഷ്ട്രങ്ങളിലേക്കും റെഹാവിയ തന്റെ ഏജന്റുമാരെ അയച്ചു. ചില ആഴ്ചകൾക്ക് ശേഷം ഇറാനിലെ ഇസ്രായേൽ എംബസിയിലെ മിലിട്ടറി അറ്റാഷെ യാക്കോവ് നിമ്രോദിയിൽ നിന്നും ഒരു റിപ്പോർട്ട് ലഭിച്ചു. മിഗ്-21 കടത്തിക്കൊണ്ടുവരാൻ തയ്യാറുള്ള ഒരു പൈലറ്റിനെ തനിക്കറിയാമെന്ന് യോസേഫ് ഷെമേഷ് എന്ന ഇറാഖി ജൂതൻ അവകാശപ്പെടുന്നു എന്നതായിരുന്നു ആ റിപ്പോർട്ടിന്റെ ഉള്ളടക്കം. അവിവാഹിതനും ചുറുചുറുക്കുള്ളവനും സുഖലോലുപനുമായ ഒരാളായിരുന്നു ഷെമേഷ്. ആളുകളുമായി ചങ്ങാത്തത്തിലാകാനും അവരുടെ വിശ്വാസം അതിവേഗം ആർജ്ജിക്കാനുമുള്ള അസാധാരണമായ കഴിവ് അയാൾക്കുണ്ടായിരുന്നു. 'മറ്റുള്ളവരുമായി ഇഴുകിച്ചേരാനും അവരെ താൻ ഉദ്ദേശിക്കുന്ന ദിശയിലേക്ക് പ്രേരിപ്പിച്ച് നയിക്കാനും അയാൾക്ക് കഴിയും.' നിമ്രോദി ഉറപ്പായി പറഞ്ഞു. 'ഇറാഖി പൈലറ്റിനെ തന്റെ ഭാഗത്തേക്ക് വളരെ പ്രൊഫഷണലായ ഒരാളെപ്പോലെ അയാൾ നയിക്കുകയായി

രുന്നു. ഒരു വർഷമെടുത്താണ് അയാൾ പൈലറ്റിനെ വലയിലാക്കിയത്. അയാൾക്ക് മാത്രമേ അതിന് കഴിയൂ. മറ്റൊരാൾക്കും അതിനാവില്ല.' ഷെമേഷിനെ നിരീക്ഷിക്കാൻ നിമ്രോദി തീരുമാനിച്ചു. അത്ര പ്രധാനപ്പെട്ടതല്ലാത്ത ചില കാര്യങ്ങൾക്കായി അയാളെ ചുമതലപ്പെടുത്തി. നിമ്രോദി ആവശ്യപ്പെട്ട വിവരങ്ങൾ അതിവിദഗ്ധമായി ഷെമേഷ് സമാഹരിച്ചു കൊണ്ടുവന്നു. അങ്ങനെയാണ് മിഗ്-21 വിഷയത്തിൽ മുന്നോട്ടുപോകാൻ ഷെമേഷിന് നിമ്രോദി പച്ചക്കൊടി കാണിച്ചത്.

ഷെമേഷിന് ബാഗ്ദാദിൽ ക്രിസ്ത്യാനിയായ ഒരു താത്ക്കാലിക ഭാര്യ ഉണ്ടായിരുന്നു. അവളുടെ സഹോദരി കമീലിന്റെ ഭർത്താവ് ഇറാഖി എയർ ഫോഴ്സിൽ പൈലറ്റായ മുനീർ റെദ്ഫ എന്നയാളായിരുന്നു. അയാളും ക്രൈസ്തവനായിരുന്നു. റെദ്ഫ നിരാശാഭരിതനായ ഒരു പൈലറ്റായിരുന്നുവെന്ന് ഷെമേഷിന് അറിയാമായിരുന്നു. വിദഗ്ധനായ പൈലറ്റായിരുന്നിട്ടും അയാൾക്ക് അംഗീകാരമോ ഉദ്യോഗക്കയറ്റമോ ലഭിച്ചിരുന്നില്ല. മികച്ച ചുമതലകളിൽ നിന്നും അയാൾ ഒഴിവാക്കപ്പെട്ടിരുന്നു. പഴയൊരു മിഗ്-21 യുദ്ധവിമാനം പറപ്പിച്ച് കുർദ്ദ് ഗ്രാമങ്ങളിൽ ബോംബ് വർഷിക്കുകയെന്നതായിരുന്നു അയാളുടെ ജോലി. മനസോടെയല്ല അയാൾ ആ ജോലി ചെയ്തിരുന്നത്. ഇതുവഴി താൻ അപമാനിതനാകുകയാണെന്ന് അയാൾ കരുതി. മേലധികാരികൾക്ക് പരാതി നൽകിയെങ്കിലും ഒരു ക്രൈസ്തവനാകയാൽ പ്രമോഷന് അർഹതയില്ലെന്നതായിരുന്നു അവരുടെ നിലപാട്. ഒരിക്കലും താൻ അർഹിക്കുന്ന സ്ക്വാഡ്രൻ ലീഡർ എന്ന സ്വപ്നപദവിയിൽ താൻ എത്തിച്ചേരാൻ പോകുന്നില്ലെന്ന് റെദ്ഫ മനസ്സിലാക്കി. വലിയ പ്രതീക്ഷകളും മോഹങ്ങളും ഉണ്ടായിരുന്ന ആ യുവപൈലറ്റിനെ അത് നിരാശയിലാഴ്ത്തി. ഇറാഖിൽ തുടർന്ന് ജീവിക്കുന്നതിൽ ഒരു കഥയുമില്ലെന്ന് അയാൾ ഗ്രഹിച്ചു.

നീണ്ട ഒരു വർഷത്തോളം ഷെമേഷ് ആ യുവപൈലറ്റുമായി ദീർഘമായി സംസാരിച്ചുകൊണ്ടേയിരുന്നു. അങ്ങനെയാണ് ഒടുവിൽ ആഥൻസിലേക്ക് ഒരു ചെറിയ സന്ദർശനത്തിന് വരാൻ അയാൾ സമ്മതിച്ചത്. ഷെമേഷ് തന്റെ സംഭാഷണ വൈദഗ്ധ്യമെല്ലാം ഉപയോഗപ്പെടുത്തി റെദ്ഫായുടെ ഭാര്യ ഗുരുതരമായി അസുഖബാധിതയാണെന്നും ഒരു പാശ്ചാത്യ ഡോക്ടറുടെ ചികിത്സയില്ലാതെ അവൾ രക്ഷപെടില്ലെന്നും റെദ്ഫയുടെ മേലധികാരികളെ ബോദ്ധ്യപ്പെടുത്തി. അങ്ങനെയാണ് ഗ്രീസിലെ ആഥൻസിലേക്ക് ചികിത്സയ്ക്കായി ഭാര്യയുമായി പോകാൻ റെദ്ഫയ്ക്ക് അനുമതി ലഭിച്ചത്. റെദ്ഫയ്ക്കല്ലാതെ കുടുംബത്തിൽ മറ്റാർക്കും ഇംഗ്ലീഷ് അറിയില്ല എന്ന കാരണത്തിന്റെ പിൻബലത്തിലാണ് ഭാര്യയ്ക്കൊപ്പം റെദ്ഫയ്ക്കും പോകാൻ അനുവാദം ആവശ്യപ്പെട്ടു.

ഗവൺമെന്റ് വഴങ്ങി. അനുമതി നൽകി. ഒടുവിൽ മുനീർ റെദ്ഫയും ഭാര്യയും ആഥൻസിലെത്തി. അവിടെവെച്ച് ഇസ്രായേലി എയർ ഫോഴ്സിൽ പൈലറ്റായ കേണൽ സീവ് ലിറോണിനെ അവർ കണ്ടുമുട്ടി. യഹൂദ കൂട്ട

ക്കുരുതിയിൽ നിന്നും രക്ഷപെട്ട പോളണ്ടുകാരനായ യഹൂദനായിരുന്നു കേണൽ സീവ് ലിറോൺ. എയർ ഫോഴ്സ് ഇന്റലിജൻസ് വിഭാഗത്തിന്റെ തലവനായിരുന്നു അയാൾ. റെദ്ഫയുടെ കാര്യത്തിൽ സഹായിക്കാനായി മൊസാദ് ആഥൻസിലേക്ക് അയച്ചതായിരുന്നു അയാളെ. ലിറോണും റെദ്ഫയും പലതവണ സമ്മേളിച്ചു. കൊച്ചുവർത്തമാനങ്ങളിലൂടെ കൂട്ടുകാരായി. ഒരു കമ്യൂണിസ്റ്റ് വിരുദ്ധ സംഘടനയ്ക്ക് വേണ്ടി പ്രവർത്തിക്കുന്ന പോളണ്ടുകാരനായ ഒരു പൈലറ്റാണെന്നാണ് അയാൾ പരിചയപ്പെടുത്തിയത്. തന്റെ കുടുംബത്തെക്കുറിച്ചും ഇറാഖിലെ സുഖകരമല്ലാത്ത ജീവിതത്തെക്കുറിച്ചും കുർദ്ദ് ഗ്രാമങ്ങൾ ബോംബ് ചെയ്യാൻ പതിവായി തന്നെ അയക്കാറുള്ള മേലുദ്യോഗസ്ഥന്മാരെക്കുറിച്ചുമെല്ലാം റെദ്ഫ സംസാരിച്ചു. ആരോഗ്യമുള്ള കുർദ്ദ് പുരുഷന്മാരെല്ലാം യുദ്ധ മുന്നണിയിലാണ്. ഗ്രാമങ്ങളിൽ അവശേഷിക്കുന്നത് സ്ത്രീകളും കുഞ്ഞുങ്ങളും വൃദ്ധരും മാത്രം. അവരെ കൊല്ലാനാണ് ഞാൻ നിയോഗിക്കപ്പെട്ടിരിക്കുന്നത്. ഇറാഖ് എന്നേയ്ക്കുമായി ഉപേക്ഷിക്കാൻ റെദ്ഫയെ പ്രേരിപ്പിച്ചത് ഇതെല്ലാമായിരുന്നു.

മൊസാദിന്റെ നിർദ്ദേശാനുസരണം ഒരു കുഞ്ഞുഗ്രീക്ക് ദ്വീപിലേക്ക് മുനീർ റെദ്ഫയെ ലിറോൺ ക്ഷണിച്ചു. റെദ്ഫയ്ക്ക് മൊസാദ് നൽകിയ പേരായിരുന്നു ഡയമണ്ട്. ശാന്തമായ ആ ദ്വീപിലും റെദ്ഫയും ലിറോണും സംഭാഷണം തുടർന്നു. അതിനകം അവർ അടുത്ത ചങ്ങാതിമാരായിക്കഴിഞ്ഞിരുന്നു. വളരെ വൈകിയ ഒരു സായാഹ്നത്തിൽ ലിറോൺ റെദ്ഫയോട് ചോദിച്ചു, വിമാനവുമായി അയാൾ കടന്നുകളഞ്ഞാൽ എന്ത് സംഭവിക്കുമെന്ന്.

'അവരെന്നെ കൊല്ലും.' റെദ്ഫ പറഞ്ഞു. 'മാത്രവുമല്ല എനിക്ക് അഭയം നൽകാൻ ഒരു രാജ്യവും ഈ ലോകത്തിലില്ലല്ലോ.'

'വിടർന്ന കരങ്ങളോടെ നിങ്ങളെ സ്വീകരിക്കാൻ തയ്യാറായ ഒരു രാജ്യമുണ്ട്.' അത്രയും പറഞ്ഞ് ലിറോൺ അയാളോട് സത്യം പറഞ്ഞു. റെദ്ഫ ആശ്ചര്യഭരിതനായി.

'ഞാൻ പോളണ്ടുകാരനല്ല. ഇസ്രായേലി പൈലറ്റാണ്.'

അവിടെ പിന്നീടുണ്ടായത് ദീർഘമായ ഒരു നിശ്ശബ്ദതയായിരുന്നു.

'നമുക്കിതിനെക്കുറിച്ചെല്ലാം നാളെ സംസാരിക്കാം.' ആ രാത്രി പിരിയുമ്പോൾ അങ്ങനെയാണ് ലിറോൺ റെദ്ഫയോട് പറഞ്ഞത്. ലിറോണിന്റെ ഓഫർ സ്വീകരിക്കാൻ തയ്യാറാണെന്ന് അടുത്ത പ്രഭാതത്തിൽ റെദ്ഫ പറഞ്ഞു. തുടർന്ന് കൂറുമാറ്റത്തിനുള്ള നിബന്ധനകളെക്കുറിച്ചും റെദ്ഫ എപ്രകാരം സമ്മാനിതനാകും എന്നതിനെക്കുറിച്ചുമെല്ലാം അവർ സംസാരിച്ചു.

റെദ്ഫ ഒന്നിലും അത്യാഗ്രഹം പ്രകടിപ്പിച്ചില്ല. 'റെദ്ഫയ്ക്ക് വലിയൊരു തുക ഓഫർ ചെയ്യാൻ മെയർ അമിത് എന്നെ ചുമതലപ്പെടുത്തിയിരുന്നു' ലിറോൺ പിന്നീട് വെളിപ്പെടുത്തി. ആവശ്യമെങ്കിൽ തുക ഇരട്ടിപ്പിക്കാനും മെയർ പറഞ്ഞിരുന്നു. അതൊന്നും വേണ്ടിവന്നില്ല. റെദ്ഫ ആദ്യ ഓഫർ

തന്നെ ഉടനെ സ്വീകരിക്കുകയായിരുന്നു. കുടുംബത്തെയും ഇസ്രായേലിലേക്ക് കൊണ്ടുപോരാമെന്നും ഞങ്ങൾ സമ്മതിച്ചു.'

ആ ഗ്രീക് ദ്വീപിൽ നിന്നും അവർ റോമിലേക്ക് പറന്നു. ബാഗ്ദാദിൽ നിന്നും ഷെമേഷും താത്ക്കാലിക ഭാര്യയും അവിടെ എത്തിയിരുന്നു. ചില ദിവസങ്ങൾക്ക് ശേഷം എയർ ഫോഴ്സ് ഇന്റലിജൻസ് വിഭാഗത്തിലെ ഗവേഷകനായ യെഹൂദ പൊറാട്ട് അവിടെയെത്തി. റെദ്ഫയിൽ നിന്നും വിവരങ്ങൾ സമാഹരിക്കുകയായിരുന്നു അയാളുടെ ചുമതല.

പൊറാട്ട് പിന്നീട് അത് ഓർത്തെടുത്തത് ഇപ്രകാരമായിരുന്നു: 'ഭവ്യതയും അനുഭാവവുമുള്ള പെരുമാറ്റമായിരുന്നു അയാളുടേത്. ആദരവ് തോന്നിപ്പിക്കുന്ന ഒരാൾ. ധീരൻ, പക്ഷേ സംഭാഷണ പ്രിയനായിരുന്നില്ല. ഇത്തരം സന്ദർഭങ്ങളിൽ വന്നുപെടുന്ന മറ്റുള്ളവർക്കുള്ള വൈകാരിക പിരിമുറുക്കങ്ങളൊന്നും അയാൾക്കുണ്ടായിരുന്നില്ല.'

റോമിൽ വച്ച് ലിറോണും റെദ്ഫയും പരസ്പരം ബന്ധപ്പെടാനും ആശയ വിനിമയം നടത്താനുമുള്ള മാർഗ്ഗങ്ങൾ ചർച്ച ചെയ്തു. കോൾ ഇസ്രായേൽ എന്ന റേഡിയോയുടെ അറബി പ്രക്ഷേപണത്തിന്റെ ഭാഗമായി ജനപ്രിയ അറബിപ്പാട്ടായ 'മർഹബ് തേൻ മർഹബ് തേൻ' കേട്ടാൽ അത് റെദ്ഫയ്ക്ക് പുറപ്പെടാനുള്ള അടയാളമായി കണക്കാക്കണമെന്ന് നിശ്ചയിച്ചു. റോമിലെ പല കഫേകളിലായി ഇസ്രായേൽ പ്രതിനിധികളുമായി കണ്ടുമുട്ടുമ്പോളെല്ലാം മൊസാദിന്റെ ഉന്നതരാൽ താൻ നിരീക്ഷിക്കപ്പെടുകയായിരുന്നുവെന്ന കാര്യം റെദ്ഫ അറിഞ്ഞില്ല.

മെയർ അമിതുമായുള്ള ഞങ്ങളുടെ കൂടിക്കാഴ്ചയ്ക്കിടയ്ക്ക് അദ്ദേഹത്തിന്റെ രചനയായ 'ഹെഡ് ഓൺ' എന്ന പുസ്തകത്തിൽ നിന്നും ഒരു ഖണ്ഡിക നിർബന്ധപൂർവ്വം ഞങ്ങളെ വായിച്ചുകേൾപ്പിച്ചു. റോമിലെ ഒരു കഫേയിലേക്ക് ഈ സംഘം കടന്നുവരുന്നതിനെക്കുറിച്ചുള്ള വിവരണം ആയിരുന്നു അത്. 'കാലിൽ ചെറിയ പരുക്ക് ഉള്ളതിനാൽ വള്ളിച്ചെരുപ്പ് ധരിച്ച ദ്യൂതകാമുകൻ (ഷെമേഷ്), അയാളുടെ കാമുകിയും (അവരിൽ എന്ത് ആകർഷണീയതയാണ് അയാൾ കണ്ടതെന്ന് എനിക്ക് മനസ്സിലായില്ല), പിന്നെ ഡയമണ്ടും (മുനിർ റെദ്ഫയുടെ രഹസ്യപ്പേർ അതായിരുന്നു), പൊക്കം കുറഞ്ഞ വിരിഞ്ഞ തോളുകളോടുകൂടി ബലിഷ്ഠനായ, ഗൗരവമുള്ള ഒരാൾ. അവർ നിരീക്ഷിക്കപ്പെടുന്നുണ്ടെന്നത് അവർക്കറിയാമായിരുന്നില്ല.'

ഡയമണ്ട് വിശ്വസിക്കാൻ കൊള്ളാവുന്ന ഒരാളാണെന്ന് സ്വയം ബോദ്ധ്യപ്പെടും വരെ ദൗത്യവുമായി അടുത്ത ഘട്ടത്തിലേക്ക് പോകാനുള്ള അനുമതി റെഹാവിയ വർദിക്ക് അമിത് നൽകിയില്ല. റെദ്ഫയെ ഇസ്രായേലിൽ കൊണ്ടുവന്ന് വേണ്ട നിർദ്ദേശങ്ങൾ അവിടെവച്ച് നേരിട്ട് നൽകുക എന്നതായിരുന്നു അടുത്ത ഘട്ടം. ടെൽ അവീവിലേക്കുള്ള വിമാനത്തിനായി ലിറോണും റെദ്ഫയും ആഥൻസിൽ മടങ്ങിയെത്തി. പക്ഷേ ആഥൻസിൽ വച്ചുണ്ടായ ഒരു അബദ്ധം പരിപാടി ആകെ തകിടം മറി

ക്കമായിരുന്നു. ടെൽ അവീവിലേക്കുള്ള വിമാനത്തിനുപകരം റെദ്ഫ കയറിയത് കെയ്റോയിലേക്കുള്ള വിമാനത്തിലായിരുന്നു. ലിറോൺ വിമാനത്തിൽ കയറിക്കഴിഞ്ഞാണ് റെദ്ഫ ഒപ്പമില്ലെന്ന കാര്യം ശ്രദ്ധിച്ചത്.

'ഞാനാകെ പരിഭ്രാന്തനായി.' ലിറോൺ പിന്നീട് പറഞ്ഞു, 'എല്ലാം നഷ്ടമായിക്കഴിഞ്ഞുവെന്ന് എനിക്ക് ഉറപ്പായിരുന്നു. പക്ഷേ തെല്ലുനേരം കഴിഞ്ഞപ്പോൾ മുനീർ റെദ്ഫ എന്റെ അരികിലെത്തി. കെയ്റോ വിമാനത്തിലെ ജോലിക്കാർ ആളെണ്ണം എടുത്തപ്പോൾ ഒരാൾ അധികമായി കണ്ടു. ടിക്കറ്റുകൾ പരിശോധിച്ചപ്പോൾ ഒരു യാത്രികൻ ടെൽ അവീവിലേക്കുള്ളതാണെന്ന് മനസ്സിലാക്കി ശരിയായ വിമാനത്തിലേക്ക് അയക്കുകയായിരുന്നു.'

ഇരുപത്തിനാല് മണിക്കൂറുകൾ മാത്രമേ റെദ്ഫ ടെൽ അവീവിൽ ഉണ്ടായിരുന്നുള്ളൂ. അയാൾക്ക് വേണ്ട നിർദ്ദേശങ്ങൾ നൽകി. ഒരു റിഹേഴ്സലും ഒരുക്കിയിരുന്നു. മൊസാദ് കോമ്പൗണ്ടിൽ വച്ച് അയാൾക്ക് ആവശ്യമായ രഹസ്യ കോഡുകൾ കൈമാറി. പുതിയ സുഹൃത്തുക്കൾ സായാഹ്ന സവാരിക്കായി അയാളെ ഏറ്റവും തിരക്കേറിയ അലൻബി തെരുവിൽ കൊണ്ടുപോയി. സ്വന്തക്കാർക്കിടയിലാണെന്ന ആത്മവിശ്വാസം ഉറപ്പിക്കാനായി വൈകുന്നേരം ജഫായിലെ മികച്ച റസ്റ്റാറന്റിൽ അയാൾക്കായി വിരുന്നും ഒരുക്കിയിരുന്നു.

റെദ്ഫ ആഥൻസിലേക്ക് തിരിച്ച് പറന്നു. അവിടെ നിന്നും വിമാനം മാറിക്കയറി അവസാന ഘട്ടത്തിനായി ബാഗ്ദാദിൽ മടങ്ങിയെത്തി.

'പക്ഷേ അവസാന ഘട്ടം എനിക്ക് ഹൃദയസ്തംഭനം ഉണ്ടാകുമെന്ന് തോന്നിപ്പോയി.' അമിത് ഓർക്കുന്നു, 'വിമാനവുമായി ഇങ്ങോട്ട് പറക്കുന്നതിന് ചില ദിവസങ്ങൾക്ക് മുൻപ് വീട്ടിലെ ഫർണിച്ചറുകളെല്ലാം വിൽക്കാൻ ആ ഇറാഖി പൈലറ്റ് തീരുമാനിച്ചു. ഒരു യുദ്ധവിമാനത്തിന്റെ പൈലറ്റ് വീട്ടുസാധനങ്ങളെല്ലാം പെട്ടെന്ന് വിൽക്കുന്നത് എന്തിനാണെന്ന സംശയം ഇറാഖി രഹസ്യപ്പോലീസിനുണ്ടായാൽ സകല പദ്ധതികളും തകരുമായിരുന്നു. അവർ അയാളെ അറസ്റ്റ് ചെയ്യും, ചോദ്യം ചെയ്യും, വിവരങ്ങൾ വെളിപ്പെടും, സകലവും തകർന്ന് തരിപ്പണമാകും. ദൈവത്തിന് സ്തുതി! ആ മണ്ടൻ പിശുക്കന്റെ കച്ചവടം രഹസ്യപ്പോലീസിന്റെ ശ്രദ്ധയിൽ വന്നില്ല.....'

അപ്പോൾ മറ്റൊരു പ്രശ്നം പൊന്തിവന്നു. റെദ്ഫയുടെ കുടുംബത്തെ എങ്ങനെ ഇറാഖിന് വെളിയിലെത്തിക്കും? ആദ്യം ഇംഗ്ലണ്ടിലേക്കും അവിടെനിന്നും അമേരിക്കയിലേക്കുമോ? സഹോദരിമാരും അവരുടെ കുടുംബങ്ങളുമൊക്കെയായി വലിയൊരു കുടുംബമായിരുന്നു റെദ്ഫയുടേത്. അവരെയൊക്കെയും അയാൾ വിമാനവുമായി പറന്നുപോരുന്നതിനു മുൻപ് പുറത്തേക്ക് കൊണ്ടുവരണമായിരുന്നു. റെദ്ഫയുടെ ഭാര്യയ്ക്ക് അപ്പോഴും ഇതൊന്നും അറിയുമായിരുന്നില്ല. അവരോട് കാര്യങ്ങൾ തുറന്നുപറയാൻ

റെദ്ഫയും ആശങ്കപ്പെട്ടു. അതിനാൽ തങ്ങൾ നീണ്ടൊരു കാലത്തേക്ക് യൂറോപ്പിലേക്ക് പോവുകയാണെന്ന് മാത്രമേ അവരോട് പറഞ്ഞുള്ളൂ. രണ്ട് കുട്ടികളുമായി അവർ ആംസ്റ്റർഡാമിലേക്ക് പറന്നു. മൊസാദിന്റെ പ്രതിനിധികൾ അവിടെ അവർക്കായി കാത്തുനിന്നിരുന്നു. അവർ അവരെ ലിറോണിനെ കാണാനായി കൂട്ടിക്കൊണ്ടുപോയി. അപ്പോഴും തന്നോടൊപ്പമുള്ളവർ ആരാണെന്ന് അവർക്ക് മനസ്സിലായിരുന്നില്ല.

'ഇരട്ടക്കിടക്കകളുള്ള ഒരു ചെറിയ അപ്പാർട്ട്മെന്റിലാണ് അവർക്ക് താമസം ഒരുക്കിയിരുന്നത്.' ലിറോൺ ഓർത്തെടുത്തു. 'ഞങ്ങൾ കിടക്കയിലിരിക്കുകയായിരുന്നു. ഇസ്രായേലിലേക്ക് പോകുന്നതിന്റെ തലേന്ന് ഞാൻ സത്യമെല്ലാം തുറന്നുപറഞ്ഞു. ഞാൻ ഒരു ഇസ്രായേലി ഓഫീസറാണെന്നും അവരുടെ ഭർത്താവ് അടുത്തദിവസം ഇസ്രായേലിലെത്തുമെന്നും അവരും ഇസ്രായേലിലേക്ക് പോവുകയാണെന്നും ഞാൻ പറഞ്ഞു.'

അവരുടെ പ്രതികരണം തികച്ചും അപ്രതീക്ഷിതവും നാടകീയവുമായിരുന്നു. 'ആ രാത്രി മുഴുവനും അവർ കരയുകയും ശപിക്കുകയും ചെയ്തു.' ലിറോണിന്റെ റിപ്പോർട്ടിൽ ഇതെല്ലാം ഉണ്ടായിരുന്നു, 'തന്റെ ഭർത്താവ് ഒരു രാജ്യദ്രോഹിയാണെന്ന് അവർ പറഞ്ഞു. ഇറാഖിനെതിരായ ദേശദ്രോഹമാണിത്. ഇതറിഞ്ഞുകഴിയുമ്പോൾ തന്റെ സഹോദരന്മാർ റെദ്ഫയെ കൊന്നുകളയുമെന്നും അവർ പറഞ്ഞു.'

'തനിക്ക് ഉടനെ ഇറാഖി എംബസ്സിയിലേക്ക് പോകണമെന്നും തന്റെ ഭർത്താവ് ചെയ്യാൻ പോകുന്ന പ്രവൃത്തിയെക്കുറിച്ച് അവരോട് പറയണമെന്നും അവർ ആവശ്യപ്പെട്ടു. രാത്രിമുഴുവൻ ഇടതടവില്ലാതെ അവർ കരയുകയും ശപിക്കുകയും അട്ടഹസിക്കുകയും ചെയ്തുകൊണ്ടിരുന്നു. അവരെ ശാന്തയാക്കുവാൻ ഞാൻ പരിശ്രമിച്ചു. അവർക്ക് ഭർത്താവിനെ കാണണമെങ്കിൽ എന്നോടൊപ്പം ഇസ്രായേലിലേക്ക് വരണമെന്ന് ഞാൻ തുറന്നുപറഞ്ഞു. അതല്ലാതെ മറ്റൊരു പോംവഴിയും ഇല്ലെന്ന് അവർ മനസ്സിലാക്കി. കരഞ്ഞുവീർത്ത കണ്ണുകളും അസുഖബാധിതയായ കുഞ്ഞുമായി അവർ എന്നോടൊപ്പം വിമാനത്തിൽ കയറി. വിമാനം ഇസ്രായേലിലേക്ക് പറന്നു.'

1966 ജൂലായ് പതിനേഴാം തീയതി യൂറോപ്പിലെ മൊസാദ് കേന്ദ്രങ്ങളിലൊന്നിൽ കോഡുകൾ ഉപയോഗിച്ച് അയച്ച ഒരു സന്ദേശം റെദ്ഫയിൽ നിന്നും ലഭിച്ചു. തന്റെ വിമാനം ഇസ്രായേലിനോട് അടുക്കയാണെന്നായിരുന്നു അതിലെഴുതിയിരുന്നത്. ആഗസ്റ്റ് പതിനാലിന് റെദ്ഫയുടെ വിമാനം താവളത്തിൽ നിന്നും പറന്നുയർന്നു. പക്ഷേ വിമാനത്തിന്റെ വൈദ്യുതി കണക്ഷനുകളിൽ ഉണ്ടായ ചെറിയ തകരാറ് അയാളെ തിരിച്ചിറങ്ങാൻ നിർബന്ധിതനാക്കി. അത് നിസ്സാരമായ ഒന്നാണെന്ന് പിന്നീട് മനസ്സിലായെങ്കിലും, ഒരുവിധത്തിലുള്ള അപകടസാദ്ധ്യതയ്ക്കും അയാൾ തയ്യാറായിരുന്നില്ല. കത്തിയെരിഞ്ഞ ഫ്യൂസിൽ നിന്നും ഉയർന്ന പുക

കോക്പിറ്റിൽ നിറയുകയായിരുന്നു. അത് വകവക്കാതെ പറക്കുന്നത് തുടർന്നിരുന്നുവെങ്കിൽ അപകടമൊന്നും കൂടാതെ അയാൾ ലക്ഷ്യത്തിലെത്തുമായിരുന്നു. അമിത് അതേക്കുറിച്ച് പറഞ്ഞത്: 'ഒരുവിധ റിസ്കും എടുക്കാൻ അയാൾ തയ്യാറായിരുന്നില്ല. അതുകൊണ്ടാണ് അയാൾ തിരിച്ചിറങ്ങിയത്. എന്റെ മുടി കുറച്ചുകൂടി നരച്ചത് മിച്ചം.'

രണ്ട് ദിവസങ്ങൾ കഴിഞ്ഞപ്പോൾ മുനീർ റെദ്ഫ വീണ്ടും ടേക് ഓഫ് ചെയ്തു. മുൻകൂട്ടി നിശ്ചയിച്ചിരുന്ന പാതയിലൂടെ അയാൾ പറന്നു. അധികം വൈകാതെ ഇസ്രായേലിന്റെ റഡാറിൽ ഒരു പൊട്ടുപോലെ ആ വിമാനം പ്രത്യക്ഷമായി. ശത്രുവിമാനം ഇസ്രായേലിന്റെ ആകാശ അതിരുകൾ ലംഘിച്ച് കടന്നുകയറിയതിന്റെ സൂചനയായിരുന്നു അത്. ഇസ്രായേൽ എയർ ഫോഴ്സ് തലവൻ ജനറൽ മൊർദേക്കായി വളരെ കുറച്ച് പൈലറ്റുമാരെ മാത്രമേ ഈ വിഷയത്തിൽ വിശ്വാസത്തിലെടുത്തിരുന്നുള്ളൂ. അവരായിരുന്നു ഇറാഖി വിമാനത്തെ അനുധാവനം ചെയ്ത് ഇസ്രായേലി താവളത്തിൽ എത്തിക്കേണ്ടിയിരുന്നത്. മറ്റ് യൂണിറ്റുകൾ, പൈലറ്റുമാർ, സ്ക്വാഡ്രണുകൾ, താവളങ്ങളിലെ ഇതരർ തുടങ്ങിയവർക്കെല്ലാം കർശനമായ ആജ്ഞ മൊർദേക്കായി നൽകിയിരുന്നു. 'ഇന്ന് എന്നിൽ നിന്നും വാക്കാലുള്ള നിർദ്ദേശം കൂടാതെ ആരും ഒന്നും ചെയ്തുപോകരുത്. എന്റെ സ്വരം നിങ്ങൾക്ക് പരിചിതമാണല്ലോ.' അതിജാഗ്രതാവാനായ ഏതെങ്കിലും ഒരു സേനാംഗം 'ശത്രുവിമാനം' അതിർത്തി ലംഘിച്ച് കടന്നുകയറുന്നത് കണ്ട് അതിനെ വെടിവച്ചിട്ടുമോയെന്ന ആശങ്ക മൊർദേക്കായിക്ക് ഉണ്ടായിരുന്നു.

മിഗ്-21 വിമാനം ഇസ്രായേലിന്റെ ആകാശാതിരുകൾ തുളച്ച് കടന്നു വന്നു. റെദ്ഫയ്ക്കുള്ള എസ്കോർട്ടായി നിയോഗിച്ചിരുന്നത് പരിചയ സമ്പന്നനായ റാൻ പെക്കർ എന്ന വൈമാനികനെയായിരുന്നു. 'നമ്മുടെ അതിഥി വേഗത കുറക്കുകയാണ്'' റാൻ എയർ ഫോഴ്സ് കൺട്രോൾ ടവറിനെ അറിയിച്ചു. 'വിരൽ ഉപയോഗിച്ച് സിഗ്നൽ നൽകി ഇറങ്ങാൻ അനുവാദം ചോദിക്കുന്നു; വിമാനത്തിന്റെ ചിറകുകൾ ചരിച്ച് താൻ ശത്രുവല്ലെന്നും സമാധാനം ആഗ്രഹിക്കുന്നുവെന്നും അറിയിക്കുന്നു.' സമാധാനം സൂചിപ്പിക്കാനായി വിമാനത്തിന്റെ ചിറക് ചെരിക്കുകയെന്നത് അന്താരാഷ്ട്ര ചിഹ്നമായിരുന്നു. ഇറാഖിൽ നിന്നും പറന്നുയർന്ന് അറുപത്തിയഞ്ച് മിനിറ്റുകൾക്ക് ശേഷം രാവിലെ കൃത്യം എട്ട് മണിക്ക് റെദ്ഫ ഇസ്രായേലിലെ ഹാത്സോർ താവളത്തിൽ വിമാനമിറക്കി.

ദൗത്യം ആരംഭിച്ച് ഒരു വർഷം കഴിഞ്ഞപ്പോൾ, അതായത് 1967-ലെ ആറുദിവസ യുദ്ധം കഴിഞ്ഞ് പത്തുമാസങ്ങൾ കഴിഞ്ഞപ്പോൾ ഇസ്രായേലി എയർ ഫോഴ്സിന് അവരുടെ ആദ്യ മിഗ്-21 വിമാനം ലഭിച്ചു. ആകാശാതിർത്തിയിൽ നിന്നും മിഗിനെ അനുധാവനം ചെയ്തെത്തിയ രണ്ട് മിറാഷ് വിമാനങ്ങളും ഒപ്പം നിലത്തിറങ്ങി. മെയർ അമിതും അനുചരരും അസാ

ദ്ധ്യമായത് സാദ്ധ്യമാക്കി. സോവിയറ്റ് യൂണിയന്റെ ആയുധപ്പുരയുടെ തിലകക്കുറിയായി പരിഗണിക്കപ്പെട്ടിരുന്ന മിഗ് വിമാനങ്ങളെ പാശ്ചാത്യ സേനകൾ വലിയ ഭീഷണിയായാണ് കണ്ടിരുന്നത്. അതാണ് ഇപ്പോൾ ഇസ്രായേലിന്റെ കൈവശം എത്തിയിരിക്കുന്നത്.

വിമാനം ഇറങ്ങിയ ശേഷം ചിന്താക്ലാന്തനും പരിഭ്രാന്തനുമായി കാണപ്പെട്ട മുനീർ റെദ്ഫയെ ഹാത്സോർ വിമാനത്താവളത്തിന്റെ കമാൻഡറുടെ വീട്ടിലേക്കാണ് കൊണ്ടുപോയത്. നിരവധി ഉന്നത ഓഫീസർമാർ ചേർന്ന് അവിടെ അയാൾക്കായി ഒരു വിരുന്ന് ഒരുക്കിയിരുന്നു. സത്യത്തിൽ അത് റെദ്ഫയുടെ അന്നേരത്തെ മനോനിലയെ ഒട്ടും പരിഗണിക്കാതെ അനവസരത്തിലുള്ള ഒരു ചടങ്ങായിരുന്നു.

'ആ വിരുന്ന് മുനീർ റെദ്ഫയെ അമ്പരപ്പിക്കുക തന്നെ ചെയ്തു. മറ്റാരുടെയോ വിവാഹവിരുന്നിൽ അറിയാതെ ചെന്നുപെട്ട ഒരാളെപ്പോലെയായിരുന്നു അയാളപ്പോൾ.' മെയർ അതിനെ ഓർത്തെടുക്കുന്നത് അങ്ങനെയാണ്. 'ഒരു മൂലയിൽ നിശ്ശബ്ദനായി അനങ്ങാതിരിക്കുകയായിരുന്നു റെദ്ഫ.'

ഭാര്യയും കുഞ്ഞുങ്ങളും ഇസ്രായേലിലേക്കുള്ള വിമാനത്തിൽ കയറിക്കഴിഞ്ഞുവെന്നും വൈകാതെ ടെൽ അവീവിലെത്തുമെന്നും ഉറപ്പ് നൽകിക്കഴിഞ്ഞപ്പോൾ റെദ്ഫ കുറച്ചുസമയം വിശ്രമിച്ചു. അതിനുശേഷം പത്രസമ്മേളനത്തിൽ പങ്കെടുത്തു. ക്രൈസ്തവർ ഇറാഖിൽ നേരിടുന്ന വിവേചനങ്ങളും പീഡനങ്ങളും കുർദ്ദുകളെ ബോംബുചെയ്യുന്നതും താൻ കൂറുമാറുന്നതിനുള്ള കാരണങ്ങളായി റെദ്ഫ പ്രസ്താവനയിൽ ചൂണ്ടിക്കാട്ടി.

പത്രസമ്മേളനത്തിനുശേഷം റെദ്ഫയെ ഹെസ്ലിയ പട്ടണത്തിലേക്ക് കൊണ്ടുപോയി. ടെൽ അവീവിന് വടക്കുള്ള ഒരു കടൽത്തീര പട്ടണമായിരുന്നു അത്. അവിടെയായിരുന്നു അയാൾക്കും കുടുംബത്തിനും പാർപ്പിടം ഒരുക്കിയിരുന്നത്. മെയർ അതേക്കുറിച്ച് എഴുതിയിരിക്കുന്നത് ഇപ്രകാരമാണ്: 'മുനീറിനെ ശാന്തനാക്കുവാനും ഉത്സാഹഭരിതനാക്കാനുമായി ഞങ്ങൾ കഴിയാവുന്നതെല്ലാം ചെയ്തു. അയാളുടെമേൽ അഭിനന്ദനങ്ങൾ വർഷിച്ചു. മുനീറും കുടുംബവും സാധാരണ നിലയിലെത്താനും പിരിമുറുക്കങ്ങളിൽ നിന്നുമെല്ലാം മോചിതരാകാനുമായി എന്നാൽ കഴിയുന്നതെല്ലാം ചെയ്യാമെന്ന് ഞാൻ അവർക്ക് വാക്ക് കൊടുത്തു. എങ്കിലും മുനീറിന്റെ കുടുംബം പ്രശ്നഭരിതമാകയാൽ അടുത്ത ഘട്ടത്തെക്കുറിച്ച് എനിക്ക് ആശങ്കകളുണ്ടായിരുന്നു.'

മുനീർ മിഗ് വിമാനവുമായി ഹാത്സോർ വന്നിറങ്ങിയതിനുശേഷം ചില ദിവസങ്ങൾ കഴിഞ്ഞപ്പോൾ ഇറാഖി സൈന്യത്തിൽ ഓഫീസറായ മുനീറിന്റെ ഭാര്യാ സഹോദരൻ ഇസ്രായേലിൽ എത്തി. ഷെമേഷും അയാളുടെ പ്രണയിനിയായ കമിലയും ഒപ്പമുണ്ടായിരുന്നു. ആ സൈനികോദ്യോഗസ്ഥൻ കലിതുള്ളി കിറുക്ക് പിടിച്ചവനെപ്പോലെയായിരുന്നു. സഹോദരിക്ക് തീരെ സുഖമില്ല, അവൾ യൂറോപ്പിൽ രോഗശയ്യയിലാ

ണെന്ന് തെറ്റിദ്ധരിച്ചാണ് അയാളെ അവിടെയെത്തിച്ചത്. യൂറോപ്പിനു പകരം അയാളെ എത്തിച്ചത് ഇസ്രായേലിലായിരുന്നു. മുനീറിനെ കണ്ടതോടെ അയാൾ പൊട്ടിത്തെറിച്ചു. രാജ്യദ്രോഹിയെന്നും വഞ്ചകനെന്നും വിളിച്ച് അയാളുടെ മേൽ ചാടിവീണു. ഭർത്താവിന്റെ ദുഷ്പ്രവർത്തികൾ അറിഞ്ഞിരുന്നിട്ടും എല്ലാം ഒളിപ്പിച്ചവളെന്ന് സഹോദരിയെ ആക്ഷേപിച്ചു. ഉച്ചരിക്കാൻ പോലും വെറുക്കുന്ന കുറ്റകൃത്യത്തിനാണ് അവൾ കൂട്ടുനിന്നതെന്ന് ആരോപിച്ചു. മുനീറിന്റെ ഭാര്യ അതെല്ലാം നിഷേധിക്കാൻ ഒരുമ്പെട്ടെങ്കിലും അതെല്ലാം നിഷ്പ്രയോജനകരമായിരുന്നു. കുറച്ച് ദിവസങ്ങൾക്ക് ശേഷം അയാൾ ഇസ്രായേലിൽ നിന്നും മടങ്ങിപ്പോയി.

ഇസ്രായേലിലെ ഏറ്റവും മികച്ച ടെസ്റ്റ് പൈലറ്റും പ്രശസ്തനായ എയർഫോഴ്സ് പൈലറ്റുമായിരുന്ന ഡാനി ഷപിറയാണ് മിഗ് വിമാനം ആദ്യമായി പറപ്പിച്ചത്. വിമാനം ഇസ്രായേലിൽ ഇറങ്ങി അടുത്ത ദിവസം മൊർദേക്കായി ഡാനിയെ വിളിപ്പിച്ച് പറഞ്ഞു: 'ഒരു മിഗ്-21 വിമാനം പറപ്പിക്കാൻ ഭാഗ്യം ലഭിച്ച പ്രഥമ പാശ്ചാത്യ വൈമാനികനാണ് നിങ്ങൾ. വിമാനത്തെക്കുറിച്ച് പഠിക്കുക. എത്രത്തോളം സാദ്ധ്യമോ അത്രത്തോളം പറപ്പിക്കുക. വിമാനത്തിന്റെ ബലവും ദൗർബല്യവും മനസ്സിലാക്കുക.'

ഷപിറയും റെദ്ഫയും കണ്ടുമുട്ടി. 'ഇസ്രായേലെത്തി കുറച്ചുദിവസങ്ങൾക്കകം ഞങ്ങൾ കണ്ടുമുട്ടിയിരുന്നു. എന്നെ പരിചയപ്പെടുത്തിയയുടനെ അയാൾ എഴുന്നേറ്റ് അറ്റൻഷനായി നിന്നു. പിന്നീട് ഹാത്സോർ വിമാനത്താവളത്തിൽ മിഗ് വിമാനത്തിനരുകിലായിട്ടായിരുന്നു ഞങ്ങൾ സന്ധിച്ചത്. വിമാനത്തിന്റെ സ്വിച്ചുകളെല്ലാം എനിക്ക് പരിചയപ്പെടുത്തി. റഷ്യനിലും അറബിയിലുമായുള്ള ലേബലുകളും എനിക്ക് വിശദമാക്കിത്തന്നു. ഏകദേശം ഒരു മണിക്കൂർ കഴിഞ്ഞപ്പോൾ ഞാൻ പറഞ്ഞു, ഞാൻ വിമാനം പറപ്പിക്കാൻ പോവുകയാണെന്ന്. അയാൾ ആശ്ചര്യഭരിതനായിപ്പോയി.' അയാൾ എന്നോട് ചോദിച്ചു, 'ഈ പരിശീലനം പൂർത്തിയാക്കാതെ നിങ്ങൾ പറക്കാൻ ഒരുമ്പെടുകയാണോ!.' ഞാൻ ഒരു ടെസ്റ്റ് പൈലറ്റാണെന്നും അതിനാൽ ഇത്രയും പരിചയം മതിയെന്നും പറഞ്ഞെങ്കിലും അയാളുടെ ആശങ്ക ഒഴിഞ്ഞില്ല. അതിനാൽ ഞാൻ വിമാനം ഉയർത്തുന്നതുവരെ അതിനരികിൽ തന്നെ നിന്നു.

ഇസ്രായേലി എയർ ഫോഴ്സിലെ എല്ലാ സീനിയർ ഓഫീസർമാരും കന്നിപ്പറക്കലിന് സാക്ഷികളാകാനായി ഹാത്സോർ വിമാനത്താവളത്തിൽ എത്തിയിരുന്നു. അടുത്തകാലം വരെ എയർഫോഴ്സ് തലവനായിരുന്ന ജനറൽ എസർ വൈസ്മാനും അക്കൂട്ടത്തിലുണ്ടായിരുന്നു. ഷാപിറ അത് ഓർക്കുന്നുണ്ട്, 'എസർ സമീപത്തെത്തി എന്റെ തോളിൽ തട്ടി. എന്നിട്ട് പറഞ്ഞു, ഡാനി, സൂത്രങ്ങളൊന്നും വേണ്ട. ഭദ്രമായി വിമാനം തിരിച്ചിറക്കുക, ഓകെ?'

'മുനീർ റെദ്ഫയും അവിടെ ഉണ്ടായിരുന്നു. ഞാൻ അനായാസമായി വിമാനം ഉയർത്തി. ത്തെല്ലുനേരം പറപ്പിച്ചു. പിന്നെ തിരിച്ചിറക്കി. ലാൻഡ് ചെയ്ത ശേഷം ഞാൻ പുറത്തിറങ്ങിയപ്പോൾ റെദ്ഫ അടുത്തെത്തി എന്നെ പുണർന്നു. അയാളുടെ മിഴികൾ ഈറനായിരുന്നു. അയാൾ പറഞ്ഞു, 'നിങ്ങളെപ്പോലുള്ള പൈലറ്റുകൾ ഉള്ളകാലത്തോളം അറബികൾക്ക് ഒരിക്കലും നിങ്ങളെ തോൽപ്പിക്കാനാവില്ല.'

കുറച്ച് പരീക്ഷണപ്പറക്കലുകൾ കഴിഞ്ഞപ്പോൾ പാശ്ചാത്യ വിദഗ്ധർക്ക് മനസ്സിലായി എന്തുകൊണ്ടാണ് മിഗ്-21 അത്രയധികം മതിക്കപ്പെടുന്നതെന്ന്. ഏറെ വേഗത്തിൽ ഏറെ ഉയരത്തിൽ മിഗിന് പറക്കാനാകും. എന്നിട്ടും ഫ്രഞ്ച്-ഇസ്രായേൽ നിർമ്മിതിയായ മിറാഷ് മൂന്നിനെക്കാളും ഒരു ടൺ ഭാരം അതിന് കുറവായിരുന്നു.

ലോക മാധ്യമങ്ങളിലെല്ലാം മിഗ്-21 ദൗത്യം വിജയകരമായത് വലിയ തലക്കെട്ടുകൾ നേടി. അമേരിക്കക്കാർ വിസ്മയിച്ചുപോയി. വൈകാതെ അവർ ഇസ്രായേലിലേക്ക് സാങ്കേതിക വിദഗ്ധരുടെ ഒരു പ്രതിനിധി സംഘത്തെ അയച്ച് വിമാനത്തെ പഠനവിധേയമാക്കാനും പറപ്പിക്കാനുമുള്ള അനുവാദം ആവശ്യപ്പെട്ടു. പക്ഷേ ഇസ്രായേൽ അതിനനുവദിച്ചില്ല. സോവിയറ്റ് നിർമ്മിത സാം-2 മിസൈലുകളെ സംബന്ധിക്കുന്ന അമേരിക്കയുടെ സാങ്കേതിക ജ്ഞാനവും ഡ്രോയിംഗുകളും ഇസ്രായേലുമായി പങ്കുവയ്ക്കാതെ മിഗിനെ തൊടാൻപോലും സമ്മതിക്കില്ലെന്ന് അവർ ശഠിച്ചു. ഒടുവിൽ അമേരിക്കയ്ക്ക് വഴങ്ങേണ്ടിവന്നു. അതിനുശേഷമാണ് മിഗ്21 പരിശോധിക്കാനും പറപ്പിക്കാനും ഇസ്രായേൽ അമേരിക്കൻ വിദഗ്ധരെ അനുവദിച്ചത്.

മിഗ്-21 വിമാനത്തിന്റെ സാങ്കേതിക രഹസ്യങ്ങൾ അറിയാനായത് ഇസ്രായേലി എയർഫോഴ്സിനെ സംബന്ധിച്ചിടത്തോളം വലിയൊരു കുതിപ്പായിരുന്നു. പോർമുഖങ്ങളിൽ മിഗ് വിമാനങ്ങളെ നേർക്കുനേർ സന്ധിക്കുമ്പോൾ അതു നിർണ്ണായകമായ അറിവായി. പത്ത് മാസങ്ങൾക്ക് ശേഷം 1967 ജൂണിലെ ആറുദിവസ യുദ്ധത്തിൽ അത് സംഭവിക്കുകയും ചെയ്തു. അറബ് വ്യോമശക്തിയെ നേരിടാനും ഈജിപ്ഷ്യൻ എയർഫോഴ്സിനെ മണിക്കൂറുകൾക്കുള്ളിൽ പാടേ നശിപ്പിക്കാനും ഇസ്രായേലിനെ പ്രാപ്തമാക്കിയതിൽ മിഗ് വിമാനത്തിന്റെ പങ്ക് വലുതായിരുന്നു.

മൊസാദിനും ഇസ്രായേലി എയർഫോഴ്സിനും അഭിമാനകരമായ വിജയം നേടാനായെങ്കിലും മുനീർ റെദ്ഫയും കുടുംബവും അതിന് വലിയ വില നൽകേണ്ടിവന്നു. 'ഇസ്രായേലിൽ എത്തിയതിനുശേഷം മുനീറിന് ജീവിതം കഠിനവും ദുരിതമയവും ആയിരുന്നു.' ഒരു സീനിയർ മൊസാദ് ഉദ്യോഗസ്ഥൻ ഓർക്കുന്നത് അങ്ങനെയാണ്. 'ജന്മനാട് ഉപേക്ഷിച്ച് വന്ന ഒരു ഏജന്റിനെ സംബന്ധിച്ചിടത്തോളം പുതിയൊരു ജീവിതം കെട്ടിപ്പടുക്കുകയെന്നത് ഏറെക്കുറെ അസാദ്ധ്യമായ ഒരു കാര്യമായിരുന്നു.

പ്രതീക്ഷകൾ തകർന്ന ഒരാളായി മുനീർ മാറി. അയാളുടെ കുടുംബവും പലതും സഹിക്കേണ്ടിവന്നു. ഇതിന്റെയെല്ലാം ഫലമായി ആ കുടുംബം തകർന്നപോലെയായി.'

ഇസ്രായേലിനെ സ്വന്തം വീടാക്കിമാറ്റാൻ മുനീർ മൂന്നുവർഷം കഠിനമായി ഉത്സാഹിച്ചു. ഇസ്രായേലി എണ്ണക്കമ്പനികൾക്കായി ഡക്കോട്ട ചരക്ക് വിമാനങ്ങൾ പറപ്പിക്കുന്ന പൈലറ്റായി ജോലിചെയ്തു. ഇറാനിയൻ അഭയാർത്ഥികൾ പാർക്കുന്നയിടത്ത് അവരിൽ ഒന്നായി അയാളുടെ കുടുംബം പൊതുശ്രദ്ധയിൽ നിന്നും ഒഴിഞ്ഞ് ജീവിച്ചു. ഭക്തയായ ക്ത്തോലിക്കാ വിശ്വാസിയായിരുന്ന മുനീറിന്റെ ഭാര്യയ്ക്ക് അവിടെ സുഹൃത്തുക്കളെ കണ്ടെത്താൻ വിഷമമായിരുന്നു. അവർ ഒറ്റപ്പെടുന്നതായി തോന്നി. ഇസ്രായേലിലെ ജീവിതവുമായി ആ കുടുംബത്തിന് ഇണങ്ങിപ്പോകാൻ കഴിഞ്ഞില്ല. ഒടുവിൽ വ്യാജപ്പേരിൽ അവർ ഒരു പാശ്ചാത്യരാജ്യത്തേക്ക് കുടിയേറി. ബന്ധുക്കളും സുഹൃത്തുക്കളും ഇല്ലാതെ സുരക്ഷാസേനയുടെ കൺവെട്ടത്തിൽ ഏകാകികളായി ഇറാഖി രഹസ്യപ്പോലീസിനെ സദാ ഭയന്ന് അവർ ജീവിച്ചു.

ഇറാഖ് വിട്ട് ഇരുപത് വർഷങ്ങൾക്ക് ശേഷം 1988 ആഗസ്റ്റിൽ അപ്രതീക്ഷിതമായ ഒരു ഹൃദയാഘാതത്തിൽ മുനീർ റെദ്ഫ അന്തരിച്ചു. കണ്ണുനീരോടെ അയാളുടെ ഭാര്യ മെയർ അമിതിനെ വിളിച്ചു. മെയർ വർഷങ്ങൾക്ക് മുൻപേ മൊസാദ് വിട്ടിരുന്നു. വീടിന്റെ രണ്ടാം നിലയിൽ നിന്നും താഴേക്കിറങ്ങിവന്ന് മകനോട് ചേർന്നുനിൽക്കുമ്പോൾ കുഴഞ്ഞുവീണ് മരിച്ചു എന്നാണ് അവർ അമിതിനെ അറിയിച്ചത്.

മുനീർ റെദ്ഫയ്ക്കായി മൊസാദ് അനുസ്മരണ ശുശ്രൂഷ സംഘടിപ്പിച്ചു. നിരവധി പേർ പങ്കെടുത്തു. മൊസാദിന്റെ പരിചയസമ്പന്നരായ മിക്കവർക്കും കണ്ണുനീർ അടക്കാനായില്ല. സീവ് ലിറോൺ പിന്നീട് പറഞ്ഞു: 'അവിശ്വസനീയമായ ഒരു കാഴ്ചയായിരുന്നു അത്. ഒരു ഇറാഖി പൈലറ്റിനായി മൊസാദ് കണ്ണീർ വാർക്കുക...!'

മിഗ്-21 സ്വായത്തമാക്കുന്നതിലും തുടർന്നുണ്ടായ ആറുദിവസയുദ്ധത്തിലും മികച്ച വിജയം നേടിക്കഴിഞ്ഞപ്പോൾ മറ്റൊരു നേട്ടത്തിനായി മെയർ അമിത് ഒരുങ്ങി. യുദ്ധത്തിനുശേഷം തടവുകാരുടെ കൈമാറ്റം ചർച്ച ചെയ്യുമ്പോൾ ലാവോൺ സംഭവത്തെത്തുടർന്ന് ഈജിപ്തിന്റെ തടവറയിൽ വർഷങ്ങളായി കഴിയുന്നവരുടെ മോചനക്കാര്യവും ഉന്നയിക്കണമെന്ന് അമിത് തന്റെ മേലുദ്യോഗസ്ഥരോട് ആവശ്യപ്പെട്ടു. പതിമൂന്ന് വർഷങ്ങളായി തടവിൽ ദുരിതം അനുഭവിക്കുന്ന യുവതടവുകാരെ എല്ലാവരും മറന്നിരിക്കുകയായിരുന്നു. അവരുടെ കാര്യത്തിൽ ഈജിപ്തും തികഞ്ഞ നിസ്സഹകരണമാണ് പുലർത്തിപ്പോന്നിരുന്നത്. എല്ലാവരും അവരെ

മറക്കുന്നുവെന്ന് അമിത് കുറ്റപ്പെടുത്തി. ആറുദിവസയുദ്ധത്തിന്റെ തകർപ്പൻ വിജയം ഇസ്രായേലിന് എല്ലാവിധത്തിലും മേൽക്കൈ നൽകിയിരുന്നു. 4338 ഈജിപ്ഷ്യൻ സൈനികരെ ഇസ്രായേൽ തടവിൽപ്പിടിച്ചിരുന്നു. ഒപ്പം 830 സാധാരണക്കാരെയും—11 ഇസ്രായേലികൾ മാത്രമാണ് ഈജിപ്തിന്റെ തടവിൽ ഉണ്ടായിരുന്നത്. എന്നിട്ടും ലാവോൺ തടവുകാരെ മോചിപ്പിക്കാൻ ഈജിപ്ത് വിസമ്മതിച്ചു. ആ വിഷയം ചർച്ചയിൽ ഉൾക്കൊള്ളിക്കുന്നതിനുപോലും അവർ തയ്യാറായില്ല.

മെയർ അതങ്ങനെ വിടാൻ ഒരുക്കമായിരുന്നില്ല. അത് മറന്നുകളയുന്നതാണ് നല്ലതെന്ന് പ്രതിരോധ മന്ത്രിയായിരുന്ന മോഷെ ദയാൻ തന്റെ സുഹൃത്ത് കൂടിയായ മെയർ അമിതിനോട് പറഞ്ഞു, 'ഈജിപ്തുകാർ ഒരിക്കലും അവരെ വിട്ടയക്കുകയില്ല.' പ്രധാന മന്ത്രി എഷ്കോളും അതോട് യോജിച്ചു. എന്നിട്ടും മെയർ നിശ്ശബ്ദനാകാൻ വിസമ്മതിക്കുകയായിരുന്നു. ഈജിപ്ഷ്യൻ പ്രസിഡന്റ് നാസറിന് ''ഒരു പട്ടാളക്കാരൻ മറ്റൊരു പട്ടാളക്കാരനോട്'' എന്ന രീതിയിൽ മെയർ വ്യക്തിപരമായ ഒരു കത്തെഴുതി. ലാവോൺ സംഭവത്തിൽ അറസ്റ്റ് ചെയ്യപ്പെട്ടവരെയും ജർമ്മൻ ശാസ്ത്രജ്ഞന്മാരുടെ കാര്യത്തിൽ പിടിക്കപ്പെട്ട വോൾഫാങ് ലൂട്സിനെയും വിട്ടയക്കണമെന്ന് ആ കത്തിൽ മെയർ അമിത് ആവശ്യപ്പെട്ടു.

തടവുകാരെ വിട്ടയക്കുന്നതിനായി സിറിയയുമായും ഒരു ഉടമ്പടിക്ക് മെയർ ഇടപെട്ടു. ഈ കൂടിയാലോചനകളിൽ വ്യക്തിപരമായ താത്പര്യം തന്നെ മെയർ പുലർത്തി. ദീർഘകാലമായി ലെബനനിലെ തടവറയിൽ കഴിയുന്ന മൊസാദ് ഏജന്റ് ഷുല കോഹന്റെ മോചനത്തിനായി സിറിയ ഇടപെടണമെന്നായിരുന്നു മെയർ ആവശ്യപ്പെട്ടത്. ഒരു സാധാരണ വീട്ടമ്മയായിരുന്ന ഷുല കോഹൻ ലെബനനിലെയും സിറിയയിലെയും ഉന്നത നേതാക്കളുമായി ബന്ധങ്ങൾ സ്ഥാപിച്ച് ലെബനനിലും സിറിയയിലുമായി ദുരിതജീവിതം നയിച്ചിരുന്ന ആയിരക്കണക്കിന് യഹൂദരെ ഇസ്രായേലിലേക്ക് കടത്തിക്കൊണ്ടുവരികയും അതിനായി ഒരു ചാരശൃംഖല വിജയകരമായി പ്രവർത്തിപ്പിക്കുകയും ചെയ്തുകൊണ്ടിരിക്കെയാണ് പിടിക്കപ്പെട്ടത്. സകലരെയും ആശ്ചര്യപ്പെടുത്തിക്കൊണ്ട് ഈജിപ്ഷ്യൻ പ്രസിഡന്റ് നാസർ മെയറുടെ അഭ്യർത്ഥന സ്വീകരിച്ചു. താമസിയാതെ സിറിയയും മെയർ ആഗ്രഹിച്ച വഴിയിൽ വന്നു. മെയർ അമിത് തന്റെ ദൗത്യത്തിൽ വിജയിയായി. രഹസ്യമായി നടന്ന ഒരു കൈമാറലിലൂടെ ലാവോൺ തടവുകാരും ലൂട്സും ഷുല കോഹനും ഇസ്രായേലിലേക്ക് സ്വതന്ത്രരായി മടങ്ങിയെത്തി.

ചിലപ്പോഴെങ്കിലും സ്വന്തം പൗരന്മാരെ നാട്ടിലെത്തിക്കുന്നത് ഏറ്റവും സാർത്ഥകമായ പ്രവൃത്തിയായി മാറുന്നുണ്ട്.

അദ്ധ്യായം 11

ഒരിക്കലും മറക്കാത്തവർ

നാൽപ്പതുകളുടെ മദ്ധ്യത്തിലെത്തി, കഷണ്ടി കയറി, ബലിഷ്ഠനായ, സൺഗ്ലാസ്സ് ധരിച്ച ഒരാൾ 1964 സെപ്റ്റംബർ ആദ്യം പാരീസിൽ നിന്നുമുള്ള എക്സ്പ്രസ് ട്രെയിനിൽ ഹോളണ്ടിലെ റോട്ടർഡാം റെയിൽവേ സ്റ്റേഷനിൽ വന്നിറങ്ങി. തുടർന്ന് നഗരത്തിലെ ഏറ്റവും ആഡംബരപൂർണ്ണമായ റീൻ ഹോട്ടലിൽ ആസ്ട്രിയയിൽ നിന്നുമുള്ള ബിസിനസ്സുകാരനായ ആന്റൺ കുൻസിൽ എന്ന പേരിൽ മുറിയെടുത്തു. അവിടെനിന്നും സമീപത്തെ പോസ്റ്റ് ഓഫീസിലെത്തി അതേ പേരിൽ ഒരു പോസ്റ്റ് ബോക്സ് ബുക്കുചെയ്തു. അതിനുശേഷം നഗരത്തിലെ ആമ്രോ ബാങ്കിൽ ചെന്ന് ഒരു അക്കൗണ്ട് തുടങ്ങി മൂവായിരം ഡോളർ അതിൽ നിക്ഷേപിച്ചു. വഴിയിൽ കണ്ട പ്രിന്റിംഗ് സ്ഥാപനത്തിൽ കയറി റോട്ടർഡാം വിലാസമുള്ള ഒരു ഇൻവെസ്റ്റ്മെന്റ് കമ്പനിയുടെ മാനേജർ ആന്റൺ കുൻസിലിനായി ബിസിനസ് കാർഡുകളും മറ്റ് അനുസാരികളും തയ്യാറാക്കി. അവിടെ നിന്നും സമയം ഒട്ടും നഷ്ടപ്പെടുത്താതെ ബ്രസീലിയൻ കോൺസുലേറ്റിലെത്തി സന്ദർശകവിസയ്ക്കായി ഫോമുകൾ പൂരിപ്പിച്ച് അപേക്ഷ നൽകി. ഒരു ക്ലിനിക്കിലെത്തി ആവശ്യമായ പരിശോധനകൾക്ക് വിധേയനായി ഒരു മെഡിക്കൽ ഫിറ്റ്നസ് സർട്ടിഫിക്കറ്റ് വാങ്ങി. തുടർന്ന് ഒരു കണ്ണാടിക്കടയിലെത്തി കണ്ണുകൾ പരിശോധിച്ചയാളോട് ആവശ്യമായ നുണകൾ പറഞ്ഞ് ആവശ്യമില്ലാതിരുന്നിട്ടും വസ്തുക്കളെ വലിപ്പത്തിൽ കാണിക്കുന്നതരം ചില്ലുകളുള്ള കണ്ണടയും വാങ്ങി.

അടുത്ത പ്രഭാതത്തിൽ അയാൾ സൂറിച്ചിലേക്ക് യാത്ര ചെയ്തു. അവിടെ ക്രെഡിറ്റ് സുസെ ബാങ്കിൽ അക്കൗണ്ട് തുറന്ന് അതിൽ 6000 ഡോളർ നിക്ഷേപിച്ചു. തിരികെ പാരീസിലെത്തി ഒരു മേക്കപ്പ് ആർട്ടിസ്റ്റിൽ നിന്നും മുഖത്തിനിണങ്ങിയ കട്ടിമീശയും പിടിപ്പിച്ചു. കട്ടി കണ്ണടയും കട്ടി മീശയുമായി പാസ്പോർട്ട് സൈസ് ഫോട്ടോകളെടുത്തു. വീണ്ടും റോട്ടർഡാമിലെത്തി ബ്രസീലിയൻ കോൺസുലേറ്റിലെ വിസ ക്ലാർക്കിൽ നിന്നും പുതിയ ഫോട്ടോകൾ ഉപയോഗപ്പെടുത്തി ആസ്ട്രിയൻ പാസ്പോർട്ടിൽ സന്ദർശക വിസ സ്റ്റാമ്പ് ചെയ്ത് വാങ്ങി. ഇനിയിപ്പോൾ സൗകര്യമായി വിമാനടിക്കറ്റുകൾ വാങ്ങാം. റിയോ ഡി ജനിറോയിലേക്കോ സാവോ പോളോയിലേക്കോ ഉറുഗ്വേയിലേക്കോ ഇഷ്ടം പോലെ പറക്കാം. ചെന്നിടങ്ങളിലെല്ലാം ആസ്ട്രിയയിലെ തന്റെ ഗംഭീരൻ ബിസിനസ്സിനെക്കുറിച്ച് കുൻസിൽ വാചാലനായി. പരിചാരകർക്ക് അയാൾ ഉദാരമായി ടിപ്പുകൾ നൽകി, താമസത്തിനായി ആഡംബര ഹോട്ടലുകൾ തിരഞ്ഞെടുത്തു, സമ്പന്നരുടെ ഭോജനശാലകൾ ഉപയോഗിച്ചു. ഇവയെല്ലാം ചെറിയ കാര്യങ്ങളായിരുന്നെങ്കിലും അയാളുടെ സമ്പത്തിനെയും വ്യാപാരവിജയത്തെയും അത് വലിയതോതിൽത്തന്നെ വെളിപ്പെടുത്തി.

ഈ കൊച്ചുകാര്യങ്ങളിലൂടെ മൊസാദ് ഏജന്റായ യിസഹാക് സരിദ് (അതയാളുടെ ശരിയായ പേരല്ല) എളുപ്പം തകർക്കാനാവാത്ത ഒരു പ്രതീതി തനിക്കുചുറ്റും ഉണ്ടാക്കിയെടുത്തു. പാരീസിനും റോട്ടർഡാമിനും സൂറിച്ചിനും ഇടയിലെവിടെയോ യിസഹാക് സരിദ് അലിഞ്ഞുപോയി. പകരം ആന്റൺ കുൻസിൽ എന്ന ആസ്ട്രിയൻ ബിസിനസ്സുകാരൻ പ്രത്യക്ഷപ്പെട്ടു. അയാൾക്ക് റോട്ടർഡാം വിലാസവും ബിസിനസ് കാർഡും ബാങ്ക് അക്കൗണ്ടും ബ്രസീലിലേക്കുള്ള വിസയും വിമാന ടിക്കറ്റും ഉണ്ടായിരുന്നു.

കുറച്ചുദിവസങ്ങൾക്ക് മുൻപ് സെപ്റ്റംബർ ഒന്നാം തീയതി മാത്രമാണ് യിസഹാക് സരിദ് പാരീസിൽ ഒരു മീറ്റിംഗിനായി വിളിക്കപ്പെട്ടത്. 'സിസേറിയ' എന്ന വിളിപ്പേരുള്ള ഒരു മൊസാദ് ദൗത്യസംഘത്തിലെ അംഗമായിരുന്നു അയാൾ. വെഗ്ഗ്രയിത്സ് അവന്യൂവിലെ ഒരു സുരക്ഷിത സങ്കേതത്തിൽ വച്ച് സിസേറിയായുടെ തലവനായ യോസ്കെ യാരിവിനെ അയാൾ സന്ധിച്ചു. റാഫി ഐതൻ യൂറോപ്യൻ വിഭാഗത്തിന്റെ തലവനായി നിയമിതനായപ്പോൾ പകരമെത്തിയതായിരുന്നു അനുചരരുടെ ആദരവ് നേടിയ കരുത്തനായ ഈ മുൻ ആർമി ഓഫീസർ.

മാസങ്ങൾക്കുള്ളിൽ പശ്ചിമ ജർമൻ പാർലമെന്റ് ഒരു പുതിയ നിയമഭേദഗതിയിലൂടെ യുദ്ധകാല കുറ്റകൃത്യങ്ങളെ പുനർനിർവചിക്കുമെന്നും അതുവഴി ഇപ്പോൾ ഒളിവിൽ കഴിയുന്ന നാസി കുറ്റവാളികൾക്ക് വെളിയിൽ വന്ന് സാധാരണ ജീവിതം നയിക്കാനാവുന്ന അവസ്ഥ സംജാതമാകുമെന്നും യോസ്കെ യാരിവ് ആമുഖമായി പറഞ്ഞു. അതോടെ നാസികളുടെ പൈശാചികമായ കുറ്റകൃത്യങ്ങളും മാഞ്ഞുപോകും. ഭൂതകാലത്തെ പാടേ

മറന്ന് സാധാരണ ജീവിതത്തിലേക്ക് അവർക്ക് മടങ്ങിവരാനാകും. ഒട്ടേറെ ജർമൻകാർ തങ്ങളുടെ നിന്ദ്യമായ യുദ്ധകാലത്തെ പിന്നിൽ തള്ളി മുന്നോട്ട് പോകാൻ ആഗ്രഹിക്കുന്നവരാണ്. ജർമൻകാരാൽ ക്രൂരമായി പീഡിപ്പിക്കപ്പെട്ട ഇതര രാജ്യങ്ങളും നാസി കുറ്റവാളികളെ അവരുടെ ഒളിവിടങ്ങൾ തേടി കണ്ടെത്തി വിചാരണ ചെയ്ത് ശിക്ഷിക്കുന്നതിൽ അത്ര തത്പരരൊന്നുമല്ല. നാലുവർഷങ്ങൾക്ക് മുൻപ് ഐക്മാനെ വിചാരണ ചെയ്ത് വധശിക്ഷ നൽകിയതോടെ നാസി കൊടുംക്രൂരതകളെക്കുറിച്ചുള്ള അവബോധം ക്ഷയിച്ചുവരികയാണ്. അതിനെ ലോകചരിത്രത്തിലെ ഒരു അടഞ്ഞ അദ്ധ്യായമായി കാണാനാണ് ഇപ്പോൾ പലരും താത്പര്യപ്പെടുന്നത്. അതിനാൽ ഈ പുതിയ നിയമം നിലവിൽ വരാൻ ഒരു കാരണവശാലും അനുവദിക്കാൻ ആവില്ലെന്ന് യാരിവ് പറഞ്ഞു. അതിനായി കൊടും ഭീകരർ ഇന്നും പിടിതരാതെ ലോകത്തിന്റെ നാനാഭാഗങ്ങളിൽ കഴിയുകയാണെന്നത് ലോകത്തെ ഓർമ്മിപ്പിക്കേണ്ടിയിരിക്കുന്നു.

'മറ്റൊരു വമ്പൻ നാസി കൊടും കുറ്റവാളിയെ തേടിപ്പിടിച്ച് കൊല്ലണം.' യാരിവ് സരിദിനോട് പറഞ്ഞു. തെക്കേ അമേരിക്കയിൽ പ്രവർത്തിച്ചിരുന്ന ഒരു മൊസാദ് ഏജന്റ് ആ വിധമൊരു കൊടും ക്രൂരനെ, 'റിഗയിലെ കശാപ്പുകാരൻ' എന്നറിയപ്പെടുന്ന ലാത്വിയക്കാരൻ നാസിയെ കണ്ടെത്തിയിരിക്കുന്നു. മുപ്പതിനായിരം ജൂതരെ കൂട്ടക്കൊലയ്ക്ക് ഇരയാക്കിയ കുറ്റവാളി. പേരുപോലും മാറ്റാതെ സ്വന്തം പേരായ ഹെർബെർട്ട്സ് കുക്കുർസ് എന്ന പേരിൽത്തന്നെ ബ്രസീലിൽ ഒളിച്ച് പാർക്കുന്നു. അയാളെ പിടികൂടി നിയമത്തിന് മുന്നിലെത്തിക്കാനുള്ള ദൗത്യത്തിന് മൊസാദിന്റെ രംസദ് മെയർ അമിത് പച്ചക്കൊടി കാണിച്ചിരിക്കുന്നു.

യാരിവ് സരിദിനെ വിളിപ്പിച്ചത് അതിനായിരുന്നു. സരിദ് മിടുക്കനായ ഏജന്റ് മാത്രമായിരുന്നില്ല, അയാളുടെ പ്രത്യുൽപന്നമതിത്വം ഏതുവിധത്തിലുള്ള പ്രതിസന്ധികളെയും തരണം ചെയ്യാൻ പോന്നതായിരുന്നു. ഐക്മാൻ ദൗത്യത്തിലും സരിദ് പങ്കുവഹിച്ചിരുന്നു. ജർമ്മനിയിൽ പിറന്ന സരിദിന്റെ അപ്പനും അമ്മയും നാസി കൂട്ടക്കുരുതിയിൽ കൊല്ലപ്പെടുകയായിരുന്നുവെന്നതും യാരിവിന് അറിയാമായിരുന്നു. സരിദ് പാലസ്തീനിലേക്ക് രക്ഷപെടുകയായിരുന്നു. ബ്രിട്ടീഷ് സൈന്യത്തിൽ ചേർന്ന് ഹിറ്റ്ലറോട് പൊരുതാൻ ഇറങ്ങിയ ആദ്യ പാലസ്തീൻകാരിൽ ഒരാളായിരുന്നു സരിദ്. അതിനാൽ നാസി വേട്ടയുടെ കാര്യത്തിൽ സരിദിനെ പ്രത്യേകമായി ഉത്തേജിപ്പിക്കേണ്ടതില്ലായിരുന്നു.

'ആസ്ട്രിയൻ ബിസിനസുകാരനായി നിങ്ങൾ സമർത്ഥമായി വേഷം പകരണം,' സിസേറിയായുടെ തലവൻ സരിദിനോട് പറഞ്ഞു. 'എന്നിട്ട് ബ്രസീലിലേക്ക് പോകണം. അവിടെ കുക്കുർസുമായി സൗഹൃദം ഉണ്ടാക്കി അയാളുടെ വിശ്വാസം പിടിച്ചുപറ്റണം. അയാളെ പിടികൂടി വധിക്കാനുള്ള നമ്മുടെ പദ്ധതിയുടെ ആദ്യഘട്ടം ഇതാണ്.' തുടർന്ന് കാര്യങ്ങൾ അവർ

ഇരുവരും വിശദമായി ചർച്ച ചെയ്തു. അവിടെ വച്ച് സരിദിന് ഒരു പുതിയ പേര് യാരിവ് നൽകി: 'ആന്റൺ കുൻസിൽ.'

പാരീസിലെ മീറ്റിംഗിനുശേഷം പത്ത് ദിവസങ്ങൾ കഴിഞ്ഞ് ആന്റൺ കുൻസിൽ റിയോ ഡി ജനീറോയ്ക്ക് വിമാനം കയറി. തന്റെ ദൗത്യത്തെക്കുറിച്ച് ഉത്തേജിതനായിരുന്നെങ്കിലും ഒപ്പം ആശങ്കളും അയാളെ അലട്ടിയിരുന്നു. സരിദിനെ സംബന്ധിച്ചിടത്തോളം ആ വിധമൊരു സന്ദർഭം ആദ്യമായി അഭിമുഖീകരിക്കുകയായിരുന്നു. വിദേശരാജ്യത്തുവച്ച് പൂർണ്ണമായും ഒറ്റയ്ക്ക് നിറവേറ്റേണ്ട ദൗത്യം. ഭീകരജീവിയെപ്പോലുള്ള ഒരുവനുമായി സൗഹൃദം ഉണ്ടാക്കണം. അയാൾ കുശാഗ്രബുദ്ധിയും ആരെങ്കിലും തന്നെ കൊല്ലാനായി വരുമെന്ന ജാഗ്രതയിൽ സദാ കഴിയുന്നയാളും. ഒരു ചെറിയ പിഴവ് തന്റെ ദൗത്യത്തെ പരാജയപ്പെടുത്തുമെന്ന് കുൻസിലിന് നന്നായി അറിയാമായിരുന്നു. തെറ്റായ ഒരു ചുവടുവയ്പിൽ ജീവൻ തന്നെയും നഷ്ടമായേക്കാം.

ആ വിമാനയാത്രയ്ക്കിടയിൽ ഒരു കൂട്ടം രേഖകളിലൂടെ കുൻസിൽ കടന്നുകയറി. ഹെർബർട്ട്സ് കുക്കുർസിനെ സംബന്ധിക്കുന്ന രഹസ്യരേഖകളും പത്രറിപ്പോർട്ടുകളുടെ പകർപ്പുകളുമായിരുന്നു അവയെല്ലാം. മുപ്പതുകളിൽ ധീരനായ ഒരു വൈമാനികനായി അയാൾ പ്രശസ്തനായി. ലാത്വിയയിൽ നിന്നും ആഫ്രിക്കയിലെ ഗാംബിയയിലേക്ക് സ്വയം നിർമ്മിച്ച ഒരു ചെറുവിമാനത്തിൽ അയാൾ പറന്നു. അന്ന് സുന്ദരനായ യുവാവായിരുന്ന കുക്കുർസിനെ അത് പ്രശസ്തിയുടെ കൊടുമുടിയിലെത്തിച്ചു. വൈമാനികമേഖലയിലെ ആദ്യകാല നായകനായിരുന്ന ബ്രസീലുകാരൻ സാന്റോസ് ദുമോന്റിന്റെ പേരിലുള്ള ബഹുമതിക്ക് അയാൾ അർഹനായി. 'ലാത്വിയയുടെ കഴുകൻ, ലാത്വിയൻ ലിൻഡ്ബർഗ്' എന്നിങ്ങനെയുള്ള ഓമനപ്പേരുകളിൽ മാധ്യമങ്ങൾ ആ യുവാവിനെ കൊണ്ടാടി. റിഗ നഗരത്തിലെ യുദ്ധ മ്യൂസിയത്തിൽ പ്രദർശനത്തിന് വച്ചിരുന്ന കുക്കുർസിന്റെ വിമാനം കാണാൻ ആരാധകരായ ജനക്കൂട്ടങ്ങൾ ഇരച്ചുകയറി.

അക്കാലത്ത് വലതുപക്ഷക്കാരനായ ഒരു ലാത്വിയൻ ദേശീയവാദിയായിരുന്നു കുക്കുർസെങ്കിലും നിരവധി യഹൂദർ അദ്ദേഹത്തിന് സുഹൃത്തുക്കളായി ഉണ്ടായിരുന്നു. ഒരിക്കൽ പാലസ്തീനിലേക്ക് സഞ്ചരിച്ച കുക്കുർസ് ജൂതരാഷ്ട്രത്തിന്റെ നേട്ടങ്ങളിൽ വിസ്മിതനായിട്ടാണ് മടങ്ങിയെത്തിയത്. അതേക്കുറിച്ചെല്ലാം ഉത്സാഹഭരിതനായി പലയിടങ്ങളിൽ പ്രസംഗിച്ച കുക്കുർസിനെ തങ്ങളുടെ ചങ്ങാതിയായി ലാത്വിയൻ യഹൂദർ കണ്ടു.

എന്നിട്ടും രണ്ടാം ലോകമഹായുദ്ധം വ്യാപിച്ചതോടെ സംഗതികൾ തകിടം മറിഞ്ഞു. ആദ്യം സോവിയറ്റ് യൂണിയൻ ലാത്വിയയെ കീഴടക്കി. കുക്കുർസിനെപ്പോലുള്ള ദേശീയവാദികളെ വേട്ടയാടിയത് അവർക്കെതിരെ ജനരോഷം പെരുക്കാൻ കാരണമായി. ഹിറ്റ്ലർ റഷ്യ ആക്രമിച്ചപ്പോൾ സോവിയറ്റ് സേന ലാത്വിയയിൽ നിന്നും പിൻവാങ്ങി.

അവസരം മുതലാക്കി ജർമ്മൻ സേന അവിടെ പ്രവേശിക്കുകയായിരുന്നു. അതോടെ കുക്കുർസ് പാടേ മാറി. തീവ്ര ദേശീയവാദിയായി മാറിയ അയാൾ ഫാസിസ്റ്റ് സംഘടനയായ തണ്ടർ ക്രോസിന്റെ സജീവാംഗമായി, നാസികളുടെ അനുയായിയായി. ക്രമേണ റിഗയിലെ ജൂതരെ വേട്ടയാടി ഏറ്റവും ക്രൂരമായി കശാപ്പ് ചെയ്യുന്നതിൽ ആനന്ദം കണ്ടെത്തുന്ന ഒരുവനായി മാറി. മുന്നൂറോളം യഹൂദരെ ഒരു സിനഗോഗിനകത്ത് പൂട്ടിയിട്ട് തീവച്ചുകൊല്ലുന്നതിന് നേതൃത്വം നൽകി. ജൂതരെ തടവിൽ പിടിച്ച് ദയാരഹിതമായി മർദ്ദിച്ച് കൊല്ലുന്നത് അയാളുടെയും കൂട്ടുകാരുടെയും പതിവായി. യാഥാസ്ഥിതിക ജൂതരെ അപഹസിക്കുകയും പിഞ്ചുകുഞ്ഞുങ്ങളെ ചുവരുകളിലടിച്ച് തല തകർത്ത് കൊല്ലുകയും ചെയ്തു. ഒരു രാത്രി കുറച്ച് ജൂതത്തടവുകാരുടെ മുന്നിൽ വച്ച് ഉടുപ്പുകൾ ഒന്നൊന്നായി ഉരിഞ്ഞ് നഗ്നയാകാൻ ഒരു യഹൂദപെൺകുട്ടിയെ അയാൾ നിർബന്ധിതയാക്കി. വൃദ്ധനായ ഒരു യൂദവൃദ്ധനെക്കൊണ്ട് അവളുമായി രതിയിൽ ഏർപ്പെടുവിച്ചു. ലാത്വിയൻ ജയിൽ വാർഡന്മാർ ഉന്മാദികളായി അതിൽ രസിച്ചു. മറ്റൊരിക്കൽ ആയിരത്തി ഇരുന്നൂറോളം യഹൂദരെ കുൽദിഗ തടാകത്തിൽ മുക്കിക്കൊന്നു. 1941 നവംബറിൽ മുപ്പതിനായിരത്തോളം യഹൂദ തടവുകാരെ നഗ്നരാക്കി റുംബുല വനാന്തരങ്ങളിലേക്ക് ഓടിച്ചു കയറ്റി. ജീവനായി പാഞ്ഞ അവരെ ജർമ്മൻ സൈന്യം കൂട്ടത്തോടെ വെടിവച്ചുകൊന്നു.

അവരിൽ നിന്നും അത്ഭുതകരമായി രക്ഷപെട്ട ചിലരുടെ സത്യവാങ്മൂലങ്ങൾ വായിച്ച് കുൻസിൽ സ്തബ്ധനായി. യുദ്ധാനന്തരം വ്യാജ തിരിച്ചറിയൽ രേഖകളുമായി ലാത്വിയയിൽ നിന്നും ഫ്രാൻസിലേക്ക് രക്ഷപെട്ട കുക്കുർസിനെ സംബന്ധിച്ച വിശദാംശങ്ങളും ആ ഫയലുകളിൽ ഉണ്ടായിരുന്നു. കർഷകനായി നടിച്ചാണ് റിയോ ഡി ജനിറോയിലേക്കുള്ള ഒരു ബോട്ടിൽ അയാൾ കയറിപ്പറ്റിയത്. വിചിത്രമായ ഒരു ‘ഇൻഷ്വറൻസ് പോളിസി’ അയാൾ കൂടെക്കൂട്ടിയിരുന്നു—മിറിയം കീറ്റ്സ്സെർ എന്ന പേരുള്ള ചെറുപ്പക്കാരിയായ ഒരു യഹൂദ പെൺകുട്ടി. യുദ്ധകാലത്ത് അയാളുടെ സംരക്ഷണയിലായ പെൺകുട്ടിയെന്ന് അയാൾ അവളെക്കുറിച്ച് മേനി പറഞ്ഞു. ബ്രസീലിൽ എവിടെയും ‘റിഗായിൽ നിന്നുമുള്ള രക്ഷകൻ’ എന്ന വിശേഷണം അയാൾക്ക് തുണയായി.

റിയൊ നഗരത്തിൽ വളരെ വേഗം ബ്രസീലിയൻ യഹൂദവൃത്തങ്ങളുമായി നല്ല ബന്ധത്തിലെത്താൻ ഇത് അയാൾക്ക് സഹായകമായി. തന്റെ കേൾവിക്കാരോടെല്ലാം താത്പ്പര്യത്തോടെ അയാൾ മിറിയത്തിന്റെ കഥ വിവരിച്ചു. ‘ലാത്വിയയിൽ വച്ച് ഇവൾ നാസികളുടെ കൈയ്യിൽ പെട്ടതായിരുന്നു. ക്രൂരമായി കൊല്ലപ്പെടേണ്ടതായിരുന്നു. എന്റെ ജീവൻ പണയം വച്ച് ഞാനിവളെ രക്ഷപ്പെടുത്തി.’ അതായിരുന്നു അയാളുടെ പതിവ് വിവരണം. വേട്ടയാടലുകളുടെ കഥകൾക്കിടയിൽ ഈ രക്ഷക

വിവരണം വൻ കാര്യമായി വാഴ്ത്തപ്പെട്ടു. കുക്കുർസ് ധീരനായകനായി ആദരിക്കപ്പെട്ടു. അവർക്ക് അയാൾ പ്രിയപ്പെട്ടവനായി.

അങ്ങനെ ജനകീയനായി കഴിയവെ, അമിതമായി മദ്യപിച്ച ഒരു ദിവസം ധീരനായകന്റെ തനിനിറം പുറത്തായി. മദ്യം അയാളുടെ നാവിന്റെ കെട്ടുകൾ അഴിച്ചുവിട്ടു. ലഹരിയിൽ അന്തംവിട്ട കുക്കുർസ് വിളമ്പിയ കഥ അതുവരെ കേട്ടതിൽ നിന്നും തികച്ചും വേറിട്ടതായിരുന്നു. ഈ തവണയും കഥ യഹൂദരെക്കുറിച്ച് തന്നെയായിരുന്നു, പക്ഷേ അവരെ ഇക്കുറി വിശേഷിപ്പിച്ചത് പന്നികളെന്നും ഉച്ഛിഷ്ടം തീനികളെന്നുമായിരുന്നു. നാസി സുഹൃത്തുക്കളുമായി ചേർന്ന് യഹൂദരെ വേട്ടയാടി കശാപ്പുചെയ്തതിന്റെ വർണ്ണനകൾ ഒന്നിനുപുറകേ മറ്റൊന്നായി അയാളുടെ നാവിൽനിന്നും പുറത്തുവന്നു. തീവച്ചു കൊന്നതിന്റെയും വെള്ളത്തിൽ മുക്കിക്കൊന്നതിന്റെയും വെടിവച്ചു കൊന്നതിന്റെയും മർദ്ദിച്ച് ജീവനെടുത്തതിന്റെയും കഥകൾ അയാൾ ഉത്സാഹത്തോടെ പറഞ്ഞുകൊണ്ടിരുന്നു. അവിടെ കൂടിയിരുന്ന ലാത്വിയൻ ജൂത സുഹൃത്തുക്കൾ ഇതെല്ലാം കേട്ട് അമ്പരന്നു. അവർ അന്വേഷണം ആരംഭിച്ചു. അവർ കണ്ടെത്തിയ വസ്തുതകൾ ഞെട്ടിപ്പിക്കുന്നവയായിരുന്നു.

യാഥാർത്ഥ്യം വെളിച്ചത്തായതോടെ കുക്കുർസ് അപ്രത്യക്ഷനായി. പക്ഷേ അയാൾ നഗരം വിട്ടുപോയില്ല. വിശാലമായ റിയോ നഗരത്തിന്റെ മറ്റൊരു പ്രദേശത്തേക്ക് അയാൾ താമസം മാറി. മിറിയം കീറ്റ്സ്സ്നെറെ ഉപേക്ഷിച്ചു. അവളെക്കൊണ്ട് ഇനി പ്രയോജനമില്ലെന്ന് അയാൾ തീരുമാനിച്ചു. പിൽക്കാലത്ത് മിറിയം തദ്ദേശീയനായ ഒരു യഹൂദനെ വിവാഹം ചെയ്ത് ഒരു ബ്രസീലുകാരിയായി അവർക്കിടയിൽ ലയിച്ചു. കുക്കുർസ് ഭാര്യയെയും മൂന്ന് മക്കളെയും കൊണ്ടുവന്ന് ഒപ്പം പാർപ്പിച്ചു.

പത്ത് വർഷങ്ങൾ സാവധാനം കടന്നുപോയി. സ്വന്തമായി ആരംഭിച്ച എയർ ടാക്സി കമ്പനിയുമായി കുക്കുർസ് നഗരസമൂഹത്തിൽ ആദരണീയനായി. നിർഭാഗ്യവശാൽ ഒരുദിവസം പഴയ പരിചയക്കാരിലൊരാൾ യാദൃച്ഛികമായി അയാളെ കണ്ടെത്തി തിരിച്ചറിഞ്ഞു. വാർത്തകൾ പ്രചരിച്ചു. വിദ്യാർത്ഥികൾ കൂട്ടം കൂടി അയാളുടെ സ്ഥാപനത്തിലേക്ക് മാർച്ച് ചെയ്തു. അവർ ഓഫീസും ഉപകരണങ്ങളും തകർത്തു, ഫയലുകൾക്ക് തീയിട്ടു. ഗത്യന്തരമില്ലാതെ കുക്കുർസ് റിയോ നഗരം ഉപേക്ഷിക്കാൻ നിർബന്ധിതനായി. കുടുംബവുമായി അയാൾ സാവോ പോളോ നഗരത്തിലേക്ക് കുടിയേറി.

അവിടെ അയാളെ ആരും ശല്യപ്പെടുത്തിയില്ലെങ്കിലും താൻ അപകടങ്ങളുടെ നടുവിലാണെന്ന ചിന്ത വിട്ടൊഴിഞ്ഞില്ല. ഭീതി അയാളെ വേട്ടയാടി. അപരിചിതരെ സംശയത്തോടെ മാത്രം അയാൾ കണ്ടു. 1960 ജൂണിൽ അഡോൾഫ് ഐക്മാൻ പിടിക്കപ്പെട്ടതിനുശേഷം മൂന്നുനാലു ദിവസങ്ങൾ കഴിഞ്ഞപ്പോൾ ഭയചകിതനായ കുക്കുർസ് സംരക്ഷണ

ത്തിനായി പോലീസിന് അപേക്ഷ നൽകി. അത് സ്വീകരിക്കപ്പെട്ടു. പക്ഷേ അയാൾക്ക് പോലീസ് സംരക്ഷണം ഏർപ്പെടുത്തിക്കൊണ്ടുള്ള അറിയിപ്പ് മാധ്യമങ്ങളിൽ പ്രത്യക്ഷപ്പെട്ടു. കുള്ളർസിന്റെ നേതൃത്വത്തിൽ കൊല്ലപ്പെട്ട ആയിരക്കണക്കിനാളുകളുടെ ലോകത്തെമ്പാടുമുള്ള ബന്ധുക്കൾക്കെല്ലാം ഇപ്പോൾ അയാൾ താമസിക്കുന്നത് എവിടെയാണെന്ന് അതോടെ വെളിപ്പെട്ടു.

വർഷങ്ങൾ കഴിയുംതോറും ഭയം അയാളിൽ പെരുകിയതേയുള്ളൂ. പ്രതികാരദാഹികളായ യഹൂദർ ഏതുസമയവും തന്നെത്തേടി വന്നെത്തിയേക്കാമെന്ന ഭീതി ഭാര്യയും മക്കളുമായി പങ്കിട്ടു. തനിക്ക് ആപത്തായേക്കാവുന്ന പ്രധാനശത്രുക്കളുടെ ഒരു ലിസ്റ്റ് തന്നെ അയാൾ എഴുതിയുണ്ടാക്കി. അവരിൽ മിക്കവരും റിയോ നഗരത്തിലെ പൗരപ്രമുഖരായ യഹൂദരായിരുന്നു. അവരിൽ ആദ്യത്തെ പേരുകാരൻ അന്ന് സെനറ്ററായ ഡോ. അഹ്റോൺ സ്റ്റീൻബ്രുക്ക് ആയിരുന്നു. അതിനുതാഴെ ഡോ. ആൽഫ്രെഡോ ഗാർട്ടെൻബർഗ്, ഡോ. മാർക്കസ് കോൺസ്റ്റാന്റിനോ, ഡോ. ഇസ്രായേൽ സ്കോൽനികൊവ്, ശ്രീമാൻ ക്ലിങ്ങർ, ശ്രീമാൻ പൈരിറ്റ്സ്കി തുടങ്ങിയവരും.

തന്റെ പേരൊന്നും അയാൾ മാറ്റിയില്ലെങ്കിലും വീട് ഒരു കോട്ട പോലെ ബലിഷ്ഠമാക്കി. പോലീസുകാർക്ക് കനത്ത കൈക്കൂലി നൽകി തന്റെ ബന്തവസ്സിന് കരുത്ത് കൂട്ടി. കൂടാതെ സ്വകാര്യ സുരക്ഷാസന്നാഹവും ഏർപ്പെടുത്തി.

നിരവധി ബിസിനസ് സംരംഭങ്ങളിൽ ഏർപ്പെട്ടെങ്കിലും അവയൊന്നും വിജയിച്ചില്ല. കുൻസിലിന്റെ ഫയലിൽ അവസാനത്തെ ഇനമായി ചേർത്തിരുന്നത് സാവോ പോളോയ്ക്ക് വെളിയിലുള്ള ഒരു കൃത്രിമ തടാകത്തോട് ചേർന്നുള്ള ഒരു വിലാസമായിരുന്നു. അവിടെ കുള്ളർസ് ബോട്ടുകൾ വാടകയ്ക്ക് കൊടുത്തു. തന്റെ സീപ്ലേനിൽ സന്ദർശകരെ നഗരത്തിന്റെ ആകാശക്കാഴ്ചകൾക്കായി കൊണ്ടുപോകുന്ന ബിസിനസും അയാൾക്ക് ഉണ്ടായിരുന്നു.

കുള്ളർസിനെ നേരിട്ട് ബന്ധപ്പെടാൻ ശ്രമിച്ചാൽ അതയാളിൽ സംശയം ഉണർത്തുമെന്ന് കുൻസിലിന് നന്നായി അറിയാമായിരുന്നു. അതിനാൽ സുന്ദരമായ റിയോ നഗരത്തിൽ കുറച്ചുദിവസങ്ങൾ ചെലവഴിച്ചുകൊണ്ട് കൂടുതൽ ആലോചിക്കാമെന്ന് അയാൾ കരുതി. തന്റെ ഇരുണ്ട ദൗത്യത്തിനുള്ള വെളിച്ചം ആ സുന്ദരനഗരം പകരുമെന്ന് അയാൾ കരുതി. നേർത്ത ബിക്കിനികളിൽ വിലസിയിരുന്ന സുന്ദരികളെ കണ്ടുകൊണ്ട് അയാൾ കോപ്പാകബാനാ ബീച്ചിൽ ചുറ്റിയടിച്ചു. പ്രസിദ്ധമായ മധുര റൊട്ടി ആസ്വദിച്ചു. കോർക്കോവാദയിലെ കുന്നിൻമുകളിലുള്ള യേശുവിന്റെ വൻപ്രതിമ കണ്ടു. ബ്രസീലിയൻ മന്ത്രവാദത്തിന്റെ വശ്യമായ അനുഷ്ഠാനമുറകൾ പരിചയപ്പെട്ടു. തെളിഞ്ഞ സൂര്യപ്രകാശത്തിൽ സാംബ സംഗീതം ആസ്വദിച്ചു. ശരിക്കും ഒരു ടൂറിസ്റ്റായി ചുറ്റിയടിച്ച് പല പ്രമുഖ

രെയും പരിചയപ്പെട്ടു. ടൂറിസം ബിസിനസ്സിൽ പണം നിക്ഷേപിക്കാൻ തത്പ്പരനായ ആസ്ട്രിയൻ ബിസിനസ്സുകാരൻ എന്നാണ് അയാൾ സ്വയം പരിചയപ്പെടുത്തിയത്. അങ്ങനെ സ്ഥലത്തെ ടൂറിസം മന്ത്രിയെ സന്ദർശിക്കാനും അയാൾക്ക് കഴിഞ്ഞു. റിയോയിലെയും സാവോ പോളോയിലെയും ടൂറിസം ബിസിനസിലെ പല വമ്പന്മാരും അയാളുടെ പരിചയക്കാരായി.

വൈകാതെ കുൻസിൽ സാവോ പോളോയിലെത്തി. കുക്കുർസിന്റെ സ്ഥാപനം കണ്ടെത്താൻ ബുദ്ധിമുട്ടുണ്ടായില്ല. തുറമുഖത്ത് ആഡംബര നൗകകൾ നങ്കൂരമിട്ടിരിക്കുന്ന ഇടത്തിൽ നിന്നും അൽപം അകലെയായി ആ സീപ്ലെയ്ൻ അയാൾ കണ്ടെത്തി. അതിനരുകിലായി പൈലറ്റിന്റെ കവറോളുകൾ ധരിച്ച് അയാൾ നിൽക്കുന്നുണ്ടായിരുന്നു – ഹെർബെർട്ട്സ് കുക്കുർസ്.

സുന്ദരിയായ ഒരു ജർമ്മൻ യുവതിയാണ് ബോട്ടിനും സീപ്ലെയ്നിനുമുള്ള ടിക്കറ്റുകൾ വിറ്റിരുന്നത്. ഒരു പതിവ് ടൂറിസ്റ്റിനെപ്പോലെ കുൻസിൽ അവളുടെ പക്കലെത്തി ആ പ്രദേശത്തെ ടൂറിസ്റ്റ് കേന്ദ്രങ്ങളെക്കുറിച്ച് അന്വേഷിച്ചു. കുക്കുർസിന്റെ മൂത്തമകന്റെ ഭാര്യയാണതെന്ന് അപ്പോൾ കുൻസിലിന് അറിയില്ലായിരുന്നു. തനിക്ക് അതേക്കുറിച്ചൊന്നും വിശദമായി അറിയില്ലെന്ന് സുന്ദരി മധുരമായി മൊഴിഞ്ഞു. എന്നിട്ട് കവറോളുകൾ ധരിച്ച് നിന്നിരുന്നയാളെ ചൂണ്ടി, 'അദ്ദേഹത്തോട് ചോദിക്കൂ, നിങ്ങളെ സഹായിക്കാൻ അദ്ദേഹത്തിന് കഴിയും.' എന്ന് കൂട്ടിച്ചേർത്തു.

കുൻസിൽ അങ്ങോട്ട് നടന്നെത്തി ആസ്ട്രിയൻ ബിസിനസുകാരനെന്ന് സ്വയം പരിചയപ്പെടുത്തി. തികച്ചും പ്രൊഫഷണലായ ചില ചോദ്യങ്ങൾക്ക് അത്ര താത്പ്പര്യത്തോടെയല്ലെങ്കിലും കുക്കുർസ് മറുപടി നൽകി. എന്നാൽ സീപ്ലെയ്നിൽ ഒരു വാടകസവാരി ചോദിച്ചതോടെ അയാളുടെ സമീപനം മാറി. അൽപസമയത്തിനുള്ളിൽ അവർ ആകാശത്തിലെത്തി നഗരത്തെ ചുറ്റിയടിക്കാൻ ആരംഭിച്ചു. അവരുടെ സംഭാഷണം സൗഹൃദത്തിലായി. എങ്ങനെ സൗഹൃദത്തിലാകാം എന്ന വിഷയത്തിൽ വിദഗ്ധനായിരുന്നു കുൻസിൽ. സവാരി കഴിഞ്ഞ് തിരികെയെത്തിയപ്പോൾ കുക്കുർസ് അയാളെ ബോട്ടിലേക്ക് ക്ഷണിച്ചു. അവിടെ ഒരു പെഗ് ബ്രാൻഡിയുമായി അവർ വർത്തമാനം തുടർന്നു.

അതിനിടയിൽ കുക്കുർസ് ക്ഷുഭിതനായി തനിക്കെതിരെ ആരോപണങ്ങൾ ഉന്നയിക്കുന്നവരെ ആക്ഷേപിച്ചു. 'ഞാൻ യുദ്ധക്കുറ്റവാളി ആണെന്ന്!' അയാളുടെ ശബ്ദം ഉയർന്നു. 'യുദ്ധകാലത്ത് ഒരു ജൂതപ്പെൺകുട്ടിക്ക് രക്ഷകനാവുകയായിരുന്നു ഞാൻ.' ആ കോപതാപങ്ങൾ നാട്യമാണെന്ന്

കുൻസിൽ സംശയിച്ചു. അയാളെ പ്രകോപിതനാക്കി ഒരു പ്രതികരണം ഉണ്ടാക്കാനുള്ള ശ്രമം.

'നിങ്ങൾ യുദ്ധത്തിൽ പങ്കെടുത്തിരുന്നോ?' കുക്കുർസ് ചോദിച്ചു.

'ഞാൻ റഷ്യൻ മുന്നണിയിൽ ഉണ്ടായിരുന്നു.' കുൻസിൽ ശാന്തനായി പറഞ്ഞു. അങ്ങനെ പറഞ്ഞുവെങ്കിലും അത് വ്യാജമായിരുന്നു. സൈന്യത്തിൽ ഉണ്ടായിരുന്നെങ്കിലും റഷ്യൻ മുന്നണിയിൽ കുൻസിൽ പൊരുതിയിരുന്നില്ല. തന്റെ ഷർട്ടിന്റെ ബട്ടണുകൾ നീക്കി നെഞ്ചിലെ പാടുകൾ അയാൾ കുക്കുർസിനെ കാണിച്ചു. 'യുദ്ധം സമ്മാനിച്ചതാണ്.' കൂടുതലൊന്നും അയാൾ വിശദമാക്കിയില്ല.

തന്റെ ആതിഥേയനെ കുൻസിൽ പെട്ടെന്ന് വിലയിരുത്തി. അയാൾ സാമ്പത്തിക ക്ലേശങ്ങളിൽ പെട്ടിരിക്കുകയാണ്. നരച്ച കവറോളും പഴഞ്ചൻ വിമാനവും ബോട്ടുകളുടെ ദയനീയ സ്ഥിതിയും അതാണ് വെളിപ്പെടുത്തുന്നത്. കുൻസിലിലൂടെ ഇതിന് മാറ്റമുണ്ടാകുമെന്ന് കുക്കുർസിനെ വിശ്വസിപ്പിക്കേണ്ടിയിരിക്കുന്നു. ബിസിനസ് മെച്ചപ്പെടുത്താനും ലാഭം കൊണ്ടുവരാനും കുൻസിലിനാവും എന്ന ബോധ്യം ഉണ്ടാവണം. അതിനായി കുൻസിൽ തന്റെ ആസ്ട്രിയയിലെ ലാഭം കൊയ്യുന്ന ബിസിനസ്സിനെക്കുറിച്ചും പങ്കാളികളെക്കുറിച്ചും സംസാരിച്ചുകൊണ്ടേയിരുന്നു. ലാറ്റിൻ അമേരിക്കയിൽ വൻ നിക്ഷേപങ്ങൾക്ക് തന്റെ കമ്പനി ഒരുങ്ങുകയാണെന്ന് കുൻസിൽ പറഞ്ഞു. കുക്കുർസിന് തങ്ങൾക്കൊപ്പം ചേരാനാവുമെന്ന ഒരു സൂചനയും കുൻസിൽ നൽകി. ബ്രസീലിലെ ടൂറിസത്തെക്കുറിച്ച് നല്ല അറിവുള്ള കുക്കുർസിനെപ്പോലുള്ള ഒരാളെയാണ് തേടുന്നത്.

തന്റെ അതിഥിയുടെ വാക്കുകളിൽ കുക്കുർസ് തത്പരനായി. പക്ഷേ കുൻസിൽ പെട്ടെന്ന് എഴുന്നേറ്റു. 'ഞാൻ താങ്കളുടെ വിലപ്പെട്ട സമയം അപഹരിക്കുന്നില്ല. നിങ്ങൾ തിരക്കുള്ളയാളാണല്ലോ.'

'ഏയ്, അങ്ങനെയൊന്നുമില്ല.' കുക്കുർസ് പറഞ്ഞു. ഏതെങ്കിലും ഒരു ദിവസം ജോലിസമയം കഴിഞ്ഞുള്ള നേരത്ത് വീട്ടിലേക്ക് വരാൻ അയാൾ കുൻസിലിനെ ക്ഷണിച്ചു. 'നമുക്ക് രണ്ടുപേർക്കും താത്പര്യമുള്ള കാര്യങ്ങളെക്കുറിച്ച് സംസാരിച്ചിരിക്കാം.'

ബന്ധം സ്ഥാപിക്കപ്പെട്ടിരിക്കുന്നു. ഇര കൊളുത്തിയിട്ടുമുണ്ട്. ഇനി കുക്കുർസ് ചൂണ്ട വിഴുങ്ങിയാൽ മതി.

അന്ന് വൈകുന്നേരം യൊസ്കെ യാരിവിന് കുൻസിൽ ഒരു സന്ദേശം അയച്ചു. യാരിവ് കുക്കുർസിനെ സൂചിപ്പിക്കാനായി തിരഞ്ഞെടുത്ത കള്ളപ്പേർ 'മൃതൻ' ആദ്യമായി ആ സന്ദേശത്തിൽ അയാൾ ഉപയോഗിച്ചു.

കുക്കുർസും വെറുതെ ഇരിക്കുകയായിരുന്നില്ല. തന്റെ ഏറ്റവും അപകടകാരികളായ ശത്രുക്കളുടെ ലിസ്റ്റ് അയാൾ പുറത്തെടുത്തു. അതിൽ ഒരു പേർ കൂടി ചേർത്തു.

ആന്റൺ കുൻസിൽ.

ഒരാഴ്ചയ്ക്ക് ശേഷം സാവോ പോളോയിലെ റിവേറയിലെ ഒരു വീടിനു മുന്നിൽ ഒരു ടാക്സി വന്നുനിന്നു. ഒരിടത്തരം വീടായിരുന്ന അതെങ്കിലും ഒരു കോട്ട പോലെ അത് സംരക്ഷിക്കപ്പെട്ടിരുന്നു. മുൾക്കമ്പികൾ പാകിയ ചുറ്റുമതിലിനാൽ അത് ഭദ്രമാക്കിയിരുന്നു. കൂറ്റൻ ഇരുമ്പുഗേറ്റും കാവൽ ക്കാരനായി ഒരു യുവാവും ഭീകരജീവിയെപ്പോലെ തോന്നിപ്പിക്കുന്ന ഒരു നായും ഉണ്ടായിരുന്നു.

ഗേറ്റിൽ കാവൽക്കാരനായി നിന്നിരുന്ന യുവാവിനോട് കുൻസിൽ താൻ വന്ന വിവരം പൈലറ്റിനെ അറിയിക്കാൻ ആവശ്യപ്പെട്ടു. കാവൽ ക്കാരൻ കുക്കുർസിന്റെ മകനാണെന്നത് കുൻസിൽ പിന്നീട് മനസ്സിലാക്കി. കുക്കുർസ് അയാളെ ഹാർദ്ദവമായി സ്വീകരിച്ചു. വീട്ടിനുള്ളിൽ അയാൾക്ക് ഭാര്യ മിൽദായെ പരിചയപ്പെടുത്തി. ഒരു മേശവലിപ്പ് തുറന്ന് അതിൽ നിന്നും പതിനഞ്ചോളം യുദ്ധകാല ബഹുമതികൾ അയാളെ കാണിച്ചു. പലതിലും നാസികളുടെ അടയാളമായ സ്വസ്തിക ഉള്ളതാണ് കുൻസിൽ ശ്രദ്ധിച്ചത്.

മറ്റൊരു മേശവലിപ്പ് തുറന്ന് തന്റെ സ്വകാര്യ ആയുധശേഖരം കുൻസി ലിനായി പ്രദർശിപ്പിച്ചു. മൂന്ന് വലിയ തോക്കുകളും ഒരു സെമി ഓട്ടോമാ റ്റിക് ഗണ്ണും അതിലുണ്ടായിരുന്നു. ഇവയൊക്കെയും ഉപയോഗിക്കാനുള്ള ലൈസൻസും ബ്രസീലിയൻ രഹസ്യപ്പോലീസ് തനിക്ക് നൽകിയിട്ടു ണ്ടെന്ന് അയാൾ അഭിമാനത്തോടെ പറഞ്ഞു. 'എന്നെ സംരക്ഷിക്കാൻ എനിക്കറിയാം,' അയാൾ വീറോടെ കൂട്ടിച്ചേർത്തു.

കുക്കുർസിന്റെ വാക്കുകളിൽ തനിക്കായി ഒരു ഭീഷണി ഒളിപ്പിച്ചിട്ടു ണ്ടെന്ന് കുൻസിൽ സംശയിച്ചു. എന്നെ അപായപ്പെടുത്താൻ തുനിഞ്ഞാൽ ഞാനും അപകടകാരിയായ ആയുധധാരിയെന്ന് അറിഞ്ഞുകൊള്ളുക യെന്ന് തന്റെ ആതിഥേയൻ വ്യഞ്ജിപ്പിക്കുന്നതായി അയാൾക്ക് തോന്നി.

അപ്പോൾ മുഖവുരയൊന്നും കൂടാതെ കുക്കുർസ് പറഞ്ഞു, 'നമുക്കെന്തു കൊണ്ട് എന്റെ തോട്ടങ്ങൾ സന്ദർശിക്കാനായി പോയിക്കൂടാ. അത് ദൂരെ ഗ്രാമത്തിലാണ് നമുക്ക് ഒരു ദിവസം അവിടെ തങ്ങുകയും ചെയ്യാം.'

മടിയൊന്നും കൂടാതെ കുൻസിൽ സമ്മതം മൂളി. പക്ഷേ ഒരു വീണ്ടു വിചാരം എന്ന നിലയിൽ ഹോട്ടലിലേക്ക് മടങ്ങുമ്പോൾ ഒരു കടയിൽ നിന്നും മൂർച്ചയുള്ള ഒരു പേനാക്കത്തി വാങ്ങി. മുൻകരുതൽ എപ്പോഴും നല്ലതാണല്ലോ.

ചില ദിവസങ്ങൾക്ക് ശേഷം കുൻസിലിന്റെ വാടകക്കാറിൽ അവരി രുവരും കുക്കുർസിന്റെ മലയടിവാരത്തുള്ള തോട്ടത്തിലേക്ക് യാത്ര ചെയ്തു. അത്ര സുഖകരമായ ഒരു യാത്ര ആയിരുന്നില്ല. കുക്കുർസിനെ അയാൾ അകമേ ഭയപ്പെട്ടിരുന്നു. തന്റെ പക്കൽ ഒരു കത്തിമാത്രമേയുള്ളുവെന്ന ചിന്ത അയാളിൽ നീറിനിന്നു. എന്നിരിക്കിലും എളുപ്പം ലാഭമുണ്ടാക്കാനുള്ള

പ്രലോഭനം വച്ചുനീട്ടി കുക്കുർസിനെ മരണക്കെണിയിൽ അകപ്പെടുത്താമെന്ന ചിന്തയും ഒപ്പമുണ്ടായിരുന്നു.

അയാൾക്കരുകിൽ കരുത്തനും സമചിത്തനുമെങ്കിലും ഒട്ടും സമ്പന്നനല്ലാത്ത ഹെർബെർട്ട് കുക്കുർസ് കുൻസിലിനെ വിശ്വസിക്കാമോ ഇല്ലയോ എന്ന ചിന്തയിൽ മുഴുകി തോക്കുമായി ഇരുന്നു. കുൻസിൽ വഴി ലഭിച്ചേക്കാവുന്ന പണം അയാളെ പ്രലോഭിപ്പിച്ചുകൊണ്ടിരുന്നു.

ഒരു എലിയും പൂച്ചയും കളിയിൽ താൻ ഇരയാവുകയാണൊയെന്ന് കുൻസിൽ സംശയിച്ചു. തന്റെ വ്യാജക്കഥകളുടെ നിജസ്ഥിതി ഒരുപക്ഷേ കുക്കുർസ് മനസ്സിലാക്കിയിട്ടുണ്ടാകും. മലയടിവാരത്തേക്ക് തന്നെ ആകർഷിച്ച് കൊണ്ടുപോകുന്നത് അവിടെ വച്ച് കൊല്ലാനാകുമോ?

പോകുന്ന വഴിയിൽ ഉപേക്ഷിക്കപ്പെട്ട ഒരു തോട്ടം കാണാനായി അവരിറങ്ങി. അവിടെ വച്ച് യാതൊരു കാരണവുമില്ലാതെ കുക്കുർസ് തന്റെ ഓട്ടോമാറ്റിക് റൈഫിൾ ബാഗിൽ നിന്നും പുറത്തെടുത്തപ്പോൾ കുൻസിൽ ഞെട്ടിപ്പോയി. കൈത്തോക്കും റൈഫിളും എന്ത് ഉദ്ദേശ്യത്തിനായാണ് ഇയാൾ കൊണ്ടുവന്നിരിക്കുന്നത്?

'നമുക്കൊരു ഷൂട്ടിംഗ് മത്സരം ആയാലോ?' കുക്കുർസ് ചോദിച്ചു. സംഗതി കുൻസിലിന് മനസ്സിലായി. മുൻ സൈനികനായ തന്റെ തോക്കുപയോഗിക്കാനുള്ള കഴിവിനെ അളക്കാനും ഗ്രഹിക്കാനുമുള്ള തന്ത്രമാണിത്. അയാളും ഒപ്പം കൂടി. അകലെ ഒരു മരത്തിന്മേൽ കുക്കുർസ് ഒരു പേപ്പർ ടാർഗറ്റ് സ്ഥാപിച്ചു. റൈഫിൾ ലോഡ് ചെയ്ത് അതിൽനിന്നും തുടർച്ചയായി പത്ത് വെടിയുതിർത്തു. പേപ്പർ ടാർഗറ്റിൽ പത്ത് സെന്റിമീറ്റർ വ്യാസത്തിൽ അതിന്റെ അടയാളങ്ങൾ പതിഞ്ഞു. പുതിയൊരു പേപ്പർ ടാർഗറ്റ് ഉറപ്പിച്ചശേഷം വീണ്ടും ലോഡ് ചെയ്ത റൈഫിൾ അയാൾ കുൻസിലിന് നൽകി. പരിചയസമ്പന്നനായ കുൻസിൽ ആയാസരഹിതമായി വെടിയുതിർത്തു. ഇക്കുറി പേപ്പർ ടാർഗറ്റിൽ മൂന്ന് സെന്റിമീറ്റർ വലിപ്പത്തിലായിരുന്നു ബുള്ളറ്റുകൾ പതിഞ്ഞ അടയാളങ്ങൾ. കുക്കുർസ് മറയില്ലാതെ കുൻസിലിനെ അഭിനന്ദിച്ചു. 'ഗംഭീരം, പ്രിയ ആന്റൺ.'

കാറിൽ മടങ്ങിയെത്തി അവർ യാത്ര തുടർന്നു. കുക്കുർസിന്റെ തോട്ടം സാമാന്യം വലുതായിരുന്നു. അതോട് ചേർന്ന് വനവും ഒരു പുഴയും ഉണ്ടായിരുന്നു. പുഴയിലൂടെ ചീങ്കണ്ണികൾ അലസം സഞ്ചരിച്ചു. കുക്കുർസ് കുൻസിലുമായി വനത്തിലേക്ക് കടന്നു. ഭയം പിന്നെയും കുൻസിലിന്റെ മനസ്സിൽ തുടിച്ചു. ഇതൊരു കെണി ആയിരിക്കുമോ? ഒരു തെളിവുകളും അവശേഷിക്കാത്തവിധം കൊന്നുതള്ളാനാവുമോ ഈ വനത്തിലേക്ക് തന്നെ കൊണ്ടുവന്നിരിക്കുന്നത്?

കുക്കുർസിനൊപ്പം അയാൾ നടത്തം തുടർന്നു. പെട്ടെന്നയാൾ ഒരു കല്ലിൽ തട്ടി; ഷൂസിന്റെ ആണിയിളകി. ഇളകിയ ആണി അയാളുടെ പാദത്തിൽ തുളഞ്ഞുകയറി. പെട്ടെന്നുണ്ടായ വേദനയിൽ പുളഞ്ഞ്

കുൻസിൽ മുട്ടുകുത്തി തന്റെ ഷൂ ഊരിമാറ്റി. ഉപ്പൂറ്റിയിൽ നിന്നും ചോര ഒഴുകിയിറങ്ങുന്നുണ്ടായിരുന്നു.

കുക്കുർസ് അരയിൽ നിന്നും തോക്ക് വലിച്ചൂരി. കുൻസിൽ ചകിതനായി. ഒരു പ്രതിരോധവും സാദ്ധ്യമാകാത്ത സന്ദർഭം. തന്റെ അന്ത്യം അടുത്തു വെന്നുതന്നെ അയാൾ കരുതി. ഒരു പട്ടിയെ കൊല്ലുന്നതുപോലെ ഈ നാസി തന്നെയും ഇല്ലാതാക്കും. പക്ഷേ തോക്ക് അയാൾക്ക് നൽകുക യാണ് കുക്കുർസ് ചെയ്തത്. 'ബട്ട് കൊണ്ട് അടിച്ച് ആ ആണി ഉറപ്പിക്ക്.' അയാൾ പറഞ്ഞു.

കുൻസിൽ തോക്ക് വാങ്ങി. അതോടെ അവരുടെ വേഷങ്ങൾ തകിടം മറിഞ്ഞു. ഏകാന്തമായ ഒരു മലഞ്ചെരുവിലെ തോട്ടത്തിൽ അവർ ഇരുവരും മാത്രം. മനുഷ്യരായി അനേകം മൈലുകൾക്കുള്ളിൽ അവരല്ലാതെ മറ്റാരു മില്ല. നിറതോക്ക് കുൻസിലിന്റെ കൈയ്യിലാണ്. വേണമെങ്കിൽ അയാൾക്ക് കുക്കുർസിനെ ഇപ്പോൾ അവസാനിപ്പിക്കാം. തോക്ക് ചൂണ്ടുക, കാഞ്ചിയിൽ വിരലമർത്തുക.

അതിനുപകരം ബട്ട് കൊണ്ടടിച്ച് അയാൾ ഷൂവിന്റെ ആണി അക ത്തേക്ക് അമർത്തി. വിരലോടിച്ച് ആണി വൃത്തിയായെന്ന് കണ്ടപ്പോൾ അയാൾ തോക്ക് അതിന്റെ ഉടമയ്ക്ക് തിരികെ നൽകി.

സന്ധ്യ ഇരുണ്ടപ്പോൾ അവർ ഒരു തട്ടിക്കൂട്ട് കുടിലിലെത്തി. അതി നുള്ളിലെ അത്താഴമേശയിൽ കൊണ്ടുവന്ന ഭക്ഷണം നിരത്തിവച്ച് കഴി ച്ചുതുടങ്ങി. അത്താഴം കഴിഞ്ഞപ്പോൾ അവിടെ ഉണ്ടായിരുന്ന ഇരുമ്പ് കട്ടിലുകളിൽ സ്ലീപിംഗ് ബാഗുകൾ നിവർത്തി ഉറങ്ങാൻ കിടന്നു. കുക്കുർസ് തന്റെ തോക്ക് തലയിണയ്ക്കടിയിലേക്ക് തള്ളിവയ്ക്കുന്നത് കുൻസിൽ ശ്രദ്ധിച്ചു. അശുഭകരമായ ചിന്തകൾ അയാളെ അലട്ടി. പോക്കറ്റിൽ നിന്നും പേനാക്കത്തിയെടുത്ത് അയാളും അരുകിൽ വച്ചു. ഉറങ്ങാതെ അർദ്ധമയക്കത്തിൽ അയാൾ കിടന്നു.

രാത്രിയുടെ നടുവിൽ കുക്കുർസ് കിടക്കയിൽനിന്നും എഴുന്നേൽക്കുന്ന സ്വരം അയാൾ കേട്ടു. തോക്കുമെടുത്ത് നാസി ശത്രു മെല്ലെ പുറത്തേക്ക് കടക്കുന്നത് അയാൾ കണ്ടു. എന്തിനാവും ആയുധവുമായി ഈ അസമയത്ത് പുറത്തിറങ്ങുന്നത്? പുറത്തെ ഒച്ചകൾക്കായി കുൻസിൽ ചെവിയോർത്തു. അയാളെ ശാന്തനാക്കിക്കൊണ്ട് അതിപരിചിതമായ ഒരു സ്വരം അക ത്തേക്ക് കടന്നുവന്നു, പുരുഷൻ മൂത്രമൊഴിക്കുന്ന സ്വരം. വനത്തിൽ അപക ടകാരികളായ മൃഗങ്ങളുണ്ടാകും. അതിനാലാകും അയാൾ തോക്കെടുത്തത്.

അടുത്തദിവസം അവർ സുരക്ഷിതരായി തിരികെയെത്തി. തന്റെ വാ സയിടമായ ഹോട്ടലിലേക്ക് നടന്നുകയറുമ്പോൾ കുൻസിൽ ആശ്വാസ ത്തോടെ ദീർഘനിശ്വാസം വിട്ടു. അടുത്ത ആഴ്ചകളിൽ കുക്കുർസ് കുടുംബത്തെ കുൻസിൽ വിശിഷ്ട ഭോജനശാലകളിലേക്കും നിശാക്ലബ്ബു കളിലേക്കും അത്താഴത്തിനായി ക്ഷണിച്ചു. ഓരോ തവണയും കുക്കുർസ്

അതീവ താത്പ്പര്യത്തോടെ ഭക്ഷണം കഴിക്കുന്നത് കുൻസിൽ ശ്രദ്ധിച്ചു. വളരെ കാലത്തിനുശേഷമാണ് ആ വിധം നല്ല ഭക്ഷണം രുചിക്കാൻ അവർക്ക് അവസരം കിട്ടുന്നതെന്നത് വ്യക്തമായിരുന്നു. തുടർന്ന് ചില വിശേഷപ്പെട്ട ടൂറിസ്റ്റ് കേന്ദ്രങ്ങളിലേക്ക് വിമാനത്തിൽ പോകുമ്പോൾ കുക്കുർസ് ദമ്പതികളെയും സ്വന്തം ചിലവിൽ ഒപ്പം കൂട്ടാനും അയാൾ തന്ത്രപൂർവ്വം ശ്രദ്ധിച്ചു. നല്ല ഭക്ഷണവും മുന്തിയ ഹോട്ടലുകളിലെ താമസവും അവർ ആസ്വദിക്കുന്നതും അയാൾ കണ്ടു.

തുടർന്ന് ഒരു ദിവസം ഉറുഗ്വേയുടെ തലസ്ഥാനമായ മോണ്ടെവിദോയിലേക്ക് വരാൻ കുൻസിൽ കുക്കുർസ് ദമ്പതികളെ ക്ഷണിച്ചു. ആ നഗരത്തെ ബിസിനസ് തലസ്ഥാനമാക്കാനാണ് തന്റെ പങ്കാളികൾ പ്രിയപ്പെടുന്നതെന്നും അതിനാൽ പറ്റിയ ഓഫീസും സൗകര്യങ്ങളും ഉണ്ടോയെന്ന് കണ്ടെത്താൻ തന്നെ സഹായിക്കാൻ കുക്കുർസിനാകുമെന്നും കുൻസിൽ അറിയിച്ചു. വിമാന ടിക്കറ്റും താമസവും ഭക്ഷണവുമെല്ലാം കുൻസിലിന്റെ വകയായിരുന്നു.

കുറച്ച് ദിവസങ്ങൾ മുൻപേ തന്നെ കുൻസിൽ അവിടെയെത്തി. കുക്കുർസ് പിന്നീട് വന്നെത്തുകയായിരുന്നു. അപ്പോഴും കുക്കുർസിന്റെ ഭയാശങ്കകൾ തീർന്നിരുന്നില്ല. ആ തവണ തന്റെ കാമറയും അയാൾ കരുതി. വിമാനത്താവളത്തിൽ നിന്നും പുറത്തേക്ക് വരുമ്പോൾ കുൻസിൽ കാത്തുനിൽക്കുന്നത് അകലെനിന്നുതന്നെ അയാൾ കണ്ടിരുന്നു. അപ്രതീക്ഷിതമായി കാമറ പുറത്തെടുത്ത് കുൻസിലിന്റെ നിരവധി ചിത്രങ്ങൾ അയാൾ കാമറയിൽ പകർത്തി. സുഹൃത്തും പങ്കാളിയും സാമ്പത്തിക സഹായിയുമായ കുൻസിൽ തന്നെയാണ് തന്റെ ഏറ്റവും അപകടകാരിയായ ശത്രുവെന്ന് അയാൾ കരുതി. കയ്ച്ചിട്ട് ഇറക്കാനും മധുരിച്ചിട്ട് തുപ്പാനും വയ്യാത്ത അവസ്ഥ.

അതിനകം കുൻസിൽ വലിയൊരു അമേരിക്കൻ കാർ വാടകയ്ക്കെടുത്തിരുന്നു. ആ കാറിന്റെ കടുത്ത ഇളംചുവപ്പ് നിറം മടുപ്പിക്കുന്നതായിരുന്നു. പക്ഷേ വാടക കമ്പനിയിൽ മറ്റൊരുനിറം ഉണ്ടായിരുന്നില്ല. നഗരത്തിലെ ഏറ്റവും മികച്ച ഹോട്ടലായ വിക്ടോറിയ പ്ലാസയിലാണ് മുറികൾ ബുക്ക് ചെയ്തിരുന്നത്. കുൻസിൽ ആരംഭിക്കുവാൻ ഉദ്ദേശിക്കുന്ന കമ്പനിക്ക് പറ്റിയ ഓഫീസ് തിരഞ്ഞ് അവർ ചില ദിവസങ്ങൾ അവിടെ ഉല്ലാസമായി കഴിഞ്ഞു. പറ്റിയ ഇടം കണ്ടെത്താനായില്ലെങ്കിലും ആ അവധിദിവസങ്ങൾ തികച്ചും ഉല്ലാസപ്രദമായിരുന്നു. മികച്ച റെസ്റ്റോറന്റുകളിലേക്കും നിശാക്ലബ്ബുകളിലേക്കും പന്തയകേന്ദ്രങ്ങളിലേക്കും കുൻസിൽ അവരെ കൊണ്ടുപോയി. പന്തയത്തിൽ വിജയിച്ചപ്പോളെല്ലാം പ്രൈസ് മണി കുൻസിൽ കുക്കുർസുമായും പങ്കുവച്ചു. അവർക്കത് വലിയ ആഹ്ലാദത്തിന് കാരണമായി. അവിടെനിന്നും കുൻസിൽ യൂറോപ്പിലേക്കും കുക്കുർസ് ബ്രസീലിലേക്കും മടങ്ങി. ബിസിനസ് പ്രൊജക്റ്റിന്റെ വിശദാംശങ്ങളു

മായി ഒന്നു-രണ്ട് മാസങ്ങൾക്കുള്ളിൽ തിരികെയെത്താം എന്ന് കുക്കുർസിനോട് വാക്ക് പറഞ്ഞിട്ടാണ് അവർ പിരിഞ്ഞത്. കുക്കുർസ് സാവോ പോളോയിൽ മടങ്ങിയെത്തി. അവിടെ എത്തിക്കഴിഞ്ഞപ്പോൾ കുക്കുർസ് ഭാര്യയുമായി തന്റെ ആശങ്കകൾ പങ്കുവച്ചു. മോന്റിവിദോയിൽ ആയിരുന്നപ്പോൾ ആരോ തന്നെ സദാ പിന്തുടരുന്നതായി അനുഭവപ്പെട്ടുവെന്ന് അയാൾ ഭാര്യയോട് പറഞ്ഞു. അതിനാൽ ഇനി കൂടുതൽ കരുതലോടെ ജീവിക്കണമെന്ന് അവർ തീരുമാനിച്ചു.

പാരീസിൽ കുൻസിൽ വീണ്ടും യാരിവും സുഹൃത്തുക്കളുമായി സമ്മേളിച്ചു. കുക്കുർസിനെ വധിക്കുന്നതിനുള്ള പദ്ധതിയെക്കുറിച്ച് അവർ ചർച്ച ചെയ്തു. മോന്റിവിദോയിൽ വച്ച് അത് ചെയ്യാമെന്നായിരുന്നു തീരുമാനം. അതിന് കാരണങ്ങളും ഉണ്ടായിരുന്നു. ബ്രസീലിൽ കുക്കുർസ് പോലീസിന്റെ സംരക്ഷണത്തിലാണെന്നതായിരുന്നു അവയിൽ ആദ്യത്തേത്. അതിനാൽ തട്ടിക്കൊണ്ട് പോകാനും വധിക്കാനുമുള്ള ഏത് ശ്രമങ്ങളും പോലീസിന്റെ ശ്രദ്ധയിൽ വരും. വലിയൊരു ജൂതസമൂഹം അവിടെ ഉള്ളതിനാൽ നവനാസികൾ അവരോട് പ്രതികാരം ചെയ്യും. അത് എങ്ങനെയായാലും ഒഴിവാക്കപ്പെടണം. ബ്രസീലിൽ വധശിക്ഷ നിലവിലുള്ളതിനാൽ പിടിക്കപ്പെട്ടാൽ മൊസാദ് ഏജന്റുമാരും വധശിക്ഷയ്ക്ക് വിധേയരാകും. അതും ഒഴിവാക്കപ്പെടണം. ഇതൊക്കെയായിരുന്നു മോന്റിവിദോയെ ദൗത്യം നടപ്പാക്കാനുള്ള ഇടമായി തെരഞ്ഞെടുക്കാൻ കാരണം.

യൊസ്സെ യാരിവിന്റെ നേതൃത്വത്തിൽ രൂപപ്പെട്ട ദൗത്യസംഘത്തിൽ അഞ്ച് ഏജന്റുമാരുണ്ടായിരുന്നു. രംസദ് മെയർ അമിതിന്റെ കസിൻ സീവ് അമിത് ആയിരുന്നു അവരിൽ ഒരാൾ. കുൻസിലും അര്യെ കോഹനും ഏലിയാസർ സിദിതുമായിരുന്നു മറ്റുള്ളവർ. ഏലിയാസറിന് ഓസ്വാൾഡ് ടൗസിഗ് എന്ന പേരിൽ ആസ്ട്രിയൻ പാസ്പോർട്ടും ഉണ്ടായിരുന്നു.

1965 ഫെബ്രുവരിയിൽ ദൗത്യസംഘാംഗങ്ങൾ മോന്റിവിദോയിൽ എത്തിച്ചേർന്നു. ഓസ്വാൾഡിന്റെ പേരിൽ കാസ കുബെർറ്റിനിയിലെ കർറ്റഗെന തെരുവിൽ ഒരു ചെറിയ വീടും പച്ചനിറമുള്ള വോക്സ്വാഗൺ കാറും വാടകയ്ക്കെടുത്തു. അപ്പോഴാണ് ദുരിതം പിടിച്ച ഒരു ചുമതല കൂടി യാരിവ് ഏൽപ്പിച്ചത്. പത്തൊൻപതാം നൂറ്റാണ്ടിൽ യാത്രക്കാർ ഉപയോഗിച്ചിരുന്ന തരം സാമാന്യം വലിയ ഒരു ഇരുമ്പ് പെട്ടി വാങ്ങണം. സംഭവം നടന്നുകഴിഞ്ഞാൽ നാസി ശത്രുവിന്റെ ശരീരം ഒളിപ്പിച്ച് നടക്കേണ്ടിവന്നാൽ അതിനായി ഉപയോഗിക്കാനാണ്.

കുൻസിൽ മുൻ നിശ്ചയപ്രകാരം വീണ്ടും കുക്കുർസിനെ മോന്റിവിദോയിലേക്ക് ക്ഷണിച്ചു.

1965 ഫെബ്രുവരി 15ന് കുക്കുർസ് പോലീസ് കേന്ദ്രത്തിലെത്തി. ഓഫീസർ അത്സിഡൊ സിന്റ്റ ബൃനോ ഫിൽഹൊ അയാളെ സ്വാഗതം ചെയ്തു. അയാളോട് ലാത്വിയക്കാരൻ പറഞ്ഞു: 'ഞാനൊരു ബിസിനസ്സുകാരനാണ്. ജീവഭയം തോന്നാൻ മതിയായ കാരണങ്ങൾ എനിക്കുള്ളതിനാൽ വർഷങ്ങളായി ഞാൻ ബ്രസീലിയൻ പോലീസിന്റെ സംരക്ഷണയിലാണ് ഇവിടെ കഴിയുന്നത്. ഇപ്പോൾ യൂറോപ്പുകാരനായ എന്റെ ബിസിനസ് പങ്കാളി ഞാൻ മോന്റിവിദോയിലേക്ക് ചെന്ന് അയാളെ കാണണമെന്ന് ആവശ്യപ്പെട്ടിരിക്കുന്നു. നിങ്ങൾക്ക് എന്ത് തോന്നുന്നു, എനിക്ക് ഉറുഗ്വേയിലേക്ക് യാത്ര ചെയ്യാമോ? അത് അപകടകരമാവില്ലേ?'

'പോകരുത്!' ആ ഓഫീസർ തറപ്പിച്ച് പറഞ്ഞു. ഇവിടെ നിങ്ങൾ സുരക്ഷിതനായി ജീവിക്കുന്നത് ഞങ്ങളുടെ സംരക്ഷണം ഉള്ളതുകൊണ്ടാണ്. പക്ഷേ ഓർത്തുകൊള്ളൂ, ബ്രസീൽ വിടുന്ന നിമിഷം ആ സംരക്ഷണം അവസാനിക്കും. അതോടെ നിങ്ങൾ ശത്രുക്കളുടെ മുന്നിൽപ്പെടും. നിങ്ങൾക്ക് ശത്രുക്കൾ ഉണ്ടെങ്കിൽ അവർ നിങ്ങളെ മറന്നിരിക്കാനും ഇടയില്ല.'

കുക്കുർസ് അൽപനേരം ആലോചിച്ചിരുന്നു. ഒരു തീരുമാനമെടുക്കാൻ അയാൾ മടിക്കുന്നതുപോലെ തോന്നി. ഒടുവിൽ എഴുന്നേറ്റ് പറഞ്ഞു: 'ഞാനെന്നും ധൈര്യശാലിയായ ഒരാളായിരുന്നു. എനിക്ക് ഭയമില്ല. എന്റെ ജീവൻ സംരക്ഷിക്കാൻ എനിക്കറിയാം. ഇത്രയും വർഷങ്ങൾ കഴിഞ്ഞിട്ടും വെടിവയ്ക്കാനുള്ള എന്റെ കഴിവ് മങ്ങിയിട്ടില്ല.'

ഫെബ്രുവരി 23-ന് മോന്റിവിദോയിൽ കുൻസിൽ കുക്കുർസിനെ സന്ധിച്ചു. അപ്പോഴേക്കും കെണി തയ്യാറായിരുന്നു. കാസ കുബെർറ്റിനിയിലാണ് മൊസാദ് സംഘം താമസിച്ചിരുന്നത്. വാടകയ്ക്കെടുത്ത കറുത്ത വോക്സ്വാഗൺ കാറിൽ കുക്കുർസുമായി കുൻസിൽ അങ്ങോട്ട് യാത്ര ചെയ്തു. പോകുന്ന വഴിയിൽ പലയിടത്തും ഇറങ്ങി അവർ ഓഫീസിനായി വീടുകൾ പരിശോധിച്ചു. ഒടുവിൽ അവർ കാസ കുബെർറ്റിനിയിൽ എത്തി. അവിടെ റോഡ്സൈഡിലായി ഒരു വീടിന്റെ അറ്റകുറ്റപ്പണിയിൽ ചിലർ മുഴുകിയിരിക്കുന്നത് കണ്ടു. തൗസിഗിന്റെ പച്ച നിറത്തിലുള്ള കാർ സമീപത്തായി പാർക്ക് ചെയ്തിരുന്നു. അതും ഒരു വോക്സ്വാഗൺ ആയിരുന്നു. കാർ നിർത്തി എഞ്ചിൻ ഓഫ് ചെയ്തശേഷം പുറത്തിറങ്ങി കുൻസിൽ വീടിനുനേരെ നടന്നു. കുക്കുർസ് അയാളെ അനുഗമിച്ചു. കുൻസിൽ വാതിൽ തുറന്നപ്പോൾ വിചിത്രമായ ഒരു കാഴ്ച അവിടെ കണ്ടു. വീട്ടിനുള്ളിലെ അരണ്ട വെളിച്ചത്തിൽ മൊസാദ് ഏജന്റുമാരെല്ലാവരും അടിവസ്ത്രം മാത്രം ധരിച്ച് ചുവരോട് ചേർന്ന് നിൽക്കുന്നുണ്ടായിരുന്നു. രക്തരൂഷിതമായ ഒരു മൽപ്പിടുത്തത്തിലൂടെയല്ലാതെ കുക്കുർസിനെ കീഴ്പ്പെടുത്താനാവില്ലെന്ന് അവർക്കറിയാമായിരുന്നു. വസ്ത്രങ്ങൾ ചോരപുരണ്ട് ഉപയോഗശൂന്യമാകാ

തിരിക്കാനുള്ള മുൻ കരുതലായിരുന്നു അത്. എങ്കിലും ഒരു കൂട്ടമാളുകൾ അണ്ടർവെയർ മാത്രം ധരിച്ച് ഇരയ്ക്കായി കാത്തിനിൽക്കുന്നത് പേടിപ്പെടുത്തുന്ന ദൃശ്യമായിരുന്നു.

കുൻസിൽ അകത്തേക്ക് കയറി കുക്കുർസിന് പ്രവേശിക്കാനായി ഒരു വശത്തേക്ക് ഒതുങ്ങി നിന്നു. കുക്കുർസ് അകത്ത് കടന്നയുടനെ കുൻസിൽ വാതിൽ തള്ളിയടച്ചു. അന്നേരം മൂന്നുപേർ കുക്കുർസിനെ പിടിക്കാനായി കുതിച്ചു. പാരീസിൽ പരിശീലിക്കപ്പെട്ടതുപോലെ സീവ് അമിത് കുക്കുർസിന്റെ കഴുത്ത് തന്റെ പിടിയിലാക്കി. മറ്റ് രണ്ടുപേരും രണ്ടുവശങ്ങളിൽ നിന്നും അയാളെ ബന്ധിച്ചു.

കീഴടങ്ങാൻ ആ ലാത്വിയക്കാരൻ ഒരുക്കമായിരുന്നില്ല. അയാൾ തിരിച്ചടിച്ചു. മൂന്നുപേരെയും കുതറിത്തെറിപ്പിച്ചുകൊണ്ട് അയാൾ വാതിൽക്കലേക്ക് കുതിച്ചു. വിഫലമായി അയാൾ വാതിൽപ്പിടികൾ തിരിച്ചു. അടുത്തനിമിഷം അയാൾ താൻ കരുതിയിരുന്ന തോക്ക് പോക്കറ്റിൽ നിന്നും പുറത്തെടുത്തു. ഒപ്പം ജർമ്മൻ ഭാഷയിൽ അലറിപ്പറഞ്ഞു: 'ഞാൻ പറയുന്നത് കേൾക്കു!'

മൽപ്പിടുത്തത്തിനിടയിൽ യാരിവ് കുക്കുർസിന്റെ വായ പൊത്തിപ്പിടിക്കാൻ ശ്രമിച്ചു. അലറി ഒച്ചയുണ്ടാക്കുന്നത് തടയാനായിരുന്നു അയാളുടെ ഉദ്യമം. കുക്കുർസ് അയാളുടെ കൈപ്പത്തിയിൽ ബലമായി കടിച്ചു. ഒരു വിരൽ ഏറെക്കുറെ മുറിഞ്ഞു. യാരിവ് വേദന സഹിക്കാനാവാതെ ഉറക്കെ കരഞ്ഞുപോയി. അന്നേരം വലിയൊരു ചുറ്റികകൊണ്ട് അമിത് കുക്കുർസിന്റെ തലയിൽ ആഞ്ഞടിച്ചു. തല പൊളിഞ്ഞ് ചോര അവരുടെ ശരീരങ്ങളിലേക്ക് ചീറ്റി. ആക്രമിച്ചവരും ആക്രമിക്കപ്പെട്ടവരും ഒരുപോലെ തറയിൽ വീണു. കുക്കുർസ് അപ്പോഴും തന്റെ തോക്ക് ഉപയോഗിക്കാൻ കിണഞ്ഞ് പരിശ്രമിക്കുകയായിരുന്നു. എല്ലാം പെട്ടെന്നായിരുന്നു. അര്യെ തോക്ക് കുക്കുർസിന്റെ ശിരസ്സിലമർത്തി രണ്ടുതവണ കാഞ്ചി വലിച്ചു. തോക്കിൽ ഘടിപ്പിച്ചിരുന്ന സൈലൻസർ ഒച്ചയെ വിഴുങ്ങിക്കളഞ്ഞു.

കുക്കുർസിന്റെ ദേഹം നിശ്ചലമായി. ചോര അവിടെയെങ്ങും ഒഴുകിപ്പരന്ന് അവരുടെ വസ്ത്രങ്ങളെയും തറയെയും നനച്ചു. മൊസാദ് സംഘം ചോരയിൽ ചുവന്നു. ഓസ്വാൾഡ് തൗസിഗ് പുറത്തേക്കോടിയിറങ്ങി പൈപ്പുകൾ തുറന്നു. അയാളുടെ കൂട്ടുകാർ ശരീരം കഴുകി വൃത്തിയായി. പിന്നീടവർ ചോരവീണ തറയും ചുവരുകളും വൃത്തിയാക്കി. എത്ര പരിശ്രമിച്ചിട്ടും ചോരപ്പാടുകൾ പൂർണ്ണമായി കഴുകിക്കളയാൻ അവർക്കായില്ല. ചോരക്കറകൾ അവിടവിടെയായി അവശേഷിച്ചു.

കുക്കുർസിനെ അങ്ങനെ കൊല്ലാനായിരുന്നില്ല അവർ പ്ലാൻ ചെയ്തിരുന്നതെന്ന് മൊസാദ് സംഘത്തിൽപ്പെട്ടവരിൽ ഒരാൾ പിന്നീട് വെളിപ്പെടുത്തി. ജീവനോടെ ബന്ധനസ്ഥനാക്കുവാനും അവിടെ വച്ചുതന്നെ സൈനികമുറയിൽ വിചാരണ ചെയ്തശേഷം വധശിക്ഷ വിധിച്ച് നട

പ്പിലാക്കാനായിരുന്നു അവർ ഉദ്ദേശിച്ചിരുന്നത്. ആസൂത്രണത്തിലെ ദൗർബല്യങ്ങളും കുക്കുർസിന്റെ കായികബലത്തെ മുൻകൂർ മനസ്സിലാക്കുന്നതിൽ സംഭവിച്ച പിഴവും പദ്ധതിയെ തകിടം മറിക്കുകയായിരുന്നു. അതാണ് പദ്ധതിയെ അടിതെറ്റിച്ച് അനാവശ്യമായി അക്രമാസക്തവും രക്തപങ്കിലവുമാക്കിയത്. അവസാനദിവസമായിരുന്നു വീട് ഒത്തുകിട്ടിയത്. മൃതദേഹം സൂക്ഷിക്കാനുള്ള പെട്ടി വാങ്ങാനായത് അവസാന മണിക്കൂറിലും. അടിവസ്ത്രം മാത്രം ധരിച്ചുകൊണ്ട് കുക്കുർസിന്റെ മേൽ ചാടി വീഴുന്നതിനുപകരം അയാളുടെ നേരെ നിറയൊഴിക്കാമായിരുന്നു. ഏതായാലും മൊസാദ് ഏജന്റുമാർ പിന്നീട് പറഞ്ഞതുപോലെ സംഘം അവരെ ഏൽപ്പിച്ച ദൗത്യം നിറവേറ്റി.

കുക്കുർസിന്റെ ദേഹം അവർ പെട്ടിയിൽ കിടത്തി മുറിയിൽ ഉപേക്ഷിച്ചു. അയാളെ തട്ടിക്കൊണ്ടുപോകാനും രാജ്യത്തിന് വെളിയിലേക്ക് കടത്താനുമായിരുന്നു പദ്ധതിയെന്ന് ഉറുഗ്വേ പോലീസിനെ തെറ്റിദ്ധരിപ്പിക്കാനുള്ള അടവായിരുന്നു അത്. മുൻകൂട്ടി ടൈപ്പ് ചെയ്ത് തയ്യാറാക്കിയ ഒരു കത്ത് അവർ പെട്ടിയുടെ മുകളിൽ വച്ചിരുന്നു: 'ഹെർബെർട്ട്സ് കുക്കുർസിന്റെ മേൽ ആരോപിക്കപ്പെട്ടിരിക്കുന്ന കുറ്റകൃത്യങ്ങളുടെ ഗുരുതര സ്വഭാവം, വിശിഷ്യാ, മുപ്പതിനായിരം സ്ത്രീപുരുഷന്മാരുടെയും കുഞ്ഞുങ്ങളുടെയും അതിക്രൂരമായ കൂട്ടക്കൊലയിലുള്ള വ്യക്തിപരമായ ഉത്തരവാദിത്തം പരിഗണിച്ച് ഞങ്ങൾ ഇയാളെ വധശിക്ഷയ്ക്ക് വിധിക്കുന്നു. ഒന്നും 'ഒരിക്കലും മറക്കാത്തവർ' 1965 ഫെബ്രുവരി 23ന് ആ ശിക്ഷ നടപ്പിലാക്കിയിരിക്കുന്നു.'

തുടർന്ന് വാടകയ്ക്കെടുത്ത രണ്ട് വോക്സ്വാഗണുകളിലായി അവർ നഗരം വിട്ടു. അടുത്തവീട്ടിൽ അറ്റകുറ്റപ്പണികളിൽ മുഴുകിയിരുന്ന തൊഴിലാളികൾ ഇതൊന്നുമറിയാതെ തട്ടിയും മുട്ടിയും ബഹളമയമായ അന്തരീക്ഷത്തിൽ പണികൾ തുടർന്നു. യാരിവിന്റെ കൈപ്പത്തിയിലെ വേദന അയാളെ കലശലായി വിഷമിപ്പിച്ചു. മരണം വരെ അതിൽ നിന്നും അയാൾ പൂർണ്ണമായി മുക്തനായില്ല. കുൻസിലും തൗസിഗും കാറുകൾ മടക്കി നൽകിയ ശേഷം ഹോട്ടലുകളിൽ നിന്നും ചെക്കൗട്ട് ചെയ്തു. സങ്കീർണ്ണമായ മാർഗ്ഗങ്ങളിലൂടെ നഗരങ്ങൾ താണ്ടി അവരെല്ലാവരും ആദ്യം യൂറോപ്പിലും അവിടെനിന്നും ഇസ്രായേലിലും എത്തിച്ചേർന്നു. 'ശരീരത്തിലും ആത്മാവിലും മുറിവേറ്റവനായി' സീവ് അമിത് പാരീസിലെത്തി. വളരെക്കാലം ഭീതിദങ്ങളായ കിനാവുകൾ അയാളെ വേട്ടയാടിക്കൊണ്ടിരുന്നു.

മൊസാദ് ദൗത്യസംഘത്തിലെ എല്ലാവരും ലാറ്റിൻ അമേരിക്ക വിട്ടുകഴിഞ്ഞപ്പോൾ അവരിലൊരാൾ ജർമ്മനിയിലെ മാധ്യമ ഓഫീസുകളിൽ വിളിച്ച് ഒരു നാസി കൊടുംകുറ്റവാളിയെ 'ഒരിക്കലും മറക്കാത്തവർ' പിടികൂടി വധശിക്ഷയ്ക്ക് വിധേയമാക്കിയതായി അറിയിച്ചു. എന്നാൽ മാധ്യമപ്രവർത്തകർ അത് കാര്യമായെടുത്തില്ല. ഏതോ കളിപ്പിക്കലാണതെന്നേ അവർ കരുതിയുള്ളു. തുടർന്ന് കുറച്ചുകൂടി ആധികാരികമായ ഒരു

റിപ്പോർട്ട് തയ്യാറാക്കി യൂറോപ്പിലെയും മോന്റിവിദോയിലെയും മാധ്യമ ഓഫീസുകളിൽ വീണ്ടും വിതരണം ചെയ്തു. മോന്റിവിദോയിലെ ഒരു പത്രപ്രവർത്തകൻ അത് ഉടനെ പോലീസിന് കൈമാറി. പോലീസിന്റെ പരിശോധന കാര്യങ്ങളെ വെളിച്ചത്ത് കൊണ്ടുവന്നു.

അങ്ങനെ കുക്കുർസിന്റെ മരണം കഴിഞ്ഞ് പത്ത് ദിവസങ്ങൾക്ക് ശേഷം മാധ്യമങ്ങളിൽ ആ വാർത്ത വലിയ തലക്കെട്ടുമായി പ്രത്യക്ഷപ്പെട്ടു. മോന്റിവിദോയിലെ ആളൊഴിഞ്ഞ വീട്ടിൽ കുക്കുർസിന്റെ മൃതദേഹം കണ്ടെത്തിയ വിവരവും അതിലുണ്ടായിരുന്നു. കൊലപാതകത്തിന്റെ പിന്നിൽ പോലീസ് സംശയിക്കുന്നവരുടെ പട്ടികയിൽ ആന്റൺ കുൻസിലിന്റെയും ഓസ്വാൾഡ് തൗസിഗിന്റെയും പേരുകളും ഉണ്ടായിരുന്നു. കുറച്ചുദിവസങ്ങൾക്ക് ശേഷം റിയോയിലെ ഒരു വാരികയിൽ ആന്റൺ കുൻസിലിന്റെ വലിയൊരു ചിത്രം അച്ചടിച്ചുവന്നു. കുക്കുർസ് അയാളുടെ കാമറയിൽ പകർത്തിയതായിരുന്നു അത്. 'പുഞ്ചിരിക്കുന്ന ആസ്ട്രിയക്കാരൻ' എന്നാണ് വാരികയുടെ ലേഖകൻ കുൻസിലിനെ വിശേഷിപ്പിച്ചത്. ഇസ്രായേലിലെ വാർത്താവാരികയായ മാറിവ് ആ ചിത്രം പുനപ്രകാശനം ചെയ്തു. മൊസാദിലെ സുഹൃത്തുക്കൾ ആ ചിത്രം കണ്ട് ആന്റൺ കുൻസിൽ ആരെന്ന് തിരിച്ചറിഞ്ഞു.

ചില ദിവസങ്ങൾക്ക് ശേഷം ഒരു കത്ത് കുക്കുർസിന്റെ വീട്ടിലെത്തി. തന്നെ ആരും പിന്തുടരാതിരിക്കാനുള്ള ദുർബലമായ ഒരു ശ്രമമായിരുന്നു അത്.

പ്രിയപ്പെട്ട ഹെർബർട്ട്സ്,

ദൈവത്തിന്റെയും ചില സുഹൃത്തുക്കളുടെയും സഹായത്താൽ സുരക്ഷിതനായി ചിലിയിൽ എത്തിച്ചേർന്നു. യാത്രയുടെ തളർച്ചയാൽ ഞാനിപ്പോൾ വിശ്രമിക്കുകയാണ്. താങ്കളും വൈകാതെ വീട്ടിൽ എത്തിച്ചേരുമെന്ന് എനിക്കുറപ്പുണ്ട്. ഒരു പുരുഷനും സ്ത്രീയും പിന്തുടരുന്നത് എന്റെ ശ്രദ്ധയിൽ പെട്ടിട്ടുണ്ട്. നമ്മൾ വളരെ സൂക്ഷിക്കണമെന്ന് ഞാൻ പറയേണ്ടതില്ലല്ലോ. ആവശ്യമായ മുൻകരുതലുകൾ എടുക്കാൻ ഉപേക്ഷ വിചാരിക്കരുത്. ഞാൻ പലപ്പോഴും സൂചിപ്പിച്ചിട്ടുള്ളതുപോലെ സ്വന്തം പേരിൽത്തന്നെ യാത്രചെയ്യുന്നതിന്റെ അപകടസാദ്ധ്യതകൾ ഞാൻ വീണ്ടും താങ്കളെ ഓർമ്മിപ്പിക്കുന്നു. നമുക്ക് രണ്ടുപേർക്കും അത് അനർത്ഥങ്ങൾ കൊണ്ടുവന്നേക്കാം. എന്റെ യഥാർത്ഥ പേരും വിവരങ്ങളും പുറത്താകാനും അത് കാരണമായേക്കുമോയെന്ന് ഭയപ്പെടുന്നു.

ഉറുഗ്വേയിൽ വച്ചുണ്ടായ പ്രശ്നങ്ങൾ താങ്കൾക്ക് പാഠമായിട്ടുണ്ടാവുമെന്ന് കരുതുന്നു. ഭാവിയിൽ കൂടുതൽ കരുതൽ കാണിക്കുക. വീടിന്റെ സമീപങ്ങളിൽ അസ്വാഭാവികമായി എന്ത് കണ്ടാലും

അത് വിട്ടുകളയരുത്. ഞാൻ പറഞ്ഞത് ഓർമ്മയിൽ വയ്ക്കുക. മറവിൽ നിൽക്കാനായി താത്പര്യപ്പെടുന്നെങ്കിൽ വോൺ ലീഡ്സിന്റെ ആൾക്കാർ സഹായിക്കും. എവിടെയെങ്കിലും അഭയം കിട്ടുംവരെ ഒന്നോ രണ്ടോ കൊല്ലങ്ങൾ അവിടെ കഴിയാം.

എഴുത്ത് കിട്ടിക്കഴിഞ്ഞാൽ സാന്റിയാഗോയിലെ വിലാസത്തിൽ മറുപടി അയക്കുക.

താങ്കളുടെ,
ആന്റൺ കെ.

ആ കത്ത് ആരെയും കബളിപ്പിച്ചില്ല. കുൻസിലാണ് തന്റെ ഭർത്താവിനെ കൊന്നതെന്ന് കുക്കുർസിന്റെ ഭാര്യ മിൽദാ ശഠിച്ചു.

കുക്കുർസ് വധത്തിനുപിന്നിൽ പ്രവർത്തിച്ചവരിൽ മിക്കവരും ഇതിനകം മരിച്ചുകഴിഞ്ഞു. ഈ പുസ്തകത്തിന്റെ രചയിതാക്കൾക്ക് നേരിൽ പരിചയമുണ്ടായിരുന്ന സീവ് അമിത് 1973-ലെ യോം കിപ്പൂർ യുദ്ധത്തിൽ കൊല്ലപ്പെടുകയായിരുന്നു.

ആ ഉദ്യമത്തിന് ഫലമുണ്ടായി. നാസി കുറ്റവാളികളെ നിയമത്തിനുമുന്നിൽ എത്തിക്കുന്നതിനുള്ള സമയപരിധി നിർണ്ണയിക്കാനുള്ള ജർമ്മനിയുടെയും ആസ്ട്രിയയുടെയും നീക്കങ്ങൾ അവർ ഉപേക്ഷിച്ചു.

വർഷങ്ങൾക്ക് ശേഷം മൊസാദിന്റെ മുൻ തലവൻ ഐസർ ഹാരെൽ ഈ പുസ്തകത്തിന്റെ രചയിതാക്കളിൽ ഒരാളുമായി ബന്ധപ്പെട്ടു. തന്റെ സുഹൃത്തുക്കളിൽ ഒരാൾ കാണാൻ താത്പര്യപ്പെടുന്നു എന്നതായിരുന്നു ഹാരെലിന്റെ സന്ദേശം. മറ്റ് വിവരങ്ങളൊന്നും നൽകിയില്ല. ടെൽ അവീവിന്റെ വടക്കൻ പ്രവിശ്യയിലെ ഒരു വിലാസം മാത്രം നൽകി. ഗ്രന്ഥകാരനെത്തിയത് വൃത്തിയുള്ള ഒരു ചെറിയ വീടിന്റെ മുന്നിലായിരുന്നു. കണ്ണട ധരിച്ച, ദൃഢകായനായ ഒരാൾ വാതിൽ തുറന്നു. ഗ്രന്ഥകർത്താവ് ഉടനെ ആളെ തിരിച്ചറിഞ്ഞു.

അയാൾ വാതിൽക്കൽ നിന്നിരുന്ന ആളോട് മൊഴിഞ്ഞു: *'ശുഭ സായാഹ്നം, ശ്രീമൻ കുൻസിൽ.'*

അദ്ധ്യായം 12

ചുവന്ന രാജകുമാരനായുള്ള അന്വേഷണം

1972 സെപ്റ്റംബർ 5 പുലർച്ചെ 4.30-ന് മഞ്ഞിൽ വിനോദസഞ്ചാരം നടത്തുന്നവരുടെ വസ്ത്രങ്ങൾ ധരിച്ച സായുധരായ എട്ട് ഭീകരർ മ്യൂണിക്ക് ഒളിമ്പിക്സിൽ പങ്കെടുക്കുന്ന ഇസ്രായേൽ ടീം പാർക്കുന്ന അപ്പാർട്ട്മെന്റിലേക്ക് ബലം പ്രയോഗിച്ച് കയറി. അവരുടെ വഴി തടയാൻ ശ്രമിച്ച ഗുസ്തി ടീമിന്റെ പരിശീലകൻ മോഷെ വെയിൻബർഗിനെയും വെയ്റ്റ് ലിഫ്റ്റിംഗ് ചാമ്പ്യൻ ജോ റൊമാനോവിനെയും ഭീകരർ വധിച്ചു. ശബ്ദഘോഷവും വെടിയൊച്ചയും കേട്ട് ഉണർന്ന ചില അത്‌ലറ്റുകൾ ജനാല വഴി ചാടി രക്ഷപ്പെട്ടു. ഒൻപതുപേരെ ഭീകരർ തടവിലാക്കി.

ജർമ്മൻ പോലീസ് സ്ഥലത്തെത്തി. അവരോടൊപ്പം മാധ്യമ റിപ്പോർട്ടർമാരും ഫോട്ടോഗ്രാഫർമാരും ടെലിവിഷൻ സംഘങ്ങളും ഉണ്ടായിരുന്നു. തത്സമയ പ്രക്ഷേപണങ്ങളിലൂടെ ചരിത്രത്തിലാദ്യമായി ലോകമെമ്പാടുമുള്ള ടെലിവിഷൻ പ്രേക്ഷകർ ഒളിമ്പിക്സ് ഗ്രാമത്തിൽ അരങ്ങേറിയ ഭീതിദമായ ഭീകരാക്രമണം നേരിട്ട് കണ്ടു. കാവൽ സൈനികൻ വിളിച്ചുണർത്തിയതിനാൽ ഇസ്രായേൽ പ്രധാനമന്ത്രി ഗോൾഡ്ഡാ മെയറും അതെല്ലാം നേരിൽ കണ്ടു. താൻ ഒരു കെണിയിലാണെന്ന് അവർക്ക് തോന്നി. ആക്രമണം നടന്നിരിക്കുന്നത് ഒരു സൗഹൃദരാജ്യത്താണ് അതിനാൽ തടവിൽ പിടിക്കപ്പെട്ടവരെ മോചിപ്പിക്കാനുള്ള ഉത്തരവാ

ദവും അവരുടേതു തന്നെ. ആക്രമണം നടന്ന ജർമ്മനിയിലെ ബവേറിയ സംസ്ഥാനത്തെ ഭരണാധികാരികൾ കമാൻഡോകളെ അയക്കാമെന്ന ഇസ്രായേലിന്റെ സഹായവാഗ്ദാനം നിരസിച്ചു. ഭയപ്പെടേണ്ട കാര്യമില്ലെന്നും ഭീകരർ തടവുകാരാക്കിയ സകലരെയും തങ്ങൾ മോചിപ്പിക്കുമെന്നും ആ കാര്യത്തിൽ ആശങ്ക വേണ്ടെന്നും ഇസ്രായേൽ പ്രതിനിധികളെ അവർ അറിയിച്ചു. എങ്കിലും കൗശലക്കാരായ ഭീകരസംഘങ്ങളെ നേരിടാനുള്ള പരിചയസമ്പത്തിന്റെ കുറവ് ജർമ്മനിക്കുണ്ടായിരുന്നു. ഒരു ദിവസം നീണ്ടുനിന്ന ശ്രമകരമായ കൂടിയാലോചനകൾക്ക് ശേഷം മ്യൂണിക്കിന് പുറത്തുള്ള ഫുർസ്റ്റെൻഫെൽബ്രുക്ക് വിമാനത്താവളത്തിലേക്ക് ഭീകരരെയും തടവുകാരെയും നീക്കാൻ ധാരണയായി. അവിടെനിന്നും വിമാനം കയറി ഭീകരർക്ക് ഇഷ്ടമുള്ളിടത്തേക്ക് പറക്കാം എന്നതായിരുന്നു കരാർ. ഭീകരരെ കുടുക്കാനായി ദുർബലമായ ഒരു കെണി ജർമ്മൻ പോലീസ് വിമാനത്താവളത്തിൽ ഒരുക്കിയിരുന്നു. വിമാനത്താവളത്തിന്റെ നടുവിൽ ആളൊഴിഞ്ഞ ഒരു ലുഫ്ത്താൻസ വിമാനം ഭീകരർക്കായി പാർക്ക് ചെയ്തിരുന്നു. സമീപത്തുള്ള കെട്ടിടങ്ങളുടെ മേൽക്കൂരകളിൽ ആവശ്യത്തിനുവേണ്ടും വൈദഗ്ധ്യമില്ലാത്ത ഷൂട്ടർമാരെയും വിന്യസിച്ചു. ഭീകരസംഘത്തിന്റെ തലവൻ വിമാനം പരിശോധിക്കാനായെത്തി. പൈലറ്റോ ജീവനക്കാരോ ഇല്ലാത്ത, തണുത്ത് വിറങ്ങലിച്ച എഞ്ചിനോടുകൂടിയ ആ വിമാനം ഒരു കബളിപ്പിക്കലിന്റെ ഭാഗമാണെന്നും അത് പറക്കാനുദ്ദേശിച്ചുള്ളതല്ലെന്നും അയാൾ വേഗം തിരിച്ചറിഞ്ഞു. ഭീകരർ അതോടെ വെടിവയ്ക്കാൻ ആരംഭിച്ചു. നാലുപാടും ഗ്രനേഡുകൾ എറിഞ്ഞു. തുടർന്ന് ഭീകരരും പോലീസുമായുണ്ടായ ഏറ്റുമുട്ടലിനിടയിൽ ഇസ്രായേലി തടവുകാരെല്ലാം വധിക്കപ്പെട്ടു. ഒരു ജർമ്മൻ പോലീസുകാരനും എട്ട് ഭീകരരിൽ അഞ്ചുപേരും കൊല്ലപ്പെട്ടു. (മൂന്ന് ഭീകരർ പിടിക്കപ്പെട്ടെങ്കിലും അധികം വൈകാതെ ഒരു ലുഫ്ത്താൻസ വിമാനറാഞ്ചലിലൂടെ അവരെ മൂവരെയും മോചിപ്പിക്കാനും ഭീകരർക്കായി). മെയർ അമിതിന് പകരക്കാരനായി രംസദ് പദവിയിലെത്തിയ ജനറൽ സവി സമീർ നിസ്സഹായനായി കൺ ട്രോൾ ടവറിലിരുന്ന് രക്തരൂഷിതമായ ആ നാടകം കണ്ടു. പ്രധാനമന്ത്രി ഗോൾഡ മെയർ മ്യൂണിക്കിലേക്ക് അയച്ചതായിരുന്നു മെയറെ, പക്ഷെ ഒന്നിലും ഇടപെടാൻ അയാൾക്ക് അനുവാദം ഉണ്ടായിരുന്നില്ല. സകലവും ശരിയാവുമെന്ന് ആതിഥേയർ പറഞ്ഞുകൊണ്ടിരുന്നു. മറിച്ച് സംഭവിക്കുന്നത് മെയർ കണ്ടുകൊണ്ടിരുന്നു. ഇസ്രായേലി അത്‌ലറ്റുകളുടെ കൂട്ടക്കൊലയ്ക്കാണ് മെയർ സാക്ഷിയായത്. ഒന്നുമാത്രം അയാൾക്ക് മനസ്സിലായി: ഇസ്രായേലിന് പുതിയൊരു ശത്രു പിറന്നിരിക്കുന്നു – സ്വയം 'ബ്ലാക്ക് സെപ്റ്റംബർ' എന്ന് വിശേഷിപ്പിക്കുന്ന ഒരു സംഘടന.

ബ്ലാക് സെപ്റ്റംബർ. ജോർദാനിലെ ഹുസ്സൈൻ രാജാവ് 1970 സെപ്റ്റംബർ മാസത്തിൽ ആയിരക്കണക്കിന് ഭീകരരെ കൊന്നൊടുക്കിയതിന്റെ ഓർമ്മയ്ക്കായിട്ടാണ് ആ സംഘടന പിറന്നത്. 1967-ലെ ആറുദിവസത്തെ യുദ്ധാനന്തരം ഭീകരർ ജോർദാനുള്ളിൽ നിരവധിയിടങ്ങളിൽ തലസ്ഥാനമായ അമ്മാന്റെ പ്രാന്തപ്രദേശങ്ങളിലുൾപ്പെടെ ക്രമാനുക്രമമായി സ്വാധീനം വർദ്ധിപ്പിച്ചുപോന്നു. ഇസ്രായേലും ജോർദാനും അതിർത്തി പങ്കിടുന്ന ഇടങ്ങളിലെ ചെറുപട്ടണങ്ങളിലും ഗ്രാമങ്ങളിലും ആധിപത്യം സ്ഥാപിക്കാൻ ഭീകരർക്ക് കഴിഞ്ഞു. തെരുവുകളിൽ ഭീകരർ യാതൊരുവിധ നിയന്ത്രണങ്ങളും കൂട്ടാക്കാതെ ആയുധങ്ങൾ പ്രദർശിപ്പിച്ചുകൊണ്ട് റോന്ത് ചുറ്റി. ഹുസ്സൈൻ രാജാവിന്റെ അധികാരത്തെ അവർ വെല്ലുവിളിക്കുകയും തിരസ്കരിക്കുകയും ചെയ്തു. ക്രമേണ ജോർദാനിൽ അധികാരം അവരുടെ കൈപ്പിടിയിലായി. ഇതറിയാമായിരുന്നിട്ടും ഒന്നും ചെയ്യാൻ രാജാവ് തുനിഞ്ഞില്ല. ഒരു പട്ടാള ബാരക്ക് സന്ദർശനത്തിനിടെ ഒരു സായുധ ടാങ്കിന്റെ ആന്റിനയുടെ മുകളിൽ ഒരു ബ്രേസിയർ പറക്കുന്നത് ഹുസ്സൈൻ രാജാവ് കണ്ടു. കോപിഷ്ഠനായ രാജാവ് 'എന്താണ് ഈ കാണുന്നതെന്ന്'' ചോദിച്ചു. പട്ടാളക്കാരിൽ ഒരാൾ പറഞ്ഞു: 'ഇതിനർത്ഥം ഞങ്ങൾ സൈനികർ പെണ്ണുങ്ങളാണെന്നാണ്. പൊരുതാൻ രാജാവ് ഞങ്ങളെ അനുവദിക്കുന്നില്ലല്ലോ.'

അതോടെ ഹുസ്സൈൻ രാജാവ് ക്ഷമയുടെ നെല്ലിപ്പലക കണ്ടു. മണ്ണിൽ തല പൂഴ്ത്തിവച്ച് ഒന്നും കണ്ടില്ല, കേട്ടില്ല എന്ന് നടിക്കാൻ ഇനി ആവില്ലെന്ന് അദ്ദേഹം മനസ്സിലാക്കി. വിരലുകൾക്ക് ഇടയിലൂടെ തന്റെ രാജാധികാരം ഊർന്നുപോകുന്നത് അദ്ദേഹം മനസ്സിലാക്കി. സെപ്റ്റംബർ 17-ന് ഭീകരരെ ഒതുക്കാൻ സർവ്വാധികാരങ്ങളുമായി രാജാവ് സൈന്യത്തെ തുറന്നുവിട്ടു. ഭീകരുടെ താവളങ്ങളെല്ലാം സൈന്യം ആക്രമിച്ചു. ഒരു കൂട്ടക്കൊലയായിരുന്നു അതിന്റെ ഫലം. ഭീകരർ തെരുവിൽ വേട്ടയാടപ്പെട്ടു, പിടിക്കപ്പെട്ടു, വിചാരണകൂടാതെ കൊല്ലപ്പെട്ടു. ഭീകരരിൽ ചിലർ അഭയാർത്ഥി ക്യാമ്പുകളിൽ അഭയം തേടി. ജോർദാൻ സേന അഭയാർത്ഥി ക്യാമ്പുകൾ ബോംബുചെയ്തു. ആയിരക്കണക്കിനാളുകൾ കൊല്ലപ്പെട്ടു. ഗത്യന്തരമില്ലാതെ അതിർത്തിയിലെ ജോർദാൻ നദി നീന്തിക്കടന്ന ഭീകരർ ഇസ്രായേലി സൈന്യത്തിനുമുന്നിൽ കീഴടങ്ങി. ജോർദാൻ സൈന്യത്തിന്റെ വെടിയുണ്ടകൾക്ക് ഇരയാകുന്നതിനേക്കാൾ ഭേദം ഇസ്രായേലി ജയിലുകളിൽ നരകിക്കുന്നതാണെന്ന് അവർ കരുതി. അവശേഷിച്ചവർ സിറിയയിലേക്കും ലെബനനിലേക്കും ഓടി രക്ഷപെട്ടു. എത്രപേർ ആ സൈനിക നടപടിയിൽ കൊല്ലപ്പെട്ടുവെന്നതിന് ഇന്നും കൃത്യമായ കണക്കുകളില്ല. ആ കറുത്ത സെപ്റ്റംബറിൽ കൊല്ലപ്പെട്ടവരുടെ ഏകദേശ എണ്ണം രണ്ടായിരത്തിനും ഏഴായിരത്തിനും ഇടയിലാണെന്ന് കണക്കാക്കപ്പെടുന്നു.

പാലസ്തീനിലെ പ്രധാന ഭീകര സംഘടനയായ ഫത്തായുടെ തലവനായ യാസർ അറാഫത്ത് പ്രതികാരാഗ്നിയിൽ നീറി. പകരം വീട്ടാനായി ഫത്തായ്ക്കുള്ളിൽ മറ്റൊരു രഹസ്യ സംഘടനയ്ക്ക് അദ്ദേഹം രൂപം നൽകി. ഒളിപ്പോർ സംഘത്തിനുള്ളിൽ മറ്റൊരു ഒളിപ്പോർ സംഘം. ഫത്തായിലെ സാധാരണ പോരാളികൾക്ക് ഇതേക്കുറിച്ച് യാതൊരറിവും ഉണ്ടായിരുന്നില്ല. കമാൻഡർമാർ പോലും അജ്ഞരായിരുന്നു. അതായിരുന്നു 'ബ്ലാക് സെപ്റ്റംബർ.' യുദ്ധത്തിന്റെയോ ഒളിപ്പോരിന്റെയോ മാന്യമായ ചിട്ടവട്ടങ്ങളൊന്നും ഇവർക്ക് ബാധകമാക്കിയില്ല. അന്തർദേശീയ സമൂഹത്തിന്റെ ആദരവും സഹതാപവും നേടാനായി യാസർ അറാഫത്ത് പരസ്യമായി മുന്നോട്ടുവച്ചിരുന്ന പെരുമാറ്റച്ചട്ടം ബ്ലാക് സെപ്റ്റംബറിന് ബാധകമല്ലായിരുന്നു. പാലസ്തീന്റെ ശത്രുക്കളെ കൈകാര്യം ചെയ്യുമ്പോൾ കരുണയും മര്യാദയും മാറ്റിവച്ച് ക്രൂരവും പൈശാചികവുമായി പെരുമാറാൻ അവർ പരിശീലിക്കപ്പെട്ടു. ഔദ്യോഗികമായി അങ്ങനെയൊരു സംഘടന നിലവിൽ ഇല്ലായിരുന്നു. ആ വിധമുള്ള എല്ലാ മാധ്യമ റിപ്പോർട്ടുകളെയും അറാഫത്ത് പരസ്യമായി നിഷേധിച്ചു. രഹസ്യമായി അതിനെ പരിപോഷിപ്പിച്ചു. സീനിയർ ഫത്താ കമാൻഡറായ ഹസൻ യൂസഫിനെ ബ്ലാക് സെപ്റ്റംബറിന്റെ തലവനായി നിയമിച്ചു. മതമൗലികവാദിയും യുവാവുമായിരുന്ന അലി ഹസൻ സലാമെയ്ക്ക് ആയിരുന്നു പ്രവർത്തനങ്ങളുടെ നിയന്ത്രണം. ബുദ്ധിശാലിയും ധീരനുമായിരുന്ന അലി പാലസ്തീൻ സേനയുടെ അവസാന സർവ്വസൈന്യാധിപനായിരുന്ന ഹസൻ സലാമെയുടെ പുത്രനായിരുന്നു. 1948-ലെ യുദ്ധത്തിൽ അയാൾ കൊല്ലപ്പെട്ടു. പിതാവിന്റെ മരണത്തിന് പകരം ചോദിക്കാൻ ഉറച്ച സമർപ്പിതനായ മകനായിരുന്നു അലി സലാമെ.

ബ്ലാക് സെപ്റ്റംബറിന്റെ ആദ്യകാല ആക്ഷനുകൾ മുഖ്യമായും ജോർദാൻ ഭരണകൂടത്തെ ലക്ഷ്യമിട്ടുള്ളതായിരുന്നതിനാൽ അവയൊന്നും ഇസ്രായേലിന് തലവേദന സൃഷ്ടിച്ചില്ല. ജോർദാൻ ദേശീയ വിമാനക്കമ്പനിയുടെ റോമിലെ ഓഫീസുകൾ അവർ ബോംബുചെയ്ത് നശിപ്പിച്ചു. പാരീസിലെ ജോർദാൻ സ്ഥാനപതി കാര്യാലയത്തിലേക്ക് നാടൻ ബോംബെറിഞ്ഞു. ജോർദാന്റെ ഒരു വിമാനം ലിബിയയിലേക്ക് തട്ടിക്കൊണ്ടുപോയി. ഹാംബർഗിലെയും റോട്ടർഡാമിലെയും എണ്ണശേഖരണ കേന്ദ്രങ്ങൾ ബോംബുകൾ ഉപയോഗിച്ച് ആക്രമിച്ചു, നാശനഷ്ടങ്ങൾ വരുത്തി. ജോർദാനിയൻ രഹസ്യാന്വേഷണ പോലീസിൽ ചിലരെ തട്ടിക്കൊണ്ടുപോയി വധിച്ചു. ഇവയിൽ ഏറ്റവും കൂടുതൽ മാധ്യമ ശ്രദ്ധ നേടിയത് മുൻ ജോർദാനിയൻ പ്രധാനമന്ത്രി വസാഫി അൽ താലിനെ കെയ്റോ ഷേറാട്ടൺ ഹോട്ടലിന്റെ ലോബിയിൽ വച്ച് പരസ്യമായി വധിച്ചതായിരുന്നു. അതിലെ ഏറ്റവും വെറുപ്പുളവാക്കിയ ഭാഗം കൊലപാതകികളിൽ ഒരാൾ ഇരയുടെ രക്തം കുടിച്ചതായിരുന്നു.

1967-ലെ ആറുദിവസ യുദ്ധത്തിൽ ഇസ്രായേലിന്റെ ശ്രദ്ധേയമായ വിജയം തങ്ങളുടെ പ്രവർത്തനങ്ങളെ ഇസ്രായേലിനെതിരായി തിരിച്ചു വിടാൻ ബ്ലാക് സെപ്റ്റംബർ പ്രേരണയായി. വിമാനം തട്ടിക്കൊണ്ടുപോകൽ, അതിർത്തി കടന്ന് ഇസ്രായേലിനുള്ളിൽ സിവിലിയൻ പൗരന്മാരെ കൊലപ്പെടുത്തൽ, വൻ നഗരങ്ങളിൽ ബോംബുസ്ഫോടനം തുടങ്ങിയവ പതിവായി. ഷബാകിനും മൊസാദിനും ഒരു പുതിയ ശത്രുവിനെ നേരിടേണ്ടതായി വന്നു. അപ്പോഴും ഫത്താ തന്നെയായിരുന്നു അവരുടെ മുഖ്യ എതിരാളി.

പക്ഷേ വൈകാതെ ബ്ലാക് സെപ്റ്റംബർ സകല അതിരുകളും ലംഘിച്ച് തങ്ങളുടെ പ്രവർത്തനങ്ങളെ പാശ്ചാത്യനാടുകളിലേക്കും വ്യാപിപ്പിക്കാൻ തുടങ്ങി. മ്യൂണിക്ക് കൂട്ടക്കൊല അതിൽ ആദ്യത്തേതായിരുന്നു. കൊലപാതകവും ഇരയുടെ ചോരയിൽ അക്രമികൾ ഈറനാകുന്നതും അവരുടെ അടയാളമായി. അങ്ങനെയാണ് അലി ഹസൻ സലാമെ മാധ്യമശ്രദ്ധ നേടുന്നതും 'ചുവന്ന രാജകുമാരൻ' എന്ന വിളിപ്പേരിൽ അറിയപ്പെടാൻ തുടങ്ങുന്നതും.

1972 ഒക്ടോബർ തുടക്കത്തിൽ രണ്ട് റിട്ടയേർഡ് ജനറൽമാരോട് തന്നെ വന്നുകാണുവാൻ പ്രധാനമന്ത്രി ഗോൾഡ മെയർ ആവശ്യപ്പെട്ടു. പുതുതായി ചുമതലയേറ്റ മൊസാദ് തലവൻ (രംസദ്) സവി സമീറും പ്രധാനമന്ത്രിയുടെ ഭീകരവിരുദ്ധകാര്യങ്ങളുടെ ഉപദേഷ്ടാവും അമന്റെ മുൻ മേധാവിയായ അഹ്റോൻ യാരിവുമായിരുന്നു അവർ.

മ്യൂണിക്കിൽ വച്ച് ഇസ്രായേലി അത്ലറ്റുകൾ ക്രൂരമായ വധിക്കപ്പെട്ടത് ഗോൾഡ മെയറെ വല്ലാതെ അസ്വസ്ഥയാക്കിയിരുന്നു. 'ബന്ധനസ്ഥരാക്കപ്പെട്ട യഹൂദർ ഒരിക്കൽ കൂടി ജർമ്മൻ മണ്ണിൽ വച്ച് കൊല്ലപ്പെട്ടിരിക്കുന്നു' എന്നാണ് അവർ അതേക്കുറിച്ച് പറഞ്ഞത്. കരുത്തുറ്റ കർക്കശക്കാരിയായ ഒരു വനിതയായിരുന്നു അവർ. മ്യൂണിക്കിലെ കൊലകൾക്ക് പകരംവീട്ടൽ ഉണ്ടാവണമെന്ന് അവർ ഉറപ്പിച്ചിരുന്നു.

കൃത്യമായും അതുതന്നെയായിരുന്നു സമീറും യാരിവും പ്രധാനമന്ത്രിയോട് പറയാൻ ഉദ്ദേശിച്ചിരുന്നതും.

മെലിഞ്ഞ് കഷണ്ടി കയറിയ സവി സമീർ ത്രികോണാകൃതിയിലുള്ള മുഖത്തോട് കൂടിയ ഒരു മുൻ പാൽമാക് യുദ്ധവീരനായിരുന്നെങ്കിലും രണശൂരനെന്ന് അറിയപ്പെടുന്നയാൾ അല്ലായിരുന്നു. ഇസ്രായേലി സേനയുടെ തെക്കൻ മേഖലാ കമ്മാൻഡർ എന്നതായിരുന്നു സവി എത്തിപ്പെട്ട ഏറ്റവും ഉന്നതമായ പദവി. അതിനുശേഷമാണ് ബ്രിട്ടനിലെ ഇസ്രായേലി എംബസ്സിയിൽ മിലിട്ടറി അറ്റാഷെയായും പ്രതിരോധ വകുപ്പിന്റെ പ്രതിനിധിയായും പ്രവർത്തിച്ചത്. 1968-ൽ മെയർ അമിത്

റിട്ടയർ ചെയ്ത ഒഴിവിൽ സവി സമീർ രംസദ് ആയി നിയമിതനായി. ആ നിയമനത്തെ പലരും വിമർശിച്ചു. സൗമ്യനും മൃദുഭാഷിയും ഒട്ടൊക്കെ ലജ്ജാലുവുമായ സവി സമീറിന് രഹസ്യാന്വേഷണവകുപ്പിൽ ഒട്ടും പരിചയമില്ലെന്നതായിരുന്നു പ്രധാന വിമർശനം. വശ്യമായ പെരുമാറ്റവും സമീറിന്റെ കരുത്തല്ലായിരുന്നു. തനിക്ക് മുൻപുള്ള ഹാരെൽ, അമിത് തുടങ്ങിയവരെപ്പോലുള്ള ഒരാളായി സമീർ സ്വയം സങ്കൽപ്പിച്ചുമില്ല. അനേകം വിദഗ്ധരുള്ള ഒരു ബോർഡിന്റെ തലവനായാണ് സമീർ സ്വയം വിഭാവനം ചെയ്തത്. അതിനാൽ മികച്ച ടീം പ്ലെയർ ആകാനും ഉത്തരവാദിത്തങ്ങൾ മറ്റുള്ളവരുമായി പങ്കിടാനും സമീറിന് വൈഷമ്യം ഉണ്ടായിരുന്നില്ല. യോം കിപ്പൂർ യുദ്ധത്തിൽ പ്രാഗൽഭ്യം തെളിയിച്ചെങ്കിലും 1972-ലെ യുദ്ധത്തിൽ വലുതായൊന്നും ചെയ്യാൻ സമീറിനായില്ല. മൊസാദിലെ പരിചയ സമ്പന്നരായ പലർക്കും ഒട്ടും പരിചയമില്ലാത്ത ഒരാൾ തലപ്പത്ത് നിയമിതനാകുന്നതിനോട് യോജിക്കാനായില്ല. റാഫി ഐതനെപ്പോലുള്ള ചിലർ പ്രതിഷേധിച്ച് രാജിവച്ച് മൊസാദ് വിട്ടുപോയി.

സമീറിനെപ്പോലെ യാരിവും മുന്നിൽക്കയറി നിൽക്കുന്നതിനേക്കാൾ ഇഷ്ടപ്പെട്ടത് പിന്നിൽ നിന്നുകൊണ്ട് മറ്റുള്ളവരെ ഉത്തേജിപ്പിക്കുന്നതായിരുന്നു. ആറുദിവസത്തെ യുദ്ധകാലത്ത് അമൻ മേധാവി എന്ന നിലയിൽ സ്തുത്യർഹമായ സേവനം ചെയ്യാൻ യാരിവിന് കഴിഞ്ഞു. അത് പൊതുവേ അംഗീകരിക്കപ്പെടുകയും ചെയ്തു. വിശകലനബുദ്ധിയുടെയും അറിവിന്റെയും പേരിൽ യാരിവ് ആദരിക്കപ്പെട്ടു. വണ്ണം കുറഞ്ഞ്, കണ്ണട ധരിച്ച വീതിയുള്ള നെറ്റിയോടുകൂടിയ യാരിവ് മറ്റുള്ളവരോട് അതീവഹൃദ്യമായി പെരുമാറുന്നയാളായിരുന്നു. വിദഗ്ധനായ ഒരു ചാരൻ എന്നതിനേക്കാൾ പണ്ഡിതനായ ഒരു സർവകലാശാല പ്രൊഫസറോടായിരുന്നു യാരിവിന് സാമ്യം.

പൊതുവായി ഒട്ടേറെ സവിശേഷതകൾ ഉള്ളവരായിരുന്നു യാരിവും സമീറും. അങ്ങോട്ടുമിങ്ങോട്ടും കടന്നുകയറുന്ന ചുമതലകൾ ഉള്ളവരായിരുന്നതിനാൽ അവർക്കിടയിൽ മത്സരബുദ്ധി ഉണ്ടാകാൻ സാദ്ധ്യത ഉണ്ടായിരുന്നെങ്കിലും പരസ്പര വിശ്വാസത്തോടെ സഹകരിച്ച് പ്രവർത്തിക്കാൻ അവർക്ക് കഴിഞ്ഞു. ഇരുവരും ഒരുപോലെ ഒതുക്കമുള്ളവരും ശാന്തരുമായ വ്യക്തികളായിരുന്നു. പ്രശസ്തിയുടെ വെള്ളിവെളിച്ചത്തോട് ഇരുവരും മുഖം തിരിഞ്ഞുനിന്നു. വിശകലനപാടവത്തിലും ആസൂത്രണത്തിലും ഇരുവരും ഒരുപോലെ ജാഗരൂകരായിരുന്നു. എന്നിരിക്കിലും അന്ന് ഇരുവരും ചേർന്ന് ഗോൾഡ മെയറുടെ മുന്നിൽ അവതരിപ്പിച്ച പദ്ധതി ദയാരഹിതവും അയവില്ലാത്തതുമായിരുന്നു: ബ്ലാക് സെപ്റ്റംബർ നേതാക്കളെ തേടിപ്പിടിച്ച് കൊല്ലുക. ഒരാളെയും വിടാതെ.

മ്യൂണിക്ക് ദുരന്തത്തിനുശേഷം യാരിവും സമീറും തിരക്കിട്ട സന്നാഹങ്ങളിലായിരുന്നു. ബ്ലാക് സെപ്റ്റംബറിനെ സംബന്ധിക്കുന്ന പരമാവധി വിവരങ്ങൾ അവർ സമാഹരിച്ചിരുന്നു. അതിനാൽ വേണ്ട മുന്നൊരുക്ക

ങ്ങളോടെയാണ് അവർ ഗോൾഡാ മെയറുടെ മുന്നിലെത്തിയത്. ഇസ്രാ യേലിനെതിരെ സർവ്വ കരുത്തും സമാഹരിച്ചുള്ള ഒരു തുറന്ന യുദ്ധമാണ് ബ്ലാക് സെപ്റ്റംബറിന്റെ ലക്ഷ്യം. പരമാവധി യഹൂദരെ ഭൂമുഖത്തുനിന്നും തുടച്ചുമാറ്റുക. അതാണ് അവരുടെ ലക്ഷ്യം. സൈനികരായാലും സിവി ലിയന്മാരായാലും സ്ത്രീകളോ കുഞ്ഞുങ്ങളോ ആയാലും ഏതുവിധേനയും കൊല്ലുക. നേതാക്കന്മാരെ ഒന്നൊന്നായി വകവരുത്തിക്കൊണ്ടേ ഇവരെ പ്രതിരോധിക്കാനാകൂ. പാമ്പിന്റെ തല തകർക്കുക.

ഗോൾഡാ മെയർ ആലോചനയിൽ മുഴുകി. അത്ര എളുപ്പം തീരുമാനം എടുക്കാനാവുമായിരുന്നില്ല. അപകടകരമായ വധശ്രമങ്ങൾക്കായി യുവാക്കളെ ലോകത്തിന്റെ നാനാഭാഗങ്ങളിലേക്ക് അയക്കുകയെന്നത് ഇസ്രായേൽ അതിനുമുൻപ് ചെയ്തിട്ടില്ലാത്ത കാര്യമായിരുന്നു. ദീർഘനേരം അവർ നിശ്ശബ്ദയായിരുന്നു. പിന്നീട് അവർ സംസാരിക്കാൻ ആരംഭിച്ചു. തന്നോടുതന്നെ സംസാരിക്കുന്നതുപോലെ മൃദുവും തീരെ നേർത്തതുമായി രുന്നു അവരുടെ സ്വരം. അറുപത് ലക്ഷം യഹൂദരെ കൊന്നൊതുക്കിയ ക്രൂരത കൂട്ടക്കുരുതിയെ അവർ ഓർമ്മിച്ചു. സഹസ്രാബ്ദങ്ങളായി ഒരു ജനത വേട്ടയാടപ്പെട്ടും പീഡിപ്പിക്കപ്പെട്ടും നിഷ്ഠൂരമായി കശാപ്പ് ചെയ്യപ്പെട്ടും നിസ്സഹായരായി ചരിത്രത്തിലൂടെ സഞ്ചരിക്കുകയാണ്.

ഒടുവിൽ അവർ മുഖമുയർത്തി യാരിവിനെയും സമീറിനെയും നോക്കി. 'നമ്മുടെ കുട്ടികളെ അയക്ക്,' അവർ പറഞ്ഞു.

ദൗത്യ നിർവഹണത്തിനുള്ള ഒരുക്കങ്ങൾ ഉടനെ സമീർ ആരംഭിച്ചു. 'ദൈവത്തിന്റെ ക്രോധം' എന്ന് അയാളതിന് പേരിട്ടു.

ഗോൾഡാ മെയർക്ക് പിന്നെയും പറയുവാനുണ്ടായിരുന്നു. ഒരു ജനാധിപത്യ രാഷ്ട്രത്തിന്റെ പ്രധാനമന്ത്രിയെന്ന നിലയിൽ യാരിവി ന്റെയും സമീറിന്റെയും വാഗ്ദാനങ്ങളിൽ വിശ്വസിച്ചിരിക്കാൻ അവർക്ക് കഴിയുമായിരുന്നില്ല. ബ്ലാക് സെപ്റ്റംബറിന്റെ മുൻനിര നേതാക്കളെയ ല്ലാതെ മറ്റാരെയും മൊസാദ് എജന്റുമാർ ഉപദ്രവിക്കില്ലെന്ന വാക്കിന്റെ ഉറപ്പിൽ അവർക്ക് സംശയമുണ്ടായിരുന്നു. മൊസാദിന്റെ ദൗത്യം നിയമ ത്തിന് വെളിയിലാണെന്ന് ഗോൾഡാ മെയർ നന്നായി ഗ്രഹിച്ചു. സിവിലിയൻ നിയന്ത്രണങ്ങൾ കൂടാതെ മൊസാദിനെ 'ദൈവക്രോധം' നടപ്പിലാക്കാൻ അനുവദിക്കുന്നത് ദോഷം ചെയ്യാനുള്ള സാധ്യതയും അവർ കണ്ടു. മൊസാദിനെ കയറൂരി വിട്ടാൽ സിവിലിയൻ മരണങ്ങൾ വർദ്ധിക്കുമെന്നും അവർ ഊഹിച്ചു. അതായിരുന്നു ദൗത്യത്തിലെ വലിയ വിപത്ത്. അതിനാൽ ഈ ദൗത്യത്തിനുമേൽ കർശനമായ മേൽനോട്ടവും നിയന്ത്രണവും ഏർപ്പെടുത്താൻ അവർ തീരുമാനിച്ചു. അതിനായി അവർ ഒരു രഹസ്യസമിതി രൂപീകരിച്ചു. ഗോൾഡാ മെയർക്കൊപ്പം

പ്രതിരോധ മന്ത്രി മോഷെ ദയാനും ഉപപ്രധാനമന്ത്രിയും സമർത്ഥനായ മുൻ ജനറലുമായ യിഗാൽ അല്ലോനും ഉൾപ്പെട്ടതായിരുന്നു ആ സമിതി. ആ ത്രിമൂർത്തികളുടെ അംഗീകാരം മൊസാദിന്റെ ഓരോ നീക്കത്തിനും നിർബന്ധമാക്കി ഗോൾഡാ മെയർ. എക്സ് കമ്മറ്റി എന്നതായിരുന്നു ആ സമിതിയുടെ രഹസ്യപ്പേർ. ഓരോ നീക്കങ്ങൾക്കായും തയ്യാറാക്കപ്പെടുന്ന ഫയലും അതിന്റെ നിർവഹണത്തിനായി നിയോഗിക്കപ്പെടുന്നവരുടെ പേരുവിവരങ്ങളും യാരിവും സമീറും ചേർന്ന് ത്രിമൂർത്തികൾക്ക് സമർപ്പിക്കണമായിരുന്നു. അവരുടെ അനുവാദം ലഭിച്ചശേഷം മാത്രമേ മൊസാദിന്റെ എജന്റുമാർ രംഗപ്രവേശനം ചെയ്യുമായിരുന്നുള്ളൂ. കറുത്തിരുണ്ട മുടിയുള്ള പരുക്കനും അന്തർമുഖനുമായ മൈക്ക് ഹരാരിയായിരുന്നു അതിന്റെ തലപ്പത്ത്. ബ്ലാക് സെപ്റ്റംബറിന്റെ പ്രമുഖന്മാരെല്ലാവരും തന്നെ അതിവിദഗ്ധമായി രൂപപ്പെടുത്തിയിട്ടുള്ള പുറംചട്ടകൾക്കടിയിൽ സുരക്ഷിതരായി യൂറോപ്പിൽ കഴിയുന്നവരാകയാൽ അവരെ ലക്ഷ്യമിട്ടുള്ള നടപടികളും യൂറോപ്പിൽ വച്ചുതന്നെ നിർവഹിക്കപ്പെടണമായിരുന്നു.

മസ്സദയുടെ ഭാഗമായ കിഡോൺ എന്ന യൂണിറ്റിൽ നിന്നുമാണ് ഹരാരി ദൗത്യസംഘത്തിലേക്ക് ഏജന്റുമാരെ തെരഞ്ഞെടുത്തത്. ഓരോ ബ്ലാക് സെപ്റ്റംബർ നേതാവിനെതിരെയും പ്രവർത്തിക്കാനുള്ള യൂണിറ്റിൽ തിരഞ്ഞെടുക്കപ്പെട്ട പലരുണ്ടായിരുന്നു. ആണുങ്ങളും പെണ്ണുങ്ങളുമായി ആറു പേരടങ്ങിയ ഒരു ടീമായിരുന്നു ബ്ലാക് സെപ്റ്റംബർ നേതാവെന്ന് സംശയിക്കപ്പെടുന്ന വ്യക്തിയെ തിരിച്ചറിയാനും പിന്തുടരാനുമായി നിയോഗിക്കപ്പെട്ടത്. ആട്ടിൻവേഷം ധരിച്ച ചെന്നായയാണ് തങ്ങൾ ലക്ഷ്യം വെച്ചത് ശരിയെന്ന് ഉറപ്പ് വരുത്തേണ്ടിയിരുന്നു. സംശയിക്കപ്പെടുന്ന ഭീകരൻ പാർക്കുന്ന നഗരത്തിലെത്തി അയാളെ തിരിച്ചറിയുക എന്നതായിരുന്നു ആദ്യപടി. പിന്നീട് അയാളെ പിന്തുടർന്ന് രഹസ്യമായി ഫോട്ടോയിൽ പകർത്തുക, അയാളുടെ ദിനചര്യ, സ്വഭാവ സവിശേഷതകൾ, കൂട്ടുകാർ, പതിവായി പോകുന്ന ബാറുകൾ, ഭോജനശാലകൾ, തുടങ്ങിയവയെല്ലാം കൃത്യമായി രേഖപ്പെടുത്തുക. താമസിക്കാനായി അപ്പാർട്ട്മെന്റ് അല്ലെങ്കിൽ ഹോട്ടൽ മുറി, സഞ്ചാരത്തിനായി കാറുകൾ തുടങ്ങിയവ ഏർപ്പാടാക്കുക. ചിലപ്പോൾ ഇവ രണ്ടും ചെയ്യുന്നതിനായി ചെറിയ വ്യതിരിക്ത യൂണിറ്റുകൾ ഉണ്ടാകും. മറ്റൊരുസംഘമാകും ആവശ്യമായ സമ്പർക്ക–വിനിമയസൗകര്യങ്ങളോടുകൂടിയ ഓഫീസ് അവിടെത്തന്നെയോ തൊട്ടടുത്ത മുഖ്യനഗരത്തിലോ സൗകര്യപ്രദമായി സ്ഥാപിച്ച് ഇസ്രായേലിലുള്ള മൊസാദ് ഹെഡ് ക്വാർട്ടേഴ്സുമായി ബന്ധപ്പെടുക.

കൃത്യം നിർവഹിക്കാനുള്ള നിരവധി ഏജന്റുമാർ ഉൾപ്പെടുന്ന സംഘം ഏറ്റവും ഒടുവിലാകും രംഗത്തെത്തുക. ലഭ്യമായിരിക്കുന്ന വിവരവും വിലാസവും ആസ്പദമാക്കി വധിക്കപ്പെടേണ്ട ആളെ അടയാളപ്പെടുത്തി നിശ്ചിത സമയത്ത് ആസൂത്രണം ചെയ്തിട്ടുള്ള പ്ലാൻ പ്രകാരം കൃത്യം

നിറവേറ്റുക എന്നതാണ് അവരുടെ ചുമതല. അവരുടെ സുരക്ഷയ്ക്കും സംരക്ഷണത്തിനുമായി മറ്റൊരു കൂട്ടം ഏജന്റുമാർ ചുമതല ഏറ്റിരിക്കും. ആയുധധാരികളായ ഏജന്റുമാർ, വാഹനങ്ങളുമായി ഡ്രൈവർമാർ, സിഗ്നൽ ലഭിച്ചാലുടൻ മുൻകൂട്ടി റിഹേഴ്സൽ ചെയ്ത് തയ്യാറാക്കിയ രക്ഷാപദ്ധതിപ്രകാരം അവർ സജീവമാകും. കൃത്യനിർവഹണ സംഘത്തെ ആയുധവും ബലവും ഉപയോഗിച്ചായാലും സംരക്ഷിച്ച് സുരക്ഷാസങ്കേതത്തിലെത്തിക്കുക എന്നത് അവരുടെ ഉത്തരവാദിത്തമാണ്. കൃത്യം പൂർത്തിയാക്കിയാലുടൻ അതിൽ നേരിട്ട് പങ്കാളികളായ എല്ലാവരും ഉടനെ രാജ്യം വിട്ടുവെന്ന് അവർ ഉറപ്പാക്കും. അവർ പോകുന്നതിന് മുൻപുതന്നെ ആളെ തിരിച്ചറിഞ്ഞ് പിന്തുടർന്ന് പദ്ധതി തയ്യാറാക്കിയവർ രാജ്യം വിട്ടിരിക്കും. മറ്റുള്ളവർ ചില ദിവസങ്ങൾ കൂടി അവിടെയുണ്ടാകും. വാടകയ്ക്കെടുത്ത പാർപ്പിടങ്ങളും വാഹനങ്ങളും തിരിച്ചേൽപ്പിക്കുക, ഉപകരണങ്ങൾ പാക്ക് ചെയ്ത് ഒപ്പം കൂട്ടുക എന്നിവ പൂർത്തിയാക്കിയശേഷം അവരാകും ഒടുവിൽ രാജ്യം വിടുക.

'ദൈവക്രോധം' നടപ്പിലാക്കാനായി ആദ്യം തിരഞ്ഞെടുത്ത നഗരം റോം ആയിരുന്നു.

ആരും ഒരിക്കലും ഭീകരനെന്ന് സംശയിക്കാൻ ഇടയില്ലാത്ത ഒരാളെയായിരുന്നു മൊസാദ് സംഘം ഇല്ലായ്മ ചെയ്യാനായി നിത്യനഗരത്തിൽ അടയാളപ്പെടുത്തിയത്. ലിബിയൻ എംബസ്സിലെ ഒരു സാധാരണ ക്ലാർക്ക്. നബ്ലൂസിൽ ജനിച്ച മുപ്പത്തിയെട്ടുകാരനായ ഒരു പാലസ്തീൻകാരൻ, വെയ്ൽ സ്വൈറ്റർ. മൃദുഭാഷിയും മാന്യനുമായ ഒരാൾ. എഴുത്തിന്റെ ലോകത്ത് പരിഭാഷകനെന്ന നിലയിൽ പ്രശസ്തനായ ഒരാളുടെ മകൻ. അറബിയിൽ നിന്നും തിരിച്ചും ഫിക്ഷനും കവിതയും മൊഴിമാറ്റം ചെയ്യുന്നതിലൂടെ സാമാന്യം ശ്രദ്ധേയനായ ഒരാളായിരുന്നു വെയ്ലും. അയാൾ തികഞ്ഞ കലാസ്നേഹിയുമായിരുന്നു. നൂറ് ലിബിയൻ ദിനാറെന്ന തുച്ഛമായ ശമ്പളത്തിൽ ലിബിയൻ എംബസ്സിയിൽ ദ്വിഭാഷിയായി ജോലിചെയ്തിരുന്ന അയാൾ ഒരു സാധാരണ ജീവിതമാണ് നയിച്ചിരുന്നത്. പ്ലാസാ ആനിബാലിയാനോവിലെ തീരെ ചെറിയ ഒരു അപ്പാർട്ട്മെന്റിലായിരുന്നു അയാൾ താമസിച്ചിരുന്നത്. സുഹൃത്തുക്കളുടെയിടയിൽ മിതവാദിയെന്ന് അയാൾ അറിയപ്പെട്ടു. അക്രമത്തെ അയാൾ നിരാകരിച്ചു. ഭീകരപ്രവർത്തനങ്ങളെയും കൊലപാതകങ്ങളെയും കഠിനമായി എതിർത്തു.

സ്വൈറ്ററുടെ അടുത്ത കൂട്ടുകാർക്ക് പോലും അയാളുടെ രഹസ്യജീവിതത്തെക്കുറിച്ച് അറിവുണ്ടായിരുന്നില്ല. അയവില്ലാത്ത നിശ്ചയദാർഢ്യത്തോടെ അതിക്രൂരമായ ഭീകരപ്രവർത്തനം നടത്തുന്ന ബ്ലാക് സെപ്റ്റംബറിന്റെ നേതാവായ തീവ്രവാദിയാണയാളെന്ന് ആരും വിശ്വസിക്കുമായിരുന്നില്ല. അടുത്തകാലത്ത് ആ വിധമൊരു ദൗത്യം അയാൾ ആസൂത്രണം ചെയ്ത് നടപ്പിലാക്കിയിരുന്നു. റോമിൽ ഉല്ലാസകരമായി

അവധിക്കാലം ചെലവഴിക്കാനെത്തിയ രണ്ട് ബ്രിട്ടീഷ് യുവതികളു മായി ചങ്ങാത്തത്തിലാകാനും അവരെ ലൈംഗികമായി വശീകരിക്കാനും അയാൾ രണ്ട് പാലസ്തീൻ യുവാക്കളെ ഏർപ്പാടുചെയ്തു. വൈകാതെ ആ കാസനോവാമാർ യുവതികളുടെ കിടക്കയിലെത്തി. അവരുമായി ദിവസ ങ്ങൾ ചെലവഴിച്ചു. യുവതികളുടെ അടുത്ത യാത്ര ഇസ്രായേലിലേക്കായി രുന്നു. അവിടെ വെസ്റ്റ് ബാങ്കിലുള്ള ബന്ധുവിന് സമ്മാനിക്കാനായി ഒരു ചെറിയ ടേപ്പ് റിക്കോഡർ കൊണ്ടുപോകാമോയെന്ന് ചെറുപ്പക്കാരിൽ ഒരുവൻ യുവതികളോട് ചോദിച്ചു. നിഷ്കളങ്കരായ അവർ സന്തോഷത്തോടെ സമ്മതിക്കുകയും ചെയ്തു. ഇസ്രായേലിന്റെ ദേശീയ വിമാനക്കമ്പനിയായ എൽ അലിൽ യുവതികളുടെ ലഗേജിനോടൊപ്പം അതും കയറിക്കൂടി. അകത്ത് സ്ഫോടകവസ്തുക്കൾ വച്ച ആ ടേപ്പ് റിക്കോഡർ തങ്ങൾക്കുള്ള മരണ വാറന്റാണെന്ന് അവർ അറിഞ്ഞില്ല. പുതിയ ടേപ്പ് റിക്കോഡർ സമർത്ഥമായി വിഘടിപ്പിച്ച് അതിനുള്ളിൽ സ്വൈറ്റെറുടെ നിർദ്ദേശപ്ര കാരം ബ്ലാക് സെപ്റ്റംബറിന്റെ വിദഗ്ധർ സ്ഫോടകവസ്തുക്കൾ ഒളിപ്പിച്ചി രുന്നു. തുറക്കാത്ത പുത്തൻ പാക്കറ്റെന്നനിലയിൽ അത് ലഗേജ് കൗണ്ടർ കടന്നു. വിമാനം പറന്നുയർന്നാലുടൻ പൊട്ടിത്തെറിക്കത്തക്കവിധത്തിൽ പ്രോഗ്രാം ചെയ്തതായിരുന്നു അതിനുള്ളിലെ ടൈം ബോംബ്. വിമാനവും അതിനുള്ളിലെ സകല യാത്രക്കാരും ജീവനക്കാരും മരണത്തിലേക്കാ യിരുന്നു പറന്നുയർന്നത്.

മാസങ്ങൾക്ക് മുൻപ് ഇതേരീതിയിൽ ഒരു സ്വിസ് വിമാനം ആകാ ശത്തുവച്ച് പൊട്ടിത്തകർന്നതിനുശേഷം ആ വിധ ദുരന്തങ്ങൾ ഒഴിവാ ക്കാനായി എൽ അൽ വിമാനക്കമ്പനി നടപടികൾ സ്വീകരിച്ച വിവരം സ്വൈറ്റെറും അനുചരരും അറിഞ്ഞിരുന്നില്ല. ഒരു വിധ സ്ഫോടനങ്ങളും വിമാനത്തെ തകർക്കാത്തവിധം ലഗേജ് കമ്പാർട്ട്മെന്റുകൾ സവിശേ ഷമായ ലോഹപ്പാളികളാൽ സംരക്ഷിക്കപ്പെട്ടിരുന്നു. ടേപ്പ് റിക്കോഡർ പൊട്ടിത്തെറിക്കുകതന്നെ ചെയ്തു. പക്ഷേ സ്ഫോടനത്തെ ലോഹകവചം അതിനുള്ളിൽ ഒതുക്കിനിർത്തി. ഉടനെ അപായ സിഗ്നൽ ലഭിച്ച പൈലറ്റ് വിമാനം തിരിച്ചിറക്കി. ലഗേജിന്റെ ഉടമസ്ഥരായ ബ്രിട്ടീഷ് യുവതികൾ അറസ്റ്റ് ചെയ്യപ്പെട്ടു. അമ്പരന്നുപോയ അവർ ചോദ്യം ചെയ്യലിൽ സത്യാ വസ്ഥ വെളിപ്പെടുത്തി. പോലീസിന്റെ അന്വേഷണം എവിടെയും എത്തി യില്ല. യുവതികളെ മരണത്തിലേക്ക് അയച്ചശേഷം പാലസ്തീൻ യുവാക്കൾ ഉടനെ ഇറ്റലി വിട്ടിരുന്നു.

ദൗത്യസംഘത്തിന്റെ ആദ്യ ബാച്ച് റോമിലെത്തി സ്വൈറ്റെറെ തിരി ച്ചറിഞ്ഞ് അടയാളപ്പെടുത്തി അയാളെ പലദിവസങ്ങൾ പിന്തുടർന്ന് നി രീക്ഷണത്തിലാക്കി. ഒരു യുവദമ്പതികൾ ലിബിയൻ എംബസ്സിയുടെ മുന്നിലൂടെ പതിവായി നടക്കാനിറങ്ങി. സ്വൈറ്റെർ എംബസ്സിയിലേക്ക് കയറുകയോ ഇറങ്ങുകയോ ചെയ്തപ്പോഴെല്ലാം ഹാൻഡ് ബാഗിൽ ഒളി

പ്പിച്ചിരുന്ന കാമറ ഉപയോഗിച്ച് യുവതി അയാളുടെ ഫോട്ടോകളെടുത്തു. റോമിൽ ആ ദിവസങ്ങളിൽ പല ഫ്ളൈറ്റുകളിലായെത്തിയ സന്ദർശകരിൽ ഒരാളായിരുന്നു നാൽപത്തിയേഴ് വയസ്സുള്ള കനേഡിയൻ പൗരൻ ആന്തണി ഹട്ടൺ. അയാൾ കാർ വാടകയ്ക്ക് നൽകുന്ന ഒരു പ്രമുഖ സ്ഥാപനത്തിലെത്തി താൻ വയാ വെന്റോ തെരുവിലെ എക്സൽസിയർ ഹോട്ടലിലെ താമസക്കാരൻ ആണെന്ന് കാണിച്ച് ഒരു കാർ വാടകയ്ക്ക് എടുത്തു. അയാൾ ആ വിവരം ഹോട്ടലിൽ വിളിച്ച് അന്വേഷിച്ചിരുന്നെങ്കിൽ അത് വ്യാജമാണെന്ന് അറിയുമായിരുന്നു. അന്നേ ദിവസം മറ്റ് ചില സമാന ഇടങ്ങളിൽ നിന്നും അതേ രീതിയിൽ കാർ വേറെയും സന്ദർശകർ വാടകയ്ക്ക് എടുത്തിരുന്നു.

ഒക്ടോബർ പതിനാറാം തീയതി രാത്രി പതിവുപോലെ സ്വൈറ്റർ ജോലികഴിഞ്ഞ് തിരികെയെത്തി താമസിക്കുന്ന കെട്ടിടത്തിലെ ലിഫ്റ്റിൽ കയറാൻ ഒരുങ്ങുകയായിരുന്നു. അവിടം പ്രകാശം കുറഞ്ഞ് ഇരുണ്ടിരുന്നു. മുകളിലെ നിലയിൽ ആരോ ഒരു വിഷാദരാഗം പിയാനോയിൽ വായിക്കുന്നത് അയാൾ കേട്ടു. പെട്ടെന്ന് രണ്ടുപേർ ഇരുളിൽ നിന്നും അയാൾക്ക് നേരെ വെടിയുതിർത്തു. ആരും അതിന്റെ ഒച്ച കേട്ടില്ല. അടുത്തുതന്നെ പാർക്ക് ചെയ്തിരുന്ന ഫിയറ്റ് കാറിൽ കയറി വെടിയുതിർത്ത രണ്ടുപേർ ഓടിച്ചുപോയി. മണിക്കൂറുകൾക്കകം അവർ ഇറ്റലി വിട്ടിരുന്നു.

സ്വൈറ്റർ കൊല്ലപ്പെട്ടതോടെ അയാളെ ഒളിവിൽ നിർത്തേണ്ട ആവശ്യം ഇല്ലാതെയായി. ബെയ്റൂട്ടിലെ ഒരു പ്രമുഖ പത്രത്തിൽ സ്വൈറ്റർക്കായി ഒരു ചരമക്കുറിപ്പ് പ്രത്യക്ഷപ്പെട്ടു. നിരവധി തീവ്രവാദസംഘടനകളുടെ പേരുകൾ അതിനടിയിൽ ഉണ്ടായിരുന്നു. 'നമ്മുടെ മികച്ച പോരാളികളിൽ ഒരാൾ' എന്ന് ചരമക്കുറിപ്പിൽ സ്വൈറ്റർ വിശേഷിപ്പിക്കപ്പെട്ടു.

സ്വൈറ്ററെ വധിച്ച ചെറിയ സംഘത്തിലെ ഇസ്രായേലികളിൽ ഒരാൾ യുവാവായ ഡേവിഡ് മൊലാദ് ആയിരുന്നു. (അയാളുടെ ശരിയായ പേർ അതായിരുന്നില്ല). ടുണീഷ്യയിൽ പിറന്ന് ബാല്യത്തിൽ തന്നെ ഇസ്രായേലിലേക്ക് കുടിയേറിയവരിൽ ഒരാളായിരുന്നു ആ യുവാവ്. അദ്ധ്യാപകരായ മാതാപിതാക്കളിൽ നിന്നും ഫ്രഞ്ച് ഭാഷ അനായാസമായി കൈകാര്യം ചെയ്യാനുള്ള പരിശീലനം അയാൾ ആർജ്ജിച്ചിരുന്നു. ഇസ്രായേലിനോടുള്ള അഗാധവും ഒപ്പം വൈകാരികവുമായ സ്നേഹവും ജ്വലിക്കുന്ന രാജ്യസ്നേഹവും മാതാപിതാക്കൾ അയാൾക്ക് പകർന്നിരുന്നു. ജീവൻ അപകടത്തിലാക്കിയായാലും ഇസ്രായേലിന് സേവനം ചെയ്യുക എന്നത് എന്നും അയാളുടെ സ്വപ്നമായിരുന്നു. സൈന്യത്തിലായിരിക്കെ

അതിലെ കമാൻഡോ വിഭാഗത്തിൽ സേവനം അനുഷ്ഠിക്കാൻ അയാൾ സ്വമേധയാ മുന്നോട്ടുവന്നു. അയാളുടെ ധൈര്യവും പ്രാഗൽഭ്യവും മേലധികാരികളുടെ പ്രശംസയ്ക്ക് കാരണമായി. സൈന്യത്തിൽ നിന്നും വിരമിച്ച് മൊസാദിൽ ചേർന്ന ഡേവിഡ് വളരെ വേഗം അവരുടെ മികച്ച ഏജന്റുമാരിൽ ഒരാളായി ഖ്യാതി നേടി. ഫ്രഞ്ച് ഭാഷയിലെ പ്രാവീണ്യം മൂലം ഫ്രാൻസ്, ബെൽജിയം, കാനഡ, സ്വിറ്റ്സർലണ്ട് എന്നിവിടങ്ങളിൽ നിന്നുള്ളയാളായി പ്രത്യക്ഷപ്പെടാൻ അയാൾക്ക് എളുപ്പമായിരുന്നു. ചെറുപ്പത്തിൽത്തന്നെ വിവാഹിതനായ അയാൾ വേഗം ഒരു ആൺകുട്ടിയുടെ പിതാവുമായി. പക്ഷേ അതൊന്നും മൊസാദിന്റെ മുന്നണിപ്പോരാളിയായി സദാ തുടരാനുള്ള ഡേവിഡിന്റെ അഭിവാഞ്ഛയെ തണുപ്പിച്ചില്ല.

സ്വൈറ്ററുടെ വധത്തിനുശേഷം കുറച്ചുദിവസങ്ങൾ ഇസ്രായേലിൽ കഴിഞ്ഞ അയാൾ വൈകാതെ പാരീസിലെത്തി.

കുറച്ച് ദിവസങ്ങൾക്ക് ശേഷം പാരീസിലെ റൂ അലേഷ്യ തെരുവിലെ 175 നമ്പർ അപ്പാർട്ട്മെന്റിൽ ടെലിഫോൺ മുഴങ്ങി. ഡോക്ടർ മഹ്മോദ് ഹാംഷാരിയാണ് ഫോൺ എടുത്തത്. 'ഇത് ഡോക്ടർ ഹാംഷാരിയാണോ? പാലസ്തീനിയൻ വിമോചന സംഘടനയുടെ ഫ്രാൻസിലെ പ്രതിനിധിയായ ഡോക്ടർ ഹാംഷാരി?' കനത്ത ഇറ്റാലിയൻ ചുവയോടെയാണ് വിളിച്ചയാൾ സംസാരിച്ചത്. പാലസ്തീൻ പോരാട്ടത്തോട് അനുഭാവമുള്ള ഒരു പത്രപ്രവർത്തകനാണ് താനെന്നും ഹാംഷാരിയുമായി ഒരു അഭിമുഖത്തിന് താത്പര്യമുണ്ടെന്നും അയാൾ അറിയിച്ചു. ഹാംഷാരിയുടെ വീട്ടിൽ നിന്നും കുറച്ച് അകലെയുള്ള ഒരു കഫേയിൽ വച്ച് സന്ധിക്കാമെന്ന് പറഞ്ഞാണ് അവർ സംഭാഷണം അവസാനിപ്പിച്ചത്. പാരീസിൽ ആദരിക്കപ്പെടുന്ന ഒരു ചരിത്രപണ്ഡിതനായിരുന്നു ഡോക്ടർ ഹാംഷാരി. ഫ്രഞ്ചുകാരിയായ ഭാര്യ മേരി ക്ലോദിനോടും കുഞ്ഞുമകളോടുമൊത്ത് കഴിഞ്ഞിരുന്ന അയാൾ ഈയിടെയായി വളരെ മുൻ കരുതലുകളോടെയാണ് കഴിഞ്ഞിരുന്നത്. തെരുവുകളിലൂടെ സഞ്ചരിക്കുമ്പോൾ തന്നെ ആരെങ്കിലും പിന്തുടരുന്നുണ്ടോയെന്ന് അയാൾ സദാ ശ്രദ്ധിച്ചുപോന്നു. അപരിചിതരായ ആരെങ്കിലും തന്നെക്കുറിച്ച് അന്വേഷിച്ചുവോയെന്ന് അയൽവാസികളോട് അയാൾ മിക്കപ്പോഴും അന്വേഷിച്ചുകൊണ്ടിരുന്നു.

പുറമേനിന്ന് നോക്കുമ്പോൾ അയാൾക്ക് ഭയക്കാൻ ഒന്നുമില്ലായിരുന്നു. പാരീസിലെ ബൗദ്ധിക വൃത്തങ്ങൾക്ക് സുപരിചിതനും മിതവാദിയുമായ ഒരു അക്കാദമിക് പണ്ഡിതന് ശത്രുക്കൾ ഇല്ലായിരുന്നു. 'അപകടകാരി അല്ലാത്തതിനാൽ ഒരുവിധത്തിലും ആശങ്കപ്പെടേണ്ടതില്ലാത്ത ഒരാൾ. ഇസ്രായേലി രഹസ്യപ്പോലീസിന് അത് നന്നായി അറിയാമായിരുന്നു,' എന്നാണ് ഒരു പ്രമുഖ കോളമിസ്റ്റായ ആനി ഫ്രാങ്കോസ് തന്റെ പംക്തിയിൽ എഴുതിയത്.

പക്ഷേ ഇസ്രായേലി രഹസ്യപ്പോലീസിന് പിന്നെയും പലകാര്യങ്ങളും അറിയാമായിരുന്നു. 1969-ൽ ഡെന്മാർക്കിൽ വച്ച് ഇസ്രായേലി പ്രധാന മന്ത്രി ബെൻ ഗുരിയോണിനെ അപായപ്പെടുത്താൻ ശ്രമിച്ച് പരാജയപ്പെട്ട സംഘത്തിൽ ഹാംഷാരിയും ഉൾപ്പെട്ടിരുന്നുവെന്ന് അവർക്കറിയാമായിരുന്നു. 1970-ൽ സ്വിസ് എയർ വിമാനം തകർത്ത് 47 യാത്രക്കാരെ കൊന്നതിലും ഹാംഷാരിക്ക് പങ്കുണ്ടായിരുന്നതായി മൊസാദ് കണ്ടെത്തി. ഇരുട്ടിന്റെ മറവിൽ അയാളുടെ വീട്ടിൽ ഭാരിച്ച പെട്ടികളുമായി എത്തിയിരുന്ന അറിയപ്പെടാത്ത അറബ് യുവാക്കളും അവരുടെ ശ്രദ്ധയിൽ എത്തിയിരുന്നു.

യൂറോപ്പിലെ ബ്ലാക് സെപ്റ്റംബർ ഘടകത്തിന്റെ ഉപകമാൻഡറാണ് ഹാംഷാരിയെന്നും ഇസ്രായേലി രഹസ്യപ്പോലീസിന് നിർണ്ണായകമായ വിവരം ലഭിച്ചു. അതുകൊണ്ടാണ് അന്ന് ഇറ്റാലിയൻ പത്രപ്രവർത്തകനുമായുള്ള അഭിമുഖത്തിനായി ഹാംഷാരി പുറത്തുപോയപ്പോൾ മറ്റാരുമില്ലാതിരുന്ന അപ്പാർട്ട്മെന്റിലേക്ക് രണ്ട് അപരിചിതർ കടന്നത്. പതിനഞ്ചു മിനിറ്റ് കഴിഞ്ഞപ്പോൾ അവർ ഇറങ്ങിപ്പോരുകയും ചെയ്തു.

അടുത്തദിവസം ഹാംഷാരിയുടെ ഭാര്യയും കുട്ടിയും പുറത്തുപോയി അയാൾ വീട്ടിൽ ഒറ്റയ്ക്ക് ആകുന്നതുവരെ ആ അപരിചിതർ കാത്തു. അപ്പോൾ ഹാംഷാരിയുടെ ടെലിഫോൺ ശബ്ദിച്ചു. ഹാംഷാരി ഫോൺ എടുത്തു.

'ഡോക്ടർ ഹാംഷാരിയാണോ?' അതേ ഇറ്റാലിയൻ പത്രപ്രവർത്തകനായിരുന്നു അങ്ങേ തലക്കൽ.

'അതെ, ഹാംഷാരിയാണ് സംസാരിക്കുന്നത്.'

അന്നേരം വിസിലടിക്കുന്നതുപോലുള്ള ഒച്ച ആ ചരിത്രപണ്ഡിതൻ കേട്ടു. തുടർന്ന് തൊട്ടരുകിൽ കാതടപ്പിക്കുന്ന ഒരു പൊട്ടിത്തെറിയും. അയാളുടെ മേശയ്ക്കടിയിലായിരുന്നു സ്ഫോടകവസ്തു പൊട്ടിത്തെറിച്ചത്. ഗുരുതരമായി പരിക്കേറ്റ ഹാംഷാരി നിലത്ത് വീണു. ദിവസങ്ങൾക്കുള്ളിൽ ആശുപത്രിയിൽ വച്ച് അയാൾ മരണത്തിന് കീഴടങ്ങി. അതിനുമുൻപേ മൊസാദാണ് ഇതിനുകാരണമെന്ന് അയാൾ മൊഴി കൊടുത്തിരുന്നു.

ഹാംഷാരിയുടെ മരണത്തിന് ആഴ്ചകൾക്ക് ശേഷം മൈക്ക് ഹരാരിയും ജോനാഥൻ ഇംഗൾബി എന്നുപേരുള്ള ഒരാളും സൈപ്രസ് ദ്വീപിൽ വന്നിറങ്ങി. ഇസ്രായേലിനോടും സിറിയ, ലെബനൻ എന്നീ രാജ്യങ്ങളോടും ചേർന്നു കിടക്കുന്നതിനാൽ ഇസ്രായേലിന്റെയും അറബി ഏജന്റുമാരുടെയും സംഘർഷങ്ങൾക്കും ഏറ്റുമുട്ടലുകൾക്കും സൈപ്രസ് വേദിയായി മാറിയിരുന്നു. ഈ തവണ ആ രണ്ട് ഇസ്രായേലി ഏജന്റു

മാരും ഹുസൈൻ അബ്ദ് എൽ ഹിർ എന്ന പാലസ്തീൻകാരന്റെ പിന്നാലെയായിരുന്നു. കുറച്ച് മാസങ്ങൾക്ക് മുൻപ് ബ്ലാക് സെപ്റ്റംബറിന്റെ സൈപ്രസിലെ പ്രതിനിധിയായി ആ പാലസ്തീൻകാരൻ നിയമിതനായിരുന്നു. സോവിയറ്റ് യൂണിയനുമായും കിഴക്കൻ യൂറോപ്യൻ രാജ്യങ്ങളുമായുള്ള ബന്ധങ്ങളുടെ ചുമതലയും അയാൾക്കായിരുന്നു. കിഴക്കൻ യൂറോപ്യൻ രാജ്യങ്ങൾ അതിനകം ഭീകരപ്രവർത്തകർക്ക് സുരക്ഷിത താവളങ്ങളായി മാറിയിരുന്നു. റഷ്യ, ചെക്കോസ്ലോവാക്യ, ഹംഗറി, ബൾഗേറിയ എന്നിവിടങ്ങളിൽ പാലസ്തീനിയൻ ഭീകരർക്ക് പരിശീലത്തിനുള്ള സൗകര്യങ്ങളും ഈ രാജ്യങ്ങൾ ചെയ്തുകൊടുത്തിരുന്നു. പാലസ്തീൻ തീവ്രവാദ സംഘടനകൾക്ക് വൻ തോതിൽ ആയുധങ്ങളും വെടിക്കോപ്പുകളും നൽകാനും ഈ രാജ്യങ്ങൾ മുൻപന്തിയിലായിരുന്നു. സോവിയറ്റ് പ്രത്യയശാസ്ത്രത്തിൽ അഭിരമിച്ചിരുന്ന പാലസ്തീൻ യുവനേതാക്കൾക്ക് മോസ്കോയിലെ പാട്രിക് ലുമുംബ സർവകലാശാലയിൽ ഉന്നത വിദ്യാഭ്യാസത്തിനും സൗകര്യം നൽകിയിരുന്നു.

ഇസ്രായേലിലേക്ക് നുഴഞ്ഞുകയറാൻ പാലസ്തീനിയൻ തീവ്രവാദികൾക്ക് സൗകര്യമൊരുക്കുന്നതും അബ്ദ് എൽ ഹിറിന്റെ ചുമതലകളിൽ ഉൾപ്പെട്ടിരുന്നു. അറബികളുടെ ഇടയിൽ ഇസ്രായേലിനായി പ്രവർത്തിച്ചിരുന്ന പാലസ്തീൻകാർ സൈപ്രസിൽ തങ്ങളുടെ ഇസ്രായേലി മേലാവികളെ സന്ദർശിക്കാനെത്തുമ്പോൾ അവരെ പിടികൂടി ഇല്ലായ്മചെയ്യുന്നതിലും ഇയാൾ മുന്നിലായിരുന്നു. ഈ കാരണങ്ങളാൽ എക്സ് കമ്മറ്റി ഇയാൾക്ക് വധശിക്ഷ വിധിച്ചു.

ആ രാത്രിയിൽ അബ്ദ് എൽ ഹിർ തന്റെ ഹോട്ടൽ മുറിയിൽ തിരികെയെത്തി വിളക്കുകൾ അണച്ച് ഉറങ്ങാൻ കിടന്നു. അയാൾ ഉറക്കത്തിലേക്ക് പ്രവേശിച്ചുവെന്ന് ഉറപ്പായപ്പോൾ ജോനാഥൻ ഇംഗൾബി തന്റെ കൈവശമുണ്ടായിരുന്ന റിമോട്ട് കൺട്രോളിന്റെ സ്വിച്ചുകൾ അമർത്തി. അബ്ദിന്റെ മുറിയിൽ വലിയൊരു സ്ഫോടനം ഉണ്ടായി. അടുത്ത നിലയിലെ മുറികളിൽ മധുവിധു ആഘോഷിക്കാനെത്തിയ യുവ ഇസ്രായേൽ ദമ്പതികൾ സുരക്ഷയ്ക്കായി തങ്ങളുടെ കട്ടിലിനടിയിലേക്ക് കുതിച്ചു. സ്ഫോടനശബ്ദം കേട്ട അബ്ദിന്റെ മുറിയിലേക്ക് ഹോട്ടൽ ജോലിക്കാർ കുതിച്ചെത്തി. പുകയും പൊടിപടലവും അടങ്ങിയപ്പോൾ കണ്ട ബീഭത്സമായ കാഴ്ച അവിടെ ഓടിയെത്തിയ റിസപ്ഷൻ ക്ലർക്കിനെ ബോധരഹിതനാക്കി. അബ്ദ് എൽ ഹിറിന്റെ ചോര ഒലിക്കുന്ന ശിരസ് വേർപെട്ട് കക്കൂസിൽ കമോഡിന്റെമേൽ തങ്ങിയിരുന്നു.

* * *

ബ്ലാക് സെപ്റ്റംബറിന്റെ പ്രതികാരം ഉടനെ ഉണ്ടായി.

1973 ജനവരി 26-ന് മൊഹെ ഹനൻ ഇഷായ് എന്ന ഇസ്രായേലി പൗരനും അയാളുടെ പാലസ്തീനിയൻ കൂട്ടുകാരനും മാഡ്രിഡിലെ ജോസ് അന്റോണിയോ തെരുവിലുള്ള മോറിസൺ മദ്യശാലയിൽ വച്ച് കണ്ടുമുട്ടി. മദ്യശാലയിൽ നിന്നും പുറത്ത് വരുമ്പോൾ രണ്ടുപേർ അവർക്ക് മുന്നിൽ പ്രത്യക്ഷപ്പെട്ടു. പാലസ്തീനിയൻ ഓടി രക്ഷപെട്ടു. ആഗതർ തോക്കെടുത്ത് ഇഷായിയുടെമേൽ തുടർച്ചയായി വെടിവച്ചശേഷം അപ്രത്യക്ഷരായി.

ഇഷായിയുടെ യഥാർത്ഥ പേർ അതല്ലായിരുന്ന അയാൾ സത്യത്തിൽ ബാറുക് കോഹൻ എന്ന പരിചയസമ്പന്നനായ ഒരു മൊസാദ് എജന്റാ യിരുന്നു. മാഡ്രിഡിലെ പാലസ്തീനിയൻ വിദ്യാർത്ഥികൾക്കിടയിൽ ഒരു വലിയ സൗഹൃദവലയം അയാൾ ഉണ്ടാക്കിയെടുത്തിരുന്നു. അവരിൽ ചിലർ അയാൾക്കായി വിവരങ്ങൾ ശേഖരിച്ച് നൽകുന്നവരും ആയിരുന്നു. അന്നയാൾ കണ്ടുമുട്ടിയത് അവരിൽ ഒരാളെയായിരുന്നു. പക്ഷേ അയാൾ ബ്ലാക് സെപ്റ്റംബറിന്റെ ആളായിരുന്നു. ഇഷായിയുടെ കൊലപാതകം അബ്ദ് എൽ ഹിറിന്റെ വധത്തിനുള്ള പ്രതികാരം ആയിരുന്നു.

മറ്റൊരു ഇസ്രായേലി ഏജന്റായിരുന്ന സദോക് ഒഫീറിന്റെ വധത്തിനു പിന്നിലും ലണ്ടനിലെ ഇസ്രായേലി എംബസ്സിയിലെ മിലിട്ടറി അറ്റാഷെ ഡോക്ടർ അമി ഷെചോരിയെ കൊന്നതിനുപിന്നിലും ബ്ലാക് സെപ്റ്റംബർ ആണെന്ന് സംശയിക്കപ്പെട്ടിരുന്നു. അബ്ദ് എൽ ഹിറിന്റെ മരണത്തിനു ശേഷം സൈപ്രസിൽ പുതിയൊരു പ്രതിനിധിയെ ബ്ലാക് സെപ്റ്റംബർ നിയോഗിച്ചു. അയാൾ സൈപ്രസിലെത്തി ഇരുപത്തിനാല് മണിക്കൂറുകൾ തികയും മുൻപേ റഷ്യൻ രഹസ്യപ്പോലീസ് പ്രതിനിധിയുമായി കൂടിക്കാഴ്ച നടത്തി. അതിനുശേഷം ഹോട്ടലിൽ മടങ്ങിയെത്തി ലൈറ്റണച്ച് ഉറങ്ങാൻ കിടന്നു. അബ്ദിന്റെ കാര്യത്തിലെന്നപോലെ ഇവിടെയും മുറിയിൽ സ്ഫോടനം ഉണ്ടായി. അതിന്റെ ആഘാതത്തിൽ അയാൾ കൊല്ലപ്പെട്ടു.

മറ്റൊരു കൂറ്റൻ നടപടിയിലൂടെ ഇതിന് പ്രതികാരം ചെയ്യണമെന്ന് അറാഫത്തും അലി ഹസൻ സലാമെയും തീരുമാനിച്ചു. ഒരു വിമാനം തട്ടിയെടുത്ത് അതിൽ സ്ഫോടകവസ്തുക്കൾ നിറച്ചശേഷം ഒരു ചാവേർ പൈലറ്റ് അത് ഇസ്രായേലിലേക്ക് പറപ്പിക്കുക എന്നതായിരുന്നു പദ്ധതി. ടെൽ അവീവിലേക്ക് ഇടിച്ചിറങ്ങുന്ന വിമാനം നൂറുകണക്കിനാളുകളുടെ മരണത്തിന് കാരണമാകുമെന്നായിരുന്നു കണക്കുകൂട്ടൽ. വർഷങ്ങൾക്ക് ശേഷം ന്യൂയോർക്കിലെ ഇരട്ട ഗോപുരത്തിൽ ഇടിച്ചുകയറിയ 9/11 മാതൃകയുടെ പ്രാഗ്രൂപമായിരുന്നു ഇത്.

പക്ഷേ മൊസാദിന്റെ ചാരന്മാർ വിവരം മണത്തറിഞ്ഞു. അവർ ലോകമെങ്ങും ജാഗരൂഗരായി. പാരീസിൽ ആയിടെയെത്തിയ ഒരു കൂട്ടം യുവ പാലസ്തീൻകാരെ അവർ പിന്തുടരാൻ തുടങ്ങി. അവരുടെ കൂട്ടത്തിൽ പ്രായം കൂടിയ ഒരാൾ ഒരു രാത്രി വന്നുചേർന്നത് അവരുടെ ശ്രദ്ധയിൽ

പ്പെട്ടു. അയാളുടെ ഫോട്ടോ അവർ മൊസാദിന്റെ ഹെഡ്ക്വാർട്ടേഴ്സിലേക്ക് അയച്ചു. ബ്ലാക് സെപ്റ്റംബറിന്റെ സീനിയർ നേതാവായ ബാസിൽ അൽ കുബൈസിയാണതെന്ന് ഉടനെ അറിയിപ്പുണ്ടായി. പ്രശസ്തനായ നിയമപണ്ഡിതനും ബെയ്റൂട്ട് അമേരിക്കൻ സർവകലാശാലയിലെ പ്രൊഫസറുമായിരുന്നു കുബൈസി. പ്രഗത്ഭനായ നിയമ വിദഗ്ധൻ എന്ന നിലയിൽ അയാൾ പരക്കെ ആദരിക്കപ്പെട്ടിരുന്നു. പക്ഷേ സൈ്വറ്ററെയും ഹാംഷാരിയെയും പോലെ അയാളും അപകടകാരിയായ ഒരു ഭീകരപ്രവർത്തകനായി അതിനകം മാറിക്കഴിഞ്ഞിരുന്നു. 1956-ൽ ഇറാഖിലെ ഫൈസൽ രാജാവിനെ കാർബോംബുപയോഗിച്ച് കൊല്ലാൻ ശ്രമിച്ച വിഫലശ്രമത്തിന്റെ പിന്നിൽ കുബൈസിയായിരുന്നു. രാജാവെത്തും മുൻപേ ബോംബ് പൊട്ടിത്തെറിച്ചതായിരുന്നു ശ്രമം പരാജയപ്പെടാൻ കാരണം. ലെബനനിലേക്ക് കടന്നുകളഞ്ഞ അയാൾ അവിടെനിന്നും അമേരിക്കയിലേക്ക് രക്ഷപെട്ടു. ചില വർഷങ്ങൾക്ക് ശേഷം ഇസ്രായേൽ പ്രധാനമന്ത്രി ഗോൾഡാ മെയറിന്റെ അമേരിക്കൻ സന്ദർശനവേളയിൽ അവരെ കൊലപ്പെടുത്താൻ ശ്രമിച്ചെങ്കിലും അതും പരാജയപ്പെട്ടുകയായിരുന്നു. തുടർന്ന് സോഷ്യലിസ്റ്റ് ഇന്റർനാഷണലിന്റെ ഉന്നതതല സമ്മേളനത്തിനിടയിൽ ഗോൾഡാ മെയറെ അപായപ്പെടുത്തുവാനുള്ള ശ്രമവും വിഫലമാകുകയായിരുന്നു. എന്നിട്ടും വിട്ടുകൊടുക്കുവാൻ അയാൾ ഒരുമ്പെട്ടില്ല. തുടർന്ന് ജോർജ് ഹബാഷിന്റെ പോപ്പുലർ ഫ്രണ്ടിൽ ചേർന്ന് അതിന്റെ ഡെപ്യൂട്ടി കമാൻഡറായി. 1972 മെയ് മുപ്പതിലെ കൂട്ടക്കുരുതി ആസൂത്രണം ചെയ്യുന്നതിൽ പങ്കെടുത്തു. ഇസ്രായേലിലെ ലാദ് വിമാനത്താവളത്തിൽ നിരപരാധികളായ 26 പ്യൂർട്ടോ റിക്കൻ തീർത്ഥാടകർ കൊല്ലപ്പെട്ടു. അതിനുശേഷമാണ് അൽ കുബൈസി ബ്ലാക് സെപ്റ്റംബറിൽ അംഗമാകുന്നത്. അതിന്റെ ഭാഗമായി ചാവേർ വിമാനാക്രമണം സംഘടിപ്പിക്കാനായിട്ടാവണം ഇപ്പോൾ പാരീസിൽ എത്തിയിരിക്കുന്നത്. നഗരഹൃദയത്തിൽ നിന്നും അകലെയല്ലാത്ത ഒരു ഹോട്ടലിൽ അയാൾ മുറിയെടുത്തു.

ഏപ്രിൽ ആറാം തീയതി അത്താഴത്തിന് ശേഷം അൽ കുബൈസി തന്റെ താമസസ്ഥലത്തേക്ക് മടങ്ങുകയായിരുന്നു. മൊസാദിന്റെ ദൗത്യസംഘം അയാൾക്കായി കാക്കുന്നുണ്ടായിരുന്നു. രണ്ടുപേർ തെരുവിലും മറ്റുരണ്ടുപേർ ഓരത്തായി ഒരു കാറിലും. അതിലൊരാൾ സ്ത്രീകൾ ഉപയോഗിക്കുന്ന തരം വിഗ് വച്ചിരുന്നു. അൽ കുബൈസി നടന്നടുത്തപ്പോൾ തെരുവിൽ നിന്നിരുന്ന രണ്ട് ഏജന്റുമാർ തോക്ക് സജ്ജമാക്കിക്കൊണ്ട് അയാൾക്ക് നേരെ നടന്നടുക്കാൻ ആരംഭിച്ചു. അപ്പോൾ അപ്രതീക്ഷിതമായ ഒരു കാര്യം സംഭവിച്ചു. ഫാഷനബിളായ ഒരു കാർ പെട്ടെന്ന് അൽ കുബൈസിക്ക് അരികിലായി വന്നുനിന്നു. കാറിനുള്ളിൽ നിന്നും ചില്ല് താഴ്ത്തി സുന്ദരിയായ ഒരു യുവതി അൽ കുബൈസിയോട് എന്തോ

പറഞ്ഞു. അവർ പരസ്പരം സംസാരിച്ചു. അൽ കുബൈസി കാറിലേക്ക് കയറി. കാർ ഓടിച്ചുപോവുകയും ചെയ്തു. നിരാശാഭരിതരായ ഏജന്റുമാർക്ക് മനസ്സിലായി ആ യുവസുന്ദരി ഏതോ ലൈംഗികത്തൊഴിലാളി ആണെന്ന്. അൽ കുബൈസിയുമായി അവൾ കച്ചവടം ഉറപ്പിക്കുകയായിരുന്നെന്നും.

ഒരു സാധാരണ ലൈംഗിക തൊഴിലാളി കാരണമായി അതീവ ശ്രദ്ധയോടെ മൊസാദ് ആസൂത്രണം ചെയ്ത ഒരു ദൗത്യം പാളം തെറ്റുകയാണ്!

പക്ഷേ ആ കൂട്ടത്തിലുണ്ടായിരുന്ന ദൗത്യസംഘത്തലവൻ അവരെ സമാധാനിപ്പിച്ചു. അധികം വൈകാതെ പോയപോലെ അൽ കുബൈസി ഇവിടെത്തന്നെ തിരിച്ചെത്തുമെന്ന് അയാൾ എല്ലാം അറിയാവുന്നവനെപ്പോലെ പറഞ്ഞു. അതൊക്കെ എങ്ങനെ ഉറപ്പായി അറിയാമെന്നൊന്നും ആരും ചോദിച്ചില്ല. എന്തായാലും അയാൾ പറഞ്ഞത് ശരിയായി വന്നു. അരമണിക്കൂർ ആവും മുൻപേ അതേ കാറിൽ കയറിയ ഇടത്തുതന്നെ അൽ കുബൈസി വന്നിറങ്ങി, ഹോട്ടലിന്റെ ദിശയിൽ നടക്കാൻ ആരംഭിച്ചു. കുറച്ച് ചുവടുകൾ വയ്ക്കും മുൻപേ രണ്ടുപേർ നിഴലിൽ നിന്നും കടന്നുനിന്ന് അയാളുടെ വഴി തടഞ്ഞു. അതിലൊരാൾ ഡേവിഡ് മൊലാദ് ആയിരുന്നു.

അൽ കുബൈസിക്ക് ഉടനെ കാര്യം മനസ്സിലായി. 'ചെയ്യരുത്!' അയാൾ ഫ്രഞ്ച് ഭാഷയിൽ വിളിച്ചുകൂവി. 'വെടി വയ്ക്കരുത്!'

ഒമ്പത് വെടിയുണ്ടകൾ അയാളുടെ ശരീരത്തിൽ തുളഞ്ഞുകയറി. അൽ കുബൈസി മഡെലനപ്പള്ളിയുടെ മുന്നിൽ കുഴഞ്ഞുവീണു. നിമിഷനേരത്തിനുള്ളിൽ കാറിൽ കയറി ഏജന്റുമാരെല്ലാവരും അപ്രത്യക്ഷരായി.

സൈ്വറ്റർ സംഭവത്തിലെന്നപോലെ അടുത്തദിവസം തന്നെ പോപ്പുലർ ഫ്രണ്ടിന്റെ വക്താവ് കൊല്ലപ്പെട്ട നിയമപണ്ഡിതന്റെ തനിനിറം പുറത്താക്കിക്കൊണ്ട് പത്രപ്രസ്താവന ഇറക്കി.

അടുത്ത മാസങ്ങളിൽ മൊലാദും അനുചരന്മാരും ബ്ലാക് സെപ്റ്റംബറിന്റെ നിരവധി സജീവ ഏജന്റുമാരെ വധിക്കുകയുണ്ടായി. കപ്പലുകൾ വാങ്ങി അവയിൽ സ്ഫോടകവസ്തുക്കൾ നിറച്ച് ഇസ്രായേലിന്റെ തുറമുഖപട്ടണങ്ങളിലേക്ക് അവയെ ഓടിച്ചുകയറ്റാനുള്ള പദ്ധതിയുമായി ഗ്രീസിൽ എത്തിയവരായിരുന്നു അവരെല്ലാവരും. എന്നിട്ടും ഉത്തരമില്ലാതെ ഒരു ചോദ്യം അവശേഷിച്ചു. മ്യൂണിക്കിന്റെ സൂത്രധാരൻ എവിടെ? സലാമെ എവിടെയാണ് ഒളിഞ്ഞിരിക്കുന്നത്?

അടുത്ത ദൗത്യം ആസൂത്രണം ചെയ്തുകൊണ്ട് സലാമെ അയാളുടെ ബെയ്റൂട്ടിലെ താവളത്തിൽ ഉണ്ടായിരുന്നു. ബ്ലാക് സെപ്റ്റംബറിന്റെ ഒരു ടീമിനെ ഉപയോഗിച്ച് തായ്‌ലാന്റിലെ ഇസ്രായേലിന്റെ എംബസി പിടിച്ചെടുക്കാനുള്ള നീക്കമായിരുന്നു അവയിൽ ആദ്യത്തേത്. പക്ഷേ അത് വിജയം കണ്ടില്ല. തായ് ഗവൺമെന്റിലെ കർശനക്കാരായ

ജനറൽമാരുടെ ഭീഷണിയും ബാങ്കോക്കിലെ ഈജിപ്ഷ്യൻ അംബാസിഡറുടെ സമ്മർദ്ദവും മൂലം ജാമ്യത്തടവുകാരെയെല്ലാം നിരുപാധികമായി വിട്ടയച്ചുകൊണ്ട് ബ്ലാക് സെപ്റ്റംബർ ഒളിപ്പോരാളികൾ തായ്‌ലാന്റ് വിടേണ്ടിവന്നു. അപമാനവും തോൽവിയും മാത്രമായിരുന്നു ഫലം.

സലാമെയുടെ അടുത്ത കൃത്യം അതിനേക്കാൾ അന്തവും കുന്തവും ഇല്ലാത്തതായിരുന്നു. സർവ്വായുധപാണികളായി സലാമെയുടെ ആൾക്കാർ സുഡാന്റെ തലസ്ഥാനമായ ഖാർത്തുമിലെ സൗദി അറേബ്യൻ എംബസ്സിയിലേക്ക് ഇടിച്ചുകയറി അത് കീഴടക്കി. ഒരു യൂറോപ്യൻ നയതന്ത്രജ്ഞനായുള്ള യാത്രയയപ്പ് സത്ക്കാരം അവിടെ നടന്നുകൊണ്ടിരിക്കുകയായിരുന്നു. ഖാർത്തുമിലെ നയതന്ത്രജ്ഞന്മാർ ഒന്നടങ്കം അവിടെ സമ്മേളിച്ചിരുന്നു. അവരെയെല്ലാം സലാമെയുടെ ആൾക്കാർ തടവുകാരാക്കി. കൂടിയാലോചനകളേത്തുടർന്ന് യാസർ അറാഫത്തിന്റെ ആജ്ഞപ്രകാരം ഒട്ടുമുക്കാലും തടവുകാരെ അവർ വിട്ടയച്ചു. അമേരിക്കൻ അംബാസിഡറായ ക്ലെയോ നോയൽ, അദ്ദേഹത്തിന്റെ ഡെപ്യൂട്ടി ജോർജ് മൂർ, ബെൽജിയൻ നയതന്ത്രമിഷന്റെ താത്ക്കാലിക തലവൻ ഗൈ ഈദ് എന്നിവരെ മാത്രം വിട്ടയച്ചില്ല. തുടർന്ന് സലാമെയുടെ ആജ്ഞപ്രകാരം അവരെ എല്ലാവരെയും അതിക്രൂരമായ രീതിയിൽ കൊന്നുതള്ളി. ആദ്യം പാദങ്ങളിൽ വെടിവച്ചശേഷം മെല്ലെ റൈഫിൾ ഉയർത്തിക്കൊണ്ട് വെടി തുടർന്ന് ഒടുവിൽ നെഞ്ച് പിളർന്ന് ഇരകൾ വീഴും വരെ അവർ അതിൽ രസിച്ചു.

കൂട്ടക്കൊലയെ തുടർന്ന് ഭീകരരെ അറസ്റ്റ് ചെയ്തെങ്കിലും ആഴ്ച്ചകൾക്ക് ശേഷം സുഡാൻ ഗവൺമെന്റ് അവരെ വിട്ടയക്കുകയായിരുന്നു.

ലോകതലസ്ഥാനങ്ങൾ ക്രോധത്തോടും വെറുപ്പോടും കൂടി നയതന്ത്രജ്ഞരുടെ ഈ കൂട്ടക്കൊലയ്ക്കെതിരെ പ്രതികരിച്ചു. ബ്ലാക് സെപ്റ്റംബറിന് നിർണ്ണായകമായ ഒരാഘാതം ഏൽപ്പിക്കാൻ സമയമായെന്ന് ഇസ്രായേൽ തീരുമാനിച്ചു.

ജറുസലേമിൽ പ്രധാനമന്ത്രി ഗോൾഡാ മെയർ 'യുവതയുടെ വസന്തം' എന്ന് നാമകരണം ചെയ്ത ഒരു പുതിയ പദ്ധതിക്ക് അംഗീകാരം നൽകി. അതിലൂടെ അപ്പോൾ പുരോഗമിച്ചുകൊണ്ടിരുന്ന 'ദൈവക്രോധ'ത്തിന്റെ പുതിയൊരു ഘട്ടം ആരംഭിക്കുകയായിരുന്നു.

* * *

1973 ഏപ്രിൽ ഒന്നാം തീയതി ബെയ്റൂട്ടിൽ സാൻഡ്സ് ഹോട്ടലിൽ ഗിൽബർട്ട് റിംബൗദ് എന്ന ബെൽജിയം സ്വദേശിയായ ടൂറിസ്റ്റ് താമസിക്കാനെത്തി. അതേദിവസം ഡീറ്റെർ ആൽറ്റ്നഡെർ എന്ന് പേരുള്ള മറ്റൊരു ടൂറിസ്റ്റും അതേ ഹോട്ടലിൽ താമസിക്കാനെത്തിയിരുന്നു.

അവർക്ക് രണ്ടുപേർക്കും പരസ്പരം അറിയുമായിരുന്നില്ല. കടലിന് അഭിമുഖമായ മുറികളാണ് ഇരുവർക്കും ലഭിച്ചത്.

ഏപ്രിൽ ആറാം തിയതി മൂന്ന് സന്ദർശകർ കൂടി അതേ ഹോട്ടലിൽ തങ്ങാനെത്തി. സ്റ്റൈലിൽ വസ്ത്രം ധരിച്ച ചുള്ളനായ ആൻഡ്രൂ വിച്ച്ലോ ബ്രിട്ടീഷുകാരനായിരുന്നു. രണ്ടുമണിക്കൂറുകൾക്ക് ശേഷം റോമിൽ നിന്നുമുള്ള വിമാനത്തിലെത്തിയ ഡേവിഡ് മൊലാദ് ഹോട്ടലിൽ കാണിച്ചത് ചാൾസ് ബൗസ്സർദ് എന്ന് പേരുള്ള ഒരു ബെൽജിയം പാസ്പോർട്ട് ആയിരുന്നു. വൈകുന്നേരം ഹോട്ടലിലെത്തിയ ജോർജ് എൽഡർ ബ്രിട്ടീഷുകാരനായിരുന്നെങ്കിലും കാഴ്ചയിലും പെരുമാറ്റത്തിലും അവരിൽ നിന്നും ഭിന്നനായിരുന്നു. എൽ ബൈദ ബീച്ചിനോട് ചേർന്നുള്ള അറ്റ്ലാന്റിക് ഹോട്ടലിൽ എത്തിയ ബ്രിട്ടീഷുകാരനായ ചാൾസ് മാകെതനി ഇംഗ്ലീഷുകാരനായിരുന്നു. ദിവസവും രണ്ടുതവണ കാലാവസ്ഥാ പ്രവചനത്തെക്കുറിച്ച് അന്വേഷിച്ചുകൊണ്ടിരുന്നു.

അവർ ആറുപേരും തനിച്ച് ബെയ്റൂട്ടിൽ ചുറ്റിയടിച്ചു. തെരുവുകളിലൂടെ നടന്നു, തിരക്കുള്ള റോഡുകളെല്ലാം അറിഞ്ഞുവച്ചു. പ്രമുഖ കാർ റെന്റൽ ഏജൻസികളിൽ നിന്നും മൂന്നു പേർ ബ്യൂക് സ്കൈലാർക്കുകളും ഒരാൾ പ്ലിമത് സ്റ്റേഷൻ വാഗണും അപരൻ വാലിയന്റും ഇനിയൊരാൾ റെനൈയും വാടകയ്ക്ക് എടുത്തു.

ഏപ്രിൽ ഒമ്പതിന് ഒമ്പത് മിസൈൽ ബോട്ടുകളും പട്രോളിംഗ് കപ്പലുകളും അടങ്ങിയ ഒരു വ്യൂഹം അന്തർദേശീയ കപ്പൽച്ചാലിൽ മറ്റ് യാനപാത്രങ്ങൾക്കൊപ്പം കലർന്നു. എം ബി മിവ്റ്റ എന്ന മോട്ടോർ ബോട്ടിൽ കേണൽ അംനൊൻ ലിപ്കിന്റെ കമാൻഡിൽ ഒരു പാരാട്രൂപ്പർ യൂണിറ്റാണ് ഉണ്ടായിരുന്നത്. പോപ്പുലർ ഫ്രണ്ടിന്റെ ഹെഡ്ക്വാർട്ടേഴ്സ് ആക്രമിക്കാനായിരുന്നു അവർക്കുള്ള നിർദ്ദേശം. എം ബി ഗാഷിൽ രണ്ട് യൂണിറ്റുകൾ ഉണ്ടായിരുന്നു. മറ്റൊരു പാരാട്രൂപ്പർ പ്ലാറ്റൂണും പ്രത്യേക രഹസ്യസേനയായ സയെറെത് മത്കലും. അവരുടെ നേതൃത്വം കേണൽ എഹുദ് ബറാകിനായിരുന്നു. അവരുടെ ദൗത്യം മറ്റൊന്നായിരുന്നു. അവർക്കോരോരുത്തർക്കും നാല് വ്യക്തികളുടെ ഫോട്ടോകൾ ലഭിച്ചിരുന്നു. ബ്ലാക് സെപ്റ്റംബറിന്റെ പരമോന്നത കമാൻഡർ അബു യൂസഫ്, ഫത്തായുടെ ഓപ്പറേഷൻസ് കമാൻഡറും ഇസ്രായേലിനുള്ളിൽ അധിനിവേശ പാലസ്തീനിൽ പ്രവർത്തിക്കുന്ന ബ്ലാക് സെപ്റ്റംബറിന്റെ തലവനുമായ കമാൽ അദ്വാൻ, ഫത്തായുടെ മുഖ്യവക്താവായ കമാൽ നാസർ എന്നീ മൂവരുടെ ചിത്രങ്ങളായിരുന്നു അവ. ഇവർ മൂവരും റൂ വെർദുനിൽ ഒരേ അപ്പാർട്ട്മെന്റിലാണ് താമസിക്കുന്നതെന്നും അവരോട് പറഞ്ഞിരുന്നു.

നാലാമത്തെ ഫോട്ടോ അലി ഹസൻ സലാമെയുടേതായിരുന്നു. അയാൾ എവിടെയാണെന്നത് ആർക്കും അറിയുമായിരുന്നില്ല.

കമാൻഡോകൾ എല്ലാവരും സിവിലിയൻ വസ്ത്രങ്ങളിലായിരുന്നു. രാത്രി ഒമ്പതരയോടെ ബോട്ടുകൾ ബെയ്റൂട്ട് തീരത്തോട് അടുക്കാറായപ്പോൾ അവരെല്ലാവരും വിഗുകളും ഹിപ്പികളുടേതുപോലുള്ള വസ്ത്രങ്ങളും അണിഞ്ഞു. എഹൂദ് ബാറാക് സ്ത്രീവേഷമാണ് അണിഞ്ഞിരുന്നത്. അൽപം മങ്ങിയ നിറവും കൊഴുത്ത ശരീരവുമായി അണിഞ്ഞൊരുങ്ങിയ സ്ത്രീ വേഷത്തിൽ ആവശ്യത്തിന് സ്ഫോടകവസ്തുക്കൾ ഒളിപ്പിക്കാനായി.

പൊടുന്നനവേ ധാരാളം ചങ്ങാടങ്ങൾ ആ ഒഴിഞ്ഞ ബെയ്റൂട്ട് തീരത്ത് കാണാനായി. ബോട്ടുകളിൽ നിന്നും അവ ഭടന്മാരെ കരയിലെത്തിച്ചു. കരയിൽ അവർക്ക് മുന്നിൽ ആറ് കാറുകൾ ഉണ്ടായിരുന്നു. അവ ഓരോന്നും ഡ്രൈവ് ചെയ്തിരുന്നത് 'ടൂറിസ്റ്റുകൾ' ആയിരുന്നു. ഏത് കാറിലാണ് കയറേണ്ടതെന്ന് അവർക്ക് അറിയാമായിരുന്നു. നിമിഷങ്ങൾക്കുള്ളിൽ കാറുകൾ അവരെയും കയറ്റി വ്യത്യസ്ത ദിശകളിലേക്ക് പാഞ്ഞു. കാറിൽ ചിലതിന്റെ ലക്ഷ്യം പോപ്പുലർ ഫ്രണ്ടിന്റെ കേന്ദ്ര ഓഫീസായിരുന്നു. മറ്റ് കാറുകളിൽ മൊലാദ് ഓടിച്ചിരുന്ന ഒരെണ്ണം ബ്ലാക് സെപ്റ്റംബറിന്റെ നേതാക്കൾ താമസിച്ചിരുന്ന അപ്പാർട്ട്മെന്റ് ലക്ഷ്യമാക്കി കുതിച്ചു.

പോപ്പുലർ ഫ്രണ്ടിന്റെ ഓഫീസിലേക്ക് പൊയ്ക്കൊണ്ടിരുന്ന യൂണിറ്റ് ആക്രമണം റിഹേഴ്സ് ചെയ്തിരുന്നു. ടെൽ അവീവിൽ നിർമ്മാണത്തിലിരുന്ന ഒരു കെട്ടിടമാണ് അതിനായി ഉപയോഗപ്പെടുത്തിയത്. സർവ്വസൈന്യാധിപനായ ഡേവിഡ് ഏലിയാസർ പരിശീലനം കാണാനായി എത്തിയിരുന്ന ദിവസം യുവാവും സുമുഖനുമായ ഒരു ലെഫ്റ്റനന്റ് അവിദ ഷോർ അദ്ദേഹത്തെ സമീപിച്ച് ഇപ്രകാരം പറഞ്ഞു. 'കെട്ടിടം തകർക്കാനായി 120 കിലോ സ്ഫോടകവസ്തുക്കൾ ഉപയോഗിക്കാനാണ് നമ്മൾ പ്ലാൻ ചെയ്തിരിക്കുന്നത്. പക്ഷേ അത്രയും അളവിൽ സ്ഫോടകവസ്തുക്കൾ ഉപയോഗിക്കുന്നത് അനാവശ്യവും അപകടകരവുമാണ്. സമീപത്തുള്ള കെട്ടിടങ്ങളും സ്ഫോടനത്തിൽ തകരും. അത് ഒരു കാരണവും കൂടാതെ സാധാരണക്കാർ മരിക്കുന്നതിന് കാരണമായേക്കാം.' പോക്കറ്റിൽ നിന്നും ഒരു നോട്ടുബുക്ക് എടുത്തുകൊണ്ട് അവിദ തടർന്നു: 'ഞാൻ ചില കണക്കുകൂട്ടലുകൾ നടത്തി. നമ്മൾ എൺപത് കിലോ സ്ഫോടകവസ്തുക്കൾ ഉപയോഗിച്ചാൽ മതിയാകും. നമ്മൾ ലക്ഷ്യമിടുന്ന കെട്ടിടം പൂർണ്ണമായി തകരും. അടുത്തുള്ള കെട്ടിടങ്ങൾക്ക് നാശനഷ്ടം ഉണ്ടാവുകയുമില്ല. സാധാരണക്കാർ കൊല്ലപ്പെടുകയുമില്ല.' ഏലിയാസർ അവിദ നൽകിയ കണക്കുകൾ പരിശോധിച്ചു. അതിൽ തൃപ്തനായ അദ്ദേഹം അവിദ ഷോറിന്റെ നിർദ്ദേശം സ്വീകരിക്കാൻ ദൗത്യസംഘം തലവനോട് നിർദ്ദേശിക്കുകയും ചെയ്ത ശേഷമാണ് അവിടെനിന്നും പോയത്.

പാരാട്രൂപ്പർമാർ പോപ്പുലർ ഫ്രണ്ട് ഹെഡ്ക്വാർട്ടേഴ്സിന്റെ മുന്നിലെത്തി. ആദ്യ പ്രതിരോധത്തിൽ വെടിവയ്പുണ്ടായി. രണ്ട് ഇസ്രായേലി കമാൻഡോകൾക്ക് ജീവൻ നഷ്ടമായി. ലോബി അവർ കീഴടക്കി. പ്ലാൻ

ചെയ്തിരുന്ന പോലെ എൺപത് കിലോഗ്രാം സ്ഫോടകവസ്തുക്കൾ വേണ്ട ഇടങ്ങളിൽ സ്ഥാപിച്ചു. സ്ഫോടനത്തിൽ കെട്ടിടം പൂർണ്ണമായും തകർന്ന് ചവറുകൂമ്പാരമായി. അനേകം തീവ്രവാദികൾ തൽക്ഷണം കൊല്ലപ്പെട്ടു. തൊട്ടടുത്തുണ്ടായിരുന്ന വീടുകൾക്ക് ഒന്നും സംഭവിച്ചില്ല.

ഏറ്റുമുട്ടലിൽ കൊല്ലപ്പെട്ട രണ്ട് പാരാട്രൂപ്പർമാരിൽ ഒരാൾ അവിദ ഷോർ ആയിരുന്നു.

* * *

അതേ സമയം മറ്റ് പാരാട്രൂപ്പർമാരും കമാൻഡോകളും ബെയ്റൂട്ടിലെ പലയിടങ്ങളിലായി തീവ്രവാദികളുടെ ക്യാമ്പുകൾ ആക്രമിച്ചു. പോപ്പുലർ ഫ്രണ്ടിന്റെയും ലെബനീസ് സുരക്ഷാസേനയുടെയും ശ്രദ്ധ ചിതറിക്കാനുള്ള ഒരു തന്ത്രമായിരുന്നു അത്.

സയെറെത് മത്കൽ കമാൻഡോകളാണ് റൂ വെർദുനിൽ ബ്ലാക് സെപ്റ്റംബർ നേതാക്കൾ താമസിച്ചിരുന്ന കെട്ടിടത്തിലെത്തിയത്. അവർ അകത്തേക്ക് പ്രവേശിക്കാനൊരുങ്ങുമ്പോൾ രണ്ട് ലെബനീസ് പോലീസുകാർ നടന്നുവരുന്നത് അവരുടെ ശ്രദ്ധയിൽപ്പെട്ടു. പോലീസുകാർ കണ്ടത് രണ്ട് യുവകമിതാക്കൾ പരസ്പരം പുണരുന്നതായിരുന്നു. സയെറെതിന്റെ മിടുക്കനായ കമാൻഡോ മുകി ബെറ്റ്സെർ ആയിരുന്നു റോമിയോ. മാദകമോഹിനിയായ ജൂലിയറ്റായി എഹൂദ് ബാറാക്കും. പോലീസുകാർ അവിടം കടന്നയുടനെ കമാൻഡോകൾ കെട്ടിടത്തിനുള്ളിലേക്ക് ഓടിക്കയറി. ഒരേസമയം അവർ രണ്ടാം നിലയിൽ കമാൽ അദ്വാന്റെയും മൂന്നാം നിലയിൽ കമാൽ നാസറിന്റെയും ആറാം നിലയിൽ അബു യൂസഫിന്റെയും അപ്പാർട്ട്മെന്റുകളിൽ ബലം പ്രയോഗിച്ച് കയറി.

ഭീകരരുടെ നേതാക്കൾക്ക് രക്ഷപെടാൻ മാർഗ്ഗങ്ങളൊന്നും കിട്ടിയില്ല. വാതിൽക്കൽ എത്തിയപ്പോൾത്തന്നെ അവർ ആയുധങ്ങൾ പുറത്തെടുത്തിരുന്നു. ഭീകരരും സായുധരായിരുന്നെങ്കിലും കമാൻഡോകളുടെ മിന്നലാക്രമണത്തിൽ മൂന്ന് ഭീകരരും നിമിഷങ്ങൾക്കകം വധിക്കപ്പെട്ടു. അബു യൂസഫിന്റെ ഭാര്യ മുന്നിൽ കയറി ഭർത്താവിനെ രക്ഷിക്കാൻ ശ്രമിച്ചെങ്കിലും അത് വിഫലമായി. അവർക്കും പരിക്കേറ്റു. അദ്വാന്റെ ഫ്ളാറ്റിനെതിർവശത്ത് താമസിച്ചിരുന്ന വൃദ്ധയായ ഒരു ഇറ്റാലിയൻ വനിതയും കൊല്ലപ്പെട്ടു. വെടിശബ്ദം കേട്ട് വാതിൽ തുറന്ന് പുറത്തുവന്ന അവർ കൂട്ട വെടിയിൽപ്പെട്ട് മരിച്ചുവീഴുകയായിരുന്നു. അവരുടെ ദേഹത്ത് നിരവധി വെടിയുണ്ടകൾ തുളഞ്ഞുകയറിയിരുന്നു.

ബ്ലാക് സെപ്റ്റംബർ നേതാക്കളുടെ വാസയിടങ്ങളിൽ നിന്നും വിലപ്പെട്ട പല രേഖകളും സമാഹരിക്കാൻ കമാൻഡോകൾക്ക് കഴിഞ്ഞു. അതിനു

ശേഷം മൃതരെയും മുറിവേറ്റവരെയും വഹിച്ചുകൊണ്ട് അവർ ധ്രുതഗതിയിൽ കാത്തുകിടന്നിരുന്ന കാറുകളിൽ കയറി ബീച്ചിലെത്തി. അവിടെ റബർ തോണികൾ അവർക്കായി കാക്കുന്നുണ്ടായിരുന്നു.

കാറുകൾ ബീച്ചിൽത്തന്നെ ഭദ്രമായി ഓരങ്ങളിൽ പാർക്കുചെയ്യപ്പെട്ടു. ദിവസങ്ങൾക്ക് ശേഷം കാർവാടക എത്തേണ്ട ബാങ്ക് അക്കൗണ്ടുകളിൽ അമേരിക്കൻ എക്സ്പ്രസ് വഴി എത്തുകയും ചെയ്തു.

ദൗത്യസംഘം അവരുടെ ബോട്ടുകളിൽ തിരികെയെത്തി ഇസ്രായേലിലേക്ക് മടങ്ങി. ദൗത്യം പൂർണ്ണവിജയമായിരുന്നു. പോപ്പുലർ ഫ്രണ്ടിന്റെ ഹെഡ്ക്വാർട്ടേഴ്സ് പാടെ നശിച്ചു. ബ്ലാക് സെപ്റ്റംബറിന്റെ നേതൃനിര ഇല്ലാതായി. അതിൽ പരമോന്നത കമാൻഡറായ അബു യൂസഫും ഉൾപ്പെട്ടു.

എങ്കിലും തൊട്ടരുകിലായി റു വെർദൂനിലെ പ്രത്യേകതകളൊന്നുമില്ലാത്ത ഒരു കെട്ടിടത്തിലെ അപ്പാർട്ട്മെന്റിൽ അലി ഹസൻ സലാമെ ശാന്തമായി ഉറങ്ങുന്നത് അവരറിഞ്ഞില്ല. അയാളെ ആരും ഒരുവിധത്തിലും ശല്യപ്പെടുത്തിയില്ല. അടുത്ത ദിവസം അബു യൂസഫിന്റെ മരണം പ്രഖ്യാപിക്കപ്പെട്ടതോടെ അലി സലാമെ ബ്ലാക് സെപ്റ്റംബറിന്റെ പരമോന്നത കമാൻഡറായി.

അങ്ങനെ യുവതയുടെ വസന്തം ബ്ലാക് സെപ്റ്റംബറിന്റെ അന്ത്യം കുറിച്ചു. അവശേഷിച്ചവർക്ക് ഒരിക്കലും അതിനെ പുനരുദ്ധരിക്കാനായില്ല. നേതാക്കളെല്ലാവരും വധിക്കപ്പെട്ടു. ഒരാളൊഴികെ മറ്റെല്ലാവരും.

ഭീകരരുടെ താവളങ്ങളിൽ നിന്നും സമാഹരിക്കപ്പെട്ട രേഖകൾ മൊസാദിനെ രണ്ട് വർഷങ്ങളായി അലട്ടിയിരുന്ന 'പാസ് ഓവർ അഫെയർ' എന്ന സമസ്യയ്ക്ക് ഉത്തരവും നൽകി. 1971 എപ്രിലിൽ സുന്ദരികളായ രണ്ട് ഫ്രഞ്ച് തരുണികൾ ടെൽ അവീവിലെ ലാദ് വിമാനത്താവളത്തിൽ വ്യാജ പാസ്പോർട്ടുകൾ ഉപയോഗിച്ച് ഇസ്രായേലിലേക്ക് കടക്കാൻ ശ്രമിച്ചു. മുൻകൂട്ടി വിവരം ലഭിച്ചിരുന്നതിനാൽ അവർ വേഗം പിടിക്കപ്പെട്ടു. ചോദ്യം ചെയ്യപ്പെടാനായി അവരെ ഷബാക് വനിതാ സെല്ലിലേക്ക് കൊണ്ടുപോയി. പരിശോധനയിൽ വിചിത്രമായ ഒരു വസ്തുത വെളിപ്പെട്ടു. അവർ ഇരുവരും ധരിച്ചിരുന്ന വസ്ത്രങ്ങൾ താരതമ്യേന ഭാരം കൂടിയവയാണെന്നത് ഏജന്റുമാരുടെ ശ്രദ്ധയിൽപ്പെട്ടു. പരിശോധനയിൽ ഏതോ വെളുത്ത പൊടി കലക്കിയ ലായനിയിൽ അവ മുക്കി ഉണക്കിയവയാണെന്ന് കണ്ടു. വസ്ത്രങ്ങളെല്ലാം ഉലച്ച് കുടഞ്ഞപ്പോൾ പൊടി ഉതിർന്നുവന്നു. അവരുടെ പാദരക്ഷകളുടെ ചുവട്ടിലും അതേ പൊടി സൂക്ഷിച്ചിരുന്നു. എല്ലാ പരിശോധനയും കഴിഞ്ഞപ്പോൾ ഏകദേശം അഞ്ചുകിലോയോളം പൗഡർ കണ്ടെടുക്കപ്പെട്ടു. മാരക സ്ഫോടനശേഷിയുള്ള ഒരു പ്രത്യേക പ്ലാസ്റ്റിക് രാസവസ്തുവായിരുന്നു ആ പൗഡർ. ഒപ്പം

കൊണ്ടുവന്നിരുന്ന പെട്ടികളിൽ ബോംബ് നിർമാണത്തിനുള്ള ഉപകരണങ്ങളും വിഘടിപ്പിക്കപ്പെട്ട നിലയിൽ കണ്ടെത്തി.

തുടർന്നുണ്ടായ ചോദ്യം ചെയ്യലിൽ പെൺകുട്ടികൾ എല്ലാം ഏറ്റുപറഞ്ഞു. സമ്പന്നനായ ഒരു മൊറോക്കൻ ബിസിനസുകാരന്റെ മക്കളായ നാദിയ ബർദെലിയും മാദെലിൻ ബർദെലിയുമാണ് തങ്ങളെന്നും പാരീസിലുള്ള ഒരാളാണ് തങ്ങളെ ഈ ചുമതല ഏൽപ്പിച്ചതെന്നും സാഹസിക കാര്യങ്ങൾ ചെയ്യാൻ തത്പ്പരരായ തങ്ങൾ മറ്റൊന്നും ആലോചിക്കാതെ ഈ ദൗത്യം ഏൽക്കുകയായിരുന്നെന്നും അവർ പറഞ്ഞു.

'മറ്റാരൊക്കെയാണ് ഈ കാര്യത്തിൽ നിങ്ങൾക്കൊപ്പമുള്ളത്?' ഷബാകിന്റെ വനിതാ ഏജന്റ് ചോദിച്ചു.

അന്ന് വൈകുന്നേരം പോലീസ് ടെൽ അവീവിലെ ഒരു ഇടത്തരം ഹോട്ടലായ കോമദോരിൽ മിന്നൽ പരിശോധന നടത്തി പ്രായം ചെന്ന ഒരു ഫ്രഞ്ച് ദമ്പതികളെ – പിയർ ബൗർഘൽതെറും പത്നി ഈഡിത്തും – കസ്റ്റഡിയിലെടുത്തു. അവിടെ നടന്ന പരിശോധനയിൽ ബോംബുനിർമ്മാണത്തിനാവശ്യമായ പല ചെറിയ ഉപകരണഭാഗങ്ങളും പോലീസ് കണ്ടെടുത്തു. ആ വൃദ്ധ ദമ്പതികൾ പൊട്ടിക്കരഞ്ഞു.

ഈ സംഭവവികാസങ്ങളൊന്നും അറിയാതെ ഇതിനെല്ലാം ചുക്കാൻ പിടിച്ചിരുന്ന മാന്യദേഹം ഇസ്രായേലിൽ വന്നിറങ്ങി. ഇരുപത്തിയാറുകാരിയായ ഒരു ഫ്രഞ്ച് സുന്ദരി. ഫ്രാൻസൈൻ അദെലിന മരിയ എന്ന പേരിലുള്ള ഒരു ഫ്രഞ്ച് പാസ്പോർട്ടാണ് അവരുടെ പക്കൽ ഉണ്ടായിരുന്നത്. മൊസാദിന് ഈവ് ലിൻ ബാർഗസ് എന്ന പേരിൽ പരിചിതയായിരുന്ന അവർ ഒരു പ്രൊഫഷണൽ ഭീകരപ്രവർത്തകയായിരുന്നു. തീവ്രമാർക്സിസ്റ്റ് ആയി അറിയപ്പെട്ടിരുന്ന അവർ ഇതിനകം യൂറോപ്പിൽ പല ഭീകരാക്രമണ കേസുകളിലും പ്രതിയായിരുന്നു.

പാസോവർ എന്ന പേരിൽ അറിയപ്പെട്ടിരുന്ന ആ സംഘം ചോദ്യം ചെയ്യലിൽ തകർന്നു. പ്ലാനും പദ്ധതിയുമെല്ലാം ഏറ്റുപറഞ്ഞു. പ്ലാസ്റ്റിക് സ്ഫോടകവസ്തുക്കൾ ഉപയോഗിച്ച് ടെൽ അവീവിലെ ഒൻപത് പ്രമുഖ ഹോട്ടലുകളിൽ ബോംബ് പൊട്ടിക്കാനും ടൂറിസ്റ്റ് സീസണിൽ പരമാവധി മനുഷ്യരെ കൊല്ലാനുമായിരുന്നു അവർ പദ്ധതി ആസൂത്രണം ചെയ്തിരുന്നത്. അതുവഴി ഇസ്രായേലിന്റെ ടൂറിസ്റ്റ് വ്യവസായത്തെ താറുമാറാക്കാനായിരുന്നു അവരുടെ നീക്കം.

പിടിയിൽപ്പെട്ട പുള്ളികളെല്ലാവരും ജയിലിലായി. പക്ഷേ ഇതിന്റെയെല്ലാം സൂത്രധാരനായ വമ്പൻ പിടിക്കപ്പെടാതെ സ്വതന്ത്രനായി തുടർന്നു. അൾജീരിയക്കാരനായ ഒരു സുന്ദരനായിരുന്നു ഇതിന്റെ പിന്നിൽ ചരട് വലിച്ച മുഹമ്മദ് ബൗദിയ. പാരീസിൽ ഒരു നാടകസംഘത്തിന്റെ ഡയറക്റ്ററും നടന്മാരിൽ ഒരാളുമായിരുന്നു അയാൾ. ബുദ്ധിജീവിയും കലാകാരനുമായ ഒരാൾ. ആ മുഖംമൂടിയും അക്കാദമിക് വൃത്തങ്ങളിലെ സാന്നിദ്ധ്യവും

ഒരു വ്യാജ പ്രതിച്ഛായയാൽ അയാളെ സംരക്ഷിച്ചുപോന്നു. ഈവ് ലിൻ ബാർഗസിന്റെ കാമുകനായിരുന്ന മുഹമ്മദ് മറ്റനേകം പേരുടെയും പ്രണയി ആയിരുന്നു. മൊസാദ് വൃത്തങ്ങളിൽ നീലത്താടിക്കാരനെന്ന് അയാൾ കേൾവിപ്പെട്ടു.

ജോർജ് ഹബാഷിന്റെ നേരിട്ടുള്ള നിയന്ത്രണത്തിലായിരുന്ന മുഹമ്മദ് ബൗദിയ. പാസ്സോവർ ടീം വലയിലായിക്കഴിഞ്ഞപ്പോൾ അയാൾ ബ്ലാക് സെപ്റ്റംബറിൽ ചേർന്നു. വൈകാതെ സംഘടനയുടെ ഫ്രഞ്ച് ഘടകത്തിന്റെ തലവനായി അയാൾ നിയമിതനായി. മൊസാദിന്റെ ഒറ്റുകാരനെന്ന് സംശയിക്കപ്പെട്ട് കൊലചെയ്യപ്പെട്ട സിറിയൻ മാധ്യമപ്രവർത്തകൻ ഖാദർ കനൊവിനെ പിടികൂടി കൊല്ലുന്നതിൽ ബൗദിയയ്ക്ക് പങ്കുണ്ടായിരുന്നു. ബ്ലാക് സെപ്റ്റംബറിന്റെ യൂറോപ്യൻ ഘടകത്തിന്റെ തലവനായും ബൗദിയ പ്രവർത്തിച്ചിരുന്നു. റഷ്യയിൽ നിന്നുമുള്ള യഹൂദ അഭയാർത്ഥികളുടെ ഒരു അതിർത്തി ക്യാമ്പ് ആക്രമിക്കുന്നതിൽ പങ്ക് വഹിച്ചത് ഇക്കാലത്താണ്. എന്നാൽ ഹംഷാരി കൊല്ലപ്പെട്ടത് ബൗദിയായെ ഭയപ്പെടുത്തി. അതിനുശേഷം അതീവ ജാഗ്രതയോടെയാണ് അയാൾ സഞ്ചരിച്ചിരുന്നത്. അയാളെ പിന്തുടരുക അതോടെ ഏറെ ശ്രമകരമായി.

1973 മെയ് മാസത്തിൽ മൊസാദിന്റെ മസാദാ യൂണിറ്റിൽപ്പെട്ട ഒരു സംഘം പാരീസിലെത്തി ബൗദിയായെ കണ്ടെത്താൻ ശ്രമിച്ചു. ബൗദിയായുടെ പുതിയ കാമുകിയുടെ വിലാസം അവർ അതിനകം തേടിപ്പിടിച്ചിരുന്നു. അവൾ പാർക്കുന്ന കെട്ടിടത്തിനടുത്തായി അവർ ക്ഷമയോടെ കാത്തുനിന്നു. ഒടുവിൽ എവിടെനിന്നെന്ന് അറിയാതെ ബൗദിയ പ്രത്യക്ഷപ്പെട്ട് കെട്ടിടത്തിനുള്ളിലേക്ക് കയറിപ്പോയി. അവർ ക്ഷമയോടെ കാത്തു. പുലരിയിൽ ഓഫീസിലേക്ക് ഓരോരുത്തരായി ആ കെട്ടിടത്തിൽ നിന്നും ഇറങ്ങി പോകുമ്പോൾ അവരിൽ ബൗദിയ ഉണ്ടായിരുന്നില്ല. ഇത് പിന്നെയും പല തവണകൾ ആവർത്തിച്ചു. അകത്തേക്ക് പോകും പക്ഷേ വെളിയിലേക്ക് വരില്ല. പിന്നെയും ദിവസങ്ങൾക്ക് ശേഷം അകത്തേക്ക് പോകാനായി അയാൾ വീണ്ടും പ്രത്യക്ഷപ്പെടും. വിരസദീർഘങ്ങളായ അനേകം ദിവസങ്ങളുടെ നിരീക്ഷണങ്ങൾക്ക് ശേഷം അവർക്ക് കാര്യം പിടികിട്ടി. പെണ്ണായി വേഷം പകർന്നാണ് ബൗദിയ പുറത്തേക്ക് പൊയ്ക്കൊണ്ടിരുന്നത്. ഓരോ തവണയും ആ പെൺ വേഷങ്ങൾ ലക്ഷണത്തിലും ചമയങ്ങളിലും മാറിമറിഞ്ഞുകൊണ്ടിരുന്നു. ബൗദിയയിലെ നടനും തിയറ്റർ ആക്ടിവിസ്റ്റും ഒത്തുചേർന്ന് ഏവരെയും കബളിപ്പിക്കുകയായിരുന്നു. എല്ലാം വേണ്ടവിധം ഗ്രഹിച്ച് ഒരുങ്ങി തയ്യാറായപ്പോൾ ബൗദിയ കാമുകിയെ സന്ദർശിക്കുന്നത് നിർത്തിവച്ചു!

മൊസാദിന് ഇപ്പോൾ ആകെ അറിയാവുന്നത് ബൗദിയയുടെ ഓഫീസിലേക്കുള്ള യാത്രാറൂട്ട് മാത്രമായിരുന്നു. വിജയസ്തംഭത്തിനടുത്തുള്ള എറ്റൊയിലി മെട്രോ സ്റ്റേഷനിൽ ഏതോ ട്രെയിൻ കയറി അയാൾ യാത്ര

ചെയ്തു. ഫ്രാൻസിലെ ഏറ്റവും തിരക്കുള്ള, നൂറുകണക്കിന് ട്രെയിനുകൾ സദാ വന്നുപോകുന്ന, ലക്ഷക്കണക്കിനാളുകൾ കയറിയിറങ്ങുന്ന ആ മെട്രോ സ്റ്റേഷനിൽ ഒരാളെ കണ്ടെത്തുകയെന്നത് അസാദ്ധ്യമായിരുന്നു. ആയിരം മുഖങ്ങളുള്ള ബൗദിയയെ അതിനിടയിൽ എങ്ങനെ കണ്ടെത്താൻ!

പക്ഷേ അവർക്കുമുന്നിൽ തിരഞ്ഞെടുക്കാൻ മാർഗ്ഗങ്ങളൊന്നും ഉണ്ടായിരുന്നില്ല. യൂറോപ്പിലുള്ള മിക്ക ഇസ്രായേലികൾക്കും ബൗദിയയുടെ ഫോട്ടോ ലഭ്യമാക്കി. തെരുവുകളിലും ഇടനാഴികളിലും പൊതുവിടങ്ങളിലും എറ്റൊലി സ്റ്റേഷനുകളിലെ എണ്ണമറ്റ പ്ലാറ്റ്ഫോമുകളിലും ബൗദിയയ്ക്കായി അവർ മിഴികൾ ജാഗ്രതയോടെ തുറന്നുവച്ചു. ദിവസങ്ങൾ കടന്നുപോയ്ക്കൊണ്ടിരുന്നു. ഒന്നും സംഭവിച്ചില്ല. നാലാം ദിവസം ഏജന്റുമാരിൽ ഒരാൾ അയാളെ കണ്ടെത്തി. അയാൾ വേഷം മാറിയിരുന്നു, മേക്കപ്പ് അണിഞ്ഞിരുന്നു, എന്നിട്ടും അയാൾ തിരിച്ചറിയപ്പെട്ടു. നിഴൽപോലെ നിരവധി മൊസാദ് ഏജന്റുമാർ അയാളെ പിന്തുടർന്നു. സ്റ്റേഷനരുകിലായി പാർക്ക് ചെയ്തിരുന്ന കാറിൽ കയറി രാത്രിയിലേക്ക് ബൗദിയ ഓടിച്ചുപോയി. അവരയാളെ പിന്തുടർന്നു. പുതിയ കാമുകിയുടെ വീടിനരുകിൽ കാർ പാർക്ക് ചെയ്ത് അയാൾ ആ കെട്ടിടത്തിലേക്ക് കയറിപ്പോയി. അടുത്ത ദിവസം 1973 ജൂൺ 29-ന് രാവിലെ അയാൾ കെട്ടിടത്തിനുള്ളിൽ നിന്നും ഇറങ്ങിവന്നു. പുറമെനിന്നും ശ്രദ്ധയോടെ അയാൾ കാർ ചുറ്റും നടന്ന് പരിശോധിച്ചു. തൃപ്തനായി വാതിൽ തുറന്ന് ഡ്രൈവറുടെ സീറ്റിലേക്ക് കയറിയിരുന്നു. അടുത്ത നിമിഷം ചെകിടടപ്പിക്കുന്ന സ്ഫോടനത്തിൽ അവിടം കിടുങ്ങി. അഗ്നിയിൽ കാർ കത്തിക്കരിഞ്ഞു. ബൗദിയ കൊല്ലപ്പെട്ടു. മൊസാദിന്റെ രംസദ് സവി സമിർ തെരുവിൽ അത്ര അകലെയല്ലാതെ നിന്ന് അതെല്ലാം കണ്ടുനിന്നിരുന്നു എന്നാണ് പല പത്രങ്ങളും പിന്നീട് റിപ്പോർട്ട് ചെയ്തത്.

എന്നിട്ടും മൊസാദിന്റെ തലപ്പത്തുള്ളവർക്ക് അവരുടെ വിജയം ആഘോഷിക്കാൻ നേരം കിട്ടിയില്ല. അടിയന്തിര സ്വഭാവമുള്ള ഒരു സന്ദേശം അതിനുള്ളിൽ മൊസാദ് ഹെഡ്ക്വാർട്ടേഴ്സിൽ എത്തിയിരുന്നു. ബ്ലാക് സെപ്റ്റംബറിന്റെ പ്രത്യേക ദൂതനായ അൾജീരിയക്കാരൻ ബെൻ അമാന അലി ഹസൻ സലാമെയെ കാണാനായി പുറപ്പെട്ടിരിക്കുന്നു. സാധാരണ വഴികൾ ഒഴിവാക്കി വളഞ്ഞുചുറ്റിയാണ് അയാൾ യൂറോപ്പിലൂടെ യാത്ര ചെയ്യുന്നത്. ഇപ്പോൾ നോർവേയിലെ സുഖവാസ നഗരമായ ലില്ലെഹാമറിൽ എത്തിയിരിക്കുന്നു.

ദിവസങ്ങൾക്കകം മൈക്ക് ഹരാരിയുടെ നേതൃത്വത്തിൽ ഒരു സംഘം മൊസാദ് ഏജന്റുമാർ ലില്ലെഹാമറിൽ എത്തിച്ചേർന്നു. ശാന്തമായ ആ മലയടിവാര നഗരത്തിൽ സലാമെ എന്ത് ചെയ്യുകയാണെന്ന് ആർക്കും അറിയുമായിരുന്നില്ല. ആദ്യസംഘത്തിലുള്ളവർ ബെൻ അമാന പട്ട

ണത്തിലെ നീന്തൽക്കുളത്തിൽ എത്തുന്നതും അവിടെ വച്ച് മധ്യപൗരസ്ത്യദേശക്കാരന്റെ ലക്ഷണമുള്ള ഒരാളുമായി അടുപ്പം സ്ഥാപിക്കുന്നതും കണ്ടു. സംഘത്തിലെ മൂന്നുപേർ കൈവശമുണ്ടായിരുന്ന ഫോട്ടോയുമായി ഒത്തുനോക്കി അത സലാമെ തന്നെയെന്ന് ഉറപ്പിച്ചു. സംഘത്തിലെ നാലാമൻ അവരോട് വിയോജിച്ചു. സംശയിക്കപ്പെട്ടയാൾ മറ്റൊരാളുമായി നോർവീജിയൻ ഭാഷയിൽ സംസാരിക്കുന്നത് താൻ കേട്ടുവെന്നും സലാമെ നോർവീജിയൻ ഭാഷ സംസാരിക്കുകയെന്നത് അസാദ്ധ്യമാണെന്നും അതിനാൽ അത് സലാമെയാകാൻ സാദ്ധ്യമല്ലെന്നുമായിരുന്നു അയാളുടെ നിലപാട്. മൂവർസംഘം നാലാമന്റെ നിഗമനത്തെ തള്ളിക്കളഞ്ഞ് അത് സലാമെ തന്നെയെന്ന് ഉറപ്പിച്ചു.

ലില്ലെഹാമറിന്റെ തെരുവുകളിലൂടെ അവർ സലാമെയെ പിന്തുടർന്നു. ഗർഭിണിയായ ഒരു നോർവീജിയൻ യുവതിയോടുമൊപ്പം അയാൾ സമയം ചെലവഴിക്കുന്നതും അവർ കണ്ടു.

ദൗത്യനിർവഹണം അവസാന ഘട്ടങ്ങളിലേക്ക് കടന്നു. സവി സമീർ ഉൾപ്പെടുന്ന ഒരു സംഘം ഏജന്റുമാർ അവർക്കൊപ്പം ചേർന്നു. സലാമെയുടെ അന്ത്യത്തോടെ ബ്ലാക് സെപ്റ്റംബറിന്റെ ഒടുക്കമാകും എന്നതിനാൽ എല്ലാവരും ഉത്സാഹഭരിതരായിരുന്നു. അതിന് സാക്ഷ്യം വഹിക്കാനാണ് സവി സമീർ നേരിട്ടെത്തിയത്. റോൾഫ് ബേഹ്രിനും ജെറാദ് എമിലി ലഫൊന്ദിനുമൊപ്പം സർവ്വവ്യാപിയായ ജോനാഥൻ ഇംഗൾബിയും ചേർന്ന മൂവർക്കായിരുന്നു കൊല്ലാനുള്ള ചുമതല. ഡേവിഡ് മൊലാദ് ഈ ദൗത്യത്തിൽ പങ്കെടുത്തിരുന്നില്ല. ചുമതലപ്പെട്ടവർ കാറുകളും ഹോട്ടൽ മുറികളും വാടകയ്ക്കെടുത്ത് സജ്ജമാക്കി. നഗരത്തിലുള്ള പലരും പതിവിൽ കവിഞ്ഞുള്ള ഈ 'സന്ദർശകരുടെ' സാന്നിദ്ധ്യവും തിരക്കും ശ്രദ്ധിച്ചു. വേനൽക്കാലത്ത് അത്രയും സന്ദർശകർ അവിടെ പതിവില്ലായിരുന്നു.

1973 ജൂലൈ 21-ന് സലാമെയും ഗർഭിണിയായ ഭാര്യയും ക്ലിന്റ് ഈസ്റ്റ് വുഡിന്റെ വേർ ഈഗിൾസ് ഡെയർ എന്ന സിനിമ കണ്ടശേഷം തിയേറ്ററിൽ നിന്നും പുറത്തേക്ക് വന്നു. ദമ്പതികൾ ബസിൽ കയറി ആളൊഴിഞ്ഞ ഒരിടത്ത് ഇറങ്ങി നടന്നുതുടങ്ങി. പെട്ടെന്ന് അവർക്കരുകിലായി ഒരു വെളുത്ത കാർ വന്ന് ബ്രേക്കിട്ട് അതിൽനിന്നും ചിലർ പുറത്തേക്ക് ചാടിയിറങ്ങി സലാമയ്ക്ക് നേരെ വെടിയുതിർത്തു. അയാളുടെ ദേഹത്ത് പതിന്നാല് ഉണ്ടകൾ തറഞ്ഞുകയറി.

ചുവന്ന രാജകുമാരൻ കൊല്ലപ്പെട്ടു.

ദൗത്യം പൂർത്തിയായതോടെ മൈക്ക് ഹരാരി തന്റെ ആൾക്കാരോട് ഉടനെ നോർവേ വിടുവാൻ ഓർഡർ നൽകി. ചിട്ടവട്ടങ്ങൾ അനുസരിച്ച തന്നെ അത് ആരംഭിച്ചു. കൊല നടപ്പാക്കിയവർ കാറുകൾ ലില്ലെഹാമർ നഗരമദ്ധ്യത്തിൽ തന്നെ ഉപേക്ഷിച്ച് ഓസ്ലോയിൽ നിന്നുമുള്ള ആദ്യ

വിമാനത്തിൽ രാജ്യം വിട്ടു. മൈക്ക് ഹരാരിയും സംഘവുമായിരുന്നു അടുത്തത്. വാടകവീടുകളും വാടകക്കാറുകളും തിരിച്ചേൽപ്പിച്ചശേഷം അതിനായി ചുമതലപ്പെട്ടവർ അവസാനം. അതായിരുന്നു ധാരണ. പക്ഷേ അപ്രതീക്ഷിതമായ ചില യാദൃച്ഛികതകൾ സംഗതികളെയാകെ തകിടം മറിച്ചു. വെടിവയ്പ്പ് നടന്ന ഇടത്തിനരുകിലായി താമസിച്ചിരുന്ന ഒരു സ്ത്രീ വെടിയുതിർത്തവർ വന്ന കാറിന്റെ വെളുത്ത നിറവും അതൊരു പ്യൂഷേ വാഹനമാണെന്നതും ശ്രദ്ധിച്ചിരുന്നു. ലില്ലെഹാമറിൽ നിന്നും ഓസ്ലോയിലേക്കുള്ള പാതയിലെ ഒരു റോഡ് ബ്ലോക്കിൽ വാഹനങ്ങൾ നിയന്ത്രിച്ചിരുന്ന ഒരു പോലീസ് ഓഫീസർ സുന്ദരിയായ ഒരു സ്ത്രീ ഓടിച്ചിരുന്ന വെളുത്ത പ്യൂഷേ കാർ ശ്രദ്ധിക്കുകയും അതിന്റെ നമ്പർ കുറിച്ചുവയ്ക്കുകയും ചെയ്തു. അടുത്ത ദിവസം ഓസ്ലോ വിമാനത്താവളത്തിലെ കാർ റെന്റൽ ഏജൻസിയിൽ വാഹനം തിരിച്ചേൽപ്പിക്കാനെത്തിയ ഡാൻ ഏർബെലിനെയും മരിയാന ഗ്ലാഡ്നികോഫിനെയും പോലീസ് അറസ്റ്റ് ചെയ്തു. അവരെ ചോദ്യം ചെയ്തപ്പോൾ മറ്റ് രണ്ട് ഏജന്റുമാരുടെ – സിൽവിയ റാഫേലും അബ്രാഹം ഗെമറിന്റെയും – അറസ്റ്റിലേക്ക് അത് നയിച്ചു. അതേ ദിവസം തന്നെ മറ്റ് രണ്ട് ഏജന്റുമാർ കൂടി അറസ്റ്റ് ചെയ്യപ്പെട്ടു. അതോടെ പോലീസ് ചോദ്യം ചെയ്യൽ കർശനമാക്കി. ദൗത്യത്തെ സംബന്ധിക്കുന്ന അതീവരഹസ്യസ്വഭാവമുള്ള വിവരങ്ങൾ വെളിയിലായി. നോർവേയിലെയും മറ്റ് യൂറോപ്യൻ രാജ്യങ്ങളിലെയും സുരക്ഷാസങ്കേതങ്ങൾ നോർവീജിയൻ പോലീസിന് അറിവായി. അങ്ങനെ മൊസാദിന്റെ പ്രവർത്തനശൈലി പരസ്യമായി. പോലീസ് രഹസ്യ സങ്കേതങ്ങളിൽ മിന്നൽ പരിശോധന നടത്തി വിലപ്പെട്ട രേഖകളും വിവരങ്ങളും കസ്റ്റഡിയിലെടുത്തു. അതോടൊപ്പം ഇസ്രായേൽ എംബസ്സിയിലെ സുരക്ഷാ ഓഫീസർ മൊസാദുമായി ബന്ധപ്പെട്ടയാളാണെന്ന വിവരവും വെളിവായി. ദൗത്യം മൊസാദിനെ സംബന്ധിച്ചിടത്തോളം ഒരു ദുരന്തമായി മാറുകയായിരുന്നു.

അടുത്ത ദിവസം ഇസ്രായേലി രഹസ്യപ്പോലീസിന്റെ അറസ്റ്റിനെ സംബന്ധിക്കുന്ന വാർത്തകളാൽ നോർവേയിലെ മാധ്യമങ്ങൾ നിറഞ്ഞു. മൊസാദിന്റെ പ്രസ്റ്റീജിനും വിശ്വാസ്യതയ്ക്കും ഏറ്റ കനത്ത പ്രഹരമായിരുന്നു അത്. ഇതിനെക്കാളൊക്കെ ആഘാതകരമായ മറ്റൊരു വാർത്തയും മാധ്യമങ്ങളിൽ ഉണ്ടായിരുന്നു. മൊസാദിന്റെ ഏജന്റുമാർ കൊന്നത് തെറ്റായ ആളെയായിരുന്നു.

ലില്ലെഹാമറിൽ കൊല്ലപ്പെട്ടത് അലി ഹസൻ സലാമെ ആയിരുന്നില്ല. നോർവേയിൽ തൊഴിലന്വേഷകനായെത്തി ഹോട്ടലിൽ വെയിറ്ററായി പണിയെടുത്തിരുന്ന മൊറോക്കോക്കാരൻ അഹമ്മദ് ബുഷികി

ആയിരുന്നു കൊല്ലപ്പെട്ടത്. ഒപ്പമുണ്ടായിരുന്നത് ആറുമാസം ഗർഭിണിയായ നോർവേക്കാരി ഭാര്യയും.

ലോകമെമ്പാടുമുള്ള മാധ്യമങ്ങളിൽ ആശ്ചര്യജനകമായ തലക്കെട്ടുകളുമായി ഈ വാർത്ത പ്രത്യക്ഷപ്പെട്ടു. പിടിക്കപ്പെട്ട ഏജന്റുമാർ നോർവേയിൽ വിചാരണ നേരിട്ടു. ചിലർക്ക് നീണ്ട തടവുശിക്ഷ ലഭിക്കുകയും ചെയ്തു. അവരുടെ കൂട്ടത്തിലെ ഒരാൾ, സിൽവിയ റാഫേൽ കോടതിയിലെ അഭിജാതമായ പെരുമാറ്റവും സാന്നിദ്ധ്യവും കൊണ്ട് നോർവേക്കാരുടെ ആദരവ് നേടി. വിചാരണ അവർക്ക് തികച്ചും അപ്രതീക്ഷിതമായ ഒരു പാരിതോഷികത്തിലേക്ക് വഴി തുറന്നു. അവരുടെ നോർവേക്കാരനായ അഭിഭാഷകനുമായി അവർ പ്രണയത്തിലായി. ജയിൽ മോചിതയായപ്പോൾ അവർ വിവാഹിതരാവുകയും 2005-ൽ അർബുദബാധയാൽ മരിക്കും വരെ ഇരുവരും സന്തോഷകരമായി ജീവിക്കുകയും ചെയ്തു.

ലില്ലെഹാമറിലെ കുഴമറിച്ചിലുകളെ തുടർന്ന് മൊസാദിനുള്ളിൽ വലിയ ശുദ്ധീകരണവും പുനഃസംഘടനയും നടന്നു. ഗൂഢാലോചനാ നിയമങ്ങൾ പുതുക്കി നിർണ്ണയിച്ചു. സുരക്ഷാസങ്കേതങ്ങൾ ഉപേക്ഷിക്കപ്പെട്ടു. പുതിയ ബന്ധങ്ങൾ നിലവിൽ വന്നു. അഹമ്മദ് ബുഷികിയുടെ മരണത്തിന്റെ ഉത്തരവാദം മൊസാദ് ഏറ്റെടുത്തു. നാലുലക്ഷം ഡോളർ നഷ്ടപരിഹാരമായി അയാളുടെ കുടുംബത്തിന് നൽകി. എന്നാൽ ഏറ്റവും ദൗർഭാഗ്യകരമായത് അന്നുവരെ അജയ്യരെന്ന് പുകൾപെറ്റ മൊസാദിന്റെ ഭുവനപ്രശസ്തി തകർന്നുവീണുവെന്നതായിരുന്നു.

ദൈവക്രോധം എന്ന ഓപ്പറേഷൻ നിർത്തിവയ്ക്കാൻ പ്രധാനമന്ത്രി ഗോൾഡാ മെയർ മൊസാദിന്റെ തലവൻ സവി സമീറിന് നിർദ്ദേശം നൽകി. എങ്കിലും അതിലുമെല്ലാം നാടകീയമായ സംഭവങ്ങൾ വരുവാനിരിക്കുന്നതേ ഉണ്ടായിരുന്നുള്ളൂ. ആ വർഷം ഒക്ടോബർ ആറാം തീയതി ഈജിപ്തിന്റെയും സിറിയയുടെയും സേനകൾ അപ്രതീക്ഷിതമായി ഇസ്രായേലിനെ ആക്രമിച്ചു. അതോടെ യോം കിപ്പൂർ യുദ്ധം തുടങ്ങി. (പതിനാലാം അദ്ധ്യായം കാണുക.).

രണ്ട് വർഷം കടന്നുപോയി.

1975-ലെ സുഖകരമായ ഒരു വസന്തകാല സായാഹ്നത്തിൽ ബെയ്റൂട്ടിലെ ഒരു കുടുംബം ലോകത്തിലെ ഏറ്റവും സുന്ദരിയായ യുവതിക്കായി ഒരു വിരുന്ന് ഒരുക്കിയിരുന്നു. ജോർജിന റസാക് ആ വിശേഷണം അർഹിച്ചിരുന്നു. നാലുവർഷം മുൻപ് ഫ്ളോറിഡായിലെ മിയാമി ബീച്ചിലെ സൗന്ദര്യമത്സരത്തിൽ മിസ് യൂണിവേഴ്സായി അവൾ കിരീടം ചൂടിയിരുന്നു. അതോടെ സുന്ദരിയും സുഭഗയുമായ ആ ലെബനീസ് യുവതിയെ തേടി പ്രശസ്തിയും അംഗീകാരങ്ങളും ലോകനേതാക്കളുമായുള്ള സമാഗമങ്ങളും

നിരന്തരമായി എത്തിക്കൊണ്ടിരുന്നു. ലെബനനിലെ സൂപ്പർ മോഡലായി അവരുടെ കരിയർ വികസിച്ചു. ബെയ്റൂട്ടിലെ ഏറ്റവും പ്രശസ്തമായ ഫാഷൻ സ്ഥാപനത്തിന്റെ ഉടമയുമായി അവർ.

ആ സായാഹ്നത്തിൽ തന്റെ കൂട്ടുകാരിയുടെ വീട്ടിലെ ആ സത്ക്കാരത്തിൽ വച്ച് സുന്ദരനും ആകർഷണീയനുമായ ഒരു യുവാവിനെ ജോർജിന പരിചയപ്പെട്ടു. ആദ്യ കാഴ്ചയിൽത്തന്നെ അവർ പ്രണയത്തിലായി. രണ്ട് വർഷത്തിനുശേഷം 1977 ജൂൺ എട്ടാം തീയതി അവർ വിവാഹിതരായി. സന്തുഷ്ടനായ ആ വരന്റെ പേര് അലി ഹസൻ സലാമെ എന്നായിരുന്നു.

പോയ വർഷങ്ങളിലായി സലാമെയുടെ ജീവിതത്തിലും കുതിപ്പുകൾ സംഭവിക്കുന്നുണ്ടായിരുന്നു. 1973 അവസാനത്തോടെ ബ്ലാക് സെപ്റ്റംബർ നിലവിലില്ലാതെയായി. സംഘടന തകർന്നെങ്കിലും സലാമെ തകർന്നില്ല. അറാഫത്തിന്റെ വലംകൈയ്യായി അയാൾ മാറി. അറാഫത്തിന്റെ 'വളർത്തുമകൻ' എന്ന് അയാൾ അറിയപ്പെട്ടു. പാലസ്തീൻ വിമോചന സംഘടനയുടെ (ഫത്താ) തലപ്പത്ത് അറാഫത്തിന്റെ അനന്തരാവകാശിയായി സലാമെയായിരിക്കും വരുക എന്നൊരു കിംവദന്തിയും ഉണ്ടായിരുന്നു.

ബ്ലാക് സെപ്റ്റംബറിന്റെ പ്രവർത്തനം നിലച്ചപ്പോൾ ഫത്താ ഉന്നത നേതൃത്വത്തിലുള്ളവരുടെ സുരക്ഷാ ചുമതല സലാമെയ്ക്ക് നൽകി. അറാഫത്ത് ന്യൂയോർക്ക് സന്ദർശിച്ചപ്പോൾ സലാമെയും ഒപ്പമുണ്ടായിരുന്നു. കൈയ്യിൽ ഒലിവ് മരച്ചില്ലയുമായി അറാഫത്ത് ഐക്യരാഷ്ട്രസഭയുടെ പൊതുസമ്മേളനത്തെ അഭിസംബോധന ചെയ്തപ്പോഴും തോക്ക് അയാളുടെ അരയിലുണ്ടായിരുന്നു. തുടർന്ന് കരുത്തരായ ലോകനേതാക്കളെ സന്ധിക്കുന്നതിനായി അറാഫത്ത് മോസ്കോയിലേക്ക് പോയപ്പോഴും സലാമെ അനുഗമിച്ചു. ഈ അവസരത്തിലാണ് ഇസ്രായേലിനെ അമ്പരപ്പിച്ചുകൊണ്ട് സി ഐ എ സലാമെയുമായി അടുക്കാൻ ശ്രമിക്കുന്നത്.

ചുവന്ന രാജകുമാരൻ എന്നറിയപ്പെട്ടിരുന്ന സലാമെയുടെ അക്രമാസക്തമായ പൂർവ്വകാലം സൗകര്യപൂർവ്വം വിസ്മരിച്ചത് അമേരിക്കൻ ഇന്റലിജൻസ് വൃത്തത്തിന്റെ കാര്യമായ നോട്ടക്കുറവായിരുന്നു. മ്യൂണിക്കിലെ കൂട്ടക്കൊലയും ഖാർട്ടൂമിൽ വച്ച് അമേരിക്കൻ നയതന്ത്ര ഉദ്യോഗസ്ഥരെ പൈശാചികമായി കൊന്നതിന്റെയും സൂത്രധാരകൻ സലാമെ ആയിരുന്നു. ഇതൊക്കെ അവഗണിച്ചുകൊണ്ട് ലോകത്തിലെ ഏറ്റവും അപകടകാരിയായ തീവ്രവാദികളിൽ ഒരാളായ സലാമെയെ തങ്ങളുടെ പക്ഷത്തേക്ക് റിക്രൂട്ട് ചെയ്യുകയായിരുന്നു സി ഐ എ. ഇതുവഴി അമേരിക്കൻ താത്പ്പര്യങ്ങളുടെ വിശ്വസ്തനായ സേവകനായി സലാമെയെ മാറ്റാമെന്ന് അവർ കരുതി. ലക്ഷക്കണക്കിന് ഡോളറുകളാണ് ഇതിനായി അവർ സലാമെയ്ക്ക് ഓഫർ ചെയ്തതെങ്കിലും, അതയാൾ നിരസിച്ചുവെങ്കിലും, ഹവായ് ദ്വീപിലെ ഒരു സുഖവാസകേന്ദ്രത്തിൽ അമേരിക്കയുടെ ചെലവിൽ ജോർജിനയുമായി ഒരു നീണ്ട അവധിക്കാലം ചെലവിടാൻ അയാൾ സമ്മതിച്ചു.

അതോടെ സലാമെയുടെ ജീവിതശൈലി മാറി. അയാളുടെ ജീവിതത്തിന് ഭീഷണികളൊന്നും ഇല്ലെന്ന് അയാളുടെ കൂട്ടാളികൾ വിശ്വസിച്ചു തുടങ്ങി. പക്ഷേ സലാമെയുടെ ഉള്ളിൽ നിന്നും മരണഭീതി ഒഴിഞ്ഞുപോയില്ല. മരണത്തെക്കുറിച്ച് അയാൾ പലപ്പോഴും സംസാരിച്ചു. ഒരിക്കൽ ഒരു പത്രറിപ്പോർട്ടറോട് ഇപ്രകാരം പറഞ്ഞു: 'എന്റെ വിധി മുദ്രവെക്കപ്പെടുന്നതോടെ എന്റെ അന്ത്യമാകും. എന്നെ രക്ഷിക്കാൻ ആർക്കും ആവില്ല.'

അലി സലാമെയുടെ വിധിയിൽ മുദ്ര ചാർത്താൻ ഇസ്രായേൽ തീരുമാനിച്ചു.

ബ്ലാക് സെപ്റ്റംബറിന്റെ പതനം ഇസ്രായേലിലും മാറ്റങ്ങൾക്ക് വഴി തുറന്നു. ഗോൾഡാ മെയർ അധികാരം ഒഴിഞ്ഞപ്പോൾ അധികാരത്തിലെത്തിയ യിസഹാക് റാബിൻ അധികം വൈകാതെ രാജിവച്ച് സ്ഥാനമൊഴിഞ്ഞു. തുടർന്ന് അധികാരത്തിലെത്തിയത് മേനാഹിം ബേഗിൻ ആയിരുന്നു. മൊസാദിന്റെ രംസദ് പദവിയിലും മാറ്റമുണ്ടായി. സവി സമീറിന് പകരക്കാരനായെത്തിയത് സൈന്യത്തിൽ വടക്കൻ മേഖലയുടെ കമാൻഡറായിരുന്ന ജനറൽ ഇസഹാക് ഹക്ക ഹോഫി ആയിരുന്നു. ഇസ്രായേലിനെതിരെയുള്ള പാലസ്തീൻ ഭീകരപ്രവർത്തനങ്ങൾ തുടർന്നു. ഇടയ്ക്ക് ചില പൊട്ടിത്തെറികളും ഉണ്ടായി. 1976-ൽ എയർ ഫ്രാൻസിന്റെ വിമാനം തട്ടിയെടുത്ത റാഞ്ചികൾ ഉഗാണ്ടയിലെ എന്റബി വിമാനത്താവളത്തിൽ ലാന്റ് ചെയ്തു. ഇസ്രായേലി പാരാട്രൂപ്പർമാരും സയെറെത് മത്കലിലെ ഏജന്റുമാരും ചേർന്ന് എന്റബിയിൽ നടത്തിയ സാഹസിക ആക്രമണത്തിലൂടെ വിമാനവും തടവുകാരും മോചിപ്പിക്കപ്പെട്ടു. 1978-ൽ ഇസ്രായേലിലേക്ക് കടന്നുകയറിയ പാലസ്തീൻ ഭീകരർ സാധാരണക്കാർ യാത്രചെയ്തിരുന്ന ഒരു ബസ് പിടിച്ചെടുത്ത് അതുമായി ടെൽ അവീവിലേക്ക് നീങ്ങി. നഗരാതിർത്തിയിൽ വച്ച് ബസ് തടഞ്ഞ് ഭീകരരെ കീഴ്പ്പെടുത്താൻ ശ്രമിച്ചപ്പോൾ അവർ മുപ്പത്തിയഞ്ച് യാത്രക്കാരെ നിർദ്ദയം വെടിവച്ചുകൊന്നു. സ്ത്രീകളും കുഞ്ഞുങ്ങളും ഉൾപ്പെടെയുള്ള സാധാരണക്കാരാണ് കിരാതമായ രീതിയിൽ കൊല്ലപ്പെട്ടത്. ഈ വിധം ചെറുതും വലുതുമായ ഭീകരാക്രമണങ്ങളിൽ നിരവധി നിരപരാധികളായ ഇസ്രായേൽ പൗരന്മാർ മൃഗീയമായി കൊല്ലപ്പെട്ടു.

കൈയ്യിൽ ഇസ്രായേൽ പൗരന്മാരുടെ ചോര പുരണ്ട ഭീകര പ്രവർത്തകരെ ആരെയും സമാധാനമായി ജീവിക്കാൻ അനുവദിക്കില്ലെന്ന തീരുമാനത്തിലേക്ക് പ്രധാനമന്ത്രി മെനാഹിം ബേഗിൻ എത്തിച്ചേർന്നു. എഴുപതുകളുടെ ഒടുവിൽ ആ വിധം അടയാളപ്പെട്ട ഭീകരുരുടെ പട്ടികയിൽ വീണ്ടും സലാമെയുടെ പേര് ചേർക്കപ്പെട്ടു.

ബെയ്റൂട്ടിലേക്ക് അയക്കപ്പെട്ട ഒരു മൊസാദ് ഏജന്റ് സലാമെ പതിവായി വ്യായാമത്തിനെത്തുന്ന ഹെൽത്ത് ക്ലബ്ബിൽ അംഗത്വം തരപ്പെടുത്തി. ഒരു ദിവസം യാദൃച്ഛികമായി ക്ലബ്ബിലേക്ക് കയറിച്ചെന്ന മൊസാദ് ഏജന്റിനുമുന്നിൽ നഗ്നനായ സലാമെ മുഖാമുഖം പ്രത്യക്ഷനായി. ആശ്ചര്യകരമായ ഈ കണ്ടെത്തൽ മൊസാദ് കേന്ദ്ര ഓഫീസിൽ ചൂടേറിയ വാഗ്വാദങ്ങൾക്ക് കാരണമായി. ഹെൽത്ത് ക്ലബ്ബിൽ നഗ്നനായി വ്യായാമം ചെയ്യുന്ന സലാമെ എളുപ്പം കൊല്ലാവുന്ന ഇരയാണെന്ന് ഒരുകൂട്ടം വാദിച്ചു. ഹെൽത്ത് ക്ലബ്ബ് പ്രമുഖരായ നിരവധി സാധാരണക്കാർ എത്തുന്ന ഇടം ആകയാൽ അവിടെവച്ചുണ്ടാകുന്ന വെടിവയ്പിൽ നിരവധി നിരപരാധികൾ കൊല്ലപ്പെട്ടുമെന്ന് മറുപക്ഷം ചൂണ്ടിക്കാണിച്ചു. ഒടുവിൽ സാധാരണക്കാരുടെ മരണം ഒഴിവാക്കാനായി ആ പ്ലാൻ ഉപേക്ഷിക്കപ്പെട്ടു.

ഈ സമയത്താണ് എറിക്ക മേരി ചേംബേഴ്സ് രംഗപ്രവേശനം ചെയ്യുന്നത്.

അവിവാഹിതയായ ഒരു ഇംഗ്ലീഷ് വനിതയായിരുന്നു അവർ. വിചിത്ര സ്വഭാവങ്ങളുള്ള ഒരുവൾ. കഴിഞ്ഞ നാലുവർഷങ്ങളായി ജർമ്മനിയിൽ പാർത്തിരുന്ന എറിക്ക ബെയ്റൂട്ടിലെത്തി നഗരഹൃദയത്തിലെ ഒരു കെട്ടിടത്തിൽ എട്ടാമത്തെ നിലയിൽ ഒരു അപ്പാർട്ട്മെന്റ് വാടകയ്ക്ക് എടുത്ത് താമസമായി. അയൽവാസികൾ അവരെ പെനിലോപ് എന്ന് തമാശയായി വിളിച്ചു. പാവപ്പെട്ട കുട്ടികളെ സഹായിക്കുന്ന ഒരു അന്താരാഷ്ട്ര സംഘടനയുടെ വോളന്റിയറാണ് താനെന്ന് അവർ സ്വയം പരിചയപ്പെടുത്തി. പലരും അവരെ ആശുപത്രികളിലും ദുരിതാശ്വാസ കേന്ദ്രങ്ങളിലും വച്ച് കണ്ടിരുന്നു. അവർ അലി ഹസൻ സലാമെയെയും കണ്ടതായി ചിലർ പറഞ്ഞു. വളരെ ഏകാകിയായ ഒരു സ്ത്രീയായി അവർ മിക്കപ്പോഴും കാണപ്പെട്ടു. അലക്ഷ്യമായി വസ്ത്രം ധരിച്ച ചീകാത്ത മുടിയുമായി അവർ അതൊന്നും ശ്രദ്ധിക്കാതെ നടന്നു. ചിലപ്പോൾ തെരുവിലെ അനാഥ പൂച്ചകൾക്ക് ഭക്ഷണവുമായി അവർ ചുറ്റിത്തിരിഞ്ഞു. അവരുടെ വീട്ടിനുള്ളിലും നിറയെ പൂച്ചകളുണ്ടായിരുന്നു. ചിത്രകലയിലും അവർ അതിയായ താത്പ്പര്യം പുലർത്തി. പക്ഷേ അവരുടെ ചിത്രങ്ങൾ കണ്ടവർ വേഗം മനസ്സിലാക്കി ചിത്രകലയിൽ വളരെ പരിമിതമാണ് അവരുടെ കഴിവുകളെന്ന്.

ലെബനനിലെ പ്രകൃതിദൃശ്യങ്ങൾ പകർത്തുന്നത് കൂടാതെ അവരുടെ താത്പ്പര്യം തെരുവിലെ കനത്ത വാഹനഗതാഗതം ആയിരുന്നു. വീടിന്റെ ബാൽക്കണിയിൽ ഇരുന്നുകൊണ്ട് അവരത് സസൂക്ഷ്മം നിരീക്ഷിച്ചുകൊണ്ടിരുന്നു. അതിലെ രണ്ട് വാഹനങ്ങൾ, ഒരു ഷെവർലെ സ്റ്റേഷൻ വാഗണും ലാൻഡ് റോവർ ജീപ്പും, ഒന്നിനുപുറകെ മറ്റൊന്നായി നീങ്ങുന്നത് അവർ താത്പ്പര്യത്തോടെ കണ്ടു. അവയുടെ സഞ്ചാര സമയവും വേഗവും ദിശയും കൃത്യമായി എറിക്ക മേരി ചേംബേഴ്സ് ശ്രദ്ധിച്ചു. എല്ലാ ദിവസവും രാവിലെ സ്നൗബ്ബ പ്രദേശത്തുനിന്നും വന്നിരുന്ന ആ കാറുകൾ വെർദൂൺ, ക്ലറി

തെരുവുകൾ താണ്ടി തെക്കോട്ട് തിരിഞ്ഞ് ഫത്തായുടെ കേന്ദ്ര ഓഫീസിൽ എത്തുമായിരുന്നു. ഉച്ചഭക്ഷണ സമയത്ത് അവ തിരികെ വന്നു. ചെറിയ ഒരു ഇടവേളയ്ക്ക് ശേഷം വീണ്ടും അതേ റൂട്ടിൽ ഫത്താ ഓഫീസിലേക്ക്.

ബൈനോക്കുലറിലൂടെ കാറുകളെ കണ്ടിരുന്ന എറിക്ക ഷെവർലെയുടെ പിൻ സീറ്റിൽ ഇരുന്നിരുന്ന അലി സലാമെയെയും അംഗരക്ഷകരെയും തിരിച്ചറിഞ്ഞു. പിന്നിലെ ലാൻഡ് റോവറിൽ സായുധരായ നാലോ അഞ്ചോ തീവ്രവാദികളാണ് സഞ്ചരിച്ചിരുന്നത്.

സലാമെയുടെ അംഗരക്ഷകർക്ക് ഒരുപക്ഷേ അയാളെ സംരക്ഷിക്കാൻ കഴിയുമായിരിക്കും, പക്ഷേ ഒരു സീക്രട്ട് ഏജന്റിന്റെ എന്നത്തെയും ശത്രുവായ ചിട്ടയായ ജീവിതത്തിൽ നിന്നും അയാളെ രക്ഷിക്കാൻ അവർക്കും കഴിഞ്ഞില്ല. സുന്ദരിയായ ജോർജിനായുമായുള്ള വിവാഹത്തിനുശേഷം സലാമെയുടെ ജീവിതം പതിവ് വട്ടങ്ങളിലേക്ക് ചുരുങ്ങിയിരുന്നു. സ്നൗബ്ര പ്രദേശത്ത് അയാൾ താമസമായി. ഒരു ഓഫീസ് ജോലിക്കാരനെപ്പോലെ എന്നും പ്രഭാതത്തിൽ ഒരേ സമയത്ത് അയാൾ ജോലിക്ക് പോയി. ഉച്ചഭക്ഷണത്തിനായി വീട്ടിലെത്തി. ഉച്ചമയക്കത്തിനു ശേഷം തിരികെ ഓഫീസിലേക്ക്. രഹസ്യപ്രവർത്തകരുടെ അടിസ്ഥാന നിയമങ്ങൾ അയാൾ ലംഘിക്കുകയായിരുന്നു: സ്ഥിരശീലങ്ങൾ വികസിപ്പിക്കരുത്. ഒരേയിടത്ത് അധികകാലം പാർക്കരുത്. യാത്രയ്ക്കായി ഒരേവഴി ആവർത്തിക്കരുത്. ഒരേ സമയം പാലിക്കരുത്.

1979 ജനുവരി 18-ന് ബ്രിട്ടീഷുകാരനായ വിനോദസഞ്ചാരി പീറ്റർ സ്ക്രിവർ ബെയ്റൂട്ടിൽ വിമാനമിറങ്ങി നഗരത്തിലെ മെഡിറ്ററേനിയൻ ഹോട്ടലിൽ ചെക് ഇൻ ചെയ്തു. ലെനകർ കാർ ഏജൻസിയിൽ നിന്നും ഒരു നീല വോക്സ്വാഗൺ വാടകയ്ക്ക് എടുത്തു. അതേ ഏജൻസിയിൽ നിന്നും സിംക ക്രിസ്ലർ കാർ വാടകയ്ക്ക് വാങ്ങിയ ഒരു കനേഡിയൻ സന്ദർശകൻ റൊനാൾഡ് കോൾബെർഗിനെ പരിചയപ്പെട്ടു. അയാൾ റോയൽ ഗാർഡൻ ഹോട്ടലിലെ താമസക്കാരനായിരുന്നു. ശരിയായ പേര് ഡേവിഡ് മൊലാദ്. അടുത്ത ദിവസം അതേ കാർ ഏജൻസിയിൽ എറിക്ക ചേംബേഴ്സും എത്തി. മലമ്പ്രദേശത്ത് യാത്രചെയ്യാനായി ഒരു വാഹനം വേണമെന്നായിരുന്നു അവരുടെ ആവശ്യം. അതിനായി ഒരു ഡാറ്റ്സൺ കാർ വാടകയ്ക്ക് എടുത്ത് അത് സദാ സ്വന്തം പാർപ്പിടത്തിനരുകിൽ പാർക്ക് ചെയ്തു.

അന്ന് രാത്രി മൂന്ന് ഇസ്രായേലി മിസൈൽ ബോട്ടുകൾ ബെയ്റൂട്ടിനും ജൗനി തുറമുഖത്തിനും ഇടയിലുള്ള വിജനമായ കടൽത്തീരത്തെ നനഞ്ഞ മണ്ണിൽ സ്ഫോടക വസ്തുക്കൾ ഇറക്കിവച്ച ശേഷം അതിവേഗം തിരികെ പോയി. അകലെയല്ലാതെ കോൾബെർഗും സ്ക്രിവെറും കാത്തുനിൽക്കുന്നുണ്ടായിരുന്നു. അവർ വോക്സ്വാഗണിൽ സ്ഫോടകവസ്തുകൾ കയറ്റി അതിവേഗം അവിടം വിട്ടു.

ജനവരി 21-ന് ഹോട്ടലിലെ കണക്കുകൾ തീർത്ത് പീറ്റർ സ്ക്രീവർ വോക്സ്വാഗണിൽ കയറി എറിക്ക ചേംബേഴ്സ് പാർത്തിരുന്ന കെട്ടിടത്തിനരുകിലെത്തി. വാഹനം എറിക്കയുടെ ബാൽക്കണിയിൽ നിന്നും കാണത്തക്കവിധം റോഡരുകിൽ പാർക്ക് ചെയ്തശേഷം ഒരു ടാക്സിയിൽ കയറി വിമാനത്താവളത്തിലേക്ക് പോയി. അവിടെനിന്നും അയാൾ വിമാനം കയറി സൈപ്രസിലേക്ക് യാത്ര ചെയ്തു. റൊണാൾഡ് കോൾബെർഗും താമസിച്ചിരുന്ന ഹോട്ടലിൽ നിന്നും ചെക്കൗട്ട് ചെയ്ത് ജൗനി നഗരത്തിലെ മോണ്ട്മാർട്രെ ഹോട്ടലിലേക്ക് താമസം മാറ്റി.

സമയം ഉച്ചതിരിഞ്ഞ് 3.45 ആയപ്പോൾ അലി ഹസൻ സലാമെ പതിവുപോലെ വീട്ടിൽനിന്നും ഇറങ്ങി ഷെവർലെ വാഹനത്തിൽ ബോഡി ഗാർഡുമാർക്കൊപ്പം ഫത്താ ഹെഡ്ക്വാർട്ടേഴ്സിലേക്ക് തിരിച്ചു. പിന്നിലെ ലാൻഡ് റോവറിൽ സായുധരായ അനുയായികളുമായി ആ ചെറിയ വാഹനവ്യൂഹം മുന്നോട്ട് നീങ്ങി. കാറുകൾ പതിവ് പാതകളിലൂടെ സഞ്ചരിച്ചു.

ആ വാഹനവ്യൂഹം അടുത്തുവരുന്നത് എട്ടാം നിലയിലെ വീടിന്റെ ബാൽക്കണിയിൽ നിന്ന് എറിക്ക ചേംബേഴ്സ് കണ്ടു. ഒരു റിമോട്ട് കൺട്രോൾ ഉപകരണവുമായി ഡേവിഡ് മൊലാദ് തൊട്ടരുകിൽ ഉണ്ടായിരുന്നു. സലാമെയുടെ ഷെവർലെ കാർ റോഡരുകിൽ പാർക്ക് ചെയ്തിരുന്ന നീല വോക്സ്വാഗണിന്റെ അരികിലെത്തിയപ്പോൾ മൊലാദ് റിമോട്ട് കൺട്രോൾ ഉപകരണത്തിന്റെ സ്വിച്ച് അമർത്തി.

വോക്സ്വാഗൺ പൊട്ടിത്തെറിച്ച് അഗ്നിഗോളമായി മാറി. തൊട്ടരുകിലെ ഷെവർലെയെ അഗ്നി പൊതിഞ്ഞു. അതും പൊട്ടിത്തെറിച്ചു. ലോഹത്തകിടുകളും ചില്ലുകഷണങ്ങളും മാരകമായി ആകാശത്തേക്ക് ഉയർന്നു. തൊട്ടരികിലെ വീടുകളുടെയെല്ലാം ജാലകച്ചില്ലുകൾ ആഘാതത്താൽ തകർന്നു. അവയെല്ലാം മഴപോലെ അവിടെയെങ്ങും പെയ്തിറങ്ങി. കത്തിയമർന്ന ഷെവർലെയിൽ അതിലെ യാത്രികരുടെ ദേഹങ്ങൾ കത്തിക്കരിഞ്ഞു കിടക്കുന്നത് ഭയചകിതരായി ഓടിക്കൂടിയവർ കണ്ടു.

പോലീസ് വാഹനങ്ങളും ആംബുലൻസുകളും സ്ഫോടനം നടന്ന ഇടത്തേക്ക് കുതിച്ചെത്തി. തകർന്ന് ചിതറിയ ഷെവർലേയിൽ നിന്നും ഡ്രൈവറുടെയും രണ്ട് അംഗരക്ഷകരുടെയും അലി ഹസൻ സലാമെയുടെയും മൃതശരീരങ്ങൾ അവർ പുറത്തെടുത്തു.

ദമാസ്കസിലെ മെറിഡിയൻ ഹോട്ടലിൽ ഒരു സമ്മേളനത്തിൽ ആധ്യക്ഷ്യം വഹിച്ചുകൊണ്ടിരുന്ന യാസർ അറാഫത്തിന് ഒരു ദൂതൻ അടിയന്തിര ടെലിഗ്രാമായി വിവരം എത്തിക്കുകയായിരുന്നു. ടെലിഗ്രാം പൊട്ടിച്ച് വായിച്ച അറാഫത്ത് സ്തബ്ധനായി. അദ്ദേഹത്തിന്റെ മിഴികളിൽ നിന്നും കണ്ണുനീർ വാർന്നൊഴുകി.

അന്നുരാത്രി ഒരു ഇസ്രായേലി മിസൈൽ ബോട്ടിൽ നിന്നും ഒരു റബർ തോണി ജൗനി കടൽത്തീരത്ത് എത്തി. റൊണാൾഡ് കോൾബെർഗും

എറിക്ക ചേംബേഴ്സും അതിൽക്കയറി മിസ്സൈൽ ബോട്ടിൽ എത്തിച്ചേർന്നു. മണിക്കൂറുകൾക്കുള്ളിൽ അവർ ഇസ്രായേലിലെത്തി. അവർ വാടകയ്ക്ക് എടുത്തിരുന്ന രണ്ട് കാറുകളും കടൽത്തീരത്ത് ഉപേക്ഷിക്കപ്പെട്ട നിലയിൽ പോലീസ് കണ്ടെത്തി. അവയുടെ താക്കോലുകൾ കാറിനുള്ളിൽത്തന്നെ ഉണ്ടായിരുന്നു.

എറിക്ക ചേംബേഴ്സ് ആ മൊസാദ് ഏജന്റിന്റെ യഥാർത്ഥ പേരായിരുന്നു. ബ്രിട്ടീഷ് യഹൂദയായിരുന്ന അവർ ഇംഗ്ലണ്ടിലും ആസ്ട്രേലിയയിലുമായി പാർത്തശേഷം ഇസ്രായേലിലേക്ക് കുടിയേറുകയായിരുന്നു. ഹീബ്രു സർവകലാശാലയിൽ പഠിച്ചുകൊണ്ടിരിക്കെയാണ് മൊസാദ് അവരെ റിക്രൂട്ട് ചെയ്തത്. ഇസ്രായേലിൽ മടങ്ങിയെത്തിയശേഷം അവരെക്കുറിച്ച് പിന്നെയൊന്നും കേട്ടിട്ടില്ല.

ദൈവക്രോധത്തിന്റെ അവസാനമായിരുന്നു അത്.
ബ്ലാക് സെപ്റ്റംബർ നശിപ്പിക്കപ്പെട്ടു.

വർഷങ്ങൾക്ക് ശേഷമാണ് പ്രസ്തുത ദൗത്യത്തെ സംബന്ധിക്കുന്ന വിശദാംശങ്ങൾ പുറംലോകം അറിഞ്ഞത്. 'ബ്ലാക് സെപ്റ്റംബറിന്റെ പരമാവധി നേതാക്കളെ കൊന്നൊടുക്കുവാൻ' താൻ പ്രധാനമന്ത്രി ഗോൾഡാ മെയറെ ഉപദേശിച്ചതായി ഒരു ടെലിവിഷൻ അഭിമുഖത്തിൽ ജനറൽ അഹ്റോൺ യാരിവ് സമ്മതിക്കുകയായിരുന്നു. 'ബെയ്റൂട്ടിലും യൂറോപ്പിലുമായി നടന്ന കുറച്ച് മിലിട്ടറി ആക്ഷന്റെ ഫലമായി വിദേശത്തുള്ള ഭീകരപ്രവർത്തനങ്ങളെ നിർത്തി വയ്പിക്കാൻ പാലസ്തീൻ വിമോചന മുന്നണി നിർബന്ധിതമായി' എന്നത് തന്നെ അത്ഭുതപ്പെടുത്തിയെന്നും അഭിമുഖത്തിൽ ജനറൽ യാരിവ് വെളിപ്പെടുത്തി. ശത്രുവ്യൂഹത്തെ ഈ വിധം ഉന്മൂലനം ചെയ്യുക എന്ന തന്ത്രം ഫലപ്രദമാണെന്ന തങ്ങളുടെ വാദം ഇത് സാധൂകരിക്കുന്നുണ്ടെന്നും അദ്ദേഹം കൂട്ടിച്ചേർത്തു.

ആ ഇരുണ്ട ദൗത്യത്തിന് ആശ്ചര്യകരവും പ്രതീക്ഷാനിർഭരവുമായ ഒരു സമാപനം ഉണ്ടായതും ഈ അവസരത്തിൽ സ്മരണീയമാണ്. 1996-ൽ ഇസ്രായേലി പത്രപ്രവർത്തകനായ ദാനിയൽ ബെൻ സൈമണെ ജറുസലേമിൽ വച്ച് സുഹൃത്തുക്കൾ ഒരു വിരുന്നിന് ക്ഷണിച്ചു. വിരുന്നിനിടയിൽ ഭംഗിയായി വസ്ത്രധാരണം ചെയ്ത, ഒഴുക്കോടെ ഇംഗ്ലീഷ് സംസാരിക്കുന്ന പ്രസന്നനായ ഒരു യുവാവിനെ അയാൾ പരിചയപ്പെട്ടു. അലി ഹസൻ സലാമെ എന്നായിരുന്നു ആ യുവാവ് സ്വയം പരിചയപ്പെടുത്തിയത്.

'മ്യൂണിക്കിൽ ഇസ്രായേലി കായികതാരങ്ങളുടെ കൂട്ടക്കുരുതി ആസൂത്രണം ചെയ്തയാളിന്റെ പേരാണല്ലോ അത്,' എന്ന് ബെൻ സൈമൺ പ്രതികരിച്ചു.

'അദ്ദേഹം എന്റെ പിതാവായിരുന്നു,' ആ ചെറുപ്പക്കാരൻ പറഞ്ഞു. 'മൊസാദ് അദ്ദേഹത്തെ കൊലപ്പെടുത്തുകയായിരുന്നു.' അതുകേട്ട് ബെൻ സൈമൺ ആശ്ചര്യത്തോടെ അയാളെ നോക്കി. വർഷങ്ങളായി താനും അമ്മയും യൂറോപ്പിൽ പാർക്കുകയായിരുന്നെന്നും ഒടുവിൽ യാസർ അറാഫത്തിന്റെ ക്ഷണം സ്വീകരിച്ചാണ് ജറുസലേമിലേക്ക് വന്നതെന്നും അയാൾ തുടർന്ന് പറഞ്ഞു. ഒരു ദിവസം വരുമെന്നും അന്ന് ജറുസലേമിൽ യുവ യഹൂദരോടൊത്ത് നൃത്തം ചെയ്യുമെന്നും താൻ ഒരിക്കലും കരുതിയിരുന്നില്ലെന്നും അയാൾ കൂട്ടിച്ചേർത്തു. ഇസ്രായേലിലൂടെയുള്ള തന്റെ യാത്രകളെക്കുറിച്ചും ഇസ്രായേലികളിൽ നിന്നും അനുഭവിച്ച ഊഷ്മളമായ ആതിഥേയത്വത്തെക്കുറിച്ചുമെല്ലാം അയാൾ വാചാലനായി. ഇസ്രായേലികൾക്കും പാലസ്തീനികൾക്കും ഇടയിൽ അനുരഞ്ജനം സാദ്ധ്യമാക്കുന്നതിനായി താൻ പ്രവർത്തിക്കുമെന്നും ആ യുവാവ് പറഞ്ഞു.

'നൂറു ശതമാനവും ഞാൻ സമാധാനവാദിയാണ്. എന്റെ അച്ഛൻ ജീവിച്ചത് യുദ്ധകാലങ്ങളിൽ ആയിരുന്നു. ജീവൻ തന്നെ അതിന് വിലയായി കൊടുക്കേണ്ടിവന്നു.' യുവാവായ സലാമെ പറഞ്ഞു. 'ഇപ്പോഴിതാ ഒരു പുതിയ കാലം സമാഗതമായിരിക്കുന്നു. ഈ രണ്ട് ജനതകളെ സംബന്ധിച്ചിടത്തോളവും സമാധാനം ആയിരിക്കും അവർക്ക് ലഭിക്കാവുന്ന ഏറ്റവും വലിയ കാര്യമെന്ന് ഞാൻ പ്രത്യാശിക്കുന്നു.'

അദ്ധ്യായം 13

സിറിയൻ കന്യകമാർ

1971 നവംബറിലെ കാറ്റും കോളും കനത്ത ഒരു രാത്രിയിൽ ഇസ്രായേൽ നാവികസേനയുടെ ഒരു മിസ്സൈൽ ബോട്ട് സിറിയയുടെ തീരത്തേക്ക് സഞ്ചരിക്കുകയായിരുന്നു. തിരകൾ കലിതുള്ളി ഉയർന്ന് ആഞ്ഞടിച്ചുകൊണ്ട് അതിന്റെ യാത്രയെ വെല്ലുവിളിച്ചു. ഉച്ചതിരിഞ്ഞപ്പോൾ ഹൈഫായിലെ നാവിക സങ്കേതത്തിൽ പുറപ്പെട്ടതായിരുന്നു ആ മിസ്സൈൽ ബോട്ട്. ലെബനീസ് തീരം വഴി സഞ്ചരിച്ച് അത് സിറിയൻ സമുദ്രാതിർത്തിക്കുള്ളിൽ പ്രവേശിച്ചു. പ്രകാശപൂരിതമായ ലറ്റാകിയെ തുറമുഖം പിന്നിട്ട് വടക്ക് ലക്ഷ്യമിട്ടുള്ള അതിന്റെ യാത്ര തുടർന്നു. ഒടുവിൽ തുർക്കി അതിർത്തിയിൽ നിന്നും വളരെ അകലെയല്ലാതെ ഏകാന്തമായ തീരത്തുനിന്നും സുരക്ഷിതമായ ദൂരത്തിൽ ആ മിസ്സൈൽ ബോട്ട് നങ്കൂരമിട്ടു. ആടിയുലഞ്ഞുകൊണ്ടിരുന്ന ബോട്ടിൽനിന്നും നാവിക കമാൻഡോകൾ റബർത്തോണികൾ കടലിലിറക്കി തയ്യാറാക്കി നിർത്തി.

കമാൻഡോകൾ യാത്രയ്ക്ക് തയ്യാറായപ്പോൾ ബോട്ടിനുള്ളിലെ അവരുടെ അടഞ്ഞമുറിയുടെ വാതിൽ തുറന്ന് സിവിലിയൻ വേഷത്തിൽ മൂന്നുപേർ ഇറങ്ങിവന്നു. ചുവന്ന കള്ളികളുള്ള അറബിശിരോവസ്ത്രത്താൽ അവരുടെ മുഖം മൂടിയിരുന്നു. അവരുടെ പക്കലുണ്ടായിരുന്ന വെള്ളം കയറാത്ത ബാഗിനുള്ളിൽ സന്ദേശങ്ങൾ അയക്കാനും സ്വീകരിക്കാനുമുള്ള ചെറിയ ഉപകരണം, വ്യാജ പാസ്പോർട്ടുകൾ, നിറതോക്ക്, മറ്റ് അത്യാവശ്യ സാധനങ്ങൾ എന്നിവ പാക്ക് ചെയ്തിരുന്നു. യാതൊന്നും മിണ്ടാതെ അവർ മൂവരും റബർത്തോണിയിലേക്ക് ചാടിക്കയറി. അത് കരയെ ലക്ഷ്യമാക്കി സഞ്ചരിക്കാനും തുടങ്ങി. അവർ മൂവരും ആരാണെന്നോ എന്തിനായി

ട്ടാണ് അവർ സിറിയയിൽ പ്രവേശിക്കുന്നതെന്നോ കമാൻഡോകൾക്ക് അറിയുമായിരുന്നില്ല. നേരം പുലർന്ന സമയത്താണ് അവർ കരയോടടുത്തത്. സിവിലിയൻ വേഷം ധരിച്ച മൂവരും വെള്ളത്തിലേക്കിറങ്ങി കരയിലേക്ക് നീന്താൻ ആരംഭിച്ചു. അധികം അകലെയല്ലാതെ കരയോട് ചേർന്ന് വെള്ളത്തിൽ ഒരാൾ നിൽക്കുന്നുണ്ടായിരുന്നു. ഒപ്പമെത്തിയപ്പോൾ അയാളും മൂവരോട് ചേർന്ന് കരയിലെത്തി. അത് യോനാതൻ ആയിരുന്നു. പ്രോസ്പർ എന്ന രഹസ്യപ്പേരുള്ള ദൗത്യസംഘ നേതാവ്. നനഞ്ഞ് വിറച്ച് കരയ്ക്ക് കയറിയ അവർക്കായി ടവലും ഉണങ്ങിയ വസ്ത്രങ്ങളും അയാൾ കരുതിയിരുന്നു. തിടുക്കത്തിൽ അവർ ശരീരം തോർത്തി വസ്ത്രം മാറി കരയിൽ ഒളിപ്പിച്ചിരുന്ന കാറിനരുകിലെത്തി. അപരിചിതനായ ഒരാൾ, മൊസാദിന്റെ ലോക്കൽ സഹായി ഡ്രൈവറായി അതിൽ ഉണ്ടായിരുന്നു. കാർ അവരെയുമായി മുന്നോട്ടുനീങ്ങി. വൈകാതെ തിരക്കുള്ള പ്രധാന റോഡിലെത്തി ട്രാഫിക്കിൽ കലർന്നു. മണിക്കൂറുകൾക്കുള്ളിൽ ആ വാഹനം ദമാസ്കസിൽ പ്രവേശിച്ചു.

നഗരത്തിലെ രണ്ട് ഹോട്ടലുകളിലായി അവർ മുറിയെടുത്തു. ദീർഘമായി ഉറങ്ങി വിശ്രമിച്ചതിനുശേഷം അവർ ഒരുമിച്ച് നഗരത്തിന്റെ തന്ത്രപ്രധാനമായ ഭാഗങ്ങളിലൂടെ ഒരു പരിശോധനായാത്ര നടത്തി. അവർ നാലുപേരും മൊസാദിൽ ഒരുമിച്ച് പ്രവർത്തിച്ചവർ ആയിരുന്നു. ഇപ്പോഴാകട്ടെ അവരുടെ ജീവിതത്തിലെ ഏറ്റവും അസാധാരണമായ ഒരു ദൗത്യത്തിനായി ഒരുമിച്ച് ചേർക്കപ്പെട്ടവരും. ഡേവിഡ് മൊലാദും അതിലുണ്ടായിരുന്നു.

ആഴ്ചകൾക്ക് മുൻപ് ടെൽ അവീവിലെ മൊസാദ് ഹെഡ്ക്വാർട്ടേഴ്സിൽ വച്ച് ആസൂത്രണം ചെയ്യപ്പെട്ടതായിരുന്നു ആ ദൗത്യം. മൊസാദിന്റെ രംസദ് (മേധാവി) സവി സമീർ, സിസേറായുടെ തലവൻ മൈക്ക് ഹരാരി, ഒപ്പം മറ്റുചില പ്രധാന വിഭാഗങ്ങളുടെ തലവന്മാരും അവിടെവച്ച് ഇരുപത്തിമൂന്നിനും ഇരുപത്തി ഏഴിനും ഇടയിൽ പ്രായമുള്ള നാല് മൊസാദ് ഏജന്റുമാരുമായി സമ്മേളിച്ചു. നിരവധി സാഹസിക ദൗത്യങ്ങളിൽ ഒരുമിച്ച് പങ്കെടുത്തവരും അടുത്ത മിത്രങ്ങളും ആയിരുന്നു ആ നാലുപേർ. നാവിക കമാൻഡൊകളായി പേരെടുത്തവരായിരുന്നു അവർ. നാലുപേരും വടക്കേ ആഫ്രിക്കയിൽ ജനിച്ചവരും ഫ്രഞ്ചും അറബിയും നന്നായി സംസാരിക്കുന്നവരുമായിരുന്നു. സിസിലിയൻ മാഫിയ സംഘംപോലെ അവർ സ്വയം കോസാനോസ്ട്ര എന്ന് വിളിച്ചു. അവരോടായിരുന്നു സവി സമീർ ദൗത്യം വിശദീകരിച്ചത്.

രണ്ട് വർഷങ്ങൾക്ക് മുൻപ് സിറിയയിൽ നിന്നും ഒരു സന്ദേശം എത്തിയിരുന്നു. ക്ഷയോന്മുഖമായിക്കൊണ്ടിരുന്ന സിറിയയിലെ ജൂതസമൂഹത്തിന്റെ നേതാക്കളിൽ നിന്നുമായിരുന്നു ആ സന്ദേശം. പ്രസിഡന്റ് ഹഫീസ് അലി ആസാദിന്റെ ഏകാധിപത്യ ഭരണകൂടം 1970-ൽ അധികാരം പിടിച്ചെടുത്തതോടെ യഹൂദരെ അടിച്ചമർത്താനും പീഡിപ്പിക്കാനും തുടങ്ങിയിരുന്നു. മിക്കവരും പല രഹസ്യവഴികളിലൂടെ

സിറിയയിൽ നിന്നും രക്ഷപെട്ടുവെങ്കിലും വൃദ്ധരും സ്ത്രീകളും കുട്ടികളും അടങ്ങുന്ന ഒരു ചെറു ജൂതസമൂഹം അരക്ഷിതരായി അവിടെ അവശേഷിച്ചിരുന്നു. യുവാക്കൾ സിറിയ വിട്ടതിനാൽ അവിടെ വളർന്നുവന്ന പെൺകുട്ടികൾക്ക് വരന്മാരില്ലാതെയായി. ഇസ്രായേലിലേക്ക് രക്ഷപെടുക എന്നതല്ലാതെ മറ്റൊരു മാർഗ്ഗവും അവർക്കുമുന്നിൽ ഉണ്ടായിരുന്നില്ല.

കള്ളക്കടത്തുകാർക്ക് ഭാരിച്ച പ്രതിഫലം നൽകി ലെബനൻ വഴി രക്ഷപെടാൻ ശ്രമിച്ചരിൽ ചിലർ അതിൽ വിജയിച്ചെങ്കിലും പലരും പിടിക്കപ്പെട്ടു, തടവിലായി, പീഡിപ്പിക്കപ്പെട്ടു, ചിലർ കൊല്ലപ്പെട്ടു. ലെബനൻ തലസ്ഥാനമായ ബെയ്റൂട്ടിലെ ഒരു സുരക്ഷിത താവളത്തിന്റെ വിലാസം അവരുടെയെല്ലാം പക്കൽ ഉണ്ടായിരുന്നു. ഇസ്രായേലിലേക്ക് കടക്കാനാവുന്നതുവരെ മൊസാദിന്റെ സഹായികൾ അവരെ സുരക്ഷിതരായി പാർപ്പിച്ചു.

1970-ലെ ഒരു ശീതകാലരാത്രിയിൽ ഇസ്രായേലിന്റെ ഒരു മിസ്സൈൽ ബോട്ട് ബെയ്റൂട്ടിന് വടക്കുള്ള ജൗനി തുറമുഖത്തിൽ നിന്നും ദൂരെ കടലിൽ എത്തി. തദ്ദേശീയരായ മീൻപിടുത്തക്കാർ പന്ത്രണ്ട് സിറിയൻ ജൂതപ്പെൺകുട്ടികളെ അവരുടെ വഞ്ചികളിൽ ഒളിച്ചുകടത്തി ആ മിസ്സൈൽ ബോട്ടിലെത്തിച്ചു. ബോട്ടിന്റെ കപ്പിത്താൻ കടൽച്ചെന്നായെന്ന് പേരെടുത്ത കേണൽ അവ്രാഹം ബെൻ സീവ് ആയിരുന്നു. ആ ദൗത്യത്തിന് മുന്നോടിയായി സമാനമായ ഒരിടത്തിൽ വച്ച് അവ്രാഹമിനും സഹനാവികർക്കും തീവ്രപരിശീലനം നൽകിയിരുന്നു. തൽഫലമായി പെൺകുട്ടികളെ വിദഗ്ധമായി എളുപ്പത്തിൽ ബോട്ടിൽ എത്തിക്കാൻ അവർക്കായി. വല്ലാതെ ഭയപ്പെട്ട് തണുത്തുവിറച്ച ആ പെൺകുട്ടികൾക്ക് ഉടനെ കമ്പിളി വസ്ത്രങ്ങളും ചൂട് സാൻഡ്‌വിച്ചുകളും കോഫിയും നൽകപ്പെട്ടു. ബോട്ട് ഹൈഫ തുറമുഖം ലക്ഷ്യമാക്കി പരമാവധി വേഗത്തിൽ കുതിച്ചു. പുലർച്ചെ നാലുമണിക്ക് അവർ അവിടെയെത്തി. തുറമുഖ വാർഫിൽ അവരെ കാത്തുനിന്നിരുന്ന പ്രധാനമന്ത്രി ഗോൾഡാ മെയറുടെ സുപരിചിത മുഖം അവരെ ആശ്ചര്യപ്പെടുത്തി. അവർക്കൊപ്പം സേനാത്തലവന്മാരിൽ ഒരാളായ ജനറൽ ഹയിം ബാർലേവും അദ്ദേഹത്തിന്റെ സഹായി ജനറൽ ഡേവിഡ് ഏലിയാസറും ഉണ്ടായിരുന്നു. സിറിയയിലെ ജൂത പെൺകുട്ടികളുടെ കഥകളിൽ മനസ്സുനൊന്ത പ്രധാനമന്ത്രിയും സംഘവും അവരെ സ്വീകരിക്കാൻ നേരിട്ടെത്തുകയായിരുന്നു. ചെറിയൊരു വിരുന്നും ആ പെൺകുട്ടികൾക്കായി ഗോൾഡാ മെയർ ഏർപ്പാട് ചെയ്തിരുന്നു. തുടർന്നുള്ള വർഷങ്ങളിൽ ബെൻ സീവും അദ്ദേഹത്തിന്റെ പിൻഗാമിയായ ആംനൊൺ ഗോനെനും സമാനമായ ദൗത്യം പലതവണ വിജയകരമായി ആവർത്തിച്ചു. ലെബനീസ് തീരങ്ങൾ വഴി കുറച്ച് ജൂത പെൺകുട്ടികൾ കൂടി ഇസ്രായേലിൽ അഭയം കണ്ടെത്തി. പക്ഷേ ക്രമേണ ആ മാർഗ്ഗം ഒട്ടും സുരക്ഷിതമല്ലാതായി. അറബി കള്ളക്കടത്തുകാരും മീൻപിടുത്തക്കാരും ഒട്ടും വിശ്വസിക്കാൻ കൊള്ളാത്തവരായി. അങ്ങനെയാണ് ഇനിയുള്ള പെൺകുട്ടികളെ സിറിയയിൽ നിന്നും

നേരിട്ട് ഇസ്രായേലിലെത്തിക്കാൻ ഒരു മാർഗ്ഗം കണ്ടുപിടിക്കണമെന്ന് ഗോൾഡാ മെയർ ഉറപ്പിച്ചത്.

പ്രധാനമന്ത്രി ഗോൾഡാ മെയർ മൊസാദിന്റെ തലവൻ സവി സമീറിനെ വിളിപ്പിച്ച് തന്റെ ആവശ്യം അറിയിച്ചു.

കോസാ നോസ്ട്രാ നാൽവർ സംഘവുമായി സംഭാഷണം നടത്തിയതിനുശേഷം സവി സമീർ അവരോട് പറഞ്ഞു: 'ആ പെൺകുട്ടികളെ രക്ഷപെടുത്തി ഇസ്രായേലിലെത്തിക്കണം. അതാണ് നിങ്ങളുടെ ദൗത്യം.'

ആ കോൺഫറൻസ് മുറിയിൽ ചൂടേറിയ വാദപ്രതിവാദം നടന്നു. മൊസാദ് ഏറ്റെടുക്കേണ്ട ഒരു ദൗത്യമാണോ ഇത്? അവരിൽ ഒരാൾ ചോദിച്ചു. ഈ ദൗത്യം അതിനായുള്ള ജൂതസംഘടനയെയാണ് ഏൽപ്പിക്കേണ്ടത്. കല്യാണപ്രായമെത്തിയ ജൂതപ്പെൺകുട്ടികൾക്ക് അനുയോജ്യരായ വരന്മാരെ കിട്ടാൻ സൗകര്യമൊരുക്കുക മൊസാദിന്റെ ഉത്തരവാദമല്ലെന്ന് ഒരാൾ തുറന്നടിച്ചു. 'ഇതൊരു മാട്രിമോണിയൽ ഏജൻസിയല്ല.' കുറച്ച് യഹൂദ യുവതികൾക്ക് വരന്മാരെ ലഭിക്കുമെന്ന് ഉറപ്പാക്കാനായി ലോകത്തിലെ ഏറ്റവും അപകടകാരിയും ക്രൂരരുമായ ഒരു അറബി രാഷ്ട്രവുമായി ജീവൻ പണയം വച്ച് മൊസാദിന്റെ അംഗങ്ങൾ പൊരുതേണ്ടതില്ല.

ഇതെല്ലാം കേട്ടിട്ടും രംസദ് വഴങ്ങിയില്ല. ശത്രുരാജ്യങ്ങളിൽ അപകടത്തിലാകുന്ന യഹൂദസമൂഹങ്ങളുടെ രക്ഷയ്ക്കായി മൊസാദിന്റെ തുടക്കം മുതൽ അതിന്റെ ഏജന്റുമാർ മുന്നിട്ടിറങ്ങിയ ചരിത്രമുണ്ടെന്ന് അദ്ദേഹം അവരെ ഓർമ്മിപ്പിച്ചു. 'സ്മിച്ച്' എന്ന ഗൂഢപ്പേർ ദൗത്യത്തിന് നൽകപ്പെട്ടു. ഹീബ്രു ഭാഷയിൽ പുതപ്പ് എന്നായിരുന്നു അതിനർത്ഥം.

കോസ നോസ്ട്ര സിറിയൻ മണ്ണിൽ കാലുകുത്തിയതിന്റെ അടുത്തദിവസമായപ്പോൾ അവരുടെ ആത്മവിശ്വാസം വർദ്ധിച്ചു. ഫ്രഞ്ചിൽ സംസാരിച്ചുകൊണ്ട് അവർ ദമാസ്കസിന്റെ തെരുവുകളിൽ ചുറ്റിയടിച്ചു. അതുവഴി ആരും തങ്ങളെ പിന്തുടരുന്നില്ലെന്ന് അവർ ഉറപ്പുവരുത്തി. വെറുക്കപ്പെട്ട സിറിയൻ രഹസ്യപ്പോലീസിന്റെ (മുബറാത്) ശ്രദ്ധയിൽപ്പെടാൻ അവരാഗ്രഹിച്ചില്ല. വൈകുന്നേരം ദീപങ്ങളാൽ അലംകൃതമായ വാണിജ്യത്തെരുവിലൂടെ അവർ സഞ്ചരിച്ചു. അവിടെ കണ്ട ഒരു സ്വർണ്ണക്കടയിൽ കയറി അവർ – പ്രൊസ്പറും ക്ലോദും (ഇമാനുവൽ അല്ലോൺ) ആഭരണങ്ങൾ പരിശോധിച്ചു. ഫ്രഞ്ച് ഭാഷയിലായിരുന്നു അവരുടെ സംഭാഷണം. അപ്പോൾ കച്ചവടക്കാരൻ അവരോടടുത്ത് കുനിഞ്ഞുനിന്ന് മന്ത്രിച്ചു: 'നിങ്ങൾ ബനായ് അമെനുവിൽ (ഹീബ്രുവിൽ നമ്മുടെ ആളുകൾ എന്ന് അർത്ഥം) നിന്നല്ലേ?'

അവർ അമ്പരന്നുപോയി. അത്ര വേഗത്തിൽ അവരെ തിരിച്ചറിയാമെങ്കിൽ അവരുടെ ജീവൻ അപകടത്തിലാണ്. കച്ചവടക്കാരന്റെ ചോദ്യത്തെ അവഗണിച്ച് അവർ വേഗം പുറത്തിറങ്ങി ആൾക്കൂട്ടത്തിൽ ലയിച്ചു.

തങ്ങൾക്ക് സിറിയയിൽ നിന്നും രക്ഷപെടാനുള്ള മാർഗ്ഗം തുറക്കപ്പെടുകയാണെന്ന് ജൂതസമൂഹത്തിലെ പെൺകുട്ടികൾ മണത്തറിഞ്ഞു. 'ഞങ്ങളുടെ ഇവിടത്തെ സ്ഥിതി വളരെ മോശമാണ്.' സാറ ഗഫീനി എന്ന യുവതി പിന്നീട് അവരോട് വെളിപ്പെടുത്തി. 'വിവാഹിതയാവാനുള്ള സമ്മർദ്ദം ഞങ്ങളുടെ മേലുണ്ട്, പക്ഷേ ആരെ? ജൂതയുവാക്കളാരും ഇവിടെയില്ല. ജൂതരുടെ പിതൃഭൂമിയായ ഇസ്രായേലിൽ എത്തിപ്പെടുന്നതിനെക്കുറിച്ച് കഥകളും കിംവദന്തികളുമായി പലതും ഞങ്ങൾക്കിടയിൽ പ്രചരിക്കുന്നുണ്ട്. സത്യവും മിഥ്യയും ആരറിയുന്നു.'

ഒരു രഹസ്യ സന്ദേശം പ്രോസ്പറിന് ലഭിച്ചു: അടുത്ത ദിവസം അവർ താമസിക്കുന്ന ഹോട്ടലിൽ നിന്നും അകലെയല്ലാത്ത ഒരിടത്ത് യുവതികൾ ഒരു ലോറിയിൽ കാത്തുനിൽക്കുന്നുണ്ടാകും.

ആ സായാഹ്നത്തിൽ ഹോട്ടലിനടുത്തുള്ള ഒരു ഇടുക്ക് വഴിയിൽ ഒരു ചെറിയ ട്രക്ക് പാർക്ക് ചെയ്തിരിക്കുന്നത് കോസാ നോസ്ട്ര കണ്ടെത്തി. അതിന്റെ പിൻഭാഗം കാൻവാസ് മേൽപ്പുരയാൽ മറക്കപ്പെട്ടിരുന്നു. അതിനകം ഹോട്ടലുകളിൽ നിന്നും ചെക്കൗട്ട് ചെയ്തിരുന്ന ഏജന്റ്മാർ ബാഗും ചുമലിലേന്തിയിരുന്നു. കോസാ നോസ്ട്രയിൽ രണ്ടുപേർ ഡ്രൈവർക്കൊപ്പവും മറ്റുരണ്ടുപേർ പിന്നിലും കയറി. പതിനഞ്ചിനും ഇരുപതിനും ഇടയിൽ പ്രായമുണ്ടായിരുന്ന പെൺകുട്ടികളും ഒരു കൗമാരക്കാരനും പിന്നിൽ ഉണ്ടായിരുന്നു. തുടക്കത്തിലെന്നപോലെ അവർ നാലുപേരും അറബി ശിരോവസ്ത്രം മുഖം മറയത്തക്കവിധം ധരിച്ചിരുന്നു. കാണാൻ മാത്രം സൗകര്യപ്പെടുന്ന ഒരു വിടവിലൂടെ അവർ എല്ലാം കണ്ടു. സിറിയയിലെ പ്രധാന പാതകളിൽ സൈന്യവും പോലീസും റോഡ് ബ്ലോക്കുകൾ ഉയർത്തി ചെക്ക് പോയിന്റുകൾ സ്ഥാപിക്കുന്നത് പതിവാണെന്ന് അവർക്കറിയാമായിരുന്നു. ആ വിധമുള്ള ഏതെങ്കിലും ചെക്ക് പോയിന്റിൽ തടഞ്ഞുവച്ചാൽ തങ്ങൾ ഹൈസ്കൂൾ കുട്ടികളുമായി ഫീൽഡ് ട്രിപ്പിന് പോകുന്നവർ ആണെന്ന് പറയണമെന്നും അവർ ഉറപ്പിച്ചിരുന്നു.

താത്ക്കാലിക സഹായിയായെത്തിയ ഡ്രൈവറാണ് വണ്ടി ഓടിച്ചിരുന്നത്. മുൻകൂട്ടി നിശ്ചയിച്ച ഇടങ്ങളിൽ നിന്നും ചില പെൺകുട്ടികളെക്കൂടി അയാൾ വാഹനത്തിൽ കയറ്റി. താർതസ് പട്ടണം ലക്ഷ്യമാക്കി വടക്കോട്ടാണ് വണ്ടി പൊയ്ക്കൊണ്ടിരുന്നത്. വൈകാതെ അവർ ഒരു ഒഴിഞ്ഞ ബീച്ചിലെത്തി. കൗമാരക്കാരും മൊസാദ് ഏജന്റുമാരും അവിടെ ഉണ്ടായിരുന്ന ഉപേക്ഷിക്കപ്പെട്ട ഒരു വീടിനുള്ളിൽ ഒളിച്ചു. കരയിൽ നിന്നും വളരെ അകലെയല്ലാതെ ഒരു മിസൈൽ കടലിൽ കാണപ്പെട്ടു. പ്രോസ്പർ ഫ്ളാഷ് ലൈറ്റ് വഴി സിഗ്നൽ കൈമാറി. തുടർന്ന് റേഡിയോയിൽ ബന്ധപ്പെട്ടു. ബോട്ടിൽ നിന്നും റബർത്തോണികൾ കടലിലിറങ്ങി കരയെ ലക്ഷ്യമിട്ട് വരുന്നത് അവർ കണ്ടു.

അന്നേരം അപ്രതീക്ഷിതമായി അവർ നിന്നിരുന്ന ഇടത്തിൽ നിന്നും അകലെയല്ലാതെ വെടിയൊച്ചകൾ മുഴങ്ങി. എല്ലാവരും കമഴ്ന്ന് കിടന്നു. വെടി അവരുടെ നേർക്കായിരുന്നില്ല വന്നത്. ആരാണ് വെടിവയ്ക്കുന്നതെന്ന്

അവർക്ക് മനസ്സിലായില്ല. സിറിയൻ പോലീസ് റബർത്തോണികളെ ഉന്നമിട്ട് വെടിയുതിർക്കുകയാണോ? അതോ അവരെ എല്ലാവരെയും പോലീസ് കണ്ടെത്തിക്കഴിഞ്ഞോ? തീരത്ത് കുഴപ്പങ്ങളുണ്ടെന്ന് അവർ റേഡിയോ വഴി സന്ദേശം കൈമാറി. റബർത്തോണികൾ തിരികെ പോകുന്നത് അവർ കണ്ടു. പ്ലാൻ ബി നടപ്പിലാക്കുകയാണെന്ന് അവർക്ക് മിസൈൽ ബോട്ടിൽ നിന്നും സന്ദേശം ലഭിച്ചു. കുറച്ചുകൂടി വടക്ക് സമാന സ്വഭാവമുള്ള ഒരു ഒഴിഞ്ഞ ബീച്ചായിരുന്നു പ്ലാൻ ബി. റബർത്തോണികൾ കടലിലൂടെ അങ്ങോട്ട് സഞ്ചരിക്കുന്നത് അവർ കണ്ടു. പെൺകുട്ടികളെയും കയറ്റി അവരുടെ വാഹനം അതിവേഗം അങ്ങോട്ട് നീങ്ങി. അവിടെ കടലോരം വിജനവും ശാന്തവുമായിരുന്നു. പെൺകുട്ടികളും കോസാ നോസ്ത്ര അംഗങ്ങളും കടലിലേക്കിറങ്ങി അടുത്തുവന്നുകൊണ്ടിരുന്ന റബർത്തോണികളുടെ സമീപത്തേക്ക് നീങ്ങി. ഏജന്റുമാർ അറബി ശിരോവസ്ത്രത്താൽ മുഖം മറച്ചിരുന്നു. അരയൊപ്പം വെള്ളത്തിലെത്തിയപ്പോൾ തോണികൾ അവർക്കരുകിലായി. എല്ലാവരും തോണികളിലേക്ക് ചാടിക്കയറി. അവരെയും വഹിച്ച് ആ തോണികൾ കടലിലേക്ക് കുതിച്ചു. ഇളകിമറിഞ്ഞുകൊണ്ടിരുന്ന കടലിലൂടെ കുറേദൂരം സഞ്ചരിച്ച് അവർ ഒടുവിൽ മിസൈൽ ബോട്ടിലെത്തി. കോസാ നോസ്ത്ര അംഗങ്ങൾ ആരോടും ഒന്നും ഉരിയാടാതെ പഴയ അതേ ക്യാബിനുള്ളിലേക്ക് പോയി. പെൺകുട്ടികൾ മറ്റൊരു ക്യാബിനിലേക്കും. സിറിയയിൽ നിന്നും കടത്തിക്കൊണ്ടുവരപ്പെട്ടവരാണ് തങ്ങളെന്ന് ഒരിക്കലും വെളിപ്പെടുത്തരുതെന്ന നിർദ്ദേശം അവർക്ക് നൽകപ്പെട്ടു. കുടുംബാംഗങ്ങൾ സിറിയയിൽ ആണുള്ളതെന്നും പെൺകുട്ടികൾ ഇസ്രായേലിലേക്ക് കടന്ന വിവരം പരസ്യമായാൽ കുടുംബാംഗങ്ങളെ സിറിയ ദ്രോഹിക്കുമെന്നും അവർക്ക് മുന്നറിയിപ്പ് ലഭിച്ചു.

താത്ക്കാലിക സഹായിയായെത്തിയ ഡ്രൈവർ വണ്ടിയുമായി ദമാസ്കസിലേക്ക് മടങ്ങി. അവിടെ അടുത്ത ട്രിപ്പിനായുള്ള നിർദ്ദേശം കാത്ത് കഴിഞ്ഞു. മറ്റ് അനർത്ഥങ്ങളൊന്നും കൂടാതെ മിസൈൽ ബോട്ട് ഹൈഫ തുറമുഖത്ത് എത്തി. അടുത്ത ദൗത്യവുമായി പുറപ്പെടുന്നതിന് മുൻപ് ആ രാത്രി കടൽത്തീരത്ത് മുഴങ്ങിയ വെടിയൊച്ചകളെക്കുറിച്ച് മൊസാദ് ഗൗരവമായി അന്വേഷിച്ചു. വിവിധ രഹസ്യാന്വേഷക ഏജൻസികൾ, സൈന്യത്തിനുള്ളിലെ കോണ്ടാക്റ്റുകൾ, മാധ്യമസ്രോതസ്സുകൾ തുടങ്ങിയവയെല്ലാം തിരഞ്ഞു. തെറ്റിദ്ധാരണമൂലമുണ്ടായ വെടിവയ്പോ, കടലിലെ സംശയകരമായ ചലനങ്ങൾക്കുള്ള തീരസംരക്ഷകരുടെ പ്രതികരണമോ ആയിരിക്കാം എന്നതായിരുന്നു നിഗമനം.

അടുത്ത തവണ കോസാ നോസ്ത്ര സംഘം ദമാസ്കസിലെത്തിയത് ആകാശമാർഗ്ഗേന ആയിരുന്നു. പാരീസിൽ നിന്നും പുരാവസ്തുഗവേഷകരായ കലാലയ വിദ്യാർത്ഥികളായി നഗരത്തിൽ അവർ വിമാനമിറങ്ങി. സമർത്ഥമായി ഒരുക്കിയ വ്യാജ തിരിച്ചറിയൽ രേഖകളും പോക്കറ്റ്

നിറയെ മെട്രോ റെയിൽ ടിക്കറ്റുകളും ചില്ലറ നാണയങ്ങളും ഫാസ്റ്റ്ഫുഡ് ഔട്ട് ലറ്റുകളിലെ ബില്ലുകളും അവരുടെ പക്കൽ ഉണ്ടായിരുന്നു. തയ്യാറെടുപ്പുകൾ ഭദ്രമായിരുന്നെങ്കിലും അവർക്കുള്ളിൽ ആശങ്കകളുണ്ടായിരുന്നു. മുബാറാത്തിന്റെ കിങ്കരന്മാർക്ക് വല്ല തുമ്പും കിട്ടിയിട്ടുണ്ടാകുമോയെന്ന ചിന്ത വിട്ടൊഴിഞ്ഞില്ല. ഇമിഗ്രേഷനിൽ പ്രശ്നങ്ങളൊന്നും കൂടാതെ അവർ പുറത്തിറങ്ങി. ആൾക്കൂട്ടം നിറഞ്ഞ അറൈവൽ ഹാൾ താണ്ടി പുറത്തിറങ്ങിയപ്പോഴാണ് അവർക്ക് ആശ്വാസമായത്. വിമാനത്താവളത്തിൽ നിന്നും പല ടാക്സികളിലായി നഗരത്തിലെ പല ഹോട്ടലുകളിൽ അവർ മുറികളെടുത്തു. ക്ലോഡ് എത്തിയത് ദമാസ്കസ് ഹിൽട്ടണിലായിരുന്നു.

നഗരത്തിലെ ആദ്യരാത്രി അവരാരും സ്വസ്ഥരായി ഉറങ്ങിയില്ല. പിടിക്കപ്പെട്ടാൽ അതോടെ തങ്ങളുടെ ജീവിതം ദുസ്സഹമായി ഒടുങ്ങുമെന്ന് ആ നാല് ചെറുപ്പക്കാർക്കും അറിയാമായിരുന്നു. അടുത്ത ദിവസം താത്ക്കാലിക സഹായിയോട് തങ്ങളെ ഇസ്രായേലിന്റെ പ്രഗൽഭനും പ്രശസ്തനുമായ ചാരൻ ഏലി കോഹനെ പരസ്യമായി തൂക്കിലേറ്റിയ നാൽക്കവലയിലേക്ക് കൊണ്ടുപോകാൻ അവർ ആവശ്യപ്പെട്ടു. അത് വല്ലാത്തൊരു അനുഭവമായിരുന്നു. ചുറ്റും ആഹ്ലാദാരവങ്ങളോടെ ആർപ്പിടുന്ന ജനക്കൂട്ടം. അതിനു നടുവിൽ തൂക്കുമരത്തിലെ കൊലക്കയറിൽ തൂങ്ങിയാടുന്ന ഏലി കോഹന്റെ ദേഹം. അത് ഓർമ്മയിലെത്തിയപ്പോൾ അവർക്കത് താങ്ങാനാവുമായിരുന്നില്ല. ക്ലോഡിന് അത് താങ്ങാവുന്നതിലും അധികമായിരുന്നു. അയാൾ കൂട്ടുകാരെ അവിടെ വിട്ട് ഹോട്ടലിലേക്ക് ഓടിപ്പോയി. ആ അനുഭവം അയാളെ പിടിച്ചുലച്ചുകളഞ്ഞു.

നഗരചത്വരത്തിലെ ആ ഇരുണ്ട ദൃശ്യം അയാളെ രാവിലും വേട്ടയാടി. ഉറങ്ങാനാവാതെ അയാൾ കിടക്കയിൽ അസ്വസ്ഥനായി തിരിഞ്ഞും മറിഞ്ഞും കിടന്നു. പാതിരാത്രിയിൽ വാതിലിൽ നിന്നും എന്തോ സ്വരം പുറപ്പെടുന്നത് അയാൾ കേട്ടു. പെട്ടെന്നയാൾ അത് തിരിച്ചറിഞ്ഞു. ആരോ താക്കോൽ കടത്തി വാതിൽ തുറക്കാൻ ശ്രമിക്കുകയാണ്. തന്റെ കഥ കഴിയാൻ പോവുകയാണെന്ന് അയാൾക്ക് തോന്നി. ശത്രുവിന് വിവരം ലഭിച്ചിരിക്കുന്നു. നഗരത്തിലെ നാൽക്കവലയിൽ അടുത്തതായി തൂങ്ങാൻ പോകുന്നത് തന്റെ ദേഹമാണ്. വാതിൽക്കലെത്തി താക്കോൽപ്പഴുതിലൂടെ അയാൾ നോക്കിയപ്പോൾ കണ്ടത് വൃദ്ധയായ ഒരു അമേരിക്കൻ ടൂറിസ്റ്റിനെയായിരുന്നു. പലതവണ താക്കോൽ കടത്തി വാതിൽ തുറക്കാൻ ശ്രമിച്ചിട്ടും കഴിയാതെ അവർ മടങ്ങുന്നത് അയാൾ കണ്ടു. തെറ്റായ നിലയിൽ ലിഫ്റ്റിൽ നിന്നും അബദ്ധത്തിൽ ഇറങ്ങിയതായിരുന്നു അവർ. അതറിഞ്ഞപ്പോൾ മരിച്ചുജീവിച്ച ഒരാളെപ്പോലെ അയാൾക്ക് സ്വയം തോന്നി.

അടുത്ത സംഘം പെൺകുട്ടികൾ തയ്യാറാകുന്നതിനായി കാക്കുന്ന നേരം നഗരത്തിലെ കഫേകളും റസ്റ്റാറന്റുകളും അവർ കയറിയിറങ്ങി. ഭക്ഷണം കഴിക്കുന്നതിനിടയിൽ ആർത്ത് ചിരിച്ചുകൊണ്ടേയിരിക്കുന്ന ആ നാൽവർ സംഘത്തെ വെയ്റ്റർമാരായ യുവതികൾ ആശ്ചര്യത്തോടെ

നോക്കി. തന്റെയും കൂട്ടുകാരുടെയും മാനസിക പിരിമുറുക്കങ്ങളെ കുറയ്ക്കാനായി ക്ലോഡ് പറഞ്ഞുകൊണ്ടിരുന്ന തമാശക്കഥകളായിരുന്നു അതിന് കാരണം. ഫ്രഞ്ച് ഭാഷയിൽ ഇടയ്ക്ക് ഹീബ്രു നാട്ടുമൊഴികൾ കലർത്തി തമാശ ഉണ്ടാക്കുന്നതിൽ വിദഗ്ധനായിരുന്നു ക്ലോഡ്.

മൊസാദിന്റെ തുടർന്നുള്ള ദൗത്യങ്ങളെല്ലാം യാതൊരുവിധ പ്രശ്നങ്ങളുമില്ലാതെ ശുഭകരമായി കലാശിച്ചു. എന്നാൽ അവസാനത്തെ ദൗത്യം പ്രശ്നങ്ങൾ നൽകി. പതിവുപോലെ റബർത്തോണിക്കായി ഒഴിഞ്ഞ കടൽത്തീരത്ത് എത്തിയപ്പോൾ അവിടം ശബ്ദായമാനമായിരുന്നു. ബീച്ചിലെവിടെയും സൈനികർ റോന്ത് ചുറ്റുന്നു. സംഗതി ഭദ്രമല്ലെന്ന് പ്രോസ്പർ മനസ്സിലാക്കി. യാത്രയുടെ റൂട്ട് മാറ്റുവാൻ അയാൾ തീരുമാനിച്ചു.

'ബെയ്റൂട്ടിലേക്ക് വിടുക.' ഡ്രൈവർക്ക് അയാൾ നിർദ്ദേശം നൽകി. നൂറു കിലോമീറ്ററോളം അകലെയായിരുന്നു നഗരം. വൈകാതെ സിറിയയുടെ അതിർത്തി കടന്ന് അയാൾ ലെബനനിലെത്തി. നഗരത്തിന് വടക്കായുള്ള ജൗനി തുറമുഖപട്ടണമായിരുന്നു അയാളുടെ ഉന്നം. അത് ഒരു ക്രൈസ്തവ വാസകേന്ദ്രമായിരുന്നു. അവിടെയെത്തിയ പ്രോസ്പർ ഒരു ഇടത്തരം ബോട്ട് വാടകയ്ക്ക് എടുത്തു. പതിനഞ്ചോളം അതിഥികളുമായി ഒരു സർപ്രൈസ് വിരുന്നിനാണ് തന്റെ പദ്ധതിയെന്ന് അയാൾ ബോട്ടുടമയോട് പറഞ്ഞു. സുഹൃത്തിന്റെ ജന്മദിനമാണ്. അയാൾക്കൊരു അപ്രതീക്ഷിത സമ്മാനം. കൂട്ടുകാരുമൊത്ത് ഒരുല്ലാസയാത്ര. ബോട്ടിൽ വേണ്ട സജ്ജീകരണങ്ങളെല്ലാം ഏർപ്പെടുത്തി തയ്യാറായപ്പോൾ അയാൾ രഹസ്യ കോഡുപയോഗിച്ച് മേലധികാരികൾക്ക് പ്ലാൻ മാറിയതിനെക്കുറിച്ച് സന്ദേശമയച്ചു. അതേ മാർഗ്ഗത്തിൽ എത്തിയ മറുപടി സന്ദേശം അതിനുള്ള അംഗീകാരമായിരുന്നു.

യഹൂദ യുവതികളുമായി പതിവുള്ള ട്രക്ക് ദമാസ്കസിൽ നിന്നും പുറപ്പെട്ടു. ക്ലോഡ് ആയിരുന്നു വാഹനം ഓടിച്ചിരുന്നത്. ലെബനീസ് അതിർത്തിയിൽ നിന്നും ചില കിലോമീറ്ററുകൾ ഇപ്പുറം യുവതികളെ ഇറക്കിവിട്ടശേഷം ക്ലോഡ് ഏകനായി യാത്ര തുടർന്നു. അതിർത്തിയിലെ പരിശോധനകൾ കഴിഞ്ഞ് അയാൾ ട്രക്കുമായി ലെബനനിൽ പ്രവേശിച്ചു. അതിർത്തിയോട് ചേർന്ന റോഡിലൂടെ അയാൾ വണ്ടി ഓടിച്ചു. ആളും അനക്കവും പ്രകാശവും ഇല്ലാത്ത ഒരിടത്ത് ഓരത്തായി പാർക്ക് ചെയ്ത് കാത്തിരുന്നു. വൈകാതെ ഭാരിച്ച സൂട്ട്കേസുകളും ചുമന്ന് മൊസാദ് ഏജന്റുമാർക്കൊപ്പം യുവതികൾ ഇരുട്ടിൽ നിന്നും കടന്നുവന്നു. മണിക്കൂറുകളായി അവർ നടക്കുകയായിരുന്നു. ഏകാന്തമായ ഒരിടത്ത് അവർ അതിർത്തി കടന്നുകയറി ലെബനനിൽ പ്രവേശിച്ചു. ക്ലോഡിന്റെ ട്രക്കിൽ അവർ ജൗനിയിലേക്ക് തിരിച്ചു. ഓരോരുത്തരായി ബോട്ടിൽ കയറി. അതിൽനിന്നും അവർ നേവിയുടെ ബോട്ടിൽ ഇസ്രായേലിലേക്ക് സഞ്ചരിച്ചു.

കോസാ നോസ്ട്രാ യുവാക്കൾ അടുത്ത ദിവസം പകൽ ബെയ്റൂട്ടിൽ ചുറ്റിയടിച്ചു. രാത്രി അവർ വന്ന അതേ വഴികളിലൂടെ ദമാസ്കസിലേക്ക്

തിരിച്ചു. അതിർത്തിക്ക് കിലോമീറ്ററുകൾക്ക് ഇപ്പുറം മൂന്ന് മൊസാദ് ഏജന്റുമാരും വാഹനത്തിൽ നിന്നും ഇറങ്ങി ഇരുണ്ട വഴികളിലൂടെ അതിർത്തി കടന്നു. ക്ലോഡ് നിയമപരമായിത്തന്നെ വണ്ടിയുമായി അതിർത്തി കടന്നു. അവർ എല്ലാവരും ഒരുമിച്ച് ദമാസ്കസിലേക്ക് യാത്ര ചെയ്തു. ഒരു ദിവസത്തിനുശേഷം അവിടെനിന്നും പാരീസിലെത്തി. അവിടെനിന്ന് ടെൽ അവീവിലും.

1973 ഏപ്രിലിൽ ആയിരുന്നു അവസാനത്തെ കടത്തിക്കൊണ്ടുവരൽ. അന്നാണ് പ്രോസ്പറിനെയും സഹചാരികളെയും അഭിനന്ദിക്കാനും നന്ദി അറിയിക്കാനുമായി പ്രധാനമന്ത്രി ഗോൾഡാ മെയർ നേരിട്ട് തുറമുഖത്ത് എത്തിയത്. 1970 സെപ്റ്റംബറിനും 1973 ഏപ്രിലിനും ഇടയിലായി ഈ വിധത്തിലുള്ള ഇരുപതോളം ദൗത്യങ്ങൾ മൊസാദ് വിജയകരമായി നിർവഹിച്ചു. ഒരിക്കൽപ്പോലും അവർ ഈ കാര്യത്തിൽ പരാജയം അറിഞ്ഞില്ല. നൂറ്റി ഇരുപതോളം യുവജനങ്ങൾ ഇതുവഴി ഇസ്രായേലിലേക്ക് കുടിയേറി. തുടർന്ന് മുപ്പത് വർഷങ്ങൾ ഈ ദൗത്യത്തെ സംബന്ധിക്കുന്ന വിവരങ്ങൾ രഹസ്യമാക്കി വച്ചിരുന്നു.

കോസാ നോസ്ട്രാ പിന്നീട് അധികകാലം തുടർന്നില്ല. ആ ചെറുപ്പക്കാർ വൈകാതെ ടൂറിസം, സിവിൽ സർവീസ്, ബിസിനസ് തുടങ്ങിയ സമാധാനപരമായ പ്രവർത്തനങ്ങളിലേക്ക് നീങ്ങി. എന്നിട്ടും അപൂർവ്വമായി മൊസാദ് ചില സവിശേഷ ദൗത്യങ്ങളിൽ അവരുടെ സഹകരണം തേടിയിരുന്നു.

കാലം കടന്നുപോയി. ഒരിക്കൽ ഇമ്മാനുവൽ അലോൺ (ക്ലോഡ്) ഒരു ബന്ധുവിന്റെ വിവാഹ സത്ക്കാരത്തിന് ക്ഷണിക്കപ്പെട്ടു. വധുവിനെ പരിചയപ്പെടുത്തിയപ്പോൾ ക്ലോഡ് ഉടനെ അവരെ തിരിച്ചറിഞ്ഞു. സിറിയയിൽ നിന്നും ഇസ്രായേലിലേക്ക് കടത്തിക്കൊണ്ടുവന്ന യുവതികളിൽ ഒരാളായിരുന്നു അത്. അയാൾ വധുവിനോട് ചോദിച്ചു: 'നിങ്ങൾ എവിടെനിന്നാണ് ഇസ്രായേലിൽ എത്തിയത്?'

ആ യുവതി വിളറിപ്പോയി. തന്റെ ഭൂതകാലത്തെ സംബന്ധിക്കുന്ന ആ രഹസ്യം പുറത്ത് പറയരുതെന്ന പഴയ പ്രതിജ്ഞ അപ്പോഴും നിലനിൽക്കുന്നെന്ന ചിന്തയിലായിരുന്നു അവർ. ക്ലോഡ് പുഞ്ചിരിയോടെ വീണ്ടും ചോദിച്ചു: 'നിങ്ങൾ സിറിയയിൽ നിന്നും എത്തിയതല്ലേ? കടൽ വഴി?'

അതുകേട്ട് ആദ്യം പകച്ചുപോയ അവളുടെ ബോധം പോയില്ലെന്നേയുള്ളൂ. പെട്ടെന്ന് ആ യുവതി ക്ലോഡിന്റെ ഇരുകരങ്ങളും വാരിപ്പിടിച്ചു. അയാളെ ഗാഢം പുണർന്ന് ഉമ്മവച്ചു. 'അത് നിങ്ങളായിരുന്നു. നിങ്ങളാണ് എന്നെ അവിടെ നിന്നും രക്ഷപെടുത്തിയത്!'

ക്ലോഡ് പിന്നീട് പറഞ്ഞു, 'ആ നിമിഷം! അത് മതിയായിരുന്നു ഞങ്ങൾ നേരിട്ട എല്ലാ അപകടസാദ്ധ്യതകൾക്കും പ്രതിഫലമായി!'

അദ്ധ്യായം 14

"ഇന്ന് നമ്മൾ യുദ്ധത്തിലായിരിക്കും!"

1973 ഒക്ടോബർ 5-ന് 'ദുബി' എന്ന വ്യാജപ്പേരുള്ള മൊസാദ് ഏജന്റിന് കെയ്റോയിൽ നിന്നും ഒരു ഫോൺ സന്ദേശം ലഭിച്ചു. ലണ്ടനിലെ ഒരു സുരക്ഷിത താവളത്തിൽ നിന്നും പ്രവർത്തിച്ചിരുന്ന സീനിയർ ഓഫീസറായിരുന്നു ദുബി. ആ ഫോൺ സന്ദേശം തികച്ചും ഞെട്ടിപ്പിക്കുന്നതായിരുന്നു. അത് നൽകിയതാവട്ടെ, മൊസാദിന്റെ അതിവിശ്വസ്തനായ സീക്രട്ട് ഏജന്റും. അങ്ങനെ ഒരാൾ ഉണ്ടെന്ന് അറിയാവുന്നവർ പോലും മൊസാദിൽ വിരലിലെണ്ണാവുന്നവർ മാത്രമായിരുന്നു. ദൈവദൂതൻ എന്ന പേരിലാണ് അയാൾ പരാമർശിക്കപ്പെട്ടിരുന്നത്. ദൈവദൂതൻ ചില വാക്കുകൾ മാത്രമാണ് മൊഴിഞ്ഞത്. പക്ഷേ അതിലൊന്ന് ദുബിയെ ഞെട്ടിച്ചു. രാസവസ്തുക്കൾ (കെമിക്കൽസ്) എന്നായിരുന്നു ആ വാക്ക്. ഉടനെ അയാൾ മൊസാദിന്റെ ഹെഡ്ക്വാർട്ടേഴ്സിൽ വിളിച്ച് ആ വാക്ക് അവിടെ അറിയിച്ചു. രംസദ് ആയിരുന്ന സവി സമീറിന്റെ മുന്നിൽ അതെത്തിയയുടനെ അദ്ദേഹം തന്റെ ചീഫ് ഓഫ് സ്റ്റാഫ് ഫ്രെഡി ഐനിയെ അറിയിച്ചു, 'ഞാൻ ഉടനെ ലണ്ടനിലേക്ക് പോകുന്നു.'

ഒരു നിമിഷം പോലും പാഴാക്കാനില്ലെന്ന് സവി സമീറിന് അറിയാമായിരുന്നു. രാസവസ്തുക്കൾ എന്ന കോഡുവാക്കിന് വിനാശകരമായ അർത്ഥമാണുണ്ടായിരുന്നത്: 'ഏത് നിമിഷവും ഇസ്രായേൽ ആക്രമിക്കപ്പെടും.'

ഇസ്രായേലിന് കാര്യമായ വിജയമുണ്ടായ 1967-ലെ ആറുദിവസ യുദ്ധത്തിനുശേഷം അറബ് അയൽപക്കരാജ്യങ്ങളിൽ നിന്നും ഒരാക്രമണം ഇസ്രായേൽ സദാ പ്രതീക്ഷിച്ചിരുന്നു. ആ യുദ്ധവിജയത്തിലൂടെയാണ് ഈജിപ്തിന്റെ പക്കൽ നിന്നും സിനായ് മരുഭൂമിയും ഗാസാ മുനമ്പും സിറിയയിൽ നിന്നും തന്ത്രപ്രധാനമായ ഗോളാൻ കുന്നുകളും ജോർദാനിൽ നിന്നും വെസ്റ്റ് ബാങ്കും ജറുസലേമും ഇസ്രായേൽ പിടിച്ചെടുത്തത്. അങ്ങനെയാണ് ജോർദാൻ നദീതീരത്തും സൂയസ് കനാലിന്റെ വഴികളിലും ഗോളാൻ കുന്നുകളിലും ഇസ്രായേൽ സൈന്യം നിലയുറപ്പിച്ചത്. അന്നു മുതൽ അറബ് രാഷ്ട്രങ്ങൾ പ്രതികാരത്തിനായി മുറവിളി കൂട്ടിയിരുന്നെങ്കിലും തുടർന്നുണ്ടായ സംഘർഷങ്ങളിലെല്ലാം ഇസ്രായേലിനായിരുന്നു മേൽക്കൈ. സമാധാനം ഉറപ്പ് നൽകിയാൽ പിടിച്ചെടുത്ത പ്രദേശങ്ങളെല്ലാം തിരികെ നൽകാമെന്ന ഇസ്രായേലിന്റെ വാഗ്ദാനം അറബ് രാഷ്ട്രങ്ങൾ തള്ളിക്കളഞ്ഞു. ഈജിപ്തിന്റെ രണശൂരനായ പ്രസിഡന്റ് നാസർ മരിച്ചതോടെ അധികാരത്തിലെത്തിയ അൻവർസാദത്തിന് ജനങ്ങളെ ആകർഷിക്കാനുള്ള നാസറിന്റെ കഴിവുകൾ ഇല്ലായിരുന്നു. ദുർബലനും അഭിപ്രായസ്ഥിരതയോ നേതൃപാടവമോ ഇല്ലാത്തയാളുമായിരുന്ന സാദത്തിനെ ഒരു പുതിയ യുദ്ധം ആരംഭിക്കാൻ ഒട്ടും കഴിവില്ലാത്തയാളായി ഇസ്രായേലിന്റെ വിദഗ്ധർ കണക്കാക്കിപ്പോന്നു. എഷ്കോൾ പ്രധാനമന്ത്രി പദത്തിൽ നിന്നും വിരമിച്ചപ്പോൾ ഇസ്രായേലിൽ അധികാരത്തിലെത്തിയത് കരുത്തയും കർശനക്കാരിയും നയതന്ത്രവിദഗ്ധയുമായ ഗോൾഡാ മെയർ ആയിരുന്നു. അവരെ സഹായിക്കാനായി ലോകപ്രസിദ്ധനായ പ്രതിരോധ മന്ത്രി മോഷെ ദയാനും ഒപ്പമുണ്ടായിരുന്നു. ഇസ്രായേലിന്റെ സുരക്ഷിതത്വം കാക്കാനായി ഇതേക്കാളും മികച്ച ഒരു നേതൃത്വം സങ്കൽപ്പിക്കാനേ ആവില്ലായിരുന്നു.

ദൈവദൂതന്റെ ഫോൺ സന്ദേശം എത്തുന്നതിന് ആഴ്ചകൾക്ക് മുൻപ് ജോർദാനിലെ ഹുസൈൻ രാജാവ് പരമ രഹസ്യമായി ഇസ്രായേലിലെത്തി ഗോൾഡാ മെയറെ കണ്ടിരുന്നു. ഈജിപ്തും സിറിയയും ചേർന്ന് ഇസ്രായേലിനെ ആക്രമിക്കാൻ ഒരുക്കം കൂട്ടുകയാണെന്ന് ഹുസൈൻ രാജാവ് ഗോൾഡാ മെയറെ ധരിപ്പിച്ചു. അതിനകം ജോർദാൻ രാജാവ് ഇസ്രായേലിന്റെ രഹസ്യ മിത്രമായിക്കഴിഞ്ഞിരുന്നു. ഇസ്രായേൽ നയതന്ത്രജ്ഞരുമായി അടുത്ത ബന്ധമാണ് രാജാവ് പുലർത്തിയിരുന്നത്. എങ്കിലും ഹുസൈൻ രാജാവിന്റെ താക്കീത് ഗോൾഡാ മെയർ അന്നേരം കാര്യമായെടുത്തിരുന്നില്ല. അടുത്തുവന്നിരുന്ന ഇസ്രായേൽ പൊതുതെരഞ്ഞെടുപ്പിൽ തന്റെ ലേബർ പാർട്ടിക്ക് ഭൂരിപക്ഷം ഉണ്ടാക്കാനായി 'സൂയസ്സിന്റെ കരകളിൽ സർവ്വം ഭദ്രവും ശാന്തവും' എന്ന മുദ്രാവാക്യവുമായി പ്രചാരണ കോലാഹലങ്ങളെ നയിക്കുന്നതിലായിരുന്നു അവരുടെ ശ്രദ്ധ മുഴുവനും.

യോം കിപ്പൂർ യുദ്ധം തുടങ്ങുന്നതിന് കേവലം പതിനെട്ട് മണിക്കൂറുകൾക്ക് മുൻപ് സൂയസ് കനാലിന്റെ ഓരങ്ങളിൽ ഒന്നും ശാന്തമായിരുന്നില്ല. സവി സമീർ ദേവദൂതന്റെ താക്കീതിനെ വലിയ ഗൗരവത്തോടെ കണ്ടു. അതിനാലാണ് മുൻ നിശ്ചയപ്രകാരം സ്വരൂപിച്ച വഴക്കങ്ങളനുസരിച്ച് സന്ദേശം കിട്ടിയയുടനെ രംസദ് തന്റെ എല്ലാ മുഖ്യ ഏജന്റുമാരുമായും കൂടിക്കാണുന്നതിനായി ഉടനെ ലണ്ടനിലേക്ക് പറന്നത്.

ആദ്യം കിട്ടിയ വിമാനത്തിൽത്തന്നെ സവി സമീർ ലണ്ടനിലേക്ക് യാത്ര ചെയ്തു. ബ്രിട്ടീഷ് തലസ്ഥാനത്ത് ഡോർചെസ്റ്റർ ഹോട്ടലിൽ നിന്നും അത്ര അകലെയല്ലാത്ത ഒരു കൂറ്റൻ കെട്ടിടത്തിലെ ആറാം നിലയിലെ മൊസാദിന്റെ സുരക്ഷിത താവളമായ അപ്പാർട്ട്മെന്റിൽ സമീർ കടന്നു ചെന്നത്. മൊസാദ് ഏജന്റുമാരുടെ നിരന്തരമായ പരിശോധനകളാലും അരിച്ചുപെറുക്കലുകളാലും ആ അപ്പാർട്ട്മെന്റ് സദാ സുരക്ഷിതമായിരുന്നു. ദേവദൂതനുമായുള്ള കൂടിക്കാഴ്ചയ്ക്കായി പ്രത്യേകം തയ്യാറാക്കപ്പെട്ടതായിരുന്നു അത്. സവി സമീർ കെട്ടിടത്തിൽ പ്രവേശിച്ചയുടനെ മൊസാദിന്റെ സമർത്ഥരായ പത്ത് ഏജന്റുമാർ അതിനുചുറ്റുമായി അസ്പഷ്ടരായി നിലയുറപ്പിച്ചു. കെയ്റോയിൽ നിന്നുമുള്ള സന്ദേശം രംസദിനെ കുരുക്കാനുള്ള ശത്രുപദ്ധതിയുടെ ഭാഗമാകാനുള്ള സാദ്ധ്യതയെ അവർ തള്ളിക്കളഞ്ഞിരുന്നില്ല. തങ്ങളുടെ തലവനെ പിടികൂടാനോ പരുക്കേൽപ്പിക്കാനോ ഉള്ള സകലസാദ്ധ്യതകളെയും അവർ സകല വഴികളിലൂടെയും പ്രതിരോധിക്കുകയായിരുന്നു. നാസി കൊടും കുറ്റവാളി അഡോൾഫ് ഐക്മാനെ സാഹസികമായി പിടികൂടിയ സംഘത്തിന്റെ തലപ്പത്തുണ്ടായിരുന്ന സവി മൽകിന് തന്നെയായിരുന്നു ലണ്ടനിൽ രംസദിന്റെ സുരക്ഷാ ചുമതല.

സവി സമീർ ഉൽക്കണ്ഠാഭരിതനായി കെയ്റോയിൽ നിന്നുമുള്ള ഏജന്റിനായി ക്ഷമാപൂർവ്വം കാത്തു. ആ കാത്തിരിപ്പ് സായാഹ്നത്തിലേക്ക് നീണ്ടു. കെയ്റോയിൽ നിന്നും റോം വഴി യാത്ര ചെയ്ത ആ ഏജന്റ് റോമിൽ ഇറങ്ങിക്കയറുകയായിരുന്നു. അതിനാൽ ലണ്ടനിൽ എത്തിയപ്പോൾ വൈകുന്നേരമായി. രാത്രി പതിനൊന്ന് മണിക്ക് 'ദേവദൂതൻ' ആ സുരക്ഷിത താവളത്തിൽ രംസദിന്റെ മുന്നിലെത്തി.

ഈ നേരത്ത് യോം കിപ്പൂറിന്റെ – ഉപവാസത്തിന്റെയും ഈശ്വരകാരുണ്യത്തിന്റെയും പെരുന്നാൾ അവധി – ആഹ്ലാദവും ചൈതന്യവും ഇസ്രായേലിൽ പ്രാർത്ഥനോത്സവമായി നിറയുകയായിരുന്നു. ആരും ജോലിയിൽ ഏർപ്പെട്ടിരുന്നില്ല. റേഡിയോയും ടെലിവിഷനും താത്ക്കാലികമായി പ്രക്ഷേപണം നിർത്തിവച്ചു. റോഡുകളിൽ ഒരിടത്തും യാതൊരുവിധ വാഹനങ്ങളും ഉണ്ടായിരുന്നില്ല. ജൂതരാഷ്ട്രത്തിന്റെ അതിർത്തികളിൽ നാമമാത്രമായി മാത്രം സൈനികർ കാവലായി നിന്നിരുന്നു.

സവി സമീറും ദേവദൂതനുമായുള്ള മീറ്റിംഗ് രണ്ടുമണിക്കൂറോളം നീണ്ടുനിന്നു. ഇരുവരും അതീവ ജാഗ്രതയോടെ പരസ്പരം ശ്രവിച്ചു.

പുലർച്ചെ ഒരുമണിയോടെ മീറ്റിംഗ് അവസാനിച്ചു. ദുബി ദേവദൂതനെ മറ്റൊരു മുറിയിലേക്ക് ക്ഷണിച്ചു. അവിടെ വച്ച് അയാളുടെ ഫീസായ ഒരു ലക്ഷം ഡോളർ കൈമാറി. സമീർ തിരക്കിട്ട് ഇസ്രായേലിലേക്ക് അയക്കാനായി ഒരു സന്ദേശം തയ്യാറാക്കി. പക്ഷേ ആ സുപ്രധാന സന്ദേശം കോഡുകൾ ഉപയോഗിച്ച് അയക്കാനായി എംബസ്സിയിൽ ആരും ആ സമയത്ത് ഉണ്ടായിരുന്നില്ല. അയാൾക്കായി മറ്റുവിധത്തിൽ ശ്രമിച്ചെങ്കിലും അതെല്ലാം വിഫലമായി. സമീറിന്റെ ക്ഷമയറ്റു. അയാൾ ഒടുവിൽ ചീഫ് ഒഫ് സ്റ്റാഫ് ഫ്രെഡി ഐനിയുടെ വീട്ടിലേക്ക് ഫോൺ കണക്റ്റ് ചെയ്യാൻ ആവശ്യപ്പെട്ടു. പക്ഷേ അങ്ങേത്തലക്കൽ ആരും ഉണ്ടായിരുന്നില്ല. 'ഇന്ന് ഇസ്രായേലിൽ ഒരു സുപ്രധാന അവധിദിനമാണ്. അതാവും ഫോൺ ആരും എടുക്കാത്തത്', ടെലിഫോൺ ഓപ്പറേറ്റർ പറഞ്ഞു. 'ശ്രമിച്ചുകൊണ്ടേയിരിക്കു' എന്നായിരുന്നു സമീറിന്റെ മറുപടി. നിരന്തരമായ ബെല്ലടി ഒടുവിൽ ചീഫ് ഒഫ് സ്റ്റാഫിനെ ഉണർത്തി. അയാൾ പാതി ഉറക്കത്തിലായിരുന്നു അപ്പോഴും. 'ഒരു പാത്രം വെള്ളം നിറച്ച് നിങ്ങളുടെ കാലുകൾ അതിൽ ഇറക്കി വയ്ക്കുക. എന്നിട്ട് പേനയും കടലാസുമായി ഞാൻ പറയുന്നത് എഴുതിയെടുക്കുക.' ഫ്രെഡി അതുപോലെ ചെയ്തു. അപ്പോൾ സമീർ കോഡുഭാഷയിൽ സന്ദേശം പറഞ്ഞുകൊടുത്തു: 'ഈ ദിവസം അവസാനിക്കുമ്പോൾ കമ്പനി കോൺട്രാക്റ്റ് ഒപ്പുവച്ചിരിക്കും.'

'എഴുന്നേറ്റ് വസ്ത്രം ധരിക്കു. എന്നിട്ട് ഹെഡ് ക്വാർട്ടേഴ്സിൽ പോയി സകലരെയും വിളിച്ചുണർത്തു.' സമീർ അത്രയും കൂടി പറഞ്ഞു.

ഫ്രെഡി സമീറിന്റെ ഉത്തരവ് അക്ഷരം പ്രതി അനുസരിച്ചു. ഹെഡ്ക്വാർട്ടേഴ്സിലെത്തി സൈന്യത്തിലും സർക്കാരിലും നേതൃത്വത്തിലുള്ള സകലരെയും വിളിച്ചുണർത്തി. അയാൾ അവർക്ക് നൽകിയ സന്ദേശം ഒറ്റ വാചകത്തിൽ ഇപ്രകാരമായിരുന്നു: 'ഇന്ന് യുദ്ധം പൊട്ടിപ്പുറപ്പെടും.'

അധികം വൈകാതെ സമീർ തയ്യാറാക്കി അയച്ച ടെലിഗ്രാം സന്ദേശവും ടെൽ അവീവിലെത്തി: 'ആസൂത്രണം ചെയ്തിരിക്കുന്നതുപോലെ ഈജിപ്തും സിറിയയും ചേർന്ന് ഇന്ന് വൈകുന്നേരം ഇസ്രായേലിനെ ആക്രമിക്കും. യോം കിപ്പൂർ അവധിദിനം ആകയാൽ വൈകുന്നേരം ഇസ്രായേലിനെ ആക്രമിക്കാൻ പറ്റിയ ദിവസമാണെന്ന് അവർ കരുതുന്നു. ഇരുളും മുൻപേ സൂയസ് കനാലിന്റെ നമ്മുടെ വശത്ത് എത്താമെന്ന് അവർ കണക്ക് കൂട്ടുന്നു. നമുക്ക് കിട്ടിയിരിക്കുന്ന പദ്ധതി പ്രകാരമായിരിക്കും ആക്രമണം. സാദത്ത് ആക്രമണം ഒട്ടും വൈകിക്കില്ലെന്ന് 'ദൈവദൂതൻ' കരുതുന്നു. മറ്റ് അറബ് രാഷ്ട്രത്തലവന്മാർക്ക് നൽകിയിരിക്കുന്ന വാക്ക് സാദത്ത് തെറ്റിക്കില്ല. ചെറിയ കാര്യങ്ങളിൽപ്പോലും കൊടുത്ത വാക്ക് പാലിക്കാൻ സാദത്ത് പരിശ്രമിക്കും. 99.9 ശതമാനവും ഈ ആക്രമണം ഇന്ന് സംഭവിക്കും. വിജയിക്കാൻ

കഴിയുമെന്ന് അവർ കരുതുന്നു. അതിനാലാണ് ഈ വിവരം രഹസ്യമായിരിക്കുന്നത്. നേരത്തേ പുറത്തറിഞ്ഞാൽ ബാഹ്യശക്തികൾ ഇതിൽ ഇടപെടുമെന്ന് അവർ കരുതുന്നു. അങ്ങനെ ഉണ്ടായാൽ ഇപ്പോൾ ഒപ്പമുള്ളവരിൽ ചിലർ പിൻവലിയുകയോ ഒരു പുനരാലോചനയ്ക്ക് ഒരുങ്ങുകയോ ചെയ്തേക്കാം. റഷ്യക്കാർ ഇതിൽ പങ്കെടുക്കില്ല.'

രംസദിന്റെ നാടകീയമായ റിപ്പോർട്ടിനെ വിശ്വസിക്കാൻ എല്ലാവരും തയ്യാറല്ലായിരുന്നു. അമന്റെ തലവനും സുന്ദരനും കടുത്ത ആത്മവിശ്വാസക്കാരനുമായ ജനറൽ ഏലി സെയ്റാ യുദ്ധം ഉണ്ടാവുകയില്ലെന്ന പക്ഷക്കാരനായിരുന്നു. ഇന്റലിജൻസ് ഏജൻസികളുടെ മറിച്ചുള്ള റിപ്പോർട്ടുകളെ അയാൾ ഗൗരവത്തിലെടുത്തില്ല. സൂയസ് കനാലിന്റെ അങ്ങേക്കരയിലുള്ള ഈജിപ്ഷ്യൻ സേനയുടെ കനത്ത വിന്യാസം അവരുടെ പരിശീലനപരിപാടിയുടെ ഭാഗം മാത്രമാണെന്നതായിരുന്നു അമന്റെ വിലയിരുത്തൽ. പക്ഷേ സിറിയയിലും ഈജിപ്തിലുമുള്ള റഷ്യൻ സൈനിക ഉപദേഷ്ടാക്കൾ അടിയന്തിരമായി അവരുടെ കുടുംബങ്ങളെ റഷ്യയിലേക്ക് അയക്കുകയാണെന്ന ഈജിപ്ഷ്യൻ ഇന്റലിജൻസ് റിപ്പോർട്ടുകളുടെ സാംഗത്യം നിഷേധിക്കാൻ അയാൾക്കും ആയില്ല. അത് നിശ്ചയമായും യുദ്ധം സമീപിക്കുന്നതിന്റെ വ്യക്തമായ ലക്ഷണമായിരുന്നു.

അമന്റെ തലവൻ ഉൾപ്പെടെയുള്ള പ്രതിരോധരംഗത്തെ പ്രമുഖർ അവരുടേതായ ഒരു സിദ്ധാന്തം ഈ വിഷയത്തിൽ വികസിപ്പിച്ചിരുന്നു. ഈജിപ്ത് ഇസ്രായേലിനെതിരെ ആക്രമണത്തിനൊരുങ്ങണമെങ്കിൽ അതിന് രണ്ട് നിബന്ധനകൾ ആവശ്യമാണെന്നായിരുന്നു അവരുടെ സിദ്ധാന്തം. അതിൽ ആദ്യത്തേത്, ഇസ്രായേലി യുദ്ധവിമാനങ്ങളെ ആകാശത്തുവച്ച് നേരിടാനും ഇസ്രായേലിലെ ജനവാസകേന്ദ്രങ്ങളിൽ പറന്നെത്തി ബോംബിടാനും പ്രാപ്തമായ വിമാനങ്ങൾ റഷ്യയിൽ നിന്നും ഈജിപ്തിന് ലഭിക്കണം എന്നതായിരുന്നു. രണ്ടാമത്തേത്, മറ്റ് അറബ് രാജ്യങ്ങൾ ഇസ്രായേൽ ആക്രമണത്തിൽ പങ്കാളിയാകാൻ മുന്നോട്ടുവരണം എന്നതുമായിരുന്നു. ഈ രണ്ട് നിബന്ധനകളും നിറവേറപ്പെടാതിരിക്കുന്ന കാലത്തോളം ഈജിപ്ത് ഇസ്രായേലിനെ ആക്രമിക്കാൻ യാതൊരുവിധ സാദ്ധ്യതയും ഇല്ലെന്ന് ഇവർ ഉറപ്പിച്ചിരുന്നു. ഈജിപ്ത് ഭീഷണികൾ പുറപ്പെടുവിച്ചേക്കാം, പ്രകോപനങ്ങൾ സൃഷ്ടിച്ചേക്കാം, അതിർത്തിയിൽ വലിയ സൈനിക വിന്യാസങ്ങളിൽ ഏർപ്പെട്ടേക്കാം, പക്ഷേ ഒരിക്കലും ഒരു യുദ്ധത്തിനൊരുങ്ങുകയില്ല.

ഈ സിദ്ധാന്തം 1967-ൽ ഒരിക്കൽ പൊളിഞ്ഞുവീണതാണ്. ആ വർഷം ഈജിപ്ഷ്യൻ സേനയുടെ വലിയൊരു വിഭാഗം യെമനിലെ രാജാവിന്റെ സേനയുമായി ഇടഞ്ഞ് നീണ്ടൊരു യുദ്ധത്തിലായിരുന്നു. യെമനിൽ കുടുങ്ങിക്കിടക്കുന്ന കാലത്തോളം ഈജിപ്ത് ഇസ്രായേലിനെതിരെ സംഘർഷത്തിനോ യുദ്ധത്തിനോ ഒരുമ്പെടുകയില്ലെന്ന് മിക്ക പ്രതിരോധ വിദഗ്ധരും കരുതിയിരുന്നു. പക്ഷേ ആ വർഷം മെയ് 15-ന്

ഈജിപ്ഷ്യൻ സൈന്യത്തിന്റെ ഒരു വിഭാഗം യാതൊരു പ്രകോപനവും കൂടാതെ സീനായ് മരുഭൂമി താണ്ടി ഇസ്രായേലിന്റെ അതിർത്തിയിൽ എത്തി. പ്രസിഡന്റ് നാസർ യു എൻ നിരീക്ഷകരെ പുറത്താക്കിക്കൊണ്ട് ചെങ്കടലിലൂടെയുള്ള ഇസ്രായേൽ കപ്പലുകളുടെ സഞ്ചാരം നിരോധിച്ചു. ഈ ഒരൊറ്റ അനുഭവം മതിയായിരുന്നു ഈ സൈദ്ധാന്തികരുടെ താർക്കികയുക്തിയെ പാടെ റദ്ദാക്കാൻ. പക്ഷേ ആറുദിവസത്തെ യുദ്ധത്തിലൂടെ ഇസ്രായേൽ നേടിയ വൻ വിജയം അവരുടെ കണ്ണഞ്ചിപ്പിച്ചുകളഞ്ഞിരുന്നു.

1973 ഒക്ടോബർ 6-ന് പുലർച്ചെ ചേർന്ന അസാധാരണ മന്ത്രിസഭായോഗത്തിലും ഈ സിദ്ധാന്തക്കാർ സജീവമായിരുന്നു. ഇന്റലിജൻസ് ഏജൻസിയായ അമന്റെ തലവനോടൊപ്പം പല കാബിനറ്റ് മന്ത്രിമാരും മൊസാദ് തലവന്റെ റിപ്പോർട്ടിനെ സംശയത്തോടെ കണ്ടു. ഉടനെ ഒരു യുദ്ധമുണ്ടാകുമെന്ന് വിശ്വസിക്കാൻ അവർ തയ്യാറായില്ല. ഇതിനുമുൻപ് രണ്ടുതവണ, 1972 നവംബറിലും 1973 മേയ് മാസത്തിലും സമാനമായ റിപ്പോർട്ട് 'ദൈവദൂതൻ' തന്നിരുന്നെങ്കിലും യുദ്ധമുണ്ടായില്ലെന്നത് അവർ ഉപോൽബലകമായി ചൂണ്ടിക്കാണിച്ചു. രണ്ടുതവണയും അവസാന നിമിഷം തന്റെ റിപ്പോർട്ട് ദൈവദൂതൻ തന്നെ പിൻവലിച്ചിരുന്നെങ്കിലും അടിയന്തിരമായി യുദ്ധസന്നാഹങ്ങൾ ഒരുക്കിയതിന്റെ ഇനത്തിൽ 34.5 മില്യൺ ഡോളർ സർക്കാർ ചെലവഴിച്ചിരുന്നു.

അന്നത്തെ ആ പുലർകാല മന്ത്രിസഭായോഗത്തിൽ സന്ദർഭത്തിന്റെ ഗുരുതരാവസ്ഥയെക്കുറിച്ച് അവരെല്ലാവരും ബോധവാന്മാരായിരുന്നു. എന്നിരിക്കിലും ഭാഗികമായ യുദ്ധസന്നാഹത്തിനാണ് തീരുമാനമായത്. അതിർത്തിയിലെ വൻ ഈജിപ്ഷ്യൻ സേനാ വിന്യാസത്തിനെതിരെ സൈനിക നടപടിയൊന്നും തത്ക്കാലം വേണ്ടെന്നും തീരുമാനിക്കപ്പെട്ടു.

സവി സമീർ ഇസ്രായേലിൽ മടങ്ങിയെത്തി തന്റെ നിലപാടിൽ ഉറച്ചുനിന്നു. യുദ്ധം ആസന്നമാണെന്ന കാര്യത്തിൽ അദ്ദേഹത്തിന് സംശയമേതുമില്ലായിരുന്നു. ഇസ്രായേലിനെതിരെ ഈജിപ്റ്റിന്റെയും സിറിയയുടെയും സംയുക്ത സൈനിക നീക്കം സൂര്യാസ്തമനത്തോടെ ഉണ്ടാകുമെന്ന് സമീർ ആവർത്തിച്ച് പറഞ്ഞു.

ഉച്ചതിരിഞ്ഞ് രണ്ട് മണിക്ക് ചീഫ് ഒഫ് സ്റ്റാഫ് സെയ്റാ സൈനിക ലേഖകരെ തന്റെ ഓഫീസിലേക്ക് വിളിപ്പിച്ച് യുദ്ധമുണ്ടാകാനുള്ള സാദ്ധ്യത വളരെ കുറവാണെന്ന് അറിയിച്ചു. അദ്ദേഹം സംസാരിച്ചുകൊണ്ടിരിക്കെ ഒരു സഹായി അരുകിലെത്തി ഒരു കുറിപ്പ് നൽകി. അത് വായിച്ചയുടനെ ഒരക്ഷരം തുടർന്ന് ഉരിയാടാതെ തന്റെ തൊപ്പിയുമെടുത്ത് അയാൾ ധൃതിയിൽ ഇറങ്ങിപ്പോയി.

അൽപനിമിഷങ്ങൾ കഴിഞ്ഞപ്പോൾ യോം കിപ്പൂറിന്റെ ശാന്തഗംഭീരമായ നിശ്ശബ്ദതയെ ഭഞ്ജിച്ചുകൊണ്ട് സൈറണുകൾ തുടർച്ചയായി മുഴങ്ങി. യുദ്ധം തുടങ്ങി.

യുദ്ധത്തിന് ശേഷം അമന്റെ പല സീനിയർ ഓഫീസർമാരും യുദ്ധം ആരംഭിക്കുന്ന കൃത്യമായ സമയം നൽകുന്നതിൽ ദൈവദൂതൻ പരാജയപ്പെട്ടുവെന്ന് ആരോപിച്ചു. ദിനാന്ത്യത്തിൽ യുദ്ധം പൊട്ടിപ്പുറപ്പെടും എന്നായിരുന്നു ദൈവദൂതൻ അറിയിച്ചതെങ്കിലും ഉച്ചതിരിഞ്ഞയുടനെ അത് ആരംഭിച്ചിരുന്നു. അവസാനനിമിഷം സിറിയയുടെയും ഈജിപ്തിന്റെയും പ്രസിഡന്റുമാർ നടത്തിയ ഒരു ടെലിഫോൺ സംഭാഷണത്തിൽ വച്ചാണ് ഈ സമയമാറ്റം ഉണ്ടായതെന്ന വിവരം പിന്നീട് വ്യക്തമായി. പക്ഷേ അതിനകം ദൈവദൂതൻ തന്റെ റിപ്പോർട്ട് ലണ്ടനിൽ സമർപ്പിച്ചുകഴിഞ്ഞിരുന്നു.

ദൈവദൂതന്റെ താക്കീതുകൾ അതേപടി സംഭവിക്കാത്തതിനെ ചൊല്ലിയുള്ള അമൻ സീനിയർ നേതാക്കളുടെ പരാതി സത്യത്തിൽ അതിരുകടന്നതായിരുന്നു. അയാൾ മൊസാദിന്റെ ഏജന്റായിരുന്നില്ല. കേവലം വിവരങ്ങൾ എത്തിക്കുന്ന ഒരു ചാരൻ മാത്രമായിരുന്നു. ഈജിപ്ഷ്യൻ പ്രസിഡന്റിന്റെ ഓഫീസിൽ ജോലിചെയ്തിരുന്ന ദൈവദൂതൻ വിലപ്പെട്ട വിവരങ്ങളാണ് ചോർത്തി നൽകിയിരുന്നത്. അവയിൽ മിക്കതും സുപ്രധാനങ്ങളും ആയിരുന്നു. പ്രസിഡന്റിന്റെ ഓഫീസിൽ ചർച്ച ചെയ്യപ്പെടുന്നതിൽ അറിയാനും കേൾക്കാനും ആവുന്നത് മൊസാദിന്റെ ഓഫീസിൽ അറിയിക്കുക എന്നതായിരുന്നു ദൈവദൂതന്റെ ദൗത്യം. അതയാൾ വൃത്തിയായി നിർവഹിച്ചുപോന്നു. മറ്റേത് ചാരനെപ്പോലെയും അയാൾക്കും പരിമിതികൾ ഉണ്ടായിരുന്നു.

യോം കിപ്പൂർ യുദ്ധദിനങ്ങളിൽ ദൈവദൂതൻ നൽകിയ വിവരങ്ങൾ വിലമതിക്കാനാവാത്തതായിരുന്നു. രണ്ട് സോവിയറ്റ് നിർമ്മിത സ്കഡ് മിസൈലുകൾ ഇസ്രായേലിൽ സൈനിക നിരയിൽ പതിച്ചത് ഇസ്രായേലിൽ വലിയ പരിഭ്രാന്തിയുണർത്തി. അപ്പോഴാണ് ഇനി സ്കഡ് മിസൈലുകൾ ഉപയോഗിക്കാൻ ഈജിപ്ത് ഉദ്ദേശിക്കുന്നില്ലെന്നും ഇസ്രായേലുമായുള്ള യുദ്ധം ഇനിയും വികസിപ്പിക്കാൻ പ്ലാനില്ലെന്നുമുള്ള ഈജിപ്തിന്റെ തീരുമാനം ദൈവദൂതൻ വഴി മൊസാദിന് ലഭിച്ചത്. ഇസ്രായേലിന് അത് ആശ്വാസവും ആത്മവിശ്വാസവും നൽകി.

ഒക്ടോബർ 23-ന് യോം കിപ്പൂർ യുദ്ധം സമാപിച്ചു. ഗോലാൻ കുന്നുകളിൽ നിന്നും സിറിയൻ സേനയെ തുരത്തിയോടിക്കാൻ ഇസ്രായേൽ സേനയ്ക്ക് കഴിഞ്ഞു. ദമാസ്കസിന് ഇരുപത് മൈൽ അടുത്തുവരെ ഇസ്രായേലിന്റെ പീരങ്കികൾ സ്ഥാപിക്കപ്പെട്ടു. ഇസ്രായേലിനോട് ചേർന്ന സൂയസ് കനാലിന്റെ തീരം പൂർണ്ണമായും ഇസ്രായേൽ സൈന്യത്തിന്റെ അധീനതയിലായി. ഈജിപ്തിന്റെ ഭാഗത്തേക്ക് കടന്നുകയറി ചിലയിടങ്ങളിൽ പോസ്റ്റുകൾ സ്ഥാപിക്കാനും ഇസ്രായേലിന് സാധിച്ചു. തലസ്ഥാനമായ കെയ്റോയിലേക്ക് അവിടെനിന്നും കഷ്ടിച്ച് 63 മൈലുകൾ മാത്രമേ ഉണ്ടായിരുന്നുള്ളൂ.

എന്നിരിക്കിലും ആ യുദ്ധവിജയം ഇസ്രായേലിന് വലുതായൊന്നും ആഹ്ലാദിക്കാൻ നൽകിയില്ല. 2656 ഇസ്രായേൽ പൗരന്മാർ കൊല്ലപ്പെട്ടുകയും 7251 പേർക്ക് പരിക്കേൽക്കുകയും ചെയ്തിരുന്നു. തോൽപ്പിക്കപ്പെടാനാവാത്ത രാജ്യം എന്ന ഖ്യാതി ഇസ്രായേലിന് ഏറെക്കുറെ ഈ യുദ്ധത്തോടെ നഷ്ടമായി.

കൂടിയാലോചനകളിലൂടെ ഈജിപ്തിനും ഇസ്രായേലിനും ഇടയിൽ യുദ്ധവിരാമക്കരാർ ഒപ്പുവയ്ക്കപ്പെട്ടു. തുടർന്ന് സമാധാനക്കരാറും നിലവിൽ വന്നു. സമാധാന പ്രക്രിയയിൽ പങ്കുചേരാൻ സിറിയ വിസമ്മതിക്കുകയായിരുന്നു.

സവി സമീറിന്റെ ഔദ്യോഗിക കാലാവധി പൂർത്തിയായി അദ്ദേഹം മൊസാദിന്റെ തലപ്പത്തുനിന്നും വിരമിച്ചു. ജനറൽ യിസഹാക് ഹക ഹോഫി പകരക്കാരനായി തൽ സ്ഥാനത്ത് നിയമിതനായി.

നേട്ടങ്ങളുടെ പേരിൽ പ്രശംസിക്കപ്പെട്ടുകൊണ്ടാണ് സവി സമീർ റിട്ടയർ ചെയ്തത്. വിവിധ ഇന്റലിജൻസ് ഏജൻസികളുടെ കൂട്ടത്തിൽ സിറിയയും ഈജിപ്തും ഇസ്രായേലിനെ ആക്രമിക്കാനായി സന്നാഹമൊരുക്കുന്നതിനെക്കുറിച്ച് കൃത്യമായ മുന്നറിയിപ്പ് നൽകാൻ കഴിഞ്ഞത് സമീറിന് മാത്രമായിരുന്നു. യുദ്ധം ആരംഭിക്കുന്ന ദിവസം പോലും മുൻകൂട്ടി അറിയിക്കാൻ അദ്ദേഹത്തിന് കഴിഞ്ഞു. സമീറിന്റെ മുന്നറിയിപ്പുകൾക്ക് ഗൗരവപൂർണ്ണമായ പരിഗണന നൽകാൻ ഇസ്രായേലിന്റെ രാഷ്ട്രീയ നേതൃത്വം തയ്യാറായിരുന്നെങ്കിൽ കുറച്ചുകൂടി മികച്ച രീതിയിൽ യുദ്ധം അവസാനിപ്പിക്കാൻ ഇസ്രായേലിന് കഴിയുമായിരുന്നു. ആദ്യം ഇസ്രായേൽ ആക്രമണം നടത്തണമെന്ന നിർദ്ദേശം ചില കാബിനറ്റ് മന്ത്രിമാരുടെ എതിർപ്പ് മൂലം തിരസ്കരിക്കപ്പെടുകയായിരുന്നു. യുദ്ധം തുടങ്ങിവച്ചതിന്റെ ഉത്തരവാദിത്വം ഇസ്രായേലിന് ഉണ്ടാവരുതെന്ന് അവർ ശഠിച്ചു. ആ വിധം ഒരാരോപണം ഒഴിവാക്കുന്നതിന് അവർ അമിത പ്രാധാന്യം കൽപ്പിച്ചു. തങ്ങളുടെ കരുത്ത് ഉപയോഗപ്പെടുത്തി ഏതുവിധേനയും ശത്രുവിനെ പരാജയപ്പെടുത്തണമെന്ന സമീപനത്തിന് മേൽക്കൈ ലഭിച്ചില്ല.

ഇസ്രായേലിലെ ചരിത്രകാരനായ ഡോക്ടർ ഉറി ബാർ യോസേഫിന്റെ അഭിപ്രായത്തിൽ ദൈവദൂതനിൽ നിന്നും ലഭിച്ച മുന്നറിയിപ്പാണ് ഗോളാൻ കുന്നുകളിൽ ആധിപത്യം നിലനിർത്താൻ ഇസ്രായേലിന് സഹായകമായത്. രാവിലെ തന്നെ സേനയുടെ ടാങ്ക് വ്യൂഹത്തെ അങ്ങോട്ട് നീക്കിയതിനാൽ ഉച്ചയ്ക്ക് യുദ്ധം തുടങ്ങിയപ്പോൾ സിറിയയുടെ മുന്നേറ്റത്തിന് തടയിടാൻ ഇസ്രായേൽ സൈന്യത്തിന് കഴിഞ്ഞു. നഫായിലേക്ക് തള്ളിക്കയറാൻ സിറിയ ശ്രമിച്ചെങ്കിലും ടാങ്ക് വ്യൂഹം ഫലപ്രദമായി പ്രതിരോധിക്കുകയായിരുന്നു.

യുദ്ധാനന്തരം ശക്തമായ പൊതുജനാഭിപ്രായത്തിന് വഴങ്ങി ഇസ്രായേൽ ഗവൺമെന്റ് ഒരു അന്വേഷണ കമ്മീഷനെ നിയമിച്ചു.

സുപ്രീം കോടതി ജഡ്ജിയായിരുന്ന ഷിമോൺ അഗ്രാനത് ആയിരുന്നു കമ്മീഷന്റെ തലവൻ. യോം കിപ്പൂർ യുദ്ധത്തോടനുബന്ധിച്ച് തീരുമാനങ്ങളെടുക്കുന്നതിൽ പിഴവ് വരുത്തിയോ എന്നതായിരുന്നു അന്വേഷണ വിഷയം. അന്വേഷണം കഴിഞ്ഞപ്പോൾ ജനറൽ ഏലി സെയ്റയും ചീഫ് ഓഫ് സ്റ്റാഫ് ഡേവിഡ് ഏലാസർ ഉൾപ്പെടെ നിരവധി സീനിയർ ഓഫീസർമാരും സൈന്യത്തിൽ നിന്നും ഒഴിവാക്കപ്പെട്ടു.

ആരായിരുന്നു 'ദൈവദൂതൻ' എന്ന ചോദ്യം അപ്പോഴും അവശേഷിച്ചു. തുടർന്ന് നിരവധിവർഷങ്ങൾ ദൈവദൂതനെ സംബന്ധിക്കുന്ന കഥകളും റിപ്പോർട്ടുകളും പുസ്തകങ്ങളും തുടരെ പുറത്ത് വന്നുകൊണ്ടിരുന്നു. അവയിൽ പലതും തികഞ്ഞ അബദ്ധ പഞ്ചാംഗങ്ങളായിരുന്നു. ഈജിപ്ഷ്യൻ ഗവൺമെന്റിന്റെ ഉന്നതവൃത്തങ്ങളോടടുത്ത ഒരാളായിരുന്നു ദൈവദൂതൻ എന്നതിൽ സംശയമില്ലായിരുന്നു. അന്വേഷണങ്ങൾ പലവിധത്തിൽ നടന്നെങ്കിലും ആർക്കും രഹസ്യത്തിന്റെ ലോഹമറയെ ഭേദിക്കാനായില്ല. പത്രപ്രവർത്തകരും വിശകലന വിദഗ്ദ്ധരും കിണഞ്ഞ് ശ്രമിച്ചെങ്കിലും ദൈവദൂതന്റെ യഥാർത്ഥ വ്യക്തിത്വം വെളിയിൽ വന്നില്ല. അസാധാരണ ക്ഷമയും സിദ്ധികളുമുള്ള ഒരാളായി ദൈവദൂതൻ ഭാവന ചെയ്യപ്പെട്ടു. ബെസ്റ്റ് സെല്ലറുകളായി മാറിയ പല ജനപ്രിയ ത്രില്ലർ നോവലുകൾ ഈ അജ്ഞാത ചാരനെ നായകനായി പ്രചാരം നേടി.

സൈന്യത്തിൽ നിന്നും പിരിച്ചുവിട്ടതിനെച്ചൊല്ലിയുള്ള നീരസവും നിരാശയും ജനറൽ സെയ്റയെ ആഴത്തിൽ മുറിപ്പെടുത്തി. തന്റെ നിരപരാധിത്വം തെളിയിക്കാനും യുദ്ധത്തെ സംബന്ധിക്കുന്ന തന്റെ നിലപാടുകളെ തെളിയിക്കാനും ജനറൽ ഉറപ്പിച്ചു. അങ്ങനെയാണ് ഒരു പുസ്തകം എഴുതാൻ അദ്ദേഹം തീരുമാനിക്കുന്നത്. എന്തുകൊണ്ട് താൻ ദൈവദൂതന്റെ റിപ്പോർട്ടിനെ തള്ളിക്കളഞ്ഞുവെന്നതിന്റെ ന്യായീകരണങ്ങളായിരുന്നു ആ പുസ്തകം. ഇസ്രായേലിനെ കുഴപ്പിക്കാനും തെറ്റിദ്ധരിപ്പിക്കാനുമായി കൗശലക്കാരായ ഈജിപ്ത് മൊസാദിനുള്ളിൽ കടത്തിവിട്ട ഡബിൾ ഏജന്റായിരുന്നു ദൈവദൂതൻ എന്നതായിരുന്നു ജനറൽ സെയ്റയുടെ വാദം.

ചില മാധ്യമപ്രവർത്തകർ ജനറലിന്റെ വാദത്തെ സ്വീകരിക്കാൻ തയ്യാറായി. അവർ ജനറലിനെ പിന്തുണച്ചുകൊണ്ട് ദൈവദൂതൻ ലോകം കണ്ട ഏറ്റവും മികച്ച ഡബിൾ ഏജന്റാണെന്ന് ലേഖനങ്ങൾ എഴുതി പ്രകാശിപ്പിക്കുകയും ചെയ്തു. ആദ്യത്തെ കുറേയധികം കാലം സത്യസന്ധമായ വിവരങ്ങൾ നൽകിക്കൊണ്ട് ദൈവദൂതൻ മൊസാദിന്റെയും ഇസ്രായേലിന്റെയും വിശ്വാസം ആർജ്ജിക്കുകയായിരുന്നുവെന്നും അങ്ങനെ മൊസാദിനെ പാട്ടിലാക്കിയശേഷം ഒരു വൻ ചതിയിലൂടെ

ഇസ്രായേലിനെ തറപറ്റിക്കുകയായിരുന്ന ഈജിപ്തിന്റെ ലക്ഷ്യമെന്ന് അവർ വിശദീകരിച്ചു.

അതൊരു ഉഗ്രൻ ജനപ്രിയ ആഖ്യാനമായിരുന്നു. എല്ലാകാര്യങ്ങളെയും അത് ബന്ധിപ്പിക്കുകയും വിശദമാക്കുകയും ചെയ്യുന്നതായി തോന്നി. പക്ഷേ ജനറൽ സെയ്റയും കൂട്ടരും ഒരു സുപ്രധാന കാര്യത്തെ ഒഴിവാക്കുകയായിരുന്നു. തുടക്കം മുതൽ ഒടുക്കം വരെ ദൈവദൂതൻ വഴി മൊസാദിന് ലഭിച്ച വിവരങ്ങൾ മുഴുവനും പൂർണ്ണമായും ശരിയായിരുന്നു. അങ്ങനെയാണെങ്കിൽ പിന്നെ എന്ത് നുണയാണ് അയാൾ മൊസാദിന് നൽകി വഞ്ചിച്ചത്?

അതിർത്തികളിലെ സേനാവിന്യാസം സൈനിക പരിശീലന പരിപാടിയുടെ ഭാഗമാണെന്നും ഭയപ്പെടാൻ അതിൽ ഒന്നുമില്ലെന്നും മൊസാദിനെ അറിയിച്ചുകൊണ്ട് ഇസ്രായേലിനെ വഞ്ചിക്കാൻ ദൈവദൂതന് കഴിയുമായിരുന്നു. അങ്ങനെയായിരുന്നെങ്കിൽ അപ്രതീക്ഷിതമായ ആക്രമണത്തിൽ ഇസ്രായേൽ പതറിപ്പോകുമായിരുന്നു. ഈജിപ്തിനും സിറിയയ്ക്കും വിജയസാദ്ധ്യതയും ലഭിക്കുമായിരുന്നു. എന്നാൽ 'ഡബിൾ ഏജന്റ്' എന്ന് ആരോപിക്കപ്പെട്ട ദൈവദൂതൻ ആക്രമണം ആസന്നമെന്ന് ഇസ്രായേലിനെ അറിയിക്കുകയാണ് ചെയ്തത്. മാത്രവുമല്ല, ലണ്ടനിലെത്തി മൊസാദിന്റെ തലവനെ നേരിൽക്കണ്ട് ആക്രമണ ദിവസം ഉൾപ്പെടെയുള്ള കൂടുതൽ വിശദാംശങ്ങൾ നൽകുകയുമാണ് ചെയ്തത്.

പക്ഷേ ഇതൊന്നും ജനറൽ സെയ്റയെ പിന്തിരിപ്പിച്ചില്ല. 2004-ൽ പുസ്തകത്തിന്റെ രണ്ടാം എഡിഷൻ പ്രകാശിപ്പിച്ചപ്പോൾ അയാൾ ഒരു പടികൂടി കടന്ന് ദൈവദൂതന്റെ യഥാർത്ഥ പേര് വെളിപ്പെടുത്തി. പത്രപ്രവർത്തന മേഖലയിലെ താരമായിരുന്ന ഡാൻ മാർഗലിതിന് നൽകിയ അഭിമുഖത്തിലാണ് ദൈവദൂതന്റെ യഥാർത്ഥ നാമം അഷറഫ് മർവാൻ എന്നാണെന്ന് ജനറൽ സെയ്റ വെളിപ്പെടുത്തിയത്.

ഈജിപ്ഷ്യൻ രാഷ്ട്രീയ വൃത്തങ്ങളുമായി പരിചയമുണ്ടായിരുന്നവരെയെല്ലാം ഈ പേര് ആശ്ചര്യപ്പെടുത്തുകയും അന്ധാളിപ്പിക്കുകയും ചെയ്തു. അഷറഫ് മർവാൻ ഇസ്രായേലിന്റെ ചാരനായിരിക്കാനുള്ള സാദ്ധ്യതയെ അവർക്കാർക്കും ഉൾക്കൊള്ളാനായില്ല.

ചാരന്മാരുടെ ചാരനായ ഈ ചാരരാജാവ് ആരായിരുന്നു? ആരായിരുന്നു അഷറഫ് മർവാൻ?

1965-ൽ ഒരു നാൾ ഹീലിയോപോളിസ് ടെന്നീസ് കളിക്കളത്തിൽ വച്ച് സുന്ദരിയും ലജ്ജാലുവുമായ ഒരു പെൺകുട്ടി സുന്ദരനും ആകർഷണീയനുമായ ഒരു യുവാവിനെ പരിചയപ്പെട്ടു. മൂണ എന്ന ആ പെൺകുട്ടി വീട്ടിലെ മൂന്നാമത്തെ പെൺകുട്ടിയായിരുന്നു. കുടുംബത്തിലെ

മിടുക്കി അവളായിരുന്നില്ല. അവളുടെ സഹോദരി ഹുദ ആയിരുന്നു കൂട്ടത്തിലെ സമർത്ഥ. ജിസ ഹൈസ്കൂളിലെ ഒന്നാം നിര വിദ്യാർത്ഥിയായിരുന്നു അവൾ. എങ്കിലും കൂടുതൽ സുന്ദരിയും അപ്പന്റെ പ്രിയപ്പെട്ടവളും ആയിരുന്നു മൂണ. അവൾ കണ്ടുമുട്ടിയ യുവാവ് നഗരത്തിലെ മാന്യരും സമ്പന്നരുമായ കുടുംബത്തിൽപ്പെട്ടതായിരുന്നു. കെമിസ്ട്രി ബിരുദധാരിയായ അയാൾ ഒരു സൈനികനായിരുന്നു. മൂണ അടപടലെ അയാളിൽ ഭ്രമിച്ചുപോയി.

അധികം വൈകാതെ അവൾ കാമുകനെ സ്വന്തം കുടുംബത്തിന് പരിചയപ്പെടുത്തി. അങ്ങനെയാണ് മൂണായുടെ അപ്പനായ ഈജിപ്ത് പ്രസിഡന്റ് ഗമാൽ അബ്ദെൽ നാസ്സറിനെ ആ യുവാവ് പരിചയപ്പെടുന്നത്.

തന്റെ മകൾ അനുയോജ്യനായ പങ്കാളിയെ കണ്ടെത്തി എന്നൊന്നും നാസ്സർ കരുതിയില്ല. പ്രസിഡെൻഷ്യൽ ഗാർഡുകളുടെ സീനിയർ ഓഫീസറായിരുന്ന ഒരാളായിരുന്ന യുവാവിന്റെ പിതാവിനെ നാസ്സർ ഓഫീസിലേക്ക് വിളിപ്പിച്ചു. സംഭാഷണത്തിനൊടുവിൽ മക്കളുടെ വിവാഹാലോചനയുമായി മുന്നോട്ടുപോകുവാൻ അവർ തീരുമാനിച്ചു. 1966 ജൂലായിൽ അവർ വിവാഹിതരായി. അധികം വൈകാതെ മൂണായുടെ ഭർത്താവ് റിപ്പബ്ലിക്കൻ ഗാർഡുകളുടെ കെമിക്കൽ വകുപ്പിലേക്കും അവിടെനിന്നും പ്രസിഡന്റിന്റെ ശാസ്ത്രവകുപ്പിലേക്കും നിയമിക്കപ്പെട്ടു.

പ്രസിഡന്റിന്റെ മകളുടെ ഭർത്താവിന്റെ പേരായിരുന്നു അഷറഫ് മർവാൻ. പുതിയ ജോലിയിൽ അയാൾ സംതൃപ്തനായിരുന്നില്ല. ലണ്ടനിൽ പഠനം തുടരാൻ അനുവാദത്തിനായി അയാൾ പ്രസിഡന്റിനെ സമീപിച്ചു. അത് ലഭിക്കുകയും ചെയ്തു. അങ്ങനെയാണ് മർവാൻ ഏകനായി ലണ്ടനിൽ താമസം ആരംഭിച്ചത്. ഈജിപ്ഷ്യൻ എംബസ്സിയുടെ കർശനമായ നിരീക്ഷണം അയാളുടെ മേലുണ്ടായിരുന്നു.

പക്ഷേ ആ നിരീക്ഷണം ഫലവത്തായില്ല. ഉല്ലാസജീവിതവും വിരുന്നുകളും ഇത്തിരി സാഹസികതയുമെല്ലാം ഇഷ്ടപ്പെട്ടിരുന്ന മർവാന് ഇണങ്ങിയ നഗരമായിരുന്നു അറുപതുകളിലെ ഉദാരവതിയായ ലണ്ടൻ. എംബസി വഴി ലഭിച്ചിരുന്ന അലവൻസെല്ലാം മാസം പകുതി എത്തുംമുൻപേ ആ ഈജിപ്തുകാരൻ യുവാവ് ചെലവഴിച്ച് തീർത്തിരുന്നു. നിശാജീവിതത്തിൽ മുഴുകാനായി അയാൾക്ക് വീണ്ടും പണത്തിന് ആവശ്യമുണ്ടായിരുന്നു. അതിനായി മറ്റൊരു വഴിയും അയാൾ വൈകാതെ കണ്ടെത്തി.

അവളുടെ പേര് സുവാദ് എന്നായിരുന്നു. കുവെയ്റ്റിലെ ഷെയ്ക്ക് അബ്ദുള്ള മുബരക് അൽ സബായുടെ ഭാര്യയായിരുന്നു സുവാദ്. മർവാൻ അവളെ വശീകരിച്ച് പാട്ടിലാക്കി. അവൾ തന്റെ പണസഞ്ചി അവനായി തുറന്നു കൊടുത്തു. നിർഭാഗ്യവശാൽ ഈ ക്രമീകരണം അധികകാലം തുടരാനായില്ല. രഹസ്യബന്ധം പുറത്തായി. കുപിതനായ പ്രസിഡന്റ് നാസ്സർ മർവാനെ തിരികെ വിളിപ്പിച്ചു. മർവാനെ മൊഴിചൊല്ലാൻ നാസ്സർ മകളോട് ആവശ്യപ്പെട്ടെങ്കിലും അവൾ അതിന് വിസമ്മതിച്ചു. ഒടുവിൽ

മകൾക്ക് വഴങ്ങിയ നാസ്സർ ഇനിമേൽ മരുമകൻ ഈജിപ്തിൽ തുടർന്നാൽ മതിയെന്നും പരീക്ഷ എഴുതാൻ മാത്രം ലണ്ടനിലേക്ക് സഞ്ചരിച്ചാൽ മതിയെന്നും നിശ്ചയിച്ചു. സുവാദിൽ നിന്നും മർവാൻ കൈപ്പറ്റിയ പണമെല്ലാം അയാളെക്കൊണ്ട് തിരികെ കൊടുപ്പിച്ചു. പ്രസിഡന്റ് നാസ്സറുടെ ഓഫീസിൽ മർവാന് ജോലി നൽകി. ചില ചെറിയ ദൗത്യങ്ങൾക്കായും അയാളുടെ സേവനം വിനിയോഗിക്കപ്പെട്ടു.

1969-ൽ സർവകലാശാലയിൽ ഒരു പേപ്പർ സമർപ്പിക്കാനായി അഷറഫ് മർവാൻ വീണ്ടും ലണ്ടനിലെത്തി. അക്കുറി തന്റെ ഭാര്യാപിതാവിനെ ചതിക്കാനായി അയാൾ ആദ്യ ചുവടുവച്ചു. പ്രസിഡന്റ് നാസ്സർ തന്നെ അധിക്ഷേപിച്ചുവെന്ന ചിന്ത അയാളിൽ നീറി നിന്നിരുന്നു. അതിനാൽ ഒട്ടും മനഃക്ലേശമില്ലാതെ അയാൾ ലണ്ടനിലെ ഇസ്രായേലി എംബസ്സിയിലേക്ക് ഫോൺ ചെയ്തു. മിലിട്ടറി അറ്റാഷെയുമായി സംസാരിക്കണമെന്ന് ആവശ്യപ്പെട്ട മർവാൻ അയാൾ ലൈനിലെത്തിയപ്പോൾ തന്റെ പേര് പറഞ്ഞുതന്നെ പരിചയപ്പെടുത്തി. ഇസ്രായേലിനുവേണ്ടി പണിയെടുക്കാൻ തനിക്ക് താത്പ്പര്യമുണ്ടെന്നും അത്തരം കാര്യങ്ങൾ കൈകാര്യം ചെയ്യുന്ന എംബസി ഉദ്യോഗസ്ഥന് തന്റെ പേരും വിവരങ്ങളും കൈമാറാനും മർവാൻ ആവശ്യപ്പെട്ടു. മർവാനുമായി സംസാരിച്ച എംബസി ഉദ്യോഗസ്ഥൻ അയാളെ ഗൗരവമായെടുത്തില്ല. അതിനാൽ അക്കാര്യം അയാൾ റിപ്പോർട്ട് ചെയ്തുമില്ല. സമാന രീതിയിലുള്ള മർവാന്റെ രണ്ടാമത്തെ ഫോൺ വിളിയും സമാനരീതിയിൽ അവഗണിക്കപ്പെടുകയാണുണ്ടായത്. പക്ഷേ വൈകാതെ ഈ വിവരം മൊസാദിന്റെ ചെവിയിലെത്തി. മൊസാദിന്റെ യൂറോപ്യൻ വിഭാഗം തലവനായിരുന്ന ഷ്മുവൽ ഗോറനും മർവാനിൽ നിന്നും ഒരു ടെലിഫോൺ സന്ദേശം കിട്ടി. മർവാൻ ആരാണെന്ന് അയാൾക്കറിയാമായിരുന്നു. തിരിച്ചറിഞ്ഞ ഗോറൻ മർവാനെ ഗൗരവമായെടുത്തു. മേലിൽ എംബസിയിലേക്ക് വിളിക്കരുതെന്ന് നിർദ്ദേശിച്ചുകൊണ്ട് അയാൾ മർവാന് ഒരു രഹസ്യ നമ്പർ നൽകി അതുവഴി വിളിക്കാൻ ആവശ്യപ്പെട്ടു. തന്റെ മറ്റ് സഹപ്രവർത്തകർക്ക് ഈ വിവരം അടിയന്തിരമായി കൈമാറുകയും ചെയ്തു.

അതീവരഹസ്യമായി ഈ വിവരങ്ങൾ ഉൾക്കൊള്ളുന്ന ഗോറന്റെ റിപ്പോർട്ട് സവി സമീറിനും മൊസാദിന്റെ റിക്രൂട്ട്മെന്റ് വിഭാഗം തലവൻ റെഹാവിയ വർദിക്കും ലഭിച്ചു. മർവാന്റെ ആവശ്യവും അയാളുടെ പശ്ചാത്തലവും വിശദമായി അറിയാനായി സമീർ ഒരു ചെറിയ കമ്മിറ്റിയെ നിയോഗിച്ചു. ഈജിപ്ഷ്യൻ രഹസ്യാന്വേഷണ വകുപ്പിന്റെ ഒരു സൂത്രമാണിതെന്ന് സംശയിക്കാൻ ന്യായമായ കാരണങ്ങളുണ്ടായിരുന്നു. ശത്രുപാളയത്തിലെ ഒരു വമ്പൻ സ്വമേധയാ ചാരപ്രവർത്തനം നടത്താനായി മുന്നോട്ടുവരിക എന്നത് മിക്കപ്പോഴും ഒരു കെണിയുടെ ഭാഗമായിട്ടാകും. അതിനാൽ ഇയാൾ ഒരു ഡബിൾ ഏജന്റാകും എന്ന സാദ്ധ്യതയെ മുന്നിൽ കണ്ടുകൊണ്ടാണ് മൊസാദ് നീങ്ങിയത്.

അതേസമയം മറ്റൊരു കോണിൽക്കൂടിയും ഈ സംഭവവികാസത്തെ സമീപിക്കാനാവുമെന്നും മൊസാദ് തിരിച്ചറിഞ്ഞു. ഏതൊക്കെയോ കാരണവശാൽ അതൃപ്തനായ ഒരു ശത്രുപക്ഷക്കാരനാകാം ഇയാൾ. ശത്രുപാളയത്തിൽ നിന്നും മറ്റാർക്കും ലഭിക്കാനിടയില്ലാത്ത വിലപ്പെട്ട വിവരങ്ങൾ നൽകാൻ ഇയാൾക്ക് കഴിഞ്ഞേക്കാം. അങ്ങനെയാകുമ്പോൾ ഏറ്റവും വിലപ്പെട്ട ചാരനാകും ഇയാൾ. മർവാനെക്കുറിച്ചുള്ള വിവരങ്ങൾ സൂചിപ്പിക്കുന്നത് അയാളൊരു സുഖലോലുപൻ ആണെന്നാണ്. ഉല്ലാസകരമായ ജീവിതത്തോടും പണത്തോടുമൊഴികെ മറ്റൊന്നിലും താത്പ്പര്യമില്ലാത്തയാൾ. മർവാനെ റിക്രൂട്ട് ചെയ്യാനുള്ള മൊസാദിന്റെ പ്രലോഭനം വലുതായിരുന്നു.

ലണ്ടനിൽ തിരികെ എത്തിയ ഗോറൻ ഒരു മീറ്റിംഗിനായി മർവാനെ ബന്ധപ്പെട്ടു. അയാൾ സമ്മതിക്കുകയും ചെയ്തു. അന്തസ്സായി വസ്ത്രം ധരിച്ച സുമുഖനായ ഒരു യുവാവാണ് ഗോറന്റെ ഓഫീസിലെത്തിയത്. 1967-ലെ യുദ്ധത്തിലെ ഈജിപ്തിന്റെ പരാജയം തന്നെ അഗാധമായി നിരാശപ്പെടുത്തിയെന്നും അതാണ് വിജയിയോട് കൂട്ടുകൂടാൻ തനിക്ക് പ്രേരണയായതെന്നും വളച്ചുകെട്ടൊന്നും ഇല്ലാതെ മർവാൻ തുറന്നുപറഞ്ഞു. ആദർശത്തിന്റെ മേമ്പൊടി കലർത്തിയെങ്കിലും പണമായിരുന്നു ആ യുവാവിന്റെ പ്രിയ ലക്ഷ്യം. ഓരോ തവണ ലണ്ടനിലെത്തി വിലപ്പെട്ട വിവരങ്ങൾ കൈമാറുമ്പോഴും ഒരു ലക്ഷം ഡോളർ വീതം തനിക്ക് പ്രതിഫലമായി ലഭിക്കണമെന്ന് അയാൾ ആവശ്യപ്പെട്ടു. ആ കാര്യത്തിൽ നീക്കുപോക്കുകൾക്ക് അയാൾ തയ്യാറായിരുന്നില്ല.

പ്രതിഫലം കനത്തതായിരുന്നെങ്കിലും അത് നൽകുവാൻ ഗോറൻ ഒരുക്കമായിരുന്നു. അന്നുവരെ അത്രയും ഭീമമായ ഒരു തുക പ്രതിഫലമായി ഒരാൾക്കും മൊസാദ് നൽകിയിരുന്നില്ല. പക്ഷേ ഒരു നിബന്ധന ഗോറൻ മുന്നോട്ടുവച്ചു. ഒരു സാമ്പിൾ മർവാൻ നൽകണം. അതിലെ വിവരങ്ങൾ മർവാന് നൽകാൻ കഴിയുന്നതിന്റെ മാതൃകയായി കണക്കാക്കപ്പെടും. മാത്രവുമല്ല, ആ വിധം വിവരങ്ങൾ കൈമാറുന്നതിലൂടെ മർവാൻ മൊസാദിന്റെ ഏജന്റായി മാറും. ഈജിപ്ഷ്യൻ ഗവൺമെന്റിനുമുന്നിൽ ദേശദ്രോഹിയും ശത്രുപക്ഷക്കാരനുമായി മാറുന്നതോടെ മർവാൻ വാക്ക് മാറാനുള്ള സാദ്ധ്യതയും ഇല്ലാതാകും. ഇതൊക്കെയായിരുന്നു ഗോറന്റെ കണക്കുകൂട്ടലുകൾ.

ഗോറൻ അധികകാലം കാത്തിരിക്കാൻ മർവാൻ അവസരം നൽകിയില്ല. 1970 ജനുവരി 22-ന് മോസ്കോയിൽ വച്ച് പ്രസിഡന്റ് നാസ്സർ സോവിയറ്റ് യൂണിയന്റെ നേതാക്കളുമായി നടത്തിയ മീറ്റിംഗിന്റെ വിശദമായ റിപ്പോർട്ട് വൈകാതെ മർവാൻ മൊസാദിനായി കൈമാറി. ഇസ്രായേലിന്റെ അകത്തേക്ക് കടന്നുകയറി ബോംബാക്രമണം നടത്താൻ കഴിയുന്ന ജെറ്റ് വിമാനങ്ങൾ ഈജിപ്തിന് നൽകണമെന്ന് പ്രസിഡന്റ് നാസ്സർ ആവശ്യപ്പെട്ടത് ആ മീറ്റിംഗിലായിരുന്നു.

ഇസ്രായേലിൽ ആ റിപ്പോർട്ട് വായിച്ച സകലരെയും അത് ആശ്ചര്യപ്പെടുത്തി. ചോദ്യം ചെയ്യപ്പെടാനാവാത്ത ആധികാരികതയുള്ള അത്തരം ഒരു വിലപ്പെട്ട റിപ്പോർട്ട് അവർ ആദ്യമായി വായിക്കുകയായിരുന്നു. അതോടെ മൊസാദിന്റെ തലപ്പത്തുള്ളവർക്ക് മനസ്സിലായി തങ്ങളുടെ പക്കൽ എത്തിപ്പെട്ടിരിക്കുന്നത് അതുല്യനായ ഒരു ചാരനാണെന്ന്. മർവാനുമായി ബന്ധപ്പെടാനായി അവർ ദുബിയെ നിയോഗിച്ചു. അയാൾക്കായി ഒരു പ്രത്യേക അപ്പാർട്ട്മെന്റുതന്നെ ലണ്ടനിൽ ഒരുക്കി. ദൈവദൂതൻ എന്ന കോഡ് നാമം അയാൾക്ക് നൽകപ്പെട്ടു. ദൈവദൂതന്റെ കാര്യങ്ങൾക്കായി മാത്രം ഒരു പ്രത്യേക അക്കൗണ്ടും ഒരുക്കി. കളി തുടങ്ങിയത് അങ്ങനെയായിരുന്നു.

ലണ്ടനിലെ മീറ്റിംഗുകൾ തുടങ്ങിവച്ചത് മർവാൻ തന്നെയായിരുന്നു. ദുബിയുമായുള്ള ധാരണ പ്രകാരം മധ്യവർത്തിയായ മറ്റൊരാളെ വിളിച്ച് മർവാൻ സൂചന നൽകും. (അതൊരു യഹൂദ വനിതയായിരുന്നുവെന്ന് പരക്കെ കരുതപ്പെട്ടു) അതോടെ മൊസാദ് ജാഗ്രതയിലാകും. മർവാനുമായുള്ള മീറ്റിംഗിന് തയ്യാറാകും. അതീവ രഹസ്യസ്വഭാവമുള്ള രാഷ്ട്രീയവും സൈനികവുമായ വിവരങ്ങൾ മർവാൻ നൽകി. അമന്റെ തലപ്പത്തുള്ള കേണൽ മെയർ ലണ്ടനിലെത്തി മർവാനുമായി സന്ധിച്ചിരുന്നു. വ്യാജരേഖകളുമായി മറ്റൊരു പേരിലാണ് കേണൽ മെയർ ലണ്ടനിലെത്തിയിരുന്നത്. താൻ പിന്തുടരപ്പെടുന്നില്ലെന്ന് ഉറപ്പ് വരുത്താനായി മണിക്കൂറുകളോളം ടാക്സികളിലും നടന്നും ബസ്സുകളിലുമായി അയാൾ ചുറ്റിയടിച്ചിരുന്നു. ഒടുവിലാണ് ആറാം നിലയിലെ അപ്പാർട്ട്മെന്റിൽ മർവാനെ സ്വീകരിക്കാനായി എത്തിച്ചേർന്നിരുന്നത്. ആദ്യമൊക്കെ പരുഷമായിട്ടാണ് മർവാൻ കേണലുമായി ഇടപെട്ടിരുന്നത്. ഒരുതരം അവഗണന തന്നെ അയാൾ കാണിച്ചിരുന്നു. പിന്നീട് കേണൽ മെയറിന്റെ അറിവും പരിചയസമ്പത്തും പദവിയും ഊഹിച്ചറിഞ്ഞപ്പോൾ മർവാൻ ഉദാരവാനായി. ഒരിക്കൽ മർവാനുള്ള പണം അടങ്ങിയ ബ്രീഫ് കേസ് നൽകിയപ്പോൾ അതിലെന്താണെന്ന് മെയർ തന്റെ മൊസാദ് സുഹൃത്തിനോട് ആരാഞ്ഞു. കണ്ണിറുക്കിക്കൊണ്ട് അയാൾ പറഞ്ഞത് 'ഹമദിന തെരുവിലെ പെൻറ്ഹൗസ്' എന്നായിരുന്നു. ബ്രീഫ് കേസിലുള്ള പണത്തിന്റെ അളവ് അറിയിക്കാനായി ടെൽ അവീവിലെ ഏറ്റവും വിലപിടിപ്പുള്ള ആഡംബര അപ്പാർട്ട്മെന്റിനെയായിരുന്നു അയാൾ സൂചിപ്പിച്ചത്. മൊസാദിന്റെ ഏകദേശക്കണക്ക് പ്രകാരം ഇസ്രായേലിന്റെ ഖജനാവിൽ നിന്നും മുപ്പത് ലക്ഷത്തോളം ഡോളർ മർവാൻ കൈപ്പറ്റിയിരുന്നു.

1970 സെപ്റ്റംബർ 28-ന് പ്രസിഡന്റ് നാസർ അന്തരിച്ചു. പകരമെത്തിയത് അൻവർ സാദത്ത് ആയിരുന്നു. ഈജിപ്ത് വിഷയത്തിൽ ഏറ്റവും പണ്ഡിതനായിരുന്ന പ്രൊഫസർ ഷിമോൺ ഷമീറാണ് മൊസാദിനായി സാദത്തിന്റെ സ്വഭാവത്തെ വിശകലനം ചെയ്തത്. ആന്തരികമായ കരുത്തില്ലാത്ത വിരസനായ ഒരാൾ എന്നതായിരുന്നു പ്രൊഫസറുടെ റിപ്പോർട്ട്.

അധികകാലം അധികാരത്തിൽ തുടരാനോ യുദ്ധത്തിനായി തുനിഞ്ഞിറങ്ങാനോ സാദ്ധ്യതയില്ലാത്ത ഒരാൾ. ഈജിപ്തിലെ പല രാഷ്ട്രീയ നേതാക്കൾക്കും ഇതേ അഭിപ്രായമായിരുന്നു. പക്ഷേ യാതൊരുവിധ നിബന്ധനകളും കൂടാതെ സാദത്തിനോട് ഒട്ടിനിൽക്കാനായിരുന്നു മർവാന്റെ തീരുമാനം. നാസ്സറുടെ വിധവയിൽ നിന്നും അയാളുടെ രഹസ്യ സേഫിന്റെ താക്കോൽ വാങ്ങി അതിലുണ്ടായിരുന്ന സുപ്രധാന ഫയലുകളും രേഖകളും മർവാൻ സാദത്തിന് നേരിട്ട് കൈമാറി.

1971 മെയ് മാസത്തിൽ സാദത്തിനെതിരെ ഈജിപ്തിലെ ഒരു സംഘം ഉന്നതർ കലാപം നടത്തിയപ്പോഴും മർവാൻ സാദത്തിനൊപ്പം നിന്നു. പ്രമുഖരായ പലരും ആ സോവിയറ്റ് അനുകൂല കലാപത്തിലുണ്ടായിരുന്നു. മുൻ വൈസ് പ്രസിഡന്റ് അലി സാബ്രി, യുദ്ധകാര്യ മന്ത്രി മഹ്മൗദ് ഫൗസി, ആഭ്യന്തര മന്ത്രി ഷരാവി ഗുമ എന്നിവർക്കൊപ്പം നിരവധി പാർലമെന്റ് അംഗങ്ങളും അതിൽ പങ്കെടുത്തു. അലക്സാൻഡ്രിയ സർവകലാശാലയിൽ സാദത്ത് സന്ദർശനത്തിനെത്തുമ്പോൾ വധിക്കുക എന്നതായിരുന്നു പദ്ധതി. പക്ഷേ സാദത്തിന് എങ്ങനെയോ വിവരം ചോർന്നുകിട്ടി. ഗൂഢാലോചനയിൽ പങ്കെടുത്ത സകലരെയും സാദത്ത് തടവിലാക്കി. കലാപം അടിച്ചമർത്താൻ മർവാൻ സാദത്തിന് തുണയായി.

ഇതിനെല്ലാം വൈകാതെ ഫലവുമുണ്ടായി. ഈജിപ്തിലെ അധികാരഘടനയിൽ മർവാന്റെ ഇടം ഉയർന്നുവന്നു. പ്രസിഡന്റ് സാദത്തിനെ സെക്രട്ടറിയും പ്രത്യേക ഉപദേശകനുമായി അയാൾ നിയമിതനായി. അറബ് ലോകത്തെവിടെയും അയാൾ പ്രസിഡന്റിനൊപ്പം സഞ്ചരിച്ചു. ഉന്നതതല രാഷ്ട്രീയ ചർച്ചകളിൽ പങ്കെടുത്തു.

മർവാന്റെ സ്ഥാനക്കയറ്റത്തിനനുസരിച്ച് അയാൾ മൊസാദിന് നൽകിപ്പോന്ന വിവരങ്ങളുടെ പ്രാധാന്യവും വർദ്ധിച്ചുവന്നു. പല തവണ പ്രസിഡന്റ് സാദത്ത് മോസ്കോയിലേക്ക് യാത്രചെയ്തു. ഇസ്രായേലിനെ ആക്രമിക്കുന്നതിനാവശ്യമായ പടക്കോപ്പുകളുടെ പുതുക്കിയ ലിസ്റ്റുകളും അയാൾ സോവിയറ്റ് അധികാരി ലിയൊനിദ് ബ്രഷ്നേവിന് കൈമാറി. മിഗ് വിമാനങ്ങളായിരുന്നു അവയിൽ മുഖ്യം. ആ ലിസ്റ്റ് മർവാൻ കൃത്യമായി മൊസാദിനെത്തിച്ചു. സാദത്തും ബ്രഷ്നേവുമായ നടത്തിയ ചർച്ചകളുടെ വിശദമായ റിപ്പോർട്ടുകൾ ആവശ്യപ്പെട്ടപ്പോൾ അതും അയാൾ മൊസാദിന് കൈമാറി.

മർവാന്റെ റിപ്പോർട്ടുകൾ സവി സമീറിനെ അഗാധമായി തൃപ്തനാക്കി. അവർ നേരിൽ കണ്ടുമുട്ടുകയും ചെയ്തു. മർവാൻ നൽകിയ റിപ്പോർട്ടിന്റെ കോപ്പി മൊസാദിലെയും അമനിലെയും മുതിർന്ന ഓഫീസർമാർക്കും പ്രധാനമന്ത്രി ഗോൾഡ്ഡാ മെയർക്കും പ്രതിരോധ മന്ത്രി മോഷെ ദയാനും പ്രധാനമന്ത്രിയുടെ വിശ്വസ്തനായ മന്ത്രി ഇസ്രായേൽ ഗലിലിക്കും നൽകിയിരുന്നു.

മറ്റുചില രഹസ്യാന്വേഷണ ഏജൻസികൾക്കും മർവാന്റെ റിപ്പോർട്ടുകളുടെ കോപ്പി ലഭിച്ചിരുന്നു. ഇറ്റാലിയൻ രഹസ്യാന്വേഷണ ഏജൻസിയുമായി മർവാൻ ബന്ധപ്പെട്ടിരുന്നു. ബ്രിട്ടനിലെ എം ഐ6 എന്ന ഏജൻസിയുമായും മർവാന് ബന്ധമുണ്ടായിരുന്നു. ഒക്ടോബർ അഞ്ചിന് ലണ്ടനിൽ വച്ച് സവി സമീറുമായുള്ള മീറ്റിംഗിനായി വരുന്ന വഴി റോമിൽ ഇറങ്ങിയെന്ന് പറഞ്ഞ മർവാൻ ആസന്നമായ യുദ്ധത്തെ സംബന്ധിക്കുന്ന വിവരങ്ങൾ ഇറ്റാലിയൻ രഹസ്യപ്പോലീസിനും നൽകിയിട്ടുണ്ടാവണം.

ഇതിനുമുൻപും ഇറ്റലിക്ക് മർവാന്റെ റിപ്പോർട്ടിലെ വിവരങ്ങൾ ലഭിച്ചിരുന്നു പക്ഷേ അത് മൊസാദ് വഴിയായിരുന്നു. യോം കിപ്പൂർ യുദ്ധത്തിന് ഒരു മാസം മുൻപ് ലിബിയ ഈജിപ്തിന്റെ സഹായം തേടിയിരുന്നു. ലിബിയൻ ഏകാധിപതി മുവമ്മാർ ഗദ്ദാഫി പാലസ്തീനിയൻ ഭീകരപ്രവർത്തകരുടെ സഹായത്തോടെ റോമിൽ നിന്നും പറന്നുയരുന്ന വേളയിൽ ഒരു ഇസ്രായേൽ വിമാനത്തെ വെടിവച്ചിടാൻ പദ്ധതി ആസൂത്രണം ചെയ്തിരുന്നു. ഇതൊരു പ്രതികാര നടപടിയായിരുന്നു. ഭീകരപ്രവർത്തകരുടേതെന്ന് സംശയിച്ച് ഒരു ലിബിയൻ യാത്രാവിമാനത്തെ സീനായ് മരുഭൂമിയിൽ വച്ച് ഇസ്രായേൽ 1973 ഫെബ്രുവരിയിൽ വെടിവച്ചിട്ടിരുന്നു. ആ സമയത്ത് ഒരു വിമാനം റാഞ്ചി സ്ഫോടക വസ്തുക്കൾ നിറച്ച് ഇസ്രായേലിലെ ജനവാസകേന്ദ്രങ്ങളിലൊന്നിൽ ഇടിച്ചിറക്കി തകർക്കാൻ പാലസ്തീൻ ഭീകരപ്രവർത്തകർ പദ്ധതി ഇട്ടിരുന്നതായി മൊസാദിന് വിവരം ലഭിച്ചിരുന്നു. അങ്ങനെയിരിക്കെയാണ് ലിബിയൻ അടയാളങ്ങളുമായി ഒരു വിമാനം സീനായ് മരുഭ്രമിക്ക് മുകളിൽ ഇസ്രായേൽ നിയന്ത്രണത്തിലുള്ള പ്രദേശത്ത് പ്രത്യക്ഷപ്പെട്ടത്. ആരാണ്, എന്താണ് എന്ന് വെളിപ്പെടുത്താനുള്ള ഇസ്രായേൽ എയർ ഫോഴ്സിന്റെ ആവശ്യം പൈലറ്റ് നിരാകരിച്ചപ്പോൾ സ്ഫോടകവസ്തുക്കൾ നിറച്ച വിമാനമാണതെന്ന് ഇസ്രായേൽ സംശയിച്ചു. പറന്നുപൊങ്ങിയ ഇസ്രായേൽ യുദ്ധവിമാനങ്ങൾ ലിബിയൻ വിമാനത്തെ വെടിവച്ചിട്ടു. സീനായിലെ കനത്ത പൊടിക്കാറ്റ് ഒഴിവാക്കാനായുള്ള ശ്രമത്തിൽ ഇസ്രായേൽ പ്രദേശത്തേക്ക് കടന്നുകയറിയതായിരുന്നു ആ വിമാനമെന്ന് പിന്നീട് അറിവായി. വിമാനത്തിന്റെ അവശിഷ്ടങ്ങൾക്കിടയിൽ 108 മൃതദേഹങ്ങൾ ഉണ്ടായിരുന്നു.

ഇതിന് ഇസ്രായേലിനോട് പ്രതികാരം ചെയ്യുമെന്ന് ഗദ്ദാഫി പ്രതിജ്ഞ ചെയ്തു. അമിൻ അൽ ഹിന്ദി എന്ന ഫത്താ ഒളിപ്പോരാളിയുടെ നേതൃത്വത്തിലുള്ള ഒരു സംഘത്തിനായിരുന്നു അതിന്റെ ചുമതല. ഈ കാര്യത്തിൽ ലിബിയയെ സഹായിക്കാൻ പ്രസിഡന്റ് സാദത്തും നിശ്ചയിച്ചു. രണ്ട് റഷ്യൻ നിർമ്മിത സ്റ്റെല മിസ്സൈലുകൾ ഫത്തായ്ക്ക് നൽകുവാൻ സാദത്ത് ചുമതലപ്പെടുത്തിയത് മർവാനെയായിരുന്നു. നയതന്ത്ര ലഗേജായി മർവാൻ മിസ്സൈലുകൾ റോമിൽ എത്തിച്ചു. അവിടെനിന്നും കാറിൽ മിസ്സൈലുകളുമായി അയാൾ ലോകപ്രശസ്തമായ വിയ വെനെറ്റൊ തെരുവിലെ ഒരു കാർപ്പെറ്റ് കടയിൽ ഫത്താ സംഘത്തലവൻ അമിൻ അൽ ഹിന്ദിയെ

സന്ധിച്ചു. ഇരുവരും ചേർന്ന് രണ്ട് വലിയ കാർപ്പെറ്റുകൾ വാങ്ങി മിസ്സൈലുകൾ അതിനുള്ളിൽ വച്ച് ചുരുട്ടി അതുമായി ഫത്തായുടെ സുരക്ഷിതമായ ഒളിസങ്കേതത്തിലെത്തി. മർവാൻ മൊസാദിനെയും അതുവഴി ഇറ്റാലിയൻ രഹസ്യാന്വേഷകരെയും വിവരം അറിയിച്ചതറിയാതെ റോം വിമാനത്താവളത്തിൽ നിന്നും പറന്നുയരുന്ന ഇസ്രായേൽ യാത്രാവിമാനത്തെ മിസ്സൈൽ ഉപയോഗിച്ച് തകർക്കാനുള്ള ഒരുക്കങ്ങൾ ഫത്താ സംഘം ആരംഭിച്ചു. സെപ്റ്റംബർ ആറാം തീയതി ഇറ്റലിയുടെ ഭീകരവിരുദ്ധ സ്ക്വാഡ് ഫത്തായുടെ ഒളിസങ്കേതത്തിൽ ഇടിച്ചുകയറി ഫത്താ ഭീകര പ്രവർത്തകരെ അറസ്റ്റ് ചെയ്യുകയും മിസ്സൈലുകൾ പിടിച്ചെടുക്കുകയും ചെയ്തു. റോമിലെ മറ്റൊരു ഹോട്ടലിൽ കഴിഞ്ഞിരുന്ന ഫത്താ സംഘാംഗങ്ങളും പിടിക്കപ്പെട്ടു. മൊസാദാണ് ഇറ്റലിക്ക് വിവരം നൽകിയതെന്ന് മിക്ക മാധ്യമങ്ങളും റിപ്പോർട്ട് ചെയ്തു. ഈ സംഭവങ്ങൾ നടക്കുമ്പോൾ മൊസാദ് തലവനായ സവി സമീർ റോമിൽ ഉണ്ടായിരുന്നുവെന്നും ചില പത്രങ്ങൾ എഴുതി.

ഒരു മാസത്തിനുശേഷം യോം കിപ്പൂർ യുദ്ധം പൊട്ടിപ്പുറപ്പെട്ടു.

യുദ്ധത്തിനുശേഷവും പ്രസിഡന്റ് സാദത്തിന്റെ രഹസ്യസ്വഭാവമുള്ള ദൗത്യങ്ങൾ നിറവേറ്റുന്നത് മർവാൻ തുടർന്നു. പ്രസിഡന്റിന്റെ പ്രതിനിധിയായി അയാൾ പല അറബ് തലസ്ഥാനങ്ങളും സന്ദർശിച്ചു. സിറിയയും ഈജിപ്തും ഇസ്രായേലും യുദ്ധത്തടവുകാരെ കൈമാറ്റം ചെയ്യുന്നതിൽ മർവാൻ സജീവ പങ്ക് വഹിച്ചിരുന്നു. അമേരിക്കൻ വിദേശകാര്യ സെക്രട്ടറി ഹെൻറി കിസിംഗറും ജോർദാനിലെ ഹുസൈൻ രാജാവും അമ്മാനിൽ വച്ച് നടത്തിയ രഹസ്യചർച്ചയിൽ മർവാനും സന്നിഹിതനായിരുന്നു. യുദ്ധത്തടവുകാരെ കൈമാറ്റം ചെയ്യുന്ന കാര്യത്തിൽ ഇടപെടാനായത് മർവാന് മറ്റൊരു അസുലഭ അവസരം നൽകി. അമേരിക്കൻ ചാരസംഘടനയായ സി ഐ എ യുമായി അയാൾ അടുപ്പത്തിലായി. ഇസ്രായേലുമായുള്ള ഇടക്കാല ഉടമ്പടിക്ക് ശേഷം ഈജിപ്തിന്റെ നയതന്ത്ര പീകരണമാറ്റങ്ങളെക്കുറിച്ച് അറിവ് നൽകാൻ അനുയോജ്യനായ ഒരാൾക്കായി സി ഐ എ തിരയുകയായിരുന്നു. അമേരിക്കൻ സ്രോതസ്സുകൾ പറയുന്നത് ശരിയാണെങ്കിൽ മർവാനും സി ഐ എ യുമായുള്ള ബന്ധം ഏകദേശം ഇരുപത്തിയഞ്ച് വർഷങ്ങളോളം നീണ്ടുനിന്നു. ചികിത്സയ്ക്കും മറ്റുമായി നിരവധി തവണ അമേരിക്ക സന്ദർശിച്ച മർവാന് ഊഷ്മളമായ സ്വീകരണവും ഉദാരമായ ആതിഥ്യവും ലഭിച്ചതിനു പിന്നിൽ സി ഐ എ ആയിരുന്നു.

ക്രമേണ ഉന്നത പദവിയിലും രഹസ്യജീവിതത്തിലുമുള്ള താത്പ്പര്യം മർവാന് കുറഞ്ഞുവന്നു. അയാൾ ബിസിനസിലേക്ക് കടന്നു. ലണ്ടനിൽ ഒരു ആഡംബര ഫ്ളാറ്റ് വാങ്ങി അവിടെനിന്നും പുതിയ സംരംഭങ്ങളിൽ

വൻതോതിൽ നിക്ഷേപിച്ചു. 1975-ൽ മർവാൻ അറബ് ഇൻഡസ്ട്രിയൽ യൂണിയന്റെ ചെയർമാനായി നിയമിതനായി. പാശ്ചാത്യസാങ്കേതിക വിദ്യ ഉപയോഗിച്ച് പരമ്പരാഗത ആയുധങ്ങൾ ഉത്പാദിപ്പിക്കാനായി ഈജിപ്തും സൗദി അറേബ്യയും യുണൈറ്റഡ് അറബ് എമിറേറ്റ്സും ചേർന്ന് ആരംഭിച്ചതായിരുന്നു ആ വ്യവസായ സംരംഭം. പദ്ധതി പൊളിഞ്ഞെങ്കിലും ബിസിനസ് ലോകത്ത് വിലപ്പെട്ട ബന്ധങ്ങൾ കരുപ്പിടിപ്പിക്കാൻ ഇതുവഴി മർവാന് കഴിഞ്ഞു. കുറച്ചുകാലത്തിനുശേഷം മർവാന് ചെയർമാൻ സ്ഥാനം നഷ്ടമായി. തുടർന്ന് 1979-ൽ അയാൾ പാരീസിലേക്ക് നീങ്ങി. രണ്ട് വർഷങ്ങൾക്ക് ശേഷം ഭീകരവാദികൾ സാദത്തിനെ കൊലപ്പെടുത്തി. ഈ സമയം മർവാൻ ലണ്ടനിൽ തിരികെയെത്തി പുതിയൊരു ബിസിനസ് തുടങ്ങി. അത് അയാളെ വലിയ സമ്പന്നനാക്കി. മൊസാദിൽ തന്റെ കോണ്ടാക്റ്റ് ആയിരുന്ന ദുബിക്കായി മർവാൻ ഈ അവസരത്തിൽ വലിയൊരു വിരുന്ന് നൽകി. ബലീരിക് ദ്വീപിൽ അയാളുടെ ഉടമസ്ഥതയിലുണ്ടായിരുന്ന പഞ്ചനക്ഷത്ര ഹോട്ടലിൽ വച്ചായിരുന്നു സത്ക്കാരം. ചാരപ്രവർത്തനങ്ങളുടെ ലോകത്തോട് താൻ വിട പറയുന്നുവെന്ന് അറിയിക്കാനുമായിരുന്നു ആ വിരുന്ന്. ചിലർ പറയുന്നത്, എഴുപതുകളുടെ ഒടുവിൽ ഈജിപ്റ്റിൽ തന്റെ കാൽക്കീഴിലെ മണ്ണിന് ചൂടുപിടിക്കുന്നതറിഞ്ഞ മർവാൻ ഈജിപ്റ്റിനെയും മൊസാദിനെയും ഉപേക്ഷിക്കുകയായിരുന്നു എന്നാണ്.

തുടർന്നുള്ള വർഷങ്ങളിൽ മർവാന്റെ ബിസിനസ് സാമ്രാജ്യം കരുത്താർജ്ജിച്ചു. ബുദ്ധിപൂർവം അയാൾ തന്റെ പണം നിക്ഷേപിച്ചു. വൈകാതെ ചെൽസി ഫുട്ബോൾ ക്ലബിന്റെ ഭാഗികമായ ഉടമസ്ഥാവകാശവും അയാൾ വാങ്ങി. ഡയാനാ രാജകുമാരിയുടെ സുഹൃത്തായിരുന്ന ദൊദിയുടെ പിതാവ് മൊഹമ്മദ് അൽ ഫയദുമായി സുപ്രസിദ്ധ ഹാരോഡ് ഡിപ്പാർട്ട്മെന്റ് സ്റ്റോർ വാങ്ങുന്നതിനായി മത്സരിച്ചുവെങ്കിലും വിജയിച്ചില്ല. സുഖലോലുപനായി ആഡംബരത്തിൽ ജീവിക്കാൻ മർവാൻ എന്നും ഇഷ്ടപ്പെട്ടു. സദാ സുഭഗനായി വസ്ത്രം ധരിച്ചു. പുതുപുത്തൻ കാമുകിമാരാൽ ചുറ്റപ്പെട്ടു ജീവിച്ചു. ഒരിക്കൽ ന്യൂയോർക്കിലെ ഹോട്ടലിൽ മർവാനെ സന്ദർശിക്കാനെത്തിയ സി ഐ എ ഉന്നതർ മർവാനൊപ്പം അപ്പോൾ ഉണ്ടായിരുന്ന കാമുകി വസ്ത്രം ധരിച്ച് പോകുന്നതുവരെ കാത്തിരിക്കേണ്ടിവന്നു എന്നത് അക്കാലത്തെ ചൂടുള്ള വാർത്തയായിരുന്നു.

എൺപതുകളിൽ ഗദ്ദാഫിയുടെ ലിബിയയ്ക്കും പാലസ്തീൻ വിമോചന മുന്നണിക്കും ആയുധം കടത്തുന്നതുമായി ബന്ധപ്പെട്ട് മർവാന്റെ പേര് പലപ്പോഴും ഉയർന്നുവന്നിരുന്നു. തന്നെ സന്ദർശിക്കാനെത്തിയ സി ഐ എ ഏജന്റിനെ വീടിന്റെ ടെറസിലേക്ക് കൊണ്ടുവന്ന് മുറ്റത്തെ തിളങ്ങുന്ന റോൾസ് റോയ്സ് കാർ ചൂണ്ടിക്കാട്ടി മർവാൻ പറഞ്ഞത് 'ഇത് ഗദ്ദാഫി എനിക്കയച്ചുതന്ന സമ്മാനം' എന്നായിരുന്നുവെന്ന് അക്കാലത്ത് ഒരു പത്രലേഖകൻ എഴുതി.

പക്ഷേ മർവാനും ഭീകരപ്രവർത്തകരുമായുള്ള ബന്ധം മാധ്യമലേഖകരുടെ ഭാവനാവിലാസമാകാനേ വഴിയുള്ളൂ. മൊസാദുമായി ഇടഞ്ഞുകൊണ്ട് അറബ് ഭീകരവാദികളെ സഹായിക്കാൻ അയാൾ തയ്യാറാകുമായിരുന്നില്ല. അങ്ങനെ സംഭവിച്ചാൽ മർവാൻ തങ്ങളുടെ ചാരനായിരുന്നുവെന്ന് തെളിവ് സഹിതം വെളിപ്പെടുത്തി മൊസാദ് പ്രതികാരം ചെയ്യുമായിരുന്നു. മർവാനെ ആ പേരിൽ വധിക്കാനും മൊസാദ് ഒരുങ്ങുമായിരുന്നു. ലിബിയൻ ഭരണകൂടവുമായോ ഭീകര സംഘടനകളുമായോ മർവാൻ ഇടപെട്ടിട്ടുണ്ടെങ്കിൽ അത് മൊസാദിന്റെ തന്ത്രപരമായ ഒത്താശയോടെ ആവാനേ വഴിയുള്ളൂ.

വർഷങ്ങൾ കടന്നുപൊയ്ക്കൊണ്ടിരുന്നു. ഇസ്രായേലിന്റെ ചരിത്രം എന്നൊരു പുസ്തകം 2002-ൽ ലണ്ടനിൽ പ്രകാശിതമായി. ഇസ്രായേലിലെ വൈജ്ഞാനികരംഗത്തെ പ്രമുഖനായ അഹ്റോൺ ബ്രെഗ്മൻ ആയിരുന്നു അതിന്റെ രചയിതാവ്. യോം കിപ്പൂർ യുദ്ധത്തെക്കുറിച്ച് ഇസ്രായേലിന് മുൻകൂട്ടി അറിവ് നൽകിയ ഒരു വിദേശചാരനെ 'മരുമകൻ' എന്ന പേരിൽ ആ കൃതിയിൽ പരാമർശിക്കുന്നുണ്ട്. പ്രസ്തുത ചാരൻ പ്രശസ്തനായ ഒരു നേതാവിന്റെ മരുമകനാണെന്ന സൂചനയായിരുന്നു ആ പരാമർശം പകർന്നത്. അയാൾ ഒരു ഡബിൾ ഏജന്റായിരുന്നുവെന്നും തെറ്റായ വിവരങ്ങൾ ഇസ്രായേലിന് നൽകി അയാൾ കബളിപ്പിച്ചിട്ടുണ്ടെന്നും ബ്രെഗ്മൻ എഴുതി.

മർവാന്റെ പേര് നേരിട്ട് പരാമർശിച്ചില്ലെങ്കിലും വ്യംഗ്യമായ സൂചന അയാളെ കോപിഷ്ഠനാക്കി. ഈജിപ്റ്റിലെ അൽ അഹ്റം പത്രത്തിന് നൽകിയ ഒരു അഭിമുഖത്തിൽ മർവാൻ ബ്രെഗ്മനെ പരിഹസിക്കുകയും വസ്തുതകൾ ഗവേഷണത്തിലൂടെ കണ്ടെത്താൻ കഴിയാത്തയാൾ എന്ന് വിശേഷിപ്പിക്കുകയും ചെയ്തു.

കുപിതനായ ബ്രെഗ്മൻ തന്റെ സൽപ്പേര് സംരക്ഷിക്കാനായി ആഞ്ഞടിച്ചു. അൽ അഹ്റം പത്രത്തിന് നൽകിയ അഭിമുഖത്തിൽ മരുമകൻ എന്ന് താൻ ഉദ്ദേശിച്ചത് സാദത്തിന്റെ മരുമകനായ മർവാനെത്തന്നെയാണെന്ന് അയാൾ തുറന്നുപറഞ്ഞു. വളരെ ഗുരുതരമായ ഒരാരോപണമായിരുന്നു അതെങ്കിലും തെളിവുകളുടെ പിൻബലം അതിനുണ്ടായിരുന്നില്ല. അതിനാൽ ബ്രെഗ്മന്റെ ആരോപണത്തെ ആരും കാര്യമായെടുത്തില്ല. പക്ഷേ ഇസ്രായേൽ രഹസ്യാന്വേഷണ വിഭാഗത്തിന്റെ തലപ്പത്തുണ്ടായിരുന്ന ഏലി സെയ്റ, ഇസ്രായേലിനെ കബളിപ്പിച്ച ആ ഡബിൾ ഏജന്റ് അഷറഫ് മർവാൻ തന്നെയാണെന്ന് തറപ്പിച്ച് പറഞ്ഞപ്പോൾ അതിന്റെ വിശ്വസനീയത വർദ്ധിച്ചു.

ഇങ്ങനെയൊന്ന് ഇസ്രായേലിന്റെ ചരിത്രത്തിൽ മുൻപ് സംഭവിച്ചിട്ടുണ്ടായിരുന്നില്ല. തങ്ങളെ സഹായിച്ച ചാരന്മാരുടെ പേരുവിവരങ്ങൾ അവരുടെ മരണശേഷം പോലും ഇസ്രായേൽ പുറത്ത് വിട്ടിരുന്നില്ല. സുരക്ഷിതത്വത്തെ സംബന്ധിക്കുന്ന ആശങ്കകൾ, വിശിഷ്യാ ഇതര

ചാരസംഘങ്ങളുടെ വധശ്രമങ്ങൾ തുടങ്ങിയവയെ ഈ കാര്യത്തിൽ ഇസ്രായേൽ പരിഗണിച്ചിരുന്നു. റിട്ടയർമെന്റിനുശേഷം മുപ്പത് വർഷങ്ങൾ കഴിഞ്ഞ സവി സമീർ മർവാനുമായി ബന്ധപ്പെടാൻ പരിശ്രമിച്ചെങ്കിലും മർവാൻ സഹകരിച്ചില്ല. 'ഞാൻ അദ്ദേഹത്തെ സംരക്ഷിക്കാൻ ശ്രമിച്ചില്ലായെന്ന് കരുതുന്നതിനാലാണ് മർവാൻ എന്നോട് സംസാരിക്കാൻ വിസമ്മതിച്ചത്. ഞാൻ പരമാവധി ശ്രമിച്ചെങ്കിലും അത് വിജയിക്കാതെ പോവുകയായിരുന്നു.' എന്നായിരുന്നു ഇതേക്കുറിച്ച് ഖിന്നനായി സവി സമീറിന്റെ പ്രതികരണം.

ഏലി സെയ്റയുടെ വെളിപ്പെടുത്തലിനുശേഷം സവി സമീർ സ്വയം നിലനിർത്തിയിരുന്ന നിശ്ശബ്ദത ഭഞ്ജിച്ചുകൊണ്ട് പരസ്യമായി രംഗത്തെത്തി അമന്റെ മുൻ മേധാവിയായിരുന്ന ഏലി സെയ്റയുടെ വെളിപ്പെടുത്തലുകളെ നിശിതമായി വിമർശിച്ചു. രാജ്യരഹസ്യങ്ങളെ വെളിപ്പെടുത്തിയ സെയ്റയുടെ നടപടികൾ ഇസ്രായേലിന്റെ താത്പര്യങ്ങളുമായി ഇണങ്ങുന്നതല്ലെന്നായിരുന്നു സമീറിന്റെ ആരോപണം. ഒരു ഡബിൾ ഏജന്റ് മാത്രമായിരുന്ന ഒരാളെയാണ് മൊസാദിന്റെ മുൻ മേധാവി ഈ വിധം സംരക്ഷിക്കാൻ ശ്രമിക്കുന്നതെന്നായിരുന്നു സെയ്റ തിരിച്ചടിച്ചത്.

അന്തരിച്ച മുൻ ഈജിപ്ഷ്യൻ പ്രസിഡന്റ് നാസ്സറിന്റെ ശവകുടീരത്തിൽ പുഷ്പചക്രം സമർപ്പിക്കാൻ പ്രസിഡന്റ് ഹോസ്നി മുബാരക്കിനൊപ്പം എത്തിയ അഷറഫ് മർവാനെ ഊഷ്മളമായി മുബാരക് സ്വീകരിക്കുന്നത് കണ്ടശേഷം ഇസ്രായേൽ മാധ്യമ പ്രവർത്തകൻ റൊനെൻ ബെർഗ്മൻ എഴുതി മർവാൻ നിശ്ചയമായും ഒരു ഡബിൾ ഏജന്റ് ആയിരുന്നിരിക്കണമെന്ന്. ആ സമയം ഹോസ്നി മുബാരക് പരസ്യമായി രംഗത്തെത്തുകയും മർവാൻ ഇസ്രായേൽ ചാരനായിരുന്നുവെന്ന ആരോപണത്തെ ശക്തമായി നിഷേധിക്കുകയും ചെയ്തു.

ഇസ്രായേലിലെ മാധ്യമരംഗം അതോടെ ആരോപണപ്രത്യാരോപണങ്ങളാൽ കൊഴുത്തു. രഹസ്യാന്വേഷണ ഏജൻസികളായ മൊസാദും അമനും സ്വന്തനിലയിൽ അന്വേഷണത്തിനായി സമിതികളെ നിയോഗിച്ചു. ഇരു സമിതികളും മർവാൻ ഡബിൾ ഏജന്റ് ആയിരുന്നില്ലെന്നും ഇസ്രായേലിനെ ഒരുവിധത്തിലും കബളിപ്പിച്ചിട്ടില്ലെന്നും കണ്ടെത്തി. എന്നിട്ടും സെയ്റ അടങ്ങിയില്ല. സിവിൽ കോടതിയിൽ സമീറിനെതിരെ അന്യായം ഫയൽ ചെയ്തു. ജസ്റ്റിസ് തിയഡോർ ഓർ സവി സമീറിന്റെ നിലപാടിനെ ശരിവച്ചുകൊണ്ട് വിധി പുറപ്പെടുവിച്ചു.

സെയ്റയും അദ്ദേഹത്തെ പിന്തുണച്ചവരും മർവാൻ ഈജിപ്ഷ്യൻ രാഷ്ട്രീയത്തിലെ അതികായന്മാരിൽ ഒരാളാണെന്നതും ദേശീയ നേതാവായിരുന്ന നാസ്സറിന്റെ മരുമകനും സാദത്തിന്റെ ഉപദേഷ്ടാവും ആണെന്നത് മനപ്പൂർവ്വം കാണാതിരിക്കുകയായിരുന്നു. തങ്ങളുടെ കൂട്ടത്തിൽപ്പെട്ട ഒരാൾ രാജ്യദ്രോഹിയും ശത്രുരാജ്യത്തിന്റെ ചാരനുമാണെന്ന് സമ്മതിക്കാൻ ഈജിപ്തിലെ രാഷ്ട്രീയ നേതൃത്വത്തിന് കഴിയുമായിരുന്നില്ല. അങ്ങനെ

യൊരു കാര്യം പൗരസമൂഹത്തെ ഞെട്ടിപ്പിക്കുകയും രാഷ്ട്രീയ നേതൃത്വത്തി ലുള്ള വിശ്വാസത്തെ തകർക്കുകയും ചെയ്യുമായിരുന്നു. അതിനാൽ കൂടുതൽ പ്രായോഗികമായ ഒരു സമീപനം അവർ തെരഞ്ഞെടുത്തു. പരസ്യമായി മർവാനെ അംഗീകരിക്കുകയും പുകഴ്ത്തുകയും ചെയ്തു അവർ രഹസ്യമായി അയാൾക്കുള്ള വിധി ഒരുക്കിവച്ചു.

2007 ജൂൺ തുടക്കത്തിൽ ജസ്റ്റിസ് തിയഡോർ ഓർ തന്റെ കണ്ടെത്തലു കൾ പ്രകാശിപ്പിച്ചു. ജൂൺ പന്ത്രണ്ടാം തീയതി കോടതി സവി സമീറിന്റെ വിശദീകരണങ്ങളെ അംഗീകരിച്ചുകൊണ്ട് മർവാൻ മൊസാദിന് നൽകിയ സേവനത്തെയും എടുത്തുകാണിച്ചു. രണ്ട് ആഴ്ചകൾക്ക് ശേഷം അയാളുടെ വീടിന് സമീപത്തുള്ള ഒരു ഇടവഴിയിൽ മർവാന്റെ മൃതദേഹം കണ്ടെത്തി.

ഈജിപ്ഷ്യൻ രഹസ്യപ്പോലീസ് മർവാനെ വധിക്കുകയായിരുന്ന വെന്ന് ഇസ്രായേൽ ആരോപിച്ചു. അനാവശ്യമായും നിരുത്തരവാദപര മായും വെളിപ്പെടുത്തലുകൾ നടത്തിയ സെയ്റയാണ് ഈ മരണത്തിന് കാരണക്കാരനെന്ന് പലരും ആരോപിച്ചു. തന്റെ ഭർത്താവിന്റെ മരണ ത്തിന് ഉത്തരവാദി മൊസാദാണെന്നായിരുന്നു മർവാന്റെ വിധവയുടെ പ്രസ്താവന. മർവാൻ കൊല്ലപ്പെടുന്നതിന് തൊട്ടുമുൻപ് മദ്ധ്യപൗരസ്ത്യലക്ഷ ണമുള്ള ചിലർ അദ്ദേഹത്തോടൊപ്പം നിൽക്കുന്നതായി അയൽവാസികൾ സാക്ഷ്യപ്പെടുത്തി.

സ്കോട്ട്ലൻഡ് യാർഡിന്റെ പ്രഗൽഭരായ കുറ്റാന്വേഷകർ സൂക്ഷ്മമായി അന്വേഷിച്ചുവെങ്കിലും ആരാണ് മർവാന്റെ കൊലപാതകത്തിന് പിന്നി ലെന്ന് ഖണ്ഡിതമായി നിർണ്ണയിക്കാൻ അവർക്കും കഴിഞ്ഞില്ല. ദൈവദൂതനെ കൊന്നവർ ഇപ്പോഴും സ്വതന്ത്രരായി വിലസുന്നു.

അദ്ധ്യായം 15

ചാരനെ കുടുക്കാൻ തേൻ കെണി

'ഞാൻ ചാരനാണ്'' എന്നൊരു ബോർഡെഴുതി കഴുത്തിൽ തൂക്കിയില്ല എന്നതൊഴിച്ചാൽ സ്വന്തം രഹസ്യ ജീവിതം പരസ്യപ്പെടുത്താനായി മൊർദേക്കായ് വനുനു ചെയ്യാവുന്നതെല്ലാം ചെയ്തിരുന്നു.

ഇസ്രായേലിന്റെ ഏറ്റവും സുരക്ഷിതവും നിഗൂഢവുമായ ദിമോണ അണുശക്തി നിലയത്തിലെ ടെക്നീഷ്യനായിരുന്നു മൊർദേക്കായ്. അവിടെ രഹസ്യമായി ഇസ്രായേൽ ആണവായുധങ്ങൾ നിർമ്മിക്കുന്നുണ്ടെന്ന് വിദേശ ഗവൺമെന്റുകളും മാധ്യമപ്രവർത്തകരും ഉറപ്പായി കരുതിയിരുന്നു. ദിമോണ അണുശക്തിനിലയത്തിൽ ജോലിക്കായി അപേക്ഷിക്കുന്നവർ കർശനമായ പരിശോധനകളിലൂടെ കടന്നുപോകണമായിരുന്നു. നിരവധി ഫോമുകൾ പൂരിപ്പിച്ച് നൽകേണ്ടിയിരുന്നു. രഹസ്യപ്പോലീസായ ഷബാകിന്റെയും മറ്റുപല സുരക്ഷാ ഏജൻസികളുടെയും ചോദ്യം ചെയ്യലും അതിന്റെ ഭാഗമായുണ്ടായിരുന്നു. ഇതിനൊക്കെ ശേഷമാണ് ദിമോണയിലേക്ക് കടക്കാനുള്ള സെക്യൂരിറ്റി പാസ് നൽകിയിരുന്നത്. അവിടെ ജോലിചെയ്യുന്ന കാലമെല്ലാം ഈ പരിശോധനകൾ ഇടയ്ക്കിടയ്ക്ക് ആവർത്തിച്ചിരുന്നു.

പത്രപ്പരസ്യം കണ്ടാണ് വനുനു ദിമോണയിൽ ജോലിക്കായി അപേക്ഷിച്ചത്. തൊട്ടടുത്തുള്ള ബീർഷേബ ന്യൂക്ലിയർ ഗവേഷണകേന്ദ്രത്തിലെത്തി അയാൾ ജോലിക്കായുള്ള അപേക്ഷാപത്രങ്ങൾ പൂരിപ്പിച്ച്

നൽകി. ആവശ്യമായ സുരക്ഷാ പരിശോധനകളെല്ലാം പൂർത്തിയാക്കിയ വനുനവിന് പ്രശ്നങ്ങളൊന്നും കൂടാതെ നിയമനം ലഭിക്കുകയും ചെയ്തു.

ഇതെങ്ങനെ സാദ്ധ്യമായി? തീവ്ര ഇടതുപക്ഷത്തിന്റെ അനുയായി ആയിരുന്ന അയാൾ. രാഖാ പാർട്ടിയിൽപ്പെട്ട കമ്മ്യൂണിസ്റ്റുകാരും ജൂത വിരുദ്ധരുമായിരുന്ന അയാളുടെ കൂട്ടുകാർ. അവരോട് ചേർന്ന് പ്രതിഷേധ പ്രകടനങ്ങളിൽ അയാൾ പങ്കെടുത്തിരുന്നു. തീവ്ര ഇടതുപക്ഷാനുകൂല പാലസ്തീനിയൻ ജാഥകളിൽ അയാൾ പങ്കെടുക്കുകയും പ്ലക്കാർഡുകളുമായി മുദ്രാവാക്യം വിളിച്ച് കടന്നുപോകുന്നത് സുരക്ഷാ ഏജൻസികൾ ഫോട്ടോഗ്രാഫ് ചെയ്യുകയും ചെയ്തിരുന്നു. ചിലയിടത്ത് അയാൾ പ്രസംഗിച്ചു. മാധ്യമങ്ങൾക്ക് അഭിമുഖം നൽകുകയും ചെയ്തു.

രാഖാ കക്ഷിയിലെ തീവ്രവാദികളെ സ്വന്തം താമസയിടത്തേക്ക് വിളിച്ച് ചെറിയ പാർട്ടികൾ നൽകിയിരുന്നു. ബെൻ ഗുരിയോൺ സർവകലാശാലയിലെ പാർട്ടി ഘടകത്തിൽ അയാൾ അംഗമായിരുന്നു. അതിലെ അംഗങ്ങളിൽ മിക്കവരും ഇസ്രായേൽ വിരുദ്ധ യുവ അറബികളായിരുന്നു. അയാളുടെ തീവ്രവാദാനുകൂല നിലപാടുകൾ സർവകലാശാലയിൽ പരസ്യമായിരുന്നു.

കഴിവുകളുള്ളയാൾ ആയിരുന്നെങ്കിലും ആശയപരമായ സ്ഥിരത അയാൾക്കില്ലായിരുന്നു. രാഖാ അനുകൂലി ആകുന്നതിന് മുൻപ് അയാൾ വലത് തീവ്രവാദത്തോട് ചേർന്ന് നടന്നിരുന്നു. അക്കാലത്ത് വംശീയവാദിയായ റാബി കഹാനെയുടെ ആരാധകനായിരുന്നു അയാൾ. വലത് തീവ്രവാദ കക്ഷി ഹച്ചിയയ്ക്ക് വോട്ട് ചെയ്തിരുന്ന അയാൾ പിന്നീട് ലിക്വിഡ് പാർട്ടിയുടെ അനുയായിയായി മാറി. ഒടുവിൽ അതെല്ലാം കളഞ്ഞ് തീവ്ര ഇടതുപക്ഷത്തേക്ക് ചേക്കേറി. 1982-ലെ വിവാദമായ ലെബനൻ യുദ്ധമാണ് തന്റെ രാഷ്ട്രീയമാറ്റത്തിന് കാരണമെന്ന് അയാൾ അവകാശപ്പെട്ടു. അടുത്ത സുഹൃത്തുക്കളില്ലാതെ തികച്ചും ഏകാകിയായിട്ടായിരുന്നു അയാളുടെ ജീവിതം. മൊറോക്കോക്കാരനായ യഹൂദനായതിനാൽ താൻ വംശീയ അവഗണന നേരിടുന്നുണ്ടെന്ന് അയാൾ അവകാശപ്പെട്ടു. എയർ ഫോഴ്സ് അക്കാദമിയിലേക്കുള്ള പ്രവേശനപ്പരീക്ഷയിൽ പരാജയപ്പെട്ടത് ഈ അവഗണനാബോധത്തെ വർദ്ധിപ്പിച്ചു. സേനയുടെ എഞ്ചിനീയറിംഗ് വിഭാഗത്തിലാണ് മൊർദേക്കായ്ക്ക് നിയമനം ലഭിച്ചത്. അവിടെ നിന്നും വിടുതൽ വാങ്ങി ടെൽ അവീവിൽ എഞ്ചിനീയറിംഗ് പഠനത്തിന് ചേർന്നു. മനസ്സ് മാറി ബീർഷെബായിൽ തിരികെയെത്തി സാമ്പത്തികശാസ്ത്ര വിദ്യാർത്ഥിയായി. വീണ്ടും മനസ്സ് മാറി തത്വചിന്തയിൽ ബിരുദത്തിന് ചേർന്നു. തുടർന്ന് അയാൾ സസ്യാഹാരിയായി മാറി.

മൊർദേക്കായുടെ പണത്തോടുള്ള ദാഹം സതീർത്ഥ്യർക്കിടയിൽ പ്രസിദ്ധമായിരുന്നു. തനിക്ക് പണിയെടുക്കേണ്ട ആവശ്യമില്ലെന്നും ബുദ്ധിപൂർവ്വം ഓഹരികമ്പോളത്തിൽ നിക്ഷേപിച്ചാൽ മതിയെന്നും

അയാൾ വീമ്പിളക്കിയിരുന്നു. സ്വന്തം ദിനസരിക്കുറിപ്പുകളിൽ ഏറ്റവും പ്രധാനപ്പെട്ട കാര്യമായി രേഖപ്പെടുത്തിയത് ഓഹരിക്കമ്പോളമായിരുന്നു. അതിനുശേഷമാണ് തത്വചിന്തയും ഇംഗ്ലീഷും പ്രത്യക്ഷപ്പെട്ടത്. ചുവന്ന ഓഡി കാറായിരുന്നു അയാളുടെ വാഹനം. നഗ്ന മോഡലായി ജോലിചെയ്തും അയാൾ പണമുണ്ടാക്കിയിരുന്നു. വിദ്യാർത്ഥികളുടെ ഒരു പാർട്ടിയിൽ വച്ച് പരസ്യമായി തുണിയുരിഞ്ഞ് ഒരു പന്തയം ജയിക്കാനും അയാൾ സന്നദ്ധനായി.

ഒരാളുടെ ജീവിതശൈലി അയാളുടെ സ്വകാര്യമായിരുന്നു. പക്ഷേ രാഖാ പാർട്ടിയുടെയും പാലസ്തീനിയൻ താത്പര്യങ്ങളുടെയും അനുയായി എന്നത് അപകടമണി മുഴങ്ങേണ്ട കാര്യമായിരുന്നു. പക്ഷേ അതുണ്ടായില്ല. പകരം ഷബാക്കുമായുള്ള അഭിമുഖത്തിനുള്ള അറിയിപ്പാണ് അയാളെ തേടിയെത്തിയത്. അഭിമുഖത്തിനുശേഷം വിമത രാഷ്ട്രീയപ്രവർത്തനങ്ങൾ നിർത്തണമെന്നും അതിനെ സംബന്ധിച്ചുള്ള ഒരു താക്കീത് ലഭിച്ചതായി ഒപ്പിട്ട് നൽകണമെന്നും ആവശ്യപ്പെട്ടെങ്കിലും അയാൾ സന്നദ്ധനായില്ല. രാഷ്ട്രീയം തുടരുകയും ചെയ്തു.

പ്രതിരോധ വകുപ്പിലേക്കയച്ച ഫയലിൽ മൊർദേക്കായ് വനുനുവിന്റെ വിമത രാഷ്ട്രീയം പരാമർശിക്കപ്പെട്ടിരുന്നു. ആ വിവരങ്ങൾ ദിമോണ അണുശക്തിനിലയത്തിൽ സുരക്ഷയുടെ ചുമതലയുള്ള ഡയറക്ടർക്കും നൽകിയിരുന്നു. പക്ഷേ അതിനെ ആസ്പദമാക്കി നടപടികളൊന്നും ഉണ്ടായില്ല. അയാളെ ഒരുവിധ നിരീക്ഷണത്തിലും ആക്കിയില്ല. അത് വലിയ വീഴ്ചയായിരുന്നു. ചങ്ങലക്കണ്ണികൾ പോലെ ഒരു നിര ആളുകൾ അവരുടെ ഉത്തരവാദം നിറവേറ്റുന്നതിൽ വീഴ്ച വരുത്തുകയായിരുന്നു; താഴെത്തട്ടിലുള്ളവർ മുതൽ സീനിയർ ഉദ്യോഗസ്ഥന്മാർവരെ അതിലുണ്ടായിരുന്നു.

ജീവിതവും രാഷ്ട്രീയവും മാറ്റമില്ലാതെ തുടർന്ന മൊർദേക്കായ് വനുനു ഇതൊന്നും ശ്രദ്ധിച്ചതേയില്ല.

ദിമോണയിലെ ഏറ്റവും രഹസ്യസ്വഭാവമുള്ള ഇൻസ്റ്റിറ്റ്യൂട്ട് 2 എന്ന വകുപ്പിൽ ഓപ്പറേറ്റർ ആയിരുന്നു മൊർദേക്കായ്. ആകെ 2700 ജീവനക്കാരുണ്ടായിരുന്നതിൽ 150-ന് മാത്രമേ അങ്ങോട്ടേക്ക് പ്രവേശനം അനുവദിച്ചിരുന്നുള്ളൂ. വനുനുവിന് രണ്ട് ബാഡ്ജുകൾ ഉണ്ടായിരുന്നു. 9567–8 ദിമോണയിൽ പ്രവേശിക്കുന്നതിനും ബാഡ്ജ് 320 ഇൻസ്റ്റിറ്റ്യൂട്ട് രണ്ടിൽ പ്രവേശിക്കുന്നതിനും.

പുറത്തുനിന്ന് നോക്കിയാൽ ഒരു സാധാരണ രണ്ടുനിലക്കെട്ടിടമായേ ദിമോണ കാണപ്പെട്ടിരുന്നുള്ളൂ. എന്നാൽ നിരീക്ഷണ ശക്തിയുള്ളവർ രണ്ടുനിലക്കെട്ടിടത്തിലെ എലിവേറ്റർ സംവിധാനം കണ്ട് അതൊരു സാധാരണ കെട്ടിടം അല്ലെന്ന് ഉറപ്പിച്ചിരുന്നു. വാസ്തവത്തിൽ ആ എലിവേറ്റർ മുകളിലേക്കല്ല, താഴേക്ക് പോകാനുള്ളതായിരുന്നു. ഇൻസ്റ്റിറ്റ്യൂട്ട്

രണ്ടിന് ആറ് നിലകൾ താഴേക്ക് ഉണ്ടായിരുന്നു. അവ വിദഗ്ധമായി ഒളിപ്പിക്കപ്പെട്ടിരുന്നു. രാത്രി ഷിഫ്റ്റിന്റെ ചുമതലക്കാരനായിരുന്ന വനുനുവിന് ആ കെട്ടിടം പൂർണ്ണമായി അറിയാമായിരുന്നു. ഒന്നാം നിലയിൽ നിരവധി ഓഫീസുകളും ഒരു കഫറ്റീരിയയുമാണ് ഉണ്ടായിരുന്നത്. ചില ഗേറ്റുകൾ റിയാക്ടറിനുള്ള യുറേനിയം ദണ്ഡുകൾ കൊണ്ടുപോകാനായി മാത്രം ഉപയോഗിക്കുന്നതായിരുന്നു. ഒന്നാം നിലയിൽത്തന്നെ ചില ലാബുകളും ഉണ്ടായിരുന്നു. താഴത്തെ ആദ്യനിലയിൽ പൈപ്പുകളും വാൽവുകളും ആയിരുന്നു. രണ്ടാമത്തെ നിലയിൽ സുപ്രധാന കൺട്രോൾ റൂമും 'ഗോൾഡ്‌ഡാസ് ബാൽക്കണി' എന്ന് പേരുള്ള ഒരിടവുമായിരുന്നു. പ്രധാനപ്പെട്ട സന്ദർശകർക്ക് ആ ബാൽക്കണിയിൽ നിന്നുകൊണ്ട് അതിനടിയിലുള്ള സംവിധാനങ്ങൾ കാണാമായിരുന്നു. അതിന് താഴെയുള്ള നിലയിൽ മുകളിൽ നിന്നും ഇറക്കിയിരുന്ന യുറേനിയം ദണ്ഡുകളിൽ സാങ്കേതിക വിദഗ്ധർ പണിയെടുത്തിരുന്നു. നാലാം നില മൂന്ന് നിലകളുടെ വലുപ്പമുള്ള ഒരു തുറസ്സായിരുന്നു. അവിടമായിരുന്നു ഉൽപാദന മേഖല. റിയാക്ടറുകൾ ഉത്പാദിപ്പിച്ചിരുന്ന പ്ലൂട്ടോണിയം യുറേനിയം ദണ്ഡുകളിൽ നിന്നും വേർതിരിച്ചിരുന്ന ഇടം. അഞ്ചാം നിലയിൽ മെറ്റലർജിക് വിഭാഗവും അണുബോംബുകൾക്ക് ആവശ്യമായ ഇതര ഘടകങ്ങളുടെ ഉത്പാദനവും നടന്നു. ആറാമത്തെ നില രാസാവശിഷ്ടങ്ങൾ കണ്ടെയ്നറുകളിൽ ലോഡ് ചെയ്യുന്നതിനുള്ള ഇടമായിരുന്നു.

ന്യൂക്ലിയർ റിയാക്ടറുകൾ പ്രവർത്തിക്കുമ്പോൾ ചെയ്ൻ റിയാക്ഷൻ കാരണമായി യുറേനിയം ദണ്ഡുകളിൽ പ്ലൂട്ടോണിയം ശേഖരിതമാകുമെന്ന് വനുനുവിന് അറിയാമായിരുന്നു. അവയെ ഉപയോഗപ്പെടുത്തിയാണ് നാലും അഞ്ചും നിലകളിൽ ഇസ്രായേലിനാവശ്യമായ ആണവായുധങ്ങൾ അതീവ രഹസ്യമായി നിർമ്മിച്ചിരുന്നത്.

ഒരു ദിവസം വിശേഷിച്ച് കാരണമൊന്നും കൂടാതെ വനുനു ജോലിക്ക് പോയപ്പോൾ ഒരു ചെറിയ കാമറയും ബാഗിൽ ഇട്ടിരുന്നു. അപ്പോളയാൾ ബെൻ ഗുരിയോൺ സർവകലാശാലയിൽ വിദ്യാർത്ഥിയായിരുന്നു. ജോലികഴിഞ്ഞ് ക്ലാസിന് പോകാനായി കരുതിയിരുന്ന പുസ്തകങ്ങൾക്കൊപ്പമാണ് അയാൾ കാമറ വച്ചിരുന്നത്. സുരക്ഷാ പരിശോധനകൾക്കിടയിൽ ബീച്ചിൽ പോയപ്പോൾ ബാഗിൽ വച്ചതാണെന്നും പിന്നെ മറന്നതാണെന്നും പറയണമെന്നും അയാൾ കരുതിയിരുന്നു. പക്ഷേ ആരും ബാഗ് പരിശോധിച്ചില്ല, ചോദ്യങ്ങളും ഉണ്ടായില്ല. തൊഴിലിടത്തിലെ ലോക്കറിൽ അയാളത് സൂക്ഷിച്ചു. ഉച്ചഭക്ഷണ സമയങ്ങളിലും വൈകുന്നേരത്തെ ചായയുടെ സമയങ്ങളിലും വനുനു ആ ചെറിയ കാമറയുമായി ആരുടെയും ശ്രദ്ധയിൽപ്പെടാതെ ചുറ്റിയടിച്ച് സുപ്രധാന ഇടങ്ങളുടെ ഫോട്ടോകളെടുത്തു. ലാബുകളിൽ തുറന്ന അലമാരകളിൽ സൂക്ഷിച്ചിരുന്ന രേഖകളും ഇതിൽ ഉൾപ്പെട്ടിരുന്നു. ആരും അയാളെ കണ്ടില്ല; ആരും

അയാളെ സംശയിച്ചുമില്ല. സുരക്ഷയുടെ ചുമതലയുള്ള കാവൽക്കാർ വായുവിൽ അലിഞ്ഞുപോയതുപോലെ കാണപ്പെട്ടു. വനുനുവിന്റെ മേലുദ്യോഗസ്ഥരിൽ ആർക്കും അയാളുടെ അപകടകരമായ ഹോബിയെക്കുറിച്ച് അറിവില്ലായിരുന്നു. അവരെല്ലാവരും മികച്ച ജീവനക്കാരനെന്ന് വനുനുവിന്റെ ഫയലിൽ രേഖപ്പെടുത്തുകയും ചെയ്തു.

1985 ഒടുവിൽ വനുനുവിന് ജോലി നഷ്ടമായി. രാഷ്ട്രീയ പ്രവർത്തനങ്ങളുമായി അതിന് ബന്ധമൊന്നും ഉണ്ടായിരുന്നില്ല. ദിമോണയിൽ ചിലവ് ചുരുക്കുന്നതിന്റെ ഭാഗമായി ജീവനക്കാരെ കുറക്കുന്നതിൽ അയാളും ഉൾപ്പെട്ടുവെന്നേയുള്ളൂ. ധാരാളം പേരെ പിരിച്ചുവിട്ടതിൽ അയാൾക്കും തൊഴിൽ നഷ്ടമായി. സാധാരണയായുള്ള പിരിച്ചുവിടൽ പാക്കേജിന്റെ ഒന്നരയിരട്ടി അയാൾക്ക് നൽകപ്പെട്ടു. എട്ടുമാസത്തെ ശമ്പളം പ്രത്യേകമായും ലഭിച്ചു. എങ്കിലും അതൊന്നും വനുനുവിനെ ശാന്തനാക്കിയില്ല. ജോലി നഷ്ടമായത് അയാളെ നിരാശനും കോപിഷ്ഠനുമാക്കി. വിദേശത്തേക്ക് ഒരു നീണ്ട സന്ദർശനത്തിന് പോകാൻ അയാൾ ഉറപ്പിച്ചു. തിരികെ ഇസ്രായേലിലേക്ക് വരാൻ അയാൾക്ക് അപ്പോൾ ഉദ്ദേശ്യമൊന്നും ഉണ്ടായിരുന്നില്ല. ഇസ്രായേലിന് വെളിയിൽ താമസിക്കുന്ന ഒരു കോടിയിലധികമുള്ള ജൂതരിൽ ഒരാളാകാൻ അയാൾ തീരുമാനിച്ചു. വീടും കാറും വിറ്റു. ബാങ്ക് അക്കൗണ്ടും അവസാനിപ്പിച്ചു.

മുപ്പത്തൊന്ന് വയസ്സുള്ള വനുനു തന്റെ ചുമലിൽ ഒരു ബാക്പാക്കിൽ സാധനങ്ങളെല്ലാം ഒതുക്കി നീണ്ടൊരു യാത്രയ്ക്ക് പുറപ്പെട്ടു. അത് അയാൾക്ക് അപരിചിതമൊന്നും ആയിരുന്നില്ല. ഇതിനുമുൻപും ഇത്തരം ദീർഘയാത്രകൾ അയാൾ ചെയ്തിരുന്നു. ഒരിക്കൽ യൂറോപ്പിലേക്കും മറ്റൊരിക്കൽ അമേരിക്കയിലും. ഈ തവണ അയാളുടെ ലക്ഷ്യം വിദൂര പൗരസ്ത്യനാടുകളായിരുന്നു. ദിമോണയിൽ പകർത്തിയ രണ്ട് റോൾ ഫിലിമുകൾ ബാഗിൽ ഭദ്രമായിരുന്നു.

ഗ്രീസിലേക്കാണ് അയാൾ ആദ്യം സഞ്ചരിച്ചത്. അതിനുശേഷം റഷ്യയും തായ്‌ലാന്റും നേപ്പാളും. കാഠ്മണ്ടുവിൽ അയാൾക്ക് ഒരു ഇസ്രായേലി യുവതിയെ കൂട്ടുകാരിയായി ലഭിച്ചു. അവളെ മറക്കുടാതെ അയാൾ പ്രണയിച്ചു. മോർഡി എന്നാണ് അയാൾ സ്വയം പരിചയപ്പെടുത്തിയത്. താൻ ഒരു ഇടതുപക്ഷ അനുയായിയാണെന്നും ഒരു പക്ഷേ ഒരിക്കലും ഇസ്രായേലിലേക്ക് മടങ്ങില്ലെന്നും അയാൾ സൂചിപ്പിച്ചു. ഒരു ബൗദ്ധവിഹാരം സന്ദർശിച്ചപ്പോൾ ബുദ്ധമതത്തിൽ ചേർന്നാലോ എന്ന ആലോചനയും അയാൾക്ക് ഉണ്ടായി.

കാഠ്മണ്ടുവിൽ നിന്നും പോന്ന അയാൾ ചുറ്റിത്തിരിഞ്ഞ് ഒടുവിൽ ആസ്ട്രേലിയയിൽ ചെന്നുപെട്ടു. കുറച്ച് മാസങ്ങൾ സിഡ്നിയിൽ പലവിധ

ജോലികളിൽ ഏർപ്പെട്ടുവെങ്കിലും മിക്കപ്പോഴും വനുനു ഏകാകിയും ക്ലേശിതനുമായിരുന്നു. ഒരു വൈകുന്നേരം അയാൾ അഭിസാരികകൾക്ക് കേൾവികേട്ട ഒരിടത്തിലൂടെ നടക്കുകയായിരുന്നു. പോക്കറ്റടിക്കാരും മയക്കുമരുന്നുകാരും അവിടെ സുലഭമായിരുന്നു. അയാൾ യാദൃച്ഛികമായി സെന്റ് ജോർജ് പുണ്യവാളന്റെ പള്ളിയുടെ മുന്നിലെത്തി. അയാളെപ്പോലുള്ളവർക്കുള്ള അഭയകേന്ദ്രമെന്ന് പ്രശസ്തമായ ഒരിടമായിരുന്നു അത്. നിരാശാഭരിതരുടെയും കുറ്റവാളികളുടെയും ഭവനരഹിതരായ ദരിദ്രരുടെയും കറങ്ങിനടക്കുന്നവരുടെയും ഇടമായിരുന്നു ആംഗ്ലിക്കൻ സഭയുടെ ആ പള്ളി. അകത്തേക്ക് കയറി അവിടെ വികാരിയായിരുന്ന ഫാദർ ജോൺ മാക്നൈറ്റിനെ സന്ദർശിച്ചു. അൽപം സംസാരിച്ചപ്പോൾത്തന്നെ നല്ലവനായ ആ പുരോഹിതന് മനസ്സിലായി തന്റെ മുന്നിലിരിക്കുന്നയാൾ അഗതിയും ദരിദ്രനുമാണെന്നും വീടും അന്നവും അയാൾ തേടുകയാണെന്നും. ലജ്ജാലുവും അരക്ഷിതനുമായ തന്റെ അതിഥിയുമായി വളരെവേഗം ഊഷ്മളമായ ഒരു ബന്ധം സ്ഥാപിക്കാൻ ആ പുരോഹിതന് കഴിഞ്ഞു. അടുത്ത ഒന്നുരണ്ടാഴ്ചകൾ അവർ നിരന്തരമായി, സത്യസന്ധമായി തുറന്ന മനസ്സോടെ സംസാരിച്ചു. 1986 ആഗസ്റ്റ് 17-ന് വനുനു ജ്ഞാനസ്നാനം സ്വീകരിച്ച് ആ പള്ളിയിൽ അംഗമായി ചേർന്നു. ജോൺ ക്രോസ്മാൻ എന്ന പുതിയ പേരും സ്വീകരിച്ചു.

യഹൂദനായി ജനിച്ച് യഹൂദ വിദ്യാലയങ്ങളിൽ പഠിച്ച് നിഷ്ഠകൾ ചിട്ടയായി പാലിക്കുന്ന യഹൂദനായി ജീവിച്ചുപോന്ന വനുനുവിനെ സംബന്ധിച്ചിടത്തോളം അത് വലിയൊരു മാറ്റമായിരുന്നു. എങ്കിലും അയാളുടെ മതപരിവർത്തനം യഹൂദമതത്തോടുള്ള മടുപ്പിനേക്കാൾ അയാളപ്പോൾ കടന്നുപൊയ്ക്കൊണ്ടിരുന്ന അസ്വസ്ഥതകളുടെയും ആശങ്കകളുടെയും ഉൽപ്പന്നമായിരുന്നു. അന്ന് ലക്ഷ്യമില്ലാതെ നടന്ന് സെന്റ് ജോർജ് പള്ളിയിൽ ചെന്നെത്താതിരുന്നെങ്കിൽ, അവിടെ ഫാദർ ജോണിനെ കണ്ടുമുട്ടാതിരുന്നെങ്കിൽ വനുനു ബുദ്ധമതത്തിലേക്കോ മറ്റേതെങ്കിലും മതത്തിലേക്കോ എത്തിപ്പെട്ടുമായിരുന്നു. പക്ഷേ യഹൂദമതത്തോട് പുറന്തിരിഞ്ഞതോടെ അയാൾ ഇസ്രായേലിനോടും മുഖം തിരിക്കുകയായിരുന്നു. സ്വന്തം രാജ്യത്തോടുണ്ടായ അകൽച്ച പിൽക്കാലത്ത് അയാളുടെ പ്രവൃത്തികളെ സ്വാധീനിക്കുന്ന പ്രധാന ഘടകമായി മാറി.

പള്ളിയിലെ സൗഹൃദ മീറ്റിംഗുകളിൽ വനുനു തന്റെ ഇസ്രായേൽക്കാലത്തെക്കുറിച്ച് സംസാരിച്ചു. അക്കൂട്ടത്തിൽ ദിമോണയിലെ ജോലിയെക്കുറിച്ചും അവിടെനിന്നും എടുത്ത ഫോട്ടോഗ്രാഫുകളെക്കുറിച്ചും സംസാരിച്ചു. അവയെല്ലാം ചേർത്ത് ദിമോണ അണുശക്തിനിലയത്തെക്കുറിച്ച് ഒരു സ്ലൈഡ്ഷോ നടത്താമെന്നും പറഞ്ഞു. അവിടെ കൂടിയിരുന്നവർ പ്രത്യേക വികാരമൊന്നും കൂടാതെ അതെല്ലാം കേട്ടിരുന്നുവെങ്കിലും, അതിലൊരാൾ അത് പ്രത്യേകമായി ശ്രദ്ധിച്ചു. ഫോട്ടോഗ്രാഫുകളെക്കുറിച്ചുള്ള പരാമർശം

അയാളെ ആകർഷിച്ചു. ഓസ്കാർ ഗ്വറേറോ എന്ന ഒഴിവുസമയ പത്രപ്രവർത്തകനായിരുന്നു അയാൾ. കൊളംബിയക്കാരനായ ഒരു ഊരുചുറ്റലുകാരൻ. ഓസ്കാറും വനുനുവും ചേർന്നാണ് പള്ളിയുടെ മതിൽ പെയ്ന്റ് ചെയ്തിരുന്നത്. രണ്ടുപേരും കുറച്ചുകാലം ഒരേ അപ്പാർട്ട്മെന്റിൽ പാർക്കുകയും ചെയ്തിരുന്നു. വനുനുവിന്റെ പക്കലുള്ള ഫോട്ടോകളുടെ മൂല്യം പത്രപ്രവർത്തന പരിചയമുള്ള അയാൾ ഉടനെ ഗ്രഹിച്ചു. സമ്പത്തിലേക്കും പ്രശസ്തിയിലേക്കുമുള്ള വഴിയായി അയാളതിനെ ഭാവനയിൽ കണ്ടു.

പണം വനുനുവിനും അത്യാവശ്യമായിരുന്നു. തനിക്ക് കിട്ടുന്ന പ്രശസ്തി യഹൂദർക്കും അറബികൾക്കും ഇടയിൽ സമാധാനം സ്ഥാപിക്കുന്നതിനായി ഉപയോഗിക്കാമെന്നു അയാൾ കരുതി. സത്യത്തിൽ സമാധാനത്തെക്കുറിച്ചൊന്നും അയാൾ ഒരിക്കലും ചിന്തിച്ചിട്ടില്ലായിരുന്നു. മാസങ്ങളായി ആ ഫിലിം റോളുകൾ കൂടെക്കൊണ്ടുനടന്നിരുന്നത് അങ്ങനെയൊരു ഉദ്ദേശ്യത്തിലുമല്ലായിരുന്നു. പക്ഷേ ഇപ്പോൾ തന്റെ ഉദ്യമങ്ങളെ വെള്ള പൂശാനും മഹത്വവൽക്കരിക്കാനും അങ്ങനെയൊരു കൂട്ടിച്ചേർക്കൽ ഉപകരിക്കുമെന്ന് അയാൾ കരുതി. ഇസ്രായേലിന്റെ ആറ്റം ബോംബിൽ നിന്നും മറ്റുള്ളവരെ രക്ഷിക്കുക എന്ന ചിന്ത അയാൾക്ക് ആത്മപ്രശംസയ്ക്ക് കാരണമായി. ഇസ്രായേലിനോടുള്ള ഗൂഢമായ വൈരാഗ്യം തീർക്കാനും അതിന് കഴിയുമെന്നത് കൂടുതൽ സൗകര്യമായി. പക്ഷേ ദിമോണ ഫോട്ടോഗ്രാഫുകൾ പ്രസിദ്ധപ്പെടുത്തുന്നതോടെ ഇസ്രായേലുമായുള്ള തന്റെ ബന്ധം അവസാനിക്കുമെന്നതും അയാൾക്ക് അറിയാമായിരുന്നു. അതോടെ രാജ്യദ്രോഹിയും ശത്രുവുമായി ഇസ്രായേലിൽ താൻ മുദ്രകുത്തപ്പെടുമെന്നതും അയാൾ ഗ്രഹിച്ചു.

അങ്ങനെയൊക്കെ ആലോചിച്ചറിഞ്ഞെങ്കിലും പണത്തിന്റെയും പ്രശസ്തിയുടെയും പ്രലോഭനം കടുത്തതായിരുന്നു. വനുനുവും ഗ്വറേറൊയുമായി സിഡ്നിയിലെ ഒരു സ്റ്റുഡിയോയിൽ ചെന്ന് ഫിലിം റോൾ ഫോട്ടോകളാക്കി അമേരിക്കയിൽ നിന്നും ആസ്ത്രേലിയയിൽ പുറപ്പെട്ടിരുന്ന ചില മാഗസിനുകളുടെ സിഡ്നി പ്രതിനിധികൾക്ക് അവ വിൽക്കാൻ ശ്രമിച്ചെങ്കിലും അത് വിജയിച്ചില്ല. പെട്ടെന്ന് ഇത്തിരി കാശുണ്ടാക്കാൻ ഇറങ്ങിത്തിരിച്ച ഏതോ കുബുദ്ധികളായിട്ടേ അവരെ ഇരുവരെയും കണ്ടുള്ളു. ഒറ്റനോട്ടത്തിൽ നിഷ്കളങ്കനെന്ന് തോന്നിപ്പിക്കുന്ന ആ യുവാവിന്റെ പക്കൽ ഇസ്രായേൽ പരമരഹസ്യമായി സൂക്ഷിക്കുന്ന അണുശക്തിനിലയത്തിന്റെ ഫോട്ടോകൾ ഉണ്ടെന്ന് വിശ്വസിക്കുക അസാദ്ധ്യമായിരുന്നു.

ഒടുവിൽ ഫോട്ടോകളുമായി ഗ്വറേറോ സ്പെയിനിലേക്കും ഇംഗ്ലണ്ടിലേക്കും പോയി. അത് സഫലമായി. ഫോട്ടോകളെക്കുറിച്ച് അറിഞ്ഞ ലണ്ടനിലെ സൺഡേ ടൈംസ് അതിന്റെ സാദ്ധ്യതകൾ തിരിച്ചറിഞ്ഞു. ഫോട്ടോകളുമായി ഇസ്രായേലിന്റെ അണുശക്തി നിലയത്തെക്കുറിച്ച് ഒരു ലേഖനം പ്രത്യക്ഷപ്പെട്ടാൽ ഉണ്ടായേക്കാവുന്ന നാടകീയ പ്രതിക

രണങ്ങൾ അവരെ ആകർഷിച്ചു. എങ്കിലും വളരെ കരുതലോടെയാണ് അവർ കാര്യങ്ങൾ കൈകാര്യം ചെയ്തത്. ഹിറ്റ്ലറുടെ വ്യാജ ഡയറിക്കുറിപ്പുകൾ വാങ്ങി അവർ മുൻപ് കബളിപ്പിക്കപ്പെട്ടിരുന്നു. അതിനാൽ ഗുറേറോ കൊണ്ടുവന്ന ഫോട്ടോകളെ സൂക്ഷ്മമായി പരിശോധിക്കാൻ അവർ തീരുമാനിച്ചു.

ഏതാണ്ട് ഇതേ സമയത്ത് ആസ്ട്രേലിയൻ ടെലിവിഷൻ കമ്പനി കാൻബറയിലെ ഇസ്രായേൽ എംബസിയുമായി ബന്ധപ്പെട്ട് ഇതേക്കുറിച്ച് അന്വേഷിച്ചു. അപരിചിതനായ ഒരാൾ ദിമോണ അണുശക്തിനിലയത്തിന്റെ ഫോട്ടോകളുമായി തങ്ങളെ സമീപിച്ചെന്ന് അവർ അറിയിച്ചു. ഇതേ കഥ മറ്റൊരുവഴിക്ക് അറിഞ്ഞ ഒരു ഇസ്രായേലി പത്രപ്രവർത്തകൻ അത് ടെൽ അവീവിലെ പത്രത്തിൽ റിപ്പോർട്ടാക്കി.

പരമരഹസ്യമായി ദിമോണ ആണവായുധ പരിപാടിയെ കൊണ്ടുനടന്നിരുന്ന ഇസ്രായേലിന് അത് മാരകമായ ഒരു ഇടിവെട്ടായിരുന്നു. ഇസ്രായേലിലെ രഹസ്യപ്പോലീസിന് അത് വലിയ ആഘാതമേൽപ്പിച്ചു. ദിമോണായിലെ ഒരു സാധാരണ ജോലിക്കാരൻ അതിന്റെ തന്ത്രപ്രധാനമായ ഫോട്ടോഗ്രാഫുകളുമായി ആവശ്യക്കാരെ തിരക്കി നടക്കുന്നുവെന്നത് അപമാനകരമായിരുന്നു. പ്രതിരോധ വകുപ്പിൽ അന്ന് സുരക്ഷാകാര്യങ്ങളുടെ ഡയറക്ടറായിരുന്ന ഹായിം കാർമൺ നിസ്സഹായനായി തന്റെ വൻ പരാജയം ഏറ്റുപറഞ്ഞു: 'നമ്മുടെ സംവിധാനം പരാജയപ്പെട്ടിരിക്കുന്നു. അയാളെ തക്ക സമയത്ത് കണ്ടെത്താൻ നമുക്കായില്ല.'

വാർത്ത ഉടനെ പ്രധാനമന്ത്രി ഷീമോൺ പെറസിന്റെ ഉന്നത സംഘത്തിൽ എത്തിച്ചു. മുൻ പ്രധാനമന്ത്രിമാരായ ഇസഹാക് റാബിനും ഇസഹാക്ക് ഷമീറും അതിൽ അംഗങ്ങളായിരുന്നു. വനുനുവിനെ അടിയന്തിരമായി കണ്ടെത്തി ഇസ്രായേലിലേക്ക് എത്തിക്കാൻ അവർ തീരുമാനിച്ചു. വനുനുവിനെ കണ്ടെത്തിയാലുടൻ വധിക്കണമെന്ന് നിർദ്ദേശമുണ്ടായെങ്കിലും അത് തള്ളപ്പെടുകയായിരുന്നു. ഷീമോൺ പെറസ് ഉടനെ മൊസാദിന്റെ തലവനെ വിളിപ്പിച്ചു.

* * *

1982 മുതൽ മൊസാദിന്റെ തലപ്പത്ത് രംസദായി നിയമിതനായത് നഹ്ഉം അദ്മോനി ആയിരുന്നു. ഇരുപത് വർഷത്തോളം സൈന്യത്തിന്റെ രഹസ്യാന്വേഷണ വകുപ്പിൽ ജോലി ചെയ്തതിനുശേഷമാണ് അദ്മോനി മൊസാദിന്റെ തലപ്പത്ത് നിയമിതനായത്. പടിപടിയായി ഉയർന്നുവന്ന ഒരാൾ മൊസാദിന്റെ തലപ്പത്ത് ആദ്യമായിരുന്നു. ജറുസലേമിൽ ജനിച്ചുവളർന്ന അദ്മോനി അമനിൽ ദീർഘകാലം സേവനം

അനുഷ്ഠിച്ചിരുന്നു. ഇസഹാക് ഹോഫിയുടെ ഡെപ്യൂട്ടിയായി ജോലിചെയ്ത പരിചയസമ്പന്നനായിരുന്നു അയാൾ. ഹോഫി 1982-ൽ റിട്ടയർ ചെയ്തപ്പോൾ തൽസ്ഥാനത്ത് നിയമിതനാവുകയായിരുന്നു. രംസദായി ഏഴു വർഷത്തെ സേവനകാലാവധി ഉണ്ടായിരുന്നു. ഈ ഏഴു വർഷങ്ങൾ നിർഭാഗ്യവശാൽ ഇസ്രായേലി രഹസ്യാന്വേഷണ ഏജൻസികളുടെ നല്ല വർഷങ്ങൾ ആയിരുന്നില്ല. 1982-നും 1989-നും ഇടയിൽ മൊസാദിനെ അപകീർത്തിയിലാക്കിയ നിരവധി സംഭവങ്ങളുണ്ടായി. അതിലൊന്നായിരുന്നു പൊള്ളാർഡ് സംഭവം. ഇസ്രായേലിലെ ഒരു രഹസ്യാന്വേഷണ ഏജൻസിക്കായി അമേരിക്കയിൽ ചാരപ്രവർത്തനം നടത്തിയതിന്റെ പേരിൽ മൊസാദിന്റെ ഒരു ഏജന്റ് അറസ്റ്റ് ചെയ്യപ്പെട്ടു. ഇറാനെതിരെ അന്താരാഷ്ട്ര ആയുധക്കയറ്റുമതി നിരോധനം നിലനിൽക്കെ റീഗൻ ഭരണകൂടം ഇസ്രായേലിന്റെ പങ്കാളിത്തത്തോടെ ഇറാന് ആയുധങ്ങൾ നൽകിയ സംഭവം ഇസ്രായേലിനും അമേരിക്കയ്ക്കും വലിയ മാനഹാനി ഉണ്ടാക്കി. ഇവയെക്കാളെല്ലാം നാണക്കേടായിരുന്നു മൊർദേക്കായ് വനുനു സംഭവം. പ്രസിഡന്റ് പെറസിന്റെ നിർദ്ദേശം ലഭിച്ചയുടനെ അദ്മോനി വനുനുവിനെ പിടികൂടാനുള്ള പദ്ധതിക്ക് തുടക്കമിട്ടു. 'കനിയൂക്' എന്നതായിരുന്നു അതിന്റെ രഹസ്യ നാമം.

നഹും അദ്മോനി ഉടനെതന്നെ ആസ്ട്രേലിയയിലേക്ക് സമർത്ഥരായ കേസറിയാ യൂണിറ്റുകളിൽ ഒന്നിനെ അയച്ചു. പക്ഷേ അവരുടെ സമയം തെറ്റിയിരുന്നു. പക്ഷി കൂടുവിട്ട് പറന്ന് പൊയ്ക്കഴിഞ്ഞിരുന്നു. വനുനു അതിനകം ഇംഗ്ലണ്ടിൽ എത്തി.

ഗുറേറോയെ വിശദമായി ചോദ്യം ചെയ്തതിനുശേഷം ലണ്ടനിലെ സൺഡേ ടൈംസിന്റെ എഡിറ്റർ അവരുടെ ലേഖകരിലെ താരമായ പീറ്റർ ഹൗനാമിനെ വനുനുവുമായി സംസാരിക്കുന്നതിനായി ആസ്ട്രേലിയയ്ക്ക് അയച്ചു. ആസ്ട്രേലിയയ്ക്ക് വിമാനം കയറുമ്പോൾ പീറ്റർ ഹൗനാന് അറിയാമായിരുന്നു ബ്രിട്ടനിലെ ശാസ്ത്രജ്ഞർ അതിനകം ഫോട്ടോകൾ വിശദമായി പരിശോധിച്ച് അതിന്റെ നിജസ്ഥിതി ഉറപ്പിച്ചുവെന്ന്. സിഡ്നിയിൽ വച്ച് വനുനുവിനെ കണ്ടുമുട്ടി സംസാരിച്ചുകഴിഞ്ഞപ്പോൾ അതെല്ലാം ഹൗനാമിന് വീണ്ടും ഉറപ്പായി. ഗുറേറോ അവകാശപ്പെട്ടിരുന്നത് വനുനു ഒരു ഇസ്രായേലി സയന്റിസ്റ്റാണെന്നാണ്. പക്ഷേ വനുനു ഹൗനാമിനോട് ഉള്ളകാര്യം തുറന്നുപറഞ്ഞു: താൻ ദിമോണയിൽ ഒരു ടെക്നീഷ്യൻ മാത്രമായിരുന്നെന്ന്.

ഗുറേറോയെ അവിടെ വിട്ടിട്ട് വനുനുവും ഹൗനാമും ലണ്ടനിലേക്ക് പറന്നു. ലണ്ടനിൽ വച്ച് സൺഡേ ടൈംസിന്റെ അധികൃതർ വനുനുവിനെ തീവ്രമായ ചോദ്യം ചെയ്യലുകൾക്ക് വിധേയനാക്കി. തനിക്കറിയാവുന്ന

തെല്ലാം അയാൾ വെളിപ്പെടുത്തി. ജീവനുള്ള സകലത്തെയും നശിപ്പിക്കാൻ പ്രാപ്തവും എന്നാൽ കെട്ടിടങ്ങളെയും ഇതര ഭൗതികവഹകളെയും നശിപ്പിക്കാത്തതുമായ ഒരു ആണവായുധം ഇസ്രായേൽ വികസിപ്പിച്ചുകൊണ്ടിരിക്കുകയാണെന്ന് വനുനു ബ്രിട്ടന് വെളിപ്പെടുത്തി. ചോദ്യം ചെയ്യലുകളിലൂടെ കടന്നുപോകുമ്പോഴെല്ലാം അയാൾ ഭയചകിതനും അസ്വസ്ഥനുമായിരുന്നു. ഇസ്രായേൽ സർക്കാരിന്റെ ചാരന്മാർ തന്നെ തട്ടിക്കൊണ്ടുപോവുകയോ വധിക്കുകയോ ചെയ്യുമെന്ന് അയാൾ ഭയപ്പെട്ടു. സൺഡേ ടൈംസിന്റെ ആൾക്കാർ അയാളെ ശാന്തനും സ്വസ്ഥനും ആക്കുവാനായി കഴിവത് പരിശ്രമിച്ചു. അതിനായി അവരയാളെ മറ്റൊരു ഹോട്ടലിലേക്ക് മാറ്റിപ്പാർപ്പിച്ചു. പത്രമോഫീസിലെ നിരവധിപേർ കുട്ടികളെ പരിപാലിക്കും പോലെ ആ വിലപ്പെട്ട അതിഥിക്കൊപ്പം കഴിഞ്ഞു. ഒറ്റയ്ക്ക് വനുനു എങ്ങോട്ടും പോകരുതെന്ന് അവർ ശഠിച്ചെങ്കിലും അത് ഫലവത്തായില്ല.

ചോദ്യം ചെയ്യലുകളെല്ലാം സമാപിച്ചപ്പോൾ ആകർഷണീയമായ ഒരു ഓഫർ അവർ നൽകി. ഫോട്ടോകൾക്കും ലേഖനത്തിനുമായി ഒരു ലക്ഷം ഡോളർ. ഇതര ലോകമാധ്യമങ്ങൾക്ക് അത് വിറ്റ് കിട്ടുന്നതിന്റെ നാൽപ്പത് ശതമാനം സൺഡേ ടൈംസ് വനുനുവിന് നൽകും. പുസ്തകമാക്കിയാൽ അതിൽനിന്നുമുള്ള വരുമാനത്തിന്റെ നാലിലൊന്നും വനുനുവിന് അവകാശപ്പെട്ടതായിരിക്കും. സൺഡേ ടൈംസിന്റെ ഉടമയായ റൂപ്പർട്ട് മർഡോക്കിന്റെ സിനിമാ നിർമ്മാണക്കമ്പനിയായിരുന്ന പ്രസിദ്ധമായ ട്വന്റിയത്ത് സെഞ്ച്വറി ഫോക്സ്. വനുനുവിന്റെ ജീവിതം ആസ്പദമാക്കി അവർ നിർമ്മിക്കാനുദ്ദേശിക്കുന്ന സിനിമയിൽ റോബർട്ട് ഡി നീറോ ആയിരിക്കും വനുനുവിന്റെ വേഷം ചെയ്യുക.

വനുനുവിനെ പ്രലോഭിപ്പിക്കാനായി ലണ്ടനിലെ ആതിഥേയർ സ്ത്രീ ഒഴികെ പലതും നൽകി. പക്ഷേ വനുനുവിനെ സംബന്ധിച്ചിടത്തോളം സ്ത്രീ സാന്നിദ്ധ്യത്തോളം മറ്റൊന്നും അയാൾ ആഗ്രഹിക്കുന്നുണ്ടായിരുന്നില്ല. പത്രത്തിൽ നിന്നുമുള്ള റൊവേന വെബ്സ്റ്റർ ഒരു ദിവസം അയാൾക്കൊപ്പം ഉണ്ടായിരുന്നപ്പോൾ താനുമായി കിടക്ക പങ്കിടുന്നതിന് വനുനു അവരോട് കെഞ്ചിയെങ്കിലും അവർ വിസമ്മതിക്കുകയാണുണ്ടായത്. അതെല്ലാം അയാളുടെ ലൈംഗികാഭിലാഷങ്ങളെ ആളിക്കത്തിച്ചതേയുള്ളൂ. നിർഭാഗ്യവശാൽ സൺഡേ ടൈംസിന്റെ പ്രവർത്തകർക്ക് അതുമാത്രം മനസ്സിലായില്ല.

ഇസ്രായേലി രഹസ്യപ്പോലീസുകാരെക്കുറിച്ചുള്ള അയാളുടെ ഭീതി ന്യായമായിരുന്നെങ്കിലും ആതിഥേയർ അതും വേണ്ടും വിധം ഉൾക്കൊണ്ടില്ല. വനുനു പറയുന്നതെല്ലാം ശരിയാണോയെന്ന് അറിയാനായി ഇസ്രായേലിലെത്തിയ സൺഡേ ടൈംസിന്റെ റിപ്പോർട്ടർ ഇസ്രായേലി മാധ്യമ പ്രവർത്തകരുമായി ആ കാര്യം സംസാരിച്ചു. അവർ ആ വിവരം ഉടനെ ഇസ്രായേൽ രഹസ്യപ്പോലീസിനെ അറിയിച്ചു. മണിക്കൂറുകൾക്കുള്ളിൽ

മൊസാദിന്റെ ഒരു ടീം ലണ്ടനിലെത്തി. രംസദിന്റെ ഉപമുഖ്യനായ ഷബതായ് ഷവിത് ആയിരുന്നു സംഘത്തലവൻ. മറ്റൊരു പ്രമുഖനായ ബെനി സീവിയായിരുന്നു ഓപ്പറേഷൻ സംഘത്തെ നയിച്ചിരുന്നത്.

ഫോട്ടോഗ്രാഫർമാരുടെ വേഷത്തിൽ രണ്ട് മൊസാദ് ഏജന്റുമാർ സൺഡേ ടൈംസ് പത്രത്തിന്റെ ഓഫീസിനെ ചുറ്റിപ്പറ്റി ഉണ്ടായിരുന്നു. അതിനുമുന്നിൽ സമരം ചെയ്തിരുന്ന തൊഴിലാളികളുടെ വ്യത്യസ്ത ഫോട്ടോകൾ അവരെടുത്തു. ഇടയ്ക്ക് പുറത്തേക്ക് വന്ന വനുനുവും അവരുടെ കാമറക്കണ്ണിൽ കുടുങ്ങി. ഗൂഢമായി വനുനുവിനെ പിന്തുടർന്ന മൊസാദ് ഏജന്റുമാർ അയാളുടെ മുകളിൽനിന്നും കണ്ണെടുക്കാതെ വനുനു പോകാനിടയുള്ള ഇടങ്ങളെയും അയാളുടെ താത്പര്യങ്ങളെയും വിദഗ്ധമായി അനുധാവനം ചെയ്തു. ദിവസങ്ങൾ ഇത് തുടർന്നു. സെപ്റ്റംബർ 24-ന് വനുനു സന്ദർശകർ കൂട്ടമായെത്തുന്ന ലീസെസ്റ്റർ സ്ക്വയറിലെത്തി. അവിടെ ഒരു ന്യൂസ് പേപ്പർ സ്റ്റാൻഡിൽ ആകർഷണീയയായ ഒരു യുവതിയെ അയാൾ കണ്ടു. അന്ന് ടെലിവിഷനിലെ ഇഷ്ടപരമ്പരയായിരുന്ന ചാർളീസ് ഏഞ്ചത്സ് എന്ന ഷോയിലെ ഫാറാ ഫോസെറ്റിനെപ്പോലെയുണ്ട് അവളെന്ന് വനുനുവിന് തോന്നി.

സ്വർണ്ണത്തലമുടിക്കാരിയായ ആ യുവതി മാലാഖയെപ്പോലെ സുന്ദരിയാണെന്ന് അയാൾക്കപ്പോൾ തോന്നി. പത്രം വാങ്ങാനായി നിരയിൽ നിന്നിരുന്ന യുവതിയെ കണ്ണെടുക്കാതെ അയാൾ നോക്കിനിന്നു. ഒരിക്കൽ അവരുടെ മിഴികൾ ഉടക്കി. അവൾ അയാളെ അർത്ഥം വച്ച് നോക്കുന്നപോലെ വനുനുവിന് തോന്നി. പക്ഷേ പത്രം വാങ്ങിക്കഴിഞ്ഞപ്പോൾ അയാളെ ശ്രദ്ധിക്കാതെ അവൾ അവളുടെ വഴിക്ക് പോയി. വനുനുവും അതുതന്നെ ചെയ്യാനാഞ്ഞെങ്കിലും, പിന്നീട് മനസ്സിലെ സകല ധൈര്യവും സംഭരിച്ച് യുവതിയുടെ അരികിലെത്തി സംസാരിക്കാനുള്ള ആഗ്രഹം പ്രകടിപ്പിച്ചു. ഒരു മന്ദഹാസത്തോടെ അവൾ സമ്മതിച്ചു. അവർ പരസ്പരം പരിചയപ്പെടുത്തി. ഫിലാഡെൽഫിയായിൽ നിന്നുമുള്ള ജൂത ബ്യൂട്ടീഷ്യൻ സിൻഡി. ലണ്ടനിൽ അവധിക്കാലം ചെലവിടാനെത്തിയതാണ്.

വനുനുവിന് അപ്പോഴും സംശയമായിരുന്നു. കഴിഞ്ഞ കുറച്ച് ദിവസങ്ങൾ ഞരമ്പുകൾ വലിഞ്ഞ് മുറുകുന്ന ചോദ്യം ചെയ്യലുകളായിരുന്നു. അവസാനമില്ലാത്ത ചോദ്യം ചെയ്യലുകൾക്ക് ശേഷവും ഉടനെ ഫോട്ടോഗ്രാഫുകളും ലേഖനവും പ്രസിദ്ധം ചെയ്യാൻ അവർ തയ്യാറായില്ല. ഇസ്രായേലി എംബസ്സിയുമായി ബന്ധപ്പെട്ടതിന് ശേഷമേ പ്രസിദ്ധീകരണ തീയതി തീരുമാനിക്കൂ എന്ന് സൺഡേ ടൈംസ് അധികൃതർ പറഞ്ഞത് രഹസ്യപ്പോലീസിനെക്കുറിച്ചുള്ള വനുനുവിന്റെ ഭയത്തെ വർദ്ധിപ്പിച്ചു. ആദരിക്കപ്പെടുന്ന പത്രസ്ഥാപനമായ സൺഡേ ടൈംസിന് പ്രതിഭാഗത്തുള്ളവരുടെ അഭിപ്രായം കൂടി ചേർക്കാതെ സുപ്രധാനമായ ഒരു ലേഖനം പ്രസിദ്ധീകരിക്കാനാവില്ല എന്ന് അവർ തുറന്ന് പറഞ്ഞു. വനുനുവിന് അത്

ബോദ്ധ്യമായില്ല. ഏകാന്തതയും കോപവും ക്ഷമയില്ലായ്മയും അയാളെ വീർപ്പുമുട്ടിച്ചു.

അപ്പോഴാണ് ആകാശത്തുനിന്നും പൊട്ടിവീണ പോലെ സിൻഡി മുന്നിലെത്തിയത്.

'നിങ്ങൾ മൊസാദിൽ നിന്നുമാണോ?' പകുതി കളിയായി അയാൾ ചോദിച്ചു.

'അല്ല. മൊസാദെന്നുവച്ചാൽ എന്താണ്? നിങ്ങളുടെ പേരാദ്യം പറയൂ' അവൾ ചോദിച്ചു.

'ജോർജ് എന്നാണ് എന്റെ പേര്.' ഹോട്ടലിൽ കൊടുത്ത പേരാണ് അയാൾ പറഞ്ഞത്.

അവൾ മന്ദഹസിച്ചുകൊണ്ട് പറഞ്ഞു: 'ചുമ്മാതിരി. നിങ്ങളുടെ ശരിയായ പേര് അതല്ല.'

ഒരു കോഫീഷോപ്പിലെത്തി സ്വസ്ഥരായി ഇരുന്നു കഴിഞ്ഞപ്പോൾ വനുനു അയാളുടെ ശരിയായ പേര് വെളിപ്പെടുത്തി. സൺഡേ ടൈംസി നെക്കുറിച്ചും അതോടനുബന്ധിച്ചുള്ള പ്രശ്നങ്ങളെക്കുറിച്ചുമെല്ലാം പറഞ്ഞു. അപ്പോഴാണ് വനുനുവിനെ സിൻഡി ന്യൂയോർക്കിലേക്ക് ക്ഷണിച്ചത്. സൺഡേ ടൈംസിനേക്കാളും മികച്ച പത്രങ്ങളെയും ഒന്നാംതരം വക്കീൽമാരെയും തനിക്ക് പരിചയമുണ്ടെന്ന് സിൻഡി പറഞ്ഞു.

പക്ഷേ അതൊന്നും വനുനു കാര്യമായി കേൾക്കുന്നുണ്ടായിരുന്നില്ല. അയാൾ പ്രണയത്തിലേക്ക് മൂക്കുംകുത്തി വീണുകഴിഞ്ഞിരുന്നു. തുടർന്നുള്ള ദിവസങ്ങളിൽ അയാൾ തുടരെത്തുടരെ സിൻഡിയെ സന്ദർശിച്ചു. തന്റെ ജീവിതത്തിലെ ഏറ്റവും ആനന്ദകരങ്ങളായ ദിവസങ്ങളാണ് അവയെന്ന് അയാൾക്ക് തോന്നി. കൈകൾ കോർത്ത് അവർ ലണ്ടനിലെ ഉദ്യാനങ്ങളിൽ ഉലാത്തി. ഒരുമിച്ച് സിനിമകൾക്ക് പോയി. ഹാരിസൺ ഫോഡിന്റെ വിറ്റ്നസും വുഡി അല്ലന്റെ ഹന്നാ ആൻഡ് ഹെർ സിസ്റ്റേഴ്സും ചേർന്നിരുന്ന് കണ്ടു. നാൽപ്പത്തിരണ്ടാം സ്ട്രീറ്റ് എന്ന സംഗീതിക കണ്ടുകൊണ്ട് അവർ നിരന്തരം ചുംബിച്ചു. സിൻഡിയുടെ ഊഷ്മളമായ പുണരലുകളും മധുര ചുംബനങ്ങളും മറക്കാനാവാത്തവ ആയിരുന്നു.

മധുര ചുംബനങ്ങൾ നിറയെ നൽകിയെങ്കിലും അയാളുമായി കിടക്ക പങ്കിടാൻ സിൻഡി വിസമ്മതിച്ചു. മറ്റൊരു യുവതിയുമായി മുറി പങ്കിടുന്നതിനാൽ വനുനുവിനെ താമസിക്കുന്ന ഹോട്ടലിലേക്ക് ക്ഷണിക്കാൻ തനിക്കാവില്ലെന്ന് അവൾ പറഞ്ഞു. വനുനു താമസിക്കുന്ന ഹോട്ടലിലേക്ക് വരാനും സിൻഡി തയ്യാറല്ലായിരുന്നു. അക്ഷമയാൽ വലിഞ്ഞ് മുറുകിയ വനുനുവിനൊപ്പം വരാൻ തനിക്ക് കഴിയില്ലെന്നായിരുന്നു അവളുടെ നിലപാട്. ലണ്ടനിൽ വച്ച് അത് ശരിയാവില്ലെന്ന് സിൻഡി ആവർത്തിച്ചുകൊണ്ടേയിരുന്നു.

ഒടുവിൽ അവൾ തന്നെ അതിന് ഒരു പരിഹാരവും നിർദ്ദേശിച്ചു: 'എന്നോടൊപ്പം റോമിലേക്ക് വരിക. അവിടെ എന്റെ സഹോദരിയുണ്ട്. അവൾക്ക് സ്വന്തമായി ഒരു ഫ്ളാറ്റും ഉണ്ട്. നമ്മളെ ശല്യപ്പെടുത്താൻ അവിടെ ആരും ഉണ്ടാവില്ല. ബുദ്ധിമുട്ടും പ്രയാസങ്ങളുമെല്ലാം നിങ്ങൾ മറന്നുപോകും.'

വനുനു ആദ്യം അതിന് തയ്യാറായില്ല. പക്ഷേ സിൻഡിയുടെ നിശ്ചയ ദാർഢ്യത്തിനുമുന്നിൽ അയാൾ വഴങ്ങുകയായിരുന്നു. അവൾ തനിക്കായി ഒരു ബിസിനസ് ക്ലാസ് ടിക്കറ്റും വാങ്ങിവന്നു. ഒടുവിൽ സിൻഡിയുടെ സ്നേഹനിർബന്ധങ്ങൾക്ക് വനുനു കീഴടങ്ങി. അയാൾക്കുള്ള ബിസിനസ് ക്ലാസ് ടിക്കറ്റും അവൾതന്നെ വാങ്ങി. 'നിന്റെ കൈയ്യിൽ പണമെത്തു മ്പോൾ തിരികെ തന്നാൽ മതി' എന്ന് സിൻഡി പറഞ്ഞു. അവസാനം ലൈംഗികതയുടെ പ്രലോഭനത്തിന് അയാൾ കീഴടങ്ങുകയായിരുന്നു.

കാര്യഗൗരവവും യുക്തിബോധവുമുള്ള ഒരാളായിരുന്നെങ്കിൽ താൻ ഒരു 'തേൻ കെണി' യിലേക്കാണ് വീഴുന്നതെന്ന് വനുനു തിരിച്ചറിയുമായിരുന്നു. അതുണ്ടായില്ല. തെരുവിൽ വച്ച് തികച്ചും യാദൃച്ഛികമായി ഒരു സുന്ദരിയെ കണ്ടുമുട്ടുന്നു. അവൾ അയാളിൽ അനുരാഗപരവശയാകുന്നു. അയാൾക്കുവേണ്ടി എന്തും താൻ ചെയ്യുമെന്ന് യുവതി പ്രഖ്യാപിക്കുന്നു. മറ്റൊരു രാജ്യതലസ്ഥാനമായ റോമിൽ സഹോദരിയുടെ വീടുണ്ടെന്ന് വിശ്വസിപ്പിച്ച് അയാളുമായി അങ്ങോട്ട് യാത്രചെയ്യാൻ ഒരുങ്ങുന്നു. അതിനായി അവളുടെ ചെലവിൽ ബിസിനസ് ക്ലാസ് വിമാനടിക്കറ്റ് വാങ്ങുന്നു. ലണ്ടനിൽ കിടക്ക പങ്കിടാൻ തയ്യാറാകാത്തവൾ റോമിൽ അതിന് തയ്യാറെന്ന് അറിയിക്കുന്നു. സാമാന്യ ബോധമുള്ള ഒരാൾക്ക് സിൻഡിയുടെ കഥയെ സംശയിക്കാൻ വേണ്ടും കാരണങ്ങളുണ്ടായിരുന്നു. മൊസാദിലെ മനഃശാസ്ത്രജ്ഞന്മാർ അവരുടെ ജോലി ഇക്കുറി വെടിപ്പായി ചെയ്തിരുന്നു. വനുനുവിന് എന്താണ് ആവശ്യമെന്ന് അവർ കൃത്യമായി മനസ്സിലാക്കി. സുന്ദരിയും കാമരൂപിണിയുമായ ഒരുവൾ വനുനുവിനെ അന്ധയാക്കുമെന്നും അവൾക്കുവേണ്ടി എന്തും ചെയ്യാൻ അയാൾ തയ്യാറാവുമെന്നും അവർ ശരിയായി മനസ്സിലാക്കി. അതിൻപ്രകാരമുള്ള കെണി ഒരുക്കുകയും ചെയ്തു.

സൺഡേ ടൈംസിലെ പീറ്റർ ഹൗനാം ബോധവും ബുദ്ധിയുമുള്ള ഒരാളായിരുന്നു. സിൻഡിയെക്കുറിച്ച് കേട്ടപ്പോൾത്തന്നെ അയാൾ പന്തിയില്ലായ്മ മണത്തു. അവളെ കാണുന്നതിൽ നിന്നും വനുനുവിനെ തടയാൻ ആവുന്നത്ര പരിശ്രമിച്ചു. പക്ഷേ അത് വിജയകരമായില്ല. ചൂണ്ടയിൽ കോർത്ത തന്റെ ഇരയെ അതിനകം വനുനു വിഴുങ്ങിക്കഴിഞ്ഞിരുന്നു. ലോകത്തിൽ ഒരു ശക്തിക്കും അങ്ങനെയൊരാളുടെ മനസ്സ് മാറ്റാൻ ആവുമായിരുന്നില്ല.

സിൻഡിയെ കാണാനായി ഒരു കഫേയിലേക്ക് തന്നെ കൊണ്ടുവിടാൻ വനുനു പീറ്ററിനോട് ആവശ്യപ്പെട്ടു. അന്നേരം സിൻഡിയെ ഒരു

നോക്ക് കാണാൻ അയാൾക്ക് കഴിഞ്ഞിരുന്നു. (ആ ഓർമ്മയിൽ നിന്നാണ് പിന്നീട് സിൻഡിയെ സ്കെച്ച് ചെയ്യാൻ അയാൾക്കായത്.) കുറച്ചു ദിവസത്തേക്ക് നഗരം വിട്ടുപോകാൻ വനുനു പ്ലാൻ ചെയ്യുന്നെന്ന് അറിഞ്ഞപ്പോൾ അതിന് തടയിടാനും പീറ്റർ പരിശ്രമിച്ചു. ഇംഗ്ലണ്ട് വിട്ടുപോകരുതെന്നും പാസ്പോർട്ട് മറ്റാരുടെയും പക്കൽ ആകാതിരിക്കാൻ ശ്രദ്ധവയ്ക്കണമെന്നും അയാൾ വനുനുവിന് ഉപദേശം നൽകി. സിൻഡിയോടൊപ്പം കിടക്ക പങ്കിടാനായി മാത്രം റോമിലേക്ക് യാത്രചെയ്യാൻ വനുനു സന്നദ്ധനാകുമെന്ന് പീറ്റർ കരുതിയില്ല.

റോമിലേക്ക് വന്നാൽ വനുനുവിന്റെ ആഗ്രഹങ്ങളൊക്കെയും സാധിക്കാമെന്ന് പ്രലോഭിപ്പിച്ച് അയാളെ കൊണ്ടുപോകുന്നതിന് മറ്റൊരു കാരണമുണ്ടായിരുന്നു. ബ്രിട്ടനിൽ വച്ച് വനുനുവിനെ തട്ടിക്കൊണ്ടുപോകാൻ ഇസ്രായേൽ താത്പര്യപ്പെട്ടില്ല. ഉരുക്ക് വനിതയെന്ന് അതിനകം പേരുകേട്ട മാർഗരറ്റ് താച്ചറുമായി ഈ വിഷയത്തിൽ നേരിട്ട് കോർക്കാൻ ഇസ്രായേൽ പ്രധാനമന്ത്രി ഷീമോൻ പെറസ് ഒട്ടും പ്രിയപ്പെട്ടില്ല. മൊസാദിനും ബ്രിട്ടൻ സൗകര്യപ്രദമായിരുന്നില്ല. മാസങ്ങൾക്ക് മുൻപ് വ്യാജ ബ്രിട്ടീഷ് പാസ്പോർട്ടുകളുമായി ഒരു പാക്കറ്റ് ഒരു ടെലിഫോൺ ബൂത്തിൽ നിന്നും ബ്രിട്ടീഷ് അധികാരികൾ കണ്ടെത്തിയിരുന്നു. ഇസ്രായേൽ എംബസ്സിയിലെ ഉദ്യോഗസ്ഥന്റേതാണ് ആ പാക്കറ്റ് എന്ന് തെളിയിക്കുന്ന രേഖകളും അതിലുണ്ടായിരുന്നു. മാർഗരറ്റ് താച്ചർ കുപിതയായി. ഇനി ഒരിക്കലും ബ്രിട്ടന്റെ പരമാധികാരത്തിൽ ഇടപെടുന്ന യാതൊന്നും ചെയ്യുകയില്ലെന്ന് മൊസാദ് പ്രതിജ്ഞ ചെയ്യേണ്ടി വന്നു ഒടുവിൽ താച്ചറുടെ കോപം ശമിക്കാൻ. അതിനാലാണ് ബ്രിട്ടനിൽ വച്ച് വനുനുവിനെ തട്ടിക്കൊണ്ട് പോരാൻ മൊസാദും പെറസും തയ്യാറാകാതിരുന്നത്.

റോമായിരുന്നു അങ്ങനെയൊരു പ്രവൃത്തിക്ക് ഏറ്റവും യോജിച്ച നഗരം. മൊസാദും ഇറ്റാലിയൻ രഹസ്യപ്പോലീസുമായുള്ള ബന്ധം ഏറെ ദൃഢവും ഊഷ്മളവുമായിരുന്നു. മൊസാദിന്റെ രംസദ് നഹും അദ്മൊനിയും ഇറ്റാലിയൻ രഹസ്യപ്പോലീസിന്റെ തലവൻ അഡ്മിറൽ ഫുൾവിയോ മാർട്ടിനിയും നല്ല മിത്രങ്ങളായിരുന്നു. ഇറ്റലിയിലെ അന്നത്തെ കുഴഞ്ഞുമറിഞ്ഞ ആഭ്യന്തര അന്തരീക്ഷത്തിൽ വനുനുവിനെ ഇറ്റലിയിൽ നിന്നുമാണ് തട്ടിക്കൊണ്ട് പോയതെന്ന് തെളിയിക്കാനും ആവുമായിരുന്നില്ല.

1986 സെപ്റ്റംബർ 30-ന് സിൻഡിയും വനുനുവും കൈകൾ കോർത്ത് ഉല്ലാസത്തോടെ ബ്രിട്ടീഷ് എയർവെയ്സിന്റെ ഫ്ളൈറ്റ് 504-ൽ ചെക് ഇൻ ചെയ്തു. രാത്രി ഒൻപത് മണിക്ക് റോമിൽ വിമാനമിറങ്ങി പുറത്തേക്ക് വന്ന അവരെ രസികനായ ഒരു ഇറ്റലിക്കാരൻ നിറയെ

പൂക്കൾ നൽകി സ്വീകരിച്ചു. അയാളുടെ കാറിൽ അവർ സിൻഡിയുടെ സഹോദരിയുടെ വീട്ടിലേക്ക് യാത്ര ചെയ്തു. കമിതാക്കൾ ഉത്സാഹത്തിലായിരുന്നു. കെട്ടിപ്പുണർന്ന് അവർ ഉമ്മ വച്ചുകൊണ്ടേയിരുന്നു.

ഒരു ചെറിയ വീടിനുമുന്നിൽ കാർ നിന്നു. ഒരു യുവതിയാണ് വീടിന്റെ വാതിൽ തുറന്നത്. വീടിനകത്തേക്ക് ആദ്യം കയറിയത് വനുനു ആയിരുന്നു. അതോടെ അയാൾക്ക് പിന്നിൽ വാതിൽ വലിഞ്ഞടഞ്ഞു. രണ്ട് പുരുഷന്മാർ വനുനുവിന്റെ ശരീരത്തിലേക്ക് ചാടി വീണ് അയാളെ കീഴ്പ്പെടുത്തി. അവരിലൊരാൾ സ്വർണ്ണത്തലമുടിക്കാരനാണെന്ന് വനുനു കണ്ടു. പുരുഷന്മാർ അയാളുടെ കൈകാലുകൾ കെട്ടിവരിയുമ്പോൾ യുവതി അയാളുടെ കൈത്തണ്ടയിൽ എന്തോ കുത്തിവച്ചു. അതോടെ എല്ലാം മങ്ങിയതായി. വനുനു ഒരു ദീർഘനിദ്രയിലേക്ക് എറിയപ്പെട്ടു.

ബോധരഹിതനായ വനുനുവുമായി ഒരു സാധാരണ വാൻ ഇറ്റലിയുടെ ഉത്തര ദിക്കിലേക്ക് സഞ്ചരിച്ചു. ആ യാത്ര മണിക്കൂറുകൾ നീണ്ടു. രണ്ട് പുരുഷന്മാരും ആ യുവതിയും അയാൾക്കൊപ്പം ഉണ്ടായിരുന്നു. വഴിയിൽ വീണ്ടും ഒരിക്കൽക്കൂടി വനുനുവിന് ഇഞ്ചക്ഷൻ നൽകപ്പെട്ടു. സിൻഡി അവിടെയെങ്ങും ഉണ്ടായിരുന്നില്ല. അവൾ മാഞ്ഞുപോയിരുന്നു. കാർ ലാ സ്പെസിയ തുറമുഖത്ത് എത്തി. ഒരു സ്ട്രെച്ചറിൽ വരിഞ്ഞ് മുറുക്കിയ വനുനുവിനെ ഒരു സ്പീഡ് ബോട്ടിൽ കയറ്റി. ബോട്ട് കടലിലേക്ക് കുതിച്ചു. അവിടെ ഇസ്രായേലിന്റെ യുദ്ധക്കപ്പലായ താപൂസ് നങ്കൂരമിട്ട് കാക്കുന്നുണ്ടായിരുന്നു. ചിലർ പറയുന്നത് അത് എസ് എസ് നോഗ എന്ന കപ്പലായിരുന്നെന്നാണ്. കപ്പലിലുള്ളവരെല്ലാവരും അവരവരുടെ മുറികളിലേക്ക് പോകാൻ നിർദ്ദേശമുണ്ടായിരുന്നു. ഒരു സ്പീഡ് ബോട്ട് വരുന്നതും അതിൽ നിന്നും രണ്ട് പുരുഷന്മാരും ഒരു യുവതിയും അബോധാവസ്ഥയിലായ ഒരാളുമായി കപ്പലിലേക്ക് കയറുന്നതും ഡ്യൂട്ടിയിൽ ഉണ്ടായിരുന്നവർ കണ്ടു. അവർ ക്യാപ്റ്റന്റെ മുറിയിലേക്ക് കയറി വാതിലുകൾ അടച്ചു. കപ്പൽ ഇസ്രായേൽ ലക്ഷ്യമാക്കി കുതിച്ചു.

ആ യാത്രയിലുടനീളം വനുനു ആ ചെറിയ കാബിനിൽ ബന്ധനസ്ഥനായിരുന്നു. സിൻഡിയെ അയാൾ പിന്നീട് കണ്ടില്ല. അവൾക്ക് എന്തുസംഭവിച്ചു എന്നതോർത്ത് അയാൾ വ്യാകുലനായിരുന്നു. സിൻഡി മൊസാദിന്റെ ഏജന്റായിരുന്നുവെന്ന് അയാൾ ചിന്തിച്ചതേയില്ല. റോമിലെ ആ ചെറിയ വീട്ടിൽ അയാളെ ഉപേക്ഷിച്ചിട്ട് സിൻഡി ആ രാത്രിയിൽത്തന്നെ ഇറ്റലിയിൽ നിന്നും മടങ്ങിയിട്ടുണ്ടാവണം. പിന്നീടുള്ള യാത്രയിൽ അയാൾക്കൊപ്പമുണ്ടായിരുന്ന യുവതി ഒരു ഡോക്ടറായിരുന്നു. ആവശ്യമായപ്പോഴെല്ലാം മയക്കമരുന്ന് കുത്തിവക്കാനായി വന്നതായിരുന്നു അവർ.

ഇസ്രായേൽ തീരത്തുനിന്നും അകലെയല്ലാതെ കപ്പൽ നങ്കൂരമിട്ടു. നേവിയുടെ ഒരു മിസ്സൈൽ ബോട്ടിൽ വനുനു കരയിലെത്തി. അവിടെ അയാളെക്കാത്ത് പോലീസ് ഓഫീസർമാരും രഹസ്യപ്പോലീസിന്റെ

പ്രതിനിധികളും ഉണ്ടായിരുന്നു. അവർ വനുനുവിന്റെ അറസ്റ്റ് ഔദ്യോഗികമായി രേഖപ്പെടുത്തി. ആഷ്കെലോണിലെ ഷിക്മ ജയിലിലേക്കായിരുന്നു അവർ അയാളെ കൊണ്ടുപോയത്.

ചോദ്യം ചെയ്യലിന്റെ ആദ്യ ഘട്ടത്തിൽ തന്നെ അയാളറിഞ്ഞു സൺഡേ ടൈംസ് അയാളുടെ ഫോട്ടോകൾ ഉൾപ്പെടുത്തിയ ലേഖനം പ്രകാശിപ്പിച്ചെന്നും ലോകമെമ്പാടും അവ പുനഃപ്രകാശനം നേടിയെന്നും. വനുനുവിന് എന്ത് സംഭവിച്ചുവെന്ന് അറിയാൻ അവർ കാത്തില്ല. ഇസ്രായേലിന്റെ ആണവശേഷിയെക്കുറിച്ചുള്ള തങ്ങളുടെ നിഗമനങ്ങൾ തെറ്റായിരുന്നുവെന്ന് സൺഡേ ടൈംസ് ഏറ്റുപറഞ്ഞു. അന്നുവരെ പ്രതിരോധ വിദഗ്ധർ കരുതിയിരുന്നത് ഇസ്രായേൽ ആണവശക്തിയാണെങ്കിലും വളരെ പ്രാഥമികാവസ്ഥയിലുള്ള പത്തിനും ഇരുപതിനും ഇടയ്ക്ക് അണുബോംബുകൾ മാത്രമേ ഇസ്രായേലിന്റെ പക്കൽ ഉള്ളുവെന്നായിരുന്നു. വനുനു കൊണ്ടുവന്ന വിവരങ്ങൾ ഇസ്രായേൽ ഒരു വികസിത ആണവശക്തിയാണെന്നും അത്യാധുനികമായ 150-നും 200-നും ഇടയിൽ അണുബോംബുകൾ അവരുടെ പക്കലുണ്ടെന്നും അസന്നിഗ്ധമായി വെളിപ്പെടുത്തി. ഹൈഡ്രജനും ന്യൂട്രോണുകളും ഉപയോഗിച്ചുള്ള ആണവായുധ നിർമ്മാണശേഷിയും ഇസ്രായേലിനുണ്ടെന്ന് വ്യക്തമായി. ഇവയൊക്കെയും വനുനുവിനെ കൂടുതൽ ഭയങ്ങളിലാഴ്ത്തി. ഇസ്രായേൽ തന്നെ കൊന്നുകളയുമെന്നുതന്നെ അയാൾ ഉറപ്പിച്ചു. സിൻഡിയുടെ സുരക്ഷയോർത്തും അയാൾ വ്യാകുലപ്പെട്ടു. അപ്പോഴും സിൻഡി തനിക്കെതിരെ അസൂത്രണം ചെയ്യപ്പെട്ട പദ്ധതിയുടെ ഭാഗമാണെന്ന് അയാൾ മനസ്സിലാക്കിയിരുന്നില്ല.

ഏകദേശം നാൽപത് ദിവസങ്ങളോളം വനുനുവിന് എന്ത് സംഭവിച്ചുവെന്ന് ലോകം അറിഞ്ഞില്ല. സത്യവുമായി പുലബന്ധമില്ലാത്ത നിരവധി കഥകൾ പത്രലേഖകർ പടച്ചുവിട്ടു. ലണ്ടനിൽ നിന്നും തട്ടിക്കൊണ്ട് പോകപ്പെട്ട വനുനുവിനെ ഒരു ഡിപ്ലോമാറ്റിക് ക്രേറ്റിലാക്കി ഇസ്രായേലിലേക്ക് കടത്തുകയായിരുന്നുവെന്ന് മിക്ക ബ്രിട്ടീഷ് മാധ്യമങ്ങളും റിപ്പോർട്ട് ചെയ്തു. ഒരു സ്പീഡ് ബോട്ടിൽ സുന്ദരിയായ ഒരു യുവതിയുമായി കടൽമാർഗ്ഗമാണ് വനുനുവിനെ കടത്തിയതെന്ന് 'ദൃക്സാക്ഷികളെ' ഉദ്ധരിച്ച് മറ്റുചില പത്രങ്ങൾ എഴുതി. ഈ വിവരങ്ങൾ വിശദമായി അന്വേഷിക്കണമെന്നും ഇസ്രായേലിനെതിരെ നടപടികൾ സ്വീകരിക്കണമെന്നും ബ്രിട്ടീഷ് പാർലമെന്റിൽ എം പിമാർ ആവശ്യപ്പെട്ടു.

നവംബറിൽ മധ്യത്തോടെ വനുനുവിനെതിരായ കുറ്റപത്രം തയ്യാറായി. പല തവണ അയാൾ കോടതിയിൽ ഹാജരാക്കപ്പെട്ടു. ജയിലർമാരെയും കാവൽപ്പോലീസിനെയും കബളിപ്പിച്ച് മാധ്യമങ്ങളുമായി ബന്ധപ്പെ

ടാൻ വനുനു തീരുമാനിച്ചു. തന്നെ കോടതിയിൽ ഹാജരാക്കുമ്പോൾ എവിടെയാണ് മാധ്യമപ്പട ഉണ്ടാവുകയെന്ന് അയാൾക്ക് കൃത്യമായി അറിയാമായിരുന്നു. ഒരു തവണ അവിടം കടക്കുമ്പോൾ അവർക്ക് കാണത്തക്കവിധം തന്റെ കൈപ്പത്തി അയാൾ കാറിന്റെ ചില്ലിൽ വിടർത്തി അമർത്തി വച്ചു. സകല കാമറകളും അത് തൽക്ഷണം പകർത്തി.

'വനുനുവിനെ 30–9–86-ൽ റോമിൽ നിന്നും തട്ടിയെടുത്തു. രാത്രി ഒൻപത് മണിക്ക്. ബ്രിട്ടീഷ് എയർവെയ്സ് 504-ൽ റോമിലെത്തി.'

ആ വെളിപ്പെടുത്തൽ ലണ്ടനുമായുള്ള ജറുസലേമിന്റെ ബന്ധങ്ങളെ ദോഷകരമായി ബാധിച്ചില്ല. വനുനു സ്വന്ത ഇഷ്ടപ്രകാരമാണ് ബ്രിട്ടൻ വിട്ടതെന്ന് അതോടെ വ്യക്തമായി. അതും ഒരു സാധാരണ വിമാനത്തിൽ സാധാരണ യാത്രക്കാരനായി. പക്ഷേ ഇറ്റാലിയൻ രഹസ്യപ്പോലീസിനെ ഈ വെളിപ്പെടുത്തൽ കോപിഷ്ഠരാക്കിയെങ്കിലും വൈകാതെ അവരെ സമാധാനിപ്പിക്കാൻ ഇസ്രായേലിന് കഴിഞ്ഞു. ബന്ധങ്ങൾക്ക് ദോഷം സംഭവിച്ചില്ല.

ചാരപ്രവർത്തനവും രാജ്യദ്രോഹവുമായിരുന്നു വനുനുവിനെതിരെ ആരോപിക്കപ്പെട്ട കുറ്റങ്ങൾ. വിചാരണയ്ക്കൊടുവിൽ അയാൾ പതിനെട്ട് വർഷക്കാലത്തെ തടവിന് ശിക്ഷിക്കപ്പെട്ടു. ഇസ്രായേലിനു വെളിയിൽ വനുനുവിനെ ആരും രാജ്യദ്രോഹിയായി കണ്ടില്ല. വനുനുവിന്റെ പേരിൽ നിരവധി സമാധാന സംഘടനകൾ അമേരിക്കയിലും യൂറോപ്പിലും ഉയർന്നുവന്നു. ധീരനായ സമാധാനപ്രവർത്തകനും രക്തസാക്ഷിയുമായി അയാൾ പ്രകീർത്തിക്കപ്പെട്ടു. ഇസ്രായേലിന്റെ വിനാശകരമായ ആണവ പരിപാടിക്കെതിരെ സ്വന്തം ജീവൻ അപകടത്തിലാക്കി പൊരുതിയ രക്തസാക്ഷിയുടെ പരിവേഷം അയാൾക്ക് നൽകപ്പെട്ടു.

തീർച്ചയായും വനുനു വീരശൂരപരാക്രമിയോ ആദർശവാദിയോ ഒന്നുമായിരുന്നില്ല. ദിമോണയിൽ ജോലിചെയ്തിരുന്ന കാലത്ത് അയാൾ ഒരിക്കലും അതിനെതിരെ തിരിഞ്ഞിരുന്നില്ല. ചെലവ് കുറക്കുന്നതിന്റെ ഭാഗമായി അയാളുടെ സേവനം അവസാനിപ്പിച്ചില്ലായിരുന്നെങ്കിൽ വനുനു ഇപ്പോഴും അവിടെ ജോലിചെയ്യുമായിരുന്നു. ജോലി നഷ്ടപ്പെട്ട് നാടുവിട്ടപ്പോഴും അയാൾ ആണവപരിപാടിയോടോ ഇസ്രായേലിന്റെ അണുശക്തിനിലയങ്ങൾക്ക് എതിരെയോ വനുനു ഒന്നും പറഞ്ഞിരുന്നില്ല. അയാൾ ലോകം ചുറ്റുകയായിരുന്നു. നേപ്പാളും തായ്ലന്റും കറങ്ങിനടന്ന് കണ്ട് ആസ്ത്രേലിയയിൽ വച്ച് ക്രിസ്തുമതത്തിലേക്ക് പരിവർത്തനം ചെയ്യുമ്പോഴും ഇങ്ങനെ ഒരാശയം അയാളുടെ മനസ്സിൽ ഇല്ലായിരുന്നു. പള്ളിയിൽ വച്ച് ഗ്വറേറോയെ കണ്ടുമുട്ടാതിരുന്നെങ്കിൽ ആ ഫിലിം റോളുകൾ ഇപ്പോഴും വനുനുവിന്റെ സ്യൂട്ട് കേസിനുള്ളിൽ ഭദ്രമായി ഉണ്ടാകുമായിരുന്നു.

പക്ഷേ ലോകത്തെമ്പാടുമുള്ള നിരവധി പേർ അയാളെ ഇസ്രായേലിന്റെ ആണവപരിപാടിയുടെ ശത്രുവായിട്ടാണ് കണ്ടത്. ഒരു അമേരിക്കൻ ദമ്പതികൾ അയാളെ മകനായി നിയമപരമായിത്തന്നെ സ്വീകരിച്ചു. പല ശുദ്ധഗതിക്കാരായ ക്രൈസ്തവ സംഘടനകളും വനുനുവിനെ സമാധാനത്തിനായുള്ള നോബേൽ സമ്മാനത്തിന് നിർദ്ദേശിക്കുകപോലും ചെയ്തു.

ശിക്ഷ പൂർത്തിയാക്കി ജയിൽ മോചിതനായ വനുനു ജറുസലേമിലെ ഒരു പള്ളിയാണ് താമസത്തിനായി തെരഞ്ഞെടുത്തത്. സ്വയം ജോൺ ക്രോസ്മാൻ എന്ന് വിളിക്കുന്ന വനുനു ഇസ്രായേലിനോടുള്ള വെറുപ്പ് ഒളിച്ചു വയ്ക്കുന്നില്ല. ഹീബ്രു ഭാഷ സംസാരിക്കാൻ പോലും അയാൾ വിസമ്മതിക്കുകയാണ്. അറബി പത്രങ്ങളിൽ ഇസ്രായേലി അല്ലാത്ത പാലസ്തീനിയൻ വധുവിനെ വിവാഹം ചെയ്യാൻ ആഗ്രഹിക്കുന്നുവെന്ന് പരസ്യം ചെയ്യുന്നു.

അതേ സമയം സിൻഡിയോ? അടിയന്തിരമായി ലണ്ടനിലേക്ക് നിയോഗിക്കേണ്ടിയിരുന്നതിനാൽ ശരിയാം വിധം സിൻഡിയുടെ യഥാർത്ഥ വ്യക്തിത്വത്തെ മറച്ചുവയ്ക്കാൻ പോലും മൊസാദിന് കഴിഞ്ഞില്ല. സിൻഡി ഹാനിൻ എന്നത് അവളുടെ സഹോദരിയുടെ പേരായിരുന്നു. അതിനാൽ അവളുടെ യഥാർത്ഥ പേരും വിലാസവും കണ്ടെത്താൻ മാധ്യമപ്രവർത്തകർക്ക് എളുപ്പം കഴിഞ്ഞു. അവളുടെ ശരിയായ പേർ ഷെറിൽ ബെന്തോവ് ഹാനിൻ എന്നായിരുന്നു. ടയർ ബിസിനസ്സിലൂടെ കോടീശ്വരനായ ഒരു അമേരിക്കൻ ജൂതന്റെ മകൾ. ജൂതരാഷ്ട്രത്തോട് കൂറും വിധേയത്വവും പുലർത്തിയ അവൾ പതിനേഴാമത്തെ വയസ്സിൽ ഇസ്രായേലിലേക്ക് കുടിയേറി. സൈനിക രഹസ്യപ്പോലീസിൽ സേവനമനുഷ്ഠിച്ചുകൊണ്ടിരിക്കെ അമനിൽ ജോലിചെയ്തിരുന്ന ഒരു ഓഫീസറെ വിവാഹം ചെയ്തു. പിന്നീടാണ് മൊസാദിൽ ചേർന്നത്. നല്ല ലക്ഷ്യബോധമുള്ള ബുദ്ധിശാലിയായ അവൾക്ക് അമേരിക്കൻ പാസ്പോർട്ട് അധികതുണയായി. ക്ലേശകരമായ രണ്ടുവർഷങ്ങളുടെ മൊസാദ് പരിശീലനം പൂർത്തിയാക്കിയയുടനെ കനിയൂക് ദൗത്യത്തിൽ പങ്കുചേരാനായി ലണ്ടനിലേക്ക് പറക്കുകയായിരുന്നു. വനുനുവിന്റെ തട്ടിക്കൊണ്ടുപോകലും തുടർന്നുള്ള വമ്പിച്ച പ്രചാരവും മൂലം വൈകാതെ മൊസാദിന്റെ ദൗത്യവിഭാഗത്തിൽ നിന്നും രാജി നൽകുകയായിരുന്നു.

ഇപ്പോൾ ഷെറിൽ ഫ്ളോറിഡായിലെ ഓർലാന്തോവിൽ പാർക്കുന്നു. ഭർത്താവുമായിച്ചേർന്ന് റിയൽ എസ്റ്റേറ്റ് ബിസിനസ്സ് ചെയ്യുന്നു. വിജയകരമായി ഒരു ജൂത–അമേരിക്കൻ കുടുംബമായി ജീവിക്കുന്നു. വനുനു സംഭവം ഷെറിലിന്റെ മൊസാദ് പ്രൊഫഷന് സമാപനം കുറിച്ചു. സമർത്ഥയും സുന്ദരിയും കാര്യപ്രാപ്തയുമായ ഷെറിൽ തങ്ങൾക്കൊപ്പമില്ലെന്നത് അവളോടൊപ്പം ജോലിചെയ്തിട്ടുള്ള മൊസാദ് ഏജന്റുമാരെ ഇപ്പോഴും ദുഃഖിതരാക്കുന്നുണ്ട്. അവൾ കാരണമാണ് നിയമലംഘനങ്ങളൊന്നും

കൂടാതെ വനുനുവിനെ ഇംഗ്ലണ്ടിൽ നിന്നും പുറത്തെത്തിക്കാൻ മൊസാദിന് കഴിഞ്ഞത്.

നിയമവിരുദ്ധമായ യാതൊന്നും മൊസാദ് ബ്രിട്ടീഷ് മണ്ണിൽ ചെയ്തിട്ടില്ലെന്നത് ദേശീയ പാർലമെന്റിൽ അവർക്കെതിരായി ഉയർന്ന സ്വരങ്ങളെ ശാന്തമാക്കാൻ മാർഗരറ്റ് താച്ചർക്ക് തുണയായി.

പക്ഷേ അത് അധികകാലം തുടർന്നില്ല. വൈകാതെ പഴയ തന്ത്രങ്ങളുമായി മൊസാദിന്റെ ഏജന്റുമാർ വീണ്ടും രംഗത്തെത്തി. രണ്ട് വർഷങ്ങൾക്ക് ശേഷം ഏറി റെഗേവ്, യാക്കോവ് ബറാദ് എന്നീ മൊസാദ് ഏജന്റുമാർ ഒരു പാലസ്തീനിയൻ ഡബിൾ ഏജന്റിനെ ലണ്ടനിൽ നിയോഗിച്ചു. വൈകാതെ അയാൾ പിടിക്കപ്പെട്ടുകയും അറസ്റ്റിലാവുകയും ചെയ്തു. തുടർന്ന് ലണ്ടനിലെ മൊസാദ് കേന്ദ്രം മാർഗരറ്റ് താച്ചർ പൂട്ടിപ്പിച്ചു. റെഗേവിനെയും ബറാദിനെയും നാടുകടത്തുകയും ചെയ്തു.

വീണ്ടും മൊസാദ് നല്ല പിള്ള ചമഞ്ഞു. ഇനി ഇതൊന്നും ഒരിക്കലും ആവർത്തിക്കുകയില്ലെന്ന് പ്രതിജ്ഞ ചെയ്തു. പക്ഷേ മഫൗദ് അൽ മഭൗത് സംഭവം വരെ മാത്രമേ അതിന് ആയുസ്സുണ്ടായുള്ളൂ.

അദ്ധ്യായം 16

സദ്ദാമിന്റെ സൂപ്പർ ഗൺ

ഒന്നാം ലോകമഹായുദ്ധത്തിന്റെ പാരമ്യതയിൽ 1918 മാർച്ച് 23-ന് പീരങ്കിയിൽ നിന്നുമുള്ള ഒരു ഉണ്ട പാരീസ് പട്ടണത്തിന്റെ ഹൃദയ ഭാഗത്തുണ്ടായിരുന്ന റിപ്പബ്ലിക്കൻ ചത്വരത്തിൽ വീണ് പൊട്ടിച്ചിതറി. ഒരു മണിക്കൂർ കഴിഞ്ഞപ്പോൾ മറ്റൊരു തീയുണ്ട നഗരമധ്യത്തിൽ വീണ് പൊട്ടിച്ചിതറി എട്ടുപേരുടെ ജീവൻ അപഹരിച്ചു. യുദ്ധമുന്നണികളിൽ നിന്നും ഏറെ അകലെയായിരുന്ന പാരീസ് അതിനാൽത്തന്നെ സുരക്ഷിതമെന്ന് കരുതപ്പെട്ടിരുന്നു. അതിനാൽ നഗരത്തിലെ ഈ സ്ഫോടനങ്ങൾ പാരീസ് നഗരവാസികളെ പരിഭ്രാന്തരാക്കി. നഗരത്തിലെ സൈനിക കമാൻഡർ ഉടനെ പാരീസിന് ചുറ്റുമുള്ള വനങ്ങളിൽ ജർമ്മൻ സൈനികർക്കായി തിരയാൻ ഏർപ്പാട് ചെയ്തു. ജർമ്മൻ പീരങ്കിപ്പടയുടെ ഒരു യൂണിറ്റ് അവിടെ ഒളിച്ചിരുന്ന് നഗരത്തിലേക്ക് ഷെൽ വർഷിക്കുകയാണെന്ന സംശയമായിരുന്നു ഇതിനുപിന്നിൽ. പക്ഷേ തേടലും തിരയലും പ്രയോജനശൂന്യമായി പരിണമിക്കുകയാണുണ്ടായത്. അന്ന് ജർമ്മനിയുടെ പക്കലുണ്ടായിരുന്ന ആകാശക്കപ്പലുകളെന്ന വിമാനങ്ങളിൽ നിന്നാവും ഷെൽ വന്നതെന്നായിരുന്നു അവരുടെ അടുത്ത നിഗമനം. പക്ഷേ അത്തരമൊരെണ്ണം ഫ്രാൻസിന്റെ ആകാശത്ത് പ്രത്യക്ഷപ്പെട്ടതായി യാതൊരു തെളിവും ഇല്ലായിരുന്നു. ആറ് ദിവസങ്ങൾക്ക് ശേഷം വീണ്ടും സമാനമായൊരു ഷെൽ നഗരത്തിൽ വീണ് പ്രമുഖ ആരാധനാലയമായ സെന്റ് ഗെർവൈസ് പള്ളിക്ക് കേടുപാടുകൾ വരുത്തുകയും തൊണ്ണൂറ്റി

യൊന്നുപേരുടെ മരണത്തിന് കാരണമാവുകയും ചെയ്തു. സ്ഫോടനത്തിൽ നൂറുകണക്കിനാളുകൾക്ക് പരിക്കേറ്റു.

നഗരത്തിലാകെ പരിഭ്രാന്തി പടർന്നു. സൈന്യം നഗരവും ചുറ്റുവട്ടങ്ങളും അരിച്ചുപെറുക്കിയിട്ടും പീരങ്കിയുണ്ടകളുടെ സ്രോതസ് കണ്ടെത്താനായില്ല. അകലങ്ങളിലുള്ള ശത്രുപാളയങ്ങളിൽ നിന്നും നഗരത്തിലേക്ക് പീരങ്കി ഷെൽ എത്തിക്കാൻ പ്രാപ്തമായ ഏതെങ്കിലും ദീർഘദൂര പീരങ്കി ആരെങ്കിലും വികസിപ്പിച്ചതായും കേട്ടിരുന്നില്ല. ജൂൾസ് വേണിന്റെ ഫ്രം എർത്ത് ടു ദ് മൂൺ എന്ന നോവലിൽ വർണ്ണിച്ചിരിക്കുന്ന ഭൂമിയിൽ നിന്നും ചന്ദ്രനിൽ റോക്കറ്റുകൾ എത്തിക്കുന്ന പീരങ്കി യാഥാർത്ഥ്യമായോയെന്നു പോലും ജനങ്ങൾ വിസ്മയിച്ചു.

ഭാഗ്യം ഫ്രഞ്ചുകാരെ തുണച്ചു. ജർമ്മനിയുടെമേൽ ഫ്രാൻസ് ഉൾപ്പെടുന്ന സഖ്യകക്ഷികൾക്ക് വിജയം സമ്മാനിച്ചുകൊണ്ട് യുദ്ധം ആ വർഷാവസാനം സമാപിച്ചു. പാരീസ് നഗരത്തിൽ നാശം വിതച്ച ആ പീരങ്കിയെക്കുറിച്ചുള്ള വിവരങ്ങൾ സാവധാനത്തിലാണെങ്കിലും പുറത്തുവരാൻ തുടങ്ങി. ചിലരതിനെ പാരീസ് പീരങ്കിയെന്നും മറ്റുചിലർ വിൽഹെം പീരങ്കിയെന്നും വിശേഷിപ്പിച്ചു. ജർമ്മനിയിലെ ആയുധ നിർമ്മാണ മേഖലയിലെ ഭീമനായ ക്രൂപ്പ് കമ്പനി വികസിപ്പിച്ചവയായിരുന്നു ആ പീരങ്കികൾ. അന്ന് കേട്ടുകേൾവിപോലും ഉണ്ടായിട്ടില്ലാത്ത 128 കിലോമീറ്റർ ദൂരത്തേക്ക് ഷെല്ലുകൾ പായിക്കാൻ അവയ്ക്ക് കഴിയുമായിരുന്നു. പീരങ്കി ഉതിരുമ്പോൾ 42 കിലോമീറ്റർ ഉയരത്തിലേക്ക് ഷെല്ലുകൾ ഉയരുമായിരുന്നു. അങ്ങനെയാണ് ഷെല്ലുകൾ 128 കിലോമീറ്റർ ദൂരത്തേക്ക് പാഞ്ഞത്. ഷെല്ലുകൾക്ക് മൂന്നടി വലുപ്പമുണ്ടായിരുന്നു. അതിനെ ആകാശത്തേക്ക് വിക്ഷേപിക്കാൻ 12 അടി നീളമുള്ള വെടിമരുന്ന് ചാർജ്ജും. അത്തരം മൂന്ന് ഭീമൻ പീരങ്കികൾ ക്രൂപ്പ് കമ്പനി നിർമ്മിച്ചു. പ്രത്യേക ട്രെയിനുകൾ ഉപയോഗിച്ചാണ് അവയെ ആവശ്യമുള്ള ഇടങ്ങളിലേക്ക് നീക്കിയിരുന്നത്. ഒരോ പീരങ്കിയും കൈകാര്യം ചെയ്യുന്നതിനായി എൺപത് സൈനികരടങ്ങുന്ന യൂണിറ്റുകൾ സജ്ജമാക്കിയിരുന്നു. അവയെക്കുറിച്ചുള്ള സകല വിവരങ്ങളും പരമരഹസ്യമായിരുന്നു. ജർമ്മൻ സേനയിൽപ്പോലും വളരെ ചുരുക്കം ആളുകൾക്കേ ഇതേക്കുറിച്ച് അറിയാമായിരുന്നുള്ളു.

യുദ്ധത്തിന്റെ അവസാന ഘട്ടമെത്തിയപ്പോളേക്കും ഈ പീരങ്കികളുടെ രഹസ്യവും അവ സൂക്ഷിച്ചിരിക്കുന്ന ഇടങ്ങളും ബ്രിട്ടീഷ് രഹസ്യാന്വേഷകർ കണ്ടെത്തി. അവ നിരന്തരമായി ആക്രമിക്കപ്പെട്ടു. ഫ്രഞ്ചുകാരും അതിർത്തിയിൽ നിന്നും റെയിൽപ്പാളങ്ങളിലേക്ക് ഷെൽ വർഷം നടത്തി അവയുടെ ചലനാത്മകതയ്ക്ക് ആഘാതമേൽപ്പിച്ചു. എന്നിട്ടും അവയിൽ ഒന്നിനെപ്പോലും പൂർണ്ണമായി നശിപ്പിക്കാൻ സഖ്യകക്ഷികൾക്ക് കഴിഞ്ഞില്ല. പക്ഷേ പ്രവർത്തനത്തിനിടയിലുണ്ടായ പൊട്ടിത്തെറി ഒരു പീരങ്കിയെ പ്രവർത്തനരഹിതമാക്കി. ആ സ്ഫോടനത്തിൽ അഞ്ച് പീരങ്കിപ്പടയാളികളും

കൊല്ലപ്പെട്ടു. യുദ്ധത്തിനുശേഷം ഈ ഭീമൻ പീരങ്കികളെ ആരും കണ്ടിട്ടില്ല. അവയെ വിഘടിപ്പിച്ച് ഉരുക്കുകയോ എവിടെയെങ്കിലും ഭദ്രമായി ഉപേക്ഷിക്കപ്പെട്ട നിലകളിൽ ഒളിപ്പിക്കുകയോ ചെയ്തിട്ടുണ്ടാവാമെന്ന് കരുതപ്പെടുന്നു.

അങ്ങനെ ഈ സൂപ്പർ ഗണ്ണുകളെക്കുറിച്ചുള്ള വാർത്തകൾ അവ്യക്തമായ ഊഹാപോഹങ്ങളായി അവശേഷിച്ചു. അവയുടെ രഹസ്യം ആർക്കും കണ്ടെത്താനായില്ല. പക്ഷേ 1965-ൽ കാനഡയിലെത്തിയ വൃദ്ധയായ ഒരു ജർമ്മൻ വനിത കൊണ്ടുവന്ന രേഖകൾ ഊഹാപോഹങ്ങൾക്ക് വിരാമമിട്ടു. മോൺട്രിയാലിലെ മാക്ഗിൽ സർവകലാശാലയിൽ ഹൈ ആൾറ്റിറ്റ്യൂഡ് ഗവേഷണ വിഭാഗത്തിൽ ജോലിചെയ്തിരുന്ന ഡോക്ടർ ജെറാൾഡ് ബുള്ളിനെ കാണാനായിരുന്നു അവർ എത്തിയത്. ക്രൂപ്പ് കമ്പനിയുടെ ഡിസൈൻ വിഭാഗത്തിന്റെ തലവനായിരുന്ന ഫ്രിറ്റ്സ് റൗസെൻബെർഗറിന്റെ ബന്ധുവായിരുന്നു ആ വനിത. കുടുംബം വക ശേഖരത്തിൽ നിന്നും അവർക്ക് ലഭിച്ച രേഖകളിൽ സൂപ്പർ പീരങ്കിയെക്കുറിച്ചുള്ള എല്ലാ വിവരങ്ങളും ഉണ്ടായിരുന്നു. അതാണ് അവർ കൈമാറിയത്.

ആ രേഖകൾ ഡോക്ടർ ജെറാൾഡ് ബുള്ളിന്റെ ഭാവനയെ ജ്വലിപ്പിച്ചു. ഇരുപത്തിമൂന്നാം വയസ്സിൽ ഗവേഷണബിരുദം നേടി പ്രഗൽഭനെന്ന് പേരുകേട്ടയാൾ ആയിരുന്നു ജെറാൾഡ്. ഒരു കനേഡിയൻ സർവകലാശാലയിൽ നിന്നും പി എച്ച്ഡി നേടിയ ഏറ്റവും പ്രായം കുറഞ്ഞ വ്യക്തിയെന്ന പേരും അയാൾക്കുണ്ടായിരുന്നു. നൂറുകണക്കിന് മൈലുകൾക്കപ്പുറത്തേക്ക് ഷെല്ലുകൾ പായിക്കുന്ന പീരങ്കികൾ നിർമ്മിക്കുന്നത് അദ്ദേഹം കിനാവ് കണ്ടു. ലഭ്യമായ രേഖകളെ ആസ്പദമാക്കി പാരീസ് പീരങ്കികളെക്കുറിച്ച് ഡോക്ടർ ബുൾ ഒരു പുസ്തകം എഴുതി. ഭാവിയിലെ പീരങ്കിവിദ്യയ്ക്ക് അത് വാഗ്ദാനം ചെയ്യുന്ന സാദ്ധ്യതകളെക്കുറിച്ചും ശാസ്ത്രലോകം അതുപയോഗപ്പെടുത്തുന്നതിനെക്കുറിച്ചുമെല്ലാം അതിൽ കാര്യമായി പ്രതിപാദിച്ചിരുന്നു.

ആ പുസ്തകം കൊണ്ട് ഡോക്ടർ ബുൾ തൃപ്തനായില്ല. അമേരിക്കയുടെയും കാനഡയുടെയും അദ്ദേഹം ജോലി ചെയ്തിരുന്ന സർവകലാശാലയുടെയും സാമ്പത്തിക സഹായത്തോടെ അദ്ദേഹം ഗവേഷണം ആരംഭിച്ചു. ബാർബഡോസിലെ ക്ലറ്റൻ ടെസ്റ്റിംഗ് ഗ്രൗണ്ടിൽ ലോകത്തിൽ അന്നുവരെ നിർമ്മിതമായിട്ടുള്ള ഏറ്റവും വലിയ പീരങ്കി പ്രവർത്തിപ്പിച്ച് പരിശോധിച്ചു. 36 മീറ്റർ നീളവും 424 മില്ലീമീറ്റർ വ്യാസവും ഉണ്ടായിരുന്നു അതിന്. നൂറുകണക്കിന് സാധാരണ തൊഴിലാളികളും സാങ്കേതിക വിദഗ്ധരും എഞ്ചിനീയർമാരും അതിൽ പങ്കാളികളായി.

ബുള്ളിന്റെ പീരങ്കി മാതൃകയുടെ പരീക്ഷണം വിജയകരമായിരുന്നു. റിക്കോഡ് ഉയരത്തിൽ അത് എത്തിച്ചേർന്നു. ഷെല്ലുകൾക്ക് പകരം മിസ്സൈലുകൾ ഘടിപ്പിച്ചാലും തന്റെ പീരങ്കികൾ 250 കിലോമീറ്റർ ഉയരത്തിൽ 4000 കിലോമീറ്ററുകൾ താണ്ടുമെന്ന് അദ്ദേഹം അവകാശപ്പെട്ടു.

ഡോക്ടർ ബുള്ളിന്റെ പീരങ്കി ഉജ്ജ്വലമായ വിജയമായിരുന്നെങ്കിലും അമേരിക്കയും കാനഡയും തുടർന്നുള്ള പരീക്ഷണങ്ങൾ നടത്തുന്നതിനാ യുള്ള ഫണ്ട് നൽകാൻ വിസമ്മതിച്ചു. അതിനുപിന്നിൽ പല കാരണങ്ങളും ഉണ്ടായിരുന്നു. ഏതായാലും ഈ പശ്ചാത്തലത്തിൽ ബാർബഡോസ് വിടാൻ ബുൾ നിർബന്ധിതനായി. അളവില്ലാത്തതായിരുന്നു അയാളുടെ നിരാശ. വെറുപ്പും കോപവും കലർത്തി ആ ആയുധഗവേഷകൻ തന്റെ പദ്ധതി പൊളിഞ്ഞതിന് ബ്യൂറോക്രാറ്റുകളെയാണ് കുറ്റപ്പെടുത്തിയത്. അവരാണ് തന്റെ സ്വപ്ന പദ്ധതിക്ക് തുരങ്കം വച്ചതെന്ന് അയാൾ കരുതി.

പിന്നീട് കുറച്ചുകാലം അയാൾ വ്യത്യസ്തതരം പീരങ്കി ഷെല്ലുകൾ ഉൽപ്പാദിപ്പിക്കുന്നതിൽ മുഴുകി. അമ്പതിനായിരം ഷെല്ലുകൾ ഇസ്രായേ ലിലേക്ക് കയറ്റുമതിയും ചെയ്തു. അദ്ദേഹത്തിന്റെ സേവനങ്ങളെ പുരസ്കരിച്ച് അമേരിക്കൻ ഗവൺമെന്റ് ഡോക്ടർ ബുള്ളിന് ഹോണററി പൗരത്വം പോലും നൽകി. ഇതുകൊണ്ടൊന്നും അദ്ദേഹം തൃപ്തനായില്ല. ബാർബ ഡോസിലെ ടെസ്റ്റിംഗ് ഗ്രൗണ്ടിൽ നിന്നും തന്നെ ഇറക്കിവിട്ടത് മറക്കാൻ അദ്ദേഹത്തിനായില്ല. വലിയൊരു മുറിവായി അത് അവശേഷിച്ചു. ഡോക്ടർ ബുൾ വളരെ വേഗം കോപിഷ്ഠനാകുന്ന തരം വ്യക്തിയായിരുന്നു. ആ ക്ഷിപ്രകോപമാണ് മിക്കപ്പോഴും അദ്ദേഹത്തിന് വിനയായത്. നാവിനെ നിയന്ത്രിക്കാൻ അദ്ദേഹത്തിന് അറിയാമായിരുന്നില്ല. സന്ധിക്കേണ്ടിവന്ന സീനിയർ ഓഫീസർമാരുമായിട്ടെല്ലാം ഈ ക്ഷിപ്രകോപി കലഹിച്ചിരുന്നു. ബാർബഡോസിൽ നിന്നും തന്നെ നിഷ്കാസിതനാക്കിയത് മറക്കാനും പൊറുക്കാനും ഡോക്ടർ ബുള്ളിന് ഒരിക്കലും കഴിഞ്ഞില്ല. വ്യക്തിപര മായ ഒരപമാനമായി അയാളതിനെ കണ്ടു. ഈ കാരണങ്ങളാൽ ആരുടെ സഹായം സ്വീകരിച്ചിട്ടായാലും സൂപ്പർ പീരങ്കികളുടെ നിർമ്മാണം മുന്നോട്ടു കൊണ്ടുപോകണമെന്ന് അയാൾ തീവ്രമായി അഭിലഷിച്ചു. ഒരു ഒഴിയാ ബാധയായി അയാളതിനെ കൊണ്ടുനടന്നു.

നാൽപ്പത് കിലോമീറ്റർ ദൂരത്തേക്ക് ഷെല്ലുകൾ അയക്കാൻ പറ്റുന്ന തരം പീരങ്കികളാണ് അയാൾ ആദ്യം നിർമ്മിച്ചത്. അന്താരാഷ്ട്ര ആയുധ നിയന്ത്രണങ്ങളൊന്നും പാലിക്കാതെ ആവശ്യമുള്ള ആർക്കും അവ വിൽക്കാൻ അയാൾ തയ്യാറായിരുന്നു. ഐക്യരാഷ്ട്രസഭയുടെ വിലക്ക് നിലനിൽക്കെത്തന്നെ സൗത്ത് ആഫ്രിക്കൻ സേനയ്ക്ക് പ്രസ്തുത പീരങ്കികൾ അയാൾ വിറ്റു. അയൽ രാജ്യമായ അംഗോളയ്ക്ക് എതിരായ യുദ്ധത്തിൽ അവരത് ഉപയോഗപ്പെടുത്തുകയും ചെയ്തു. അതേ പീരങ്കികൾ സൗത്ത് ആഫ്രിക്കയിൽ വച്ച് നിർമ്മിക്കാനുള്ള അവകാശവും ബുൾ അവർക്ക് നൽകി.

സി ഐ എയുടെ തന്ത്രപരമായ പിന്തുണയോടെയാണ് അയാളത് ചെയ്തതെന്ന് പലരും ആരോപിച്ചു. എന്നാൽ ഈ വിഷയങ്ങൾ പൊതു വേദികളിൽ ചർച്ചയായതോടെ ഡോക്ടർ ബുള്ളിന്റെ സി ഐ എ സുഹൃ

ത്തുക്കൾ വായുവിൽ മാഞ്ഞുപോയി. അയാൾ ഒറ്റക്കായി. ഹൃദയശൂന്യനായ ആയുധക്കച്ചവടക്കാരനെന്ന പഴി നാലുഭാഗങ്ങളിൽ നിന്നും കേട്ടു. ഒടുവിൽ അമേരിക്കയിലേക്ക് മടങ്ങാൻ അയാൾ നിർബന്ധിതനായി. അവിടെ ഇതിലെല്ലാം വലിയ ശിക്ഷ ഡോക്ടർ ബുള്ളിനെ കാത്തിരിക്കുന്നുണ്ടായിരുന്നു. നിയമവിരുദ്ധമായി ആയുധവ്യാപാരം നടത്തിയെന്ന് ആരോപിച്ച് അയാളെ ആറുമാസത്തേക്ക് ജയിലിലടച്ചു. അമ്പതിനായിരം ഡോളറിന്റെ പിഴയും അയാൾ അടക്കേണ്ടിവന്നു. നിരാശാഭരിതനും കോപിഷ്ഠനുമായ അയാൾ ബെൽജിയത്തിലേക്ക് താമസം മാറ്റി. അവിടെ യുണൈറ്റഡ് ഗൺ പൗഡർ വർക്സ് എന്ന കമ്പനിയുമായി ചേർന്ന് പുതിയൊരു സ്ഥാപനം സ്വന്തമായി തുടങ്ങി.

ഇത്രയൊക്കെയായിട്ടും മനസ്സിലെ അതിമോഹം മാഞ്ഞുപോയില്ല. അതിദൂര പീരങ്കി നിർമ്മിക്കണം എന്ന ആശയം അയാളിൽ അത്രയേറെ ഉറച്ചുപോയിരുന്നു. ജൂൾസ് വേണിന്റെ ഭാവന അയാളെയും മോഹിപ്പിച്ചു. ഗോയ്ഥേയുടെ നായകനായ ഡോക്ടർ ഫൗസ്റ്റസിനെപ്പോലെ സ്വന്തം ആത്മാവിനെ ചെകുത്താന് വിറ്റിട്ടായാലും തന്റെ സ്വപ്നം യാഥാർത്ഥ്യമാക്കണമെന്ന് അയാൾ അഭിലഷിച്ചു. ഒടുവിൽ അയാൾ സ്വന്തം ചെകുത്താനെ കണ്ടെത്തുക തന്നെ ചെയ്തു: ഇറാഖിന്റെ സർവാധിപതി സദ്ദാം ഹുസൈൻ.

എൺപതുകളിൽ ഇറാനുമായി യുദ്ധത്തിലായിരുന്നു ഇറാഖ്. ആസ്ട്രിയയിൽ നിർമ്മിച്ച അമ്പത് മധ്യദൂര പീരങ്കികൾ ഡോക്ടർ ബുൾ ഇറാഖിന് വിറ്റിരുന്നു. അയൽരാജ്യമായ ജോർദാൻ വഴി അവയെ കടത്തിക്കൊണ്ടുവരികയായിരുന്നു. അതായിരുന്നു സദ്ദാമുമായുള്ള വ്യാപാരത്തിന്റെ തുടക്കം.

ബുള്ളിനെപ്പോലെ സദ്ദാമും നിരാശാഭരിതനും കോപിഷ്ഠനും ആയിരുന്നു. ആശിച്ച് മോഹിച്ച് പടുത്തുയർത്തിയ തമൂസിലെ അണുശക്തിനിലയം ഇസ്രായേൽ ബോംബുചെയ്ത് തകർത്തുകളഞ്ഞത് സദ്ദാമിന്റെ ന്യൂക്ലിയർ മോഹങ്ങളെ ഭസ്മമാക്കിയിരുന്നു. ഇറാഖിനെ അണുശക്തി രാഷ്ട്രമാക്കാമെന്ന മോഹം അതോടെ വിദൂരതയിലായി. ഇസ്രായേൽ വൈകാതെ ശൂന്യാകാശത്തേക്ക് സാറ്റലൈറ്റുകൾ വിക്ഷേപിക്കുമെന്ന അറിവ് അയാളെ അസൂയാലുവാക്കി.

ലോകത്തിലെ ഏറ്റവും ബൃഹത്തായ അതിദൂര പീരങ്കി നിർമ്മിക്കാമെന്നായിരുന്നു ഡോക്ടർ ബുൾ സദ്ദാമിനോട് പറഞ്ഞത്. അപ്രകാരം സാദ്ധ്യമാകുന്ന സൂപ്പർ ഗണ്ണുകളുടെ സഹായത്തോടെ ശൂന്യാകാശത്തേക്ക് സാറ്റലൈറ്റുകൾ അയക്കാമെന്നും ആയിരം കിലോമീറ്ററുകൾ ദൂരെ പീരങ്കി ഷെല്ലുകൾ പായിക്കാൻ ആവുമെന്നും അയാൾ സദ്ദാമിനോട് പറഞ്ഞു. ഇസ്രായേലിലെ ജനവാസകേന്ദ്രങ്ങളിൽ ബോംബുകൾ വർഷിക്കാമെന്ന സാദ്ധ്യതയാണ് സദ്ദാമിനെ ആകർഷിച്ചത്. അതോടെ ഇറാഖ് അജയ്യമാകുമെന്ന് ആ ഏകാധിപതി കണക്ക് കൂട്ടി. ബുള്ളിന്റെ ഓഫർ സദ്ദാം

സ്വീകരിച്ചു. പ്രോജക്റ്റ് ബാബിലോൺ എന്നാണ് തന്റെ പദ്ധതിയെ ഡോക്ടർ ബുൾ നാമകരണം ചെയ്തത്.

ബാബിലോൺ പദ്ധതി വിഭാവനം ചെയ്ത അതിദൂര പീരങ്കി ഇപ്രകാരമായിരുന്നു. 150 മീറ്റർ നീളം; 2100 ടൺ ഭാരം; ഒരു മീറ്റർ വ്യാസമുള്ള പീരങ്കിക്കുഴൽ. സൂക്ഷ്മമായ പരിശോധനയുടെ സൗകര്യത്തിനായി ആദ്യം ഉണ്ടാക്കിയത് താരതമ്യേന ചെറിയൊരു മാതൃകയായിരുന്നു. അതിനെ അയാൾ 'ബേബി ബാബിലോൺ' എന്ന് വിളിച്ചു. എങ്കിലും അന്ന് ലോകത്ത് ഉണ്ടായിരുന്ന ഏതൊരു പീരങ്കിയെക്കാളും വലുതായിരുന്നു 45 മീറ്റർ നീളമുണ്ടായിരുന്ന ബേബി ബാബിലോൺ. പൂർത്തിയായപ്പോൾ അതിന്റെ പ്രകടനം സദ്ദാമിന്റെ പീരങ്കിസേനാത്തലവനെപ്പോലും ആശ്ചര്യപ്പെടുത്തി. മരുഭൂമിയിൽ തയ്യാറായിക്കൊണ്ടിരുന്ന ഒറിജിനലുമായി താരതമ്യം ചെയ്യുമ്പോൾ ബേബി ബാബിലോൺ ഒന്നുമല്ലായിരുന്നു.

ഭീമാകാരമായ ഈ പീരങ്കി സ്ഥാപിക്കാൻ ബുൾ തെരഞ്ഞെടുത്തത് ഒരു കുന്നിൻചെരുവായിരുന്നു. ഇടം തെരഞ്ഞെടുത്തശേഷം വ്യത്യസ്ത ഭാഗങ്ങൾ നിർമ്മിക്കാൻ യൂറോപ്പിലെ പ്രശസ്തങ്ങളായ ഉരുക്ക് മില്ലുകൾക്ക് കരാർ നൽകി. പീരങ്കിയുടെ പ്രധാനഭാഗം അതിന്റെ കുഴലായിരുന്നു. അനേകം ഉരുക്ക് കുഴലുകൾ കൂട്ടിച്ചേർത്ത് നിർമ്മിക്കാനായിരുന്നു പദ്ധതി. ഇംഗ്ലണ്ട്, സ്പെയിൻ, ഹോളണ്ട്, സ്വിറ്റ്സർലണ്ട് എന്നീ രാജ്യങ്ങളിലെ കമ്പനികൾക്കാണ് അതിന്റെ നിർമ്മാണ കരാർ നൽകിയിരുന്നത്. വലിയൊരു എണ്ണക്കുഴൽ നിർമ്മിക്കാനാണെന്ന വ്യാജേനയായിരുന്നു ഈ പൈപ്പുകൾക്ക് കരാർ നൽകിയത്. യുദ്ധകാലം ആയിരുന്നതിനാൽ ആയുധനിർമ്മാണത്തിനായുള്ള സാധനങ്ങൾ ഇറാഖിന് നൽകുന്നതിന് തടസ്സങ്ങളുണ്ടായിരുന്നു. അത് തരണം ചെയ്യുന്നതിനായി ഒരു ജോർദാൻ കമ്പനിയെയാണ് കരാർ ദാതാവായി കാണിച്ചിരുന്നത്.

ഉരുക്ക് കുഴലുകൾ വന്നെത്താൻ തുടങ്ങി. ഇതിലെ ഏറ്റവും രസകരമായ വസ്തുത, ആ കരാറിൽ ഭാഗഭാക്കായ എല്ലാവർക്കും അറിയാമായിരുന്നു തങ്ങൾ നിർമ്മിക്കുന്നത് ഏതോ മാരകായുധത്തിനായുള്ള ഭാഗങ്ങളാണെന്നത്. ലാഭത്തോടുള്ള കൊതിയും മധ്യപൗരസ്ത്യദേശത്തെ യുദ്ധങ്ങളോടും വിനാശങ്ങളോടുമുള്ള അലസമനോഭാവവും മറ്റെല്ലാം കണ്ടില്ലെന്ന് നടിക്കാൻ അവർക്ക് പ്രേരണയായി. ഭീമാകാരങ്ങളായ ആ ഉരുക്ക് കുഴലുകൾക്ക് യാതൊരുവിധ പ്രശ്നങ്ങളും കൂടാതെ കയറ്റുമതി ലൈസൻസ് ലഭിച്ചു. അവയെല്ലാം തയ്യാറായപ്പോൾ കൂറ്റൻ ട്രക്കുകളിൽ ദേശാതിർത്തികൾ താണ്ടി അവയെല്ലാം ലക്ഷ്യങ്ങളിൽ എത്തിച്ചേരുകയും ചെയ്തു.

മലഞ്ചെരുവിൽ ഇസ്രായേലിന് അഭിമുഖമായി പീരങ്കി ഭാഗങ്ങൾ സംയോജിപ്പിക്കാൻ തുടങ്ങി. സാങ്കേതിക വിദഗ്ധരുടെയും എഞ്ചിനീയർമാരുടെയും ഒരു സ്വകാര്യ സേനയെത്തന്നെ ഡോക്ടർ ബുൾ സമാഹരിച്ചിരുന്നു. അവർ എണ്ണയിട്ട യന്ത്രം കണക്കെ പ്രവർത്തനനിരതരായി. ബുൾ എന്നിട്ടും

തൃപ്തനല്ലായിരുന്നു. രണ്ട് അതിദൂരപീരങ്കികൾ കൂടി ബുൾ യോജിപ്പിക്കാൻ ആരംഭിച്ചു. അൽ മജ്നൂൻ എന്നും അൽ ഫാവോ എന്നും അവകൾക്ക് പേരിട്ടു. അൽ മജ്നൂൻ എന്നാൽ കിറുക്കൻ എന്നായിരുന്നു അർത്ഥം. രണ്ടും ഇറാഖിന്റെ പീരങ്കിപ്പടയുടെ ഭാഗമായി.

സദ്ദാമിന്റെ ആയുധശേഖരത്തിലെ റഷ്യൻ നിർമ്മിത സ്കഡ് മിസ്സൈലുകളുടെ പ്രഹരശേഷിയും ദൂരവ്യാപ്തിയും മെച്ചപ്പെടുത്താമെന്ന് ഡോക്ടർ ബുൾ സദ്ദാമിന് വാക്ക് കൊടുത്തിരുന്നു. സ്കഡ് മിസ്സൈലുകളുടെ സഞ്ചാരദൂരം വർദ്ധിപ്പിക്കാനുള്ള പരിഷ്കരണ പ്രവർത്തനങ്ങൾ അയാൾ തുടങ്ങിവച്ചു. ആദ്യത്തെ ഗൾഫ് യുദ്ധത്തിൽ ഇറാഖ് സേനയ്ക്ക് അവ ഉപയോഗിക്കാനാവുമെന്ന് ബുൾ വാക്ക് നൽകിയിരുന്നു.

സത്യത്തിൽ ഇവിടെയെല്ലാം ഡോക്ടർ ബുൾ പരിധികൾ ലംഘിക്കുകയായിരുന്നു. പിന്നീട് ബുള്ളിന്റെ മകൻ പറഞ്ഞതിൻ പ്രകാരം ഈ സമയങ്ങളിലെല്ലാം ഇസ്രായേലി ഏജന്റുമാർ ബുള്ളിനെ താക്കീത് ചെയ്തിരുന്നു. അതിദൂരമിസ്സൈൽ പദ്ധതിയുമായി മുന്നോട്ടുപോയാൽ അതിന്റെ ഭവിഷ്യത്തുകൾ മാരകമായിരിക്കുമെന്ന് ഡോക്ടർ ബുള്ളിനെ ബോദ്ധ്യപ്പെടുത്താനായിരുന്നു ഇസ്രായേലിന്റെ ശ്രമം. ഇക്കാര്യത്തിൽ ഇസ്രായേൽ തനിച്ചല്ലായിരുന്നു. അമേരിക്കൻ ചാരസംഘടനയായ സി ഐ എയും ബ്രിട്ടീഷ് തത്സമമായ എം ഐ6-ഉം ഇറാൻകാരും അതിദൂരപീരങ്കി യാഥാർത്ഥ്യമാകരുതെന്ന് ആഗ്രഹിക്കുന്നവർ ആയിരുന്നു. തുടർന്നുകൊണ്ടിരുന്ന ഇറാൻ-ഇറാഖ് യുദ്ധത്തിൽ ഡോക്ടർ ബുള്ളിന്റെ പീരങ്കികൾ ഇറാന് ക്ഷതം ഏല്പിച്ചിരുന്നു. ചുരുക്കത്തിൽ ഡോക്ടർ ബുള്ളിന് ശത്രുക്കളുടെ കാര്യത്തിൽ ഒട്ടും ദൗർലഭ്യം ഉണ്ടായിരുന്നില്ല. ബുള്ളിന്റെ പദ്ധതികൾ പൂർത്തിയാകരുതെന്ന് അവരെല്ലാവരും ഒരുപോലെ ആഗ്രഹിച്ചു.

വാക്കാലുള്ള താക്കീതുകളെല്ലാം ബുൾ അവഗണിച്ചപ്പോൾ എതിരാളികൾ അവരുടെ താക്കീതുകളുടെ സ്വഭാവം മാറ്റാൻ ആരംഭിച്ചു. 1990 തണുപ്പുകാലത്ത് ബ്രസൽസിലെ ഡോക്ടർ ബുള്ളിന്റെ താമസസ്ഥലത്ത് അപരിചിതർ അതിക്രമിച്ചുകയറി. നാശനഷ്ടങ്ങളൊന്നും വരുത്താതെ തന്നെ തങ്ങൾക്ക് ഇതും ഇതിനപ്പുറവും ചെയ്യാനാവുമെന്ന് അയാളെ ബോദ്ധ്യപ്പെടുത്താനായിരുന്നു ശത്രുക്കളുടെ ശ്രമം. അവർ യാതൊന്നും വീട്ടിൽ നിന്നും എടുത്തില്ല, പക്ഷേ അവിടെയുണ്ടായിരുന്നതെല്ലാം അലങ്കോലമാക്കി മാറ്റിയും തിരിച്ചുമിട്ടു. തങ്ങൾ യാതൊരു പ്രതിബന്ധവും കൂടാതെ വീട്ടിൽ അതിക്രമിച്ചുകയറാനും ഇഷ്ടമുള്ളത് ചെയ്യാനും പ്രാപ്തരാണെന്ന് ബുള്ളിനെ ബോദ്ധ്യപ്പെടുത്തുകയായിരുന്നു അവരുടെ ലക്ഷ്യം. അത് രൂക്ഷമായ മറ്റൊരു താക്കീതായിരുന്നു. നിന്റെ വീട്ടിൽ കയറാനും ഇറങ്ങാനും ആകുമെങ്കിൽ ഇതിനപ്പുറവും ചെയ്യാൻ ഞങ്ങൾ മടിക്കില്ല എന്നൊരു സന്ദേശമായിരുന്നു അതിനുപിന്നിൽ.

നിർഭാഗ്യവശാൽ ആ താക്കീതിനെയും അവഗണിക്കാനായിരുന്നു ബുള്ളിന്റെ തീരുമാനം. അതിദൂരപീരങ്കികളുടെ ഭാഗങ്ങൾ ഒന്നിനുപുറകെ മറ്റൊന്നായി വന്നുകൊണ്ടിരുന്നു. ഇസ്രായേലിനഭിമുഖമായി ആ കൂറ്റൻ പീരങ്കി തയ്യാറാവുകയായിരുന്നു. ശത്രുക്കളുടെ താക്കീതുകൾക്കോ പ്രവൃത്തികൾക്കോ തന്നെ തടയാനാവില്ലെന്ന് ബുൾ പ്രഖ്യാപിക്കുകയായിരുന്നു.

1990 മാർച്ച് 22-ന് ഡോക്ടർ ബുൾ തന്റെ ബ്രസൽസിലെ വീട്ടിലെത്തി. വാതിൽക്കൽ നിന്നുകൊണ്ട് പോക്കറ്റിൽ താക്കോലിനായി പരതുമ്പോൾ ഇരുണ്ട കോണിപ്പടികൾ കയറിവന്ന ഒരാൾ തന്റെ സൈലൻസർ ഘടിപ്പിച്ച തോക്കിൽ നിന്നും ഡോക്ടർ ബുള്ളിന്റെ ശിരസ്സിനുപിന്നിൽ അഞ്ചു തവണ നിറയൊഴിച്ചു. ലോകം അത്ഭുതത്തോടെ പ്രതീക്ഷിച്ചുകൊണ്ടിരുന്ന ആ അതിദൂരപീരങ്കിയുടെ ശിൽപി തൽക്ഷണം അവിടെ മരിച്ചുവീണു.

കൊലയാളിയെക്കുറിച്ചുള്ള ഊഹാപോഹങ്ങളാൽ മാധ്യമങ്ങൾ നിറഞ്ഞു. അമേരിക്കൻ ചാരസംഘടനയായ സി ഐ എയെ പലരും സംശയിച്ചു. മറ്റുചിലർ ബ്രിട്ടന്റെ എം ഐ6-ന്റെ നേർക്ക് വിരൽചൂണ്ടി. ഭൂരിപക്ഷം മാധ്യമപ്രവർത്തകരും മൊസാദിനെയാണ് സംശയിച്ചത്. ബെൽജിയൻ പോലീസ് ജാഗ്രതയോടെ അന്വേഷണം നടത്തിയെങ്കിലും ഒരു തുമ്പും കിട്ടിയില്ല. ഡോക്ടർ ജെറാൾഡ് ബുള്ളിന്റെ കൊലയാളികൾ ഇപ്പോഴും അജ്ഞാതരായി തുടരുന്നു.

ബുള്ളിന്റെ മരണത്തോടെ അതിദൂരപീരങ്കിയുടെ നിർമ്മാണപ്രവർത്തനങ്ങളും നിലച്ചു. അതിനായി ഒരുമിച്ചുകൂടിയ ഗവേഷകരും എഞ്ചിനീയർമാരും സാങ്കേതിക പ്രവർത്തകരും ചിതറിപ്പോയി. അവരവരുടെ ഭാഗങ്ങളെക്കുറിച്ച് വിജ്ഞരെങ്കിലും പ്ലാനും പദ്ധതിയും അതിന്റെ പൂർണ്ണതയിൽ ഡോക്ടർ ബുള്ളിന്റെ തലച്ചോറിലായിരുന്നു സൂക്ഷിക്കപ്പെട്ടിരുന്നത്. അവശേഷിച്ച നിർമ്മാണപ്രവർത്തനങ്ങൾ എപ്രകാരം മുന്നോട്ട് പോകണമെന്ന് മറ്റാർക്കും അറിയില്ലായിരുന്നു. ബുള്ളിന്റെ മരണം ബാബിലോൺ പദ്ധതിയുടെ മരണവും അടയാളപ്പെടുത്തി.

ഡോക്ടർ ബുള്ളിന്റെ കൊലപാതകം നടന്നുകഴിഞ്ഞ് രണ്ട് ആഴ്ചകൾ പിന്നിട്ടപ്പോൾ ബ്രിട്ടീഷ് ഗവൺമെന്റ് നീണ്ട ആലസ്യത്തിൽ നിന്നും ഉണർന്നു. എട്ട് ഉരുക്ക് കുഴലുകൾ തടഞ്ഞുവക്കപ്പെട്ട ടീസ്പോർട്ട് തുറമുഖത്തേക്ക് അവർ ഒരു കസ്റ്റംസ് സംഘത്തെ അന്വേഷണത്തിനായി നിയോഗിച്ചു. എട്ട് കുഴലുകളും എണ്ണപൈപ്പ് എന്നാണ് രേഖപ്പെടുത്തിയിരുന്നത്. അവ പിടിച്ചെടുക്കപ്പെട്ടു. പക്ഷേ അതിനകം നാൽപ്പത്തിനാല് അതേയിനം പൈപ്പുകൾ തുറമുഖം വിട്ടിരുന്നു. അവ ഇറാഖിൽ എത്തുകയും ചെയ്തു. തുടർന്നുള്ള ദിവസങ്ങളിൽ അതിദൂരപീരങ്കിയുടേതെന്ന് സംശയിക്കപ്പെട്ട നിരവധി ഭാഗങ്ങൾ വിവിധ തുറമുഖങ്ങളിൽനിന്നും

പിടിച്ചെടുക്കപ്പെട്ടു. മറ്റുപല യൂറോപ്യൻ രാജ്യങ്ങളിലും സമാനമായ അന്വേഷണങ്ങളും പിടിച്ചെടുക്കലുകളും നടന്നു. ബ്രിട്ടനിൽ വിപുലമായ ഒരന്വേഷണം ഗവൺമെന്റ് തലത്തിൽ നടന്നു. രാജ്യത്തെ ആദരണീയ രായ ക്രൂറ്റൻ ഉരുക്ക് കമ്പനികൾ നിരോധനം നിലനിന്നിട്ടും ഇറാഖിന് എപ്രകാരം പൈപ്പുകൾ നൽകി എന്നത് കണ്ടെത്താൻ പരിശ്രമിച്ചു. 2003-ൽ അമേരിക്കൻ സേന ഇറാഖ് ആക്രമിച്ച് കീഴടക്കിയപ്പോൾ അതിദൂര പീരങ്കിക്കായി ഇറക്കുമതിചെയ്യപ്പെട്ട നിരവധി കുഴലുകളും അനുബന്ധ സാമഗ്രികളും തുരുമ്പെടുത്ത് കിടക്കുന്നത് ശ്രദ്ധയിൽപ്പെട്ടു. ബാഗ്ദാദിൽ നിന്നും മുപ്പത് കിലോമീറ്ററുകൾ അകലെ ഇസ്കന്ദ്രിയ എന്ന യിടമായിരുന്നു ഡോക്ടർ ബുള്ളിന്റെ പ്രവർത്തനശാല.

മൊസാദിന്റെ അലകും പിടിയും മാറുന്ന രീതിയിലുള്ള ആഭ്യന്തര പരിഷ്കരണങ്ങൾ തുടങ്ങിയ കാലത്താണ് ജെറാൾഡ് ബുള്ളിന്റെ കൊലപാതകം നടക്കുന്നത്. 1989-ൽ രംസദായി ചുമതലയേറ്റ പരിചയ സമ്പന്നനായ മൊസാദ് ഏജന്റ് ഷബ്തായ് ഷവിറ്റ് അന്നുവരെ നിലനി ന്നിരുന്ന മൊസാദിനെ അതിൽനിന്നെല്ലാം ഭിന്നമായ ഒന്നായി വാർത്തെ ടുക്കാൻ തീരുമാനിച്ചു. മുൻപ് സയെറെത് മത്കൽ രഹസ്യപ്പോലീസിൽ പോരാളിയായിരുന്ന ഷബ്തായ് എല്ലാംകൊണ്ടും അതിന് യോജിച്ച വ്യക്തിയായിരുന്നു. എഴുപതുകളിലെ തുടക്കത്തിൽ ബ്ലാക് സെപ്റ്റംബ റിന്റെ ഉന്മൂലനം മുതൽ എൺപതുകളിലും തൊണ്ണൂറുകളിലും തുടർച്ചയായി ആവിധങ്ങളിലുള്ള ദൗത്യങ്ങളിൽ തുടർന്നതിനാൽ മൊസാദിന്റെ ലക്ഷ്യം ഇന്റലിജൻസ് ശേഖരണത്തേക്കാൾ പൊരുതലും ഹത്യയുമാണെന്ന ധാരണ രൂപപ്പെട്ടുകഴിഞ്ഞിരുന്നു. ക്രമേണ സൈനികേതരവും പതിവുക ളിൽ നിന്നും വേറിട്ടതുമായ വെല്ലുവിളികളെ നേരിടുകയും പരാജയപ്പെട്ട ത്തുകയും ചെയ്യുക എന്നത് മൊസാദിന്റെ ചുമതലയായി കരുതപ്പെടാൻ ആരംഭിച്ചു. രാഷ്ട്രത്തിന്റെ സാധാരണ ഘടകങ്ങൾ ഭീകരവാദത്തെ നേരിടാൻ അപര്യാപ്തമായിരുന്നു. ഭീകരവാദികളുടെ നേതാക്കൾ പരദേ ശങ്ങളിൽ താരതമ്യേന സുരക്ഷിതമായി ജീവിച്ചുകൊണ്ട് ഇസ്രായേൽ രാഷ്ട്രത്തിനും ജനതയ്ക്കുമെതിരായ ഭീകരപ്രവർത്തനങ്ങൾ ആസൂത്രണം ചെയ്തു. അവിടെയിരുന്നുകൊണ്ട് അവർ സംഘാംഗങ്ങളെ നിയന്ത്രിച്ചു. അവർ ആരെന്നും എന്തെന്നും അറിഞ്ഞിട്ടും അവരെ അറസ്റ്റ് ചെയ്യാനോ നിയമത്തിനു മുന്നിൽ കൊണ്ടുവരാനോ ഇസ്രായേലിന് കഴിഞ്ഞില്ല. ഏതുവിധേനയും അത്തരക്കാരെ കണ്ടെത്തി ഉന്മൂലനം ചെയ്യുകയല്ലാതെ മൊസാദിനുമുന്നിൽ വേറെ വഴികളില്ലായിരുന്നു. ഭീകരവാദികൾക്കെതി രായ മൊസാദിന്റെ നടപടികൾ ദയാരഹിതവും കർശനവും ആയിരുന്നു. പക്ഷേ അവ ലക്ഷ്യങ്ങൾ നേടിയെടുക്കുന്നതിൽ വിജയിച്ചു. ഭീകരവാദസം

ഘടനകളുടെ തലപ്പത്തുള്ള നേതാക്കന്മാരുടെ നിരയെ തെരഞ്ഞുപിടിച്ച് ഇല്ലായ്മ ചെയ്യുന്നതിലൂടെ കുറച്ചുകാലത്തേക്കെങ്കിലും ഭീകരപ്രവർത്തനത്തെ അമർച്ച ചെയ്യാൻ കഴിഞ്ഞിരുന്നു. ബ്ലാക് സെപ്റ്റംബറിനെ നീണ്ട വേട്ടയാടലിലൂടെ ഇല്ലായ്മ ചെയ്യാനായത് ഇതിന് ഉദാഹരണമായിരുന്നു. ജെറാൾഡ് ബുള്ളിന്റെ വധവും സമാനമായിരുന്നു. അയാളുടെ കൊലയാളികളെ തിരിച്ചറിയാനായില്ലെങ്കിലും അയാളുടെ കടന്നുപോകൽ ഇസ്രായേലിനെതിരായ ഭീമൻ പീരങ്കിയുടെ നിർമ്മാണത്തിന്റെയും അന്ത്യമായി കലാശിച്ചു. വാദി ഹദ്ദാദും സമാനമായിരുന്നു.

എല്ലാം തുടങ്ങിയത് ഒരു പെട്ടി ചോക്ലേറ്റിൽ നിന്നുമായിരുന്നു.

പാലസ്തീന്റെ വിമോചനത്തിനായുള്ള ജനകീയ മുന്നണി എന്ന സംഘടനയുടെ തലവനായിരുന്നു ഡോക്ടർ വാദി ഹദ്ദാദ്. ഇസ്രായേൽ രാഷ്ട്രത്തിന്റെ ശത്രുക്കളിൽ ഏറ്റവും അപകടകാരിയായ ഒരാൾ. ടെൽ അവീവിൽ നിന്നും പാരീസിലേക്ക് 1976 ജൂൺ 27-ന് പറന്നുപൊന്തിയ എയർ ഫ്രാൻസിന്റെ യാത്രാവിമാനം തട്ടിയെടുത്തതായിരുന്നു ഏറ്റവും കുപ്രസിദ്ധമായ നടപടി. അറബികളും ജർമ്മൻകാരും തെക്കേ അമേരിക്കൻ പൗരന്മാരും ഉൾപ്പെട്ട ഭീകരവാദികൾ പൈലറ്റിനെ തോക്കിൻ മുനയിൽ നിർത്തി ഉഗാണ്ടയുടെ തലസ്ഥാനമായ എന്റബിയിലെ വിമാനത്താവളത്തിൽ വിമാനം ഇറക്കിച്ചു. ഇസ്രായേലിന്റെ തടവറയിലുള്ള ലോകത്തിലെ ഏറ്റവും അപകടകാരികളായ ഭീകരപ്രവർത്തകരെ മോചിപ്പിക്കാതെ യാത്രക്കാരെ വിട്ടയക്കില്ല എന്നതായിരുന്നു വിമാനറാഞ്ചികളുടെ നിലപാട്. യാത്രികരിൽ യഹൂദരും മറ്റനേകം രാജ്യങ്ങളിലുള്ള പൗരന്മാരും ഉൾപ്പെട്ടിരുന്നു. ആയിരക്കണക്കിന് മൈലുകൾ പറന്ന് ഇസ്രായേലി കമാൻഡോകൾ എന്റബിയിലിറങ്ങി വിമാനറാഞ്ചികളെ വധിച്ച് യാത്രക്കാരെ മോചിപ്പിച്ചത് വീരോചിതമായ പ്രവൃത്തിയായി ലോകപ്രസിദ്ധി നേടി. എന്റബി സംഭവത്തിനുശേഷം തന്റെ ജീവൻ അപകടത്തിലാണെന്ന് ഡോക്ടർ ഹദ്ദാദ് മനസ്സിലാക്കി. എങ്കിലും ബാഗ്ദാദിലേക്ക് താമസവും പ്രവർത്തനകേന്ദ്രവും മാറ്റിയതോടെ താൻ സുരക്ഷിതനാണെന്ന് അയാൾ കരുതി. അവിടെയിരുന്നുകൊണ്ട് അയാൾ തുടർന്നും ഇസ്രായേലിനെതിരായ ഭീകരപ്രവർത്തനങ്ങൾക്ക് ചുക്കാൻ പിടിക്കുന്നത് തുടർന്നു.

ഹദ്ദാദിനെ വധിക്കുവാൻ മൊസാദ് തീരുമാനിച്ചിരുന്നു. പക്ഷേ അത് എപ്രകാരം നടപ്പിലാക്കണമെന്നത് നിശ്ചയിച്ചിരുന്നില്ല. അതിനായി ഒരു വൻ പദ്ധതി അവർ ആസൂത്രണം ചെയ്തു. ഹദ്ദാദിനെ സംബന്ധിക്കുന്ന സകല കാര്യങ്ങളും, വിശിഷ്യാ അയാളുടെ ദൗർബല്യങ്ങളും ദുശ്ശീലങ്ങളും കണ്ടെത്താൻ അവർ തീരുമാനിച്ചു.

എന്റബിക്ക് ശേഷം ഒരു വർഷം കഴിഞ്ഞപ്പോൾ ഹദ്ദാദിന് ചോക്ലേറ്റിനോടുള്ള അതിരറ്റ കമ്പത്തെക്കുറിച്ച് മൊസാദിന് അറിവ് കിട്ടി. വിശേഷപ്പെട്ട ബെൽജിയം ചോക്ലേറ്റായിരുന്നു അയാൾക്ക് ഏറെ പ്രിയം. ഹദ്ദാദിന്റെ ഭീകരസംഘടനയിൽ നുഴഞ്ഞുകയറിയ വിശ്വസനീയനായ ഒരു പാലസ്തീൻ ചാരനാണ് ഈ വിവരം മൊസാദിന് നൽകിയത്.

അന്ന് മൊസാദിന്റെ രംസദായിരുന്ന ഇസഹാക് ഹോഫി ഈ വിവരങ്ങളെല്ലാം പ്രധാനമന്ത്രിയായിരുന്ന മെനാഹിം ബേഗിനെ ധരിപ്പിച്ചു. മൊസാദിന്റെ പദ്ധതിക്ക് പ്രധാനമന്ത്രി ഉടനെ അംഗീകാരവും നൽകി. അപ്പോൾ യൂറോപ്പിൽ ഒരു ദൗത്യസംബന്ധിയായി ഉണ്ടായിരുന്ന ഹദ്ദാദിന്റെ വിശ്വസ്തരായ സേവകരിൽ ഒരാളെ മൊസാദിന്റെ ഏജന്റുമാർ വശത്താക്കി. അയാൾ ഹദ്ദാദിനായി വാങ്ങിയ അതിവിശിഷ്ടമായ ഗോദിവ ചോക്ലേറ്റിൽ മാരകമായ ജൈവവിഷം മൊസാദിന്റെ വിദഗ്ധർ കുത്തിവച്ചു. ഗോദിവ ചോക്ലേറ്റിന്റെ കമ്പക്കാരനായ ഹദ്ദാദ് അതപ്പാടേ ആരുമായും പങ്കിടാതെ വിഴുങ്ങുമെന്ന് മൊസാദിനറിയാമായിരുന്നു.

സേവകൻ സമ്മാനമായി പൊതിഞ്ഞുകൊണ്ടുവന്ന ചോക്ലേറ്റ് ഹദ്ദാദ് വാങ്ങിവച്ചു. ആളൊഴിഞ്ഞപ്പോൾ പാക്കറ്റ് തുറന്ന് ഒരെണ്ണം പോലും ബാക്കിയാക്കാതെ ഒന്നൊന്നായി മുഴുവനും കൊതിയോടെ തിന്നു. ആഴ്ചകൾ കഴിഞ്ഞപ്പോൾ സ്വതേ പൊണ്ണത്തടിയനായിരുന്ന ഹദ്ദാദ് മെലിയാൻ ആരംഭിച്ചു. ഭക്ഷണത്തോടുള്ള താത്പ്പര്യം കുറഞ്ഞു. രക്തപരിശോധന നടത്തിയ ഡോക്ടർമാർ ഹദ്ദാദിന്റെ രോഗപ്രതിരോധശക്തി ഗുരുതരമാം വിധം കുറഞ്ഞിരിക്കുന്നതായി കണ്ടെത്തി. ജനകീയ മുന്നണിയുടെ നേതാവിന് എന്താണ് സംഭവിക്കുന്നതെന്ന് ബാഗ്ദാദിലെ ഡോക്ടർമാരിലാർക്കും കണ്ടെത്താനായില്ല.

ഹദ്ദാദിന്റെ ആരോഗ്യം ക്ഷയിച്ചുകൊണ്ടിരുന്നു. അയാൾ തീർത്തും ദുർബലനായി അസ്ഥികൂടമായി മാറി, സദാ കിടക്കയിലായി. ആരോഗ്യസ്ഥിതി അതീവ ഗുരുതരമായതോടെ കിഴക്കൻ ജർമ്മനിയിലെ ഒരു ക്ലിനിക്കിലേക്ക് അടിയന്തിരമായി ഹദ്ദാദിനെ മാറ്റി. സോവിയറ്റ് ചേരിയിലെ രാഷ്ട്രങ്ങൾ പാലസ്തീനിയൻ വിമോചന പ്രസ്ഥാനങ്ങളോട് അനുഭാവമുള്ളവരായിരുന്നു. ഉദാരമായ പരിശീലനവും ആയുധങ്ങളും അഭയവുമെല്ലാം അവർ തീവ്രവാദപ്രവർത്തകർക്കും നൽകിയിരുന്നു. പക്ഷേ അവരുടെ മികച്ച ചികിത്സാസൗകര്യങ്ങളൊന്നും ഈ സന്ദർഭത്തിൽ ഉപകരിച്ചില്ല. ഹദ്ദാദിനെ രക്ഷിക്കാൻ അവർക്കായില്ല. 1978 മാർച്ച് 30ന് 'അജ്ഞാതമായ കാരണങ്ങളാൽ' നാൽപ്പത്തിയെട്ടാമത്തെ വയസ്സിൽ ഹദ്ദാദ് മരിച്ചുവെന്ന് അവർ രേഖപ്പെടുത്തി. ദശലക്ഷക്കണക്കിന് ഡോളറുകൾ ഹദ്ദാദിന് സ്വകാര്യ സമ്പാദ്യമായി ഉണ്ടായിരുന്നു. അതെല്ലാം അയാളുടെ സഹോദരിക്ക് ലഭിച്ചു.

രോഗപ്രതിരോധശക്തിയെ ബാധിച്ച ഏതോ രോഗാണുബാധ യാണ് ഹദ്ദാദിന്റെ മരണത്തിന് കാരണമായതെന്ന് ജർമ്മൻ ഡോക്ടർമാർ നിർണ്ണയിച്ചുവെങ്കിലും മൊസാദിന് അതിൽ ഏതെങ്കിലും വിധത്തിലുള്ള പങ്കുണ്ടെന്ന് ആരും അക്കാലത്ത് ആരോപിച്ചില്ല. അനേകം വർഷങ്ങൾക്ക് ശേഷം ഇസ്രായേലി സ്രോതസ്സുകളാണ് ഈ വിവരം പുറംലോകത്ത് എത്തിച്ചത്. മുപ്പത് വർഷങ്ങൾക്ക് ശേഷം യാസർ അറാഫത്ത് അന്തരിച്ച പ്പോൾ അദ്ദേഹത്തിന്റെ അനുയായികൾ ആ മരണത്തിൽ ഇസ്രായേലിന് കൈയുള്ളതായി ആരോപിച്ചിരുന്നു. ഫ്രാൻസിലെ വിദഗ്ധ ഡോക്ടർമാർ സൂക്ഷ്മമായി പരിശോധിച്ചെങ്കിലും ആവിധമൊരു ആരോപണം തെളി യിക്കപ്പെട്ടില്ല.

ഹദ്ദാദിന്റെ അകാലമരണത്തോടെ അന്നുവരെ മാരകമായ പ്രഹര ശേഷിയോടെ നിലനിന്നിരുന്ന അയാളുടെ തീവ്രവാദ സംഘടനയും നാമാവശേഷമായി. ജനകീയ മുന്നണിയുടെ ഭാഗത്തുനിന്നുമുള്ള ആക്ര മണങ്ങൾ ഏതാണ്ട് പൂർണ്ണമായി അസ്തമിച്ചു. ഏറ്റവും വെറുക്കപ്പെട്ട ഒരു ശത്രുവുമായുള്ള ഇസ്രായേലിന്റെ പോരാട്ടവും അതോടെ സമാപിച്ചു.

ഡോക്ടർ ബുള്ളിനും ഹദ്ദാദിനും ശേഷം ഷക്വാക്കിയുടെ കാലമായി രുന്നു.

പത്തൊൻപതാം നൂറ്റാണ്ടിന്റെ ഉത്തരാർദ്ധത്തിൽ ഓട്ടോമൻ സാമ്രാ ജ്യത്തിന്റെ സുൽത്താൻ തന്റെ ഏറ്റവും പ്രതാപശാലിയും വിജ്ഞനു മായ ഒരു നാവികസേനാത്തലവനെ മെഡിറ്ററേനിയൻ സമുദ്രത്തിലെ മാൾട്ട ദ്വീപ് കണ്ടെത്താനും ആക്രമിച്ച് കീഴടക്കാനുമായി നിയോഗിച്ചു. തന്റെ ദൗത്യവും ശിരസ്സാവഹിച്ച് നാവികത്തലവൻ പുറപ്പെട്ടു. മാസങ്ങൾ അയാൾ മെഡിറ്ററേനിയൻ സമുദ്രത്തിൽ തലങ്ങും വിലങ്ങും കപ്പലോടിച്ച് അലഞ്ഞു. എന്നിട്ടും അയാൾക്ക് മാൾട്ട ദ്വീപ് കണ്ടെത്താനായില്ല.

ആ നാവികമേധാവി ഇസ്താംബൂളിൽ തിരികെയെത്തി. സുൽത്താന്റെ സന്നിധിയിലെത്തിയ അയാൾ പ്രഖ്യാപിച്ചു: 'മാൾട്ട യോക്!' (തുർക്കി ഭാഷയിൽ അതിനർത്ഥം മാൾട്ട എന്നൊരിടം ഇല്ല എന്നായിരുന്നു).

എന്നാൽ നമ്മുടെ കാലയളവിൽ പലരും മാൾട്ട ദ്വീപ് കണ്ടെത്തുകയും അവിടെ പ്രച്ഛന്ന വേഷത്തിൽ രഹസ്യമായ യാത്രചെയ്ത് വ്യാജപ്പേരിൽ അവിടെ വാസം ഉറപ്പിച്ച ഒരാളെ കണ്ടെത്തുകയും ചെയ്തു. ഇസ്ലാമിക് ജിഹാദിന്റെ തലവൻ ഡോക്ടർ ഫാത്തി ഷക്വാക്കി ആയിരുന്നു അയാൾ.

1995 ഒക്ടോബർ 26 രാവിലെ അൽപം വൈകി ഫത്തി ഷക്വാക്കി മാൾട്ടയിലെ സെൽമ നഗരത്തിലെ ഡിപ്ലോമാറ്റ് ഹോട്ടലിൽ നിന്നും പുറത്തേക്ക് വന്നു. ദമാസ്കസിലേക്ക് മടങ്ങുന്നതിനുമുൻപായി ചില സാധ നങ്ങൾ വാങ്ങാനായിരുന്നു അയാളുടെ ഉദ്ദേശ്യം. കുറച്ചുവർഷങ്ങളായി

ദമാസ്കസിൽ ആയിരുന്നു അയാളുടെ സ്ഥിരവാസം. ഷക്വാക്കി ഒരു വിഗ് ധരിച്ചിരുന്നു. ഇബ്രാഹിം ഷാവുഷ് എന്ന പേരിലുള്ള ഒരു ലിബിയൻ പാസ്പോർട്ടാണ് അയാൾ അപ്പോൾ ഉപയോഗിച്ചിരുന്നത്. പ്രശാന്തമായ ആ നഗരപ്രദേശത്ത് അതീവ സുരക്ഷിതനായി അയാൾക്ക് തോന്നി. ഒരാഴ്ച മുൻപ് മാൾട്ടയിൽ എത്തിയ നാൾ മുതൽ നിരവധി മൊസാദ് ഏജന്റുമാർ തന്നെ നിഴൽ പോലെ പിന്തുടരുന്നുണ്ടെന്ന് അയാൾ അറിഞ്ഞിരുന്നില്ല. പാലസ്തീനിയൻ ഒളിപ്പോർ സംഘങ്ങളുടെ കോൺഫറൻസിൽ പങ്കെടുക്കാനായിട്ടാണ് ഫത്തി ഷക്വാക്കി മാൾട്ടയിൽ എത്തിയത്.

ഒമ്പത് മാസങ്ങൾക്ക് മുൻപ് ജനവരി 22-ന് ഇസ്ലാമിക് ജിഹാദിന്റെ രണ്ട് ചാവേർ പോരാളികൾ സ്വയം പൊട്ടിത്തെറിച്ച് ഇസ്രായേലിലെ നെതന്യായിൽ 21 ഇസ്രായേലികളെ കൊന്നിരുന്നു. അവരിൽ മിക്കവരും സൈനികരായിരുന്നു. 68 പേർക്ക് മാരകമായി പരിക്കേറ്റ ആ സംഭവം ഇസ്രായേലിന്റെ ചരിത്രത്തിലെ ഏറ്റവും രൂക്ഷമായ ഭീകരാക്രമങ്ങളിൽ ഒന്നായിരുന്നു. സംഭവസ്ഥലത്ത് ഓടിയെത്തിയ പ്രധാനമന്ത്രി ഇസഹാക് റാബിൻ കിരാതമായ ആ കൂട്ടക്കുരുതി കണ്ട് സ്തബ്ധനായിപ്പോയി. ടൈം മാഗസിന് നൽകിയ ഒരു അഭിമുഖത്തിൽ ഷക്വാക്കി 'പാലസ്തീനിനുള്ളിലെ ഏറ്റവും വലിയ സൈനികാക്രമണം' എന്ന് ഈ ചാവേറാക്രമണത്തെ വിശേഷിപ്പിച്ചത് ഇസഹാക് റാബിന്റെ കോപത്തെയും വെറുപ്പിനെയും പരകോടിയെലെത്തിച്ചു.

ടൈം: 'ഇത് നിങ്ങൾക്ക് സംതൃപ്തി നൽകുന്നതുപോലെ തോന്നുന്നു?'

ഷക്വാക്കി: 'ഞങ്ങളുടെ ജനതയ്ക്ക് ഇത് സംതൃപ്തി നൽകുന്നതാണ്.'

കോപതാപങ്ങളിൽ ഉലഞ്ഞ റാബിൻ ഉടനെതന്നെ രംസദായിരുന്ന ഷാബ്തായ് ഷവിറ്റിനെ വിളിപ്പിച്ച് ഇസ്ലാമിക് ജിഹാദിന്റെ തലവനെ വധിക്കാൻ നിർദ്ദേശം നൽകുകയായിരുന്നു. അന്നുമുതൽ ഉചിതമായ സന്ദർഭം കാത്ത് ഷവിറ്റ് ഷക്വാക്കിന്റെ പിന്നാലെയായിരുന്നു.

ഷക്വാക്കിയുടെ ദമാസ്കസിലെ ഹെഡ്ക്വാർട്ടേഴ്സിനുനേരെ മിസൈൽ ആക്രമണം നടത്താൻ മൊസാദ് ആലോചിച്ചിരുന്നതായി ജർമ്മനിയിലെ ദെർ സ്പീഗൽ വാരിക റിപ്പോർട്ട് ചെയ്തിരുന്നു. പക്ഷേ റാബിൻ അതിന് വിസമ്മതിച്ചു. സിറിയൻ പ്രസിഡന്റായ ഹഫീസ് അലി ആസാദുമായി രഹസ്യമായി സമാധാന ചർച്ചകൾ നടത്തിയിരുന്ന റാബിന് ആ വിധം ഒരാക്രമണം ചർച്ചയെ ദോഷകരമായി ബാധിക്കുമോയെന്ന ആശങ്ക ഉണ്ടായിരുന്നു. അതിനാൽ നേരിട്ടുള്ള മിസൈൽ ആക്രമണമല്ലാതെ മറ്റൊരു പോംവഴി നിർദ്ദേശിക്കാൻ അദ്ദേഹം മൊസാദിനോട് ആവശ്യപ്പെട്ടു. മൊസാദിന്റെ ഹിറ്റ്ലിസ്റ്റിൽ പെട്ടയാൾ ആണെന്ന് അറിഞ്ഞിരുന്നതിനാൽ ഷക്വാക്കിയും വേണ്ട മുൻകരുതലുകൾ സ്വീകരിച്ചിരുന്നു. അതിനാലാണ് സിറിയയ്ക്ക് വെളിയിലേക്ക് അത്യപൂർവ്വമായി മാത്രം അയാൾ സഞ്ചരിച്ചത്. ഏതായാലും ദമാസ്കസിൽ ഒരു മിസൈൽ ആക്രമണം നടത്തുന്നതിനെ

റാബിൻ അംഗീകരിച്ചില്ല. അതിനാൽ മൊസാദ് കരുതലോടെ കാത്തിരുന്നു ഷക്വാക്കി സിറിയയിൽ നിന്നും പുറത്തുവരുന്ന സമയത്തിനായി.

കാത്തിരിപ്പ് നീണ്ടുപോയി. നിഷ്ഫലമാകുമോ എന്ന് മൊസാദ് പോലും സംശയിച്ചിരിക്കെയാണ് പാലസ്തീനിയൻ തീവ്രവാദ സംഘടനകളുടെ ഒരു സമ്മേളനം ലിബിയയിൽ ചേരാൻ തീരുമാനിച്ചതും അതിലേക്ക് ഷക്വാക്കി ക്ഷണിക്കപ്പെട്ടതും. വരാനാവില്ലെന്നായിരുന്നു അയാളുടെ ആദ്യ പ്രതികരണം. ഷക്വാക്കിയുടെ അഭാവത്തിൽ സമ്മേളനവേദി അയാളുടെ പ്രതിയോഗിയും തീവ്രവാദഗ്രൂപ്പുകളുടെ നേതൃത്വത്തിനായി ഷക്വാക്കിയോട് മത്സരിക്കുന്ന അബു മൂസ്സാ വിഭാഗത്തിന്റെ തലവനായ സയിദ് മൂസ്സയ്ക്ക് സ്വതന്ത്രമായി വിഹരിക്കാൻ ലഭിച്ചേക്കുമെന്നത് ഈ അവസരത്തിൽ അനുയായികൾ ചൂണ്ടിക്കാണിച്ചു. അതിനിടയാകാൻ ഷക്വാക്കി സമ്മതിക്കില്ലെന്നും ഒടുവിൽ പ്രതിബന്ധങ്ങളെ വകവക്കാതെ പങ്കെടുക്കുമെന്നും മൊസാദ് ഗണിച്ചു. ഷക്വാക്കി ലിബിയയിലേക്ക് പോകുമെന്ന റിപ്പോർട്ടുകൾ ദമസ്കസിൽ നിന്നും മൊസാദിന് ലഭിച്ചു. പുതിയ പദ്ധതിക്ക് റാബിൻ പച്ചക്കൊടി കാണിച്ചു.

ഷക്വാക്കിയുടെ യാത്രകളുടെ മുൻ റിക്കോഡുകൾ വിശകലന വിധേയമാക്കിയ മൊസാദ് ഏജന്റുമാർ കണ്ടെത്തി ട്രിപ്പോളിയിലേക്ക് യാത്ര ചെയ്തപ്പോഴെല്ലാം അയാൾ മാൾട്ടയിൽ ഇറങ്ങിക്കയറുകയായിരുന്നെന്ന്. അതിനാലാണ് മാൾട്ടയിൽ വച്ച് ഷക്വാക്കിയെ വധിച്ചാൽ മതിയെന്ന് രംസദ് തീരുമാനിച്ചത്. ട്രിപ്പോളിയെക്കാളും പലവിധത്തിലും സൗകര്യപ്രദമായിരുന്നു മാൾട്ട. ശാന്തമായ ഒരിടമായിരുന്നു അത്. ഷക്വാക്കി വരുന്ന ദിവസം മാൾട്ടയിലെ വലേറ്റ വിമാനത്താവളത്തിൽ മൊസാദ് ഏജന്റുമാർ കാത്തിരുന്നു. ലിബിയയിലേക്ക് പോകുന്നവഴിയിൽ അവിടെ ഇറങ്ങുമെന്ന് അവർക്ക് ഉറപ്പായിരുന്നു. സ്വന്തം അനുയായികളിൽപ്പോലും പരിഭ്രാന്തി പരത്തിക്കൊണ്ട് ദമാസ്കസിൽ നിന്നും പുറപ്പെട്ട അവസാനത്തെ വിമാനത്തിലാണ് ഷക്വാക്കി മാൾട്ടയിൽ വന്നിറങ്ങിയത്. വേഷവും ഭാവവും മാറി പുതിയൊരു പേരും പാസ്പോർട്ടുമായി ഒരു സാധാരണ യാത്രികനായി. കുറച്ചുനേരം ട്രാൻസിറ്റ് ലൗഞ്ചിൽ വിശ്രമിച്ച ശേഷം ലിബിയയിലേക്കുള്ള വിമാനത്തിൽ കയറി അയാൾ പറന്നു.

ഒക്ടോബർ 26 പുലർച്ചെ അയാൾ മാൾട്ടയിൽ തിരികെയെത്തി. മുൻപ് താമസിച്ചിട്ടുള്ള ഡിപ്ലോമാറ്റ് ഹോട്ടലിൽ തന്നെ വ്യാജപ്പേരിൽ ചെക്ക് ഇൻ ചെയ്തു. 616 നമ്പർ മുറിയിലാണ് അയാൾ തങ്ങിയത്. ഉടൻ തന്നെ പുറത്തേക്കിറങ്ങി. നീല മോട്ടോർ ബൈക്കിൽ രണ്ട് മൊസാദ് ഏജന്റുമാർ അയാൾ പോയിടത്തെല്ലാം അയാളറിയാതെ അനുധാവനം ചെയ്തു. കടകളിൽ കയറിയിറങ്ങി മണിക്കൂറുകൾ അയാൾ അവിടെ ചെലവഴിച്ചു. അപ്പോഴും ആ നീല ബൈക്ക് അൽപം അകലത്തിൽ അയാൾക്കൊപ്പം ഉണ്ടായിരുന്നു. അതിലൊരാൾ അധികം ആളില്ലാത്ത ഒരിടമെത്തിയ

പ്പോൾ അരുകിലെത്തി സൈലൻസർ പിടിപ്പിച്ച തോക്കിൽ നിന്നും ആറ് വെടിയുണ്ടകൾ ഷക്വാക്കിയുടെ മേൽ ഉതിർത്തു. റോഡരുകിൽ ഷക്വാക്കി വെടികൊണ്ട് വീണു. വെടിവച്ചയാൾ ഓടിയകന്ന് നീല ബൈക്കുകാരന്റെ ഒപ്പമെത്തി. അവർ രണ്ടുപേരും ബൈക്കിൽ കടൽത്തീരത്തേക്ക് കുതിച്ചു. അവിടെ അവർക്കായി കാത്തുകിടന്നിരുന്ന സ്പീഡ് ബോട്ടിൽ കയറി തീരത്തുനിന്നും ഏറെ അകലെ ആഴക്കടലിൽ സഞ്ചരിച്ചിരുന്ന ചരക്കുകപ്പലിൽ കയറി . സിമന്റ് കയറ്റി ഇറ്റലിയിലേക്ക് പോകുന്ന കപ്പലായിരുന്നു അത്. അന്ന് ആ കപ്പലിൽ മൊസാദിന്റെ തലവനായ ഷബ്തായ് ഷവിറ്റും ഉണ്ടായിരുന്നു. കപ്പലിൽ സ്ഥാപിച്ചിരുന്ന താത്ക്കാലിക കമാൻഡ് പോസ്റ്റിൽ നിന്ന് അയാൾ ദൗത്യത്തിന്റെ നിർവഹണച്ചുമതല ഭംഗിയായി നിറവേറ്റി. അതെല്ലാം മുൻകൂട്ടി ആസൂത്രണം ചെയ്തിരുന്നു. ഒടുക്കം വരെ ആരും ആ മൊസാദ് ഏജന്റുമാരെ പിൻചെന്നില്ല.

ഷക്വാക്കിയുടെ മരണശേഷം ഇസ്‌ലാമിക് ജിഹാദിനുള്ളിൽ ഒറ്റുകാരൻ ആരെന്ന് തെരഞ്ഞ് വിശദമായ അന്വേഷണം നടന്നു. ഷക്വാക്കിയുടെ യാത്രയുടെ വിശദാംശങ്ങൾ ആരാണ് ഇത്ര വിശദമായി മൊസാദിന് എത്തിച്ചുനൽകിയത്? കൊലപാതകികൾക്ക് സകലവും അറിയാമായിരുന്നു. മാൾട്ടയിലേക്കുള്ള യാത്രാദിനം, ഫ്ളൈറ്റ് നമ്പർ, പാസ്പോർട്ടിലെ വ്യാജപ്പേര്, ദമാസ്കസിൽ നിന്നുമുള്ള മടക്കയാത്രയുടെ വിശദാംശങ്ങൾ വരെ. അഞ്ചുമാസങ്ങൾ നീണ്ടുനിന്ന അന്വേഷണങ്ങൾക്ക് ശേഷം ഷക്വാക്കിയുടെ സഹായിയായിരുന്ന ഒരു യുവ പാലസ്തീനിയൻ വിദ്യാർത്ഥിയെ അവർ കുറ്റമാരോപിച്ച് അറസ്റ്റ് ചെയ്തു. ചോദ്യം ചെയ്യലിനും പീഡനങ്ങൾക്കും ഒടുവിൽ ആ യുവാവ് കുറ്റം സമ്മതിച്ചു. ബൾഗേറിയയിൽ പഠിച്ചുകൊണ്ടിരിക്കെ മൊസാദ് അയാളെ റിക്രൂട്ട് ചെയ്യുകയായിരുന്നു. മൊസാദിന്റെ നിർദ്ദേശപ്രകാരമാണ് അയാൾ ഇസ്‌ലാമിക് ജിഹാദിൽ ചേർന്നത്. നാലുവർഷം അയാൾ ജിഹാദിൽ പ്രവർത്തിച്ചു. അങ്ങനെ ഷക്വാക്കിയുടെ വിശ്വസ്തനായി. അയാളുടെ യാത്രാവിവരങ്ങൾ അറിയുന്നയാളായി.

ഹമാസ്, ഹെസ്ബൊള്ള എന്നീ തീവ്രവാദ സംഘടനകൾ സാമൂഹ്യ പ്രവർത്തനങ്ങൾക്കും പ്രാധാന്യം നൽകിയിരുന്നു. എന്നാൽ ഇസ്‌ലാമിക് ജിഹാദ് ഭീകരപ്രവർത്തനങ്ങളിൽ മാത്രമാണ് ശ്രദ്ധ കേന്ദ്രീകരിച്ചിരുന്നത്. ചെറിയ ചെറിയ ഘടകങ്ങളുടെ സുസംഘടിതമായ സമൂഹമായിരുന്നു ഇസ്‌ലാമിക് ജിഹാദ്. ചാവേറുകളെ ഉപയോഗിക്കുന്നതിൽ ഇവർ മുന്നിലായിരുന്നു. ചാവേർ ആക്രമണങ്ങളുടെ പ്രത്യയശാസ്ത്രത്തലവനായി പലരും ഷക്വാക്കിയെ കണ്ടു. ചാവേർ ബലിദാനങ്ങളെ ന്യായപ്പെടുത്തുന്ന ഭാഗങ്ങൾ മതഗ്രന്ഥങ്ങളിൽ നിന്നും കണ്ടെത്തി അവതരിപ്പിക്കുന്നതിലും ഷക്വാക്കി മുന്നിലായിരുന്നു.

ഇസ്രായേലിനെതിരായ ഭീകരപ്രവർത്തനങ്ങളിൽ കൊലയും ചോരയും കലർന്ന നിരവധി സംഭവങ്ങൾക്ക് ഉത്തരവാദി ഇസ്‌ലാമിക് ജിഹാ

ദായിരുന്നു. ടെൽ അവീവിൽ നിന്നും ജറുസലേമിലേക്കുള്ള റോഡിൽ ബസ്സിൽ സ്ഫോടനം സൃഷ്ടിച്ച് 1989 ജൂലായ് ആറിന് 16 പേരെ കൊന്നതും കെയ്റോയ്ക്ക് സമീപം ഇസ്രായേലി ടൂറിസ്റ്റുകൾ സഞ്ചരിച്ചിരുന്ന ബസ് അക്രമിച്ച് ഒമ്പതുപേരെ വധിച്ചതും തെക്കൻ ഇസ്രായേലിലെ കഫർ ദാരോമിൽ 2000 നവംബർ 20-ന് എട്ടുപേരെ ബോംബാക്രമണത്തിലൂടെ കൊന്നതും ഗാസാ മുനമ്പിലെ റോഡ് ബ്ലോക്കിൽ 1994 നവംബർ 11-ന് മൂന്ന് സൈനികരെ കൊന്നതും 1995 ജനവരി 22-ന് 21 പേരെ ചാവേറിൽ കുടുക്കി കൊന്നതിനുപിന്നിലും ഷക്വാക്കിയുടെ ഇസ്ലാമിക് ജിഹാദായിരുന്നു പ്രവർത്തിച്ചത്. അതിനാൽ മാൾട്ടാ തെരുവിലെ ആ വധശിക്ഷ ഷക്വാക്കി ചോദിച്ചുവാങ്ങിയതായിരുന്നു. ഷക്വാക്കിയുടെ മരണശേഷം ഇസ്ലാമിക് ജിഹാദ് അധികകാലം നിലനിൽക്കാതെ തകർന്ന് ഇല്ലാതായി.

ഷക്വാക്കിയുടെ കൊലപാതകത്തിന്റെ ഉത്തരവാദം ഇസ്രായേൽ ഏറ്റെടുത്തില്ല. പ്രധാനമന്ത്രി ഇസഹാക് റാബിൻ പറഞ്ഞത്: 'ഈ വധത്തെക്കുറിച്ച് എനിക്കൊന്നും അറിയില്ല. പക്ഷേ ആ കാര്യത്തിൽ എനിക്ക് ഖേദമൊന്നും തോന്നുന്നില്ല.'

ചെറിയൊരു കാലയളവിനുശേഷം ഇസഹാക് റാബിനും കൊല്ലപ്പെട്ടു. പക്ഷേ അത് ഒരു പാലസ്തീനിയൻ ഭീകരവാദിയുടെ കൈയാൽ ആയിരുന്നില്ല; ഒരു ജൂതമതമൗലികവാദിയായിരുന്നു ആ കൊലയ്ക്ക് പിന്നിൽ.

അദ്ധ്യായം 17

അമ്മാനിലെ വങ്കത്തം

'ബാബാ! ബാബാ!' (അപ്പാ! അപ്പാ!) കറുത്ത നിറമുള്ള ജീപ്പിൽ നിന്നും ആ കൊച്ചു പെൺകുട്ടി ചാടിയിറങ്ങി ജോർദാനിലെ അമ്മാൻ നഗരകേന്ദ്രത്തിലെ ആ കൂറ്റൻ ഓഫീസിലേക്ക് തന്റെ അപ്പന്റെ പിന്നാലെ ഓടി.

'ബാബാ!' അവൾ വിളിച്ചു. ആ വിളി മൊസാദിന്റെ ചരിത്രത്തിലെ വലിയ അപകടങ്ങളിലൊന്നിന് തിരികൊളുത്തി.

സമർത്ഥമായി ആസൂത്രണം ചെയ്യപ്പെട്ട ഒന്നായിരുന്നു ആ ദൗത്യ നിർവഹണം. ഒറ്റനോട്ടത്തിൽ ഒരു തികവില്ലായ്മ അതിനുണ്ടായിരുന്നെങ്കിലും വിജയത്തിലെത്താനുള്ള എല്ലാസാദ്ധ്യതകളും അതിനുണ്ടായിരുന്നു. ഹമാസിന്റെ രാഷ്ട്രീയവിഭാഗം തലവനായിരുന്ന ഖാലിദ് മഷാലിനെ വധിക്കുക എന്നതായിരുന്നു ഉന്നം. നാൽപ്പത്തിയൊന്ന് വയസ്സുള്ള സുന്ദരനായ ഒരു കമ്പ്യൂട്ടർ എഞ്ചിനീയറായിരുന്നു ഖാലിദ് മഷാൽ. നന്നായി വെട്ടി ചീകിയൊതുക്കിയ കറുത്തതാടി അയാളുടെ സവിശേഷത ആയിരുന്നു. ഹമാസിലെ ഉയർന്നുവരുന്ന നേതാവായിരുന്നു അയാൾ. കഴിഞ്ഞ കുറച്ചുവർഷങ്ങൾക്കുള്ളിൽ ഇസ്രായേലിന്റെ ഏറ്റവും കരുത്തനായ ശത്രുവായി അയാൾ മാറിയിരുന്നു. 1993-ൽ നോർവേയുടെ തലസ്ഥാനമായ ഓസ്‌ലോവിൽ വച്ച് യാസർ അറാഫത്തും ഇസഹാക് റാബിനും ചേർന്ന് ഒപ്പുവച്ച സമാധാന ഉടമ്പടിക്ക് ശേഷം ഹമാസ് എന്ന

മതമൗലിക തീവ്രവാദ ഭീകരസംഘം പാലസ്തീൻ വിമോചനമുന്നണിയെയും കടത്തിവെട്ടി ഇസ്രായേലിന്റെയും സമാധാനത്തിന്റെയും ശത്രുവായ ഏറ്റവും പ്രബല ഭീകരസംഘമായി മാറിയിരുന്നു. മൊസാദിലെ ഉന്നതർ കൊല്ലപ്പെടേണ്ടവരുടെ ഹിറ്റ്ലിസ്റ്റ് തയ്യാറാക്കിയപ്പോൾ ഏറ്റവും മുകളിൽ എഴുതിയത് ഖാലിദ് മഷാലിന്റെ പേരായിരുന്നു. 1997 ജൂലായ് 30-ന് ഹമാസ് ജറുസലേമിൽ നടത്തിയ മാരകമായ ചാവേർ ബോംബാക്രമണത്തോടെ മഷാലിന്റെ വധം മൊസാദിന്റെ ഏറ്റവും വലിയ ആവശ്യമായി മാറി. ജനത്തിരക്കേറിയ മഹനേ യെഹൂദമാർക്കറ്റിൽ രണ്ട് ചാവേറുകൾ പൊട്ടിച്ചിതറിയപ്പോൾ 16 ഇസ്രായേലികൾ തൽക്ഷണം കൊല്ലപ്പെട്ടു. 169 പേർക്ക് പരിക്കേറ്റു. പ്രധാനമന്ത്രി ബെഞ്ചമിൻ നെതന്യാഹൂ അടിയന്തിര മന്ത്രിസഭായോഗം വിളിച്ചുകൂട്ടി പ്രതികാരമായി ഹമാസിന്റെ ഉന്നതനേതാക്കളിൽ ഒരാളെ വധിക്കാൻ തീരുമാനിച്ചു. ആരെ വധിക്കണമെന്ന് തീരുമാനിക്കാനുള്ള ചുമതല 1996 മുതൽ റംസദ് ആയിരുന്ന ജനറൽ ഡാനി യാതോമിന് നൽകി.

ദീർഘകാല സൈനിക പരിചയമുള്ളയാളായിരുന്ന ജനറൽ യാതോം. ഉറച്ച ദേഹവും മുഖത്ത് സ്ഥിരമായ പുഞ്ചിരിയും തിളങ്ങുന്ന കഷണ്ടിയുമുള്ള യാതോം തികഞ്ഞ പോരാളിയായിരുന്നു. കുറച്ചുകാലം സയെറെത് മത്കലിൽ ഡെപ്യൂട്ടി കമാൻഡറായിരുന്നു. അതിനുശേഷം കേന്ദ്ര കമാൻഡിൽ മേജർ ജനറലായി പ്രവർത്തിച്ചു. തുടർന്ന് പ്രധാനമന്ത്രി ഇസഹാക് റാബിന്റെ സൈനിക കാര്യങ്ങൾക്കുള്ള സെക്രട്ടറിയായി. അചഞ്ചലമായ കൂറും സമർപ്പിതമായ കഠിനാദ്ധ്വാനവും യാതോമിന്റെ പ്രത്യേകതയായിരുന്നു. റാബിന്റെ മരണശേഷം പലരെയും അത്ഭുതപ്പെടുത്തിക്കൊണ്ട് അയാൾ മൊസാദിന്റെ തലപ്പത്ത് നിയമിതനായി. അയാളുടെ സൈനികകാല സേവനമികവും കാര്യക്ഷമതയും ആരും ചോദ്യം ചെയ്തില്ലെങ്കിലും മൊസാദ് പോലുള്ള ഒരു രഹസ്യാന്വേഷണ സംഘടനയെ നയിക്കാൻ അത് മതിയാകുമോ എന്ന സംശയം പലരും ഉന്നയിച്ചു. രംസദാകാനുള്ള മികവിനേക്കാൾ അന്തരിച്ച പ്രധാനമന്ത്രി ഇസഹാക് റാബിനുള്ള ആദരവെന്ന നിലയിലായിരുന്നു പലരും ആ നിയമനത്തെ കണ്ടത്.

1997 ആഗസ്റ്റ് ആദ്യം പ്രധാനമന്ത്രി നെതന്യാഹുവുമായുള്ള കൂടിക്കാഴ്ച്ചക്ക് ശേഷം ടെൽ അവീവിലെ മൊസാദ് കേന്ദ്ര കാര്യാലയത്തിൽ ജനറൽ യാതോം ഒരു അടിയന്തിര യോഗം വിളിച്ചുചേർത്തു. മൊസാദിന്റെ എല്ലാ വകുപ്പ് തലവന്മാരും അതിലേക്ക് ക്ഷണിക്കപ്പെട്ടിരുന്നു. രംസദിന്റെ ഡെപ്യൂട്ടിയായ അലിസാ മഗേൻ, പ്രത്യേക ദൗത്യസംഘങ്ങളുടെ തലവൻ ഇസഹാക് ബർസിലായ്, ഇന്റലിജൻസ് തലവനായ ഇലൻ മിസ്രാഹി എന്നിവരെക്കൂടാതെ ഇന്നും മൊസാദിൽ സേവനമനുഷ്ഠിച്ചുകൊണ്ടിരിക്കുന്ന പല പ്രഗൽഭരും ആ യോഗത്തിലുണ്ടായിരുന്നു.

ചർച്ചകൾ എങ്ങുമെത്തിയില്ല. ഹമാസിന്റെ നേതൃത്വനിരയിലുള്ള എല്ലാവരുടെയും വിവരങ്ങൾ മൊസാദിന്റെ പക്കൽ ഉണ്ടായിരുന്നില്ല. അവരിൽ പ്രമുഖൻ അമേരിക്കൻ പൗരനായ മൂസ മുഹമ്മദ് അബു മർസൂകാണെന്നത് എല്ലാവർക്കും അറിയാമായിരുന്നു, പക്ഷേ അയാളെ ആക്രമിക്കുന്നത് അമേരിക്കൻ പൗരനെ ആക്രമിക്കുന്നതായി ഗണിക്കപ്പെടുകയും ഇസ്രായേൽ–യു എസ് നയതന്ത്രബന്ധങ്ങളിൽ പ്രശ്നങ്ങൾ ഉളവാക്കുകയും ചെയ്യും. അതിനാൽ തത്ക്കാലം അയാളെ മാറ്റിനിർത്തി. ഖാലിദ് മഷാലിനെ ഉന്നമിടുന്നതിനോട് എല്ലാവർക്കും യോജിപ്പായിരുന്നു. പക്ഷേ അയാളുടെ ഓഫീസ് ജോർദാന്റെ തലസ്ഥാനമായ അമ്മാനിലായിരുന്നു. 1994 ഒക്ടോബറിൽ ജോർദാനുമായി സമാധാന ഉടമ്പടി ഒപ്പിട്ടശേഷം ജോർദാനിൽ മൊസാദ് എന്തെങ്കിലും ചെയ്യുന്നത് അന്നത്തെ പ്രധാനമന്ത്രി റാബിൻ നിരോധിച്ചിരുന്നു. റാബിൻ പ്രധാനമന്ത്രി ആയിരുന്ന കാലമെല്ലാം മൊസാദ് ഈ നിയന്ത്രണം പാലിച്ചിരുന്നു. റാബിന്റെ കാലശേഷം അത് പാലിക്കപ്പെടേണ്ടതില്ലെന്ന് യാതോമിന് തോന്നി. അങ്ങനെയാണ് ഖാലിദ് മഷാലിനെ നിർദേശിക്കുന്നത്. യോഗത്തിലുണ്ടായിരുന്ന പ്രമുഖരെല്ലാം അതിനെ പിന്തുണക്കുകയും ചെയ്തു.

നെതന്യാഹു അത് അംഗീകരിച്ചുവെങ്കിലും ജോർദാൻ ഭരണകൂടവുമായുള്ള ബന്ധത്തെ ബാധിക്കരുതെന്ന് കരുതി കഴിയുന്നത്ര 'നിശ്ശബ്ദമായി' അത് നടപ്പിലാക്കുവാൻ നിർദ്ദേശിച്ചു. ഈ വിധ ദൗത്യനിർവഹണ സംഘങ്ങളിൽ കാര്യപ്രാപ്തിക്കും കണിശതയ്ക്കും പേരുകേട്ട കിദോൻ എന്ന വരേണ്യസംഘത്തിനാണ് ജനറൽ യാതോം ചുമതല നൽകിയത്. മൊസാദ് ഗവേഷണവിഭാഗത്തിലെ ഒരു രസതന്ത്രവിദഗ്ധനാണ് പുതുതായി വികസിപ്പിച്ച ഒരുതരം മാരകവിഷം ഉപയോഗിച്ച് കൊലപ്പെടുത്താമെന്ന് നിർദ്ദേശിച്ചത്. തൊലിപ്പുറമേ തളിക്കപ്പെടുന്ന കുറച്ച് തുള്ളികൾ മതിയാകും ആ വ്യക്തിയുടെ മരണത്തിന് കാരണമാകാൻ. ഈ വിഷം തെളിവുകളൊന്നും അവശേഷിപ്പിക്കില്ലെന്ന് മാത്രമല്ല പോസ്റ്റ്മോർട്ടത്തിൽ വെളിപ്പെടുകയുമില്ല. പാലസ്തീൻ ജനകീയ മുന്നണിയുടെ തലവൻ വാദി ഹദ്ദാദിനെ വധിക്കാൻ ഉപയോഗപ്പെടുത്തിയതും ഇതേ വിഷം ആയിരുന്നു.

'ഇങ്ങനെ വിഷം ഉപയോഗിച്ച് ഒരാളെ കൊലപ്പെടുത്തുന്നത് നിങ്ങളെ അലോസരപ്പെടുത്തിയില്ലേ?' ഇസ്രായേലി മാധ്യമപ്രവർത്തക റൊനെൻ ബെർമാൻ മൊസാദ് ഏജന്റായ മിഷ്ക ബെൻ ഡേവിഡിനോട് വർഷങ്ങൾക്ക് ശേഷം ആരാഞ്ഞു. 'അറപ്പുളവാക്കുന്ന വിധത്തിലുള്ള മരണം...'

'തലയിൽ വന്നുതറക്കുന്ന വെടിയുണ്ട അല്ലെങ്കിൽ ദൂരത്തുനിന്നും പാഞ്ഞെത്തുന്ന മിസൈൽ ഇതിലേതാണ് വിഷത്തേക്കാൾ മാനുഷികമായത്?' എന്നായിരുന്നു മിഷ്കിന്റെ മറുചോദ്യം. 'ആരെയും കൊല്ലേണ്ടതില്ലാത്ത ഒരു കാലം വന്നിരുന്നെങ്കിൽ അതാവും ഏറ്റവും നല്ലത്.

പക്ഷേ ഭീകരർക്കെതിരായ ഈ പോരാട്ടം നമുക്ക് ഒഴിവാക്കാനാവില്ല. ഒട്ടും ബഹളമയമല്ലാത്ത രീതിയിൽ ജോർദാനെ അലോസരപ്പെടുത്താതെ ഈ കൃത്യം നിർവഹിക്കപ്പെടണമെന്ന പ്രധാനമന്ത്രി നെതന്യാഹുവിന്റെ ആജ്ഞയാണ് വിഷം ഉപയോഗിക്കാനുള്ള തീരുമാനത്തിൽ മൊസാദിനെ എത്തിച്ചത്.'

1997ലെ വേനൽക്കാലത്ത് ടെൽ അവീവിലെ തെരുവിലൂടെ രണ്ട് യുവാക്കൾ കൊക്കകോളാ കാനുകൾ കലുക്കിക്കൊണ്ട് നടന്നു പോകുന്നത് ചിലർ കണ്ടിരുന്നു. ഇടയ്ക്ക് അവർ അത് തുറക്കും. അപ്പോൾ നുരയുന്ന ആ പാനീയം പുറത്തേക്ക് ചീറ്റും. ചുറ്റുമുള്ളവർ അവരെ അലോസരത്തോടെ നോക്കും. പിന്നെയെല്ലാം പഴയപടിയാകും. ആളുകൾ നടന്നുനീങ്ങും. അവർക്കാർക്കും അത് ഒരു കൊല നടത്തുന്നത് പരിശീലിക്കുന്ന രണ്ട് മൊസാദ് ഏജന്റുമാരാണ് അവരെന്ന് മനസ്സിലായില്ല. ഒരാൾ കോള തുറക്കുമ്പോൾ ചുറ്റുമുള്ളവരുടെ ശ്രദ്ധ അയാളിലേക്ക് തിരിയുന്നു. അപ്പോൾ അപരൻ തന്റെ കൈവശമുള്ള കോള തുറന്ന് ചില തുള്ളികൾ അപരന്റെ പിൻ കഴുത്തിൽ തൂവുന്നു. 1967 ഓഗസ്റ്റിൽ ദൗത്യം ആസൂത്രണം ചെയ്യപ്പെട്ടിരുന്ന ദിവസത്തിന് ആറ് ആഴ്ചകൾക്ക് മുൻപേ ആദ്യ മൊസാദ് സംഘം ജോർദാനിലെത്തി. വിദേശ പാസ്പോർട്ടുകളാണ് അവർ കൈവശം വച്ചിരുന്നത്. മഷാലിന്റെ സഞ്ചാരപഥങ്ങൾ പിന്തുടർന്ന് അവർ അടയാളപ്പെടുത്തി. വീട്ടിൽ നിന്നും എപ്പോൾ പുറപ്പെടുന്നു, വാഹനത്തിൽ ഒപ്പമുള്ളവർ ആരൊക്കെ, ഏതൊക്കെ വഴികളിലൂടെ സഞ്ചരിക്കുന്നു, എവിടെയൊക്കെ പോകുന്നു, ആ സമയങ്ങളിലെ വാഹനത്തിരക്ക് എങ്ങനെ തുടങ്ങിയ വിവരങ്ങൾ തുടർച്ചയായി ശേഖരിച്ചു. വാഹനത്തിൽ നിന്നും ഇറങ്ങി ഓഫീസിലെത്താൻ എടുക്കുന്ന സമയവും അതിനിടയിൽ ആരെങ്കിലുമായി സംസാരിക്കുന്നുണ്ടോ, മറ്റേതെങ്കിലും ഓഫീസിൽ കയറുന്നുണ്ടോ തുടങ്ങിയവയും അവർ ശ്രദ്ധിച്ചു. തങ്ങളുടെ ദൗത്യനിർവഹണത്തെ ബാധിച്ചേക്കാവുന്ന എല്ലാ വിശദാംശങ്ങളും അവർ പരിശോധിച്ചു.

കിദോൻ കാര്യാലയത്തിലെത്തിയ റിപ്പോർട്ട് അവർക്ക് മുൻപ് കിട്ടിയ വിവരങ്ങളെ ഉറപ്പിക്കുന്നതായിരുന്നു. അംഗരക്ഷകരില്ലാതെയാണ് ദിവസവും മഷാൽ വീട്ടിൽ നിന്നും ഓഫീസിലേക്ക് പൊയ്ക്കൊണ്ടിരുന്നത്. കറുത്ത സ്പോർട്ട്സ് യൂട്ടിലിറ്റി വാഹനം ഓടിച്ചിരുന്നത് അയാളുടെ അസിസ്റ്റന്റായിരുന്നു. നേരെ അമ്മാനിലെ ഷാമിയ സെന്ററിലെ പാലസ്തീനിയൻ റിലീഫ് ബ്യൂറോയിലേക്ക്. ഹമാസിന്റെ ഓഫീസ് ആ പേരിലായിരുന്നു അവിടെ പ്രവർത്തിച്ചിരുന്നത്. മറ്റുള്ളവരുടെ കണ്ണിൽ പൊടിയിടാനുള്ള ഒരു തന്ത്രം.

രാവിലെ ജോലിസ്ഥലത്തെത്തി വാഹനത്തിൽ നിന്നും ഇറങ്ങി ഓഫീസിലേക്ക് നടക്കുന്ന സമയമായിരിക്കും മഷാലിനെ വകവരുത്താൻ ഏറ്റവും അനുയോജ്യമെന്നും പ്രഥമ ദൗത്യസംഘത്തിന്റെ റിപ്പോർട്ടിൽ പറഞ്ഞിരുന്നു.

ആസൂത്രണവും ഒരുക്കങ്ങളുമായി വേനൽക്കാലം കടന്നുപോയി. ദൗത്യസംഘം മഷാലിനെ നിരീക്ഷിക്കുന്നത് തുടർന്നു. കൂടുതൽ മൊസാദ് ഏജന്റുമാർ അമ്മാനിലെത്തി. സൗകര്യപ്രദമായ രീതിയിൽ വാഹനങ്ങളും വീടുകളുമെല്ലാം ആരുടെയും ശ്രദ്ധയിൽപ്പെടാതെ വാടകയ്ക്കെടുത്തു. അങ്ങനെയിരിക്കെ തികച്ചും അപ്രതീക്ഷിതമായി സെപ്റ്റംബർ 24-ന് മറ്റൊരു ഭീകരാക്രമണം ജറുസലേമിനെ നടുക്കി. ഹമാസിന്റെ മൂന്ന് ചാവേറുകൾ ബെൻ യഹൂദത്തെരുവിൽ പൊട്ടിച്ചിതറി. അഞ്ച് ഇസ്രായേൽ പൗരന്മാർ കൊല്ലപ്പെട്ടു. 181 പേർക്ക് പരുക്കേറ്റു. ഇനി വൈകിക്കേണ്ടതില്ലെന്ന ചിന്ത സജീവമായി. പ്രവർത്തിക്കാനുള്ള സമയം വന്നെത്തിയിരിക്കുന്നു.

ദൗത്യനിർവഹണത്തിന് ഒരു ദിവസം മുൻപ് 1997 സെപ്റ്റംബർ 24-ന് അമ്മാനിലെ ഒരു വൻകിട ഹോട്ടലിൽ ചില ടൂറിസ്റ്റുകൾ നീന്തൽക്കുളത്തിനരുകിലായി ഉണ്ടായിരുന്നു. ഒരാൾ വെളുത്ത നീന്തൽ അങ്കി ധരിച്ചിരുന്നു. ഹൃദ്രോഗത്തിൽ നിന്നും സൗഖ്യം പ്രാപിച്ചുകൊണ്ടിരിക്കുന്ന ഒരാളാണ് താനെന്ന് അയാൾ ഹോട്ടൽ ജോലിക്കാരോട് വെളിപ്പെടുത്തി. അയാളുടെ അതീവ സാവധാനത്തിലുള്ള നടത്തവും ചലനങ്ങളും അത് സൂചിപ്പിക്കുന്നുണ്ടായിരുന്നു. അയാൾക്കൊപ്പം ഉണ്ടായിരുന്ന യുവതി ഒരു ഡോക്ടറായിരുന്നു. ഇടയ്ക്കിടയ്ക്ക് അവർ അയാളുടെ നാഡിയും രക്തസമ്മർദ്ദവും അളന്നു. മിക്കപ്പോഴും അവർ നീന്തൽക്കുളത്തിനരുകിലുള്ള ചാരുകസാലകളിൽ വിശ്രമിക്കുകയായിരുന്നു. ആ 'ഹൃദ്രോഗി' ദൗത്യസംഘത്തിൽ വാർത്താവിനിമയത്തിന്റെ ചുമതലക്കാരനായ മൊസാദ് ഏജന്റായ മിഷ്ക ബെൻ ഡേവിഡ് ആയിരുന്നു. ആ ലേഡി ഡോക്ടറും മൊസാദ് ഏജന്റായിരുന്നു. അവർ ശരിക്കും ഡോക്ടർ തന്നെയായിരുന്നു. മഷാലിനെ വധിക്കാനുദ്ദേശിച്ചുള്ള വിഷത്തിന്റെ പ്രതിവിഷം അവരുടെ പക്കലുണ്ടായിരുന്നു. ഏതെങ്കിലും കാരണവശാൽ ദൗത്യനിർവഹണത്തിനിടയിൽ വിഷത്തുള്ളി മൊസാദ് ഏജന്റുമാരിൽ ആരുടെയെങ്കിലും ശരീരത്തിൽ വീണാൽ പ്രതിവിഷം ഉടനെ കുത്തിവച്ച് അയാളെ രക്ഷിക്കാനുള്ള ചുമതല അവർക്കായിരുന്നു.

ആ കപട രോഗിയും ഡോക്ടറും നീന്തൽക്കുളത്തിനരുകിൽ സമയം പോക്കിയിരുന്ന വേളയിൽ ചുമതലപ്പെട്ട മൊസാദ് ഏജന്റുമാർ അവരുടെ അവസാന തയ്യാറെടുപ്പുകളിൽ ആയിരുന്നു. അടുത്തടുത്ത ദിവസങ്ങളിലായി നിരവധി മൊസാദ് ഏജന്റുമാർ അമ്മാനിൽ എത്തിച്ചേർന്നിരുന്നു. കൃത്യ

ത്തിനുശേഷം അതിൽ ഏർപ്പെട്ടവർക്ക് രക്ഷപെടാനുള്ള വാഹനങ്ങളോടിച്ച് അവർ സഞ്ചരിച്ചു. ഒടുവിലാണ് കനേഡിയൻ സന്ദർശകരായി വേഷം പകർന്ന ഷോൺ കെൻഡാൾ, ബാരി ബീഡ്സ് എന്നിവരെത്തിയത്. അവർക്കായിരുന്നു കൃത്യം നടത്താനുള്ള ചുമതല. അവർ നേരെ ഇന്റർകോണ്ടിനന്റൽ ഹോട്ടലിലേക്ക് പോയി. ദൗത്യനിർവഹണത്തിനായി ഈ രണ്ടുപേരെ തെരഞ്ഞെടുത്തതിനെ സംബന്ധിച്ച് അസുഖകരങ്ങളായ നിരവധി ചോദ്യങ്ങൾ പിന്നീട് ഉയർന്നുവന്നു. അറബ് രാജ്യത്ത് ഈ വിധം പ്രവർത്തിച്ച് പരിചയമില്ലാത്ത അവരെ ഈ സുപ്രധാന ദൗത്യത്തിനായി എന്തിന് തെരഞ്ഞെടുത്തു? കനേഡിയൻ പൗരന്മാരുമായി ഒരുവിധത്തിലും സാമ്യമില്ലാത്ത അവരെ കനേഡിയൻ ടൂറിസ്റ്റുകളാക്കി അവതരിപ്പിച്ചത് എന്തുകൊണ്ട്? ദുർബലമായ ഒരു പരിശോധനയിൽപ്പോലും പൗരത്വം സംബന്ധിച്ച സത്യാവസ്ഥ പുറത്തുവരുമായിരുന്നു. അവരുടെ ഇംഗ്ലീഷ് അപര്യാപ്തമായിരുന്നു. ഉച്ചാരണമാകട്ടെ തികഞ്ഞ ഇസ്രായേലി സ്വഭാവമുള്ളതും. ഒരുവിധ പരിശോധനയെയും അതിജീവിക്കാൻ അവർക്കാവുമായിരുന്നില്ല. ദൗത്യം ആരംഭിച്ചതിനുശേഷം വെളിപ്പെട്ട നിരീക്ഷണസംഘത്തിന്റെ പിഴവുകൾ ഇതുമായി തുലനം ചെയ്യുമ്പോൾ നിസ്സാരങ്ങളായിരുന്നു.

ഷാമിയ സെന്ററിന്റെ കവാടത്തിൽ വച്ച് കൃത്യം നിർവഹിക്കപ്പെടണം എന്നതായിരുന്നു പ്ലാൻ. കിദോൻ എജന്റുമാരും മഷാലുമായുള്ള ഏറ്റുമുട്ടൽ ഏറ്റവും ചുരുങ്ങിയതും അതേസമയം തികച്ചും മാരകമായിരിക്കണമെന്നും നിശ്ചയിക്കപ്പെട്ടിരുന്നു. ഷോണും ബാരിയും മഷാലിനെ സമീപിക്കുന്നു, വിഷം തളിക്കുന്നു, ഉടൻ പുറത്തെത്തി കാത്തുകിടക്കുന്ന വാഹനത്തിൽ കയറി രക്ഷപെടുന്നു. ടെൽ അവീവിലെ തെരുവിൽ നടത്തിയ പരിശീലനത്തിനുശേഷം അവരിരുവരും സജ്ജരായിരുന്നു. ഷോണിന്റെ പക്കലായിരുന്നു കോളാ കാൻ. മഷാലിന്റെ മുന്നിലെത്തുമ്പോൾ ഷോൺ അത് പൊട്ടിച്ച് ചീറ്റിക്കും. അത് മഷാലിന്റെയും അരുകിലുള്ള മറ്റുള്ളവരുടെയും ശ്രദ്ധ ആകർഷിക്കും. ആ സമയം ബാരി വിഷം തളിക്കും. വിഷം തളിക്കുന്നതിൽ നിന്നും ശ്രദ്ധ തെറ്റിക്കാനായിരുന്നു കോളാ പ്രയോഗം. തൊലിപ്പുറമേ വീഴുന്ന വിഷം ഉടൻ പ്രവർത്തിച്ചുതുടങ്ങും. മഷാൽ ഹൃദയാഘാതത്തിൽ നിന്നെന്നവണ്ണം മരിക്കും.

കെട്ടിടത്തിനുള്ളിൽ ഒരു പുരുഷനും സ്ത്രീയും കാത്തുനിൽക്കുന്നുണ്ടാവും. ദൗത്യനിർവഹണത്തിനിടയിൽ അപ്രതീക്ഷിതമായി എന്തെങ്കിലും സഹായം ആവശ്യമുണ്ടായാൽ സഹായത്തിനെത്തുക എന്നതാണ് ഇവരുടെ ചുമതല. ഉദാഹരണമായി, മഷാൽ അതിവേഗം നടന്ന് ഏറെ മുന്നിൽ പോയാൽ ഏതെങ്കിലും വിധത്തിൽ അയാളെ തടഞ്ഞ് ഷോണും ബാരിയും ഒപ്പമെത്തുന്നതിന് അവസരമൊരുക്കുക ഇവരുടെ ചുമതലയാവും.

ഈ വിധം ആസൂത്രണം ചെയ്തിരുന്നതിനാൽ ഒരു ഘട്ടത്തിലും ജോർദാൻകാരെ നേരിടേണ്ടി വരില്ലെന്ന് മൊസാദിലെ ആസൂത്രകർ ഉറപ്പായി വിശ്വസിച്ചിരുന്നു.

അന്തിമഘട്ടത്തിൽ കെട്ടിടത്തിലെ അവസ്ഥ പ്രതീക്ഷിച്ചതുപോലെ തന്നെ ആയിരിക്കുക എന്നത് ദൗത്യത്തിന്റെ വിജയത്തിന് അത്യന്താപേക്ഷിതമായിരുന്നു. അപ്രതീക്ഷിതമായി പ്രത്യക്ഷപ്പെടാവുന്ന അംഗരക്ഷകർ, കുടുംബാംഗങ്ങൾ, പരിചയക്കാർ, പോലീസുകാർ, ഹമാസ് പോരാളികൾ തുടങ്ങിയവരുടെ സാന്നിദ്ധ്യം ദൗത്യത്തെ തകിടം മറിക്കാനും പരാജയപ്പെടുത്താനും കാരണമായേക്കാം. അതിനാൽ ജോർദാനിലെത്തിയ ദൗത്യസംഘത്തിന് നൽകിയ നിർദ്ദേശം വളരെ വ്യക്തമായിരുന്നു: വിജയകരമായ ദൗത്യനിർവഹണം സാദ്ധ്യമല്ലാത്ത സാഹചര്യം ഉടലെടുത്താൽ ഉടനെ ദൗത്യം റദ്ദാക്കുക. 'നമ്മുടെ ആസൂത്രണത്തിന് അടിസ്ഥാനമായ ഘടകങ്ങളിൽ മാറ്റം കണ്ടാൽ ദൗത്യം മാറ്റി വക്കുക. സംഗതികൾ ഒത്തുവരുമ്പോൾ മറ്റൊരു സന്ദർഭത്തിൽ വിജയകരമായി നമുക്കത് നിർവഹിക്കാനാകും' എന്നതായിരുന്നു ഡാനി യാതോമിന്റെ നിർദ്ദേശം. സത്യത്തിൽ സംഭവിച്ചതും അതുതന്നെയായിരുന്നു. പലതവണ കൃത്യസ്ഥലത്ത് ദൗത്യസംഘം എത്തിയെങ്കിലും ഭൗതികസാഹചര്യങ്ങളിൽ പ്രതികൂലമായ മാറ്റം കണ്ടതിനാൽ ദൗത്യനിർവഹണം ഉപേക്ഷിക്കപ്പെടുകയായിരുന്നു. ജോർദാൻ പോലീസിന്റെ കടന്നുവരൽ, മഷാലിനൊപ്പമെത്തിയ വർദ്ധിച്ച അംഗരക്ഷകർ, അവസാനനിമിഷം ഓഫീസിൽ പോകേണ്ടതില്ലെന്ന മഷാലിന്റെ തീരുമാനം തുടങ്ങിയവയായിരുന്നു കാരണങ്ങൾ.

സെപ്റ്റംബർ 25, 1997, കൃത്യനിർവഹണത്തിനായി തെരഞ്ഞെടുത്ത ദിവസം.

ഷാമിയ സെന്ററിന്റെ മുന്നിലുള്ള റോഡിന് എതിർവശത്തായി ദൗത്യസംഘത്തലവൻ നിലയുറപ്പിക്കുന്നു. മൊബൈൽ ഫോണുകൾ തുടങ്ങിയ യാതൊരുവിധ ഇലക്ട്രോണിക് ഉപകരണങ്ങളും ആശയവിനിമയത്തിനായി ഉപയോഗിക്കില്ലെന്നും അംഗവിക്ഷേപങ്ങളും അടയാളങ്ങളും മാത്രമേ അതിനായി ഉപയോഗിക്കാവൂ എന്നും തീരുമാനിച്ചിരുന്നു. ഏതെങ്കിലും ഘട്ടത്തിൽ ദൗത്യം ഉപേക്ഷിക്കാൻ സംഘത്തലവൻ തീരുമാനിച്ചാൽ തൊപ്പി ഊരിക്കാണിക്കുന്നതായിരിക്കും അതിനുള്ള അടയാളമെന്നും ഷോണിനെയും ബാരിയെയും അറിയിച്ചിരുന്നു.

കെട്ടിടത്തിനുപിന്നിലായി ഷോണിനും ബാരിക്കും രക്ഷപെടാനുള്ള കാറും ഡ്രൈവറും കാത്തുകിടന്നു.

കവാടത്തിൽ ഷോണും ബാരിയും എത്തി. ലോബിയിൽ പുരുഷനും സ്ത്രീയും നിലയുറപ്പിച്ചു.

സകലവും തയ്യാർ.

മഷാലിന്റെ വീട്ടിൽ പതിവ് രീതിയിൽ ദിവസം തുടങ്ങി. പക്ഷേ അവസാന നിമിഷം അതിനൊരു മാറ്റം ഉണ്ടായി. സാധാരണയായി കുട്ടികളെ സ്കൂളിലേക്ക് കൊണ്ടുപോയിരുന്നത് മഷാലിന്റെ ഭാര്യയായിരുന്നു. അന്ന് കുട്ടികളെ സ്കൂളിലേക്കയച്ചത് മഷാലിനൊപ്പമായിരുന്നു. കുട്ടികൾ രണ്ടുപേരും മഷാലിനൊപ്പം വാഹനത്തിൽ കയറി. പക്ഷേ വീടിനു സമീപം ഉണ്ടായിരുന്ന മൊസാദിന്റെ നിരീക്ഷകർ അത് ശ്രദ്ധിക്കുന്നതിൽ പരാജയപ്പെട്ടു. അവർ സംഘത്തലവന് നൽകിയ റിപ്പോർട്ടിൽ പറഞ്ഞത് വാഹനത്തിൽ മഷാലും ഡ്രൈവറും മാത്രമെയുള്ളു എന്നായിരുന്നു. പിൻ സീറ്റിൽ ഇരുന്നിരുന്ന കുട്ടികളെ അവർ കണ്ടില്ല. വാഹനത്തിന്റെ ജാലകച്ചില്ലുകൾ ടിന്റഡ് ആയിരുന്നതിനാൽ അവരെ കാണുക എളുപ്പവും ആയിരുന്നില്ല.

ഷാമിയ സെന്ററിനുമുന്നിൽ വാഹനമിറങ്ങി മഷാൽ അകത്തേക്ക് നടക്കാൻ തുടങ്ങി. പടികൾ കയറി മുന്നോട്ടുചെല്ലുമ്പോളാണ് കെട്ടിടത്തിന്റെ പ്രവേശനകവാടം. ഷോണും ബാരിയും അയാൾക്ക് നേരെ നടന്നുവന്നു. തൊട്ടരുകിൽ എത്താറായപ്പോൾ പെട്ടെന്ന് മഷാലിന്റെ മകൾ വാഹനത്തിൽ നിന്നുമിറങ്ങി 'ബാബാ, ബാബാ' എന്ന് വിളിച്ചുകൊണ്ട് അപ്പന്റെ അരുകിലേക്ക് ഓടിവന്നു. ഡ്രൈവർ വണ്ടിയിൽ നിന്നുമിറങ്ങി കുട്ടിയുടെ പിന്നാലെ ചെന്നു. റോഡിന്റെ എതിർവശത്ത് നിന്നിരുന്ന ദൗത്യസംഘത്തലവൻ ഇതെല്ലാം കണ്ട് തന്റെ തലയിലെ തൊപ്പി ഊരി ദൗത്യം റദ്ദാക്കുന്നതായി അടയാളം കാണിച്ചു. ആ സമയം ലോബിയിലെ തൂണുകൾക്ക് പിന്നിലായിരുന്ന ബാരിയും ഷോണും അത് കണ്ടില്ല. ആ നിമിഷാർദ്ധത്തിൽ അവരുടെ കണ്ണുകൾക്ക് സംഘത്തലവൻ അദൃശ്യനായിരുന്നു. അതിനേക്കാളും ദൗർഭാഗ്യകരമായിരുന്നു ഓടിയടുത്തിരുന്ന പിഞ്ചുബാലികയെയും അവൾക്ക് പിന്നാലെയുള്ള ഡ്രൈവറെയും അവർ കണ്ടില്ലയെന്നത്.

ദൗത്യസംഘം പ്രവർത്തനം തുടങ്ങി. അവർ മഷാലിന്റെ സമീപത്തെത്തി. ഷോൺ കോളാ കാൻ കുലുക്കിയശേഷം തുറന്നു. പക്ഷേ അന്നാദ്യമായി അത് മുഴുവനായി തുറന്നുവരാൻ വിസമ്മതിച്ചു. അത് പുറത്തേക്ക് ചീറ്റിയില്ല. അതിനാൽ ചുറ്റുമുള്ളവരുടെ ശ്രദ്ധയെ ആകർഷിക്കാനുള്ള പരിശ്രമം വിജയിച്ചില്ല. എങ്കിലും ബാരി തന്റെ ചുമതലയുമായി മുന്നോട്ടുപോയി. അയാൾ മഷാലിന്റെ കഴുത്തിൽ വിഷം തളിക്കാനായി കൈയ്യുയർത്തി. അന്നേരം കുട്ടിയുടെ പിന്നാലെ ഓടി വന്നിരുന്ന ഡ്രൈവർ ബാരിയുടെ കൈ ഉയരുന്നത് കണ്ടു. തന്റെ ബോസിനെ കുത്തിക്കൊല്ലാനുള്ള ശ്രമമാണതെന്ന് അയാൾ തെറ്റിദ്ധരിച്ചു. ഉറക്കെ ബഹളം വച്ചുകൊണ്ട് അയാൾ ബാരിയുടെ നേരെ കുതിച്ചു. കൈയിലുണ്ടായിരുന്ന ന്യൂസ് പേപ്പർ ചുരുട്ടി അതിനെ പ്രതിരോധിക്കാൻ ശ്രമിച്ചു. ഡ്രൈവറുടെ ശബ്ദകോലാ

ഹലം കേട്ട മഷാൽ തിരിഞ്ഞുനോക്കി. ആ നിമിഷം ബാരി വിഷം തളിച്ചു. അത് മഷാലിന്റെ ചെവിയിലാണ് വീണത്. എന്തോ വീണപോലെ അയാൾക്ക് തോന്നി. പന്തിയല്ലാത്ത എന്തോ സംഭവിക്കുകയാണെന്ന് മനസ്സിലാക്കിയ മഷാൽ അവിടെനിന്നും ആകാവുന്ന വേഗത്തിൽ ഓടിയകന്നു. ഷോണും ബാരിയും പുറത്തേക്ക് കുതിച്ചു. രക്ഷപെടാൻ തയ്യാറാക്കി നിർത്തിയിരുന്ന വാഹനമായിരുന്നു അവരുടെ ലക്ഷ്യം.

ഈ സമയം മറ്റൊരു കഥാപാത്രം പ്രവേശിക്കുന്നു. മഷാലിന്റെ ഓഫീസിൽ ചില രേഖകൾ എത്തിക്കാൻ അവിടെയെത്തിയ ഹമാസ് പോരാളിയായ മുഹമ്മദ് അബു സെയ്ഫ്. അയാൾ ശബ്ദകോലാഹലങ്ങൾ കേട്ടു. തന്റെ നേതാവിനെ രണ്ടുപേർ ആക്രമിക്കാൻ ശ്രമിക്കുന്നതായിട്ടാണ് അയാൾ കണ്ടത്. മഷാൽ ഓടിയകലുന്ന നേരം ഷോണിനെയും ബാരിയെയും തടഞ്ഞുനിർത്താനായിരുന്നു അയാളുടെ ശ്രമം. അവർ രക്ഷപെടാനുള്ള വാഹനത്തിനരുകിലെത്തിയിരുന്നു. ദുരന്തം നിഴൽ വീഴ്ത്തിയ ആ ദൗത്യത്തിൽ പിന്നെയും ഒരു തടസ്സമുണ്ടായത് അവിടെയാണ്. ഷോണും അബു സെയ്ഫുമായി പിടിവലിയുണ്ടായി. ഷോൺ അപ്പോഴും കൈയ്യിലുണ്ടായിരുന്ന കോളാ കാൻ ഉപയോഗിച്ച് അബു സെയ്ഫിനെ ആക്രമിച്ചു. ഷോണും ബാരിയും ഒരുവിധത്തിൽ വാഹനത്തിൽ കയറിപ്പറ്റി. വാഹനം അവരെയുമായി കുതിച്ചു.

അപ്പോഴാണ് ദൗത്യനിർവഹണത്തിലെ ഏറ്റവും വലിയ പിഴവ് സംഭവിക്കുന്നത്. അബു സെയ്ഫ് കാറിന്റെ നമ്പർ എഴുതിയെടുക്കുന്നത് താൻ കണ്ടുവെന്ന് കാറിന്റെ ഡ്രൈവർ ഷോണിനെയും ബാരിയെയും അറിയിക്കുന്നു. ഉടനെ കാർ ഉപേക്ഷിക്കാനുള്ള തീരുമാനത്തിലെത്തുന്നു ആ മൊസാദ് ഏജന്റുമാർ. അബു സെയ്ഫ് പോലീസിനെ അറിയിക്കുമെന്നും അങ്ങനെ തങ്ങൾ പിടിക്കപ്പെടുമെന്നുള്ള ആശങ്കയായിരുന്നു അവരെ ഇതിനായി പ്രേരിപ്പിച്ചത്. ഹോട്ടലിലേക്കായിരുന്നു അവർ പൊയ്ക്കൊണ്ടിരുന്നത്. മറ്റേതെങ്കിലും സുരക്ഷിത കേന്ദ്രത്തെക്കുറിച്ച് അവർക്ക് അറിവുണ്ടായിരുന്നില്ല. കുറച്ചുകൂടി മുന്നിലേക്ക് സഞ്ചരിച്ചുകഴിഞ്ഞപ്പോൾ അവരിരുവരും കാറിൽ നിന്നും ഇറങ്ങി നടന്നു. ഡ്രൈവർ കാറുപേക്ഷിക്കാനായി സുരക്ഷിതമായി ഇടം തേടി പോയി.

അഫ്ഗാനിസ്ഥാനിൽ റഷ്യയെ നേരിട്ട മുജാഹിദീന്റെ ഭാഗമായിരുന്ന അബു സെയ്ഫ് വാശിക്കാരനായ ഒരു പോരാളിയായിരുന്നു. ഏതവസ്ഥയിലും തോൽവി സമ്മതിക്കാൻ മടിയുള്ളയാൾ. ഷോണും ബാരിയും സഞ്ചരിച്ചിരുന്ന കാറിനു പിന്നാലെ ഓടുകയായിരുന്നു അയാൾ. കാറിൽ നിന്നും ഇറങ്ങി റോഡിന്റെ ഇരുവശങ്ങളിലുമായി നടന്നുകൊണ്ടിരുന്ന മൊസാദ് ഏജന്റുമാർ അയാളെ കാണുന്നുണ്ടായിരുന്നില്ല. ബാരിയുടെ മേൽ പിന്നിൽ നിന്നും ചാടി വീണപ്പോഴാണ് അബു സെയ്ഫിനെ അവർ കണ്ടത്. തന്റെ നേതാവിനെ കൊല്ലാൻ ശ്രമിച്ചവന്റെ നേർക്ക് അയാൾ

ആക്രോശങ്ങൾ ചൊരിഞ്ഞു. മറുവശത്തുനിന്നും ഷോൺ പങ്കാളിയുടെ സഹായത്തിനെത്തി. അയാൾ അബു സെയ്ഫിനെ നിലത്തേക്കടിച്ച് അയാളുടെ തലയ്ക്ക് പരിക്കേൽപ്പിച്ചു. റോഡ് സൈഡിൽ നടന്നുകൊണ്ടിരുന്ന ഈ മൽപ്പിടുത്തം ആളുകളെ ആകർഷിച്ചു. വളരെ വേഗം ആളുകൾ കൂടി. രണ്ട് വിദേശികൾ ഒരു അറബിയെ മർദ്ദിക്കുന്നതാണ് അവർ കണ്ടത്. അവർ നാട്ടുകാരന്റെ പക്ഷം ചേർന്ന് വിദേശികളെ ആക്രമിച്ചു. അപ്പോഴേക്കും ഒരു പോലീസുകാരനെത്തി. അയാൾ ആൾക്കൂട്ടത്തെ ഒഴിവാക്കി ഒരു ടാക്സി വിളിച്ച് മൂവരെയുമായി പോലീസ് സ്റ്റേഷനിലേക്ക് പോയി.

അബു സെയ്ഫ് രണ്ട് വിദേശികളെ ആക്രമിച്ച എന്നതായിരുന്ന ആ പോലീസുകാരന്റെ ആദ്യ ധാരണ. എന്നാൽ അബു സെയ്ഫിന്റെ ആരോപണം കാര്യങ്ങളെ മാറ്റിമറിച്ചു. മഷാലിനെ വിദേശികൾ ആക്രമിച്ചു എന്ന ആരോപണമാണ് അബു സെയ്ഫ് ഉന്നയിച്ചത്. പാസ്പോർട്ടുകളിൽ നിന്നും വിദേശികൾ കാനഡക്കാരാണെന്ന് മനസ്സിലാക്കിയ ജോർദാനിയൻ അന്വേഷണ ഉദ്യോഗസ്ഥന്മാർ കാനഡയുടെ എംബസിയുമായി ഉടനെ ബന്ധപ്പെട്ടു. എംബസി ഉദ്യോഗസ്ഥൻ ഷോണും ബാരിയുമായി സംസാരിച്ചു. അയാൾ പിന്നീട് പോലീസിനോട് പറഞ്ഞത് ഇപ്രകാരമായിരുന്നു: 'ഇവർ ആരാണെന്ന് എനിക്കറിയില്ല. പക്ഷേ ഒരു കാര്യം ഞാൻ ഉറപ്പിച്ച് പറയാം, ഇവർ കനേഡിയൻ പൗരന്മാരല്ല.'

കയ്യിൽ വന്നുപെട്ടവരുടെ പ്രാധാന്യം അപ്പോഴും ജോർദാൻ പോലീസിന് മനസ്സിലായില്ല. അവർ അവരെ കസ്റ്റഡിയിൽ സൂക്ഷിക്കാൻ നിശ്ചയിച്ചു. ഫോൺ ചെയ്യാൻ അനുവദിക്കുകയും ചെയ്തു. അവരിലൊരാൾ വിളിച്ചത് യൂറോപ്പിലെ മൊസാദ് കേന്ദ്രകാര്യാലയത്തിലേക്കായിരുന്നു. തങ്ങൾ അറസ്റ്റ് ചെയ്യപ്പെട്ട വിവരം അവർ അറിയിച്ചു. ഷാമിയ സെന്ററിൽ ഉണ്ടായിരുന്ന ദൗത്യസംഘത്തിലെ അംഗമായ വനിത അവിടെ നടന്നതെല്ലാം കണ്ടിരുന്നു. സംഗതികളുടെ ഗൗരവം അവർ മനസ്സിലാക്കി. ഹൃദ്രോഗിയായ നടിച്ചിരുന്ന മിഷ്ക ബെൻ ഡേവിഡ് അമ്മാനിലെ സീനിയർ മൊസാദ് ഓഫീസറായിരുന്നു. വനിത ഉടനെ ഹോട്ടലിലെത്തി. അവരെ കണ്ടയുടനെ സംഗതികൾ പാളിപ്പോയെന്ന് മിഷ്ക മനസ്സിലാക്കി. ദൗത്യം പാളുകയും ഏജന്റുമാരെ എല്ലാവരെയും പിൻവലിക്കേണ്ട സാഹചര്യം ഉണ്ടാവുകയും ചെയ്താലല്ലാതെ സംഘത്തിൽപ്പെട്ട ആരും മിഷ്കയുടെ പക്കലേക്ക് വരരുതെന്ന് നിർദ്ദേശമുണ്ടായിരുന്നു.

മിഷ്ക ബെൻ ഡേവിഡ് ഉടനെ വസ്ത്രം മാറി മുൻകൂട്ടി നിശ്ചയിക്കപ്പെട്ട രഹസ്യ ഇടത്തിലേക്ക് ചെന്നു. ദൗത്യസംഘത്തലവൻ അതിനകം അവിടെ എത്തിയിരുന്നു. ഷാമിയ സെന്ററിൽ നടന്ന കാര്യങ്ങൾ അവരെല്ലാം മനസ്സിലാക്കിയിരുന്നെങ്കിലും ഇനിയും സംഭവിക്കാൻ പോകുന്ന വിപര്യയങ്ങളെക്കുറിച്ച് ഒരൂഹവും ആർക്കും ഉണ്ടായിരുന്നില്ല.

മൊസാദ് കേന്ദ്ര ഓഫീസിലേക്ക് ഒരടിയന്തിര സന്ദേശം മിഷ്ക ഉടനെ അയച്ചു. രംസദ് ഡാനി യാതോം വിവിധ വകുപ്പ് തലവന്മാരുടെ യോഗം ഉടനെ വിളിച്ചുകൂട്ടി വിഷയം ചർച്ച ചെയ്തു. അമ്മാനിലുള്ള എല്ലാ മൊസാദ് ഏജന്റുമാരും ഇസ്രായേലി എംബസിയിൽ അഭയം തേടാൻ നിർദ്ദേശിക്കപ്പെട്ടു. മുൻകൂട്ടി ആസൂത്രണം ചെയ്തിരുന്ന രക്ഷാമാർഗ്ഗങ്ങൾ ആരും ഉപയോഗിക്കരുതെന്നും നിർദ്ദേശം നൽകി. ജോർദാനിൽ പ്രതികരണം ഉടൻ ഉണ്ടായി. ഡോക്ടർ ഹോട്ടലിൽ തുടർന്നു. ബാക്കി സകലരും എംബസ്സിയിൽ അഭയം തേടി.

ഇതേസമയം അമ്മാനിൽ മറ്റൊരിടത്ത് മാരകമായ വിഷം മഷാലിന്റെ ദേഹത്തിൽ പ്രവർത്തനം ആരംഭിച്ചിരുന്നു. തളർന്നുവീണ മഷാലിനെ ആശുപത്രിയിലേക്ക് നീക്കി. പ്രതിവിഷം നൽകുന്നില്ലെങ്കിൽ മഷാൽ ഒട്ടും വൈകാതെ മരിക്കുമെന്ന് ഇസ്രായേലികൾക്ക് മനസ്സിലായി.

കാറിൽ യാത്ര ചെയ്യുമ്പോഴാണ് പ്രധാനമന്ത്രി നെതന്യാഹുവിന് വിവരം ലഭിക്കുന്നത്. മൊസാദിന്റെ കേന്ദ്രകാര്യാലയത്തിൽ ഒരു പുതുവർഷവിരുന്നിന് പോവുകയായിരുന്നു അദ്ദേഹം. യാതോം കാര്യങ്ങൾ വിശദമായിത്തന്നെ പ്രധാനമന്ത്രിയെ ധരിപ്പിച്ചു. നെതന്യാഹു പരിഭ്രാന്തനായി. രംസദ് ഉടനെ അമ്മാനിലേക്ക് പോയി ഹുസൈൻ രാജാവിനെ നേരിട്ട് കാണണമെന്നും വിവരങ്ങൾ ഒന്നും മറച്ചുവക്കാതെ രാജാവിനെ ധരിപ്പിക്കണമെന്നുമായിരുന്നു നെതന്യാഹുവിന്റെ തീരുമാനം. മൊസാദിന്റെ കേന്ദ്ര ഓഫീസിൽ ഇരുന്നുതന്നെ പ്രധാനമന്ത്രി നെതന്യാഹു ഹുസൈൻ രാജാവുമായി ഫോണിൽ ബന്ധപ്പെട്ടു. മൊസാദിന്റെ തലവനെ ഒരു സുപ്രധാനവിഷയം അടിയന്തിരമായി ചർച്ച ചെയ്യുന്നതിന് ഉടനെ അങ്ങോട്ടയക്കുന്നുവെന്ന് അദ്ദേഹം രാജാവിനോട് പറഞ്ഞു. രാജാവ് ഉടനെ സമ്മതം മൂളി. പക്ഷേ എന്താണ് ചർച്ച ചെയ്യാൻ പോകുന്നുവെന്നതിനെ സംബന്ധിച്ച് രാജാവിന് ഒരൂഹവും ഉണ്ടായിരുന്നില്ല.

ഇതെല്ലാം സംഭവിക്കുമ്പോൾ നെതന്യാഹുവിനൊപ്പം ഉണ്ടായിരുന്ന അദ്ദേഹത്തിന്റെ സഹായികൾ പറയുന്നത് അന്നേരം പ്രധാനമന്ത്രി പരിഭ്രാന്തനും ആകാംക്ഷാഭരിതനും ആയിരുന്നെന്നാണ്. അതുകൊണ്ടാവും രാജാവിന്റെ ഏതാവശ്യവും അംഗീകരിച്ച് മൊസാദിന്റെ ഏജന്റുമാരെ വിട്ടുവിച്ച് ടെൽ അവീവിലെത്തിക്കാൻ അദ്ദേഹം യാതോമിന് നിർദേശം നൽകിയത്. പ്രതിവിഷം നൽകി മഷാലിനെ മരണത്തിൽ നിന്നും കരകയറ്റാനും അദ്ദേഹം യാതോമിനോട് ആജ്ഞാപിച്ചു. ഷാരോൺ പിന്നീട് അതേക്കുറിച്ച് ഓർത്തെടുത്തത് ഇപ്രകാരമാണ്: 'മഷാൽ വിഷയത്തിൽ നെതന്യാഹുവിനെ ഞാൻ അടുത്ത് കണ്ടു. ചിതറിപ്പോയ അദ്ദേഹത്തെ ഞങ്ങൾ വീണ്ടെടുക്കുകയായിരുന്നു. സമ്മർദ്ദത്തിലായ അദ്ദേഹം എന്തും വിട്ടുകൊടുക്കാൻ സന്നദ്ധനായിരുന്നു...'

അസ്വസ്ഥനായ ഹുസൈൻ രാജാവ് യാതോമിന്റെ റിപ്പോർട്ട് കേട്ടശേഷം മഷാലിന്റെ അവസ്ഥ അന്വേഷിച്ചറിയാൻ തന്റെ ആൾക്കാരോട് നിർദ്ദേശിച്ചു. അയാളുടെ നില അനുനിമിഷം വഷളായിക്കൊണ്ടിരിക്കയാണെന്ന വിവരം ഉടനെത്തി. പ്രതിവിഷം ലഭ്യമാക്കാമെന്ന യാതോമിന്റെ വാഗ്ദാനം സ്വീകരിക്കാനും അത് നൽകാനായി മഷാലിനെ ഉടനെ രാജകീയ ആശുപത്രിയിലേക്ക് മാറ്റാനും ഹുസൈൻ രാജാവ് നിർദ്ദേശം നൽകി. വിചിത്രമായൊരു കുഴമറിയലിൽ തങ്ങളുടെ മുഖ്യശത്രുവായ ഒരു ഭീകരപ്രവർത്തകന്റെ ജീവൻ രക്ഷിക്കാനായി ഇസ്രായേലും ജോർദാനും സകലം മറന്ന് കൈകോർക്കുകയായിരുന്നു.

മിഷ്ക ബെൻ ഡേവിഡ് ഹോട്ടലിൽ തിരികെയെത്തി. പ്രതിവിഷത്തിന്റെ ആമ്പ്യൂൾ അയാളുടെ പോക്കറ്റിലുണ്ടായിരുന്നു. ഇസ്രായേലിലെ പ്രമുഖ മാധ്യമപ്രവർത്തകനായ റോനെൻ ബെർഗ്മാന് പിൽക്കാലത്ത് നൽകിയ ഒരു അഭിമുഖത്തിൽ മിഷ്ക ഇങ്ങനെ പറഞ്ഞു: 'ഞങ്ങളുടെ ആൾക്കാരാരുടെയും ദേഹത്ത് വിഷം വീണിട്ടില്ലാത്തതിനാൽ ഇനി യാതൊരു പ്രയോജനവും അതുകൊണ്ട് ഉണ്ടാകില്ലെന്ന് നിനച്ച് ഞാനത് വെറുതേ പോക്കറ്റിൽ ഇട്ടിരിക്കുകയായിരുന്നു. വധിക്കാൻ ലക്ഷ്യമിട്ടയാളുടെ ദേഹത്ത് അത് വീണിരിക്കുന്നു. അതിനാൽ ഇനി പ്രതിവിഷം അടങ്ങിയ ആമ്പ്യൂൾ നശിപ്പിക്കാമെന്ന് ഞാൻ കരുതി. അതുമായി പിടിക്കപ്പെട്ടാൽ കൂടുതൽ കുഴപ്പമാകുമല്ലോ. പക്ഷേ അന്നേരമാണ് ഇസ്രായേലിൽ നിന്നും ഞങ്ങളുടെ കമ്മാൻഡർ വിളിച്ച് പ്രതിവിഷം കൈയ്യിലുണ്ടോയെന്ന് അന്വേഷിക്കുന്നത്. ഞാൻ അതേയെന്ന് മറുപടി നൽകിയപ്പോൾ ഉടനെ ഹോട്ടലിന്റെ ലോബിയിലേക്ക് പോകാനും അവിടെ കാത്തുനിൽക്കുന്ന ജോർദാൻ സൈനിക കാപ്റ്റന് അത് കൈമാറാനും നിർദ്ദേശമുണ്ടായത്. അയാൾ അതുമായി നേരെ ഹോസ്പിറ്റലിലേക്ക് പോയി.'

പക്ഷേ അപ്പോൾ മറ്റൊരു ഗുലുമാൽ പൊന്തിവന്നു. പ്രതിവിഷം കുത്തിവക്കാൻ നിയോഗിക്കപ്പെട്ട വനിതാ ഡോക്ടർ മഷാലിന് അത് നൽകാൻ വിസമ്മതിച്ചു. രംസദ് നേരിട്ട് വിളിച്ചുപറയാതെ താനത് ചെയ്യില്ലെന്നായിരുന്നു അവരുടെ നിലപാട്. രാജകൊട്ടാരത്തിൽ നിന്നും വിമാനത്താവളത്തിലേക്ക് പോവുകയായിരുന്ന ഡാനി യാതോം ഒടുവിൽ അവരെ നേരിട്ട് വിളിച്ച് നിർദ്ദേശം നൽകുകയായിരുന്നു. മിഷ്ക അവരുമായി ആശുപത്രിയിലെത്തിയപ്പോൾ ഒരു ഇസ്രായേലി ഡോക്ടർ മഷാലിന് ഇഞ്ചക്ഷൻ നൽകുന്നതിനെ ജോർദാൻകാർ എതിർത്തു. മഷാലിനെ വധിക്കാനുള്ള മറ്റൊരു ശ്രമമാകുമോ അതെന്ന് അവർ സംശയിച്ചു.

കാര്യങ്ങൾ പിന്നെയും കുഴപ്പിച്ചുകൊണ്ട് പ്രതിവിഷത്തിന്റെ കെമിക്കൽ ഫോർമുല അറിയാതെ അത് മഷാലിന് നൽകില്ലെന്ന് രാജകീയ ആശുപത്രിയിലെ ഡോക്ടർ ശഠിച്ചു. മഷാലിന്റെ ജീവന്റെ ഉത്തരവാദം തനിക്കായതിനാൽ ബോദ്ധ്യപ്പെടാത്ത മരുന്ന് നൽകാനാവില്ലെന്നായിരുന്നു

അയാളുടെ നിലപാട്. ഫോർമുല നൽകില്ലെന്ന് ഇസ്രായേലും ശഠിച്ചു. അതോടെ പുതിയൊരു കീറാമുട്ടി കൂടിയായി.

മഷാലിന്റെ സ്ഥിതി ഒന്നിനൊന്ന് വഷളായിക്കൊണ്ടിരുന്നു. ശ്വാസഗതി തീരെ മന്ദീഭവിച്ചപ്പോൾ അയാളെ ഇന്റൻസീവ് കെയർ യൂണിറ്റിലെ വെന്റിലേറ്ററിലേക്ക് മാറ്റി. മഷാൽ മരിച്ചാൽ ഇസ്രായേൽ–ജോർദാൻ നയതന്ത്രബന്ധത്തെ അത് അപകടകരമാംവിധം വഷളാക്കുമെന്നത് പകൽ പോലെ വ്യക്തമായിരുന്നു. ഇസ്രായേൽ തങ്ങളെ പിന്നിൽ നിന്നും കുത്തി എന്ന് ഹുസൈൻ രാജാവ് കോപിഷ്ടനായി. അമ്മാനിലെ ഇസ്രായേൽ എംബസ്സിയിൽ കടന്നുകയറി മൊസാദ് ഏജന്റുമാരെ അറസ്റ്റുചെയ്യാനും ജോർദാൻ മടിക്കില്ലെന്ന് രാജാവ് ഭീഷണി മുഴക്കി. മഷാലിന്റെ ജീവന് ആപത്തുണ്ടായാൽ അതോടെ ജോർദാനും ഇസ്രായേലിനും ഇടയിലുള്ള രാഷ്ട്രീയവും സൈനികവുമായ എല്ലാവിധ സഹകരണവും അവസാനിപ്പിക്കുമെന്നും ജോർദാൻ വ്യക്തമാക്കി.

മണിക്കൂറുകൾ ഇഴഞ്ഞുനീങ്ങി. സമ്മർദ്ദവും കൂടിവന്നു. മഷാൽ മരിച്ചാൽ മൊസാദ് ഏജന്റുമാർക്കെതിരെ കൊലപാതകത്തിന് കേസെടുത്ത് വിചാരണ ചെയ്ത് വധിക്കുമെന്ന് ഹുസൈൻ രാജാവ് അന്ത്യശാസനം മുഴക്കി. രാജാവ് യു എസ് പ്രസിഡന്റ് ബിൽ ക്ലിന്റനെ ഫോണിൽ വിളിച്ച് തന്റെ നിലപാട് അറിയിച്ചു.

അതോടെ അമേരിക്കയും ഇസ്രായേലിനുമേൽ സമ്മർദ്ദം ചെലുത്താൻ തുടങ്ങി. പ്രതിവിഷത്തിന്റെ ഫോർമുല ജോർദാന് കൈമാറാൻ അവരും പ്രേരണ ചെലുത്തി. പ്രധാനമന്ത്രി നെതന്യാഹു വിവിധ സമ്മർദ്ദ ഗ്രൂപ്പുകളുമായി നിരന്തരം ചർച്ചകൾ തുടർന്നു. കാബിനറ്റ് മീറ്റിംഗ് അനന്തമായി നീണ്ടു. ഒടുവിൽ സമ്മർദ്ദങ്ങൾക്ക് വഴങ്ങി പ്രതിവിഷത്തിന്റെ ഫോർമുല ജോർദാന് കൈമാറാൻ നെതന്യാഹു തീരുമാനിച്ചു.

ഒരു ജോർദാനിയൻ ഡോക്ടറാണ് പ്രതിവിഷം മഷാലിന്റെ ദേഹത്ത് കുത്തിവച്ചത്. പ്രതികരണം ഉടനെയുണ്ടായി. മഷാൽ കണ്ണുതുറന്നു. മഷാൽ സൗഖ്യം പ്രാപിച്ചതിന്റെ വിവരം ഇസ്രായേലിൽ എത്തിയപ്പോൾ സകലരും ആശ്വാസത്താൽ നെടുവീർപ്പിട്ടു. ഒരു സഹോദരൻ ഉയിർത്തെഴുന്നേറ്റതുപോലെയാണ് അവർ ആശ്വസിച്ചത്.

മിഷ്ക ബെൻ ഡേവിഡും വനിതാ ഡോക്ടറും ഇസ്രായേലിലേക്ക് മടങ്ങാൻ ജോർദാൻ അനുവദിച്ചുവെങ്കിലും മറ്റ് നാലുപേർ എംബസ്സിയിലും രണ്ടുപേർ പോലീസ് കസ്റ്റഡിയിലുമായി അമ്മാനിൽ തുടർന്നു.

തീവ്ര പരിചരണ വിഭാഗത്തിലെ പരിചരണത്തിൽ മഷാലിന്റെ ആരോഗ്യനില മെച്ചപ്പെട്ടുകൊണ്ടിരുന്നു. പ്രധാനമന്ത്രി ബെഞ്ചമിൻ നെതന്യാഹുവും വിദേശകാര്യ മന്ത്രി ഏരിയൽ ഷാറോണും പ്രതിരോധ മന്ത്രി ഇസഹാക് മൊർദേക്കായിയും അടങ്ങിയ ഒരു ഉന്നതതല ഇസ്രായേൽ സംഘം അമ്മാൻ സന്ദർശിച്ചു. രാജാവിന്റെ സഹോദരൻ ഹസൻ രാജകു

മാരൻ അവരെ സ്വീകരിച്ചെങ്കിലും ഹുസൈൻ രാജാവ് അവരെ കാണാൻ വിസമ്മതിക്കുകയാണുണ്ടായത്.

ഹുസൈൻ രാജാവിന്റെ സുഹൃത്തും മൊസാദിന്റെ മുൻ ഡെപ്യൂട്ടി കമാൻഡറുമായ എഫ്രായിം ഹലേവി അപ്പോൾ യൂറോപ്യൻ യൂണിയന്റെ ആസ്ഥാനമായ ബ്രസൽസിൽ ഇസ്രായേലിന്റെ അംബാസിഡറായിരുന്നു. പ്രധാനമന്ത്രി നെതന്യാഹുവിന്റെ ആവശ്യപ്രകാരം ഹലേവി അമ്മാനി ലെത്തി ഹുസൈൻ രാജാവുമായി ചർച്ചകൾ നടത്തി ഒരു ഉടമ്പടിയി ലെത്തി. അപ്പോൾ ഇസ്രായേൽ ജയിലിൽ ഉണ്ടായിരുന്ന ഹമാസിന്റെ സ്ഥാപക നേതാവ് ഷെയ്ക്ക് അഹമദ് യാസിനെ മോചിപ്പിക്കുന്നതിന് പകരമായി എംബസിയിൽ അഭയം തേടിയിരുന്ന നാല് മൊസാദ് ഏജന്റുമാരെ വിട്ടയക്കാൻ ജോർദാൻ ഗവൺമെന്റ് സമ്മതിച്ചു. അവർ നാലുപേരുമായി ഹലേവി ടെൽ അവീവിലെത്തി.

രണ്ട് മൊസാദ് ഏജന്റുമാർ അപ്പോഴും ജോർദാൻ പോലീസിന്റെ കസ്റ്റ ഡിയിൽ തുടർന്നു. ഹുസൈൻ രാജാവുമായി അടുത്ത ബന്ധം പുലർത്തിയി രുന്ന ഇസ്രായേൽ വിദേശകാര്യമന്ത്രി ഏരിയൽ ഷാരോണിനായിരുന്നു അവസാനവട്ട കൂടിയാലോചനകളുടെ ചുമതല.

കസ്റ്റഡിയിലുള്ള രണ്ട് കിദോൻ ഏജന്റുമാരുടെയും വിടുതൽ ഷാരോൺ ആവശ്യപ്പെട്ടു. പകരമായി ഇസ്രായേൽ ജയിലിലുള്ള ഇരുപത് തടവുകാ രുടെ മോചനമാണ് ജോർദാൻ ആവശ്യപ്പെട്ടത്. ഷാരോൺ സമ്മതിച്ചു. പക്ഷേ അവസാന നിമിഷം ജോർദാൻ വാഗ്ദാനത്തിൽ നിന്നും പിന്മാറി. മറ്റുചിലതുകൂടി കൂടുതലായി ആവശ്യപ്പെട്ടു. രാജാവിന്റെ മുന്നിൽ വച്ചുതന്നെ ഷാരോൺ ക്ഷുഭിതനായി പൊട്ടിത്തെറിച്ചു. 'നിങ്ങൾ ഇങ്ങനെയാണ് തുട രുന്നതെങ്കിൽ ഞങ്ങളുടെ ആൾക്കാർ രണ്ടുപേരും നിങ്ങളുടെ കസ്റ്റഡിയിൽ തുടരും പക്ഷേ ഇസ്രായേലിൽ നിന്നും നിങ്ങൾക്ക് വരുന്ന കുടിവെള്ളം ഞങ്ങൾ നിർത്തലാക്കും; മഷാലിനെ വീണ്ടും കൊല്ലും.'

ഷാരോണിന്റെ പൊട്ടിത്തെറിക്ക് ഫലമുണ്ടായി. ചർച്ചകൾ ഒതുങ്ങി ഉടമ്പടി ഒപ്പുവയ്ക്കപ്പെട്ടു. രണ്ട് ഇസ്രായേലി ഹെലിക്കോപ്റ്ററുകൾ ഇസ്രായേ ലിൽ നിന്നും അമ്മാനിലെത്തി. അതിലൊന്നിൽ ജയിൽ മോചിതനായ ഷെയ്ക്ക് യാസീൻ ഉണ്ടായിരുന്നു. മറ്റേതിൽ കിദോൻ ഏജന്റുമാർ ഇസ്രാ യേലിലേക്ക് മടങ്ങി.

ജോർദാനിൽ ഉണ്ടായ പരാജയം മൊസാദിനെ ഇസ്രായേലിലും പുറത്തും പരിഹാസപാത്രമാക്കി. വിഷയം കൈകാര്യം ചെയ്ത രീതി യെച്ചൊല്ലി നെതന്യാഹുവും നിശിതമായി വിമർശിക്കപ്പെട്ടു. നിവൃത്തി യില്ലാതെ ജോർദാനിലെ തിരിച്ചടിയെക്കുറിച്ച് അന്വേഷിക്കാനായി നെതന്യാഹു ഒരു കമ്മീഷനെ നിയമിച്ചു. അന്വേഷണം പ്രധാനമന്ത്രി നെതന്യാഹുവിനെ പൂർണ്ണമായും കുറ്റവിമുക്തനാക്കിയെങ്കിലും രംസദിന്

ക്ലീൻ ചിറ്റ് നൽകിയില്ല. എങ്കിലും യാതോം സ്ഥാനം ഒഴിയണമെന്ന് ആവശ്യപ്പെട്ടില്ല.

അമ്മാനിലെ വങ്കത്തത്തിനുശേഷം ജോർദാൻ–ഇസ്രായേൽ ബന്ധങ്ങൾ തണുത്തു. അതുവരെ രണ്ടാം നിര നേതാവായിരുന്ന ഖാലിദ് മഷാൽ ഹാമാസിന്റെ നേതൃനിരയിൽ ഉയർന്നുവന്നു. ക്രമേണ ഹമാസിന്റെ സുപ്രധാന നേതാക്കളിൽ ഒരാളായി വളർന്നു. മൊസാദിന്റെ പ്രശസ്തിക്ക് കാര്യമായ മങ്ങലേറ്റു. ലോകനേതാക്കളും ഇതര രഹസ്യാന്വേഷണ സംവിധാനങ്ങളും മൊസാദിനെ വിലകുറച്ച് കാണാൻ തുടങ്ങി. ഡാനി യാതോമിന്റെ നേതൃപാടവം കനത്ത വിമർശനത്തിന് പാത്രമായി. മൊസാദിലെത്തന്നെ സീനിയർ ഓഫീസർമാർ യാതോമിനെതിരെ തിരിഞ്ഞു. ഡെപ്യൂട്ടി കമാൻഡറായിരുന്ന അലിസാ മഗേൻ തുറന്നുപറഞ്ഞു രംസദ് ആകാനുള്ള യോഗ്യത യാതോമിന് ഇല്ലെന്ന്.

ഈ വിമർശനങ്ങളെല്ലാം ഉണ്ടായിട്ടും രാജിവച്ചൊഴിയാൻ യാതോം വിസമ്മതിച്ചു. ദൗത്യനിർവഹണ വിഭാഗമായ കസേറായുടെ തലപ്പത്ത് ഉണ്ടായിരുന്ന സീനിയർ ഓഫീസർ മാത്രമാണ് പരാജയത്തിന്റെ ഉത്തരവാദം ഏറ്റെടുത്ത് രാജി സമർപ്പിച്ചത്. അഞ്ച് മാസങ്ങൾക്ക് ശേഷം സ്വിറ്റ്സർലണ്ടിൽ ഒരു മൊസാദ് ഏജന്റ് അറസ്റ്റ് ചെയ്യപ്പെട്ടു. ഹെസ്ബൊള്ള പ്രവർത്തകന്റെ ഫോൺ ചോർത്താൻ ശ്രമിച്ചതായിരുന്നു അയാളിൽ ആരോപിക്കപ്പെട്ട കുറ്റം. അത് മാധ്യമങ്ങളിൽ കോലാഹലങ്ങൾ ഉണർത്തി. ആ സംഭവം യാതോമിന്റെ രാജിയിലേക്ക് നയിച്ചു. ഹാർട്ട്സ് ദിനപ്പത്രത്തിന് നൽകിയ അഭിമുഖത്തിൽ യാതോം പറഞ്ഞു, 'ഒരു കമാൻഡറുടെ ഉത്തരവാദിത്തം ഞാൻ ഏൽക്കുന്നു. ജോർദാനിലെയും സ്വിറ്റ്സർലണ്ടിലെയും പിഴവുകളുടെ പേരിൽ ഞാൻ രാജി സമർപ്പിക്കാൻ തീരുമാനിക്കുന്നു.'

പകരം എത്തിയത് എഫ്രായിം ഹലെവി ആയിരുന്നു. മൊസാദിന്റെ മുൻ ഡെപ്യൂട്ടി കമാൻഡർ. ഹുസൈൻ രാജാവുമായി ചർച്ചകൾ വിജയകരമായി നടത്തി അമ്മാനിലെ വങ്കത്തത്തിൽ കുടുങ്ങിയ നാല് മൊസാദ് ഏജന്റുമാരുടെ മോചനത്തിന് വഴിയൊരുക്കിയയാൾ.

അദ്ധ്യായം 18

വടക്കൻ കൊറിയയിൽ നിന്നും പ്രണയത്തോടെ

2007 ജൂലായ് മാസത്തിലെ പ്രശാന്തമായ ഒരു സായാഹ്നത്തിൽ ലണ്ടനിലെ കെൻസിങ്ടൺ ഹോട്ടലിൽ നിന്നും ഒരു അതിഥി പുറത്തേക്കിറങ്ങി. ലോബിയിൽ എലിവേറ്ററിൽ നിന്നും ഇറങ്ങി അയാൾ കാത്തുനിന്നിരുന്ന ടാക്സി കാറിൽ കയറി. ആ വൈകുന്നേരം ദമാസ്കസിൽ നിന്നും എത്തിച്ചേർന്ന ഒരു സീനിയർ സിറിയൻ ഓഫീസറായിരുന്നു അയാൾ. ഒരു മീറ്റിംഗിൽ പങ്കെടുക്കാനായിട്ടാണ് അയാൾ പുറത്തേക്കിറങ്ങിയത്.

കറങ്ങുന്ന വാതിലിലൂടെ അയാൾ പുറത്തേക്കിറങ്ങിയയുടനെ ലോബിയിൽ ഒരു മൂലയിലെ രണ്ട് ചാരുകസേരകളിലായി ഇരുന്നിരുന്ന രണ്ടുപേർ ഇരിപ്പിടം വിട്ട് എഴുന്നേറ്റു. എവിടേക്കാണ് പോകേണ്ടതെന്ന് അവർക്ക് കൃത്യമായി അറിയാമായിരുന്നു. കൈവശമുണ്ടായിരുന്ന ഇലക്ട്രോണിക് ഉപകരണം ഉപയോഗിച്ച് അവർ സിറിയക്കാരന്റെ മുറി തുറന്നു. മുറി മുഴുവൻ തപ്പാനൊരുങ്ങിയാണ് അവരെത്തിയത്. അതിന്റെ ആവശ്യമുണ്ടായില്ല. മേശപ്പുറത്തുതന്നെ ലാപ്ടോപ് ഉണ്ടായിരുന്നു. അതിലേക്ക് ഒരു ഗൂഢപ്രോഗ്രാം കടത്തിവിടാൻ അവർക്ക് ഒട്ടും ബുദ്ധിമുട്ടുണ്ടായില്ല. അതുവഴി എവിടെയിരുന്നുകൊണ്ടും ലാപ്ടോപിലെ ഫയലുകൾ പകർത്താൻ അവർക്ക് കഴിയും. ജോലി പൂർത്തിയാക്കി ഇരുവരും ആരുടെയും ശ്രദ്ധയിൽപ്പെടാതെ മുറി പൂട്ടി പുറത്തുകടന്നു.

ടെൽ അവീവിൽ മൊസാദിന്റെ വിശകലന വിദഗ്ധന്മാർ ആ ഫയലുകൾ കണ്ട് ഞെട്ടി. വകുപ്പ് മേധാവികളുടെ ഒരു യോഗം ഉടനെ വിളിച്ചുചേർത്തു. വിലമതിക്കാനാവാത്ത വിവരങ്ങളാണ് തങ്ങളുടെ പക്കൽ എത്തിയിട്ടുള്ളതെന്ന് അവർ ഏകസ്വരത്തിൽ അഭിപ്രായപ്പെട്ടു. നിരവധി ഫോട്ടോഗ്രാഫുകൾ, രേഖാചിത്രങ്ങൾ, സിറിയയുടെ ആണവായുധപരിപാടിയെ സംബന്ധിക്കുന്ന രേഖകൾ, വിദൂര മരുഭൂമിയിൽ പണിയുന്ന സിറിയൻ അണുനിലയത്തിന്റെ ഡ്രോയിംഗുകൾ, വടക്കൻ കൊറിയയിലെ സർക്കാർ ഉന്നതരുമായുള്ള കത്തിടപാടുകൾ തുടങ്ങിയവയെല്ലാം അവയിലുണ്ടായിരുന്നു. വടക്കൻ കൊറിയയുടെ ആണവപദ്ധതിയുടെ ചുക്കാൻ പിടിക്കുന്ന ശാസ്ത്രജ്ഞനും സിറിയൻ ആണവോർജ്ജ കമ്മീഷന്റെ മേധാവി ഇബ്രാഹിം ഒത്ത്മാനും സൗഹൃദഭാവത്തിൽ അടുത്ത് നിൽക്കുന്ന ഒരു ഫോട്ടോയും അതിൽ കണ്ടെത്തി.

2006-ലും 2007-ലുമായി ഇസ്രായേൽ ഇന്റലിജൻസ് വിഭാഗം ശേഖരിച്ച ശകലിതമായ റിപ്പോർട്ടുകളെ ശരിവയ്ക്കുന്നവയായിരുന്നു ഫയലുകളിലെ വിവരങ്ങൾ. സിറിയയുടെ വടക്ക് കിഴക്കൻ മരുപ്പരപ്പിൽ അതീവ രഹസ്യമായി ഒരു അണുശക്തിനിലയം പണിയുന്നുണ്ടെന്ന വിവരങ്ങൾ ഇസ്രായേൽ ഇന്റലിജൻസിന് അതിനകം ലഭിച്ചിരുന്നു. തുർക്കി അതിർത്തി പ്രദേശമായ ദിർ അൽ സുറിൽ ഇറാഖിനോടടുത്തായിട്ടായിരുന്നു ഈ അണുനിലയം ഉയർന്നിരുന്നത്. ഇറാന്റെ സാമ്പത്തിക സഹായത്തോടെ വടക്കൻ കൊറിയയുടെ സാങ്കേതിക സഹകരണത്തിലാണ് സിറിയ അണുനിലയം സ്ഥാപിക്കുന്നതെന്ന അറിവായിരുന്നു തന്ത്രപ്രധാനമായ വിവരം.

വടക്കൻ കൊറിയയുടെ പ്രസിഡന്റ് കിം ഇൽ സങ് 1990-ൽ ദമാസ്കസ് സന്ദർശിച്ചതുമുതൽ ഇരുരാജ്യങ്ങൾക്കും ഇടയിലെ സഹകരണം കരുത്താർജ്ജിക്കുന്നുണ്ടായിരുന്നു. ഈ സന്ദർശനത്തിനോടനുബന്ധിച്ചാണ് സിറിയൻ പ്രസിഡന്റ് ഹഫീസ് അൽ അസദിന്റെ താത്പ്പര്യത്തിൽ ഇരുരാജ്യങ്ങളും ചേർന്ന് സൈനിക-സാങ്കേതിക സഹകരണ കരാറിൽ ഒപ്പുവച്ചത്. ആണവ സഹകരണം വിശദമായി ചർച്ച ചെയ്തെങ്കിലും പ്രസിഡന്റ് അസദ് അതിന് മുൻഗണന നൽകിയില്ല. രാസായുധങ്ങളും ജൈവായുധങ്ങളും വികസിപ്പിക്കുന്നതിനാണ് മുന്തിയ പരിഗണന ലഭിച്ചത്. റഷ്യയിൽ നിന്നും ആണവനിലയങ്ങൾ വാങ്ങുന്ന പരിപാടി സിറിയൻ സർക്കാർ ഉപേക്ഷിക്കുകയും ചെയ്തു. 1991 ഫെബ്രുവരിയിലെ ഗൾഫ് യുദ്ധകാലത്ത് വടക്കൻ കൊറിയയിൽ നിന്നും ആദ്യമായി ഒരു കൂട്ടം സ്കഡ് മിസൈലുകൾ സിറിയയിൽ എത്തി. ഈ മിസൈലുകളെ കുറിച്ചുള്ള വിവരങ്ങൾ ഇസ്രായേൽ പ്രതിരോധമന്ത്രിയായ മോഷെ

ആരെൻസിന്റെ പക്കലെത്തി. സിറിയയുടെ പക്കലുള്ള സ്കഡ് മിസൈലുകൾ പ്രവർത്തനക്ഷമമാകുന്നതിന് മുൻപ് സൈനികമായ ഒരാക്രമണത്തിലൂടെ അവയെ നശിപ്പിക്കണമെന്നതായിരുന്നു ഇസ്രായേലി സൈനികമേധാവികളിൽ പലരുടെയും നിലപാട്. പക്ഷേ പ്രതിരോധമന്ത്രി അതിനെ അനുകൂലിച്ചില്ല. യുദ്ധകാല സംഘർഷങ്ങളിലൂടെ കടന്നുപൊയ്ക്കൊണ്ടിരിക്കുന്ന മധ്യപൗരസ്ത്യദേശത്ത് മറ്റൊരു സംഘർഷമുഖം തുറക്കേണ്ടതില്ല എന്നതായിരുന്നു മോഷെ ആരെൻസിന്റെ പക്വമായ തീരുമാനം.

2000 ജൂണിൽ ഹഫീസ് അൽ അസദ് അന്തരിച്ചു. തുടർന്ന് അധികാരത്തിലെത്തിയ അസദിന്റെ മകൻ ബഷാർ അൽ അസദ് ശവസംസ്കാര ചടങ്ങിനെത്തിയ വടക്കൻ കൊറിയൻ പ്രതിനിധി സംഘവുമായി ചർച്ചകൾ നടത്തി. സിറിയയിൽ ഒരു അണുനിലയം കൊറിയൻ സഹകരണത്തോടെ സിറിയൻ ശാസ്ത്രഗവേഷണ ഏജൻസിയുടെ മേൽനോട്ടത്തിൽ നിർമ്മിക്കുന്നതിനെ സംബന്ധിച്ച് ചർച്ചകൾ രഹസ്യമായി നടന്നു. 2002 ജൂലായിൽ ദമാസ്കസിൽ വച്ച് സിറിയ, ഇറാൻ, വടക്കൻ കൊറിയ എന്നീ മൂന്നുരാജ്യങ്ങളിലെ സീനിയർ പ്രതിനിധികൾ ചർച്ചകൾ നടത്തി ഒരു ത്രിരാഷ്ട്ര ഉടമ്പടി ഒപ്പുവച്ചു. അതിൻപ്രകാരം ഇറാന്റെ സാമ്പത്തികസഹായത്തോടെ സിറിയയിൽ ഒരു അണുനിലയം നിർമ്മിക്കാൻ തീരുമാനമായി. പദ്ധതിയുടെ ആകെ ചെലവ് രണ്ട് ബില്യൺ ഡോളറെന്ന് നിജപ്പെടുത്തി.

അടുത്ത അഞ്ച് വർഷങ്ങളിൽ ദമാസ്കസിൽ നിന്നും ചോർന്നുകിട്ടുന്ന ചില്ലറ വിവരങ്ങളല്ലാതെ യാതൊരറിവും ഈ ആണവപദ്ധതിയെക്കുറിച്ച് സി ഐ എക്കോ മൊസാദിനോ ലഭിച്ചില്ല. ചില അപകടസൂചനകൾ ഉണ്ടായെങ്കിലും അവ അവഗണിക്കപ്പെടുകയായിരുന്നു. ലഭ്യമായ ചില്ലറ വിവരങ്ങളുടെ പ്രാധാന്യം ശരിയാംവിധം വിശകലനം ചെയ്ത് ഗ്രഹിക്കുന്നതിൽ അമേരിക്കൻ ഇന്റലിജൻസ് പരാജയപ്പെട്ടു. ആണവായുധങ്ങൾ നിർമ്മിക്കാനുള്ള പ്രാപ്തിയോ അതിനുള്ള ആഗ്രഹമോ സിറിയക്ക് ഇല്ലായെന്ന മുൻ ധാരണയിൽ കുടുങ്ങിക്കിടന്നിരുന്ന മൊസാദിനും കാര്യങ്ങളുടെ ഗൗരവം ഗ്രഹിക്കാനായില്ല. തെളിവുകൾ ഉണ്ടായിട്ടും ആ പൂർവ്വധാരണയെ ഉടച്ചുവാർക്കാൻ ആർക്കും തോന്നിയില്ല. 2005-ൽ വടക്കൻ കൊറിയയിൽ നിന്നും സിമന്റുമായി സിറിയയിലേക്ക് വന്നിരുന്ന അൻഡോറ എന്ന കപ്പൽ ഇസ്രായേൽ തീരനഗരമായ നഹറിയക്ക് അടുത്തായി മുങ്ങി. 2006-ൽ പനാമയുടെ കൊടിയുമായി സഞ്ചരിച്ചിരുന്ന വടക്കൻ കൊറിയയുടെ കപ്പൽ സൈപ്രസിൽ തടഞ്ഞുവയ്ക്കപ്പെട്ടു. സിമന്റിനോടൊപ്പം ഒരു റഡാർ സ്റ്റേഷനും കാണപ്പെട്ടതായിരുന്നു കാരണം. രണ്ട് കപ്പലിലും 'സിമന്റ്' എന്ന് വ്യാജമായി രേഖപ്പെടുത്തിയവ അണുനിലയത്തിന്റെ ഭാഗങ്ങളായിരുന്നു. 2006 ഒടുവിൽ ഇറാന്റെ ആണവവിദഗ്ധർ ദമാസ്കസിലെത്തി സിറിയൻ അണുനിലയത്തിന്റെ നിർമ്മാണ പുരോഗതി വിലയിരുത്തി.

ഈ സന്ദർശനം അമേരിക്കയുടെയും ഇസ്രായേലിന്റെയും ഇന്റലിജൻസ് വൃത്തങ്ങളുടെ ശ്രദ്ധയിൽ വന്നുവെങ്കിലും ദിർ അൽ സൂർ ആണവനിലയവുമായി അതിനുള്ള ബന്ധം മനസ്സിലാക്കുന്നതിൽ ഇരുകൂട്ടരും പരാജയപ്പെട്ടു.

ആണവപദ്ധതി പരമരഹസ്യമായി സൂക്ഷിക്കുന്നതിൽ സിറിയ ജാഗ്രത പുലർത്തിയിരുന്നു. പ്രോജക്റ്റിൽ ജോലിചെയ്തിരുന്നവർ പുറംലോകവുമായി ബന്ധപ്പെടുന്നത് അവർ തടഞ്ഞിരുന്നു. സെൽ ഫോണുകൾ അവിടേക്ക് കൊണ്ടുവരാൻ അനുവദിച്ചിരുന്നില്ല. ദമാസ്കസിലെ വിലാസത്തിൽ എത്തുന്ന കത്തുകളും സന്ദേശങ്ങളും ദൂതന്മാർ നേരിട്ട് അവിടെ എത്തിക്കുകയായിരുന്നു. ആകാശനിരീക്ഷണങ്ങളിൽ വെട്ടപ്പെടാത്തവിധമായിരുന്നു നിർമ്മാണപ്രവർത്തനങ്ങൾ നടന്നിരുന്നത്. അമേരിക്കയുടെയും ഇസ്രായേലിന്റെയും സാറ്റലൈറ്റുകൾ പതിവായി അതിനുമുകളിലൂടെ സഞ്ചരിച്ചിരുന്നിട്ടും അവരാരും ഒന്നും ശ്രദ്ധിച്ചില്ല.

അങ്ങനെയിരിക്കെ അപ്രതീക്ഷിതമായി 2007 ഫെബ്രുവരി 7-ന് ഒരു യാത്രക്കാരൻ ദമാസ്കസിൽ വിമാനമിറങ്ങി. അത് ഇറാനിയൻ ജനറലും മുൻ ഉപപ്രതിരോധമന്ത്രിയുമായ അലി റേസാ അസ്ഗാരി ആയിരുന്നു. ഇറാന്റെ പ്രശസ്തമായ റവല്യൂഷനറി ഗാർഡിന്റെ മുതിർന്ന നേതാക്കളിൽ ഒരാളായിരുന്നു അലി റേസാ. കുടുംബം ഇറാനിൽ നിന്നും പുറപ്പെട്ടു എന്ന് ഉറപ്പാകുന്നതുവരെ അലി റേസാ വിമാനത്താവളത്തിൽ കാത്തിരുന്നു. അതിനുശേഷം തുർക്കിയിലേക്കുള്ള വിമാനത്തിൽ കയറി. ഇസ്താംബൂളിലെത്തിയ അലി റേസാ അപ്രത്യക്ഷനായി.

ഒരു മാസത്തിനുശേഷം വാർത്തകൾ പുറത്ത് വന്നപ്പോഴാണ് അലി റേസാ കൂറുമാറിയ വിവരം പുറത്തറിയുന്നത്. സി ഐ എയും മൊസാദും ചേർന്ന് അലി റേസായെ പാശ്ചാത്യ ചേരിയിലേക്ക് കടത്തുകയായിരുന്നു. ജർമ്മനിയിലുള്ള ഒരു അമേരിക്കൻ കേന്ദ്രത്തിലേക്കാണ് അലി റേസായെ കൊണ്ടുപോയത്. അവിടെവച്ച് അയാൾ ചോദ്യം ചെയ്യലിന് വിധേയമായി. വടക്കൻ കൊറിയയും ഇറാനും സിറിയയുമായുള്ള ത്രിരാഷ്ട്ര ഉടമ്പടിയെക്കുറിച്ചും സിറിയയിലെ അണുനിലയത്തെക്കുറിച്ചുമെല്ലാം അമേരിക്കയും ഇസ്രായേലും അറിയുന്നത് ഇതിൽനിന്നായിരുന്നു. ദിർ അൽ സൂർ പദ്ധതിക്ക് സാമ്പത്തിക സഹായം നൽകുന്ന ഇറാൻ എത്രയും വേഗം ആണവനിലയം പൂർത്തിയാക്കുന്നതിനായി സിറിയയുടെ മേൽ സമ്മർദ്ദം ചെലുത്തുന്നുണ്ടെന്നും അലി റേസാ വെളിപ്പെടുത്തി. പദ്ധതിയെക്കുറിച്ചുള്ള വിലപ്പെട്ട വിവരങ്ങളാണ് അമേരിക്കയ്ക്കും ഇസ്രായേലിനും ലഭിച്ചത്. ആണവപദ്ധതിയിൽ പ്രവർത്തിക്കുന്ന സിറിയയുടെയും ഇറാന്റെയും ശാസ്ത്രജ്ഞരെയും സാങ്കേതിക വിദഗ്ധരെയും സംബന്ധിക്കുന്ന വിവരങ്ങളും അയാൾ നൽകി.

പുതിയ വിവരങ്ങൾ ഇസ്രായേലിനെ അക്ഷരാർത്ഥത്തിൽ ഞെട്ടിച്ചു. അവർ ഉടനെ പ്രവർത്തന നിരതരായി. 2002 മുതൽ മെയർ ദാഗൻ ആയിരുന്നു രംസദ്. എഫ്രെയിം ഹലെവി രാജിവച്ചപ്പോൾ പകരക്കാരനായെത്തിയതായിരുന്നു മെയർ ദാഗൻ. മൊസാദ് ഏജന്റുമാരെയും യൂണിറ്റുകളെത്തന്നെയും ഉപയോഗപ്പെടുത്തി ദാഗൻ പുതിയ വിവരങ്ങളുടെ നിജസ്ഥിതി പരിശോധിച്ച് ഉറപ്പുവരുത്തി. പ്രധാനമന്ത്രി എഹൂദ് ഓൾ മെർട്ട് സൈനികമേധാവികളുടെയും ഇന്റലിജൻസ് തലവന്മാരുടെയും യോഗം വിളിച്ചു. ദിർ അൽ സുറിനെ സംബന്ധിക്കുന്ന സ്പഷ്ടമായ തെളിവുകൾ ശേഖരിക്കാനായി അടിയന്തിര നടപടികൾ ആവശ്യമാണെന്ന കാര്യത്തിൽ എല്ലാവർക്കും ഏകാഭിപ്രായമായിരുന്നു. മധ്യപൗരസ്ത്യദേശത്ത് തങ്ങളുടെ മുഖ്യ എതിരാളിയായ സിറിയ ആണവായുധങ്ങളുമായി പ്രബലരാകുന്നത് അനുവദിച്ചു കൊടുക്കാൻ ഇസ്രായേലിന് ആവുമായിരുന്നില്ല.

അലി റേസായുടെ ക്കുറുമാറ്റത്തിനുശേഷം അഞ്ചുമാസങ്ങൾ കഴിഞ്ഞാണ് കാര്യമായ വിവരങ്ങൾ മൊസാദിന് ലഭ്യമാകുന്നത്. സിറിയൻ ഉദ്യോഗസ്ഥന്റെ ലാപ്ടോപ്പ് വിലപ്പെട്ട വിവരങ്ങളുടെ നിധിയായിരുന്നു. ഇനി ആത്മവിശ്വാസത്തോടെ രംസദിന് പ്രധാനമന്ത്രിയുടെ മുന്നിൽ ഈ വിവരങ്ങൾ അവതരിപ്പിക്കാം.

അധികം വൈകാതെ മറ്റൊരു വമ്പൻ നേട്ടവും ദാഗൻ കൈവരിച്ചു. സിറിയൻ അണുനിലയത്തിൽ പ്രവർത്തിക്കുന്ന ഒരു ശാസ്ത്രജ്ഞനെ പാട്ടിലാക്കുവാൻ മൊസാദിന്റെ ഒരു ഏജന്റിന് കഴിഞ്ഞു. പ്രസ്തുത ശാസ്ത്രജ്ഞൻ ആണവനിലയത്തിന്റെ നിരവധി ഫോട്ടോഗ്രാഫുകളും റിയാക്ടറിനെ ചുറ്റിപ്പറ്റിയുള്ള ഒരു വീഡിയോയും തയ്യാറാക്കി മൊസാദിന് നൽകി. ആ വിധ ചിത്രങ്ങൾ മൊസാദിന് ആദ്യമായി കിട്ടുകയായിരുന്നു. സിലിണ്ടർ ആകൃതിയിലുള്ള വലിയൊരു നിർമ്മിതി ആയിരുന്നു അത്. കനം കുറഞ്ഞതെങ്കിലും ബലിഷ്ഠമായ ചുവരുകളും അതിനുണ്ടായിരുന്നു. റിയാക്ടറിനെ താങ്ങി നിർത്തുന്ന സ്കാഫോൾഡ് മാതൃകയിലുള്ള ഉരുക്ക് സംവിധാനവും ഉണ്ടായിരുന്നു. അരുകിലുള്ള മറ്റൊരു കെട്ടിടത്തിൽ നിരവധി പമ്പുകൾ കാണപ്പെട്ടു. ധാരാളം ട്രക്കുകളും അവിടെ ഉണ്ടായിരുന്നു. മൂന്നാമത്തേത് റിയാക്ടറിനായി ജലവിതരണം നടത്തുന്ന ടാങ്കും ഇതര സംവിധാനങ്ങളും ആയിരുന്നു.

ശേഖരിച്ചിരുന്ന വിവരങ്ങളെല്ലാം ഇസ്രായേൽ അമേരിക്കയുമായി പങ്കിട്ടിരുന്നു. അതിൽ സിറിയയും വടക്കൻ കൊറിയയുമായി നടത്തിയ രഹസ്യ സംഭാഷണങ്ങളുടെ കോപ്പിയും ഉൾപ്പെട്ടിരുന്നു. ഇസ്രായേലിന്റെ സമ്മർദ്ദങ്ങൾക്ക് വഴങ്ങി അമേരിക്ക സ്വന്തം സാറ്റലൈറ്റുകൾ

വിവരശേഖരണത്തിനായി ഉപയോഗപ്പെടുത്താൻ സമ്മതിച്ചു. അതിലൂടെ ലഭിച്ച വിവരങ്ങൾ ഒരു കാര്യം വ്യക്തമാക്കി: സാദ്ധ്യമായ പരമാവധി വേഗതയിലാണ് സിറിയ ആണവനിലയത്തിന്റെ നിർമ്മാണം മുന്നോട്ട് കൊണ്ടുപോകുന്നത്.

2007 ജൂണിൽ സിറിയയുടെ ആണവപദ്ധതിയെക്കുറിച്ച് സമാഹരിച്ച സകല വിവരങ്ങളും രേഖകളുമായി ഇസ്രായേൽ പ്രധാനമന്ത്രി ഓൾ മെർട്ട് വാഷിംഗ്ടണിലെത്തി അമേരിക്കൻ പ്രസിഡന്റ് ജോർജ് ബുഷുമായി കൂടിക്കാഴ്ച നടത്തി. ഏതുവിധേനയും സിറിയയുടെ ആണവനിലയം നശിപ്പിക്കുവാൻ ഇസ്രായേൽ തീരുമാനിച്ചതായി അദ്ദേഹം അമേരിക്കൻ പ്രസിഡന്റിനെ അറിയിച്ചു. അവിടെ വിമാനാക്രമണം നടത്തുവാൻ അമേരിക്കയോട് അഭ്യർത്ഥിച്ചുവെങ്കിലും പ്രസിഡന്റ് ബുഷ് അതിന് വിസമ്മതിച്ചു. വിദേശകാര്യ സെക്രട്ടറി കൊണ്ടലീസ റൈസും പ്രതിരോധ സെക്രട്ടറി റോബർട്ട് ഗേറ്റ്സും ആക്രമണത്തിനുപകരം തെളിവുകളുമായി സിറിയൻ ഭരണകൂടത്തെ നേരിടാൻ ഇസ്രായേലിനെ പ്രോത്സാഹിപ്പിച്ചെങ്കിലും അത് ഫലവത്തായില്ല. പ്രസിഡന്റ് ബുഷും ദേശീയ സുരക്ഷാ ഉപദേഷ്ടാവ് സ്റ്റീവ് ഹാഡ്‌ലിയും തത്വത്തിൽ സൈനിക നടപടിയെ പിന്തുണച്ചെങ്കിലും കൂടുതൽ തെളിവുകൾ ലഭ്യമാകും വരെ ആക്രമണം നടത്തരുതെന്ന പക്ഷക്കാരായിരുന്നു.

2007 ജൂലായിൽ ഇസ്രായേലിന്റെ ജെറ്റ് വിമാനങ്ങൾ ഉയരത്തിൽ പറന്ന് അണുനിലയത്തിന്റെ ചിത്രങ്ങളെടുത്തു. ഒഫെക്-7 ചാരസാറ്റ് ലൈറ്റ് ഉപയോഗിച്ചും അത് ചെയ്തു. ആ ചിത്രങ്ങൾ അമേരിക്കയുടെയും ഇസ്രായേലിന്റെയും വിദഗ്ധർ വിശകലനം ചെയ്ത് അവ അണുനിലയത്തിന്റേതുതന്നെയെന്ന് ഉറപ്പാക്കി. വടക്കൻ കൊറിയയിലെ യോങ്ബ്യോൺ അണുനിലയത്തിന്റെ മാതൃകയിലായിരുന്നു ദിർ അൽ സുറിന്റെ നിർമ്മാണം. ഇസ്രായേൽ അമേരിക്കയുമായി പങ്കുവച്ച വീഡിയോ പ്രകാരം രണ്ട് റിയാക്ടറുകളും സമാന മാതൃകയിൽ ഉള്ളവ ആയിരുന്നു. ചില ചിത്രങ്ങളിൽ സിറിയൻ അണുനിലയത്തിനുള്ളിൽ ജോലിചെയ്യുന്ന കൊറിയൻ ശാസ്ത്രജ്ഞരുടെ മുഖവും വ്യക്തമായിരുന്നു. ദമാസ്കസിനും പ്യൊങ് ഗ്യാങിനും ഇടയിലുള്ള സംഭാഷണങ്ങളുടെ ലിഖിതരൂപവും മൊസാദ് ശേഖരിച്ചിരുന്നു.

ഇത്രയും രേഖകൾ നൽകിയിട്ടും വാഷിംഗ്ടൺ അനുകൂലമായല്ല പ്രതികരിച്ചത്. ദിർ അൽ സുറിലെ നിർമ്മിതി ആണവനിലയമാണെന്നതിന് അപ്രതിരോധ്യമായ തെളിവ് വേണമെന്നതായിരുന്നു അമേരിക്കയുടെ ആവശ്യം. റേഡിയോവികിരണശേഷിയുള്ള വസ്തുക്കൾ അവിടെ ശേഖരിച്ചിട്ടുണ്ടെന്നതിന് ഇനിയും തെളിവുകൾ ലഭ്യമായിട്ടില്ലെന്നും അമേരിക്ക കരുതി. ഇതോടെ അവയും ശേഖരിക്കുകയല്ലാതെ ഇസ്രായേലിനു മുന്നിൽ മറ്റ് മാർഗ്ഗങ്ങൾ ഇല്ലാതെയായി.

2007 ആഗസ്റ്റിൽ അമേരിക്ക ആവശ്യപ്പെട്ട പ്രകാരം ദിർ അൽസൂറിൽ റേഡിയോവികിരണസ്വഭാവമുള്ള വസ്തുക്കൾ ഉണ്ടെന്നതിനുള്ള അന്തിമ തെളിവും ശേഖരിക്കാൻ ഇസ്രായേലിന് കഴിഞ്ഞു. ഇസ്രായേലി കമാൻഡോകളുടെ കൂട്ടത്തിലെ ഏറ്റവും പ്രഗൽഭരായ സയെറെത് മത്കലിനെ അതിസാഹസികമായി ഉപയോഗിച്ചുകൊണ്ടായിരുന്നു അത് സാദ്ധ്യമാക്കിയത്. ദൗത്യസംഘത്തെയും സേനയെത്തന്നെയും അപകടത്തിൽ പെടുത്തിക്കൊണ്ടായിരുന്നു ആ ദൗത്യനിർവഹണം. രാത്രിയുടെ മറവിൽ രണ്ട് ഹെലികോപ്റ്ററുകൾ കമാൻഡോകളുമായി ആണവനിലയത്തിനടുത്തേക്ക് പറന്നു. ജനവാസകേന്ദ്രങ്ങളും റഡാറുകളും സൈനികത്താവളങ്ങളും ഒഴിവാക്കിയായിരുന്നു യാത്ര. ആരുടെയും ശ്രദ്ധയിൽപ്പെടാതെ ആണവനിലയത്തിനടുത്തായി ലാൻഡ് ചെയ്യാൻ അവർക്ക് കഴിഞ്ഞു. ആറ്റോമിക് റിയാക്ടറിന് ചുറ്റുമുള്ള മരുഭൂമിയിൽ നിന്നും മണ്ണ് ശേഖരിച്ചുകൊണ്ടാണ് അവർ മടങ്ങിയത്. പരിശോധനയിൽ അവയിൽ മാരകമായ അണുവികിരണം ഉള്ളതായി കണ്ടെത്തുകയും ചെയ്തു. അമേരിക്കയ്ക്ക് ആവശ്യമായ അപ്രതിരോധ്യമായ തെളിവായിരുന്നു അത്.

ആണവവികിരണത്തിന്റെ സാന്നിദ്ധ്യം തെളിയിക്കുന്ന പരിശോധനാറിപ്പോർട്ടുകൾ അമേരിക്കൻ ദേശീയ സുരക്ഷാ ഉപദേഷ്ടാവ് സ്റ്റീവ് ഹാഡ്ലിക്ക് നൽകി. അദ്ദേഹത്തിന്റെ ആവശ്യപ്രകാരം അമേരിക്കൻ വിദഗ്ധർ മണ്ണ് വീണ്ടും പരിശോധിച്ചു. തുടർന്ന് നിഗമനങ്ങളും ശുപാർശകളും പ്രസിഡന്റ് ജോർജ് ബുഷിന് സമർപ്പിച്ചു. അതിനുശേഷം സ്റ്റീവ് മൊസാദ് തലവൻ മെയർ ദാഗനുമായി നടത്തിയ സംഭാഷണത്തിൽ സിറിയൻ ആണവനിലയം അടിയന്തിരസ്വഭാവമുള്ള സ്പഷ്ടമായ ആപത്താണെന്ന് അമേരിക്ക അംഗീകരിച്ചു. അതിനാൽ ആണവനിലയത്തെ ഇല്ലായ്മ ചെയ്യേണ്ടതുണ്ടെന്നും അമേരിക്കയ്ക്ക് ബോദ്ധ്യമായി. ആ ദൗത്യത്തിന് 'പൂന്തോട്ടം' എന്ന് പേരിട്ടു. ജോർജ് ബുഷ് പിൽക്കാലത്ത് എഴുതിയ ഓർമ്മക്കുറിപ്പുകളിൽ സിറിയൻ ആണവനിലയത്തെ ബോംബിംഗിലൂടെ ഉന്മൂലനം ചെയ്യുന്ന കാര്യം താൻ ദേശീയ സുരക്ഷാവിഭാഗവുമായി ചർച്ചചെയ്തിരുന്നുവെന്നും ഒടുവിൽ അത് വേണ്ടെന്ന് വയ്ക്കുകയായിരുന്നുവെന്നും എഴുതിയിട്ടുണ്ട്. 'ഒരു പരമാധികാര രാഷ്ട്രത്തെ മുൻകൂട്ടി താക്കീതുകളൊന്നും നൽകാതെ ബോംബുചെയ്യുന്നത് ഗുരുതരമായ ഭവിഷ്യത്തുകൾക്ക് കാരണമായേക്കും' എന്ന ആശങ്കയാണ് തന്നെ പിന്തിരിപ്പിച്ചതെന്നും സൂചനയുണ്ട്. സൈന്യത്തിന്റെ രഹസ്യസ്വഭാവമുള്ള ആക്രമണവും പ്രസിഡന്റ് ബുഷ് അംഗീകരിച്ചില്ല.

ഇതൊക്കെയായിട്ടും ഇസ്രായേൽ പ്രധാനമന്ത്രി ഓൾ മെർട്ട് അമേരിക്കൻ പ്രസിഡന്റിനെ നേരിട്ട് ഫോണിൽ ബന്ധപ്പെട്ട് സിറിയൻ ആണവനിലയത്തെ നശിപ്പിക്കാൻ ആവശ്യപ്പെടുകതന്നെ ചെയ്തു. ആ ഫോൺ സംഭാഷണവേളയിൽ ഔദ്യോഗിക വസതിയായ ഓവൽ

ഓഫീസിലായിരുന്ന ജോർജ് ബുഷിന് ചുറ്റമായി അദ്ദേഹത്തിന്റെ മുഖ്യ ഉപദേഷ്ടാക്കളെല്ലാവരും ഉണ്ടായിരുന്നു. വിദേശകാര്യ സെക്രട്ടറി കോണ്ടലീസ റൈസ്, വൈസ് പ്രസിഡന്റ് ഡിക് ചെനി, സ്റ്റീവ് ഹാഡ് ലിയും അദ്ദേഹത്തിന്റെ ഡെപ്യൂട്ടി എലിയറ്റ് അബ്രാംസും അതിൽപ്പെട്ടും. തുടക്കത്തിലെ കൂടിയാലോചനകളിൽത്തന്നെ ഇസ്രായേൽ പ്രധാനമന്ത്രിയുടെ ആവശ്യത്തെ തള്ളിക്കളയണമെന്ന് കോണ്ടലീസ റൈസ് അവരെ ബോദ്ധ്യപ്പെടുത്തിയിരുന്നു.

'ജോർജ്, ആ കോമ്പൗണ്ട് ബോംബ് ചെയ്യണമെന്ന് ഞാൻ ആവശ്യപ്പെടുകയാണ്.' ഓൾ മെർട്ട് പറഞ്ഞു.

'എന്റെ ഇന്റലിജൻസ് വിഭാഗം അതൊരു ആണവായുധ നിർമ്മാണപരിപാടിയാണെന്ന് സാക്ഷ്യപ്പെടുത്താത്തിടത്തോളം കാലം ഒരു പരമാധികാര രാഷ്ട്രത്തിനുമേലുള്ള ആക്രമണത്തെ എനിക്ക് നീതികരിക്കാനാവില്ല.' ബുഷ് പ്രതികരിച്ചു. നയതന്ത്രമാർഗ്ഗങ്ങൾ തേടാൻ ബുഷ് ഇസ്രായേൽ പ്രധാനമന്ത്രിയെ ഉപദേശിച്ചു.

'നിങ്ങളുടെ തന്ത്രപരമായ സമീപനം എന്നെ അസ്വസ്ഥനാക്കുന്നു.' ഓൾ മെർട്ട് തുറന്ന് പറഞ്ഞു. 'ഇസ്രായേലിനെ സംരക്ഷിക്കാനായി ആവശ്യമെന്ന് ഞാൻ വിശ്വസിക്കുന്നത് ഞാൻ ചെയ്തിരിക്കും.'

പ്രസിഡന്റ് ബുഷ് പിന്നീട് പറഞ്ഞു: 'അയാൾക്ക് ഉശിരുണ്ട്. ഞാനയാളെ ഇഷ്ടപ്പെടുന്നതും അതുകൊണ്ടുതന്നെ.'

ലണ്ടനിലെ സൺഡേ ടൈംസ് പത്രത്തിന്റെ റിപ്പോർട്ട് അനുസരിച്ച് പ്രധാനമന്ത്രി ഓൾ മെർട്ട് ഉടനെ പ്രതിരോധ മന്ത്രി എഹൂദ് ബറാകും വിദേശകാര്യമന്ത്രി സിപ്പി ലിവ്നിയുമായി കൂടിക്കാഴ്ച നടത്തി. അവർക്കൊപ്പം വിവിധ പ്രതിരോധ വകുപ്പുകളുടെയും ഇന്റലിജൻസ് വിഭാഗത്തിന്റെയും തലവന്മാരും ഉണ്ടായിരുന്നു. ആണവനിലയത്തെ സംബന്ധിച്ച് പുതുതായി ലഭിച്ച വിവരങ്ങളും ഒരു സൈനിക നടപടിയുടെ പ്രത്യാഘാതങ്ങളും അവർ ചർച്ച ചെയ്തു. ഒടുവിൽ അവർ അന്തിമതീരുമാനത്തിലെത്തി: സിറിയയുടെ ആണവനിലയം ഉന്മൂലനം ചെയ്യപ്പെടണം. പ്രധാനമന്ത്രി ഉടനെ വിഷയം പ്രതിപക്ഷ നേതാവ് ബെഞ്ചമിൻ നെതന്യാഹുവുമായി ചർച്ച ചെയ്തു പ്രതിപക്ഷത്തിന്റെ പിന്തുണ ഉറപ്പാക്കി.

ആക്രമണത്തിനുള്ള തീയതിയും സമയവും നിശ്ചയിച്ചു.

2007 സെപ്റ്റംബർ അഞ്ചാം തീയതി രാത്രി.

അതിന്റെ തലേന്ന് മറ്റൊരു വരേണ്യ കമാൻഡോ വിഭാഗമായ ഷൽദഗിന്റെ ഒരു യൂണിറ്റ് ദിർ അൽ സൂർ പ്രദേശത്തിനരുകിലായി എത്തി ഒരു പകൽ അവിടെ ഒളിപാർത്തു. റിയാക്ടറിന് വളരെ അടുത്തായിരുന്നു അവരുടെ ഒളിസങ്കേതം. രാത്രിയിൽ റിയാക്ടർ സ്ഥിതിചെയ്യുന്ന ഇടം

പ്രകാശമാനമാക്കി ഇസ്രായേൽ വ്യോമസേനാ വിമാനങ്ങൾക്ക് കൃത്യമായ ലക്ഷ്യത്തിൽ ബോംബിംഗ് സാദ്ധ്യമാക്കുക എന്നതായിരുന്നു അവരുടെ ദൗത്യം. സെപ്റ്റംബർ അഞ്ചാം തീയതി രാത്രി പതിനൊന്ന് മണിക്ക് പത്ത് എഫ്-15 യുദ്ധവിമാനങ്ങൾ ഇസ്രായേലിലെ റമാത് ഡേവിഡ് വ്യോമസേനാതാവളത്തിൽ നിന്നും പറന്നുയർന്നു. മെഡിറ്ററേനിയൻ സമുദ്രത്തിന് മുകളിലൂടെ അവ പടിഞ്ഞാറേക്ക് സഞ്ചരിച്ചു. മുപ്പത് മിനിറ്റുകൾ കഴിഞ്ഞപ്പോൾ അവയിൽ മൂന്ന് വിമാനങ്ങൾക്ക് മടങ്ങി താവളത്തിലെത്താൻ നിർദ്ദേശം ലഭിച്ചു. ബാക്കി ഏഴ് വിമാനങ്ങൾക്ക് തുർക്കിയുടെയും സിറിയയുടെയും അതിർത്തി ലക്ഷ്യമാക്കി പറക്കാനും അവിടെയെത്തുമ്പോൾ തെക്കോട്ട് ദിശമാറ്റി ദിർ അൽ സുർ പ്രദേശത്തേക്ക് പറക്കാനും നിർദ്ദേശം ലഭിച്ചു. വഴിയിൽ സിറിയയുടെ റഡാർ സ്റ്റേഷൻ അവർ ബോംബിട്ട് തകർത്തു. അതോടെ തങ്ങളുടെ ആകാശാതിർത്തി കടന്നുകയറുന്ന വിദേശ വിമാനങ്ങളെ തിരിച്ചറിയാൻ ആകാതെയായി. നിമിഷങ്ങൾക്കുള്ളിൽ ഇസ്രായേൽ യുദ്ധവിമാനങ്ങൾ ദിർ അൽ സുറിന് മുകളിലെത്തി. മുൻകൂട്ടി നിശ്ചയിച്ച അകലങ്ങളിൽ നിന്നും വിമാനങ്ങൾ മിസ്സൈലുകൾ തൊടുത്തു. അവയെല്ലാം അരടൺ ബോംബുകൾ വഹിക്കുന്നവ ആയിരുന്നു. അവ കൃത്യമായി ആണവനിലയത്തെ തകർത്തു. അങ്ങനെ ഇസ്രായേലിനെതിരെ പ്രയോഗിക്കാനുള്ള ആണവായുധങ്ങൾ നിർമ്മിക്കാനുദ്ദേശിച്ച് പണിതുയർത്തിക്കൊണ്ടിരുന്ന ആണവനിലയം നിമിഷങ്ങൾക്കുള്ളിൽ നാമാവശേഷമായി.

സിറിയയിൽ നിന്നുമുള്ള സൈനികപ്രത്യാക്രമണം ഒഴിവാക്കാനായി പ്രധാനമന്ത്രി ഓൾ മെർട്ട് ഉടനെ തുർക്കി പ്രധാനമന്ത്രി തയ്യിബ് എർദൊർഗാനെ ബന്ധപ്പെട്ട് സിറിയൻ പ്രസിഡന്റ് അസദിന് ഒരു സന്ദേശം കൈമാറി. സിറിയയുമായി ഒരു യുദ്ധത്തിന് ഇസ്രായേൽ താത്പ്പര്യപ്പെടുന്നില്ലെന്നും പക്ഷേ ഇസ്രായേലിന്റെ പടിവാതിൽക്കൽ സിറിയ ആണവശക്തിയായി മാറുന്നത് അംഗീകരിക്കില്ലെന്നുമായിരുന്നു ആ സന്ദേശത്തിന്റെ ചുരുക്കം. പക്ഷേ ഓൾ മെർട്ടിന്റെ ആ സന്ദേശം സത്യത്തിൽ ആവശ്യമില്ലായിരുന്നു. ബോംബിങ്ങിന് ശേഷമുള്ള പ്രഭാതത്തിൽ തികഞ്ഞ നിശ്ശബ്ദതയായിരുന്നു ദമാസ്കസിന്റെ പ്രതികരണം. ഗവൺമെന്റ് വക്താവ് ഇങ്ങനെയൊരു സംഭവത്തെക്കുറിച്ച് ഒരക്ഷരം ഉരിയാടിയില്ല. ഉച്ചതിരിഞ്ഞ് മൂന്നു മണിക്ക് ഔദ്യോഗിക സിറിയൻ വാർത്താ ഏജൻസി വഴി ഗവൺമെന്റ് ഒരു ലഘുപ്രസ്താവന നൽകി. പുലർച്ചെ ഒരുമണിക്ക് ഇസ്രായേൽ വിമാനങ്ങൾ സിറിയയുടെ ആകാശാതിർത്തി ലംഘിച്ച് കടന്നുകയറിയെന്നും മരുഭൂമിയിൽ ഒഴിഞ്ഞ ഒരിടത്ത് ബോംബുകൾ വർഷിച്ചെന്നും സിറിയൻ വ്യോമസേനയുടെ പ്രത്യാക്രമണം അവരെ മടങ്ങാൻ നിർബന്ധിതമാക്കിയെന്നുമായിരുന്നു ആ പ്രസ്താവന. ജനങ്ങൾ

ക്കോ ഉപകരണങ്ങൾക്കോ കേടുപാടുകൾ ഒന്നും സംഭവിച്ചിട്ടില്ലെന്നും അതിലുണ്ടായിരുന്നു.

സിറിയൻ റിയാക്ടറിന്റെ വിശദമായ ചിത്രങ്ങളും വീഡിയോയും എപ്രകാരം മൊസാദ് ലഭ്യമാക്കിയെന്നറിയാൻ ആഗോളമാധ്യമങ്ങൾക്ക് അതീവ താത്പ്പര്യമുണ്ടായിരുന്നു. സിറിയൻ ആണവകേന്ദ്രത്തിൽ മൊസാദ് ഒരു ചാരനെ എത്തിച്ചുവെന്നാണ് അമേരിക്കയിലെ എബിസി ടെലിവിഷൻ റിപ്പോർട്ട് ചെയ്തത്. അവിടെ ജോലിചെയ്തിരുന്ന ഒരു എഞ്ചിനീയറെ വശത്താക്കി വിവരങ്ങളും ഫോട്ടോഗ്രാഫുകളും ചോർത്തുകയായിരുന്നുവെന്നും അവർ കൂട്ടിച്ചേർത്തു.

ആണവനിലയം തകർത്തതിനുശേഷം ഏകദേശം ഏഴുമാസങ്ങൾ കഴിഞ്ഞ് 2008 ഏപ്രിൽ മാസത്തിൽ അമേരിക്കൻ ഭരണകൂടം പ്രഖ്യാപിച്ചു വടക്കൻ കൊറിയയുടെ സഹായത്തോടെ സിറിയ ന്യൂക്ലിയർ റിയാക്ടർ നിർമ്മിച്ചുവെന്നും അത് സമാധാനപരമായ ലക്ഷ്യങ്ങൾക്ക് ആയിട്ടല്ലായിരുന്നെന്നും. പ്രധാനമന്ത്രി ഓൾ മെർട്ട് ഈ നടപടികൾ കൈകാര്യം ചെയ്ത രീതി അമേരിക്കയെ സംബന്ധിച്ചിടത്തോളം ഇസ്രായേലിന്റെ മേലുള്ള വിശ്വാസം പുനഃസ്ഥാപിച്ചുവെന്നും പ്രസിഡന്റ് ജോർജ് ബുഷ് പറഞ്ഞു. 2006-ൽ ലെബനനെതിരായി ഇസ്രായേൽ നടത്തിയ യുദ്ധത്തിൽ സംഭവിച്ച പിഴവുകളിൽ നിന്നും ഭരണകൂടം കരകയറിയതായും ബുഷ് കരുതി.

മൊസാദ് നൽകിയ ചിത്രങ്ങളും വീഡിയോകളും അമേരിക്കയുടെ ഇന്റലിജൻസ് വിഭാഗവും ജനപ്രതിനിധിസഭാംഗങ്ങളും സെനറ്റർമാരും ആശ്ചര്യത്തോടും ആദരവോടുംകൂടെ കണ്ടു. മൊസാദിന്റെ ഉയിർത്തെഴുന്നേൽപ്പായിരുന്നു അത്. വടക്കൻ കൊറിയയുടെ യോങ്ബ്യോൺ റിയാക്ടറിനെയും സിറിയയുടെ റിയാക്ടറിനെയും താരതമ്യം ചെയ്തുകൊണ്ടുള്ള മൊസാദിന്റെ വീഡിയോ ലഭ്യമാക്കിയ വിവരങ്ങളുടെ ആഴം വെളിപ്പെടുത്തുന്നതായിരുന്നു. രേഖകളുടെ ആധികാരികതയും അത് ഉറപ്പിച്ചു.

* * *

ബോംബാക്രമണത്തെ സംബന്ധിക്കുന്ന വിവരങ്ങൾ രണ്ടാഴ്ചയോളം രഹസ്യമായി വയ്ക്കാനേ ഇസ്രായേലിന് കഴിഞ്ഞുള്ളൂ. അതുവരെ തങ്ങളുടെ യുദ്ധവിമാനങ്ങൾ സിറിയയുടെ അതിർത്തി ലംഘിച്ചിട്ടില്ലെന്ന നിലപാടിൽ ഉറച്ചുനിൽക്കുകയായിരുന്നു. പ്രതിപക്ഷനേതാവ് ബെഞ്ചമിൻ നെതന്യാഹു ഒരു പ്രമുഖ മാധ്യമത്തിന് നൽകിയ തത്സമയ അഭിമുഖത്തിലാണ് നിജസ്ഥിതി പുറത്തുവന്നത്. നെതന്യാഹു പ്രഖ്യാപിച്ചു: 'മന്ത്രിസഭ ഇസ്രായേലിന്റെ സുരക്ഷയ്ക്കായി സ്വീകരിക്കുന്ന എല്ലാ നടപടികളെയും ഞാൻ പിന്തുണയ്ക്കും... ഇവിടെയും അതുതന്നെയാണ്

സംഭവിച്ചത്. തുടക്കം മുതൽ ഞാനിതിൽ പങ്കാളിയായിരുന്നു. എന്റെ പൂർണ്ണപിന്തുണയും ആക്രമണത്തിനുണ്ടായിരുന്നു.'

2008 ആഗസ്റ്റ് രണ്ടാം തീയതിയാണ് ഈ സംഭവത്തിന്റെ അവസാനരംഗം അരങ്ങേറിയത്. സിറിയൻ തുറമുഖമായ താർത്തസിന് സമീപമുള്ള റിമൽ എൽ സഹ്ബിയ പ്രദേശത്തെ ഒരു കടലോര ബംഗ്ലാവിന്റെ വിശാലമായ വരാന്തയിൽ ഒരു ഉല്ലാസവിരുന്ന് നടക്കുകയായിരുന്നു. തിരകൾ പരന്നൊഴുകുന്ന മുറ്റം ആ വീടിന്റെ സവിശേഷതയായിരുന്നു. ആ ചൂടുകാലത്ത് തിരകൾ താലോലിക്കുന്ന വിശാലമായ ആ വരാന്ത സുഖകരമായിരുന്നു. കടലിൽ നിന്നും വീശിയിരുന്ന മൃദുമന്ദമാരുതൻ ആ വേനൽക്കാല സായാഹ്നത്തെ തണുപ്പിച്ചുകൊണ്ടിരുന്നു. വിരുന്ന് മേശയ്ക്ക് ചുറ്റുമായി ഇരുന്നിരുന്ന അതിഥികൾ വീട്ടുടമസ്ഥനായ ജനറൽ മുഹമ്മദ് സുലൈമാന്റെ സുഹൃത്തുക്കളായിരുന്നു. അവരെല്ലാവരും ആ ഉല്ലാസവിരുന്നിലേക്ക് ക്ഷണിക്കപ്പെട്ടവർ ആയിരുന്നു.

പ്രസിഡന്റ് അസദിന്റെ ഏറ്റവുമടുത്ത സൈനികോപദേഷ്ടാവായിരുന്നു മുഹമ്മദ് സുലൈമാൻ. ആണവനിലയത്തിന്റെ നിർമ്മാണപുരോഗതിയുടെ സൂപ്പർവൈസറും അതിന്റെ സുരക്ഷയുടെ ചുമതലക്കാരനുമായിരുന്നു സുലൈമാൻ. സിറിയയിലെ ഉന്നതവൃത്തങ്ങളിൽ അയാൾ പ്രസിഡന്റ് അസദിന്റെ നിഴലായി കരുതപ്പെട്ടു. പ്രസിഡൻഷ്യൽ പാലസിൽ പ്രസിഡന്റിന്റെ ഓഫീസിനോട് ചേർന്നുതന്നെയായിരുന്നു സുലൈമാന്റെ ഓഫീസും. എങ്കിലും രാജ്യത്തിനകത്തും പുറത്തുമായി വളരെ കുറച്ചുപേർക്ക് മാത്രമേ സുലൈമാനെ അറിയുമായിരുന്നുള്ളു.

മാധ്യമങ്ങളിൽ അയാൾ ഒരിക്കലും പരാമർശിക്കപ്പെട്ടില്ല. എങ്കിലും മൊസാദിന് സുലൈമാൻ പരിചിതനായിരുന്നു. അയാളുടെ നടപടികളെ അവർ സദാ പിന്തുടർന്നിരുന്നു. നാൽപ്പത്തിയേഴ് വയസ്സുകാരനായ സുലൈമാൻ ദമാസ്കസ് സർവകലാശാലയിൽ നിന്നും എഞ്ചിനീയറിംഗ് വിദ്യാർത്ഥിയായിരിക്കെ പ്രസിഡന്റ് ഹഫീസ് അൽ അസദിന്റെ മകനും അനന്തരാവകാശിയുമായ ബാസെൽ അൽ അസദ് സതീർത്ഥ്യനായിരുന്നു. ഇരുവരും ചങ്ങാതികളായി. ബാസെൽ 1994-ൽ ഒരു വാഹനാപകടത്തിൽ കൊല്ലപ്പെട്ടപ്പോൾ പ്രസിഡന്റ് അസദ് തന്നെ സുലൈമാനെ ഇളയ മകൻ ബഷാർ അൽ അസദുമായി പരിചയപ്പെടുത്തി. പ്രസിഡന്റ് ഹഫീസ് അൽ അസദ് കാൻസർ മൂലം 2000-ൽ മരിച്ചപ്പോൾ ബഷാർ പ്രസിഡന്റായി. സുലൈമാൻ പ്രസിഡന്റിന്റെ വിശ്വസ്തനായ സഹായിയും.

അധികം വൈകാതെ സിറിയയിലെ ഏറ്റവും കരുത്തരായ വ്യക്തികളിൽ ഒരാളായി സുലൈമാൻ മാറി. പ്രധാനപ്പെട്ട സൈനിക വിഷയങ്ങളിൽ അയാൾ മേൽനോട്ടക്കാരനായി. ഇറാനുമായുള്ള ഇന്റലിജൻസ് ഇടപാടുകളിൽ സുലൈമാനായിരുന്നു മധ്യവർത്തി. മധ്യപൗരസ്ത്യദേശത്തെ എല്ലാ തീവ്രവാദ സംഘടനകളുമായും സുലൈമാന് അടുത്ത ബന്ധമുണ്ടായിരുന്നു. സിറിയയും ഹെസ്ബൊള്ളയുമായുള്ള ബന്ധത്തിന്റെ കടിഞ്ഞാണും അയാളുടെ നിയന്ത്രണത്തിലായിരുന്നു. ഹെസ്ബൊള്ളയുടെ സൈനിക മേധാവിയായ ഇമാദ് മുഗ്നിയേയുമായി സുലൈമാന് വളരെ അടുത്ത ബന്ധമാണുണ്ടായിരുന്നത്. 2000 മെയ് മാസത്തിൽ തെക്കൻ ലെബനനിൽ നിന്നും ഇസ്രായേൽ പിന്മാറിയതോടെ ഇറാനിൽ നിന്നും സിറിയയിൽ നിന്നും ആയുധങ്ങൾ വിശിഷ്യ ദീർഘദൂര മിസ്സൈലുകൾ ഹെസ്ബൊള്ളയ്ക്ക് എത്തിക്കുന്നതും സുലൈമാന്റെ ചുമതലയിലായി. അങ്ങനെ എത്തിയ ഒരു മിസ്സൈലാണ് 2006-ൽ ഹൈഫയിലെ ഇസ്രായേൽ റെയിൽവേ വർക്ക്ഷോപ്പിനുമേൽ പതിച്ച് എട്ട് തൊഴിലാളികളുടെ മരണത്തിന് കാരണമായത്. ആകാശമാർഗ്ഗേണയുള്ള ഇസ്രായേലിന്റെ നടപടികളെ ഇത് വിപരീതമായി ബാധിച്ചു.

അതീവ രഹസ്യമായി മറ്റൊരു ഉന്നത പദവി കൂടി സുലൈമാൻ വഹിച്ചിരുന്നു. ദീർഘദൂര മിസ്സൈലുകൾ വികസിപ്പിക്കുന്നതിനായുള്ള സിറിയയുടെ ഗവേഷണ പ്രവർത്തനങ്ങൾക്ക് മേൽനോട്ടം വഹിച്ചിരുന്ന സമിതിയുടെ തലപ്പത്തും സുലൈമാൻ ഉണ്ടായിരുന്നു. രാസായുധങ്ങളും ജൈവായുധങ്ങളും ആണവായുധങ്ങളും ഗവേഷണം ലക്ഷ്യമിട്ടിരുന്നു. ഈ ആവശ്യത്തിനായി വടക്കൻ കൊറിയയുമായുള്ള കൊടുക്കൽ വാങ്ങലുകളും സുലൈമാന്റെ മേൽനോട്ടത്തിലായിരുന്നു. ആണവപരിപാടിയുടെ ഭാഗമായിരുന്ന കൊറിയൻ എഞ്ചിനീയർമാരെയും സാങ്കേതിക വിദഗ്ധരെയും രഹസ്യമായി സുരക്ഷയോടെ പാർപ്പിക്കുന്നതും അവരെ ബാഹ്യശ്രദ്ധയിൽനിന്നും മാറ്റി നിർത്തിയിരുന്നതും സുലൈമാൻ തന്നെയായിരുന്നു.

സിറിയൻ ആണവനിലയത്തെ ഇസ്രായേൽ തകർത്തത് സുലൈമാന് വലിയ ആഘാതമായിരുന്നു. അതിൽ നിന്നും കരകയറാൻ സമയമെടുത്തെങ്കിലും ഉടനെതന്നെ മറ്റൊരു റിയാക്ടർ അയാൾ ആസൂത്രണം ചെയ്തു. കൂടുതൽ രഹസ്യഭാവത്തിലായിരുന്നു അതിന്റെ ആസൂത്രണം. ഒപ്പം തന്റെ ജീവിതം ഗുരുതരമായ അപകടത്തിലാണെന്നതും അയാൾ മനസ്സിലാക്കി. ഇസ്രായേലിന്റെയും അമേരിക്കയുടെയും ചാരന്മാർ തന്നെ വിടാതെ പിന്തുടരുന്നുണ്ടാവുമെന്നും അയാൾക്ക് ഊഹിക്കാമായിരുന്നു. പുതിയ ആണവനിലയത്തിന്റെ അടുത്ത ഘട്ടത്തിലേക്ക് കടക്കുന്നതിനുമുൻപായി ഈ സമ്മർദ്ദങ്ങളിൽ നിന്നും സംഘർഷങ്ങളിൽ നിന്നും ഒഴിഞ്ഞ് അൽപം വിശ്രമം അയാൾ ആഗ്രഹിച്ചു. അതിനായാണ് അയാൾ തന്റെ കടൽത്തീരവസതിയിൽ എത്തിയത്. ശാന്തമായ ഒരു വാരാന്ത്യം

ചെലവിടാനായി മനസ്സിനിണങ്ങിയ അടുത്ത കൂട്ടുകാരെയും അയാൾ ക്ഷണിച്ചിരുന്നു, ഒപ്പം ഇഷ്ടവിഭവങ്ങളും.

ആ വലിയ തീൻ മേശയുടെ നടുവിൽ സമുദ്രാഭിമുഖമായി ഇരുന്നുകൊണ്ട് തിരകൾ വരാന്തയുടെ അരികിലേക്ക് ഉരുണ്ടുകയറുന്നത് അയാൾ കാണുകയായിരുന്നു. പക്ഷേ കടലിൽ ഇത്തിരി ദൂരെയായി രണ്ടുപേർ ജലത്തിലൂടെ പമ്മിപ്പമ്മി തീരത്തേക്ക് വരുന്നത് അയാളുടെ ശ്രദ്ധയിൽപ്പെട്ടില്ല. സുലൈമാന്റെ വീട്ടിൽ നിന്നും ഒരു മൈലോളം അകലെ ഒരു ബോട്ട് അവരെ എത്തിക്കുകയായിരുന്നു. ഇസ്രായേൽ നേവി കമാൻഡോകളായിരുന്ന അവർ തോക്ക് ഉപയോഗിക്കുന്നതിൽ അതിവിദഗ്ധരായിരുന്നു. സ്കൂബാ ഉപകരണങ്ങൾ ഉണ്ടായിരുന്നതിനാൽ അവർ ജലത്തിനടിയിലൂടെയായിരുന്നു കരയിലേക്കടുത്തത്. പാദങ്ങൾ നിലത്ത് മുട്ടിയപ്പോൾ അവർ നിവർന്നുനിന്നു. അവിടെ നിന്നുകൊണ്ട് അവർ സുലൈമാന്റെ വീട് വിശദമായി കണ്ടു. വിരുന്നുമേശയുടെ നടുവിൽ ഉല്ലാസവാനായി ഇരുവശങ്ങളിലും അതിഥികളുമായി ഇരുന്നിരുന്ന സുലൈമാനായിരുന്നു അവരുടെ ലക്ഷ്യം.

രാത്രി ഒമ്പത് മണിയായപ്പോൾ ആ വിദഗ്ധരായ വെടിവയ്പ്പുകാർ തോക്കുകൾ ഒരുക്കി. വരാന്ത അതിഥികളാൽ നിറഞ്ഞിരുന്നു. ക്ഷണിക്കപ്പെടാത്ത അതിഥികളായിരുന്നു അവർ ഇരുവരും. മറ്റാരെയും മുറിവേൽപ്പിക്കാതെ ജനറൽ സുലൈമാനെ വധിക്കുകയായിരുന്നു അവരുടെ ഉന്നം. ജലത്തിൽ നിന്നും കരയിലേക്ക് കയറിയ അവരുടെ തോക്കുകൾ സുലൈമാന്റെ ശിരസ്സിനെ ഉന്നമിട്ടു. സൈലൻസറുകൾ പ്രവർത്തനക്ഷമമായിരുന്നു. ഉന്നം കൃത്യമായപ്പോൾ ചെവിയിൽ തിരുകിയിരുന്ന ഇയർഫോണുകൾ ബീപ് ശബ്ദം പുറപ്പെടുവിച്ചു. അവർ ഒരുമിച്ച് കാഞ്ചി വലിച്ചു. ആ ഉണ്ടകൾ മാരകമായിരുന്നു. സുലൈമാന്റെ ശിരസ്സ് പുറകോട്ട് തെറിച്ചു. അയാൾ മുന്നോട്ടാഞ്ഞ് വിഭവസമൃദ്ധമായ വിരുന്നുമേശയിലേക്ക് വീണു. എന്താണ് സംഭവിക്കുന്നതെന്ന് അതിഥികൾക്ക് ആദ്യം മനസ്സിലായില്ല. ചീറ്റിയൊഴുകിയ ചോര അവരെ കാര്യങ്ങൾ ഗ്രഹിപ്പിച്ചു. ജനറൽ സുലൈമാനെ ആരോ വെടിവച്ചെന്നും അയാൾ മരിച്ചെന്നും അവർക്ക് മനസ്സിലായി. അതോടെ ആ വരാന്ത നരകതുല്യമായി പരിണമിച്ചു. ചിലർ ആ സമയത്ത് തങ്ങളുടെ ആതിഥേയനെ സഹായിക്കാനൊരുങ്ങിയെങ്കിലും അത് വൃഥാവിലാണെന്ന് എളുപ്പം ബോദ്ധ്യപ്പെട്ടു. പലരും പരുങ്ങി നിലം ചേർന്ന് നീങ്ങി പുറത്ത് കടക്കാൻ വെമ്പൽകൊണ്ടു. ചിലർ നിർലക്ഷ്യം അങ്ങുമിങ്ങും ഓടിനടന്നു. നിലവിളിയും ആക്രന്ദനങ്ങളും മുഴങ്ങി. ബഹളങ്ങൾക്കിടയിൽ അപരിചിതരായ ആ വെടിവയ്പുകാർ അപ്രത്യക്ഷരായി.

സൺഡേ ടൈംസിലെ റിപ്പോർട്ടിൽ അൽപം ഭേദഗതികൾ ഉണ്ടായിരുന്നു. വെടിവച്ചത് ഇസ്രായേലി നേവിയുടെ കമാൻഡോകൾ ആയിരുന്നെന്നും ഫ്ളോട്ടില 13-ലെ അംഗങ്ങളായ അവരെ സിറിയൻ തീരത്തെത്തിച്ചത് ഒരു ഇസ്രായേലി ബിസിനസ്സുകാരന്റെ സ്വകാര്യ ബോട്ടിലായിരുന്നെന്നും കൃത്യം നിർവഹിച്ചയുടനെ അവർ മടങ്ങിപ്പോയെന്നും പത്രലേഖകൻ എഴുതിയിരുന്നു.

ജനറൽ സുലൈമാൻ കൊല്ലപ്പെട്ട വാർത്ത ദമാസ്കസിലെത്തിയപ്പോൾ ഞെട്ടലും അമ്പരപ്പും ഉണ്ടായെങ്കിലും ഗവൺമെന്റ് വൃത്തങ്ങൾ നിശ്ശബ്ദത പാലിച്ചു. മാധ്യമ റിപ്പോർട്ടുകളോട് അവർ പ്രതികരിച്ചില്ല. സൈന്യവും സുരക്ഷാവിഭാഗങ്ങളും ആശയക്കുഴപ്പത്തിലായിരുന്നു. ദമാസ്കസിൽ നിന്നും 140 മൈലുകൾ അകലെയുള്ള താർത്തസിൽ ചാരന്മാർ എങ്ങനെയെത്തിയെന്ന് അവർക്ക് മനസ്സിലായില്ല. കൃത്യം നടത്തിയ ശേഷം അവർ എങ്ങനെ രംഗം വിട്ടുവെന്നതും അവരെ കുഴപ്പിച്ചു. സിറിയൻ നേതാക്കന്മാർ സിറിയയിൽ ഒരിടത്തും സുരക്ഷിതരല്ലേ?

കുറച്ച് ദിവസങ്ങൾക്ക് ശേഷം ചുരുങ്ങിയ വാക്കുകളിൽ ഗവൺമെന്റ് ഒരു പ്രസ്താവന നൽകി. കൊലപാതകം സ്ഥിരീകരിച്ച സർക്കാർ 'വേണ്ട അന്വേഷണങ്ങൾ നടക്കുന്നുണ്ടെന്നും കുറ്റവാളികളെ കണ്ടെത്തുമെന്നും' അറിയിച്ചു. സിറിയയ്ക്ക് വെളിയിലുള്ള മാധ്യമങ്ങൾ ഇതിനൊന്നും കാത്തില്ല. അവർ വിശദമായിത്തന്നെ റിപ്പോർട്ടുകൾ നൽകി. കൊലപാതകം നടത്തിയവരെ സംബന്ധിക്കുന്ന ഊഹാപോഹങ്ങളും ധാരാളമുണ്ടായിരുന്നു. ജനറലിനെ ഇല്ലായ്മ ചെയ്താൽ അതിന്റെ പ്രയോജനം ഇസ്രായേലിനാണെന്നതിനാൽ ആരോപണത്തിന്റെ മുന ഇസ്രായേലിനുനേരെയായിരുന്നു നീണ്ടത്. ദിർ അൽ സുർ ആണവനിലയത്തിന്റെ പിന്നിൽ പ്രവർത്തിച്ചയാൾ എന്നത് അറിഞ്ഞിട്ടാവും ഇസ്രായേൽ സുലൈമാനെ വധിക്കാൻ കമാൻഡോകളെ അയച്ചതെന്നും റിപ്പോർട്ടുകളുണ്ടായിരുന്നു.

പാശ്ചാത്യ ഇന്റലിജൻസ് ഏജൻസികളുടെ പ്രതികരണം വ്യത്യസ്തമായിരുന്നു. സുലൈമാനുവേണ്ടി കണ്ണീരൊഴുക്കാൻ ആരും ഉണ്ടായിരുന്നില്ല. 2010 ജൂണിൽ ഫ്ളോട്ടില 13-ന് ധീരോദാത്ത സേവനത്തിനുള്ള മെഡൽ നൽകപ്പെട്ടു. കൃത്യമായി അതെന്താണെന്ന് വെളിപ്പെടുത്തിയിരുന്നില്ല.

നേവി കമാൻഡോ യൂണിറ്റിന് നൽകിയ അംഗീകാരം ഭാഗികമായിട്ടെങ്കിലും സുലൈമാനെ ഉന്മൂലനം ചെയ്യുന്നതിൽ അവർ വഹിച്ച പങ്കിനുള്ളതായിരിക്കുമെന്ന് പലരും കരുതിയിരുന്നു.

അദ്ധ്യായം 19

ഉച്ചതിരിയുമ്പോൾ പ്രണയവും മരണവും

2008 ഫെബ്രുവരി 12-ന് ദമാസ്കസ് നഗരത്തിലെ ഒരു ആഡംബര ഫ്ളാറ്റ് സമുച്ചയത്തിനു ചുറ്റുമായി നിരവധിപേർ നിരന്നു. അസ്തമയം ആകാറായപ്പോൾ വെള്ളിനിറമുള്ള ഒരു മിത്സുബിഷി പജീറോ വാഹനം ആ കെട്ടിടത്തിനോട് ചേർന്ന് വന്നുനിന്നിരുന്നു. കറുത്ത സ്യൂട്ട് ധരിച്ച് വെട്ടിയൊതുക്കിയ താടിയുള്ള ഒരാൾ വാഹനത്തിൽ നിന്നും ഇറങ്ങി കെട്ടിടത്തിനുള്ളിലേക്ക് കയറിപ്പോയി. അയാൾക്കൊപ്പം അംഗരക്ഷകരാരും ഉണ്ടായിരുന്നില്ല. തെരുവിൽ കാവൽ നിന്നിരുന്ന മൊസാദ് ഏജന്റുമാർ അവരുടെ കുഞ്ഞൻ ട്രാൻസ്മിറ്ററുകളിലൂടെ മന്ത്രിച്ചു, 'അയാൾ എത്തി.' അവർക്ക് അറിയാമായിരുന്നു തന്റെ രഹസ്യകാമുകിയെ സന്ദർശിക്കാനാണ് കറുത്ത സ്യൂട്ടുകാരൻ എത്തിയിരിക്കുന്നതെന്ന്. രണ്ട് ദിവസങ്ങൾക്ക് മുൻപ് ആ സിറിയൻ യുവതിയുടെ മുപ്പതാമത്തെ ജന്മദിനമായിരുന്നു. കാമുകിക്കായി ഒരു വിശേഷസമ്മാനവും അയാൾ കരുതിയിരുന്നു.

സിറിയൻ പ്രസിഡന്റ് ബഷാർ അൽ അസദിന്റെ കസിനും വമ്പൻ ബിസിനസുകാരനുമായ റാമി മഖ്ലൂഫ് അവർക്ക് വിട്ടുകൊടുത്ത ആ ആഡംബര ഫ്ളാറ്റിൽ ചില മണിക്കൂറുകൾ ആ കാമുകീകാമുകന്മാർ സ്വകാര്യമായി ചെലവിട്ടു.

രാത്രി പത്ത് മണിക്ക് മുൻപേ കറുത്ത സ്യൂട്ടുകാരൻ തിരിച്ചിറങ്ങി വെള്ളിനിറമുള്ള പജീറോ വാഹനത്തിൽ കയറി. മറ്റൊരു രഹസ്യ സങ്കേതത്തിൽ അയാൾക്ക് ഒരു മീറ്റിംഗിൽ പങ്കെടുക്കേണ്ടതുണ്ടായിരുന്നു. കഫർ സൗസാ എന്നയിടത്ത് ഇറാന്റെയും സിറിയയുടെയും പാലസ്തീന്റെയും പ്രതിനിധികളുമായി അയാൾക്ക് ഒരു മീറ്റിംഗ് ഉണ്ടായിരുന്നു.

ലണ്ടനിലെ സൺഡേ എക്സ്പ്രസ് പത്രത്തിന്റെ റിപ്പോർട്ട് പ്രകാരം കറുത്ത സ്യൂട്ടുകാരനെ പിന്തുടർന്നവർ പലതവണ തങ്ങളുടെ മൊബൈൽ ഫോണിലെ ഫോട്ടോയുമായി ഒത്തുനോക്കി തങ്ങൾ ശരിയായ ആളെത്തന്നെയാണ് പിന്തുടരുന്നതെന്ന് ഉറപ്പ് വരുത്തിയിരുന്നു. ഫോണിൽ അവർ സദാ മൊസാദിന്റെ കമാൻഡ് പോസ്റ്റുമായി ബന്ധപ്പെട്ടുകൊണ്ടിരുന്നു.

ചില മണിക്കൂറുകൾക്ക് ശേഷം കറുത്ത സ്യൂട്ടുകാരൻ കെട്ടിടത്തിൽ നിന്നും പുറത്തേക്ക് ഇറങ്ങിവന്നു. മൊബൈൽ ഫോൺ സ്ക്രീനിലെ ഫോട്ടോയുമായി താരതമ്യം ചെയ്യാൻ അത് നല്ലൊരവസരമായിരുന്നു. അതോടെ അവർക്ക് പൂർണ്ണമായും ഉറപ്പായി. ദമാസ്കസിലെ സഹപ്രവർത്തകരെയും ടെൽ അവീവിലെ മൊസാദ് കേന്ദ്രത്തെയും അവർ ആ വിവരം അറിയിച്ചു. മൊസാദിലാകെ സമ്മർദ്ദം ഉണർന്നു. മെയർ ദാഗന്റെ ഓഫീസിൽ മൊസാദിലെ പ്രമുഖരെല്ലാം കൂടിയിരുന്നു. ദൗത്യനിർവഹണത്തിന്റെ പുരോഗതി അവർ നേരിട്ട് അറിയുകയും പിന്തുടരുകയുമായിരുന്നു.

വാഹനത്തിൽ കയറിയ കറുത്ത സ്യൂട്ടുകാരൻ പജീറോ സ്റ്റാർട്ട് ചെയ്തു.

'അയാൾ വഴിയിലേക്ക് ഇറങ്ങിക്കഴിഞ്ഞു.' ട്രാൻസ്മിറ്ററിലേക്ക് മൊസാദ് ഏജന്റുമാർ മന്ത്രിച്ചു. വാഹനത്തിൽ ഉണ്ടായിരുന്നത് ഇമാദ് മുഘ്നിയെ ആയിരുന്നു. വളരെ നീണ്ട ചോരപ്പാടുകൾ പിന്നിൽ അവശേഷിപ്പിച്ചിരുന്ന ഒരാൾ.

നവംബർ 15, 2001.

അമേരിക്കയിലെ ഇരട്ടഗോപുരങ്ങൾ ഭീകരവാദികൾ ആക്രമിച്ചതിനുശേഷം ലോകത്തിലെ കൊടും ഭീകരരുടെ ഒരു പട്ടിക എഫ് ബി ഐ പുറത്തിറക്കിയിരുന്നു. ആ പോസ്റ്ററിൽ എഫ് ബി ഐയുടെയും വിദേശകാര്യവകുപ്പിന്റെയും നീതിന്യായവകുപ്പിന്റെയും മുദ്രകൾ പതിച്ചിരുന്നു. ആ പട്ടികയിൽ ഇരുപത്തിയൊന്ന് പേരുകളും ഇരുപത്തിയൊന്ന് ഫോട്ടോകളും ഉണ്ടായിരുന്നു. അതിലെ ആദ്യ പേരുകാരനായിരുന്ന ഏറ്റവും അപകടകാരിയായ കൊടുംഭീകരൻ.

അയാളെ പിടിക്കാൻ സഹായിക്കുന്നവർക്ക് അമ്പത് ലക്ഷം ഡോളർ സമ്മാനം നൽകുമെന്നും പരസ്യത്തിലുണ്ടായിരുന്നു.

ഇരട്ടഗോപുരങ്ങൾ ആക്രമിക്കപ്പെടുന്നതുവരെ ലോകത്തിൽ ഏറ്റവും കൂടുതൽ അമേരിക്കൻ പൗരന്മാരുടെ കൊലയ്ക്ക് കാരണമായി കരുതപ്പെട്ടിരുന്ന ജീവിച്ചിരിക്കുന്ന ഭീകരൻ അയാളായിരുന്നു.

ഇമാദ് മുഘ്നിയെ.

1983 ഏപ്രിൽ 18 – ബെയ്റൂട്ടിലെ അമേരിക്കൻ എംബസ്സി ആക്രമണം. 63 പേർ കൊല്ലപ്പെട്ടു.

1983 ഒക്ടോബർ 23 – ബെയ്റൂട്ടിലെ അമേരിക്കൻ മറൈൻ സൈനികരുടെ കേന്ദ്രത്തിൽ ആക്രമണം. 241 പേർ കൊല്ലപ്പെട്ടു.

1983 ഒക്ടോബർ 23 (അതേ ദിവസം) – ഫ്രഞ്ച് പാരാട്രൂപ്പർമാരുടെ കേന്ദ്രം ആക്രമിക്കപ്പെടുന്നു – 58 പേർ കൊല്ലപ്പെടുന്നു.

സി ഐ ഏ ഓഫീസറായിരുന്ന വില്യം ബക്ലിയെ തട്ടിക്കൊണ്ടു പോയി കൊലപ്പെടുത്തി. കുവൈറ്റിലെ അമേരിക്കൻ എംബസി പല തവണ ആക്രമിക്കപ്പെട്ടു. അമേരിക്കൻ വിമാനക്കമ്പനിയുടെ ഒരു വിമാനവും കുവൈറ്റ് എയർലൈൻസിന്റെ രണ്ട് വിമാനങ്ങളും തട്ടിയെടുത്തു. തെക്കൻ ലെബനനിൽ ഐക്യരാഷ്ട്രസഭയുടെ നിരീക്ഷകനായിരുന്ന കേണൽ ഡബ്ല്യൂ. ആർ. ഹിഗ്ഗിൻസിനെ കൊലപ്പെടുത്തി. സൗദി അറേബ്യയിൽ ഇരുപത് സൈനികരെ കൂട്ടക്കുരുതി ചെയ്തു....

ഈ പട്ടിക ഇസ്രായേലിന് കൈമാറിയപ്പോൾ മൊസാദ് അവരുടെ പക്കലുള്ള ചിലതും കൂട്ടിച്ചേർത്തു.

1983 നവംബർ 4 – ലെബനനിലെ ടയിർ സൈനിക കേന്ദ്രം ആക്രമിക്കപ്പെട്ടു – 60 ഇസ്രായേൽ സൈനികർ കൊല്ലപ്പെട്ടു.

1985 മാർച്ച് 10 – ഇസ്രായേൽ അതിർത്തിയിലെ മേത്തുള്ളയിൽ വച്ച് ഇസ്രായേലി സൈനിക വ്യൂഹം ആക്രമിക്കപ്പെട്ടു – എട്ടുപേർ കൊല്ലപ്പെട്ടു.

1992 മാർച്ച് 17 – അർജന്റീനയിലെ ഇസ്രായേൽ എംബസി ബോംബ് ചെയ്യപ്പെട്ടു – 29 പേർ കൊല്ലപ്പെട്ടു.

1994 ജൂലായ് 18 – ബ്യൂണസ് അയേഴ്സിലെ യഹൂദ കേന്ദ്രം ബോംബ് ചെയ്യപ്പെട്ടു – 86 പേർ കൊല്ലപ്പെട്ടു.

ഹാർദോവ് അതിർത്തിയിൽ നിന്നും മൂന്ന് ഇസ്രായേലി സൈനികരെ തട്ടിക്കൊണ്ടുപോയി വധിച്ചു. ഇസ്രായേലി ബിസിനസുകാരനായ എൽഹന്നാൻ ടന്നെൻബൗമിനെ തട്ടിക്കൊണ്ടുപോയി. മത്സുബ യഹൂദ ജനവാസ കേന്ദ്രം ബോംബ് ചെയ്തു. ഇസ്രായേൽ–ലെബനൻ അതിർത്തിയിൽ നിന്നും റഗേവ്, ഗോൾഡ്വാസ്സർ എന്നീ ജൂത സൈനികരെ തട്ടിക്കൊണ്ടു പോയി കൊലപ്പെടുത്തി. രണ്ടാം ഇസ്രായേൽ–ലെബനൻ യുദ്ധത്തിലേക്ക് നയിച്ചത് ഈ ആക്രമണം ആയിരുന്നു.

ഈ അതിക്രമങ്ങളുടെയെല്ലാം പിന്നിൽ പ്രവർത്തിച്ചത് ഇമാദ് മുഘ്നിയെ ആയിരുന്നു. അയാൾ അദൃശ്യരൂപിയായി അറബ് തലസ്ഥാനങ്ങൾക്കിടയിൽ സദാ സഞ്ചരിച്ചുകൊണ്ടിരുന്നു. ആരും ഫോട്ടോ എടുക്കാൻ

അയാൾ അനുവദിച്ചിരുന്നില്ല. അഭിമുഖങ്ങൾക്കുള്ള സകല ക്ഷണങ്ങളും അയാൾ നിരസിച്ചു. പാശ്ചാത്യ ഇന്റലിജൻസ് ഏജൻസികൾക്കെല്ലാം അയാളുടെ പ്രവൃത്തികൾ അറിയാമായിരുന്നു. പക്ഷേ ആരുടെ പക്കലും അയാളുടെ ചിത്രം ഉണ്ടായിരുന്നില്ല. അയാളുടെ മുഖലക്ഷണം, സ്വഭാവം, ശീലങ്ങൾ, ഒളിയിടങ്ങൾ തുടങ്ങിയവയെല്ലാം പരമ രഹസ്യമായിരുന്നു. തെക്കൻ ലെബനനിലെ ഒരു ഗ്രാമത്തിൽ 1962-ൽ അയാൾ പിറന്നു. മാതാപിതാക്കൾ ഷിയ വിഭാഗത്തിൽപ്പെട്ട ഭക്തരായ മുസ്‌ലിങ്ങളായിരുന്നു. കൗമാരത്തിൽ അയാൾ തലസ്ഥാനമായ ബെയ്റൂട്ടിൽ എത്തിച്ചേർന്നു. ചുറ്റും പാർത്തിരുന്നവരിൽ മിക്കവരും പാലസ്തീൻകാരായ പി എൽ ഓ അനുഭാവികളായിരുന്നു. പിൽക്കാലത്ത് അറാഫത്തിന്റെ ഡെപ്യൂട്ടിയായിരുന്ന അബു അയദിന്റെ അംഗരക്ഷകനായി അയാൾ ജോലിചെയ്തു. അതിനെത്തുടർന്നാണ് ഫത്താ സംഘടനയുടെ വരേണ്യ സുരക്ഷാഗ്രൂപ്പായ ഫോഴ്സ് 17-ൽ അംഗമായത്. എഴുപതുകളുടെ മധ്യത്തിൽ രൂപീകരിച്ച ഈ ഫത്താ ഘടകത്തിന്റെ നേതാവ് ചുവന്ന രാജകുമാരൻ എന്ന പേരിൽ അറിയപ്പെട്ട അലി ഹസൻ സലാമെ ആയിരുന്നു. ഗലീലിയിൽ സമാധാനം സ്ഥാപിക്കുന്നതിനായി 1982-ൽ ഇസ്രായേൽ ലെബനൻ ആക്രമിച്ച് പി എൽ ഓയെ നശിപ്പിച്ചു. അവശേഷിച്ചവർ യാസർ അറാഫത്തിന്റെ നേതൃത്വത്തിൽ ടുണീഷ്യയിലേക്ക് കടന്നു. എന്നാൽ മുഘ്നിയെ ടുനീഷ്യയിലേക്ക് പോയില്ല. പകരം കരുത്താർജ്ജിച്ചുകൊണ്ടിരുന്ന ഹെസ്ബൊള്ളയിൽ അയാൾ അംഗമായി.

ഹെസ്ബൊള്ള എന്നാൽ ദൈവത്തിന്റെ കക്ഷി എന്നായിരുന്നു അർത്ഥം. 1982-ലെ ലെബനനുമായുള്ള യുദ്ധത്തിൽ ഇസ്രായേൽ വിജയിച്ചതോടെ നിലവിൽ വന്ന ഷിയ തീവ്രവാദ സംഘമായിരുന്നു ഹെസ്ബൊള്ള. അയത്തൊള്ള ഖൊമേനിയായിരുന്നു അവരുടെ പ്രചോദനം. ഇറാനിയൻ റവല്യൂഷനറി ഗാർഡുകളായിരുന്നു ഹെസ്ബൊള്ളയ്ക്ക് ആളും അർത്ഥവും പരിശീലനവും നൽകിയിരുന്നത്. ക്രമേണ ഹെസ്ബൊള്ള ഇസ്രായേലിന്റെ ശത്രുക്കളിൽ എറ്റവും പ്രബലരായി. ഇസ്രായേലിന്റെ നാശം അവർ സ്വപ്നം കണ്ടു. ലെബനന്റെ മണ്ണിൽ നിന്നും ഇസ്രായേലിനെ തുടച്ചെറിയുമെന്ന് അവർ ശപഥം ചെയ്തിരുന്നു. നിലവിൽ വന്ന ആദ്യ ദിനം മുതൽ ഇസ്രായേലിനെതിരെ ഏറ്റവും ആക്രാമികമായ ആക്രമണങ്ങളിൽ ഹെസ്ബൊള്ള മുഴുകി. അവർക്ക് ഏറ്റവും ഇണങ്ങിയ പുതു റിക്രൂട്ട് ആയിരുന്നു മുഘ്നിയെ.

പൊതുസമൂഹത്തിനുമുന്നിൽ പ്രത്യക്ഷപ്പെടാതെ സകലവും പരമരഹസ്യമായി ചെയ്തുകൊണ്ട് ഒരു നിഴൽ ജീവിതമായിരുന്നു മുഘ്നിയെ നയിച്ചിരുന്നത്. അയാളെക്കുറിച്ചുള്ള മാധ്യമ റിപ്പോർട്ടുകൾ ശകലീകൃതങ്ങളായിരുന്നു. പൊട്ടും പൊടിയും മാത്രം. പലതും പരസ്പരം ഇണങ്ങാത്തവയായിരുന്നു. ചിലപ്പോൾ വൈരുദ്ധ്യാത്മകവും. ഹെസ്ബൊള്ളയുടെ

ഉന്നത നേതാവായ ഷെയ് ഫദല്ലായുടെ അംഗരക്ഷകനാണ് അയാളെന്ന് ചിലരെഴുതി. മറ്റുചിലർ എഴുതിയത് മുഘ്നിയെ ഹെസ്ബൊള്ളയുടെ ഓപ്പറേഷൻസ് വിഭാഗം തലവനാണെന്ന്. ചിലർ ഹെസ്ബൊള്ളയുടെ ചോരപ്പുഴ ഒഴുകുന്ന ദൗത്യങ്ങളുടെ ആസൂത്രകനെന്ന് അയാളെ വാഴ്ത്തി. ഇതിലെല്ലാം നേരിന്റെ തിളക്കങ്ങളുണ്ടായിരുന്നു. ഹെസ്ബൊള്ളയുടെ തലവൻ ഷെയ് നസറുള്ളയെപ്പോലെ ഒരിക്കലും മുഘ്നിയെ ടെലിവിഷൻ കാമറകൾക്ക് മുന്നിൽ പ്രത്യക്ഷപ്പെട്ടില്ല. പക തുപ്പുന്ന പ്രസംഗങ്ങൾ നടത്തിയില്ല. പക്ഷേ സത്യത്തിൽ ഇവരെക്കാളെല്ലാം അപകടകാരിയായിരുന്നു മുഘ്നിയെ. ലോകത്തിലെ ഏറ്റവും അദൃശ്യനായ ഭീകരപ്രവർത്തകൻ ആയിരുന്നു അയാൾ. കാർലോസിനോടോ ഒസാമ ബിൻ ലാദനോടോ ഉപമിക്കാവുന്ന ഒരാൾ.

മഹാക്രൂരനും പുതുമുറകൾ ഭീകരപ്രവർത്തനത്തിൽ ഉത്സാഹത്തോടെ ഉപയോഗിക്കുന്നയാളുമായിരുന്നു മുഘ്നിയെ. അനേകം കൂട്ടക്കൊലകൾ വിജയകരമായി ലെബനനിൽ നടപ്പിലാക്കുവാൻ അയാൾക്ക് കഴിഞ്ഞു. ഇസ്രായേലിന്റെ ലെബനൻ യുദ്ധകാലത്ത് മുഘ്നിയെയുടെ കൂട്ടക്കുരുതികൾ ഇസ്രായേലിന് തലവേദനകൾ സൃഷ്ടിച്ചു. അമേരിക്കൻ മറൈൻ സൈന്യം താമസിച്ചിരുന്ന കോമ്പൗണ്ടിലേക്ക് സ്ഫോടകവസ്തുക്കൾ നിറച്ച ട്രക്കുകളുമായി ചാവേറുകളെ പറഞ്ഞുവിട്ട 1983 ഒക്ടോബറിൽ മുഘ്നിയെയുടെ പ്രായം കേവലം ഇരുപത്തിയൊന്ന് മാത്രമായിരുന്നു. അമേരിക്കയുടെയും ഫ്രാൻസിന്റെയും നിരവധി സൈനികർ ഈ ആക്രമണങ്ങളിൽ കൊല്ലപ്പെട്ടു. ദിവസങ്ങൾക്ക് ശേഷം ഇതേ തന്ത്രം ടയറിലെ ഇസ്രായേലി സൈനികർക്ക് എതിരെയും മുഘ്നിയെ പ്രയോഗിച്ചു. മാരകമായിരുന്നു ജീവനഷ്ടം. കുവൈറ്റിൽ കോട്ടപോലെ സംരക്ഷിച്ചിരുന്ന അമേരിക്കൻ എംബസ്സി ആക്രമണത്തിന് നേതൃത്വം നൽകുമ്പോൾ മുഘ്നിയെയുടെ പ്രായം കേവലം ഇരുപത്തിരണ്ട് മാത്രമായിരുന്നു. ദിവസങ്ങൾക്കുള്ളിൽ വിജയകരമായ ഒരു വിമാന റാഞ്ചലും മുഘ്നിയെയുടെ നേതൃത്വത്തിൽ അവിടെ അരങ്ങേറി. ഓരോ ഭീകരാക്രമണങ്ങൾക്ക് ശേഷവും മുഘ്നിയെ വായുവിൽ അലിയുന്നതുപോലെ കാണാതാകുമായിരുന്നു. ഇരുപത്തിമൂന്നാമത്തെ വയസ്സിൽ ആതൻസിൽ നിന്നും റോമിലേക്ക് വന്ന അമേരിക്കൻ വിമാനം അയാൾ റാഞ്ചിയെടുത്ത് ബലം പ്രയോഗിച്ച് ബെയ്റൂട്ടിൽ ഇറക്കി. റാഞ്ചലിനിടയിൽ റോബർട്ട് ഡീൻ എന്ന അമേരിക്കൻ നേവി ഉദ്യോഗസ്ഥനെ കൊലപ്പെടുത്തി മൃതദേഹം കോക്പിറ്റിന്റെ വാതിലിലൂടെ പുറത്തേക്ക് എറിഞ്ഞു. റാഞ്ചൽ നാടകം പതിനേഴ് ദിവസങ്ങൾ നീണ്ടുനിന്നു. മുഘ്നിയെ രക്ഷപെട്ടെങ്കിലും വിമാനത്തിന്റെ വിശ്രമമുറിയിൽ നിന്നും അയാളുടെ വിരലടയാളം ശേഖരിക്കാൻ കുറ്റാന്വേഷകർക്ക് കഴിഞ്ഞു.

മുഘ്നിയെയുടെ സ്വകാര്യജീവിതത്തെക്കുറിച്ച് വിവരങ്ങളൊന്നും ലഭ്യമല്ലായിരുന്നു. ഒരു കസിനെയാണ് അയാൾ വിവാഹം ചെയ്തത്. അതിൽ

ഒരു മകനും മകളും ഉണ്ടായിരുന്നു. കൗമാരത്തിൽ തന്നെ നിരവധി പാശ്ചാത്യ ഇന്റലിജൻസ് ഏജൻസികൾ തന്റെ പിന്നാലെയുണ്ടെന്ന് മുഘ്നിയെ മനസ്സിലാക്കിയിരുന്നു. തന്നെക്കുറിച്ചുള്ള യാതൊരു വിവരങ്ങളും പുറത്ത് ലഭ്യമാകാതിരിക്കാൻ അയാൾ ശ്രദ്ധ വച്ചു. പ്ലാസ്റ്റിക് സർജറികൾക്ക് വിധേയമായിക്കൊണ്ടും താടി വളർത്തിക്കൊണ്ടും സ്വന്തം ബാഹ്യരൂപം അയാൾ ഗൂഢമായി നിലനിർത്തി. അയാളുടെ ഒരേയൊരു ഫോട്ടോഗ്രാഫ് മാത്രമാണ് പാശ്ചാത്യ ഇന്റലിജൻസ് ഏജൻസികളുടെ പക്കൽ ഉണ്ടായിരുന്നത്. താടിയുള്ള ഒരു തടിയൻ, കണ്ണട വച്ചിരുന്നു, നെറ്റി മറക്കുന്ന തൊപ്പിയും അതായിരുന്നു ആ ചിത്രത്തിലെ മുഘ്നിയെ. അയാൾ ഇപ്പോഴും ആ രൂപത്തിൽ ആണോ എന്നതിന് ഉറപ്പൊന്നും ഉണ്ടായിരുന്നില്ല. എഫ് ബി ഐയുടെ രേഖകളിൽ കാണുന്നത് ഇപ്രകാരമായിരുന്നു: 'ലെബനനിൽ ജനിച്ചു, അറബി നന്നായി സംസാരിക്കും. ചാരനിറമുള്ള മുടിയും താടിയും. അഞ്ചടി എട്ടിഞ്ച് ഉയരം, അമ്പത്തിയഞ്ച് കിലോ ശരീരഭാരം.' നല്ല കായപുഷ്ടി ഉണ്ടായിരുന്ന അയാൾ എപ്രകാരം അമ്പത്തിയഞ്ച് കിലോയിലേക്ക് ചുരുങ്ങി എന്നത് ആശ്ചര്യകരമായിരുന്നു. ശത്രുക്കളിൽ നിന്നും തന്ത്രപൂർവ്വം ഒളിഞ്ഞുനടക്കാൻ അതെല്ലാം അയാൾക്ക് സഹായകമായി.

ആക്രമണങ്ങളും ബോംബിംങ്ങുകളും വിമാനം റാഞ്ചലുകളും ഹെസ്ബൊള്ളയിൽ അയാൾക്ക് ഒരു വീരപരിവേഷം നിർമ്മിച്ചു. ഒരു ആരാധനാപുരുഷനായി അയാൾ മാറി. അയാളുടെ പരിഷ്കൃതവും നവീനവുമായ ശൈലിയും അതിരറ്റ ധീരതയും കാര്യനിർവഹണപ്രാപ്തിയും ഹെസ്ബൊള്ളയ്ക്ക് പേരും പ്രശസ്തിയും കൊണ്ടുവന്നു. മറ്റ് ഇന്റലിജൻസ് ഏജൻസികൾ ഹെസ്ബൊള്ളയെ ഭയത്തോടെ സമീപിച്ചു. അതോടെ ഇസ്രായേലും പാശ്ചാത്യശക്തികളും ഏത് വിധേനയും മുഘ്നിയെയെ ഉന്മൂലനം ചെയ്യാൻ ഉത്സാഹിച്ചു. മുഘ്നിയെ ഇതേക്കുറിച്ച് ബോധവാനായിരുന്നു. ഒരിക്കലും ആ ഭയങ്ങളിൽ നിന്നും അയാൾ മുക്തനായില്ല. ആരെയും അയാൾ വിശ്വസിച്ചില്ല. തനിക്ക് ചുറ്റുമുള്ള സകലരെയും അയാൾ ഭയപ്പെടുകയും സംശയിക്കുകയും ചെയ്തു. നിത്യഭയത്തിന്റെ ആഴങ്ങളിൽ അയാൾ വസിച്ചു. ഏറ്റവും അടുത്ത സഹചാരികളെപ്പോലും വിശ്വസിക്കാൻ അയാൾക്കായില്ല. ഓരോ ദിവസവും അയാൾ പാർപ്പിടങ്ങൾ മാറി. ബെയ്റൂട്ടിനും ദമാസ്കസിനും തെഹ്റാനും ഇടയിലെ യാത്രകൾ രഹസ്യങ്ങളിൽ പൊതിഞ്ഞവയായിരുന്നു.

മൊസാദും ഇതര ഇന്റലിജൻസ് ഏജൻസികളും തയ്യാറാക്കിയ രേഖകൾ പ്രകാരം മുഘ്നിയെ തികഞ്ഞ ഏകാകിയായിരുന്നു. മറ്റുള്ളവരെ ആകർഷിക്കാൻ പ്രത്യേക കഴിവ് അയാൾക്കുണ്ടായിരുന്നെങ്കിലും ഏകാന്തത അയാൾ പ്രിയപ്പെട്ടു. ഏറ്റവും നവീനമായ ഇലക്ട്രോണിക് ഉപകരണങ്ങളെക്കുറിച്ചുപോലും അയാൾക്കറിവുണ്ടായിരുന്നു. സ്വന്തം

രൂപവും ഭാവവും ലക്ഷണവും മാറ്റുന്നതിൽ അസാധാരണമായ വൈദഗ്ധ്യം അയാൾക്കുണ്ടായിരുന്നു. ശത്രുക്കളെ കബളിപ്പിക്കാനും അവരുടെ വലകളിൽ നിന്നും തലയൂരിപ്പോരാനും വേഷപ്പകർച്ചകൾ സഹായകമായി. ഇസ്രായേലി ഇന്റലിജൻസുകാർ 'ഒമ്പത് ജീവനുകളുള്ളയാൾ' എന്ന് അയാളെ വിശേഷിപ്പിച്ചു.

ഇസ്രായേൽ രഹസ്യാന്വേഷണവിഭാഗത്തിന്റെ യൂണിറ്റ് 504-നായിരുന്നു മുഗ്നിയെയുടെ ജീവചരിത്രക്കുറിപ്പ് തയ്യാറാക്കാനുള്ള ചുമതല. ഇന്റലിജൻസ് വിഭാഗമായ അമനിലെ ഓഫീസർ ഡേവിഡ് ബർക്കായ് പിൽക്കാലത്ത് സൺഡേ ടൈംസിന് നൽകിയ ഒരു അഭിമുഖത്തിൽ പറഞ്ഞത് ഇപ്രകാരമായിരുന്നു: 1980-ൽ പലതവണ അയാളെ വധിക്കാൻ ഞങ്ങൾ പദ്ധതികൾ ആസൂത്രണം ചെയ്തതാണ്. അതിനായി വിവരങ്ങൾ ശേഖരിച്ചതുമാണ്. പക്ഷേ അത് അത്യന്തം ക്ലേശകരമായിരുന്നു. അയാൾക്ക് ദൗർബല്യങ്ങളൊന്നും ഉണ്ടായിരുന്നില്ല, സ്ത്രീയോ പണമോ മയക്കമരുന്നോ ഒന്നും അയാളെ ആകർഷിച്ചിരുന്നില്ല.

മുഗ്നിയെക്ക് വേണ്ടിയുള്ള വേട്ടയാടൽ അനേകവർഷങ്ങൾ നീണ്ടുനിന്നു. 1988-ൽ അയാൾ യാത്രചെയ്തിരുന്ന വിമാനം പാരീസിൽ ഇറങ്ങിയപ്പോൾ മുഗ്നിയെ ഏറെക്കുറെ പിടിയിലായതാണ്. അയാളെക്കുറിച്ചുള്ള സകലവിവരങ്ങളും, അപ്പോൾ ഉപയോഗിക്കുന്ന പാസ്പോർട്ടിന്റെ വിവരങ്ങൾ ഉൾപ്പെടെ ഫ്രാൻസിന് സി ഐ എ കൈമാറിയതാണ്. മുഗ്നിയെയെ പിടിച്ചാൽ പ്രതികാരമായി ലെബനനിൽ ജാമ്യത്തടവുകാരായ ഫ്രഞ്ച് പൗരന്മാരെ വധിക്കുമെന്ന് ഭയന്ന ഫ്രാൻസ് അയാളെ അറസ്റ്റ് ചെയ്യാൻ വിസമ്മതിച്ചു. 1986-ൽ ഒരിക്കൽ യൂറോപ്പിൽ വച്ചും 1995-ൽ സൗദി അറേബ്യയിൽ വെച്ചും അമേരിക്കൻ ഏജൻസികൾ അയാളെ ഏകദേശം കുടുക്കിയെങ്കിലും മുഗ്നിയെ പെട്ടെന്ന് അപ്രത്യക്ഷനാവുകയായിരുന്നു.

അക്കാലങ്ങളിൽ ഇസ്രായേൽ പൗരന്മാരെയും അർജന്റീനിയൻ യഹൂദരെയും ആക്രമിക്കുകയും കൊല്ലുകയും ചെയ്യുന്നതിൽ മുഗ്നിയെ വ്യാപൃതനായിരുന്നു. 1992-ൽ ബ്യൂണസ് അയേഴ്സിലെ ഇസ്രായേൽ എംബസ്സി ചാവേറുകളെ ഉപയോഗിച്ച് ബോംബ് ചെയ്തു. അതിൽ ഇരുപത്തിയൊൻപതുപേർ കൊല്ലപ്പെട്ടു. ഹെസ്ബൊള്ള നേതാവായിരുന്ന ഷെയ്ഖ് അബ്ബാസ് അൽ മുസാവിയെ തെക്കൻ ലെബനനിൽ വച്ച് ഒരു ഹെലികോപ്റ്റർ അപകടത്തിൽ വധിച്ചതിനുള്ള പ്രതികാരമായിരുന്നു എംബസ്സി ആക്രമണമെന്ന് മൊസാദ് കരുതി.

രണ്ടുവർഷങ്ങൾക്ക് ശേഷം മറ്റൊരു ബോംബിംഗ് ബ്യൂണസ് അയേഴ്സിനെ പിടിച്ചുലച്ചു. യഹൂദ സാമൂഹ്യകേന്ദ്രത്തിന് ബോംബ് ചെയ്തപ്പോൾ എൺപത്തിയാറുപേർ കൊല്ലപ്പെട്ടു. ലെബനനിൽ നിന്നും

ഹെസ്ബൊള്ള നേതാവായ മുസ്തഫാ ദിറാണിയെ തട്ടിയെടുത്തതിനുള്ള പ്രതിക്രിയയായി അതും കരുതപ്പെട്ടു.

അമേരിക്കയിൽ നിന്നും ഇസ്രായേലിൽ നിന്നും സ്ഫോടനം അന്വേഷിക്കുന്നതിനെത്തിയ വിദഗ്ധർ എംബസി ആക്രമണവും ജൂതകേന്ദ്ര ബോംബിംഗും തമ്മിൽ ബന്ധമുണ്ടെന്ന് കണ്ടെത്തി. രണ്ടിലും മുഘ്നിയെ ഉപയോഗപ്പെടുത്തിയ നിർവഹണശൈലി സമാനമായിരുന്നു. ചാവേർ ഡ്രൈവർമാർ ഓടിച്ചിരുന്ന ട്രക്കുകളിൽ സ്ഫോടകവസ്തുക്കൾ നിറച്ച് ലക്ഷ്യത്തിലേക്ക് ഓടിച്ചുകയറ്റുകയായിരുന്നു. രണ്ട് സംഭവങ്ങളിലും ഇറാന് പങ്കുണ്ടായിരുന്നു. എംബസി ബോംബ് ചെയ്യാനായി ഉപയോഗിച്ച ട്രക്ക് ഭീകരപ്രവർത്തകർക്ക് കൈമാറിയത് കാർലോസ് ആൽബർട്ടോ തലാദിൻ എന്ന ഷിയ വാഹന ഏജന്റായിരുന്നു. രണ്ടിന്റെയും തുടരന്വേഷണങ്ങൾ ഇമാദ് മുഘ്നിയെയിലേക്ക് വിരൽ ചൂണ്ടി.

അക്കാലത്ത് മുഘ്നിയെ മിക്കപ്പോഴും ഇറാനിലായിരുന്നു. ഷെയ്ഖ് അൽ മുസാവിയെ വധിച്ചതിനുപിന്നാലെ ഇസ്രായേൽ തന്നെയും കുടുക്കുമെന്ന് അയാൾ ഭയന്നു. ഇറാനിൽ വച്ച് പുതിയൊരു ദൗത്യസംഘത്തിന് അയാൾ രൂപം നൽകി. ഹെസ്ബൊള്ള പോരാളികളും ഇറാനിയൻ ഇന്റലിജൻസ് ഓഫീസർമാരും ആയിരുന്നു അതിലെ അംഗങ്ങൾ. ഇറാന്റെ ഇന്റലിജൻസ് വിഭാഗം മന്ത്രി അലി ഫള്ളാഹിയനും റവല്യൂഷനറി ഗാർഡുകളുടെ തലവൻ മൊഹസെൻ റെസഈയും ആയിരുന്നു മുഘ്നിയെയുടെ പങ്കാളികൾ. ബ്യൂണസ് അയേഴ്സിലെ രണ്ട് ആക്രമണങ്ങൾക്കും നേതൃത്വം നൽകിയത് ഈ സംഘമായിരുന്നു. അതോടെ ഇസ്രായേൽ തേടുന്ന ഒന്നാം നമ്പർ ഭീകരനായി ഇമാദ് മുഘ്നിയെ മാറി. സ്വന്തം പ്രവർത്തികളിലൂടെ അയാൾ തനിക്ക് തന്നെ വധശിക്ഷ വിധിക്കുകയായിരുന്നു. പക്ഷേ ആ വധശിക്ഷ നടപ്പിലാക്കാൻ ഇസ്രായേലിന് പിന്നെയും ദീർഘകാലം കാത്തിരിക്കേണ്ടിവന്നു.

1994 ഡിസംബറിൽ മുഘ്നിയെ ബെയ്റൂട്ടിൽ പ്രത്യക്ഷപ്പെട്ടു. ഗൂഢമായി ബോംബ് വച്ച ഒരു കാറിൽ അയാളെ കുരുക്കാനുള്ള ശ്രമം വിജയിച്ചില്ല. കാറിന്റെ അടിഭാഗത്തായിരുന്നു ഉഗ്ര സ്ഫോടകശേഷിയുള്ള ബോംബ് ഘടിപ്പിച്ചിരുന്നത്. ഷെയ്ഖ് ഫദള്ള പ്രഭാഷണം നടത്തുന്ന പള്ളിക്കടുത്തായിരുന്നു കാർ പാർക്ക് ചെയ്തിരുന്നത്. അതിനോട് ചേർന്നായിരുന്നു മുഘ്നിയെയുടെ സഹോദരന്റെ വ്യാപാരസ്ഥാപനവും. സ്ഫോടനം വ്യാപാര സ്ഥാപനത്തെ പൂർണ്ണമായി നശിപ്പിച്ചു. മുഘ്നിയെയുടെ സഹോദരൻ ഫുവാദ് മുഘ്നിയെ കൊല്ലപ്പെട്ടു. അന്ന് അവിടെ എത്തേണ്ടിയിരുന്ന മുഘ്നിയെ അവസാന നിമിഷം മനസ്സ് മാറ്റി വരേണ്ടെന്ന് തീരുമാനിക്കുകയായിരുന്നു. അങ്ങനെ ആ വധശ്രമത്തെയും അയാൾ അതിജീവിച്ചു. ഒൻപത് ജന്മങ്ങൾക്കുടമ വീണ്ടും രക്ഷപെട്ടു.

അന്വേഷണങ്ങൾക്കൊടുവിൽ ആഴ്ചകൾക്ക് ശേഷം ലെബനീസ് പോലീസും ഹെസ്ബൊള്ളയും ചേർന്ന് പലരെയും അറസ്റ്റ് ചെയ്തു. മൊസാദിന്റെ പങ്കാളികൾ എന്നതായിരുന്നു ആരോപണം. അതിൽ പ്രമുഖൻ അഹമ്മദ് ഹാലേക് എന്നൊരാൾ ആയിരുന്നു.

പോലീസ് ഒരു പ്രസ്താവനയിൽ പറഞ്ഞത്, 'ഹാലെകും ഭാര്യയും സ്ഫോടനത്തിന് തൊട്ടുമുൻപ് തങ്ങളുടെ കാർ ഫുവാദ് മുഘ്നിയെയുടെ കടയുടെ മുന്നിൽ പാർക്ക് ചെയ്തിരുന്നു. ഹാലേക് കടയിലേക്ക് ചെന്നത് ഫുവാദ് അവിടെ ഉണ്ടെന്ന് ഉറപ്പ് വരുത്താനായിരുന്നു. അതിനുശേഷം തിരികെയെത്തി സ്ഫോടനം നടത്തുകയായിരുന്നു.' ലെബനീസ് ദിനപ്പത്രമായ അസ് സഫിർ വിശ്വസനീയമായ കേന്ദ്രങ്ങളെ ഉദ്ധരിച്ച് എഴുതിയത് ഹാലെക് സൈപ്രസ്സിൽ വച്ച് മൊസാദിന്റെ പ്രതിനിധിയുമായി കൂടിക്കാഴ്ച നടത്തിയെന്നും കാറിനടിയിൽ ബോംബ് വയ്ക്കുന്നതിനും അത് പൊട്ടിക്കുന്നതിനും ആവശ്യമായ പരിശീലനം അവിടെവച്ച് അയാൾക്ക് നൽകിയെന്നുമായിരുന്നു. പ്രതിഫലമായി ഒരു ലക്ഷം ഡോളർ മൊസാദ് പ്രതിനിധി നൽകിയെന്നും പത്രം റിപ്പോർട്ട് ചെയ്തു. അന്വേഷണങ്ങൾക്കൊടുവിൽ ഹാലെകിനെ വധശിക്ഷയ്ക്ക് വിധിക്കുകയായിരുന്നു.

മുഘ്നിയെ രക്ഷപെട്ടെങ്കിലും ഉദ്യമം ഉപേക്ഷിക്കാൻ മൊസാദ് ഏജന്റുമാർ തയ്യാറായിരുന്നില്ല. പൊട്ടും പൊടിയുമായി അങ്ങുന്നും ഇങ്ങുന്നും അവർ വിവരങ്ങൾ ശേഖരിക്കുന്നത് തുടർന്നു. വിദേശ ഇന്റലിജൻസ് ഏജൻസികളിൽ നിന്നും മുഘ്നിയെയുടെ കൃത്യനിർവഹണശൈലിയിൽ നിന്നും അവർ പലതും കണ്ടെത്തി. അവയെ സ്വരൂപിച്ച് അതിലൂടെ അയാളിലെത്താൻ പരിശ്രമിച്ചുകൊണ്ടേയിരുന്നു. അമ്പത് ടൺ ആയുധങ്ങൾ പാലസ്തീനിയൻ പോരാളികൾക്കായി മുഘ്നിയെ കടത്തുന്നുണ്ടെന്ന് 2002-ൽ മൊസാദിന് വിവരം ലഭിച്ചു. അതിന്റെ പിന്നാലെ കൂടിയെങ്കിലും മുഘ്നിയെയെ കണ്ടെത്താനായില്ല. ഹെസ്ബൊള്ളയുടെ പരമോന്നത സൈനിക കമാൻഡറും ഷെയ്ഖ് നസറള്ളായുടെ പിൻഗാമിയുമായി അയാൾ ഉയർത്തപ്പെട്ടുവെന്ന് വാർത്തകൾ പരന്നു. ഇറാനുമായിട്ടായിരുന്നു അയാളുടെ സഹകരണം. ഇറാനിലെ അൽ ഖുദ് ഭീകരരുമായി ചേർന്ന് അയാൾ പലതും ചെയ്തു. ലോകത്തെമ്പാടുമുള്ള ഷിയാ ഭീകരവാദ ഗ്രൂപ്പുകളുമായും മുഘ്നിയെയ്ക്ക് ബന്ധമുണ്ടായിരുന്നു. ഹെസ്ബൊള്ളയിലെ ഉന്നത പദവി സുരക്ഷയ്ക്ക് കൂടുതൽ പ്രാധാന്യം നൽകാൻ അയാൾക്ക് പ്രേരണയായി. വീണ്ടും ഒരിക്കൽക്കൂടി പ്ലാസ്റ്റിക് സർജറിയിലൂടെ അയാൾ മുഖം മാറ്റം നടത്തിയെന്നും വാർത്തകളുണ്ടായിരുന്നു.

രണ്ടാം ലെബനൻ യുദ്ധത്തിനുശേഷം ഹെസ്ബൊള്ള വിരുദ്ധരായ നിരവധി പാലസ്തീൻകാരെ മൊസാദ് റിക്രൂട്ട് ചെയ്തതായി വാർത്തകളുണ്ടായിരുന്നു. ലബനൻകാരായിരുന്നു അവർ. അതിലൊരാൾക്ക് മുഘ്നിയെയുടെ ഗ്രാമത്തിൽ ഒരു ബന്ധു ഉണ്ടായിരുന്നു. ഒരു ഇടവേള യൂറോപ്പിൽ തങ്ങിയ

മുഘ്നിയെ പുതിയ ലക്ഷണത്തിലാണ് തിരികെയെത്തിയതെന്ന വാർത്ത അവർ വഴി മൊസാദിന് ലഭിച്ചു. അതോടെ പുതിയൊരു വെല്ലുവിളി ഉയർന്നുവന്നു. യൂറോപ്പിലെമ്പാടുമുള്ള പ്ലാസ്റ്റിക് സർജറി ക്ലിനിക്കുകളെ നിരീക്ഷണത്തിലാക്കുക.

ബർലിനിൽ നിന്നുമാണ് ആദ്യ സദ്‌വാർത്ത എത്തിയത്. ബ്രിട്ടീഷ് എഴുത്തുകാരനായ ഗോർഡൻ തോമസിന്റെ പുസ്തകത്തിൽ പറയുന്നതിൻ പ്രകാരം ബർലിനിലെ മൊസാദ് പ്രതിനിധിയായ റൂവന് ഒരു പൂർവ്വ ജർമ്മൻ ചാരനിൽ നിന്നും ലഭിച്ച വിവരങ്ങൾ പ്രകാരം കിഴക്കൻ ബർലിനിലെ ഒരു പ്രമുഖ ക്ലിനികിൽ വച്ച് നിരവധി സർജറികളിലൂടെ മുഘ്നിയെ തീർത്തും പുതിയ ഒരു മുഖം നേടിയിരിക്കുന്നു. മുൻപ് പൂർവ്വ ജർമ്മൻ രഹസ്യപ്പോലീസായ സ്റ്റാസിക്ക് വേണ്ടി പ്രവർത്തിച്ചിരുന്ന ഒരു ക്ലിനിക്കായിരുന്നു അത്. അവർ ഈ വിധത്തിലുള്ള സർജറിയിൽ പരിചയസമ്പന്നരായിരുന്നു.

കടുപ്പമേറിയ കൂടിയാലോചനകൾക്ക് ശേഷം സാമാന്യം വലിയൊരു തുക നൽകി റൂവന്റെ ജർമ്മൻ പങ്കാളിയിൽ നിന്നും മുഘ്നിയെയുടെ പുതിയ ഫോട്ടോകൾ മൊസാദ് കരസ്ഥമാക്കി. മുപ്പത്തിനാല് ഫോട്ടോകളടങ്ങിയ ഒരു ഫയൽ.

മെയർ ദാഗറുടെ വിദഗ്ധന്മാർ ആ ചിത്രങ്ങൾ സൂക്ഷ്മമായി വിശകലനം ചെയ്തു. മുഘ്നിയെ കീഴ്ത്താടിയെല്ലിൽ സർജറിയിലൂടെ മാറ്റങ്ങൾ വരുത്തിയതായി അവർ കണ്ടെത്തി. കുറച്ചുകൂടി കൂർത്ത കീഴ്ത്താടിയോടുകൂടിയ മുഖമായിരുന്നു ലക്ഷ്യം. അതോടെ മെലിഞ്ഞ ഒരു ബാഹ്യാകാരമായി മുഘ്നിയെ മാറി. മിക്ക പല്ലുകളും പുതുതായി വച്ചവ ആയിരുന്നു. കണ്ണുകളെ കുറച്ചുകൂടി ചെറുതാക്കും വിധം കണ്ണിനുചുറ്റുമുള്ള തൊലിയിലെ ചുളിവുകൾ നീക്കി മുറുക്കമുള്ളതാക്കി. മുടിയുടെ നിറവും ചാരവർണ്ണത്തിലാക്കി. കണ്ണട ഉപേക്ഷിച്ച് പകരം കോണ്ടാക്റ്റ് ലെൻസുകൾ ക്രമപ്പെടുത്തി. അതോടെ പുതിയ മുഘ്നിയെക്ക് പഴയ മുഘ്നിയെയുമായി ഒരു ആകാരസാമ്യവും ഇല്ലാതെയായി. എൺപതുകൾ മുതൽ മൊസാദും ഇതര ഇന്റലിജൻസ് ഏജൻസികളും ക്ഷമയോടെ ശേഖരിച്ച മുഘ്നിയെയുടെ ഫോട്ടോകളെല്ലാം അപ്രസക്തങ്ങളായി.

മുഘ്നിയെയെ വധിക്കാനുള്ള മൊസാദിന്റെ പദ്ധതി ഗൗരവതരമായി ഇതോടെ ആരംഭിക്കുകയായിരുന്നു. തന്റെ ഏറ്റവും മികച്ച പോരാളികളെ മെയർ ദാഗൻ വിളിച്ചുകൂട്ടി. കിദൊൻ സംഘത്തിന്റെ തലവനും മുഘ്നിയെയുടെ ഫയൽ കൈകാര്യം ചെയ്യുന്ന മറ്റുപല സീനിയർ ഓഫീസർമാരും ഒരുമിച്ചുകൂടി. വൈകാതെ അവർക്ക് മനസ്സിലായി ഒരു അമുസ്ലിം രാജ്യത്തു വച്ച് മുഘ്നിയെയെ വധിക്കുക അസാദ്ധ്യമാണെന്ന്. ഇറാനിലും സിറിയയിലുമായി കഴിഞ്ഞ അയാൾ പാശ്ചാത്യരാജ്യങ്ങളിലേക്ക് അത്യപൂർവ്വമായേ സഞ്ചരിച്ചിരുന്നുള്ളൂ. ഇറാനിലോ സിറിയയിലോ വച്ച് കൃത്യം നടത്തുന്നത്

വലിയ തോതിൽ അപകടകരമാണെന്ന് മൊസാദിന് അറിയാമായിരുന്നു. ഇതിനുമുൻപ് അറബ് രാജ്യങ്ങളിൽ വച്ച് പലതും ചെയ്തിട്ടുണ്ടെങ്കിലും ഇപ്പോൾ സ്ഥിതി മാറിയിരിക്കുന്നു. വിദൂരമായ ടുണീഷ്യയിലെത്തി ഭീകര പ്രവർത്തനങ്ങളുടെ നേതാവും അക്കാലത്തെ പ്രഭവകേന്ദ്രവുമായിരുന്ന അബു ജിഹാദിനെ വകവരുത്തുവാൻ മൊസാദിന് കഴിഞ്ഞിരുന്നു. ഇന്ന് തെഹ്റാനും ദമാസ്കസും സദാ അതീവ കരുതലോടെയാണ് കരുക്കൾ നീക്കുന്നത്. ഇരു രാജ്യങ്ങളും അപകടകരമാം വിധം ആയുധസമ്പന്ന വുമാണ്. ഒപ്പം തന്നെ ഇങ്ങനെയൊരു സന്ദർഭത്തിൽ സിറിയയിലോ ഇറാനിലോ വച്ച് മുഘ്നിയെയെ വകവരുത്താനായാൽ അത് മൊസാദിനും ഇസ്രായേലിനും കൊണ്ടുവരുന്ന അപ്രതിരോധ്യതയെയും പ്രാമാണിക തയെയും കുറിച്ചും മെയർ ദാഗൻ ബോധവാനായിരുന്നു. മൊസാദിന്റെ നീളുന്ന കൈപ്പിടിയിൽ നിന്നും ഇസ്രായേലിന്റെ ശത്രുക്കൾക്ക് ലോക ത്തെവിടെയും രക്ഷയില്ലെന്നത് അതോടെ വ്യക്തമാകും. അവർക്കിടയിൽ ഭയവും സംശയവും പടരും. ഭീകരവാദികൾ അരക്ഷിതരാകും.

2008 ഫെബ്രുവരി പന്ത്രണ്ടിന് മുഘ്നിയെ ദമാസ്കസ് സന്ദർശിച്ചേക്കുമെന്ന സാദ്ധ്യതയിൽ നിന്നുമാണ് മൊസാദ് പ്ലാനുകൾ മെനയാൻ തുടങ്ങിയത്. അന്ന് ഇറാനിയൻ വിപ്ലവത്തിന്റെ വാർഷികാഘോഷത്തിൽ ഇറാന്റെയും സിറിയയുടെയും ഉന്നത ഉദ്യോഗസ്ഥർക്കൊപ്പം മുഘ്നിയെയും പങ്കെടുക്കും എന്നായിരുന്നു കരുതപ്പെട്ടത്.

സാദ്ധ്യതകളെല്ലാം പഠിച്ചതിനുശേഷമാണ് മുഘ്നിയെയുടെ വാഹന ത്തിനുസമീപം സ്ഫോടകവസ്തുക്കളുമായി മറ്റൊരു വാഹനം പാർക്ക് ചെയ്ത് കൃത്യം നിർവഹിക്കാൻ തീരുമാനിക്കുന്നത്.

തീരുമാനം ആയതോടെ സാദ്ധ്യമായ എല്ലാ വഴികളിൽ നിന്നും മുഘ്നിയെ യുടെ സന്ദർശനത്തെക്കുറിച്ചുള്ള വിവരങ്ങൾ ശേഖരിക്കാനുള്ള അടിയന്തിര ശ്രമങ്ങൾ മൊസാദ് ആരംഭിച്ചു. മുഘ്നിയെയുടെ ദമാസ്കസ് സന്ദർശനം യാഥാർത്ഥ്യമാകുമോ എന്നതായിരുന്നു മില്യൺ ഡോളർ ചോദ്യം. അത് സംഭവിച്ചാൽ പേരും പാസ്പോർട്ടും എന്തായിരിക്കും? വാഹനം ഏതായി രിക്കും? എവിടെയായിരിക്കും പാർക്കുക? ഒപ്പം ആരൊക്കെ ഉണ്ടാകും? വന്നെത്തുന്നത് ഏത് സമയത്താവും? എപ്പോളാവും ഇറാന്റെയും സിറി യയുടെയും പ്രതിനിധികളുമായി സമ്മേളിക്കുക? സന്ദർശനത്തെക്കുറിച്ച് സിറിയൻ ഗവൺമെന്റിനെ മുൻകൂട്ടി അറിയിക്കുമോ? ഹെസ്ബൊള്ള നേതൃത്വത്തെ വിവരങ്ങൾ അറിയിക്കുമോ?

മുഘ്നിയെയെ വധിക്കുക എന്ന തീരുമാനത്തിന് കരുത്ത് പകർന്നുറ പ്പിച്ചത് വിശ്വസനീയമായ ഒരു സ്രോതസ്സിൽ നിന്നും ലഭിച്ച വിവരങ്ങ ളായിരുന്നു. ദമാസ്കസിലേക്ക് മുഘ്നിയെ വരുമെന്നത് ഉറപ്പായി. വിവിധ യിടങ്ങളിലെ മൊസാദ് ഏജന്റുമാർ നൽകിയ വിവരങ്ങളും അത് ശരിവച്ചു. കിദൊൻ ടീമുകൾ വ്യത്യസ്ത ഇടങ്ങളിൽ നിന്നും ദമാസ്കസിൽ എത്തി

ച്ചേർന്നു. ഒരു പ്രത്യേക ദൗത്യസംഘം ആവശ്യമായ സ്ഫോടകവസ്തുക്കൾ സിറിയൻ തലസ്ഥാനത്ത് എത്തിച്ചു.

അവസാന നിമിഷം ഒരു ചാരൻ എത്തിച്ച ഒരു വിവരം വളരെ കാതലായിരുന്നു. ദമാസ്കസ് സന്ദർശിക്കുമ്പോഴെല്ലാം നഗരത്തിലുള്ള തന്റെ വെപ്പാട്ടിയെയും സന്ദർശിക്കുക മുഘ്നിയെയുടെ പതിവാണെന്നതായിരുന്നു ആ സന്ദേശം. തങ്ങളുടെ ഇരയ്ക്ക് ഒരു രഹസ്യ കാമുകിയുണ്ടെന്ന് മൊസാദ് ആദ്യമായി അറിയുകയായിരുന്നു. നഗരത്തിലെ അപ്രധാനമായ ഒരിടത്ത് ഒരു അപ്പാർട്ട്മെന്റിൽ അവർ തന്റെ കാമുകനായി കാത്തു. ദമാസ്കസിൽ അയാൾ എത്തുന്ന ദിവസവും സമയവുമെല്ലാം ബെയ്റൂട്ടിൽ നിന്നോ തെഹ്റാനിൽനിന്നോ അവർക്ക് മുൻകൂട്ടി ലഭിച്ചിരുന്നു. അംഗരക്ഷകനെയും ഡ്രൈവറെയും ഒഴിവാക്കി മുഘ്നിയെ തനിച്ചാണ് അവരെ സന്ദർശിച്ചിരുന്നത്.

പലയിടങ്ങളിലായി വിന്യസിച്ചിരുന്ന നിരീക്ഷകർക്കെല്ലാം ഉടനെ വിവരം എത്തിച്ചു. ഈ തവണയും പതിവ് തെറ്റിക്കാതെ മുഘ്നിയെ തന്റെ കാമുകിയെ സന്ദർശിക്കുമോ? അയാൾ വരുന്ന വിവരം ഫ്ളാറ്റിന്റെ ഉടമയ്ക്ക് അറിയാമോ?

കൃത്യം ആസൂത്രണം ചെയ്തിരുന്ന ദിവസത്തിന്റെ തലേന്ന് നിയുക്ത സംഘം നഗരത്തിലെത്തി. വിവിധ യൂറോപ്യൻ നഗരങ്ങളിൽ നിന്നും വ്യത്യസ്ത സമയങ്ങളിൽ അവർ ദമാസ്കസിൽ എത്തുകയായിരുന്നു. ഇൻഡിപെൻഡന്റ് പത്രത്തിന്റെ റിപ്പോർട്ടുകൾ പ്രകാരം അവർ മൂന്നുപേരായിരുന്നു. ഒരാൾ എയർ ഫ്രാൻസ് വിമാനത്തിൽ പാരീസിൽ നിന്നും എത്തി. രണ്ടാമത്തെയാൾ അൽ ഇറ്റാലിയ വിമാനത്തിൽ മിലാനിൽ നിന്നും എത്തുകയായിരുന്നു. മൂന്നാമൻ അമ്മാനിൽ നിന്നും റോയൽ ജോർദാൻ വിമാനത്തിലെത്തി. മൂന്നുപേരുടെയും പക്കലുണ്ടായിരുന്ന വ്യാജരേഖകൾ സൂചിപ്പിച്ചിരുന്നത് അവർ ബിസിനസുകാരെന്നായിരുന്നു. രണ്ടുപേർ വാഹന വ്യാപാരികളും മൂന്നാമൻ ട്രാവൽ ഏജന്റും. അവധി ചെലവിടാനായി എത്തിയവരെന്നാണ് മൂവരും എമിഗ്രേഷനിൽ രേഖപ്പെടുത്തിയത്. പ്രശ്നങ്ങളൊന്നും കൂടാതെ അവർ പുറത്തെത്തുകയും ചെയ്തു. വെവ്വേറേ വാഹനങ്ങളിൽ നഗരത്തിലേക്ക് വന്ന അവർ ആരും പിന്തുടരുന്നില്ലെന്ന് ഉറപ്പ് വരുത്തിയശേഷമാണ് ഒരുമിച്ചുകൂടിയത്. പിന്നീടവർ ബെയ്റൂട്ടിൽ നിന്നും അവരെ സഹായിക്കാനെത്തിയ ചിലരുമായി സന്ധിച്ചു. അവർ അവരെ പൊതുശ്രദ്ധയിൽ നിന്നും അകന്ന ഒരു വണ്ടിപ്പുരയിലെത്തിച്ചു. അവിടെ ഒരു വാടകക്കാറും സ്ഫോടകവസ്തുക്കളും അത് പ്രയോഗക്ഷമമാക്കുന്നതിനുള്ള ഉപകരണങ്ങളും ഉണ്ടായിരുന്നു.

മൂന്നുപേരും വണ്ടിപ്പുരയിലിരുന്ന് പണിതുടങ്ങി. സ്ഫോടനത്തിന് ഒരുക്കിയ സാമഗ്രികൾ കാറിനുള്ളിൽ അതിലെ റേഡിയോ കമ്പാർട്ട്മെന്റിൽ വച്ചു. പിന്നീട് ചില മാധ്യമങ്ങൾ അവ മുഘ്നിയെയുടെ കാർ

സീറ്റിന്റെ ശിരോഭാഗത്തായിരുന്നുവെന്ന് റിപ്പോർട്ട് ചെയ്തത് വസ്തുതാപരമായി ശരിയായിരുന്നില്ല.

മൊസാദിന്റെ മറ്റൊരു കൂട്ടം നിരീക്ഷകർ ബെയ്റൂട്ടിൽ നിന്നും എത്തുന്ന മുഘ്നിയെയെ കാത്ത് നിൽക്കുകയായിരുന്നു. എത്തിയാലുടനെ ഗൂഢമായി പിന്തുടരാനും അയാളുടെ ഓരോ ചലനങ്ങളും കൃത്യമായി റിപ്പോർട്ട് ചെയ്യുകയുമായിരുന്നു അവരുടെ ചുമതല. കഫർ സൗസായിൽ ഇറാന്റെയും സിറിയയുടെയും ഉന്നതരുമായി സന്ധിക്കുന്നയിടത്ത് അയാൾ എത്തിയെന്ന് ഉറപ്പാകും വരെ അത് തുടരണമായിരുന്നു. ഉന്നതരുടെ കൂട്ടത്തിലെ പ്രധാനി സിറിയയിലെ പുതിയ ഇറാനിയൻ അംബാസിഡർ ജനറൽ മുഹമ്മദ് സുലൈമാനി ആയിരുന്നു. ഇറാനിൽ നിന്നും സിറിയയിൽ നിന്നും ഹെസ്ബൊള്ളയ്ക്ക് ആയുധങ്ങൾ എത്തിക്കുന്നതിന്റെ ചുമതലക്കാരനും അയാളായിരുന്നു. മുഘ്നിയെയുമായി വളരെ അടുത്തബന്ധം അയാൾ പുലർത്തിയിരുന്നു. (സിറിയയുടെ രഹസ്യ ആണവപദ്ധതിയുടെ ചുമതലക്കാരനായിരുന്ന ജനറൽ സുലൈമാനിക്ക് ആറുമാസക്കാലം മാത്രമേ തുടർന്ന് ആയുസ്സുണ്ടായിരുന്നുള്ളൂ. ആഗസ്റ്റ് രണ്ടാം തിയതി സുഹൃത്തുക്കളുമായി ഒരു വിരുന്ന് ആസ്വദിക്കുന്നതിനിടയിൽ ദുരൂഹമായ വിധത്തിൽ അയാൾ കൊല്ലപ്പെടുകയായിരുന്നു. അദ്ധ്യായം 18 കാണുക).

അതേ സായാഹ്നത്തിൽ കഫർ സൗസയിലെ മറ്റൊരിടത്ത് ഇറാനിയൻ സാംസ്കാരിക കേന്ദ്രത്തിൽ വിപ്ലവത്തിന്റെ വാർഷികം ആഘോഷിക്കുന്നതിനായി ഒരു വിരുന്ന് സംഘടിപ്പിച്ചിരുന്നു. മുഘ്നിയെ ഇറാനിലെയും സിറിയയിലെയും ഉന്നതരുമായി കൂടിക്കാണാൻ തെരഞ്ഞെടുത്ത സുരക്ഷിതകേന്ദ്രത്തിൽ നിന്നും വളരെ അകലെയല്ലായിരുന്നു ഈ സാംസ്കാരിക കേന്ദ്രം. ക്ഷണിക്കപ്പെട്ടിരുന്നെങ്കിലും അതിൽ പങ്കെടുക്കേണ്ടെന്ന് അവസാന നിമിഷം മുഘ്നിയെ തീരുമാനിക്കുകയായിരുന്നു. യോഗത്തിനുശേഷം ദമാസ്കസ് വിടാനായിരുന്നു അയാളുടെ പ്ലാൻ.

ഫെബ്രുവരി പന്ത്രണ്ടാം തീയതി മൊസാദിന്റെ ടീമുകളെല്ലാം തത്സ്ഥാനങ്ങളിൽ സജ്ജരായി. നിരീക്ഷണ ടീം മുഘ്നിയെയെ പിന്തുടർന്ന് കാമുകിയുടെ അപ്പാർട്ട്മെന്റ് സ്ഥിതിചെയ്യുന്ന കെട്ടിടത്തിന്റെ മുന്നിലെത്തി. അയാൾ സായാഹ്നം വൈകി അവിടെനിന്നിറങ്ങി കഫർ സൗസയിലേക്ക് പൊയ്ക്കൊണ്ടിരിക്കുകയാണെന്ന വിവരവും അവർ തൽക്ഷണം കമാൻഡ് പോസ്റ്റിൽ അറിയിച്ചു.

അവന്റെ അവസാനമായിരിക്കും അതെന്ന് അവർ പ്രതീക്ഷിച്ചു.

ആ പജീറോ വാഹനം ദമാസ്കസ് കടന്ന് കഫർ സൗസയിലെത്തി. വാഹനത്തിന്റെ ഓരോ ചലനവും പിന്തുടർന്നും അപ്പോഴപ്പോൾ റിപ്പോർട്ട് ചെയ്തും സുരക്ഷിതദൂരത്തിൽ മൊസാദിന്റെ നിരീക്ഷകർ ഉണ്ടാ

യിരുന്നു. സ്ഫോടകവസ്തുക്കൾ ഒളിപ്പിച്ച കാർ മുഘ്നിയെ പജീറോ പാർക്ക ചെയ്യാൻ ഉദ്ദേശിച്ചിട്ടുള്ള ഇടത്തിനരുകിൽ അതിനകം എത്തിച്ചിരുന്നു. അത് അവിടെ എത്തിച്ചവർ അതിനകം ദമാസ്കസ് വിടാനായി വിമാന ത്താവളത്തിൽ എത്തിക്കഴിഞ്ഞിരുന്നു.

സ്ഫോടനം നടത്താനുള്ള ഇലക്ട്രോണിക് സംവിധാനം റെഡിയാ യിരുന്നു. അതിന്റെ ചുവന്ന രശ്മി വെള്ളിനിറമുള്ള പജീറോയെ തൊട്ടു നിന്നു. സ്ഫോടകവസ്തു ഒളിപ്പിച്ച വാഹനത്തിനരുകിലായി പജീറോ നിന്നു. രാത്രി പത്ത് മണി ആകാൻ തുടങ്ങുകയായിരുന്നു. അത്യുഗ്രൻ സ്ഫോടന ത്തിൽ കഫർ സൗസ കിടുങ്ങി. അരികെയുള്ള ഇറാനിയൻ സ്കൂളും മുനി സിപ്പൽ ഉദ്യാനവും അന്നേരം വിജനമായിരുന്നു. വാഹനത്തിൽ നിന്നും മുഘ്നിയെ കാൽ പുറത്തേക്ക് വച്ചനിമിഷം തൊട്ടരുകിലുള്ള വാഹനം പൊട്ടിത്തെറിച്ചു.

ഇമാദ് മുഘ്നിയെ മരിച്ചു.

ആ മരണം ഹെസ്ബൊള്ളയെ അടിമുടി പിടിച്ചുലച്ചു. രഹസ്യ ആണവ പദ്ധതിയുടെ തകർച്ചയ്ക്ക് ശേഷം മാസങ്ങൾ കഴിഞ്ഞയുടനെ സംഭവിച്ച ആ മരണം സിറിയൻ സർക്കാരിന് വലിയൊരാഘാതമായിരുന്നു.

മുഘ്നിയെയുടെ മരണശേഷം ആറുമാസങ്ങൾ കഴിഞ്ഞ് 2008 നവംബറിൽ മൊസാദിന്റെ ഒരു ചാരശൃംഖല കണ്ടെത്തിയതായി ലെബനൻ സർക്കാർ അറിയിച്ചു. ബെക്കാ താഴ്വരയിൽ നിന്നും അറസ്റ്റ് ചെയ്യപ്പെട്ട അമ്പതുകാരനായ അലി ജാറ ഏഴായിരം ഡോളർ പ്രതിമാസ ശമ്പളത്തിൽ കഴിഞ്ഞ ഇരുപത് വർഷങ്ങളായി മൊസാദിനുവേണ്ടി ജോലിചെയ്യുകയായിരുന്നെന്ന് സർക്കാർ വെളിപ്പെടുത്തി. മൊസാദിന്റെ ദൗത്യങ്ങളുമായി അലി ജാറ തുടർച്ചയായി സിറിയയിലേക്ക് യാത്ര ചെയ്യു കയായിരുന്നുവെന്ന് പോലീസ് ആരോപിച്ചു. 2008 ഫെബ്രുവരിയിൽ മുഘ്നി യെയുടെ വധത്തിന് ദിവസങ്ങൾക്ക് മുൻപ് അയാൾ കഫർ സൗസയിൽ എത്തിയിരുന്നു. അയാളുടെ കാറിൽ നിന്നും ഒളിപ്പിക്കപ്പെട്ട നിലയിൽ ഫോട്ടോഗ്രാഫി ഉപകരണങ്ങളും കാമറായും ജി പി എസ് സംവിധാനങ്ങളും ലബ്നീസ് ഇന്റലിജൻസ് ഏജൻസി കണ്ടെത്തി. ചോദ്യം ചെയ്യലിൽ ജാറ കുറ്റം സമ്മതിച്ചു. മൊസാദിന്റെ ആവശ്യപ്രകാരം മുഘ്നിയെയുടെ കാമുകി പാർക്കുന്നയിടം ഉൾപ്പെടെ അയാൾ സന്ദർശിക്കാനിടയുള്ള സ്ഥലങ്ങളുടെയെല്ലാം ചിത്രങ്ങളെടുത്ത് താൻ നൽകിയതായി അയാൾ സമ്മതിച്ചുവെന്ന് പോലീസ് അവകാശപ്പെട്ടു.

മുഘ്നിയെയുടെ വധത്തിൽ പങ്കില്ലെന്നതായിരുന്നു ഇസ്രായേലിന്റെ നിലപാടെങ്കിലും ഹെസ്ബൊള്ളയുടെ വക്താവ് തങ്ങളുടെ വിപ്ലവനായ കന്റെ വധത്തിൽ ഇസ്രായേലിന് പങ്കുള്ളതായി തുടർച്ചയായി ആരോപി ച്ചുകൊണ്ടിരുന്നു. മുഘ്നിയെയെ വീരമരണം പ്രാപിച്ച രക്തസാക്ഷിയായി അവർ വിശേഷിപ്പിച്ചു.

അമേരിക്കൻ വിദേശകാര്യ വക്താവ് ഷാങ് മക് കോർമിക് ആ വീക്ഷണം പങ്കുവച്ചില്ല. 'തണുത്തുറഞ്ഞ കൊലയാളി, കൂട്ടക്കൊലയാളി, എണ്ണമറ്റ ജീവിതങ്ങളെ ഇല്ലാതാക്കിയ ഭീകരൻ' എന്നിങ്ങനെയാണ് മക് കോർമിക് മുഘ്നിയെയെ വിശേഷിപ്പിച്ചത്.

'അയാളില്ലാത്ത ലോകം കുറച്ചുകൂടി മെച്ചപ്പെട്ടതായിരിക്കും.' എന്ന് പറഞ്ഞാണ് മക് കോർമിക് ഉപസംഹരിച്ചത്.

അദ്ധ്യായം 20

കാമറകൾ പ്രവർത്തിച്ചു കൊണ്ടേയിരിക്കുന്നു

2010 ജനവരിയിൽ ടെൽ അവീവിന്റെ വടക്കൻ ഭാഗത്ത് ഒരു കുന്നിൻ ചെരുവിലായി കോട്ടപോലെ പണിതുയർത്തിയ കെട്ടിടത്തിന്റെ ഗേറ്റിലൂടെ ഒരു കറുത്ത ഔഡി കാർ കടന്നുവന്നു. കോളേജ് എന്ന് വിളിക്കപ്പെട്ടിരുന്ന ആ കെട്ടിടം യഥാർത്ഥത്തിൽ മൊസാദിന്റെ കേന്ദ്രകാര്യാലയം ആയിരുന്നു. രണ്ടാമത്തെ കാറിൽനിന്നും ഇറങ്ങിയ പ്രധാനമന്ത്രി ബെഞ്ചമിൻ നെതന്യാഹുവിനെ മൊസാദിന്റെ രംസദ് മെയർ ദാഗൻ സ്വാഗതം ചെയ്തു. അൽപം മുൻപ് മെയർ ദാഗന്റെ നിയമനം ഒരു വർഷത്തേക്ക് കൂടി പ്രധാനമന്ത്രി നീട്ടിയിരുന്നു.

ദാഗനും മൊസാദിലെ വകുപ്പദ്ധ്യക്ഷന്മാരും തങ്ങളുടെ ദൗത്യനിർവഹണങ്ങൾ – സിറിയൻ ആണവനിലയത്തിന്റെ നാശവും മുഘ്നിയെയുടെയും സുലൈമാന്റെയും ഉന്മൂലനവും – തുടർച്ചയായി വിജയിച്ചതിന്റെ ആഹ്ലാദത്തിലായിരുന്നു. ഇറാനെയും ഭീകരപ്രവർത്തകരെയും ബന്ധിപ്പിക്കുന്ന ഒരു സുപ്രധാന കണ്ണിയായ അൽ മഭൗ എന്ന കണ്ണി ഇല്ലായ്മ ചെയ്യുക എന്ന ദൗത്യമായിരുന്നു അപ്പോൾ അവരുടെ അടിയന്തിര ശ്രദ്ധയെ ആകർഷിച്ചിരുന്നത്. 'പ്ലാസ്മ സ്ക്രീൻ' എന്ന് പേരിട്ടായിരുന്ന ആ ദൗത്യം ഏകോപനം ചെയ്യപ്പെട്ടതെന്ന് മാധ്യമ പ്രവർത്തകനായ റൊനെൻ ബെർഗ്മൻ തന്റെ പുസ്തകത്തിൽ എഴുതിയിട്ടുണ്ട്.

ഹമാസിന്റെ നേതാവും ഇറാനിൽ നിന്നും സുഡാൻ, ഈജിപ്റ്റ്, സിനായ്, ഗാസാ മുനമ്പ് തുടങ്ങിയവ വഴി ഇസ്രായേലിന്റെ ശത്രുക്കൾക്ക് ആയുധമെത്തിക്കുന്നതിന്റെ മുഖ്യ സൂത്രധാരനുമായ മഹ്മൂദ് അബ്ദെൽ റൗഫ് അൽ മഭൗവിനെ വധിക്കാനുള്ള പദ്ധതി ബ്രീഫിംഗ് മുറിയിൽ സമ്മേളിച്ചവർക്ക് മുന്നിൽ മെയർ ദാഗൻ അവതരിപ്പിച്ചു. പേർഷ്യൻ ഗൾഫിലെ തുറമുഖനഗരമായ ദുബായിൽ വച്ച് വധിക്കാനായിരുന്നു പദ്ധതി.

പ്രധാനമന്ത്രി പദ്ധതി അംഗീകരിച്ചതോടെ ദൗത്യം നടപ്പിലാക്കാനുള്ള നടപടികൾ അതിവേഗം പുരോഗമിച്ചു. ദുബായിലെ ഒരു ഹോട്ടൽ മുറിയിൽ വച്ച് കൊല്ലാനായിരുന്നു ഉന്നമിട്ടത്. ടെൽ അവീവിലെ ഒരു ഹോട്ടലിൽ വച്ച് ഹോട്ടൽ മാനേജ്മെന്റിനെ അറിയിക്കാതെ മൊസാദ് ദൗത്യസംഘം കൊലപാതകത്തിന്റെ റിഹേഴ്സൽ നടത്തിയിരുന്നുവെന്ന് സൺഡേ ടൈംസ് പിന്നീട് റിപ്പോർട്ട് ചെയ്തിരുന്നു.

ഗാസാ മുനമ്പിന് വടക്കായുള്ള ജബാലിയ അഭയാർത്ഥി ക്യാമ്പിൽ 1960-ലായിരുന്നു അബു അബെദ് എന്ന് അറിയപ്പെട്ടിരുന്ന മഹമൂദ് അൽ മഭൗ പിറന്നത്. മതനിഷ്ഠയുള്ള ഒരാളെന്ന നിലയിൽ എഴുപതുകളുടെ ഒടുക്കത്തിൽ അയാൾ മുസ്‌ലിം ബ്രദർഹുഡിൽ അംഗമായി ചേർന്നു. അവരോട് ചേർന്ന് ചൂതാട്ടകേന്ദ്രങ്ങൾ അനിസ്‌ലാമികമെന്ന് ആരോപിച്ച് ബോംബ് ചെയ്തു. 1986-ൽ ഏകെ 47 തോക്ക് കൈവശം വച്ചതിന്റെ പേരിൽ ഇസ്രായേൽ സൈന്യം അറസ്റ്റ് ചെയ്തെങ്കിലും ഒരു വർഷം തികയും മുൻപേ വിട്ടയച്ചു. അതിനുശേഷമാണ് ഹമാസിന്റെ സൈനിക വിഭാഗമായ ഇസ്സാദിൻ അൽ ക്വാസിം ബ്രിഗേഡിൽ അംഗമായി ചേർന്നത്.

അൽ മഭൗവിന്റെ സൈനിക കമാൻഡറായ സാല ഷെഹദേ അയാളെയും മറ്റുചിലരെയും ചേർത്ത് ഒരു പ്രത്യേക ദൗത്യസംഘം രൂപീകരിച്ചു. ഇസ്രായേലി സൈനികരെ തട്ടിക്കൊണ്ടുവന്ന് കൊല്ലുക എന്നതായിരുന്നു അവരുടെ ചുമതല. 1989 ഫെബ്രുവരി 16-ന് യാഥാസ്ഥിതിക ജൂതരായി വേഷം ധരിച്ച് ഒരു കാർ തട്ടിയെടുത്തു. വഴിവക്കിൽ കാത്തു നിന്നിരുന്ന അവി സാസ്പോർട്ടാസ് എന്ന ഇസ്രായേലി സൈനികനെ ആകർഷിച്ച് കാറിൽ കയറ്റി അതിനുള്ളിലിട്ട് വെടിവച്ചുകൊന്നു. മൃതദേഹം മറവ് ചെയ്യുന്നതിന് മുൻപായി അതോടൊപ്പം ഫോട്ടോയും എടുത്തിരുന്നു. മൂന്ന് മാസങ്ങൾക്ക് ശേഷം അൽ മഭൗവും സംഘവും മറ്റൊരു സൈനികൻ ഇലാൻ സാദോനെ അതേ പോലെ തട്ടിയെടുത്ത് വധിച്ചു. പിന്നീട് അൽ ജസീറ ടെലിവിഷൻ ചാനലിന് നൽകിയ അഭിമുഖത്തിൽ സൈനികരെ തട്ടിയെടുത്ത് വധിച്ചതും മൃതദേഹം മറവ് ചെയ്തതും സമ്മതിക്കുകയും ചെയ്തു.

രണ്ടാമത്തെ കൊലയ്ക്ക് ശേഷം അൽ മഭൗ ഈജിപ്റ്റിലേക്ക് രക്ഷപെട്ടു. അവിടെനിന്നും ജോർദാനിലെത്തി അവിടെ ഭീകരപ്രവർത്തനം തുടർന്നു. ഗാസയിലേക്ക് ആയുധങ്ങളും സ്ഫോടകവസ്തുക്കളും ഒളിച്ചുകടത്തലായിരുന്നു മുഖ്യ പരിപാടി. ഈജിപ്റ്റിൽ വച്ച് പോലീസിന്റെ പിടിയിലായി. 2003-ൽ

ഒരു വർഷത്തോളം ഈജിപ്ഷ്യൻ ജയിലിൽ കഴിഞ്ഞു. അവിടെ നിന്ന് സിറിയയിലേക്ക് കടന്നു. അതിനകം ഇസ്രായേൽ പോലീസിന്റെ രേഖകളിൽ അപകടകാരികളായ കൊട്ടും ഭീകരരുടെ പട്ടികയിൽ അൽ മബൗവിന്റെ പേരും ഉണ്ടായിരുന്നു. ഇസ്രായേലിലെയും ഈജിപ്തിലെയും ജോർദാനിലെയും പോലീസ് സേനകൾ അയാൾക്കായി വല വിരിച്ചിരുന്നു. ഹമാസിന്റെ ഉന്നത തലങ്ങളിൽ അൽ മബൗ സമർത്ഥനായ സംഘാടകനും ആയുധക്കടത്തുകാരനുമായി ആദരിക്കപ്പെട്ടിരുന്നു.

മൊസാദിന്റെ വാണ്ടഡ് ലിസ്റ്റിൽ താനും ഉണ്ടെന്നത് അൽ മബൗവിന് അറിയാമായിരുന്നു. തങ്ങളുടെ രണ്ട് സൈനികരെ വധിച്ച കാര്യം ഇസ്രായേൽ മറക്കുകയും പൊറുക്കുകയും ഇല്ലെന്നും അയാൾക്കറിയാമായിരുന്നു. അതിനാൽ അയാൾ സദാ ജാഗരൂകനായിരുന്നു. തിരിച്ചറിയൽ രേഖകൾ ഇടയ്ക്കിടയ്ക്ക് മാറിക്കൊണ്ടിരുന്നു. മിക്കപ്പോഴും നിയമവിധേയമായ ബിസിനസ് ചെയ്യുന്ന ഒരു വ്യാപാരിയായിട്ടാണ് അയാൾ അറബ് നഗരങ്ങളിലൂടെ സഞ്ചരിച്ചിരുന്നത്. ഒരിക്കൽ ഒരു സുഹൃത്തിനോട് പറഞ്ഞു, ഹോട്ടൽ മുറിയിൽ കിടക്കുന്നതിന് മുൻപ് വാതിലിനുമുന്നിൽ മേശയും കസേരയുമൊക്കെ വലിച്ചിട്ട് വാതിൽ തുറക്കാൻ തടസ്സങ്ങൾ ഉണ്ടാക്കുമായിരുന്നെന്ന്. അപ്രതീക്ഷിതമായി ആരും കടന്നുവരാതിരിക്കാനായി.

അൽ ജസീറ ടെലിവിഷന് നൽകിയ ഒരു അപൂർവ്വ അഭിമുഖത്തിൽ കറുത്ത തുണികൊണ്ട് ശിരസ്സ് മറച്ചാണ് അയാളെത്തിയത്. 'എന്നെ കൊല്ലാൻ അവർ മൂന്നുതവണ ശ്രമിച്ചു. ഒരിക്കൽ ദുബായിൽ വച്ച്, പിന്നീട് ആറുമാസങ്ങൾക്ക് മുൻപ് ലെബനനിൽ വച്ച്, രണ്ട് മാസങ്ങൾക്ക് മുൻപ് മൂന്നാം തവണ സിറിയയിൽ വച്ചും. അവർ ഏതാണ്ട് വിജയിക്കുകയും ചെയ്തതാണ്. ഇമാദ് മുഘ്നിയെയുടെ വധത്തിനുശേഷമായിരുന്നു അത്. ഇസ്രായേലിനെതിരെ പൊരുതുന്നവരെല്ലാം നൽകേണ്ട വിലയാണിത്.'

സ്വന്തം ഇഷ്ടത്തിന് വിപരീതമായി നൽകിയ അഭിമുഖമായിരുന്നു അത്. ആവശ്യമില്ലാത്ത റിസ്കാണ് അതിലൂടെ നേരിടുന്നതെന്ന് അയാൾ കരുതി. പക്ഷേ മേലധികാരികളെ അനുസരിക്കാതെ അയാൾക്ക് നിവൃത്തിയില്ലായിരുന്നു. മൊസാദിന് അയാളെ കുരുക്കാൻ സഹായകമായത് ആ അഭിമുഖമായിരുന്നെന്ന് പലരും പിന്നീട് അഭിപ്രായപ്പെടുകയുണ്ടായി. അഭിമുഖത്തിലുടനീളം അൽ മബൗവിന്റെ മുഖം അവ്യക്തമായിരിക്കുമെന്ന ധാരണയിലാണ് അഭിമുഖത്തിന് സമ്മതിച്ചതെങ്കിലും അത് വിജയിച്ചില്ല. റിക്കോഡിംഗിനുശേഷം പരിശോധനയ്ക്കായി വീഡിയോ ടേപ്പ് ഗാസയിലെ ഹമാസ് കേന്ദ്രത്തിലേക്ക് അയച്ചു. അവിടെ വച്ച് അൽ മബൗവിന്റെ മുഖം അവ്യക്തമാക്കാനുള്ള ശ്രമം വിജയിച്ചില്ല. അതിനാൽ അഭിമുഖം വീണ്ടും റിക്കോഡ് ചെയ്യാൻ തീരുമാനിച്ചു. പ്രക്ഷേപണത്തീയതി മാറ്റിവയ്ക്കുകയും ചെയ്തു. ഒടുവിൽ അൽ മബൗവിന്റെ മരണശേഷമായിരുന്നു അത് പിന്നീട് പ്രക്ഷേപണം ചെയ്യപ്പെട്ടത്. ആദ്യത്തേതിന് എന്തുസംഭവിച്ചുവെന്ന് അൽ

മഭൗ ചോദിച്ചപ്പോൾ അത് ഹമാസിന്റെ ശേഖരത്തിലുണ്ടെന്നായിരുന്നു മറുപടി. പലരും കരുതുന്നത് അത് അവിടെനിന്നും മൊസാദിന്റെ പക്ക ലെത്തിയെന്നാണ്.

ചില ആഴ്ചകൾക്ക് ശേഷം ഒരറബിയിൽ നിന്നും ഹമാസിലെ ഉന്നത ന്മാരിലൊരാൾക്ക് ടെലിഫോണിൽ ഒരു സന്ദേശം ലഭിച്ചു. ആയുധക്കട ത്തിലും പണം വെളുപ്പിക്കുന്നതിലും സ്പെഷ്യലൈസ് ചെയ്ത ഒരാളാണ് താനെന്ന് അയാൾ സ്വയം പരിചയപ്പെടുത്തി. ആയുധങ്ങൾക്കായി ദാഹിച്ചിരുന്ന ഹമാസിന് തള്ളിക്കളയാനാവാത്ത ഒരു ഓഫർ അയാൾ മുന്നോട്ടുവച്ചു. വിശദാംശങ്ങൾ ചർച്ച ചെയ്യുന്നതിനായി അൽ മഭൗവിനെ ദുബായിലേക്ക് ക്ഷണിച്ചു. ചർച്ചകൾക്കായി ദുബായ് തിരഞ്ഞെടുത്തതു തന്നെ സംശയകരമായിരുന്നു. അൽ മഭൗ പതിവായി തന്റെ ഇറാനിയൻ സുഹൃത്തുക്കളുമായി സന്ധിച്ചിരുന്നത് ദുബായ് നഗരത്തിൽ വച്ചായിരുന്നു. ആ ഫോൺ സന്ദേശം അയാളുടെ മരണശിക്ഷയ്ക്കുള്ള ക്ഷണമായിരുന്നു.

മറ്റൊരിക്കലും ഉണ്ടായിട്ടില്ലാത്തവിധം ചരിത്രത്തിലെ വിചിത്രമായ ഒരേട് എന്നതുപോലെ പ്ലാസ്മാ സ്ക്രീനിന്റെ വധം അതിന്റെ എല്ലാ വിശദാംശങ്ങളോടും കൂടെ ദുബായ് നഗരത്തിലെ ക്ലോസ്ഡ് സർക്യൂട്ട് കാമറകൾ റിക്കോഡ് ചെയ്ത് അനശ്വരമാക്കി. വിമാനത്താവളം മുതൽ ഹോട്ടൽ ലോബികളും നടവഴികളും എലിവേറ്ററുകളുമെല്ലാം ചലനങ്ങളെ ഒപ്പിയെടുത്തു.

ഒരു കൊലപാതകത്തിന്റെ അന്തിമനിർവഹണ രംഗങ്ങൾ അതുല്യ മായ ഒരു ഡോക്യുമെന്ററിയിലെന്നപോലെ ഇതളിതളുകളായി നഗര ത്തിലെ കാമറകളിൽ വിടർന്നുവന്നു. മാരകമായ ഒരു രഹസ്യദൗത്യം മുൻകൂട്ടി ആസൂത്രണം ചെയ്ത പ്ലാനിനെ പിന്തുടർന്ന് ഒരു ചാരസംഘം പടിപടിയായി നിർവഹിക്കുന്നത് ലോകമെമ്പാടുമുള്ള ദശലക്ഷക്കണക്കിന് പ്രേക്ഷകർക്ക് അവരുടെ സ്വീകരണ മുറികളിലിരുന്ന് കാണാനാവുന്നത് ആദ്യമായായിരുന്നു.

തിങ്കൾ, ജനവരി 18, 2010.

നിരവധി മൊസാദ് ഏജന്റുമാർ ദുബായിൽ വിമാനമിറങ്ങുന്നു. അടുത്ത ഇരുപത്തിനാല് മണിക്കൂറുകൾക്കുള്ളിൽ ഇരുപത്തിയേഴുപേർ ചേർന്ന ദൗത്യസംഘത്തിലെ അംഗങ്ങൾ ഓരോരുത്തരായി നഗരത്തിലേ ക്ക് ഇഴുകിയിറങ്ങുകയായിരുന്നു. അവരിൽ പന്ത്രണ്ടുപേർ ബ്രിട്ടീഷ് പാസ്പോർട്ടും നാലുപേർ ഫ്രഞ്ച് പാസ്പോർട്ടും മറ്റ് നാലുപേർ ആസ്ട്രേലിയൻ പാസ്പോർട്ടും ആറുപേർ ഐറിഷ് പാസ്പോർട്ടും ഒരാൾ ജർമ്മൻ പാസ്പോർട്ടും ഉപയോഗിച്ചാണ് നഗരത്തിലെത്തിയത്. അവർ വെവ്വേറെ ഹോട്ടലുക ളിൽ താമസമായി.

ചൊവ്വ, ജനവരി 19, 2010.

12.09 പുലർച്ച—രണ്ട് മൊസാദ് ഏജന്റുമാർ, കഷണ്ടി കയറിയ നാൽപ്പത്തിമൂന്നുകാരനും ജർമ്മൻ പാസ്പോർട്ടുടമയുമായ ബൊദെൻഹൈമെരും ബ്രിട്ടീഷ് പാസ്പോർട്ടുമായി അയാളുടെ സുഹൃത്ത് ജെയിംസ് ലിയോനാർഡും ദുബായിൽ വിമാനമിറങ്ങി. അൽ മബൗവിനെ വധിക്കാൻ നിയോഗിക്കപ്പെട്ട സംഘത്തിൽപ്പെട്ടവരായിരുന്നു അവരെന്ന് പിന്നീട് ദുബായ് പോലീസ് കണ്ടെത്തി.

12.30 പുലർച്ച—ഊശാന്താടിയും കണ്ണടയുമുള്ള ദൗത്യ സംഘത്തലവൻ കെവിൻ ദാവെറോൺ പാരീസിൽ നിന്നും നേരിട്ട് ദുബായിൽ വന്നിറങ്ങുകയായിരുന്നു. പ്രസരിപ്പുള്ള ചുവന്ന തലമുടിക്കാരനായ അയാളുടെ അസിസ്റ്റന്റ് ഗെയിൽ ഫോളിയാർഡും ഒപ്പമുണ്ടായിരുന്നു. ഐറിഷ് തിരിച്ചറിയൽ രേഖകളാണ് ഇരുവരും ഉപയോഗിച്ചിരുന്നത്.

01.21 പുലർച്ച—വിശിഷ്ടരുടെ വാസയിടമായ ജുമൈറ ഹോട്ടലിലേക്കാണ് ഗെയിൽ ഫോളിയാർഡ് പോയത്. പതിനൊന്നാം നിലയിലെ ഒരു മുറിയാണ് ലഭിച്ചത്. വീടിന്റെ വിലാസം ചോദിച്ചപ്പോൾ ഇമപോലും അനക്കാതെ അവർ മറുപടി നൽകി: 78, മെമ്മിയർ റോഡ്, ഡബ്ലിൻ, അയർലൻഡ്. പോലീസ് പരിശോധനയിൽ അത് വ്യാജവിലാസമാണെന്ന് കണ്ടെത്തി.

01.31 പുലർച്ച—സംഘത്തലവൻ കെവിൻ ദാവെറോണും ജുമൈറ ഹോട്ടലിൽ എത്തി. മൂന്നാം നിലയിലെ ഒരു മുറിയാണ് അയാൾക്ക് ലഭിച്ചത്.

02.29 പുലർച്ച—ഫ്രഞ്ച് പാസ്പോർട്ടുമായി സംഘത്തിന്റെ ഓപ്പറേഷനും ലോജിസ്റ്റിക്സും കൈകാര്യം ചെയ്യുന്ന പീറ്റർ എൽ വിംഗർ ദുബായിൽ വന്നിറങ്ങി. മെലിഞ്ഞ, താടിക്കാരനായ അയാൾ ആകർഷകമായ കണ്ണട ധരിച്ചിരുന്നു. 'സംശയം തോന്നിപ്പിക്കുന്ന തരം' സ്യൂട്ട് കേസ് അയാളുടെ പക്കൽ ഉണ്ടായിരുന്നതായി പോലീസ് ശ്രദ്ധിച്ചു.

02.36 പുലർച്ച—സംഘത്തിലെ മറ്റൊരാളെ വിമാനത്താവളത്തിൽ സന്ധിച്ച പീറ്റർ അയാളുമൊരുമിച്ച് നഗരത്തിലെ ഒരു ഹോട്ടലിലേക്ക് പോകുന്നു.

10.15 രാവിലെ—ദമാസ്കസിൽ നിന്നും ദുബായ്ക്ക് നേരിട്ട് പറക്കുന്ന ഒരു എമിറേറ്റ്സ് വിമാനത്തിൽ മഹ്മൂദ് അൽ മബൗ യാത്ര ചെയ്തു. ഗാസാ മുനമ്പിലേക്ക് ആയുധങ്ങൾ കടത്തുന്നതിനെ സംബന്ധിച്ച് ഒരു ഇറാനിയൻ ബിസിനസുകാരനുമായി ദുബായിൽ വച്ച് അയാൾക്ക് സംസാരിക്കേണ്ടതായിരുന്നു.

10.30 രാവിലെ—ഓപ്പറേഷൻ തലവൻ പീറ്റർ ഹോട്ടലിൽ നിന്നും ഇറങ്ങുന്നു. നഗരത്തിലെ ഒരു വമ്പൻ ഷോപ്പിംഗ് കോംപ്ലക്സിൽ വച്ച് മറ്റ് ദൗത്യ സംഘാംഗങ്ങളുമായി കണ്ടുമുട്ടുന്നു.

10.50 രാവിലെ—കെവിനും ഗെയിലും, ദൗത്യസംഘത്തിന്റെ തലവനും ഡെപ്യൂട്ടിയും ഷോപ്പിംഗ് കോംപ്ലക്സിലെത്തി മീറ്റിംഗിൽ ചേരുന്നു. ഇപ്പോൾ കെവിൻ കണ്ണട ധരിച്ചിട്ടില്ല. അയാളുടെ മീശ അപ്രത്യക്ഷമായിരിക്കുന്നു.

ഉച്ചതിരിഞ്ഞ് 12.18—മീറ്റിംഗ് കഴിഞ്ഞ് സംഘാംഗങ്ങൾ പിരിയുന്നു. ജുമൈറ ഹോട്ടലിൽ തിരിച്ചെത്തിയ കെവിൻ മുറി ഒഴിഞ്ഞ് പോകുന്നു. മറ്റൊരു ഹോട്ടലിൽ മുറിയെടുക്കുന്നത് സുരക്ഷാ കാമറാകൾ റിക്കോഡ് ചെയ്യുന്നു. ശിരസ്സിൽ കൃത്രിമ തലമുടിയും കണ്ണടയും മീശയും ഇപ്പോൾ അയാൾക്കുണ്ട്.

ഉച്ചതിരിഞ്ഞ് 02.12—നഗരത്തിലെ ആഡംബര ഹോട്ടലായ അൽ ബുസ്റ്റാൻ റൊട്ടാന ഹോട്ടലിലേക്ക് ടെന്നീസ് കളിക്കാരെപ്പോലെ വേഷം ധരിച്ച് രണ്ട് മൊസാദ് ഏജന്റുമാർ കടന്നുവരുന്നു. ഒരു മണിക്കൂറിനുള്ളിൽ അവിടെ വന്നെത്തുന്ന അൽ മഭൗവിനെ നിരീക്ഷിക്കാനായി എത്തിയവരാണ് അവർ.

ഉച്ചതിരിഞ്ഞ് 03.12—ഒരു രാത്രി താമസിച്ചതിനുള്ള മുറി വാടകയായ 400 ഡോളർ നൽകി ഗെയിലും ജുമൈറ ഹോട്ടലിലെ മുറി ഒഴിയുന്നു.

ഉച്ചതിരിഞ്ഞ് 03.15—അൽ മഭൗ ദുബായിൽ വിമാനമിറങ്ങുന്നു. എമിഗ്രേഷൻ കൗണ്ടറിൽ അയാൾ നൽകുന്നത് വ്യാജ ഇറാഖി പാസ്പോർട്ടാണ്. താൻ ഒരു വസ്ത്രവ്യാപാരിയാണെന്നാണ് അയാൾ പരിചയപ്പെടുത്തിയത്.

ഉച്ചതിരിഞ്ഞ് 03.25—ഗെയിൽ മറ്റൊരു ഹോട്ടലിൽ മുറിയെടുക്കുന്നു. മേക്കപ്പ് ചെയ്ത്, വസ്ത്രങ്ങളാകെ മാറ്റി വെപ്പുമുടിയും വച്ചപ്പോൾ ഗെയിലിന് പുതിയൊരു ലക്ഷണം കൈവന്നു.

ഉച്ചതിരിഞ്ഞ് 03.28—അൽ ബുസ്റ്റാൻ റോട്ടാനാ ഹോട്ടലിൽ അൽ മഭൗ എത്തുന്നു. ബാൽക്കണി ഇല്ലാത്ത, അടഞ്ഞ ജനാലകളോടുകൂടിയ മുറിയാണ് അയാൾ ആവശ്യപ്പെട്ടത്. രണ്ടാം നിലയിലെ ഇരുന്നൂറ്റി മുപ്പതാം നമ്പർ മുറി അയാൾക്ക് ലഭിക്കുന്നു. എലിവേറ്ററിൽ കയറി അയാൾ രണ്ടാം നിലയിലേക്ക് പോയി. എലിവേറ്ററിൽ ടെന്നീസ് വസ്ത്രങ്ങൾ ധരിച്ച് ഒപ്പമുണ്ടായിരുന്നവർ തന്നെ നിരീക്ഷിക്കാനെത്തിയ മൊസാദ് ഏജന്റുമാരാണെന്ന് അയാൾ അറിഞ്ഞില്ല.

ഉച്ചതിരിഞ്ഞ് 03.30—ഒരു പ്രത്യേക ഉപകരണസംവിധാനത്തിലൂടെ നിരീക്ഷകർ റിപ്പോർട്ട് അയക്കുന്നു: അൽ മഭൗ മുറിയിൽ എത്തിയിരിക്കുന്നു. അയാളുടെ മുറിക്ക് നേരെ എതിർവശത്തുള്ള മുറിയുടെ നമ്പർ 237.

ഉച്ചതിരിഞ്ഞ് 03.53—ഓപ്പറേഷൻസ് തലവൻ പീറ്റർ അൽ മഭൗ താമസിക്കുന്ന ഹോട്ടലിൽ എത്തുന്നു. ബിസിനസ് സെന്ററിലെത്തി ഇരുന്നൂറ്റിമുപ്പത്തിയേഴാം നമ്പർ മുറി ഫോണിലൂടെ റിസർവ് ചെയ്യുന്നു.

വൈകുന്നേരം 04.03—നിരീക്ഷണത്തിനായി പുതിയ ടീം എത്തുന്നു. പഴയവർ മടങ്ങുന്നു.

04.14—ദൗത്യനിർവഹണത്തിനായുള്ള സംഘത്തിലെ സകലരും ഇതിനകം അൽ ബുസ്റ്റാൻ റോട്ടാന ഹോട്ടലിൽ എത്തിക്കഴിഞ്ഞു.

04.23—അൽ മഭൗ മുറി വിട്ടിറങ്ങുന്നു. മുറിയുടെ പുറത്തുനിന്ന് സ്ഥിതി ഗതികൾ സസൂക്ഷ്മം വീക്ഷിച്ച് ഭദ്രമെന്ന് ഉറപ്പിക്കുന്നു. അയാൾ ഹോട്ടൽ വിട്ടിറങ്ങുന്നു. നിരീക്ഷകർ അനുധാവനം ചെയ്യുന്നു.

04.24—ഹോട്ടലിന്റെ മുന്നിൽ നിന്നും അൽ മഭൗ കയറിപ്പോകുന്ന വാഹനത്തിന്റെ വിവരങ്ങൾ നിരീക്ഷകർ സംഘത്തലവന് അയക്കുന്നു.

04.27—ഓപ്പറേഷൻസ് തലവൻ പീറ്റർ ഹോട്ടൽ ലോബിയിൽ എത്തുന്നു. കെവിൻ ദവറോണിന് ബ്രീഫ് കേസ് കൈമാറുന്നു. അൽ മഭൗവിനെ വധിക്കാനാവശ്യമായ വസ്തുക്കൾ/ഉപകരണങ്ങൾ അതിൽ ഉണ്ടായിരുന്നിരിക്കണം.

04.33—പീറ്റർ റിസപ്ഷൻ ഡസ്കിലെത്തി ചെക് ഇൻ ചെയ്യുന്നു. അൽ മഭൗന്റെ മുറിയുടെ എതിർവശത്തുള്ള ഇരുന്നൂറ്റിമുപ്പത്തിയേഴാം നമ്പർ മുറിയുടെ താക്കോൽ അയാൾക്ക് ലഭിക്കുന്നു.

04.40—പീറ്റർ മുറിയുടെ താക്കോൽ കെവിന് കൈമാറിയശേഷം ഹോട്ടൽ വിട്ടിറങ്ങി നടന്നകലുന്നു.

04.44—കെവിൻ ഇരുന്നൂറ്റിമുപ്പത്തിയേഴാം നമ്പർ മുറിയിൽ പ്രവേശിക്കുന്നു. അയാൾ ജനാലയും വാതിലിലെ പുറത്തേക്കുള്ള കാഴ്ചാഗ്ലാസും പരിശോധിക്കുന്നു. അൽ മഭൗവിന്റെ പോക്കുവരവുകൾ തനിക്ക് നിരീക്ഷിക്കാനാവുമെന്ന് ഉറപ്പിക്കുന്നു.

05.06—ഗെയിൽ ഇരുന്നൂറ്റിമുപ്പത്തിയേഴാം നമ്പർ മുറിയിൽ പ്രവേശിക്കുന്നു. അവളും കെവിനും നിർവഹണത്തിന്റെ ടൈംടേബിൾ പരിശോധിക്കുന്നു. അൽ മഭൗ നഗരത്തിൽ പോകുന്നതിന്റെയെല്ലാം തത്സമയ റിപ്പോർട്ടുകൾ സ്വീകരിക്കുന്നു.

05.36—തലയിൽ തൊപ്പി ധരിച്ച് നിരീക്ഷകരിൽ ഒരാൾ ഹോട്ടലിൽ പ്രവേശിക്കുന്നു. ഒഴിഞ്ഞ ഒരിടത്തുവച്ച് അയാൾ തൊപ്പി മാറ്റി കൃത്രിമ തലമുടി അണിയുന്നു.

06.21—ഗെയിൽ മുറിവിട്ടിറങ്ങുന്നു. പീറ്റർ കെവിന് നൽകിയ ബ്രീഫ് കേസ് അവളുടെ പക്കലുണ്ട്. ഹോട്ടലിലെ പാർക്കിംഗ് സ്ഥലത്തേക്ക് ഗെയിൽ പോകുന്നു. അവിടെവച്ച് ബ്രീഫ് കേസ് കൃത്യനിർവഹണ സംഘാംഗങ്ങളിൽ ഒരാൾക്ക് കൈമാറുന്നു.

06.32—കൃത്യനിർവഹണത്തിനായി നിയോഗിക്കപ്പെട്ട ആദ്യത്തെയാൾ ഹോട്ടൽ ലോബിയിലെത്തുന്നു.

06.34—രണ്ടാമത്തെയാൾ ആ ആഡംബരഹോട്ടലിന്റെ വിശാലമായ ലോബിയിൽ ആദ്യത്തെയാളിൽ നിന്നും പരമാവധി അകന്ന ഒരു മൂലയിലെ ചാരുകസാരയിൽ ഇരിക്കുന്നു.

06.43—ടെന്നീസ് വസ്ത്രങ്ങൾ ധരിച്ച നിരീക്ഷകൻ ഹോട്ടലിൽ നിന്നും പുറത്തേക്ക് പോകുന്നു.

07.30—ഓപ്പറേഷൻസ് തലവൻ പീറ്റർ ജർമനിയിലെ മ്യൂണിക്കിലേക്കുള്ള വിമാനത്തിൽ കയറി ദുബായ് വിടുന്നു.

08.00—അലി മഭൗ താമസിക്കുന്ന രണ്ടാം നില വൃത്തിയാക്കിക്കൊണ്ടിരുന്ന ജീവനക്കാരൻ അത് പൂർത്തിയാക്കി സ്ഥലം വിടുന്നു. കൃത്യനിർവഹണസംഘത്തിലെ ഒരാൾ അൽ മഭൗവിന്റെ മുറിയിൽ പ്രവേശിക്കാൻ ശ്രമിക്കുന്നു.

08.04—ശ്രമം ഉപേക്ഷിച്ച് മുറിക്കുള്ളിലേക്ക് തിരികെ പോകാൻ എലിവേറ്ററിനരുകിലായി നിന്നിരുന്ന കെവിൻ സംഘാംഗത്തിന് അടയാളം കാണിക്കുന്നു. രണ്ടാം നിലയിൽ എലിവേറ്റർ നിന്ന് അതിൽ നിന്നും താമസക്കാർ പുറത്തേക്ക് വരുന്നു. ആരോ അൽ മഭൗവിന്റെ വാതിലിൽ ബലം പ്രയോഗിച്ചതായി ഇലക്ട്രോണിക് സംവിധാനം രേഖപ്പെടുത്തുന്നു.

08.20—അൽ മഭൗ ഹോട്ടലിൽ തിരികെ എത്തുന്നു. അയാൾ മുറിയിലേക്ക് പോകാനായി എലിവേറ്ററിനരുകിലേക്ക് നീങ്ങുന്നതായി ലോബിയിലെ നിരീക്ഷകൻ കെവിനെ അറിയിക്കുന്നു.

08.27—അൽ മഭൗ ഹോട്ടലിലെ മുറിയിൽ പ്രവേശിക്കുന്നു. കെവിനും ഗെയിലും എലിവേറ്ററിനരുകിലായി കാവൽ തുടരുന്നു. ഇരുന്നൂറ്റിമുപ്പതാം നമ്പർ മുറിക്കുള്ളിൽ കൊലപാതകം സംഭവിക്കുന്നു.

08.46—കൃത്യനിർവഹണസംഘത്തിലെ നാലുപേർ ഹോട്ടൽ വിടുന്നു.

08.47—ഗെയിലും മറ്റൊരു സംഘാംഗവും ഹോട്ടലിൽ നിന്നും പുറത്തേക്ക് പോകുന്നു.

08.51—കെവിൻ അൽ മഭൗവിന്റെ മുറിയിൽ പ്രവേശിക്കുന്നു. തിരിച്ചിറങ്ങുമ്പോൾ പുറത്ത് വാതിലിന്റെ ഹാൻഡിലിൽ 'ശല്യപ്പെടുത്തരുത്' (ഡുനോട്ട് ഡിസ്റ്റർബ്) എന്ന അടയാളം ഞാത്തുന്നു.

08.52—നിരീക്ഷകരിൽ അവസാനത്തെയാളും ഹോട്ടൽ വിടുന്നു.

10.30ദുബായിൽ നിന്നും നേരിട്ട് പാരീസിലേക്ക് പറക്കുന്ന വിമാനത്തിൽ കെവിനും ഗെയിലും നഗരം വിടുന്നു. ഏറെക്കുറെ അതേസമയം ദൗത്യസംഘത്തിലെ മറ്റെല്ലാവരും വ്യത്യസ്ത വിമാനങ്ങളിൽ വ്യത്യസ്ത നഗരങ്ങളിലേക്ക് യാത്രയാകുന്നു.

രാത്രി പത്ത് മണിയായപ്പോൾ അൽ മഭൗവിന്റെ ഭാര്യ അയാളെ ഫോണിൽ വിളിച്ചു. ദീർഘനേരം മണിയടിച്ചശേഷം ഫോൺ നിശ്ശബ്ദമായി. അവർ വീണ്ടും വീണ്ടും വിളിച്ചെങ്കിലും ഫലമുണ്ടായില്ല. മറ്റൊരു അടുത്ത മിത്രവും അൽ മഭൗവിനെ ബന്ധപ്പെടാൻ ശ്രമിച്ചെങ്കിലും അതും വിഫലമാവുകയായിരുന്നു. ടെക്സ്റ്റ് സന്ദേശങ്ങൾ അയച്ചെങ്കിലും

അതിനും പ്രതികരണം ഉണ്ടായില്ല. സമയം കടന്നുപൊയ്ക്കൊണ്ടിരുന്നു. പരിഭ്രാന്തയായ ഭാര്യ ഹമാസിലെ പല ഉന്നതരെയും വിളിച്ച് വിവരം ധരിപ്പിച്ചു. അവർ ഹമാസിന്റെ ദുബായിലെ പ്രതിനിധിയോട് അൽ ബുസ്റ്റാൻ റോട്ടാന ഹോട്ടലിൽ പോയി വിവരങ്ങൾ അറിയാൻ നിർദ്ദേശിച്ചു. റിസപ്ഷൻ ഡെസ്കിൽ നിന്നും ഒരാൾ ഇരുന്നൂറ്റിമുപ്പതാം നമ്പർ മുറിയുടെ വാതിൽക്കലെത്തി വാതിലിൽ തട്ടിനോക്കിയെങ്കിലും പ്രതികരണമൊന്നും ഉണ്ടായില്ല.

പാതിരാ കഴിഞ്ഞപ്പോൾ ഹോട്ടൽ ജീവനക്കാർ ഒടുവിൽ ഡ്യൂപ്ലിക്കേറ്റ് താക്കോൽ ഉപയോഗിച്ച് അൽ മഭൗവിന്റെ മുറി തുറന്നു. അവർ നിശ്ചലമായ ദേഹം കണ്ടെത്തി. ഒരു ഡോക്ടർ ഉടനെയെത്തി മൃതദേഹം പരിശോധിച്ചു. ഹൃദയാഘാതമാണ് മരണകാരണമെന്ന് അയാൾ നിർണ്ണയിച്ചു.

'വൈദ്യശാസ്ത്രപരമായ കാരണങ്ങളാൽ' അൽ മഭൗ അന്തരിച്ചു എന്നതായിരുന്നു ഹമാസിന്റെ ഔദ്യോഗിക പ്രസ്താവന. പക്ഷേ അൽ മഭൗവിന്റെ കുടുംബം അത് അംഗീകരിക്കാൻ വിസമ്മതിച്ചു. മൊസാദാണ് മരണത്തിന് പിന്നിൽ എന്നതായിരുന്നു അവരുടെ നിലപാട്. ദേഹം വീണ്ടും ദുബായിൽ പരിശോധനയ്ക്ക് വിധേയമാക്കി. രക്തസാമ്പിൾ കൂടുതൽ പരിശോധനയ്ക്കായി ഫ്രാൻസിലേക്ക് അയച്ചു. ഒമ്പത് ദിവസങ്ങൾക്ക് ശേഷം രക്തപരിശോധനാഫലം വന്നു. തുടർന്നാണ് അൽ മഭൗവിനെ മൊസാദ് കൊലപ്പെടുത്തുകയായിരുന്നെന്ന് ഹമാസ് ആരോപിച്ചത്. ഇലക്ട്രോണിക് ഷോക്കർ ഉപയോഗിച്ച് സ്തബ്ധനാക്കിയശേഷം തലയിണ ഉപയോഗിച്ച് ശ്വാസം മുട്ടിച്ച് കൊലപ്പെടുത്തുകയായിരുന്നു എന്നാണ് ഹമാസ് വെളിപ്പെടുത്തിയത്. അൽ മഭൗവിന്റെ രക്തത്തിൽ യാതൊരുവിധ വിഷാംശങ്ങളും ഇല്ലായിരുന്നുവെന്ന് ദുബായ് പോലീസും കണ്ടെത്തി. എങ്കിലും അൽ മഭൗവിനെ തങ്ങളുടെ മണ്ണിൽ വച്ച് ഇസ്രായേൽ കൊലപ്പെടുത്തിയെന്ന ആരോപണത്തിൽ നിന്നും ദുബായ് പോലീസ് പിന്മാറിയില്ല. ജനുവരി 31-ന്, വധം നടന്ന് പന്ത്രണ്ട് ദിവസങ്ങൾക്ക് ശേഷം ലണ്ടൻ ടൈംസ് റിപ്പോർട്ട് ചെയ്തത് വിഷം കുത്തിവച്ചാണ് മൊസാദ് അൽ ഭൗവിനെ കൊന്നതെന്നാണ്. മുറിയിൽ അതിക്രമിച്ച് കയറിയവർ ഹൃദയാഘാതത്തിന് കാരണമാകുന്ന ഒരു പ്രത്യേകവിഷം അൽ മഭൗവിന്റെ ദേഹത്ത് കുത്തിവയ്ക്കുകയായിരുന്നു. അതിനുശേഷം അവിടെയുണ്ടായിരുന്ന എല്ലാ രേഖകളും ഫോട്ടോഗ്രാഫ് ചെയ്തശേഷമാണ് അവർ മുറിവിട്ടുപോയതെന്നും പത്രം എഴുതിയിരുന്നു.

ഫെബ്രുവരി 28-ന് ദുബായ് പോലീസ് ഉപമേധാവി നടത്തിയ പത്രസമ്മേളനത്തിൽ അൽ മഭൗവിന്റെ ശരീരത്തിൽ സർജറിക്ക് മുൻപ് ശരീരത്തിൽ കുത്തിവയ്ക്കുന്ന വീര്യം കൂടിയ വേദനാസംഹാരിയായ

ഹൈഡ്രോക്ലോറൈഡ് ഫ്രാൻസിലെ വിദഗ്ധർ കണ്ടെത്തിയതായി പറഞ്ഞു. പേശികൾ അയയുന്നതിനെത്തുടർന്ന് ബോധം മറയലിനും കാരണമാകുന്നതാണ് ഈ രാസവസ്തുവെന്നും പോലീസ് അവകാശപ്പെട്ടു. ഇത് കുത്തിവച്ച് ബോധരഹിതനാക്കിയ ശേഷം സ്വാഭാവികമരണമെന്ന് തോന്നിപ്പിക്കാനായി ശ്വാസം മുട്ടിച്ചാണ് കൊലയാളികൾ വധം നടത്തിയതെന്നായിരുന്നു പോലീസിന്റെ നിഗമനം. 'മൊസാദിന്റെ കൊല്ലാനുള്ള ലൈസൻസ്'' എന്ന പേരിൽ ലണ്ടൻ ടെലിഗ്രാഫ് പത്രത്തിൽ ഒരു ലേഖനം പ്രസിദ്ധ മാധ്യമപ്രവർത്തകൻ ഗോർഡൻ തോമസ് എഴുതിയിരുന്നു. മൊസാദ് ഇതിനുമുൻപും പ്രയോഗിച്ചിട്ടുള്ള അതേ ശൈലിയാണ് അൽ മഭൗവിന്റെ വധത്തിലും പിന്തുടർന്നിട്ടുള്ളതെന്നായിരുന്നു അയാളുടെ നിരീക്ഷണം. പതിനൊന്നുപേരുണ്ടായിരുന്ന കൊലയാളി സംഘത്തിൽ ആറുപേർ വനിതകളായിരുന്നു. കിദോൻ ദൗത്യനിർവഹണസംഘത്തിലെ നാൽപ്പത്തിയെട്ടുപേരിൽ നിന്നും തിരഞ്ഞെടുക്കപ്പെട്ടവരായിരുന്നു അവർ. സുരക്ഷാ കാമറകളിൽ പതിഞ്ഞ ദൃശ്യങ്ങൾ മൊസാദിന്റെ സമാനമായ മുൻ കൃത്യങ്ങളോട് ഒത്തുപോകുന്നവയാണെന്ന് ഹാരെറ്റ്സ് ദിനപ്പത്രത്തിലെ യോസ്സി മെൽമാനും അഭിപ്രായപ്പെട്ടു. ലോകത്തിന്റെ വിവിധഭാഗങ്ങളിൽ നിന്നായി വ്യത്യസ്ത വിമാനങ്ങളിൽ വന്നെത്തുക, വെവ്വേറെ ഹോട്ടലുകളിൽ പാർക്കുക, പ്രാദേശിക കമ്പനികളെ ഒഴിവാക്കി അന്തർദേശീയ ഫോൺ സേവനങ്ങൾ മാത്രം ഉപയോഗിക്കുക, തിരിച്ചറിയൽ വിഷമകരമാക്കും വിധം വേഷം മാറിക്കൊണ്ടിരിക്കുക, വിനോദസഞ്ചാരികളോ ബിസിനസ്സുകാരോ ആണെന്ന് ശരിക്കും തോന്നിപ്പിക്കത്തക്ക വിധത്തിൽ പെരുമാറുക ഇവയെല്ലാം മൊസാദ് ഏജന്റുമാരുടെ ശൈലിയാണെന്ന് യോസ്സി ചൂണ്ടിക്കാണിച്ചു. എന്നാൽ മറ്റുചില മാധ്യമപ്രവർത്തകർ ഇതോട് യോജിച്ചില്ല. ഈ രീതികളെല്ലാം മിക്കവാറും എല്ലാ പാശ്ചാത്യ ചാരസംഘടനകളും പതിവായി ഉപയോഗിക്കുന്നവയാണെന്ന് അവർ വാദിച്ചു. അതിനാൽ അവയെ മാത്രം ആധാരമാക്കി ഈ വധത്തിനുപിന്നിൽ ആരാണെന്ന് നിർണ്ണയിക്കുക യുക്തിസഹമല്ലെന്നായിരുന്നു അവരുടെ നിലപാട്.

അൽ മഭൗവിനെ വധിച്ചത് മൊസാദാണെന്ന് ജർമ്മൻ രഹസ്യാന്വേഷണ സംഘടനയായ ബി എൻ ഡി ദേശീയ പാർലമെന്റിനെ അറിയിച്ചുവെന്ന് ജർമ്മനിയിലെ ആധികാരികതയുള്ള വാർത്താവാരികയായ ദെർ സ്പീഗൽ റിപ്പോർട്ട് ചെയ്തു. ദൗത്യസംഘാംഗങ്ങളിൽ ഒരാളായ മൈക്കിൾ ബൊദെൻഹീമെർ ഇസ്രായേലിൽ പിറന്ന ജൂതപൗരനെങ്കിലും മാതാപിതാക്കൾ ജർമ്മനിയിൽ ജനിച്ച ജർമ്മൻ പൗരന്മാരാണെന്നതിന്റെ പേരിൽ 2009-ൽ ജർമ്മൻ പാസ്പോർട്ടിന് അപേക്ഷിച്ചതായി വാരിക വെളിപ്പെടുത്തി. ഈ പാസ്പോർട്ട് ഉപയോഗിച്ചാണ് 2009 നവംബർ എട്ടിന് മൈക്കിൾ ഫ്രാങ്ക്ഫർട്ടിൽ നിന്നും ദുബായിലേക്ക് യാത്രചെയ്തത്.

നവംബറിലെ അതേ ദിവസം ഒമ്പത് ദൗത്യസംഘാംഗങ്ങൾ യൂറോപ്പിലെ വ്യത്യസ്ത വിമാനത്താവളങ്ങളിൽ നിന്നായി ദുബായിലെത്തിയതായും വാരിക എഴുതി. 2010 ജനുവരിയിലെ മഭൗ വധത്തിനുള്ള റിഹേഴ്സലായിരുന്നു അതെന്ന അനുമാനവും ദെർ സ്പീഗൽ പങ്കുവച്ചു.

ദുബായിലെ പോലീസ് തലവൻ ദഹി ഖൽഫാൻ അൽ അറബിയ പത്രത്തിന് നൽകിയ അഭിമുഖത്തിൽ മൊസാദാണ് അൽ മഭൗവിന്റെ കൊലയ്ക്ക് പിന്നിലെന്ന് താൻ കരുതുന്നതിന്റെ യുക്തികൾ ഇപ്രകാരമാണ് വിശദമാക്കിയത്: 'അതിനെ പിന്തുണയ്ക്കുന്ന ഡി എൻ എ സാമ്പിളുകളും വിരലടയാളങ്ങളും ലഭിച്ചിട്ടുണ്ട്. കൊല നടത്തിയ സംഘത്തിലെ അംഗങ്ങളെല്ലാവരും വിദേശ പാസ്പോർട്ടുകളുടെ ഉടമകളായിരുന്നെങ്കിലും പാസ്പോർട്ടുകളിൽ രേഖപ്പെടുത്തിയിരുന്ന വിവരങ്ങൾ വ്യാജമായിരുന്നെന്ന് പിന്നീട് അന്വേഷണത്തിൽ തെളിഞ്ഞു. അവരിൽ ചിലർ ഇസ്രായേൽ പൗരന്മാരാണെന്നത് തെളിയുകയും ചെയ്തു. ഇതിൽ നിന്നും നമ്മൾ എന്താണ് ഊഹിക്കേണ്ടത്? അൽ മഭൗവിനെ കൊന്നത് മൊസാദാണെന്ന് നൂറുശതമാനവും ഉറപ്പാണ്.'

ദുബായിലെ പോലീസ് മേധാവി അതോടെ ഒരു മാധ്യമ താരമായി മാറി. മണിക്കൂറുകൾ അദ്ദേഹം ലോകമാധ്യമങ്ങളിൽ ദിനവും കാണപ്പെട്ടു. താത്പ്പര്യമുള്ളവർക്കെല്ലാം അഭിമുഖം നൽകാൻ ദഹി ഖൽഫാൻ സന്നദ്ധനായിരുന്നു. ദുബായുടെ സുരക്ഷാ കാമറകൾ കാരണമായി ദഹി ഖൽഫാൻ ടെലിവിഷന്റെ ഇഷ്ടതാരമായി. ദുബായിലെ വിവിധ ഇടങ്ങളിലായുള്ള സുരക്ഷാ കാമറാകളിൽ നിന്നും ശേഖരിച്ച അനേകം തുണ്ടുകൾ ചേർത്ത് ഒരു ചലച്ചിത്രം പോലെ അൽ മഭൗവിന്റെ വധത്തെ വിശിദീകരിക്കാൻ ഖൽഫാൻ ഉത്സാഹിതനായി. അത് ഉപയോഗിച്ച് വധം നടത്തിയ സംഘം ദുബായ് വിമാനത്താവളത്തിൽ വന്നിറങ്ങുന്നത് മുതൽ അവർ അൽ മഭൗവിനെ വിടാതെ പിന്തുടരുന്നതും നഗരത്തിൽ ചുറ്റിയടിക്കുന്നതും ഹോട്ടലിൽ പ്രവേശിക്കുന്നതും ഹോട്ടൽ വിട്ടുപോരുന്നതും നിരവധി തവണ വേഷഭൂഷകൾ മാറ്റുന്നതുമെല്ലാം ദഹി ഖൽഫാൻ തമിം വിദഗ്ധമായി മാധ്യമങ്ങൾക്ക് മുന്നിൽ അവതരിപ്പിച്ചു.

തമിമിന്റെ വിശദീകരണപ്രകാരം കൊല നടത്തിയ സംഘത്തിൽ പതിനൊന്ന് പേരുണ്ടായിരുന്നു. മൂന്ന് ഐറിഷുകാർ, ആറ് ബ്രിട്ടീഷുകാർ, ഒരു ഫ്രഞ്ചുകാരൻ, ഒരു ജർമ്മൻകാരനും. വ്യത്യസ്ത യൂറോപ്യൻ നഗരങ്ങളിൽ നിന്നുമായി പല വിമാനങ്ങളിൽ അവർ ദുബായിൽ എത്തിച്ചേരുകയായിരുന്നു. ചിലരെത്തിയത് കൊല നടന്നതിന്റെ തലേ ദിവസമായിരുന്നു. മറ്റുചിലർ അൽ മഭൗ ദുബായിലെത്തിയ ദിവസവും. അറുന്നൂറ്റി നാൽപത്തിയെട്ട് മണിക്കൂറുകൾ ദൈർഘ്യമുള്ള ടേപ്പുകളിൽ നിന്നുമാണ് ദുബായ് പോലീസ് അൽ മഭൗവിന്റെ വധം വിശദമാക്കുന്ന ചിത്രം കൂട്ടിയോജിപ്പിച്ചത്.

സുരക്ഷാ കാമറകളിൽ നിന്നും ശേഖരിച്ച ടേപ്പുകളും വിമാനത്താവളത്തിലെ എമിഗ്രേഷൻ സ്റ്റാഫ് എടുത്ത ഫോട്ടോഗ്രാഫുകളും പരിശോധിച്ചതിൽ നിന്നും വധശ്രമത്തിന് പിന്നിൽ പങ്കെടുത്തവരുടെ എണ്ണം പതിനൊന്നിലും അധികമാണെന്ന നിഗമനത്തിൽ എത്തി. ആദ്യ ഘട്ടത്തിൽ പങ്കെടുത്തവരുടെ എണ്ണം ഇരുപത്തിയേഴെന്ന് തമിം പറഞ്ഞെങ്കിലും പിന്നീട് അയാൾ തന്നെ കുറച്ചുപേരുകൾ കൂട്ടിച്ചേർത്ത് അത് വർദ്ധിപ്പിച്ചു.

എങ്കിലും ഈ സംശയങ്ങൾ പുതിയ ചോദ്യങ്ങൾ സൃഷ്ടിച്ചു. ദുബായിലെമ്പാടുമുള്ള ഈ നിരീക്ഷണ കാമറകളെക്കുറിച്ച് മൊസാദിന് അറിവുണ്ടായിരുന്നില്ലേ? വധം ആസൂത്രണം ചെയ്യുന്നതിനായി മൊസാദിന്റെ ഏജന്റുമാർ നിരവധി തവണ ദുബായ് സന്ദർശിച്ചതാണ്. സുരക്ഷാ കാമറകൾ അവരുടെ ശ്രദ്ധയിൽ പെട്ടില്ലേ? കാമറകളെക്കുറിച്ച് അവർക്ക് അറിയാമായിരുന്നെങ്കിൽ ഹോട്ടലുകളിലേക്കുള്ള പോക്കുവരവുകളും, വേഷം മാറലും വിഗ് അണിയലുമെല്ലാം കാമറകൾക്ക് വേണ്ടിയുള്ള അഭിനയം ആയിരുന്നില്ലേ? ദൗത്യത്തിൽ യാതൊരു റോളും ഇല്ലാതിരുന്ന ചിലർ വന്നുപോയത് തെറ്റിദ്ധരിപ്പിക്കാനും വഴിതെറ്റിക്കാനും മാത്രം വേണ്ടിയുള്ള കപടനാടകമാടൽ ആയിരുന്നില്ലേ?

മറ്റൊരു കാര്യം കൂടിയുണ്ടായിരുന്നു: ദൗത്യസംഘത്തിലെ സകലരെയും തങ്ങൾ എമിഗ്രേഷനിൽ വച്ച് ഫോട്ടോഗ്രാഫ് ചെയ്തിട്ടുണ്ടെന്ന് പോലീസ് മേധാവി മേനി നടിച്ചിരുന്നു. ദുബായിലെ എമിഗ്രേഷൻ പ്രക്രിയ മൊസാദിന് അറിയാത്തതാണോ? തങ്ങളുടെ ഏജന്റുമാർ ഫോട്ടോഗ്രാഫ് ചെയ്യപ്പെടുമെന്ന് കൃത്യമായി അറിഞ്ഞിരുന്ന മൊസാദ് അവരുടെ ഏജന്റുമാരെ വേണ്ടവിധം വേഷം മാറ്റിയായിരിക്കില്ലേ എമിഗ്രേഷനിൽ എത്തിച്ചിട്ടുണ്ടാവുക? അങ്ങനെ ഭാവിയിൽ തിരിച്ചറിയപ്പെടാനുള്ള സാദ്ധ്യതയെ അവർ മറികടന്നിട്ടുണ്ടാവില്ലേ?

മറ്റൊരു ചോദ്യം കൂടി അവശേഷിക്കുന്നുണ്ട്: ദൗത്യസംഘത്തെ ക്രമാനുക്രമമായി പിന്തുടർന്ന ദുബായിലെ കാമറാകൾക്ക് എന്തുകൊണ്ട് അൽ മഭൗവിന്റെ മരണം പകർത്താനായില്ല? കൊലയാളികൾ മുറിയിലേക്ക് കടക്കുന്നതും പുറത്തുവരുന്നതും എന്തുകൊണ്ട് അവ കണ്ടില്ല?

ആസ്ട്രിയയിലുള്ള ഒരു ഫോൺ നമ്പർ ഉപയോഗിച്ചാണ് ദൗത്യസംഘം പുറത്തുള്ളവരുമായി ആശയവിനിമയം നടത്തിയിരുന്നതെന്ന് പോലീസ് മേധാവി വെളിപ്പെടുത്തുകയുണ്ടായി. അങ്ങനെയെങ്കിൽ ആ നമ്പരുകളെ പിന്തുടർന്ന് ആ വിദേശികളെ കണ്ടെത്താമായിരുന്നു. അവർ മൊസാദ് എജന്റുമാരെന്ന് തെളിയിക്കാമായിരുന്നു. സംഘാംഗങ്ങൾ നിയമപരമായ മാർഗ്ഗങ്ങളിലൂടെയാണ് ഹോട്ടലുകളിലെയും മറ്റും പണം നൽകിയതെന്നും പോലീസ് മേധാവി പറഞ്ഞു. റീചാർജ്ജ് ചെയ്യാവുന്ന മാസ്റ്റർ കാർഡിന്റെ ഒരു വകഭേദമാണ് ഏജന്റുമാർ ഉപയോഗിച്ചത്. ഇസ്രായേലിൽ ഗവേഷ

ണകേന്ദ്രം നടത്തിയിരുന്ന ഒരു അമേരിക്കൻ കമ്പനിയുടേതായിരുന്നു ആ ക്രെഡിറ്റ് കാർഡുകൾ.

ഈ വെളിപ്പെടലുകൾക്കിടയിലെ ഏറ്റവും കൗതുകകരമായ വസ്തുത ദൗത്യ സംഘാംഗങ്ങളെല്ലാവരും തന്നെ അവരുടെ യഥാർത്ഥ പാസ്പോർട്ട് ഉപയോഗിച്ചാണ് വരുകയും പോവുകയും ചെയ്തതെന്നതായിരുന്നു. ഇസ്രായേൽ പൗരത്വത്തിനൊപ്പം ഒരു യൂറോപ്യൻ രാജ്യത്തിന്റെ പൗരത്വവും ഉള്ളവരായിരുന്നു അവർ. ഇസ്രായേൽ പൗരനെ സംബന്ധിച്ചിടത്തോളം ഒരു അറബ് രാജ്യം ശത്രുരാജ്യമാണ്. പിടിക്കപ്പെട്ടാൽ യൂറോപ്യൻ പാസ്പോർട്ട് കാണിച്ച് ആ രാജ്യത്തിന്റെ എംബസ്സിയുടെ സംരക്ഷണം അവകാശപ്പെടാം എന്ന ആനുകൂല്യത്തിനായാണ് ഈ തന്ത്രം ഉപയോഗപ്പെടുത്തിയത്. വ്യാജ പാസ്പോർട്ടിൽ ഇതൊന്നും സാദ്ധ്യമാവില്ല. തങ്ങളുടെ പൗരന്മാരുടെ സഹായത്തിനെത്തുന്ന കാര്യത്തിൽ യൂറോപ്യൻ രാഷ്ട്രങ്ങൾ പൊതുവേ ജാഗരൂകരാണ്. വ്യാജ പാസ്പോർട്ട് ആണെങ്കിൽ പരിശോധനയിൽ അത് വെളിപ്പെടുകയും ഏജന്റുമാർ നിസ്സഹായരായി ജയിലിൽ പോവുകയും ചെയ്യുമായിരുന്നു.

മാധ്യമങ്ങളിലൂടെ ഇതെല്ലാം പുറത്തായപ്പോൾ തങ്ങളുടെ പാസ്പോർട്ടുകൾ മൊസാദ് ദുരുപയോഗം ചെയ്തു എന്ന ആരോപണവുമായി ബന്ധപ്പെട്ട യൂറോപ്യൻ രാജ്യങ്ങൾ പ്രതിഷേധവുമായെത്തി. ബ്രിട്ടനും ആസ്ട്രേലിയയും അയർലണ്ടും തങ്ങളുടെ രാജ്യങ്ങളിൽ നിന്നും മൊസാദിന്റെ പ്രതിനിധികളെ പുറത്താക്കി. പോളണ്ടിലെ ഗവൺമെന്റ് വാഴ്സോ വിമാനത്താവളത്തിൽ നിന്നും ഉറി ബ്രോഡ്സ്കി എന്നൊരാളെ പിടികൂടി ജർമ്മനിയിലേക്ക് നാടുകടത്തി. മൈക്കൾ ബോദെൻഹീമർക്ക് വ്യാജവിവരങ്ങൾ ഉപയോഗപ്പെടുത്തി ജർമ്മൻ പാസ്പോർട്ട് സംഘടിപ്പിച്ച് നൽകിയത് ബ്രോഡ്സ്കി ആയിരുന്നു. അറുപതിനായിരം യൂറോ പിഴ ഒടുക്കിയാണ് അയാൾ മോചിതനായത്. ബോഡൻഹീമറെ കണ്ടെത്താനായില്ല. മറ്റ് പല രാജ്യങ്ങളും ഈ കാര്യത്തിലുള്ള അവരുടെ അതൃപ്തി രേഖപ്പെടുത്തി. വാസ്തവത്തിൽ ഈ വിമർശനങ്ങളിലെല്ലാം കാപട്യം കലർന്നിരുന്നു. വ്യാജ തിരിച്ചറിയൽ രേഖകൾ ഉപയോഗപ്പെടുത്തുന്ന കാര്യത്തിൽ പാശ്ചാത്യരാജ്യങ്ങളെല്ലാം ഒരുപോലെയായിരുന്നു. ഇസ്രായേലിനെതിരെ വിമർശനവുമായെത്തിയ രാജ്യങ്ങളെല്ലാം ഈ വിഷയത്തിൽ മൊസാദിന് സമാനരായിരുന്നു. അമേരിക്കയിൽ പ്രവർത്തിച്ചിരുന്ന ഒരു റഷ്യൻ ചാരസംഘത്തെ 2010 ഒടുവിൽ കണ്ടെത്തിയപ്പോൾ അവർ ബ്രിട്ടന്റെയും അമേരിക്കയുടെയും വ്യാജരേഖകളാണ് ഉപയോഗിച്ചിരുന്നതെന്ന കാര്യം ആരും ആരോപണമായി ഉന്നയിച്ചില്ല എന്നത് ശ്രദ്ധേയമായിരുന്നു.

ലോക മാധ്യമങ്ങളിൽ നിരന്തരം പ്രത്യക്ഷപ്പെട്ട റിപ്പോർട്ടുകൾ മൊസാദിന്റെ ദുബായ് ദൗത്യം വിജയമായിരുന്നെന്ന് രേഖപ്പെടുത്തിയ തിനോടൊപ്പം തന്നെ അതിൽ ഇസ്രായേലിന് സംഭവിച്ച പിഴവുകളെയും അടിവരയിട്ട് ചൂണ്ടിക്കാണിച്ചു. ദുബായുടെയും പാശ്ചാത്യരാഷ്ട്രങ്ങളുടെയും രൂക്ഷവും പ്രതികൂലവുമായ പ്രതികരണങ്ങളെ മുൻകൂട്ടി കാണാൻ ഇസ്രാ യേലിന് കഴിഞ്ഞില്ല. അന്തർദേശീയവേദികളിൽ ഇസ്രായേലിന്റെ പ്രതി ച്ഛായയ്ക്ക് അത് തിളക്കം കുറച്ചെങ്കിലും അവരുടെ ചാരവൃത്തി വൈദഗ്ധ്യ ത്തിന്റെ പേരും പെരുമയും പെരുകുകയാണുണ്ടായത്. പുറത്താക്കപ്പെട്ട മൊസാദ് ഏജന്റുമാർക്ക് പകരമായി ഇസ്രായേൽ പുതിയ ആളുകളെ ഉടനെ എത്തിച്ചു. അൽ മഭൗവിനെ വധിച്ചവരെ തിരിച്ചറിഞ്ഞുകഴിഞ്ഞതിനാൽ ഓരോരുത്തരായി ഉടനെ തടവിലാക്കപ്പെടുമെന്ന് ദുബായ് പോലീസ് മേധാവി വീമ്പിളക്കിയെങ്കിലും യാതൊന്നും സംഭവിച്ചില്ല. അന്താരാ ഷ്ട്രതലത്തിൽ ആരും ആ വഴിക്ക് നീങ്ങിയില്ല. ദുബായ് ദൗത്യത്തിൽ പങ്കെടുത്ത ഒരാൾ പോലും അറസ്റ്റ് ചെയ്യപ്പെട്ടില്ല.

എങ്കിലും ദുബായ് സംഭവവും അതിന്റെ അനുരണനങ്ങളും പുതിയ ഒട്ടേറേ വെല്ലുവിളികളെ ലോകത്തിലെ ചാരസംഘടനകളുടെ മുന്നിലെ ത്തിച്ചു. പഴയ നിഗൂഢതകളിലൂന്നിയ ചാരപ്രവർത്തനം ഇനി അസാദ്ധ്യ മെന്നത് ലോകത്തിനുമുന്നിൽ വെളിപ്പെട്ടു. സുരക്ഷാ കാമറാകൾ, ഫോട്ടോ ഗ്രാഫുകളും വിരലടയാളങ്ങളും, പാസ്പോർട്ടുകളുടെ അതിദ്രുത പരിശോ ധനകൾ, ഡി എൻ എ പരിശോധനകൾ തുടങ്ങിയവയെല്ലാം പുതിയ വെല്ലുവിളികളെയും സാദ്ധ്യതകളെയും കൊണ്ടുവന്നു. ചാരപ്രവർത്തനം കൂടുതൽ കൂടുതൽ ജാഗ്രതയും അതീവസൂക്ഷ്മ ഉപകരണങ്ങളും പ്രയോഗ ക്ഷമതയും ആവശ്യമുള്ള ഒരു മേഖലയായി പരിണാമപ്പെടുകയായിരുന്നു. നിഴലും നിശയും മേയുന്ന ഗൂഢ ഇടങ്ങളായി ചാരപ്രവർത്തനം മാറിവന്നു. ഇടുങ്ങി ഇരുണ്ട ഇടങ്ങളിലെ ഇരുണ്ട ദൗത്യങ്ങൾ പിന്നെയും തുടർന്നു.

2011 ഏപ്രിൽ ഏഴിന് തിരിച്ചറിയപ്പെടാത്ത ഒരു വിമാനത്തിൽ നിന്നും പാഞ്ഞുവന്ന ഒരു മിസ്സൈൽ സുഡാനിലെ പോർട്ട് സുഡാൻ നഗരത്തിലെ ഒരു തെരുവിലൂടെ സഞ്ചരിച്ചിരുന്ന വാഹനത്തെ തകർത്ത് തരിപ്പണമാക്കി. ഒരു ടൺ ഭാരമുള്ള സ്ഫോടകവസ്തുക്കൾ വഹിച്ചുകൊണ്ട് ഇടയ്ക്ക് ഇന്ധനം നിറക്കാതെ നാലായിരം കിലോമീറ്ററുകൾ സഞ്ചരിക്കാൻ കഴിയുന്ന ഒരു ആളില്ലാവിമാനത്തിൽ നിന്നായിരുന്നു ആ മിസ്സൈൽ പുറപ്പെട്ടത്. അതിർത്തി കടന്നുള്ള ആക്രമണങ്ങൾക്കായി ഇസ്രായേൽ ആയിടെ വികസിപ്പിച്ചെടുത്ത ഡ്രോൺ വിമാനമായിരുന്നു അത്. ഇന്ന് ലോകത്തിലെ ഏറ്റവും മികച്ച ആളില്ലാ വിമാനങ്ങളുടെ നിർമ്മാതാക്കൾ ഇസ്രായേലാണ്. അവയെ ഉപയോഗിച്ച് മദ്ധ്യപൗരസ്ത്യ നാടുകളിൽ

എവിടെയും ബോംബുകൾ വർഷിക്കാനുള്ള ഇസ്രായേൽ സൈന്യത്തിന്റെ മാരകമായ കഴിവുകൾ ഇതിനകം ലോകം അറിഞ്ഞുകഴിഞ്ഞു.

സുഡാനിലെ മിസൈൽ ആക്രമണത്തിൽ കൊല്ലപ്പെട്ട രണ്ടുപേരിൽ ഒരാൾ ഹമാസിന്റെ നേതാവായിരുന്നു. സുഡാനിലെ ഈ പാതകളിലൂടെയാണ് ഗാസയിലേക്ക് ഹമാസ് ആയുധങ്ങൾ കടത്തിയിരുന്നത്. ബോട്ടുകളിൽ എത്തുന്ന ആയുധങ്ങൾ ഗാസയിൽ എത്തിക്കുകയായിരുന്നു. അവിടെനിന്നും കോൺവോയ്കൾ വഴി ഈജിപ്തിലേക്കും അവിടെനിന്നും ഗാസയിലേക്കും എത്തിക്കുകയായിരുന്നു. നൽകാൻ ഡോളർ ഉണ്ടെങ്കിൽ അതിർത്തികളിലൂടെയും ചെക്ക് പോയിന്റുകളിലൂടെയും കടന്നുവരിക ആഫ്രിക്കയിൽ എളുപ്പമായിരുന്നു.

മിസൈൽ ആക്രമണങ്ങളിലൂടെ ഗവൺമെന്റിനെ അട്ടിമറിക്കാനാണ് ഇസ്രായേൽ ശ്രമിക്കുന്നതെന്ന് സുഡാൻ ആരോപിച്ചു. 2009-ൽ ഈ വഴിയിലൂടെ നിരവധി ട്രക്കുകളിൽ രഹസ്യമായി കടത്തിക്കൊണ്ടുപോരുകയായിരുന്ന മിസൈലുകൾ, ബോംബുകൾ, ഇതര സ്ഫോടകവസ്തുക്കൾ എന്നിവയെയും ഈ വിധം ആളില്ലാവിമാനങ്ങളുടെ സഹായത്തോടെ ഇസ്രായേൽ നശിപ്പിച്ചിരുന്നു. വാഹനങ്ങൾ ഓടിച്ചിരുന്നവരും സഹായികളുമായ നാൽപ്പതുപേർ കൊല്ലപ്പെട്ടു. അവരിലൊരാൾ ഇറാനിൽ നിന്നും ഗാസയിലേക്ക് ആയുധങ്ങൾ കടത്തുന്നതിന് നേതൃത്വം നൽകിയിരുന്ന ഒരു ഹമാസ് നേതാവായിരുന്നു.

അദ്ധ്യായം 21

ഷേബാ രാജ്ഞിയുടെ നാട്ടിൽ നിന്നും

കറുത്ത നിറക്കാരായ ഒരു കൂട്ടം എത്യോപ്യൻ കുട്ടികൾ വെളുത്ത വസ്ത്രം ധരിച്ച് ജറുസലേമിലെ ഒരു ഹാളിലെ സ്റ്റേജിലേക്ക് കടന്നു നിന്നു. സവിശേഷമായൊരു സൗന്ദര്യത്താൽ അനുഗൃഹീതരായ ആ കുട്ടികൾ അവരുടെ കറുത്ത് വിടർന്ന, കൗതുകവും അഭിമാനവും നിറഞ്ഞ മിഴികളാൽ ആ ഹാളിൽ കൂടിയിരുന്ന ജനക്കൂട്ടത്തെ നോക്കി. പ്രസിദ്ധനായ ഇസ്രായേലി സംഗീതജ്ഞൻ ഷോളോമോ ഗ്രോണിച്ചായിരുന്നു പിയാനോ വായിച്ചിരുന്നത്. ആദ്യം ഉതിർന്ന് വന്ന സംഗീതസ്വരങ്ങൾ ശ്രോതാക്കളെ തഴുകി കടന്നുചെന്നു. കുട്ടികളുടെ ആ ഗായകസംഘം മനോഹരമെങ്കിലും മനസ്സിനെ വിറകൊള്ളിക്കുന്ന ആ ഗാനം ആലപിക്കാൻ തുടങ്ങി:

മേലെ വാനത്തുനിന്നും നിലാവ് കാണുന്നുണ്ട്
എന്റെ തോളിലെ സഞ്ചിയിൽ ഇത്തിരി അന്നമുണ്ട്
മുന്നിലെ മരുപ്പരപ്പിന് അന്തമില്ല
അമ്മ കുഞ്ഞനിയനോട് മൊഴിയുന്നു:
'ഇത്തിരി കൂടി, ഇത്തിരി കൂടിയേയുള്ളൂ
ജറുസലേമിലേക്കുള്ള അവസാനത്തെ കുതിപ്പിനായി
കാലുകൾ നീട്ടിവക്കൂ.'

കവി ഹയിം ഇദിസ്സിന്റെ 'യാത്രാ ഗീതം' ആണിത്. വാഗ്ദത്ത നാടായ ഇസ്രായേലിലേക്കുള്ള എത്യോപ്യൻ യഹൂദരുടെ ഐതിഹാസികമായ യാത്രയെക്കുറിച്ചുള്ള പാട്ട്. അതുകേട്ട് ജനക്കൂട്ടം ആർത്തുവിളിച്ച് കൈയ്യടിച്ചു. ഒരുപക്ഷേ കവി അതായിരിക്കില്ല ഉദ്ദേശിച്ചത്. പക്ഷേ ഉത്സാഹഭരിതരായ ആൾക്കൂട്ടം അതൊന്നും ശ്രദ്ധിച്ചില്ല. കുട്ടികൾ ആ ഗീതകത്തിന്റെ ഏറ്റവും ഹൃദയസ്പർശിയായ, ഒപ്പം ദാരുണവുമായ ഭാഗം പാടാൻ തുടങ്ങുകയായിരുന്നു:

നിലാവിന്റെ വെട്ടം അങ്ങനെതന്നെ നിന്നു
അന്നം ഉണ്ടായിരുന്ന സഞ്ചി നഷ്ടമായിരിക്കുന്നു
രാവിൽ കത്തിയും മൂർച്ചയുള്ള വാളുമായി
കൊള്ളക്കാർ ആക്രമിച്ചു
അമ്മയുടെ ചോര മരുഭൂമിയിൽ വീണു
നിലാവാണ് എന്റെ സാക്ഷി
എന്റെ കുഞ്ഞനിയന് ഞാൻ വാക്ക് കൊടുക്കുന്നു:
'ഇത്തിരി കൂടി, ഇത്തിരികൂടിയേയുള്ളൂ
നമ്മുടെ കിനാവ് സത്യമാകും
നമ്മൾ വാഗ്ദത്തനാടായ ഇസ്രായേലിലെത്തും.'

ഇസ്രായേലിൽ എത്തിച്ചേരാനായി ലോകത്തുള്ള മറ്റൊരു ജൂതസമൂഹവും എത്യോപ്യൻ ജൂതരെപ്പോലെ ക്ലേശങ്ങൾ സഹിച്ചിട്ടുണ്ടാവില്ല. അത് ജീവനുള്ള ഒരിതിഹാസമാണ്.

ഏതോ കഥയിൽ നിന്നും പകർത്തിയെടുത്ത ആഖ്യാനം പോലെ അത് ജീവനോടെ ഇന്നും നിലനിൽക്കുന്നു. ഒരു യഹൂദ ഗോത്രം ലോകവുമായി വിഘടിച്ച് ആഫ്രിക്കയുടെ ഹൃദയത്തിൽ ജീവിക്കുന്നു. ഷേബാ രാജ്ഞിയുടെ നാട്ടിലെ മലകളിലും താഴ്വാരങ്ങളിലുമായി അവർ പുലർന്നു. ആയിരക്കണക്കിന് ആണ്ടുകളായി തങ്ങളുടെ വിശ്വാസത്തോട് ഇഴചേർന്ന് അവർ ജീവിച്ചു. പുരാതന ബൈബിളിലെ അകളങ്കിതമായ മത പാരമ്പര്യങ്ങളെ അതിന്റെ ശുദ്ധിയോട് യാതൊന്നും കലർത്താതെ ജീവിതത്തിൽ അവർ നിഷ്ഠയോടെ പാലിച്ചുപോന്നു.

തങ്ങളിലേക്ക് തന്നെ ചുരുങ്ങിയ ആ സമൂഹം നിശ്ശബ്ദമായി ചരിത്രത്തിന്റെ മറവിയിൽ അമർന്നു. കെസ്സിം എന്നപേരിൽ അറിയപ്പെട്ട ആദരണീയരായ അതിന്റെ നേതാക്കന്മാർ തൂവെള്ള വസ്ത്രങ്ങൾ ധരിച്ച് കാണപ്പെട്ടു. അവർ തങ്ങളുടെ അനുയായികളെ ജൂതമതത്തിന്റെ അതിപുരാതന നിയമങ്ങൾ പഠിപ്പിച്ചു. ആധുനിക ലോകത്തെ പുറന്തള്ളാതെ പുരാതന നിയമങ്ങളെ അണുവിട കൈവിടാതെ പിന്തുടർന്നുകൊണ്ട്

ജീവിക്കാൻ ശീലിപ്പിച്ചു. ഒരു ഗോത്രജനതയായി അവർ സ്വയം കരുതി. ശാന്തരായി സമാധാനത്തോടെ അവർ വ്യത്യസ്തരായ അയൽപ്പക്കങ്ങളോടൊപ്പം പുലർന്നു. ചിലപ്പോൾ ഏകാധിപതികളും ക്രൂരരുമായ ഭരണകർത്താക്കളാൽ പീഡിപ്പിക്കപ്പെട്ടു. അവയെല്ലാം വിനയത്തോടെ അവർ സ്വീകരിച്ചുപോന്നു. അവരെ ഏറ്റവും വേദനിപ്പിച്ചത് തങ്ങളുടെ സോദരരായ ജൂതസമൂഹം ഫലാഷ എന്ന പേരിൽ അറിയപ്പെട്ട ഈ യഹൂദസമൂഹത്തെ ജൂതരായി കരുതാൻ വിസമ്മതിച്ചതാണ്. ഫലാഷ എന്ന പേരിൽ അറിയപ്പെട്ട ഈ ചെറുസമൂഹത്തെ റാബിമാരും ദൈവവിജ്ഞാനീയ പ്രഗൽഭരും ജൂതരായി സ്വീകരിക്കാൻ വിസമ്മതിച്ചു. എത്യോപ്യൻ യഹൂദർ യഥാർത്ഥത്തിൽ ജൂതരല്ലെന്നായിരുന്നു പലരുടെയും നിലപാട്.

എന്നിട്ടും എത്യോപ്യൻ ജൂതസമൂഹം പ്രത്യാശയുള്ളവരായി തുടർന്നു. തലമുറകളായി അവർ പാരമ്പര്യത്തെ പിന്തുടർന്ന് ഭയരഹിതരായി ജീവിച്ചുപോന്നു. അപ്പന്മാരിൽ നിന്നും ആൺമക്കളും അമ്മമാരിൽ നിന്നും പെൺമക്കളും വിശ്വാസപരിശീലനം നേടി. വാഗ്ദത്ത ഭൂമിയായ ഇസ്രായേലിലേക്ക് യാത്ര തുടങ്ങുന്ന ദിവസത്തെ സ്വപ്നം കണ്ട് അവർ ദിവസങ്ങൾ തള്ളിവിട്ടു.

ഇസ്രായേൽ രാജ്യം നിലവിൽ വന്ന് മൂപ്പതാണ്ടുകൾ കഴിഞ്ഞിട്ടും എത്യോപ്യയിൽ നിന്നും വിരലിലെണ്ണാവുന്ന യഹൂദർ മാത്രമേ ഇസ്രായേലിലെത്തിയുള്ളൂ. 'യഹൂദ സിംഹം' എന്നും ഇസ്രായേലിന്റെ അടുത്ത സുഹൃത്തും സഖ്യകക്ഷിയുമെന്ന് പേരുകേട്ട ഹെയ്‌ലി സെലാസി ചക്രവർത്തിയുടെ വാഴ്ചക്കാലത്ത് പോലും എത്യോപ്യയിൽ നിന്നും യഹൂദരെ ഇസ്രായേലിലെത്തിക്കാനുള്ള കാര്യമായ ശ്രമങ്ങളൊന്നും ഉണ്ടായില്ല. 1973-ൽ സംഗതികൾക്ക് മാറ്റമുണ്ടായി. ഇസ്രായേലിലെ മുഖ്യ ജൂതപുരോഹിതനായ ഒവാദിയ യോസേഫ് സുപ്രധാനമായ ഒരു പ്രമാണരേഖ പുറത്തിറക്കി. എത്യോപ്യൻ ജൂതർ പൂർണ്ണമായ അർത്ഥത്തിൽ ആഗോള യഹൂദസമൂഹത്തിന്റെ അവിഭാജ്യഭാഗം തന്നെയെന്ന് അദ്ദേഹം പ്രഖ്യാപിച്ചു. രണ്ട് വർഷം കടന്നുപോയപ്പോൾ ഇസ്രായേൽ ഗവൺമെന്റ് എത്യോപ്യൻ ജൂതരെയും യഹൂദ പുനരധിവാസനിയമത്തിന്റെ പരിധിയിൽ കൊണ്ടുവന്നു. 1977-ൽ മേനാഹിം ബേഗിൻ പ്രധാനമന്ത്രി ആയി സ്ഥാനമേറ്റപ്പോൾ അദ്ദേഹം മൊസാദ് തലവനായിരുന്ന ജനറൽ യിസഹാക് ഹക്ക ഹോഫിയെ തന്റെ ഓഫീസിലേക്ക് വിളിപ്പിച്ച് പറഞ്ഞു:

'എത്യോപ്യയിലെ ജൂതസഹോദരരെ കൊണ്ടുവരിക!' രംസദിന് പ്രധാനമന്ത്രി ആജ്ഞ നൽകി.

പരദേശങ്ങളിൽ പാർക്കുന്ന യഹൂദരുടെ സംരക്ഷണത്തിനായി ബിത്സുർ എന്നപേരിൽ ഒരു പ്രത്യേകവിഭാഗം മൊസാദിന്റെ ഭാഗമായി പ്രവർത്തിക്കുന്നുണ്ടായിരുന്നു. പരദേശത്ത് ചിതറിപ്പാർക്കുന്ന യഹൂദരെ സംഘടിപ്പിച്ച് ഏതുവിധേനയും അവരെ ഇസ്രായേലിലെത്തിക്കുന്നതിന്

ബിത്സൂർ പ്രാധാന്യം നൽകി. പിൽക്കാലത്ത് സഫ്രിർ എന്നപേരിൽ അറിയപ്പെട്ട ബിത്സൂർ ഉടനെ പ്രവർത്തനനിരതമാവുകയും ചെയ്തു.

പ്രധാനമന്ത്രി രംസദിന് നേരിട്ട് നിർദ്ദേശം നൽകി ദിവസങ്ങൾക്കുള്ളിൽ മൊസാദിന്റെ ഡെപ്യൂട്ടി ഡയറക്ടറായ ഡേവിഡ് കിംഹി എത്യോപ്യയുടെ തലസ്ഥാനമായ ആഡിസ് അബാബയിൽ വിമാനമിറങ്ങി. ഇസ്രായേലിന്റെ രഹസ്യ അന്തർദേശീയ ബന്ധങ്ങളുടെ ചുമതലയും ഡേവിഡിനായിരുന്നു. അന്ന് ചക്രവർത്തിയായിരുന്ന മെൻഗിസ്തു ഹെയ്‌ലി മറിയത്തിന്റെ കൊട്ടാരത്തിലേക്കാണ് ഡേവിഡ് നേരെ പോയത്. എത്യോപ്യൻ ജൂതർ ഇസ്രായേലിലേക്ക് കുടിയേറുന്നത് വിലക്കപ്പെട്ടിരുന്ന കാലമായിരുന്നു അത്. വിമതരും സർക്കാർ സേനയുമായുള്ള ഏറ്റുമുട്ടൽ രാജ്യത്തെ വിഭജിച്ചിരുന്നു. വിമതർക്കെതിരെ ഇസ്രായേലിന്റെ സൈനിക സഹായം ചക്രവർത്തി ആവശ്യപ്പെട്ടുവെങ്കിലും ഡേവിഡ് ആ ആവശ്യം നിരാകരിച്ചു. എങ്കിലും ഒരു നിബന്ധനയോടെ എത്യോപ്യൻ സേനയ്ക്ക് ആയുധങ്ങൾ നൽകാൻ ഡേവിഡ് സന്നദ്ധനായി. ആയുധവുമായി ഇസ്രായേലിൽ നിന്നും എത്തുന്ന ഓരോ വിമാനവും ജൂതരെയും നിറച്ചു കൊണ്ടാവും ഇസ്രായേലിലേക്ക് തിരികെ പറക്കുക. ആയുധത്തിനായി വലഞ്ഞിരുന്ന ചക്രവർത്തി ആ നിബന്ധന അംഗീകരിച്ചു. എത്യോപ്യയിൽ നിന്നും ഇസ്രായേലിലേക്ക് വൻ തോതിലുള്ള ജൂത കുടിയേറ്റം ആരംഭിച്ചത് അങ്ങനെയായിരുന്നു.

1978 ഫെബ്രുവരിയിൽ യാദൃശ്ചികമായി ഇതവസാനിക്കുന്നതുവരെ ആറുമാസം ഇത് തുടർന്നു. ഇസ്രായേൽ പ്രതിരോധ മന്ത്രി മോഷെ ദയാന്റെ ഒരു നാവ് പിഴവാണ് അതിന്റെ അവസാനത്തിന് കാരണമായത്. ഒരു സ്വിസ് മാധ്യമത്തിന് നൽകിയ അഭിമുഖത്തിൽ യാദൃച്ഛികമെന്നോണം ഇസ്രായേൽ എത്യോപ്യക്ക് ആയുധങ്ങൾ നൽകുന്നതായി മോഷെ ദയാൻ പറയുകയായിരുന്നു. സോവിയറ്റ് ചേരിയോട് ചേർന്ന് നിന്നിരുന്ന എത്യോപ്യയ്ക്ക് ആയുധസഹായം നൽകുന്നതിനോട് നയപരമായി വിയോജിച്ചിരുന്ന മോഷെ ദയാൻ മനപ്പൂർവ്വം അങ്ങനെ പറയുകയായിരുന്നുവെന്നും ഒരു പക്ഷമുണ്ട്.

മെൻ ഗിസ്തു കോപാകുലനായി. ഇസ്രായേലുമായി തങ്ങൾക്ക് രഹസ്യബന്ധമുണ്ടെന്ന് സമ്മതിക്കാൻ അയാൾ ഒരുക്കമല്ലായിരുന്നു. മൊസാദുമായുണ്ടാക്കിയ രഹസ്യ ഉടമ്പടി അതിവേഗം അയാൾ റദ്ദുചെയ്തു. അതോടെ എത്യോപ്യൻ യഹൂദരുടെ നിയമപരമായ കുടിയേറ്റത്തിന് അറുതിവന്നു. എങ്കിലും അവർക്കായി ഇസ്രായേലിന്റെ വാതിലുകൾ തുറന്നുകൊണ്ടുള്ള പ്രധാനമന്ത്രി ബേഗിന്റെ ഉത്തരവ് അപ്പോഴും നിലനിൽക്കുന്നുണ്ടായിരുന്നു. പക്ഷേ എത്യോപ്യയുടെ വാതിലുകൾ അടഞ്ഞുകിടന്നു.

അതേ ദിവസങ്ങളിൽ എത്യോപ്യയുടെ അയൽരാജ്യമായ സുഡാന്റെ തലസ്ഥാനമായ ഖാർത്തൂമിൽ നിന്നും മൊസാദിന്റെ കേന്ദ്ര കാര്യാല

യത്തിലെത്തിയ ഒരു കത്ത് വീണ്ടും എത്യോപ്യൻ ജൂതർക്ക് മറ്റൊരു രക്ഷാമാർഗ്ഗം തുറന്നുകൊടുത്തു. ഫെരെദെ അക്‌ലും എന്നൊരു എത്യോപ്യൻ യഹൂദനാണ് ആ കത്തെഴുതിയത്. എങ്ങനെയോ അതിർത്തി കടന്ന് സുഡാനിലെത്തിയ ഒരു അദ്ധ്യാപകനായിരുന്നു ഫെരെദെ. ഇസ്രായേലിന്റെ കാഴ്ചപ്പാടിൽ നിന്നും നോക്കുമ്പോൾ സുഡാൻ ഒരു ശത്രു രാജ്യമായിരുന്നു. ക്ഷാമവും വറുതിയും വംശീയകലാപങ്ങളും മതവർഗ്ഗീയകലഹങ്ങളും കൊണ്ട് തകർന്ന ഒരു രാജ്യം. സുഡാന്റെ എല്ലാഭാഗങ്ങളിൽ നിന്നും ഒപ്പം എത്യോപ്യയിൽ നിന്നും അഭയാർത്ഥികൾ ഖാർത്തൂമിലെത്തിയിരുന്നു. പരിതാപകരമായ അവസ്ഥയിൽ താത്ക്കാലിക ടെന്റുകളിലായിരുന്നു അവർ പാർത്തിരുന്നത്. അക് ലും എഴുതിയ നിരവധി കത്തുകൾ ലോകത്തിലെ പല അഭയാർത്ഥി ദുരിതാശ്വാസ സംഘടനകളിലും ഇസ്രായേലിലും എത്തി. അവയെല്ലാം സുഡാനിലെ എത്യോപ്യൻ ജൂതർക്ക് അടിയന്തിര സഹായം അഭ്യർത്ഥിച്ചുകൊണ്ടുള്ളതായിരുന്നു. അക് ലുമിന്റെ കത്തുകളിൽ ഒരെണ്ണം മൊസാദിന്റെ ഓഫീസിലും എത്തി. അത് ഒരു സീനിയർ ഉദ്യോഗസ്ഥന്റെ ശ്രദ്ധയിൽപ്പെട്ടു. 'ഞാൻ സുഡാനിലാണുള്ളത്. ഒരു വിമാന ടിക്കറ്റ് അയച്ചുതരണം' എന്നാണ് അതിൽ എഴുതിയിരുന്നത്. വിമാന ടിക്കറ്റിനുപകരം അക് ലുമിനെ സന്ധിക്കാനായി മൊസാദ് ഏജന്റായ ഡാനി ലിമോറിനെ അയക്കുകയായിരുന്നു.

അവർ കണ്ട് സംസാരിച്ചതിൽ നിന്നും രൂപപ്പെട്ട ധാരണയനുസരിച്ച് അക്‌ലും അഭയാർത്ഥി ക്യാമ്പുകൾ സന്ദർശിച്ച് യഹൂദരെ കണ്ടെത്തി വിവരം ഡാനി ലിമോറിനെ അറിയിക്കുമെന്ന് ഉറപ്പിച്ചു. ഒന്നുരണ്ട് മാസങ്ങൾക്കുള്ളിൽ മുപ്പത് യഹൂദരെ കണ്ടെത്താൻ അക്‌ലുംന് കഴിഞ്ഞു. അവരെ സംഘടിപ്പിച്ച് രഹസ്യമായി മൊസാദ് ഇസ്രായേലിലെത്തിച്ചു. ഒരു മാസം കൂടി കഴിഞ്ഞപ്പോൾ അക് ലുമിനെ മൊസാദ് അവരിലൊരാളായി സ്വീകരിച്ച് ഖാർത്തൂമിലെ യഹൂദരെ കണ്ടെത്താനുള്ള ചുമതല ഏൽപ്പിച്ചു. ഖാർത്തൂമിൽ കൂടുതൽ യഹൂദർ ഉണ്ടായിരുന്നില്ല. അതോടെ ഇസ്രായേലിലേക്ക് മടങ്ങാൻ ലിമോർ തീരുമാനിച്ചു. ഖാർത്തൂമിലെ യഹൂദരെ കണ്ടെത്തി ഇസ്രായേലിലെത്തിക്കുക എന്ന ദൗത്യം പൂർത്തിയായതിനാൽ അക് ലുമിനോടും ഇസ്രായേലിലേക്ക് തിരിക്കാൻ ലിമോർ നിർദ്ദേശിച്ചെങ്കിലും അയാൾ അതിന് സന്നദ്ധനായില്ല. ഖാർത്തൂമിന് വെളിയിൽ സുഡാന്റെ ഇതരഭാഗങ്ങളിൽ യഹൂദരെ തിരയാനായിരുന്നു അയാളുടെ ഇംഗിതം. പക്ഷേ ലിമോർ അതോട് യോജിച്ചില്ല. ദൗത്യം അവസാനിപ്പിച്ച് ഒരാഴ്ചയ്ക്കുള്ളിൽ ഇസ്രായേലിലേക്ക് വരാൻ കർശനമായി നിർദ്ദേശിച്ച് ലിമോർ മടങ്ങിപ്പോന്നു.

അക്‌ലും അനുസരിക്കാൻ കൂട്ടാക്കിയില്ല. പട്ടണങ്ങളിൽ നിന്നും പട്ടണങ്ങളിലേക്ക് അയാൾ യാത്ര ചെയ്തു. അഭയാർത്ഥി ക്യാമ്പുകൾ ഒന്നൊന്നായി കയറിയിറങ്ങി യഹൂദർക്കായി അയാൾ തെരഞ്ഞു. പക്ഷേ ഒരാളെപ്പോലും

കണ്ടെത്താൻ അക് ലുമിനായില്ല. ലിമോറിന്റെ നിർദ്ദേശം മാനിച്ച് താൻ ഇസ്രായേലിലേക്ക് മടങ്ങിയാൽ അതോടെ സുഡാൻ വഴിയുള്ള എത്യോപ്യൻ യഹൂദരുടെ ഇസ്രായേലിലേക്കുള്ള കുടിയേറ്റം അവസാനിക്കുമെന്ന് അയാൾ ഭയന്നു. അതിനാൽ സുഡാനിൽ കണ്ടെത്തിയ ചില ജൂതരുടെ പേരുവിവരങ്ങൾ ഉൾപ്പെടുത്തി ഒരു വ്യാജ റിപ്പോർട്ട് അയാൾ മൊസാദിന്റെ ഓഫീസിലേക്ക് ഫാക്സ് ചെയ്തു. ഇവരെ സംരക്ഷിക്കുന്നതിനായി താൻ സുഡാനിൽ തങ്ങുകയാണെന്നും അയാൾ അറിയിച്ചു.

അക്'ലും പരാമർശിച്ച ജൂതർ തീർത്തും വ്യാജമായിരുന്നില്ല. അവർ യഥാർത്ഥത്തിൽ ഉള്ളവരായിരുന്നു പക്ഷേ അവർ എത്യോപ്യയിൽ തങ്ങളുടെ ഗ്രാമങ്ങളിലായിരുന്നു. അങ്ങനെയാണ് എത്യോപ്യൻ യഹൂദർക്കിടയിൽ ഏകാകിയായി അക്'ലും പ്രവർത്തിക്കാൻ തുടങ്ങിയത്. ജൂതഗ്രാമങ്ങൾ സന്ദർശിച്ച് യഹൂദരുമായി സംസാരിച്ച് ഇസ്രായേലിലേക്ക് കുടിയേറാൻ അവരെ സമ്മതിപ്പിക്കുക എന്നത് അയാൾ സ്വന്തം ദൗത്യമായി സ്വീകരിച്ചു. ജറുസലേമിലേക്ക് ഒരു രഹസ്യമാർഗ്ഗം തുറന്നതായുള്ള വാർത്ത കാട്ടുതീ പോലെ പടർന്നു. ആദ്യം കുറച്ച് പുരുഷന്മാരാണെത്തിയത്. പിന്നെ കുറച്ച് കുടുംബങ്ങൾ. പിന്നെ ജൂതരുടെ ചെറുഗ്രാമങ്ങൾ. എല്ലാവരും ഒരു പോലെ ദരിദ്രരായിരുന്നു. ഇത്തിരിപ്പോന്ന സമ്പാദ്യങ്ങളും സൂക്ഷിച്ച് വയ്ക്കാവുന്ന ഭക്ഷണപ്പൊതികളും വസ്ത്രവുമായി ആയിരക്കണക്കിനാളുകൾ പുറപ്പെട്ടു. വൃദ്ധരും സ്ത്രീകളും കുഞ്ഞുങ്ങളും രഹസ്യമായി ഒത്തുചേർന്ന് സംഘമായി പുറപ്പെടുകയായിരുന്നു. പോലീസിന്റെയും സൈന്യത്തിന്റെയും കണ്ണുകൾ വെട്ടിച്ചായിരുന്നു വാഗ്ദത്തദേശത്തേക്കുള്ള അവരുടെ യാത്ര. ബൈബിളിലെ മോശയുടെ നേതൃത്വത്തിൽ പാലും തേനും ഒഴുകുന്ന വാഗ്ദത്തനാട്ടിലേക്ക് പൂർവ്വപിതാക്കൾ നടത്തിയ യാത്രയായിരുന്നു അവരുടെ ഉത്തേജനം.

കരുതിവച്ച ഭക്ഷണവും വെള്ളവുമായി അവർ പട്ടാളത്തിന്റെ കണ്ണ് വെട്ടിച്ച് എത്യോപ്യയുടെ അതിർത്തിവരെ കടന്നു. അവർക്കുമുന്നിൽ ഉണങ്ങിവരണ്ട മരുഭൂമിയായിരുന്നു നീണ്ടുനിവർന്ന് കിടന്നിരുന്നത്. കൊടും ചൂടിൽ അപകടം പിടിച്ച പ്രയാണമായിരുന്നു അത്. അവരെ വേട്ടയാടാൻ സൈന്യങ്ങൾ ചുറ്റും ഉണ്ടായിരുന്നു. രാത്രിയുടെ മറവിലായിരുന്നു അവരുടെ സഞ്ചാരം. പകൽ ഗുഹകളിലും തുരങ്കങ്ങളിലും അവർ ഒളിച്ചിരുന്നു. അനേകർ അസുഖബാധിതരായി. പലരും മരിച്ചു. നിർജലീകരണം കാരണമായി പിഞ്ചുകുഞ്ഞുങ്ങൾ അമ്മമാരുടെ കൈകളിലിരുന്ന് പ്രാണൻ വെടിഞ്ഞു. മരുഭൂമിയിലെ വിഷം കൂടിയ പാമ്പുകളുടെ കടിയേറ്റ് പലരും മരിച്ചു. പകർച്ചാവ്യാധികളും മനുഷ്യരെ തിന്നൊടുക്കി. ഒരച്ഛന് അയാളുടെ കുടുംബത്തിലെ നാല് അംഗങ്ങളും ഇങ്ങനെ നഷ്ടമായി. അവർ കരുതിയിരുന്ന ഭക്ഷണവും വെള്ളവും തികയാതെ വന്നു. അവർ കരുതിയിരുന്നതിനേക്കാളും ദീർഘമായിരുന്നു ആ യാത്ര. വഴിയിൽ

പിടിച്ചുപറിക്കാരുടെയും കൊള്ളക്കാരുടെയും ആക്രമണത്തിനും അവർ ഇരയായിക്കൊണ്ടിരുന്നു. ആക്രമണങ്ങളിൽ കൊല്ലപ്പെടുന്നതും ദുർലഭമല്ലായിരുന്നു. അവർക്ക് പിന്നിൽ മൃതശരീരങ്ങൾ വീണുകിടന്നു. പിൽക്കാലത്ത് നടിയായി പ്രശസ്തയായ മെഹെററ്റ ബാരുഷ് ഈ യാത്രയിൽ പങ്കെടുത്തയാളായിരുന്നു. വർഷങ്ങൾക്ക് ശേഷം അവർ അതിനെ ഓർത്തെടുക്കുന്നത് ഇപ്രകാരമായിരുന്നു: 'ഓരോ ദിവസവും പുലരുമ്പോൾ ആ രാത്രി മരിച്ചവരുടെ മൃതദേഹങ്ങൾ എണ്ണും. മൃതരുടെ എണ്ണം ചിലപ്പോൾ പത്തും പതിനഞ്ചും വരെയാകും മണലിൽ കിടക്കുന്ന ചലനമറ്റ ദേഹങ്ങൾ. ഒരാളെയെങ്കിലും അപ്രകാരം നഷ്ടപ്പെട്ടിട്ടില്ലാത്ത കുടുംബങ്ങൾ അക്കൂട്ടത്തിൽ ഉണ്ടായിരുന്നില്ല.'

1981-ലെ വേനൽക്കാലത്ത് ഡാനി ലിമോറും സംഘവും വീണ്ടും സുഡാനിലെത്തി. രഹസ്യമായിരുന്നു അവരുടെ സാന്നിദ്ധ്യവും പ്രവർത്തനവും. ഹഫീസ് എന്നാണ് അവർ സ്വയം വിശേഷിപ്പിച്ചിരുന്നത്. ഹക്കാസ് ഫോഴ്സസ് ഇൻ സുഡാൻ എന്നതിന്റെ ചുരുക്കപ്പേരായിരുന്നു അത്. സുഡാനിൽ പലയിടങ്ങളിലായി അഭയാർത്ഥി ക്യാമ്പുകളിൽ ചിതറിപ്പാർക്കുന്ന എത്യോപ്യൻ യഹൂദരുമായി ബന്ധം സ്ഥാപിക്കുക എന്നതായിരുന്നു അവരുടെ ലക്ഷ്യം. എത്യോപ്യയിൽ നിന്നും സുഡാനിലേക്കുള്ള ദുരിതയാത്രയെ അതിജീവിച്ച യഹൂദരെ സംബന്ധിച്ചിടത്തോളം മൊസാദുമായി ബന്ധം സ്ഥാപിക്കാനുള്ള പരിശ്രമങ്ങൾ ദുർഘടമായിരുന്നു. തലസ്ഥാനമായ ഖാർത്തൂമിലെ അഭയാർത്ഥി ക്യാമ്പുകളിൽ എത്തിച്ചേരാൻ കഴിഞ്ഞവർക്ക് പോലും ജീവിതം ദുസ്സഹമായിരുന്നു. ആയിരക്കണക്കിനാണ്ടുകൾ പരിപാലിച്ച ജൂതവിശ്വാസത്തെ ഒളിപ്പിക്കാൻ അവർ നിർബന്ധിതരായി. അഭയാർത്ഥി ക്യാമ്പുകളിൽ വിതരണം ചെയ്യപ്പെട്ടിരുന്ന ഭക്ഷണം യഹൂദർക്ക് നിഷിദ്ധമായതായിരുന്നു. സ്ത്രീകൾ പലപ്പോഴും ബലാത്സംഗത്തിനിരയായി. യുവതികളെ അക്രമികൾ ബലമായി തട്ടിക്കൊണ്ടുപോയി. മിക്ക അഭയാർത്ഥിക്യാമ്പുകളും ഭരിച്ചിരുന്നത് കുറ്റവാളികളും തെമ്മാടികളും ആയിരുന്നു. ഒരിക്കൽ ഒരേ രാത്രിയിൽ നൂറോളം പെൺകുട്ടികളെ കാണാതായി. ഒരിക്കലും അവർ മടങ്ങിവന്നില്ല. അവരെ തേടിയിറങ്ങിയ ബന്ധുക്കൾക്ക് കിട്ടിയ വിവരം അവർ സൗദി അറേബ്യയിലേക്കായി വിൽക്കപ്പെട്ടുവെന്നായിരുന്നു. ഒരു ലക്ഷത്തിലധികം സ്ത്രീകൾ അടിമകളായി അവിടെയുണ്ടെന്നും കേട്ടു. എത്യോപ്യൻ ജൂതരെന്ന് തിരിച്ചറിയപ്പെട്ടവരെ പോലീസ് പിടിച്ചുകൊണ്ടുപോയി. അവർ ക്രൂരമായ മർദ്ദനത്തിനിരയാക്കപ്പെട്ടു. ഇസ്രായേലിലേക്കുള്ള യാത്രാമാർഗ്ഗം തെളിയുന്നതിനായി നിരവധി അഭയാർത്ഥികൾ അനേകം മാസങ്ങൾ, ചിലർ ഒരു വർഷത്തിലേറെയും ക്യാമ്പുകളിൽ കഴിയേണ്ടതായി വന്നു.

ജറുസലേമിന്റെ വാതിലുകളുടെ മുന്നിലെത്തുകയെന്ന സ്വപ്നം സാക്ഷാത്ക്കരിക്കാനായി എത്യോപ്യൻ യഹൂദർക്ക് കനത്ത വില

നൽകേണ്ടതായി വന്നു. യാത്രയുടെ വിവിധ ഘട്ടങ്ങളിലായി നാലായിരത്തിലേറെ ജൂതർ മരിച്ചുവീണു. കാനഡാക്കാരനായ യഹൂദൻ ഹെൻറി ഗോൾഡ് സുഡാനിലെയും എത്യോപ്യയിലെയും ക്യാമ്പുകളിൽ വോളന്റിയറായി സേവനം നടത്തിയിരുന്നു. അഭയാർത്ഥി ക്യാമ്പുകളിലെ അതിശോചനീയമായ അവസ്ഥ അയാളെ ഞെട്ടിപ്പിച്ചു. അരക്ഷിതരായ ജൂതരെ സംരക്ഷിക്കുക എന്ന ദൗത്യവുമായെത്തിയ ഇസ്രായേൽ പ്രതിനിധികൾ കുറ്റകരമായ അനാസ്ഥയാണ് ഈ കാര്യത്തിൽ പുലർത്തുന്നതെന്ന് ഹെൻറി ഗോൾഡ് മാധ്യമങ്ങളിലൂടെ തുറന്നടിച്ചു.

എത്യോപ്യൻ യഹൂദരെ സുഡാനിൽ നിന്നും സുരക്ഷിതരായി ഇസ്രായേലിലെത്തിക്കുന്നതിനായി ഒരു വഴി തേടുകയായിരുന്നു മൊസാദ്. വ്യാജ പാസ്പോർട്ടുകൾ ഉപയോഗിച്ച് സാധാരണ യാത്രാവിമാന സർവീസുകൾ ഉപയോഗപ്പെടുത്തി യഹൂദരെ ഖാർത്തൂമിൽ നിന്നും ടെൽ അവീവിലേക്ക് അയച്ചുകൊണ്ടായിരുന്നു ഈ പുറപ്പാട് തുടങ്ങിയത്. കൂടുതലാളുകളെ ഒറ്റയടിക്ക് കൊണ്ടുപോരുന്നതിനായി കടൽ മാർഗ്ഗം ഉപയോഗപ്പെടുത്താൻ മൊസാദ് തീരുമാനിച്ചു. ബോട്ടുകളിൽ ചെങ്കടൽ മുറിച്ചുകടന്ന് ഇസ്രായേലിലെ ഏലിയാത് തുറമുഖത്തേക്ക് കൊണ്ടുപോകാനായിരുന്നു പദ്ധതി.

ഇതിന് മറയായി യൂറോപ്പിൽ ഒരു ട്രാവൽ ആൻഡ് ടൂറിസം കമ്പനി രജിസ്റ്റർ ചെയ്തു. 'ഈ ഭാഗങ്ങളിൽ അപകടകരങ്ങളായ ഇത്തരം പ്രവർത്തികൾ ചെയ്യാൻ ഒരു മറ ആവശ്യമാണ്.' ആളെ കടത്തുന്നതിന് നേതൃത്വം നൽകിയ മൊസാദ് ഏജന്റ് യോനാതൻ ഷെഫാ പറഞ്ഞത് ഇപ്രകാരമായിരുന്നു. 'ഒരുവിധ മറയും ഇല്ലെങ്കിൽ ഒരാഴ്ച കഴിയുമ്പോൾ അവർ ചോദിക്കും, നിങ്ങളിവിടെ എന്താണ് ചെയ്യുന്നത്? നിങ്ങൾ ടൂറിസ്റ്റാണോ? ഇവിടെ കാണാൻ എന്താണുള്ളത്?'

പോർട്ട് സുഡാൻ തുറമുഖത്തിന് സമീപത്തായി ഉപേക്ഷിക്കപ്പെട്ടു കിടന്നിരുന്ന കടൽത്തീര സന്ദർശക മന്ദിരം ടൂറിസം കമ്പനി വാടകയ്ക്ക് എടുത്തു. അറൗസ് എന്നായിരുന്നു അതിന്റെ പേര്. അതിന് സമീപത്തായി ചെങ്കടലിൽ ഒരു കായികകേന്ദ്രം വികസിപ്പിക്കുന്നതിനായി ഗവൺമെന്റുമായി ഒരു ഉടമ്പടി ഒപ്പുവയ്ക്കുകയും ചെയ്തു. മൊസാദിലെ ഏറ്റവും മിടുക്കനായ ഏജന്റ് യെഹൂദാ ഗില്ലിനായിരുന്നു ഇതിന്റെ ചുമതല നൽകപ്പെട്ടത്. ഖാർത്തൂമിലെത്തിയ ഗിൽ സർക്കാരിലെ ഉന്നത ഉദ്യോഗസ്ഥരെ സന്ദർശിച്ച് തന്ത്രപരമായി അവരെ സുഹൃത്തുക്കളാക്കി. മധുര വാക്കുകൾ കൊണ്ടും ആവശ്യമുള്ളപ്പോൾ കൈക്കൂലി നൽകിയും ആവശ്യമായ ലൈസൻസുകൾ സംഘടിപ്പിച്ചു. അറൗസ് റിസോർട്ട് അങ്ങനെ യാഥാർത്ഥ്യമായി. നിരവധി മൊസാദ് ദൗത്യങ്ങളിൽ പങ്കാളിയായ പരിചയമുള്ള യോനാതൻ ഷെഫായ്ക്കായിരുന്നു റിസോർട്ടിന്റെ ചുമതല. അറൗസ് ശരിക്കും ഒരു ഗ്രാമമായിരുന്നു. നിരവധി ബംഗ്ലാവുകളും പൊതു ഉപയോഗത്തിനായുള്ള കെട്ടിടങ്ങളും അവിടെയുണ്ടായിരുന്നു. വ്യാജ പാസ്പോർട്ടുകളുമായി ഇസ്രാ

യേലിൽ നിന്നും എത്തിയ മൊസാദ് ഏജന്റുമാർ ടൂറിസം കമ്പനിയിൽ ജീവനക്കാരായി എത്തി. റിസോർട്ടിന്റെ സ്റ്റോറിൽ നിറയെ ഡൈവിംഗ് ഉപകരണങ്ങളായിരുന്നു. സ്കൂബാ ഉപകരണങ്ങളും ധാരാളമായി ഉണ്ടായിരുന്നു. ഇതിനെല്ലാം ഇടയിലായി ഇസ്രായേലിലെ മൊസാദ് കേന്ദ്രവുമായി ബന്ധപ്പെടാനുള്ള ട്രാൻസ്മിറ്റർ സംവിധാനവും ഒളിപ്പിച്ചിരുന്നു. യോനാതൻ ഷെഫായ്ക്കൊപ്പം സിറിയയിൽ നിന്നും ജൂതപ്പെൺകുട്ടികളെ കടത്തിക്കൊണ്ടുവരുന്നതിൽ പങ്കുവഹിച്ച ഇമ്മാനുവേൽ അല്ലോണും എത്തിയിരുന്നു. യോനാതൻ അയാളെ നേരിട്ട് വിളിക്കുകയായിരുന്നു. 'എനിക്ക് സുഡാനിൽ നിന്റെ സഹായം വേണം. കൊലയും അക്രമവും കൂടാതെ, തികച്ചും മാനുഷികമായ ഒരു ദൗത്യം. വളരെ സവിശേഷം. മനുഷ്യരെ രക്ഷിക്കാനാണ്. അതേക്കുറിച്ച് നിന്നോടിപ്പോൾ പറയുമ്പോൾത്തന്നെ ഞാൻ വികാരാധീനനാകുന്നു. സുഡാനിൽ നമുക്കൊരു ടൂറിസ്റ്റ് ഗ്രാമം പണിയണം ......' അങ്ങനെയാണ് ജോനാതൻ പറഞ്ഞുതുടങ്ങിയതെന്ന് പിൽക്കാലത്ത് ഇമ്മാനുവേൽ ഓർത്തെടുക്കുന്നുണ്ട്. ആ റിസോർട്ടിൽ നാട്ടുകാർക്കും വിദേശികൾക്കും പ്രവേശനം ഉണ്ടായിരുന്നു. വൈകാതെ യൂറോപ്പിലെ മിക്ക ട്രാവൽ ഏജൻസികളുടെ ഓഫീസുകളുടെ ചുവരിലും അവരുടെ ആകർഷണീയമായ പോസ്റ്ററുകൾ കാണപ്പെട്ടു.

അറൗസ് അനേകം സന്ദർശകരെ ആകർഷിച്ചു. പലരും ദിവസങ്ങൾ അവിടെ ചെലവഴിച്ചു. ബിസിനസിന്റെ കാര്യത്തിൽ ആ റിസോർട്ട് വിജയമായിരുന്നു. സന്ദർശകർ ചെങ്കടലിൽ നീന്തിയും ഡൈവ് ചെയ്തും ഉല്ലാസമായി കഴിഞ്ഞു. പക്ഷേ രാത്രിയുടെ മറവിൽ അവിടെ പാർത്തിരുന്ന മൊസാദ് ഏജന്റുമാർ വിവിധ അഭയാർത്ഥി ക്യാമ്പുകളിൽ നിന്നും എത്യോപ്യൻ ജൂതരെ സമാഹരിച്ച് കൊണ്ടുവരുന്നുണ്ടെന്നത് അവരാരും ശ്രദ്ധിച്ചതേയില്ല. ഡൈവിംഗ് പരിശീലകർ രാത്രി പതിവായി പുറത്തേക്ക് പോകുന്നത് സുഡാൻകാരായ മറ്റ് തൊഴിലാളികൾ സംശയത്തോടെ കാണാൻ തുടങ്ങിയപ്പോൾ നിശായാത്രകൾക്ക് മറയായി അവർ ഒരു കഥ മെനഞ്ഞ് അവതരിപ്പിച്ചു. തൊട്ടടുത്തുള്ള നഗരമായ കസാലയിലെ റെഡ് ക്രോസ് ആശുപത്രിയിൽ ജോലിചെയ്യുന്ന സ്വീഡിഷ് നഴ്സുമാരുമായി മേളിക്കാനാണ് തങ്ങൾ പോകുന്നതെന്ന് അവർ പറഞ്ഞത് അവർക്ക് വിശ്വസനീയമായി തോന്നി. ആ പോക്കുവരവുകൾ പതിവായപ്പോൾ അവർക്ക് വീണ്ടും സംശയം തോന്നിയെങ്കിലും നല്ല ശമ്പളവും ബോണസും ലഭിക്കുന്ന സ്ഥാപനത്തിലെ മേലുദ്യോഗസ്ഥരുടെ അപ്രീതിക്ക് പാത്രമാകാൻ അവർ ഒരുക്കമായിരുന്നില്ല. അവർ അതെല്ലാം കണ്ടില്ലെന്ന് നടിച്ചു.

നാല് ട്രക്കുകളിലായിരുന്നു ആ രായാത്രകൾ. ഡാനി ലിമോറിന്റെ നേതൃത്വത്തിൽ മൊസാദ് ഏജന്റുമാർ അഭയാർത്ഥി ക്യാമ്പുകളുടെ പരമാവധി സമീപത്തെത്തും. കമ്മിറ്റി എന്നപേരിൽ അറിയപ്പെട്ടിരുന്ന

യുവ എത്യോപ്യൻ യഹൂദരുടെ ഒരു സംഘത്തിനായിരുന്നു ക്യാമ്പുകളിൽ നിന്നും യഹൂദരെ സമാഹരിച്ച് ട്രക്കുകളിൽ എത്തിക്കുന്നതിന്റെ ചുമതല.

പക്ഷേ ഇതൊന്നും അത്ര എളുപ്പമായിരുന്നില്ല. അപകടകരങ്ങളായ പല ഘട്ടങ്ങളിലൂടെ മൊസാദ് ഏജന്റുമാർ കടന്നുപോകേണ്ടിയിരുന്നു. ക്യാമ്പുകളുടെ സമീപത്ത് പോലീസിന്റെയും പട്ടാളത്തിന്റെയും കണ്ണ് വെട്ടിച്ച് എത്തിച്ചേരുക എന്നതായിരുന്നു ദൗത്യത്തിലെ ഏറ്റവും അപകടകരമായ കാര്യമെന്ന് അതിൽ പങ്കെടുത്ത ഡേവിഡ് ബെൻ ഉസിയേൽ പിൽക്കാലത്ത് ഓർത്തെടുക്കുന്നുണ്ട്. ക്യാമ്പിനടുത്തുവച്ച് പിടിക്കപ്പെട്ടാൽ അത് എല്ലാവിധത്തിലും അപായകരമായിരുന്നു. അതോടെ ദൗത്യം പൊളിയുകയും സുഡാൻ–ഇസ്രായേൽ സംഘർഷമായി അത് പരിണാമപ്പെടുകയും ചെയ്യുമായിരുന്നു. അതിനാൽ ക്യാമ്പിനടുത്തുനിന്നും എത്രയും വേഗം നീങ്ങിപ്പോവുക എന്നത് പരമപ്രധാനമായിരുന്നു.

സുഡാൻ പോലീസിനെ ഭയന്ന് തങ്ങൾ ജൂതരാണെന്ന് വെളിപ്പെടുത്താൻ മിക്കവരും മടിച്ചു. അതിനാൽ അവരെ തിരിച്ചറിയുക എന്നതും ക്ലേശകരമായിരുന്നു. എത്യോപ്യൻ മലയടിവാരങ്ങളിൽ പാർത്തിരുന്ന ജൂതർ ഒരിടത്തും വെള്ളക്കാരായ ജൂതരെ കണ്ടിട്ടുപോലുമില്ലായിരുന്നു. അതിനാൽ മൊസാദ് ഏജന്റുമാരായ വെളുത്ത യഹൂദരെ വിശ്വസിക്കാൻ അവർ തയ്യാറായില്ല. അവർ തങ്ങളുടെ രക്ഷകരാണെന്ന് അവർ അംഗീകരിച്ചുമില്ല. അവരോടൊപ്പം പ്രാർത്ഥനയ്ക്ക് ചെന്ന ഡാനി ലിമോറാണ് അവരിൽ വിശ്വാസം ഉണർത്തിയത്. ഒരു വെള്ളക്കാരൻ തങ്ങളെപ്പോലെ പ്രാർത്ഥിക്കുന്നത് അവരെ ആശ്ചര്യപ്പെടുത്തി. ക്രമേണ അവരെ ജൂതരായി അംഗീകരിക്കാനും വിശ്വസിക്കാനും കറുത്തവരായ എത്യോപ്യൻ യഹൂദർ തയ്യാറാവുകയും ചെയ്തു.

സംഗതികൾ പുറത്തറിയുമോ എന്ന് ഭയന്ന് മൊസാദ് ഏജന്റുമാർ യാത്രാദിവസം, സമയം തുടങ്ങിയവയൊന്നും മുൻകൂറായി ജൂതസമൂഹത്തെ അറിയിച്ചില്ല. ഏത് ദിവസവും യാത്രചെയ്യാൻ തയ്യാറായിരുന്നുകൊള്ളുക എന്നതായിരുന്നു അവർക്ക് കൊടുത്ത നിർദ്ദേശം. വിളി വന്നുകഴിഞ്ഞാൽ ഉടനെ സകലവും ഉപേക്ഷിച്ച് പുറപ്പെടുക എന്നതായിരുന്നു തീരുമാനം. രാത്രികളിൽ അഭയാർത്ഥി ക്യാമ്പുകളിൽ നിന്നും ഇരുളിന്റെ മറപറ്റി ജൂതർ കിലോമീറ്ററുകൾ നടന്നുകയറും. അവിടെ നിഗൂഢമായ മലയിടുക്കുകളിൽ ട്രക്കുകളുമായി മൊസാദ് ഏജന്റുമാർ കാത്തുനിൽക്കുന്നുണ്ടാകും.

നൂറുകണക്കിന് കിലോമീറ്ററുകൾ താണ്ടി നാല് ട്രക്കുകൾ ചെങ്കടൽ തീരത്തേക്ക് അവരുമായി പോകും. വഴിയിൽ സൈന്യത്തിന്റെയും പട്ടാളത്തിന്റെയും ചെക്ക്പോസ്റ്റുകൾ അവർ കടന്നുപോകും. ഡാനി കൈക്കൂലി നൽകി അവരുടെ യാത്രയെ സാദ്ധ്യമാക്കും. ഒടുവിൽ മണിക്കൂറുകൾക്ക് ശേഷം വിജനമായ ചെങ്കടൽ തീരത്ത് അവരെത്തും. അവർക്കായി കടലിൽ ഇസ്രായേലിന്റെ നാവികസേനയുടെ കപ്പൽ കാത്തുനിൽക്കു

ന്നുണ്ടാകും. കപ്പലിൽ നിന്നും റബ്ബർ ബോട്ടുകൾ തീരത്തേക്ക് വരും. ചെറു സംഘങ്ങളിലായി അതിൽക്കയറി അഭയാർത്ഥികൾ കപ്പലിലേക്കെത്തും. ആഴ്ചയിലൊരിക്കൽ സുഡാന്റെ തീരത്തേക്ക് വന്നിരുന്ന ഇസ്രായേലി കപ്പലിന്റെ പേർ ബാത്-ഗാലിം എന്നായിരുന്നു. എത്യോപ്യയിൽ നിന്നുമുള്ള സഹ ജൂതരുമായുള്ള ആ സമാഗമങ്ങൾ അതിൽ പങ്കെടുത്ത മൊസാദ് ഏജന്റുമാരോ നാവിക കമാൻഡോ ഒരിക്കലും മറക്കാനിടയില്ല. അത്രയേറെ വികാരഭരിതമായിരുന്നു ആ രംഗങ്ങൾ. മൊസാദ് ഏജന്റ് ഡേവിഡ് ബെൻ ഉസിയേൽ അതിനെ ഓർത്തെടുക്കുന്നത് ഇങ്ങനെയാണ്: 'ക്ഷോഭിച്ചിളകിയ കടൽ. ആരും മുങ്ങിപ്പോകാതിരിക്കാനായി ആ സഹോദരന്മാരെ ഓരോരുത്തരെയും ഞങ്ങൾ കൈകളിൽ കോരിയെടുത്താണ് കപ്പലിൽ എത്തിച്ചിരുന്നത്. അവിടെയുണ്ടായിരുന്നവരെല്ലാം വികാരഭരിതരായിരുന്നു. അവരിൽ പലരുടെയും മാതാപിതാക്കൾ സമാനരീതിയിൽ ഗൂഢമായി ഇസ്രായേലിലേക്ക് കുടിയേറിയവർ ആയിരുന്നു. അതെല്ലാം അപ്പോൾ പലർക്കും ഓർമ്മയിലെത്തി. പലരും കണ്ണീരൊഴുക്കിക്കൊണ്ടാണ് അഭയാർത്ഥികളെ കൈകളിലെടുത്ത് കപ്പലിലെത്തിച്ചത്.'

ദൗത്യത്തിൽ പങ്കെടുത്ത നാവിക സേനയുടെ കമാൻഡറായിരുന്ന ഗദി ക്രോൾ ഇത്രയും കൂടി പറഞ്ഞു: 'അന്ന് അവരെല്ലാവരും അസാധാരണമാം വിധം നിശ്ശബ്ദരായിരുന്നു. കുഞ്ഞുങ്ങളെ കൈകളിലേന്തിയ വൃദ്ധരും സ്ത്രീകളും. ക്ഷോഭിച്ചലറുന്ന കടലിനെ വകവയ്ക്കാതെ ഞങ്ങൾ പുറപ്പെട്ടു. അവർ കിട്ടിയ ഇടങ്ങളിൽ ഇരുന്നു. ആരും ഒന്നും സംസാരിച്ചില്ല.' നാവികസേനയുടെ കപ്പൽ അവരെയുമായി ഇസ്രായേലി തുറമുഖ നഗരമായ ഏയ്ലറ്റിലേക്ക് സഞ്ചരിച്ചു.

അഭയാർത്ഥി ക്യാമ്പുകളിൽ സന്നദ്ധസേവകനായെത്തിയ കാനഡാക്കാരനായ യഹൂദൻ ഹെൻറി ഗോൾഡ് ഒരുദിവസം ഈ ടൂറിസ്റ്റ് റിസോർട്ടിലെത്തി. ക്യാമ്പുകളിലെ വിശ്രമരഹിതമായ കഠിനാദ്ധ്വാനം മൂലം അയാൾ തളർന്നിരുന്നു. വിശ്രമിക്കാനും ഉല്ലാസകരമായ എന്തിലെങ്കിലും മുഴുകാനും സുഹൃത്തുക്കൾ അയാളെ പ്രേരിപ്പിച്ചു. സൂര്യസ്നാനവും നീന്തലും ഡൈവിംഗും ഇഷ്ടപ്പെട്ടിരുന്ന ഹെൻറിയെ സുഹൃത്തുക്കളാണ് റിസോർട്ടിലേക്കയച്ചത്. അവിടെ നടക്കുന്ന ഗൂഢപ്രവർത്തനങ്ങളെക്കുറിച്ച് അയാൾക്ക് യാതൊരു ധാരണയും ഇല്ലായിരുന്നെങ്കിലും ആ ടൂറിസ്റ്റ് ഗ്രാമത്തിൽ ഒന്ന് ചുറ്റിയടിച്ചപ്പോൾത്തന്നെ അവിടെ രഹസ്യമായി എന്തൊക്കെയോ നടക്കുന്നുണ്ടെന്ന തോന്നൽ അയാൾക്കുണ്ടായി. പുറമേ കാണുന്നതല്ല ആ ഗ്രാമത്തിന്റെ യാഥാർത്ഥ്യമെന്ന് അയാൾ അനുമാനിച്ചു. ജീവനക്കാരുടെ പെരുമാറ്റവും സ്വഭാവവും അയാൾക്ക് അസാധാരണമായി തോന്നി. പിൽക്കാലത്ത് അയാൾ അതേക്കുറിച്ച് ഇപ്രകാരമാണ് എഴുതിയത്: 'ജീവനക്കാരുടെ ഉച്ചാരണം അസാധാരണം ആയിരുന്നു. സ്വിസ് പൗരയെന്ന് പരിചയപ്പെടുത്തിയ ഒരു വനിതാ ജീവനക്കാരിയുടെ

സംസാരത്തിൽ സ്വിസ് ഉച്ചാരണം തീരെ ഇല്ലായിരുന്നു. അതുപോലെ തന്നെ ഇറാൻകാരനെന്ന് പരിചയപ്പെടുത്തിയയാൾക്ക് ഇറാനിയൻ ഉച്ചാരണവും ഇല്ലായിരുന്നു. അത്താഴത്തിന് വിളമ്പിയ സാലഡ് തീരെ കനം കുറച്ച് അരിഞ്ഞതായിരുന്നു. ഞാൻ ലോകമെമ്പാടും സഞ്ചരിച്ചിട്ടുണ്ട്. പക്ഷേ അത്രയും കനം കുറച്ച് അരിഞ്ഞ സാലഡ് ഞാൻ ഇസ്രായേലിൽ മാത്രമേ കണ്ടിട്ടുള്ളായിരുന്നു. പിന്നെയും തന്റെ കൗതുകത്തെ അടക്കിവക്കാൻ ഹെൻറിക്കായില്ല. അടുത്ത പ്രഭാതത്തിൽ ഡൈവിംഗ് പരിശീലകനായെത്തിയ യുവാവിനോട് ഹീബ്രുവിൽത്തന്നെ ഹെൻറി ചോദിച്ചു: 'പറയൂ, നിങ്ങൾ ഇവിടെ സത്യത്തിൽ എന്ത് ചെയ്യുകയാണ്?' ഡൈവിംഗ് പരിശീലകൻ അമ്പരന്നുപോയി. തെല്ലുകഴിഞ്ഞ് ഹീബ്രുവിൽത്തന്നെ അയാൾ തിരിച്ച് ചോദിച്ചു: 'ഇതൊക്കെ ചോദിക്കാൻ നിങ്ങൾ ആരാണ്?' അന്നുതന്നെ ഒരു സീനിയർ മൊസാദ് ഉദ്യോഗസ്ഥൻ ഹെൻറി ഗോൾഡിനെ തേടിയെത്തി കാര്യങ്ങൾ ഗോപ്യമായി വിശദീകരിച്ചു. എത്യോപ്യൻ യഹൂദർക്ക് ചെയ്യുന്ന സഹായങ്ങൾ അപര്യാപ്തമാണെന്നായിരുന്നു അപ്പോഴും ഹെൻറിയുടെ ആവലാതി.

ദൗത്യത്തിന്റെ ഭാഗമായി 1982 മാർച്ചിൽ ഒരുദിവസം ഇരുൾ രാവിൽ നിരവധി റബ്ബർ ബോട്ടുകൾ അഭയാർത്ഥികളുമായി കപ്പലിലേക്ക് പോവുകയായിരുന്നു. അതിനിടയിൽ നാല് മൊസാദ് ഏജന്റുമാരുമായി ഒരു റബ്ബർ ബോട്ട് കരയോടുചേർന്ന് പാറയിടുക്കിൽ കുടുങ്ങി. അന്നേരം ചില സുഡാൻ സൈനികർ ഏകെ 47 തോക്കുമായി അവിടെയെത്തി ബോട്ടിനെയും യാത്രക്കാരെയും കസ്റ്റഡിയിലെടുക്കാൻ ശ്രമിച്ചു.

പതറാതെ നിന്ന ഡാനി ലാമോർ സൈനികർക്ക് നേരെ കുതിച്ചു. അവരുടെ കമാൻണ്ടർക്ക് നേരേ ഇംഗ്ലീഷിൽ ആക്രോശിച്ചു. 'നിങ്ങൾക്ക് വട്ടായിപ്പോയോ! ടൂറിസ്റ്റുകളെ വെടിവയ്ക്കാനാണോ നിങ്ങൾ ഒരുമ്പെടുന്നത്?' ഡാനി നിർത്താതെ ഉറക്കെയുറക്കെ ആക്രോശിച്ചുകൊണ്ടേയിരുന്നു. ടൂറിസത്തിന്റെ പ്രാധാന്യത്തെക്കുറിച്ചും അറൗസ് ടൂറിസ്റ്റ് ഗ്രാമത്തെക്കുറിച്ചും സുഡാന്റെ സാമ്പത്തികമേഖലയ്ക്ക് അത് നൽകുന്ന ഉണർവിനെക്കുറിച്ചുമെല്ലാം അയാൾ വാചാലനായി. താൻ ഖാർത്തുമിൽപ്പോയി കമാൻഡർക്കെതിരെ പരാതി നൽകുമെന്നും ഭീഷണിപ്പെടുത്തി. ഇതൊക്കെ കേട്ട് ആ ഓഫീസർ അമ്പരന്നുപോയി. ബോട്ടിലുള്ളവർ കള്ളക്കടത്തുകാരാണെന്ന് തെറ്റിദ്ധരിച്ച് പോയതാണെന്നും അബദ്ധം ക്ഷമിക്കണമെന്നും അയാൾ ആവർത്തിച്ച് പറഞ്ഞു. സൈനികരുമായി അവർ മടങ്ങിപ്പോയി.

മൊസാദ് ഏജന്റുമാർ സുരക്ഷിതരായിരുന്നെങ്കിലും കടൽ വഴി എത്യോപ്യൻ ജൂതരെ ഇസ്രായേലിലെത്തിക്കുക എന്നത് അപകടകരമായിരുന്നു. അതിനാൽ അതിനായി മറ്റൊരു മാർഗ്ഗം കണ്ടെത്തേണ്ടത് ആവശ്യമാണെന്ന് മൊസാദിന് തോന്നി. ഒരു സുപ്രഭാതത്തിൽ ഉണർന്നെഴുന്നേറ്റ ടൂറിസ്റ്റ് റിസോർട്ടിലെ താമസക്കാർ കണ്ടത് വിദേശികളായ

ജീവനക്കാരെല്ലാം സ്ഥലം വിട്ടതായിട്ടാണ്. ബ്രെയ്ക്ക്ഫാസ്റ്റ് തയ്യാറാക്കി നൽകിയശേഷം നാട്ടുകാരായ ജോലിക്കാരും വിട്ടുപോയി. തലേരാത്രി മൊസാദ് ഏജന്റുമാരെല്ലാവരും സുഡാൻ വിട്ടിരുന്നു. സാമ്പത്തിക പരാധീനതകൾ കാരണമായി റിസോർട്ട് പ്രവർത്തനം നിർത്തുകയാണെന്നും അസൗകര്യങ്ങൾ ഉണ്ടായതിൽ ഖേദിക്കുന്നുവെന്നും എഴുതിയ കത്ത് എല്ലാ താമസക്കാർക്കും ലഭിച്ചു. ആർക്കെങ്കിലും പണം കിട്ടാനുണ്ടെങ്കിൽ അത് വൈകാതെ ബാങ്ക് അക്കൗണ്ടിൽ എത്തുമെന്നും ഉറപ്പ് നൽകിയിരുന്നു. അങ്ങനെ സംഭവിക്കുകയും ചെയ്തു.

മൊസാദ് ഹെഡ്ക്വാർട്ടേഴ്സിലെ സുദീർഘമായ ചർച്ചകൾക്ക് ശേഷം രംസദ് തീരുമാനിച്ചു എത്യോപ്യൻ ജൂതരുടെ അടുത്ത സംഘം വിമാന മാർഗ്ഗമാകണം ഇസ്രായേലിൽ എത്തേണ്ടതെന്ന്. ഇസ്രായേൽ വായുസേനയുടെ ചരക്ക് വിമാനങ്ങളായ ഹെർക്കുലീസ് സി 130 ഇതിനായി ഉപയോഗപ്പെടുത്താനും തീരുമാനമായി. അപകടം പിടിച്ച ഒരു ചൂതാട്ടമായിരുന്നു അത്. ശത്രുരാജ്യമായ സുഡാന്റെ ആകാശാതിർത്തികൾ കടന്നുകയറണം, ഇസ്രായേലി സൈനികരുമായി സുഡാനിൽ ഇറങ്ങുകയും അഭയാർത്ഥികളുമായി തിരികെ പറന്നുയരുകയും വേണം. ശത്രുരാജ്യത്തിനുള്ളിൽ കടന്നുകയറി ഇതെല്ലാം പ്രാവർത്തികമാക്കുക അത്യന്തം അപകടകരമായ ഒരു ദൗത്യമായിരുന്നു. പക്ഷേ ഇസ്രായേലിനുമുന്നിൽ മറ്റ് മാർഗ്ഗങ്ങൾ ഇല്ലായിരുന്നു. ഏതുവിധേനയും എത്യോപ്യൻ ജൂതരെ രക്ഷിച്ച് ഇസ്രായേലിലെത്തിക്കണമായിരുന്നു.

1982 മെയ് മാസത്തിൽ മൊസാദ് ഏജന്റുമാർ സുഡാനിൽ തിരികെയെത്തി. പോർട്ട് സുഡാന് ദക്ഷിണഭാഗത്തായി വിമാനങ്ങൾക്ക് ഇറങ്ങാൻ അനുയോജ്യമായ ഇടം കണ്ടെത്തുക എന്നതായിരുന്നു അവരുടെ ആദ്യ ദൗത്യം. നിർദ്ദിഷ്ട മേഖലയിൽ ഉപേക്ഷിക്കപ്പെട്ട ഒരു ബ്രിട്ടീഷ് വിമാനത്താവളം കണ്ടെത്തി ആവശ്യമായ മിനുക്ക് പണികൾ ചെയ്ത് വലിയ ചരക്ക് വിമാനങ്ങൾക്ക് ഇറങ്ങാൻ പാകത്തിൽ അത് ഉപയോഗസജ്ജമാക്കി. ആദ്യസംഘം എത്യോപ്യൻ യഹൂദരെ പലയിടങ്ങളിൽ നിന്നായി വിമാനത്താവളത്തിൽ എത്തിച്ചു. ടോർച്ചുകൾ ഉപയോഗിച്ച് റൺവേ അടയാളം ചെയ്ത് വിമാനം ഇറങ്ങാൻ സൗകര്യമൊരുക്കി. പക്ഷേ വെള്ളിപോലെ തിളങ്ങുന്ന ആ കൂറ്റൻ വിമാനം മുന്നിൽ വന്ന് ഇറങ്ങിയപ്പോൾ ഗ്രാമീണരായ ആ എത്യോപ്യൻ യഹൂദർ അത്ഭുതസ്തബ്ധരായിപ്പോയി. ഭീമാകാരമായ ആ ലോഹപ്പക്ഷിയെ അവർ ജീവിതത്തിൽ ആദ്യമായി കാണുകയായിരുന്നു. എഞ്ചിനുകളുടെ ഭീകരമായ മുരൾച്ചയും വിമാനം ഇറങ്ങിയപ്പോൾ മേഘം പോലെ ചുറ്റും പൊന്തിയ പൊടിപടലവും അവരെ ഭയപ്പെടുത്തി. റൺവേയിൽ അത് കുതിച്ചെത്തിയപ്പോൾ തങ്ങളുടെ നേർക്കാണ് ആ ഭീകരരൂപി വരുന്നതെന്ന് കരുതിയ അവർ ചിതറിയോടി. മൊസാദ് ഏജന്റുമാർ അവരുടെ പരമാവധി കഴിവുകൾ

പ്രയോഗിച്ച് അനുനയിപ്പിച്ചാണ് അഭയാർത്ഥികളെ വീണ്ടും വിമാനത്തിനരുകിലേക്ക് കൊണ്ടുവന്നത്. എന്നിട്ടും പകുതിയോളം ലോഹരാക്ഷസന്റെ വയറിനുള്ളിലേക്ക് കയറാൻ വിസമ്മതിച്ചു. ഒടുവിൽ ഉദ്ദേശിച്ച സമയത്തേക്കാളും മണിക്കൂറുകൾ വൈകിയാണ് 213 യഹൂദരുമായി വിമാനം പറന്നുയർന്നത്.

മൊസാദ് ഏജന്റുമാരെ അഭിനന്ദിച്ചുകൊണ്ടുള്ള സന്ദേശം ഇസ്രായേലിൽ നിന്നും എത്തിയെങ്കിലും അതിൽ പങ്കെടുത്തവർക്ക് വലിയൊരു പാഠം കൂടിയായിരുന്നു അത്. ഭാവിയിൽ അഭയാർത്ഥികളെ കൊണ്ടുവരുന്ന ട്രക്കുകൾ ദൂരെ കാത്ത് നിർത്തണമെന്നും വിമാനം ലാൻഡ് ചെയ്ത ശേഷം മാത്രമേ ട്രക്കുകൾ അരുകിലേക്ക് വരാവൂ എന്നും നിശ്ചയിക്കപ്പെട്ടു. വിമാനത്തിന്റെ പിന്നിലായി വന്നുനിൽക്കുന്ന ട്രക്കുകളിൽ നിന്നും ഇറങ്ങിവരുന്ന അഭയാർത്ഥികളെ പിൻഭാഗത്തുകൂടി നേരെ വിമാനത്തിനുള്ളിലേക്ക് നയിച്ചാൽ അനാവശ്യമായ ഭയപ്പാടുകളിൽ നിന്നും എത്യോപ്യൻ യഹൂദരെ സംരക്ഷിക്കാമെന്നും അവർ കണക്കുകൂട്ടി.

പുതിയ ശൈലി വിജയകരമായിരുന്നെങ്കിലും അത് അധികകാലം നീണ്ടുനിന്നില്ല. ഉപേക്ഷിക്കപ്പെട്ട ആ വിമാനത്താവളം വീണ്ടും സജീവമായതും അവിടെനിന്നുമുള്ള വിമാനങ്ങളുടെ വരവുപോക്കുകളും സുഡാൻ ഗവൺമെന്റിന്റെ ശ്രദ്ധയിൽപ്പെട്ടു. അവിടെ നിന്നും നാൽപ്പത്തിയാറ് കിലോമീറ്ററുകൾ അകലെ ഉപേക്ഷിക്കപ്പെട്ട മറ്റൊരു എയർ ഫീൽഡ് മൊസാദ് കണ്ടെത്തി. കൂടുതൽ വിമാനങ്ങൾ ഉപയോഗപ്പെടുത്തി കൂടുതൽ യഹൂദരെ രക്ഷപെടുത്താൻ മൊസാദ് നിശ്ചയിച്ചു.

ഓപ്പറേഷൻ ബ്രദേഴ്സ് എന്ന് പേരിട്ട ആ ദൗത്യം രംസദ് ഹക്കയുടെ നേരിട്ടുള്ള നിയന്ത്രണത്തിലായിരുന്നു. അദ്ദേഹത്തിന് സഹായിയായി ഇസ്രായേൽ പാരാട്രൂപ്പർ സേനാവിഭാഗത്തിന്റെ തലവൻ ജനറൽ ആമോസ് യാറോണും ഉണ്ടായിരുന്നു. അടുത്ത രണ്ട് വർഷങ്ങളിലായി 1982 മുതൽ 1984 വരെ ആയിരത്തിയഞ്ഞൂറിലേറെ എത്യോപ്യൻ സഹോദരരെ ഇസ്രായേലിലെത്തിക്കാൻ ഈ ദൗത്യത്തിന് കഴിഞ്ഞു.

വിജയകരമായ ആ ദൗത്യം ഏറെക്കുറെ പരാജയത്തിലെത്തിയതായിരുന്നു. അഭയാർത്ഥി ക്യാമ്പുകളിൽ മൊസാദിന്റെ രഹസ്യയാളായി എത്യോപ്യൻ യഹൂദരെ കണ്ടെത്തി സമാഹരിച്ചിരുന്ന ആഡിസ് സോളമനെ കൃത്യമായി കണ്ടെത്തി ഒറ്റുകൊടുക്കാൻ സുഡാൻ സേനയിലെ ഒരുവന് കഴിഞ്ഞു. സോളമൻ ഒരു എത്യോപ്യൻ ജൂതനായിരുന്നു. അയാൾ അറസ്റ്റ് ചെയ്യപ്പെടുകയും നാൽപ്പത്തിരണ്ട് ദിവസം അതിക്രൂരമായി പീഡിപ്പിക്കപ്പെടുകയും ചെയ്തു. ആരാണ് അയാളെ വെളിയിൽ നിന്ന് സഹായിക്കുന്നതെന്നും മൊസാദ് ഏജന്റുമാരുമായി അയാൾ സന്ധിക്കുന്ന ഇടങ്ങൾ എവിടെയാണെന്നും അറിയാനായിരുന്നു ആ കൊടിയ പീഡ

നങ്ങൾ. പക്ഷേ സോളമൻ വീരോചിതമായി പിടിച്ചുനിന്നു. യാതൊരു വിവരങ്ങളും അയാൾ വെളിപ്പെടുത്തിയില്ല.

1984 ആയപ്പോൾ അഭയാർത്ഥി ക്യാമ്പുകളിലെ സ്ഥിതി ശോചനീയമായി. ക്ഷാമവും പകർച്ചവ്യാധികളും പടർന്നു. നിരവധി എത്യോപ്യൻ യഹൂദർ മരിച്ചു. സുഡാനിൽ പൊട്ടിപ്പുറപ്പെട്ട ആഭ്യന്തരയുദ്ധം ഏകാധിപതിയായ ജാഫർ നിമേരിയുടെ ഗവൺമെന്റിനെ അട്ടിമറിക്കുമെന്ന സ്ഥിതി സംജാതമായി. അമേരിക്കയുടെ അടിയന്തിര സഹായവും ഭക്ഷ്യവസ്തുക്കളും ഇന്ധനവും കൂടാതെ ജാഫർ നിമേരിക്ക് പിടിച്ചുനിൽക്കാൻ ആവില്ലെന്നായി.

സുഡാൻ വഴി എത്യോപ്യൻ യഹൂദരെ വിമാനത്തിൽ ഇസ്രായേലിലേക്ക് കൊണ്ടുവരുന്നത് തുടരാൻ അനുവദിക്കണമെന്ന നിബന്ധനയോടെ ജാഫർ നിമേരി ഗവൺമെന്റിനെ സഹായിക്കണമെന്ന് ഇസ്രായേൽ അമേരിക്കയോട് അഭ്യർത്ഥിച്ചു. അമേരിക്ക ഈ നിബന്ധന അംഗീകരിക്കാൻ തയ്യാറാവുകയും ഖാർത്തൂമിലെ അമേരിക്കൻ അംബാസിഡർ പ്രസ്തുത നിബന്ധന ഉൾപ്പെടുത്തിക്കൊണ്ട് സുഡാൻ ഗവൺമെന്റുമായി കൂടിയാലോചനകൾക്ക് മുൻകൈ എടുക്കുകയും ചെയ്തു. തത്ഫലമായി ഒരു ഒത്തുതീർപ്പ് ഉടമ്പടി രൂപപ്പെട്ടു. അതിൻപ്രകാരം എത്യോപ്യൻ യഹൂദർ സുഡാനിൽ നിന്നും നേരിട്ട് ഇസ്രായേലിലേക്ക് പറക്കാൻ പാടില്ല. അത് മൂന്നാമതൊരു രാജ്യം വഴി ആയിരിക്കണം. ഇസ്രായേൽ ഇതിൽ നേരിട്ട് പങ്കെടുക്കാൻ പാടില്ല. നഷ്ടപരിഹാരമായി സുഡാന് ലഭിക്കുന്ന തുക ഭക്ഷ്യവസ്തുക്കളും ഇന്ധനവുമായി നൽകണം.

അടുത്ത അഞ്ചോ ആറോ ആഴ്ചകൾക്കുള്ളിൽ സുഡാനിലുള്ള എത്യോപ്യൻ യഹൂദരെ പൂർണ്ണമായും ഇസ്രായേലിലേക്ക് കൊണ്ടുപോകാൻ കഴിയുമെന്ന് ഖാർത്തൂമിലെ അമേരിക്കൻ എംബസ്സി തങ്ങളുടെ ഗവൺമെന്റിനെ അറിയിച്ചു. അങ്ങനെയാണ് ഓപ്പറേഷൻ മോസസ് രൂപമെടുത്തത്.

അതിനകം രംസദായി ഹക്കായുടെ ഡെപ്യൂട്ടിയായിരുന്ന നഹും അദ്മൊനി നിയമിതനായിക്കഴിഞ്ഞിരുന്നു. എത്യോപ്യൻ യഹൂദരുടെ കുടിയേറ്റം ഫലപ്രദമായി കൈകാര്യം ചെയ്തുകൊണ്ട് നഹും അദ്മൊനി പ്രഗത്ഭനെന്ന് ഇതിനകം പ്രശസ്തനായി. ബെൽജിയം വഴി എത്യോപ്യൻയഹൂദരെ ഇസ്രായേലിലെത്തിക്കാനായിരുന്നു അദ്മൊനിയുടെ പദ്ധതി. ബോയിംഗ് വിമാനങ്ങൾ വാടകയ്ക്ക് കൊടുത്തിരുന്ന ബെൽജിയം കാരനായ ഒരു ജൂതബിസിനസ്സുകാരൻ ഈ സംരംഭത്തെ സഹായിക്കാനായി മുന്നോട്ടുവന്നു.

1984 നവംബർ പതിനെട്ടാം തിയതി അതിരാവിലെ ഒന്ന് ഇരുപതിന് ആദ്യത്തെ ബെൽജിയൻ വിമാനം സുഡാനിലെത്തി. പട്ടിണിയാൽ വലഞ്ഞ, അവശരും രോഗികളുമായ ഇരുന്നൂറ്റിയമ്പത് അഭയാർത്ഥികൾ ആ വിമാനത്തിൽ കയറി. പക്ഷേ ബെൽജിയംകാരനായ പൈലറ്റ്

വിമാനം പറപ്പിക്കാൻ വിസമ്മതിച്ചു. ഇരുന്നൂറ്റിപ്പത്ത് ഓക്സിജൻ മാസ്കുകൾ മാത്രമേ വിമാനത്തിലുള്ളുവെന്നും അതിനാൽ ഇരുന്നൂറ്റിയമ്പത് യാത്രക്കാരുമായി താൻ പറക്കില്ലെന്നുമായിരുന്നു അയാളുടെ നിലപാട്. ആ വിമാനയാത്രയുടെ ചുമതലക്കാരനായിരുന്ന മൊസാദ് ഏജന്റ് ആ പൈലറ്റിനെ ഒരു വശത്തേക്ക് കൊണ്ടുവന്ന് മെല്ലെയെങ്കിലും ഉറപ്പിച്ച് പറഞ്ഞു: 'ദയവായി നിങ്ങൾ തീരുമാനിച്ചുകൊള്ളുക ആര് ജീവിക്കണമെന്നും ആര് മരിക്കണമെന്നും!' അത്രയും പറഞ്ഞിട്ട് മൊസാദ് ഏജന്റ് ഇത്രയും കൂടി കടുപ്പിച്ച് പറഞ്ഞു: 'ഈ നിമിഷം നിങ്ങൾ കോക്പിറ്റിലേക്ക് കയറി വിമാനത്തിന്റെ എഞ്ചിനുകൾ സ്റ്റാർട്ട് ആക്കുന്നില്ലെങ്കിൽ നിങ്ങളെ ഞാൻ ഈ വിമാനത്തിൽ നിന്നും പുറത്തേക്ക് എറിയും. നിങ്ങളുടെ സീറ്റിൽ മറ്റൊരാളെ ഞാൻ ഇരുത്തുകയും ചെയ്യും.'

പ്രാണഭയമുള്ള യാതൊരാൾക്കും നിരാകരിക്കാനാവാത്ത വാദമാണതെന്ന് പൈലറ്റിന് വേഗം മനസ്സിലായി. അയാൾ കോക്പിറ്റിനുള്ളിലേക്ക് കയറി വിമാനം സ്റ്റാർട്ട് ചെയ്തു. ഓപ്പറേഷൻ മോസസിന്റെ ആദ്യ വിമാനം ബ്രസൽസ് ലക്ഷ്യമാക്കി പുലർച്ചെ രണ്ട് ഇരുപതിന് പറന്നുയർന്നു. അവിടെ ഒരു സ്റ്റോപ് ഓവറിനുശേഷം നേരെ ടെൽ അവീവിലേക്ക്. അടുത്ത നാൽപ്പത്തിയേഴ് ദിവസങ്ങൾ ഈ റൂട്ടിൽ ബോയിംഗ് വിമാനങ്ങൾ നിരന്തരം സഞ്ചരിച്ചു. മുപ്പത്തിയാറ് രഹസ്യ ഫ്ളൈറ്റുകളിലായി ഏഴായിരത്തി എണ്ണൂറിലേറെ എത്യോപ്യൻ യഹൂദർ ഇസ്രായേലിലെത്തിച്ചേർന്നു.

സൈനിക സെൻസർഷിപ്പ് നിയമം ഉപയോഗിച്ച് ഓപ്പറേഷൻ മോസസിനെ സംബന്ധിക്കുന്ന വാർത്തകളെ മൂടിവക്കാൻ ഇസ്രായേൽ പരമാവധി പരിശ്രമിച്ചു. യഹൂദ വാർത്താ ഏജൻസിയുടെ തലവൻ ആറി ദുത്സിന്റെ ഇതിനെ സംബന്ധിക്കുന്ന ഒരു വാർത്ത പ്രത്യക്ഷപ്പെടുംവരെ ആ തമസ്കരണം വിജയിക്കുകയും ചെയ്തിരുന്നു. 'ഒരു യഹൂദ ഗോത്രം മാതൃരാജ്യത്തേക്ക് മടങ്ങാൻ തുടങ്ങുന്നു' എന്നതായിരുന്നു ദുത്സിന്റെ പ്രസ്താവന. ഈ പ്രസ്താവനയെ പിന്തുടർന്ന് ന്യൂയോർക്ക് യഹൂദ മാധ്യമം വിശദമായ ഒരു റിപ്പോർട്ട് പ്രകാശിപ്പിച്ചു. തുടർന്ന് ലോസ് ഏഞ്ചലസ് ടൈംസും ആ വഴി പിന്തുടർന്നു.

മൂന്നു ദിവസങ്ങൾക്ക് ശേഷം പ്രധാനമന്ത്രി ഷിമോൺ പെറസ് ഇസ്രായേലി പാർലമെന്റിൽ ഒരു പ്രസ്താവന നടത്തി: 'കഴിവിന്റെ പരമാവധിയും അതിനപ്പുറവും പ്രയോഗിച്ചുകൊണ്ട് ഇസ്രായേൽ ഗവൺമെന്റ് പ്രവർത്തിച്ചു; അവസാനത്തെ എത്യോപ്യൻ ജൂതൻ ഇസ്രായേലിൽ എത്തും വരെ തുടർന്ന് പ്രവർത്തിക്കുകയും ചെയ്യും.' ഈ വാർത്ത പുറത്തുവന്നയുടനെ സുഡാൻ ബൽജിയം വഴി ഇസ്രായേലിലേക്കുള്ള വിമാനങ്ങൾ റദ്ദുചെയ്തു. അതോടെ ഓപ്പറേഷൻ മോസസ് സ്തംഭനാവസ്ഥയിലായി. സുഡാൻ ഗവൺമെന്റ് ക്ഷുഭിതരായി. അതിന് കാരണമായത് പത്രവാർ

ത്തകളായിരുന്നില്ല മറിച്ച് സംഗതികൾ ശരിവച്ചുകൊണ്ടുള്ള ഇസ്രായേൽ പ്രധാനമന്ത്രിയുടെ പ്രസ്താവനയായിരുന്നു. 'ഒരു മാസം കൂടി ഇസ്രായേൽ നിശ്ശബ്ദത പാലിച്ചിരുന്നെങ്കിൽ അവസാനത്തെ എത്യോപ്യൻ യഹൂദനും പിതൃഭൂമിയിൽ മടങ്ങിയെത്തുമായിരുന്നു.' എന്നാണ് ഒരു അമേരിക്കൻ ഉദ്യോഗസ്ഥൻ വാഷിംഗ്ടണിൽ വച്ച് അഭിപ്രായപ്പെട്ടത്.

ഓപ്പറേഷൻ മോസസ് അമേരിക്കൻ വൈസ് പ്രസിഡന്റ് ജോർജ് ബുഷിൽ വലിയ മതിപ്പ് ഉളവാക്കി. വലിയ അപകടസാദ്ധ്യതകളെ വകവക്കാതെ എത്യോപ്യൻ യഹൂദരെ പിതൃഭൂമിയിലെത്തിക്കാനുള്ള ഇസ്രായേലിന്റെ കഠിനയത്നങ്ങൾ ആദരണീയമെന്ന് അദ്ദേഹം കരുതി. ഈ കാര്യത്തിൽ ഇസ്രായേലിനെ സഹായിക്കാൻ അദ്ദേഹം തീരുമാനിച്ചു. ഓപ്പറേഷൻ ക്വീൻ ഒഫ് ഷേബ എന്നായിരുന്നു ആ ദൗത്യത്തിന് നൽകിയ പേർ. ഓപ്പറേഷൻ മോസസ് ഫലത്തിൽ റദ്ദായതിനുശേഷം ചില ആഴ്ചകൾ കഴിഞ്ഞപ്പോൾ അമേരിക്കൻ വ്യോമസേനയുടെ ഏഴ് ഹെർക്കുലീസ് ചരക്ക് വിമാനങ്ങൾ സുഡാന്റെ അൽ ദാറിഫ് വിമാനത്താവളത്തിൽ ലാൻഡ് ചെയ്തു. അവിടെനിന്നും നിരവധി സി ഐ എ ഏജന്റുമാരെയും സുഡാനിൽ അവശേഷിച്ച അഞ്ഞൂറിലേറെ എത്യോപ്യൻ ജൂതരെയും വഹിച്ചുകൊണ്ടാണ് വിമാനങ്ങൾ തിരിച്ച് പറന്നത്. എത്യോപ്യൻ ജൂതരെ നേരിട്ട് ഇസ്രായേലിലെ മിത്സെ റാമൊൺ എയർ ഫോഴ്സ് വിമാനത്താവളത്തിൽ എത്തിക്കുകയായിരുന്നു.

രണ്ട് മാസങ്ങൾക്ക് ശേഷം സുഡാനിൽ സൈന്യം അധികാരം പിടിച്ചെടുത്തു. പ്രസിഡന്റ് ജാഫർ നിമേരി അധികാരഭ്രഷ്ടനായി. ഖാർത്തൂമിൽ അവശേഷിക്കുന്ന മൊസാദ് ഏജന്റുമാരെ പിടികൂടാനായി ലിബിയൻ ഇന്റലിജൻസ് വിഭാഗം രംഗത്തെത്തി. അവശേഷിക്കുന്ന മൂന്ന് മൊസാദ് ഏജന്റുമാരെ കണ്ടെത്താൻ അവർക്ക് കഴിഞ്ഞെങ്കിലും അവസാനനിമിഷം അവർ രക്ഷപെട്ട് സി ഐ എയുടെ സംരക്ഷണയിലായി. അമേരിക്കക്കാർ മൊസാദ് ഏജന്റുമാരെ തടിപ്പെട്ടികളിൽ ഒളിപ്പിച്ച് കെനിയയുടെ തലസ്ഥാനമായ നൈറോബിയിൽ എത്തിക്കുകയായിരുന്നു. ഓപ്പറേഷൻ മോസസിന്റെ ഭാഗമായി സുഡാനിൽ പ്രവർത്തിച്ചിരുന്ന മൊസാദ് ഏജന്റുമാരിൽ സീനിയർ ആയിരുന്ന ഡേവിഡ് മൊലാദ് തന്ത്രപൂർവ്വം അവിടെ നിന്നും രക്ഷപെട്ടു. മൊലാദ് പങ്കെടുത്ത അവസാനത്തെ ദൗത്യമായിരുന്നു ഓപ്പറേഷൻ മോസസ്. അതിനുശേഷം അയാൾ മൊസാദിൽ നിന്നും റിട്ടയർ ചെയ്തു.

ഓപ്പറേഷൻ മോസസ്, ക്വീൻ ഒഫ് ഷേബാ എന്നീ ദൗത്യങ്ങളിൽ ഇസ്രായേൽ അമേരിക്കൻ സഹകരണം സമ്പൂർണ്ണമായിരുന്നു. നിർഭാഗ്യവശാൽ അധികം വൈകാതെ ആ സഹകരണത്തിൽ വിള്ളൽ

വീഴ്ത്തിക്കൊണ്ട് പൊള്ളാഡ് സംഭവം അരങ്ങേറി. അമേരിക്കൻ ഇന്റലിജൻസ് വിഭാഗത്തിൽ ജീവനക്കാരനായിരുന്ന അമേരിക്കൻ യഹൂദൻ ജോനാതൻ പൊള്ളാഡ് ഇസ്രായേലിനുവേണ്ടി ചാരപ്രവർത്തനം നടത്തിയതിന് അറസ്റ്റിലായി. ആ സംഭവം അമേരിക്കയെ അക്ഷരാർത്ഥത്തിൽ ഞെട്ടിച്ചു. ഏറ്റവും വിശ്വസ്തരായി അമേരിക്ക കരുതുകയും സഹകരിക്കുകയും ചെയ്യുന്ന സുഹൃദ് രാഷ്ട്രം തങ്ങൾക്കെതിരെ ചാരവൃത്തി നടത്തിയെന്നത് വാഷിംഗ്ടണിൽ വലിയ ക്ഷോഭത്തിനും അമർഷത്തിനും കാരണമായി.

ഇസ്രായേൽ കയ്യൊഴിച്ച് മാപ്പ് പറയുകയും പൊള്ളാഡ് മോഷ്ടിച്ച രേഖകൾ തിരികെ എത്തിക്കുകയും ചെയ്തെങ്കിലും അവർക്കിടയിലെ ഊഷ്മളമായ ബന്ധം പഴയപടി ആയില്ല. ഇന്റലിജൻസ് വിഭാഗങ്ങളുടെ സഹകരണത്തിൽ ജറുസലേമിനും വാഷിംഗ്ടണുമിടയിൽ ഗുരുതരമായ വിള്ളലുണ്ടായി. ഐതിഹാസിക മൊസാദ് ഏജന്റായ റാഫി ഐതനു വേണ്ടിയായിരുന്നു പൊള്ളാഡ് ചാരപ്പണി ചെയ്തിരുന്നത്. ഇസ്രായേലി പ്രതിരോധ വകുപ്പിനുകീഴിലുള്ള അത്രയൊന്നും അറിയപ്പെടാത്ത ലകം എന്ന് പേരുള്ള ഒരു ഇന്റലിജൻസ് വിഭാഗത്തിന്റെ തലവനായിരുന്നു ഐതൻ. ശാസ്ത്രസംബന്ധിയായ ഇന്റലിജൻസ് വിവരശേഖരണമായിരുന്നു ലകം ചെയ്തിരുന്നത്. ഇസ്രായേൽ ഗവൺമെന്റ് ഉടനെ അതിനെ പിരിച്ചുവിട്ടു. ഐതനെതിരെ അമേരിക്കയിൽ കോടതി നടപടികൾ ആരംഭിച്ചു. അറസ്റ്റ് ചെയ്യപ്പെട്ടേക്കുമെന്ന് ഭയന്ന് അന്നുമുതൽ ഇന്നുവരെ റാഫി ഐതൻ അമേരിക്കയിൽ പ്രവേശിച്ചിട്ടില്ല.

* * *

സുഡാൻ വഴിയുള്ള എത്യോപ്യൻ ജൂതരുടെ കുടിയേറ്റം അപകടങ്ങൾ നിറഞ്ഞതായിരുന്നു. എത്യോപ്യയുടെ അതിർത്തികൾ നിയമവിരുദ്ധമായി കടന്ന് ആഭ്യന്തരയുദ്ധം കൊടുമ്പിരി കൊണ്ടിരുന്ന സുഡാനിലൂടെ പട്ടാളത്തിന്റെയും പോലീസിന്റെയും കണ്ണുവെട്ടിച്ച് മൊസാദ് ഏജന്റുമാരുമായി ബന്ധപ്പെടുകയെന്നത് സാഹസികവും ഒപ്പം ദുരിതമയവുമായിരുന്നു. ഏതാണ്ട് നാലായിരത്തോളം പേർക്ക് ഈ ദുരന്തവഴികളിൽ ജീവൻ നഷ്ടമായി. ഇത് പലയിടങ്ങളിൽനിന്നും കനത്ത വിമർശനത്തിന് വഴിവച്ചു. മൊസാദിന്റെ ദൗത്യനിർവഹണസംഘമായ കേസരിയായുടെ തലപ്പത്തുള്ളവർ ഓപ്പറേഷൻ മോസസിന്റെ ആസൂത്രണപ്പിഴവുകളെ ചൂണ്ടിക്കാണിച്ച് വിമർശിച്ചു. ഓപ്പറേഷൻ മോസസിനെ നയിച്ച ബിത്സുർ ഇത്രയും ബൃഹത്തായ ദൗത്യം ഏറ്റെടുക്കാൻ പ്രാപ്തമായിരുന്നില്ലെന്ന് കേസരിയായുടെ തലവനായ ഷബ്‌തായ് ഷാവിത് തുറന്നുപറഞ്ഞു.

തങ്ങളുടെ അയഞ്ഞ ഘടനയും പ്രതിസന്ധികളിലും ആവശ്യങ്ങളിലും അവസരത്തിനൊത്ത് പ്രതികരിക്കാനുള്ള കഴിവുമാണ് ഓപ്പറേഷൻ മോസസിന്റെ വിജയത്തിന് കാരണമായതെന്ന് ബിത്സുറും അവകാശപ്പെട്ടു. മോസസിന്റെ വിവിധ ഘട്ടങ്ങളിൽ തങ്ങൾ റിക്രൂട്ട് ചെയ്തവരിൽ ചിലർ മൊസാദിലെത്തന്നെ മികച്ച ഏജന്റുമാരായി മാറിയെന്നും ബിത്സുർ കൂട്ടിച്ചേർത്തു.

ആയിരക്കണക്കിന് യഹൂദർ പിതൃഭൂമിയിൽ മടങ്ങിയെത്തി എന്ന യാഥാർത്ഥ്യത്തെ മൊസാദിലെ ചേരിപ്പോര് ഇല്ലാതാക്കിയില്ല. ഒപ്പം, ഓപ്പറേഷൻ മോസസും ക്വീൻ ഒഫ് ഷേബായും പൂർത്തിയായതിനുശേഷവും പിന്നെയും ആയിരക്കണക്കിന് യഹൂദർ എത്യോപ്യയിൽ തുടരുന്നുവെന്ന വസ്തുതയും. ഇസ്രായേലിലേക്ക് കുടിയേറാനാണ് അവർക്കും താത്പര്യം പക്ഷേ ഇസ്രായേലിന്റെ വാതിലുകൾ താത്ക്കാലികമായി അടഞ്ഞാണ് കിടക്കുന്നത്. ബാക്കിയുള്ള എത്യോപ്യൻ യഹൂദരെയും ഇസ്രായേലിന്റെ മണ്ണിൽ എത്തിക്കണമെന്ന് ഇസ്രായേൽ അഭിലഷിച്ചു. ഇസ്രായേൽ ദേശീയതയുടെയും പ്രത്യയശാസ്ത്രത്തിന്റെയും നിർബന്ധവും അതായിരുന്നു. മാനുഷികമായ മറ്റനേകം പരിഗണനകളും അതുതന്നെ ആവശ്യപ്പെട്ടു. അനേകം കുടുംബങ്ങൾ അവിടെയും ഇവിടെയുമായി വിഭജിക്കപ്പെട്ടുപോയിരുന്നു. കുഞ്ഞുങ്ങൾ ഇസ്രായേലിലും മാതാപിതാക്കൾ എത്യോപ്യയിലും ആയ നിരവധി കുടുംബങ്ങൾ. ഭാര്യയും ഭർത്താവും രണ്ടിടങ്ങളിലായവരും ഉണ്ടായിരുന്നു. ഈ അവസ്ഥ പല ദുരന്തങ്ങൾക്കും കാരണമായി. കുടുംബങ്ങളുടെ വൈകാരിക പിന്തുണ ഇല്ലാതെ പുതിയ സാഹചര്യങ്ങളുമായി പൊരുത്തപ്പെടാൻ വിഷമിച്ച ചിലർ ആത്മഹത്യ ചെയ്തു. എത്യോപ്യയിൽ പ്രവർത്തിച്ചിരുന്ന ഇസ്രായേലിന്റെ പ്രതിനിധികൾ ആയിരക്കണക്കിന് ജൂതരെ എത്യോപ്യയുടെ തലസ്ഥാനമായ ആഡിസ് അബാബയുടെ പ്രാന്തപ്രദേശങ്ങളിലുള്ള അഭയാർത്ഥി ക്യാമ്പുകളിൽ എത്തിച്ചിരുന്നു. അവരെ ഇസ്രായേലിൽ എത്തിക്കാൻ ഒരു അത്ഭുതം സംഭവിക്കണെയെന്ന് അവർ ഇടതടവില്ലാതെ പ്രാർത്ഥിച്ചുകൊണ്ടിരുന്നു. ഒടുവിൽ അത്ഭുതം സംഭവിച്ചു.

ഓപ്പറേഷൻ മോസസിനുശേഷം ആറ് വർഷങ്ങൾ കഴിഞ്ഞ് 1991 മെയ് മാസത്തിൽ ഓപ്പറേഷൻ സോളമൻ പ്രവർത്തനം ആരംഭിച്ചു. എത്യോപ്യയിൽ ആഭ്യന്തര യുദ്ധം കൊടുമ്പിരികൊണ്ട നാളുകളായിരുന്നു അത്. നിലവിലുണ്ടായിരുന്ന സർക്കാരിനെ വീഴ്ത്താനായി വിമതർ നാലുഭാഗത്തുനിന്നും തലസ്ഥാനമായ ആഡിസ് അബാബയെ വളഞ്ഞിരിക്കുന്നു. മെൻ ഗിസ്തു ഇനി എത്രകാലം അധികാരത്തിലുണ്ടാകുമെന്നത് ആർക്കും നിർണ്ണയിക്കാനാവാത്ത കാലം. അതിനിടയിലായിരുന്നു ഓപ്പറേഷൻ സോളമൻ ദൗത്യം അരങ്ങേറിയത്. അമേരിക്കയുടെ മധ്യസ്ഥതയിൽ

ഇസ്രായേലും ആടിയുലഞ്ഞുകൊണ്ടിരുന്ന എത്യോപ്യൻ ഗവൺമെന്റും തമ്മിലുണ്ടാക്കിയ ധാരണയായിരുന്നു അത്.

'രഹസ്യനയതന്ത്രത്തിന്റെ' ആളെന്ന് പേരുകേട്ട ഉറി ലുബ്രാനിയായിരുന്നു ഇസ്രായേൽ പ്രധാനമന്ത്രി ഇസഹാക് ഷമീറിന്റെ നിർദ്ദേശാനുസരണം ഓപ്പറേഷൻ സോളമന്റെ വിശദാംശങ്ങൾ മൂന്ന് കൂട്ടർക്കും സമ്മതമായ രീതിയിൽ കൂടിയാലോചനകളിലൂടെ ഉറപ്പിച്ചത്. ഇറാനും ലെബനനുമായുള്ള ഇസ്രായേലിന്റെ രഹസ്യ ഇടപാടുകൾക്ക് പിന്നിലും ലുബ്രാനിയായിരുന്നു ചുക്കാൻ പിടിച്ചിരുന്നത്. യഹൂദരെ ഇസ്രായേലിലേക്ക് കുടിയേറുന്നതിന് അനുവദിക്കുന്നതിനായി മുപ്പത്തിയഞ്ച് മില്യൺ ഡോളർ ഇസ്രായേൽ എത്യോപ്യയ്ക്ക് കൈമാറി. സർക്കാർ വീണാൽ മെൻഗിസ്റ്റുവിനും പ്രധാന അനുയായികൾക്കും രാഷ്ട്രീയ അഭയം നൽകാമെന്ന് അമേരിക്കയും വാഗ്ദാനം ചെയ്തു. ഓപ്പറേഷൻ സോളമൻ പ്രവർത്തനക്ഷമമാകുന്ന മുപ്പത്തിയാറ് മണിക്കൂർ നേരത്തേക്ക് താത്ക്കാലികമായി വെടിനിർത്താമെന്ന് റിബലുകളെക്കൊണ്ടും സമ്മതിപ്പിച്ചു.

സൈന്യത്തിനായിരുന്നു ദൗത്യത്തിന്റെ ചുമതല. ഉപ സൈനിക മേധാവിയായിരുന്ന ജനറൽ അംനോൺ ലിപ്കിൻ ഷഹക് ആ ചുമതല ഏറ്റെടുത്തു. അദ്ദേഹത്തിന്റെ നിർദ്ദേശാനുസരണം 'പറക്കാൻ കഴിയുന്ന സകലവും' ഇസ്രായേൽ ആഡിസ് അബാബയിലേക്കയച്ചു. ഇസ്രായേൽ വിമാനക്കമ്പനിയുടെ മുപ്പത് വിമാനങ്ങളും വ്യോമസേനയുടെ ഒട്ടേറെ വിമാനങ്ങളും അവിടെയെത്തി. ഇസ്രായേലിന്റെ ഏറ്റവും മികച്ച കമാൻഡോ സംഘമായ ഷൽദാഗിന്റെ പോരാളികളെ ആഡിസ് അബാബയിൽ വിന്യസിച്ചു. ഇസ്രായേലിന്റെ കരസേനയിലും പാരാട്രൂപ്പർ വിഭാഗങ്ങളിലും അംഗങ്ങളായിരുന്ന നൂറുകണക്കിന് എത്യോപ്യൻ യഹൂദരെയും ദൗത്യത്തിന്റെ സഹായത്തിനായി എത്തിച്ചു. അവരൊക്കെയും ഏറെക്കുറെ സമാനമായ സാഹചര്യങ്ങളിൽ ഇസ്രായേലിലേക്ക് കുടിയേറിയ എത്യോപ്യൻ യഹൂദരുടെ മക്കളായിരുന്നു. ചുറ്റവട്ടത്തെത്തുന്ന യഹൂദരെ വിമാനത്തിലെത്തിക്കുക എന്നതായിരുന്നു അവരുടെ ചുമതല. മുപ്പത്തിനാല് മണിക്കൂറുകൾക്കുള്ളിൽ പതിന്നാലായിരത്തി നാന്നൂറ് യഹൂദർ വിമാനത്താവളത്തിലെത്തി. മിന്നൽ വേഗത്തിൽ അവരെ വിമാനങ്ങൾക്കുള്ളിൽ എത്തിച്ചു. പറന്നുയർന്ന ബോയിംഗ് 747 വിമാനത്തിൽ 1087 കുടിയേറ്റക്കാരുണ്ടായിരുന്നു. എന്നാൽ ലാൻഡ് ചെയ്തപ്പോൾ അത് 1088 ആയി വർദ്ധിച്ചു. യാത്രാവേളയിൽ ഒരു കുഞ്ഞ് പിറന്നിരുന്നു.

യുവ എത്യോപ്യൻ യഹൂദർ ഇസ്രായേൽ സേനയുടെ യൂണിഫോമിൽ തങ്ങളുടെ സഹോദരരെ രക്ഷിക്കാനായി ആഡിസ് അബാബയിൽ എത്തിയത് ഒട്ടേറേ വൈകാരിക മുഹൂർത്തങ്ങൾക്ക് കാരണമായി. പച്ച ഉടുപ്പും ചുവന്ന തൊപ്പിയും ആകർഷണീയമായ ബൂട്ട്സും ധരിച്ച അവരുടെ

കണ്ണുകൾ നിറഞ്ഞൊഴുകിയിരുന്നു. സ്വന്തം ജനതയുടെ രക്ഷകരായതിൽ അവർ അഭിമാനം കൊണ്ടു. അവരുടെ ആനന്ദം മിഴിനീരായൊഴുകി.

ഓപ്പറേഷൻ സോളമനുശേഷം ഇരുപതോളം വർഷങ്ങൾ കടന്നുപോയിരിക്കുന്നു. ഇപ്പോഴും എത്യോപ്യയിൽ യഹൂദർ അവശേഷിക്കുന്നുണ്ട്. അവരെ എല്ലാവരെയും ഇസ്രായേലിൽ എത്തിക്കാനായുള്ള പരിശ്രമങ്ങൾ ഇന്നും തുടരുന്നു. പക്ഷേ എത്യോപ്യൻ യഹൂദരെ ഇസ്രായേലി സമൂഹവുമായി ഇണക്കിച്ചേർക്കുക എന്നത് അത്ര എളുപ്പമായിരുന്നില്ല. ഉൾനാടൻ മലഞ്ചെരിവുകളിൽനിന്നും എത്തിയ ആഫ്രിക്കൻ സമൂഹവും ആധുനിക പാശ്ചാത്യസമൂഹത്തിന്റെ നിലവാരം പുലർത്തുന്ന ഇസ്രായേലി സമൂഹത്തിനും ഇടയിലെ വിടവുകൾ തന്നെ അതിനുള്ള പ്രതിബന്ധം. പാരമ്പര്യവാദികളായ ചില യാഥാസ്ഥിതികർ എത്യോപ്യൻ യഹൂദരോട് പുലർത്തുന്ന അസ്പൃശ്യതയും തടസ്സങ്ങൾ ഉണ്ടാക്കുന്നുണ്ട്. എത്യോപ്യൻ യഹൂദർ യഹൂദരല്ല എന്ന കാഴ്ചപ്പാട് ഇനിയും അപ്രത്യക്ഷമായിട്ടില്ല.

കവി ഹയിം ഇദിസ്സിന്റെ യാത്രാഗീതം അവസാനിക്കുന്നത് ഇങ്ങനെയാണ്:

നിലാവിൽ അമ്മയുടെ പ്രതിബിംബം
എന്നെ നോക്കുന്നു.
മാഞ്ഞുപോകരുതേ, അമ്മേ!
എന്റെയരുകിൽ അമ്മ ഉണ്ടായിരുന്നെങ്കിൽ
ഞാൻ യഹൂദനാണെന്ന്
അവരെ ബോദ്ധ്യപ്പെടുത്താൻ
അമ്മയ്ക്ക് ആകുമായിരുന്നു.

ഉപസംഹാരം

ഇറാനുമായി യുദ്ധമോ?

എന്റബി വിമാനത്താവളം, ഉഗാണ്ട, ജൂലായ് 4, 1976

രാത്രിയുടെ കറുപ്പിൽ ഇസ്രായേലിന്റെ നാല് ഹെർക്കുലീസ് വിമാനങ്ങൾ ഉഗാണ്ടയുടെ റഡാറുകളെ കബളിപ്പിച്ച് നിഗൂഢമായി എന്റബി വിമാനത്താവളത്തിൽ ലാൻഡ് ചെയ്തു. സയെറെത് മത്കൽ കമാൻഡോകൾ ഉൾപ്പെടെ നിരവധി വരേണ്യ സായുധപ്പോരാളികളെയും വഹിച്ചുകൊണ്ട് ഇസ്രായേലിൽ നിന്നും 2500 മൈലുകൾ പറന്നാണ് ആ വിമാനങ്ങൾ എന്റബിയിൽ എത്തിയത്. ഒരാഴ്ച മുൻപ് അറബികളും ജർമൻകാരുമായ ഭീകരവാദികൾ ടെൽ അവീവിൽ നിന്നും പാരീസിലേക്ക് പറക്കുകയായിരുന്ന ഒരു എയർ ഫ്രാൻസ് വിമാനം തട്ടിയെടുത്ത് എന്റബിയിൽ ഇറങ്ങിയിരുന്നു. ഉഗാണ്ടൻ ഏകാധിപതി ജനറൽ ഇദി അമീൻ ഭീകരവാദികൾക്ക് സംരക്ഷണം ഏർപ്പെടുത്തി. വിമാനത്തിൽ ഉണ്ടായിരുന്ന തൊണ്ണൂറ്റിയഞ്ച് ഇസ്രായേലി സിവിലിയൻ പൗരന്മാരെ റാഞ്ചികൾ തടവുകാരാക്കി. തടവുകാരെ ഭീകരരിൽ നിന്നും മോചിപ്പിക്കാനായി ആഫ്രിക്കയുടെ ഹൃദയത്തിൽ ഒരു ധീരസാഹസിക നടപടിക്ക് ഇസ്രായേൽ ഒരുങ്ങി.

ലാൻഡ് ചെയ്ത് നിമിഷങ്ങൾക്കുള്ളിൽ ഇസ്രായേലി കമാൻഡോകൾ വിമാനത്താവളത്തിലാകെ വ്യാപിച്ചു. സയെറെത് മത്കലിന്റെ കമാൻഡർ

യോനി നെതന്യാഹുവായിരുന്ന ദൗത്യസംഘത്തിന്റെ തലവൻ. വിമാനത്താവളത്തിന്റെ ഒരുവശത്ത് തടവുകാരെയുമായി പാർക്ക് ചെയ്തിരുന്ന വിമാനത്തെ നേരിട്ട് ആക്രമിക്കാനായിരുന്നു പദ്ധതി. തത്സമയം യോനി നെതന്യാഹുവിന് വെടിയേൽക്കുന്നു. മറ്റൊരു സയെറെത് ഓഫീസറായ ക്യാപ്റ്റൻ തമിർ പാർദോ യോനിയുടെ സമീപത്ത് കുനിഞ്ഞ് നിന്നു കൊണ്ട് തന്റെ മൈക് പ്രവർത്തിപ്പിച്ച് സഹചരരെ വിളിക്കുന്നു. 'യോനിക്ക് വെടിയേറ്റിരിക്കുന്നു' അയാൾ ഉറക്കെ വിളിച്ചുപറഞ്ഞു. 'മുകീ, കമാൻഡ് ഏറ്റെടുക്കുക'. യോനിയുടെ ഡെപ്യൂട്ടിയായിരുന്ന മുകി ബെത്സെർ കമാൻഡ് ഏറ്റെടുത്ത് ദൗത്യം മുന്നോട്ട് കൊണ്ടുപോകുന്നു. നിമിഷങ്ങൾക്കുള്ളിൽ സംഘട്ടനം അവസാനിക്കുന്നു. ഭീകരർ കൊല്ലപ്പെടുന്നു. തടവുകാരെയെല്ലാം രക്ഷപെടുത്തുന്നു. ഹ്ലറ്റൻ ഹെർക്കുലീസ് വിമാനം എല്ലാവരെയുമായി ഇസ്രായേലിലേക്ക് തിരിച്ച് പറക്കുന്നു.

ഇസ്രായേലിൽ നിന്നും ആയിരക്കണക്കിന് മൈലുകൾ അകലെ സാഹസികമായി നടത്തിയ ആ രക്ഷപെടുത്തൽ ഐതിഹാസികമാനങ്ങളുള്ള ഒന്നായി മാറി. പക്ഷേ അതിനും ഒരു വില ഒടുക്കേണ്ടിവന്നു: റാഞ്ചികൾ തടവുകാരാക്കിയവരിൽ മൂന്നുപേർക്ക് ജീവൻ നഷ്ടമായി. ഭാവി പ്രധാനമന്ത്രി ബെഞ്ചമിൻ നെതന്യാഹുവിന്റെ സഹോദരൻ ലെഫ്റ്റനന്റ് കേണൽ യോനി നെതന്യാഹുവിന്റെ ജീവനും ദൗത്യനിർവഹണത്തിൽ പൊലിഞ്ഞു. ഇസ്രായേൽ ദേശം മുഴുവനും യോനിയുടെ മരണത്തിൽ വിലപിച്ചു. ആ രാത്രി, സയെറെത് മത്ക്കലിന്റെ കമ്യൂണിക്കേഷൻ വിഭാഗം തലവൻ തമിർ പാർദോ ജെറുസലേമിലെ നെതന്യാഹു ഭവനത്തിന്റെ വാതിലിൽ മുട്ടി യോനി നെതന്യാഹുവിന്റെ മരണം ഔദ്യോഗികമായി കുടുംബത്തെ അറിയിച്ചു. യോനിയുടെ അന്ത്യവിനാഴികകളിൽ ഒപ്പമുണ്ടായിരുന്ന തമിർ പാർദോ നെതന്യാഹു കുടുംബത്തിന്റെ പ്രിയ മിത്രമായി.

മുപ്പത്തിയഞ്ച് വർഷങ്ങൾക്ക് ശേഷം അമ്പത്തിയേഴുകാരനായ തമിർ പാർദോ മെയർ ദാഗന്റെ പകരക്കാരനായി രംസദ് പദവിയിൽ നിയമിതനായി.

തുർക്കിയിൽ നിന്നും സെർബിയയിൽ നിന്നുമുള്ളവരായിരുന്നു തമിർ പാർദൊയുടെ മാതാപിതാക്കൾ. പതിനെട്ടാമത്തെ വയസ്സിൽ പാരാട്രൂപ്പേർസിൽ അംഗമായി. ഓഫീസേഴ്സ് അക്കാദമിയിൽ നിന്നും ഗ്രാജ്വേറ്റ് ചെയ്തശേഷം രഹസ്യാന്വേഷണവിഭാഗങ്ങളായ സയെറെത് മത്കലിലും ഷാൽദാഗിലും സേവനമനുഷ്ഠിച്ചു. എന്റബി സംഭവത്തിനുശേഷം നാല് വർഷങ്ങൾ കഴിഞ്ഞപ്പോൾ മൊസാദിൽ അംഗമായി. അനേകം ദൗത്യങ്ങളിൽ പങ്കെടുത്തു. വിശിഷ്ടസേവനത്തിനുള്ള ഇസ്രായേൽ സെക്യൂരിറ്റി സമ്മാനത്തിന് മൂന്നുതവണ അർഹനായി. 1998-ൽ ഖാലെദ് മഷാലിനെ

അമ്മാനിൽ വച്ച് വധിക്കാനുള്ള മൊസാദിന്റെ പരിശ്രമം പാളിയതിനെക്കുറിച്ച് അന്വേഷിക്കാൻ നിയമിതമായ കമ്മീഷന്റെ ചെയർമാനായിരുന്നു. അധികം വൈകാതെ ഇലക്ട്രോണിക് ചാരവൃത്തിക്കുള്ള മൊസാദ് ഘടകമായ നെവിയോത്തിന്റെ തലവനായി. നവ സാങ്കേതികവിദ്യകളിലും സർഗാത്മകമായ ആസൂത്രണത്തിലും പ്രവീണനായി. 2002-ൽ മെയർ ദാഗൻ മൊസാദിന്റെ തലവനായപ്പോൾ അദ്ദേഹത്തിന്റെ രണ്ട് ഡെപ്യൂട്ടികളിൽ ഒരാൾ തമിർ പാർദൊ ആയിരുന്നു. ആ പദവിയിൽ ഇരുന്നുകൊണ്ട് നാലുവർഷക്കാലം മൊസാദ് ദൗത്യനിർവഹണ വിഭാഗത്തിന്റെ മേധാവിയായി പ്രവർത്തിച്ചു. 2006-ൽ ഒരുവർഷക്കാലം ജനറലായി സേവനം ചെയ്തു. സാഹസിക ദൗത്യങ്ങളിൽ സേനാധിപന്റെ ഉപദേഷ്ടാവായിരുന്നു. രണ്ടാം ലെബനൻ യുദ്ധത്തിൽ നിരവധി സാഹസിക ആക്രമണങ്ങൾ ആസൂത്രണം ചെയ്ത് വിജയകരമായി നടപ്പിലാക്കിയത് പാർദൊ ആയിരുന്നു. 2007-ൽ മെയർ ദാഗൻ സേനയിൽ നിന്നും പാർദൊയെ തിരികെ വിളിച്ചു. 2009 ആകുന്നതോടെ റിട്ടയർ ആകുന്ന ദാഗന്റെ സ്ഥാനത്ത് രംസദായി പാർദൊ നിയമിതനാകും എന്നതായിരുന്നു ധാരണ. പക്ഷേ റിട്ടയർമെന്റ് കാലാവധി സമീപിച്ചപ്പോൾ മെയർ ദാഗന്റെ പ്രാഗൽഭ്യത്തിൽ പ്രീതരായ ഇസ്രായേൽ മന്ത്രിസഭ അദ്ദേഹത്തിന്റെ കാലാവധി ഒരു വർഷത്തേക്ക് നീട്ടിക്കൊടുത്തു. നിരാശനായ പാർദൊ ജോലി രാജിവച്ച് ഒരു മെഡിക്കൽ സർവീസസ് കമ്പനിയുമായി ചേർന്ന് ബിസിനസ്സിലേക്ക് തിരിഞ്ഞു. പക്ഷേ അത് അധികകാലം നീണ്ടുനിന്നില്ല. 2010 നവംബർ 29-ന് പ്രധാനമന്ത്രി ബെഞ്ചമിൻ നെതന്യാഹു അദ്ദേഹത്തെ രംസദായി നിയമിച്ചു. 2011 ജനുവരിയിൽ തമിർ പാർദൊ മൊസാദിന്റെ തലവനായി ചുമതല ഏറ്റെടുത്തു.

മിക്ക വിഷയങ്ങളിലും പാർദൊ തന്റെ മുൻഗാമിയായ മെയർ ദാഗന്റെ നയങ്ങളും ശൈലിയും പിന്തുടർന്നു. ഇറാനെതിരായ അതിരുകളില്ലാത്ത രഹസ്യയുദ്ധം തുടർന്നു. 2011 നവംബറിലും ഡിസംബറിലുമായി നിരവധി സ്ഫോടനങ്ങൾ ഇറാന്റെ സുപ്രധാന ഇടങ്ങളിൽ നടന്നു. ഷെഹാബ് മിസ്സൈലുകൾ ടെസ്റ്റ് ചെയ്തിരുന്ന സൈനിക കേന്ദ്രവും യുറേനിയം സമ്പുഷ്ടീകരിച്ചിരുന്ന ഇസ്ഫാഗൻ പ്രദേശവുമായിരുന്നു മിക്കതിന്റെയും ഉന്നം. തെഹ്റാനിലെ തെരുവിലൂടെ വാഹനത്തിൽ സഞ്ചരിച്ചിരുന്ന ഇറാൻ ആണവപദ്ധതിയുടെ ഡെപ്യൂട്ടി ഡിറക്ടറായിരുന്ന ഡോക്ടർ മൊസ്തഫാ അഹ്മദി റോഷൻ സ്ഫോടനത്തിൽ കൊല്ലപ്പെട്ടു. അതിനുമുൻപ് സമാനരീതിയിൽ വധം ഉദ്ദേശിച്ച് മൊസാദ് ആസൂത്രണം ചെയ്ത് നടപ്പിലാക്കിയിരുന്ന സ്ഫോടനശൈലി തന്നെയായിരുന്നു ഇവിടെയും പിന്തുടർന്നത്.

സ്ഫോടനങ്ങൾക്ക് പിന്നിൽ ഇസ്രായേൽ ആണെന്ന് ഇറാൻ ആരോപിക്കുകയും പ്രതികാരം ചെയ്യുമെന്ന് ഭീഷണി മുഴക്കുകയും ചെയ്തു. അതിനെത്തുടർന്ന് പല ഏഷ്യൻ നഗരങ്ങളിലും ഇസ്രായേൽ താത്പ്പര്യങ്ങളെ

ഉന്നമിട്ട് ഇറാൻ ആക്രമണങ്ങൾ നടത്തി. ദെൽഹിയിൽ നടന്ന സ്ഫോടനത്തിൽ ഒരു ഇസ്രായേൽ നയതന്ത്ര പ്രതിനിധിയുടെ ഭാര്യക്ക് പരിക്കേറ്റു. സമാനമായ ആക്രമണം ജോർജിയയുടെ തലസ്ഥാനമായ തിബ്ലിസിയിൽ നടത്തിയെങ്കിലും അത് പരാജയപ്പെട്ടു. ബാങ്കോക്കിൽ നടത്തിയ സ്ഫോടനത്തിൽ അത് ആസൂത്രണം ചെയ്ത ഇറാൻ പൗരനായിരുന്ന അപകടം പിണഞ്ഞത്. സൂയസ് കനാലിലൂടെ കടന്ന് പൊയ്ക്കൊണ്ടിരുന്ന ഒരു ഇസ്രായേലി കപ്പൽ സ്ഫോടനത്തിലൂടെ തകർക്കാനുള്ള ശ്രമം ഈജിപ്തിന്റെ ഇന്റലിജൻസ് വിഭാഗം കണ്ടെത്തി പരാജയപ്പെടുത്തി. ഇതോടെ ഇറാനും ഇസ്രായേലും തമ്മിലുള്ള രഹസ്യയുദ്ധം പരസ്യമായി. ദെൽഹിയിലും ബാങ്കോക്കിലും കെയ്റോയിലും പോലീസ് നടത്തിയ അന്വേഷണങ്ങൾ ഇറാന്റെ നേരെ വിരൽചൂണ്ടി. ഇസ്രായേലിന്റെ ലക്ഷ്യമിട്ട് ഇറാനിയൻ ചാരന്മാരുടെ കാര്യക്ഷമതയില്ലാത്ത ആക്രമണങ്ങൾ ലോകമാധ്യമങ്ങൾ റിപ്പോർട്ട് ചെയ്തു.

ഇറാന്റെ ഉള്ളിൽ ഇസ്രായേൽ സംഘടിപ്പിക്കുന്ന ആക്രമണങ്ങളും മാധ്യമശ്രദ്ധ ആകർഷിച്ചു. ഇറാന്റെ അതിർത്തിയോട് ചേർന്ന് അസർബൈജാനിലും കുർദ്ദിസ്ഥാനിലും മൊസാദ് താവളങ്ങൾ സ്ഥാപിച്ചതായി പാശ്ചാത്യമാധ്യമങ്ങൾ റിപ്പോർട്ട് ചെയ്തു. അവിടെ നിന്നും സൗകര്യപ്രദമായി ഇറാന്റെയുള്ളിൽ ആക്രമണങ്ങൾ നടത്താൻ ഇസ്രായേലിന് കഴിയുന്നുണ്ടെന്നായിരുന്നു മാധ്യമ നിരീക്ഷണം. ഇറാനിലെ രഹസ്യ പ്രതിപക്ഷ സംഘടനകളാണ് മൊസാദിനാവശ്യമായ പിന്തുണ നൽകുന്നതെന്നും പരസ്യമായി. ഇസ്രായേലിൽ പരിശീലനം നേടിയ ഇറാനിയൻ പ്രതിപക്ഷ പോരാളികൾക്ക് കൂടുതൽ സമർത്ഥമായി ഇറാനുള്ളിൽ ആക്രമണങ്ങൾ സംഘടിപ്പിക്കാൻ കഴിഞ്ഞു.

ഇറാനിലെ വിമതരുമായി ബന്ധം സ്ഥാപിക്കാൻ മൊസാദിന് കഴിഞ്ഞു. സി ഐ എക്ക് വേണ്ടിയാണെന്ന് നടിച്ചുകൊണ്ട് മൊസാദിനായി ഏജന്റുമാരെ റിക്രൂട്ട് ചെയ്തുകൊണ്ട് അവരെ ഉപയോഗിച്ച് അട്ടിമറി പ്രവർത്തനങ്ങൾ മൊസാദ് നടത്തിയിട്ടുണ്ടെന്ന് ചില സി ഐ എ രേഖകൾ വ്യക്തമാക്കുന്നുണ്ട്. പാക്കിസ്ഥാൻ ഭീകരസംഘടനയായ ജുൻഡല്ലായിൽ നിന്നും പോരാളികളെ ഈ വിധം രഹസ്യമായി റിക്രൂട്ട് ചെയ്ത് ഇറാനുള്ളിൽ അട്ടിമറികളും വധോദ്യമങ്ങളും നടത്താൻ അവരെ വിജയകരമായി നിയോഗിച്ചിരുന്നു. ജൂതരാഷ്ട്രത്തെ സഹായിക്കുന്നതിൽ വിമുഖരായിരുന്ന യാഥാസ്ഥിതിക മുസ്‌ലിം വിമതരെ അനുനയിപ്പിക്കാനും കൂടെക്കൂട്ടാനും സി ഐ എയുടെ മറ പ്രയോജനകരമായി.

2012 വസന്തകാലത്ത് ഇറാന്റെ ആണവപദ്ധതി പൂർത്തിയാകാൻ തുടങ്ങുകയാണെന്ന് പല അന്താരാഷ്ട്ര നിരീക്ഷകരും ഉൽക്കണ്ഠയോടെ ചൂണ്ടിക്കാണിച്ചു. നൂറ്റിയൊൻപത് കിലോഗ്രാം സമ്പുഷ്ട യുറേനിയം ഇറാൻ ഉൽപ്പാദിപ്പിച്ചുകഴിഞ്ഞുവെന്ന് അന്താരാഷ്ട്ര ആണവോർജ്ജ

ഏജൻസിയും വെളിപ്പെടുത്തി. സാമാന്യരീതിയിലുള്ള നാല് അണു ബോംബുകൾ നിർമ്മിക്കാൻ അത് മതിയാകുമായിരുന്നു. ഈ ഘട്ട ത്തിൽ ആണവപദ്ധതിയെ പൊളിക്കുന്നതിനായി ഉന്നമിട്ട് ഇസ്രായേൽ ആണവകേന്ദ്രങ്ങളെ നേരിട്ട് ആക്രമിച്ചാൽ അത് തുറന്ന യുദ്ധത്തിലേക്ക് വഴിതെളിക്കുമായിരുന്നു.

ഈ അവസരത്തിൽ സൈനിക നടപടി ഉപയോഗിച്ച് ഇറാന്റെ ആണവായുധ നിർമ്മിതിയെ പ്രതിരോധിക്കാൻ ഇസ്രായേലിനൊപ്പം മറ്റ് ചില രാജ്യങ്ങളും ആലോചിച്ചിരുന്നു. ഇക്കാര്യത്തിൽ അമേരിക്കയും ഇസ്രായേലും കൂടിയാലോചനകളിലൂടെ കൈകോർത്താണ് പ്രവർത്തിക്കു ന്നതെന്ന് ജറുസലേമിലും വാഷിംഗ്ടണിലുമുള്ള ഔദ്യോഗിക വൃത്തങ്ങൾ പലകുറി സൂചനകൾ നൽകിയിരുന്നു. എന്നാൽ അന്തിമ പോംവഴി എന്ന നിലയിൽ ഇറാനെതിരെ നടപടികൾ സ്വീകരിക്കേണ്ടത് എപ്പോഴായി രിക്കണം എന്ന കാര്യത്തിൽ അവർക്കിടയിൽ അഭിപ്രായ ഐക്യം ഉണ്ടായിരുന്നില്ല. ഇറാന്റെ യുറേനിയം സമ്പുഷ്ടീകരണത്തിന്റെ തോത് എൺപത് ശതമാനം കടക്കുമ്പോൾ മാത്രം സൈനിക നടപടി പരിഗ ണിച്ചാൽ മതി എന്നതായിരുന്നു അമേരിക്കൻ വിദഗ്ധരുടെ അഭിപ്രായം. അണുബോംബിന് തൊണ്ണൂറ്റിയേഴ് ശതമാനം സമ്പുഷ്ടീകരണം ആവ ശ്യമായിരുന്നു. അതിനാൽ എൺപത് ശതമാനമെന്നത് വളരെവേഗം തൊണ്ണൂറ്റിയേഴ് ശതമാനത്തിലേക്ക് ഉയർത്താനാകുമെന്ന് അവർ കണക്ക് കൂട്ടി. അതുകൊണ്ടാണ് അവർ അതുവരെ കാക്കാൻ നിർദ്ദേശിച്ചത്.

പക്ഷേ ഈ വിഷയത്തിൽ ഇസ്രായേലിന്റെ നിഗമനങ്ങളും പരിഗ ണനകളും വ്യത്യസ്തമായിരുന്നു. അവ സാറ്റലൈറ്റ് നിരീക്ഷണത്തെളി വുകളെയും തെഹ്റാനിൽ നിന്നുമുള്ള ചാരന്മാരുടെ റിപ്പോർട്ടുകളെയും ആസ്പദമാക്കിയുള്ളവയായിരുന്നു. ഭൂനിരപ്പിൽ നിന്നും എൺപതും അതി ലധികവും മീറ്റർ ആഴത്തിലുള്ള ഭൂഗർഭ പരീക്ഷണ–നിരീക്ഷണ സംവിധാ നങ്ങളിലൂടെ അതിവേഗം ആണവായുധരാഷ്ട്രമാകാനുള്ള പന്തയ ഓട്ടത്തി ലാണ് ഇറാനെന്ന് മൊസാദിന് വിശ്വസനീയമായ വിവരം ലഭിച്ചിരുന്നു. ഇറാനിയൻ വിമതരുടെ സഹായത്തോടെ ശേഖരിച്ച വിവരങ്ങൾ പ്രകാരം ഫോർദൊ നഗരത്തിനടുത്തായി പുതിയൊരു ഭൂഗർഭ ശാലയിൽ മൂവായിരം സെൻട്രിഫ്യൂഗുകൾ സ്ഥാപിച്ച് ആണവായുധനിർമ്മാണത്തിലേക്ക് വൻ കുതിപ്പ് നടത്താൻ ഇറാൻ ഒരുങ്ങുകയാണെന്ന വിവരം ലഭിച്ചു. അവിടെ സമ്പുഷ്ടീകരണത്തെ ക്രമബദ്ധമായി ആണവായുധ നിർമ്മാണത്തിനാവ ശ്യമായ തോതിലേക്ക് ഉയർത്താനാവുമെന്നതായിരുന്നു കണക്ക് കൂട്ടൽ. സെൻട്രിഫ്യൂഗുകൾ ബൃഹത്തായ ഈ ഭൂഗർഭശാലയിൽ സ്ഥാപിക്കുന്നതിന് മുൻപായി നരകത്തെ ക്ഷണിച്ചുവരുത്തുന്ന ഈ ഇറാനിയൻ സംവിധാ നത്തെ നശിപ്പിക്കാതെ ഗത്യന്തരമില്ലെന്ന് ഇസ്രായേലിന് ബോദ്ധ്യമായി. നിർമ്മാണം പൂർത്തിയാക്കിക്കഴിഞ്ഞാൽ അതിനെ ആക്രമിച്ച് നശിപ്പി

ക്കുക അസാദ്ധ്യമാകും. 'സമ്പുഷ്ടീകരണത്തിന്റെ തോത് നിർണ്ണായകമായ തലത്തിൽ എത്തിക്കഴിഞ്ഞാൽ അതിനെ ആക്രമിക്കുക അസാദ്ധ്യമാകും. ആ മേഖലയാകെ ബോംബിംഗ് അസാദ്ധ്യമായ സുരക്ഷിത പ്രദേശമാകും. അതിനാൽ പ്രവർത്തിക്കാനുള്ള സമയം ഇതാണ്. ' എന്ന് ഇസ്രായേലിന്റെ പ്രതിനിധികൾ അമേരിക്കൻ നയതന്ത്രജ്ഞരോട് തുറന്നുപറഞ്ഞു.

എന്നിട്ടും വാഷിംഗ്ടണ് കാര്യങ്ങളുടെ ഗുരുതരാവസ്ഥ ബോദ്ധ്യമായില്ല. ഉപരോധങ്ങൾ കടുപ്പിച്ചുകൊണ്ട് ഇറാനെ ആണവപരിശ്രമങ്ങളിൽ നിന്നും അകറ്റാമെന്ന് അവർ അപ്പോഴും കരുതി. പക്ഷേ ഇസ്രായേൽ ആ ശുഭപ്രതീക്ഷ പങ്കുവച്ചില്ല. 2012 വസന്തകാലത്തെ ഉച്ചകോടി സമ്മേളനത്തിൽ അമേരിക്കൻ പ്രസിഡന്റ് ബാരാക് ഒബാമ പരസ്പരസഹകരണത്തിന്റെ പേരിൽ ഇസ്രായേൽ പ്രധാനമന്ത്രി ബെഞ്ചമിൻ നെതന്യാഹുവിനെ പ്രശംസിച്ചെങ്കിലും ഇറാന്റെ ആണവായുധനിർമാണത്തെ സംബന്ധിച്ച് ഇരു രാജ്യങ്ങൾക്കും സ്വീകാര്യമായ ഒരു തീരുമാനത്തിലെത്താൻ കഴിഞ്ഞില്ല. ആണവശക്തിയാകാനുള്ള ഇറാന്റെ അന്തംവിട്ട കുതിപ്പ് തുടരുകയാണെന്ന് മൊസാദ് റിപ്പോർട്ട് ചെയ്തു. ഇതിന്റെ പശ്ചാത്തലത്തിൽ ഇസ്രായേലിനെ സമ്പൂർണ്ണമായി നശിപ്പിക്കുമെന്ന ഇറാന്റെ ആവർത്തിച്ചുള്ള ഭീഷണിയെ വെറും വാചകക്കസർത്തായി കാണാൻ ഇസ്രായേലിന് കഴിയുമായിരുന്നില്ല. മതമൗലിക രാഷ്ട്രമായ ഇറാന്റെ ആണവഭീഷണി ഇസ്രായേലിനെ സംബന്ധിച്ചിടത്തോളം സമ്പൂർണ്ണ വിനാശത്തിലേക്കുള്ള ചൂണ്ടുപലകയായിരുന്നു. യഹൂദരുടെ മതഗ്രന്ഥമായ താൽമൂദിൽ ഇപ്രകാരം എഴുതിയിരിക്കുന്നത് ഇസ്രായേൽ രാഷ്ട്രത്തിനുള്ള സന്ദേശമായി അവർ കണ്ടു: 'ആരെങ്കിലും നിങ്ങളെ കൊല്ലാനൊരുങ്ങി എത്തിയാൽ എഴുന്നേറ്റ് കൊലയാളിയെ വകവരുത്തുക.'

ലോകവേദിയിൽ തങ്ങൾ വീണ്ടും ഏകാകികളാവുകയാണെന്ന് ഇസ്രായേൽ അറിഞ്ഞു. 1948-ലെ ഇസ്രായേൽ രൂപീകരണ കാലത്തെന്ന പോലെ, 1967-ലെ ആറുദിവസ യുദ്ധകാലത്തെന്നപോലെ ഇസ്രായേൽ വീണ്ടും ഏകയായി അതിന്റെ നിലനിൽപ്പിനെ സംബന്ധിക്കുന്ന വിധി നിർണ്ണായകമായ തീരുമാനത്തെ നേരിട്ടു.

സുഡാനിലെ പരിശീലനം

2012 ഒക്ടോബർ ഇരുപത്തിനാലാം തീയതി ഖാർത്തുമിന് തെക്കായി സ്ഥിതിചെയ്തിരുന്ന ആയുധ നിർമ്മാണത്തിനും ശേഖരണത്തിനുമായി ഉപയോഗിച്ചിരുന്ന ഒരു കൂറ്റൻ സൈനിക വളപ്പ് നിഗൂഢമായ ഒരു സ്ഫോടനത്തിൽ തകർന്ന് തരിപ്പണമായി. പൂർണമായി നശിച്ച ആ വിശാലമായ ഇടത്തിൽ അവശേഷിച്ചത് കൂറ്റൻ ഗർത്തങ്ങളും വിള്ളലുകളും മാത്രമായിരുന്നു. ദിവസങ്ങൾക്ക് മുൻപ് പാശ്ചാത്യ ചാര ഉപഗ്രഹങ്ങൾ

അവിടം ഫോട്ടോഗ്രാഫ് ചെയ്തതായിരുന്നു. അപ്പോൾ നാൽപ്പതോളം കണ്ടെയ്നറുകൾ അവിടെയുണ്ടായിരുന്നു. ഇപ്പോൾ അവിടെ കാണപ്പെട്ട ഗർത്തങ്ങളും പിളർപ്പുകളും ആകാശത്തിൽ നിന്നുമുള്ള ആക്രമണത്താൽ മാത്രമേ രൂപപ്പെടാൻ സാദ്ധ്യമാകുവെന്ന് വിദഗ്ധർ വിലയിരുത്തി.

ഇസ്രായേലാണ് ഈ ആക്രമണത്തിന് പിന്നിലെന്ന ആരോപണം ഉടനെ സുഡാൻ ഉന്നയിച്ചു. സുഡാന്റെ വാർത്താവിനിമയ വകുപ്പ് മന്ത്രി അഹ്മെദ് ബിലാൽ ഉത്മൻ കോപിഷ്ഠനായി ഇസ്രായേലിനെതിരെ ഭത്സനങ്ങൾ ചൊരിഞ്ഞു. പക്ഷേ ആരുടെ പക്കലും തെളിവുകളൊന്നും ഉണ്ടായിരുന്നില്ല. പുകമറകളല്ലാതെ ഇസ്രായേലാണ് കുറ്റവാളിയെന്ന് വിരൽ ചൂണ്ടുന്ന തെളിവുകളൊന്നും ഉണ്ടായിരുന്നില്ല. നാല് എഫ് 15ഐ റാം ബോംബർ വിമാനങ്ങളിൽ നിന്നും ഒരു ടൺ പ്രഹരശേഷിയുള്ള ബോംബുകൾ വർഷിച്ചതിനാലാണ് ഈ വിധമുള്ള ഗർത്തങ്ങളും വിള്ളലുകളും രൂപപ്പെട്ടതെന്ന് ലണ്ടനിലെ സൺഡേ ടൈംസ് പത്രം എഴുതി. സുഡാന്റെ മിഗ് 29 വിമാനങ്ങൾ പ്രതിരോധിച്ചാൽ പ്രതികരിക്കാനായി ആ വിമാനങ്ങൾക്ക് അകമ്പടിയായി മറ്റ് നാലു വിമാനങ്ങൾ കൂടി ആക്രമണത്തിൽ പങ്കെടുത്തിട്ടുണ്ടാകുമെന്നും ലേഖകൻ കൂട്ടിച്ചേർത്തു. ഏതെങ്കിലും വിമാനം സുഡാൻ സേന വെടിവച്ചിട്ടാൽ പൈലറ്റിനെ രക്ഷപെടുത്താനായി രണ്ട് സികൊർസ്കി ഹെലികോപ്റ്ററുകളും അടുത്തുതന്നെ പറക്കുന്നുണ്ടായിരുന്നെന്ന വെളിപ്പെടുത്തലും പുറത്തുവന്നു. സുഡാന്റെ റഡാർ സജ്ജീകരണങ്ങൾ നിർവീര്യമാക്കാനായി ഒരു ഷാവിത് ഇലക്ട്രോണിക് വിമാനവും ആകാശത്തുവച്ച് യുദ്ധവിമാനങ്ങൾക്ക് ഇന്ധനം നിറക്കാനായി ഒരു ബോയിംഗ് വ്യോമടാങ്കർ വിമാനവും ഉൾപ്പെട്ടതായിരുന്നു ഇസ്രായേലിന്റെ ആക്രമണവ്യൂഹം. സുഡാന്റെയും ഈജിപ്തിന്റെയും ജിബൂട്ടിയുടെയും റഡാറുകൾ നിർവീര്യമാക്കിയിരുന്നതിനാൽ ഇസ്രായേലിന്റെ വിമാനങ്ങൾക്ക് നിർബാധം ദൗത്യം നിർവഹിക്കാനായി. മറ്റുചില മാധ്യമങ്ങളിൽ വന്ന വാർത്തകൾ പ്രകാരം ഇസ്രായേലി വ്യോമസേനയുടെ നിരവധി പൈലറ്റ് രഹിത ഡ്രോൺ വിമാനങ്ങളും ഈ ആക്രമണത്തിൽ പങ്കെടുത്തിരുന്നു. ഇസ്രായേലിന്റെ പക്കലുള്ള ഐതൻ ഡ്രോൺ വിമാനങ്ങൾ അസാധാരണമാം വിധം വലിപ്പമുള്ളവ ആയിരുന്നു. സമീപത്ത് പാർക്ക് ചെയ്താൻ എഫ് 15ഐ വിമാനങ്ങളെ അവ കുള്ളന്മാരാക്കി മാറ്റുമായിരുന്നു. കുറ്റൻ ലോഡുമായി ഇരുപത് മണിക്കൂറുകൾ തുടർച്ചയായി പറക്കാൻ അവയ്ക്ക് ശേഷിയുണ്ടെന്ന കാര്യവും ശ്രദ്ധേയമത്രെ.

ദുബായിൽ വച്ച് മഹ്മൗദ് അൽ മബൗവിനെ കൊന്നതിനോട് ഈ സംഭവത്തെ ചിലർ ബന്ധപ്പെടുത്തുന്നുണ്ട്. ഇറാനിൽ നിന്നും സുഡാൻ വഴി ആയുധക്കടത്ത് നടത്തി ഗാസയിൽ പാലസ്തീനിയൻ പോരാളികൾക്ക് ആയുധമെത്തിച്ചിരുന്നത് അൽ മബൗ ആയിരുന്നു. മബൗവിന്റെ ഹോട്ടൽ മുറിയിൽ നിന്നും മൊസാദ് കണ്ടെത്തിയ രേഖകൾ ഹമാസ്, ഇറാൻ,

സുഡാൻ എന്നിവർക്കിടയിലെ അടുപ്പം വെളിപ്പെടുത്തി. 2011 ഏപ്രിൽ ഏഴാം തിയതി തിരിച്ചറിയപ്പെടാതിരുന്ന ഒരു വിമാനത്തിൽ നിന്നും വന്ന ഒരു മിസ്സൈൽ നിരയായി ഒരുമിച്ച് പോകുകയായിരുന്ന ട്രക്കുകളെയും ഒപ്പം അൽ മഭൗവിന്റെ പിൻഗാമിയെയും വകവരുത്തിയിരുന്നു. ഇറാനു വേണ്ടി ഷഹാബ് മിസ്സൈൽ കൂട്ടിയോജിപ്പിച്ചിരുന്ന സുഡാന്റെ ഭൂഗർഭ ഫാക്ടറികളെ ഉന്നം വച്ചായിരുന്നു ആക്രമണമെന്ന ഊഹാപോഹങ്ങളും സജീവമായിരുന്നു.

ഇറാനിൽ നിന്നും അല്ലെങ്കിൽ ലിബിയയിൽ നിന്നും ഗാസയിലെ പാലസ്തീനിയൻ ഭീകരപ്രവർത്തകർക്കായി സുഡാനിൽ എത്തിയ വലിയ ആയുധശേഖരത്തെ ഈ ബോംബാക്രമണം നശിപ്പിച്ചുവെന്നത് വസ്തുതാപരമായി ശരിയായിരുന്നു. പക്ഷേ അതിനേക്കാളുപരി സുഡാന്റെ മേലുള്ള ഈ ആക്രമണം ഭാവിയിൽ ഇറാനെ നേരിട്ട് ആക്രമിക്കാനുള്ള ഇസ്രായേലിന്റെ പദ്ധതികൾക്കുള്ള ഒരു ഡ്രൈ റൺ (മുന്നൊരുക്കം) ആയിരുന്നുവെന്ന് കരുതുന്നതാണ് കൂടുതൽ ശരി. ഇസ്രായേലിന്റെ പോർവിമാനങ്ങളും ഡ്രോണുകളും രണ്ടായിരത്തി എണ്ണൂറിലേറെ കിലോമീറ്ററുകൾ പറന്നു. ഇസ്രായേലിൽ നിന്നും ഇറാന്റെ ആണവകേന്ദ്രങ്ങളിലേക്കുള്ള ദൂരത്തിന് സമാനമായിരുന്നു അത്. ആ വിമാനങ്ങളിൽ ഭാവിയിൽ ഇറാനെതിരെ പ്രയോഗിക്കാൻ ഉദ്ദേശിച്ചിട്ടുള്ള കൂറ്റൻ പ്രഹരശേഷിയുള്ള ബോംബുകളായിരുന്നു. ശത്രുവിന്റെ റഡാറുകളെ നിർവീര്യമാക്കി ദൗത്യം വിജയകരമായി പൂർത്തിയാക്കി ഒരു പോറൽ പോലും ഏൽക്കാതെ വിമാനങ്ങളെല്ലാം തിരിച്ചെത്തുകയും ചെയ്തു.

പ്രതീക്ഷിക്കാത്ത സമയത്ത് സുഡാനിൽ ആക്രമണം നടത്തുന്നതും ഇസ്രായേലിനെ നേരിടാൻ ആയുധമണിഞ്ഞ് തയ്യാറെടുത്തിരിക്കുന്ന ഇറാനിൽ സമാനമായ ആക്രമണം നടത്തുന്നതും തീർച്ചയായും രണ്ട് കാര്യങ്ങൾ തന്നെ. എന്നിരുന്നാലും ഖാർത്തുമിലെ ആക്രമണം ഓർത്ത് വ്യാകുലപ്പെടേണ്ടത് തെഹ്റാനിലെ അയത്തൊള്ളമാർ തന്നെയെന്നതിൽ സംശയമേതുമില്ല.

കടപ്പാട്

2010ൽ ഇസ്രായേലിൽ പ്രകാശിതമായ ഈ പുസ്തകത്തിന്റെ ആദ്യരൂപം എഴുപത് ആഴ്ചകൾ ബെസ്റ്റ് സെല്ലറായി തുടർന്നു. വിൽപനയുടെ റിക്കോഡുകൾ ഭേദിച്ചതിന്റെ പേരിൽ ഗോൾഡ്, പ്ലാറ്റിനം, ഡയമണ്ട് പുരസ്കാരങ്ങളും നേടി. ഇസ്രായേലിൽ ഞങ്ങളുടെ പ്രസാധകരായ യെദിയൊത് അഹ്രോനോത് പബ്ലിഷിംഗ് ഹൗസിന്റെ ഡയറക്ടർ ജനറലായ ഡോവ് ഐകെൻ വാൾഡനോടാണ് ഞങ്ങൾക്ക് ആദ്യമായി നന്ദി പ്രകാശിപ്പിക്കാനുള്ളത്. ഇങ്ങനെയൊരു പുസ്തകത്തിന്റെ ആശയം സ്വരൂപിച്ചതും അതെഴുതാനായി തുടക്കം മുതൽ അവസാനംവരെ ഞങ്ങൾക്ക് പ്രോത്സാഹനവും പിന്തുണയുമായി നിന്നതും അദ്ദേഹമാണ്.

ഈ പുസ്തകത്തിന്റെ രചനയ്ക്കായി വിവരങ്ങളും ഉപദേശങ്ങളും നൽകിയ ഇന്റലിജൻസ് സമൂഹത്തിൽ നിന്നുമുള്ള മുൻ ഡയറക്ടർമാരോടും ഏജന്റുമാരോടും – അവരിൽ വളരെ കുറച്ചുപേരെ മാത്രമേ പേരെടുത്തുപറഞ്ഞ് സൂചിപ്പിക്കാൻ ഞങ്ങൾക്ക് കഴിഞ്ഞിട്ടുള്ളൂ – ഞങ്ങൾ അഗാധമായി കടപ്പെട്ടിരിക്കുന്നു.

ഈ പുസ്തകത്തിന്റെ രചനയെ സദാ സജീവമായി നിലനിർത്താൻ ഗവേഷണവിഭാഗം സഹായികളായിരുന്ന ഓറിയാന അൽ മാസ്സിയുടെയും നില്ലി ഓവ്നാട്ടിന്റെയും ഗംഭീരമായ സേവനങ്ങൾ വിലപ്പെട്ടതായിരുന്നു. മൊസാദിന്റെ പുതുക്കിയ ഇംഗ്ലീഷ് പകർപ്പ് തയ്യാറാക്കുന്നതിലും നില്ലി ഓവ്നാട്ട് സഹായിയായി ഒപ്പമുണ്ടായിരുന്നു.

യു എസ്സിൽ പുസ്തകത്തിന്റെ പ്രസാധകരായ ഹാർപ്പർ കോളിൻസ്/ എക്കോയിലെ ഡാൻ ഹാൽപ്പേൺ, സമർപ്പിതരായ എഡിറ്റർമാർ അബിഗെയ്ൽ ഹോൾസ്റ്റെയ്ൻ എന്നിവരുമായി സഹകരിച്ച് പ്രവർത്തിക്കാനായതും ആഹ്ലാദകരമായിരുന്നു. ഞങ്ങളുടെ കോപ്പി എഡിറ്റർ ഓൾഗ ഗാർഡനർ ഗാൽവിന് പ്രത്യേകിച്ച് അവരുടെ നിശിതമായ കണ്ണുകൾക്കും തേടിപ്പിടിക്കുന്ന മിഴികൾക്കും നന്ദി പറയാനും ഞങ്ങൾ ആഗ്രഹിക്കുന്നു.

ലോകത്തെമ്പാടുമായി ഇരുപതിലധികം രാജ്യങ്ങളിൽ ഏറെക്കുറെ ഒരേസമയം ഈ പുസ്തകം വിൽപ്പനശാലകളിലെത്തി. ഇത് സാദ്ധ്യമാക്കിയ ഞങ്ങളുടെ ഏജന്റുമാരായ ന്യൂയോർക്കിലെ റൈറ്റേഴ്സ് ഹൗസിലെ 'ശ്രീമാൻ റൈറ്റേഴ്സ് ഹൗസ്'', അൽ സുക്കർമാന്റെയും ഒരിക്കലും ക്ഷീണിതനാവാത്ത വിദേശ അവകാശവിഭാഗം ഡയറക്ടറായ മാജ നിക്കോളികിന്റെയും സേവനങ്ങളെ ഞങ്ങൾ എടുത്ത് പറയുന്നു.

അവസാനമായി ഞങ്ങളുടെ സ്വന്തം പ്രിയ ഗലില ബർ–സൊഹറിനും അമി കോർമാനും നന്ദി, അവരുടെ ഉപദേശങ്ങൾക്ക്, വായനയ്ക്ക്, തിരുത്തലുകൾക്ക്, നിർദ്ദേശങ്ങൾക്ക്, സംവാദങ്ങൾക്ക്, ഇതൊക്കെയായിട്ടും ഞങ്ങളെ തള്ളാതെ ഒപ്പം നിന്നതിന്.

മൈക്കിൾ ബർ-സൊഹർ
നിസിം മിഷാൽ

പി ജെ ജെ ആന്റണി

മലയാളത്തിലും ഇംഗ്ലീഷിലും മുഖ്യധാരാ ആനുകാലികങ്ങളിൽ കഥകളും ലേഖനങ്ങളും എഴുതുന്നു. മലയാളത്തിൽ അഞ്ച് കഥാസമാഹാരങ്ങളും ഇംഗ്ലീഷിൽ ഒരെണ്ണവും പ്രകാശനം ചെയ്തു. കാരൻ ആംസ്ട്രോങ്ങിന്റെ *ഹിസ്റ്ററി ഒഫ് ഗോഡ്*, മോറീസ് വെസ്റ്റിന്റെ *ഡെവിൾസ് അഡ്വക്കേറ്റ്*, എസ് ഇർഫാൻ ഹബീബിന്റെ *ടു മേക് ദ് ഡെഫ് ഹിയർ* എന്നിവ ഉൾപ്പെടെ നിരവധി പ്രശസ്ത കൃതികൾ മലയാളത്തിലേക്ക് മൊഴിമാറ്റം ചെയ്തു. വായനയും യാത്രയും ഇഷ്ടപ്പെടുന്നു. നിരവധി രാജ്യങ്ങൾ സന്ദർശിച്ചിട്ടുണ്ട്.